AF797448

മൃത്യുഞ്ജയൻ

mrityunjayan
novel

•

niranjana

•

translated by

payyannur kunhiraman

•

first chintha edition
december 2017

•

typesetting
info needs, kariyam

•

published
chintha publishers, thiruvananthapuram

•

cover
vinod

വിതരണം

ദേശാഭിമാനി ബുക്ക് ഹൗസ്

H O തിരുവനന്തപുരം-695 035
phone: 0471-2303026, 6063026
www.chinthapublishers.com
chinthapublishers@gmail.com

ബ്രാഞ്ചുകൾ

ഹെഡ്ഡാഫീസ് ബ്രാഞ്ച് കുന്നുകുഴി • സ്റ്റാച്യു തിരുവനന്തപുരം • കെ എസ് ആർ ടി സി ബസ് സ്റ്റേഷൻ ആലപ്പുഴ • കെ എസ് ആർ ടി സി ബസ് സ്റ്റേഷൻ എറണാകുളം • മച്ചിങ്ങൽ ലെയ്ൻ തൃശൂർ • ഐ ജി റോഡ് കോഴിക്കോട് • മാവൂർ റോഡ് കോഴിക്കോട് • എൻ ജി ഒ യൂണിയൻ ബിൽഡിങ് കണ്ണൂർ • സെൻട്രൽ ബസ് ടെർമിനൽ കോംപ്ലക്സ് താവക്കര കണ്ണൂർ

CO - 2796 / 4510
ISBN - 978-93-86637-66-6

മൃത്യുഞ്ജയൻ
(നോവൽ)

നിരഞ്ജന

പരിഭാഷ
പയ്യന്നൂർ കുഞ്ഞിരാമൻ

ചിന്ത പബ്ലിഷേഴ്സ്
തിരുവനന്തപുരം-695 035

നിരഞ്ജന (1924-1992)

പ്രശസ്ത പുരോഗമന സാഹിത്യകാരൻ. 1924 ൽ കർണ്ണാടകയിലെ കുളകുന്ദ എന്ന സ്ഥലത്ത് ജനിച്ചു. നോവൽ, ചെറുകഥ, ലേഖനം, വിവർത്തനം എന്നീ മേഖലകളിൽ നിരവധി കൃതികൾ രചിച്ചു. കയ്യൂർ സമരത്തെ ആസ്പദമാക്കി രചിച്ച *ചിരസ്മരണ* എന്ന നോവലിലൂടെ മലയാളികൾക്ക് കൂടുതൽ പരിചിതനായി.

പ്രധാന കൃതികൾ: *ബനശങ്കരി, കല്ല്യാണ സ്വാമി, നാസ്തിക കൊട്ട ദേവവരു, വിമോചനനെ.* 1979 ൽ സോവിയറ്റ് ലാന്റ് നെഹ്റു അവാർഡ് ലഭിച്ചു. മലയാളം ഉൾപെടെ നിരവധി ഭാഷകളിലേക്ക് അദ്ദേഹത്തിന്റെ നോവലുകൾ മൊഴി മാറ്റം ചെയ്യപ്പെട്ടിട്ടുണ്ട്. 1992 ൽ അന്തരിച്ചു.

പയ്യന്നൂർ കുഞ്ഞിരാമൻ

പയ്യന്നൂരിൽ മഹാദേവഗ്രാമത്തിനടുത്ത രാമനാത്ത് വീട്ടിൽ ജനനം. പ്രാഥമികവിദ്യാഭ്യാസം കഴിഞ്ഞ് തൊഴിലാളിയായി. പ്രൈവറ്റായി പഠിച്ച് ബിരുദങ്ങൾ നേടി. ഹൈസ്കൂൾ അദ്ധ്യാപകനായി. തളിപ്പറമ്പ് മൂത്തേടത്ത് ഹൈസ്കൂളിൽനിന്ന് വിരമിച്ചു. പുരോഗമനകലാസാഹിത്യസംഘം സംസ്ഥാന കമ്മിറ്റിയംഗമാണ്. സാക്ഷരതാമിഷൻ എക്സിക്യൂട്ടീവ് അംഗമായും പ്രവർത്തിച്ചു. വിവർത്തനം, ചരിത്രം, ജീവചരിത്രം, ബാലസാഹിത്യം തുടങ്ങിയ മേഖലകളിലായി 57 കൃതികൾ പ്രസിദ്ധീകരിച്ചിട്ടുണ്ട്. ചിന്ത പുറത്തിറക്കുന്ന പതിനാറാമത്തെ ഗ്രന്ഥമാണിത്. 2005 ൽ അബുദാബി ശക്തി അവാർഡ് ലഭിച്ചു.

ചിന്ത പുറത്തിറക്കിയ കൃതികൾ: *ചാർവാകൻ* (നോവൽ), *പിറവി, നിരഞ്ജനയുടെ കഥകൾ, കാവേരി എന്റെ രക്തം* (വിവർത്തനം), *ഒരേയൊരു പി ജി - ജീവചരിത്രം, ഒറ്റക്കാലൻ ഞണ്ട്, ഏലംകുളത്തെ കുഞ്ചു, എനിക്കും വേണം സ്വാതന്ത്ര്യം, കളിയാട്ടക്കഥകൾ, കൃതികൾ കഥകൾ, കുട്ടികളുടെ നായനാർ, പുരാണത്തിലെ അമ്മമാർ, പുരാണത്തിലെ കുട്ടികൾ, ബീർബലിന്റെ തമാശകൾ, ഇ എം എസ് കഥകൾ* (ബാലസാഹിത്യം).

ഭാര്യ : സത്യഭാമ എ കെ

മക്കൾ : സബിത, സൂരജ്

വിലാസം : 'ശ്രീഹരി', ചാലക്കോട് പി ഒ
പയ്യന്നൂർ - 670307
കണ്ണൂർ ജില്ല

ഫോൺ : 9447209774

പ്രസാധകക്കുറിപ്പ്

കയ്യൂർ സമരസഖാക്കളുടെ ജീവിതം കുറിച്ചിട്ട *ചിരസ്മരണ* എന്ന നോവലിലൂടെ മലയാള വായനക്കാർക്ക് സുപരിചിതനായ കന്നട നോവലിസ്റ്റാണ് നിരഞ്ജന. ജീവിതത്തിന്റെ സൂക്ഷ്മഭാവങ്ങൾ ചിത്രീകരിക്കുന്നതിൽ നിരഞ്ജനയ്ക്കുള്ള കഴിവ് പരക്കെ അംഗീകരിക്കപ്പെട്ടിട്ടുള്ളതാണ്.

നാലായിരം വർഷങ്ങൾക്ക് മുമ്പ്, അതായത് ക്രിസ്തുവിനും 2000 വർഷങ്ങൾക്ക് മുമ്പുള്ള ഈജിപ്തിലെ മനുഷ്യജീവിതവും പോരാട്ടങ്ങളും ഇതിവൃത്തമായുള്ള നോവലാണ് *മൃത്യുഞ്ജയൻ.* സ്പാർട്ടക്കസിന്റെ നേതൃത്വത്തിൽ നടന്ന അടിമകലാപങ്ങൾക്കും മുമ്പാണ് കഥാകാലം. *ബൈബിൾ പഴയനിയമ*ത്തിൽ കാണുന്ന ഫറോവമാരുടെ അടിമത്തത്തിൽനിന്നും മോചനത്തിനായി നീരാന എന്ന ഈജിപ്ത് പ്രവിശ്യയിലെ ജനങ്ങൾ 'മനെപ്പടാ' എന്ന നേതാവിന്റെ ഉജ്ജ്വല നേതൃത്വത്തിൽ നടത്തുന്ന കലാപത്തിന്റെ കഥയാണ് അനാവരണം ചെയ്യപ്പെടുന്നത്. നിരഞ്ജനയെന്ന നോവലിസ്റ്റിന്റെ അതുല്യമായ രചനയെന്നു വിശേഷിപ്പിക്കപ്പെടുന്ന *മൃത്യുഞ്ജയന്റെ* ചിന്ത പതിപ്പ് വായനക്കാർ സസന്തോഷം സ്വീകരിക്കുമെന്ന് ഞങ്ങൾക്കുറപ്പുണ്ട്.

ചിന്ത പബ്ലിഷേഴ്സ്

പരിഭാഷകക്കുറിപ്പ്

മനുഷ്യസംസ്കാരത്തിന്റെ പ്രാചീന സമ്പത്തുകൾ കാത്തു സൂക്ഷിച്ചുപോരുന്ന ഒരു രാജ്യമാണ് ഈജിപ്ത്. മനുഷ്യവർഗ്ഗം ലോകത്തിലാദ്യമായി അനീതിക്കെതിരെ ഉണർന്നെണീറ്റതും ഈജിപ്തിലാണ്. ക്രിസ്തുവിന് 2000 ത്തിലധികം സംവത്സരങ്ങൾക്കു മുമ്പാണത് നടന്നത്. സർവ്വശക്തനായ ഫെറോവിന്റെയും പ്രധാനപൂജാരിയുടെയും ചൂഷണത്തിന് വിധേയമായി നട്ടെല്ല് തകർന്നുകൊണ്ടിരുന്ന ജനത ഒരു സുപ്രഭാതത്തിൽ ഉണർന്നെണീറ്റു. സാമന്തരാജാവിനെ പുറത്താക്കി ജനങ്ങളുടേതായ ഒരു ഭരണകൂടം സ്ഥാപിച്ചു. പക്ഷേ, ആ ഭരണകൂടത്തിന് ഏറെ നാൾ നിലനില്ക്കാൻ കഴിഞ്ഞില്ല. രാജാവും പൂജാരിയും ഒത്തുചേർന്ന് ആ ഭരണത്തെ തകർത്തെറിഞ്ഞു. എങ്കിലും രോമഹർഷമായ ആ സംഭവം പില്ക്കാലത്ത് മനുഷ്യവർഗ്ഗം കൈവരിച്ച സർവ്വനേട്ടങ്ങൾക്കും പ്രേരകമായിത്തീർന്നെന്നത് തർക്കമറ്റ സംഗതിയാണ്.

ചരിത്രത്തിന്റെ പൊന്നേടുകളിലൊതുങ്ങിക്കിടക്കുന്ന പ്രസ്തുത സംഭവം ഇതിവൃത്തമാക്കി കന്നഡ സാഹിത്യത്തിലെ ഉല്പതിഷ്ണുവായ നിരഞ്ജന രചിച്ച ഇതിഹാസനോവലാണ് *മൃത്യുഞ്ജയൻ*. മഹത്തായ ഈ കൃതി മലയാളത്തിലേക്ക് പരിഭാഷപ്പെടുത്താനവസരം സിദ്ധിച്ചത് ഒരു മഹാഭാഗ്യമായി ഞാൻ കരുതുന്നു. വിശാലമനസ്കരായ മലയാളികൾ ഈ കൃതിയെ സഹർഷം സ്വാഗതം ചെയ്യുമെന്ന് വിശ്വസിക്കട്ടെ.

തളിപ്പറമ്പ
10-02-1985

പയ്യന്നൂർ കുഞ്ഞിരാമൻ

അവതാരിക

'**നി**രഞ്ജന' എന്ന കന്നട എഴുത്തുകാരൻ മലയാള വായന ക്കാർക്കു ഇതിനകംതന്നെ സുപരിചിതനാണ്. 'കയ്യൂർ' സംഭവത്തെ ചിത്രീകരിച്ചെഴുതിയ *ചിരസ്മരണ* എന്ന നോവൽ പലരും വായിച്ചു കാണും. അതിനുപുറമെ അദ്ദേഹത്തിന്റേതായി വേറെയും നോവലുകളും ചെറുകഥകളും മലയാളത്തിൽ ഭാഷാന്തരം ചെയ്യപ്പെട്ടിട്ടുണ്ട്.

എന്നാൽ ഇപ്പോൾ ഇവിടെ അവതരിപ്പിക്കപ്പെടുന്ന *മൃത്യുഞ്ജയൻ* എന്ന ഈ നോവൽ അവയിൽനിന്നെല്ലാം വ്യത്യസ്തമാണ്. ഉദ്ദേശം 4000 വർഷം മുമ്പ്, എന്നുവെച്ചാൽ ചരിത്രത്തിന്റെ പ്രഭാതത്തിൽ ഈജിപ്തിൽ യഥാർത്ഥത്തിൽ നടന്ന അടിമകളുടെ കലാപത്തിന്റെ കഥയാണ് ഈ നോവലിലെ ഇതിവൃത്തം. ഗ്രീക്കുചരിത്രത്തിലെ സുപ്രസിദ്ധമായ 'സ്പാർട്ടാക്കസ്' കലാപം, അതും അടിമകളുടെ ഒരു കലാപമായിരുന്നു. പല സാഹിതീ പ്രതിഭകളെയും ആകർഷിച്ചിട്ടുള്ള ഒരു വിഷയമാണ്. പ്രസിദ്ധ അമേരിക്കൻ നോവലിസ്റ്റായ ഹോവേർഡ് ഫാസ്റ്റ് അതിനെപ്പറ്റി ഒരു നോവൽ എഴുതിയിട്ടുണ്ട്. സ്പാർട്ടാക്കസ് കുരിശിൽ ഏറ്റപ്പെട്ടത്, കലാപം നയിച്ചതിനുള്ള ശിക്ഷയായി ക്രി മു 71-മാണ്ടിലാണ്. *മൃത്യുഞ്ജയന്റെ* ഇതിവൃത്തമായ സംഭവം നടന്നത് അതിനും 2000 കൊല്ലങ്ങൾക്കു മുമ്പാണെന്നാണ് സങ്കല്പിക്കപ്പെട്ടിരിക്കുന്നത്.

ഇങ്ങനെ ഒരു നോവൽ രചിക്കുമ്പോൾ ഉദിക്കുന്ന ഒരു പ്രധാന പ്രശ്നം ആ കാലഘട്ടത്തിലെ സമൂഹത്തിന്റെ യഥാതഥമായ ഒരു ചിത്രം നല്കുന്നതെങ്ങനെയെന്നുള്ളതാണ്. ചരിത്രപരമായ ഒട്ടേറെ വസ്തുത കൾ, അവയുടെ വിശദവും സൂക്ഷ്മവുമായ അംശങ്ങളോടെ ഗ്രന്ഥകാരൻ ശേഖരിച്ചിരിക്കണം. അവയെ വേണ്ടിടത്തു വേണ്ടപോലെ വിനിയോഗിച്ചു

അന്നത്തെ സമൂഹത്തിന്റെ ഒരു ചിത്രം പുനഃസൃഷ്ടിക്കണം. ഈ കടമ നിരഞ്ജന സമർത്ഥമായി നിർവ്വഹിച്ചിട്ടുണ്ടെന്നാണ് എനിക്കു തോന്നിയത്.

അക്കാലത്ത് നാഗരികതയുടെ കാര്യത്തിൽ ലോകത്തിന്റെ മുമ്പന്തിയിൽ നിന്നിരുന്ന ഒരു രാജ്യമായിരുന്നു ഈജിപ്ത്. സമ്പത്തിലും അധികാരത്തിലും പ്രൗഢിയിലും എല്ലാം മറ്റു രാജ്യങ്ങളെ ഈജിപ്ത് അധികരിച്ചിരുന്നു. എങ്കിലും ഈജിപ്തിന്റെ സമ്പത്ത് എത്രമാത്രം പരിമിതവും സാമ്പത്തികസ്ഥിതി എത്രമാത്രം പ്രാകൃതവുമായിരുന്നുവെന്നുള്ളതിന്റെ പല സൂചനകളും നോവലിൽനിന്നു നമുക്ക് ലഭിക്കുന്നുണ്ട്. ഈജിപ്ത്യൻ സമൂഹത്തിൽ അന്ന് ഇരുമ്പിന്റെ ഉപയോഗം നടപ്പിൽവന്നുകഴിഞ്ഞിരുന്നില്ല. കല്ലുകൊണ്ടും മരംകൊണ്ടും അത്യാവശ്യം പിച്ചളകൊണ്ടും ഉള്ളവയായിരുന്നു ആയുധങ്ങൾ. നൂൽ കോർക്കാൻ ചെമ്പുസൂചി ഉപയോഗിച്ച പരാമർശം ഒരു സ്ഥലത്തു കാണുന്നു. ആധുനിക ഈജിപ്തിന്റെ ഏറ്റവും വലിയ ഒരു സമ്പത്തായ പരുത്തി കണ്ടുപിടിക്കപ്പെട്ടിരുന്നില്ല. ചണനാരുകൊണ്ടാണ് വസ്ത്രങ്ങളും മറ്റും നെയ്തെടുത്തിരുന്നത്. വ്യാപാരം മിക്കവാറും ചരക്കുകൾ പരസ്പരം കൈമാറിക്കൊണ്ടായിരുന്നു. 'ഉടേൻ' എന്നു പേരിലുള്ള ഒരുതരം ചെമ്പുതുട്ടുകളെപ്പറ്റി പറയുന്നുണ്ടെങ്കിലും ഒരു പീടികയിലേക്കു സാമാനം വാങ്ങാൻ പോകുമ്പോൾ നാണയമല്ല കൊണ്ടുപോകുന്നത്. പകരം കൊടുക്കാനുള്ള സാമാനങ്ങളാണ്. ഇങ്ങനെ ഒരുപാടുദാഹരണങ്ങൾ എടുത്തുകാണിക്കാൻ കഴിയും. എന്നാൽ അതിന്റെ ആവശ്യമില്ലല്ലോ. ചുരുക്കത്തിൽ നാഗരികതയിൽ വളരെ താഴ്ന്ന നിലവാരത്തിൽ മാത്രമേ ആ രാജ്യം അന്ന് എത്തിയിരുന്നുള്ളു. എന്നിട്ടും ഈജിപ്ത് അന്നത്തെ ലോകത്തിലെ ഏറ്റവും പരിഷ്കൃതമായ ഒരു രാജ്യമായിരുന്നുവെന്ന വസ്തുതയും മറന്നുകൂടാ.

രാജാവിന്റെ പേർ ഫെറോ എന്നായിരുന്നു. ബൈബിളിലെ *പഴയ നിയമ*ത്തിലെ ഫറോവതന്നെ. ഫെറോവയുടെ അടിമത്തത്തിൽനിന്ന് യൗസേഫിന്റെ സന്തതിപരമ്പരകളായ ഈസ്രായേൽ മക്കളെ മോചിപ്പിച്ച് ചെങ്കടൽ കടത്തി പലസ്തീൻ എന്ന വാഗ്ദത്ത ഭൂമിയിൽ മോശ എന്ന പ്രവാചകൻ എത്തിക്കുന്ന കഥ *പഴയ നിയമ*ത്തിലെ അതിപ്രധാനമായ കഥയാണല്ലോ. വിദേശികളെ മാത്രമല്ല അങ്ങനെ പുരാതന ഈജിപ്ത് അടിമകളായി വെച്ചുകൊണ്ടിരുന്നത്; സ്വന്തം നാട്ടുമക്കളെയും അടിമകളാക്കി വെച്ചിരുന്നു. രാജ്യത്തിന്റെ തെക്കേ അറ്റത്തുള്ള 'നീരാന' പ്രവിശ്യയിലെ അടിമകൾ 'മെനെപ്പ്ടാ' എന്ന നേതാവിന്റെ നേതൃത്വത്തിൽ കലാപം നടത്തി വിജയം നേടുന്നതിന്റെയും പിന്നീട് കലാപം അടിച്ചമർത്തപ്പെടുന്നതിന്റെയും കഥയാണ് നോവലിൽ വിവരിച്ചിരിക്കുന്നത്.

അന്നത്തെ ഈജിപ്തിൽ മതത്തിന് രാജ്യകാര്യങ്ങളിൽ വമ്പിച്ച സ്വാധീനശക്തിയുണ്ടായിരുന്നു. വാസ്തവത്തിൽ ഒരുതരം 'തിയോക്രാറ്റിക്ക് സ്റ്റേറ്റ്' ആയിരുന്നു അന്നത്തെ ഭരണകൂടം എന്നു പറയാം. പ്രധാന

പൂജാരിയായ 'ഹേപാട്' ഫെറോയ്ക്ക് എതിരായ ഒരു അധികാരകേന്ദ്രമായിട്ടാണ് കഥയിൽ ചിത്രീകരിച്ചിരിക്കുന്നത്. തത്ത്വത്തിൽ ഫെറോ തന്നെയായിരുന്നു അധികാരി. കാരണം 'റാ' എന്ന സൂര്യദേവന്റെ വംശപരമ്പരയിൽപ്പെട്ടയാളാണ് ഫെറോ. പ്രധാനപൂജാരിയെ നിയമിക്കാനുള്ള അധികാരവും ഫെറോവിനാണ്. അതുകൊണ്ട് എല്ലാ അധികാരങ്ങളും ഫെറോവിൽത്തന്നെ കേന്ദ്രീകരിച്ചിരിക്കേണ്ടതാണ്. പക്ഷേ, അതിനു ഒരുപാധിയുണ്ട്. ഒരേയൊരുപാധി, ഫെറോ സ്വന്തം ബുദ്ധിയുടെയും മനസ്സിന്റെയും ഉടമയായ ഒരു ഭരണാധികാരിയായിരിക്കണം. ഈ കഥയിൽ പ്രത്യക്ഷപ്പെടുന്ന 'പെപി' എന്ന ഫെറോ അങ്ങനെയുള്ളവനായിരുന്നില്ല. സദാ സുഖഭോഗങ്ങളിൽ ലയിച്ചു, മദ്യത്തിലും മദിരാക്ഷിയിലും ആസക്തനായി. സ്വന്തമായ ഇച്ഛാശക്തിയോ അഭിപ്രായമോ ഇല്ലാത്തവനായിരുന്നു. രാജ്യകാര്യങ്ങൾ അന്വേഷിക്കുന്നതൊക്കെ 'അമർബ്' എന്ന മന്ത്രിയാണ്. മന്ത്രിയും പ്രധാനപൂജാരിയും തമ്മിൽ പരസ്പരം കരുനീക്കിക്കളിക്കുന്ന ഒരു ചതുരംഗക്കളിയായി രാജ്യഭരണം. അതിൽ മന്ത്രി വാസ്തവത്തിൽ അടിയറവ് പറയുകയായിരുന്നു. കാരണം പ്രധാനപൂജാരിയെ സംബന്ധിച്ച് ജനങ്ങൾക്കിടയിലുണ്ടായിരുന്ന ആദരവ് അന്ധമായ മതഭക്തികൊണ്ട് അരക്കിട്ടുറപ്പിക്കുകയും മന്ത്രവാദാദി വിദ്യകൾകൊണ്ടു ബലപ്പെടുത്തുകയും ചെയ്തിരുന്നു. നീരാന പ്രവിശ്യയിലെ കലാപം ഉണ്ടാക്കാൻ കാരണം അവിടത്തെ ഗവർണ്ണറുടെയും നികുതിപിരിവുദ്യോഗസ്ഥന്റെയും നയശൂന്യതകൊണ്ടാണെന്ന് ബോദ്ധ്യപ്പെട്ട മന്ത്രി കലാപനായകനായ മെനെപ്പടായെ തലസ്ഥാനനഗരിയായ മെഫീസിലേക്കു ക്ഷണിക്കുകയായിരുന്നു. എന്നാൽ മുഖ്യപൂജാരിയുടെ ഇടപെടൽമൂലം ഒടുവിൽ മന്ത്രി ആ കലാപനായകനെ വഞ്ചിച്ചു കുടുക്കിൽപ്പെടുത്തി വധശിക്ഷയ്ക്കു വിധേയനാക്കുകയാണ് ചെയ്തത്.

കലാപം പരാജയപ്പെട്ടു എന്ന് പറയേണ്ടതില്ലല്ലോ. അന്നത്തെ സാഹചര്യത്തിൽ അതല്ലാതെ മറ്റൊന്നിനും സാദ്ധ്യതയില്ല. തൊഴിലാളികൾ പങ്കെടുക്കുന്ന ഒരു വിപ്ലവം ജയിക്കുന്നത് ചരിത്രത്തിൽ ആദ്യമായി 18-ാം നൂറ്റാണ്ടിലാണ്. ഫ്രഞ്ച് വിപ്ലവം. അതും അവർ ഒറ്റയ്ക്കല്ല. അങ്ങനെയിരിക്കെ 4500 വർഷംമുമ്പേ അടിമകളുടെ ഒരു വിപ്ലവം ജയിക്കുക എന്ന് പറയുന്നത് ചിന്തിക്കാൻപോലും സാദ്ധ്യമല്ല.

പരാജയത്തിന്റെ കാരണങ്ങളിലേക്ക് ഈ നോവലിലെ സംഭവങ്ങളിലൂടെ നാം ചുഴിഞ്ഞു നോക്കിയാൽ കഥാനായകന്റെ സ്വഭാവത്തിനടക്കം പലതിനും അതിന് ഉത്തരവാദിത്വമുണ്ടെന്ന് തോന്നിപ്പോകും. കഥാനായകനായ മനെപ്പടാ ധീരോദാത്തനായ ഒരു നായകനാണ്, വിശാലഹൃദയനാണ്, കാരുണ്യത്തിടമ്പാണ്, സമഭാവനയുള്ളവനാണ്. ഒക്കെ ശരി. പക്ഷേ, അദ്ദേഹത്തിന്റെ ശുദ്ധഗതി കുറേ കൂടിപ്പോയില്ലേ എന്ന് നമുക്ക് സംശയം തോന്നും. ഇത്രയും ശുദ്ധഗതിയായിരുന്നില്ലെങ്കിൽ രാജധാനിയിൽനിന്ന് അദ്ദേഹത്തിന് എളുപ്പത്തിൽ രക്ഷപ്പെടാൻ കഴിയു

മായിരുന്നു. തന്റെ നാട്ടിൽ നീരാനയിൽ തിരിച്ചെത്തി ഒന്നുകൂടി ചെറുത്തു നില്ക്കാൻ ശ്രമിക്കാമായിരുന്നു. പക്ഷേ, അതും അവസാനത്തിൽ അടിച്ച മർത്തപ്പെടുകയില്ലായിരുന്നോ? ജനങ്ങളുടെ മേൽ അടിച്ചേല്പിക്കപ്പെട്ടിരുന്ന മതാന്ധ്യം അത്രമേൽ സുശക്തമായിരുന്നില്ലെങ്കിൽ പ്രധാനപൂജാരിയുടെ നേതൃത്വത്തിൽ നീരാന തിരിച്ചുപിടിക്കാൻ വന്ന സൈനിക വഞ്ചിയിലെ ചായില്യപ്പൊടി കത്തിച്ചു പ്രകാശമാനമാക്കിയ പടാദേവ പ്രതിമയ്ക്കു മുമ്പിൽ നീരാനയിലെ സ്ത്രീപുരുഷന്മാർ ആബാലവൃദ്ധം മുട്ടുകുത്തി പ്രാർത്ഥനാനിരതരാകുമായിരുന്നോ? അപ്പോൾ അവസാന വിശകലനത്തിൽ കലാപത്തെ പരാജയപ്പെടുത്തിയത് ആ ജനതയുടെ ബോധനിലവാരം തന്നെയായിരുന്നു. ആ ബോധം ക്രി മു 2000-മാണ്ടിലേതാണ്. വിപ്ലവങ്ങളുടെ നൂറ്റാണ്ടായ 19-ാം നൂറ്റാണ്ടിലേക്ക് അതിനെ പറിച്ചു നടാൻ ആർക്കും സാദ്ധ്യമല്ല.

4000 വർഷം മുമ്പ് നടന്ന കഥയാണെങ്കിലും അന്നത്തെ മനുഷ്യരും ഇന്നത്തെ മനുഷ്യരും തമ്മിൽ ബഹ്യമായിട്ടല്ലാതെ എന്തു വ്യത്യാസം? ഒന്നുമില്ല. വികാരവിചാരങ്ങളിൽ, ആന്തരിക വ്യാപാരങ്ങളിൽ അന്നത്തെ മനുഷ്യനും ഇന്നത്തെ മനുഷ്യരും തമ്മിൽ മൗലികമായ അന്തരമില്ല. *രാമായണം*, *മഹാഭാരതം* തുടങ്ങിയ നമ്മുടെ പുരാണകൃതികൾ വായിക്കുമ്പോൾ നമുക്കുണ്ടാകുന്ന അനുഭവം ഇതുതന്നെയല്ലേ?

നോവൽ നിർമ്മാണത്തിൽ യഥാതഥമായ രചനാസമ്പ്രദായം സ്വീകരിക്കുന്ന ഒരെഴുത്തുകാരനാണ് നിരഞ്ജന. സമകാലിക സംഭവങ്ങളെപ്പറ്റിയാകുമ്പോൾ അതിന് പ്രയാസവുമില്ല. എന്നാൽ നാലായിരം കൊല്ലം മുമ്പ് നടന്നതായി സങ്കല്പിക്കപ്പെടുന്ന ഒരു കഥ ആഖ്യാനം ചെയ്യുന്നതിൽ ഭാവനയുടെയും സങ്കല്പത്തിന്റെയും അതിശക്തമായ പ്രവർത്തനം ആവശ്യമാണല്ലോ. അവിടെയെങ്ങനെ യഥാതഥപ്രതിപാദനം വിജയിക്കും? യഥാർത്ഥത്തിൽ അതിലാണ് നിരഞ്ജനയുടെ രചനാവൈഭവം പ്രകടമായിരിക്കുന്നത്. ആംഗലസാഹിത്യത്തിൽ *റോബിൻസൺ ക്രൂസോ* എന്ന കൃതിയുടെ രചനാ ശില്പവുമായിട്ടല്ലാതെ മറ്റൊന്നിനോടും ഇതിനെ താരതമ്യപ്പെടുത്താൻ പറ്റില്ല. യൂറോപ്യൻ സാഹസിക യാത്രക്കാർ ഭൂമിയിലെ കടലായകടലെല്ലാം താണ്ടി വിചിത്രനാടുകളെയും വിചിത്ര മനുഷ്യരെയും വിചിത്രങ്ങളായ ആചാരാനുഷ്ഠാനങ്ങളെയും കണ്ടെത്തിപ്പിടിക്കുന്ന ഒരു കാലത്താണ് *റോബിൻസൺ ക്രൂസോ* എഴുതപ്പെട്ടത്. അന്ന് വിശാലമായ സമുദ്രത്തിന്റെ മദ്ധ്യത്തിൽ ജനവാസമില്ലാത്ത ഒരു ദ്വീപ് സങ്കല്പിക്കാനും, കപ്പൽ തകർന്ന് ഒരു മനുഷ്യൻ ഒറ്റയ്ക്ക് അതിൽ അകപ്പെട്ടുപോയി എന്ന് സങ്കല്പിക്കാനും വലിയ പ്രയാസമില്ല. എന്നാൽ അവനെ ഒറ്റപ്പെട്ട മനുഷ്യൻ, നാഗരിക ജീവിതത്തിൽനിന്ന് തിരസ്കൃതനായ മനുഷ്യൻ എങ്ങനെ തന്റെ ജീവിതം കെട്ടിപ്പടുക്കുന്നു എന്നതിന്റെ ചിത്രം തികച്ചും യഥാർത്ഥമെന്നു തോന്നിക്കത്തക്കവിധം, ഭാവനയുടെ സഹായത്താൽമാത്രം സൃഷ്ടിക്കു

ന്നതിൽ 'ഡാനിയൽ ഡിഫോ' എന്ന ഗ്രന്ഥകാരൻ അത്ഭുതകരമായ വൈദഗ്ദ്ധ്യം പ്രകടിപ്പിച്ചിട്ടുണ്ട്. അതുതന്നെയാണ് നിരഞ്ജനയും ഈ നോവലിൽ ചെയ്തിരിക്കുന്നത്. നാലായിരം വർഷം മുമ്പുള്ള ഈജിപ്ഷ്യൻ സമൂഹത്തിന്റെ ജീവിതത്തെ തികച്ചും യഥാർത്ഥമെന്ന് തോന്നിക്കും വിധം വിദഗ്ദ്ധവും സൂക്ഷ്മവുമായ വർണ്ണനകളിലൂടെ സംഭവങ്ങളിലൂടെ അദ്ദേഹം ആവിഷ്കരിച്ചിരിക്കുന്നു.

അങ്ങനെ തന്മയത്വമുള്ള ഈ നോവൽ കേരളീയരായ വായനക്കാരുടെ മുമ്പിൽ ഞാൻ സന്തോഷപൂർവ്വം സമർപ്പിക്കുന്നു.

08-02-1985 സി അച്യുതമേനോൻ

പ്രവേശനത്തിനു മുമ്പ്

മനുഷ്യസംസ്കാരത്തിന്റെ ഉറവുകൾ കണ്ടെത്താനുള്ള യാത്ര എത്രമാത്രം രോമാഞ്ചജനകമായൊരനുഭവമാണത്! ആ വഴിത്താരയിൽ പ്രാചീന ഈജിപ്ത് വലിയൊരു നാഴികക്കല്ലായി നിലകൊള്ളുന്നു. ജ്ഞാന ഗംഗോത്രി എന്ന ജൂനിയർ എൻസൈക്ലോപീഡിയയുടെ പ്രവർത്തനവുമായി ബന്ധപ്പെട്ടപ്പോഴാണ് ഇക്കാര്യത്തിൽ കൂടുതൽ ശ്രദ്ധിക്കാൻ എനിക്ക് സാധിച്ചത്.

ഒരു വാക്യം എന്റെ ജിജ്ഞാസയെ ജ്വലിപ്പിച്ചുകൊണ്ടിരുന്നു.....

"A Greek tradition reports a great revolt in Egypt in which the slaves captured a province..."

പഴയകാലത്തുള്ള കഥാബീജം.

അത് ഉള്ളംകൈയിലിട്ടുനോക്കാനുള്ള ആഗ്രഹം. ജ്ഞാനഗംഗോത്രിയുടെ പ്രവൃത്തി പൂർത്തിയായയുടൻ ഈ വഴിക്കുള്ള ശ്രമമാരംഭിച്ചു.

സർവ്വശക്തനായ ഫെറോവിനെതിരെ ദളിത ജനവിഭാഗം നടത്തിയ പോരാട്ടത്തിന് എത്രമാത്രം പഴക്കമുണ്ട്. അദ്ധ്യയനം ആരംഭിച്ചു. പുരാതനമായ ഹിരോഡോട്ടസിൽനിന്ന് തുടങ്ങി ആധുനിക കാലംവരെ ദീർഘകാലം ഭരിച്ച ഫെറോ പേപി രണ്ടാമന്റെ കാലത്താണ് ആ സംഭവം നടന്നതെന്നതിന് തെളിവുകൾ ലഭിച്ചു. അതിന് 4500-വർഷത്തോളം പിന്നിലേക്ക് സഞ്ചരിക്കേണ്ടി വന്നു. മാത്രമല്ല, നൈൽ തീരങ്ങളിൽ കൃഷിയാരംഭിച്ചിട്ട് അപ്പോഴേക്കും 4000 വർഷം കഴിയുകയും ചെയ്തിരുന്നു. നാടും നഗരങ്ങളും രൂപംകൊണ്ടിരുന്നു. ലിപി സൃഷ്ടിക്കപ്പെട്ടിരുന്നു. മരിച്ച ഫെറോകൾക്ക് സമാധിനിർമ്മാണമാരംഭിക്കയും ചെയ്തിരുന്നു. ഈജിപ്തിലെ ഭൂരിഭാഗം ജനങ്ങളും അടിമകളായിരുന്ന ഒരു കാലമായിരുന്നു അത്. അന്ന് നടന്ന വിപ്ലവം മനുഷ്യസംസ്കാര ചരിത്രത്തിൽ ആദ്യത്തേതാണ്.

അക്കാലത്തെ സാമൂഹ്യ സാമ്പത്തിക രാഷ്ട്രീയ ജീവിതത്തെക്കുറിച്ചറിയാൻ ശ്രമിച്ചു. പ്രാചീനാചാര്യന്മാരെ ഊന്നുവടിയാക്കി. ഈജിപ്തിന്റെ പഴയകാലത്തേക്ക് സഞ്ചരിച്ചു. സമാധികളുടെ ഇടയിലൂടെ ചുറ്റിത്തിരിഞ്ഞു. മരിച്ചവരുമായി സഹവസിച്ചു. നൈൽനദിയിലൂടെ തോണി വിഹാരം നടത്തി. കൃഷിക്കാരന്റെയും തൊഴിലാളിയുടെയും എഴുത്തുകാരന്റെയും പൂജാരിയുടെയും ഫെറോവിന്റെയും ഭാഗങ്ങൾ മാറിമാറി അഭിനയിച്ചു. ഒമ്പതുമാസത്തെ യത്നം. ഫ്ളിന്റർസ്പെട്രി, ലിയോനർഡ് വുല്ലി, ഹാവർഡ് കാർട്ടർ, ജെയിംസ് ബ്രെസ്ടേഡ്, വിൽഡൂറണ്ട്, ലിയോനർഡ് കാട്രെൽ, ജാക്കിന്റ് സെ തുടങ്ങിയവരുടെ കൃതികളിൽനിന്നാണ് എനിക്കുവേണ്ട കരുക്കൾ ലഭിച്ചത്.

തുടർന്ന് ഒരു വർഷത്തെ എഴുത്ത്. പരിണാമമായി *മൃത്യുഞ്ജയൻ* അവതരിച്ചു.

'അവർ വേറെയാണ്. ഞങ്ങൾ വേറെയാണ്' എന്ന മനോഭാവം എനിക്കുണ്ടായിട്ടില്ല. ഈ സൗഭ്രാത്രസംസ്കാരം പ്രാചീനകാലത്തും നിലനിന്നിരുന്നു. വിശ്വത്തിലെ സർവ്വജനങ്ങളും സോദരങ്ങളും ബന്ധുക്കളുമാണ്. ആധുനിക മനുഷ്യന്റെ പൂർവ്വികരുടെ കഥയാണ് *മൃത്യുഞ്ജയനി*ലുള്ളത്. അത് നമുക്കാർക്കും അന്യമല്ല.

*മൃത്യുഞ്ജയനി*ലുള്ള ജീവിതചിത്രണം തികച്ചും സത്യസന്ധമാണ് ധാർമ്മിക നടപടികളുടെ വിവരണവും ശവലേപനക്രമവും ശാശ്വത ഭവനമായ സമാധിയിലേക്കുള്ള യാത്രയും പ്രവചനങ്ങളും പഴഞ്ചൊല്ലുകളും പാട്ടും എല്ലാം അടിസ്ഥാനപരം മാത്രമാണ്.

സംസ്കാരം വിളയുന്നത് സമൂഹത്തിലെ ആന്തരിക സംഘട്ടനങ്ങളിലൂടെയാണെന്ന് ഞാൻ വിശ്വസിക്കുന്നു. ഇന്നലെയും ഇന്നും നാളെയും പരസ്പരപൂരകങ്ങളാണ്. ഈ കാഴ്ചപ്പാട് *മൃത്യുഞ്ജയ*ന്റെ രചനയ്ക്ക് നിർദ്ദിഷ്ടരൂപം നല്കിയിട്ടുണ്ടെന്നും അതിനെ അർത്ഥപൂർണ്ണമാക്കിയിട്ടുണ്ടെന്നും വിശ്വസിക്കുന്നു.

എഴുതിക്കഴിഞ്ഞപ്പോൾ എനിക്ക് തോന്നിയത് ഇതാണ്. 4500 കൊല്ലം മുമ്പ് ഈജിപ്തിലുണ്ടായിരന്ന ദുഷിച്ച സാമൂഹ്യ വ്യവസ്ഥിതി നിലനില്ക്കുന്നിടത്ത് അത് ഏത് ദേശത്തിലോ ഏത് ഭൂഖണ്ഡത്തിലോ ആകട്ടെ... ജനങ്ങൾ ഉണർന്നെഴുന്നേല്ക്കുമെന്നത് നിശ്ചയമാണ്. ക്രൂരമായ ചൂഷണങ്ങൾക്കും മർദ്ദനങ്ങൾക്കുമെതിരായി, നീതിക്കുവേണ്ടി നല്ലൊരു നാളേക്കുവേണ്ടി ജനം നടത്തുന്ന പോരാട്ടത്തിന് മരണമില്ല.

*മൃത്യുഞ്ജയ*ന്റെ രചനാകാലത്ത് പ്രാചീന ഈജിപ്തിലെ വിചിത്ര മനുഷ്യനെപ്പോലെ പെരുമാറിയിരുന്ന എന്നെ സഹിക്കുകയും, സർവ്വവിധ സഹായസഹകരണങ്ങളും ചെയ്തുതരികയും ചെയ്ത ഭാര്യ അനുപമയോടും മക്കളായ തേജസ്വിനി, സീമന്തിനിമാരോടും എനിക്കുള്ള കൃതജ്ഞത ഇവിടെ രേഖപ്പെടുത്തട്ടെ. ഈ മൂന്നു പേരുടെയും ഹൃദയംഗമമായ സ്നേഹത്തിനു മുന്നിൽ ഈ കൃതി സമർപ്പിക്കുന്നു.

10–11–1976

ബാംഗ്ലൂർ

നിരഞ്ജന

മൃത്യുഞ്ജയന്റെ ചിത്രശാലയിൽ

അൻപു: നീരാന പ്രവിശ്യയിലെ നെയ്ത്തുകാരൻ.

അനൂബിസ്: മരിച്ചവരെ വിചാരണ ചെയ്യുന്നതിന് പരലോകത്തിലെ ന്യായാധിപനായ ഒസൈരിസിനെ സഹായിക്കുന്ന ചെന്നായുടെ തലയുള്ള ദേവത. ശവലേപനം നടത്തുന്നതും അനൂബിസ് ദേവതയാണ്.

അപെട്: നീരാന പ്രവിശ്യയിലെ പൂജാരി.

അപോഫിസ്: രാജധാനിയിൽ ദൈവവിഗ്രഹങ്ങൾ വില്ക്കുന്ന കച്ചവടക്കാരൻ.

അബ്ടു: ഒസൈരിസ് ദേവന്റെ സമാധി നിലകൊള്ളുന്ന പുണ്യസ്ഥലം. ഈജിപ്തിലെ പുരാതന ക്ഷേത്രവും ഇവിടെയാണ്. പില്ക്കാലത്ത് ഈ സ്ഥലത്തിന് 'അബിഡോസ്' എന്ന് നാമകരണം ചെയ്യപ്പെട്ടു.

അമൻ: റായും പ്ടായും അമനും ഈജിപ്തിലെ പരമശ്രേഷ്ഠരായ ദേവതകളാണ്. ആരംഭകാലത്ത് ദക്ഷിണ ഈജിപ്തിൽ മാത്രമേ അമൻദേവന് പ്രശസ്തിയുണ്ടായിരുന്നുള്ളു.

അമെനോമോപെട്: ഈജിപ്തിലെ സർവ്വസൈന്യാധിപൻ.

അമോസെസ് : പ്രാചീനകാലത്തുള്ള ഒരു ഫെറോ.

അഹമോസ്: പ്രാചീനകാലത്തുള്ള ഒരു ഫെറോ.

അഹൂറ: നീരാന പ്രവിശ്യയിലെ ഒരു സ്ത്രീ.

ആംഖ്: ഒരു രാജചിഹ്നം. കുരിശാകൃതിയിൽ ഉരുണ്ടതലയോടുകൂടിയ ഒരു ചിഹ്നം.

ആൻ: റാദേവന്റെ മഹാക്ഷേത്രം സ്ഥിതിചെയ്യുന്ന പട്ടണം. പില്ക്കാലത്ത് ഈ നഗരം 'ഹിലിയൊ പൊലീസ്' സൂര്യനഗരി-എന്ന പേരിൽ

പ്രസിദ്ധമായിത്തീർന്നു.

ആമെർബ്: ഈജിപ്തിലെ മന്ത്രി.

ഇനേനി: രാജകൊട്ടാരത്തിലുള്ള ക്ഷേത്രത്തിലെ പൂജാരി.

ഇപ്യൂവർ: നീരാന പ്രവിശ്യയിലെ രാജഗൃഹത്തിലെ എഴുത്തുകാരൻ.

ഉടേൻ: മൂല്യവിനിമയത്തിനുള്ള ചെമ്പിന്റെ കഷണം.

എഡ്ഫു: ദുഷ്ടനായ സെതിനെ സൈരിസ് സംഹരിച്ച സ്ഥലം.

ഐസിസ്: ഒസൈരിസിന്റെ പത്നി.

ഒസൈരിസ്: സൃഷ്ടികർത്താവായ റായുടെ പുത്രൻ. റായുടെ കാലശേഷം ഭരണത്തിലേറിയവൻ.

ഔട്ട: നീരാന പ്രവിശ്യയിലെ അമ്പതു ഭടന്മാരുടെ തലവൻ. മെനെപ്ടായുടെ അംഗരക്ഷകൻ.

കാഫ്റ: പ്രശസ്തനായ ഫെറോ. ഇതിഹാസ പുരുഷൻ.

കെഫ്ടിയു: കെഫ്ടിയു ദ്വീപിലെ വർത്തകമുഖ്യൻ.

ഖൂഫൂ: സുപ്രസിദ്ധനായ ഫെറോ.

ഖ്നേം ഹോടെപ്: നീരാന പ്രവിശ്യയിലെ കാവൽ ഭടന്മാരുടെ തലവൻ ദളപതി.

ഖ്നൂം: നൈൽ നദിയുടെ ദേവത.

ഖേട്ടാ: ഒരു ജനവിഭാഗം.

ഖൊൻസു: സഞ്ചാരികളുടെ അധികാരി.

ഗേബു: നീരാനയിലെ സാമന്തരാജാവ്.

ചോയാകലെ: ഒരു മാസത്തിന്റെ പേര്.

ജജ്മംഖ്: സമാധികൊള്ളക്കാരൻ.

ജോസർ: പ്രഖ്യാതിനേടിയ ഫെറോ.

ടെഹുടി: ഈജിപ്തിലെ നികുതിയധികാരി.

തബബുവാ: സെബെക്ഖുവിന്റെ ഭാര്യ.

ഥാനീസ്: നീരാന പ്രവിശ്യയിലെ മൂത്തവരുടെ സമിതിയിലെ ഒരംഗം.

ഥോഥ്: വിദ്യാധിദേവത. ഒരു മാസത്തിന്റെ പേര്.

ദെന്തെരെ: ഹാഥോർ ദേവന്റെ ക്ഷേത്രമുള്ള സ്ഥലം.

ദെബെൻ: സ്വർണ്ണത്തിന്റെ തൂക്കം. രണ്ടര ഔൺസ്.

നീരാനപ്രവിശ്യ: ഈജിപ്തിലെ ഓരോ പ്രവിശ്യയ്ക്കും സാങ്കേതികമായ ഓരോ പേരുണ്ട്. മുതലപ്രവിശ്യ, മാൻപ്രവിശ്യ, ചെമ്മരിയാട് പ്രവിശ്യ..... എന്നിങ്ങനെ. അവയിലൊന്നാണ് നീരാന പ്രവിശ്യ.

നുട്മോസ്: നീരാനപ്രവിശ്യയിലെ ഭൂപ്രമാണി.

നുബിയ: ഈജിപ്തിന്റെ തെക്കെ അറ്റത്തുള്ള ഒരു ദേശം. ഇപ്പോഴത്തെ ഉഗാണ്ട.

നെഖെൻ: ഒരു ശില്പി.

നെജമുട്: സ്നോഫ്രുവിന്റെ ഭാര്യ.

നെഫർടേം: ഫെറോവിന്റെ പട്ടമഹിഷി.

നെഫുറുറാ: ഒരു ദാസി.

നെഹനവെയ്റ്റ്: ഗേബുവിന്റെ പത്നി.

പ്പടാ: അദ്ധ്വാനിക്കുന്നവരുടെ ദൈവം. സൃഷ്ടികർത്താവ് പ്പടാ ആണെന്ന് ഒരഭിപ്രായമുണ്ട്.

പാണ്ഡ്യാ: ഇന്ത്യയിലെ തുളുനാട്.

ഫെറോ: ഈജിപ്തിലെ സാമ്രാട്ട്. ഫെറോ എന്നത് ഹീബ്രു ഭാഷയിലെ പദമാണ്. പെറോ എന്നതാണ് ഫെറോവായിത്തീർന്നത്. പെറോ എന്നതിന് പെരിയഗൃഹത്തിൽ വസിക്കുന്നയാൾ എന്നാണർത്ഥം.

പേപി: ഈ നോവലിൽ വർണ്ണിക്കുന്ന കഥ നടന്ന കാലത്ത് ഈജിപ്തിലെ ഫെറോ.

ഫിലെ: നൈൽനദിയിലെ ഒരു ദ്വീപ്. ഈ സ്ഥലത്തുനിന്നാണ് നദി ഈജിപ്ത് വയലിലേക്ക് പ്രവഹിക്കുന്നത്.

ബകില: രാജഭടന്മാരുടെ തലവൻ. ടെഹുടിയുടെ അംഗരക്ഷകൻ.

ബടാ: നീരാനയിലെ തോണിക്കാരൻ.

ബെക്ക്: മെനെപ്പ്ടായുടെ മറ്റൊരംഗരക്ഷകൻ.

ബെസ്: പിശാചുക്കളെ അകറ്റുന്ന ദേവത. സംഗീതത്തിന്റെയും നൃത്തത്തിന്റെയും ദേവതകൂടിയാണ് ബെസ്.

മെഫീസ്: ഈജിപ്തിന്റെ തലസ്ഥാനം.

മെന്ന: വിപ്ലവകാരിയായ യുവ പൂജാരി.

മെനെപ്പ്ടാ: നീരാനപ്രവിശ്യയിലെ നേതാവ് - നോവലിലെ നായക കഥാപാത്രം.

റാ: സൂര്യൻ.

രാമേരിപ്പ്ടാ: മെനെപ്പ്ടായുടെ മകൻ.

ലിഷ്ട്: രാജധാനിയുടെ തെക്കുഭാഗത്തായുള്ള ചെറിയൊരു പട്ടണം.

വെസി: അമൻദേവന്റെ സ്ഥാനം. പില്ക്കാലത്ത് ഥീബ്സ് എന്നപേരിലറിയപ്പെട്ടു.

ശീബ: കൊട്ടാരം കശാപ്പുശാലയിലെ ജോലിക്കാരി.

സറുസഭ: രാജധാനിയിലെ പ്രായക്കൂടുതലുള്ള ഉപദേശികളുടെ സഭ.

സിന്യുഹെ: നീരാനയിലെ ഭൂപ്രമാണി.

സെർകെട്: ആൻ നഗരത്തിലെ അധികാരി.

സെത്: ജ്യേഷ്ഠനായ ഒസൈരിസിനെ കൊന്ന ദുഷ്ടൻ. റായുടെ പുത്രൻ.

സെത്ന: നീരാനയിലെ ആശാരി.

സെതെക്നഖ്ത്: നീരാനയിലെ മറ്റൊരു ഭൂപ്രമാണി.

സെൻഉസർട്: നീരാനയിലെ മറ്റൊരു പ്രഭു.

സെനെബ്: മന്ത്രിമന്ദിരത്തിലെ പ്രധാന എഴുത്തുകാരൻ.

സെബെക്ഖു: നീരാനയിലെ പ്രമുഖനായ ഒരു പ്രജ.
സെമ: ഈജിപ്തിന്റെ ഈശാന കോണിലുള്ള അതിർത്തി പ്രദേശം.
സ്നോഫ്രു: നീരാനയിലെ പ്രമുഖനായ മറ്റൊരു പ്രഭു.
സോഥിസ്: ഒരു നക്ഷത്രം.
ഹർമാചീസ്: അപോഫിസിന്റെ അനുജൻ.
ഹാഥോർ: പ്രേമത്തിന്റെ ദേവത. നൃത്തസംഗീതാദികളുടെയും സന്തോഷത്തിന്റെയും ദേവതകൂടിയാണ് ഹാഥോർ.
ഹെഖ്വെട്: സറുസഭയിലെ ഏറ്റവും പ്രായം ചെന്ന വ്യക്തി.
ഹെജിരെ: നീരാനയിലെ മറ്റൊരു പ്രഭു.
ഹെംടി: നീരാനയിലെ മൂത്തവരുടെ സമിതിയിലുള്ള പുതിയ അംഗം.
ഹെമോൻ: മൂത്തവരുടെ സമിതിയിലുള്ള മറ്റൊരംഗം.
ഹേപാട്: ഈജിപ്തിലെ പ്രധാനപൂജാരി.
ഹോറസ്: ഒസൈരിസിന്റെ വീരസന്താനം.

ഒന്ന്

നീരാന പ്രവിശ്യയിൽനിന്ന് അബ്ടുവിലെത്തുവാൻ നൈൽ നദിയിലൂടെ ഒരു രാവും ഒരു പകലും യാത്രചെയ്യണം. ആ വലിയ തോണിയിൽ നാല്പത് യാത്രക്കാരുണ്ട്. തോണിയുടെ ഉടമ ബടാ ആണ്. അയാളുടെ നിർദ്ദേശങ്ങൾ സ്വീകരിച്ചുകൊണ്ട് ജോലിക്കാർ തുഴയുകയാണ്.

ആ യാത്രക്കാരിൽ ഒരാളാണ് മെനെപ്ടാ. ഈജിപ്തിലെ പുണ്യ പുരാതനമായ അബ്ടുക്ഷേത്രത്തിലെ മഹോത്സവത്തിൽ പങ്കെടുക്കാനാണ് ഭാര്യ നെഫീസിനോടും ആറുവയസ്സുള്ള മകൻ രാമേരിപ്പടായോടുമൊപ്പം അയാൾ പുറപ്പെട്ടിരിക്കുന്നത്. ആ കുടുംബം ആദ്യമായാണ് ഇത്തരമൊരു യാത്രചെയ്യുന്നത്. ഒന്നു രണ്ടുപേരൊഴിച്ച് തോണിയിലുള്ളവരെല്ലാം തന്നെ അബ്ടു ദർശിക്കാൻ പോകുന്നതും ഇദംപ്രഥമമായാണ്. അനുഭവ സമ്പന്നനായ ബടാ ആണ് അവർക്കെല്ലാം വഴികാട്ടി.

സൂര്യോദയത്തിന് അല്പംകൂടി സമയമുള്ളപ്പോൾ തന്നെ തോണി അബ്ടുവിനടുത്തെത്തിച്ചേർന്നു.

ഒരു കൈക്കുഞ്ഞ് ഉണർന്നു കരഞ്ഞ് പെറ്റമ്മയെ ഉണർത്തി. ഇരുന്നനിലയിൽതന്നെ ഉറങ്ങിപ്പോയവർ മെല്ലെ മിഴികൾ തുറന്നു.

തോണിക്കാരൻ ബടാ എല്ലാവരും കേൾക്കെ വിളിച്ചു പറഞ്ഞു: ‘‘അബ്ടുവിലെ തോണിക്കടവിൽ തിക്കുംതിരക്കുമായിരിക്കും. ഇവിടെയിറങ്ങി പ്രഭാതകർമ്മങ്ങൾ കഴിച്ച് യാത്രയാവാം.... അല്ലേ, മെനേപ്ട്”.

മെനെപ്പടായെ തോണിക്കാരന് വളരെ ഇഷ്ടമായി. ദൃഢകായനും മിതഭാഷിയുമായ യുവാവ്. നൈൽ നദിക്ക് തുല്യമായ ഗാംഭീര്യം. ഏത്

ചോദ്യത്തിനും അരക്ഷണം ചിന്തിച്ചശേഷം പുഞ്ചിരിതൂകിക്കൊണ്ടാണ് മറുപടി പറഞ്ഞിരുന്നത്. അയാളുടെ ശാന്തമായ പ്രകൃതം തോണിയിലുള്ളവരുടെ മുഴുവൻ ശ്രദ്ധയും പിടിച്ചു പറ്റിയിരുന്നു....

ബടായുടെ ചോദ്യംകേട്ട് മന്ദസ്മേരം തൂകിക്കൊണ്ട് മെനെപ്പ്ടാ പറഞ്ഞു...., "ആകാമല്ലോ....."

തോണി കരയ്ക്കടുത്തു.....

"കാറ്റുപായിറക്ക്...." ബടാ നിർദ്ദേശിച്ചു.

രണ്ട് ജോലിക്കാർ ആ കല്പന പാലിക്കാൻ തയ്യാറായി. മറ്റു രണ്ടുപേർ കരയിലേക്ക് തള്ളിയിറങ്ങി തോണി വലിച്ചടുപ്പിച്ച് വലിയൊരു കല്ലിൽ ചേർത്തുകെട്ടി.

അബ്ടുവിലേക്ക് ഇനി ഒരു വിളിപ്പാട് ദൂരമേയുള്ളു. കാറ്റുപായയില്ലാതെ തന്നെ തുഴഞ്ഞു പോകാൻ വിഷമമില്ല.

കുഞ്ഞ് കരച്ചിൽ നിർത്തി. അത് മുലപ്പാലീമ്പിക്കുടിക്കുകയാണ്.

യാത്രക്കാർ നിത്യകർമ്മത്തിൽ വ്യാപൃതരായി.....

കിഴക്കുഭാഗത്തുള്ള മണൽക്കാടിനപ്പുറത്ത് ചക്രവാളത്തിൽ ചുവന്ന സൂര്യഗോളം ദൃശ്യമായിത്തുടങ്ങി.... മെനെപ്പ്ടാ, നെഫീസ്, അവരുടെ മകൻ, മറ്റ് യാത്രക്കാർ എല്ലാവരും കരയിൽ മുട്ടുകുത്തി സൂര്യദേവനെ വന്ദിച്ചു.

തോണി വീണ്ടും ഇളകി. യാത്ര സുഖകരമായി അവസാനിച്ചതിൽ ഏവരും ആശ്വസിച്ചു. അവരുടെ ഭാവനകൾക്ക് നിറംപകർന്നുകൊണ്ട് തുഴയുന്നവർ പാടിത്തുടങ്ങി.....

"ഓ...നദി നൈൽ.....ഓ ഖ്നൂം ദേവ
ഓ ....നൈൽ ഐസാ .... ഓഖ്നൂം ഐസാ.........
കരകളെ പച്ചപിടിപ്പിച്ച ചിത്രകാരാ....
ഓ .... നൈൽ ഐസാ ഓ .... ഖ്നൂം ഐസാ ....
ഈ തളിരും ..... ഈ വിളയും സൃഷ്ടിച്ചോനെ..........
ഓ ....നദി നൈൽ ....ഓ ....ഖ്നൂം ദേവ
ഓ .... നൈൽ ഐസാ ..... ഓ .... ഖ്നൂം ഐസാ ...."

ഈരടികൾ എല്ലാ കണ്ഠങ്ങളും ഏറ്റുപാടി.

"ഓ ....നദി നൈൽ...ഓ....ഖ്നൂം ..... ദേവ....."

അബ്ടുവിലെ തോണിക്കടവ് വളരെ നീളമുള്ളതാണ്. മേൽ ഭാഗത്തും കീഴ്ഭാഗത്തും കണ്ണെത്തുന്നിടത്തോളം കരയോട് ചേർന്ന് കൽത്തറകൾ കാണാം. ചെറുതും വലുതുമായ ആയിരക്കണക്കിന് തോണികൾ കടവിലുടനീളം തങ്ങിയിട്ടുണ്ട്. പതിനെട്ടോളം പ്രവിശ്യകളിൽ നിന്നായെത്തിച്ചേർന്ന ജനസഹസ്രങ്ങൾ അബ്ടുമലയുടെ താഴ്വരയിൽ പുതിയൊരു നഗരത്തിന് രൂപം കൊടുക്കുന്നതുപോലെ തോന്നി.....

കടവിലടുക്കുന്നതിന് മുമ്പ് തോണികൾ പരസ്പരം കൂട്ടിയടിക്കാതെ ശ്രദ്ധിക്കുകയെന്നത് വലിയൊരു സാഹസംതന്നെയാണ്. ബടാ കൂക്കി

വിളിച്ചു പറഞ്ഞുകൊണ്ടിരുന്നു..... ഗർജ്ജനം, പരിഹാസം, ചീത്തവിളി എല്ലാം അയാളിൽനിന്നും പുറപ്പെട്ടു.

ബടായുടെ ബഹളംകേട്ട് മറ്റുതോണിക്കാർ കടവിലെ വേദിയിലേക്ക് ചൂണ്ടിക്കാട്ടി. ബടായുടെ സ്വരം പെട്ടെന്നു താണു....

"അതാ രാജഭടന്മാർ! വേഗമിറങ്ങ്. തോണി കീഴ്ഭാഗത്തേക്ക് കൊണ്ടുപോയി കെട്ടിയിടാം. രാത്രി അവിടെനിന്ന് പുറപ്പെടാം...."

"ഫെറോ വരും .... അല്ലേ....?" മെനെപ്പ്ടാ ചോദിച്ചു.

ഒരു രാജഭടന്റെ ഗർജ്ജനമാണ് അതിനുത്തരമായത്....

"വെയിലേറുമ്പോഴേക്കും ഫെറോ എഴുന്നള്ളും. കടവ് ഒഴിച്ചിട്. തോണികളെല്ലാം മേലോട്ടോ കീഴോട്ടോ മാറ്റിക്കെട്ട്...."

നിമിഷംകഴിഞ്ഞ് മറ്റൊരു രാജഭടൻ അതേ കല്പന ആവർത്തിച്ചു. ആ ശബ്ദം നദിയുടെ മറുകരയിൽ പ്രതിദ്ധ്വനിക്കുന്നതിനു മുമ്പേ മൂന്നാമത്തെ രാജഭടൻ ആ കല്പന പുനരുച്ചരിക്കുവാൻ തുടങ്ങി.

തോണിയിൽനിന്നിറങ്ങുന്ന തന്റെ യാത്രക്കാരനെ ബടാ ഓർമ്മിപ്പിച്ചു.... "ഭക്ഷണപ്പൊതിയൊന്നും തോണിയിൽ വെക്കണ്ട. നിങ്ങൾ വരുന്നതിനുമുമ്പ് എല്ലാം നശിപ്പിച്ചിരിക്കും."

"ഓഹോ.....!അങ്ങനെയോ.....!" ചിലർ വിസ്മയം പ്രകടിപ്പിച്ചു.

കൈക്കുഞ്ഞിന്റെ അമ്മ അഹൂറ ചോദിച്ചു:

"ചേട്ടാ...... ഞങ്ങളുടേതിൽനിന്ന് റൊട്ടി തരട്ടെ....."

"വേണ്ടനുജത്തി. ഞങ്ങൾക്ക് വേണ്ടത് യജമാനത്തി കെട്ടിത്തന്നിട്ടുണ്ട്...."

അതിനിടയിൽ തെക്കുഭാഗത്തുനിന്നും യാത്രക്കാരെയുംകൊണ്ട് വലിയൊരു തോണിവന്നു.....

ഒരു രാജഭടൻ ഗർജ്ജിച്ചു....

"കഴുതേടെ മക്കൾ....! ആരോടാ പറഞ്ഞോണ്ട് നില്ക്കുന്നത്....? ഏയ് നീതന്നെ! ആ തോണി മാറ്റ് ....."

തന്നെ ഉദ്ദേശിച്ചാണ് അത് പറഞ്ഞതെന്ന് ബടായ്ക്ക് വ്യക്തമായി. ജോലിക്കാരോട് തുഴയാൻ പറഞ്ഞശേഷം അയാൾ യാത്രക്കാർക്കുനേരെ കൈവീശി....

"വളരെ സൂക്ഷിക്കണം. കൂട്ടംതെറ്റിപ്പോകരുത്. ആ മെനെപ്പ്ടാ ചേട്ടൻ പറയുന്നതുപോലെ നടന്നോ. ഞാൻ താഴത്തുണ്ടാകും. ഇരുട്ടിയാലുടൻ എത്തിച്ചേരണം...." അയാൾ വിളിച്ചുപറഞ്ഞു.

കടവിന്റെ അധികാരി ആജ്ഞാപിച്ചു....., "മേലേക്കോ താഴേക്കോ വേഗം പോകൂ....! ഇനി വരുന്ന തോണികളെല്ലാം അവിടെ തടഞ്ഞിട്...."

കടവിലുള്ള ചെറിയ രണ്ടു തോണികളിൽ ഈ രണ്ടു ഭടന്മാർ ചാടിക്കയറി. നദീജലം കീറിമുറിച്ചുകൊണ്ട് ആ തോണികൾ അതിശീഘ്രം മുന്നോട്ടു പാഞ്ഞു. ഒന്ന് മുകൾഭാഗത്തേക്ക്.... മറ്റൊന്ന് കീഴ്ഭാഗത്തേക്ക്.....വരുന്ന തോണികൾ അവിടവിടെ തടഞ്ഞുനിർത്തുകയാണ്

അവരുടെ ഉത്തരവാദിത്തം....

തോണിക്കടവ് മുതൽ സമാധികളുയർന്നു നില്ക്കുന്ന കുന്നിൻ പ്രദേശംവരെയും വീതിയുള്ള വഴിയാണ്. വെളുക്കുന്നതിനുമുമ്പ് രൂപം പൂണ്ട ഉത്സവച്ചന്തയാണിരുവശങ്ങളിലും കാണപ്പെടുന്നത്. ചണപ്പട്ടിന്റെ കൂടാരങ്ങൾ.... അവിടെ റൊട്ടിയും പാനീയങ്ങളുമുണ്ട്. ഉപ്പിട്ടുണക്കിയ മീൻ, ഉണക്ക മാംസം, നീരുള്ളി, വെള്ളരിക്ക, ഈന്തപ്പഴം, അത്തിപ്പഴം തുടങ്ങി സർവ്വസാധനങ്ങളും വില്പനയ്ക്ക് വെച്ചിട്ടുണ്ട്. ദേവീദേവന്മാരുടെ മരപ്രതിമകളാണ് ചില പീടികകളിൽ നിരത്തിവെച്ചിട്ടുള്ളത്. പനത്തോലിന്റെ ചെരിപ്പുകൾ, പീഠോപകരണങ്ങൾ, ദന്തത്തിന്റെയും സ്വർണ്ണത്തിന്റെയും കൊത്തുപണികളുള്ള സാമഗ്രികൾ, ഓട്ടിന്റെ കത്തി, കഠാരി, കൊത്തുപണികളുള്ള ഊന്നുവടികൾ, കൈക്കോലുകൾ, ചണയുടെ നേർത്ത അംഗവസ്ത്രങ്ങൾ, കവിടികളുടെയും ചിപ്പികളുടെയും മണിമാലകൾ, പന്ത്, ഗോട്ടി, സുഗന്ധദ്രവ്യങ്ങൾ.... അങ്ങനെ പലതും ആ ചന്തയിലുണ്ട്.

വെയിലുദിക്കുന്നതിനുമുമ്പുതന്നെ ആയിരക്കണക്കിനാളുകൾ ആ വഴിയിലൂടെ നീങ്ങിക്കഴിഞ്ഞിരിക്കുന്നു. നീരാന പ്രവിശ്യയിൽ നിന്നെത്തിയ നാല്പതുപേരും ആ സമൂഹത്തിന്റെ അംശമായിത്തീർന്നു. കച്ചവടക്കാർ ഗ്രാഹകരെ മാടിവിളിച്ചുകൊണ്ടിരുന്നു. തങ്ങളുടെ ചരക്കുകൾക്കുള്ള ഗുണങ്ങൾ പാടിക്കൊണ്ടിരുന്നു.

മെനെപ്പടാ കുന്നിൻമുകളിലേക്ക് നോക്കി. അതിന്റെ മുകളിലുള്ള ദിവ്യക്ഷേത്രം ഒസൈരിസിന്റേതാണെന്ന് അയാൾ കേട്ടിരുന്നു. വഴി അവസാനിക്കുന്നിടത്ത് ചെറിയൊരു പനത്തോട്ടമുണ്ടായിരുന്നു.

വന്നവർ തങ്ങളുണ്ടാക്കിയ വസ്തുക്കളും കൊണ്ടുവന്നിരുന്നു. അവ കൊടുത്ത് തങ്ങൾക്കാവശ്യമുള്ളത് വാങ്ങണം. കൂട്ടത്തിൽ ചിലർക്ക് ദാഹവും ചിലർക്ക് വിശപ്പുമുണ്ടായി. അല്പനേരം എല്ലാവരും വിട്ടു നടന്നാൽ ആ ജോലി എളുപ്പമാകുമെന്ന് മെനെപ്പടായ്ക്കു തോന്നി. സഹയാത്രികരെ ഉദ്ദേശിച്ച് അയാൾ പറഞ്ഞു.....

“റാദേവന്റെ രഥം നെറ്റിക്കുമുകളിലെത്തുമ്പോഴേക്കും നാം ആ പനമരത്തണലിലെത്തിച്ചേർന്നാൽ മതി. അതുവരെ ഒറ്റയ്ക്ക് നടന്നാലും വിരോധമില്ല....”

“അങ്ങനെയാകട്ടെ....” ചിലർ സമ്മതിച്ചു.

കയറ്റം തുടങ്ങിയിട്ടും ചന്ത അവസാനിച്ചില്ല. ചില പീടികകളുടെ മുന്നിൽ എഴുത്തുകാരിരുന്നിരുന്നു. കണക്കെഴുതുന്നവർ. ഒന്നുരണ്ട് സ്ഥലത്ത് കച്ചവടക്കാരും ഇവരാണ്. പെപ്പൈറസ് താളുകളിലെഴുതിവച്ച ആപ്തവാക്യങ്ങളും പഴഞ്ചൊല്ലുകളുമാണ് ഇവരുടെ ചരക്ക്. ഒരു സ്വാമി ജന്മദിവസം കണക്കുകൂട്ടി ഭാവിഫലം പറഞ്ഞുകൊണ്ടിരുന്നു. മറ്റൊരാൾ മന്ത്രവാദിയും വൈദ്യരുമാണ്. അതിനപ്പുറത്ത് ജാലവിദ്യക്കാരൻ ...... “കൈയടിക്ക്! കൈയടിക്ക്.....” എന്ന് ചുറ്റും നിന്നവരോട് അയാൾ

പറയുന്നുണ്ടായിരുന്നു.

‘‘ഇങ്ങനെ നോക്കിക്കൊണ്ട് നടക്കയാണോ....? രാമേരിക്ക് വിശക്കുന്നുണ്ടാകും.....’’ നെഹീസ് ഭർത്താവിനോട് പറഞ്ഞു.

രാമേരിപ്പടാ മായാലോകത്തിലാണ്. അമ്മയുടെ കൈകുതറി ഓടി ച്ചാടണമെന്ന് അവനാശയുണ്ട്. പക്ഷേ, വയറ് കരിയുകയാണ്.

“അവന് റൊട്ടി കൊടുക്ക്.....”

നെഫീസ് വഴിവക്കിൽ ചുമടിറക്കിവച്ചു. അടുത്തുള്ള കച്ചവടക്കാരൻ ജിജ്ഞാസയോടെ എത്തിനോക്കി. “ചണനാരിൽ നെയ്ത് ചിത്രങ്ങൾ തുന്നിപ്പിടിപ്പിച്ച സഞ്ചികളുണ്ടോ....? ഭംഗിയാർന്ന അംഗവസ്ത്രങ്ങളാണോ? മറ്റേ കെട്ടിലെന്താ....? ഭക്ഷണമാണോ....?”

രണ്ടുകഷണം റൊട്ടിയും നീരുള്ളിയും അമ്മ മകനെടുത്തു കൊടുത്തു.

ചുരുളുകളുമായി അടുത്തിരിക്കയായിരുന്ന ഒരെഴുത്തുകാരൻ മൂന്നു പേരടങ്ങുന്ന ആ ചെറിയ കുടുംബത്തെ കണ്ട് ഉച്ചത്തിൽ പറഞ്ഞു:

“ചുണക്കുട്ടി! വിദ്വാനായിത്തീരും! സംശയമില്ല.....”

അച്ഛനും അമ്മയും അത് കേട്ടു.

“നീ കേട്ടോ.... രാമേരി...?” നെഫീസ് ചോദിച്ചു.

തന്റെ ലക്ഷ്യം കുറിക്കുകൊണ്ടെന്ന് എഴുത്തുകാരന് തോന്നി. അയാൾ തുടർന്നു.... ‘‘വിദ്യ വെറുതെയൊന്നും കിട്ടില്ല. പാഠങ്ങൾ വാങ്ങണം. മകനെ ക്ഷേത്രത്തിലയയ്ക്കണം..........”

നെഫീസ് ഭർത്താവിനെ നോക്കി.....‘വാങ്ങിക്കൊടുക്കാന്ന് പറഞ്ഞി രുന്നല്ലോ....? മെനെപ്പ്ടായ്ക്ക് അഭിമാനവും ആനന്ദവും ഉളവാക്കുന്ന കാര്യം.... അയാൾ എഴുത്തുകാരന്റെ മുന്നിലിരുന്നു....

“നീ തന്നെ തെരഞ്ഞെടുക്കുന്നോ....?” എഴുത്തുകാരൻ ചോദിച്ചു.

‘‘അതേ....’’

“വായിക്കാനറിയോ....?”

“ഇല്ല ഗുരുകളെ.....നിങ്ങള് തന്നെ വായിച്ച് കേൾപ്പിക്കണം....”

“ദരിദ്ര എഴുത്തുകാരനെ ഗുരുവെന്ന് വിളിച്ചല്ലോ...! നിന്നെ പ്പടാ ദേവൻ രക്ഷിക്കട്ടെ. വായിച്ച് കേൾപ്പിക്കുന്നതിന് ഒരു റൊട്ടി വില. നീ തെരഞ്ഞെടുക്കുന്നതിന് വേറെയും.....”

“ശരി.....ശരി....” നെഫീസ് സമ്മതിച്ചു. വഴിയിലെ പൊടിപടലങ്ങൾ പറ്റാതിരിക്കാൻ കെട്ട് മൂടിവച്ചു. അത് കൂടാരത്തിനടുത്തേക്ക് നീക്കിയിട്ടു. മകൻ ഉള്ളിയും റൊട്ടിയും ചവച്ചുകൊണ്ട് അച്ഛന്റരികിൽ നിന്നു....

എഴുത്തുകാരൻ ഒരു ചുരുളെടുത്തു നിവർത്തി വായിച്ചു....

‘‘പകൽക്കിനാവ് കണ്ട് കാലം കളയരുത്. അങ്ങനെയായാൽ സങ്കടത്തിനിടയാകും....’’

പുരികം വിടർത്തി മെനെപ്പടായെ നോക്കിയശേഷം അത്

ചുരുട്ടിവെച്ച് മറ്റൊന്നെടുത്തു നിവർത്തി.

"നിന്റെ വായ നിന്റെ കൈയിലെ പുസ്തകം വായിക്കട്ടെ. നിന്നെക്കാളറിവുള്ളവരിൽനിന്ന് നീ ഉപദേശം സ്വീകരിക്കുക...."

വേറൊന്നുകൂടി നിവർത്തി വായിച്ചു....

"കുഞ്ഞുങ്ങൾക്ക് പുറമുണ്ട്. അത് വിറയ്ക്കുമ്പോൾ അവർ പാഠത്തിൽ ശ്രദ്ധിക്കുന്നു. എന്തുകൊണ്ടെന്നാൽ, പുറത്തിനു മീതെയാണ് അവരുടെ ചെവിയുള്ളത്...."

"ഇത് നന്നായിട്ടില്ലേ....?" അയാൾ ചോദിച്ചു.

മെനെപ്പടാ തലകുമ്പിട്ടിരുന്ന് അയാൾ വായിക്കുന്നതെല്ലാം ആസക്തിയോടെ ശ്രദ്ധിക്കുകയായിരുന്നു. രാമേരിപ്പടാക്ക് കൗതുകമാണ്. റൊട്ടി ചവച്ചരച്ചുകൊണ്ട് അവൻ നിന്നതേയുള്ളു. നെഫീസിന്റെ മുഖത്ത് രൂപം പൂണ്ട ആശ്ചര്യം മായാതെ കിടന്നു.

ഈ പഹയൻ കുടുങ്ങുന്നില്ലല്ലോ എന്ന ചിന്തയാണ് എഴുത്തുകാരന്. ഏതായാലും ഒരു കൈ നോക്കിക്കളയാം. അയാൾ മറ്റൊന്നെടുത്തു നിവർത്തി....

"കോപവാക്കുകൾ പറഞ്ഞ് ശത്രുത്വം സമ്പാദിക്കയോ..... ഓർമ്മയിരിക്കട്ടെ....! മിനുസമുള്ള കല്ലുകൾക്കിടയിൽനിന്ന് ദാസികൾ കണ്ടുപിടിക്കുന്ന മരതകക്കല്ലിനേക്കാൾ ദുർല്ലഭമാണ് മധുരഭാഷണം...."

ഇത് മതിയാകുമെന്നുവെച്ച് അര ക്ഷണം മിണ്ടാതിരുന്ന്, നെഫീസിനെനോക്കി പല്ല് കടിച്ചശേഷം മറ്റൊന്നെടുത്തു നിവർത്തി അയാൾ വായിക്കാൻ തുടങ്ങി.....

"നിന്റമ്മ നിനക്കുവേണ്ടി എന്തെല്ലാമാണ് ചെയ്തതെന്ന് നീയൊരിക്കലും മറക്കരുത്. നിന്നെ അവൾ പ്രസവിച്ചു. സാധിക്കുന്ന രീതിയിൽ നിന്നെ തീറ്റിപ്പോറ്റി. അവളെ മറന്നാൽ അവൾ നിന്നെപ്പറ്റി പരാതിപ്പെടും..... തന്റെ കൈ ദൈവത്തിനു നേർക്ക് നീട്ടും.... അപ്പോൾ അവളുടെ പരാതി ദൈവത്തിന്റെ ചെവിയിൽ വീഴും.... നിശ്ചിതമായ മാസങ്ങൾക്കുശേഷം അവൾ നിനക്ക് ജന്മംതന്നു. മൂന്നുവയസ്സുവരെ ലാളിച്ചോമനിച്ചു...."

എഴുത്തുകാരൻ തലയുയർത്തുന്നതിന് മുമ്പ് തന്നെ മെനെപ്പടാ പറഞ്ഞു: "ഇതിരിക്കട്ടെ ഗുരുക്കളെ...."

"നിന്റെ അഭിരുചി അഭിനന്ദനീയം. നീ അക്ഷരഹീനനായിശേഷിച്ചതെന്തുകൊണ്ടോ....? പഴഞ്ചൊല്ല് കേട്ടിട്ടുണ്ടോ...? .... അക്ഷരജ്ഞാനിയെ അളക്കാനാവില്ല."

"ഞങ്ങൾ അദ്ധ്വാനിക്കുന്നവരാണ്....."

"ഞാനെന്താ അദ്ധ്വാനിക്കുന്നില്ലേ....? ഈ ഹിതോപദേശങ്ങൾ ചുരുളിലെഴുതിവെക്കാൻ എത്ര ബുദ്ധിമുട്ടിയെന്നറിയോ...? നീ കൃഷിക്കാരനാണോ....."

"ഇപ്പോഴതേ. സ്വർണ്ണഖനിയിലും പണിയെടുത്തിട്ടുണ്ട്. സമാധി കെട്ടാനും പോയിട്ടുണ്ട്....."

"വേണ്ടത്ര സമ്പാദിച്ചെന്നു പറ. ഒരച്ഛൻ മകന് വാങ്ങിക്കൊടുക്കേണ്ട ഏറ്റവും വിലപിടിച്ച സമ്മാനമാണ് ഈ ലിപിച്ചുരുൾ. വില മൂന്ന് ഉട്ടേൻ. വില്പനയ്ക്ക് എന്താണ് കൊണ്ടുവന്നിട്ടുള്ളത്....? ഖനിയിൽ പണിയെടുത്തതല്ലേ.....? സ്വർണ്ണമോ ...? വെള്ളിയോ ....? ഭാര്യയുടെയും മകന്റെയും ദേഹത്ത് സ്വർണ്ണത്തിന്റെ തരിപോലുമില്ലല്ലോ....! അംഗവസ്ത്രങ്ങളൊന്നും വേണ്ട. ആ ചെറിയ കെട്ടിലെന്താണ്....? അഴിക്ക്, നോക്കട്ടെ...."

"നല്ല കാട്ടുതാറാവുണ്ട്. ഭരിക്കുന്ന രാജാവിനുപോലും യോഗ്യമായത്. ഇതിനെ പിടിക്കാൻ ഭർത്താവിന് ഒരു ദിവസം മുഴുവൻ മിനക്കെടേണ്ടിവന്നിട്ടുണ്ട്. ഉപ്പിട്ടുണക്കി ശരിപ്പെടുത്താൻ ഒരു ദിവസം ഞാനും അദ്ധ്വാനിച്ചിട്ടുണ്ട്...." കെട്ടഴിച്ചുകൊണ്ട് നെഫീസ് പറഞ്ഞു.

"ഈ രാജകുമാരനൊന്നും ചെയ്തില്ലേ....?"

"അച്ഛന്റെ കൂടെ ഇവനും നായാട്ടിന് പോയിരുന്നു....."

"അമ്മേ.... ഈ താറാവുണ്ടല്ലോ....നൈൽനദിയുടെ നശിക്കാത്ത സമ്പത്താണ്. ഖ്നൂം ദേവന്റെ സ്വത്ത്. വിലയില്ലാത്തത് എങ്കിലും പിടിച്ചുകൊണ്ടു വന്നില്ലേ....ഒരു ഉട്ടേൻ വിലതരാം......"

"അങ്ങനെ പറയരുത് ഗുരുവേ. ഈ ചുരുളിന് രണ്ടുട്ടേൻ മതി. ഈ താറാവിനും രണ്ടുട്ടേൻ. അപ്പോൾ കണക്കാവും.... "മെനെപ്പടാ പറഞ്ഞു.

"പറ്റില്ല....പറ്റില്ല.... ചുരുള് വായിച്ചതിന്റെ കൂലി മാത്രം തന്നിട്ട് നിങ്ങൾ പോട്....." എഴുത്തുകാരൻ മുഖം കനപ്പിച്ചിരുന്നു.

രാമേരിപ്പടാ നിരാശനായി. നാട്ടിൽ ചെന്ന് കൂട്ടുകാർക്ക് ചുരുള് കാട്ടിക്കൊടുക്കണമെന്ന് വിചാരിച്ചിരിക്കയായിരുന്നു. മകന്റെ വാടിയ മുഖം കണ്ട് നെഫീസ് പറഞ്ഞു....

"താറാവും ..... ഒരു സഞ്ചിയും കൊടുക്ക് ...."

മെനെപ്പടാ സമ്മതിച്ചു.

"ഇവൻ വലിയ വിദ്വാനായിത്തീരുമെന്ന് പറഞ്ഞില്ലേ? പിന്നെയാണോ ചുരുൾ വാങ്ങാതിരിക്കുന്നത്?" ചുരുള് നീട്ടിക്കൊണ്ട് എഴുത്തുകാരൻ തുടർന്നു....."ഇതാ.....എടുത്തോ. ഒരുദിവസംകൊണ്ട് ചീഞ്ഞു നാറുന്ന താറാവിനു പകരം സഹസ്രാബ്ദങ്ങൾ നീണ്ടുനില്ക്കുന്ന ചുരുള്. വിദ്യാദേവതയായ ഥോഥ് എന്നോട് പൊറുക്കട്ടെ. അല്ല..... നിങ്ങളെവിടെയുള്ളവരാ.....?"

"നീരാനക്കാർ....."

"ഓഹോ.....! സംസാരിക്കാനറിയാം. ഇനി വായിക്കാൻ കൂടി പഠിക്കണം. നിന്റെ നാട്ടിൽ എഴുത്തുകാരുണ്ടോ....?"

"നികുതിക്കണക്കെഴുതുന്ന ഒരാളുണ്ട്...."

"നല്ല തമാശതന്നെ.....! കണക്കില് കൃത്രിമം കാണിച്ചാൽ ആരാ കണ്ടുപിടിക്കുക....? രസമുള്ള കാര്യ....."

"അയാൾ നല്ലവനാണ്."

"എങ്കിൽ നിന്റെ മകന് പാഠം പറഞ്ഞുകൊടുക്കാൻ പറ...."

കൊടുക്കലും വാങ്ങലും കഴിഞ്ഞു......

മെനെപ്പടാ കെട്ടെടുത്ത് നെഫീസിന്റെ തലയിൽ വച്ചുകൊടുത്തു.

"എന്റെ പേര് അമോസെസ് എന്നാണ്. ഈ അബ്ടുവിൽ എന്നെപ്പോലൊരു എഴുത്തുകാരനില്ല. ഈ വിവരം എല്ലാവരോടും പറയുക. നാടൻ പാട്ടും പ്രേമഗീതങ്ങളും എല്ലാം എന്റടുത്തുണ്ട്. വിലയാണെങ്കിൽ വളരെ കുറവും. ഉം.... പോയി വാ .... പോയി വാ...."

എഴുത്തുകാരന്റെ വാക്ക് അവരെ ചിരിപ്പിച്ചു.

നടക്കുന്നതിനിടയിൽ മെനാപ്പട പറഞ്ഞു....

"എത്ര നല്ല കാര്യമാണ് ഈ ചുരുളിലെഴുതിയിട്ടുള്ളത്. ഏതോ കാലത്ത് ആരോ പറഞ്ഞ വാക്കുകൾ. നിന്റമ്മ നിനക്കുവേണ്ടി എന്തെല്ലാമാണ് ചെയ്തതെന്ന് മറക്കരുത്.... അവളെ മറന്നാൽ അവൾ ദൈവത്തോട് പരാതിപ്പെടും. ദൈവത്തിന് അത് മനസ്സിലാകും...."

"രാമേരീ........ കേട്ടോ....?" നെഫീസ് അഭിമാനപുളകിതയായി ത്തീർന്നു.

"ഉം....ഉം....അന്ന് അച്ഛൻ പറഞ്ഞുതന്ന ഹോറസിന്റെ കഥയിലും ഹോറസ് അച്ഛനമ്മമാരെ മറന്നിരുന്നില്ല...."

"അതാണ് നല്ല മക്കളുടെ ലക്ഷണം....."

"ഞാൻ നല്ല മകനല്ലേ, അച്ഛാ...? ഗോട്ടി വാങ്ങിത്താ....."

മെനെപ്പടാ ചിരിച്ചുപോയി....

...."വീരാതിവീര ഹോറസ് ജയിക്കട്ടെ
അച്ഛനെ കൊന്നവനെ മണ്ണിലാഴ്ത്തിയ ധീരൻ ജയിക്കട്ടെ
ദുഷ്ടനെ നിഗ്രഹിച്ച മഹാശൂരൻ ജയിക്കട്ടെ...."

...... കുട്ടിക്കാലത്തെ ഓർമ്മ. അന്ന് മെനെപ്പടാ പതിനാല് വയസ്സുള്ള കുട്ടിയായിരുന്നു....

നീരാന പ്രവിശ്യയിൽനിന്ന് എഡ്ഫുവിലെത്താൻ നൈൽനദിയിലൂടെ രണ്ടുദിവസത്തെ യാത്രവേണം.

സേക് ഒസൈരിസിനെ ചതിച്ച് കൊന്നപ്പോൾ ഹോറസ് കൈക്കുഞ്ഞായിരുന്നു. ധർമ്മിഷ്ഠനായി ഭരണം നടത്തി. ദുർമ്മരണത്തിനിരയായ ഒസൈരിസ് സൂര്യദേവന്റെ പുത്രനാണ്. അയാളുടെ പട്ടമഹിഷിയായിരുന്നു സാധ്വീമണിയായ ഐസിസ്. മകനെ അവൾ രഹസ്യമായി വളർത്തിക്കൊണ്ടു വന്നു. യുദ്ധവിദ്യകളഭ്യസിച്ച് രണധീരനാക്കി ത്തീർത്തു.

അച്ഛന്റെ കൊലയാളിയുമായി ഹോറസ് നടത്തിയ പോരാട്ടം ഭൂമിയെ നടുക്കിക്കളഞ്ഞതായിരുന്നു. സെത് കൂറ്റൻ പന്നിയായി ചീറിയടുത്തു. ഹോറസ് അഗ്നിജ്വാലകൾ വമിക്കുന്ന തളികയായി പറന്നുചെന്നു. സെത് മരിച്ചുവീണു. എന്നാൽ അവന്റെ ദുഷ്ടാത്മാവ് കാണ്ടാമൃഗരൂപംപൂണ്ട് നൈൽനദിയിലൂടെ എഡ്ഫുവിൽ ചെന്ന് കാത്തിരുന്നു. ഹോറസ് പത്തുമുഴം ഉയരത്തിൽ വളർന്നു. ഇരുപത്തഞ്ചുമുഴം നീളമുള്ള കുന്തം

കൈയിൽപിടിച്ച് മിന്നിത്തിളങ്ങുന്ന തോണിയിൽ എഡ്ഫുവിലേക്ക് കുതിച്ചു. കാണ്ടാമൃഗത്തിന്റെ പിളർന്ന വായിൽ കുന്തം കുത്തിയിറക്കി. ദുഷ്ടനിഗ്രഹത്തിൽ ശിഷ്ടന്മാർ ജയഘോഷം മുഴക്കി.....

"വീരാതിവീര ഹോറസ് ജയിക്കട്ടെ....."

അച്ഛനെ കൊന്നവനെ മണ്ണിലാഴ്ത്തിയ ധീരൻ ജയിക്കട്ടെ.

ദുഷ്ടനെ നിഗ്രഹിച്ച മഹാശൂരൻ ജയിക്കട്ടെ....."

എഡ്ഫുവിൽ ഹോറസ് ദേവാലയം നിർമ്മിക്കാൻ തുടങ്ങിയപ്പോൾ തന്റെ നാട്ടിലെ പ്രമാണിമാർക്കുവേണ്ടി മെനെപ്പടായും അടിമപ്പണി ചെയ്തിരുന്നു....

അന്ന് നാലുപേരടങ്ങിയ ഗായകസംഘം ഹോറസിന്റെ കഥ പാടിയിരുന്നു. അവരുടെ കൈകളിൽ ഒറ്റക്കമ്പിയുള്ള വീണകളുമുണ്ടായിരുന്നു. നാലുപേരുടെയും കണ്ഠത്തിൽനിന്ന് ഒരേ പാട്ട്....

"വീരാതിവീര ഹോറസ് ജയിക്കട്ടെ...."

അപ്പോൾ ഭാവാവേശത്തോടെ മെനെപ്പടായും മറ്റുള്ളവരോടൊപ്പം 'ജയ്' വിളിച്ചിരുന്നു......

...... ഒരു മന്ത്രവാദി ഉച്ചത്തിൽ വിളിച്ചു പറയുകയാണ്.....

"വരൂ! വരൂ! വരൂ! സങ്കടപ്പെടുന്നവരെ...... നാളേക്ക് പാടുപെടുന്നവരേ..... രോഗപീഡയനുഭവിക്കുന്നവരേ..... വരൂ? ഈ മന്ത്രച്ചരട് കെട്ടൂ....! ദുഃഖത്തിൽനിന്ന് മോചനം നേടൂ....! ഊന്നുവടിയോ, പാദരക്ഷയോ, സഞ്ചിയോ, പായയോ, വസ്ത്രമോ, റൊട്ടിയോ.....വിനിമയത്തിന് എന്താണുള്ളതെന്നുവച്ചാൽ കൊണ്ടു വാ..."

അയാൾക്കു ചുറ്റും കൂടിനിന്നവരിൽ മെനെപ്പടായുടെ സംഘത്തിൽപ്പെട്ടവരുമുണ്ടായിരുന്നു. അവർ മെനെപ്പടായെ കണ്ട് ഞങ്ങളിവിടെയുണ്ട് എന്നർത്ഥത്തിൽ പുഞ്ചിരിതൂകി. രാമേടിപ്പടാ സന്തോഷത്തോടെ അവരുടെ അരികിലേക്കോടിച്ചെന്നു. മന്ത്രവാദി തുടർന്നുകൊണ്ടിരുന്നു.....

"പരലോക യാത്രയിൽ നിങ്ങളുടെ മാർഗ്ഗം പിഴച്ചുപോവരുത്! ഈ ലോകത്തിൽ എന്തെല്ലാം ആപത്തുകളാണ് നിങ്ങളെ കാത്തിരിക്കുന്നത്! നാക്ക് മുറിഞ്ഞുവീണേക്കാം. തലകെട്ടു പോയേക്കാം! പാറക്കല്ലിൽ കൈ നഷ്ടപ്പെട്ടേക്കാം! അങ്ങനെ പറ്റാതിരിക്കാൻ ഈ ചരട് കെട്ടിക്കൊള്ളുക....! നിങ്ങളുടെ പേര്തന്നെ നിങ്ങൾ മറന്നു പോയേക്കും! ശ്വാസോച്ഛ്വാസത്തിന് തടസ്സം നേരിട്ടേക്കും! ആഹാരപാനീയങ്ങൾ കഴിക്കാനാകാതെ വന്നേക്കും.... നിങ്ങളുടെ അമേദ്യം നിങ്ങൾക്കുതന്നെ തിന്നേണ്ടി വന്നേക്കും! കുടിനീർ എരിതീയായി മാറിയേക്കും! സർപ്പങ്ങളും രാക്ഷസന്മാരും വന്നേക്കും.....! മന്ത്രച്ചരട് കെട്ടി രക്ഷപ്രാപിച്ചുകൊള്ളുക...."

രാമേടിപ്പടാ കൗതുകത്തോടെ അടുത്തുള്ളവരെ നോക്കി. നെഫീസ് ഭർത്താവിനെ ശ്രദ്ധിച്ചു.....

ദൈവവിഗ്രഹങ്ങൾ വില്ക്കുന്ന പീടികയതാ, അവിടെ.... കുട്ടികളുടെ രക്ഷകിയായ ഐസിസിന്റെ പ്രതിമ വേണമെന്ന് പറഞ്ഞിരുന്നല്ലോ..."

മെനെപ്പടാ പറഞ്ഞു.

മന്ത്രവാദികളോട് ഭർത്താവിന് താല്പര്യമില്ലെന്ന് നെഫീസിനറിയാം. അവൾ ഭർത്താവ് ചൂണ്ടിക്കാട്ടിയ ദിക്കിലേക്ക് നോക്കി.....

“നടക്ക് ഒരു ബെസ് പ്രതിമയും വേണം....”

മന്ത്രവാദിയുടെ അരികിൽ നില്ക്കാതെ അവർ മുന്നോട്ടു നടന്നു...

ശുഭ്രമായ നീലാകാശത്ത് സൂര്യൻ എരിഞ്ഞുകൊണ്ടിരുന്നു.

ജനങ്ങളുടുത്തിരിക്കുന്നത് അരക്കെട്ട് മറച്ചുകൊണ്ടുള്ള നടുവസ്ത്രങ്ങളാണ്. മുട്ടിന് ഒരു മുഴം മുകളിലെത്തുന്നത്. സ്ത്രീകൾക്ക് മുട്ടിന് അല്പം താഴെ വരെ. മാറിൽ വസ്ത്രത്തുണ്ടുള്ളത് ചില സ്ത്രീകൾക്ക് മാത്രമാണ്. പുരുഷന്മാർക്ക് അരവസ്ത്രം മാത്രം. സൂര്യതാപമേറ്റ് പതംവന്ന എണ്ണക്കറുപ്പ് നിറമാണെല്ലാവർക്കും.

വെയിലിന്റെ തീക്ഷ്ണതയേക്കാൾ പീടികകളിൽ അഭയം തേടുന്നത് ഹിതകരമായി.....

നെഫീസ് ഐസിസിന്റെ പ്രതിമ വാങ്ങി. പിശാചുക്കളെ ഓടിക്കുന്ന ദേവതയാണ് ബെസ്. സിംഹത്തിന്റെ തല, കുറിയരൂപം. അതും വാങ്ങി.

അടുത്ത പീടികയിൽനിന്ന് മരത്തിന്റെ ഒരു കരണ്ടകം വാങ്ങി. ലെബനനിൽനിന്നുള്ള മരംകൊണ്ടുണ്ടാക്കിയത്. വിദേശവസ്തു, ഈജിപ്തിലെ കരകൗശലക്കാർ നിർമ്മിച്ചത്.

മെനെപ്പടായ്ക്ക് ഒരു ഓട്ട് കത്തി, രാമേരിപ്പടായ്ക്ക് വെള്ളാരൻ കല്ലിന്റെ ഗോട്ടികൾ, നെഫീസിന് കൊമ്പിന്റെ ചീപ്പ്.... എല്ലാം വാങ്ങി.

വിനിമയത്തിന് കൊണ്ടുവന്നതെല്ലാം തീർന്നു. ചന്തക്കച്ചവടം തൃപ്തികരമായി നടന്നതിൽ അവരെല്ലാം ആശ്വസിച്ചു....

മെനെപ്പടാ ആകാശത്തേക്ക് നോക്കി. റാ നെറ്റിക്കു മുകളിലെത്താൻ ഇനിയും സമയമുണ്ട്.

ഒരു തരുണീമണിയും ഒരു കരടിയുംകൂടി ഒരു ഭാഗത്ത് നൃത്തം ചെയ്യുകയാണ്. രാമേരിപ്പടാ അച്ഛനെയും അമ്മയെയും വലിച്ചുകൊണ്ട് ആ ഭാഗത്തേക്ക് നീങ്ങി.

തുടിച്ചു നില്ക്കുന്ന ശരീരം. ഭംഗിയിലലങ്കരിച്ച വീതിയുള്ള അരപ്പട്ട. ചെറിയ ലങ്കോട്ടി, മടഞ്ഞിട്ട നീണ്ട തലമുടി, നിതംബത്തിൽ താളം കൊട്ടുന്നു. ഒരാൾ പെപ്പൈറസ് തണ്ടിന്റെ കുഴലൂതുന്നു. മറ്റൊരാൾ മണികളുള്ള തപ്പുകൊട്ടുന്നു. മൂന്നാമത്തെയാൾ ഇടതുകരം ചെവിക്ക് കൊടുത്ത് നീട്ടിപ്പാടുന്നു. തപ്പിന്റെ മണികിലുക്കത്തിനനുസരിച്ച് മുന്നോട്ടും പിന്നോട്ടും ഇടത്തോട്ടും വലത്തോട്ടും പാദങ്ങൾ ചലിപ്പിച്ചുകൊണ്ട് അവൾ കുനിഞ്ഞാടുകയാണ്. ഇടയ്ക്കിടെ മാറിടവും ജഘനഭാരവും കുലുക്കുന്നു. കടക്കണ്ണുകൾ ചുറ്റും വീശിയെറിയുകയാണ്. കരടി പിൻകാലുകളിലാണ് നില്ക്കുന്നത്. കൈയും കൈയും പിടിച്ചാണ് അവർ നൃത്തം ചെയ്യുന്നത്.

മെനെപ്പടാ സ്വയം മറന്ന്, ചുണ്ട് നക്കിക്കൊണ്ട് നൃത്തക്കാരിയെ

നോക്കി നിന്നുപോയി.....

നെഫീസ് തൊണ്ടയനക്കി. കളവു നടത്തുമ്പോൾ പിടിക്കപ്പെട്ട കുട്ടിയുടെ ദൈന്യത്തോടെ മെനെപ്പടാ ഭാര്യയെ നോക്കി. നെഫീസിന്റെ കൈകൾ മേലേക്കുയർന്ന് തലയിലെ കെട്ടിൽ പതിഞ്ഞു. അവളുടെ ചുമലിലൂടെ ഇറങ്ങിക്കിടക്കുന്ന നേരിയ മേൽവസ്ത്രം സ്തനങ്ങൾക്കിടയിലെ വിയർപ്പിൽ ഒട്ടിപ്പിടിച്ചിരുന്നു.... ഭർത്താവിന്റെ മിഴികളുമായി സന്ധിച്ചപ്പോൾ അവളുടെ മുഖം വികസിച്ചു.... ചുണ്ടിൽ പുഞ്ചിരി വിടർന്നു.... ശ്വാസഗതിക്ക് വേഗതകൂടി.....

"മറ്റുള്ളവരോട് പനത്തണലിലെത്താൻ പറഞ്ഞിട്ടില്ലേ?"

"ഓ....! ശരി. നടക്ക്...."

"രാമേരി.....വാ...."

അവർ നടന്നു. നാലടി നീങ്ങിയപ്പോൾ കാലിന് സ്വാദ്ധീനമില്ലാത്ത ഒരു ഭിക്ഷക്കാരൻ വിളിച്ചു പറഞ്ഞു:

"കരുണ കാണിക്ക്..... വല്ലതും തരണേ....."

നെഫീസ് കെട്ട് താഴത്തുവെച്ച് ഒരു കഷണം ഉണക്കമീനെടുത്ത് ഭിക്ഷക്കാരന്റെ പാത്രത്തിലിട്ടു കൊടുത്തു. അതുകണ്ട് രണ്ടുമൂന്നുപേർ കൂടി ഭിക്ഷയാചിച്ചുകൊണ്ട് അടുത്തുചെന്നു..

"പൊയ്ക്കോ.....എല്ലാം ...... മടിയന്മാര്...." മെനെപ്പടാ കൈവീശിയപ്പോഴേക്കും അവർ അകന്നു മാറി..... "രാത്രി മുഴുവൻ കുടിച്ചുറങ്ങിയിട്ടുണ്ടാവും. ഇപ്പോളെഴുന്നേറ്റ് വരികയാണ്...."

"അമ്മേ, കെട്ട് ഞാനെടുക്കണോ.....?"

"വേണ്ട രാമേരി....."

നാല് മാറ് നടന്നപ്പോൾ, തലമുണ്ഡനംചെയ്ത ഒരാൾ ഏതോ മരുന്നിന്റെ വേരുകൾ കല്ലിൽവച്ച് ചതയ്ക്കുന്നത് കാണപ്പെട്ടു. രോഗിയെപ്പോലുള്ള മെലിഞ്ഞ ഒരാൾ അയാളുടെ മുന്നിലിരുന്നിട്ടുണ്ട്. അവിടെ നില്ക്കുന്ന ഒരു കുട്ടി ഉച്ചത്തിൽ വിളിച്ചു പറയുകയാണ്....

"എന്റെ യജമാനൻ ഏതുരോഗവും സുഖപ്പെടുത്തും. ഇദ്ദേഹം അബ്ടുവിലെ പ്രസിദ്ധ ചികിത്സകനാണ്. അത്ഭുതശക്തിയുള്ള മന്ത്രവാദിയാണ്. ശ്വാസംവലി, വയറുവേദന, തലവേദന എല്ലാം ഭേദമാകും. മുടികൊഴിച്ചിൽ ഇല്ലാതാക്കും. നരച്ചമുടി കറുപ്പിക്കും. സ്ത്രീകളുടെ രോഗങ്ങളും....."

വൈദ്യരുടെ ഭയപ്പെടുത്തുന്ന സ്വരം കേട്ടു....

"കഴുതേ! നിർത്തി നിർത്തി പറയാനല്ലേ പറഞ്ഞത്..."

കുട്ടി അല്പം സാവധാനത്തിൽ വീണ്ടും തുടങ്ങി....

"എന്റെ യജമാനൻ ഏതുരോഗവും....."

പെട്ടെന്ന് കൊമ്പുവിളിയുണർന്നു. 'സുഖപ്പെടുത്തു'മെന്നു പറയാൻ തൊണ്ട തുറന്നെങ്കിലും അവന്റെ ശബ്ദം പുറത്തേക്കു വന്നില്ല.

തടിച്ച ചുണ്ടുള്ള കറുത്ത രാജകിങ്കരന്മാർ കൈയിൽ ചാട്ടയുമായി

ഓടിവന്നു....

"ഫെറോ എഴുന്നെള്ളുകയാണ്! വഴിമാറ്.....! വഴിമാറ് ......!"

ചാട്ടകൾ വായുവിൽ ചീറിപ്പാഞ്ഞു. അടിയേറ്റവർ കരച്ചിൽ മറ്റുള്ളവർ കേൾക്കാതിരിക്കാൻ വായപൊത്തി പിടിച്ചു. മെനെപ്പടാ തിരിഞ്ഞു നോക്കി. കരടിയെയും വലിച്ചുകൊണ്ട് നീങ്ങിപ്പോകുന്ന നർത്തകിയുടെ നഗ്നമായ പിൻഭാഗം കണ്ണിൽപ്പെട്ടു.

അയാളുടെ അരികിലൂടെയും ചാട്ടചീറിപ്പാഞ്ഞു. മകനെ പിടിച്ചടുപ്പിച്ച് ഭാര്യയെ പിന്തള്ളിക്കൊണ്ട് അയാളൊതുങ്ങി നിന്നു. ഇല്ലായിരുന്നെങ്കിൽ ചാട്ട അയാളെയും സ്പർശിക്കുമായിരുന്നു....

"ഫെറോ.....! ഫെറോ.....!"നെഫീസ് വിളിച്ചു പറഞ്ഞു.

രാമേരിപ്പടാ അച്ഛന്റെ പാർശ്വത്തിലൂടെ എത്തിനോക്കി.

കറുത്ത ഭടന്മാരെ അനുഗമിച്ച് കൊമ്പുവിളിക്കാർ വന്നു. അവരുടെ പിന്നിലായി ഗദാധാരികളായ നൂറ് അംഗരക്ഷകർ. തുടർന്ന് ഈജിപ്ത് രാജാവിന്റെ പല്ലക്ക്. അതിൽ സ്വർണ്ണം പൂശിയതും അമൂല്യരത്നങ്ങൾ പതിച്ചതുമായ സിംഹാസനം പോലുള്ള ഇരിപ്പിടം. പല്ലക്കുയർത്തിപ്പിടിക്കുന്നതിന് മുന്നിലും പിന്നിലും നീണ്ടുകിടക്കുന്ന ഈരണ്ടു മരപ്പിടികൾ. അത് ചായംതേച്ച് ചന്തപ്പെടുത്തിയിരിക്കുന്നു. ഓരോ പിടിയും മുമ്മൂന്നാളുകൾ ചുമലിലേന്തിയിരിക്കുന്നു. പല്ലക്കിനിരുവശത്തും ചാമരംവീശുന്നവർ. അധികാരത്തിന്റെയും പ്രതാപത്തിന്റെയും വൈഭവത്തിന്റെയും പ്രതീകമായി ഫെറോ ആ പല്ലക്കിൽ വിരാജിക്കുന്നു....

ഫെറോവിന്റെ പല്ലക്ക് ചുമക്കുന്നത് രാജ്യത്തിലെ പന്ത്രണ്ട് പ്രമുഖന്മാരാണെന്ന് മെനെപ്പടാ കേട്ടിരുന്നു. അങ്ങനെ ചുമക്കുന്നവർ ഫെറോവിന്റെ മധുരസാന്നിദ്ധ്യം സിദ്ധിച്ച ഭാഗ്യശാലികളായി കണക്കാക്കപ്പെടുന്നു. ഫെറോവിന്റെ ദിവ്യരൂപത്തിൽനിന്ന് മെനെപ്പടായുടെ ദൃഷ്ടി പല്ലക്ക് ചുമക്കുന്നവരിൽ തങ്ങിനിന്നു. തലമറച്ച് കഴുത്തിലൂടെ വക്ഷപ്രദേശത്തിറങ്ങിനില്ക്കുന്ന ഭംഗിയുള്ള നേർത്ത ചണവസ്ത്രം. വിലപിടിച്ച അംഗവസ്ത്രം. പനത്തോലിലെ മനോഹരമായ പാദരക്ഷകളണിഞ്ഞിരിക്കുന്നു. സാധാരണ സ്വയം പല്ലക്കിലമർന്ന് അമാലന്മാരെക്കൊണ്ട് ചുമപ്പിക്കുന്നവരാണിവർ. ഇപ്പോൾ ഫെറോവിന്റെ ഭാരം..... അതും ഈ പെരുവഴിയിലൂടെ.... ചുമന്ന് ചുമന്ന് ആ ആഢ്യന്മാർ ക്ഷീണിച്ചു പോയിരിക്കുന്നു. ശരീരം വിയർപ്പിൽ കുളിച്ചിരിക്കയാണ്. എല്ലാവരുടെയും രൂപം ഏതാണ്ടൊരേപോലെയാണ്.....എങ്കിലും.... പിന്നിൽ വലതുവശത്തുള്ളവരിൽ രണ്ടാമതായി ഒരു പരിചിതമുഖം....'ആ ....! നീരാനെയിലെ ഭൂപ്രഭു.....! നുട്മോസ്.....! മഹാ അഹങ്കാരി ....' ഇയാളും ഭാഗ്യവാന്മാരുടെ കൂട്ടത്തിൽ സ്ഥാനം പിടിച്ചിരിക്കുന്നു.....!

താൻ കണ്ടുപിടിച്ചത് പത്നിയെ അറിയിക്കണമെന്നുകരുതി മെനെപ്പടാ തിരിഞ്ഞുനിന്നു....

വഴിയുടെ ഇരുവശത്തുമുള്ള ജനങ്ങൾ ഫെറോയെ താണുവണങ്ങി

ക്കൊണ്ടിരുന്നു. നെഫീസും നമസ്കരിച്ചു. മെനെപ്പടാ ദിഗ്ഭ്രമം ബാധിച്ചതുപോലെ ഒരു നിമിഷം നിന്നു..... ഉടനെ അയാളും മറ്റുള്ളവരെ അനുകരിച്ച് തലകുനിച്ചു.

ഫെറോവിന്റെ തേജോമയമായ രൂപം ജനസമൂഹത്തെ വശീകരിച്ചു കൊണ്ടിരുന്നു. സ്വർണ്ണനിർമ്മിതമായ പാദരക്ഷയാണ് ആ കാലിണകളിൽ ശോഭിക്കുന്നത്. കസവ് കുറിയുള്ള ശിരോവസ്ത്രം ഭുജങ്ങളിൽ ആടിക്കളിക്കുന്നു. അതിനുമീതെ ഈജിപ്ത് രാജ്യത്തിലെ ഉത്തരദക്ഷിണ ഭാഗങ്ങളുടെ അധികാരം വിളിച്ചോതുന്ന ഉയരമുള്ള ഇരട്ടക്കിരീടം. ഉത്തര ഈജിപ്തിന്റെ വെള്ളക്കിരീടം. അതിൽ സർപ്പത്തിന്റെ രാജചിഹ്നം, ആ കിരീടത്തെ ആവരണം ചെയ്തുകൊണ്ട് ദക്ഷിണ ഈജിപ്തിന്റെ ചുവന്നകിരീടം. അതിൽ കഴുകൻ ചിഹ്നം. വെള്ളശരീരമാണെങ്കിലും വെയിലിന്റെ തിളക്കത്തിൽ ഗോതമ്പിന്റെ ചുവപ്പുനിറം പകർന്നിരിക്കുന്നു. കറുത്ത പ്രജകളിൽ നിന്ന് തികച്ചും ഭിന്നമായ ദേഹം. മദ്ധ്യവയസ്സ് കഴിഞ്ഞ മിനുസമുള്ള മുഖം. ശോണിമയാർന്ന ചുണ്ടും കവിളും. അറ്റം നീണ്ടു വളഞ്ഞ നാസിക. കാഠിന്യം കലർന്ന ഗാംഭീര്യം. നിർഭയം തുളച്ചു കയറുന്ന നോട്ടം. ഹൃദയകവചമായി മാറിയ മണിഹാരങ്ങൾ. ഇരുകൈകളിലുമുള്ള രാജചിഹ്നങ്ങൾ വക്ഷസ്ഥലത്ത് കുറുകെ പിടിച്ചിരിക്കുന്നു.... ഇടയന്റെ കൈവടിയും ധാന്യമുടയ്ക്കുന്ന ഉലക്കപോലുള്ള സാധനവും.... അരക്കെട്ടിൽ നിന്ന് മുഴങ്കാല് വരെ ഇറങ്ങിനില്ക്കുന്ന കസവ് പിടിപ്പിച്ച അംഗവസ്ത്രം.....

ജനങ്ങൾ നിശ്ശബ്ദമായി വന്ദിക്കുന്നു. ഫെറോ കോവിലിലെ വിഗ്രഹംപോലെ നിശ്ചലമായിരിക്കുന്നു....

പല്ലക്കിനു പിന്നിലും വില്ലാളികളായ നൂറ് കാവല്ക്കാർ. വലതുവശത്ത് അവരുടെ തലവൻ. തുടർന്ന് ഭാരം ചുമക്കുന്ന അടിമകൾ. അടിമകൾക്കും പിന്നിലായി ക്രമമില്ലാതെ കൂട്ടംകൂട്ടമായി നീങ്ങുന്ന ജനകദംബം....

രാജാവിനെ കണ്ട സംഭ്രമം അവസാനിക്കുന്നിനു മുമ്പേ വീണ്ടും രാജഭടന്മാർ ഗർജ്ജിച്ചു: “വഴിമാറ്....വഴിമാറ്....!

ഈജിപ്തിലെ പ്രധാന പൂജാരി ഹേപാട് എഴുന്നള്ളുകയാണ്. ദൈവത്തിന്റെ പ്രധാന പ്രതിനിധിയെന്ന ബിരുദം രാജാവാണ് വഹിക്കുന്നതെങ്കിലും ധാർമ്മിക കാര്യങ്ങളിൽ അന്ത്യതീരുമാനമെടുക്കുന്നത് ഹേപാടാണ്....

തലമുണ്ഡനം ചെയ്ത യുവപൂജാരികളാണ് ഹേപാടിന്റെ പല്ലക്ക് ചുമക്കുന്നത്. അവരുടെ പിന്നിൽ തലയിലെ ഭാരക്കൂടുതൽമൂലം കുനിഞ്ഞുനടക്കുന്ന അടിമകൾ.

ജനങ്ങളെ അനുകരിച്ച് ഹേപാടിനെയും മെനെപ്പടാ നമസ്കരിച്ചു. ഉടനെ തലയുയർത്തി പ്രധാനപൂജാരിയെ വീക്ഷിച്ചു. നൂറ് വർഷങ്ങളായി പ്രാബല്യം വർദ്ധിപ്പിച്ചുവരുന്ന ദേവസേവകവർഗ്ഗങ്ങളുടെ ഉത്തരാധികാരിയാണ് ഹേപാട് എന്ന് മെനെപ്പടാ കേട്ടിരുന്നു. രാജ്യത്തുള്ള ക്ഷേത്ര

ങ്ങൾക്കെല്ലാം അധിപനാണിയാൾ. മെഫീസിലും അതിന്റെ കീഴിലുമുള്ള ക്ഷേത്രങ്ങൾക്കെല്ലാം കൂടി ധാരാളം സമ്പത്തും സ്വത്തുക്കളുമുണ്ട്. നികുതിയിനത്തിൽ കണക്കില്ലാത്ത വരുമാനമുണ്ട്. ആയിരമായിരം അടിമകളും വേലക്കാരുമുണ്ട്. വിലമതിക്കാനാവാത്ത സ്വർണ്ണഭണ്ഡാരമുണ്ട്. ഭരിക്കുന്ന രാജാവിനേക്കാൾ സമ്പന്നനാണ് പ്രധാനപൂജാരിയെന്ന് ആരോ പറയുന്നത് മെനെപ്പടാ കേട്ടു. മെഫീസിൽനിന്നും വന്ന ഒരു തോണിക്കാരൻ പറഞ്ഞു: "പ്രധാനപൂജാരിയുടെ അനുമതിവാങ്ങിയാണ് കൊട്ടാരത്തിൽ കാര്യങ്ങൾപോലും നടത്തുന്നത്."

തലമുടി മാത്രമല്ല..... എല്ലാ രോമവും ക്ഷൗരംചെയ്ത് വെടിപ്പാക്കിയിരിക്കുന്നു. കവിളെല്ലുകളുയർന്നു നില്ക്കുന്ന മുഖം. ശീതളമായ കഠോര ദൃഷ്ടി. ഫെറോവിന്റെയത്രയില്ലെങ്കിലും വേണ്ടത്ര ഉയരം. ഇളം കറുപ്പുള്ള ശരീരം. കൈയിൽ വെള്ളിപ്പിടിയുള്ള അധികാരദണ്ഡ്. മരത്തിന്റെ പാദരക്ഷകൾ. താനിരിക്കുകയല്ല നടക്കുകയാണ് എന്ന് തോന്നിപ്പിക്കുന്ന ഭാവം.... ഫെറോവിനേക്കാൾ പ്രായം കുറവാണെങ്കിലും മുഖത്ത് മൂപ്പെത്തിയ ലക്ഷണം.....

രണ്ട് പല്ലക്കുകളെയും പിന്തുടർന്ന് ജനം കുന്നിന്മുകളിലേക്ക് നീങ്ങി.

"ഇപ്പോഴേ കുന്നിന്മേലേക്ക് പോകണ്ട. ഫെറോ ക്ഷേത്രത്തിൽ വിശ്രമിക്കും. വെയിലാറിയശേഷമാണ് ഒസൈരിസ് യാത്ര....." കൂട്ടത്തിലുള്ള ഒരാൾ വിളിച്ചുപറഞ്ഞു.

മെനെപ്പടായും കുടുംബവും മുന്നോട്ട് നീങ്ങി. നഗ്നപാദം. പൊടിപടലങ്ങളുയരുന്ന അന്തരീക്ഷം....

താഴ്‌വരയിൽ അങ്ങിങ്ങായി പനകൾ തലയുയർത്തിനിന്നിരുന്നു.

"അതാ അവിടെയുണ്ട്....." രാമേരിപ്പടാ ആ ഭാഗത്തേക്ക് ചൂണ്ടിക്കാട്ടി.

.... മിക്കവരും എത്തിച്ചേർന്നിട്ടുണ്ട്. മെനെപ്പടായും കുടുംബവും എത്തിയതിന്റെ പിന്നാലെ മറ്റുള്ളവരും വന്നുചേർന്നു. ഒസൈരിസ് യാത്രയ്ക്ക് ഇനിയും സമയമുണ്ടെന്നത് ഏവരെയും സമാധാനിപ്പിച്ചു. അതുവരെ ഭക്ഷണത്തിനും വിശ്രമത്തിനും ചെലവഴിക്കാം.....

വർഷങ്ങൾക്കുശേഷം കണ്ടുമുട്ടുന്നവരെപ്പോലെ അവർ സംസാരിച്ചു.

"നിങ്ങളെന്താ വാങ്ങിയത്....?" "നിങ്ങളെന്താ വാങ്ങിയത്....?"

"ആ കച്ചവടക്കാരൻ എന്നെ പറ്റിച്ചു. അവനെ പിശാച് പിടിക്കട്ടെ."

"മാല നന്നായിട്ടുണ്ട്.....അല്ലേ....?"

"ഈ മഴുവമ്പിന് എന്തുകൊടുത്തു.....?"

"വയറ് വേദനയ്ക്ക് മരുന്ന് വാങ്ങിത്തരാമെന്ന് ഭർത്താവ് പറഞ്ഞു. പേടിതോന്നി, വേണ്ടെന്ന് പറഞ്ഞു....."

"ഈ സുഗന്ധതൈലം നോക്ക്..... എങ്ങനെയുണ്ട്....?"

"നെഫീസേ, നീയെന്താ വാങ്ങിയത്?"

“മെനെപ്പടാ ചേട്ടൻ ഒന്നും വാങ്ങിയില്ലെന്ന് തോന്നുന്നു.....”

ഇയാളുടെ ഊഴം. എല്ലാവരും അവരവരുടെ കെട്ടഴിച്ചു കാണിച്ചു കഴിഞ്ഞു. ഇദ്ദേഹത്തിന്റെ സാധനവും മറ്റുള്ളവരെ കാണിക്കണം. എന്നാൽ .... അത്.... ആ ചുരുള്....

“അതെന്താ....?”

“ലിപിച്ചുരുൾ....” നെഫീസ് പറഞ്ഞു. “പെറ്റമ്മയെ മകൻ മറക്കരുതെന്ന് അതിലെഴുതിയിട്ടുണ്ട്.....”

“ഓ...! എവിടെ..... ചുരുളഴിക്ക്.....കാണട്ടെ....”

അവരുടെ ജിജ്ഞാസ കണ്ട് രാമേരിപ്പടായ്ക്ക് ആശ്ചര്യം. അമ്മയ്ക്ക് അഭിമാനം. അച്ഛൻ പുഞ്ചിരിച്ചുകൊണ്ടു നിന്നു.

നെഫീസ് നിലത്തിരുന്ന് ചുരുൾ മടിയിൽ നിവർത്തി വച്ചു. തനിക്ക് മനസ്സിലാകാത്ത ആ ചിത്രാക്ഷരങ്ങളിലേക്ക് നോക്കിക്കൊണ്ട് അവൾ പറഞ്ഞു:

“ഒരു താറാവും ഒരു റൊട്ടിയും ഒരു സഞ്ചിയും കൊടുത്തു.”

“ഓ...! ഭയങ്കര വില.....!”

“നാട്ടിലെ എഴുത്തുകാരനെ കാണിച്ച് വായിപ്പിക്കണം. പിന്നീട് രാമേരിയേയും പഠിപ്പിക്കണം.....”

രണ്ടു നിമിഷത്തെ നിശ്ശബ്ദത. അസാധാരണമായ ഒരു കാര്യം. അദ്ധ്വാനിക്കാൻമാത്രം വിധിക്കപ്പെട്ട ആ കുടുംബങ്ങൾ ഒരിക്കലും ലിപിച്ചുരുൾ തൊടുകയോ അടുത്തുകാണുകയോ ചെയ്തിരുന്നില്ല.

അവരിൽ പ്രായംചെന്ന ഒരാൾ പറഞ്ഞു: “മെനെപ്പടാ.... ഇതുകണ്ട് ഞങ്ങളെല്ലാം സന്തോഷിക്കുന്നു....”

ഉറങ്ങിയ കുഞ്ഞിനെ മാറോട് ചേർത്തുപിടിച്ചുകൊണ്ട് അഹൂറ പറഞ്ഞു:

“മെനെപ്പടാ ചേട്ടാ.... എന്റടുക്കൽ ഒരു സഞ്ചി നിറയെ ഖിവമുണ്ട്. ഒരു സഞ്ചി വെള്ളവുമുണ്ട്. എല്ലാവർക്കും ഭക്ഷണപ്പൊതി ഭാഗിക്കാം...”

“അതേ.....ഭാഗിക്കാം....” മൂന്നുനാലുപേർ അനുകൂലിച്ചു.

പുഞ്ചിരി ചിതറിക്കൊണ്ട് മെനെ പറഞ്ഞു.

“ശരി. എല്ലാവരുടെയും ഭക്ഷണപ്പൊതികൾ ഒന്നിച്ചുചേർക്കാം. രാത്രിക്കും നാളെ ഉച്ചയ്ക്കും വേണ്ടത് മാറ്റിവെക്കണം...... ബാക്കിയുള്ളതെല്ലാം ഇപ്പോൾ കഴിക്കാം.....”

ഈ ഏർപ്പാട് ആകുന്നതിനിടയിൽ കുരുടനായ ഒരു പാട്ടുകാരന്റെ കൈപിടിച്ച് നടത്തിക്കൊണ്ട് ഒരു കുട്ടി അങ്ങോട്ട് വന്നു.

“ഏ.....ഭക്തന്മാരെ....! എന്റെ മുത്തച്ഛൻ സൃഷ്ടിയുടെ കഥ പാടും. ഒസൈരിസ്ദേവന്റെ ഉത്സവദിവസമായ ഇന്ന് അത് കേൾക്കുന്നവർക്ക് പുണ്യമുണ്ടാകും....” ആ കുട്ടി പറഞ്ഞു.

“ആകട്ടെ....ആകട്ടെ.... സമ്പന്നരുടെ സദ്യയ്ക്കും പാട്ട്..... ദരിദ്രരുടെ

ഭക്ഷണത്തിനും പാട്ട്... എന്തുകൊണ്ട് പാടില്ല...."

അടുത്തുള്ള തണലിലേക്ക് വൃദ്ധനെ കൂട്ടിക്കൊണ്ടുപോയി കുട്ടി പറഞ്ഞു: "ഇവരെല്ലാം നല്ലവരാണ് മുത്തച്ഛാ....."

"ഞങ്ങളുടെകൂടെ ഭക്ഷണം സ്വീകരിച്ചുകൊണ്ട് പാടാമല്ലോ...." നെഫീസ് പറഞ്ഞു.

"ഛെ! ഛെ! നിങ്ങൾ തിന്നുകൊണ്ട് എന്റെ പാട്ട് കേൾക്കണം. ഞാനും എന്റെ മകനും പിന്നീട് കഴിച്ചുകൊള്ളാം...."

ചുളിഞ്ഞ ദേഹത്തിൽനിന്നും പുറപ്പെട്ട ധ്വനി...എങ്കിലും അത് ഇമ്പമേറിയതും ദൃഢവുമായിരുന്നു.

യാത്രക്കാർ അല്പം ഖിവം കുടിച്ചു.

ഒരാൾ പറഞ്ഞു: "ഭക്ഷണം പിന്നീടാകട്ടെ. ഇപ്പോൾ വേണമെങ്കിൽ കുറച്ച് ഖിവം കുടിച്ചോ. തൊണ്ടക്ക് നല്ലതാണ്."

ഒറ്റക്കമ്പിയുള്ള വീണ മീട്ടിക്കൊണ്ടിരുന്ന വൃദ്ധൻ ചിരിച്ചുകൊണ്ട് "ആകട്ടെ...." എന്നു പറഞ്ഞു.

ആ പാനീയം അയാളുടെ കണ്ഠനാദത്തെ കൂടുതൽ മയപ്പെടുത്തി.

സൃഷ്ടിയുടെ കഥ കേൾക്കാനുള്ള ആഗ്രഹത്തോടെ യാത്രക്കാർ നിശ്ശബ്ദരായി ഭക്ഷണം കഴിച്ചു.

ഗായകൻ ആരംഭിച്ചു:

"ഓ.....ഓ.....ഓ...
സൃഷ്ടിതൻ കഥകൾ പാടാം.....കേൾക്കൂ.....
ഈ ലോകത്തിന്നാദിമ കഥകൾ ....
ഓ....ഓ.....ഓ......"

തന്മയീഭാവം. ലോകത്തെ പ്രസവിക്കുന്നത് നേരിൽ കണ്ടതു പോലെയുള്ള ഉറച്ച വാക്കുകൾ.....ആദിയിൽ ഇരുട്ട് മാത്രമാണുണ്ടായിരുന്നത്. എങ്ങും ജലമയം. അതിന്മേൽ വലിയൊരു മുട്ട നീന്തിക്കളിച്ചിരുന്നു. (മുട്ടയോ? താമരമൊട്ടോ?) മുട്ടവിരിഞ്ഞ് അതിൽനിന്ന് ഉജ്ജ്വല പ്രഭാശാലിയായ റാ-സൂര്യദേവൻ പുറത്തേക്ക് വന്നു. (മുട്ടയുടഞ്ഞോ? മൊട്ടുവിരിഞ്ഞോ?) രശ്മികളേറ്റ് ജലം സ്വർണ്ണനിറം പൂണ്ടു.

റാ ആകാശത്തിലേക്കുയർന്ന് കിഴക്ക് പടിഞ്ഞാറായി സഞ്ചരിച്ചു തുടങ്ങി. എല്ലാം സ്തംഭിച്ചിരിക്കുന്നു. എങ്ങും വിരസത മാത്രം.....

"ശു...." റാ ഉച്ചരിച്ചു.

അപ്പോൾ കാറ്റുണ്ടായി. ജലത്തിൽ തരംഗങ്ങളുണ്ടായി. സമുദ്രം ഇളകിമറിഞ്ഞു. ആർത്തിരമ്പി.

"ടെഫ്നുട്....." എന്ന് പറഞ്ഞു.

മഴത്തുള്ളികൾ വർഷിച്ചു തുടങ്ങി.

"ഗെബ്...." എന്ന് വിളിച്ചു.

ഭൂമി ജലോപരിതലത്തിൽ ഉയർന്നുവന്നു.

"നുട്...."

"നുട് ദേവത ഒരു ചക്രവാളത്തിൽ കാലൂന്നി മറ്റെ ചക്രവാളത്തിൽ കൈയൂന്നി കമാനാകൃതിയിൽ നിന്നു.

"ഹാപി...."

ഭൂമിയിൽ നൈൽനദി ഒഴുകിത്തുടങ്ങി.

"സ്ത്രീ.......പുരുഷൻ...."

ഭൂമിയിൽ അങ്ങിങ്ങായി സ്ത്രീകളും പുരുഷന്മാരും കാണപ്പെട്ടു. റാ എല്ലാ ഭാഗത്തേക്കും കണ്ണോടിച്ചു. ആ മിഴികളിൽനിന്ന് പക്ഷിമൃഗാദി കളും സസ്യലതാദികളും ഉതിർന്നുവീണു......

സൃഷ്ടികർമ്മം പൂർത്തിയായശേഷം റാ സ്വയം മനുഷ്യരൂപം പ്രാപിച്ച് ഭൂമിയിലിറങ്ങി രാജാവായിത്തീർന്നു....മൂത്തകുടുംബനാഥനായി. ഫെറോവായി.... അറിയപ്പെട്ടു.

ലോകത്തിലെ പ്രഥമ ഫെറോവായ റാ സഹസ്രാബ്ദങ്ങളോളം ഭരണം നടത്തി. അത് സുഖസമൃദ്ധിയുടെ കാലമായിരുന്നു.

ഫെറോ വയസ്സനായപ്പോൾ ദുഷ്ടശക്തികൾ അങ്ങിങ്ങ് തലപൊക്കി. ചില ദുർബുദ്ധികൾ ഫെറോയെ നിന്ദിക്കയും ധിക്കരിക്കയും ചെയ്തു. അവരെ റാ നിഗ്രഹിച്ചു.

തീരെ അവശനായപ്പോൾ മൂത്ത പുത്രൻ ഒസൈരിസിന് രാജ്യം വിട്ടുകൊടുത്ത് ആകാശത്തേക്കുതന്നെ ചെന്ന് ഭൂമിക്ക് കുറുകെ പകൽ യാത്ര ചെയ്തുകൊണ്ട് കാലം കഴിച്ചു. ഇങ്ങനെ പ്രഥമ ഫെറോ മൂത്ത ദേവനായിത്തീർന്നു.

ഒസൈരിസ് തന്റെ ഭരണശേഷം കീഴ്ലോകത്തിന്റെ അധിപതി യായിത്തീർന്നു. മരിച്ചവർക്ക് സ്ഥാനം കല്പിക്കുന്ന ന്യായാധിപനാ യിത്തീർന്നു.

......ഭക്ഷണം കഴിച്ചുതീരാറായി. വൃദ്ധന്റെ പാട്ടും അവസാനിക്കാ റായി.

"റാ നമോ.......വെളിച്ചമേ നമോ.......

ഭൂമിപിതാവെ..........നമോ...........

ഓ.........ഓ............ഓ.............

ഒസൈരിസ് ദേവ നമോ.............

പരലോകനാഥനേ നമോ........

ഈ ഭക്തരെയനുഗ്രഹിക്കൂ............

പാടുന്ന ഈ ദാസനെയനുഗ്രഹിക്കൂ............

ഓ........ഓ.............ഓ.................."

മൗനത്തിന്റെ കട്ടയുടഞ്ഞു. വീണ്ടും ഖിവസേവ........... ഗായകനും മകനും വയറുനിറയെ ഭക്ഷണം. ഒരാളുടെ കൈയിൽ ശേഷിച്ച ഒരേ യൊരു അംഗവസ്ത്രം സമ്മാനം.

മെനെപ്പടായുടെ ഹൃദയം പാട്ടിന്റെ ഈരടികൾ ഉരുവിടുകയാ

യിരുന്നു. സൂര്യദേവൻ 'ശു' എന്നാക്കിയപ്പോൾ കാറ്റടിച്ചത്രേ! എന്തൊരു സുന്ദരസങ്കല്പം! യഥാർത്ഥത്തിൽ ഭൂമി സൃഷ്ടിക്കപ്പെട്ടത് ഇത്തരത്തിലാണോ? ആർക്കറിയാം. എങ്കിലും ഇതാണ് പ്രാചീനവിശ്വാസം. സത്യമാകാനും ഇടയുണ്ട്. വേറൊരു കഥകൂടി അയാൾ കേട്ടിരുന്നു. ഈ ലോകത്തിലുള്ള സർവ്വതും സൃഷ്ടിച്ചത് അദ്ധ്വാനിക്കുന്നവരുടെ ദൈവമായ പ്ടാ ആണത്രെ......! രാജധാനിയായ മെഫീസിലെ മഹാക്ഷേത്രം പ്ടായുടേതാണ്. ഏതാണ് വാസ്തവം....? ഇതോ.....? അതോ......? റായുടെ വാസം ആകാശത്തിലാണ്. പ്ടായെക്കാൾ വലിയവൻ അദ്ദേഹം തന്നെയാകണം.

"എന്താണാലോചിക്കുന്നത്?" നെഫീസിന്റെ ചോദ്യം ചിന്തയിൽ നിന്നുണർത്തി.

"ദൈവകാര്യം."

"കുന്നിന്മേലെത്തേണ്ടേ....? പുറപ്പെടാം."

നെഫീസിന്റെ വാക്കുകേട്ട ഗായകൻ പറഞ്ഞു:

"ഉം......... പുറപ്പെട്ടുകൊള്ളു. കുറച്ച് നേരത്തെ ചെന്ന് ദൈവത്തിന്റെ സമാധിക്കടുത്തുള്ള തറമേൽ സ്ഥലം പിടിക്കുക. അവിടെ നിന്നാൽ എല്ലാം നന്നായി കാണാം......"

"എങ്കിൽ നമുക്ക് പുറപ്പെടാം....." മെനെപ്പ്ടാ നിർദ്ദേശിച്ചു.

ഖിവം കൊണ്ടുവന്നിരുന്ന തുകൽസഞ്ചി മുക്കാൽഭാഗവും കാലിയായി. വെള്ളം പകുതി ബാക്കിയുണ്ട്. ചുമക്കാനുള്ളത് ഒരേയൊരു ഭക്ഷണപ്പൊതിക്കെട്ടാണ്. ശേഷിച്ചത് ഓരോരാളും വാങ്ങിയ സാധനങ്ങളുടെ ചെറിയ കെട്ടുകളാണ്.

നടക്കുന്നതിനിടയിൽ ഒരാൾ അന്ധഗായകനെ അനുകരിച്ച് രാഗം മൂളി ....“ഓ...ഓ.......ഓ”

രണ്ടുവരികൾ പാടി....

"ഒസൈരിസ് ദേവ നമോ......
പരലോകനാഥനെ നമോ"

ആ യാത്രക്കാരിൽ ചിലരും ആ രാഗം മൂളി.....

"ഓ........ഓ..........ഓ........."

.... തറയുടെ കീഴെ ജനം കൂടിനിന്നിരുന്നു. ചിലർ നാമഫലങ്ങളെഴുതിക്കുകയാണ്. ചിലർ നോക്കിനില്ക്കുന്നു. ഒരെഴുത്തുകാരൻ ആവശ്യക്കാരുടെ പേരെഴുതിക്കൊടുക്കുന്നു. രണ്ട് മൂന്ന് യുവശില്പികൾ രണ്ട് ചാൺനീളവും അകലവും ഒരു മുഴം കനവുമുള്ള കൽപലകകളിൽ ആ അക്ഷരങ്ങൾ കൊത്തിയെടുക്കുന്നു.

ആ ഫലകങ്ങൾ ഒസൈരിസിന്റെ സമാധിക്കടുത്ത് നടുന്നതുകൊണ്ടുണ്ടാകുന്ന പ്രയോജനങ്ങൾ എഴുത്തുകാരൻ വിളിച്ചു പറഞ്ഞുകൊണ്ടിരുന്നു.

"സമാധിനിർമ്മിക്കാനുള്ള അധികാരം പ്രഥമ ഫെറോവിനു മാത്ര

മേയുണ്ടായിരുന്നുള്ളു. അദ്ദേഹത്തിന് മരണമില്ല. എന്തുകൊണ്ടെന്നാൽ ഒസൈരിസിന്റെ കൃപകൊണ്ട് ഫെറോവിന് ഉയർത്തെഴുന്നേല്ക്കാൻ കഴിയും. മൂവായിരം വർഷം അദ്ദേഹം ജീവിക്കുമെന്നത് നിശ്ചയം.... പില്ക്കാലത്ത് മന്ത്രിമാർക്കും സമാധിനിർമ്മിക്കാനുള്ള അനുമതി കിട്ടി. ക്രമേണ ഭൂപ്രഭുക്കൾക്കും സമാധികെട്ടാമെന്നായി. നിങ്ങൾ ഭൂപ്രഭുക്കള ല്ലല്ലോ....? എന്തുചെയ്യും.....? മരണാനന്തരം സുഖജീവിതം വേണമെന്നു ണ്ടെങ്കിൽ പരലോകത്തിൽ ഒസൈരിസിന്റെ രാജ്യത്തുതന്നെ പ്രവേശനം കിട്ടണം. ആ ന്യായമൂർത്തിക്ക് നിങ്ങളോട് ദയ തോന്നണം. ആ ദേവന്റെ സമാധിക്കരികിൽ നിങ്ങളുടെ പേരെഴുതിയ പലക കുഴിച്ചിട്ടാൽ അത് അദ്ദേഹത്തിന്റെ കണ്ണിൽപ്പെടും. നിങ്ങളുടെ പേര് അദ്ദേഹത്തിന്റെ സ്മരണയിൽ നിലനില്ക്കും. ഹാ ഇപ്പോൾ മനസ്സിലായോ....? പറയൂ.... ഇനിയാർക്കാ വേണ്ടത്? എന്താപേര്....?

ജനങ്ങൾ തറമേൽ സ്ഥാനം പിടിച്ചുതുടങ്ങി. മെനെപ്പടായുടെ സംഘത്തെ കണ്ട് ഒരാൾ പറഞ്ഞു:

“വേഗം സ്ഥലം പിടിക്ക്. ഉത്സവം അവസാനംവരെ കാണുന്നെങ്കിൽ എല്ലാവരും ചില കാര്യങ്ങൾ മനസ്സിലാക്കിയിരിക്കണം. സെത് ഒസൈരി സിനെ പതിനാലു കഷണങ്ങളാക്കി പതിനാല് ദിക്കിൽ മറവുചെയ്തു. പതിമൂന്നു ഭാഗങ്ങളാണ് ഐസിസിന് കണ്ടുപിടിക്കാൻ കഴിഞ്ഞത്. ആ ഭാഗങ്ങൾ ചേർത്തുവെച്ച് പതിനാലാമത്തെ ഭാഗം സങ്കല്പിച്ച് പൂർണ്ണ ശരീരം നിർമ്മിച്ചു. ഒരേതരത്തിലുള്ള പതിമൂന്ന് ദേഹങ്ങൾ. അവ പതി മൂന്ന് സ്ഥലങ്ങളിലായി മറവുചെയ്തു. അബ്ടുവിൽനിന്നു കിട്ടിയത് കിരീട മുള്ള തലയാണ്. അതാണല്ലോ പ്രധാനം, ഒരു ശരീരം ഇവിടെയും അടക്കംചെയ്തു. ഇതാണ് അബ്ടുവിന്റെ പ്രാധാന്യം. ഞാനെന്താണ് പറയുന്നതെന്നുവെച്ചാൽ, ഐസിസിന് കിട്ടിയതുപോലെ ഉത്സവത്തിന്റെ ഒരു ഭാഗം മാത്രമേ നമുക്കും കാണാൻ പറ്റൂ..... അതിന്റെ അടിസ്ഥാന ത്തിൽ ബാക്കി ഊഹിച്ചുകൊള്ളണം.....

“ചേട്ടൻ ഈ ഉത്സവം മുമ്പ് കണ്ടിട്ടുണ്ടോ....?” മെനെപ്പടാ ചോദിച്ചു.

“ഓഹോ.......! മൂന്നുതവണ. ഓരോ തവണയും ഓരോ സ്ഥലത്തു വെച്ച്...... ആദ്യത്തെ പ്രാവശ്യം ശ്രീകോവിലിന് വളരെ അടുത്താണ് നിന്നത്......”

“എങ്കിൽ എല്ലാം ഒന്ന് വിചാരിച്ചുതാ.........” കൂട്ടത്തിലുള്ള ഒരാൾ പറഞ്ഞു.

“അടുത്തുചെന്ന് ഈ രണ്ടുകണ്ണുകൊണ്ടു കണ്ടതാണ്........”

.... സൂര്യോദയത്തിനുമുമ്പ് ഇരുട്ടുള്ളപ്പോൾതന്നെ മുഖ്യപൂജാ രിയും മറ്റ് പന്ത്രണ്ട് ഇളയ ദേവദാസന്മാരും പവിത്രമായ ക്ഷേത്രക്കുള ത്തിൽ മുങ്ങിക്കുളിക്കുന്നു. ഈറനോടെ ക്ഷേത്രത്തിലേക്ക് ചെല്ലുന്നു. മുഖ്യപൂജാരിയുടെ അരയിൽ മാത്രമേ വസ്ത്രമുണ്ടാകൂ.... ബാക്കിയു ള്ളവർക്ക് വെറും കൗപീനം മാത്രമാണ്. അവർ ശ്രീകോവിലിലേക്ക്

നീങ്ങുന്നു. ക്ഷേത്രമുറ്റത്താണെങ്കിൽ ജനങ്ങൾ തിങ്ങിക്കൂടിയിരിക്കും.

ശ്രീകോവിലിന്റെ വാതിലിൽ കളിമണ്ണുകൊണ്ട് മുദ്രവെച്ചിരിക്കും. മുഖ്യപൂജാരി ആ മുദ്ര ഉടയ്ക്കുന്നു. ചക്രവാളത്തിൽ സൂര്യൻ പ്രത്യക്ഷനാകുമ്പോൾതന്നെ ശ്രീകോവിലിന്റെ വാതിലും തുറക്കപ്പെടുന്നു. ദൈവവിഗ്രഹം സൂര്യപ്രകാശത്തിൽ മിന്നിത്തിളങ്ങും. നാലഞ്ചുമുഴം ഉയരമുള്ള വസ്ത്രമണിയിച്ച വിഗ്രഹം മുഖ്യപൂജാരി മുന്നിൽ സാഷ്ടാംഗം നമിക്കുന്നു. എഴുന്നേറ്റ് മന്ത്രം ചൊല്ലിക്കൊണ്ട് സുഗന്ധദ്രവ്യങ്ങൾ കത്തിച്ച് ധൂപമുണ്ടാക്കുന്നു. വിഗ്രഹം പീഠത്തിൽനിന്നിറക്കിവെച്ച് വസ്ത്രം മാറ്റി കഴുകി ശുദ്ധിയാക്കിയശേഷം പുതിയതുടുപ്പിക്കുന്നു. അത് പീഠത്തിൽ തന്നെ എടുത്തുവെക്കുന്നു.

(വിഗ്രഹം എളുപ്പത്തിൽ എടുക്കാനും വെക്കാനും കഴിയും. അധികം കനമില്ല. മരത്തിന്റേതല്ലേ.....?)

അതിനുശേഷം ദേവന് ആഹാര പാനീയങ്ങൾ സമർപ്പിക്കുന്നു. (ദൈവവും നമ്മെപ്പോലെയല്ലേ....? അദ്ദേഹത്തിന് വിനോദം വേണം ആഹാരം വേണം. വിശ്രമം വേണം. ദൈവം തിന്നാറുണ്ടോ? കുടിക്കാറുണ്ടോ? എന്നൊന്നും ചോദിക്കരുത് അത് വേറെ കാര്യം. ഉത്സവ ദിവസം അത്തരം വേണ്ടാത്ത ചിന്തയെന്തിന്....?) സാധാരണ ദിവസങ്ങളിൽ പൂജ കഴിഞ്ഞ ഉടൻ മുഖ്യപൂജാരി ശ്രീകോവിലടച്ച് മുദ്രവയ്ക്കും. പരിസരവും മറ്റും അടിച്ചുതുടച്ച് വെടിപ്പാക്കിയശേഷം അയാൾ യാത്രയാകും. ഇളയ ദേവസേവകന്മാർ ജപിച്ചുകൊണ്ട് അവിടെതന്നെ കഴിച്ചുകൂട്ടും. ഇന്ന് അങ്ങനെയല്ല. എന്തെന്നാൽ.... ഇന്ന് ഉത്സവമാണ്.

ഓരോ വർഷവും കൊയ്ത്തിനുശേഷം നടക്കുന്ന മഹോത്സവമാണ്. യാതൊരു പരിചരണവുമില്ലാതെ വിളയുന്ന ഗോതമ്പും യവവും കണ്ടുപിടിച്ചത് ഐസിസ് റാണിയാണ്. അത് ഒസൈരിസ് രാജാവിന് കാട്ടിക്കൊടുത്തു. അദ്ദേഹം പ്രജകൾക്ക് അതിനെപ്പറ്റി വിശദീകരണം നല്കി. പ്രജകൾ അത് കൃഷി ചെയ്തു. സത്യസന്ധനായ രാജാവ് തന്റെ ദുഷ്ടസഹോദരനാൽ കൊല്ലപ്പെട്ടു. ശവം മറവു ചെയ്തു. അപ്പോൾ ഐസിസ് പൂർണ്ണ ഗർഭിണിയായിരുന്നു. പ്രസവിച്ച കുഞ്ഞിനെ ബുടോ ദേവതയുടെ കൈയിലേല്പിച്ച് ഭർത്താവിന്റെ ശവമന്വേഷിച്ച് പുറപ്പെട്ടു. നൈൽ നദിപോലെ അവളുടെ ദുഃഖവും അഗാധമായിരുന്നു....

(രാജ്യത്തിലെ വിഭിന്ന ഭാഗങ്ങളിൽവെച്ച് ശരീരത്തിന്റെ വ്യത്യസ്ത അംശങ്ങൾ കണ്ടുകിട്ടി. അബ്ടുവിൽ തല....)

ഭർത്താവിന്റെ മുഖം കണ്ട്, കിരീടമുള്ള തലകണ്ട് ഹൃദയം പൊട്ടുമാറ് ഐസിസ് വിങ്ങിക്കരഞ്ഞു.

വർഷങ്ങൾ കടന്നുപോയിട്ടും ജനഹൃദയത്തെ മഥിച്ചുകൊണ്ടിരിക്കുന്ന ശോകമാണത്. അദ്ദേഹത്തിന്റെ മരണം എല്ല സജ്ജനങ്ങളുടെയും മരണമാണ്. അവളുടെ ദുഃഖം ഭർത്താവ് നഷ്ടപ്പെട്ട എല്ലാ സധർമ്മണികളുടെയും ദുഃഖമാണ്. പില്ക്കാലത്ത് അനീതിക്കെതിരായി അവളുടെ

പുത്രൻ നടത്തിയ പോരാട്ടം ലോകത്തിലെ പീഡിതരുടെയെല്ലാം പോരാട്ടമാണ്. ഒസൈരിസ് മരണത്തെ ജയിച്ചു. വീണ്ടും ഈജിപ്ത് ഭരിച്ചില്ലെങ്കിലും മൃത്യുലോകത്തിന്റെ അധിപതിയായിത്തീർന്നു..........

വർഷന്തോറും അതോർക്കുന്നു.... ആ ഓർമ്മ കാത്തുസൂക്ഷിക്കുന്നതിനാണ് ഒസൈരിസ് കഥ അഭിനയിക്കുന്നത്.....

....ഐസിസ് പാത്രമഭിനയിക്കുന്നത് അബ്ടുവിലെ സുന്ദരിയായ ദേവദാസിയാണ്. യുവതിയായ അവൾ ശുഭ്രവസ്ത്രം ധരിച്ചുവന്നു. മാറ് മുതൽ പാദംവരെ നീണ്ടുകിടക്കുന്ന അംഗവസ്ത്രം. നേരത്തെതന്നെ പവിത്രമായ കുളത്തിൽ മുങ്ങിക്കുളിക്കുന്നു. തുറിച്ചുനോക്കിക്കൊണ്ടിരുന്ന അവളുടെ മിഴികളിൽ ഭർത്തൃവിയോഗത്തിന്റെ സർവ്വകാലദുഃഖവും തളംകെട്ടി നില്ക്കുന്നു. ഉറക്കത്തിലെഴുന്നേറ്റു നടക്കുന്നതുപോലെ നീങ്ങുന്ന അവളുടെ പിറകിൽ അയ്യഞ്ചുപേരായി ധ്വനിയുയർത്തി കരയുന്ന സ്ത്രീകൾ. എല്ലാവരും വളരെ സമാധാനത്തിലാണ് നീങ്ങുന്നത്...... ഫെറോവും പ്രധാന പൂജാരിയും രാജധാനിയിൽനിന്നെത്തിച്ചേരണമല്ലോ.......

മുഖ്യദേവസേവകൻ ശ്രീകോവിലിന്റെ പാർശ്വത്തിലുള്ള മുറി തുറന്നു. ദേവദാസി ദൈവവിഗ്രഹത്തിനു മുന്നിൽ സാഷ്ടാംഗം പ്രണമിച്ചു. ദേവസേവകന്മാർ മുറിയിൽ കടന്ന് ഒസൈരിസിന്റെ ആടയാഭരണങ്ങളുള്ള മരപ്പെട്ടി പുറത്തേക്കു കൊണ്ടുവന്നു. ഒസൈരിസിന്റെ തലച്ചോറും കരളും ശ്വാസകോശവും സൂക്ഷിച്ച ഭരണികളും പുറത്തെടുത്തു. അവസാനമായി മഞ്ചവും കൊണ്ടുവന്നു. ആ മഞ്ചത്തിൽ മൂടിയില്ലാത്ത ശവപ്പെട്ടി. പെട്ടിയിൽ ഒസൈരിസിന്റെ യഥാർത്ഥരൂപം......

മഞ്ചവും ശവപ്പെട്ടിയും കണ്ണിൽ വീഴേണ്ട താമസം, ഐസിസായഭിനയിക്കുന്നവൾ ശോകാകുലയായി പൊട്ടിക്കരഞ്ഞു. പെട്ടിമേൽ വീഴാനായി മുന്നോട്ടോടി. മാറത്തടിച്ചുകൊണ്ട് മഞ്ചത്തിൽ തലമുട്ടിച്ചു. നിലത്ത് വീണുരുണ്ട് നിലവിളിച്ചു...

ക്ഷേത്രകവാടത്തിൽ നിന്നിരുന്ന ഗായകർ ശോകവിലാപത്തിനനുസരിച്ച് തന്ത്രികൾ മീട്ടി.

ദേവദാസിയുടെ കൂടെയുള്ള ശോകസ്ത്രീകൾ മാത്രമല്ല പുറത്ത് നിറഞ്ഞു കവിഞ്ഞ ജനസഹസ്രങ്ങളും സീല്ക്കാര ശബ്ദം പുറപ്പെടുവിച്ചു.....

"ഓ....ഒസൈരിസ്.......! ഓ....... ഒസൈരിസ്...!" ദീനമായ വിലാപം.

മുഖ്യപൂജാരിയുടെ നേതൃത്വത്തിൽ ഒസൈരിസിന്റെ 'പാർത്ഥിവ ശരീരം' പുറത്തെടുത്തു. ആവരണം നീക്കംചെയ്തശേഷം കുളിപ്പിച്ച് സുഗന്ധദ്രവ്യങ്ങൾ ലേപനം ചെയ്തു. പുതുവസ്ത്രങ്ങളണിയിച്ച് പെട്ടിയിൽതന്നെ എടുത്തു കിടത്തി. ഉച്ചയ്ക്കുശേഷം നടക്കുന്ന അന്ത്യയാത്രക്കുവേണ്ടി മഞ്ചം അണിയിച്ചൊരുക്കാൻ തുടങ്ങി.....

അല്പസമയത്തിനകം തന്നെ മെഫീസിൽനിന്നും വന്ന ഫെറോ പരിവാരവും പ്രധാന പൂജാരിയുടെ ഗണങ്ങളും ക്ഷേത്രത്തിലെത്തി

ച്ചേർന്നു. ക്ഷേത്രത്തിനടുത്തുള്ള മന്ദിരത്തിൽ അവർ അല്പസമയം വിശ്രമിച്ചു.

......ഐസിസ് വിലപിച്ചുകൊണ്ട് മഞ്ചത്തിന്റെ കാലിൽ ചേർന്നിരിക്കയാണ്. ശോകസ്ത്രീകൾ പശ്ചാത്തലമൊരുക്കുന്നു. ഗായകർ ദുഃഖാലാപത്തിന് ശ്രുതിമീട്ടുന്നു. വെയിൽ വകവെക്കാതെ കാത്തുനില്ക്കുന്ന ജനങ്ങൾ.....

വിശ്രമത്തിനുശേഷം പ്രധാനപൂജാരി ഹേപാടും ഫെറോപേപിയും പവിത്രക്കുളത്തിൽ കുളിച്ച് വന്നുതുടങ്ങി.... അവരെ കണ്ടതോടെ വിലാപം ഉച്ചത്തിലായി....

"ഓ.....ഒ സൈരിസ്.........! ഓ........ ഒസൈരിസ്.....!"

ശ്രീകോവിലിലെ ദൈവമൂർത്തിയെ പ്രണമിച്ചശേഷം പ്രധാന പൂജാരി എഴുന്നേറ്റു. തൽസമയം ക്ഷേത്രകവാടത്തിലെത്തിയ ഫെറോവിന് ഉച്ചത്തിൽ സ്വാഗതമരുളപ്പെട്ടു.....

"ഞങ്ങളുടെ അഭിമാനഭാജനമായ ദേവരൂപാ...., പ്രശംസനീയ സാർവ്വഭൗമാ........ ജനങ്ങളുടെ ഇടയനെ....... നിനക്കു സ്വാഗതം..........! ഓ ദീർഘായുഷ്മാനായ രാജാവെ........ സ്വർണ്ണദേവത ഹാഥോർ നിന്റെ മൂക്കിന് ബലം നല്കട്ടെ."

ഫെറോ മെല്ലെ ശിരസ്സിളക്കിക്കൊണ്ട് ശ്രീകോവിലിലെ ദൈവ വിഗ്രഹത്തിനുമുന്നിൽ സാഷ്ടാംഗം നമസ്കരിച്ച്, പ്രാർത്ഥിച്ചു...

"ദൈവമേ.........! എനിക്ക് ആയുസ്സും ആരോഗ്യവും നല്കൂ. വാർദ്ധക്യം ബാധിക്കാതെ കാത്തുരക്ഷിക്കുക. എന്റെ രാജ്യഭരണം നീണാൾ നിലനില്ക്കട്ടെ. എന്റെ അവയവങ്ങൾക്ക് ബലമുണ്ടാകട്ടെ ....എനിക്ക് തിന്നാനും കുടിക്കാനും നല്കൂ........"

"ഓ ...... ഒസൈരിസ്....! ഓ.......ഒസൈരിസ്........" പുറത്ത് വിലാപം തുടരുന്നു.

പ്രധാന പൂജാരി ഫെറോവിനെ അറിയിച്ചു.....

"ക്രിയാവിധികൾ ആരംഭിച്ചു. മഹാപ്രഭുചെന്ന് വിശ്രമിച്ചാലും. വെയിലാറിയാലുടൻ യാത്രപുറപ്പെടാം....."

ഐസിസിന്റെ വേഷമെടുത്ത യുവദേവദാസിയെയും പ്രധാന പൂജാരിയെയും ഒന്ന് ശ്രദ്ധിച്ചശേഷം ഫെറോ അംഗരക്ഷകരുടെ അടുത്തേക്കു നടന്നു.......

"വഴിമാറ്........! വഴിമാറ് ....!"

ജനം അങ്ങിങ്ങ് ചിതറി. തണലിൽ കൂടിയിരുന്ന് ഭക്ഷണം കഴിച്ചു. ഇനി ക്ഷേത്രനടയിൽ കാത്തിരിക്കേണ്ട ആവശ്യമില്ല. എല്ലാവർക്കും ഘോഷയാത്രയിൽ പങ്കെടുക്കണം...

ശ്രീകോവിലിന്റെ വാതിലടച്ച് മുദ്രവെക്കാൻ നിർദ്ദേശിച്ചശേഷം പ്രധാന പൂജാരി വിശ്രമമുറിയിലേക്ക് നടന്നു. ഘോഷയാത്രക്കുമുമ്പ് അയാളൊരിക്കൽകൂടി സ്നാനം ചെയ്യണം......"

തറമേലുള്ള യാത്രക്കാരൻ വിവരണം തുടർന്നുകൊണ്ടിരുന്നു......

"ക്ഷേത്രത്തിൽനിന്ന് വിളിച്ചാൽ കേൾക്കുന്ന ദൂരത്തിലാണ് സമാധി. നാലുമുഴം അകലമുള്ള കല്ലുകൾ പാകിയ വഴി. അതിലൂടെ ഇഴഞ്ഞു നീങ്ങണം. ഇരുവശത്തും ജനസമ്മർദ്ദവും..... ഞാനൊരു ഗായകനായിരുന്നെങ്കിൽ ആ രംഗം വർണ്ണിച്ചു പാടുമായിരുന്നു......! നോക്ക്......! അതാ ഘോഷയാത്ര....! നിങ്ങൾ നേരിൽ കണ്ടുകൊള്ളൂ........"

ആയിരക്കണക്കിനാളുകൾ നടന്നു നീങ്ങിയ ആ വഴിയിലൂടെ സേവകന്മാർ, ഒസൈരിസിനുള്ള ഭക്ഷ്യഭോജ്യങ്ങൾ നിറച്ച ഭരണികൾ ചുമന്നുകൊണ്ടു വന്നു...... ആ ലോകത്തിലേക്ക്. ഒരു വർഷത്തേക്കുള്ളത്. അനന്തരം മരപ്പെട്ടികളേന്തിയ പരിചാരകന്മാർ.... പെട്ടികളിൽ ഒസൈരിസിന്റെ ആടയാഭരണങ്ങൾ, അധികാരദണ്ഡ് പിടിച്ച പ്രധാന പൂജാരി അവർക്കു പിന്നിൽ നടന്നു. തുടർന്ന് രണ്ട് ദേവദാസന്മാർ വലിച്ചിഴയ്ക്കുന്ന വണ്ടി. അതിൽ ഒസൈരിസിന്റെ തലച്ചോറും ശ്വാസകോശവും കരളും സൂക്ഷിച്ചിട്ടുള്ള മൂടിക്കെട്ടിയ ഭരണികൾ. പിന്നിലും അതുപോലെ വലിച്ചിഴയ്ക്കുന്ന അല്പം നീളമുള്ള മറ്റൊരു വണ്ടി. അതിൽ ഒസൈരിസിന്റെ ശവപ്പെട്ടിയുള്ള മഞ്ചം. അതിന് മേൽവിതാനം. ദുഃഖിതയായ ഐസിസ് തലയുടെ സമീപം ചേർന്ന് സഞ്ചരിക്കുന്നു. അവളെ ചുറ്റിപ്പറ്റി ശോകസ്ത്രീകൾ. ഒസൈരിസിന്റെ പാദത്തിനരുകിൽ സർവ്വാലങ്കാരഭൂഷിതനും കിരീടധാരിയുമായ ഫെറോ. അയാൾക്കു ചുറ്റും അംഗരക്ഷകർ. അവർക്കു പിറകെ ഭൂപ്രമാണിമാർ. തുടർന്നും ദേവദാസന്മാർ വലിച്ചിഴയ്ക്കുന്ന വണ്ടി. അതേത്തുടർന്ന് ഒഴിഞ്ഞ രാജപല്ലക്ക്. ഏറ്റവും പിറകിലായി ജനസഹസ്രങ്ങൾ....

ആർത്തവിലാപം കണ്ണുകളിൽനിന്നും കണ്ഠങ്ങളിലേക്ക് പകർന്നുകൊണ്ടിരുന്നു......"ഓ......ഒസൈരിസ്! ഓ....... ഒസൈരിസ്!"

മാളം കാണാതെ ഇഴയുന്ന പെരുമ്പാമ്പുപോലെ ആ ഘോഷയാത്ര നീങ്ങി. തങ്ങളുടെ മുന്നിലെത്തിയപ്പോൾ മെനെപ്പടായും സംഘവും ആർത്തനാദത്തിൽ പങ്കുകൊണ്ടു.

"ഓ... ഒസൈരിസ്......! ഓ.........ഒസൈരിസ്......!"

ഘോഷയാത്ര ശവകുടീരത്തിനടുത്തെത്തിയപ്പോൾ രംഗം നിയന്ത്രണാതീതമായിത്തീർന്നിരുന്നു.

പ്രധാന പൂജാരി സമാധിയുടെ വാതിലിലുള്ള കളിമണ്ണ് മുദ്ര ഉടച്ചു. തുറന്ന വാതിലിലൂടെ പ്രധാന പൂജാരിയും ഫെറോവും അകത്തു കടന്നു.

തങ്ങളുടെ തള്ളിക്കയറ്റം നിയന്ത്രിക്കാൻ രാജഭടന്മാർ സമാധിക്കു ചുറ്റും വ്യൂഹം നിർമ്മിച്ചു. ജനങ്ങൾക്ക് അന്ത്യചടങ്ങുകൾ കാണാനാകാത്ത ഒരു പരിതഃസ്ഥിതിയുളവായി.....

തറമേലുള്ള അനുഭവസമ്പന്നനായ യാത്രക്കാരൻ അവിടെ നടക്കുന്ന ചടങ്ങുകൾ വിവരിച്ചുകൊടുത്തു.....

"അവിടെ എന്താണ് നടക്കുന്നതെന്ന് എനിക്കറിയാം. കഴിഞ്ഞ വർഷം ഒരു പൂജാരിയോട് ചോദിച്ച് എല്ലാം മനസ്സിലാക്കിയിരുന്നു... സമാ

ധിക്കുള്ളിൽ ഭയങ്കരമായ നിലമാളികയാണ്, മൂന്ന് അങ്കണം. കല്ലിന്റെ കെട്ടിടമാണ്. ഒരങ്കണം ചുണ്ണാമ്പ് മിശ്രിതം തേച്ച് മയപ്പെടുത്തിയതാണ്. അവിടെയാണ് ഒസൈരിസിന്റെ യഥാർത്ഥത്തിലുള്ള രക്ഷിത ശവമുള്ളത്.... യഥാർത്ഥത്തിലുള്ളതെന്നു പറഞ്ഞാൽ തലമാത്രം. തലച്ചോറും ശ്വാസകോശവും കരളുംകൂടി അവിടെയുണ്ടത്രെ. അപ്പോൾ ഘോഷയാത്രയിൽ കൊണ്ടുപോയ ശ്വാസകോശമേതാണ്.....? തലച്ചോറേത്.....? കൂടാതെ ശരീരം പതിനാല് കഷണമാക്കിയെന്നല്ലേ...... പിന്നെ കരളും ശ്വാസകോശവും കിട്ടുമോ ഇല്ലയോ....? ഏതായാലും ശവപ്പെട്ടിയിൽ സ്വർണ്ണമില്ലെന്നു പറയാം. ഉണ്ടായിരുന്നെങ്കിൽ.... അറിയാമല്ലോ.... സിംഹാസനത്തിന്റെ രൂപവും മറ്റുമുണ്ടാക്കി മറ്റൊരങ്കണത്തിൽവെച്ചിട്ടുണ്ട്. എല്ലാം മരത്തിന്റേത്. വാതിലിന്നടുത്തുള്ള അങ്കണം കാലിയാണ്. അവിടെ അഷ്ടഗന്ധം പുകച്ച്, ഘോഷയാത്രയിൽ എടുത്തു കൊണ്ടുപോയ മഞ്ചവും........ ശവപ്പെട്ടിയും, പെട്ടികളുംവെച്ച് പ്രാർത്ഥിക്കുന്നു. ഐസിസ് അവസാനമായി പൊട്ടിക്കരയുന്നു....... ഭർത്താവിന്റെ മൃതദേഹം മണ്ണിൽ മറവ് ചെയ്യുന്നതിനുമുമ്പ് ഭാര്യ കരയില്ലേ? അതുപോലെ ശവപ്പെട്ടി അങ്കണത്തിലിറക്കിവെക്കുമ്പോൾ പ്രധാന പൂജാരി .....ശാന്തി.......ശാന്തി....! മഹാദേവ ശാന്തി......... എന്ന് പറയുന്നു. ചടങ്ങ് കഴിഞ്ഞ് എല്ലാവരും പുറത്തിറങ്ങുന്നു. വാതിലടച്ച് കളിമണ്ണ് മുദ്ര വെക്കുന്നു. ആ അങ്കണത്തിലുള്ള സാധനങ്ങൾ നാളെയാണ് തിരികെ കൊണ്ടുപോവുക. ദേവദാസന്മാരും സാധാരണ പരിചാരകരും ചേർന്ന് വലിച്ചുകൊണ്ട് പോകുന്നത് കാണാനുണ്ടാവുക ഇന്നാട്ടിലെ മടിയന്മാർ മാത്രമാണ്..... നാളെ കഴിഞ്ഞാൽ പുറത്തെ വാതിലിൽ മുദ്രവെക്കുന്നത് അടുത്ത കൊല്ലത്തെ ഉത്സവത്തിന് തലേദിവസം മാത്രമാണ്. അതുവരെയും ഒഴിഞ്ഞു കിടക്കുന്ന അങ്കണം മടിയന്മാരുടെ കളിസ്ഥലമായിരിക്കും. ചിലപ്പോൾ കള്ളന്മാരും മറ്റു ചിലപ്പോൾ പെറ്റവരുടെ വാക്ക് കേൾക്കാത്ത യുവാക്കളും യുവതികളും.... അതെല്ലാം നിങ്ങൾക്കുമറിയാമല്ലോ! ഈ സന്ധ്യയ്ക്ക്.....? അതെല്ലാം വിട്........ ഞാനൊരു പാപി...... എന്തെല്ലാമോ പറഞ്ഞു.... റാദേവാ......! ക്ഷമിക്കണേ.....! ഒസൈരിസേ ക്ഷമിക്കണേ.....! നോക്ക്....... ഫെറോ...."

ഫെറോ സമാധിയുടെ പടവുകൾ കയറി ശിരോഭാഗത്തുള്ള സമതലത്തിൽ വന്നുനിന്നു. അദ്ദേഹത്തിന്റെ പിന്നാലെതന്നെ പ്രധാനപൂജാരിയുമുണ്ടായിരുന്നു.

പടിഞ്ഞാറൻ മണൽക്കാടിനപ്പുറത്ത് മുങ്ങിക്കൊണ്ടിരുന്ന സൂര്യൻ ഭൂമിയെ സ്വർണ്ണം പൂശിക്കൊണ്ടിരുന്നു.

ഫെറോ സൂര്യന് നേർക്ക് കൈകളുയർത്തി....

"റാ..റാ..."

പ്രധാനപൂജാരിയും അതനുസരിച്ചു.......

നോക്കിയിരിക്കെ സൂര്യനസ്തമിച്ചു... അബ്ടു ഇരുളിലാണ്ടു.....

നദീതീരം തൊട്ട് സമാധിസ്ഥാനംവരെ വഴിക്കിരുവശവും തീക്കനൽ

വാരി വിതറിയപോലെ പന്തങ്ങൾ എരിഞ്ഞുനിന്നു. പെപ്പൈറസ് തണ്ടുകൾ ചതച്ചുണക്കി ചണയെണ്ണയിൽ മുക്കിയെടുത്ത് കത്തിച്ച പന്തങ്ങൾ കത്തിക്കൊണ്ടിരുന്നു....

"വഴിമാറ്.....! വഴിമാറ്....! എല്ലാവരും നീങ്ങിനില്ല്... ഫെറോ കൊട്ടാരത്തിലേക്കെഴുന്നള്ളുകയാണ്...."

പന്തങ്ങളുടെ പ്രകാശത്തിൽ രാജാവിന്റെ തോണിയും തോണിക്കടവും മിന്നിത്തിളങ്ങി.

ഘോഷയാത്രയായി ഫെറോ മടങ്ങി. പന്തങ്ങളേന്തിയ കറുത്ത ഭടന്മാർ.... കൊമ്പുവിളിക്കാർ.... ദജാധാരികളായ അംഗരക്ഷകർ (അവരുടെ കൈകളിലും പന്തങ്ങൾ) തുടർന്ന് ആഢ്യന്മാരായ ഭൂപ്രഭുക്കൾ ചുമക്കുന്ന രാജപല്ലക്കും. ഇരുവശങ്ങളിലും ചാമരം വീശുന്നവർ നൂറു കാവൽഭടന്മാർ പിന്നിലും സഞ്ചരിക്കുന്നു. ഒടുവിലായി ജീവിച്ചിരിക്കുന്ന ദൈവമായ ഫെറോവിന്റെ ഉത്സവത്തിൽ പങ്കെടുക്കുന്ന ജനസഹസ്രങ്ങൾ.

പ്രധാനപൂജാരിയും പരിവാരവും ആ പന്തങ്ങളുടെ വെളിച്ചത്തിൽ ക്ഷേത്രത്തിലേക്ക് പുറപ്പെട്ടു.

മെനെപ്പടായും കൂട്ടരും ആ ഇരുളിൽ കൂട്ടം തെറ്റിപ്പോകാതെ വളരെ സൂക്ഷ്മതയോടെ താഴത്തിറങ്ങി....

ക്ഷേത്രത്തിൽ വിളക്കുകളെരിയുന്നുണ്ടായിരുന്നു. വീട്ടിലേക്ക് പുറപ്പെടുന്നതിനുമുമ്പ്, ഐസിസായഭിനയിച്ചവൾ ശ്രീകോവിലിന്റെ മുന്നിൽചെന്നു. അടഞ്ഞ വാതിലിനുള്ളിലെ ദൈവവിഗ്രഹത്തെ നമസ്കരിക്കണം. പ്രധാനപൂജാരി വന്നാലേ അവൾക്കെഴുന്നേല്ക്കാൻ പാടുള്ളു.

സാഷ്ടാംഗം പ്രണമിച്ച ആ ദേവദാസി പ്രധാനപൂജാരിയെ കാത്തുകിടന്നു..... നിമിഷങ്ങൾക്കകം തന്നെ ഹേപാട് അരികിലെത്തി...

"എഴുന്നേല്ക്ക്. അഭിനയം അത്ഭുതമായിരിക്കുന്നു."

പലതവണ കേട്ട പ്രശംസ. പുകഴ്ത്തൽ ആരംഭിക്കുന്നതിന് മുമ്പുള്ള പീഠിക....

ദേവദാസി എഴുന്നേല്ക്കുന്നതിനിടയിൽ ഹേപാടിന്റെ ഗർജ്ജനം കേട്ടു.....

"വിഡ്ഢി....! നായയെപ്പോലെ പിന്നാലെ വരരുതെന്ന് എത്രതവണ നിന്നോട് പറഞ്ഞു? തെമ്മാടി....! നിന്റെ മുഖം കാണണ്ട.....? കൊട്ടാരത്തിലെത്തട്ടെ..... കാണിച്ചുതരാം....."

ദേവദാസി എഴുന്നേറ്റുനിന്ന് തലമുടി പിന്നോട്ടൊതുക്കി, ഹേപാടിന്റെ ക്രോധത്തിനിരയായവനെ ശ്രദ്ധിച്ചു. ദൃഢകായനായ ഒരു യുവസുന്ദരൻ. അവ്യക്തമായ സങ്കടം നിഴലിക്കുന്ന മുഖം. എന്തുകൊണ്ടോ ആ മുഖം കുനിഞ്ഞുപോയി. എന്നാൽ ഭയന്നിട്ടില്ല. ഉറച്ചകാൽവെപ്പുകളോടെ അയാൾ നടന്നകന്നു.

ആ യുവാവ് അപ്രത്യക്ഷനായപ്പോൾ പ്രധാനപൂജാരിയുടെ സ്വരം മാർദ്ദവം പൂണ്ടു.....

"പകൽ മുഴുവൻ ഉപവാസമായിരുന്നു....അല്ലേ? പോകു മകളെ ഭക്ഷണം കഴിച്ച് സന്നിധിയിലേക്ക് വാ...."

അത്രയും പറഞ്ഞ് ഹേപാട് തിടുക്കത്തിൽ നടന്നുപോയി..... തളർച്ചയുടെ ചിഹ്നങ്ങളെല്ലാം തുടച്ചുമാറ്റുന്ന ഉല്ലാസകരമായ അവസ്ഥ... ജീവിതത്തിലൊരിക്കലും മറക്കാനാകാത്ത അനുഭവം. ഈജിപ്തിന്റെ നാനാവശത്തുനിന്നും എത്തിച്ചേർന്നവർക്ക് ധർമ്മാത്മാവായ ഒസൈരിസിന്റെ അന്ത്യയാത്രയിൽ പങ്കുകൊള്ളാനുള്ള സൗഭാഗ്യം സിദ്ധിച്ചിരിക്കുന്നു..... സാധ്വീമണിയായ ഐസിസിനെ കാണാൻ കഴിഞ്ഞു. സർവ്വശക്തനായ ഫെറോവിനെ...., രാജ്യത്തിലെ സർവ്വോന്നത ധർമ്മാധികാരിയെ ദർശിക്കാൻ അവസരം ലഭിച്ചു. മഹോത്സവത്തിൽ പങ്കുകൊണ്ട് പുണ്യമുള്ളവരായിത്തീർന്നിരിക്കുന്നു....."ഞങ്ങളുടെ മുത്തച്ഛൻ അബ്ടുവിൽ പോയിട്ടു"ണ്ടെന്ന്... അടുത്ത തലമുറയ്ക്ക് പറയാനാകും. രാമേരിപ്പടായ്ക്ക് ഉറക്കം... അവൻ അച്ഛന്റെ ചുമലിൽ അഭയം തേടി.

"തോണിയിൽച്ചെന്ന് വല്ലതും കഴിച്ച് ഉറങ്ങിയാൽ മതി." അമ്മ പറഞ്ഞു. നെഫീസിനൊ മെനെപ്പടാക്കൊ ഖിവ കുടിച്ചതുകൊണ്ട് ലഹരി പിടിച്ചിരുന്നില്ല. എന്നാൽ ഉത്സവത്തിന്റെ അനുഭവം ആർക്കും മാദകമായിത്തീർന്നിരുന്നു. അതിൽ ലയിച്ച് ഒന്നും മിണ്ടാതെ അവർ നടന്നു.....

വഴിക്കിരുവശവും ശൂന്യമായിരുന്നു. ഇരുളിനു മുമ്പേ കൂടാരം പൊളിച്ചു നീക്കിയിരിക്കണം. ചിലർ പന്തം കത്തിച്ച് വച്ച് അവസാനത്തെ കച്ചവടത്തിന് വല്ലവരും വരുന്നുണ്ടോ എന്ന് കാത്തിരിക്കുന്നുണ്ട്. അവർ വരണ്ട തൊണ്ട തുറന്ന് ഗ്രാഹകരെ വിളിച്ചുകൊണ്ടിരുന്നു.

"മന്ത്രച്ചരട് വാങ്ങൂ.....! പിന്നെ കിട്ടില്ല...." മന്ത്രവാദി പറഞ്ഞുകൊണ്ടിരുന്നു.

ലിപിച്ചുരുൾ വാങ്ങിയ സ്ഥലത്തെത്തിയപ്പോൾ മെനെപ്പടാ ഒരു നിമിഷം നിന്നു. അവിടെ എഴുത്തുകാരനോ, പന്തമോ ഉണ്ടായിരുന്നില്ല...

.... തോണിക്കടവിൽ തിരക്കും ബഹളവും. രാജഭടന്മാരുടെ ഗർജ്ജനമില്ല. രാജാവ് പുറപ്പെട്ടു പോയില്ലേ.....? ഇനി ആ പുണ്യാത്മാക്കൾക്ക് ഇവിടെയെന്ത് പണി?

തോണികൾ തങ്ങളുടെ യാത്രക്കാരെ തെരയുന്ന തിരക്കിലാണ്.... തോണിക്കടവിലെ ഒരേയൊരു വൃദ്ധനായ വേലക്കാരൻ പിറുപിറുത്തു കൊണ്ട് പന്തങ്ങളിൽ എണ്ണയൊഴിച്ചുകൊണ്ടിരുന്നു.

"നിങ്ങളും പോയി കിടന്നുറങ്ങിക്കൊള്ളൂ....." ആരോ പറഞ്ഞു.

"ഉറങ്ങാനോ....! ഇരുട്ടിൽ തോണികൾ തമ്മിൽ മുട്ടിമുങ്ങിപ്പോയാൽ എന്റെ തല ബാക്കിയുണ്ടാവില്ല. അത്ര തിടുക്കമുണ്ടെങ്കിൽ നീ കിടന്നോ. എവിടെയാ കിടക്കുന്നത്? ആരുടെ കൂടെ.....?" വൃദ്ധൻ എണ്ണയൊഴിക്കുന്നതിനിടയിൽ പറഞ്ഞു.....

നീരാനെ പ്രവിശ്യയിലെ യാത്രക്കാർ ബടാ പറഞ്ഞ ഭാഗത്തേക്ക് നടന്നുപോയി. ആയിരക്കണക്കിന് ചെറുതും വലുതുമായ തോണികൾ.

അവയിൽ കത്തിനില്ക്കുന്ന പന്തങ്ങൾ.... ആയിരക്കണക്കിന് ചെറിയ മൺ വിളക്കുകൾ ഒഴുകിപ്പോകുന്നതുപോലെ തോന്നി....

തണുത്ത കാറ്റ്. തോണിക്കാരുടെ വാഗ്വർഷങ്ങൾ...

ചുക്കാനരികിൽ വിളക്ക് കൊളുത്തിവെച്ച് ബടാ ഫെറോവിന്റെ ഭാവത്തിൽ നിവർന്നു നില്ക്കുന്നുണ്ടായിരുന്നു. ദൂരെ നിന്നുതന്നെ മെനെപ്പടാ തിരിച്ചറിഞ്ഞു ......

"നമ്മുടെ തോണി അതാ അവിടെയുണ്ട്." മെനെപ്പടാ വിളിച്ചു പറഞ്ഞു. ബടായെ കണ്ടത് ഏവരെയും ആശ്വസിപ്പിച്ചു.

"അല്പം വല്ലതും കഴിച്ച് തോണിയിൽ കയറുന്നതാണ് നല്ലത്" മെനെപ്പടാ പറഞ്ഞു.

"അതേ.... അതേ..." ചിലർ അനുകൂലിച്ചു.

"ബടാ, നിങ്ങളെല്ലാം കരയ്ക്കിറങ്ങ്. ഞങ്ങളോടൊപ്പം ഭക്ഷണം കഴിക്കണം. ഇന്ന് ഞങ്ങളെല്ലാം ഭക്ഷണം ഭാഗിച്ചിരിക്കയാണ്" ഒരാൾ പറഞ്ഞു.

"സഞ്ചിയിൽ കുറച്ചുകൂടി ഖിവമുണ്ട്. ബടാ ചേട്ടാ, നിങ്ങൾ രുചിച്ചു നോക്കിയില്ലല്ലോ....." അഹൂറ പറഞ്ഞു.

ബടായും ജോലിക്കാരും കരയ്ക്കിറങ്ങി.

"ഉത്സവത്തിന്റെ പൊടി തിന്ന് തിന്ന് തൊണ്ടയടഞ്ഞിരിക്കുന്നു. ആദ്യം ഖിവം കൊണ്ടാ....." ബടാ പറഞ്ഞു.

"നിങ്ങൾ വന്നിരുന്നോ.....?"

"പിന്നെ.....! എന്റെ ആൾക്കാരെല്ലാം ഉച്ചക്കുമുമ്പേ ചന്തയിലെല്ലാം ചുറ്റിക്കറങ്ങി തിരിച്ചെത്തി. ഞാൻ ഘോഷയാത്ര കണ്ടിട്ടേ മടങ്ങിയുള്ളു..."

"അപ്പ....! എന്നിട്ടും ഞങ്ങളെ കണ്ടില്ലേ....?"

"എന്നെത്തന്നെ എനിക്ക് കാണാൻ പറ്റിയില്ല. നിങ്ങളെ എങ്ങനെ അന്വേഷിക്കാൻ.....?"

"എന്തോ ആകട്ടെ. അന്ത്യയാത്ര കണ്ടല്ലോ. അതുതന്നെ സമാധാനം." മെനപ്പടാ പുഞ്ചിരിച്ചു.

അല്പസമയത്തിനുശേഷം തോണി മടക്കയാത്ര ആരംഭിച്ചു. പ്രതികൂലമായ കാറ്റ്. എങ്കിലും നദിയുടെ ഒഴുക്കിനനുകൂലമായാണ് മടക്കയാത്ര. എളുപ്പമാണ്.

അബ്ടുവിലെ ബഹളം അകന്നകന്നുപോയി....

ഇരുന്ന നിലയിൽതന്നെ ചിലർ ഉറക്കം തൂങ്ങി....

അമ്മയുടെ മടിയിൽ തലവെച്ച് രാമേരിപ്പടാ ഉറങ്ങി. നെഫീസ് ഭർത്താവിന്റെ ചുമലിൽ തലചായ്ച്ച് മയങ്ങി.

തോണിക്ക് ചാർന്നിരുന്ന മെനെപ്പടാക്കും ഉറക്കം വന്നു....

ഉറക്കത്തിൽ ഒരു സ്വപ്നം....

താൻ വെള്ളിമേഘങ്ങൾക്കു മീതെ കിടക്കുകയാണ്....

ഏതോ സ്ത്രീ താരാട്ട് പാടിക്കൊണ്ടിരുന്നു....

"ഓ........ഒസൈരിസ്.....! ഓ.....ഒസൈരിസ്........!"

രണ്ട്

ആ നാട് നീരാന പ്രവിശ്യയുടെ കേന്ദ്രമാണ്. അവിടത്തെ തോണിക്കടവിൽ ബടാ എത്തിയപ്പോൾ സൂര്യനസ്തമിക്കയായിരുന്നു. അബ്ടുവിൽനിന്ന് മടങ്ങിവന്നവർ ആദ്യമായി കണ്ടത് നികുതി അധികാരിയുടെ ഉറപ്പുള്ള വലിയ തോണിയാണ്. ആ തോണിയുടെ മുകളറ്റത്തോളം ഫെറോവിന്റെ സാഹസകൃത്യങ്ങൾ മരത്തിൽ കൊത്തിവച്ചിരിക്കുന്നു. കടവിൽ കെട്ടിയിട്ട തോണിയിലിരുന്ന് രണ്ടുപേർ ചതുരംഗം കളിക്കുന്നുണ്ടായിരുന്നു. ഇരുവരെയും പ്രോത്സാഹിപ്പിച്ചുകൊണ്ട് കുറേ ജോലിക്കാർ ചുറ്റും നില്ക്കുന്നു.

ബടാ തന്റെ ആൾക്കാരോട് അധികാരിയെത്തിയ വാർത്ത വിളിച്ചു പറഞ്ഞു. അധികാരിയുടെ തോണിയിൽ കളിച്ചുകൊണ്ടിരുന്നവരെ ഉദ്ദേശിച്ച് ബടാ ചോദിച്ചു...."എപ്പോഴാ ചേട്ടാ.....വരുന്നത്?"

"ഉച്ചയ്ക്ക്......" ഒരാൾ പറഞ്ഞു.

"വഴിയിൽ ഫെറോമഹാപ്രഭുവിന്റെ തോണി കണ്ടോ?"

"ഓ......! ഞങ്ങൾ കടവിലടുത്തപ്പോഴേക്കും താഴെക്കൂടി തുഴഞ്ഞു പോയി." തോണിയിൽ മറ്റൊരു ചോദ്യമുയർന്നു.

"യാത്ര കഴിഞ്ഞ് വന്നതാണോ?"

"അതെ ചേട്ടാ........."

"ശരി. വീട്ടിൽചെന്ന് യവവും ഗോതമ്പും അളന്ന് തയ്യാറാക്ക്. നാളെയാണ് പിരിവ്....."

ബടായുടെ തോണിയിലുള്ളവർ മൂകരായി കരയ്ക്കിറങ്ങി. മെനെപ്പടായുടെ മുഖം ഗൗരവം പൂണ്ടു.

യാത്ര വിഷമം കൂടാതെ അവസാനിച്ചതിൽ ബടായും തോണി

ക്കാരും ഖ്നൂം ദേവനെ വന്ദിച്ചു. തോണി കയറ്റിവെക്കാൻ നിർദ്ദേശിച്ച ശേഷം ബടാ വീട്ടിലേക്ക് നടന്നു. വെറും കൈയോടെയാണ് വീട്ടിൽ ചെല്ലു ന്നതെങ്കിലും ഭാര്യയും മക്കളും ഉത്സാഹത്തോടെ അയാളെ സ്വീകരിച്ചി രുന്നു.

തോണിക്കടവിൽനിന്ന് വിളിപ്പാടകലെയായി, അല്പമുയരത്തിൽ, നദിക്ക് സമാന്തരമായി നാട്ടിലെ പ്രധാനമാർഗ്ഗം നീണ്ടുകിടക്കുന്നു. വഴി ക്കിരുവശത്തും തൊഴിലാളികളുടെയും ചില കൃഷിക്കാരുടെയും മണ്ണും മരവും കൊണ്ടുള്ള വീടുകൾ. ആ വരികൾക്ക് പിന്നിൽ ദരിദ്ര കർഷകരുടെ മൺകൂനകൾ. അങ്ങിങ്ങായി ഏതാനും കുടിലുകൾ. മുന്നിൽ ഉയരത്തി ലായി ക്ഷേത്രം സ്ഥിതിചെയ്യുന്നു. ക്ഷേത്രത്തിനപ്പുറത്ത് സമാധി പ്രദേശം. പ്രധാന വഴി അവസാനിക്കുന്നിടത്ത് വിശാലമായ വയലിൽ സമ്പന്നരുടെ മാളികകൾ. അവയുടെ മദ്ധ്യത്തിൽ രാജഗൃഹം. ഫെറോ വിന്റെ പ്രതിനിധിയായ സാമന്തരാജാവിന്റെ അധികാരസ്ഥാനം. അയാ ളുടെ വസതിയും അതുതന്നെ.

അബ്ടു യാത്രക്കാരിൽ ഭൂരിഭാഗവും ആ നാട്ടുകാരാണ്. ശേഷിച്ച വർക്ക് ഒരു നേരത്തെ യാത്ര വേണം. പതിനയ്യായിരത്തോളം വരുന്ന താണ് ആ നാട്ടിലെ ജനസംഖ്യ. പ്രവിശ്യയിലെ ഇതരഭാഗങ്ങളിലെല്ലാം കൂടി പത്തുപതിനഞ്ചായിരം വേറെയുണ്ടാകും.

ഗ്രാമാന്തരപ്രദേശങ്ങളിൽ പോകേണ്ടവർ ആ രാത്രി അവിടെയാണ് തങ്ങുക.

“പരിശുദ്ധ ദേവാലയത്തിൽവെച്ച് ഉടലെടുത്ത ബന്ധുത്വമാണ്. ഒസൈരിസിന്റെ ലോകത്തിലും നിലനില്ക്കാവുന്ന സംബന്ധം. എല്ലാവരും ഈ ദിവസം ഞങ്ങളുടെ ആതിഥ്യം സ്വീകരിച്ച് നാളെരാവിലെ യാത്ര പുറപ്പെടാം.....എന്തു പറയുന്നു....?” മെനെപ്പടാ പറഞ്ഞു.

നികുതി പിരിക്കാനെത്തിയ പെരുംഭൂതത്തെയോർത്ത് ഭയപ്പെടുക യായിരുന്ന യാത്രക്കാർക്ക് മെനെപ്പടായുടെ വാക്ക് അല്പമാശ്വാസം നല്കി.

“ഞങ്ങളുടെ വീട്ടിൽ......ഞങ്ങളുടെ വീട്ടിൽ.....” ഓരോരാളും മറുനാട്ടുകാരെ ക്ഷണിച്ചു.

ഭാഗിച്ചെടുക്കാൻ അത്രയ്ക്ക് യാത്രക്കാരുണ്ടായിരുന്നില്ല.

“ഞങ്ങളുടെ അടുത്തേക്ക് ആരുമില്ലേ.....?” നെഫീസ് നിരാശയായി.

“നാളെ നിങ്ങളുടെ വീട്ടിൽ വന്നിട്ടേ യാത്രയാകൂ.......” ചിലർ പറഞ്ഞു.

തുറന്ന വാതിലുകളിലൂടെയും കിളിവാതിലുകളിലൂടെയും വിള ക്കിന്റെ നേരിയ പ്രകാശം വഴിയിൽ ചിതറിക്കൊണ്ടിരുന്നു. നാലഞ്ചുപേർ മാത്രമാണ് ആ പ്രധാന വീഥിയിലെ താമസക്കാർ. അവരിലൊരാൾ മെനെ പ്പടായാണ്. അയാളുടെ വീട്ടിന്റെ ഇടതുവശത്തായുള്ള വരികളിലാണ്

മറ്റുള്ളവരിലധികം പേരും താമസിക്കുന്നത്.

രാജധാനിയിൽ നിന്നെത്തിയ നികുതിയധികാരി താമസിക്കുന്നത് രാജഗൃഹത്തിലാണ്. ആ കൂട്ടം നാട്ടിലെത്തിയതോടെ ഒരുതരം മൗനം...... ആരോ വന്നിട്ടുണ്ടെന്നർത്ഥത്തിൽ കുരയ്ക്കയായിരുന്ന നായ്ക്കൾ യജമാനന്മാരുടെ കാലടിയിൽ വാലാട്ടിക്കൊണ്ട് അഭയം തേടി. യാത്ര കഴിഞ്ഞെത്തിയവരെക്കണ്ട് വീട്ടുകാർ സന്തോഷിച്ചെങ്കിലും ഏതോ കരിനിഴൽ അവരെ പേടിപ്പിക്കുന്നതുപോലെ തോന്നി.....

രാജഗൃഹത്തിൽ സല്ക്കാരം നടക്കുകയായിരിക്കുമെന്ന് മെനെപ്പടാ ചിന്തിച്ചു. നികുതിയധികാരി നാട്ടിലുള്ളപ്പോഴെല്ലാം ഗംഭീരമായ സല്ക്കാരമായിരിക്കും. അനുഭവിക്കുന്നത് ആഢ്യന്മാരായ ഭൂപ്രമാണിമാരാണ്. സല്ക്കാരം കഴിഞ്ഞാൽ അതിന്റെ ചെലവും ജനങ്ങളിൽനിന്ന് വസൂലാക്കുന്നു.

വീട്ടിലെത്തിയപ്പോൾ അയൽപക്കത്തെ നെജമൂട് വിളിച്ചു ചോദിച്ചു:.

"പോയി വന്നോ.....?"

"വന്നു.......ചേച്ചി....."

നെഫീസ് ധൃതിയിൽ റൊട്ടി ചുട്ടെടുത്തു. രാമേരിപ്പടാ ഉറക്കച്ചടവോടെ ഭക്ഷണം കഴിച്ചു..........

പുറത്ത് അടുത്ത വീട്ടിലെ തൊഴിലാളിയായ സ്നോഫ്രുവുമായി സംസാരിക്കയായിരുന്ന ഭർത്താവിനെ നെഫീസ് വിളിച്ചു..... മെനെപ്പടാ വെളിക്കിറങ്ങിവന്ന് കൈകാൽ കഴുകി അടുപ്പിനരികിൽ വന്നിരുന്നു. ഒരു ചാണുയരമുള്ള തറ. അതിന്റെ മീതെ കല്ലിന്റെ പാത്രം. പാത്രത്തിൽ റൊട്ടിയും ഉപ്പിട്ട മീനും നീരുള്ളിയും.....

"നീയും തിന്ന്....."

"ഉം......."

തിന്നുന്നതിനിടയിൽ വിരലുകൾ പരസ്പരം സ്പർശിച്ചു. സന്ദേശം കൈമാറി. ആദ്യം ആരാണയച്ചതെന്ന് പറയുക വിഷമം. ഇരുവരും ഒരേ സമയത്ത് കൈമാറിയെന്ന് കരുതാം. കൊതിയുള്ള നോട്ടങ്ങൾ......

കൈകഴുകി മെനെപ്പടാ വാതിലും കിളിവാതിലും അടച്ചുവന്നു. നെഫീസ് പാത്രം കഴുകിവച്ച് പുൽപായ് നിവർത്തിയിട്ടു. മെനെപ്പടാ വിളക്കൂതി.....

ഭർത്താവിനെ കെട്ടിപ്പിടിച്ച് ലഹരിപിടിച്ച സ്വരത്തിൽ നെഫീസ് പറഞ്ഞു....

"കരടിയും യുവതിയും....."

മെനെപ്പടാ ചിരിച്ചുകൊണ്ട് ഭാര്യയുടെ വായപൊത്തി.

യാത്രയിലെ സംതൃപ്തി മിഥ്യയായിരുന്നു....ഇത് സത്യം..... നെഫീസ് സുഖവും സംതൃപ്തിയും ഒന്നിച്ചനുഭവിച്ചു.

ആലസ്യത്തോടെ അവൾ മയങ്ങിപ്പോയി.

രാത്രിയിലെ കുളിർകാറ്റ് വാതിൽ പഴുതുകളിലൂടെ അരിച്ചെത്തി. മെനെപ്പടാ എഴുന്നേറ്റ് വീട്ടിനു പുറകിൽ ചെന്നുനിന്നു. ചണപ്പുതപ്പ് നിവർത്തി നെഫീസിനെ പുതപ്പിച്ചു. താനും അതിനുള്ളിൽ കൂടി. ചൂടാറിയിരുന്നെങ്കിലും ജീവിതപങ്കാളിയുടെ ദേഹസ്പർശം ഹിതകരമായിരുന്നു.... രാമേരിപ്പടാ പിറന്നതിൽ പിന്നെ നെഫീസ് ഗർഭിണിയായിട്ടില്ല. ഇപ്പോൾ, ഐസിസ്ദേവിയുടെ കൃപയ്ക്ക് പാത്രമായി അബ്ടുവിൽനിന്ന് മടങ്ങിയശേഷം.....? മെനെപ്പടായുടെ വലംകൈ ഭാര്യയുടെ ഉദരഭാഗത്ത് പതുക്കെ സഞ്ചരിച്ചു. നെഫീസ് ഉണർന്നില്ല. സാധാരണ ഇത്തരം രാത്രികളിൽ അവൾ പുറത്തിറങ്ങിവന്ന് അതുമിതും പറയുക പതിവായിരുന്നു. എന്നാലിന്ന് അവൾക്ക് ഗാഢനിദ്രയാണ്....

കഴിഞ്ഞ രണ്ടുമൂന്നുദിവസം കൊണ്ട് താൻ വളരെയേറെ വളർന്നതായി മെനെപ്പടാക്കു തോന്നി. എന്തുകൊണ്ടെന്ന് ചോദിച്ചാൽ ഉത്തരമില്ല. ഏഴ് വർഷംമുമ്പ് നെഫീസിനെ കല്യാണം കഴിച്ചപ്പോഴും ഇതേ അനുഭവമായിരുന്നു.

സ്നേഹം.....സംതൃപ്തി....ആഗ്രഹങ്ങൾ.... താൻ കുടുംബരക്ഷകനാണ്.

അടുത്ത വീട്ടിലെ സ്നോഫ്രു പറഞ്ഞകാര്യം മെനെപ്പടായോർത്തു..... "നികുതി അധികാരിയോട് ന്യായമായി നടക്കണമെന്നും കുഴപ്പമുണ്ടാക്കരുതെന്നും പറയണം. നമ്മുടെ സങ്കടം ബോദ്ധ്യപ്പെടുത്തണം. നമ്മുടെ ആൾക്കാരിൽ മിക്കവരുടെയും അഭിപ്രായമാണിത്. നീയും വരണം മെനെപ്പടാ. നീ മുമ്പിൽ നില്ക്കണം. നീ ആലോചിച്ച് സംസാരിക്കുമല്ലോ.... ശരിക്ക് വാദിക്കുമല്ലോ...."

അടുപ്പിനടുത്തിരുന്നപ്പോൾ ഇക്കാര്യം നെഫീസിനെ അറിയിക്കണമെന്ന് വിചാരിച്ചിരുന്നു. എന്നാൽ.... കരടിയും യുവതിയും.... മെനെപ്പടാ പതുക്കെ ചിരിച്ചു. രാവിലെ എല്ലാവരുടെയും കൂടെ രാജഗൃഹത്തിലേക്ക് .... എഴുന്നേറ്റ ഉടൻ നെഫീസിനോട് പറയാം.... നീരാനയിലെ സാമന്തരാജാവാണ് ഗേബു. അയാളുടെ പത്നിയും മൂന്ന് പെൺമക്കളും തങ്ങളുടെ നാടായ ലിഷ്ടിലേക്ക് പോയിരിക്കയാണ്. രാജഗൃഹത്തിൽ ആതിഥ്യമൊരുക്കുന്നത് ദാസീദാസന്മാരാണ്....

നാട്ടുകാർ അവരുടെ ആവശ്യങ്ങളറിയിക്കാൻ വരുന്നുണ്ടെന്ന വാർത്ത ഗൂഢചാരന്മാർ വഴി രാവിലെതന്നെ ഗേബു അറിഞ്ഞിരുന്നു. പ്രവിശ്യയിൽ ഫെറോവിന്റെ ഭരണം താറുമാറാകാതെ തന്ത്രപൂർവ്വം നടത്തിക്കൊണ്ടു പോവുകയാണ് സാമന്തരാജാവിന്റെ കടമ. ഈജിപ്തിലെ നാല്പത് പ്രവിശ്യകൾക്കും ഓരോരോ സാമന്തന്മാരുണ്ട്. ഈ നാല്പത് പ്രവിശ്യകളിലെയും നികുതി പിരിച്ചെടുക്കുന്നതിന് മൂന്നുപേരെ പ്രത്യേകം നിയമിച്ചിട്ടുണ്ട്. അവർ സാമന്ത രാജാക്കന്മാരേക്കാൾ ഉയർന്നവരായി കണക്കാക്കപ്പെടുന്നു. ആ മൂന്നു പേരിലൊരാളാണ് ടെഹുടി. ഗൂഢാചാരന്മാർ കൊണ്ടുവന്ന വാർത്ത ഗേബു ടെഹുടിയെ അറിയിച്ചു.

മാളികയിൽ സല്ക്കാരം സ്വീകരിക്കുന്നതിന്നിടയിലാണ് ഗേബു കാര്യമറിയിച്ചത്.

ടെഹുടിക്ക് ദേഷ്യം വന്നു. റൊട്ടിക്കഷണവും ഉണക്ക മാംസവും ഒന്നിച്ച് ചവച്ചരയ്ക്കയായിരുന്ന ആ അധികാരി, നെറ്റിയിലെ തലമുടി ഒതുക്കിവച്ച്, മുന്തിരിച്ചാറ് മോന്തിയശേഷം ഉറക്കെ പറഞ്ഞു:

"ഗേബു.....! ഏത് സമയത്ത് ഏത് കാര്യം പറയണമെന്ന് നിങ്ങൾക്കറിയില്ല....."

ഗേബുവിന് മനസ്സിലായില്ല. എങ്കിലും ശബ്ദമൊതുക്കി അയാൾ പറഞ്ഞു:

"ക്ഷമിക്കണം...."

"ക്ഷമ.....! നിങ്ങളുടെ തല......! സല്ക്കാരം കഴിയുന്നതുവരെ കാത്തിരുന്നാൽ എന്താകുമായിരുന്നു.....? ഗേബു, നിങ്ങളുടെ ഭരണം അയഞ്ഞിരിക്കയാണ്. കർഷകർക്കും തൊഴിലാളികൾക്കും നിങ്ങൾ സ്നേഹവും സ്വാതന്ത്ര്യവും നല്കിയിരിക്കുന്നു. ഇവരെല്ലാം നിവേദനം നടത്താൻ വരുന്നെന്നു പറഞ്ഞാൽ....? അതിന്റെ അർത്ഥം....? ഫെറോവിന്റെ പ്രതിനിധിയുടെ മുന്നിൽ നിവർന്നുനിന്ന് സംസാരിക്കാനുള്ള ചങ്കൂറ്റം ഇവർക്കുണ്ടായോ....? ഥൂ.....!"

ഗേബു കൈ തട്ടി. ഒരു പരിചാരകൻ പ്രത്യക്ഷപ്പെട്ടു.

"അധികാരിക്ക് ഇനിയും റൊട്ടി കൊണ്ടുവാ....."

"റൊട്ടി....! നിങ്ങളുടെ തല.....! ഞാൻ വേണമെന്ന് പറഞ്ഞോ...?"

പേടിച്ചു വിറച്ച പരിചാരകനോട് കടന്നുപോകാൻ ഗേബു കല്പിച്ചു. അപമാനംകൊണ്ട് അയാളുടെ മുഖം തുടുത്തു. ടെഹുടിയെ നോക്കിക്കൊണ്ട് അയാൾ പറഞ്ഞു:

"ഞാൻ പറയുന്നത് തെറ്റിദ്ധരിക്കരുത്. ടെഹുടി. സ്വയം ഞാനും ഒരു നിവേദനം സമർപ്പിക്കണമെന്ന് വിചാരിച്ചിരിക്കയാണ്....."

"നിങ്ങളോ....? എനിക്കോ?"

"മഹാപ്രഭുവിന്"

"ഇപ്പോൾ....! എന്താകാര്യം?"

"പരിതഃസ്ഥിതി മാറിപ്പോയിരിക്കുന്നു!"

"ദുഷിച്ചുപോയിരിക്കുന്നെന്നും പറ.....!"

"അതേ....... ദുഷിച്ചിരിക്കുന്നു. എന്താണിതിന് കാരണമെന്ന് സാമന്തരാജാവിനോട് ആരും ചോദിക്കുന്നില്ല...."

"രാജധാനിയിലും അയഞ്ഞമട്ടാണെന്നാണോ....?"

"വെള്ളപ്പൊക്കത്തിനുശേഷം വർഷത്തെ വിളവ് കണക്കാക്കുന്നതിന് ഒരിക്കലും, കൊയ്ത്ത് കഴിഞ്ഞ് നികുതിപിരിക്കാൻ മറ്റൊരിക്കലുമായി രണ്ടുപ്രാവശ്യമാണ് വല്ലവരും രാജധാനിയിൽ നിന്ന് വരുന്നത്....."

"വല്ലവരുമോ? ഇത്തവണ വന്നത് ഞാനാണ് ടെഹുടി!.

നികുതിപിരിക്കുന്നതിന് ഫെറോ പ്രത്യേകം നിയമിച്ച അധികാരി."

"കൂടിവന്നാൽ പ്രധാനപൂജാരിയും വർഷത്തിലൊരിക്കൽ ദൈവത്തോടൊപ്പം വന്നെന്നിരിക്കും...."

"ഇപ്പോൾ നികുതിയുടെ പകുതിഭാഗം ഫെറോവിനും പകുതി ഹേപാടിനുമാണ്..... അല്ലേ, ഗേബു....?"

"ഈ വടംവലിയിൽ ചില സാമന്തന്മാർ ബലിഷ്ഠരായിത്തീരുകയും ചെയ്തു. എന്നെപ്പോലുള്ള ചിലർമാത്രം നിസ്സഹായന്മാരായിത്തീർന്നെന്നും പറയുന്നത് കേട്ടു...."

"നൈൽനദിയുടെ നീളത്തിൽ കിംവദന്തികളും സഞ്ചരിക്കുന്നുണ്ട്. ഇത് അമാത്യരുടെ ശ്രദ്ധയിൽ പെടുത്തണം....."

"അമാത്യർ ഒന്ന് വന്നിരുന്നെങ്കിൽ....."

"ടെഹുടി അഹങ്കാരിയാണെന്ന് പരാതിപ്പെട്ടേക്കാം. അല്ലേ....?"

"ടെഹുടി.... ഒരുപക്ഷേ, നാളെ നിങ്ങളും മന്ത്രിയായിക്കൂടെന്നില്ലല്ലോ....? ആർക്കറിയാം....?

ടെഹുടി ചിരിച്ചു. സ്വരമൊതുക്കിക്കൊണ്ട് അയാൾ തുടർന്നു.

"ഗേബു....നീ വിഡ്ഢിയല്ല....! സമ്മതിക്കുന്നു."

"നിങ്ങളൊക്ക വലിയവർ. ഞാനാണെങ്കിൽ വിദ്യയിലും പ്രായത്തിലും ചെറിയവനാണ്....."

"ഗേബു..... മുഖസ്തുതിവിട്.... ഇവിടെ എന്താണ് ബുദ്ധിമുട്ടെന്ന് പറ...."

"പത്ത് കാവൽഭടന്മാരെക്കൊണ്ട് മാത്രം ഒരു പ്രദേശം ഭരിക്കാനാകുമോ....? ഭൂപ്രഭുക്കളുടെ സഹായം സ്വീകരിച്ചുകൊണ്ട് ഇവിടെ കഴിയേണ്ട സ്ഥിതി വന്നിരിക്കുന്നു. ഇപ്പോഴാണെങ്കിൽ ഈ നാട്ടിലെ ഏറ്റവും വലിയ ഭൂപ്രഭുവായ നുട്മോസ് നാട്ടിലില്ല. ഭാഗ്യപരീക്ഷണത്തിന് രാജകൊട്ടാരത്തിൽ ചെന്നിരിക്കയാണ്. ഫെറോവിന്റെ പല്ലക്ക് ചുമക്കാനുള്ള അനുമതി ലഭിക്കുമോ എന്നറിയാൻ അബുടുവിൽ പോയിക്കാണണം. അവിടെനിന്ന് കൊട്ടാരത്തിൽ പോയിരിക്കാനാണ് സാദ്ധ്യത. ഈ ഭൂപ്രഭുക്കളുടെയെല്ലാം സ്ഥിതി ഇതുതന്നെയാണ്. രാജധാനിയിൽ ചെന്ന് സുഖമായി കഴിയാനാണ് എല്ലാവരും ആഗ്രഹിക്കുന്നത്."

"വിഡ്ഢികൾ....! കുടിയും പാട്ടും നൃത്തവുമല്ലേ ഇവരെ അങ്ങോട്ടാകർഷിക്കുന്നത്.....!"

സംഭാഷണം തുടരാൻ ഗേബു ആഗ്രഹിച്ചെങ്കിലും ടെഹുടി ബദ്ധപ്പെട്ടെഴുന്നേറ്റു. ഉദിച്ചുയരുന്ന സൂര്യനെ നോക്കിക്കൊണ്ട് ടെഹുടി പറഞ്ഞു:

"വരൂ.... താഴേക്കു പോകാം.... നിവേദനം സമർപ്പിക്കുന്ന മഹാനുഭാവന്മാർ എഴുന്നള്ളിയിട്ടുണ്ടാകണം!...."

മാളികപ്പുറത്തുനിന്ന് രണ്ടുപേരും ഇറങ്ങിവന്നു.

വിശാലമായ പുറന്തിണ്ണ. അതിനുമുന്നിൽ അങ്കണം. അങ്കണത്തിന

പ്പുറത്തു ഉയർന്ന മതിൽക്കെട്ട്. അതിൽ പുറത്തേക്കുള്ള പ്രധാനവഴി. ടെഹുടിയുടെ കൂടെവന്ന അംഗരക്ഷകരിൽ ഗദാധാരികളായ രണ്ടുപേർ വഴിക്കിരുവശത്തുമായി കാവൽനില്ക്കുന്നു. വഴിയുടെ നേരെഎതിർ വശത്ത് വരാന്തയുടെ ഇങ്ങേ തലയ്ക്കൽ മണ്ഡപം. അതിന്മേൽ രണ്ടു മരക്കസേലകൾ മണ്ഡപത്തിനുതാഴെ ഇരുവശങ്ങളിലായി സാധാരണ ഇരിപ്പിടങ്ങൾ. മണ്ഡപത്തിന്റെ മുന്നറ്റത്തായി വലിയൊരുപെട്ടി.

നികുതിയധികാരിയും സാമന്തരാജാവും താഴത്തിറങ്ങിയപ്പോൾ പരിചാരകന്മാർ സുഗന്ധവസ്തുക്കൾ പുകച്ചുതുടങ്ങി.

വേദിയിലുള്ള കസേലകളിൽ ടെഹുടിയും ഗേബുവും അമർന്നിരുന്നു. ടെഹുടിയുടെ അംഗരക്ഷകരിൽ മൂന്നുപേർ പിന്നിൽ വന്നുനിന്നു. അവരുടെ തലവൻ മണ്ഡപത്തൂണിനരികിൽ കൽപ്രതിമപോലെ നിലകൊണ്ടു. കറുകറുത്ത കുറിയ ശരീരം. തെറിച്ചു നില്ക്കുന്ന മാംസ പേശികൾ. തടിച്ചു മലർന്ന ചുണ്ട്. ഭംഗിയിൽ മുണ്ഡനം ചെയ്ത തല. ചെറിയ മൂക്ക്. ക്രൂരത തളംകെട്ടി നില്ക്കുന്ന തീക്ഷ്ണ നയനങ്ങൾ. അരപ്പട്ടയിൽ ചുറ്റിവെച്ച ചമ്മട്ടി. നുബിയാ ദേശത്തുനിന്നും വന്ന് ഈജിപ്ത് ഭരണത്തിന്റെ ആണിയായി മാറിയ ബകിലനാണത്....

"ബകില...." ടെഹുടിയുടെ വിളി.

ശിലാപ്രതിമയുടെ ദൃഷ്ടി യജമാനന്റെ നേർക്ക് തിരിഞ്ഞു.

"നിവേദനം നടത്താൻ കർഷകരും തൊഴിലാളികളും വരുന്നുണ്ടത്രെ! എന്റെ സമ്മതമില്ലാതെ ഒന്നും ചെയ്യണ്ട...."

നിർദ്ദേശം മനസ്സിലായി എന്നർത്ഥത്തിൽ പ്രതിമയുടെ ശിരസ്സ് അല്പം കുനിഞ്ഞു.

ദൂതന്മാർ ഓരോരാളെയും വിളിക്കുന്നതിന് അങ്ങുമിങ്ങുമോടി. പ്രവിശ്യയിലെ നികുതിക്കണക്കെഴുതുന്ന ഇപ്യൂവർ ഓടിക്കിതച്ചുവന്ന് ടെഹുടിയെയും ഗേബുവിനെയും വണങ്ങി. മദ്ധ്യപ്രായം കടന്ന ദരിദ്രജീവി. മെലിഞ്ഞശരീരം. നെഞ്ചത്തെ എഴുന്നു നില്ക്കുന്ന എല്ലുകൾ എണ്ണാൻ കിട്ടിയിരുന്നു. ഇപ്യൂവർ വേദിയിലുള്ള പെട്ടിക്കരികിൽ ചമ്രം പടിഞ്ഞിരുന്നു.

"എത്രയുണ്ട്....?" ടെഹുടി ചോദിച്ചു.

പ്രതീക്ഷിക്കാത്ത ചോദ്യം ഇപ്യൂവറിന് മനസ്സിലായില്ല. ഗേബുവിനും എന്താണെന്ന് പിടികിട്ടിയില്ല.

"എണ്ണിയില്ല....? നെഞ്ചത്തെ എല്ലുകൾ....!" ടെഹുടി ചിരിച്ചു. ഗേബുവും ചിരിയിൽ പങ്കുകൊണ്ടു.

തന്നെ പരിഹസിച്ചതാണെന്ന് ഇപ്യൂവർ മനസ്സിലാക്കിയെങ്കിലും അയാളുടെ മുഖത്ത് അസഹ്യത നിഴലിച്ചില്ല.

മാന്യഅതിഥികൾ സന്തോഷിച്ചതിൽ താൻ കൃതാർത്ഥനായെന്ന് തോന്നുമാറ് ഒരിക്കൽകൂടി ടെഹുടിയെ വന്ദിച്ചു.

ഒരു പരിചാരകൻ വന്ന് പെട്ടി തുറന്നുവെച്ചു. അതിൽ എഴുത്തു

ചുരുളുകളായിരുന്നു. മറ്റൊരാൾ പുതിയ പെപ്പൈറസ് താളുകളും വെച്ചെഴുതാനുള്ള പലകയും മഷിപ്പാത്രവും കൊണ്ടുവെച്ചു.

സെതെക്നഖ്ത്, സെൻ ഉസർട്, ഫെജിരെ, സിന്യുഹെ തുടങ്ങിയ ഭൂപ്രഭുക്കൾ തിടുക്കത്തിൽ കടന്നുവന്നു മണ്ഡപത്തെ വണങ്ങിയശേഷം താഴത്തുള്ള കസേരകളിലിരുന്നു.

ഭൂപ്രഭുക്കളുടെ കൂടെ വന്നവരും അരമനയിലെ മറ്റുള്ളവരും ഒരു ഭാഗത്ത് കൂടി നിന്നു. മറ്റു ചിലർകൂടി പ്രധാന വാതിലിലൂടെ അകത്തു കടന്ന് മതിലിൽ ചാരിനിന്നു.

അങ്ങുമിങ്ങും കൂടി നില്ക്കുന്നവർ തമ്മിൽത്തമ്മിൽ കുശുകുശുത്തു. മണ്ഡപത്തിന്റെ പിന്നിൽ നില്ക്കുന്ന പാറാവുകാരിലൊരാൾ ശബ്ദമുണ്ടാക്കുന്നവരെ ഭയപ്പെടുത്തി.

ഇപ്യൂവർ കൊല്ലവും മാസവും തീയതിയും കുറിച്ചിട്ട് സഭ ആരംഭിച്ചു എന്നെഴുതി. നിശ്ശബ്ദമായ ആ അന്തരീക്ഷത്തിൽ ഇപ്യൂവറിന്റെ കൈയിലെ പേനയുരയുന്ന ഒച്ച മാത്രമേ കേൾക്കാനുണ്ടായിരുന്നുള്ളു.

ടെഹുടി കണ്ണ് ചിമ്മി ചുണ്ടുകടിച്ച് തെല്ലുനേരം എന്തോ ആലോചിച്ചിരുന്നു. നിമിഷങ്ങൾക്കുശേഷം മിഴികൾ തുറന്ന് സദസ്യരോടായി പറഞ്ഞു:

"നമ്മെയെല്ലാം കാത്തുരക്ഷിക്കുന്ന ഫെറോവിന് ആയുസ്സും ആരോഗ്യവുമുണ്ടാകട്ടെ. നീരാനെ പ്രദേശത്തെ പ്രഭുക്കളെല്ലാം ഇവിടെ എത്തിച്ചേർന്നതിൽ അത്യധികമായ സന്തോഷമുണ്ട്....."

സംസാരം നിലച്ചു. പൂർണ്ണ നിശ്ശബ്ദത. നികുതിയധികാരിയുടെ അടുത്ത വാക്ക് കേൾക്കാൻ ഏവരും കാത് കൂർപ്പിച്ചു.

പെട്ടെന്ന് പ്രധാന വാതിൽക്കൽ ഒരു ബഹളം. ജനങ്ങൾ തിക്കിത്തിരക്കി അകത്തുകടക്കാൻ ശ്രമിക്കുന്നു. കാവൽക്കാർ ഗദയുയർത്തി തടുക്കുന്നു. ഗേബുവിന്റെ കാവൽഭടന്മാരിൽ നാലഞ്ചുപേർ അങ്ങോട്ടോടി. സദസ്സിലുള്ളവരുടെ മുഴുവൻ ശ്രദ്ധയും അവിടെ തങ്ങിനിന്നു.

"വിട്. അകത്ത് കടക്കട്ടെ....." ടെഹുടി കല്പിച്ചു.

ഗേബു ആ കല്പന ആവർത്തിച്ചു.

മുറ്റം ജനങ്ങളെക്കൊണ്ട് നിറഞ്ഞു.

ടെഹുടി ഓരോ മുഖവും സൂക്ഷ്മമായി പരിശോധിച്ചു..... ഈ ദരിദ്രപ്പരിഷകളുടെ നേതാവാര്...? പാദചലനങ്ങളടങ്ങി..... പൂർണ്ണനിശ്ശബ്ദത വ്യാപിച്ചു.

ടെഹുടിയുടെ ഘനഗംഭീരമായ ശബ്ദം സഭാങ്കണത്തിൽ മുഖരിതമായി......

"ലോകത്തിൽ വെച്ചേറ്റവും ശ്രേഷ്ഠമെന്ന് കരുതപ്പെടുന്ന ഈജിപ്തിലെ പ്രജകളാണ് നാം. സ്രഷ്ടാവായ റായുടെ മക്കൾ. മഹാഇടയനായ ഫെറോവിന്റെ സ്നേഹഭാജനമായ ചെമ്മരിയാടുകൾ. ദൈവസന്താനങ്ങൾ. ജന്മം നല്കിയ ദൈവം തന്നെ ഭൂമിയിലിറങ്ങി മഹാപ്രഭുവായി

ആയിരക്കണക്കിന് സംവത്സരം നമ്മെ ഭരിച്ചു. ദേവപുത്രനായ ഒസൈരിസും അദ്ദേഹത്തിന്റെ മകൻ ഹോറസും സഹസ്രാബ്ദങ്ങളോളം നമ്മെ സംരക്ഷിച്ചു. മരണാനന്തരം അനശ്വരരായിത്തീർന്ന അവർ ദൈവങ്ങളുടെ നിരയിൽ സ്ഥാനം നേടി. വിദ്യാധിദേവതയായ ഥോഥും മഹാപ്രഭുവായി മൂവായിരം സംവത്സരം നമ്മെ ഭരിച്ചു. നീതിനിയമങ്ങൾ പ്രതിപാദിക്കുന്ന ഇരുപതിനായിരം ഗ്രന്ഥങ്ങൾ രചിച്ചു. നമ്മുടെ പൂർവ്വികർ മൃഗങ്ങളെ നായാടിനടക്കയായിരുന്നു. ക്രമേണ നൈൽനദിക്കരയിൽ അധിവാസമുറപ്പിച്ച അവർ കർഷകവൃത്തി ഉപജീവനമാർഗ്ഗമായി സ്വീകരിച്ചു. ലിപി കണ്ടുപിടിച്ചതോടെ പുതിയ മന്വന്തരം ആരംഭിച്ചു. ആ മന്വന്തരത്തിലെ പ്രഥമ മഹാപ്രഭുവാണ് മെനെസ്. ആയിരം കൊല്ലങ്ങൾക്ക് മുമ്പാണ് അദ്ദേഹം നമ്മെ ഭരിച്ചത്. അദ്ദേഹത്തിന്റെ കാലംതൊട്ട് പ്രഭുക്കളുടെ ആയുസ്സ് പ്രജകളുടെതിന് തുല്യമായിത്തുടങ്ങി. എങ്കിലും ഈ ലോകത്തിൽ ധർമ്മിഷ്ഠനായി ജീവിക്കുക വഴി സമാധിപൂകിയ ശേഷവും മൂവായിരം സംവത്സരം ജീവിക്കുവാൻ അദ്ദേഹത്തിന് കഴിഞ്ഞു....."

"അതുവരെയും നമ്മുടെ രാജ്യം മുകളിലെ ഈജിപ്തെന്നും, താഴത്തെ ഈജിപ്തെന്നും രണ്ടായി വിഭജിക്കപ്പെട്ടിരുന്നു. മെനെസ് രാജ്യത്തെ ഏകീകരിച്ചു. ഇരട്ടക്കിരീടം ധരിച്ചു. ഥോഥിന്റെ നിയമങ്ങൾ നടപ്പിലാക്കി. മഞ്ചത്തിൽ കിടക്കാനും കസേരയിലിരിക്കാനും പറഞ്ഞു കൊടുത്തു. അണക്കെട്ടുകൾ നിർമ്മിച്ച് നൈൽനദിയുടെ ജലം കൃഷിക്കുപയുക്തമാക്കിത്തീർത്തു. ഫെറോജോസറിന്റെ കാലത്ത് എൺപത്താറാളുയരത്തിലുള്ള സമാധി നിർമ്മിക്കപ്പെട്ടു. അത് കെട്ടിയത് ഇംഹോടെപ് എന്ന മഹാശില്പിയാണ്. നമ്മുടെ ആളുകൾ മണ്ണിൽനിന്ന് ഇഷ്ടികയുണ്ടാക്കാൻ പഠിച്ചു. ഇഷ്ടികകൊണ്ട് മാത്രമല്ല, കല്ലുകൊണ്ടും കെട്ടിടങ്ങൾ നിർമ്മിച്ചുതുടങ്ങി. ഫെറോ ഖൂഫു രക്ഷാദേവതയുടെ മഹാശില്പം പണിയിച്ചു. കാഫ്റാ, മെങ്കോറാ തുടങ്ങിയവർ കല്ലിന്റെ വലിയ പിരമിഡുകൾ കെട്ടിച്ചു. ഒരു പിരമിഡുണ്ടാക്കാൻ ഇരുപത് വർഷം! നൂറായിരം അടിമകൾ അദ്ധ്വാനിച്ചു....."

"ഖ്നൂം ദേവന്റെ ദയകൊണ്ടും നൈൽനദിയുടെ കാരുണ്യംമൂലവും രാവും പകലും തുടർച്ചയായി യാത്ര ചെയ്യാൻ നമുക്ക് കഴിഞ്ഞു. നമ്മുടെ തോണിക്കാർ ഇപ്പോൾ മദ്ധ്യധരണ്യാഴിയിലൂടെ കെഫ്ടിയു ദ്വീപ് വരെ പോയിവരുന്നുണ്ട്. ഖേടാ ജനങ്ങളുമായി നമുക്ക് വാണിജ്യബന്ധമുണ്ട്. വിദൂരദേശമായ പാണ്ഡ്യയിലും ഈജിപ്തിലെ തോണികൾ ചെന്ന് സാമഗ്രികൾ വിനിമയം ചെയ്ത് ചെമ്പ്, ഓട്, സ്വർണ്ണം, വെള്ളി, ആനക്കൊമ്പ്, അപൂർവ്വമരങ്ങൾ, വിലപിടിച്ച രത്നങ്ങൾ, മസാല സാധനങ്ങൾ, ഭംഗിയുള്ള മൃഗത്തോലുകൾ, ഒട്ടകപ്പക്ഷിയുടെ തൂവൽ മുതലായവ കൊണ്ടുവരുന്നുണ്ട്.

പുറത്ത് ചൂട് കൂടിക്കൂടിവന്നു. സൂര്യകിരണങ്ങളേറ്റ് മുറ്റത്തിന്റെ ഒരരികിലുള്ള താമരക്കുളം മിന്നിത്തിളങ്ങി. ആ പൊരിവെയിലത്ത് അനങ്ങാതെ നില്ക്കുന്ന കറുത്തവരുടെ ശ്രദ്ധ തന്നിലാണെന്നത് ടെഹുടിയെ

ആശ്വസിപ്പിച്ചു.

മെനെപ്പടാ, സ്റ്റോഫ്രൂബടാ, അബ്ടുയാത്രക്കാരിൽ ചിലർ, അവരുടെ ഇരട്ടി മറ്റുള്ളവർ, രാമേരിപ്പടാ, അവന്റെ ചില കൂട്ടുകാർ എല്ലാവരും ടെഹുടിയുടെ വാക്കുകൾ ശ്രദ്ധിക്കയായിരുന്നു.

ടെഹുടി തുടർന്നു.....

"ഈ സമ്പത്തിനും ഐശ്വര്യത്തിനും അഭിവൃദ്ധിക്കും എല്ലാം ഉത്തരവാദി ഫെറോവാണ്. അദ്ദേഹം ഭൂപതിയാണ്. ഈജിപ്തിലെ നില ത്തിന്റെയെല്ലാം ഉടമ. നൈൽനദിയിലെ ഏറ്റിറക്കത്തിനും വിളവിനും പ്രജകളുടെ ആരോഗ്യത്തിനും അദ്ദേഹമാണ് കാരണക്കാരൻ. ശത്രു സംഹാരകനാണ് ഫെറോ. അദ്ദേഹത്തിന്റെ സേന അക്രമികളെ നാമാവ ശേഷമാക്കും. എന്നാൽ അതേസമയം അദ്ദേഹം ശാന്തസ്വരൂപനുമാണ്. ഫെറോവിന്റെ മഹാകാരുണ്യം മൂലമാണ് നമുക്കെല്ലാം ശ്വസിക്കാനാ കുന്നത്...."

"കൊട്ടാരച്ചെലവിനും ഭരണച്ചെലവിനും ഒരുപാട് ധനവും സ്വർണ്ണവും വേണം. പ്രജകൾ നല്കുന്ന നികുതിവഴിയാണ് ഇതെല്ലാം സ്വരൂപിക്കുന്നത്. ക്ഷേത്രങ്ങളുടെ കാര്യവും ഇതിൽനിന്ന് ഭിന്നമല്ല. മെംഫിസിലെ പ്ടാക്ഷേത്രം..... ആനിലെ റാ ദേവാലയം..... വേസിയിലെ അമൻക്ഷേത്രം.... അബ്ടുവിലെയും എഡ്ഫുവിലെയും അമ്പലങ്ങൾ..... വേറെയും ധാരാളമുണ്ടല്ലോ..... ഇവയെല്ലാം നടത്തിക്കൊണ്ടുപോകേണ്ട ചെലവെവിടുന്നുണ്ടാകും....? നികുതിയിൽനിന്ന്..... കരത്തിൽനിന്ന്."

"റൊട്ടിതിന്നുന്നതുപോലെയോ......മുന്തിരിച്ചാറ് മോന്തുന്നതു പോലെയോ നിസ്സാരമല്ല രാജ്യഭരണം. എത്രയെത്ര അധികാരികളാണ്! മന്ത്രിമാർ.... ഉപദേഷ്ടാക്കൾ..... പാർവ്വത്യക്കാർ.... സേനാപതികൾ..... സാമ ന്തരാജാക്കന്മാർ.....ഖജനാവ് സൂക്ഷിപ്പുകാർ..... കാര്യക്കാരന്മാർ..... വർഷത്തിൽ മൂന്നുതവണ രാജ്യത്തിലെ സ്ഥിതിഗതികൾ മനസ്സിലാക്കി വാർത്തയെത്തിക്കുന്നവർ.... നദി കാവൽക്കാർ ജോലിക്കാരെയും സേനാം ഗങ്ങളെയും തിരഞ്ഞെടുക്കുന്നവർ..... എന്തൊരു അത്ഭുതകരമായ വ്യവസ്ഥയാണിത്. ഇതെല്ലാം വേണ്ടുംപോലെ നടത്തിക്കൊണ്ടുപോകു ന്നതിന് എന്തുമാത്രം ധനധാന്യാദികൾ വേണ്ടിവരും. ഒന്നാലോചിച്ചു നോക്കൂ.... കൊട്ടാരത്തിൽ നടക്കുന്ന ഒറ്റ വിരുന്ന് സല്ക്കാരത്തിന് തന്നെ ആയിരം താറാവുകളുണ്ടായാൽപോലും തികയില്ല. ഇതെല്ലാം നിങ്ങൾക്ക റിവുള്ളതാണോ?"

ടെഹുടി സാധാരണക്കാരനല്ലെന്ന് ഗേബുവിന് തോന്നി. അയാളുടെ മുന്നിൽ താൻ കേവലമൊരു പുഴുവായിത്തീർന്നിരിക്കുന്നു.....

ദീർഘശ്വാസം വിടുന്നതിന് ടെഹുടി സംസാരം നിർത്തിയപ്പോൾ ഗേബു തൊണ്ടയനക്കി. ടെഹുടി നോക്കിയപ്പോൾ എന്തോ പറയാനു ണ്ടെന്ന അർത്ഥത്തിൽ ഗേബു ചുണ്ടനക്കി.

"എന്താ....?"

"നികുതിക്രമംകൂടി വിവരിക്കുന്നത് യുക്തമായിരിക്കും....." ഗേബു പതുക്കെ ഉണർത്തിച്ചു.

"ഗേബു.... ഇടയിൽ കടന്ന് ചാടാതെ....അതെല്ലാം എനിക്കും അറിവുള്ളതാണല്ലോ." ടെഹുടി ഉറച്ച സ്വരത്തിൽ പറഞ്ഞു.

"ക്ഷമിക്കണം...."

ടെഹുടി കൂടുതൽ സ്വരമുയർത്തി സംസാരിച്ചു....

"ഫെറോവിന്റെ കൃപകൊണ്ട് വർഷന്തോറും അയനസംക്രമണ ബിന്ദുവിൽ റാ തെക്കോട്ട് നീങ്ങുന്ന ദിവസം, സോഥിസ് നക്ഷത്രമുദിക്കുന്നു. നൈൽ നദിയിൽ വെള്ളപ്പൊക്കമുണ്ടാകാറായി എന്നാണത് സൂചിപ്പിക്കുന്നത്. ഈജിപ്തിലെ പുതുവർഷാരംഭം അന്നുമുതൽക്കാണ്. നിങ്ങളെല്ലാം മനസ്സിലാക്കിയതുപോലെ ഈ ഭയങ്കരമായ വെള്ളപ്പൊക്കത്തിൽ ഇരുകരകളും നൂറോളം ദിവസങ്ങൾ മുങ്ങിക്കിടക്കുന്നു. വയലുകളിൽ ഫലപുഷ്ടിയുള്ള മണ്ണ് നിക്ഷേപിച്ച് വെള്ളമിറങ്ങുന്നു. വെള്ളം എത്ര ഉയരത്തിലുണ്ടായി എന്നതിനെ അടിസ്ഥാനപ്പെടുത്തി അടുത്ത വർഷം കൊട്ടാരത്തിലേക്കടയ്ക്കേണ്ട ധാന്യങ്ങളും നികുതികളും നിശ്ചയിക്കുന്നു. സദാ വെള്ളപ്പൊക്കമുണ്ടാകുന്നത്, ഇടയ്ക്കിടെ വെള്ളപ്പൊക്കമുണ്ടാകുന്നത്, വെള്ളപ്പൊക്കം തീരെയില്ലാത്തത് എന്നിങ്ങനെ ഭൂമി മൂന്നായി തരംതിരിച്ചിരിക്കുന്നു. ഈ അടിസ്ഥാനത്തിലാണ് നികുതി ഈടാക്കുന്നത്. ധർമ്മാത്മാവായ ഒസൈരിസിന് പോലും അഭിമാനമുണ്ടാക്കുന്ന ഒരു വ്യവസ്ഥയാണിത്. തണുപ്പുകാലത്ത് ദക്ഷിണായനത്തിൽ നിന്നും റാ ഉത്തരായനത്തിലേക്ക് പുറപ്പെടുന്നു. പകൽ നീണ്ടതായിരിക്കും. കൊയ്ത്തിനുശേഷം ഞങ്ങൾ വരുന്നു....."

ഇത്രയും പറഞ്ഞ് തലമുടി ഒതുക്കിക്കൊണ്ട് ടെഹുടി പൊട്ടിച്ചിരിച്ചു.

ഇപ്യൂവർ ദീർഘനിശ്വാസം വിട്ടു. ആശ്വാസത്തോടെ അയാൾ അവസാനത്തെ വാചകം എഴുതിവെച്ചു. പെപൈറസിന്റെ മൂന്ന് താളുകൾ അയാളുടെ മനോഹരമായ ചിത്രാക്ഷരങ്ങൾകൊണ്ട് നിറഞ്ഞു. രണ്ട് വർഷം മുമ്പ് ടെഹുടി ഭൂപ്രഭുക്കളെ ഉദ്ദേശിച്ച് സംസാരിച്ചിരുന്നു. അത് ചുരുക്കമായിരുന്നു. 'കൊയ്ത്തിനുശേഷം ഞങ്ങൾ വരുന്നു' എന്ന വാചകത്തിലാണതവസാനിച്ചത്. എന്നാൽ ഇന്നത്തെ അനുഭവം പുതിയതാണ്. ജനങ്ങൾ രാജഗൃഹത്തിൽ വരുന്നത് ഇതാദ്യമായാണ്. അതുകൊണ്ടാണ് ടെഹുടി ദീർഘമായി പ്രസംഗിച്ചത്.

തന്റെ വാക്കുകളെ പ്രതികരണമറിയാൻ ടെഹുടി ഭൂപ്രഭുക്കളുടെ മുഖത്തേക്കു നോക്കി. അവിടെ സംതൃപ്തി കളിയാടിയിരുന്നു.

ജനങ്ങൾ വെയിലേറ്റ് പൊരിഞ്ഞുനിന്നു. അധികാരിയുടെ പ്രഭാഷണം കഴിഞ്ഞു. ഇനിയോ? മെനെപ്പടാ കൂട്ടുകാരെ നോക്കി. സ്നോഫ്രു അയാളുടെ ചെവിയിലെന്തോ മന്ത്രിച്ചു. അയാൾ തലയാട്ടി.

ടെഹുടിയുടെ പെരുമാറ്റം വിചിത്രമായി ഗേബുവിനനുഭവപ്പെട്ടു. താൻ സാമന്ത രാജാവായിട്ട് ഏഴുവർഷം കഴിഞ്ഞിരിക്കുന്നു. ആദ്യത്തെ

മൂന്നു തവണ ഒരു വൃദ്ധനായ അധികാരിയാണ് വന്നത്. പിന്നീടാണ് ടെഹുടി ആ സ്ഥാനമേറ്റെടുത്തത്. ആ വൃദ്ധനിൽനിന്ന് തികച്ചും ഭിന്നമായിരുന്നു ടെഹുടി.... തികച്ചും ഭിന്നൻ....!

"ഗേബു....." ടെഹുടി വിളിച്ചു.

"കല്പിച്ചാലും....."

"നമ്മുടെ മിത്രങ്ങളായ ഭൂപ്രമാണിമാരിൽനിന്ന് പിരിക്കേണ്ട നികുതിയുടെ കണക്ക് എഴുതിവെച്ചിട്ടുണ്ടല്ലോ..." തുടർന്ന് ഭൂപ്രഭുക്കളോടായി ടെഹുടി ചോദിച്ചു...."നിങ്ങൾക്ക് വല്ലതും പറയാനുണ്ടോ....?"

സെനെക്നഖ്ത് എഴുന്നേറ്റു നിന്നു.....

"ഫെറോവിന്റെ ആയുസ്സും ആരോഗ്യവും വർദ്ധിക്കട്ടെ. നിശ്ചയിച്ച പ്രകാരമുള്ള നികുതി ഉടനെതന്നെ ഞങ്ങളെത്തിക്കുന്നതാണ്....."

"നല്ലത്.... ഇനിയെന്തെങ്കിലും...."

"ഇല്ല. ഒന്നുമില്ല....." ഏകസ്വരത്തിൽ അവരറിയിച്ചു.

ടെഹുടിയുടെ ചുണ്ടിൽ ചിരി വിടർന്നു.

"അത്ഭുതമുളവാക്കുന്ന മറ്റൊരു സംഗതി കൂടിയുണ്ട്......" അല്പം പരിഹാസം കലർന്ന മട്ടിൽ ടെഹുടി പറഞ്ഞു: "ഗേബു ജനങ്ങളെ ഇവിടേക്ക് ക്ഷണിച്ചിരിക്കയാണ്....."

"നിങ്ങൾ തെറ്റിദ്ധരിച്ചു. ഞാൻ ക്ഷണിച്ചതല്ല. അവർ സ്വയം വന്നതാണ്." ഗേബുവിന്റെ മുഖം വിളറി.

"രാജധാനിയിൽ നിന്നെത്തിയ എന്നെക്കാണാൻ ഇവർ സ്വയം വന്നതാണ്. അല്ലേ....? ഉം..... അങ്ങനെതന്നെയാവട്ടെ. പിരിവ് വിജയകരമായി പൂർത്തിയാക്കുകയാണ് എന്റെ ലക്ഷ്യം. വേണമെങ്കിൽ സേതിനോട് സംസാരിക്കാനും ഞാൻ തയ്യാറാണ്. ഗേബൂ.... അവർക്കെന്താ വേണ്ടത്....?"

കൂട്ടത്തിലുള്ള രണ്ടു തലകൾ ആലോചനയ്ക്കായി പരസ്പരമടുത്തു. ടെഹുടിയുടെ സൂക്ഷ്മദൃഷ്ടി അത് കണ്ടുപിടിച്ചു.

ഗേബു അത് കണ്ടില്ല. എങ്കിലും വന്നവരിൽ ചിലർ പരിചിതരാണെന്ന് അയാൾക്ക് തോന്നി. അളന്നു മുറിച്ച് സംസാരിക്കുന്ന കർഷകൻ സെബെക്ഖു, മരപ്രതിമകൾ നിർമ്മിക്കുന്ന സമർത്ഥനായ സ്നോഫ്രു, തോണിക്കാരൻ ബടാ....

ഗാംഭീര്യം വിടാതെ ഗേബു ചോദിച്ചു....

"സെബെക്ഖു...... എന്തെങ്കിലും പറയാനുണ്ടോ?"

ഉടനെ മറുപടി കിട്ടാഞ്ഞപ്പോൾ ഗേബുവിന് ആശ്ചര്യമായി. അദ്ദേഹം നോക്കിയിരിക്കെതന്നെ സെബെക്ഖു സ്നോഫ്രുവിനെ സമീപിച്ചു. ചില തലകൾ ഒന്നിച്ചുകൂടി.....

സ്നോഫ്രുവിന്റെ സ്വരം കേട്ടു....

"ഞങ്ങൾക്കെല്ലാം വേണ്ടി മെനെപ്പടാ സംസാരിക്കും....."

മെനെപ്പടാ.....! പുതിയ പേര്! ഗേബു ചോദിച്ചു....

"ആരാ മെനെപ്പടാ....? മുന്നോട്ട് വരട്ടെ."

ആൾക്കൂട്ടത്തിൽനിന്ന് മൂന്നുനാലടി മുന്നോട്ട് നീങ്ങിനിന്നവൻ പക്വമതിയാണെന്ന് ഗേബുവിന് തോന്നി.

സംസാരത്തിനിടയിൽ ജനങ്ങളെ ശ്രദ്ധിച്ചുകൊണ്ടിരുന്ന ടെഹുടി ഇയാളായിരിക്കും അവരുടെ നേതാവെന്ന് ഊഹിച്ചിരുന്നു. തന്റെ അനുമാനം തെറ്റിയില്ലെന്ന് അയാൾക്ക് ബോദ്ധ്യപ്പെട്ടു. അയാൾ പറഞ്ഞു:

"എന്താ അവിടെത്തന്നെ നിന്നത്.....? ഇങ്ങ് വരൂ....."

"മെനെപ്പടാ, അങ്ങോട്ട് ചെല്ലൂ....." സ്നോഫ്രുവും സെബെക്ഖവും, ബടായും ഒന്നിച്ചു പറഞ്ഞു.

മെനെപ്പടാ പുഞ്ചിരിച്ചുകൊണ്ട് സഭാമന്ദിരത്തിൽ പ്രവേശിച്ച്, വേദിയെ വണങ്ങിയശേഷം, പുറത്തുള്ളവർക്കും വേദിയിലുള്ളവർക്കും കാണത്തക്കവിധം ഒരരികിലായി നിന്നു.

അന്നു കാലത്ത് നെഫീസിനോട് കാര്യം പറഞ്ഞിരുന്നു.

"നികുതിയധികാരിക്ക് നിവേദനം നല്കാൻ രാജഗൃഹത്തിൽ പോകണം. ഞാൻ മുന്നിൽ നില്ക്കണമത്രെ. ഞാൻ സൂക്ഷിച്ച് സംസാരിക്കും ആവശ്യങ്ങൾക്ക് ശക്തിയായി വാദിക്കും എന്നാണ് സ്നോഫ്രു പറയുന്നത്....."

അച്ഛൻ പറഞ്ഞു തീർന്ന ഉടൻ രാമേരിപ്പടാ പറഞ്ഞു:

"ഞാനും വരുന്നച്ഛാ....."

"പിന്നെ ഞാനെന്താ വല്ല തെറ്റും ചെയ്തിട്ടുണ്ടോ?" നെഫീസ് ഗദ്ഗദത്തോടെ ചോദിച്ചു.

"സ്ത്രീകളാരും രാജഗൃഹത്തിലേക്ക് വരുന്നത് നന്നല്ല. നികുതി പിരിവ് നടക്കുമ്പോൾ വീട് പൂട്ടിയിടരുത്..." മെനെപ്പടാ പത്നിയെ ആശ്വസിപ്പിക്കാൻ ശ്രമിച്ചു.

പെട്ടെന്ന് നെഫീസ് മുഖംതിരിച്ച് വിങ്ങിക്കരഞ്ഞു.

"എന്താമ്മേ!" രാമേരിപ്പടാ അമ്മയുടെ അടുത്തേക്ക് നീങ്ങി.

"നെഫീസ്.....എന്തായിത്?"

തുളുമ്പിവീണ അശ്രുകണം നടുവിരൽകൊണ്ട് തുടച്ച് നെഫീസ് പറഞ്ഞു.....

"ഇളയച്ഛനെ ഓർത്തുപോയി...."

ഭാര്യയുടെ കുട്ടിക്കാലത്ത് നടന്ന സംഭവം. പറഞ്ഞുകേട്ടിരുന്ന ആ ദാരുണ കഥ അയാളുടെ സ്മരണയിൽ പച്ചപിടിച്ചുകിടന്നിരുന്നു.....

ഒരു ദിവസം ആ കഥ മകനും അവൾ പറഞ്ഞുകൊടുത്തിരുന്നു.

അന്ന് നെഫീസിന് ഏഴു വയസ്സ് പ്രായമാണ്. അമ്മ കരൾരോഗം ബാധിച്ച് മരണപ്പെട്ടു. ഇളയമ്മ വന്ന്, 'നാല് ദിവസം എന്റെകൂടെ കഴിയട്ടെ' എന്നു പറഞ്ഞ് നെഫീസിനെ വിളിച്ചുകൊണ്ടു പോയി.

ആ ഇളയമ്മയ്ക്ക് ഓരോ വർഷം ഇടവിട്ടുള്ള നാല് മക്കളുണ്ടായിരുന്നു. രണ്ടാണും രണ്ട് പെണ്ണും. അവരെല്ലാം നെഫീസിനേക്കാൾ ചെറിയവരായിരുന്നു. അവരുടെകൂടെ കളിക്കുമ്പോൾ അമ്മയില്ലാത്ത ദുഃഖം അവൾ മറന്നുപോയിരുന്നു.

ഒരു ആഴ്ച കഴിഞ്ഞുപോയിരിക്കണം. പെട്ടെന്നൊരു ദിവസം നികുതിപിരിവുകാരായ ആറ് കറുത്ത ഭടന്മാർ കയറിവന്നു. മുഖ്യപട്ടണത്തിലെ പിരിവ് കഴിഞ്ഞ് ഗ്രാമത്തിലേക്ക് പുറപ്പെട്ടിരിക്കയായിരുന്നു അവർ.

തന്റെ കുടിലിന്റെ മുന്നിലെത്തിയ അധികാരികളോട് നെഫീസിന്റെ ഇളയച്ഛൻ കേണപേക്ഷിച്ചു......

“ഫെറോവിന്റെ ആയുരാരോഗ്യം വർദ്ധിക്കട്ടെ! ഈ വർഷം ഇവിടെയൊന്നുമില്ല.....”

“ഒന്നുമില്ല.....! കള്ളപ്പരിഷകൾ.....! ഇതൊരു സ്ഥിരം പല്ലവിയായിത്തീർന്നിരിക്കുന്നു.....”

ഭടന്മാരിലൊരാൾ നീരാനയുടെ തോലിന്റെ ചമ്മട്ടികൊണ്ട് ഇളയച്ഛനെ അടിച്ചു. പുറത്തും നെഞ്ചത്തും രക്തം പൊടിഞ്ഞു. ഒരാളുടെ കൈയിൽ കയറുണ്ടായിരുന്നു. മറ്റുള്ളവരുടെ കൈകളിൽ കോലുകളായിരുന്നു.

“സത്യമാണ്..... ഒരാഴ്ചത്തേക്കുള്ള ധാന്യംപോലും ഇവിടെയില്ല....”

“കൊയ്ത്ത് കഴിഞ്ഞിട്ട് ഒരു മാസംകൂടി ആയില്ലല്ലോ? എവിടെയാ ഒളിപ്പിച്ച് വെച്ചത്.....?”

“ഇത്തവണ വയലിലെല്ലാം പുഴുവായിരുന്നു. പകുതിയിലധികവും നശിച്ചുപോയി. കുറേഭാഗം കാട്ടുപന്നികളും തിന്നു. ശേഷിച്ചത് എലികളും ചാഴികളും നാശപ്പെടുത്തി.....”

“പക്ഷികൾ വന്നില്ലേ.....?”

“പക്ഷികളും വന്നു.... അല്പസ്വല്പം വീട്ടിലെത്തുന്നതിനു മുമ്പ് കള്ളന്മാരും കൊണ്ടുപോയി....”

ചമ്മട്ടി വീണ്ടും ചീറിപ്പാഞ്ഞു. കുടിലിന്റെ മുന്നിലായി ചെറിയൊരു തോടുണ്ടായിരുന്നു. നെഫീസിന്റെ ഇളയച്ഛനെ വലിച്ചിഴച്ച് കൊണ്ടുപോയി കമഴ്ത്തിക്കിടത്തി മുഖം തോട്ടിൽ മുക്കിച്ചു.....

രണ്ടുപേർ വീട്ടിനുള്ളിൽ കടന്ന് പരിശോധിച്ചു. നെഫീസും കുട്ടികളും ഒരു മൂലയ്ക്ക് പേടിച്ച് കൂടിയിരിക്കയായിരുന്നു. അവരെ പേടിപ്പിക്കുകയും കുത്തുകയും ചെയ്തു.

“നിന്റമ്മ എവിടെ.....?”

“ചത്തുപോയി.....” നെഫീസ് പറഞ്ഞു.

അപ്പോഴേക്കും ജമീന്ദാരുടെ വീട്ടിൽ വേലയ്ക്ക് പോയിരുന്ന ഇളയമ്മ ഓടിക്കൊണ്ടുവന്നു. “അമ്മ ചത്തുപോയെന്നല്ലേ ഈ പെണ്ണ് പറഞ്ഞത്....?” ആ ഭടന് ദേഷ്യം വന്നു.

“അമ്മ ചത്തുപോയെന്ന് കള്ളം പറഞ്ഞതാണോ?” ആ ഭടൻ നെഫീസിന്റെ തലമുടി പിടിച്ചുവലിച്ചു.

“അത് അമ്മയില്ലാത്ത കുഞ്ഞാണ്. എന്റെ ചേച്ചിയുടെ. അവളെ വിടൂ.....” നെഫീസിന്റെ ഇളയമ്മ കരഞ്ഞുകൊണ്ട് ഭർത്താവിന്റടുത്തേക്കോടി....

ഒരു ഭടൻ അവളുടെ വസ്ത്രത്തിൽ കടന്നു പിടിച്ചു.

“എവിടെയാടീ.... ധാന്യം സൂക്ഷിച്ചത്....?”

“ഇല്ല..... ഇക്കൊല്ലം ഒന്നുമില്ല.....”

അവളെയും അവർ വലിച്ചിഴച്ച് കമിഴ്ത്തിക്കിടത്തി. ഭാര്യയെയും ഭർത്താവിനെയും കയറുകൊണ്ട് വരിഞ്ഞുകെട്ടി കോല്കൊണ്ട് അടിക്കുകയും കുത്തുകയും ചെയ്തു.

റായുടെ രഥം ആകാശമദ്ധ്യത്തിലെത്തിയിരുന്നു. ഇളയമ്മയുടെയും മക്കളുടെയും ദീനവിലാപം എങ്ങും മുഖരിതമായി.

പെട്ടെന്ന് ഒരു ഭടനറിയിച്ചു....

“ഇവൻ ചത്തുപോയി.”

ഒരാൾ ഇളയച്ഛനെ ഉരുട്ടിനോക്കി....

“ജീവനില്ല.”

“നടക്ക്.....പോകാം....”

എങ്ങോ ഉള്ള അടുത്ത ഇരയെത്തേടി ആ ഭടന്മാർ പുറപ്പെട്ടു.

ഇളയച്ഛന് സംഭവിച്ചതെന്താണെന്ന് മനസ്സിലായത് നെഫീസിന് മാത്രമാണ്. ഇളയമ്മയ്ക്കോ.....? അവൾ കരയുന്നില്ലല്ലോ.....? ഇളയമ്മയും....?

“അമ്മേ......അമ്മേ..!” നെഫീസ് നിലവിളിച്ചു.

ചെറിയ കുട്ടികളും പൊട്ടിക്കരഞ്ഞു.

“അമ്മേ......! അമ്മേ ....!”

അല്പ നിമിഷങ്ങൾ കഴിഞ്ഞ് ഇളയമ്മ കണ്ണ് തുറന്നു. പ്രയാസപ്പെട്ട് എഴുന്നേറ്റിരുന്നു. അടുത്തുവന്നു മക്കളെ കെട്ടിപ്പിടിച്ചുകൊണ്ട് ഭർത്താവിന്റെ മൃതദേഹത്തിനു മുന്നിൽ പ്രതിമയെപ്പോലെ അവളിരുന്നു....

ഇളയച്ഛന്റെ സ്മരണ മനസ്സിന്റെ കോണിലൊതുക്കിവെച്ച് മകനെ തലോടിക്കൊണ്ട് നെഫീസ് പറഞ്ഞു:

“റൊട്ടി തിന്നിട്ട് രണ്ടുപേരും പോയിവാ.....”

.....മെനെപ്പടായുടെ വാക്ക് കേൾക്കാൻ എല്ലാവരും ചെവി കൂർപ്പിച്ചു. മറ്റുള്ളവർ ഉൽക്കണ്ഠാകുലരായി. വേദിയിലുള്ളവർക്കും ജിജ്ഞാസയുണ്ടായി.

എല്ലാവരും തന്റെ അച്ഛനെതന്നെ നോക്കുന്നത് കണ്ട് രാമേരിപ്പടായുടെ ചെറുഹൃദയം വീർപ്പുമുട്ടി. അവനും കൂട്ടുകാരും മുന്നോട്ട് നീങ്ങി നിന്നു.

അലക്കിയ ശുഭ്രമായ നടുവസ്ത്രമാണ് മെനെപ്പടാ ധരിച്ചിരിക്കുന്നത്. അതിന്റെ മീതെ അരപ്പട്ട. കഴുത്തിൽ നീലക്കവടിമാലകൾ. വിരലിൽ വെള്ളിമോതിരം. പക്വതയാർന്ന മുഖം.

മെനെപ്പടാ ശാന്തനായിരുന്നെങ്കിലും, പറയേണ്ടുന്ന കാര്യങ്ങൾ മുൻകൂട്ടി ആലോചിച്ചിരുന്നെങ്കിലും ഹൃദയം തുടിച്ചുപോയി..... ദീർഘമായ ഒരു നിശ്വാസത്തിനുശേഷം ചെറുപുഞ്ചിരിയോടെ മെനെപ്പടാ ആരംഭിച്ചു.

"ഫെറോവിന്റെ ആയുരാരോഗ്യം വർദ്ധിക്കട്ടെ! ദരിദ്രകർ, നെയ്ത്തുകാർ, കല്പണിക്കാർ, മറ്റദ്ധ്വാനിക്കുന്ന ജനവിഭാഗങ്ങൾ ഇവർക്കെല്ലാം വേണ്ടിയാണ് രാജ്യത്തിലെ നികുതിയധികാരിയുടെ മുന്നിൽ ഞാനീ സങ്കടം ബോധിപ്പിക്കുന്നത്....."

മെനെപ്പടാ അല്പം തലകുനിച്ചു. നിവർന്നുനിന്ന് സുഹൃത്തുക്കളെ നോക്കി. ധ്വനിയുയർത്താതെ ഉറപ്പിലും മയത്തിലുമുള്ള അയാളുടെ സംസാരം ടെഹുടിയെ ആശ്ചര്യപ്പെടുത്തി. എഴുതിയെടുക്കണോ? ഇപ്യൂവർ അധികാരിയെ നോക്കി. ഇവന്റെ സംസാരം മന്ത്രിയെയും ഫെറോവിനെയും കാണിക്കാൻ പറ്റിയ രേഖയായിരിക്കും. എഴുതിയെടുക്കുന്നതിന് അയാൾ എഴുത്തുകാരന് നിർദ്ദേശം നല്കി.

ഇപ്യൂവറെ ഒന്ന് നോക്കിയശേഷം മെനെപ്പടാ തുടർന്നു....

"ധർമ്മാത്മാവായ ഒസൈരിസിന്റെ അന്തിമയാത്ര ദർശിച്ച് ധന്യരായിത്തീർന്ന ഞങ്ങൾ നാല്പതുപേർ അബ്ടുവിൽനിന്ന് ഇന്നലെ രാത്രി തിരിച്ചെത്തിയതേയുള്ളു. ദൈവങ്ങൾ അനുഗ്രഹിച്ചിരിക്കുന്നു. അതുകൊണ്ട് സന്തോഷത്തോടെയും സംതൃപ്തിയോടെയും ജീവിക്കാനാകുമെന്ന് ആശ്വസിച്ചാണ് ഞങ്ങൾ വന്നത്. മാന്യ അധികാരിയവർകൾ നാട്ടിലെത്തിയത് ഞങ്ങളറിഞ്ഞിരുന്നില്ല. നികുതിയെന്ന് കേൾക്കുമ്പോൾ ഇവിടത്തെ ദരിദ്ര ജനങ്ങൾ ഭയന്നു വിറയ്ക്കും. അവരുടെ സങ്കടം ബോദ്ധ്യപ്പെടുത്തണമെന്ന് സുഹൃത്തുക്കൾ പറഞ്ഞു. പിതാവായ ഫെറോ അയച്ച അധികാരിയാണ് അങ്ങ്. മക്കളുടെ വിഷമങ്ങൾ അച്ഛനെയറിയിക്കാൻ അങ്ങല്ലാതെ വേറെയാരാണുള്ളത്?

ടെഹുടിയുടെ പുരികം ചുളിഞ്ഞു......

"ധിക്കാരം....! ധിക്കാരം.....! കൂട്ടിൽനിന്ന് പുറത്ത് വരുന്ന കുരുടൻപക്ഷിയെപ്പോലെയാണ് വായിൽനിന്ന് പുറപ്പെടുന്ന വാക്കുകൾ വല്ലിടത്തും തട്ടി ചിറകൊടിഞ്ഞ് പോയേക്കും. സൂക്ഷിക്കണം....."

"കുരുടൻ പക്ഷി കണ്ണുതുറന്ന് കാണാനും ചിറകുവിടർത്തി പാറാനും ആഗ്രഹിക്കുന്നു. പരമ്പരാഗതമായ ദുഃഖത്തിന്റെ കഥ. തികച്ചും മോചിതരാകാൻ ഞങ്ങൾക്കെങ്ങനെ കഴിയും.....? എങ്കിലും പരിശ്രമിക്കുകയാണ്. അങ്ങയുടെ ഭക്ഷണത്തിനും വിശ്രമത്തിനും തടസ്സമുണ്ടാകാനും പാടില്ല."

"ഭക്ഷണം! വിശ്രമം! തടസ്സമുണ്ടാകുന്നത് രാജ്യകാര്യങ്ങൾക്കാണ്.

നികുതിപിരിവിനാണ്....."

"ആ പാപപ്രവൃത്തി ഞങ്ങൾ ചെയ്യുകയില്ല. ദൈവംപോലും ഞങ്ങൾക്ക് മാപ്പ് തരില്ല....."

ഗേബു പരിഭ്രമത്തോടെ ടെഹുടിയെ നോക്കി. ആ മുഖം കോപംകൊണ്ട് തുടുത്തിരിക്കുകയാണ്.

"നിർത്താതെ വേഗം പറഞ്ഞു തീർക്ക്....."

"എഴുതിവെച്ചിരിക്കുന്നതുപോലെ കഴിഞ്ഞവർഷം 'നല്ല നൈൽനദി' യാണ്. എന്നിട്ടെന്തുഫലം.....? കയറ് വലിക്കുന്നവർ വലിച്ചു. നിലമളക്കുന്നവർ അളന്നു. തോടുകളുടെ പണി അങ്ങനെ തന്നെ കിടന്നു. തടാകങ്ങളിലെ ചളിനീക്കം ചെയ്ത് വെള്ളം ശേഖരിക്കുന്ന ജോലിയും നടന്നില്ല. ദരിദ്രരായ പ്രജകളെക്കൊണ്ട് ചെയ്യാവുന്നതാണോ ഇത്.....? ഭരണകർത്താക്കളല്ലേ ചെയ്യേണ്ടത്....? ഞങ്ങൾ ശ്രമം നടത്തി. നദിയിൽ നിന്ന് വെള്ളമെടുത്ത് കുളം നിറച്ചു. ഈ വെള്ളം എത്ര സ്ഥലത്തേക്ക് മതിയാകും....? ഇതുകൊണ്ടും ഞങ്ങളുടെ കഷ്ടപ്പാട് തീർന്നില്ല. മുതുകാളകൾക്കു പകരം പുതിയ കാളകളെ വാങ്ങണം. ഞേങ്ങോലിന് കൊഴുവുണ്ടാക്കണം. ഇതിനെല്ലാം പുറമെ എലികളും, പുഴുക്കളും, കാട്ടുപന്നികളും, ചാഴികളും, പക്ഷികളും വരുത്തിവെക്കുന്ന നാശങ്ങൾ പറയാതിരിക്കയാണ് ഭേദം. കള്ളന്മാരും കുറവല്ല. മുമ്പ് പത്തിലൊരംശം മാത്രമേ രാജഭണ്ഡാരത്തിലേക്കടച്ചിരുന്നുള്ളു. ഇപ്പോൾ അതിരട്ടിയായിരിക്കുന്നു. ഒരംശം ക്ഷേത്രത്തിലേക്കും കൊടുക്കണം. ഇങ്ങനെ അല്പസ്വല്പം ബാക്കിയായതു മുഴുവൻ കൊടുത്തു കഴിഞ്ഞാൽ ഞങ്ങളെന്താണ് ഭക്ഷിക്കേണ്ടത്? അപ്പോൾ പെപ്പൈറസ് തണ്ടാണ് ഞങ്ങൾ തിന്നുന്നത്. അല്ലെങ്കിൽ വല്ല വേരുകളും പച്ചയായോ വേവിച്ചോ തിന്നേണ്ടിവരും....."

ടെഹുടി ഇടയിൽ കടന്നു പറഞ്ഞു......

"വെള്ളപ്പൊക്ക സമയത്ത് നിങ്ങൾക്കെല്ലാം പണി തരുന്നില്ലേ? കല്ലുടയ്ക്കലും കല്ല്കെട്ടലും കല്ല് കടത്തലും.... ആയിരക്കണക്കിനാളുകൾക്ക് ജോലി തരുന്നു..... ഇതെന്താ ചെറിയ കാര്യമാണോ....?"

"ശരിയാണ്. അത് അടിമത്തമായിരുന്നു. ഭൂപ്രഭുക്കൾ മുഖാന്തരം നിങ്ങൾ ചെയ്യിപ്പിച്ചതാണത്. പത്തിരുപതു പേരുള്ള കൂട്ടങ്ങളായിട്ട്...."

"നിരവധി കൂട്ടങ്ങൾ...."

"അസംഖ്യം കൂട്ടങ്ങളായി ഞങ്ങൾ പണിയെടുത്തിട്ടുണ്ട്. മേസ്തിരിമാരുടെ കൈയിൽ നിന്ന് തല്ലും കൊണ്ടിട്ടുണ്ട്. എന്നിട്ടും ഞങ്ങൾക്ക് കിട്ടേണ്ടത് തികച്ചും കിട്ടിയിരുന്നില്ല. റൊട്ടിയും യവച്ചാറും നീരുള്ളിയും അമരവാളും ഉണക്കമാംസവും അപ്പക്കാരവും ഉപ്പും കിട്ടേണ്ടിടത്ത് വല്ലതുമൊക്കെ നുള്ളിത്തന്ന് ഞങ്ങളെ ഭയപ്പെടുത്തി. കിട്ടിയതെല്ലാം ഞങ്ങൾ വാരിവലിച്ചു തിന്നു.....! ജോലി ചെയ്യണമെങ്കിൽ ശക്തി വേണമെല്ലോ....? കാലാകാലത്തിന് ആവണക്കെണ്ണയും തന്നു....! ഞങ്ങളുടെ ആരോഗ്യം നന്നാവണമല്ലോ.....?"

പരുഷമായി ടെഹുടി പറഞ്ഞു....

"മനുഷ്യന്റെ ഏറ്റവും വലിയ ശത്രു അവന്റെ നാവാണെന്ന് മറന്നു പോവരുത്! ആ നാവാണ് അവനെ നശിപ്പിക്കുന്നത്. മനുഷ്യന്റെ വയറ് ഗോതമ്പ് കലവറയേക്കാൾ വലുതാണ്. അതുനിറയെ പലതരത്തിലുള്ള ഉത്തരങ്ങളുണ്ടായിരിക്കും. ഭേഷ്....ഭേഷ്.....!"

"അങ്ങ് കോപിക്കരുത്."

"മതിയാക്ക്."

ബകിലന്റെ ദൃഷ്ടി ടെഹുടിയുടെ നേർക്ക് തിരിഞ്ഞു. ഇരുന്നവർ അതേ നിലയിൽ കല്ലായിത്തീർന്നു. നില്ക്കുന്നവർ അതേ നിലയിൽ പ്രതി മകളായി മാറി.....

"മതിയാക്കുകയാണ്. ഒരു കാര്യം കൂടി. കർഷകൻ തന്റെ വിളവി ന്റെയും ഇടയൻ തന്റെ ആടുമാടുകളുടെയും തൊഴിലാളി തന്റെ പ്രവൃ ത്തിയുടെയും മുക്കുവൻ താൻ പിടിച്ച മത്സ്യത്തിന്റെയും വേടൻ താനെ റിഞ്ഞു പിടിച്ച പക്ഷിമൃഗാദികളുടെയും പത്തിൽ രണ്ട് ഭാഗം വീതം നികു തിയടയ്ക്കണം. വർഷന്തോറും മനുഷ്യരുടെയും മൃഗങ്ങളുടെയും കണ ക്കെടുക്കാറുണ്ടല്ലോ? കണക്കെടുക്കാനാളുവരുമ്പോൾ കർഷകൻ മൃഗ ങ്ങളെ വീട്ടിൽ നിന്നകറ്റി നിർത്തുന്നെന്ന് പരാതിയുണ്ട്. എന്നാൽ നമ്മുടെ നാട്ടിലെ ഏറ്റവും വലിയ ഭൂപ്രഭുവായ നുട്മോസിന്റെ ആലയിൽ ആയിര ത്തഞ്ഞൂറിലധികം കന്നുകാലികളുണ്ടായിട്ടും..... കണക്കിലുള്ളതെത്രയാ ണെന്നോ....?

"എത്ര....?"

"പെട്ടിയിൽ കണക്കെഴുതിയ താളുകളുണ്ടല്ലോ എടുത്തു നോക്കി യാലും...."

"കൈക്കൂലി വാങ്ങി കള്ളക്കണക്കെഴുതിയെന്നാണോ?"

"എനിക്കറിയില്ല. അന്വേഷിച്ച് കണ്ടുപിടിക്കേണ്ടതാണ്. ഒരു തോണിയിൽ കൊട്ടാരത്തിലേക്ക് കൊണ്ടുപോയ ധാന്യങ്ങളിൽ നൂറി ലൊരു ഭാഗംപോലും അവിടെ എത്തിയില്ലെന്നും കേൾക്കുന്നുണ്ട്..."

"ഓഹോ....! നിനക്ക് പലതുമറിയാമെല്ലോ.....?"

"നമ്മുടെ പ്രഭുക്കൾ നിശ്ചയിക്കപ്പെട്ട നികുതി നല്കുമെന്ന് ഉറപ്പിച്ച് പറഞ്ഞിരിക്കയല്ലേ....? നിശ്ചയിച്ചത് മാത്രം കൂടുതലല്ലേ എന്ന് സംശയം... എന്തോ.....? കൊടുക്കട്ടെ ....! ഏതായാലും അവരുടെ ഭണ്ഡാരം നിറ ഞ്ഞിരിക്കുകയാണ്....."

"എന്നു പറഞ്ഞാൽ...? നിശ്ചിതപ്രകാരം നിങ്ങൾ തരില്ലെ ന്നാണോ..?"

"ഉള്ളവർ തരും....."

"ഇല്ലാത്തവർ ഇല്ല.....!" ടെഹുടി പൊട്ടിത്തെറിച്ചു. "ഫെറോറായുടെ കാലത്ത് ചിലർ അദ്ദേഹത്തിനെതിരായി കലാപമുയർത്തിയിരുന്നു. വെളിച്ചത്തെ ആരാധിക്കുന്നതിനു പകരം ഇരുട്ടിന്റെ രാക്ഷസന്മാരെ

പൂജിച്ചിരുന്നു..... ഇപ്പോൾ!"

മെനെപ്പടായും അല്പം ധ്വനിയുയർത്തി....

"നികുതി ഒഴിവാക്കാനുള്ള അഭ്യർത്ഥനയാണിത്. കലാപമല്ല. ഞങ്ങൾ ധർമ്മാത്മാവായ ഒസൈരിസിനെയാണ് ആരാധിക്കുന്നത്.... ദുഷ്ടനായ സേതിനെയല്ല...."

പറഞ്ഞുതീരുന്നതിനുമുമ്പ് ടെഹുടി മുഷ്ടി ചുരുട്ടി തുടയിലിടിച്ച്...."ബകില...." എന്നു വിളിച്ചു.

ബകില പ്രതിമയുടെ ചുണ്ടിൽ ചിരി പരന്നു. ആ പ്രതിമ ചലിച്ചു തുടങ്ങി. അവിടെനിന്നും നാലടി അകലത്തിലാണ് മെനെപ്പടാ നിന്നിരുന്നത്. ക്രൂരമൃഗത്തെപ്പോലെ ബകില ദീർഘമായി ഗർജ്ജിച്ചു..... അരയിലെ ചമ്മട്ടി വലിച്ചെടുത്തുകൊണ്ട് മെനെപ്പടായുടെ നേർക്ക് ചാടി.....

മുറ്റത്തുനിന്നവർ ഒരേ സമയത്ത് ആർത്തനാദം പുറപ്പെടുവിച്ചു.

ബകിലന്റെ വലംകൈയിലെ മാംസപേശികൾ തുടരെത്തുടരെ ഇളകി. നീരാനയുടെ തോലിന്റെ ചമ്മട്ടി വായുവിൽ പുളഞ്ഞു. മെനെപ്പടായുടെ ശരീരത്തിൽ അത് വീണ്ടും വീണ്ടും മാലകളണിയിച്ചു.

ടെഹുടി ക്ഷീണിച്ച സ്വരത്തിൽ പറഞ്ഞു:

"അടിക്ക്...!അടിക്ക്! അവന്റെ പുലമ്പൽ നിർത്ത്!"

മുറ്റത്തുള്ളവർ സഭയിലേക്ക് തള്ളിക്കയറാനോങ്ങി. ബകില അനുചരന്മാർക്ക് കല്പനകൊടുത്തു....

"പിന്നോട്ട് തള്ള്......! പുറത്തേക്കോടിക്ക്."

ടെഹുടി ആസനത്തിന് ചാർന്നുകൊണ്ട് പറഞ്ഞു:

"അവൻ മനുഷ്യനല്ല....! സേതാണ്! പിടിച്ചുകെട്ട്."

നീളമുള്ള ചണക്കയർ മെനെപ്പടായെ അടുത്തുള്ള തൂണിൽ വരിഞ്ഞുകെട്ടി....

ഗദാ താഡനം സഹിച്ചും പനക്കോലുകളെതിരിട്ടും ജനം മുന്നോട്ടാഞ്ഞു.... ഭടന്മാരുടെ സംഘടിതമായ ആക്രമണത്തിനു മുന്നിൽ നിരായുധരായ അവർ തളർന്നുപോയി....

മെനെപ്പടാക്ക് ബോധം നശിക്കുന്നതുപോലെ തോന്നി.....

"രാമേരിപ്പടാ....." മന്ദമായ ശബ്ദം.

"അച്ഛാ.....! അച്ഛാ!"

മെനെപ്പടാ ശാന്തസ്വരത്തിൽ പറഞ്ഞു....

"രാമേരി, വീട്ടിൽപോകൂ.... അമ്മയുടെ അടുത്തുതന്നെ ഇരിക്ക്...."

മൂന്ന്

രാജഗൃഹത്തിൽ നടന്നതിനെപ്പറ്റി ആദ്യമായി നെഫീസിനെ അറിയിച്ചത് രാമേരിപ്പടായാണ്. വീട്ടിലേക്കുപോകാൻ അച്ഛൻ പറഞ്ഞ ഉടനെ അവൻ കൂട്ടുകാരോടൊപ്പം ഓടിപ്പോന്നു.

അസാധാരണമായതെന്തോ രാജഗൃഹത്തിൽ നടക്കുന്നുണ്ടെന്ന വാർത്ത ഇതിനകം നാട്ടിൽ പരന്നുകഴിഞ്ഞിരുന്നു. ഓടിവരുന്ന കുട്ടികളെകണ്ട് ചിലർ വിളിച്ചുചോദിച്ചു....

"എന്താ? എന്തുണ്ടായി....?"

രാമേരിപ്പടാ ഒന്നും മിണ്ടിയില്ല. അവന്റെ കണ്ഠം ഇടറിയിരുന്നു. മുഖത്ത് ഭയവും പരിഭ്രമവും നിഴലിച്ചിരുന്നു. ജനങ്ങൾ തടുത്തിട്ടും അവൻ നിന്നില്ല. കൂട്ടത്തിലുള്ള മറ്റൊരു കുട്ടി വിറയലോടെ വിളിച്ചു പറഞ്ഞു:

"അടിച്ചു.......! രാമേരീടെ അച്ഛനെ അടിച്ചു........! ലഹള......! ഭയങ്കര ലഹള.....!"

രാമേരിപ്പടാ വാതിൽ തള്ളിത്തുറന്ന് അകത്തുകടന്നപ്പോൾ നെഫീസ് ഐസിസ് ദേവതയുടെ വിഗ്രഹത്തിന് മുന്നിൽ മൗനംപൂണ്ടിരിക്കയായിരുന്നു.

കിതച്ചുകൊണ്ട് മുന്നിൽ നില്ക്കുന്ന മകനെയും കുട്ടികളെയും കണ്ട് അവൾ പരിഭ്രാന്തയായി. ആ ചുണ്ടുകൾ വിറച്ചു. 'എന്താ.....' എന്നു ചോദിക്കാനോങ്ങിയെങ്കിലും ശബ്ദം പുറത്തുവന്നില്ല.

"വീട്ടിൽ പോകൂ... അമ്മയുടെ അടുത്തുതന്നെ ഇരിക്ക് എന്ന് അച്ഛൻ പറഞ്ഞു....."

"എന്നിട്ട്.....?"

"അച്ഛൻ സഭാങ്കണത്തിൽ ചെന്നുനിന്ന് നമ്മുടെ ആൾക്കാരോട്

കാട്ടുന്ന അനീതികളെല്ലാം തുറന്നു പറഞ്ഞു. വളരെ നേരം സംസാരിച്ചു. അധികാരിക്ക് നല്ലപോലെ ദേഷ്യം വന്നു. അച്ഛൻ പേടിച്ചില്ല. നമ്മുടെ ആൾക്കാരെല്ലാമുണ്ടായിരുന്നു. സ്നോഫ്രുമാമൻ, സെബക്ഖുമാമൻ....."

"പിന്നെ...."

"പിന്നെ കെട്ടിയിട്ടു..."

ദ്രവിച്ചുതുടങ്ങിയ വ്യസനം ഒതുക്കിപ്പിടിക്കാനുള്ള ശ്രമത്തിൽ രാമേരിപ്പടാ ചുണ്ട് കടിച്ചുപിടിച്ചു.

"അടിച്ചോ....?"

"ഉം.... എന്നാൽ അച്ഛൻ കരഞ്ഞില്ല. ഒരിക്കൽപോലും കരഞ്ഞില്ല...." വിങ്ങിക്കൊണ്ടാണെങ്കിലും ഉറച്ച ശബ്ദത്തിൽ അവൻ പറഞ്ഞു.

അമ്മയുടെ മടിയിൽ മുഖമമർത്തി ശബ്ദമില്ലാതെ രാമേരിപ്പടാ കണ്ണീരൊഴുക്കി.

"രാമേരി..... രാമേരി...." മകനെ മാറോടണച്ചുകൊണ്ട് നെഫീസും പൊട്ടിക്കരഞ്ഞു.

മറ്റു കുട്ടികൾക്കും കരച്ചിലൊതുക്കാൻ കഴിഞ്ഞില്ല.

"നിങ്ങളെല്ലാം വീട്ടിലോട്ട് പോവൂ മക്കളേ......"

"രാമേരി ഈടത്തന്നെ നിക്കട്ടെ. ഞങ്ങള് ഒന്നുകൂടി രാജഗൃഹംവരെ പോയിവരാം....." ഒരുവൻ അറിയിച്ചു.

അവർ ഉത്തരം പ്രതീക്ഷിക്കാതെ ഇറങ്ങിയോടി.

കുട്ടികൾ പോയപ്പോൾ രാമേരിപ്പടയുടെ കരച്ചിൽ ഉച്ചത്തിലായി.

ഐസിസ്....ഐസിസ് ദേവാ..... രാമേരീടെ അച്ഛനെ നീതന്നെ കാത്തുരക്ഷിക്കണേ........! വീട്ടിലെത്തിയ ഉടൻതന്നെ നീയിങ്ങനെ ചെയ്തല്ലോ....! തെറ്റ് ചെയ്യാത്തവർക്കാണോ ശിക്ഷ.....? എന്ത് ന്യായ മാണിത്.....? നെഫീസ് പറഞ്ഞു.

ഒസൈരിസ് ദേവനെ വിളിച്ച് അവൾ പ്രാർത്ഥിച്ചു.

"ഓ ഒസൈരിസ്.....! ഓ ഒസൈരിസ്...! നീ ധർമ്മാത്മാവല്ലേ.....? സേതിന്റെ പക്ഷം വിജയിച്ചതെങ്ങനെ. നോക്ക്..... കണ്ണുതുറന്ന് ഈ നടക്കുന്നതെല്ലാം നല്ലപോലെ നോക്ക്....! രാമേരീടെ അച്ഛന്റെ ഒരു തലനാരിഴയ്ക്കുപോലും ഒന്നും പറ്റരുതേ....."

നിമിഷങ്ങൾ കഴിഞ്ഞപ്പോൾ പുറത്ത് സംസാരവും കാൽപെരുമാറ്റവും കേട്ടു. സ്നോഫ്രുവും സെബെക്ഖുവും കടന്നുവന്നു. സ്നോഫ്രുവിന്റെ പത്നി നെജമുടും ഓടിയെത്തി. രാമേരിപ്പടാ എഴുന്നേറ്റു. നെഫീസ് ആഗതരെ ശ്രദ്ധിച്ചു.

"നീ ഒന്നുകൊണ്ടും പേടിക്കേണ്ട. മെനെപ്പടായെ രക്ഷിക്കേണ്ട കടമ ഞങ്ങൾക്കാണ്. ഞങ്ങളുടെ നേതാവാണയാൾ. ഇതിനുമുമ്പ് ഒരിടത്തും നടക്കാത്തതാണ് ഇപ്പോൾ നമ്മുടെ ദേശത്ത് നടന്നിട്ടുള്ളത്...." സ്നോഫ്രു പറഞ്ഞു.

"വിവരം നാടുമുഴുവനെത്തിയിട്ടുണ്ട്. കേട്ടവർ കേട്ടവർ രാജഗൃഹത്തിലേക്ക് കുതിച്ചിരിക്കയാണ്. മെനെപ്പടായെ വിടുവിക്കാതെ ഞങ്ങളടങ്ങില്ല. സ്നോഫ്രു പോകാം.... എല്ലാവരെയും ഒന്നിച്ച് ചേർക്കണം.....റാ .... പടിഞ്ഞാറെത്തുന്നതിനുമുമ്പ് മെനെപ്പടായെയും കൊണ്ട് മടങ്ങിയെത്തണം. നാം ഭയപ്പെടരുത്....." സെബക്ഖു പറഞ്ഞു.

"ഞങ്ങളും വര്ന്ന്....." നെഫീസ് എഴുന്നേറ്റു.

"അവിടെയുള്ളത് മൃഗങ്ങളാണ്. മനുഷ്യരല്ല. നീ തല്ക്കാലം വരണ്ട. ഇവിടെത്തന്നെ ഇരിക്ക്. നെജമുടും കൂട്ടിനിരിക്കട്ടെ. ഞങ്ങൾ വേഗം തിരിച്ചെത്തും." സ്നോഫ്രു വിനീത സ്വരത്തിലറിയിച്ചു.

അബ്ടു യാത്രയിൽ കൂടെയുണ്ടായിരുന്ന അഹൂറ കുഞ്ഞിനെയുമെടുത്ത് കടന്നുവന്നു.....

"മെനെപ്പടാ ചേട്ടൻ വരുന്നതുവരെ ഞാനും ഇവിടെക്കഴിയാം ചേട്ടത്തി." അഹൂറ പറഞ്ഞു.

സ്നോഫ്രുവിന് അഹൂറയെ മനസ്സിലായില്ലെങ്കിലും "ശരി.....ശരി...." എന്നയാൾ തലയാട്ടി.

സ്നോഫ്രുവും സെബെക്ഖും പുറത്തിറങ്ങിയപ്പോൾ രാമേരിപ്പടായ്ക്ക് അവരോടൊപ്പം പോകണമെന്ന് തോന്നി. മകൻ അച്ഛന്റരികിലുണ്ടാകുന്നത് നല്ലതാണെന്ന് നെഫീസിനും തോന്നി. പുറംവാതിൽവരെ നടന്നെങ്കിലും രാമേരിപ്പടാ പെട്ടെന്ന് നിന്നു...

"ഞാൻ പോകുന്നില്ലമ്മേ.... ഇവിടെത്തന്നെ ഇരിക്കണമെന്ന് അച്ഛൻ പറഞ്ഞിട്ടുണ്ട്....."

വേഗത്തിൽ നടന്നുമറയുന്ന പിതാവിന്റെ കൂട്ടാളികളെ അവൻ നോക്കി നിന്നു.....

മെനെപ്പടായുടെ കൂടെവന്നവരെയെല്ലാം അടിച്ച് പുറത്താക്കിയ ഉടൻതന്നെ പ്രധാന കവാടം അടച്ചുപൂട്ടിയിരുന്നു....

"കോട്ടമേൽ കാവൽ നില്ക്ക്...." ഗേബു തന്റെ ഭടന്മാരോട് കല്പിച്ചു.

ടെഹുടിയുടെ ഭടന്മാർ കൊത്തളങ്ങളിൽ കയറി മതിലിനപ്പുറത്തേക്ക് സൂക്ഷിച്ചുനോക്കി.

ടെഹുടിയുടെ കല്പനയില്ലാതെതന്നെ ബകില രംഗത്തിന്റെ നേതൃത്വം ഏറ്റെടുത്തു.

ടെഹുടി പരവശനായെങ്കിലും അത് പുറമെ കാട്ടാതെ എഴുന്നേറ്റു നിന്നു. ഗേബുവും പ്രഭുക്കളും ഒപ്പം എഴുന്നേറ്റു.

മെനെപ്പടായെ ശ്രദ്ധിക്കാതെതന്നെ ഗേബുവിനെ വിളിച്ച് ടെഹുടി മാളികയിലേക്ക് കയറിപ്പോയി.

തന്റെകൂടെ വന്നവർ അടിയേറ്റ് വീഴുന്നതും വാതിലടച്ച് പൂട്ടുന്നതും കണ്ടപ്പോൾ മെനെപ്പടാ ദീർഘശ്വാസംവിട്ടു. ആ കൺപോളകൾ താനേ അടഞ്ഞു. തലച്ചോറ് കുഴഞ്ഞുമറിഞ്ഞിരിക്കുകയാണെന്ന് അയാൾക്കനു

ഭവപ്പെട്ടു. രാവിലെ മുതൽ നടന്ന ഓരോ രംഗവും അയാൾ ഓർമ്മിക്കാൻ ശ്രമിച്ചു നോക്കി.... വിഭിന്ന മുഖങ്ങൾ.... വ്യത്യസ്ത മുഖഭാവങ്ങൾ.... വാക്കുകൾ ചുറ്റും മുഖരിതമാവുന്നു.....!

തൂണിന് കെട്ടിയിരിക്കയല്ലേ.....? കൈയും മെയ്യും തളർന്നാലും.... തലചുറ്റിയാലും..... താഴെ വീഴില്ല.... എങ്കിലും കാലിനടിയിൽ ഒരു തരിപ്പ്.... സ്വയം താണുപോകുന്നതുപോലെ..... താഴോട്ട്..... താഴോട്ട്.... ഇതേത് ലോകമാണ്.....?

"ബോധം നശിച്ചു" ഇപ്പ്യൂവറിന്റെ ഒച്ച.

"ചത്തുപോയോ....?" വേറൊരു സ്വരം.

"അധികാരിയറിയാതെ ഇവൻ ചത്തുപോയാൽ നമ്മള് കുഴങ്ങിയത് തന്നെ....."

"ഇപ്പ്യൂവറേ..... മുഖത്ത് വെള്ളം തളിക്കണോ....?"

"അതൊന്നും വേണ്ട..... സൂക്ഷിച്ച് പെരുമാറുന്നതാ നല്ലത്."

അത് ആരുടെ ശബ്ദം.....? ആരുടെ.....? ചലിക്കുന്ന പ്രതിമയുടേതോ? ഗർജ്ജിക്കുന്ന പ്രതിമയുടേതോ....?

മെനെപ്പ്ടാ മെല്ലെ ഞരങ്ങി.

ഇപ്പ്യൂവർ സന്തോഷിച്ചു. റായുടെ കൃപ. പ്പ്ടായുടെ കാരുണ്യം. ഇവൻ ചത്തില്ല.... ചത്തില്ല.

"ആ......ആ....." മെനെപ്പ്ടാ വീണ്ടും ഞരങ്ങി.

ശരീരം നീറുകയാണ്. തൊണ്ട വരണ്ടിരിക്കുന്നു. ദാഹം..... ദാഹം.... രാമേരി..... നെഫീസ്....... സ്നോഫ്രു........ എവിടെപോയി......? സ്നോഫ്രു.....?

"ബകില.... ആ പുള്ളിയെ സൂക്ഷിക്കണം". മാളികയിലേക്ക് കയറുന്നതിനിടയിൽ ടെഹുടി വിളിച്ചുപറഞ്ഞു.

"കല്പന...."

ഭൂപ്രഭുവായ സിന്യുഹെയുടെ ഭാര്യ സുഖക്കേടായി കിടപ്പിലാണ്. മദ്ധ്യവയസ്കയായ അവൾ അഞ്ച് പ്രസവിച്ചു. അവളുടെ ഇടതുകൈക്ക് വാതം പിടിച്ചിരിക്കയാണ്. പൂജാരിയാണ് ചികിത്സിക്കുന്നത്. ഒരുമാസം കഴിഞ്ഞിട്ടും സുഖക്കേടിന് പറയത്തക്ക മാറ്റമൊന്നുമുണ്ടായില്ല.

ഇന്ന് ഒരു പ്രത്യേക മരുന്നുംകൊണ്ട് പൂജാരി വരാമെന്ന് പറഞ്ഞി ട്ടുണ്ട്. ഒരു ചരടും മന്ത്രിച്ച് കെട്ടാമെന്ന് പറഞ്ഞിരുന്നു. പഴയ ഗ്രന്ഥങ്ങ ളുടെ താളുകൾ എണ്ണയിൽ വറുത്ത് പൊടിച്ചുണ്ടാക്കിയ മരുന്നാണത്രെ.

പൂജാരിയെ പ്രതീക്ഷിച്ച് കുറേനേരമിരുന്നു. അധികാരിയുടെ മുന്നിലെത്താൻ വിളംബം വരരുതല്ലോ എന്നു കരുതി ഇറങ്ങിപ്പോരു കയാണ് ചെയ്തത്. പൂജാരി വീട്ടിലെത്തിയിട്ടുണ്ടാകണം. മന്ത്രച്ചരട് കെട്ടി യിട്ടുണ്ടാകും. ഉടനെ പോയാൽ മതിയായിരുന്നു. എന്താണ് വഴി....? സിന്യു ഹെയുടെ ജിജ്ഞാസ വർദ്ധിച്ചു. പൂജാരിക്ക് ദക്ഷിണകൊടുക്കണം. ഉണ്ണാ

നുള്ള നേരവുമായി. ധാന്യമളന്നേല്പിച്ച് കൊട്ടാരത്തിലെത്തിക്കയും വേണം. ഇവിടെനിന്ന് വേഗം ഒന്ന് രക്ഷപ്പെട്ടിരുന്നെങ്കിൽ

അയാൾ ഇപ്യൂവനെ സമീപിച്ചു.....

"ഒന്ന് വീടുവരെ പോകണമല്ലോ....."

"നിങ്ങൾക്കോ.....?"

"ഉം....."

ബകിലനെ ചൂണ്ടിക്കാട്ടി ഇപ്യൂവർ പറഞ്ഞു.

"അതാ......... ചോദിക്ക്....."

"നിങ്ങള് ചോദിക്ക്....."

"അയ്യോ നമ്മക്കാവില്ല."

ഇപ്യൂവർ നിവർന്നിരുന്ന് താനെഴുതിയ അക്ഷരങ്ങൾ ശ്രദ്ധിച്ചു. മഷി ഉണങ്ങി.

ടെഹുടിയുടെയും മെനെപ്പടായുടെയും വാഗ്വാദങ്ങൾ ഉഗ്രമായിരുന്നു. ടെഹുടി പറഞ്ഞതെല്ലാം ശരിയാണ്. ഈ മെനെപ്പടായോ...? അവനിത്ര വിവേകം കാണിക്കുമെന്ന് വല്ലവരും ചിന്തിച്ചിരുന്നോ? സംഗീതത്തിലെ രാഗംപോലെയല്ലേ അവന്റെ വാക്കുകൾ ഒഴുകിയത്....!

പെട്ടിയിൽനിന്ന് ചണനാരുണ്ട പുറത്തെടുത്ത് വെച്ച്, എഴുതിയ താളുകൾ ഓരോന്നായി ചുരുട്ടി പേജ് സംഖ്യ കുറിച്ചിട്ടു. പെട്ടിയിലെ പഴയ ചുരുളുകൾ ഒരു ഭാഗത്തേക്ക് നീക്കി പുതിയവ ഭംഗിയായി അടുക്കി വെച്ചു. ടെഹുടി ഈ ചുരുളുകൾ കൊട്ടാരത്തിൽ കൊണ്ടുപോയി ഫെറോവിനെയും മന്ത്രിമാരെയും കാണിക്കുമെന്ന് ഇപ്യൂവർ ചിന്തിച്ചു. അപ്പോൾ തന്റെ കൈയെഴുത്ത് കണ്ട് അവർ അഭിനന്ദിച്ചേക്കാനും മതി. പാവം മെനെപ്പടാ.....! ആ രാക്ഷസൻ മുന്നിൽനിന്ന് പോയിരുന്നെങ്കിൽ അല്പം വെള്ളം കുടിപ്പിക്കാമായിരുന്നു.

സെതെക് നഖ്ത് മുഖം വീർപ്പിച്ചു. സെൻഉസർട് തലയിൽ കൈ വച്ചു. ഹെജിറെ നിലത്തുനിന്നും തന്റെ ദൃഷ്ടി പിൻവലിച്ചില്ല. സിന്യുഹെ കൂട്ടുകാരെ മാറിമാറി നോക്കി. ശേഷിച്ചവർ ഭീതിയോടെ ബകിലന്റെ ഓരോ ചലനങ്ങളും വീക്ഷിച്ചു.

മാളികപ്പുറത്തെത്തിയ ടെഹുടി മൂത്രശങ്ക നിവർത്തിച്ചുവന്നു. (ഗേബുവും അയാളെ അനുകരിച്ചു.)

അയാൾ മട്ടുപ്പാവിൽ വന്നുനിന്നു.

വെയിലിന്റെ കാഠിന്യം കുറഞ്ഞിരുന്നില്ല. കൊയ്ത്തുകഴിഞ്ഞ വയലുകൾ ശൂന്യമായി കാണപ്പെട്ടു. നാട് ഉണരുകയായിരുന്നു.

ജനങ്ങൾ അരമനവരെ വരികയും പോകയും ചെയ്യുന്നുണ്ട്. അവരെ സൂക്ഷിച്ചുനോക്കുന്ന ബകിലന്റെ പിൻഭാഗം ടെഹുടിക്ക് വ്യക്തമായി കാണാം. പനത്തണലിൽ കുറേപ്പേർ കൂടിനില്ക്കുന്നുണ്ട്. ഇത്ര കെങ്കേമമായി താൻ സംസാരിച്ചിട്ട്... പരിണാമമുണ്ടായതോ....? ആ തെമ്മാടി

വായടച്ചിരുന്നെങ്കിൽ.... എല്ലാം സൂത്രത്തിൽ നടക്കുമായിരുന്നു. ഇപ്പോളെന്തൊക്കെ വന്നു കൂടി.... അവർ പേടിച്ചുകാണും. ഇല്ലെങ്കിൽ ബകിലനോട് പറഞ്ഞ് ഒന്നുകൂടി വിരട്ടിയാൽ മതി....

ടെഹുടി ദീർഘമായി നിശ്വസിച്ചു. ഗേബുവിന്റെ ശിഥിലമായ നയമാണ് ഇതിനെല്ലാം കാരണം. ഭരണത്തിന്റെ കടിഞ്ഞാൺ സദാ മുറുകിയിരിക്കണം. ഗേബുവെ ശാസിക്കുകയല്ലേ വേണ്ടത്....? സത്യത്തിൽ രാജകൊട്ടാരത്തിൽ കണ്ടുവരുന്ന ശൈഥില്യത്തിന്റെ ഒരു നിഴലാട്ടമല്ലേ ഇപ്പോഴിവിടെ നടന്നത്....?

ടെഹുടിയുടെ ദൃഷ്ടി ദൂരത്തേക്ക് പാഞ്ഞുചെന്നു. നീല ജലമുള്ള നൈൽ നദി. വയലുകൾപ്പുറത്ത് കണ്ണെത്തുന്ന ദൂരത്തോളം മരുഭൂമി.

ഇവനെ, മെനെപ്പടായല്ലേ പേര്..... ചിറയിലടച്ച് നികുതി വസൂലാക്കണം.... ഈ സ്ഥിതിയിൽ പിരിവ് അടുത്ത ദിവസത്തേക്ക് മാറ്റിയാലോ....? അതാണ് നല്ലത്. ഇവനെ വിടാതിരുന്നാൽ ഒരു രാത്രികൊണ്ട് ജനം തണുത്തോളും. നാളെ കാലത്തുമുതൽ തന്നെ പിരിവാരംഭിക്കാനാകും. രണ്ട് ദിവസംകൊണ്ട് മുഴുവൻ വസൂലാക്കി കൊട്ടാരത്തിലേക്ക് പുറപ്പെടണം. ഗ്രാമപ്രദേശങ്ങളിലൊക്കെ പിന്നെ പോകാം....

“ഭക്ഷണം തയ്യാറായി...” ഗേബുവിന്റെ ശബ്ദം.

“ലഘുഭക്ഷണം മതി....”

“ഇഷ്ടംപോലെ. ഭൂപ്രഭുക്കളെ മേലേക്ക് വിളിക്കണോ?”

“ഉം....”

വേലക്കാർക്ക് നിർദ്ദേശം നല്കുന്നതിന് ഗേബു നിർഗ്ഗമിച്ചു.

ജോലിക്കാർ ബദ്ധപ്പെട്ട് ഭക്ഷണസാധനങ്ങളൊരുക്കി.

ടെഹുടിയുടെ ചിന്ത പല വഴിക്കും പാഞ്ഞുനടന്നു. എതിർപ്പ് ഒരു സ്വഭാവമായി മാറിയാൽ.... ഭാവിയിൽ നികുതി പിരിവിനുതന്നെ വിഷമം നേരിട്ടേക്കും. നാലഞ്ച് ഭടന്മാരെക്കൊണ്ടൊന്നും ആ പരിതഃസ്ഥിതി നേരിടാനാവില്ല. ഓരോ പ്രവിശ്യയിലും ഓരോ സംഘം ഭടന്മാരുണ്ടാകണം. ഈ ഗേബുവിന്റെ ഭടന്മാരുടെ കൈയിൽ ആയുധമൊന്നുമില്ലല്ലോ....! ആശ്ചര്യം തോന്നുന്നു....!

ഗേബുവിന്റെ പിന്നാലെ ടെഹുടി സല്ക്കാരമുറിയിൽ പ്രവേശിച്ചു. വലിയ രണ്ട് പീഠങ്ങൾ. ഇരുവശത്തും അർദ്ധവൃത്താകാരത്തിലുള്ള മറ്റിരിപ്പിടങ്ങൾ. ഉയരംകുറഞ്ഞ പീഠങ്ങളിൽ ഭക്ഷ്യവസ്തുക്കൾ....

ഭൂപ്രഭുക്കളോടിരിക്കാൻ പറഞ്ഞശേഷം ടെഹുടിയും ഇരുന്നു.

നടുവസ്ത്രം മാത്രം ധരിച്ച ദാസിമാർ ചെറിയ പാത്രങ്ങൾകൊണ്ടുവന്നു. എല്ലാവർക്കും മുന്തിരിച്ചാറ്. വേവിച്ച പന്നിമാസം. പതമുള്ള റൊട്ടി. അതിനുശേഷം ധാന്യമാവ് കൊണ്ടുള്ള മധുരപലഹാരങ്ങൾ. ഒഴിഞ്ഞ പാത്രങ്ങൾ ദാസിമാർ നീക്കം ചെയ്തു. പകരം നിറഞ്ഞവ കൊണ്ടുവെച്ചു.

ദാസിമാരുടെ അവയവങ്ങൾ അതേയാസക്തിയോടെ ശ്രദ്ധിച്ചുകൊണ്ട് ടെഹുടി മൗനിയായിരുന്നു...... ഇന്നലെ രാത്രി

സുന്ദരിയായ ഒരു ദാസി മുഖം കാണിച്ചിരുന്നല്ലോ....? ഇന്നവൾ പുറത്തിറങ്ങിയതേയില്ലല്ലോ....?

ഗേബുവിന് സംസാരിക്കാനുള്ള ധൈര്യമുണ്ടായില്ല. മറ്റുള്ളവരും ഒന്നും മിണ്ടിയില്ല.

സൽക്കാരത്തിനുശേഷം വീണ്ടും മദ്യം മോന്തിക്കൊണ്ട് ടെഹുടി ചോദിച്ചു.

"നിങ്ങളുടെ പൂജാരിയെവിടെ? കണ്ടില്ലല്ലോ?"

"എന്റെ വീട്ടിലുണ്ട്. എന്റെ ഭാര്യയ്ക്ക് വാതരോഗമാണ്." സിന്യുഹെ ഉദ്വേഗത്തോടെ അറിയിച്ചു.

"ഭാര്യയ്ക്ക് വാതമായിട്ടും മുഖം കാണിക്കാനെത്തിയല്ലോ! നിങ്ങളുടെ സ്വാമിഭക്തി അഭിനന്ദനീയമാണ്....."

സിന്യുഹെ പല്ല് പുറത്ത് കാട്ടി. പ്രശംസ ഇഷ്ടപ്പെട്ടു. എന്നാൽ മനസ്സ് കുടുങ്ങിക്കിടക്കയായിരുന്നു. വീട്ടിലെ നിലയെന്തായിരിക്കും....?

"അരമനയിലെ ആയുധപ്പുരയിൽ വില്ലും ബാണങ്ങളുമില്ലേ....?" തുറിച്ചുനോക്കിക്കൊണ്ട് ടെഹുടി ചോദിച്ചു.

"ഉണ്ടല്ലോ....?"

"പിന്നെ ഈ കാവല്ക്കാരെ വെറുംകൈയോടെ നിർത്തിയിരിക്കുന്നത്....?"

"ക്ഷമിക്കണം. ഇവിടെ വില്ലാളിസംഘമില്ല. നിങ്ങൾക്കറിയാമല്ലോ. കൊട്ടാരത്തിൽ മാത്രമേ അതുള്ളു. ഞങ്ങൾ വേട്ടയ്ക്ക് മാത്രമല്ലേ വില്ലും ശരവും ഉപയോഗിക്കാറുള്ളൂ......"

ഗേബുവിന്റെ സ്വരത്തിൽ വേണ്ടത്ര ഉറപ്പുണ്ടായിരുന്നു. ഇപ്പോഴിവിടെ നടന്നതിനൊക്കെ ഉത്തരവാദി താനാണെന്ന് സമ്മതിക്കുവാൻ അയാൾ തയ്യാറല്ലായിരുന്നു.

"അങ്ങനെയോ....? ഈ ഇരുകാലി നായ്ക്കൾ നമ്മുടെ നേർക്ക് കുരച്ച് ചാടിയപ്പോഴെങ്കിലും അതുപയോഗിക്കാമായിരുന്നില്ലേ....?"

"ഈ നാട്ടുകാർ നമ്മോട് യുദ്ധത്തിന് വരുമെന്നാണോ?"

"എനിക്കറിയില്ല. നീയാണ് പറയേണ്ടത്. നിന്റെ ആൾക്കാരാണിവർ."

"ജനങ്ങൾ രോഷാകുലരായിരിക്കയാണ്....."

"ഞാൻ രോഷം പിടിപ്പിച്ചെന്നാണോ....? ജനങ്ങൾക്ക് സമാധാനമുണ്ടാകട്ടെന്ന് വെച്ച് ഈ തെമ്മാടിയെ വിട്ടയയ്ക്കണമെന്നാണോ?"

"ഉള്ള ആയുധങ്ങൾ കാവല്ക്കാരെ ഏല്പിക്കാം....."

"നിന്റെ കാവല്ക്കാർക്കല്ല......എന്റെ ആൾക്കാർക്ക്. ബകിലനെ ഏല്പിക്ക്..... (വാതില്ക്കലേക്ക് നോക്കി ഉച്ചത്തിൽ) ബകിലാ....."

ബകില തിടുക്കത്തിൽ കടന്നുവന്നു.

"ആയുധങ്ങളെല്ലാം ഉടനെ എടുക്ക്....."

"ഉത്തരവ്.."

ബകില ഇറങ്ങിയപ്പോൾ ടെഹുടി പറഞ്ഞു.

"എന്റെ ജീവൻ രക്ഷിക്കാൻകൂടി ഇവിടെ വ്യവസ്ഥയില്ലാതായിരിക്കുന്നു....!"

ഗേബുവിന്റെ മുഖം തുടുത്തു. ഉള്ളിലുള്ള കോപം ഒതുക്കിപ്പിടിച്ചുകൊണ്ട് അയാളറിയിച്ചു....

"നിങ്ങളുടെ ജീവൻ രക്ഷിക്കാനുള്ള കടമ എനിക്കാണ്!"

"രക്ഷകാ.... പുറത്തിപ്പോളെന്താണ് നടക്കുന്നത്.... പറയൂ."

"ചാരന്മാരെ അയച്ച് മനസ്സിലാക്കാം....."

"ഇനിയും അയയ്ക്കണമത്രെ....? അല്ലേ....?"

ഗേബു കൈ തട്ടി. ഒരു പരിചാരകൻ പ്രത്യക്ഷപ്പെട്ടു.

"ചാരന്മാരെന്തു ചെയ്യുന്നു.....?"

"ഭക്ഷണം കഴിക്കയാണ്......"

"ഭക്ഷണം....ഭക്ഷണം...." ടെഹുടി പൊട്ടിത്തെറിച്ചു.

"ചാരന്മാരോട് ഉടനെ നാട്ടിലിറങ്ങിവരാൻ പറയൂ...." ഗേബു കല്പിച്ചു. ടെഹുടി കൂട്ടിച്ചേർത്തു.... "ക്ഷണത്തിൽ തിരിച്ചെത്തണം. അങ്ങിങ്ങായി പുകയുന്ന കൊള്ളികളുണ്ടായേക്കും. അതെല്ലാം വെള്ളമൊഴിച്ച് കെടുത്തണം. ഗേബൂ.... നാളെ രാവിലെതന്നെ നികുതി പിരിവ് ആരംഭിക്കുന്നതാണെന്ന് വിളംബരപ്പെടുത്തൂ...."

ഗേബു എഴുന്നേറ്റ് പരിചാരകനോടൊപ്പം താഴേക്കിറങ്ങിപ്പോയി.

ഗേബുവിന് പിന്നാലെ ഭൂപ്രമാണിമാരുമെഴുന്നേറ്റു.....

"നിങ്ങളെല്ലാം താഴെയുണ്ടാകണം....." ടെഹുടി പറഞ്ഞു.

ടെഹുടി മട്ടുപ്പാവിൽ വന്നുനിന്ന് പുറത്തെ രംഗങ്ങൾ വീക്ഷിച്ചു. ബകില ഓടിനടക്കുകയാണ്. തന്റെ ഭടന്മാരുടെ കൈകളിൽ വില്ലും ശരവും കണ്ടപ്പോൾ ടെഹുടിക്ക് ആശ്വാസമായി. അരമനയ്ക്കു മുന്നിൽ ആരും കൂടിനില്ക്കുന്നില്ല. ദൂരെയുള്ള പനത്തണലിൽ ഏതാനുംപേർ നില്ക്കുന്നുണ്ട്. പെരുമ്പറക്കാരൻ മതിലിനപ്പുറത്ത് 'കേൾക്കുവിൻ.... കേൾക്കുവിൻ....' എന്ന് പറയുകയാണ്.

സമാധാനമുണ്ടെങ്കിലും പരിഭ്രമം....., ആത്മവിശ്വാസത്തിലും ഭയത്തിന്റെ നിഴലുകൾ.....

തലച്ചോറ് പൊട്ടിത്തെറിക്കുകയാണ്. മിടിക്കുന്ന കവിളെല്ലുകൾ ചൂണ്ടുവിരൽ കൊണ്ടമർത്തിപ്പിടിച്ചു. അല്പം വിശ്രമിക്കുന്നതാണ് നല്ലത്.

ടെഹുടി വിശ്രമമുറിയിലേക്ക് നടന്നു.

മെനെപ്പടായുടെ സമീപം വന്നുനിന്ന് അർദ്ധനിമീലിതങ്ങളായ ആ മിഴികളിലേക്ക് നോക്കിക്കൊണ്ട് ഗേബു പറഞ്ഞു.....

"ആരാണപ്പാ നീ.....? എന്തെല്ലാമാണ് പറഞ്ഞത് .....! എന്തെല്ലാ

മാണ് പറഞ്ഞത്.....! അബ്ടുവിൽ പോയി ബുദ്ധി കാഴ്ചവെച്ചിട്ടാണോ വന്നത്....?"

മെനെപ്പടായുടെ കൺപോളകൾ അല്പം വിടർന്നെങ്കിലും ചുണ്ടുകൾ ഒട്ടിപ്പിടിച്ചുതന്നെയിരുന്നു.

ഇപ്യൂവറിന് നേർക്ക് തിരിഞ്ഞ് ഗേബു തുടർന്നു.....

"പോയി ഭക്ഷണം കഴിക്ക്...... കാവല്ക്കാരോടും പറയൂ... ഗേബു വേലക്കാരെ പട്ടിണിക്കിട്ടെന്ന് പരാതിയുണ്ടാകരുത്."

"അങ്ങ് വിശ്രമിച്ചാലും...."

"ഉം.... ചാരന്മാർ വന്നാലുടനെ വിളിക്കണം...."

"കല്പനപോലെ....."

അകത്തേക്ക് നടന്ന ഗേബുവിനെ സിന്യുഹെ അനുഗമിച്ചു.

"എന്റെ ഭാര്യ......"

"അറിയാം....." ഒരു നിമിഷത്തെ ആലോചനയ്ക്കുശേഷം ഗേബു പറഞ്ഞു. "വീട്ടിൽചെന്ന് പൂജാരിയെ വരാൻ പറയൂ. വെറുതെ ടെഹുടിയുടെ ചീത്ത കേൾക്കുന്നതെന്തിന്....?"

ഗേബുവെ വണങ്ങിയശേഷം സിന്യുഹെ പുറപ്പെട്ടു.

മറ്റ് ഭൂപ്രമാണിമാർ മുറ്റത്തുള്ള താമരക്കുളത്തിനടുത്തേക്കു നടന്നു. റാ പടിഞ്ഞാറ് ചാഞ്ഞപ്പോൾ മുറ്റത്ത് മതിലിന്റെ നിഴൽ വീണു. അത് ആശ്വാസകരമായിത്തീർന്നു.

ഇപ്യൂവർ തനിച്ചായി. ആ ഹൃദയം വ്രണപ്പെട്ടിരിക്കയാണ്. എവിടെയെങ്കിലും ചെന്നിരുന്ന് മതിയാവോളം കരയണം. പക്ഷേ,.... താനെങ്ങനെ കരയും....? രാജഗൃഹത്തിലെ അധികാരിയാണ് താൻ. തനിക്ക് കരയാനാവില്ല.....

മെനെപ്പടാ തനിക്ക് തികച്ചും അപരിചിതനല്ലെന്ന് ഇപ്യൂവർക്കറിയാം. ഒരു തവണ ഇയാൾ വീട്ടിൽവന്ന് ചോദിച്ചിരുന്നു. "എന്റെ മകന് എഴുത്ത് പഠിപ്പിക്കോ....?"

ക്ഷേത്രത്തിൽ അത്തരമൊരേർപ്പാടുണ്ടായിരുന്നില്ല. പൂജാരിയുടെ അനുമതിയോടെ ഇപ്യൂവർ അധികാരിയുടെ മകളെ മാത്രം എഴുത്ത് പഠിപ്പിച്ചിരുന്നു. ഭൂപ്രഭുവായ നുട്മോസും സ്വന്തം മക്കളെ എഴുത്തും വായനയും പഠിപ്പിക്കണമെന്നാഗ്രഹിച്ചിരുന്നു. ഒന്നുരണ്ട് ദിവസം ഇപ്യൂവർ ചെല്ലുകയും ചെയ്തിരുന്നു. മൂന്നാം ദിവസം പോയപോലെ തിരിച്ചു വരേണ്ടി വന്നു.

"മക്കള് പഠിക്കേണ്ടെന്നാ പറയുന്നത്....." നുട്മോസിന്റെ പത്നി അറിയിച്ചു.

"മകന് പഠിക്കാൻ താല്പര്യമുണ്ട്....."

"എങ്കിൽ പഠിപ്പിക്കാം. വൈകുന്നേരമേ ഒഴിവുണ്ടാകൂ. എപ്പോഴാണ് തുടങ്ങുന്നത്.....?"

"അബ്ടു യാത്രകഴിഞ്ഞ് തുടങ്ങാം."

"ശരി....."

മെനെപ്പടായുടെ ചിന്ത ഇപ്യൂവറിന് ആശ്വാസമരുളി. ഒരസാധാരണ മനുഷ്യനാണിയാൾ. സംശയമില്ല. അടികൊണ്ടിട്ടും കെട്ടിയിട്ടിട്ടും ഇയാൾ ഒന്ന് ഞരങ്ങിയതുപോലുമില്ലല്ലോ! അത്ഭുതം...! അത്ഭുതം....!

ഇത്രയ്ക്കറിവുള്ളവൻ മകനെ എഴുത്തും വായനയും പഠിപ്പിക്കാതിരിക്കുമോ....? പാവം.... നല്ലവർക്കുണ്ടാകുന്ന അനുഭവം....! അല്പം ആഹാരം കൊടുത്തിരുന്നെങ്കിൽ.... എങ്ങനെ തിന്നും..... കൈകൾ ബന്ധിച്ചിരിക്കയല്ലേ....? എന്തെങ്കിലും കുടിക്കാനാകും..... ആര് കുടിപ്പിക്കും.....? മറ്റാരും അതിന് തുനിയില്ല..... പിന്നെ താൻതന്നെ.

ദൂരെയുള്ള ഒരു പരിചാരകനെ ഇപ്യൂവർ വിളിച്ചു.

"ഭക്ഷണം കഴിച്ചോ....?"

പരിചാരകൻ ചുറ്റും ഒന്ന് കണ്ണോടിച്ച് ബകിലനെ ശ്രദ്ധിച്ചുകൊണ്ട് പതുക്കെ പറഞ്ഞു. "ഇല്ല.... അവർ കഴിച്ചാലേ ഞങ്ങൾക്ക് കിട്ടൂ...."

"എനിക്ക് തിന്നാനൊന്നും വേണ്ട. എന്തെങ്കിലും കുടിക്കാൻ കൊണ്ടുവാ...."

"മുന്തിരിച്ചാറ്....."

"അതെല്ലാം വലിയവർക്കല്ലേ....."

"ഖിവം....."

"ആ....... കൊണ്ടുവാ.... ഒരു പാത്രം പോര....."

"രണ്ട് കൊണ്ടുവരാം."

പാനീയം കൊണ്ടുവന്നു കാവല്ക്കാർ ഭക്ഷണം കഴിക്കാൻ പോയി. ഒന്നുരണ്ടുപേർ വഴിയിലേക്ക് നോക്കി നില്ക്കുന്നുണ്ട്. മെനെപ്പടായെ കെട്ടിയിട്ട തൂണ് അവർക്ക് കാണാമായിരുന്നില്ല. ഉറക്കം തൂങ്ങുന്ന പരിചാരകനോട് ഇപ്യൂവർ പറഞ്ഞു......

"തിന്നാൻ വല്ലതും കൊണ്ടുവാ......"

പരിചാരകൻ പോയപ്പോൾ ഇപ്യൂവർ ഖിവം നിറച്ച പാത്രവുമായി മെനെപ്പടായുടെ അടുത്തുചെന്നു. ആരും തന്നെ കാണുന്നില്ലെന്ന് ഉറപ്പുവരുത്തിയശേഷം പാത്രം മെനെപ്പടായുടെ ചുണ്ടിൽ വച്ചുകൊടുത്തു.

"കുടിീ... കുടിീ..... വേഗം കുടിീ....."

മെനെപ്പടായുടെ ചുണ്ടിൽ പുഞ്ചിരി വിടർന്നു. കഷ്ടിച്ച് ഒരു കവിൾ അകത്താക്കിയശേഷം മതിയെന്നർത്ഥത്തിൽ മിഴികളടച്ചു.

"കുറച്ചുകൂടി....."

കണ്ണുതുറന്ന് മറ്റൊരു കവിൾകൂടി കുടിച്ചു. ഇനി വേണ്ടന്ന അർത്ഥത്തിൽ തലയാട്ടി.

കൂടുതൽ സമയം അവിടെ ചെലവഴിക്കുന്നത് ആപത്താണെന്ന് അയാൾക്കറിയാം. ആരുടെ കണ്ണിലും പെടാതെ ധൃതിയിൽ തന്റെ

സ്ഥാനത്തുതന്നെ തിരിച്ചെത്തി. മെനെപ്പടാ കുടിച്ചതിൽ ബാക്കിയുണ്ടായിരുന്നത് അയാൾ കുടിച്ചുതീർത്തു. പാനീയത്തിന് സ്വാദ് കൂടിയതുപോലെ അയാൾക്കുതോന്നി.

.....മെനെപ്പടായെ മോചിപ്പിക്കുക അത്ര എളുപ്പമല്ലെന്ന് സ്നോഫ്രുവിന് മനസ്സിലായി. ഏതാനുംപേർ മാത്രം രാജഗൃഹത്തിലേക്കോടിപ്പോയതുകൊണ്ടെന്ത് പ്രയോജനം.....?

"ഇങ്ങനെ വരുമെന്ന് സ്വപ്നത്തിൽപോലും കരുതിയിരുന്നില്ല." സ്നോഫ്രു സെബെക്ഖുവിനോട് പറഞ്ഞു.

സെബെക്ഖുവിന് സംസാരശേഷി നഷ്ടപ്പെട്ടിരുന്നു. എങ്കിലും പ്രയാസപ്പെട്ട് അയാൾ പറഞ്ഞു.

"നാം ഒറ്റക്കെട്ടായിരിക്കണം. ധൈര്യത്തോടെയിരിക്കണം....."

"രാജ്യദ്രോഹക്കുറ്റം ചുമത്തി മെനെപ്പടായെ തടവിലിട്ടാലോ....."

"അതിനുമുമ്പേ നമുക്കവനെ വിടുവിക്കണം....."

"എല്ലാവരും രാജഗൃഹത്തിന് മുന്നിൽ ചെന്ന് 'മെനെപ്പടായെ വിട്.... മെനെപ്പടായെ വിട്...' എന്നുച്ചത്തിൽ വിളിച്ചു പറഞ്ഞിരുന്നെങ്കിൽ ഇതെളുപ്പമാകുമായിരുന്നു....."

രണ്ടുപേരും വഴിയിലുള്ള പനത്തണലിൽനിന്നു. ജനം അവരെ വളഞ്ഞു.

നാട്ടുകാർക്കുവേണ്ടി സംസാരിച്ച മെനെപ്പടായെ അടിച്ചതും പിടിച്ചുകെട്ടിയതും അന്യായമാണ്. അതിൽ ആർക്കും ഭിന്നാഭിപ്രായമുണ്ടായിരുന്നില്ല... ഏതാനും ചിലർ മാത്രം 'വാക്ക് കൂടിപ്പോയി' എന്ന് രാഗദ്വേഷം പ്രകടിപ്പിച്ചു.

പെരുമ്പറക്കാരൻ നാട്ടിലുടനീളം നികുതിപിരിക്കുന്ന വാർത്തയെത്തിച്ചതോടൊപ്പംതന്നെ മെനെപ്പടായുടെ ബന്ധനവാർത്തയും മൗനമായി വ്യാപിച്ചുകൊണ്ടിരുന്നു.

കേട്ടവർ കേട്ടവർ വഴിയിലിറങ്ങി. രാജഗൃഹത്തിലേക്ക് ധൃതിപിടിച്ച് നടന്നു. തടവുപുള്ളിയെ കാണാനുള്ള കൗതുകമാണ് അവരിൽ പലർക്കുമുണ്ടായത്. മടങ്ങിവരുന്ന ചിലർ വിളിച്ചുപറയുന്നുണ്ടായിരുന്നു....

"വാതിലടച്ചിരിക്കയാണ്. മതിലിന്മേൽ വില്ലാളികൾ കാവൽ നില്ക്കുന്നുണ്ട്. ആരെയും അകത്ത് കടത്തിവിടുന്നില്ല..."

സിന്യുഹെ വീട്ടിലെത്തിയ വിവരവും നാട്ടിൽ പരന്നു. സംഗതികളുടെ നിജസ്ഥിതിയറിയാൻ ചിലർ അങ്ങോട്ടോടി. മരുന്നുകഴിച്ചുറങ്ങുന്ന പത്നിയെ ശ്രദ്ധിച്ചശേഷം സിന്യുഹെ അരമനയിൽ നടന്ന കാര്യങ്ങൾ പൂജാരിയെ വിവരിച്ചു കേൾപ്പിച്ചു..... തന്നെ കാണാനോടിയെത്തിയവരെ കണ്ട് അയാൾ പറഞ്ഞു.....

"ആ മെനെപ്പടായ്ക്ക് ബുദ്ധിയില്ല. ആരുടെ മുന്നിൽ എന്ത് പറയണമെന്ന് അയാൾക്കറിയില്ല. അതുകൊണ്ട് നിങ്ങളെല്ലാം ചെന്ന് ടെഹുടിയോട് ക്ഷമ ചോദിക്ക്. ഒരുപക്ഷേ, ടെഹുടിക്ക് കരുണതോന്നി അവനെ

വിട്ടയച്ചേക്കാം....” പൂജാരിയോടായി സിന്യുഹെ പറഞ്ഞു: “നിങ്ങളെ ടെഹുടി അന്വേഷിച്ചിരുന്നു. ഉടനെ ചെല്ലണമെന്ന് പറഞ്ഞയച്ചിരിക്കുന്നു.”

സിന്യുഹെയുടെ അഭിപ്രായം സ്നോഫ്രുവിനെ ക്രുദ്ധനാക്കി. അയാൾ പറഞ്ഞു: “ഓഹോ.....! ക്ഷമ ചോദിക്കണമെന്നോ? ആരാണ് തെറ്റ് ചെയ്തത്....? തെറ്റു ചെയ്തവരാണ് ക്ഷമ യാചിക്കേണ്ടത്.....”

“മെനെപ്പടായെ വിട്ടാൽ മാത്രമേ നികുതി കൊടുക്കൂ....” സെബെക്ഖു തറപ്പിച്ചു പറഞ്ഞു.

“അതേ..... അതേ......” ജനങ്ങൾ തലയാട്ടി.

ജനങ്ങളുടെ തീരുമാനങ്ങളുമായി രഹസ്യചാരന്മാർ രാജഗൃഹത്തിലെത്തിച്ചേർന്നു.

കണ്ണടയ്ക്കാതെ മേലോട്ടുനോക്കി ചിന്തിച്ചു കിടക്കയായിരുന്ന ഗേബു, ഇപ്യൂവർ വാതിലിന് തട്ടുന്നതിന് മുമ്പേ എഴുന്നേറ്റുവന്നു.

“ശരി. അവരുടെ ഇടയിൽതന്നെ ഉണ്ടാകണം.....” ചാരന്മാർക്ക് അയാൾ നിർദ്ദേശം നല്കി.

ഗേബു മാളികപ്പുറത്തെത്തുന്നതിനു മുമ്പേ ടെഹുടിയുടെ സ്വരം കേട്ടു.... “ചാരന്മാർ ഇനിയും വന്നില്ലേ?”

“വന്നു. കാര്യം ആകെ കുഴഞ്ഞിരിക്കുന്നു.....”

“കുഴഞ്ഞിരിക്കുന്നോ ഇല്ലയോ എന്ന് ഞാൻ തീരുമാനിക്കാം. എന്താണെന്ന് വച്ചാൽ പറഞ്ഞ് തുലയ്ക്ക്......”

“ജനങ്ങൾ ക്രുദ്ധരായിരിക്കുന്നു. മെനെപ്പടായെ വിട്ടില്ലെങ്കിൽ നികുതി അടക്കില്ലത്രെ! അത് നിങ്ങളെ അറിയിക്കാൻ അവരിങ്ങോട്ട് വരുന്നുണ്ടുപോലും.....”

“പന്നികള്.....! വരട്ടെ......! കാണിച്ചുകൊടുക്കാം.....” ടെഹുടി പല്ല് കടിച്ചു.

പൂജാരി അപെട് അരമനയിലെത്തുമ്പോൾ ടെഹുടിയും ഗേബുവും വരാന്തയിലിരിക്കയായിരുന്നു.

“വരൂ..... അപെട്.....” ഗേബു ക്ഷണിച്ചു. പക്ഷേ, അയാൾ ഇരിക്കാൻ പറഞ്ഞില്ല. അപെടിന്റെ മുഖം കറുത്തു. പ്രയാസത്തോടെ ചിരിവരുത്തിക്കൊണ്ട് അയാളവിടെത്തന്നെനിന്നു.....

“നാം പൂജാരിയെ വണങ്ങേണ്ടവരാണ്.....! അല്ലേ....?” ടെഹുടി പരിഹാസസ്വരത്തിൽ പറഞ്ഞു.

അപെടിന്റെ അഭിമാനത്തിന് ക്ഷതമേറ്റെങ്കിലും പുറമെ പ്രകടിപ്പിക്കാതെ അയാൾ പറഞ്ഞു:

“എനിക്ക് വയസ്സ് കൂടുമെങ്കിലും സ്ഥാനംകൊണ്ട് ഞാൻ എളിയ ദൈവദൂതനാണ്. രാജകൊട്ടാരത്തിൽനിന്നെത്തിയ അധികാരിയെ ഞാൻ തന്നെ വണങ്ങിയേക്കാം....”

“ഈ പ്രവിശ്യയിലെ ജനങ്ങളുടെ ധർമ്മാനുഷ്ഠാനങ്ങൾക്കുത്തര

വാദി നിങ്ങളാണ്.....! എന്തു പറയുന്നു...?"

"ഒരുത്തൻ ഇന്ന് ആ മുറകൾ തെറ്റിച്ച് ധർമ്മത്തിന് നിരക്കാത്തതെന്തെല്ലാമോ പറഞ്ഞെന്ന് കേട്ടു. വളരെ സങ്കടമുണ്ടായി."

''ഇവിടുത്തെ ജനങ്ങൾ പാപഭീരുക്കളായി.... വിനയ സമ്പന്നരായി... സ്വാമിഭക്തരായി.... കഴിയുന്നതായാൽ നിങ്ങളുടെ ദേവാലയത്തിന് കീർത്തിയുണ്ടാകും....."

''ഞാൻ നിത്യവും അതിനുവേണ്ടിത്തന്നെയാണ് പ്രാർത്ഥിക്കുന്നത്...."

"നിങ്ങൾ... അപെട് അല്ലേ പേര്....?"

"അത്....."

"അപെട്.... നിങ്ങളൊരുപക്ഷേ കേട്ടിരിക്കും..... മഹാപ്രഭുവായ ഫെറോവും പ്രധാനപൂജാരിയും തമ്മിൽ എന്തോ ചെറിയ...."

"കേട്ടിട്ടുണ്ട്...."

"അതെല്ലാം കൊട്ടാരക്കാര്യമാണ്. അതു നിങ്ങളിൽ പ്രഭാവം ചെലുത്തരുത്...."

"....."

"മനസ്സിലായില്ലെന്നാണോ....? രാജ്യത്തെന്ത് പ്രശ്നങ്ങളുണ്ടായാലും ശരി അതെല്ലാം രാജധാനിയിൽ വെച്ചാണ് പരിഹരിക്കപ്പെടുക. അതിനെച്ചൊല്ലി പ്രവിശ്യകളിലെ പൂജാരിമാർ തലപുണ്ണാക്കേണ്ട ആവശ്യമില്ല. സാമൂഹ്യ നടപടിക്രമങ്ങളിൽ ക്ഷേത്രത്തിന് വലിയ പങ്കുണ്ട്. ദൈവേച്ഛയില്ലാതെ വിത്ത് മുളയ്ക്കില്ല.... സുഖം വിളയില്ല....."

ടെഹുടി പറഞ്ഞുതീരുന്നതിന് മുമ്പ് ഒരു ചാരൻ ഓടിക്കിതച്ചുവന്നു...

"ഫെറോവിന്റെ ആയുസ്സും ആരോഗ്യവും വർദ്ധിക്കട്ടെ... ക്ഷമിക്കണം. നാട്ടുകാർ ഇങ്ങോട്ട് പുറപ്പെട്ടിരിക്കുകയാണ്...."

"കൈയിൽ പനക്കോലലോ....വടിയോ....? സ്ത്രീകളും..... കുട്ടികളും."

"പുരുഷന്മാർ മാത്രം. ആയുധമൊന്നുമില്ല....."

"ഗേബു, ഈ ഭ്രാന്തന്മാർ നമ്മെപ്പിടിച്ച് തടവിലാക്കുമോ....ഹ...! ഹ... ഹ....!"

"പാവങ്ങളാണവർ....." ഗേബു പറഞ്ഞു.

''എന്റെ എളിയ ബുദ്ധിയിലിങ്ങനെ തോന്നുന്നു....'' അപെട് കൂട്ടിച്ചേർത്തു....''ജനങ്ങൾ പുല്ലിൻകെട്ട് പോലെയാണ്..... സാധാരണ നിലയിൽ പശുക്കൾക്കും കാളകൾക്കും ആഹാരമാണ്. ഉണങ്ങിയാൽ ഒരു തീപ്പൊരി മതി...."

"അപെട്..... ബുദ്ധിശൂന്യരിൽ നിങ്ങൾക്ക് ഒന്നാം സ്ഥാനമാണ്....." ടെഹുടി പുരികം ചുളിച്ചു.

"ഇത് എന്റെ യോഗ്യതയ്ക്ക് ചേരാത്ത പ്രശംസയാണ്....."

"കപട വിനയം വേണ്ട.....! ഇപ്പോഴിങ്ങോട്ട് വരുന്ന ഉണക്കപ്പുല്ല്

പച്ചയാക്കാൻ നോക്ക്....."

അപെട് ഒന്നും പറഞ്ഞില്ല. ടെഹുടി തുടർന്നു.....

"ഭയന്നുപോയോ...? അല്ല പറഞ്ഞത് മനസ്സിലായില്ലെന്നാണോ....? അപെട്..... നിങ്ങളിലുള്ള വിശ്വാസം പരീക്ഷിക്കപ്പെടാൻ പോവുകയാണ്. ദൈവത്തിന്റെ പേരിൽ..... എന്റെ പേരിൽ.... ഈ പ്രവിശ്യയിലെ അധികാരിയായ ഗേബുവിന്റെ പേരിൽ... ആ ഭ്രാന്തന്മാർക്ക് നല്ല ബുദ്ധി ഉപദേശിച്ച് കൊടുക്ക്.... അത് ഫെറോ ഇഷ്ടപ്പെടുന്ന പ്രവൃത്തിയാണ്. ദൈവാനുഗ്രഹമുണ്ടാകുന്ന കർമ്മമാണ്...."

"ആകട്ടെ....."

ആദ്യം അസ്പഷ്ടസ്വരങ്ങൾ. അടുത്തടുത്തെത്തുമ്പോൾ അവ ഉച്ചത്തിലാകുന്നു.

ഗേബു മണ്ഡപത്തിൽ ചെന്ന്നിന്ന് പുറത്തേക്ക് നോക്കി. പൊടിപടലങ്ങളുയർത്തിക്കൊണ്ട് ജനങ്ങൾ ഒഴുകി വരികയാണ്.....

"ആയിരക്കണക്കിനുണ്ടോ.....?"

ഉണ്ടെന്നർത്ഥത്തിൽ ഗേബു തലയാട്ടി.

"ബകിലനെ വിളിക്ക്....."

മുന്നിലെത്തി തലകുനിച്ച് കൈനീട്ടി നിലകൊണ്ട ബകിലനോട് ടെഹുടി കല്പിച്ചു....

"ഈ പൂജാരിയെ ജനങ്ങൾക്കു മുന്നിൽ കൊണ്ടുചെന്നു നിർത്ത്. ഇയാൾ അവർക്ക് ബുദ്ധി ഉപദേശിക്കും...."

"കല്പനപോലെ...."

തികട്ടിവന്ന പുഞ്ചിരി ബകില ഒതുക്കിപ്പിടിക്കുന്നതുപോലെ തോന്നി.

"ബുദ്ധി ഏശാതെ വന്നാൽ വേണ്ടത് നീ തന്നെ ചെയ്യുക....."

"കല്പനപോലെ...."

മതിലിനപ്പുറത്തുനിന്ന് ജനങ്ങളുടെ വിളിപൊങ്ങി.....

"ഏ.... മെനെപ്പടാ.... ഏ.... മെനെപ്പടാ....."

ബകില പൂജാരിയെ നോക്കി. അപെട് നിശ്ശബ്ദനായി അവനെ പിന്തുടർന്നു.

രാജഗൃഹത്തിനടുത്തെത്തിയ ജനങ്ങളിൽ ആശങ്ക ഉടലെടുത്തു....

"അവർ നമ്മുടെനേർക്ക് അമ്പെയ്താലോ....?" ഒരാൾ സംശയം പ്രകടിപ്പിച്ചു.

"നാം കാട്ടുമൃഗങ്ങളൊന്നുമല്ലല്ലോ.....?"

"ഗദകൊണ്ട് തച്ച് ചതച്ചാലോ....?"

"കൂടിയാൽ അവര് ഇരുപതോ മുപ്പതോ പേരുണ്ടാകും. നമ്മളെത്രയാണെന്നറിയോ....? എണ്ണിനോക്കിയോ....?"

"ചമ്മട്ടിയടിമാത്രം സഹിക്കാനാവൂലപ്പാ....."

"ഒരു രാക്ഷസനാണത്രെ അവൻ. ചമ്മട്ടി വീശിയപ്പോൾ മെനെപ്പ

ടായുടെ ദേഹത്ത്ന്ന് രക്തം തെറിച്ചത്രെ! എന്നിട്ടും മെനെപ്പടാ ഒന്ന് ഞരങ്ങുകപോലും ചെയ്തില്ലത്രെ....!"

ആ ജനക്കൂട്ടത്തിന് മുന്നിൽ സ്നോഫ്രുവും സെബക്ഖുമുണ്ടായിരുന്നു.

"ആരും എടുത്ത് ചാടരുത്. ശാന്തരായിരിക്കണം...." അവർ ജനങ്ങളെ ഒതുക്കി നിർത്തിക്കൊണ്ടിരുന്നു.

"അവർ വാതില് തുറന്നില്ലെങ്കിലോ....?" ഒരാൾ ചോദിച്ചു.

എന്നാൽ ജനക്കൂട്ടം അടുത്തെത്തിയപ്പോൾ വാതിൽ തുറക്കപ്പെട്ടു. ബകില പുറത്തുകടന്നു. അവനെ കണ്ട ഉടൻ ജനങ്ങൾ വിളിച്ചുകൂവി: "രാക്ഷസൻ.....! രാക്ഷസൻ....!"

ബകിലനു പിന്നിൽ കണ്ട മനുഷ്യനെ ചൂണ്ടി ജനങ്ങൾ അത്ഭുതപ്പെട്ടു..... "നമ്മുടെ പൂജാരി.....! പൂജാരി.....!"

രണ്ട് ഗദാധാരികൾ മുന്നോട്ട് നീങ്ങിവന്ന് ആളുകളെ തടഞ്ഞു നിർത്തി.

മട്ടുപ്പാവിൽ ചുരുട്ടിവെച്ചിരുന്ന വർണ്ണചിത്രങ്ങളുള്ള പുൽ പായകൾ താഴ്ത്തിയിട്ടു. ടെഹുടിയും ഗേബുവും അതിന്റെ മറവിൽനിന്നു.

ആശീർവദിക്കുന്ന രീതിയിൽ അപെട് വലം കൈയുയർത്തി.

ശബ്ദമടങ്ങി. ജനസ്നോമം കുനിഞ്ഞു വണങ്ങി.

രാഗത്തിൽ അപെട് തുടങ്ങി....

"ഭക്തരേ.... പ്ടാദേവൻ നിങ്ങളെ അനുഗ്രഹിക്കട്ടെ. എത്രപേരാണ് ഒന്നിച്ചുവന്നിരിക്കുന്നത്....! ഇത് ദൈവം തന്നെ നേരിട്ട് കാണേണ്ട ദൃശ്യമാണ്....."

ഇപ്യൂവറും ഭൂപ്രഭുക്കളും മറ്റ് പരിചാരകന്മാരും സഭാങ്കണത്തിന്റെ ഒരരികിലാണ് നിന്നിരുന്നത്. ഉയർന്ന ചുമർ. പുറത്തെ രംഗം അവർക്ക് അദൃശ്യമായിരുന്നു. എന്നാൽ സംസാരം കേൾക്കാം.....

അന്തരീക്ഷം മെനെപ്പടായെയും ഉണർത്തിയിരുന്നു. പുറത്ത് ജനങ്ങൾ കൂടിനില്ക്കുന്നുണ്ടെന്നും അയാളൂഹിച്ചു. രണ്ടു കവിൾ ഖിവം മാത്രമേ കുടിച്ചുള്ളുവെങ്കിലും അയാളിൽ പുതിയൊരു ചൈതന്യം കളിയാടി. "ഏ.... മെനെപ്പടാ...." എന്ന വിളി അയാളുടെ ഹൃദയം കുളിർപ്പിച്ചു. ശരീരം നീറുന്നുണ്ടെങ്കിലും അതെല്ലാം അയാൾ വിസ്മരിച്ചു.

മട്ടുപ്പാവിലുള്ളവർക്ക് ജനങ്ങളെ കാണാം. ബകിലനോ പൂജാരിയോ കണ്ണിൽ പെട്ടിരുന്നില്ല. സംഭാഷണവും വ്യക്തമായിരുന്നില്ല......

അപെട് കണ്ഠം ശരിപ്പെടുത്തി സംസാരം തുടർന്നു.....

"വാക്കുകൾ ചുണ്ടിലൊതുങ്ങാതിരിക്കുന്നത് സാധാരണയാണ്. മറ്റുള്ളവരെ വെറുപ്പിക്കുന്ന വിധത്തിൽ ആരും സംസാരിക്കരുത്. കൊക്കിലൊതുങ്ങാത്തത് കൊത്താൻ പാടില്ലല്ലോ......! എന്തോ ആയിപ്പോട്ടെ...! അതുതന്നെ ചിന്തിച്ച് കർത്തവ്യം മറക്കരുതല്ലോ.....? മനുഷ്യൻ പല കഴിവുകളുമുള്ളവനാണ്. ബുദ്ധിമാനും സമർത്ഥനും കൂടിയാണ്. എങ്കിലും

താൻ റായുടെ സന്താനമാണ്....പ്ടായുടെ സന്താനമാണ്.... എന്നുള്ളത് മറക്കരുത്. നാമെന്ത് പ്രവർത്തിച്ചാലും അതെല്ലാം ആ രക്ഷിതാവ് കാണുന്നുണ്ടെന്ന് ഓർമ്മിക്കണം. ഞാനിങ്ങോട്ട് വരുമ്പോൾ മെനെപ്പടായ്ക്ക് ജയ് വിളിക്കുന്നത് കേട്ടു. നിങ്ങളുടെ അഭിപ്രായത്തിൽ അവൻ പ്രവർത്തിച്ചത് ന്യായമാണ്. ആലോചിക്കാതെ ഒരു തീർപ്പ് കല്പിക്കാൻ ആർക്കും കഴിയും. എന്നാൽ സത്യവും നീതിയും പരിഗണിച്ച് അവസാന തീർപ്പ് കല്പിക്കുവാൻ നിങ്ങൾക്ക് കഴിഞ്ഞോ.....? ആലോചിച്ചുനോക്കേണ്ടതാണ്.....! ദൈവത്തെ പട്ടിണിക്കിട്ട് നമുക്ക് വയറുനിറയ്ക്കാൻ കഴിയുമോ....? ഫെറോവിന് നികുതി നല്കാതെ നമുക്ക് ജീവിക്കാൻ സാധിക്കുമോ....?"

അപെടിന്റെ വാക്കുകൾ കേട്ടപ്പോൾ സ്നോഫ്രുവിന്റെ നെറ്റി ചുളിഞ്ഞു. പാഴ്വാക്കുകൾ....! ഇത് കേട്ടാൽ ഉറങ്ങിപ്പോകുമെന്ന് അയാൾ സെബക്ഖുവിന്റെ ചെവിയിൽ പറഞ്ഞു.

"സാഷ്ടാംഗം പ്രണമിച്ചവനെ തല്ലിച്ചതച്ചത് എന്ത് ന്യായത്തിലാണ്...." അയാളുറക്കെ ചോദിക്കയും ചെയ്തു.

"എന്ത് ന്യായം.... എന്ത് ന്യായം......" മറ്റുള്ളവരും അതേറ്റു പിടിച്ചു.

"മെനെപ്പടായെ വിട്ടയയ്ക്കുക. പിന്നീട് നികുതിയെപ്പറ്റി ചിന്തിക്കാം...." സ്നോഫ്രു തറപ്പിച്ചു പറഞ്ഞു.

താൻ തോല്ക്കുകയാണെന്ന് അപെടിന് തോന്നി. ഒന്നുകൂടി ശ്രമിക്കാൻതന്നെ അയാൾ തീരുമാനിച്ചു.

"ഭക്തജനങ്ങളേ....മാടിനെ സത്യം ചെയ്ത് ഞാൻ പറയുകയാണ് എന്റെ മനസ്സിലുള്ള കാര്യമാണ് നിങ്ങളോട് പറയുന്നത്.... നമ്മൾ മാട് എന്ന് പറയുന്നത് എന്തർത്ഥത്തിലാണ്? .... സത്യം....ന്യായം....ധർമ്മം... സദാചാരം.... ഇതൊക്കെയല്ലേ മാട്....! ഈജിപ്ത് രാജ്യം നിലനില്ക്കുന്നതുതന്നെ ഈ അടിത്തറയിലാണ്. കർഷകന്റെ മാട് ഏതാണ്....? അദ്ധ്വാനിക്കുക നന്നായദ്ധ്വാനിക്കുക... അധികാരികളുടെ മാട് ന്യായമായ പെരുമാറ്റമാണ്. അല്ലേ....?"

"ഞങ്ങൾ പ്രയാസപ്പെട്ട് പണിയെടുത്താണ് ജീവിക്കുന്നത്. അധികാരികള് ഞങ്ങളോട് ന്യായമായിട്ടാണോ പെരുമാറുന്നത്? പറയൂ...." സ്നോഫ്രു വിളിച്ചു ചോദിച്ചു.

"പറ.....പറ...." മറ്റുള്ളവർ ഏറ്റുപറഞ്ഞു.

"ഏതോ തെറ്റിദ്ധാരണകൊണ്ടുണ്ടായ മനസ്താപമാണിത്. ഇത് നമ്മുടെ ആചാരക്രമത്തിന് യോജിച്ചതല്ല. ബഹുമാന്യനായ നമ്മുടെ അധികാരി നീതിപൂർവ്വം മാത്രമേ പെരുമാറൂ. എനിക്കതിൽ സംശയമില്ല...."

"ന്യായമായിട്ടാണെങ്കിൽ മെനെപ്പടായെ ഉടനേ വിടുക.... ഉടനേ വിടുക...."

അപെടിന്റെ തൊണ്ടയുണങ്ങി. ആശീർവദിക്കാനായി അയാളുടെ

വലംകൈയുയർന്നു. യാന്ത്രികമായി ജനം കുനിഞ്ഞു വണങ്ങി. നിവർന്ന ഉടനേ അവർ വിളിച്ചു.....

"ഏ മെനെപ്പടാ.....! ഏ മെനെപ്പടാ.....!"

അപെട് ബകിലന്റെ മുഖത്തേക്ക് നോക്കി. ബകില പൂജാരിയെ വാതിലിനിടയിലൂടെ അകത്തേക്ക് തള്ളിവിട്ടു.

ആദ്യമായി തനിക്കൊരു കുട്ടിയുണ്ടായപ്പോൾ മെനെപ്പടാക്കുണ്ടായ ആനന്ദത്തിന് അളവില്ലായിരുന്നു. ഇപ്പോഴും അത്തരമൊരനുഭൂതിയിൽ അയാൾ ലയിച്ചു ചേർന്നു.

ഇപ്യൂവറും വീർപ്പുമുട്ടി. അയാൾ അപെടിനടുത്തേക്ക് നടന്നു. ആദരവോടെ പുഞ്ചിരിച്ചു. അപെടിന്റെ മിഴികൾ നനഞ്ഞിരുന്നു. കണ്ണുകൾ മുറുക്കിയടച്ച് തുറന്ന് ദീർഘശ്വാസം വിട്ട് അയാൾ ഇപ്യൂവറിനോട് ചോദിച്ചു....

"സംസാരിച്ചത് ശരിയായിട്ടില്ലേ....?"

"തികച്ചും ശരിയായിരുന്നു....."

മെനെപ്പടായെ ഇയാൾ നിന്ദിച്ച് സംസാരിച്ചില്ലല്ലോ! ടെഹുടിയുടെ അഭിനന്ദനം കിട്ടുന്നതിനുവേണ്ടി കർഷകരെ നീചന്മാരായി കരുതിയില്ലല്ലോ....! ഇപ്യൂവർ പൂജാരിയെ മനസ്സാ അഭിനന്ദിച്ചു. അധികാരി നീതിപൂർവ്വം പെരുമാറുമെന്ന് ഇയാൾ തറപ്പിച്ചു പറഞ്ഞല്ലോ. അധികാരി അങ്ങനെ പെരുമാറിയിരുന്നുവെങ്കിൽ.... എത്ര നന്നായിരുന്നു....

ഭൂപ്രമാണിമാരും അപെടിനെ വന്നുകണ്ടു. ടെഹുടി പൂജാരിയെക്കൊണ്ട് സംസാരിപ്പിച്ചത് നന്നായി എന്നാണവരുടെ അഭിപ്രായം. പക്ഷേ, പൂജാരി അകത്തു കടന്നിട്ടും ജനം പിരിഞ്ഞുപോയില്ലെന്നറിഞ്ഞപ്പോൾ അവർക്ക് നിരാശയായി. അവരുടെ കാതുകൾ മാളികയിലേക്ക് കടന്നു ചെന്നു. ഇനിയെന്ത്.....? അധികാരിയുടെ തീരുമാനമെന്ത്.....?

പുറത്ത് ഘോഷം തുടരുകയാണ്...

"ഏ... മെനെപ്പടാ....! ഏ മെനെപ്പടാ....!"

ബകിലന് പുതിയ കല്പനയുടെ ആവശ്യമുണ്ടായിരുന്നില്ല. അവന്റെ ആംഗ്യപ്രകാരം ഭടന്മാർ ഗദവീശാൻ തുടങ്ങി.

"ഓടിക്കോ.....ഓടിക്കോ...." അവർ ഭയപ്പെടുത്തി.

സ്നോഫ്രുവും, സെബെക്ഖുവും മറ്റും അല്പം പിന്നോക്കം നീങ്ങി. അടിയേറ്റ ചിലർ നിലവിളിച്ചു...

ജനം പിരിഞ്ഞുപോകുന്നില്ലെന്ന് കണ്ടപ്പോൾ ബകില ഗദാധാരികളെ തിരികെ വിളിച്ചു. (രോഷംപൂണ്ട ജനതതിയുടെ നേർക്ക് രണ്ടുപേർ ചെല്ലുന്നത് യുക്തമല്ല) മതിലിന്മേൽ നില്ക്കുന്നവരോട് ബാണം തൊടുത്തുവിടാൻ സൂചന നല്കി.

''ഓഫ്....ഓഫ്...'' വില്ല് കുലയ്ക്കുന്നത് കണ്ട് ജനങ്ങൾ ആർത്തസ്വരം പുറപ്പെടുവിച്ചു. ബാണങ്ങൾ എയ്തുവിട്ടു. നിർദ്ദിഷ്ടമായ ലക്ഷ്യമില്ലാതെ അത് അങ്ങുമിങ്ങും ചീറിപ്പാഞ്ഞതേയുള്ളു. ഒരാളുടെ കൈയ്ക്ക് മുറിവേറ്റു. മറ്റൊരാളുടെ വയറ്റിൽ തറഞ്ഞുകയറി. വേറൊ

രാളുടെ തുടയിൽനിന്ന് ചോര ചീറി. മുറിവേറ്റവരെ സ്നോഫ്രു താങ്ങിപ്പിടിച്ചു. ഒരു ശരം അയാളെ ഉരസിക്കൊണ്ട് കടന്നുപോയി. എന്നാൽ മറ്റൊരു ബാണം ഒരാളിൽ മാരകമായ മുറിവേല്പിക്കുകതന്നെ ചെയ്തു.

സ്നോഫ്രുവിന്റെ നിർദ്ദേശാനുസരണം ചിലർ മുറിവേറ്റവരെയും കൊണ്ട് സെബക്ഖുവിന്റെ വീട്ടിലേക്കോടി.

സൂര്യനസ്തമിക്കാറായിരുന്നു. ജനങ്ങൾ പതുക്കെപ്പതുക്കെ ഒഴിഞ്ഞുപോയി.

ബകില അഭിമാനത്തോടെ ടെഹുടിയുടെ മുന്നിൽ ഹാജരായി. മെനെപ്പടാ കണ്ണടച്ചു. കാറ്റ് നാട്ടിൽനിന്നും കൊണ്ടുവന്ന ശബ്ദത്താൽ അലിഞ്ഞുചേർന്നു....

ഒരു യുദ്ധം അവസാനിച്ചതായി ടെഹുടിക്ക് തോന്നി. ആഹ്ലാദിക്കാനും..... പൊട്ടിച്ചിരിക്കാനും..... അട്ടഹസിക്കാനുമുള്ള അവസരം..... പക്ഷേ, ഒന്നും ചെയ്യാനാകുന്നില്ല..... മൗനം ഭഞ്ജിച്ചിരിക്കുന്ന യജമാനൻ ബകിലനെ ആശ്ചര്യപ്പെടുത്തി. ഗേബു പുറത്തെ വരാന്തയിൽതന്നെ നിന്നുപോയി.

വാർത്ത കൊട്ടാരത്തിലെത്തിയാലുണ്ടാകാവുന്ന ഭവിഷ്യത്തുകളെപ്പറ്റി ടെഹുടി ഊഹിക്കാൻ ശ്രമിച്ചു. മന്ത്രിമാർ അഭിനന്ദിക്കുമോ....? അതോ ദുഷ്പേരുളവാക്കുമോ? അഭിനന്ദനം സമ്പാദിക്കണമെങ്കിൽ നികുതി പിരിവ് വിജയകരമായി പൂർത്തിയാക്കണം. ബലപ്രയോഗം കൊണ്ട് മാത്രമേ അത് സാദ്ധ്യമാകൂ.....

ബാണപ്രയോഗം ചിലരെ മുറിപ്പെടുത്തിയിട്ടുണ്ടെന്നല്ലേ പറഞ്ഞത്. ഒന്നോ രണ്ടോ പേർ ചാകാനും മതി. ഇത്രകണ്ട് തന്നെ അവർക്ക് മതിയായിരിക്കണം. പൂജാരി പറഞ്ഞിട്ടുകൂടി അവർ അനുസരിച്ചില്ലല്ലോ.... ആ പാപി സംസാരിച്ചതുതന്നെ അർദ്ധമനസ്സോടെയാണ്.

എല്ലാ പൂജാരികളും ഇങ്ങനെ ഉദാസീനരായാൽ.... രാജ്യഭരണം മുന്നോട്ടുകൊണ്ടുപോകുന്നതെങ്ങനെ....? പായ കീറിപ്പറിഞ്ഞാൽ തോണിയെ നേർവഴിക്ക് തുഴയാനാകില്ലല്ലോ....!

ബഹളമവസാനിച്ചിട്ടും 'ഏ മെനെപ്പടാ.....' എന്ന വിളി ചെവിക്കുള്ളിൽ മുഴങ്ങുന്നതായി ടെഹുടിക്കനുഭവപ്പെട്ടു. ഈ ഒറ്റ ഒരുത്തനെക്കൊണ്ട് എന്തെല്ലാം ദ്രോഹങ്ങൾ.... ബകിലനുള്ളതുകൊണ്ട് രക്ഷപ്പെട്ടു. ബകിലനെ ദളപതിയാക്കാൻ പറ്റും. സാമന്തരാജാവാകാനും ഇവൻ യോഗ്യനാണ്. ഇവനെപ്പോലുള്ള പത്തിരുപതുപേരുണ്ടായാൽ മതി..... രാജ്യം അടക്കിവാഴാം....

മെനെപ്പടായുടെ കഥ ഇപ്പോൾതന്നെ കഴിക്കാമായിരുന്നു. പക്ഷേ, അത് നികുതിയെ ബാധിച്ചെങ്കിലോ.....?

"ബകില...."

"കല്പിച്ചാലും...."

"അവർ ഇനിയും വരുമോ....?"

“വരാനിടയുണ്ട്. നാം ഒരുങ്ങിയിരിക്കണം.....”

“നല്ലത്....” ഗേബുവിനെ നോക്കിക്കൊണ്ട് ടെഹുടി പറഞ്ഞു.... “എന്തിന് താമസം....? വിളക്ക് കൊളുത്ത്! രാജകൊട്ടാരത്തിൽനിന്ന് അധികാരിയെത്തിയിട്ട് ദീപാരാധനയില്ലെന്നോ.....?”

സെബക്ഖുവിന്റെ വീട് മറ്റുള്ളവരിൽനിന്ന് അല്പം വലുതാണ്. മുറിവേറ്റവരെ കിടത്തിയിരിക്കുന്നത് അവിടെയാണ്. പൂജാരിയെ കിട്ടുക എളുപ്പമായിരുന്നില്ല. ഒന്നുരണ്ട് കാരണവന്മാർ ചേർന്ന് പച്ചിലമരുന്ന് പറിച്ചു കൊണ്ടുവന്ന് മുറിവ് കെട്ടി. രക്തസ്രാവം നിന്നു.

സാധാരണ ഇരുട്ടിയാലുടനെ മൗനമുദ്ര ധരിക്കുന്ന നാട് ഇന്ന് ഉണർന്നിരിക്കയാണ്. രക്തം ഒഴുകുന്നത് കണ്ട ജനങ്ങളുടെ ഹൃദയം കല്ലായിത്തീർന്നിരിക്കുന്നു.

“പ്രശ്നം ഞങ്ങൾക്കു വിട്ടുതാ. ചേട്ടനെ ഞങ്ങൾ വിടുവിച്ചു കൊണ്ടുവരാം....” ഏതാനും ചെറുപ്പക്കാർ മുന്നോട്ടു വന്നു.

“ചേട്ടനെ കെട്ടിയിട്ട തൂണിൽത്തന്നെ ആ അധികാരിയെയും കെട്ടിയിടണം.” ചിലർ പറഞ്ഞു.

വളരെ നേരത്തെ ആലോചനക്കുശേഷം സ്നോഫ്രു പറഞ്ഞു.....

“ഇപ്പോൾ നമ്മുടെ മുന്നിലുള്ള ലക്ഷ്യം മെനെപ്പടായാണ്. ആദ്യം അവനെ വിടുവിക്കണം. ബാക്കികാര്യങ്ങളെല്ലാം പിന്നീട് ചിന്തിക്കാം.”

സെബെക്ഖുവിന്റെ മരുമകനായ ഖ്നേംഹോടപ് നാട്ടിലെ പേരുകേട്ട വില്ലാളിയാണ്. ദേഷ്യത്തോടെ അയാൾ പറഞ്ഞു....“ശരി. എങ്കിലും ആയുധമില്ലാത്ത നമ്മെ അവർ വേട്ടയാടിയില്ലേ....? അതിന് പകരം ചോദിക്കണം. ദൈവംപോലും അഭിനന്ദിക്കുന്നതായിരിക്കും അത്....”

“എന്റെ രക്തവും തിളയ്ക്കുന്നുണ്ട്. എന്നാൽ നാം രംഗത്തിന്റെ ഗൗരവംകൂടി കണക്കിലെടുക്കണം. മെനെപ്പടാ ഇന്ന് പുലർന്നിട്ട് ഒരുതുള്ളി വെള്ളംപോലും കഴിച്ചിരിക്കില്ല. അവശനായിരിക്കുന്ന അവനെ രക്ഷിക്കാനുള്ള വഴിയാണ് നാം കണ്ടെത്തേണ്ടത്....”

മരുമകനെ സമാധാനിപ്പിക്കാൻ സെബെക്ഖു ചുണ്ടിളക്കിയെങ്കിലും അതിനുമുമ്പേ ഖ്നേംഹോടപ് പറഞ്ഞു: “സമ്മതിച്ചിരിക്കുന്നു. നടക്ക്. പോകാം. പന്തങ്ങൾ കത്തിക്ക്. മതില് കയറാൻ മൂന്ന് ഏണി എടുത്തോ. വാതില് ഉന്തിപ്പൊളിക്കാൻ വലിയൊരു പനത്തടിയും. പുറപ്പെടാം.... പുറപ്പെടാം....”

അമാവാസി കഴിഞ്ഞുള്ള ചന്ദ്രന്റെ നേരിയ പ്രകാശത്തിൽ, ക്രുദ്ധരായ ആ ജനക്കൂട്ടം പുറപ്പെട്ടു.

നൂറുകണക്കിന് പന്തങ്ങൾ! നൂറുകണക്കിന് പനക്കോലുകൾ. വടികൾ... ഗദകൾ.... പത്തുപതിനഞ്ചുപേർ ചുമന്നിരിക്കുന്ന പനത്തടി.... ഏണികൾ....

ഖ്നേംഹോടപ് വില്ലുയർത്തിപ്പിടിച്ചിട്ടുണ്ട്. ആവനാഴി നിറയെ ശരങ്ങൾ. അയാൾ അങ്ങുമിങ്ങും ഓടിനടന്ന് ജനങ്ങളെ ആവേശം കൊള്ളിക്കുകയാണ്.

"നാം ദൈവപക്ഷത്താണ്. ജയം നമ്മുടേതാണ്. ധർമ്മം പ്രവർത്തിക്കുന്ന നമുക്ക് തോല്‌വിയില്ല..." അയാൾ പറഞ്ഞുകൊണ്ടിരുന്നു.

"നാം അവിവേകം കാട്ടരുത്. മെനെപ്പടാ അവരുടെ കൈയിലാണെന്നത് ഓർമ്മവേണം. അവനെ അവരെന്തെങ്കിലും ചെയ്താൽ....?" സ്നോഫ്രു സംശയം പ്രകടിപ്പിച്ചു.

"അമ്മാവാ.... നിങ്ങൾ വാതില് ഉന്തിപ്പൊളിച്ചാൽ മതി. അപ്പോൾ കാവല്ക്കാരെല്ലാം വാതിൽ ഉന്തിപ്പിടിക്കും. മെനെപ്പടാ ചേട്ടന്റെ അടുത്തേക്ക് വല്ലവരും പോകുന്നുണ്ടെങ്കിൽ ഞാൻ നോക്കിക്കൊള്ളാം...." ഖ്നോംഹോടപ് പറഞ്ഞു.

സ്നോഫ്രുവിന്റെ ആശങ്ക നീങ്ങിപ്പോയി.

രാജഗൃഹത്തിൽ നൂറുകണക്കിന് വിളക്കുകൾ എരിയുന്നുണ്ടായിരുന്നു. മതിലിന്മേൽ കാവൽ നില്ക്കുന്ന ഭടന്മാരെ ദൂരെ നിന്നുതന്നെ ജനങ്ങൾ കണ്ടു.

മണ്ഡപത്തിൽ ജ്വലിച്ചുകൊണ്ടിരുന്ന വലിയ വിളക്കിന്റെ പ്രകാശം മെനെപ്പടായുടെ മീതെ പൂർണ്ണമായും പതിയുന്നുണ്ടായിരുന്നു.

എല്ലാവരും കേൾക്കത്തക്ക ഉച്ചത്തിൽ ഇപ്യൂവർ വിളിച്ചു പറഞ്ഞു: "പന്തങ്ങൾ കാണുന്നുണ്ട്....! വരുന്നുണ്ട്....!

ഘോഷങ്ങളില്ലാതെ അടുത്തടുത്തെത്തുന്ന ജനസമൂഹം! മണ്ഡപത്തിലും മാളികപ്പുറത്തും നിശ്ശബ്ദത പരന്നുപിടിച്ചു. ബകിലന്റെ കറകറ ശബ്ദം മാത്രമാണ് ആ അന്തരീക്ഷത്തെ ഭഞ്ജിച്ചുകൊണ്ടിരുന്നത്.

നിമിഷങ്ങൾ കഴിയുന്തോറും അടിവെച്ചടിവെച്ച് മുന്നേറുന്ന ജനതതിയുടെ കാലടിയൊച്ച കേട്ടുതുടങ്ങി. ഒരേ താളത്തിൽ.... ഒരേ ക്രമത്തിൽ.. ഒറ്റ ഹൃദയത്തിന്റെ തുടിപ്പുപോലെ...

ഭൂപ്രഭുക്കളും അപെടും ഇപ്യൂവറും തരിച്ചുനിന്നുപോയി. മട്ടുപ്പാവിലെ വർണ്ണപുൽപ്പായ നീക്കി ടെഹുടിയും ഗേബുവും എത്തിനോക്കി. പ്രധാന കവാടത്തിനരികിൽ മതിലിന്മേൽ ഏവരുടെയും കേന്ദ്രബിന്ദുവായി ബകില നിന്നു....

രാജഗൃഹത്തിന്റെ പ്രധാന വാതിലിനു മുന്നിലെത്തിയ സ്നോഫ്രു ഉറക്കെ വിളിച്ചു: "ഏ മെനെപ്പടാ....! ഏ മെനെപ്പടാ....!"

ജനക്കൂട്ടം അതേറ്റു വിളിച്ചു..... "ഏ മെനെപ്പടാ....! ഏ മെനെപ്പടാ....!"

പനത്തടി വാതിലിന് നേർക്ക് നീങ്ങി. ഏണികൾ മതിലിൽ ചാരിവെച്ചു. ഖ്നേംഹോടപ് അടുത്തുള്ള പനമരത്തിൽ കയറിയിരുന്നു.

കാവല്ക്കാരുടെ കൈയിൽ കുറച്ച് ശരങ്ങൾ മാത്രമേയുണ്ടായിരുന്നുള്ളു. അത് അറ്റകൈയ്ക്ക് പ്രയോഗിക്കാനുള്ളതാണ്. ഏണിയിൽകൂടി

കയറുന്നവരെ ഭടന്മാർ താഴേക്ക് തള്ളിയിടാൻ ശ്രമിച്ചു. ഗദാധാരികൾ ഏറ്റുമുട്ടി....

കൂക്കലും.....വിളിയും...ആക്രോശവും.....അട്ടഹാസവും.......

പരിചാരകന്മാർ രാജഗൃഹത്തിന്റെ മുറ്റത്തുള്ള കല്ലിൻകഷണങ്ങൾ പെറുക്കിക്കൂട്ടിക്കൊടുത്തു. അത് ജനങ്ങളുടെ നേർക്ക് പ്രയോഗിക്കാനുള്ള താണ്.... ഒപ്പംതന്നെ തിളച്ച വെള്ളവും വേണം....

"തിളച്ച വെള്ളം....! തിളച്ച വെള്ളം.....!" ഒരു ഭടൻ വിളിച്ചുപറഞ്ഞു.

രണ്ടുമൂന്ന് പരിചാരകന്മാർ വെള്ളം തിളപ്പിക്കാനോടി.

പനത്തടി വാതിലിൽ ആഞ്ഞുപതിച്ചു. ആദ്യം പതുക്കെ രണ്ടാം തവണ അല്പം ഊക്കോടെ. മൂന്നാമത് കൂടുതൽ ശക്തിയോടെ....

ബകില എരിപൊരികൊണ്ടു. തലമുടി മാന്തിപ്പറിച്ചു. വാതിൽ പൊളിഞ്ഞാൽ എല്ലാം അപകടത്തിലാകും. അയാൾ ഗർജ്ജിച്ചു...."ബാണം! ബാണം....!"

പെട്ടെന്ന് ഒരു ശരം അയാളുടെ വലങ്കണ്ണിൽ വന്നു തറച്ചു.

"അയ്യോ...." അയാൾ നിലവിളിച്ചു....., "ആ മരത്തിൽമേൽ.... അങ്ങോട്ട്....ഓ.... അങ്ങോട്ടെയ്യ്....."

ഞരക്കത്തോടെ ബകില മുറ്റത്തേക്ക് തുള്ളിയിറങ്ങി.

'' ആ മരത്തിന്മേൽ.... അങ്ങോട്ട്...." അയാൾ വീണ്ടും വീണ്ടും പറഞ്ഞു.

കാവൽഭടന്മാർ വില്ല് കുലച്ചു. ആ ഇരുളിൽ, കാണാത്ത മരം ലക്ഷ്യമാക്കിക്കൊണ്ട് ശരങ്ങൾ പാഞ്ഞുപോയി.....

മട്ടുപ്പാവിൽനിന്ന് രംഗനിരീക്ഷണം ചെയ്യുകയായിരുന്ന ടെഹുടിക്ക് തല ചുറ്റുന്നതുപോലെ തോന്നി.

ഗേബു ടെഹുടിയുടെ കൈയിൽ പിടിച്ചുകൊണ്ട് പറഞ്ഞു: "ക്ഷമിക്കണം.... കാര്യം കുഴപ്പത്തിലായിരിക്കുന്നു....!"

"ഇനി.....ഇനി...." ടെഹുടി ചോദിച്ചു.

"ഉടനെ രക്ഷപ്പെടാനുള്ള വഴിനോക്കുക....."

"എങ്ങനെ.........? വേഗം പറയൂ.....?

"രഹസ്യമാർഗ്ഗം വഴി....."

"ഉം....ബകില....."

കണ്ണിലേറ്റ ബാണം പൊരിച്ച് കൈയിൽ പിടിച്ചുകൊണ്ട് ബകില യജമാനന്റെ മുന്നിൽ വന്നുനിന്നു..... കണ്ണിൽനിന്ന് രക്തം ഒഴുകിക്കൊണ്ടേയിരുന്നു. ആ തൊണ്ടയിൽ രോഷം മുഴുവൻ ഒതുക്കിപ്പിടിച്ചിരിക്കുന്നതുപോലെ തോന്നി.

പുറത്ത് ജനങ്ങളുടെ ആർപ്പുവിളി ഉയർന്നുകൊണ്ടിരുന്നു. ഏണിയിലൂടെ പലരും മതിലിന്മേലെത്തി. മതിലിന്മേലുണ്ടായിരുന്ന ഭടന്മാർ മുറ്റത്തേക്ക് തുള്ളി രക്ഷപ്പെടാൻ ശ്രമിച്ചു.... ജനങ്ങൾ അവരെ പിന്തുടർന്നു....

വലിയൊരു ഘോഷത്തോടെ പ്രധാനകവാടം തകർന്നു വീണു. അണക്കെട്ട് പൊട്ടിയതുപോലെ ജനം അകത്തേക്കൊഴുകി.

സ്നോഫ്രുവും സെബക്ഖുവും ബടായും മെനെപ്പടായുടെ അടുത്തേക്കോടി. അവിടെ സന്തോഷാശ്രുക്കൾ പൊഴിച്ചുകൊണ്ട് ഇപ്യൂവർ നിന്നിരുന്നു.....

കയററുത്ത് മെനെപ്പടായെ മോചിപ്പിച്ചു. വീഴാതിരിപ്പാൻ താങ്ങിപ്പിടിച്ചു.

“ഏ.....മെനെപ്പടാ....” ഖ്നേംഹോടെപ് ഉച്ചത്തിൽ വിളിച്ചുകൊണ്ട് പാഞ്ഞുവന്നു.

“മെനെപ്പടാ......മെനെപ്പടാ...” മറ്റുള്ളവരും ആനന്ദാശ്രുക്കളിൽ മുങ്ങിക്കുളിച്ചു.

താനും ജനങ്ങളോടൊപ്പം ‘മെനെപ്പടാ’ എന്നു വിളിച്ചുപോയോ എന്ന് ഭയം ഇപ്യൂവറിനുണ്ടായി. അതാവർത്തിക്കാതിരിക്കാൻ അയാൾ വായ പൊത്തിപ്പിടിച്ചു. അടുത്ത നിമിഷം തന്നെ കൈയെടുത്ത് പുഞ്ചിരിച്ചു.

മെനെപ്പടാ തൊട്ടിലിലെ ശിശുവായി. മുട്ടുകുത്തിയിഴയുന്ന കുഞ്ഞായി. ഓടി നടക്കുന്ന ബാലനായി.... സ്വന്തം നാട്ടുകാരുടെ സ്നേഹവും.... വാത്സല്യവും....

“ആ ബകിലനെ കണ്ട് പിടിക്ക്.....” ഖ്നേം ഹോടെപ് പറഞ്ഞു.

“ആ അധികാരിയും ഗേബുവും എവിടെയാണെന്ന് നോക്ക്” മറ്റൊരാൾ പറഞ്ഞു.

ടെഹുടിയോ ഗേബുവോ ഉണ്ടായിരുന്നില്ല. നികുതി പിരിക്കാനെത്തിയവരുടെ പൊടിപോലും അപ്രത്യക്ഷമായിരുന്നു. വെള്ളം തിളപ്പിക്കുന്നതിന് അടുപ്പിൽ തീ കത്തിച്ചുകൊണ്ടിരുന്ന ഒരുപരിചാരകൻ രഹസ്യമാർഗ്ഗം ചൂണ്ടിക്കൊണ്ടു പറഞ്ഞു: “രക്ഷപ്പെട്ടു......രക്ഷപ്പെട്ടു....”

“ഓടിപ്പോയി....” മറ്റൊരാൾ അത് തിരുത്തി.

നദിക്കരവരെയും രഹസ്യമാർഗ്ഗം. പിന്നീട് രാജാവിന്റെ തോണിയിൽ മെഫിസിലേക്ക് പലായനം....

ജനങ്ങൾ രാജഗൃഹത്തിലെ പല്ലക്കെടുത്തുകൊണ്ട് വന്നു. മെനെപ്പടായെ അതിലിരുത്തി. ചുമക്കുന്ന സൗഭാഗ്യത്തിനുവേണ്ടി തിടുക്കപ്പെട്ടു.

പ്രധാനവാതിലിലൂടെ പുറത്തു കടന്നു. ഘോഷയാത്ര പുറപ്പെട്ടു. ഖ്നേം ഹോടപ് നേതൃത്വം വഹിച്ചു. പന്തങ്ങൾ ഉയർത്തിപ്പിടിച്ചുകൊണ്ട് ആ സ്വതന്ത്രജനസമുദായം മുന്നോട്ട് നീങ്ങി....

ആ കാഴ്ചകണ്ട് ഭൂപ്രഭുക്കൾ ഒരു മൂലയ്ക്ക് ആശ്ചര്യത്തോടെ നിന്നുപോയി.

ഇപ്യൂവറിനോടും പൂജാരിയോടും തങ്ങളോടൊപ്പം ചേരുവാൻ ജനം വിളിച്ചുപറഞ്ഞു.

പല്ലക്കിനു മുന്നിൽ ബടാ നൃത്തം വച്ചുകൊണ്ട് നീങ്ങി.

ഉറക്ക്....? ഉണർന്നിരിക്കുന്നോ....? സ്വപ്നം....? സ്വപ്നം.....? മെനെപ്പടാ കൺപോളകൾ പതുക്കെ വിടർത്തി. പന്തങ്ങളുടെ പ്രകാശത്തിൽ നൃത്തം വെക്കുന്ന ബടാ.....കരടിനൃത്തം....? നെഫീസ്..... രാമേരിപ്പടാ.....

നാല്

ശാന്തിയും സമാധാനവും വിളംബരം ചെയ്തുകൊണ്ട് അടുത്ത പ്രഭാതം പൊട്ടിവിടർന്നു. അല്പം താമസിച്ചാണെങ്കിലും കണ്ണുതിരുമ്മിക്കൊണ്ടെഴുന്നേറ്റ നഗരവാസികൾ സ്വാതന്ത്ര്യത്തിന്റെ പൊൻപുലരിയിൽ ആഹ്ലാദിച്ചു. നികുതി പിരിക്കാനെത്തിയവർ ജീവനുംകൊണ്ട് ഓടിപ്പോയെന്ന വാർത്ത ആർപ്പുവിളികളോടെയാണ് ഗ്രാമീണർ സ്വീകരിച്ചത്.... അബ്ടു യാത്രയിൽ പങ്കുകൊണ്ടവർ അഭിമാനത്തോടെ അത് മറ്റുള്ളവരെ അറിയിച്ചു.

ചാട്ടവാറടിയേറ്റിട്ടും പ്രസന്നവദനനായിരുന്ന മെനെപ്പടായെ അവർ വണങ്ങി. നെഫീസിനെയും തങ്ങളുടെ വിധേയത്വമറിയിച്ചു. രാമേരിപ്പടായോടുപോലും... 'ഞങ്ങളിറങ്ങട്ടെ....' എന്നു പറയാൻ അവർ മറന്നില്ല.

മുറിവേറ്റവരെ ചികിത്സിക്കുന്നത് പൂജാരിയും വൈദ്യനുമായ അപെടാണ്. മുറിവുകൾ അത്ര സാരമുള്ളതായിരുന്നില്ല. മന്ത്രത്തിന്റെ ആവശ്യമുണ്ടായിരുന്നില്ല. എങ്കിലും ഒരാളുടെ നിലമാത്രം ആശങ്കയുളവാക്കുന്നതായിരുന്നു. അയാളുടെ മുറിവ് ആഴമേറിയതായിരുന്നു.

"നെയ്ത്തുകാരൻ അൻപു രക്ഷപ്പെടുമോ എന്തോ.....?" സ്നോഫ്രു ദുഃഖത്തോടെ പറഞ്ഞു.

"......"

"മുറിവ് വെച്ചുകെട്ടിയിട്ടുണ്ടെങ്കിലും....."

"അപെട് എന്താ പറയുന്നത്?...."

"ദൈവത്തോട് പ്രാർത്ഥിക്കാമെന്ന്....."

മെനെപ്പടാ ദീർഘമായി നിശ്വസിച്ചു. അയാൾ തുടർന്നു.

"മക്കളെല്ലാം ചെറുതാണ്. അവന്റെ ഭാര്യയെ സമാധാനിപ്പിക്കണം.

അൻപു സുഖപ്പെടുന്നതുവരെ അവന്റെ മുഴുവൻ ഉത്തരവാദിത്വവും നമുക്കാണ്....."

"ഉം...." സ്നോഫ്രു മൂളി. അയാൾ പറഞ്ഞു..... "ഇതിനേക്കാളെല്ലാം പ്രധാനപ്പെട്ടത് വേറെയുണ്ട്....."

"രാജഗൃഹത്തിന്റെ കാര്യമല്ലേ....." മെനെപ്പടാ ചെറുതായൊന്നു ചിരിച്ചു. താനും അതേക്കുറിച്ചാണ് ചിന്തിക്കുന്നതെന്ന് ആ ചിരി വ്യക്തമാക്കിയിരുന്നു.

അധികാരിയില്ല. കാവല്ക്കാരില്ല. കള്ളന്മാർക്ക് നല്ലതക്കമാണ്.

"ജനങ്ങളെന്താ പറയുന്നത്....?

"അവര് ആശ്ചര്യപ്പെട്ടിരിക്കയാണ്. ഫെറോവിന്റെ സൈന്യം വരുമെന്നാണ് ചിലർ പറയുന്നത്. എന്നാൽ കഴിഞ്ഞ വർഷം കൊട്ടാരത്തിൽ നിന്ന് തിരികെവന്ന വൃദ്ധസൈനികനായ ഹെംടി പറഞ്ഞത്.... അവിടെയിപ്പോൾ സൈന്യങ്ങളൊന്നും ഇല്ലെന്നാണ്. ഉള്ള സൈന്യത്തെ അതിർത്തിയിലേക്കയച്ചിരിക്കയാണത്രെ...."

"പൂജാരിയുടെ അഭിപ്രായമെന്താ....?

"ആര് ഭരിച്ചാലും ദൈവാനുഗ്രഹമുണ്ടാകുമെന്നു പറഞ്ഞു. ഇപ്യൂവർ....."

"എന്തു പറഞ്ഞു.....?"

"പഴയ രേഖകളെല്ലാം പരിശോധിച്ചു. ഇത്തരമൊരു സംഭവം മുമ്പെവിടെയും ഉണ്ടായിട്ടില്ലത്രെ. ഫെറോവിന്റെ തീർപ്പുണ്ടാകുന്നതുവരെ പേടിക്കാനില്ലെന്നാണ്.... അയാൾ പറഞ്ഞത്...."

വാതിൽ തുറക്കപ്പെട്ടു. സംഭാഷണം നിലച്ചു. ഖ്നേം ഹോടെപ് കടന്നുവന്നു.

"ഖ്നേമു ..... വാ....." മെനെപ്പടാ ക്ഷണിച്ചു. സ്നോഫ്രുവിനുനേർക്ക് തിരിഞ്ഞ് അയാൾ തുടർന്നു.... "നമ്മുടെ സേനാപതിയുടെ അഭിപ്രായവും അറിയാമല്ലോ....."

രണ്ടുപേരെയും വിസ്മയത്തോടെ നോക്കിക്കൊണ്ട് ഖ്നേം ഹോടെപ് ചോദിച്ചു. "എന്താണഭിപ്രായം....?"

"രാജഗൃഹത്തെക്കുറിച്ച്...."

"അതോ....? പ്രായംകൊണ്ടു ഞാൻ ചെറുപ്പമാണ്. അധികപ്രസംഗമാണെന്ന് നിങ്ങൾ പറയും. എങ്കിലും പറയാതെ നിവൃത്തിയില്ല. ഇന്നുതൊട്ട് നീരാനെ പ്രവിശ്യയ്ക്ക് പുറത്തുനിന്നുള്ള ഭരണാധികാരി വേണ്ട. ഇന്നുമുതൽ മെനെപ്പടാ ചേട്ടൻ നമ്മുടെ നേതാവ്. നമ്മെ നാം തന്നെ ഭരിക്കണം....."

മെനെപ്പടാ വികാരോദ്വേഗങ്ങൾ അടക്കിപ്പിടിക്കാൻ ശ്രമിച്ചു. സ്നോഫ്രു ദീർഘശ്വാസം വിടാൻ ശ്രമിച്ചുകൊണ്ട് പറഞ്ഞു. "നീ പടപടാന്ന് പറഞ്ഞു തീർത്തില്ലേ.... ഞങ്ങളും ഇതേ തീരുമാനത്തിലെത്തി

ച്ചേരുകയായിരുന്നു....”

ഖ്നേം ഹോടെപിന്റെ മുഖം തെളിഞ്ഞു. അയാൾ മെനെപ്പടായുടെ മുന്നിൽ മുട്ടുകുത്തിയിരുന്നു അയാളുടെ വലംകൈ ചുംബിച്ചു. സ്നോഫ്രുവിനെയും അതേ രീതിയിൽ ആദരിച്ചു.

സംഭാഷണം ശ്രദ്ധിച്ചുകൊണ്ട് നിന്നിരുന്ന നെഫീസിന്റെ നേർക്ക് തിരിഞ്ഞ് ഖ്നേം ഹോടെപ് ചോദിച്ചു....

“നെഫീസ് ചേച്ചീ..... നെഫീസ് ചേച്ചീ കേട്ടില്ലേ പറഞ്ഞതൊക്കെ....? എന്താ തരുന്നത് വേഗം പറ.....”

ഇതിനിടയിൽ സെബെക്ഖുവും കടന്നു വന്നു.

“നിന്നെ വിളിക്കാനയയ്ക്കാൻ വിചാരിക്കയായിരുന്നു. അപ്പോഴേക്കും എത്തിയല്ലോ.....” സ്നോഫ്രു പറഞ്ഞു.

“എന്താ വിശേഷം.....?”

മെനെപ്പടാ കാര്യം വിശദീകരിച്ചു. എല്ലാം കേട്ടുകഴിഞ്ഞപ്പോൾ സെബക്ഖു നിമിഷങ്ങളോളം മൗനിയായിരുന്നു.

“ഫെറോ സമ്മതിക്കുമോ?” അയാൾ ചോദിച്ചു.

“എല്ലാവരുടെയും ഗുണത്തിനുവേണ്ടിയാണ് നാമിത് ചെയ്യുന്നത്. സമ്മതിക്കാതെ എന്തുചെയ്യാൻ....! ഫെറോ നമ്മുടെ പിതാവുകൂടിയാണല്ലോ.... ഒരിക്കലെങ്കിലും മക്കളെ കാണാൻ വന്നോ....? ഇങ്ങ് വരട്ടെ ......നമുക്ക് സംസാരിക്കാമല്ലോ” ഉത്തരം പറഞ്ഞത് ഖ്നേം ഹോടെപാണ്.

ഈ സമയം അൻപുവിന് രോഗം കൂടുതലാണെന്ന് പറഞ്ഞ് രണ്ടുപേർ കടന്നുവന്നു. വാർത്ത കേട്ടയുടനെ എല്ലാവരും പുറപ്പെട്ടു....

അൻപുവെ രക്ഷിക്കാൻ അവർക്ക് കഴിഞ്ഞില്ല.

ഉച്ചയ്ക്ക് അൻപു മരിച്ചു. അദ്ധ്വാനിച്ചു ജീവിക്കുന്ന സത്യസന്ധനായ യുവാവ്.

“എനിക്ക് കൊള്ളേണ്ട ശരമാണ് അവനേറ്റത്....”. സ്നോഫ്രു ദുഃഖത്തോടെ പറഞ്ഞു.

കഴിഞ്ഞദിവസത്തെ സംഭവങ്ങളോരോന്നും ഓർത്തുകൊണ്ട് മെനെപ്പടാ വിക്കിവിക്കിക്കരഞ്ഞു.... വില നല്കാതെ വിജയം വരിക്കാനാകില്ല.....! ത്യാഗം ചെയ്യാതെ നേട്ടങ്ങളുണ്ടാക്കാനാവില്ല.....! അയാൾ സ്വയം പറഞ്ഞു.

സ്നോഫ്രുവിന്റെ ഭാര്യ നെജമുട് അൻപുവിന്റെ പത്നിയെ ആശ്വസിപ്പിച്ചു.....“കരയേണ്ട.... നിങ്ങളെയെല്ലാം ഞങ്ങൾ നോക്കിക്കൊള്ളും.....”

ശവശരീരം, സെബക്ഖുവിന്റെ ഗൃഹത്തിൽനിന്ന് അൻപുവിന്റെ വീട്ടിലേക്ക് കൊണ്ടുവന്നു. അവിടെ ഒരു ഭാഗത്ത് ചണവസ്ത്രം പകുതി നെയ്ത നിലയിൽ കാണപ്പെട്ടിരുന്നു. കഴിഞ്ഞദിവസം നെയ്തുകൊണ്ടിരുന്നപ്പോഴാണ് രാജഗൃഹത്തിൽ നടന്നതിനെപ്പറ്റി അയാളറിഞ്ഞത്. ഉടനെ നെയ്ത്ത് മതിയാക്കി പുറപ്പെട്ടു.

മൃതദേഹം ഒരുനോക്ക് കാണാൻ ജനങ്ങൾ തിക്കിത്തിരക്കി. ഖ്നേം ഹോടെപ് സമാധാനം പാലിക്കാൻ വിളിച്ചുപറഞ്ഞുകൊണ്ടിരുന്നു.

മൃതദേഹത്തിനു പിന്നിൽ ജീവച്ഛവംപോലെ നടന്നിരുന്ന അൻപുവിന്റെ പത്നി വീട്ടിലേത്തിയപ്പോൾ പൊട്ടിക്കരഞ്ഞു പോയി. ഹൃദയഭേദകമായ ആ രോദനം അവിടെ കൂടിനിന്നവരെ ഒന്നടങ്കം കണ്ണീരിലാഴ്ത്തി.

"നോക്ക്.... ഇത് രാജകുമാരന്റെ മരണമാണ്. നീ കരയരുത്. അഭിമാനിക്കയാണ് വേണ്ടത്. അൻപു മരിച്ചത് രാജ്യത്തിനുവേണ്ടിയാണ്. മുതലയോ പന്നിയോ പിടിച്ചാണ് അൻപു മരിച്ചിരുന്നതെങ്കിലോ....? ഈ ജനസഹസ്രം ഇവിടെ കൂടുമായിരുന്നോ....? സെബെക്ഖു അൻപുവിന്റെ പത്നിയെ ആശ്വസിപ്പിക്കാൻ ശ്രമിച്ചു.

രാജകുമാരന്റേതിന് തുല്യമായി മരണമാണെന്നത് വാസ്തവമാണ്. എന്നാൽ ഈ ദരിദ്രന്റെ മൃതദേഹം സംരക്ഷിക്കുന്നതിന് ലേപനക്രിയകളില്ല.....മുൻകൂട്ടി പണിത ശവകുടീരമില്ല.....

അപെടിനെ വിളിക്കാനാളുപോയി....

വാർത്തയറിഞ്ഞ ഉടനെ അയാൾ പുറപ്പെട്ടുവന്നു. ഈ സമ്മർദ്ദത്തിന് മുന്നിൽ വലുപ്പം ചുരുങ്ങിപ്പോകാതെ ഗംഭീര്യം നിലനിർത്തിക്കൊണ്ട് അയാൾ പറഞ്ഞു.....

"നല്ലവനായിരുന്നു.....! ദൈവം വിളിച്ചു......! എന്തു ചെയ്യാം......!"

മെനെപ്പടാ പറഞ്ഞു.....

"*പകൽ വെളിച്ചത്തിലേക്ക് വരിക*-എന്ന ഗ്രന്ഥത്തെക്കുറിച്ച് കേട്ടിട്ടുണ്ട്. നിങ്ങളുടെ പക്കലുണ്ടാകുമല്ലോ...."

ഒരു പ്രതിയുണ്ട്.

"മറ്റുള്ള ഏർപ്പാടുകളൊക്കെ പൂർത്തിയാകുന്നതുവരെ അത് അല്പനേരം വായിച്ചുകൂടെ....?"

മൃതരുടെ ഗ്രന്ഥം വായിക്കുന്നത് രാജോചിതമായ കർമ്മമാണ്. സാധാരണക്കാർ മരണപ്പെട്ടാൽ മന്ത്രോച്ചാരണം മാത്രമേയുണ്ടാകൂ. ഇപ്പോൾ ഈ ജനം ആവശ്യപ്പെടുന്ന സ്ഥിതിക്ക്....

"ഉം....ഉം...." അപെട് തുടർന്നു. "പുസ്തകം എടുക്കാൻ ആരെയെങ്കിലും പറഞ്ഞയക്കണം...."

പറ്റിയ ആളെ അന്വേഷിച്ച് അപെടിന്റെ മിഴികൾ അങ്ങിങ്ങ് സഞ്ചരിച്ചു. കൂട്ടത്തിൽനിന്ന് അപെടിന്റെ മകൻ മുന്നോട്ടുവന്നു.... കുട്ടിപ്പൂജാരി....

"*പകൽ വെളിച്ചത്തിലേക്ക് വരിക*യെന്ന പുസ്തകം എടുത്തുകൊണ്ടാ. ശ്രീകോവിലിനടുത്തുള്ള പെട്ടിയിലുണ്ട്...." അപെട് നിർദ്ദേശിച്ചു.

അറിയാമെന്ന അർത്ഥത്തിൽ തലയാട്ടിക്കൊണ്ട് ആ കുഞ്ഞു പൂജാരി ഓടിപ്പോയി.

നാട്ടിലെ മൂത്താശാരിയായ സെത്നാ അവിടെത്തന്നെ നിന്നിരുന്നു. അയാൾ പറഞ്ഞു.... "അൻപു എന്റെ ബന്ധുവാണ്. അവന്റെ ശവപ്പെട്ടി

യുണ്ടാക്കുന്നതിന് കൂലിയൊന്നും തരണ്ട."

ശവത്തിന്റെ അളവെടുത്ത് അയാളിറങ്ങി നടന്നു.

ഒരാൾ സുഗന്ധദ്രവ്യങ്ങൾ കൊണ്ടുവന്ന് ശവത്തിൽ തളിച്ചു.

ദരിദ്രർക്കെവിടുന്നാണ് ശവപ്പെട്ടി....? മരണം വന്നു വിളിച്ചാൽ ഉടുവസ്ത്രത്തോടെ അവർ മണ്ണടിയണം. എന്നാൽ അൻപുവിന് ശവപ്പെട്ടി തയ്യാറാവുകയാണ്.

"അൻപുവിന് ശവപ്പെട്ടി....! അൻപുവിന് ശവപ്പെട്ടി!" ജനം വിസ്മയത്തോടെ മന്ത്രിച്ചു.

ശോകസ്ത്രീകളെത്തിച്ചേർന്നു. 'ഏ അൻപൂ.... ഏ അൻപൂ.....' എന്ന് വിളിച്ച് അവർ കരയാൻ തുടങ്ങി.

മരിച്ചവർക്കുള്ള പുസ്തകം കൊണ്ടുവന്നു.

അപെട് വസ്ത്രമഴിച്ച് വലിച്ചുടുത്തു. ആളുകളെ പിന്നോട്ടു തള്ളി ഇരിക്കാനിടമുണ്ടാക്കി.

പെട്ടിയിൽനിന്ന് പുസ്തകം പുറത്തെടുത്തു. പാളകൾ ഒന്നിച്ചു ചേർത്ത് തുന്നിയുണ്ടാക്കിയ നീണ്ട പുസ്തകം.

മുറിവേറ്റവരെ ശുശ്രൂഷിച്ചിരുന്ന അപെട് കഴിഞ്ഞ രാത്രി നല്ലപോലെ ഉറങ്ങിയിരുന്നില്ല. ആ ക്ഷീണം മുഖത്ത് തെളിഞ്ഞുനില്ക്കുന്നുണ്ട്. എങ്കിലും അതൊന്നും വകവെക്കാതെ അയാൾ പുസ്തകത്തിന്റെ ഏടുകൾ നീക്കി.....

"ഒസൈരിസ് ദേവന്റെ രാജ്യമായ പരലോകത്തിന്റെ മുൻവാതില്ക്കൽനിന്ന് മരണപ്പെട്ടവൻ ഇപ്രകാരം പ്രാർത്ഥിക്കുകയാണ്..., മഹാദേവൻ വിജയിക്കട്ടെ! സത്യത്തിന്റെ പ്രഭുവേ, ന്യായമൂർത്തിയേ ജയിക്കട്ടെ! ഞാൻ എന്നോടൊപ്പം നിന്റെ മുന്നിൽ വന്നുനില്ക്കയാണ്. നിന്റെ സൗന്ദര്യാതിശയം കാണാനാണ് എന്നെ വിളിച്ചിരിക്കുന്നത്. ഞാൻ സത്യം മാത്രമാണ് പറയുന്നത്...... ഒരു മനുഷ്യനോടും ഞാൻ തിന്മ പ്രവർത്തിച്ചിട്ടില്ല. ദരിദ്രരെ ഒരിക്കലും നിന്ദിച്ചിട്ടില്ല. സ്വതന്ത്രനായ ആരെക്കൊണ്ടും അവന്റെ ഇഷ്ടത്തിനെതിരായി കഠിന ജോലികൾ ചെയ്യിച്ചിട്ടില്ല. കർത്തവ്യലോപം വരുത്തിയിട്ടില്ല. ദൈവങ്ങൾ വെറുക്കുന്നതൊന്നും ചെയ്തിട്ടില്ല. ഞാൻ മൂലം ഒരു ഭൃത്യനും അവന്റെ യജമാനന്റെ വിരോധത്തിന് പാത്രമായിട്ടില്ല. ആരും ഞാൻ മൂലം വിശന്നുപൊരിയേണ്ടി വന്നിട്ടില്ല. ആരെയും സങ്കടപ്പെടുത്തിയിട്ടില്ല. ആരെയും കൊലചെയ്തിട്ടില്ല. നീതിപീഠത്തിനുമുന്നിൽ കള്ളസാക്ഷി പറഞ്ഞിട്ടില്ല. ദേവാലയത്തിലെ ബലിവസ്തുക്കൾ അപഹരിച്ചിട്ടില്ല. ദൈവങ്ങൾക്കുള്ള നൈവേദ്യങ്ങളെടുത്തിട്ടില്ല. പരിശുദ്ധമായ ക്ഷേത്രപരിസരത്ത് വിഷയാസക്തനായി പെരുമാറിയിട്ടില്ല. ദൈവങ്ങളെ ധിക്കരിച്ച് നടന്നിട്ടില്ല. ത്രാസുകളിലും കട്ടിലുകളിലും മായം ചേർത്തിട്ടില്ല. തോടുകളിലേക്കൊഴുകുന്ന ജലം തടഞ്ഞുവച്ചിട്ടില്ല. ആടുമാടുകളെ മോഷ്ടിച്ചിട്ടില്ല. ദൈവത്തിന് സമർപ്പിക്കപ്പെട്ട പറവകളെ വലയിട്ട് പിടിച്ചിട്ടില്ല. ഞാൻ പരിശുദ്ധനാണ്....

ഞാൻ പരിശുദ്ധനാണ്.... ഞാൻ പരിശുദ്ധനാണ്....."

ചുറ്റുമുള്ളവരോടായി അപെട് പറഞ്ഞു: "ഞാൻ പരിശുദ്ധനാണെന്ന് മൂന്നുപ്രാവശ്യം പറയൂ...."

"ഞാൻ പരിശുദ്ധനാണ്.....ഞാൻ പരിശുദ്ധനാണ്......ഞാൻ പരിശുദ്ധനാണ്...." എല്ലാവരും ഏറ്റുപറഞ്ഞു.

താൻ സൃഷ്ടിച്ച അന്തരീക്ഷം അപെടിനെ തൃപ്തനാക്കിത്തീർത്തു. സന്തോഷത്തോടെ അടുത്ത താളിൽ ദൃഷ്ടി പതിപ്പിച്ച് അയാൾ വായന തുടർന്നു....

"അൻപു മുൻവശത്തെ വാതിൽ കടന്ന് ഉള്ളിലെത്തിയാൽ രാക്ഷസാകാരത്തിലുള്ള പന്ത്രണ്ട് ജീവികൾ മുന്നിൽ പ്രത്യക്ഷപ്പെടും. അൻപു അവയോട് പറയണം....."

"ദൈവപുത്രൻ വിജയിക്കട്ടെ? ഞാൻ നിങ്ങളെയറിയും. നിങ്ങളുടെ പേരുകളും എനിക്കറിയാം. മർദ്ദനംകൊണ്ട് എന്നെ നിങ്ങൾ ബുദ്ധിമുട്ടിക്കരുത്. എന്നെക്കുറിച്ച് യജമാനനോട് നിങ്ങൾ പരാതിപ്പെടരുത്...."

"അപ്പോൾ ഒരശരീരി കേൾക്കും.....! ആരാണപ്പാ നീ....? എന്താ പേര്....?"

"അൻപു ഉത്തരം പറയണം..... 'പുല്ലിനു കീഴെ വളർന്നവനാണു ഞാൻ. ജീവവൃക്ഷത്തിലെ നിവാസി' എന്നാണെന്റെ പേര്....."

"അശരീരി. അത് കടന്ന് പോകൂ....."

"അൻപു..... 'ജീവവൃക്ഷ'ത്തിന്റെ മുൻവശത്തുള്ള സ്ഥലത്തെത്തി."

"അശരീരി.... അവിടെയെന്താ കണ്ടത്?"

"അൻപു..... 'ഒരു തുടയും ഒരു കാലും'...."

"അശരീരി....'അവ നിന്നോടെന്താ പറഞ്ഞത്'...."

"അൻപു..... 'ഫെഹ്ഖുവിന്റെ രാജ്യം സ്വാഗതം ചെയ്യാൻ കാത്തിരിക്കയാണെന്ന്....."

"അശരീരി.....'അവ നിനക്കെന്താണ് തന്നത്'...."

"അൻപു .....'ഒരു അഗ്നിജ്വാലയും....ഒരു സ്ഫടികക്കോലും....'..."

"അശരീരി.... നീ അതെന്തു ചെയ്തു....?"

"അൻപു വൈകുന്നേരത്തെ ഭക്ഷണമെന്ന് കരുതി മായിട് തടാകക്കരയിൽ കുഴിച്ചിട്ടു...."

"അശരീരി... പിന്നീടെന്തുചെയ്തു....?"

"അൻപു.... ഞാനവയെ കൂക്കിവിളിച്ചു. പുറത്തെടുത്തു. സ്ഫടികക്കോലുടച്ച് ഒരു കുളമുണ്ടാക്കി....."

"അശരീരി.... ഞങ്ങളെ നീ അറിയുന്നതുകൊണ്ട് ധർമ്മഗൃഹത്തിന്റെ വാതിലിലൂടെ നിനക്ക് അകത്തുകടക്കാം'...."

"ഇങ്ങനെ നിഗൂഢമായ ചോദ്യങ്ങൾക്ക് നിഗൂഢമായ ഉത്തരങ്ങൾ

നല്കി നെയ്ത്തുകാരൻ അൻപു ഒസൈരിസിന്റെ ആസ്ഥാനത്തെത്തിച്ചേരുന്നു....."

"നീതിപീഠത്തിനുമുന്നിലെത്തിയെങ്കിലും പരീക്ഷണം അവസാനിക്കുന്നില്ല.... ഒരു പരീക്ഷണവുംകൂടി വിജയിച്ചെങ്കിലേ ന്യായമൂർത്തിയുടെ സാന്നിദ്ധ്യം ലഭിക്കുകയുള്ളു. ആ പരീക്ഷണം നടത്തുന്നത് അനൂബിസ് ആണ്. പരേതന്റെ ഹൃദയം തൂക്കിനോക്കുന്നതിനുള്ള ഒരു ത്രാസ് അനൂബിസിന്റെ മുന്നിലുണ്ടായിരിക്കും. അതിന്റെ ഒരു തട്ടിൽ ഒരു തൂവലുണ്ടാകും. മറ്റേ തട്ടിൽ അൻപുവിന്റെ ഹൃദയവും. തൂക്കത്തിന്റെഫലം ഥോഥ് ഒസൈരിസിനെ അറിയിക്കുന്നു. ഹൃദയം തൂവലിന്റെ തൂക്കത്തിന് തുല്യമായാൽ അൻപു രക്ഷപ്പെട്ടു. ഇനിയും ആയിരക്കണക്കിന് വർഷങ്ങളോളം അയാൾക്ക് ജീവിക്കാം... ഹൃദയത്തിന് തൂവലിനേക്കാൾ ഭാരം കൂടിയാൽ അടുത്തക്ഷണംതന്നെ മുതലകൾക്ക് ആഹാരമായിത്തീരും....!

പൂജാരിയുടെ വായന കേൾക്കാൻ മുന്നോട്ട് തള്ളിനിന്നവർ നടുങ്ങി പുറകോട്ട് മാറി. അപെടിന്റെ സ്തോത്രങ്ങൾക്ക് ജീവൻ വെപ്പിക്കുന്ന ആ നിശ്ശബ്ദാന്തരീക്ഷം. മെനെപ്പടായെ ചിരിപ്പിച്ചു. അതുകണ്ട് അപെടിന്റെ മുഖം വിളറിയെങ്കിലും ഉറച്ച സ്വരത്തിൽ അയാൾ തുടർന്നു.

"ഭക്തജനങ്ങൾക്ക് ഭയപ്പെടേണ്ട കാര്യമില്ല. അൻപു മുതലകൾക്കാഹാരമാകില്ല. പവിത്രമായ ഈ ഗ്രന്ഥം പാരായണം ചെയ്തതിനാൽ അൻപുവിന് പരലോകത്തിലെ എല്ലാ പരീക്ഷണങ്ങളും തരണം ചെയ്യാനാകും....."

ശവത്തിനരികിലിരുന്നിരുന്ന അൻപുവിന്റെ പത്നിയുടെ ഭാവം പെട്ടെന്ന് മാറി. ഭ്രാന്തിയെപ്പോലെ മൃതദേഹത്തെ കെട്ടിപ്പുണർന്നുകൊണ്ട് അവൾ പറഞ്ഞു.....

"എന്റെ ഭർത്താവ് മരിച്ചിട്ടില്ല..... മരിച്ചിട്ടില്ല...."

"അവളെ പിടിച്ച് മാറ്റ്........" അപെട് വിളിച്ചുപറഞ്ഞു.

ചിലർ അവളെ പിടിച്ചുമാറ്റി.

അപെട് പുസ്തകം അടച്ച് പെട്ടിയിൽവെച്ച് എഴുന്നേറ്റു.....

"എല്ലാവരും ഞാൻ പരിശുദ്ധനാണെന്ന് മൂന്നുതവണ പറയൂ....."

"ഞാൻ പരിശുദ്ധനാണ്! ഞാൻ പരിശുദ്ധനാണ്! ഞാൻ പരിശുദ്ധനാണ്!" ജനങ്ങൾ ഏറ്റു പറഞ്ഞു.

"ശവപ്പെട്ടി....?" അപെട് ചോദിച്ചു.

സെത്നാ ശവപ്പെട്ടികൊണ്ടുവന്നു.

വല്ലവർക്കും വേണ്ടിവരുമെന്നുവച്ച് പലകകൾ തയ്യാറാക്കിവച്ചിരുന്നു. അതുകൊണ്ട് എളുപ്പത്തിൽതന്നെ പെട്ടിയുണ്ടാക്കാൻ കഴിഞ്ഞു.

ശവപ്പെട്ടി കുടിലിനുള്ളിൽ കൊണ്ടുവരപ്പെട്ടു. അപെടിന്റെ ഗ്രന്ഥം പോലെ പവിത്രമാണ് തന്റെ ശവപ്പെട്ടിയുമെന്ന് സെത്നാക്കുതോന്നി.

അന്ത്യയാത്രാവേളയിലും ശോകസ്ത്രീകൾ ഉച്ചത്തിൽ വിലപിച്ചു.

കല്ലിന്റെ ഒരു പാത്രത്തിൽ റൊട്ടിക്കഷണങ്ങളിട്ട് തയ്യാറാക്കി. ശവത്തോടൊപ്പം അതും മണ്ണിലിടാനുള്ളതാണ്...

ഖ്നേം ഹോടെപ് മൂന്നുനാല് പേരെ വിളിച്ചുകൊണ്ട് കുഴിമാന്തുന്നതിനായി ശവപ്പറമ്പിലേക്ക് നടന്നു....

.....മെനെപ്പടായും സ്നോഫ്രുവും സെബക്ഖുവും കൂടിയാലോചിച്ച് തീരുമാനം ഖ്നേം ഹോടെപിനെ അറിയിച്ചു. ശവപ്പറമ്പിൽനിന്ന് ആളുകൾ പിരിയുന്നതിന് മുമ്പേ അയാൾ വിളിച്ചു പറഞ്ഞു:

“എല്ലാവരോടും..... ഇത് കേൾക്ക്.....! വൈകുന്നേരം തങ്ങളുടെ ജോലി കഴിഞ്ഞാൽ മറക്കാതെ എല്ലാവരും രാജഗൃഹത്തിലെത്തിച്ചേരണം.”

പലർക്കും എന്തിനാണെന്ന് മനസ്സിലായില്ല. അടുത്തുള്ളവരോട് ചോദിച്ചെങ്കിലും പലതരം ഉത്തരങ്ങളാണ് കിട്ടിയത്....

“ഇപ്പോൾ രാജഗൃഹം നമ്മുടേതല്ല..... അതുകൊണ്ടാ....”

“ആസ്തികളെല്ലാം വീതിക്കുന്നത്രെ.....”

“ഇന്ന് തൊട്ട് നമ്മുടെ ഭരണമാണ്. രാജാവ് നമ്മള് തന്നെ പ്രജകളും നമ്മള് തന്നെ.....”

....അൻപുവിന്റെ മക്കൾ മെനെപ്പടായുടെ വീട്ടിൽനിന്ന് ഭക്ഷണം കഴിച്ചു. നെഫീസ് വിളമ്പിക്കൊടുത്തു. രാമേരിപ്പടായും അവരോടൊപ്പം ഭക്ഷണം കഴിച്ചു.

അൻപുവിന്റെ വിധവയെ അവളുടെ കുടിലിലാക്കി മെനെപ്പടായും സ്നോഫ്രുവും സെബെക്ഖുവും മെനെപ്പടായുടെ വീട്ടിലേക്ക് വന്നു. സ്നോഫ്രുവിന്റെ പത്നി ഭക്ഷണം കൊണ്ടു വന്നു.

ഭക്ഷണത്തിനുശേഷം നെഫീസ് പായ വിരിച്ചു. ചണപ്പുതപ്പ് വിരിച്ചുകൊണ്ട് പറഞ്ഞു.....“വിശ്രമിച്ചാലും.”

സ്നേഹിതന്മാർ അവരവരുടെ വീട്ടിലേക്ക് പോയിരുന്നെങ്കിൽ ഭർത്താവിന് വിശ്രമിക്കാമായിരുന്നു. എന്നാൽ സ്നോഫ്രുവിന്റെ മറുപടി അവളെ നിരാശപ്പെടുത്തി....

“ഇനി ഞങ്ങൾക്കെവിടെയാ വിശ്രമം....?”

അവർ ഗഹനമായ ആലോചനകളിൽ മുഴുകി.

നമ്മെ നാം തന്നെ ഭരിക്കണം. എങ്ങനെ....? സാമന്ത രാജാക്കന്മാരെ നിയമിക്കുന്നതിനുമുമ്പ് ഈജിപ്തിലെ പ്രവിശ്യകൾ മൂത്തവരുടെ സമിതികളാണ് ഭരിച്ചിരുന്നത്. നാലുപേരടങ്ങുന്ന അത്തരമൊരു സമിതി നീരാനെ പ്രദേശത്തും ഉണ്ടായിരുന്നു. അവരിൽ മരണപ്പെട്ട ഒരാളൊഴിച്ച് ബാക്കിയുള്ള സെമനും, ഥാനിസും, ഹെമോനും ആ നഗരത്തിൽതന്നെയാണ് താമസിച്ചിരുന്നത്.

“ഒഴിവുള്ള സ്ഥാനത്ത് ഹെംടിയെ നിയമിച്ചാലോ....?”

“നല്ല കാര്യംതന്നെ......”

സമിതിക്ക് ദൈനംദിന ഭരണക്രമങ്ങൾ നടത്തിക്കൊണ്ടുപോവുക സാദ്ധ്യമായിരുന്നില്ല. അതുകൊണ്ട് മാസത്തിലൊരിക്കൽ സമിതി ചേർന്ന് കാര്യങ്ങൾ ചർച്ചചെയ്യട്ടെ. നിത്യേനയുള്ള കാര്യങ്ങൾ നോക്കി നടത്തുന്നതിന് ഒരാൾ വേണം....

"മെനെപ്പടാ.... നീ സാമന്ത രാജാവ്....."

"സ്നോഫ്രു...... പുതിയ വ്യവസ്ഥയിൽ സാമന്തരാജാവേ വേണ്ട...."

"ശരി. എങ്കിൽ നീ നേതാവ്."

"ഞാൻ.....ഞാൻ..... ആലോചിച്ച് നോക്കിയോ......"

"നല്ല പോലെ ആലോചിച്ചു....."

"അത്ര നിർബ്ബന്ധമാണെങ്കിൽ......"

"അതെ... ഇത് നിർബ്ബന്ധമാണ്....."

"നമുക്ക് മൂവർക്കും ഒന്നിച്ചായിക്കൂടെ.....?"

"അതു പറ്റില്ല. നേതാവായി ഒരാൾ വേണം....."

"നിങ്ങൾ ഉപദേഷ്ടാക്കളാകണം....."

"സമ്മതിക്കുന്നു....."

തങ്ങൾ അധികാരത്തിൽ വരുന്നതിന് വേണ്ടിയല്ല അവരെ ഓടിച്ചത്. ജനങ്ങൾക്കിഷ്ടപ്പെട്ട ഒരു ഭരണക്രമമുണ്ടാകണം. അവരുടെ നികുതിഭാരം പകുതിയായി കുറയ്ക്കണം.

"മെനെപ്പടാ.... നീ രാജഗൃഹത്തിൽ താമസിക്കണം."

"അത് മാത്രം സാദ്ധ്യമല്ല.... നിത്യേന അവിടെപോയി വരാം. താമസം ഇവിടെത്തന്നെ....."

അതിർത്തി കാവൽക്കാർ....., നാട് കാക്കുന്നവർ.... ഇവർക്കെല്ലാം ഒരു നായകൻ വേണമല്ലോ.....

"ഖ്നേം ഹോടെപ് സേനാപതിയാകട്ടെ....."

"ആയ്ക്കോട്ടെ. വേണ്ടെന്ന് പറയുന്നില്ല. എന്നാൽ എന്റെ മരുമകന് മൂക്കിന്റെ തുഞ്ചത്താണ് കോപം. അത് മറക്കരുത്....."

"ഉത്തരവാദിത്വം കിട്ടിക്കഴിഞ്ഞാൽ അതൊക്കെ നേരെയാവും......"

"ക്ഷേത്രത്തിന്റെ....."

"ക്ഷേത്രച്ചെലവ് നമ്മൾ വഹിക്കും. അപെട് അതെച്ചൊല്ലി വിഷമിക്കേണ്ട. നികുതി രാജഗൃഹത്തിൽ മാത്രം അടച്ചാൽ മതി....."

"ഭൂപ്രഭുക്കൾ നമ്മോടൊപ്പം നില്ക്കുമോ എന്തോ....?"

"കണ്ടുതന്നെ അറിയണം....."

"ഇപ്യൂവർ രാജഗൃഹത്തിൽതന്നെ താമസിക്കട്ടെ. നികുതി കണക്കുകളെല്ലാം അയാൾ തന്നെ എഴുതട്ടെ."

നെഫീസും നെജമുടും സംഭാഷണങ്ങൾ ശ്രദ്ധിക്കയായിരുന്നു. രാമേരിപ്പടാ അമ്മയെ തൊട്ടുകൊണ്ട് അടുത്തുതന്നെ നിന്നിരുന്നു.

"രാമേരി...." മെനെപ്പടാ വിളിച്ചു..... "ഖ്നേം മാമനെ വിളിച്ചുകൊണ്ടാ...."

കുട്ടി ബാണംപോലെ പാഞ്ഞുപോയി.

രാജഗൃഹത്തിലെ ദാസികളുടെയും ഭൃത്യന്മാരുടെയും കാര്യം.

"അവരെയും മോചിപ്പിക്കണം. അവർ സ്വതന്ത്രരാണ്. ഇഷ്ടംപോലെ എവിടെ വേണമെങ്കിലും സഞ്ചരിക്കാവുന്നതാണ്....."

"ഭൂപ്രഭുക്കളുടെ കീഴിലും അടിമകളുണ്ട്......"

"അവരെയും താമസിയാതെ മോചിപ്പിക്കാവുന്നതാണ്. ഉദിച്ച സൂര്യൻ തലയ്ക്കു മീതെ എത്താതിരിക്കില്ലല്ലോ......?"

അച്ഛൻ വിളിക്കുന്നെന്നല്ലാതെ മറ്റൊന്നും രാമേരിപ്പടാ പറഞ്ഞിരുന്നില്ല. ഉടൻതന്നെ ഖ്നേം ഹോടെപ് പുറപ്പെടുകയുംചെയ്തു.

ഇടതുകൈയിൽ വില്ലും, വലതു തോളിൽ ആവനാഴിയുമായി മുറ്റത്തു വന്നുനിന്ന ഖ്നേം ഹോടെപ് നേതാക്കളെ വണങ്ങി.

"ഖ്നേമു.... ഇന്നുമുതൽ ഇവിടത്തെ സേനാപതി നീയാണ്. ഇന്നു തൊട്ട് നിന്റെ അരക്കെട്ടിൽ കഠാരിയും കൈയിൽ കോലുമുണ്ടാകണം...." മെനെപ്പടാ പറഞ്ഞു.

സ്വപ്നംകാണുന്നതുപോലെ ഖ്നേം ഹോപെടിനു തോന്നി. വണങ്ങുകയാണെന്ന ഭാവത്തിൽ തല കുമ്പിട്ടുനിന്ന് അയാൾ സ്വന്തം മുഖം മറച്ചുപിടിച്ചു.

തീരുമാനങ്ങളെല്ലാം ഖ്നേംഹോടെപിനേയും വിവരിച്ചു കേൾപ്പിച്ചു. മൂത്തവരെയും ഹെംടിയെയും വിളിച്ചുകൊണ്ടുവരുന്നതിന് അയാൾ പുറപ്പെട്ടു.....

പറഞ്ഞിരിക്കുന്നതിനിടയിൽ ഏവരും വന്നുചേർന്നു. ഹെംടി ജിജ്ഞാസുവായിരുന്നു. ഥാനിസും, സെമനും, ഹെമോനും ചിന്താകുലരായി കാണപ്പെട്ടു.....

എല്ലാം കേട്ടുകഴിഞ്ഞപ്പോൾ സെമ പറഞ്ഞു....

"ഇങ്ങനെയൊക്കെ ചെയ്യുന്നത് തെറ്റോ ശരിയോ എന്നറിയില്ല....."

മെനെപ്പടാ.....പറഞ്ഞു.....

"ദൈവത്തിന് നിരക്കാത്ത കാര്യമല്ല നാം ചെയ്യുന്നത്. ഫെറോവിനെതിരായും നാമൊന്നും പ്രവർത്തിക്കുന്നില്ല. മക്കളുടെ ഈ പുതിയ ഭരണവ്യവസ്ഥ കണ്ട് ഫെറോ സന്തോഷിക്കുകയാണ് വേണ്ടത്....."

തെല്ലുനേരത്തെ മൗനത്തിനുശേഷം സെമ തുടർന്നു....

"നാമെല്ലാം ഒരേ വംശക്കാരാണ്. നമ്മുടേത് ഒറ്റക്കുടുംബം. നീരാനെ കുടുംബം. ഒരേ രീതിയിലുള്ള ആചാരക്രമങ്ങളാണ് നമുക്കുള്ളത്. മുമ്പില്ലാത്തതാണ് ഇപ്പോൾ ഇവിടെ സംഭവിച്ചിരിക്കുന്നത്. അതുകൊണ്ട് നമ്മളെല്ലാം ഒന്നിച്ചു നില്ക്കണം. ഒന്നിച്ചു നീന്താം. മുങ്ങുന്നെങ്കിൽ ഒന്നിച്ചു മുങ്ങട്ടെ....."

തനിക്ക് ഇത്തരം പാഴ്‌വാക്കുകളൊന്നും ഇഷ്ടമല്ലെന്ന് അർത്ഥത്തിൽ ഖ്നേം ഹോടെപ് കൈകൾ കൂട്ടിത്തിരുമ്മി അക്ഷമത പ്രകടിപ്പിച്ചു.

"നാം മുന്നോട്ട് നീങ്ങിയിരിക്കയാണ്. ഇനി പിൻവാങ്ങുന്ന പ്രശ്നമുണ്ടാവരുത്....." സ്നോഫ്രു പറഞ്ഞു.

"ഞാൻ രാജഗൃഹത്തിലേക്ക് പോകാം. സഭകൂടുന്നതിനു വേണ്ട ഏർപ്പാടുകൾ ചെയ്യട്ടെ....." ഖ്നേം ഹോടെപ് നേതാക്കളെ വന്ദിച്ച് പുറപ്പെട്ടുപോയി.

"അമ്മേ നമുക്കും പോവാം....." രാമേരിപ്പടാ പറഞ്ഞു.

"നെഫീസേ, നമുക്കും പോവാമല്ലോ." നെജമുട് കൂട്ടിച്ചേർത്തു.

"ഞങ്ങളും വന്നോട്ടെ.....?" നെഫീസ് ഭർത്താവിനോട് ചോദിച്ചു.

"വേണ്ടെന്നു പറയാൻ ഞങ്ങളാരാ.....? നീരാന ദേശത്ത് ഇനിമേൽ ആരും അടിമകളല്ല....."

"പരിഹസിക്കയാണോ?"

"അല്ല. കാര്യം പറഞ്ഞതാണ്. എത്രയോ പേർ അവിടെ വരും. നിങ്ങളും വരിക....."

"എത്രയോപേർ വരുന്നതുപോലെ മാത്രമേ ഞങ്ങളും വരാവൂ? ഭർത്താക്കന്മാരുടെകൂടെ വരാനോ ഇരിക്കാനോ ഒന്നും ഞങ്ങൾക്ക് പാടില്ലേ?" നെജമുട് ചോദിച്ചു.

നെഫീസിന്റെ മനസ്സിലും ഇതുതന്നെയായിരുന്നു.

സ്നോഫ്രുവിന് ദേഷ്യം വന്നു.

" അത് ഫെറോവിന്റെ കൊട്ടാരമാണെന്നാണോ കരുതിയത്?"

നെജമുടിന്റെ കണ്ണ് കലങ്ങി. ഭർത്താവിനെ തുറിച്ചുനോക്കിക്കൊണ്ട് അവൾ പറഞ്ഞു: "ദേഷ്യപ്പെടുന്നതെന്തിന്? ഇഷ്ടമില്ലെങ്കിൽ വരുന്നില്ല...."

"ഞങ്ങളോടൊപ്പം വരണ്ടെന്നല്ലേ പറഞ്ഞുള്ളൂ....."

"നിങ്ങളെല്ലാം നേത്തെ പുറപ്പെട്ടോ....." മെനെപ്പടാ പറഞ്ഞു.

അവർ പോകാനുള്ള ഒരുക്കംകൂട്ടി.

മുറിവേറ്റ് ചികിത്സയിലായിരുന്നവർ തങ്ങളുടെ വീടുകളിലേക്ക് പോയി. ചെറിയ മുറിവുള്ള ഒന്നുരണ്ടുപേർ യോഗത്തിനു പോകാനും ഒരുക്കംചെയ്തു.

നെഫീസും നെജമുടും അണിഞ്ഞൊരുങ്ങി രാമേരിപ്പടായെയും കൂട്ടി സെബക്ഖുവിന്റെ വീട്ടിൽ ചെന്നു. സെബക്ഖുവിന്റെ ഭാര്യ താബബുവാ അകം അടിച്ചുവാരുകയായിരുന്നു.....

"നിങ്ങൾ പൊയ്ക്കോ.... ഞാൻ വരുന്നില്ല....." അവൾ പറഞ്ഞു.

നെജമുടിന്റെയും നെഫീസിന്റെയും ആടയാഭരണങ്ങൾ ശ്രദ്ധിച്ചു കൊണ്ട് തബബുവാ തുടർന്നു: "ഭർത്താക്കന്മാരോട് പറഞ്ഞോ.... നമ്മക്ക് അത്യാവശ്യമായി വേണ്ടത് വെള്ളമാണ്.... നദിയിലെ വെള്ളം സദാ തോട്ടി ലൂടെ ഒഴുകണം. വെള്ളം ഉണ്ടെങ്കിലല്ലേ വീടും വളപ്പും വൃത്തിയാവൂ...."

"ശരിയാണ്. തീർച്ചയായും പറയാം തമ്പു...." നെജമുട് പറഞ്ഞു.

"ആ ഖ്നേമൂന് വീട്ടിന്റെ ചിന്തേ ഇല്ല. പെണ്ണ് ഒറ്റക്കല്ലേ ഉള്ളു. പണിയെല്ലാം തീർന്നിട്ട് ഞങ്ങള് വന്നോളാം....."

രാജഗൃഹത്തിലേക്ക് നടന്ന നെഫീസും നെജമുടും വഴിയിലെ കാഴ്ചകൾ കണ്ട് ആശ്ചര്യപ്പെട്ടു. വഴിയെല്ലാം അടിച്ച് വൃത്തിയാക്കി വെള്ളം തളിച്ചിട്ടുണ്ട്. രാജഗൃഹത്തിന് പുറത്തുള്ള വയല് ചെത്തിമിനുക്കിയിരിക്കുന്നു. വെള്ളം തളിച്ച് പായകൾ നിവർത്തിവിരിച്ചിട്ടുണ്ട്. (നമ്മുടെ വീട്ടിൽനിന്നൊഴിച്ച് ബാക്കിയെല്ലാ ദിക്കിൽനിന്നും പായകൾ കൊണ്ടുവന്നിട്ടുണ്ടെന്ന് തോന്നുന്നു.) രാജഗൃഹത്തിലെ വേദിയിലുണ്ടായിരുന്ന പീഠങ്ങളും പുറത്ത് കൊണ്ടിട്ടുണ്ട്. ജനങ്ങൾ മന്ദഹസിക്കുകയല്ലാതെ മറ്റൊരു ശബ്ദവും പുറപ്പെടുവിക്കുന്നില്ല. വേദിയിലേക്ക് പോകാൻ നടവഴിയുണ്ട്. സ്ത്രീകൾക്കായി പ്രത്യേകം സ്ഥലം നീക്കിവെച്ചിരിക്കുന്നു.

രാജഗൃഹത്തിന്റെ കവാടം ശൂന്യമായിക്കിടന്നിരുന്നു.

വാതിൽ കുത്തിപ്പൊളിക്കാനുപയോഗിച്ച പനത്തടി വേദിയുടെ പിന്നിൽ കുഴിച്ചിട്ടിട്ടുണ്ട്. മെഖ്മെഖ്, സീമു, ജേയിറ്റ് തുടങ്ങിയ പൂക്കളെക്കൊണ്ട് അലങ്കരിച്ചിരിക്കുന്നു.

ഇപ്യൂവർ നെഫീസിനെയും നെജമുടിനെയും സ്വീകരിച്ചു. അയാളുടെ മുഖം പ്രസാദപൂർണ്ണമായിരുന്നു.

"ഇരിപ്പിടങ്ങളുണ്ട്...." ഇപ്യൂവർ ക്ഷണിച്ചു.

നെജമുട് പീഠങ്ങളുടെ നേർക്ക് ഒന്ന് കണ്ണോടിച്ചശേഷം പറഞ്ഞു: "ഇരിപ്പിടങ്ങളൊന്നും ഞങ്ങൾക്ക് വേണ്ട. അതെല്ലാം ഫെറോവിന്റെ റാണിമാർക്കുള്ളതല്ലേ....! പായമതി. ഞങ്ങളും മറ്റുള്ളവരെപ്പോലല്ലേ....?"

വയലിലുള്ളവരുടെ മുഴുവൻ ശ്രദ്ധ നെഫീസിലും നെജമുടിലും കേന്ദ്രീകരിച്ചിരുന്നു. സ്ത്രീകൾ അങ്ങിങ്ങൊതുങ്ങിക്കൊണ്ട് നേതാക്കളുടെ സഹധർമ്മിണിമാർക്കിരിക്കാനിടമുണ്ടാക്കിക്കൊടുത്തു.

"രാമേരി.....രാമേരി...." കൂട്ടുകാരുടെ വിളികേട്ട് അവൻ അവരുടെ അടുത്തേക്കോടിപ്പോയി.

വെയിലിന് ചൂട് കുറഞ്ഞുതുടങ്ങി...

വയൽ നിറഞ്ഞുകവിഞ്ഞു.

നേതാക്കളെത്തിച്ചേരാത്തതിൽ ഖ്നേം അസ്വസ്ഥനായി. ആരെയെങ്കിലും വിളിക്കാനയച്ചാലോ എന്ന് അയാൾ ആലോചിച്ചപ്പോഴേക്കും മെനെപ്പടായുടെ തല ദൂരെ പ്രത്യക്ഷപ്പെട്ടു.

"വര്ന്നുണ്ട്......വര്ന്നുണ്ട്......" ഖ്നേം ഹോടെപ് സന്തോഷത്തോടെ വിളിച്ചുപറഞ്ഞു.

ജനങ്ങൾ കഴുത്തുതിരിച്ചു. കണ്ടവർ കണ്ടവർ എഴുന്നേറ്റു. കാണാത്തവരും എഴുന്നേറ്റു.

"നമുക്കും എഴുന്നേല്ക്കാം. നെജ....."

"ശരി....."

തങ്ങളുടെ ദേശത്ത് സംഭവിച്ച അത്ഭുതത്തിന് കാരണക്കാരനായ വനെ ഒരുനോക്ക് കാണുന്നതിന് ജനങ്ങൾ പെരുവിരലൂന്നിനിന്നു....

ശുഭ്രമായ അരവസ്ത്രം ധരിച്ച മെനെപ്പടാ മന്ദം മന്ദം നടന്നടുത്തു. തലമുടി ഇരുവശത്തേക്കും ചീകിയൊതുക്കിയിരിക്കുന്നു. ചെരിപ്പിട്ടിട്ടില്ല. ശരീരത്തിലെ മുറിവുകളും, പാടുകളും അതേപടിയുണ്ട്. ആത്മവിശ്വാസം തുളുമ്പുന്ന പുഞ്ചിരി ആ വദനത്തെ പ്രകാശമാനമാക്കിയിരുന്നു.

സെമ, ഥാനിസ്, ഹെമോൻ, ഹെംടി തുടങ്ങിയ മൂത്തവർ മെനെപ്പ ടായെ അനുഗമിച്ചിരുന്നു.

"മൂത്തവർ.... മൂത്തവർ...." ആരോ പറഞ്ഞു.

ഹെംടി മാത്രമേ ഒരു ചോദ്യചിഹ്നമായി അവശേഷിച്ചുള്ളു.

മൂത്തവർക്കുപിന്നില് സെബെക്ഖുവും സ്നോഫ്രുവും.

"വയസ്സായില്ലെങ്കിലെന്താ...... ഇവരും മൂത്തവർ തന്നെ." ചിലർ പറഞ്ഞു.

വയലിലെ ഏർപ്പാട് മെനെപ്പടായെ വിസ്മയം കൊള്ളിച്ചു. സെഫെക്ഖു അഭിമാനം കൊണ്ടു.

വേദിയിലേക്കുള്ള വഴി ആരംഭിക്കുന്നിടത്ത് ഖ്നേംഹോടെപ് നിന്നിരുന്നു. അയാൾ മെനെപ്പടായെ താണുവണങ്ങി. അതേതോ സൂചനയായിരുന്നു. ജനങ്ങൾ കൈയടിച്ചു. ഉച്ചത്തിൽ ജയ് വിളിച്ചു.....

"ഏ....മെനെപ്പടാ.....! ഏ.......... മെനെപ്പടാ...."

നേതാവ് വേദിയിലെത്തുന്നതുവരെ കൈയടി നീണ്ടുനിന്നു.

വേദിയിൽ മൂന്നു പീഠങ്ങളാണ് ഇട്ടിരുന്നത്. മെനെപ്പടാ മൂത്തവരോട് വേദിയിൽ ചെന്നിരിക്കാനപേക്ഷിച്ചു. അവർ സമ്മതിച്ചില്ല. താഴെയുള്ള പീഠങ്ങളിൽ അവർ ആസനസ്ഥരായി.

ഖ്നേംഹോടെപ് മെനെപ്പടായെ മണ്ഡപത്തിലേക്ക് നയിച്ചു.

സ്നോഫ്രുവിനോടും സെബെക്ഖുവിനോടും കൂടി മെനെപ്പടാ വേദിയിലെത്തി. മൂവരും ഇരുന്നു.

വീണ്ടും കരതാഡനം. ഖ്നേംഹോടെപിന്റെ ആംഗ്യത്തോടെ അത് നിലച്ചു. എല്ലാവരും ഇരുന്നു.

അവാച്യമായൊരു ആനന്ദാനുഭൂതി ഏവരിലും കളിയാടി. നേതാക്കളെ കൺകുളിർക്കെ അവർ നോക്കിക്കാണുകയാണ്. നേതാക്കളുടെ വചനാമൃതം ശ്രവിക്കാൻ അവരുടെ കാതുകൾ വെമ്പൽകൊള്ളുകയാണ്.

വേദിയുടെ താഴെ നിന്നിരുന്ന ഇപ്യൂവറിനെ അടുത്തുവിളിച്ച് മെനെപ്പടാ പറഞ്ഞു.....

"ആയുധപ്പുരയിൽനിന്നോ ലാഞ്ഛന മുറിയിൽനിന്നോ ദണ്ഡ് കൊണ്ടുവരണം...."

"സാമന്തരാജാവിന്റെ ദണ്ഡല്ലേ.....?"

"ഛെര! ഛെര! പെപൈപെറസ്കോല്......."

"മേസ്ത്രിമാർ പിടിക്കുന്നതാണോ.....?"

"ഉം.....മേസ്ത്രിയും സേനാപതിയും മറ്റും പിടിക്കുന്നത് തന്നെ....."

"ശരി......"

"ഒരു കഠാരായു......"

"കൊണ്ടുവരാ....."

മെനെപ്പടായ്ക്ക് ഇതെല്ലാമെന്തിനെന്ന ചിന്തയോടെ ഇപ്യൂവർ രാജഗൃഹത്തിനുള്ളിലേക്ക് നടന്നു. ഒന്ന് രണ്ട് പരിചാരകരോട് തന്നോടൊപ്പം വരാൻ ആംഗ്യം കാട്ടി.

മെനെപ്പടാ വയലിൽ കൂടിയിരിക്കുന്നവരെ ശ്രദ്ധിച്ചു. സ്ത്രീകളുടെ മുൻനിരയിൽ തന്നെ നെഫീസ്. ഈ ആൾക്കൂട്ടത്തിനിടയിലും ഭർത്താവ് തന്നെ കണ്ടുപിടിച്ചതിൽ നെഫീസിന് അഭിമാനവും ലജ്ജയുമുണ്ടായി.

സെബെക്ഖുവിന്റെ പത്നി സബബുവായും മകളും സഭയിലേക്ക് വരുന്നുണ്ടായിരുന്നു. മെനെപ്പടാ ഖ്നേംഹോടെപിനോട് ഭാര്യയെയും അമ്മയെയും കൂട്ടിക്കൊണ്ടുവരാൻ പറഞ്ഞു. ഖ്നേംഹോടെപ് അത് കേൾ ക്കാത്ത ഭാവത്തിൽ നിന്നതേയുള്ളു. നെജമുടിന്റെ കണ്ണിലും അവർ പെട്ടില്ല.

തബുബുവാ വെള്ളത്തിന്റെ കാര്യം പറഞ്ഞത് നെജമുടിനോർമ്മ വന്നു. അവൾ എഴുന്നേറ്റ് വേദിയുടെ നേർക്ക് നടന്നു.

"എന്താ.....എന്താ......?" സ്നോഫ്രു കണ്ണുമിഴിച്ചു.

ഭർത്താവിന്റെ ആ ഭാവം നെജമുടിനിഷ്ടപ്പെട്ടില്ല. സ്വകാര്യമായി കാര്യം മെനെപ്പടായെ ധരിപ്പിക്കണമെന്നാണവൾ വിചാരിച്ചിരുന്നത്. അത് വേണ്ടെന്നുവച്ചു. ഉച്ചത്തിൽതന്നെ അവൾ കാര്യം പറഞ്ഞു:

"നമുക്ക് വെള്ളമാണ് ആദ്യമായി വേണ്ടതെന്നാണ് തബബുവാ പറഞ്ഞത്. നദിയിലെ വെള്ളം എപ്പോഴും തോട്ടിലൂടെ ഒഴുകണം. വെള്ളമുണ്ടെങ്കിലല്ലേ വീടും തൊടിയും വൃത്തിയാക്കാൻ പറ്റൂ. ഇക്കാര്യം നിങ്ങളെ അറിയിക്കുകയാണ്....."

നെജമുട് സ്വസ്ഥാനത്തുതന്നെ വന്നിരുന്നു.

മെനെപ്പടാ പുഞ്ചിരിച്ചു. അവൾ പറഞ്ഞതും കുറച്ചാളുകൾ മാത്രമേ കേട്ടുള്ളു. എങ്കിലും അതുവരെയില്ലാതിരുന്ന വെള്ളം സഭയിലാകെ ഒഴുകി നടന്നു. കുശുകുശുശബ്ദം അതിന്റെ ഒഴുക്കിനെ ശക്തിപ്പെടുത്തി.

"മഹാജനങ്ങളെ...." മെനെപ്പടാ ഉറക്കെ വിളിച്ചു.

"കേൾക്കുന്നില്ല...... കേൾക്കുന്നില്ല....." ദൂരെയുള്ളവർ വിളിച്ചു പറഞ്ഞു.

കൂടുതലുച്ചത്തിൽ മെനെപ്പടാ പറഞ്ഞു.

"നീരാനപ്രവിശ്യയിലെ മുഖ്യപട്ടണത്തിലെ മഹാജനങ്ങളേ.... നിങ്ങൾക്കെന്റെ അഭിവാദനങ്ങൾ! സ്നോഫ്രുവിന്റെയും സെബക്ഖുവിന്റെയും അഭിവാദനങ്ങൾ...! (സദസ്സിൽ ചിരി) നിങ്ങളോട് സംസാരിക്കു

വാൻ ഞാൻ വളരെ വിഷമിക്കുന്നുണ്ട്. ഇന്നലെ നമ്മുടെ ആവശ്യങ്ങളു ന്നയിക്കാൻ ഞാൻ ചെന്നതും..... പിന്നീടുണ്ടായ സംഭവങ്ങളും മറ്റും നിങ്ങൾ തന്നെ നേരിട്ട് കണ്ടതാണല്ലോ....! അതുകൊണ്ടാണ് ഞാനിരുന്ന് സംസാരിക്കുന്നത്. (വീണ്ടും ചിരി). അതാ പൂജാരി വരുന്നുണ്ട്. (ജനങ്ങൾ തിരിഞ്ഞുനോക്കുന്നു.) ഈ മാറ്റത്തിന് കാരണം നിങ്ങളാണ്..... നിങ്ങളുടെ ത്യാഗമാണ്.....! നമ്മുടെ ധീരസോദരനായ അൻപുവിന് പ്രാണൻപോലും നല്കേണ്ടി വന്നു. പൂജാരി പറഞ്ഞതുപോലെ നാം അൻപുവിന് നല്കിയത് രാജോചിതമായ ഒരു യാത്രയയപ്പാണ്. പൂജാരി *പകൽ വെളിച്ചത്തിലേക്ക് പോവുക* എന്ന പുസ്തകം വായിച്ചു. ഉത്തരവാദിത്വ ത്തോടെ മുറിവേറ്റവരെ ചികിത്സിച്ചു. എല്ലാവരും എഴുന്നേറ്റ് നിന്ന് അദ്ദേ ഹത്തെ ബഹുമാനിക്കണം."

സദസ്സ് മുഴുവൻ എഴുന്നേറ്റു നിന്നു..... സുസ്മേരവദനനായി കഴു ത്തിളക്കിക്കൊണ്ട് അപെട് വേദിയുടെ സമീപത്തെത്തി. ഥാനിസിന്റെ വലതുവശത്തായി ഒഴിഞ്ഞുകിടന്നിരുന്ന പീഠത്തിൽ അയാളുപവിഷ്ടനായി.

തെല്ലൊരാശങ്കയോടെയാണ് അപെട് പുറപ്പെട്ടിരുന്നത്. വയലിൽ കൂടിയിരിക്കുന്ന ജനങ്ങളെ കണ്ടപ്പോൾ ആ സംശയം ഇരട്ടിച്ചു. ദൈവ ദൂതനായ തന്നെ ഇവർ ബഹുമാനിക്കാതിരിക്കുമോ....? ഛെ.....! ഛെ....! അതുണ്ടാവില്ല. ഇനി അങ്ങനെ വല്ലതും സംഭവിച്ചാൽ.... ഉടൻതന്നെ ആശീർവദിക്കാനായി കൈയുയർത്തണം..... അപ്പോഴും അമർന്നിരിക്കാൻ ആർക്കും ധൈര്യമുണ്ടാവില്ല. അപെടിന്റെ ചിന്ത കൈവഴികളായി സഞ്ച രിച്ചു.... ഇരുനൂറ് വർഷം മുമ്പാണത്..... പിരമിഡ് നിർമ്മാണത്തിന് ധനം തികയാതെ വന്നപ്പോൾ ഫെറോ ഖൂഫു എന്താണ് ചെയ്തത്....? ക്ഷേത്ര ങ്ങളുടെ സ്വത്തെല്ലാം കൈവശപ്പെടുത്തി. ക്ഷേത്രങ്ങൾ പൂട്ടി മുദ്രവെച്ചു! എന്നിട്ടെന്തായി....? ദൈവങ്ങൾ ജീവിച്ചില്ലേ...? പൂജാരികൾ ജീവിച്ചില്ലേ....? മരണശേഷം ഖൂഫു മുതലകൾക്ക് ആഹാരമായിട്ടുണ്ടാകണം! അയാളുടെ അന്ത്യകർമ്മങ്ങൾക്ക് വല്ല പൂജാരിയെയും കിട്ടിയിരുന്നോ എന്തോ....? അയാൾക്കുശേഷം ക്ഷേത്രങ്ങൾ വീണ്ടും തുറക്കപ്പെട്ടു... ദൈവങ്ങൾ വൈഭവത്തോടെ വിരാജിച്ചു....! ജനം എഴുന്നേറ്റുനിന്ന് ആദരവ് പ്രകടിപ്പിച്ചു. അപമാന ചിന്ത ഇനി ഉപേക്ഷിക്കാം.... ഈ വയൽ നാടകം എത്ര ദിവസത്തേക്കുണ്ടാകും....? കാണാമല്ലോ....

മെനെപ്പടാ സംസാരം തുടർന്നു.....

"പൂജാരി എത്തിച്ചേർന്നത് സന്തോഷമുള്ള കാര്യം തന്നെ. എങ്കിലും ചില പീഠങ്ങൾകൂടി ഒഴിഞ്ഞു കിടക്കുന്നത്രെ.... സെതെക്നഖ്ത്, സെൻ ഉസർട്, ഹെജിരെ, സിന്യുഹെ തുടങ്ങിയവർ ഇന്നലെ സഭയിലുണ്ടാ യിരുന്നു.....(സദസ്സിൽ .... അവരിനി വരില്ല.... പേടിച്ചിരിക്കയാണ്...) എന്തിന് പേടിക്കണം.....? നാമെന്താ കാട്ടുപന്നികളോ മുതലകളോ മറ്റോ ആണോ .....? നാമും അവരെപ്പോലെയാണ്. ഭയപ്പെടുത്തിയാൽ ഒതുങ്ങിക്കൂടും.... അതു പാടില്ല.... നമ്മുടെ കുട്ടികളെയെങ്കിലും ധീരന്മാരായി വളർത്തി ക്കൊണ്ടുവരണം.... ("രാമേരിയെവിടെ... ആ കുട്ടികളുടെ കൂട്ടത്തിലു

ണ്ടെന്ന് തോന്നുന്നു.... ഓ അവിടെത്തന്നെയുണ്ട്.... ഇനിയെന്താണ് പറയേണ്ടത്....? ഇപ്യൂവർ ദണ്ഡും കഠാരിയും കൊണ്ടുവന്നു.....") നമ്മുടെ മൂത്തവർ ഭരണക്രമങ്ങളെക്കുറിച്ച് ചർച്ചചെയ്ത് ചില തീരുമാനങ്ങളിലെത്തിച്ചേർന്നിട്ടുണ്ട്. ഇന്നുമുതൽ ഇവിടെ സാമന്തരാജാവില്ല... ("സാമന്തരാജാവ് നിങ്ങൾ തന്നെ") ഉം...... നമ്മുടേത് പുതിയ വ്യവസ്ഥയാണ്.... (മെനെപ്പടാ നമ്മുടെ നേതാവ്....! ഖ്നേംഹോടെപ് വിളിച്ചു പറഞ്ഞു. അതെ... അതെ.... ജനം സമ്മതിച്ചു. സ്നോഫ്രുവും സെബെക്ഖുവും പ്രധാന ഉപദേഷ്ടാക്കൾ. ("സമ്മതം") ഇതെല്ലാം തികച്ചും പുത്തനാണ്. ചില പഴയ വ്യവസ്ഥകളും നിലനിർത്തിയിട്ടുണ്ട്. ഈ നഗരത്തിലെ പ്രശ്നങ്ങൾ മൂത്തവരുടെ സമിതിയും, ഗ്രാമങ്ങളുടേത് ഗ്രാമസമിതിയും കൈകാര്യം ചെയ്യുന്നതാണ്. മൂത്തവരുടെ സമിതിയിൽ ഒരൊഴിവുള്ളതിന് ഹെംടിയെ നിയമിക്കുന്നു. ഇപ്യൂവറുടെ താമസം രാജഗൃഹത്തിൽ തന്നെയായിരിക്കും. (ഇപ്യൂവറിന് ദിഗ്ഭ്രമം....."നിങ്ങളോ?") ഞാൻ വീട്ടിലിരുന്നുകൊണ്ടുതന്നെ ഭരണകാര്യങ്ങൾ നിർവ്വഹിച്ചുകൊള്ളാം. ധാന്യപ്പുരയുടെയും മറ്റും കണക്കുകൾ സൂക്ഷിക്കുന്നത് ഇപ്യൂവറായിരിക്കും. നമ്മുടെ നാട്ടിലെ മുഖ്യ എഴുത്തുകാരനും അയാളായിരിക്കും. (ഇപ്യൂവറിന് സ്വപ്നലോകത്തെത്തിയ അനുഭവം..... പക്ഷേ, പ്രകാശമുണ്ടത്രെ.... കണ്ണുകൾ അമർത്തിത്തുറന്നു.... അതേ..... സത്യമാണ് സ്വപ്നമല്ല.... സന്ധ്യയായതേയുള്ളു.....)

"അതിർത്തികൾക്കും....., തോണിക്കടവിനും, രാജഗൃഹത്തിനും കാവൽക്കാർ വേണം. നമ്മുടെ ജനങ്ങളുടെ ജീവിതത്തിനും ഭദ്രത കൈവരുത്തണം. യോദ്ധാവായ ഹെംടിയുടെ അഭിപ്രായത്തിൽ നമുക്ക് സുശക്തമായ ഒരു സേനതന്നെ ആവശ്യമാണ്. ഇനി.... ഖ്നേംഹോടെപ് നമ്മുടെ സേനാപതി..... (സദസ്സിൽനിന്ന്.... "ഏ... ഖ്നേം...! ഏ... ഖ്നേം....!) ഖ്നേം ഇങ്ങോട്ട് വരണം. (മെനെപ്പടാ കഠാരി എടുത്ത് ഖ്നേംഹോടെപിന്റെ അരപ്പട്ടയിൽ തൂക്കിയിട്ടു. ഇത് ഉചിതമായതാണെന്ന് ഇപ്യൂവറിന് തോന്നി. അയാൾ എടുത്തുകൊണ്ട് വന്ന ദണ്ഡ് മെനെപ്പടാ നിയുക്തദളപതിയുടെ കൈയിൽ കൊടുത്തു) കള്ളന്മാർ തലപൊക്കാനിടവരരുത്. (സദസ്സിൽ ചിരി) നൈൽ നദിയാണ് നമ്മുടെ ജീവനാഡി. ചരക്കുകളാണ് ജീവൻ. കഴിവുറ്റ തോണിക്കാരനായ ബടാ നമ്മുടെ വാണിജ്യകാര്യങ്ങളുടെ ചുമതല വഹിക്കുന്നതാണ്. (സന്തോഷ പ്രകടനം. രാജഗൃഹത്തിന്റെ മതിലിന് ചാരിനില്ക്കയായിരുന്ന ബടായുടെ മുഖത്ത് ആനന്ദവും ആശ്ചര്യവും....) ഇനി നികുതിയുടെ കാര്യം (മിണ്ടാതിരി..... മിണ്ടാതിരി....) നികുതി പകുതിയായി കുറയ്ക്കുവാൻ തീരുമാനിച്ചിരിക്കുന്നു..... ! ഇനി മുതൽ രാജഗൃഹത്തിലേക്ക് മാത്രം നികുതിയടച്ചാൽ മതി..... ക്ഷേത്രച്ചെലവിനുള്ളത് ഇവിടെനിന്ന് നല്കുന്നതാണ്. (അപെടിന്റെ മുഖം ചുളിഞ്ഞു. അത് മറച്ചുപിടിക്കാൻ ശ്രമിച്ചുകൊണ്ട് അയാൾ ഗൗരവം നടിച്ചു.....) ("കാലാവസ്ഥ വിപരീതമായാൽ നികുതി പിരിക്കരുത്....") പിരിക്കുകയില്ല. ഓരോ കൊല്ലവും വെള്ളപ്പൊക്കത്തിനുശേഷം മൂത്തവർ

നാടുനീളെ സഞ്ചരിച്ച് വിളവ് കണക്കാക്കി നികുതി നിശ്ചയിക്കും. കൊയ്ത്തിനുശേഷം ധാന്യം കുറവാണെന്ന് കണ്ടാൽ നികുതിയിൽ കുറവ് വരുത്തുന്നതാണ്. (ജയ് വിളി..... മെനെപ്പടാ ജയിക്കട്ടെ....! നേതാവ് മെനെപ്പടാ ജയിക്കട്ടെ.... ഘോഷം നിലച്ചപ്പോൾ ഒരു പുരുഷസ്വരം..... "വീട്ടി ലേക്കും.... പറമ്പിലേക്കും.... വെള്ളം....") തീർച്ചയായും! ചളി നീക്കംചെയ്ത് തോടുകൾ ആഴത്തിലാക്കുന്നതാണ്. തേക്കൊട്ടകൾ നന്നാക്കുന്നതാണ്.... നാളെമുതല്ക്കുതന്നെ പണിയാരംഭിക്കും. (തബബുവാ കൈകൊട്ടി. സദസ്സ് ഒന്നടങ്കം കൈയടിച്ചു.) ഇനി വല്ലതുമുണ്ടോ....? (ഇപ്യൂവർ പതുക്കെ.....! രാജഗൃഹത്തിലെ വേലക്കാർക്ക് ഒരപേക്ഷ ബോധിപ്പിക്കാനുണ്ട്....! എന്നു പറഞ്ഞു.) "അപേക്ഷയോ....! ഓ....! ആകട്ടെ..... വിളിക്ക്...."

സ്ത്രീകളും പുരുഷന്മാരുമായി പത്തിരുപതുപേർ വേദിയുടെ മുന്നിൽവന്ന് താണുവണങ്ങി. മെനെപ്പടാ സ്നോഫ്രുവുമായും സെബെക്ഖുമായും കൂടിയാലോചിച്ചു.

നിശ്ശബ്ദരായി നില്ക്കുന്ന ആ പരിചാരകന്മാരെ ഉദ്ദേശിച്ച് മെനെപ്പടാ പറഞ്ഞു....

"നിങ്ങൾക്കെന്താണ് ബോധിപ്പിക്കാനുള്ളതെന്നുവെച്ചാൽ പറയണം...."

ഭൃത്യന്മാർ മൗനം ഭഞ്ജിച്ചില്ല. ഇപ്യൂവർ പറഞ്ഞു:

"സാമന്തരാജാവിനെ സേവിച്ചതുപോലെ ഇവർ നിങ്ങളെയും സേവിച്ച് കഴിഞ്ഞുകൂടാനാഗ്രഹിക്കുന്നു....."

"പുതിയ വ്യവസ്ഥയിൽ ദാസന്മാരും ദാസിമാരുമില്ല. എല്ലാവരും സ്വതന്ത്രരാണ്. സ്വന്തം ഇഷ്ടത്തിനനുസരിച്ച് പ്രവർത്തിക്കുന്നവർ. രാജഗൃഹത്തിലെ കാര്യക്കാരന്മാർക്ക് മേലിലും ജോലിയുണ്ടാകും. എന്നാൽ ഭക്ഷണശാലയിൽ ദാസിമാരുടെ ആവശ്യമില്ല. അവർക്ക് പോകാവുന്നതാണ്....."

ദാസിമാരായ ആറുപേർ വിതുമ്മിക്കരയാൻ തുടങ്ങി.

"മിണ്ടാതിരി...." ഖ്നേംഹോടെപ് ഭയപ്പെടുത്തി.

"കരയല്ലെ. നെഫെറുറാ.... നീ സംസാരിക്ക്...." ഇപ്യൂവർ പറഞ്ഞു.

അവരിൽ നെഫെറുറാ അതിസുന്ദരിയാണ്. വിരല്കൊണ്ട് കണ്ണീരൊപ്പി അവൾ പറഞ്ഞു.

"ചേട്ടാ... ഈ ദാസിമാരുടെ മുഖ്യസ്ഥയാണ് ഞാൻ. പറയാനുള്ള കാര്യം ഇത്ര മാത്രമാണ്. മൂത്തവർക്കെല്ലാമറിവുള്ളതുപോലെ ഈജിപ്തിലെ സ്ത്രീകൾക്ക് നാല് വിധത്തിലുള്ള തൊഴിലാണുള്ളത്. ദേവദാസികളാകുക.... ശോകസ്ത്രീകളാകുക.... നർത്തകികളാകുക..... വയറ്റാട്ടികളാകുക... പന്നിയുടെ മുഖത്ത് സ്വർണ്ണമോതിരമിട്ടതുകൊണ്ട് വല്ല പ്രയോജനവുമുണ്ടോ....? വിവേചനാശീലമില്ലാത്ത സ്ത്രീകളുടെ നിലയും അത്രേയുള്ളു. നിങ്ങൾതന്നെ പറയണം... ഞങ്ങൾക്ക് ആര് ജോലി തരും....? രാജഗൃഹത്തിൽ തന്നെ കഴിയാൻ ചേട്ടൻ അനുവദിക്കണം....."

സംസാരം ചിട്ടപ്പെടുത്തിയതായിരുന്നില്ലെങ്കിലും ഇമ്പമാർന്നതായിരുന്നു. താളക്രമത്തിലാണ് പദങ്ങൾ ഒഴുകിവന്നത്. സദസ്യരിൽ പലരും അഭിനന്ദനസ്വരങ്ങൾ പുറപ്പെടുവിച്ചു 'നെഫെറുറാ' ..... നല്ല പേരാണെന്ന് മെനെപ്ടായ്ക്ക് തോന്നി.

"നെഫെറുറാ. ഇനി രാജഗൃഹത്തിൽ പാട്ടോ നൃത്തമോ ഉണ്ടാകില്ല. ദാസിമാർക്ക് ഇവിടെ ജോലിയില്ല. നിങ്ങൾ ആരുടെയും അടിമകളല്ല. സ്വതന്ത്രരാണ്. വിവാഹിതരാകാം. ജോലികളിലേർപ്പെടാം. മറ്റു സ്ത്രീകളെപ്പോലെ സമുദായത്തിൽ തലയുയർത്തി നടക്കാം. സ്വന്തമായ ഏർപ്പാടുകളാകുന്നതുവരെ നിങ്ങളുടെ ചെലവിനുള്ള ധാന്യവും മറ്റും രാജഗൃഹത്തിലെ ഭണ്ഡാരത്തിൽനിന്നും ലഭിക്കും. കരയുന്നതിനുപകരം നിങ്ങൾ സന്തോഷിക്കുകയാണ് വേണ്ടത്....."

"അതെ..... അതെ...." സദസ്സ് വിളിച്ചു പറഞ്ഞു.

കവിടിമാലകൾകൊണ്ടലങ്കൃതമായ നെഫെറുറായുടെ മാറിടം ഉദ്വേഗംകൊണ്ട് ഉയർന്ന് താണു. നേതാവിനെയും സദസ്യരെയും അവൾ വന്ദിച്ചു. മറ്റുള്ളവരും അവളെ അനുസരിച്ചു.

"ഇന്നിത്രമാത്രം.... എല്ലാവർക്കും വീട്ടിൽ പോകാം" മെനെപ്പടാ സംഭാഷണം അവസാനിപ്പിച്ചു.

നേതാക്കൾ താഴെയിറങ്ങി. ജനം ഇളകാൻ കൂട്ടാക്കിയില്ല. നേതാക്കളും മൂത്തവരും രാജഗൃഹത്തിനുള്ളിലേക്ക് നടന്നു. ജനങ്ങൾ അവരെ പിന്തുടരാൻ ശ്രമിച്ചു.

"നില്ക്ക്..... നില്ക്ക്....." ഖ്നേംഹോടെപ് തടഞ്ഞുനിർത്തി.

"അവരെ തടയണ്ട. ഇത് അവരുടെ ഭവനമാണ്. ഓരോ കൂട്ടമായി അവർ ഉള്ളിൽ കടന്ന് എല്ലാം കണ്ടുകൊള്ളട്ടെ....." മെനെപ്പടാ നിർദ്ദേശിച്ചു.

"അയിമ്പത്..... അയിമ്പത് പേരായി ഉള്ളിൽ കടക്കുക" ഖ്നേംഹോടെപ് വാതിൽക്കൽനിന്ന് നിയന്ത്രിച്ചു.

രാജഗൃഹത്തിലെ വിളക്കുകൾ കണ്ണുമിഴിച്ചു. പ്രധാനകവാടത്തിലും, പനത്തടിയുടെ അരികിലും ഓരോ വിളക്ക് തൂക്കിയിട്ടു. നെഫീസും, നെജമുടും, തബബുവായും മകളും ആദ്യം തന്നെ അകത്തുകടന്നു. തന്നെ കെട്ടിയിട്ട തൂണിനരികിലെത്തിയപ്പോൾ മെനെപ്പടാ ഒന്ന് ചിരിച്ചു.

ഗേബുവിന്റെ പത്നിയും മക്കളും താമസിച്ചിരുന്ന മുറിയിൽ അവരുടെ സാധനങ്ങളും പെട്ടികളുമുണ്ടായിരുന്നു.

"പെട്ടിയിൽ ആഭരണങ്ങളുമുണ്ടാകും...." ഇപ്യൂവർ പറഞ്ഞു.

"ഇപ്പോൾതന്നെ അവരുടെ സാധനങ്ങളെല്ലാം ഒന്നോ രണ്ടോ പെട്ടികളിലിട്ട് ഭദ്രമായടച്ച് വെക്കണം. മുറിപൂട്ടി മുദ്രയും വെക്കണം. ഒറ്റസാധനംപോലും കാണാതാകരുത്...." മെനെപ്പടാ ഓർമ്മിപ്പിച്ചു.

ഇപ്യൂവർ നേതാവിന്റെ കല്പന പാലിക്കാൻ തുടങ്ങി.....

അച്ഛനെ കെട്ടിയിട്ട തൂണും, അച്ഛൻ അധികാരിയോട് സംസാരിച്ചു നിന്ന സ്ഥലവും രാമേരിപ്പടാ അമ്മയ്ക്ക് കാട്ടിക്കൊടുത്തു.

മട്ടുപ്പാവിലെ പായകൾ ചുരുട്ടിവെച്ചു.

മെനെപ്പടായുടെ കൂടെനിന്ന ഒരാൾ പറഞ്ഞു: "ഞങ്ങളിവിടെ പൊരുതിക്കൊണ്ടിരുന്നപ്പോൾ ഗേബുവും ടെഹുടിയും ഇവിടെ നോക്കിക്കൊണ്ട് നിന്നിരുന്നു....."

വയലിൽ ഉത്സവപ്രതീതി കളിയാടി. ജനങ്ങൾ കൂട്ടംകൂട്ടമായി നിന്നു. തങ്ങൾ പിടിച്ചെടുത്ത രാജഗൃഹം കാണാനുള്ള വെമ്പൽ ഏവരിലും പ്രകടമായിരുന്നു.....

വയലിനപ്പുറത്തുള്ള ഗ്രാമീണരുടെ വീടുകളിൽ വിളക്കുകൾ എരിഞ്ഞു തുടങ്ങിയിരുന്നു......

പ്രജകളുടെ വിഹാരത്തിനുവേണ്ടി രാജകൊട്ടാരത്തിൽ ഒരു ഉദ്യാനം നിർമ്മിച്ചിട്ടുണ്ടെന്ന് ബടാ പറഞ്ഞു കേട്ടിരുന്നു. ഇവിടെയും അത്തരമൊന്നുണ്ടാക്കിയാലോ എന്ന് മെനെപ്പടാ ചിന്തിച്ചു. രാജഗൃഹത്തിലേക്കുള്ള വഴിയുടെ ഇരുഭാഗത്തും മരങ്ങൾ വെച്ചുപിടിപ്പിക്കണം. എതിർഭാഗത്ത് ജനങ്ങൾ നിറഞ്ഞുനില്ക്കുന്നിടത്ത് ഒരു പൂന്തോട്ടം.... രാജഗൃഹത്തിന്റെ ഇടത്തും വലത്തും പിന്നിലും ഓരോ ഉദ്യാനം.....

മാളികയിലേക്ക് കയറുന്നതിനിടയിൽ നെജമൂട് സ്വകാര്യമായി പറഞ്ഞു.... "ഇപ്യൂവർ ഇവിടെയാണത്രെ താമസിക്കുക! വേറാരും ഇല്ല്യോ....? നെഫീസേ...., നിങ്ങൾക്കും താമസിച്ചുകൂടേ....? ഇങ്ങനെ സാധാരണമട്ടിൽ കഴിയുന്നത് ശരിയല്ല....."

നെഫീസ് ചുറ്റും തിരിഞ്ഞുനോക്കി. ഈ സംസാരം വല്ലവരും കേട്ടുവോ? ആരുമില്ല.....

"മിണ്ടാതിരി നെജമുട്....."

ഗേബുവിന്റെ ഭാര്യയും മക്കളും താമസിച്ചിരുന്ന മുറി കാണണമെന്ന് നെജമുടിന് ആഗ്രഹമുണ്ടായി. എന്നാൽ ഇപ്യൂവർ അതു പൂട്ടി മുദ്രവെച്ച് കഴിഞ്ഞിരുന്നു.

"ഇതെന്തിനാ മുദ്രവച്ചത്.....?"

"നേതാവിന്റെ കല്പനയാണ്...."

നെജമുട് നിരാശയായി. പുറത്തിറങ്ങുന്നതുവരെ പിന്നെയൊന്നും അവർ സംസാരിച്ചില്ല.

അപെട് പുറത്ത് മെനെപ്പടായെ കാത്തുനില്ക്കയായിരുന്നു.

"പൂജാരി ഇവിടെ....?"

"യാത്ര പറഞ്ഞിട്ട് പോകാമെന്ന് വച്ചു....."

സിന്യുഹെയുടെ ദൂതൻ അപെടിനെ വിളിക്കാൻ വന്നിരുന്നു, ഭാര്യയ്ക്ക് അല്പം സുഖമുണ്ടെങ്കിലും വരാതിരിക്കരുതെന്ന് ഏല്പിച്ചിട്ടാണ് ദൂതൻ പോയത്. രാത്രി ഭക്ഷണം അവിടെയാകാമത്രെ.

അപെടിന്റെ മുഖത്തെ പാരവശ്യം കണ്ടിട്ടോ എന്തോ മെനെപ്പടാ പറഞ്ഞു.....

"എന്ത് വിഷമമുണ്ടായാലും പറയാൻ മടിക്കരുത്... രാജഗൃഹത്തിൽ വന്നാൽ മതി....."

"മുമ്പൊരിക്കലുമുണ്ടാകാത്ത പരിതഃസ്ഥിതി. ഉം.... കാലക്രമത്തിൽ എല്ലാം നേരെയാവുമെന്ന് പ്രതീക്ഷിക്കാം....."

"സംശയമില്ല....."

"എപ്പോഴാ ക്ഷേത്രത്തിൽ വരുന്നത്....?"

"നാളെ തന്നെയായാലോ....?"

"വരൂ. നേതാവിന്റെ വിജയത്തിന് പ്രത്യേക പൂജ നടത്താം. കുടുംബ സമേതം വരണം....."

"ശരി, സ്നോഫ്രു, സെബെക്ഖു. മൂത്തവർ എല്ലാവരുമുണ്ടാകും."

ഇന്നലെവരെ 'വാ' ..... 'പോ' എന്നേ പറഞ്ഞിട്ടുള്ളു. ഇന്നുതൊട്ട് ബഹുവചനമുപയോഗിക്കേണ്ടിവന്നിരിക്കുന്നു... ഇപ്പോഴും തന്നെ അയാൾ ഏകവചനമുപയോഗിച്ച് സംബോധന ചെയ്തില്ലല്ലോ എന്ന സമാധാനമേ യുള്ളു....

അപെട് സിന്യുഹെയുടെ വീടിനെ ലക്ഷ്യമാക്കി പുറപ്പെട്ടു.

"ഇന്ന് സംസാരിച്ചതൊന്നും എഴുതി വച്ചിട്ടില്ല...." ഇപ്യൂവർ ഓർമ്മി പ്പിച്ചു.

"എല്ലാം എഴുതിവെക്കണം. എഴുതി നാളെ വായിച്ചു കേൾപ്പിച്ചാൽ മതി...."

"രാത്രി തന്നെ എഴുതാം....."

രാജഗൃഹത്തിൽ താമസിക്കുന്നത് ഇപ്യൂവറിന് ഇഷ്ടമാകാതിരുന്നില്ല. എങ്കിലും അയാളെ സംബന്ധിച്ചിടത്തോളം പെട്ടെന്നുണ്ടായ ഒരു കല്പനയാണത്. ചില ദിവസങ്ങൾക്കുശേഷം ഈ സ്വപ്നം തകർന്നാൽ ....? അയാൾ ചോദിച്ചു.

"ഞാൻ വീട്ടിൽ തന്നെ കഴിഞ്ഞാൽ പോരെ.....?"

ഇപ്യൂവർ, രാജഗൃഹം അനാഥമായിക്കൂടാ. നാളെ ക്ഷേത്രത്തിൽ വരണം. പിന്നീട് സാധനങ്ങളുമായി ഇവിടേക്ക് വരിക."

"രാമേരിപ്പടയുടെ പഠനകാര്യം.....?"

"മൂന്നുനാല് ദിവസം കഴിയട്ടെ. പറയാം."

മെനെപ്പടായും, മറ്റ് പ്രമുഖന്മാരും തങ്ങളുടെ വീടുകളിലേക്ക് പുറപ്പെട്ടു....

നെജമുട് നെഫീസിന്റെ കാതിൽ സ്വകാര്യം പറഞ്ഞു.

"നേതാവ്.....! ഊഹ്.....! നടക്കുന്നത് നോക്ക് .....! ഒരു പല്ലക്കെങ്കിലും വേണ്ടേ? പാദരക്ഷപോലുമില്ല....."

സ്നോഫ്രു അത് കേട്ടു.

"എന്താത്....?" അയാൾ ചോദിച്ചു.

നെജമുട് ഉത്തരം പറഞ്ഞില്ല.

അടുത്തദിവസം ക്ഷേത്രത്തിൽ വിശേഷപൂജ നടക്കുന്ന വാർത്ത നാട്ടിൽ വ്യാപിച്ചു.

നേതാക്കളുടെ പിന്നാലെ സാധാരണജനങ്ങളും ക്ഷേത്രത്തിലെത്തി ച്ചേർന്നു.....

മന്ത്രോച്ചാരണം നടത്തിക്കൊണ്ട് അപെട് പൂജാകർമ്മങ്ങൾ കഴിച്ചു. നേതാക്കന്മാർ മൗനമായി പ്രാർത്ഥിച്ചു.

ഒടുവിൽ എല്ലാവരും കേൾക്കെ ഉച്ചത്തിൽ ദൈവത്തോട് അപെട് പ്രാർത്ഥിച്ചു....

“നീരാനെ പ്രവിശ്യയോട് കരുണ കാട്ടൂ. അവിടെ മംഗളം ഭവിക്കട്ടെ. സർവ്വദുരിതങ്ങളിൽനിന്നും അതിനെ കാത്തുരക്ഷിക്കുക. നൈൽ നദിയിൽ സാധാരണപോലെ വെള്ളപ്പൊക്കമുണ്ടാവട്ടെ. കുളങ്ങളും കിണറുകളും നിറയട്ടെ. ഗോതമ്പും യവവും ചാമയും സമൃദ്ധിയായി വിളയട്ടെ. നാട്ടിലെ നേതാക്കന്മാരായ ഇവർ വിനീത ഭക്തന്മാരാണ്. പരമ്പരാഗതമായ ആചാരാനുഷ്ഠാനങ്ങളും, നീതിനിയമങ്ങളും ഇവർ പാലിക്കുന്നതാണ്.....”

മെനെപ്പടായുടെ നേർക്ക് തിരിഞ്ഞ് അയാൾ പറഞ്ഞു:

“ദൈവത്തിന് ഇഷ്ടപ്പെടുന്നതായ വല്ലതും പറയൂ.....”

“എന്തു പറയണം....?”

“ക്ഷേത്രത്തിലെ വിദ്യാലയം, ക്ഷേത്രക്കലവറ, പൂജാരിയുടെ വസതി ഇതെല്ലാം കെട്ടിത്തരാമെന്ന് പറഞ്ഞാൽമതി.....”

മെനെപ്പടാ സമീപത്തുള്ള സ്നോഫ്രുവിനെയും സെബക്ഖുവി നെയും ശ്രദ്ധിച്ചു. അവർ ഭക്തിപരവശരായി തലകുനിച്ച് നില്ക്കുക യാണ്.

“ആകട്ടെ..... കെട്ടിത്തരാം.....”

നേതാവിനും പകുതിവഴിവരെ ചെന്ന് യാത്രയാക്കിയശേഷം അപെട് ക്ഷേത്രത്തിലേക്കുതന്നെ മടങ്ങി. നടക്കുന്നതിനിടയിൽ അയാൾ ചിന്തിക്കുകയായിരുന്നു.....

നെഫറുറാ കന്യകയായിരുന്നപ്പോൾതന്നെ അപെട് അവളെ കിട്ടാൻ ശ്രമം നടത്തിയിരുന്നു.... ‘സ്ത്രീകൾക്ക് ദേവദാസിയാകലാണ് ഭൂഷണ’ മെന്ന് അയാൾ നെഫറുറായുടെ അമ്മയോട് പറഞ്ഞെങ്കിലും ആ അമ്മ അനുകൂലിച്ചില്ല. ഫെറോവിന്റെ അന്തപ്പുരത്തിൽ മകളെയെത്തിക്കണ മെന്നാണ് അവരാഗ്രഹിച്ചത്. രാജധാനിയിലേക്ക് മകളെ കൂട്ടിക്കൊണ്ടു പോകണമെന്ന വിചാരത്തിൽ കഴിയവെയാണ് ഗേബുവിന്റെ കണ്ണിൽ അവൾ പെടാനിടയായത്. രാജധാനിയിലേക്കു പോകാൻ അയാൾ സമ്മതിച്ചില്ല... “ആദ്യംതന്നെ നക്ഷത്രത്തെ പിടിക്കാൻ കൈനീട്ടണ്ട. അയിമ്പത് ദെബെൻ സ്വർണ്ണം തരാം. പെൺകുട്ടിയെ നമ്മെ ഏല്പിച്ച് പോകൂ.....” എന്ന് ഗേബു പറഞ്ഞു.

നെഫുറാ രാജഗൃഹത്തിലെ ദാസിയായത് അങ്ങനെയാണ്.

അപെടിന് ദേഷ്യംവന്നു. മെനെപ്പടാ ദാസികളെയെല്ലാം മോചിപ്പിച്ചല്ലോ..... അതിന്റെ ആവശ്യമുണ്ടായിരുന്നോ....? അവരെ ക്ഷേത്രത്തിലേല്പിക്കണമായിരുന്നു. ഈ പുതിയ വ്യവസ്ഥയിൽ പണിയെടുക്കാൻ ആളുകളെ കിട്ടുമോ എന്തോ.....? കണ്ടുതന്നെ അറിയണം. വിദ്യാലയത്തിനും വസതിക്കും കെട്ടിടം വേണമല്ലോ. ഈ തവണ നികുതിയിൽ നിന്ന് ക്ഷേത്രത്തിലേക്ക് എന്തുതരുമെന്ന് കണ്ടുതന്നെ അറിയണം. ആ ഇപ്പൂവർ മത്തുപിടിച്ച കുരങ്ങിനെപ്പോലെ തുള്ളിച്ചാടുകയല്ലേ....

താൻ വിവാഹിതനാകാതിരുന്നിരുന്നെങ്കിൽ പ്രധാനപൂജാരിയാകാൻ പറ്റുമായിരുന്നു. ലൗകിക വിഷയത്തിൽ കുടുങ്ങിയതുകൊണ്ട് വെറും പൂജാരി മാത്രമായി. മകനെയെങ്കിലും ഉയർത്തിക്കൊണ്ടുവരണം. അവന്റെ അമ്മ എത്ര പെട്ടെന്നാണ് വൃദ്ധയായത്. അവൾ ലാളിച്ച് മകനെ വഷളാക്കാതിരിക്കാൻ ശ്രദ്ധിക്കണം. അവന്റെ ശിക്ഷണത്തിൽ കൂടുതൽ ശ്രദ്ധപതിപ്പിക്കണം. വിദ്യാലയം തുറന്നാൽ ഇവനെക്കൊണ്ട് പഠിപ്പിക്കാനാക്കണം.....

ആലോചനാമഗ്നനായി നടന്നിരുന്ന പിതാവിന്റെ പിന്നാലെതന്നെ മകനുമുണ്ടായിരുന്നു.

"വരുന്നത്രയോ....?"

"ഉം....."

"തെമ്മാടിപ്പിള്ളേരരോടൊപ്പം ഗോട്ടികളിച്ച് കാലം കളയണ്ട. ലിപിച്ചുരുളെടുത്ത് വായിക്കണം....."

"ഉം....."

"ഫെറോവായ മെരികറ തന്റെ മകന് നല്കിയ ഉപദേശമെന്താ....? ഓർമ്മയുണ്ടോ.....?"

കുട്ടി തപ്പിത്തടഞ്ഞു. അപെട് പറഞ്ഞു:

"കഴുതെ! മറന്നുപോയോ...? സമ്പന്നന്റെ മകൻ ദരിദ്രന്റെ മകൻ എന്ന വ്യത്യാസം പാടില്ല. തൊഴിലെടുക്കാനുള്ള കഴിവ് നോക്കി നിയമിക്കണം. പറ....... കേൾക്കട്ടെ......"

"സമ്പന്നന്റെ മകൻ ദരിദ്രന്റെ മകൻ എന്ന വ്യത്യാസം പാടില്ല. ആരുടെകൂടെ വേണമെങ്കിലും ഗോട്ടികളിക്കാം......"

"കഴുതെ! ഫെറോ മെരികറയുടെ മകൻ കോട്ടികളിച്ചിട്ടില്ല. രാജ്യം ഭരിക്കയാണ് ചെയ്തത്..... മനസ്സിലായോ...?"

"ഉം....."

അച്ഛനും മകനും ക്ഷേത്രത്തിലെത്തിയപ്പോൾ അയാളുടെ പത്നി പറഞ്ഞു: "നൈവേദ്യം തണുത്തുപോയില്ലേ? ദൈവം തന്നാലും ചൂടോടെ തിന്നാൻ യോഗമില്ല. അകത്തേക്ക് വാ....."

അഞ്ച്

നീരാനപ്രദേശത്ത് നടപ്പാക്കിയ പുതിയ ജീവിതരീതികൾ എല്ലാ പ്രകാരത്തിലും ജനങ്ങൾക്കിഷ്ടപ്പെട്ടു.

ഒരു തലവന്റെ കീഴിൽ ഏതാനുംപേർ നികുതിപിരിവുകാരായി നിയോഗിക്കപ്പെട്ടു. കുറച്ചുദിവസം ഖ്നേംഹോടെപും അവരോടൊപ്പംനിന്ന് കാര്യങ്ങൾ ബോദ്ധ്യപ്പെടുത്തിക്കൊടുത്തു.

നിത്യേന വൈകുന്നേരമാവുമ്പോഴേക്കും പിരിച്ചെടുത്ത ധാന്യങ്ങളും മറ്റും രാജഗൃഹത്തിലെത്തിത്തുടങ്ങി. ഇപ്യൂവർ കണക്കെഴുതിവച്ചു.

ജലസേചനത്തിനുള്ള പ്രവൃത്തികളും ത്വരിതഗതിയിൽ നടന്നുകൊണ്ടിരുന്നു. കിണറുകളും ചാലുകളും വൃത്തിയാക്കുന്ന ജോലിയിൽ പത്തു മുന്നൂറുപേർ ഏർപ്പെട്ടു. തൊഴിലാളികൾ രാവിലെ രാജഗൃഹത്തിലെത്തി. ഇപ്യുവറിന് പേരുനല്കിയശേഷം കൂട്ടംകൂട്ടമായി ജോലിസ്ഥലത്തേക്ക് നീങ്ങി. വൈകുന്നേരം രാജഗൃഹത്തിൽതന്നെ തിരിച്ചെത്തി എണ്ണയും ധാന്യങ്ങളുമായി വീടുകളിലേക്ക് മടങ്ങി. പത്തുദിവസത്തെ അദ്ധ്വാനത്തിനുശേഷം ഒരു ദിവസം ഒഴിവ് ലഭിച്ചു.

ചാലുകളിലൂടെയും പറമ്പുകളിലൂടെയും വെള്ളമൊഴുകിത്തുടങ്ങിയപ്പോൾ ജനങ്ങൾക്കുണ്ടായ ആനന്ദത്തിന് അതിരില്ലായിരുന്നു.

ഗ്രാമവീഥികൾ ശുചിയാക്കുകയും പുതിയവ നിർമ്മിക്കുകയും ചെയ്തു.

മെനെപ്പടായോടൊപ്പം അബ്ടു യാത്രയിൽ പങ്കുകൊണ്ടവർ അത്യധികം ആഹ്ലാദിച്ചു.

വിളവ് നശിച്ചവർക്ക് നികുതിയിളവ് മാത്രമല്ല പകരം ആശ്വാസവും നല്കപ്പെട്ടു.

അങ്ങിങ്ങായി ചില കുബുദ്ധികൾ തലപൊക്കാതിരുന്നില്ല. "നമുക്കു നാംതന്നെ അധികാരിയായിട്ടും നികുതി കൊടുക്കണോ...." എന്നും മറ്റും അവർ ചോദിച്ചെങ്കിലും മെനെപ്പടായുടെ മുന്നിൽ ചെല്ലാൻ ആരും ധൈര്യപ്പെട്ടില്ല.

മെനെപ്പടാ എന്നും രാവിലെ രാജഗൃഹത്തിലേക്ക് പുറപ്പെടും. ഉച്ചവരെ അവിടെയുണ്ടാകും. ഒന്നിടവിട്ടുള്ള ദിവസങ്ങളിൽ സ്നോഫ്രുവും സെബക്കുവും എത്തിച്ചേരും. മാസത്തിലൊരിക്കൽ മൂത്തവരും സമ്മേളിക്കും. മൂത്തവർ ഗ്രാമങ്ങളിൽ സഞ്ചരിച്ച് ഗ്രാമസമിതികൾക്ക് രൂപം നല്കി.

നേതാവായെങ്കിലും മെനെപ്പടായും താൻ നല്കേണ്ട നികുതി നല്കി.

ഉണങ്ങിവരണ്ട വയലുകൾ വെള്ളപ്പൊക്കം കാത്തുകിടന്നു. എങ്കിലും തോട്ടിൻകരകൾ പച്ചപിടിച്ച് കാണപ്പെട്ടു.

വാതിൽ ഉന്തിപ്പൊളിക്കാനുപയോഗിച്ച പനത്തടിയിൽ വല്ലവരും നിത്യേന പൂക്കൾ കൊണ്ടലങ്കരിച്ചിരുന്നു. അതിൽ താല്പര്യം പ്രദർശിപ്പിച്ച പത്തുമുപ്പതുപേരുടെ ഒരു പട്ടിക ഇപ്യൂവർ തയ്യാറാക്കി. തവണകളായി അലങ്കരിക്കുവാനുള്ള അവകാശം അവർക്കു നല്കി.

സാമന്ത രാജാവ് തിരികെ വരുമെന്നും, ടെഹുടി വലിയൊരു സേനയോടൊപ്പം തിരിച്ചെത്തി നികുതിപിരിവ് ഊർജ്ജിതപ്പെടുത്തുമെന്നും മറ്റും ചിലർ ഭയന്നിരുന്നെങ്കിലും, ദിവസങ്ങൾ നീങ്ങിപ്പോയപ്പോൾ കാർമേഘം മാഞ്ഞുപോയി....! ആകാശം ശുഭ്രമായിത്തീർന്നു.....!

നികുതിയിലുള്ള കുറവ് മിക്ക കുടുംബങ്ങൾക്കും ആശ്വാസമായിത്തീർന്നു. വീടുകളിൽ അല്പസ്വല്പം ധാന്യങ്ങൾ അവശേഷിച്ചു തുടങ്ങി. ആ ധാന്യങ്ങൾ കൈമാറി മറ്റവശ്യ വസ്തുക്കൾ വാങ്ങിക്കൊണ്ടുവന്നു.

നാട്ടിലെ ചെരുപ്പുകുത്തിക്ക് ആ മൂന്നുനാല് മാസം തിരക്കായിരുന്നു. നൂറുകണക്കിന് ചെരുപ്പുകൾ അയാൾ തുന്നിയുണ്ടാക്കി. ആശാരി സെത്നയും ശിഷ്യന്മാരും ചേർന്ന് ധാരാളം മുക്കാലികളും പെട്ടികളും നിർമ്മിച്ചു.

നെയ്ത്തുകാർക്കും വിശ്രമമില്ലായിരുന്നു. അൻപുവിന്റെ വിധവയും മക്കളും കഠിനമായി പണിയെടുത്തു. വസ്ത്രങ്ങൾക്കു പകരം അവർക്ക് ധാന്യങ്ങളും എണ്ണയും ലഭിച്ചു. മറ്റുള്ളവരെ ആശ്രയിക്കാതെ അവർക്ക് ജീവിക്കാൻ കഴിഞ്ഞു.

സ്നോഫ്രുവിന് കുറേ ശിഷ്യന്മാരുണ്ടായി. നിരവധി പ്രതിമകളും കളിക്കോപ്പുകളും അവർ നിർമ്മിച്ചു.

മുമ്പ് നീരാന ദേശത്ത് പെപ്പൈറസ് തണ്ടുകൊണ്ട് തോണികളുണ്ടാക്കുന്ന ഒരു വിഭാഗമുണ്ടായിരുന്നു. നായാട്ടിനും യാത്രയ്ക്കും അതുപയോഗിച്ചിരുന്നു. ക്രമേണ അത്തരം തോണികൾക്ക് ആവശ്യക്കാരില്ലാതായി. ആ തൊഴിലിലേർപ്പെട്ടിരുന്നവർ മറ്റ് തൊഴിലുകളന്വേഷിച്ചുപോയി. പുതിയ സാഹചര്യത്തിൽ പെപ്പൈറസ് തോണികൾക്ക് ആവ

ശ്യക്കാരുണ്ടായി. അവർ തരിച്ചുവന്ന് പഴയ തൊഴിൽ തന്നെ പുനരാരംഭിച്ചു.

അത്തരം തോണികളിൽ സഞ്ചരിച്ച് ജനം കാട്ടുകോഴികളെ വേട്ടയാടി. താറാവുകളെയും കൊക്കുകളെയം വലയിൽ പിടിച്ചു. അവയെ കൂട്ടിലിട്ട് വളർത്തി.

പാവപ്പെട്ടവരുടെ വീടുകൾ നന്നാക്കുന്നതിനുള്ള ഒരു പദ്ധതിയും ആവിഷ്കരിക്കപ്പെട്ടു. ഇതിലേക്കായി ലഭിച്ച പനത്തടികൾ രാജഗൃഹത്തിൽ ശേഖരിച്ചുവെച്ചു.

രാജഗൃഹത്തിന് ചുറ്റുമുള്ള മതിലുകൾ പൊളിച്ചുമാറ്റി.

"ജനങ്ങളറിയാത്ത ഒരു രഹസ്യവും ഇവിടെ നടക്കരുത്. പിന്നെ ഈ മതിലെന്തിന്....?" മെനെപ്പടാ പറഞ്ഞു.

മുൻവശത്തെ പടിപ്പുരയും പൊളിച്ചുനീക്കി.

രാജഗൃഹത്തിൽ തന്നെയുള്ള രണ്ടു മുറികളിൽ ഇപ്യൂവറും കുടുംബവും താമസമാക്കി. അമ്മ, ഭാര്യ, മകൾ, അവിവാഹിതയായ സഹോദരി... ഇത്രയും ചേർന്നതാണ് ആ കുടുംബം.

ഗേബുവിന്റെയും കുടുംബത്തിന്റെയും വീട്ടുപകരണങ്ങൾ പ്രത്യേകം സൂക്ഷിക്കാനേർപ്പാടുചെയ്തു.

ദാസിമാരിൽ മൂന്നുപേർ വിവാഹിതരായി. രണ്ടുപേർ തൊഴിലാളികളായി.

നെഫറുറായെ കണ്ടപ്പോൾ ഇപ്യൂവറിന് സങ്കടമുണ്ടായി....

"നീ....ഇപ്പോഴെന്താ ചെയ്യുന്നത്....?"

"എന്തു പറയാൻ! നിങ്ങളൊക്കെ ഇപ്പോൾ വലിയ ആളായില്ലേ....? കുടുംബത്തോടെ രാജഗൃഹത്തിൽ താമസമല്ലേ....?"

"നിനക്കും ഇവിടെ കഴിയാമായിരുന്നു....."

"എന്റെ കാര്യം വിട്. ഞാനിവിടെ താമസിച്ചാൽ നിങ്ങളുടെ ഭാര്യയും മകളും വെറുതെയിരിക്കുമോ....?"

"താമസിക്കാൻ വീട് കിട്ടിയോ.....?"

"അമ്മ അന്വേഷിച്ച് വന്നിട്ടുണ്ട്. ഒരു നർത്തകിയുടെ വീടാണ്. ഒന്നിച്ചാണ് താമസം. വിഷമം തോന്നുമ്പോൾ അങ്ങോട്ട് വരാൻ മടിക്കരുത്....."

അവളുടെ മിഴികൾ ഈറനണിഞ്ഞു. ഇപ്യൂവറിന്റെ ഹൃദയം ആർദ്രമായി. വേദനയോടെ അയാൾ പറഞ്ഞു:

"നെഫറുറാ...., നീയെന്താ പറഞ്ഞത്..... ഞാൻ വലിയ ആളായെന്നോ...? അത് ശരിയല്ല..... വലിയ ആൾ മെനെപ്പടായാണ്....! ദൈവം......! സാക്ഷാൽ ദൈവം.....!"

"ആ ദേവൻ ഈ നൈവേദ്യം സ്വീകരിച്ചില്ല....."

നെഫറുറാ നെടുവീർപ്പിട്ടു. ഇപ്യൂവർ മുഖം കുനിച്ചു. കൂടുതൽ പറയാൻ നില്ക്കാതെ അവൾ നടന്നകന്നു....

സെബെക്ഖുവിന്റെ മേൽനോട്ടത്തിൽ രാജഗൃഹത്തിനു ചുറ്റും ഉദ്യാനം നിർമ്മിക്കപ്പെട്ടു. താമരക്കുളം പൂന്തോട്ടത്തിന്റെ ഒരംശമായിത്തീർന്നു. സെബെക്ഖുവിന്റെ പരിലാളനയിൽ ഓരോ വള്ളിയും ചെടിയും പുത്തൻ നാമ്പുകളെ പ്രസവിച്ചു.

“ഇവിടെ പൂക്കൾ വിടർന്നുനിന്നാൽ തേനീച്ചകൾ കൂടുകെട്ടാൻ തുടങ്ങും. നോക്കിക്കോ......” സ്നോഫ്രു സുഹൃത്തിനോട് പറഞ്ഞു.

“ഈ തേൻ ആരും തൊടരുത്. ഇത് രാജഗൃഹത്തിന്റെ സ്വത്താണ് എന്ന് നേതാവ് കല്പിക്കാതിരിക്കില്ല.”

ചിരിച്ചുകൊണ്ട് സെബെക്ഖു പറഞ്ഞു.

നെഫീസ് മകന്റെ പഠിപ്പിനെപ്പറ്റി രണ്ടു മൂന്നു തവണ ഭർത്താവിനെ ഓർമ്മപ്പെടുത്തി.

“ആകട്ടെ..... നോക്കാം.” ഓരോ തവണയും അയാൾ ഒഴിഞ്ഞുമാറി.

തന്റെ മകനെ മാത്രം എഴുത്തും വായനയും പഠിപ്പിക്കുന്നത് ഉചിതമല്ലല്ലോ എന്ന ചിന്ത മെനെപ്പടായ്ക്കുണ്ടായിരുന്നു. താല്പര്യമുള്ള കുട്ടികളെയെല്ലാം പഠിപ്പിക്കണം. അതിന് ഇപ്യൂവറിന് സമയവും ഉണ്ടാകണം. ഇപ്പോളയാൾക്ക് തീരാത്ത പണിയുണ്ട്.....

മകന്റെ വിദ്യാഭ്യാസകാര്യം നേതാവ് തന്നെ പറയുമെന്ന് കരുതി ഇപ്യൂവർ കുറേ ദിവസം കാത്തിരുന്നു. എന്നാൽ അത്തരം നീക്കമൊന്നും കാണാഞ്ഞപ്പോൾ ഇപ്യൂവർ തന്നെ സംഗതി ഉണർത്തിച്ചു....

“ഇപ്യൂവർ.... നിങ്ങൾക്കതൊരു ബുദ്ധിമുട്ടാവില്ലേ?”

“ബുദ്ധിമുട്ടോ....? എനിക്കോ....? ഇല്ല നേതാവെ.... ഇല്ല.”

“കൂടുതൽ കുട്ടികൾ വന്നാലോ.....?”

“അയ്യോ.....! മറ്റാര് വരാൻ......”

“മറ്റുള്ളവരും വന്നാലോ......?”

“എത്രപേർ വേണമെങ്കിലും വരട്ടെ. രാമേരിപ്പടായൊടൊപ്പം അവർക്കും പാഠം പറഞ്ഞുകൊടുക്കാം.”

“രാജഗൃഹത്തിന്റെ മാളിക ഇതിനുപയോഗിക്കാമല്ലോ....?”

“യുക്തമായിരിക്കും.....”

“സോഥിസ് നക്ഷത്രമുദിക്കുന്നതെന്നാണ്......?”

“ഇനിയും ഇരുപത്തിയെട്ടു ദിവസം കഴിയണം.....”

“പുതുവർഷാരംഭം തൊട്ട് തന്നെ പഠനവും ആരംഭിക്കാം.”

മക്കളെ എഴുത്തും വായനയും പഠിപ്പിക്കാനാഗ്രഹിക്കുന്നവർ ഇപ്യൂവറിന്റെ മുന്നിൽ ഹാജരാകണമെന്ന നാടുനീളെ വിളംബരം ചെയ്തു.

“രാമേരിയെ പ്രത്യേകം പഠിപ്പിച്ചുകൂടെ....?” നെഫീസ് ചോദിച്ചു.

“നെഫീസേ, രാമേരിയും മറ്റുകുട്ടികളും തമ്മിൽ എന്താണ് വ്യത്യാസം......? ഒന്നുമില്ല.... മറ്റുള്ളവർ കൂടെയുണ്ടായാൽ രാമേരിക്ക് കൂടുതൽ ഉത്സാഹത്തോടെ പഠിക്കാനാകും.” മെനെപ്പടാ പറഞ്ഞു.

വിളംബരം കേട്ട ഉടനെ അപെട് പരിഭ്രമത്തോടെ ഓടി വന്നു.....

“വിദ്യാലയം ക്ഷേത്രത്തിൽ തന്നെ ആയാൽ പോരേ....? അതാണ് നല്ലത്.....” അപെട് തുടർന്നു.....“വിദ്യാലയത്തിന് കെട്ടിടം.....”

“ഓർമ്മയുണ്ട്. വെള്ളപ്പൊക്കത്തിനു മുമ്പ് കിണറും കുളവും തോടുകളുമെല്ലാം വൃത്തിയാക്കണം. ആദ്യം നടക്കേണ്ടത് ആ ജോലിയാണ്. വെള്ളപ്പൊക്കം വന്നാൽ ഒഴിവുണ്ടാകുമല്ലോ. അപ്പോൾ കെട്ടിടം പണിയാം. കെട്ടിടം പൂർത്തിയായാൽ വിദ്യാലയം അവിടെത്തന്നെ നടത്തുകയും ചെയ്യാം......”

“ഇപ്യൂവറിന് ഇതൊരു ബുദ്ധിമുട്ടല്ലേ.....? ഞാൻ തന്നെ പഠിപ്പിച്ചു കൊടുക്കാം......”

“കെട്ടിടം ഉണ്ടാകുന്നതുവരെ ഇപ്യൂവർ തന്നെ പഠിപ്പിക്കട്ടെ.....”

“കാലക്രമത്തിൽ എന്റെ മകനും പഠിപ്പിക്കാനാകും.”

“സന്തോഷം......”

അപെട് ജാള്യതയോടെ യാത്രപറഞ്ഞു.

നീരാനെ പ്രദേശത്ത് പുതിയ ഭരണകൂടം നിലവിൽ വന്നിട്ട് മൂന്നു മാസം കഴിഞ്ഞു.

ഭൂപ്രമാണിമാർക്ക് സ്വന്തം നട്ടെല്ലൊടിഞ്ഞ അനുഭവമാണുണ്ടായത്. രാജധാനിയിലായിരുന്ന നുട്മോസ് ഒരു രഹസ്യ ദൂതനെ പറഞ്ഞയച്ച് തന്റെ ഇഷ്ടദാസിയെ കൂട്ടിക്കൊണ്ടുപോയി. അർദ്ധരാത്രിയിലാണ് ആ ദൂതന്റെ തോണി കടവിലടുത്തത്. ഉടൻ തന്നെ സ്ഥലംവിടുകയും ചെയ്തു. നുട്മോസിന്റെ മാളികയിലെ ഒരു പരിചാരകൻ വഴിയായി ഈ വാർത്ത നാട്ടിൽ പരന്നു.

സെതെക്നഖ്ത്, സെൻഉസർട്, ഹെജിരെ, സിന്യുഹെ തുടങ്ങിയ ഭൂപ്രഭുക്കൾ തങ്ങളുടെ മാളികകളിൽ ഒതുങ്ങിക്കഴിയുകയായിരുന്നു. രാജകൊട്ടാരത്തിൽ സൈന്യം വരുമെന്നുള്ള പ്രതീക്ഷയിലാണ് അവർ സമയം തള്ളി നീക്കിക്കൊണ്ടിരുന്നത്. എന്നാൽ നുട്മോസ് ദൂതനെ അയച്ചുവെന്ന വാർത്തകേട്ട് അവർ ക്രുദ്ധരായി. നുട്മോസിന്റെ സ്വാർത്ഥതയെ അവർ പഴിച്ചു....

“ഇത്രദിവസം അവളെ കാണാതെ അവനെങ്ങനെ കഴിച്ചുകൂട്ടിയോ എന്തോ.....? അത്തരത്തിലുള്ള വേറെ ബൊമ്മകളൊന്നും അവിടെ കിട്ടിയില്ലെന്നുണ്ടോ....?”

ഭൂപ്രഭുക്കളുടെ വിശ്വസ്ത ഭൃത്യന്മാർ നിത്യവും ജനങ്ങൾക്കിടയിൽ ചെന്ന് വാർത്തകൾ ശേഖരിച്ചുകൊണ്ടിരുന്നു.....

“ഭൂപ്രഭുക്കളുടെ വീട്ടിൽ നികുതി പിരിവിന് പോകേണ്ട. അവർ

സ്വയം കൊണ്ടുത്തരുമോ എന്ന് നോക്കാം....." മെനെപ്പടാ പറഞ്ഞത്രെ.

വെറും പത്തിലൊരുഭാഗമല്ലേ! ഇപ്യൂവറിന്റെ കൈയിലുള്ള കള്ളക്കണക്കുപ്രകാരം പിരിയേണ്ട നികുതി.....

അത് പിരിച്ചെടുക്കാൻ ആരും വരാതിരുന്നപ്പോൾ അവർ പരിഭ്രമിച്ചു. 'നമ്മുടെ ചുറ്റുവട്ടത്ത് അവർ വരില്ലായിരിക്കാം......' എന്ന് അന്യോന്യം സമാധാനിപ്പിച്ചു.

പൂജാരിയെ വിളിക്കാനയച്ചിട്ട് വന്നില്ല. ക്ഷേത്രത്തിലേക്ക് ചെല്ലാനാണ് പറഞ്ഞയച്ചിരിക്കുന്നത്.

സിന്യുഹെയുടെ പത്നിക്ക് അല്പം ഭേദമായി. എങ്കിലും ഇടതുകൈയ്ക്ക് സ്വാധീനം കിട്ടിയിട്ടില്ല. രോഗിയെ ചികിത്സിക്കാൻ പൂജാരി ചെന്നതേയില്ല.

"അറിയുന്ന ചികിത്സയെല്ലാം ചെയ്തുകഴിഞ്ഞു....." അയാൾ പറഞ്ഞയച്ചു.

ഒരു ദിവസം സെതെക്നഖ്ത് ദേഷ്യപ്പെട്ടുകൊണ്ട് ക്ഷേത്രത്തിൽ കയറിച്ചെന്നു....

"അപെട്...., സത്യംപറ.... നിങ്ങൾ ഞങ്ങളുടെ ഭാഗത്തോ....? അവരുടെ ഭാഗത്തോ.....?"

"ഞാൻ ഈശ്വരന്റെ ഭാഗത്താണ്."

"ബുദ്ധിമാൻതന്നെ....."

അപെട് മൗനമാണ് ഭൂഷണമെന്നു കരുതി. സെതെക്നഖ്ത് മുഖം കറുപ്പിച്ച് ഇറങ്ങിപ്പോയി.

നീരാന പ്രദേശത്തിന്റെ എതിർ കരയിലുള്ളത് ചെമ്മരിയാട് പ്രവിശ്യയാണ്. വടക്കുഭാഗത്ത് മുതല പ്രവിശ്യയും തെക്ക് മാൻ പ്രവിശ്യയുമാണ്. മാൻ പ്രവിശ്യയുടെയും മുതല പ്രവിശ്യയുടെയും അതിർത്തികൾ കാൽനടയായി കടക്കാവുന്നതാണ്. ചെമ്മരിയാട് പ്രദേശത്തെത്താൻ തോണിയാത്ര ചെയ്യണം.

സെതെക്നഖ്തും, സെൻ ഉസർട്ടും അന്യപ്രവിശ്യകളിലെ ഭൂപ്രഭുക്കളുമായി ബന്ധപ്പെട്ടു. സംഗതികളറിയാനുള്ള കൗതുകം പ്രദർശിപ്പിച്ചതല്ലാതെ പരിഹാരം നിർദ്ദേശിക്കാനോ.... സഹായഹസ്തം നീട്ടാനോ അവർ തയ്യാറായില്ല.

ചെമ്മരിയാട് പ്രവിശ്യയിലെയും നീരാനയിലെയും ആചാരസമ്പ്രദായങ്ങളും ഭരണരീതികളും വ്യത്യസ്തമാണെങ്കിലും ഇരുപ്രദേശത്തെയും ജനങ്ങൾ പരസ്പരം ബന്ധപ്പെട്ടുകൊണ്ടിരുന്നു. ഒന്ന് രണ്ട് വിവാഹങ്ങളും ഈ ജനവിഭാഗങ്ങൾക്കിടയിൽ നടക്കുകയുണ്ടായിട്ടുണ്ട്. നീരാനെയിലെ പുതിയ സംഭവവികാസങ്ങൾ ചെമ്മരിയാടിലെ കർഷകരെയും തൊഴിലാളികളെയും അമ്പരപ്പിച്ചുകളഞ്ഞു. നികുതി പകുതിയായി കുറവുചെയ്തെന്ന വാർത്തകേട്ട് അവർ മൂക്കത്ത് വിരൽവെച്ചു. നദി കടന്ന് നീരാന ദേശത്തെത്തി പുതിയ വ്യവസ്ഥിതിയുടെ നേട്ടങ്ങൾ

കണ്ടുമനസ്സിലാക്കണമെന്ന് ചിലർ ആഗ്രഹിച്ചു. ഒരുദിവസം അവർ ഇറങ്ങിത്തിരിക്കുകയും ചെയ്തു. അവർക്കു പിന്നാലെ മറ്റൊരു കൂട്ടം.... അവർക്കും പിന്നാലെ വേറൊരു സംഘം.... ഈ പ്രവാഹം വർദ്ധിച്ചപ്പോൾ അവിടത്തെ സാമന്തരാജാവ് ആജ്ഞ പുറപ്പെടുവിച്ചു.....' നീരാന പ്രവിശ്യയിൽ ആരും പോകരുത്.....!' ഈ കല്പന നീരാന പ്രദേശത്തെത്തിയപ്പോൾ അവിടെയുള്ളവർ അഭിമാനംകൊണ്ടു.....

ഒരുദിവസം മെനെപ്പടായും സുഹൃത്തുക്കളും എന്തോ സംസാരിച്ചുകൊണ്ടിരിക്കയായിരുന്നു. ഖ്നേംഹോടെപ് അസഹ്യത ഭാവിച്ചുകൊണ്ട് കടന്നുവന്നു......

"ഈ ഭൂപ്രഭുക്കളെ ഇങ്ങനെ വെറുതെ വിടാനാണോ ഭാവം....?" അയാൾ ചോദിച്ചു.

"വെള്ളപ്പൊക്കം വന്ന് ഇറങ്ങിത്തുടങ്ങുമ്പോഴേക്കും പ്രശ്നം താനേ പരിഹരിക്കപ്പെടും....." മെനെപ്പടാ തുടർന്നു. "അവരുടെ വയലുകൾ ഉഴുന്നതിനും വിതയ്ക്കുന്നതിനും തൊഴിലാളികളെ എവിടുന്നു കിട്ടാനാ...?"

"ഇനിയും നാലഞ്ചുമാസം കാത്തിരിക്കണം? അതിനുള്ളിൽ അവർ നമ്മുടെ കാലിൽ തറപ്പിച്ച മുള്ള് പഴുത്ത് ഒലിക്കാൻ തുടങ്ങും."

"അവർ ഉപദ്രവകാരികളല്ലെന്ന് ഞാൻ പറയുന്നില്ല. പുക കണ്ടാലുടനെ വെള്ളമൊഴിച്ചാൽ മതി. നമ്മുടെ ചാരന്മാരോട് കരുതിയിരിക്കാൻ പറയണം. അവരുടെ ഓരോ ചലനങ്ങളും വീക്ഷിക്കണം......"

ഇതുകൊണ്ടൊന്നും ഖ്നേംഹോടെപ് സ്വസ്ഥനായില്ല. മെനെപ്പടായുടെ അഭിപ്രായപ്രകടനം വിചിത്രമായിട്ടാണ് അയാൾക്ക് തോന്നിയത്. ദിവസന്തോറും അയാളുടെ അസഹിഷ്ണുത വർദ്ധിച്ച് വർദ്ധിച്ച് വന്നു.

ആ മാസം മൂത്തവരുടെ സമിതി ചേർന്നപ്പോൾ ഭൂപ്രമാണിമാരുടെ പ്രശ്നം ചർച്ചയ്ക്കുവന്നു.

"പോരാടാൻ അവർക്ക് കഴിയില്ല. നമ്മുടെ പത്തിരുപത് ചെറുപ്പക്കാരുണ്ടായാൽ മതി. അവരുടെ മുഴുവൻ സ്വത്തും വശത്താക്കാം...." ഹെംടി പറഞ്ഞു.

"സംഭാഷണത്തിന് വിളിക്കാം. സോഥിസ് ഉദിക്കുന്നതിന് പത്ത് ദിവസം മുമ്പ് ക്ഷണമയച്ചാൽ മതി. പുതുവർഷാരംഭത്തോടെ തന്നെ തീരുമാനവുമാകട്ടെ." സെമ അഭിപ്രായപ്പെട്ടു.

മറ്റുള്ളവർ അനുകൂലിച്ചു. ഇപ്യൂവറിനെ ക്ഷണിക്കാനയയ്ക്കണം. ഖ്നേംഹോടെപ് കൂടെയുണ്ടാകണം.

വിവരമറിഞ്ഞ ഖ്നേംഹോടെപ് തെല്ല് ആശ്വസിച്ചു.... പുതുവർഷം സമാഗതമാകാറായി. നാടും നാട്ടുകാരും ഉണർന്നെണീറ്റു. എങ്ങും നവോന്മേഷം കളിയാടി.....

സോഥിസ് ഉദിക്കാൻ പത്തുദിവസമുള്ളപ്പോൾ ഇപ്യൂവറും ഖ്നേംഹോടെപ് ഭൂപ്രഭുക്കളുടെ മാളികകളിൽ കയറിയിറങ്ങി.....

"പുതുവർഷപ്പുലരിയിൽ സംഭാഷണം നടത്തുന്നതിന് നിങ്ങളെ

യെല്ലാം രാജഗൃഹത്തിലേക്ക് ക്ഷണിക്കുന്നു...." ഇപ്യൂവർ അറിയിച്ചു. "ഇത്തവണത്തെ നികുതിയും.... അടുത്തവർഷത്തെ ഉഴലും വിത്തിടലും മറ്റും അപ്പോൾ തീരുമാനിക്കപ്പെടും... തീർച്ചയായും വരണം. മറക്കരുത്....."

യാതൊരു പ്രതികരണവും ഭൂപ്രമാണിമാരിൽനിന്നുണ്ടായില്ല. സിന്യുഹെ മാത്രം ഒന്ന് ചിരിച്ചു....

ഭൂപ്രമാണിമാരെ ചർച്ചയ്ക്ക് ക്ഷണിച്ച വാർത്ത കാട്ടുതീപോലെ നാട്ടിൽ പരന്നു. വീടുവീടാന്തരം ഇതൊരു ചർച്ചാവിഷയമായിത്തീർന്നു. ഒപ്പംതന്നെ മറ്റൊരു കിംവദന്തിയും ഒഴുകി നടന്നു..... 'പുതുവർഷോത്സവത്തിൽ ഭൂപ്രഭുക്കൾ പങ്കെടുക്കും.....'

ഖ്നേംഹോടെപ് കിംവദന്തിയുടെ ഉത്ഭവസ്ഥാനം കണ്ടുപിടിച്ചു. ഭൂപ്രമാണിമാരിൽനിന്നാണത് ഉടലെടുത്തതെന്ന് മനസ്സിലായി.

അടുത്ത ദിവസം ബടാ ഓടിക്കിതച്ചെത്തി....

"ഖ്നേമു.... കരയ്ക്കുള്ള സെതെക്നഖിന്റെ വലിയ തോണിയില്ലേ.... അതിന് ചായമിടുകയാണ്....."

"ഉത്സവത്തിനുള്ള തയ്യാറെടുപ്പായിരിക്കും.....അല്ലേ?"

"ആയിരിക്കും......"

ഉത്സവത്തിന് മുമ്പ് മൂത്തവരുടെ സമിതി അടിയന്തരയോഗം ചേർന്നു. സെതെക്നഖ്തും, സെൻഉസർട്ടും, ഹെജിരെയും സോഥിസ് നക്ഷത്രമുദിക്കുന്ന രാത്രി കുടുംബത്തോടെ രാജധാനിയിലേക്ക് ഒളിച്ചോടാൻ നിശ്ചയിച്ച വാർത്ത ചാരന്മാർ കൊണ്ടുവന്നു.

"അവർ ഒളിച്ചോടാൻ അവസരംനോക്കിയിരിക്കയായിരുന്നു. അതാണ് ഈ ദിവസംതന്നെ തെരഞ്ഞെടുത്തത്. അന്ന് എല്ലാവരും ഉത്സവത്തിന്റെ തയ്യാറെടുപ്പിലാകുമല്ലോ. ആരും ഇത് ശ്രദ്ധിക്കില്ലെന്ന് കരുതിയിരിക്കണം...." ഖ്നേംഹോടെപ് പറഞ്ഞു.

"ബടായുടെ ഒരു തോണി മതി. നദീമദ്ധ്യത്തിൽവെച്ചുതന്നെ അവരെയെല്ലാം പിടിക്കാം....." ഹെംടി അഭിപ്രായപ്പെട്ടു.

"പിടിച്ചെന്തുചെയ്യാൻ.....?" മെനെപ്പടാ ചോദിച്ചു.

"അത് എല്ലാവരുംകൂടി ആലോചിക്കേണ്ടതാണ്..."

"പിടിക്കണമെന്നത് നിർബ്ബന്ധമാണോ....?" ഥാനിസ് ചോദിച്ചു.

"പിടിച്ച് തടവിലാക്കണം. കാവലേർപ്പെടുത്തണം. പോകാനനുവദിച്ചാൽ... ഇപ്പോൾ നുട്മോസ് പോയില്ലേ....? ഗേബുവും ടെഹുടിയും പോയില്ലേ...?"

"അവരുടെ നിലവും കന്നുകാലികളും എന്തുചെയ്യാനാ....?" ഹെമോൻ സംശയം പ്രകടിപ്പിച്ചു.

"അവ ജനങ്ങളുടെ സ്വത്താണ്." മെനെപ്പടാ പറഞ്ഞു.

"അവർ തിരികെ വന്നാലോ....?"

"തിരികെ വന്നാലല്ലേ.....? അത്തരം പരിതഃസ്ഥിതിയിൽ യുക്തമായതെന്താണെന്നുവച്ചാൽ തീരുമാനിക്കാം....."

"ശത്രുക്കൾ പടിക്കലെത്തിയിട്ട് ആയുധപരിശീലനം നടത്തിയാൽ പോരാ. നമ്മുടെ സേനയെ നാമൊരുക്കിനിർത്തണം." ഹെംടി പറഞ്ഞു.

ഓടിപ്പോകുന്നവരെ തടയേണ്ടന്നും, നീരാനെപ്രവിശ്യയുടെ ആത്മരക്ഷയ്ക്കായി ഒരു സേന രൂപീകരിക്കണമെന്നും മൂത്തവരുടെ സഭ തീരുമാനിച്ചു.....

ഭൂപ്രഭുക്കളുമായി മല്ലിടുന്നതുകൊണ്ട് പ്രയോജനമൊന്നുമുണ്ടാകില്ലെന്ന് ഒടുവിൽ ഖ്നേംഹോടെപിനും അംഗീകരിക്കേണ്ടിവന്നു.

..... പുതുവർഷപ്പുലരിക്കു മുമ്പുള്ള ഇരുളിൽ ഈജിപ്ത് ജനത ഉറങ്ങാതെ കഴിച്ചുകൂട്ടി. ആകാശത്തിൽ അത്യുജ്ജ്വലപ്രഭയോടെ തിളങ്ങുന്ന സോഥിസിനുവേണ്ടി ഭക്തിയോടെ അവർ കാത്തിരുന്നു.....

സോഥിസ് നക്ഷത്രം നോക്കിക്കണ്ടുപിടിക്കുന്നതിന് കുട്ടിക്കാലം തൊട്ടേ പരിശീലനം നല്കിപ്പോന്നിരുന്നു. സോഥിസിന്റെ ചലനങ്ങളെ അടിസ്ഥാനപ്പെടുത്തിയാണ് ഋതുക്കൾ കണക്കാക്കുന്നത്.

രാത്രിമുഴുവൻ ഉത്സവത്തിനുള്ള ഒരുക്കങ്ങളാണ്. കിഴക്കൻ ചക്രവാളത്തിൽ സോഥിസ് നക്ഷത്രം പൊട്ടിവിടർന്നാലുടൻ ജനങ്ങൾ നൈൽ നദിയിൽ കുളിക്കാനിറങ്ങും. കുളികഴിഞ്ഞ് പുത്തനുടുപ്പിട്ട് വിഭവസമൃദ്ധമായ ഭക്ഷണം കഴിക്കുന്നു. എല്ലാ മംഗളകർമ്മങ്ങൾക്കും യോജിച്ച ദിവസമാണത്. വൈകുന്നേരം ക്ഷേത്രത്തിൽ സ്ത്രീപുരുഷന്മാരുടെ തിരക്കായിരിക്കും. ക്ഷേത്രത്തിൽ അന്ന് ദീപാരാധനയുണ്ടാകും.

"ഇന്ന് എനിക്ക് ഉറങ്ങേണ്ട. സോഥിസിനെ കണ്ടിട്ടേ ഞാൻ കിടക്കുന്നുള്ളു....." രാമേരിപ്പടാ പറഞ്ഞു.

"കുട്ടികൾ കൂടുതലുറക്കമൊഴിക്കരുത്.... നാളെ പാഠം തുടങ്ങുകയല്ലേ...." മെനെപ്പടാ പറഞ്ഞു.

"നക്ഷത്രം ഉദിക്കുന്നതിന് മുമ്പ് നിന്നെ വിളിച്ചുണർത്താം...." നെഫീസ് സമാധാനിപ്പിച്ചു.

"മറക്കോ....?"

ഭാര്യാഭർത്താക്കന്മാർ പരസ്പരം നോക്കി...

"ഉറക്കം വരുന്നതുവരെ കുത്തിയിരുന്നോ.... ഉറങ്ങിയാൽ ഞാൻ വിളിച്ചുണർത്താം....." മെനെപ്പടാ പറഞ്ഞു.

ദൂരെനിന്ന് സംഗീതോപകരണങ്ങളുടെ ശബ്ദവും പാട്ടും കേൾക്കാമായിരുന്നു.... എവിടെയോ നൃത്തം തുടങ്ങുന്നതിനുള്ള താളക്രമങ്ങൾ നടക്കുകയാണ്.... മറ്റൊരിടത്തുനിന്ന് കൂക്കിവിളികേൾക്കുന്നു.

ചന്ദ്രികയില്ലാത്ത രാത്രി.... അങ്ങിങ്ങായുള്ള വെടിമരുന്നിന്റെ പൊട്ടിത്തെറിയിൽനിന്ന് പ്രകാശം ചിതറിക്കൊണ്ടിരുന്നു.

അർദ്ധരാത്രിയോടടുത്ത് രാമേരിപ്പടാ ഉറങ്ങിപ്പോയി. നെഫീസ്

പായവിരിച്ച് മകനെ കിടത്തി. കുളിർകാറ്റടിക്കുന്നുണ്ട്. മെനെപ്പടാ പെപ്പൈറസ് തണ്ടുകൾ അടുപ്പിലിട്ട് തീയൂതിക്കത്തിച്ചു.

പുറത്ത് ആരോ നടക്കുന്ന ഒച്ചകേട്ടു. ഖ്നേംഹോടെപിന്റെ കാവൽഭടന്മാരായിരിക്കുമെന്ന് മെനെപ്പടാ ഊഹിച്ചു. എങ്കിലും കിളി വാതിലിലൂടെ അയാൾ വിളിച്ചു ചോദിച്ചു....

"ആരാ....?"

"ഞങ്ങളാണ്. വിശേഷിച്ചൊന്നുമില്ല. ബടാ തോണിക്കടവിലുണ്ട്....." ഉത്തരം പറഞ്ഞത് ഖ്നേംഹോടെപാണ്.

"വെറുതെ ശ്രദ്ധിച്ചാൽ മതി. പോകുന്നവർ പോയ്ക്കോട്ടെ....."

"ഉം.... അതുപോലെ ചെയ്യാം..... കുളിക്കാൻ....."

"വരാം....വരാം.... ഇനിയും സമയം കുറെയുണ്ടല്ലോ.....?"

"ഞങ്ങൾ നടക്കട്ടെ....."

"ഉം....ഉം....."

പാദചലനങ്ങൾ അകന്നുപോയി.

നെഫീസ് വിളക്കണച്ചു.... അടുത്തെത്തിയ ഭാര്യയെ മെനെപ്പടാ കെട്ടിപ്പുണർന്നു..... ചുണ്ടുകളും ചുണ്ടുകളും കഥ പറഞ്ഞു. അയാളുടെ കൈവിരലുകൾ അവളുടെ ഓരോ അവയവത്തിലും മാറിമാറി സഞ്ചരിച്ചു... തോളിലൂടെ കൈയിട്ട് ഭർത്താവിനെ മുറുക്കിപ്പിടിച്ചുകൊണ്ട് നെഫീസ് ഞരങ്ങി.

"എന്താ നെഫീസേ....?"

"കുളിനിന്നില്ലല്ലോ....." വേദനയുടെ ശബ്ദം.

അയാൾ കൊച്ചുകുഞ്ഞായി. അവളുടെ മുലക്കണ്ണുകൾ ചപ്പിക്കുടിച്ചു. അവളുടെ ശരീരത്തിൽ മിന്നൽപ്പിണരുകളുണ്ടായി.... ഓരോ അവയവവും വലിഞ്ഞു മുറുകി.

"ആ....ഊ....പ്ടാ....പ്ടാ..." അവൾ മൂളി.

"നെഫീ... നാളെ പുതുവർഷമാണ്...."

"ഇന്ന് ഐസിസിന്റെ പ്രത്യേക പ്രാർത്ഥന നടത്തിയിട്ടുണ്ട്....." നിർത്തി നിർത്തി അവൾ പറഞ്ഞു.

"വരൂ ഐസിസ്....."

സൃഷ്ടികർമ്മത്തിൽ മുഴുകിക്കഴിയുമ്പോഴുണ്ടാകുന്ന സുഖം.... ആ സുഖം അലിഞ്ഞുപോകാതെ മുറുകെപ്പിടിക്കാനുള്ള യത്നം....

"എന്നും ഇങ്ങനെ കഴിയാം.... എന്നും...ഉം...."

താമസിച്ചുപോയോ എന്ന് പരിഭ്രമിച്ച് പ്രഭാതത്തിലേക്ക് ഓടിപ്പോകുന്ന ഇരുൾ....

ഉറങ്ങിയില്ല.... ഉണർന്നില്ലെങ്കിലോ....? വല്ലതും സംസാരിച്ചുകൊണ്ടിരിക്കാം.

"എന്റെ ഇളയമ്മയുടെ വീട്ടിലൊരിക്കൽ പോകണം.... ഖ്നേംഹോടെപാണ് ഭാഗ്യവാൻ. നികുതി പിരിക്കാൻ ചെന്നപ്പോൾ കണ്ട് സംസാരിച്ചിരുന്നത്രെ...."

"അവരെ ഇങ്ങോട്ട് വിളിക്കാമല്ലോ...."

"വിളിക്കാം.... പക്ഷേ... ഇവിടെയെന്താണുള്ളത്...? നെഫീസ് റാണിയായെന്നാണ് അവർ ധരിച്ചുവെച്ചിരിക്കുന്നത്.... ഇവിടെവന്ന് ഈ നിലയിലെന്നെ കാണുമ്പോൾ ആശ്ചര്യപ്പെടും....."

"നീ എന്നും എന്റെ റാണിതന്നെയല്ലേ....?"

"റാണി..... റാണി..... വെറും വാക്കിലല്ലേ.....!"

"നിലമുണ്ട്.... അദ്ധ്വാനിക്കാം.... വിളയിക്കാം.....പോരെ?"

"അതല്ല... നെജമുടും മറ്റും എപ്പോഴും തമാശയാക്കുന്നു....."

"അവർക്കൊന്നും മറ്റ് ജോലിയില്ല...."

വെളിയിൽ സംസാരിച്ചുകൊണ്ട് നദിക്കരയിലേക്ക് നീങ്ങിപ്പോകുന്ന ജനങ്ങൾ.

"നെഫീസേ.... എഴുന്നേല്ക്ക്....സമയമായെന്നാ തോന്നുന്നത്. രാമേരിയെ വിളിക്ക്...."

കെടാൻ തുടങ്ങിയ തീക്കനലൂതി മെനെപ്പടാ വിളക്കുകൊളുത്തി.

"സോഥിസുദിച്ചോ....? എവിടെ...?" രാമേരി തിടുക്കത്തിലെഴുന്നേറ്റു.

കുളികഴിഞ്ഞുടുക്കുന്നതിനായി പുതിയ വസ്ത്രങ്ങൾ നെഫീസെടുത്തുവച്ചു. അൻപുവിന്റെ വിധവ നെഫീസിനായി നെയ്തുകൊടുത്ത മേൽമുണ്ടും അക്കൂട്ടത്തിലുണ്ടായിരുന്നു.....

പുറത്ത് സ്നോഫ്രുവും നെജമുടും തയ്യാറായി നിന്നിരുന്നു. എല്ലാവരും ഒന്നിച്ച് നദിക്കരയിലേക്ക് നീങ്ങി....

വഴിക്ക് കാവൽ നില്ക്കുന്ന ഒരു ഭടനെ കണ്ട് സ്നോഫ്രുവിന് സമാധാനമായി.... എല്ലാവരും നദിക്കരയിലായ തക്കം നോക്കി കള്ളന്മാർ തല പൊക്കിയേക്കും.... വേണ്ട ഏർപ്പാടുകൾ ചെയ്യാമെന്ന് ഖ്നേം ഹോടെപ് പറഞ്ഞിരുന്നു.

"ഞങ്ങൾ വീട് പൂട്ടിയിട്ടില്ല...." നെഫീസറിയിച്ചു.

"ഞങ്ങളും പൂട്ടിയിട്ടില്ല....." നെജമുട് പറഞ്ഞു.

നദിക്കരയിൽ ഖ്നേംഹോടെപും ബടായും കാത്തുനിന്നിരുന്നു....

"ഞങ്ങളിവിടെയെത്തുമ്പോഴേക്കും അവർ പോയിക്കഴിഞ്ഞിരുന്നു. കൂടെ ഭാര്യയും മക്കളും ചില ദാസികളുമുണ്ടായത്രെ. സിന്യൂഹെയും നുട്മോസിന്റെ കുടുംബവും പോയിട്ടില്ല. വിത്തിറക്കാനാകുമ്പോൾ തിരികെ വരുമെന്നാണത്രെ പറഞ്ഞിരിക്കുന്നത്....." പതിഞ്ഞ ശബ്ദത്തിൽ ഖ്നേംഹോടെപ് അറിയിച്ചു.

"ഉം... നാം പ്രതീക്ഷിച്ചതുപോലെതന്നെ....." മെനെപ്പടാ പറഞ്ഞു തീരുന്നതിനുമുമ്പേ ജനങ്ങൾ ആകാശത്തേക്ക് കൈചൂണ്ടി വിളിച്ചു

പറഞ്ഞു....

"സോഥിസ്....! സോഥിസ്......!"

പൂർവ്വദിങ്മുഖത്തിൽ സോഥിസ് നക്ഷത്രം മിന്നിത്തിളങ്ങി..... ഭക്തിഭാവത്തോടെ ജനങ്ങൾ മുട്ടുകുത്തിയിരുന്ന് പ്രാർത്ഥിച്ചു.... സന്തോഷവും സംതൃപ്തിയും അവരിൽ നുരഞ്ഞു പൊങ്ങി.....

പൂജാരി അപെടും എത്തിച്ചേർന്നു. നദിക്കരയിൽ കൂടുതലാഴമില്ലാത്ത ഭാഗത്തിറങ്ങി അയാൾ മന്ത്രമുരുവിട്ടുകൊണ്ട് കുളിച്ചു.

സ്തീകളും പുരുഷന്മാരും കുട്ടികളും നദിയിലിറങ്ങി മുങ്ങിക്കുളിച്ചു. പുതുവസ്ത്രം ധരിച്ച് വീടുകളിൽ ഒരുങ്ങിയിരിക്കുന്ന വിഭവങ്ങളുടെ മുന്നിൽ ചെന്നിരുന്നു.....

പുതുവർഷം പൊട്ടിവിടർന്നു! പുതുചൈതന്യം നിറഞ്ഞൊഴുകി! വിളംബരം കേട്ടിട്ടും മക്കളെ പഠിപ്പിക്കാൻ ആരും മുന്നോട്ടുവന്നില്ല....

ഒരു ദിവസം സെമ അങ്ങുമിങ്ങും അലഞ്ഞുതിരിഞ്ഞ് നാലഞ്ചു പേരെ കണ്ടെത്തി. അതിലൊരാൾ അൻപുവിന്റെ മകനാണ്. രാമേരി പടായെയും ആ കുട്ടികളെയും ക്ഷേത്രദർശനത്തിനായി ഇപ്യൂവർ കൂട്ടിക്കൊണ്ടുവന്നു.

"ഇപ്യൂവരേ ഒരുപകാരം ചെയ്യപ്പാ.... കെട്ടിടംപണി തുടങ്ങാൻ ഇന്ന് നല്ല ദിവസമാണ്. അഞ്ചുപത്താളെക്കൊണ്ട് ഒരടിത്തറകെട്ടിക്ക്....." അപെട് പറഞ്ഞു.

ഇപ്യൂവർ കുട്ടികളെയുംകൂട്ടി രാജഗൃഹത്തിലേക്ക് നടന്നു. അയാൾ പാഠം ചൊല്ലിക്കൊടുത്തു. കുട്ടികൾ ഉരുവിട്ടുപഠിച്ചു....

മെനെപ്പടാ വാങ്ങിക്കൊണ്ടുവന്ന ലിപിച്ചുരുളാണ് പാഠം.

നിന്റെ അമ്മ നിനക്കുവേണ്ടി എന്തെല്ലാമാണ് ചെയ്തിരിക്കുന്നതെന്ന് ഒരിക്കലും മറക്കരുത്....

പഠനം കഴിഞ്ഞ് രാജഗൃഹത്തിൽനിന്ന് മടങ്ങുന്ന കുട്ടികളെ കൗതുകത്തോടെ ജനം നോക്കിനിന്നു....

മനസ്സിന്റെ വിഷമം ലഘൂകരിക്കാനാണ് അപെട് കെട്ടിടക്കാര്യം പറഞ്ഞത്. ഇപ്യൂവർക്ക് അത് മനസ്സിലായില്ല. മെനെപ്പടാ രാജഗൃഹത്തിലെത്തിയപ്പോൾ മറ്റു പലതിന്റെയും കൂട്ടത്തിൽ അപെട് പറഞ്ഞതും അറിയിച്ചു.....

"കെട്ടിടം പണി തുടങ്ങിക്കൊള്ളൂ..... ക്ഷേത്രത്തിന്റെ അരികിലുള്ള സ്ഥലം അപെട് കാണിച്ചുതരും....." മെനെപ്പടാ ഖ്നേംഹോടെപിന് നിർദ്ദേശം നല്കി.

പത്തുതൊഴിലാളികൾ തയ്യാറായി. ഒരു മേസ്ത്രിയെയും നിയമിച്ചു.....

"ഇന്നത്തെ പണിക്ക് കൂലിവേണ്ട... നാളെത്തൊട്ട് കൂലി കണക്കാക്കിയാൽ മതി...." പാഠശാലയ്ക്കുവേണ്ടിയാണ് കെട്ടിടം പണിയുന്നതെന്നറിഞ്ഞ തൊഴിലാളികൾ പറഞ്ഞു.....

നീരാന ദേശത്തുനിന്ന് പത്തുപതിനഞ്ചു ദിവസത്തെ തോണിയാത്ര ചെയ്താൽ നൈൽ നദിയുടെ ഉത്ഭവസ്ഥാനത്തെത്തിച്ചേരും. അവിടെ മഴക്കാലം ആരംഭിക്കാറായെന്ന് സോഥിസ് നക്ഷത്രം സൂചിപ്പിക്കുന്നു. മലയും, കാടും, കിടങ്ങുകളുമുള്ള വിശാലമായ ഭൂമിയാണിത്. അവിടെ വെള്ളം കെട്ടിനിന്നിട്ടു വേണം നദിയിലേക്കൊഴുകാൻ. ഏഴ് വലിയ വളവുകൾ കടന്ന്.... ഈജിപ്തിലെ മണൽക്കാട്ടിലേക്ക്.... വലയിലേക്ക്.... വന്നെത്തണം. പ്രവാഹം വഹിച്ചുകൊണ്ടുവരുന്ന ഫലപുഷ്ടിയുള്ള കറുത്തമണ്ണ് ഇരുകരകളിലുമുള്ള വിശാലമായ വയലുകളിൽ നിറയ്ക്കുന്നു. മൂന്നുനാലുമാസം അതേനിലയിൽ കഴിയുന്നു.... പിന്നെ കൃഷി തുടങ്ങുകയായി.....

ഭൂപ്രഭുക്കൾ പലായനം ചെയ്തുവെന്ന വാർത്ത ഉത്സവാഘോഷത്തിന് കൊഴുപ്പ് കൂട്ടി....

"വിത്തിറക്കാനാകുമ്പോൾ അവർ മടങ്ങിവരുമെന്ന് പറയുന്നത് കള്ളമാണ്...." ജനം പറഞ്ഞു.

അന്ന് ഉച്ചയ്ക്കുശേഷം ചേർന്ന മൂത്തവരുടെ സഭയിൽ ഖ്നേം ഹോടെപ് തന്റെ അഭിപ്രായം പ്രകടിപ്പിച്ചു....

"അവരുടെ നിലവും കന്നുകാലികളുമെല്ലാം ജനങ്ങളുടെ സ്വത്താണെന്ന് അന്ന് നേതാവ് പറഞ്ഞിരുന്നു. നുട്മോസും, സെതെക്നഖ്തും, സെൻഉസർട്ടും, ഹെജിരെയും ജനദ്രോഹികളാണ്. അവരോട് ഒരു തരത്തിലുള്ള സഹതാപവും പാടില്ല. നുട്മോസിന് മാത്രം അഞ്ഞൂറ് കണ്ടങ്ങളുണ്ട്. ആയിരത്തഞ്ഞൂറ് കന്നുകാലികളുണ്ട്. മറ്റുള്ളവരുടെതെല്ലാം ചേർന്ന് സുമാർ ഇത്രതന്നെയുണ്ടാകും. ഭാഗിക്കണം...! എല്ലാം ഭാഗിക്കണം...! ഇത്രയുംകാലം ജനങ്ങളെ ചൂഷണം ചെയ്തില്ലേ....? അതു മതി. വെള്ളപ്പൊക്കംവരെ കാത്തിരിക്കരുത്..... ഇപ്പോൾതന്നെ ഭാഗിച്ചു കൊടുക്കണം. എങ്കിൽ തൊഴിലാളികൾ ഉത്സാഹത്തോടെ വിത്തിറക്കാൻ ഒരുങ്ങിനില്ക്കും....."

"ഭൂപ്രഭുക്കളുടെ കീഴിലുള്ള അടിമകളെ മുഴുവൻ മോചിപ്പിക്കുകയാണ് ആദ്യജോലി...." മെനെപ്പടാ തുടർന്നു...."നിലവും കന്നുകാലികളും ഭാഗിക്കുന്നത് രണ്ടാമത്തെ ജോലിയാണ്. ഭൂമിയില്ലാത്തവർക്ക് മുഴുവൻ തുല്യമായി വീതിച്ചു കഴിഞ്ഞ് ബാക്കിയുള്ളത് അർഹതപ്പെട്ടവർക്ക് ഭാഗിച്ചുകൊടുക്കാം....."

"നമ്മുടെ കാവൽക്കാരിൽ പലരും ഭൂമിയില്ലാത്തവരാണ് അത് മറക്കരുത്....."

മൂത്തവരുടെ സമിതി തീരുമാനമെടുത്തു... എല്ലാ അടിമകളും സ്വതന്ത്രരായിത്തീർന്നു.....! ഭൂപ്രമാണിമാർ കൈയടക്കിവച്ചിരുന്ന നിലവും കന്നുകാലികളും ജനങ്ങളുടെ സ്വത്തായിത്തീർന്നു.

"സിന്യുഹെയുടെ ആൾക്കാരോ....?" ഇപ്യൂവർ ചോദിച്ചു.

"അവരും സ്വതന്ത്രരാണ്. അയാൾക്ക് ജോലി ചെയ്യാൻ തൊഴിലാ

ളികളെ വേണമെന്നുണ്ടെങ്കിൽ ശമ്പളം കൊടുത്ത് നിയമിക്കണം.....” മെനെപ്പടാ പറഞ്ഞു.

“അയാളുടെ ആസ്തിയോ....?”

“അയാൾക്കും കുടുംബത്തിനും ജീവിക്കാനാവശ്യമായത് നിർത്തി ബാക്കിയുള്ളത് വീതിക്കണം..... നുട്മോസിന്റെ കുടുംബകാര്യത്തിലും ഇതുതന്നെ.....”

“ഞാനൊരു കാര്യം പറയട്ടെ....?” ഇപ്പ്യൂവർ തലചൊറിഞ്ഞു.

“അതിനെന്താ പറഞ്ഞോളൂ....” സെമ അനുവാദം നല്കി.

“ മൂത്തവരുടെ സമിതിയിലുള്ളവർ ഭൂപ്രഭുക്കളുടെ വീടുകളിൽ താമസിക്കുന്നത് ഉചിതമായിരിക്കും.....”

മെനെപ്പടാ ചിരിച്ചു....

“രാജഗൃഹത്തിൽ താമസിക്കുന്നതിൽ ഇപ്പ്യൂവർ സങ്കോചപ്പെടുകയാണെന്ന് തോന്നുന്നു....”

ഇപ്പ്യൂവർ തലചൊറിയൽ തുടർന്നുകൊണ്ട് പല്ലുകൾ വെളിക്കു കാട്ടി.....

അടുത്ത രണ്ടുമൂന്ന് ദിവസങ്ങളിൽ ഇപ്പ്യൂവറിന് തിരക്കുപിടിച്ച ജോലിയായിരുന്നു. ഭൂപ്രഭുക്കളുടെ രേഖകൾ പരിശോധിച്ച് ആസ്തികൾ കണക്കാക്കി... അടിമകളുടെ എണ്ണവും കുറിച്ചുവെച്ചു....

മോചിതരായവർ... തങ്ങൾ വാസ്തവത്തിൽ സ്വതന്ത്രരാണോ എന്ന് പരീക്ഷിക്കാൻ അങ്ങിങ്ങ് അലഞ്ഞു നടന്നു....

നിലമളക്കുന്ന ജോലി കഴിഞ്ഞു... തുല്യഗുണമുള്ള ഭൂമിതന്നെ എല്ലാവർക്കും വിതരണം ചെയ്യപ്പെട്ടു...

ഇന്നലെവരെ ഉഴുതുനടന്നവർ... ഇന്ന് ഉടമയായി മാറി....!

കന്നുകാലികളെ വിതരണം നടത്തുന്നതറിഞ്ഞപ്പോൾ നെഫീസ് ഭർത്താവിനോടു പറഞ്ഞു.

“ഉഴുന്നതിന് ഒരു ജോടി കാലികളെ നമുക്കും എടുത്തുകൂടേ....”

“പാടില്ല....! ഞാനാണ് ഭാഗിച്ചുകൊടുക്കുന്നത്. ഞാൻ തന്നെ എടുക്കുകയോ....? ഒരിക്കലുമില്ല. ആ വിഷയം നീ മറന്നു കളയണം. നമുക്ക് കാലികൾ വേണമെന്നുള്ളത് സത്യമാണ്. അടുത്തവർഷം വാങ്ങിക്കാം....”

നെഫീസ് പിന്നീടൊന്നും പറഞ്ഞില്ല.

നുട്മോസിന്റെ കുടുംബം സിന്യുഹെയുടെ വീട്ടിൽ താമസമാക്കി.

“സ്വന്തം വീട്ടിൽതന്നെ നിങ്ങൾക്ക് കഴിയാമായിരുന്നല്ലോ. ഞങ്ങൾക്കതിൽ ആക്ഷേപമില്ല. നിങ്ങൾക്കും കുട്ടികൾക്കും ജീവിക്കാനാവശ്യമായത് നീക്കിവച്ചിട്ടുണ്ട്....” ഇപ്പ്യൂവർ അറിയിച്ചു.

നുട്മോസിന്റെ പത്നി അഭിപ്രായമൊന്നും പ്രകടിപ്പിച്ചില്ല. സിന്യുഹെയുടെ വീട്ടിൽതന്നെ താമസിക്കാനാണ് അവർ തീരുമാനിച്ചത്...

മറ്റുള്ളവരുടെ നാല് മാളികകൾ ദരിദ്രരുടെ താമസത്തിന് ഒഴിഞ്ഞു കിട്ടി.

..... പുതിയ നിലത്തിന്റെ രേഖകൾ ജനങ്ങൾക്ക് നല്കുന്ന ദിവസം രാജഗൃഹത്തിൽ ഉത്സവംതന്നെയായിരുന്നു. മദ്യം ഒഴുകിനടന്നു.... പാട്ടും നൃത്തവും പൊടിപൊടിച്ചു.

നദിക്കരയിൽ പോയിവന്ന ആരോ പറയുന്നതുകേട്ടു.... "നാല് വിരലുയരത്തിൽ വെള്ളം പൊങ്ങിയിരിക്കുന്നു.....!"

ചുറ്റുമുള്ള വയലുകൾ നിറയുന്നതിന് നാലാളുയരത്തിൽ വെള്ളം കയറണം....

അതും പ്രതീക്ഷിച്ചുകൊണ്ട് ജനങ്ങൾ മറ്റു തൊഴിലുകളിൽ മുഴു കിയിരുന്നു....

.... ധാരധാരയായി പെയ്യുന്ന മഴയുടെ ശക്തിയറിഞ്ഞവർ തോണി ക്കാർ മാത്രമാണ്.

"റാദേവൻ തന്റെ ഈജിപ്ത് സന്താനങ്ങൾക്കായി ഭൂമിയിൽ സൃഷ്ടി ച്ചതാണ് നൈൽനദി. മറ്റുള്ളവർക്കുവേണ്ടി ആകാശത്തിലും ഒരു നൈൽ നദി നിർമ്മിച്ചു."

..... പൂജാരി ഒരിക്കൽ പറഞ്ഞിരുന്നു.

ഭാഗ്യശാലികളായ ഈജിപ്തുകാരെ നൈൽനദി എന്നും കാത്തു രക്ഷിച്ചുപോരുന്നു....

ചാറൽ മഴ പെയ്ത ആ സന്ധ്യയ്ക്ക് അഹൂറ കുഞ്ഞിനെയെടുത്ത് ഭർത്താവിനോടൊപ്പം ഗ്രാമത്തിൽനിന്ന് പട്ടണത്തിലെത്തി....

പുറമേനിന്ന് വരുന്നവർ രാജഗൃഹത്തിലാണ് താമസിക്കേണ്ടത്. ഇപ്യൂവറിന്റെ ആതിഥ്യം....

അഹൂറയുടെ കാര്യത്തിൽ അത് നടന്നില്ല.....

"ഞങ്ങളുടെകൂടെത്തന്നെ കഴിയണം....." നെഫീസ് നിർബ്ബന്ധിച്ചു.

മെനെപ്പടായെ ഉദ്ദേശിച്ച് അഹൂറ പറഞ്ഞു.

"ചേട്ടാ.... ഒരു സംഗതി പറയാനാണ് ഞാൻ വന്നത്."

"എന്താ.....?"

"ഞങ്ങളുടെ ഗ്രാമത്തിൽ ഒരു സിംഹം കടന്നിരിക്കുന്നു. വളരെ നാശനഷ്ടങ്ങൾ സംഭവിച്ചുകഴിഞ്ഞു. നാലു പോത്തുകളും കുഞ്ഞുങ്ങളും നഷ്ടപ്പെട്ടു....."

"ഒന്ന് നഷ്ടപ്പെട്ടപ്പോഴേ അറിയിക്കാമായിരുന്നില്ലേ?"

"ശരിയാണ്. പക്ഷേ, ഉടനെ പുറപ്പെടാനൊത്തില്ല... ഉത്സവമായി രുന്നു....."

"ഖ്നേമിനോട് പറയാം...."

"ദളപതിക്ക് എന്തൊരു തിരക്കാണ്.....! നികുതിപിരിക്കാൻ വന്നപ്പോൾ ഭക്ഷണം കഴിച്ചിട്ടുപോയാൽ മതിയെന്ന് ഞാൻ പറഞ്ഞു.

കേട്ടതേയില്ല. പിരിവ് തീർന്ന ഉടൻ പുറപ്പെടുകയും ചെയ്തു...."

"ഭക്ഷണം കഴിക്കാൻ നിന്നാൽ താമസിച്ചുപോകുമെന്ന് കരുതിയാകണം....."

"അതേ...."

"അവൻ കുറച്ചങ്ങനെയാ....." മെനെപ്പടാ ചിരിച്ചു.

അഹൂറയുടെ കുഞ്ഞ് മെനെപ്പടായുടെ നേർക്ക് ഇഴഞ്ഞുചെന്നു. മെനെപ്പടാ കുഞ്ഞിനെ വാരിയെടുത്ത് ലാളിച്ച് ഉമ്മവെച്ച് താഴത്തിറക്കി. കുഞ്ഞ് നെഫീസിനടുത്തേക്ക് ചെന്നു....

"വാ മോളേ.... വാ...." നെഫീസ് വിളിച്ചു.

അതിഥികൾ നാല് ദിവസം കൂടെത്താമസിക്കണമെന്നാണ് നെഫീസിന്റെ ആഗ്രഹം... പക്ഷേ, അഹൂറയ്ക്ക് സിംഹത്തിന്റെ മാത്രം ചിന്തയായിരുന്നു.... നായാട്ടുകാരെ കൂട്ടിക്കൊണ്ടുവരാമെന്നു പറഞ്ഞാണ് അവൾ പുറപ്പെട്ടിട്ടുള്ളത്. തിരിച്ചെത്താൻ വൈകിയാൽ വല്ല ആപത്തും വീണ്ടും സംഭവിച്ചേക്കും... അവൾ പറഞ്ഞു.

"നെഫീസേ....., താമസിക്കാൻ പാടില്ല. ദളപതിയെയും കൂട്ടി നാളത്തന്നെ പുറപ്പെടണം....."

സിംഹത്തെ നായാടാൻ സന്നദ്ധരായി പലരും മുന്നോട്ടു വന്നു. അവരെ സംബന്ധിച്ചിടത്തോളം വല്ലപ്പോഴും ലഭിക്കുന്ന ഒരു ഭാഗ്യമാണ് നായാട്ട്. ഖ്നേംഹോടെപ് വിഷമിച്ച്.... ഇരുപതുപേരുള്ള ഒരു സംഘം തെരഞ്ഞെടുത്തു.

"നിങ്ങൾ ഭക്ഷണപ്പൊതി കൊണ്ടുവന്ന് ഞങ്ങളെ അപമാനിക്കരുത്...." അഹൂറ അപേക്ഷിച്ചു.

പുറപ്പെടാൻ നേരത്ത് അഹൂറ നെഫീസിനോട് സ്വകാര്യമായി ചോദിച്ചു....

"മുമ്പത്തെപോലെ തന്നെയാണ്.....അല്ലേ....?"

തന്റെ ഗർഭാവസ്ഥയെക്കുറിച്ചാണ് അവൾ ചോദിക്കുന്നതെന്ന് നെഫീസ് ഊഹിച്ചു. കട്ടുറുമ്പ് കടിച്ച അനുഭവം അവൾക്കുണ്ടായി.

"അതേ വീട്..... അതേ വീട്ടുസാമാനങ്ങൾ...." അഹൂറയുടെ അടുത്ത് വാക്ക് കേട്ടപ്പോൾ നെഫീസിന് ആശ്വാസമായി. ഒരു മന്ദസ്മിതം അവളുടെ ചുണ്ടിൽ പൊടിഞ്ഞുനിന്നു.

കുഞ്ഞിനെ ഒക്കത്തെടുത്ത് പുറത്തിറങ്ങിയ അഹൂറ പറഞ്ഞു.....

"നിങ്ങളും മെനെപ്പടാ ചേട്ടനും ഒരിക്കൽ ഗ്രാമത്തിലേക്ക് വരണം. നേതാവായതിനുശേഷം നഗരത്തിൽത്തന്നെ കഴിയുന്നത് ശരിയാണോ....? നാടുനീളെ സഞ്ചരിക്കേണ്ടേ...."

"ആകട്ടെ.... അഹൂറാ....."

ആ സംഘം ഗ്രാമത്തിലേക്ക് പ്രയാണം ചെയ്തു....

ഗ്രാമത്തിലെത്തിയ ഉടൻ ഖ്നേം ഹോടെപ് അഹൂറയുടെ ഭർത്താവി

നോടൊപ്പം സിംഹത്തിന്റെ ആക്രമണമുണ്ടായ സ്ഥലങ്ങൾ കാണാൻ പുറപ്പെട്ടു. അവരെ പിന്തുടർന്ന നായാട്ടുകാരോട് ഖ്നേം ഹോടെപ് അറിയിച്ചു.....

“ഇപ്പോഴാരും ഞങ്ങളോടൊപ്പം വരേണ്ട. ഭക്ഷണത്തിനു ശേഷം നായാട്ട്.....”

ഗ്രാമത്തിനടുത്തുള്ള മണൽക്കാടിലേക്കുള്ള വഴിയിൽ രണ്ടു മൂന്നിടത്ത് രക്തത്തുള്ളികൾ പറ്റിപ്പിടിച്ചതായി കണ്ടെത്തി.

ദൂരെ ഒരു മണൽക്കൂമ്പാരം ദൃശ്യമായി. അതിനപ്പുറത്ത് ഈന്തപ്പനകൾ.

“അവിടെ വെള്ളമുണ്ടാകണം.....”

“ഉണ്ട്......”

“അവിടെ വല്ലവരും പൂജകഴിക്കാൻ ചെല്ലാറുണ്ടോ...?”

“രണ്ടുവർഷം മുമ്പ് പൂജകഴിക്കാൻ ചെന്നയാൾ തിരികെ വന്നിട്ടില്ല. അതിൽപിന്നെ ആരും പോയിട്ടുമില്ല. സിംഹം ഒരുപക്ഷേ, അവിടെത്തന്നെ വല്ലിടത്തും പതുങ്ങിയിരിപ്പാൻ സാദ്ധ്യതയുണ്ട്. സിംഹക്കുടുംബം തന്നെയുണ്ടാകാം. അല്ലെങ്കിൽ ഒറ്റപ്പെട്ടതേതെങ്കിലുമാകാനും മതി.....”

നായാട്ട് തുടങ്ങേണ്ട ക്രമം ഖ്നേംഹോടെപ് ആലോചിച്ച് രൂപപ്പെടുത്തി....

ഇത്തവണ നഗരത്തിൽ നിന്നെത്തിയ ഭടന്മാരെ കണ്ട് ഗ്രാമീണർ ഭയന്നുവിറച്ചില്ല. ആ ഭടന്മാർ അവരുടെ രക്ഷക്കെത്തിയവരാണ്..... അവരുടെ തന്നെ ഭടന്മാർ....!

“രണ്ടുമൂന്ന് മാസംമുമ്പ് ചേട്ടൻ നികുതിപിരിക്കാൻ വന്നിരുന്നില്ലേ?” ചിലർ ഖ്നേംഹോടെപിനോട് ചോദിച്ചു.

ഖ്നേംഹോടെപ് സമർത്ഥനും ധീരനുമായ വില്ലാളിയാണെന്ന് അവരെല്ലാം മനസ്സിലാക്കിയിട്ടുണ്ട്. അതുകൊണ്ട് ഫലത്തെപ്പറ്റി ആർക്കും സംശയമുണ്ടായില്ല.

രണ്ട് പെൺകുട്ടികൾ റൊട്ടി ചുടുന്നതിന് അഹൂറയെ സഹായിച്ചു. ഉച്ചഭക്ഷണം തന്റെ വകയാണെന്ന് അഹൂറ കഴിഞ്ഞദിവസം തന്നെ തീരുമാനിച്ചതായിരുന്നു. ഗ്രാമസമിതിക്കാർ കൂടുതൽ തർക്കിക്കാൻ നില്ക്കാതെ അവർക്ക് സമ്മതം നല്കി. നായാട്ടിനുശേഷമുള്ള വിരുന്ന് ഗ്രാമം വകയാണെന്നും നിശ്ചയിക്കപ്പെട്ടു.

“ഉച്ചയ്ക്ക് വയറ് നിറയെ ഭക്ഷണം വേണ്ട ചേട്ടത്തീ.....” ഖ്നേംഹോടെപ് അഹൂറയോട് പറഞ്ഞു... “ഓരോ റൊട്ടി വീതം തന്നാൽ മതി. കൂടുതൽ ആഹാരം കഴിച്ചാൽ ഉറക്കം വരും. ഉടനെ തന്നെ ഞങ്ങൾക്ക് ആ മണൽക്കാടിനടുത്തുള്ള പനത്തോട്ടത്തിലെത്തിച്ചേരണം...”

“ഉം മനസ്സിലായി.....മനസ്സിലായി.....”

ലഘുഭക്ഷണത്തിനുശേഷം നായാട്ടുകാർ പുറപ്പെട്ടു.

തോപ്പിന്റെ ദേവതയ്ക്കർപ്പിക്കാനായി ഖ്നേംഹോടെപ് ഈന്തപ്പഴവും വെള്ളരിക്കയും നീരുള്ളിയും ഒരു കെട്ടാക്കി കൈയിൽ വെച്ചു.

പടിഞ്ഞാറൻ കാറ്റ് വീശിക്കൊണ്ടിരുന്നു. മണൽക്കൂമ്പാരത്തിനടുത്തെത്തുന്നതുവരെ സിംഹത്തിന് മനുഷ്യഗന്ധം പിടികിട്ടരുത്. ഖ്നേംഹോടെപും പത്തുപേരും മണൽക്കൂനയിൽ കയറിനില്ക്കും. മറ്റുള്ളവർ അർദ്ധവൃത്താകൃതിയിൽ തോട്ടം വളയണം. സിംഹം ഉറങ്ങുകയാകും. കൂടെ വന്ന ഗ്രാമീണർ ബഹളം കൂട്ടി ഉണർത്തും......

പത്തുപന്ത്രണ്ട് തപ്പുകൾ.... ഒരു പെരുമ്പറ..... കെട്ടാനുള്ള കോലകൾ.... ചണക്കയർ ഇതെല്ലാം അവരുടെ കൈയിലുണ്ടായിരുന്നു.

"എന്റെ ആംഗ്യം കണ്ടാലുടൻ ബഹളം തുടങ്ങണം....." ഖേനംഹോടെപ് പറഞ്ഞു.

പാദങ്ങൾ പൂഴിയിൽ ആണ്ടുപോകുന്നു. വലിച്ച് വലിച്ച് നടന്നു.... കൂടാതെ ചുട്ടുപൊള്ളുന്ന മണലുമാണ്.... നോക്കെത്തുന്നിടത്തോളം കറുത്ത പുള്ളികൾ....

മണൽക്കൂനയിലേറുന്നതിന് ഖ്നേംഹോടെപിനും കൂട്ടർക്കും വളരെ പ്രയാസപ്പെടേണ്ടിവന്നു. മറ്റുള്ളവർ സാവധാനത്തിൽ തോപ്പിനുചുറ്റും നീങ്ങി.

സിംഹം ഈന്തപ്പനകളുടെ നിഴലിൽ കുളത്തിനരികിൽ ഉറങ്ങിക്കിടക്കുന്നുണ്ടായിരുന്നു. ഒന്നുമാത്രം....

അടുത്തുള്ള മൂന്നു കാലികളുടെ അവശിഷ്ടങ്ങളുണ്ടായിരുന്നു. (മറ്റൊന്നിനെ വേറെ സിംഹമായിരിക്കും പിടിച്ചിരിക്കുക) നീണ്ട കേസരം.ഇവൻ കുടുംബനാഥനായിരിക്കണം. വിരുന്ന് കഴിഞ്ഞ് മറ്റുള്ളവർ പോയിക്കാണണം. മനുഷ്യഗന്ധം മൂക്കിലടിച്ചപ്പോൾ സിംഹം ഒന്ന് കഴുത്തനക്കി. വീണ്ടും നിദ്രയിൽ ലയിക്കയും ചെയ്തു.... ഗാഢനിദ്ര.....

ജനങ്ങൾ നിന്നിടത്തുനിന്നുതന്നെ ശബ്ദമുണ്ടാക്കാതെ തോപ്പിലെ ദേവനെ വണങ്ങി....

ഖ്നേംഹോടെപ് സൂചന നല്കിയ ഉടൻ പെരുമ്പറ മുഴങ്ങി. തപ്പുകൾ മുഖരിതമായി. ആർപ്പുവിളിയും ബഹളവും സിംഹത്തെ ഉണർത്തി. അതെഴുന്നേറ്റ് വാൽ മേലോട്ടുയർത്തി. ശബ്ദംകേട്ട ഭാഗത്തേക്ക് നിസ്സാരമട്ടിൽ ഒന്ന് കണ്ണോടിച്ചു. അതു കണ്ടപ്പോൾ ജനങ്ങളുടെ ഉത്സാഹം ഇരട്ടിച്ചു. സിംഹത്തിന് കോപം വന്നു. അതുറക്കെ ഗർജ്ജിച്ചു. പടിഞ്ഞാറു ചാഞ്ഞ സൂര്യനെ ഒന്ന് ശ്രദ്ധിച്ചശേഷം ചുറ്റുമുള്ളവരെ നോക്കി വീണ്ടും ഗർജ്ജനം മുഴക്കിയശേഷം അവരുടെ നേർക്ക് ചാടാൻ മുൻകാലുയർത്തി.... അതിനുമുമ്പ് ഖ്നേംഹോടെപിന്റെ വില്ലിൽനിന്ന് പാഞ്ഞുവന്ന ഒരമ്പ് സിംഹത്തിന്റെ ചെവിയിലൂടെ തലച്ചോറിൽ ചെന്നുകൊണ്ടു. പ്രാണവേദനയോടെ ചീറിക്കൊണ്ട് അതുമേലോട്ടുചാടി... ചെവിയിലൂടെയും മൂക്കിലൂടെയും രക്തം പ്രവഹിച്ചു. ജീവന് വേണ്ടി അത് കിടന്നു പിടച്ചു... ഏതാനും നിമിഷങ്ങൾ മാത്രം.. പിന്നീടെല്ലാം അവസാനിച്ചു...

ജനങ്ങൾ ആർപ്പുവിളിയോടെ ഓടിയടുത്തു.

"ആരും അടുത്ത് പോകരുത്..... അപകടമാണ്..." ഖ്നേംഹോടെപ് വിളിച്ചു പറഞ്ഞു.

"ഇവൻ പരലോകമെത്തി... ഒസൈരിസ് ഇവന്റെ ശവം മുതലക്കെറിഞ്ഞുകൊടുക്ക്....." ഒരാൾ പറഞ്ഞു.

ഖ്നേംഹോടെപ് സിംഹത്തിന്റെ ചെവിയിൽ തറച്ച അമ്പ് വലിച്ചെടുത്തു. ജനം വിസ്മയത്തോടെ ഹോ......ഹോ........ എന്ന് ശബ്ദിച്ചു. ഖ്നേംഹോടെപ് സിംഹത്തിന്റെ പുറത്ത് ഒന്നുരണ്ടുതവണ ചവുട്ടി. സിംഹത്തിന്റെ തല മെല്ലെ അനങ്ങി. എങ്കിലും ആ കണ്ണുകൾ നിർജ്ജീവങ്ങളായിരുന്നു.

ജനം ആനന്ദംകൊണ്ട് തുള്ളിച്ചാടി. ഖ്നേംഹോടെപ് പൊതിഞ്ഞുകൊണ്ടുവന്ന ഈന്തപ്പഴവും, വെള്ളരിക്കയും, നീരുള്ളിയും കളത്തിലർപ്പിച്ചു. എല്ലാവരും തോപ്പിന്റെ ദേവതയെ വണങ്ങി.

പനക്കീറ് സിംഹത്തിന്റെ കാലുകൾക്കിടയിലിട്ട് മുറുക്കിക്കെട്ടി. സിംഹത്തെ ചുമന്നുകൊണ്ട് അവർ ഗ്രാമത്തിലേക്ക് നടന്നു. ഗ്രാമസമിതിക്കാരും മറ്റും ചേർന്ന് സിംഹത്തിനും വേട്ടക്കാർക്കും ആവേശകരമായ സ്വീകരണം നല്കി. അഹൂറയുടെ സ്ഥിതി പറയാനില്ലായിരുന്നു. സന്തോഷംകൊണ്ട് അവൾക്ക് വീർപ്പുമുട്ടി. തന്റെ കുഞ്ഞിനെ അവൾ തുരുതുരെ ചുംബിച്ചു.....

അന്നുരാത്രി നായാട്ടുകാർക്ക് മാത്രമല്ല.... മുഴുവൻ ഗ്രാമീണർക്കും സദ്യ നല്കപ്പെട്ടു.

"അബ്ടുവിൽ പോയപ്പോൾ ഞങ്ങളും മെനെപ്പടാ ചേട്ടനുമെല്ലാം ഒന്നിച്ചിരുന്നാണ് ആഹാരം കഴിച്ചത്...." അഹൂറയുടെ ഭർത്താവ് അടുത്തിരുന്ന് ഭക്ഷണം കഴിച്ചുകൊണ്ടിരുന്നാളോട് പറഞ്ഞു.

അടുത്തദിവസം പ്രഭാതത്തിൽ നായാട്ടുസംഘം പുറപ്പെട്ടു. ഉച്ചയാകുമ്പോഴേക്കും അവർ നഗരത്തിലെത്തിച്ചേർന്നു.

"ഇതിന്റെ വയറ്റിലുള്ളതെല്ലാം തുരന്നെടുത്ത് നിറച്ച് തുന്നിക്കെട്ടി രാജഗൃഹത്തിൽ സൂക്ഷിക്കാം....." മെനെപ്പടാ അഭിപ്രായപ്പെട്ടു.

രണ്ടുപേർ ആ ജോലിയിൽ നിരതരായി. തോലുരിഞ്ഞെടുത്ത് ഉണക്കാനിട്ടു. ദുർവ്വാസനകൾ നീക്കുന്നതിന് സിംഹത്തിന്റെ ഉൾശരീരത്തിൽ ഔഷധത്തൈലങ്ങളും സുഗന്ധദ്രവ്യങ്ങളും പുരട്ടി. തുന്നിക്കൂട്ടിയ സിംഹത്തെ നിർത്തുന്നതിന് ആശാരി സെത്നാ ഒരു പീഠം നിർമ്മിച്ചുകൊടുത്തു....

"സിംഹത്തിന് ബകില എന്ന് പേരിടാം....." ആരോ പറഞ്ഞു. എല്ലാവരും ഇഷ്ടപ്പെടുന്ന നിർദ്ദേശം.

"ബകില... ഖ്നേം ഹോടെപ് കൊന്നത്....." എന്ന് ഇപ്യൂവർ എഴുതിക്കൊടുത്തു. സെത്നാ അത് പീഠത്തിൽ ഒട്ടിച്ചുവെച്ചു.

രാമേരിപ്പടായ്ക്കും കൂട്ടുകാർക്കും മറ്റൊരു ചിന്തയുണ്ടായി. അവർ

ഒരു കഷണം ചണത്തുണിയെടുത്ത് കറുത്ത മഷിയിൽ മുക്കി സിംഹത്തിന്റെ വലത്തെ കണ്ണ് മറച്ചുകെട്ടി.

ഖ്നേം ഹോടെപിന്റെ ബാണം ബകിലന്റെ വലങ്കണ്ണ് തുരന്നെടുക്കുന്നത് കണ്ടവർ പൊട്ടിച്ചിരിച്ചു.... വിവരമറിഞ്ഞ മറ്റുള്ളവരും അതിൽ പങ്കുചേർന്നു....

മുമ്പ് രാജഗൃഹത്തിൽ ഒരു മരഘടികാരമുണ്ടായിരുന്നു. അത് താഴെ വീണ് പൊട്ടിപ്പോയിരുന്നു.... അത് നന്നാക്കിയിരുന്നില്ല. രാജകൊട്ടാരത്തിൽനിന്ന് വേറൊന്ന് കൊണ്ടുവരണമെന്ന് ഗേബു വിചാരിച്ചിരിക്കയായിരുന്നു.... അതും നടന്നില്ല.

പൊട്ടിയ ഘടികാരമെവിടെ....? ഇപ്യൂവർ തെരഞ്ഞ് കണ്ടുപിടിച്ചു...

സെത്നായെ വിളിക്കാൻ ദൂതൻ ചെന്നു.

ഒരു മരപ്പലക.... അതിൽ തുല്യ അകലത്തിലായി ആറ് അടയാളങ്ങൾ.... പലകയുടെ മദ്ധ്യത്തിൽ കുത്തനെ നിർത്തിയ ഒരു വടി. സൂര്യന്റെ ചലനത്തിനനുസരിച്ച് വടിയുടെ നിഴൽ പലകയിൽ പതിയുന്നു. ഉച്ചയ്ക്കുശേഷം നിഴൽ എതിർദിശയിലായിരിക്കും. നിഴലിനെ ആധാരമാക്കി പകലിനെ പന്ത്രണ്ടു ഭാഗങ്ങളായി അളന്നു കണക്കാക്കുന്നു.....

സെത്നാ പുതിയ ഘടികാരം നിർമ്മിച്ചു. ലെബനനിൽ നിന്നും കൊണ്ടുവന്ന ഉറപ്പുള്ള പലക. ഭംഗിയുള്ള ചായമിട്ടപ്പോൾ അത് മിന്നിത്തിളങ്ങി.

ഘടികാരമുണ്ടാക്കിയതിന് സെത്നാക്ക് ചെല്ലേണ്ടിയിരുന്ന കൂലി മുപ്പത് ഉട്ടേനാണ്. സാമഗ്രികൾക്ക് ഇരുപത് ഉട്ടേൻ. പത്ത് ഉട്ടേൻ പണിക്കൂലി. ഇപ്യൂവർ കണക്കെഴുതിവെച്ചു.

മെനെപ്പടാ ഘടികാരം നോക്കി സെത്നായെ പ്രശംസിച്ചുകൊണ്ടിരുന്നപ്പോൾ ഖ്നേംഹോടെപും ബടായും തിടുക്കത്തിൽ കടന്നുവന്നു.

പുലർന്ന് മൂന്നു മണിക്കൂർ കഴിഞ്ഞെന്ന് ഘടികാരം സൂചന നല്കിയിരുന്നു. രണ്ടുപേരും ഘടികാരം നോക്കിക്കൊണ്ട് മാറിനിന്നതേയുള്ളൂ. എന്തോ കാര്യമുണ്ടെന്ന് ഗ്രഹിച്ച മെനെപ്പടാ അവരുടെ അടുത്തേക്ക് ചെന്നു...

"കടവിൽ ഒരു ചരക്കുതോണി വന്നിട്ടുണ്ട്. വളരെ വലിയത്. ഒരു മുപ്പതുമാറോളം ഉയരമുണ്ടാകും. നാല്പത് തുഴക്കാരുണ്ട്. രാവിലെ അടുത്തതാണെന്നാ തോന്നുന്നത്. നുബിയാ ഭാഗത്തു നിന്ന് വരുന്നതാണത്രെ. കച്ചവടത്തിനായി ആ ദിക്കിലേക്ക് പോയതാകണം. നദിയിൽ വെച്ച് ഒന്നുരണ്ടുതവണ ഈ തോണി കണ്ടതായോർക്കുന്നു...." ബടാ അറിയിച്ചു.

"ഈ തോണി മെംഫിസിലേക്കാണത്രെ പോകുന്നത്....." ഖ്നേം ഹോടെപ് പറഞ്ഞു.

"തോണിയുടെ ഉടമയെകണ്ടോ....?"

"ഇല്ല. അയാളുടെ ദൂതൻ വന്നിട്ടുണ്ട്. നേതാവിന്റെ സമ്മതമറിയാൻ

തോട്ടത്തിൽ കാത്തുനില്ക്കുന്നുണ്ട്....."

"കച്ചവടക്കാരനല്ലേ..... വരട്ടെ..... നമുക്കെന്താ....."

ഖ്നേംഹോടെപും ബടായും അനുകൂലഭാവത്തിൽ തലയാട്ടി....

"ഇപ്പോൾ തന്നെ വരാൻ പറയട്ടെ......?" ഘടികാരത്തിലെ നിഴൽ ശ്രദ്ധിച്ചുകൊണ്ട് ഖ്നേംഹോടെപ് ചോദിച്ചു.

"ശരി....... ഇപ്പോൾ തന്നെയാകട്ടെ...." മെനെപ്പടാ അനുമതി നല്കി.

ദൂതന് വാർത്തയെത്തിക്കാൻ ബടാ പുറത്തിറങ്ങി.

മെനെപ്പടാ സഭാമണ്ഡപത്തിലുള്ള പീഠത്തിൽ ചെന്നിരുന്നു. ഇപ്യൂവർ പാഠശാലക്കെട്ടിടനിർമ്മാണം സംബന്ധിച്ച കണക്കുകൾ വായിച്ചു.....

"ഇതേരീതിയിൽ പോയാൽ വിത്തിറക്കുന്നതിനു മുമ്പ് മേല്പുരയുടെ പണിതീരും...." ഇപ്യൂവർ അറിയിച്ചു.

നദിയിലെ ജലനിരപ്പ് അളന്നുകണക്കാക്കുന്നതിന് നിയോഗിക്കപ്പെട്ട ഉദ്യോഗസ്ഥൻ അന്നത്തെ വാർത്തയുംകൊണ്ടെത്തിച്ചേർന്നു.....

"ഇന്ന് ഒരു ചാൺ വെള്ളം കയറിയിട്ടുണ്ട്....."

"കടവിൽ മറ്റുവല്ലതും കണ്ടോ.....?" ഹാസ്യഭാവത്തിൽ മെനെപ്പടാ ചോദിച്ചു.

മുറ്റത്തുള്ള ഖ്നേം ഹോടെപിനെയും ബടായെയും ശ്രദ്ധിച്ച ആ ഉദ്യോഗസ്ഥൻ ചിരിച്ചുകൊണ്ട് മിണ്ടാതെ പിന്തിരിഞ്ഞതേയുള്ളു....

അല്പസമയത്തിനുള്ളിൽ തന്നെ ചരക്കുതോണിയുടെ ഉടമ നടന്നുവന്നു....

ഒത്ത ഉയരമുള്ള നിറഞ്ഞ ശരീരം. ഗൗരവർണ്ണം. ചുരുണ്ട തലമുടി. ചെറിയ താടിയും മീശയും..... രണ്ടും ചെമ്പിച്ചത്. മുഴങ്കാലിനു താഴെ ഇറങ്ങിനില്ക്കുന്ന അരവസ്ത്രം. വീതിയുള്ള അരപ്പട്ട. അതിൽ തിരുകിയിരിക്കുന്ന അംഗവസ്ത്രത്തിന്റെ ഒരറ്റം മാറ് മറച്ച് ചുമലിലൂടെ പുറത്തേക്കിറങ്ങി നില്ക്കുന്നു. ജൊണ്ടി*ന്റെ മൃദുവായ പാദരക്ഷ. തിങ്ങിയ പുരികത്തിനു കീഴെ തിളങ്ങുന്ന കൃഷ്ണമണികൾ. സുന്ദരമായ ദന്തനിരകൾ. അതിൽ രണ്ടെണ്ണം സ്വർണ്ണത്തിന്റേത്.

ജൊണ്ട്കൊണ്ട് മടഞ്ഞ തട്ടുകളും കൊട്ടകളുമായി ആറുപേർ അയാളെ പിന്തുടർന്നിരുന്നു. അരവസ്ത്രം മാത്രമുള്ള വിശ്വസ്തസേവകർ. കസവ് തുന്നിപ്പിടിച്ച മനോഹരമായ ചണവസ്ത്രംകൊണ്ട് അവരുടെ കൈകളിലെ തട്ടുകളും കൊട്ടകളും മൂടിയിരുന്നു....

രാമഗൃഹത്തിലെ സഭാമണ്ഡപത്തിലെത്തിയ ആഗതരെ മെനെപ്പടാ സ്വാഗതം ചെയ്തു.

തോണിയുടെ യജമാനൻ മുഖത്തെ പുഞ്ചിരി മാഞ്ഞുപോകാതെ വേദിക്കടുത്തെത്തി. നേതാവിനെ താണു വണങ്ങി. വന്ദനം സ്വീകരിച്ചു

---

* ജൊണ്ട് : മുളയുടെ വർഗ്ഗത്തിൽപ്പെട്ട ഒരുതരംചെടി. ഇതുകൊണ്ട് ചെരിപ്പും ഉണ്ടാക്കുന്നു.

കൊണ്ട് മെനെപ്പടാ വേദിയുടെ വലതുവശത്തുള്ള പീഠങ്ങൾ ചൂണ്ടിക്കാട്ടി. അതിഥി ആസനസ്ഥനായശേഷം അനുയായികൾക്ക് നിർദ്ദേശം നല്കി. അവർ കൈകളിലെ ഭാരം വേദിയുടെ മുന്നിൽ വരിവരിയായി ഇറക്കി വെച്ചു. വേദിയെ വണങ്ങിയശേഷം അവർ പുറത്തേക്കിറങ്ങിപ്പോയി.....

ഖ്നേംഹോടെപും ബടായും അതിഥിക്കെതിരായുള്ള പീഠങ്ങൾക്കു പിന്നിൽ ചെന്നുനിന്നു. ഇപ്യൂവറും അരികിൽ ഹാജരായി.

അതിഥി മൗനംഭഞ്ജിച്ചു.....

"മദ്ധ്യധരണ്യാഴിതൊട്ട് നുബിയാവരെ കെഫ്ടു എന്ന പേരിലാണ് ഞാനറിയപ്പെടുന്നത്. ഫെറോ മഹാപ്രഭു അബ്ടുവിലേക്ക് പോയപ്പോൾ ഞാൻ ഇതേ വഴി നുബിയയിലേക്ക് പോയിരുന്നു. നീരാന പ്രദേശത്തു നടന്ന അസാധാരണ സംഗതികളറിഞ്ഞത് അവിടെവെച്ചാണ്. പല പ്രദേശങ്ങളിലും ഞാൻ ചുറ്റിത്തിരിഞ്ഞിട്ടുണ്ട്. പക്ഷേ.....! ഇത്തരമൊരു സംഭവവികാസത്തെപ്പറ്റി കേൾക്കപോലും ചെയ്തിട്ടില്ല. ഇവിടെയെത്തി നേതാവിനെ സന്ദർശിക്കണമെന്ന് അന്ന് തീരുമാനിച്ചതാണ്. ദൈവം എന്റെ ആഗ്രഹം നിറവേറ്റിത്തന്നു. ഈ എളിയ വർത്തകന്റെ കാഴ്ച സ്വീകരിച്ചാലും....."

കെഫ്ടു എഴുന്നേറ്റു. ചണവസ്ത്രം എടുത്തുമാറ്റി. മെനെപ്പടാ ഗൗരവം വിടാതെ നോക്കിയിരുന്നു. അലങ്കരിച്ച പിടിയുള്ള ഓട്ടിന്റെ കഠാരി. തോലിന്റെ ആവനാഴി, മാന്തോൽ. പെപ്പൈറസിന്റെ ഭംഗിയുള്ള പാളികൾ. ലിപിച്ചുരുളിട്ടുവെക്കുന്ന മനോഹരമായ ഭരണി. ചെറിയ പെട്ടികൾ-അതിന്റെ അടപ്പിന്മേൽ ആനക്കൊമ്പിൽ കൊത്തിവെച്ച ഒസൈരിസിന്റെ ചിത്രം.

വീണ്ടും സ്വസ്ഥാനത്തു വന്നിരുന്ന് സ്നേഹമസൃണമായ സ്വരത്തിൽ കെഫ്ടു തുടർന്നു.....

"വീട്ടുകാരി രാജഗൃഹത്തിൽ താമസിക്കുന്നില്ലെന്നും, പാട്ടും നൃത്തവും കുടിയും മറ്റും ഇവിടെയില്ലെന്നും നുബിയയിലേക്ക് പോകുമ്പോൾത്തന്നെ കേട്ടിരുന്നു. (സ്വരം താഴ്ത്തി) സൈനെക്കടുത്താണ് എന്റെ തോണി നിർത്തുക. അവിടെന്ന് ചെറിയൊരു തോണി കണ്ടുപിടിച്ച് സാധനങ്ങൾ മുകളിലെത്തിക്കും. ചിലപ്പോൾ എന്റെ ജോലിക്കാർ തന്നെ നുബിയയിലെത്തി കച്ചവടം നടത്തുകയും ചെയ്യും. (ആദ്യമുള്ളത്ര ഉറക്കെ) നേതാവ് സ്വന്തം വീട്ടിലാണ് താമസിക്കുന്നതെന്നും അറിഞ്ഞു. കൈയൂക്കുകൊണ്ട് അധികാരം കൈപ്പറ്റുന്നവർ അഹങ്കാരികളായിരിക്കും. അവർ ഗർജ്ജിക്കയും അട്ടഹസിക്കയും ചെയ്യും. നിങ്ങൾ ജനങ്ങളുടെ സ്നേഹവും വിശ്വാസവും ആർജ്ജിച്ചാണ് ഭരണത്തിലേറിയത്. ഇങ്ങനെയൊന്ന് മറ്റെങ്ങും നടന്നിട്ടില്ല. ഇനി ഭാവിയിൽ നടക്കുമോ എന്നും പറയാനാകില്ല. അപ്രകാരമുള്ള ഒരു മഹാവ്യക്തിക്ക് എന്ത് കാഴ്ചയാണ് സമർപ്പിക്കേണ്ടത്....? അമൂല്യരത്നങ്ങളാണോ....? ആഡംബരവസ്തുക്കളും സുഗന്ധദ്രവ്യങ്ങളുമാണോ.....? എത്രതവണ ചുറ്റിയാലും ദേഹം തെളിഞ്ഞു കാണുന്ന മീനോദ്വീപിലെ വസ്ത്രമാണോ....? വിദേശപാനീയ

ങ്ങളും അന്തഃപുരത്തിനുചേർന്ന മഹിളാമണികളുമാണോ? ചിന്തിച്ച് ചിന്തിച്ച് തല പുണ്ണായിത്തീർന്നു. ലളിതമായ ജീവിതം. ഒളിച്ചുവെക്കാത്ത നടപടികൾ. കടലിൽ ഒറ്റപ്പെട്ടുപോയ ജീവിയുടെ മുന്നിൽ ഈശ്വരൻ പ്രത്യക്ഷപ്പെട്ടാലെങ്ങനെയുണ്ടാകും? ഇപ്പോഴത്തെ എന്റെ അനുഭവം അതാണ്....."

കെഫ്ടു നിർത്തി. പുകഴ്ത്തിയത് മതി. രാജഭരണത്തിൽ അയാൾ സമർത്ഥനാണ്. ആ വകയിൽ അയാൾക്കഭിമാനിക്കാം. വാസ്തവത്തിൽ ഈ സഭാമണ്ഡപത്തിൽ എഴുന്നേറ്റു നില്ക്കേണ്ട ആവശ്യം പോലുമില്ല. തീർച്ചയായും ഇതൊരു പ്രത്യേക പരിതഃസ്ഥിതിയാണ്. താൻ മുന്നോട്ടു വച്ച പാദം ശരിയോ?തെറ്റോ....? ശരിയായിരിക്കണം....

"എന്റെ ആൾക്കാർ കെഫ്ടിയു ദ്വീപ് വാസികളാണ്. ഈജിപ്ത് ജനതയെപ്പോലെ പുരോഗമിച്ചവരല്ല. വൈദ്യമോ, മന്ത്രമോ എഴുത്തും വായനയോ ഒന്നും അറിയില്ല. എന്നാൽ മദ്ധ്യധരണ്യാഴി അവർക്ക് ഒരു കുളംപോലെയാണ്. ചെറുപ്പത്തിലേ ഞാൻ വെള്ളത്തിലിറങ്ങി. ഇപ്പോഴും വെള്ളത്തിൽ തന്നെയാണ്. മുഖസ്തുതി പറയുക എന്നെ സംബന്ധിച്ചിട ത്തോളം എളുപ്പമായ കാര്യമാണ്. സ്വാർത്ഥത്തിനു വേണ്ടിയാണ് ഞാനി തൊക്കെ പറയുന്നതെന്ന് നിങ്ങൾ വിചാരിച്ചേക്കാം. സ്വാർത്ഥമില്ലാത്ത വർ ഈ ഭൂമുഖത്തുണ്ടോ? ഉണ്ടെങ്കിൽ എനിക്കൊന്ന് കാണണം. നീരാന പ്രദേശത്തെ ജനതയുടെ യോഗക്ഷേമമാണ് നിങ്ങളുടെ സ്വാർത്ഥം. സ്വന്തം വ്യാപാരത്തിന്റെ ഉൽക്കർഷം എന്റെയും സ്വാർത്ഥമാണ്. സത്യമാണ് പറയുന്നത്. എളിയ കാഴ്ചയെന്ന് സാധാരണ പറയുന്നത് ഒരുതരം വഞ്ചനയാണ്. എന്നാൽ ഞാനിപ്പോൾ ഇവിടെ സമർപ്പിച്ചിട്ടുള്ളത് സത്യത്തിൽ എളിയ കാഴ്ച തന്നെയാണ്. സാങ്കേതികാർത്ഥത്തിലേ ഇതെടുക്കാൻ പാടുള്ളു. ആദരസൂചകമായി.... മറിച്ച് കരുതരുത്.... ഇത് സാദരം സ്വീകരിക്കണം...."

മെനെപ്പടാ പുഞ്ചിരിച്ചു....

"ആകട്ടെ. ഇത് വർത്തകപ്രവരനായ നിങ്ങളിൽ നിന്ന് നീരാനെ പ്രദേശത്തിന് ലഭിച്ച കാഴ്ചവസ്തുക്കളാണ്. ഇപ്യൂവറിനോടായി മെനെ പ്പടാ തുടർന്നു. "ഇപ്യൂവർ, കെഫ്ടു അവർകൾ സമർപ്പിച്ച കാഴ്ചയുടെ വിവരം രേഖപ്പെടുത്തി അവ രാജഭണ്ഡാരത്തിന്റെ കണക്കിൽ ചേർക്കു ക...."

ഇപ്യൂവർ തലയാട്ടി. മെനെപ്പടാ കെഫ്ടുവിനോടായി പറഞ്ഞു....

"ശിഷ്ടാചാരത്തിന് ഇത്രമതി. ഇനി കച്ചവട വിഷയം സംസാരി ക്കാം."

ബടായും ഇപ്യൂവറും ചേർന്ന് കാഴ്ച വസ്തുക്കൾ മാളികയിലേ ക്കെടുത്തുകൊണ്ടുപോയി. കെഫ്ടുവിന്റെ മുഖം പ്രസാദിച്ചു.

അദ്ധ്വാനത്തിൽ നിന്നാണ് വസ്തുക്കൾ സൃഷ്ടിക്കപ്പെടുന്നത്. അവ വിക്രയം ചെയ്യുന്നതിലൂടെ സമ്പത്തുണ്ടാകുന്നു. ആദ്യത്തേതിൽ നിങ്ങൾ

സമർത്ഥരാണ്..... രണ്ടാമത്തെ കാര്യത്തിന് എന്റെ സേവനം ആവശ്യമാണ്.... അതുകൊണ്ട് അക്കാര്യത്തിൽ ഞാനാണ് സമർത്ഥൻ.... കെഫ്ടു പറഞ്ഞു.

"വലിയൊരളവുവരെ ഞങ്ങൾ സ്വാവലംബികളാണ്. ചില സാധനങ്ങൾ മാത്രമേ ഞങ്ങൾക്കില്ലാതുള്ളു. ചണയെണ്ണ, അപ്പക്കാരം ഇത്തരത്തിലുള്ളത്.... ഞങ്ങൾക്കു മാത്രമല്ല... ഈജിപ്തിലേക്കു മുഴുവൻ മരങ്ങൾകൊണ്ടു വരുന്നത് ലെബനനിൽ നിന്നാണെന്ന് നിങ്ങൾക്കറിയാമല്ലോ....?"

"അത്തരം സാധനങ്ങൾ എത്തിക്കാനുള്ള ഉത്തരവാദിത്വം ഞാൻ കൈയേല്ക്കുന്നു. വർഷത്തിൽ രണ്ടുതവണ ഞാൻ എത്തിച്ചേരും. കൊയ്ത്തിനുശേഷം നുബിയയ്ക്കുള്ള യാത്രയിൽ നിങ്ങൾക്കാവശ്യമായ സാധനങ്ങൾ ഇറക്കിപ്പോകുന്നതാണ്. വെള്ളപ്പൊക്കത്തിന് തിരികെയെത്തും. അപ്പോൾ ഇവിടെയുള്ള സാധനങ്ങൾ എടുത്തുകൊള്ളാം."

മെനെപ്പടാ ഇപ്യൂവറിനോടു പറഞ്ഞു...

"വാണിജ്യസംബന്ധമായ ഈ ഇടപാടുകളൊക്കെ രേഖപ്പെടുത്തിയിട്...." കെഫ്ടുവിനോട് അദ്ദേഹം ചോദിച്ചു.... "നിങ്ങൾക്കാവശ്യമുള്ളത് എന്തൊക്കെയാണ്.....?"

"നിങ്ങൾ തരുന്നതെന്തും ഞാൻ സ്വീകരിക്കും. ധാന്യങ്ങൾ എത്ര കൂടുതലായാലും ഞാനെടുത്തോളാം. ഇങ്ങോട്ട് വരുമ്പോൾ ഒരു ഘടികാരം കണ്ടു. നന്നായിട്ടുണ്ട്. ആശാരിപ്പണിയെന്ന് പറഞ്ഞാൽ അങ്ങനെയായിരിക്കണം. എൺപത്തഞ്ച് ഉട്ടേൻ വില നിശ്ചയിക്കാവുന്നതാണ്. ഇത്തരം ഇരുപതെണ്ണം ഓരോ വർഷവും എനിക്ക് തന്നേക്കൂ. മെഫീസിൽ ഒരു പുതിയ തരത്തിലുള്ള ഘടികാരം ഉണ്ടാക്കുന്നുണ്ട്. വെള്ളാരൻ കല്ലുകൊണ്ട്. മുകളിലും താഴെയും അകലമുള്ള വായ. മദ്ധ്യത്തിൽ ചെറിയ ദ്വാരം. നേരിയ മണൽ നിറച്ചാൽ ഒരു മണിക്കൂർകൊണ്ട് ഉതിർന്നു തീരും. അടുത്ത തവണ വരുമ്പോൾ ഒന്ന് കൊണ്ടുതരാം. നിങ്ങളുടെ സമർത്ഥരായ തൊഴിലാളികൾക്ക് നിഷ്പ്രയാസം അത് നിർമ്മിക്കാനാകും. അത്തരം പത്തെണ്ണവും വർഷത്തിൽ ഞാനെടുത്തോളാം. വില രണ്ടിനും തുല്യം തന്നെ. നിങ്ങളുടെ നാട്ടിൽ പ്രസിദ്ധരായ വേട്ടക്കാരുണ്ടെന്ന് കേട്ടിരുന്നു. കേൾക്കുക മാത്രമല്ല..... സിംഹം തെളിവ് നല്കയും ചെയ്യുന്നുണ്ടല്ലോ....? മാനിന്റെയും പുലിയുടെയും സിംഹത്തിന്റെയും തോലുകൾക്ക് മുഴത്തിന് രണ്ടുട്ടേൻ വീതം വില കണക്കാക്കാം. അത് തുന്നി ഭടന്മാർക്കുള്ള ഉടുപ്പുകളാക്കിത്തന്നാൽ അഞ്ച് ഉട്ടേൻ വില. കൊത്തുവേലയുള്ള ഊന്നു വടിയും, കൈക്കോലും ഓരോ ഉട്ടേൻ വീതം. ഞേങ്ങോലിന് രണ്ട് ഉട്ടേൻ. ഒരു ഭരണി തേനിന് ഒരുട്ടേൻ. നല്ല പശുക്കളുണ്ടെങ്കിൽ പറയൂ.... വേണം. കൊണ്ടുപോകാൻ പ്രത്യേക തോണി അയയ്ക്കാം. ഒരു പോത്തിന് നൂറ്റിപ്പത്തൊമ്പത് ഉട്ടേൻ. ഇത്രയധികം വില പറയുന്നല്ലോ.... ഇയാൾക്ക് എത്രമാത്രം ലാഭമുണ്ടായിരിക്കുമെന്ന് നിങ്ങൾ ആശ്ചര്യപ്പെടുന്നുണ്ടാകും. നിങ്ങളുടെ നാട്ടിൽ പറയുന്നതു

പോലെ മാടിനെ ആണയിട്ടു പറയുന്നു... വ്യാപാരത്തിൽ ലാഭവും നഷ്ടവുമുണ്ടാകും. ലാഭത്തിൽ അഹങ്കരിക്കയോ.... നഷ്ടത്തിൽ വ്യസനിക്കുകയോ ചെയ്യാനില്ല. മാടാണ് എന്നെക്കൊണ്ട് എല്ലാം നടത്തിക്കുന്നത്...."

ഇത്തരത്തിലുള്ള ഒരു വാണിജ്യ ഇടപാടിനെപ്പറ്റി മെനെപ്പടാ നേരത്തേ ചിന്തിച്ചുറച്ചിരുന്നു. കെഫ്ടുവിന്റെ വാക്ക് അദ്ദേഹത്തെ സന്തോഷിപ്പിച്ചു..... ശാസ്ത്രാസ്ത്രങ്ങളില്ലാത്ത ഒരു കുറവുണ്ട്. അതിനുകൂടി പരിഹാരമുണ്ടാകണം.... ഖ്നേംഹോടെപിനെ നോക്കിക്കൊണ്ട് അയാൾ വർത്തകനോടു ചോദിച്ചു.....

"കെഫ്ടു....ശാസ്ത്രാസ്ത്രങ്ങൾ എത്തിച്ചുതരാനാകുമോ...?"

"എത്ര ശാന്തിപ്രിയനാണെങ്കിലും പോരാട്ടം മനുഷ്യന് ഉപേക്ഷിക്കാനാകില്ലല്ലോ..... കുന്തവും കഠാരിയും വില്ലും ശരങ്ങളും കൊണ്ടുത്തരാം....."

"അതേപോലെ പതുപ്പത്ത് ചുറ്റികകളും ഈർച്ചവാളുകളും വേണം....."

"ഇത് ഈരണ്ടെണ്ണംവീതം ഇപ്പോൾത്തന്നെയുണ്ട് വാങ്ങിയാലും."

"വസ്ത്രങ്ങളോ മറ്റോ....?"

"ഓഹോ.....!"

"ഞങ്ങളുടെ തലവനായി ഒരാളുണ്ട് സ്നോഫ്രു....."

കെഫ്ടു ചിരിച്ചു: "കേട്ടിട്ടുണ്ട്. സ്നോഫ്രുവും സെബക്ഖും...."

ഇയാൾ സാധാരണക്കാരനല്ലെന്ന് മെനെപ്പടായ്ക്കു തോന്നി.

"സ്നോഫ്രുവും ശിഷ്യരും ചേർന്നുണ്ടാക്കിയ ധാരാളം പ്രതിമകളുണ്ട്...."

"നോക്കട്ടെ.... രാജധാനിയിൽ വില്ക്കാൻ പറ്റും....."

സ്നോഫ്രുവിനെയും സെബക്ഖുവിനെയുംകൂടി ഇയാൾ കാണുന്നത് നന്നായിരിക്കുമെന്ന് മെനെപ്പടായ്ക്കു തോന്നി. ഇന്ന് സെബക്ഖു വരേണ്ട ദിവസമാണ്. ഒരുപക്ഷേ, താമസിച്ചെങ്കിലോ....? ആരെയെങ്കിലും വിളിക്കാനയയ്ക്കണം.... ഖ്നേംഹോടെപിനോട് അയാൾ അക്കാര്യം സൂചിപ്പിച്ചു.....

"സ്നോഫ്രുവിനെയും സെബക്ഖുവിനെയും വിളിച്ചു കൊണ്ടുവരുന്നോ....?"

"അവരെ കാണാൻ ഞാൻ ഉത്സുകനായിരിക്കുകയാണ്..." കെഫ്ടു പറഞ്ഞു. ബടായെനോക്കി പുഞ്ചിരിതൂകിക്കൊണ്ട് അയാൾ തുടർന്നു ...."ഇയാളെ പരിചയമില്ലല്ലോ...."

"ഇയാൾ ബട. ഞങ്ങളുടെ ഗതാഗതത്തിന്റെ അധികാരി. പ്രശസ്തനായ തോണിക്കാരനും കൂടിയാണ്....."

"ആ പോകുന്ന ആൾ സേനാപതി ഖ്നേംഹോടെപ് അല്ലേ....?"

"അതേ....."

"ഈ രണ്ടു പേരുകളും ഞാൻ കേട്ടിട്ടുണ്ട്. നേരിൽ കണ്ടില്ലെന്നേയുള്ളൂ....."

"അയൽപ്രദേശങ്ങളിലൂടെ വാർത്ത പുറത്തേക്ക് വ്യാപിച്ചിരിക്കണം..."

"സത്യം. ഈ വാർത്ത രാജധാനിയിലും എത്തിയിരിക്കണം. എന്നാൽ ഫെറോ നിങ്ങളുടെ പുതിയ ഭരണക്രമത്തെപ്പറ്റി മനസ്സിലാക്കിയിട്ടുണ്ടെന്ന് തോന്നുന്നില്ല...." മെനെപ്പടായുടെ മുഖത്തുതന്നെ ദൃഷ്ടിപതിപ്പിച്ചുകൊണ്ട് കെഫ്ടു തുടർന്നു:"മനസ്സിലാക്കണം.... നിങ്ങൾക്ക് വിരോധമില്ലെങ്കിൽ ഞാനാ കൃത്യം ഏറ്റെടുത്തോളാം.... കച്ചവടക്കാര്യത്തിൽ നിങ്ങൾ വിഷമിക്കേണ്ട. അത് വേറെ.... ഇത് വേറെ....."

മെനെപ്പടാ പ്രതിവചിച്ചില്ല. മന്ദസ്മേരം തൂകിക്കൊണ്ടിരുന്നതേയുള്ളു. കെഫ്ടു സംഭാഷണരീതി മാറ്റി.....

"ആഹാ....! ഈ തൂണുകളിലൊന്നിലല്ലേ നേതാവിനെ കെട്ടിയിട്ടത്....?"

ഇപ്യൂവർ മെനെപ്പടായെ കെട്ടിയിട്ട തൂണ് ചൂണ്ടിക്കാട്ടിക്കൊടുത്തു.

മെനെപ്പടാ എഴുന്നേറ്റുനിന്നു.

"സ്നോഫ്രുവും സെബക്ഖുവും ഉടനെ എത്തിച്ചേരും. നമുക്ക് ഉദ്യാനത്തിലേക്ക് പോകാം....."

കെഫ്ടു എഴുന്നേറ്റ് മെനപ്പടായെ പിന്തുടർന്നു. സിംഹത്തിനരികിലെത്തിയ കെഫ്ടു ഒരു നിമിഷം നിന്നുപോയി.....

"സുന്ദരമായ അലങ്കാരവസ്തു....! മനുഷ്യൻ ശവകുടീരത്തിനുള്ളിലാണ് രക്ഷിക്കപ്പെടുന്നത്. ജന്തുക്കൾ ഭംഗിയേറിയ പാവകളായി നിത്യാലങ്കാരത്തിന് മാറ്റ് ചേർക്കുന്നു. കണ്ണിന് കറുത്ത കെട്ട്! നികുതിപിരിക്കാനെത്തിയ ടെഹുടിയുടെ അംഗരക്ഷകന്റെ ഒരു കണ്ണ് നഷ്ടപ്പെട്ടെന്ന് കേട്ടിരുന്നു. താഴത്തെന്താണെഴുതിവെച്ചിരിക്കുന്നത്...? എനിക്ക് വായിക്കാനറിയില്ല. നിങ്ങൾക്കറിയുമല്ലോ....? ഞങ്ങളുടെ നാട്ടിലെ സംസാരഭാഷയ്ക്ക് ലിപികളില്ല. ചില വരകളാണ് ഞങ്ങളുടെ തിരിച്ചറിവിനുള്ളത്.... ഈ സിംഹത്തെ കൊന്നയാളുടെ പേരായിരിക്കും ഇത്.... അല്ലേ.....?"

"അതേ.... ഖ്നേം ഹോടെപാണ് കൊന്നത്."

"സേനാപതി....! സന്തോഷം.... സന്തോഷം....."

"കുട്ടികളിതിന് ബകിലനെന്നാണ് പേരിട്ടിരിക്കുന്നത്."

"ബകിലനോ...? ഒരു കണ്ണ് നഷ്ടപ്പെട്ടവൻ...!"

"അതേ....."

കറുപ്പ് തുണികൊണ്ട് ഒരു കണ്ണുമറച്ച സിംഹത്തെ നോക്കി കെഫ്ടു കുലുങ്ങിച്ചിരിച്ചു.

ഘടികാരത്തിനടുത്തെത്തിയപ്പോൾ 'ഭേഷ്' എന്ന് അഭിനന്ദനം രേഖപ്പെടുത്തി.

“നിങ്ങളുടെ ഈ വിജയസ്തംഭം രമ്യമായ ഒരു സങ്കല്പമാണ്. മതി ലില്ലാത്ത രാജഗൃഹം. മൂടുപടമില്ലാത്ത മനുഷ്യർ! അത്ഭുതം തോന്നുന്നു.... ഈ കണ്ടതെല്ലാം ഫെറോവിനെ അറിയിക്കേണ്ട വിഷയമാണ്.....”

“സ്നോഫ്രുവും സെബക്ഖുവും വന്നുചേരട്ടെ. മൂത്തവരുടെ സമിതിയുമായും ഒന്നാലോചിക്കാം. പിന്നീട്....”

“മതി....മതി.... വൈകുന്നേരത്തിനുള്ളിൽ പറഞ്ഞാൽ മതി....”

“നാലഞ്ചുദിവസം താമസിച്ചിട്ട് പോയാൽ പോരേ?”

“ക്ഷമിക്കണം. ഇപ്പോൾതന്നെ വളരെ താമസിച്ചുപോയി. രാജധാനി യിലെ വ്യാപാരികൾ എന്നെ കാത്തിരിക്കുകയാകും. അടുത്തതവണ നിങ്ങൾ പറയുന്നത്ര ദിവസം താമസിക്കാമെന്ന് ഉറപ്പ് തരുന്നു.....”

“നിങ്ങളുടെ ഇഷ്ടം. എങ്കിലും വൈകുന്നേരത്തെ സല്ക്കാരം സ്വീകരിക്കുക....”

കെഫ്ടു ഇത് പ്രതീക്ഷിച്ചിരുന്നു. തോണിക്കാരെക്കുറിച്ചാണ് അയാളുടെ ചിന്ത. കയറൂരിവിട്ടാൽ പിന്നെ കാണണമെങ്കിൽ വേശ്യമാ രുടെ വീടുകളിൽ ചെല്ലണം. നീരാനയുമായി കച്ചവടബന്ധം ഉറപ്പിക്കുന്ന ഘട്ടമാണിത്. അതുകൊണ്ട് എല്ലാ ഏടാകൂടങ്ങളിൽനിന്നും ഒഴിഞ്ഞു നില്ക്കുന്നതാണ് ശ്രേയസ്കരം. തോണി അടുക്കുന്നിടത്തെല്ലാം തനിക്കും അവർക്കും പെണ്ണുങ്ങളെ വേണ്ടിയിരുന്നു. ഇവിയെടുള്ള നെഫ റുറായെപ്പറ്റി കേട്ടിട്ടുണ്ട്. അവളുടെ നൃത്തം ഒന്ന് കാണണമായിരുന്നു. പക്ഷേ....., ഈ സമയം അതിനു പറ്റിയതല്ല. സംയമനം പാലിച്ചുകൊണ്ട് ഉടനെ പുറപ്പെടുകയാണ് നല്ലത്. വ്യാപാരത്തിന്റെ വിജയത്തിനും അതാണ് യുക്തം.... അയാൾ പറഞ്ഞു:

“മറ്റൊന്നും തോന്നരുത്. വൈകുന്നേരം പുറപ്പെട്ടാൽ ആറാം ദിവസം പ്രഭാതത്തിൽ മെഫീസിലെത്തിച്ചേരാം. വെയിലേറിയശേഷം കൊട്ടാര ത്തിലെത്തിയാൽ അന്ന് പിന്നൊന്നും നടക്കുകയില്ല....”

മെനെപ്പടാ സംശയത്തോടെ കെഫ്ടുവിനെ നിരീക്ഷിച്ചു. വിനയമല്ലാതെ മറ്റൊരു ഭാവവും അയാളിലില്ലായിരുന്നു.....

സ്നോഫ്രുവും സെബക്ഖുവും എത്തിച്ചേർന്നു. വിവരങ്ങളെല്ലാം ഖ്നേംഹോടെപ് ധരിപ്പിച്ചിരുന്നു. വ്യാപാരം സംബന്ധിച്ച പുതിയ ഇട പാടുകൾ അയാളെ തൃപ്തനാക്കിയിരുന്നു. അയാൾ മെനെപ്പടായോട് ചോദിച്ചു....

“ഈ ഇടപാട് നമ്മുടെ നന്മയ്ക്കായിത്തീരും. അല്ലേ?”

“സംശയമില്ല. ഇതുകൊണ്ട് നമുക്ക് ലാഭവും പ്രയോജനവുമു ണ്ടാകും....”

“വരൂ.... സ്നോഫ്രുവിന്റെ വീട്ടിലുള്ള പ്രതിമകൾ കാണാം. വില്ക്കാ നുള്ള വസ്ത്രങ്ങൾ നെയ്ത്തുകാർ അവിടെ കൊണ്ടുവന്ന് കാണിക്കും....” കെഫ്ടുവിനോട് മെനെപ്പടാ പറഞ്ഞു.

“ചുറ്റികയും ഈർച്ചവാളും ഇപ്പോൾതന്നെ കൊണ്ടുവരുവിക്കാം....”

കെഫ്ടു കൈതട്ടി. ദൂരെയുള്ള വേലക്കാരൻ അടുത്തുവന്നു. വേണ്ട നിർദ്ദേശം നല്കി പറഞ്ഞയച്ചു.

സ്നോഫ്രുവിനെയും സെബക്ഖുവിനെയും കൂട്ടി മെനെപ്പടാ ഒരരികിലേക്ക് ചെന്നു.

"കെഫ്ടു ഫെറോവിനെ കാണുമത്രെ. നമ്മുടെ നടപടിക്രമങ്ങൾ ഇയാൾക്ക് വളരെ ഇഷ്ടപ്പെട്ടുപോലും...."

സ്നോഫ്രുവും സെബക്ഖുവും ഒന്നും മറുപടി നല്കാതിരിക്കുന്നതുകണ്ട് മെനെപ്പടാ തുടർന്നു: "ഇയാൾ ഫെറോവിനെ സന്ദർശിക്കുന്നത് തന്റെ ജോലിസംബന്ധമായാണ്. അല്ലാതെ നമ്മുടെ ദൂതനായല്ല. നല്ലത് പറയുമെങ്കിൽ പറഞ്ഞോട്ടെ. നഷ്ടമൊന്നുമില്ലല്ലോ. സെമയുടെ വീട്ടിൽ ചെന്ന് മൂത്തവരെ വിവരമറിയിക്കാം. ഇയാളെയും കൂട്ടി നിങ്ങൾ നടന്നോ....."

കെഫ്ടു സ്നോഫ്രുവിന്റെ വീട്ടിലേക്കു പുറപ്പെട്ടു. സെബക്ഖുവും അനുഗമിച്ചു. മെനെപ്പടാ ബടായെയും ഖ്നേംഹോടെപിനെയുംകൂട്ടി സെമയുടെ വീട്ടിലേക്ക് നടന്നു. മൂത്തവരുടെ സമിതിയിലെ മറ്റംഗങ്ങൾ അവിടെ എത്തിച്ചേർന്നു.

നല്ലപോലെ ആലോചിച്ചശേഷം സെമ പറഞ്ഞു....

"ഇയാൾ രാജധാനിയിൽ നമ്മെക്കുറിച്ച് പ്രസ്താവിക്കുന്നതുകൊണ്ട് ഫെറോവിന്റെ ഉള്ളിലിരിപ്പെന്താണെന്ന് അറിയാനാകും.... വർത്തകർ സാധാരണ സന്ദേശവും കൈമാറാറുണ്ട്. കൂടാതെ ഇയാൾ നമ്മുടെ സ്നേഹവും കാംക്ഷിക്കുന്നു. നന്മയിൽ നിന്ന് നന്മമാത്രമേ അങ്കുരിക്കൂ. രാജ്യതന്ത്രം എന്നു പറയുന്നത് ഒരുതരം ചതുരംഗക്കളിയാണ്. ഒരാൾ ഒരു കരു നീക്കുമ്പോൾ മറ്റൊരാൾ വേറൊരു കരു നീക്കുന്നു. ഉം.... നടക്കട്ടെ. കളിക്കുമ്പോൾ ആരും ഉറങ്ങിപ്പോകാറില്ലല്ലോ....?"

നേതാവിന്റെ അഭിമതം സെമ തന്റേതായ ശൈലിയിൽ ആവിഷ്കരിച്ചു. ഏവർക്കും അത് സമ്മതമായി.

മെനെപ്പടാ സ്നോഫ്രുവിന്റെ വീട്ടിലെത്തുമ്പോൾ കച്ചവടം അവസാനിച്ചിരുന്നു. അയിമ്പത് പ്രതിമകൾക്ക് പകരം രണ്ട് ചുറ്റികയും രണ്ട് ഈർച്ചവാളും രണ്ട് പാരയും നല്കപ്പെട്ടു. വാങ്ങിയ സാധനങ്ങൾ രാജഗൃഹത്തിലേക്കയച്ചു. നെയ്ത്തുകാരും സ്നോഫ്രുവും നല്കിയ വസ്തുക്കളുടെ വിലവിവരം ഇപ്യൂവർ രേഖപ്പെടുത്തി. ആവശ്യം വന്നാൽ ആ വിലയ്ക്കുള്ള ധാന്യം രാജഗൃഹത്തിൽനിന്ന് കൊടുക്കുന്നതിനുള്ള ഏർപ്പാടാണത്.

സ്നോഫ്രുവിന്റെ സമ്മർദ്ദത്തിന് വഴങ്ങി കെഫ്ടു ഒരു പാത്രം ഖിവം കുടിച്ചു....

"ഇത്ര സ്വാദുള്ള പാനീയം നിങ്ങളുണ്ടാക്കുന്നുണ്ടെന്നറിഞ്ഞിരുന്നില്ല. കൂടുതലുണ്ടെങ്കിൽ ഒരു ഭരണി തരൂ....." ചിരിച്ചുകൊണ്ടാണെങ്കിലും ഗൗരവം വിടാതെ കെഫ്ടു പറഞ്ഞു.

"അടുത്തതവണ ഒന്നല്ല.... പത്ത് ഭരണിതന്നെ തരാം...." മെനെപ്പടാ പറഞ്ഞു.

കെഫ്ടു പുറപ്പെടാൻനേരത്ത് മെനെപ്പടാ വ്യക്തമായ സ്വരത്തിൽ പറഞ്ഞു.

"നീരാനയിലെ അദ്ധ്വാനിക്കുന്ന ജനവിഭാഗം ശാന്തിയുടെയും സമാധാനത്തിന്റേതുമായ പുതിയൊരു വഴി കണ്ടുപിടിച്ചിരിക്കയാണെന്ന് ഫെറോവിനെ അറിയിക്കുക.... തികച്ചും ക്ലേശപൂർണ്ണമായ ഈ സരണിയിലൂടെ മാടിനനുസരിച്ച് മുന്നോട്ട് നീങ്ങാനാണ് ഞങ്ങളുദ്ദേശിക്കുന്നത്...."

പ്രസാദം കൈവിടാതെ താടിതടവിക്കൊണ്ട് കെഫ്ടു ചോദിച്ചു:

"നിങ്ങളെ നൈൽ ഉത്സവത്തിന് ക്ഷണിക്കുകയാണെങ്കിലോ....?"

"ഫെറോ ക്ഷണിക്കയോ....?"

"ഉം..... ഒരുപക്ഷേ.....?"

"കെഫ്ടൂ.....മനസ്സിലുള്ളത് പറയാമല്ലോ.... നിങ്ങൾ ഒരസാധാരണ മനുഷ്യനാണ്. മറുപടി ഇപ്പോൾതന്നെ വേണോ? സാഹചര്യങ്ങൾക്കനുസൃതമായി പദ്ധതികൾ ആവിഷ്കരിക്കുകയാണ് ഞങ്ങളുടെ രീതി."

"ആകട്ടെ....."

മേലാട വലംകൈകൊണ്ട് പിടിച്ച് കെഫ്ടു താണുവണങ്ങി.

"ഖ്നേം..... കടവുവരെ കെഫ്ടുവിനോടൊപ്പം പോയി വാ....." മെനെപ്പടാ സേനാപതിയോട് നിർദ്ദേശിച്ചു.

"സേനാപതിയെ അംഗരക്ഷകനായി ലഭിക്കുന്നവൻ ഭാഗ്യശാലിയാണ്..... സംശയമില്ല...." കെഫ്ടു പറഞ്ഞു.

എല്ലാവരെയും ഒരിക്കൽക്കൂടി വന്ദിച്ചശേഷം കെഫ്ടു കടവിലേക്ക് നടന്നു....

..... ചെറുപ്പം മുതല്ക്കേ പെട്ടിയിൽ സൂക്ഷിച്ചുവെച്ചിട്ടുള്ള ലിപിച്ചുരുളുകൾ പരിശോധിച്ച്.... നാളത്തെ സദ്പ്രജകൾക്ക് പറഞ്ഞുകൊടുക്കാൻ പറ്റിയവ ഇപ്പൂവർ എടുത്തുവെച്ചു....

നീതിബോധങ്ങൾ ഉപദേശിച്ചുകൊടുക്കുമ്പോൾ ഇപ്പൂവർ ഉത്സാഹിതനായി കാണപ്പെടും..... നിലത്ത് ചമ്രംപടഞ്ഞിരുന്ന് ലിപിച്ചുരുൾ നിവർത്തിപ്പിടിച്ച് അയാൾ വായന തുടങ്ങും....

"ഒരു തുണ്ടം നിലത്തിനുവേണ്ടി ദുരാഗ്രഹം പിടിക്കരുത്....
വിധവയുടെ വയലിൽ അതിക്രമിച്ചു കടക്കരുത്....!
വയലുകൾ ഉഴുതുമറിക്കൂ......!
മെതിക്കുകയും പാറ്റുകയും ചെയ്യുന്ന മുറ്റത്തുനിന്നുതന്നെ.
നിനക്കു വേണ്ട ആഹാരസാധനങ്ങൾ ലഭിക്കും....!
അധർമ്മത്തിൽ കൂടി നേടുന്ന അഞ്ഞൂറ് വല്ലത്തേക്കാൾ
ദൈവം നല്കുന്ന ഒരു വല്ലമാണ് ശ്രേഷ്ഠം......!
കലവറയിലെ ഐശ്വര്യത്തേക്കാൾ

ദൈവസന്നിധിയിലെ ദാരിദ്ര്യമാണ് മെച്ചം.....!

ആഡംബര ജീവിതത്തേക്കാൾ സ്വാദുറ്റതാണ്

ചൂടുള്ള റൊട്ടിക്കഷണങ്ങൾ......"

വായിച്ച് കഴിഞ്ഞ് ഓരോ കുട്ടിയെയായി വിളിച്ച് ചിത്രലിപികൾ നോക്കി പദങ്ങൾ മനസ്സിലാക്കാൻ പറയും.

രാമേരിപ്പടാ ബുദ്ധിശാലിയാണ്. അവസാനമാണ് അവന്റെ ഊഴം....

ഇപ്പ്യൂവർ തുടരും.....

"മരിക്കുന്നതിനുമുമ്പ് കർഷകൻ തന്റെ മകന്റെ ചെവിയിൽ മന്ത്രിക്കുന്നതെന്താണ്....? കഠിനമായി അദ്ധ്വാനിക്കുക.... മനസ്സ് വെച്ച് നിലമുഴുക... നിന്റെ വയലിൽനിന്ന് എത്ര സാധിക്കുമോ അത്രയ്ക്ക് ധാന്യം ഉല്പാദിപ്പിക്കുക...."

മരണാനന്തരകാര്യം ഗ്രഹിക്കാൻ പ്രയാസമാണ്. എങ്കിലും അതും ഇവർ മനസ്സിലാക്കേണ്ട സംഗതിയാണല്ലോ....

"ഐഹിക സുഖമെന്ന് പറയുന്നത് ഒരു സ്വപ്നമാണ്. എങ്കിലും പടിഞ്ഞാറെത്തുന്നവന് നല്ല സ്വാഗതം കാത്തിരിക്കും....."

ഇപ്പ്യൂവർ വിശദീകരിച്ചു...

"പടിഞ്ഞാറെത്തുകയെന്ന് പറഞ്ഞാലെന്താ....? മരിക്കുക, സമാധി കാണുക.... മനസ്സിലായോ....?"

കുട്ടികൾ തലയാട്ടിക്കൊണ്ടിരുന്നു.....

വളരെ അർത്ഥവത്തായ പഴയൊരു പഴഞ്ചൊല്ല് ഇപ്പ്യൂവറിന് ഓർമ്മ വന്നു.... ദൈവം പറഞ്ഞിരുന്നു...."ഞാൻ വെള്ളപ്പൊക്കം സൃഷ്ടിക്കുന്നത് ധനവാന്മാർക്കും ദരിദ്രർക്കും ഒരേപോലെ അവകാശം ലഭിക്കുന്നതിനു വേണ്ടിയാണ്....."

ഈ ചൊല്ലും ഇപ്പ്യൂവർ വിശദീകരിച്ചു....

"ഓർമ്മിക്ക്....ഓർമ്മിക്ക്.... ദൈവംതന്നെ പറഞ്ഞിട്ടുണ്ട്.... സമ്പന്നർക്കുള്ള അതേ അവകാശം ദരിദ്രർക്കും ഉണ്ട്."

മറ്റു പഴഞ്ചൊല്ലുകളും ഇപ്പ്യൂവർ പറഞ്ഞുകൊടുത്തിരുന്നു.

"പറയുന്ന വാക്കുകൾ ഹൃദയത്തിന് തീയാണ്....."

അയാൾ തുടർന്നുകൊണ്ടിരുന്നു....

"മനോഹരമായ ഈ വാക്യം മറക്കരുത്. പ്രഭാതത്തിന്റെ ഗർഭത്തിൽനിന്നാണ് റാ പുറത്തുവരുന്നത്....."

കുട്ടികൾ അതാവർത്തിച്ചുകൊണ്ടിരുന്നു....

"എഴുത്തുകാരനാകൂ... എഴുത്തുകാരനാകൂ...." ഇപ്പ്യൂവർ എഴുത്തുകാരന്റെ മഹത്ത്വവും വർണ്ണിച്ചിരുന്നു....." അലങ്കരിച്ച ശവകുടീരത്തേക്കാൾ പരിണാമകാരിയാണ് പുസ്തകം....."

ശിഷ്യരോട് അയാൾ ചോദിക്കുമായിരുന്നു....

"എഴുത്തുകാരൻ എന്തൊക്കെയാണ് ചെയ്യുന്നത്....? പറ...നീ....നീ..."

രാമേരിപ്പടാ മാത്രമേ ശരിയായ ഉത്തരം നല്കിയിരുന്നുള്ളു.

“കശാപ്പുകാരന്റെ വീട്ടിലേക്ക് പോകുന്ന കന്നുകാലികളെ എഴുത്തുകാരൻ എണ്ണുന്നു. വില്ക്കാനായളക്കുന്ന ധാന്യങ്ങൾ കണക്കാക്കുന്നു. കരാറുകളും മരണപത്രവും എഴുതിക്കൊടുക്കുന്നു.”

ഇപ്യൂവർ വേറൊരു ലിപിച്ചുരുൾ വളരെ ശ്രദ്ധയോടെ നിവർത്തിപ്പിടിച്ചു...

“എഴുത്തുകാരനു മാത്രമാണ് ശാശ്വത കീർത്തി ലഭിക്കുന്നത്.... മനസ്സിലായോ...? വായിക്കാം.... കേൾക്ക്.... അവർ നമ്മുടെ കൺമുമ്പിലില്ലെങ്കിലും അവരുടെ നാമം അനശ്വരമാണ്. വാതിലുകളും കെട്ടിടങ്ങളും നിർമ്മിച്ചാൽ ഒരു കാലത്ത് അവ മണ്ണടിയും. അന്ത്യകർമ്മം നടത്തിച്ചില്ലെങ്കിലെന്താകും....? സമാധിക്കല്ലുകൾക്ക് ക്ഷയം ബാധിക്കും. ക്രമേണ സമാധികൾതന്നെ മറന്നുപോകും. എന്നാൽ എഴുത്തുകാർ അവരുടെ പുസ്തകങ്ങളിലൂടെ എന്നും ഓർമ്മിക്കപ്പെടുന്നു. അവരുടെ സ്മരണ അനന്തകാലത്തോളം നിലനില്ക്കും. നിങ്ങളുടെ പേരും ഈ രീതിയിൽ അനശ്വരമായിത്തീരുമെന്ന് കരുതിക്കൊള്ളുക....”

പാഠം അവസാനിപ്പിക്കാറായാൽ ഇപ്യൂവർ പറയും.....

“ഇന്ന് മതി. വീട്ടിൽപോകൂ. നേതാവ് എത്തേണ്ട സമയമായി.....”

കുട്ടികൾ രാമേരിപ്പടായുടെ പിന്നാലെ പുറത്തേക്കിറങ്ങിപ്പോകും.....

ഇപ്യൂവർ ലിപിച്ചുരുൾ ഒതുക്കിവെച്ച് അടുത്ത ജോലിയിൽ നിരതനാകും....

......നെഫീസിന് ഗർഭമുണ്ടെന്നറിഞ്ഞ് മെനെപ്പടാ അത്യധികം ആനന്ദിച്ചു.

വെള്ളപ്പൊക്കത്തെക്കുറിച്ച് ദൈനംദിനമുള്ള വാർത്തകളും അദ്ദേഹത്തെ സന്തോഷിപ്പിച്ചിരുന്നു.

ദിവസങ്ങൾ കഴിയുന്തോറും വെള്ളം ഉയർന്നുയർന്നുവന്നു.

മഴക്കാലം തുടങ്ങി മൂന്നാമത്തെ മാസത്തിലാണ് വെള്ളം ഏറ്റവും കൂടുതൽ ഉയരുന്നത്.... അപ്പോൾ രാജകൊട്ടാരത്തിൽ നൈൽ ഉത്സവം പൊടിപൊടിക്കുകയാകും. കെഫ്ടുവിന്റെ പ്രസ്താവം ഓർമ്മവന്നു.... ഫെറോ ക്ഷണിച്ചാലോ....? എന്നെങ്കിലുമൊരിക്കൽ... എന്നാൽ അത് അയാളെ സംബന്ധിച്ചിടത്തോളം പ്രധാനമായിരുന്നില്ല. ഉത്സവവേളയിൽ നൈൽ നദിക്കുണ്ടാകുന്ന ഉയരമാണ് മുഖ്യമായത്. സാധാരണയിൽ കവിഞ്ഞ് നാലുമുഴം കൂടുതലുയർന്നാൽ ഭൂരിഭാഗം ഗ്രാമങ്ങളും മുങ്ങിപ്പോകാനിടയുണ്ട്. വെള്ളം അല്പം താണാലും സ്ഥിതി വഷളായിത്തീരും.... സമൃദ്ധമായ വിളവുണ്ടാക്കാനാകാത്ത ഒരു നില വന്നു ചേരും.

രണ്ടുപ്രകാരത്തിലും സംഭവിച്ചില്ല. ഒത്ത ഉയരത്തിലെത്തി വെള്ളം നിന്നു. ജനങ്ങളെ സംബന്ധിച്ചിടത്തോളം അത് നല്ല നൈൽ വർഷമായിരുന്നു.

ഭാവിഫലമറിയാനായി അപെട് തന്റെ തന്ത്രവും മന്ത്രവും ജ്ഞാനവുമെല്ലാം എടുത്തു നിരത്തി. ശുഭാശുഭങ്ങളുടെ സമ്മിശ്ര സൂചനകളാണ് കാണപ്പെട്ടത്. ഒന്നും സ്പഷ്ടമായിരുന്നില്ല.

പാഠശാലയുടെ പണി പൂർത്തിയായ ഉടൻ കലവറയുടെ ജോലി തുടങ്ങുമെന്ന് ഇപ്യൂവർ അറിയിച്ചു. പുതിയ വ്യവസ്ഥയിൽ ഇപ്യൂവറിനു കൈവന്ന സ്ഥാനക്കയറ്റം അപെടിനെ അസൂയപ്പെടുത്തി. എങ്കിലും ഇപ്യൂവർ തന്റെ വിരോധിയല്ലല്ലോ എന്ന ചിന്ത തെല്ല് ആശ്വാസമുണ്ടാക്കി.

ഈയിടെയായി അപെട് മിക്ക സമയവും ക്ഷേത്രത്തിൽ തന്നെ കഴിച്ചുകൂട്ടിത്തുടങ്ങി. പൂജ, ചികിത്സ, മന്ത്രവാദം, കെട്ടിടപ്പണിയുടെ മേൽനോട്ടം എല്ലാം അയാൾ തന്നെ നിറവേറ്റിപ്പോന്നു.

നൈൽ നദിയുടെ യൗവ്വനം ഉത്സാഹപൂർവ്വം കൊണ്ടാടി. ക്ഷേത്രവും രാജഗൃഹവും ദീപങ്ങൾ കൊണ്ടലങ്കരിച്ചു. അപെട് ഇപ്യൂവറോട് പ്രത്യേകം പറഞ്ഞിരുന്നു. ചണയെണ്ണയാണെങ്കിൽ വേണ്ടുവോളമുണ്ട്. ലുബ്ധിക്കേണ്ട ആവശ്യമില്ല.

പട്ടണത്തിന് പുറത്തുള്ള വയലിലോളം വെള്ളം ഒഴുകിയെത്തി. രാജഗൃഹത്തിലെ മട്ടുപ്പാവിൽ നിന്നാൽ ചുറ്റും ജലമയമായി തോന്നിയിരുന്നു. അപ്പോൾ ആ നാട് ചെറിയൊരു ദ്വീപാണ്. വെള്ളപ്പൊക്കസമയത്ത് ഈജിപ്തിലെ എല്ലാ നഗരങ്ങളും കടലിന്റെ നടുക്ക് സ്ഥിതിചെയ്യുന്നതുപോലെ തോന്നും. (മെനെപ്പടാക്കറിയാം.... വെള്ളപ്പൊക്കത്തിന്റെ പഴയ കഥകൾ പറയുമ്പോൾ.... ആ പ്രളയത്തിൽ മുങ്ങാതെ ബാക്കിയായത് ഞങ്ങളുടെ നാടാണ് എന്നു ചിലർ പറയുമായിരുന്നു) ഇപ്പോൾ നദിയുടെ സ്ഥാനം നിശ്ചയിക്കേണ്ട ആവശ്യമില്ല. എങ്ങോട്ട് വേണമെങ്കിലും നേരെ തുഴഞ്ഞുപോകാം.....

ഒരുമാസം കഴിയുമ്പോൾ വെള്ളമിറങ്ങും.... ഭൂമി പുനർജ്ജനിക്കും.....! വയലേലകളിൽ ഫലവത്തായ എക്കൽമണ്ണ് കാണാം. എളുപ്പത്തിൽ ഉഴുതുമറിച്ച് വിത്തിടാം.

എങ്ങും തിരക്കും ബഹളവുമായിരിക്കും. ജനങ്ങളപ്പോൾ കൃഷീവലന്മാരാണ്.

ഈ വർഷം വെള്ളപ്പൊക്കം നിലനിന്ന മൂന്നു മാസത്തിലും നീരാനെ പ്രദേശത്തെ കൃഷിത്തൊഴിലാളികൾക്ക് ദൂരദേശങ്ങളിൽ അടിമവേലയ്ക്ക് പോകേണ്ടിവന്നില്ല. ഇത് അവരെ ചിന്തിക്കാൻ പ്രേരിപ്പിച്ചു. തങ്ങളിപ്പോൾ സ്വതന്ത്രരാണ്. പീഡനമില്ല. എന്നാൽ വിശപ്പിനോ....? അപൂർവ്വമായ സാഹചര്യം. വീട്ടിൽത്തന്നെ മലർന്നുകിടന്നുറങ്ങാമെന്ന് ചിലർ കരുതി. ഉള്ള ധാന്യം തീർന്നാലോ...? രാജഗൃഹത്തിലുള്ളതിന്റെ ഭൂരിഭാഗവും സഹായരൂപത്തിൽ നല്കിക്കഴിഞ്ഞു. അടുത്തതവണ ഇതിനു പരിഹാരം കാണണമെന്ന് മെനെപ്പടാ ചിന്തിച്ചു. വെള്ളപ്പൊക്കക്കെടുതിയില്ലാത്ത ഉയർന്ന പ്രദേശങ്ങളിൽ ഏതെങ്കിലും നിർമ്മാണപദ്ധതികൾക്ക് രൂപം നല്കണം.....

ഭൂപ്രഭുക്കളുടെ വയലുകളിൽ മോചിതരായ അടിമകൾ വിളവിറക്കി. കാളകളെ ഇരവൽവാങ്ങിക്കൊണ്ടുവന്ന് മെനെപ്പടായും വിത്തിട്ടു. മെനെപ്പടായുടെ കൃഷിപ്പണി ചെയ്യാൻ പലരും മുന്നോട്ടുവന്നു. മെനെപ്പടാ അവരെ നിരുത്സാഹപ്പെടുത്തി...."എനിക്ക് കഴിയാതെവന്നാൽ തീർച്ച യായും നിങ്ങളുടെ സഹായം വേണം....."

ശിശിരം ആഗമിച്ചു. വിത്തുകൾ മുളച്ചുപൊന്തി.... പച്ചപിടിച്ച നൈൽനദിക്കരയിൽ കുളിർകാറ്റ് ഊഞ്ഞാലാടി....

ഓ നീല ഐസാ.... ഓ ഖ്നൂം ദേവാ.....
തീരങ്ങളിൽ പച്ചപിടിച്ച ചിത്രകാരാ.....

കൊയ്ത്താകുന്നതുവരെ അല്പം സാവകാശം. ഇനി കളം പണിയണം... ധാന്യപ്പുര നന്നാക്കണം.

ക്ഷേത്രക്കലവറയും പൂജാരിയുടെ വീടും നിർമ്മിക്കേണ്ടിയിരുന്നു....

ഒരു ദിവസം അപെട് നേതാവിനെ കാണാനെത്തി....

"പാഠശാല....?"

"ഏതായാലും രണ്ടുമാസം. പിന്നെ കൊയ്ത്താകും. അതുകഴിഞ്ഞ് പുതിയ കെട്ടിടത്തിൽതന്നെ പഠനം തുടങ്ങാം....."

"ആകട്ടെ. എനിക്കൊരു മകനുണ്ട്. എഴുത്തും വായനയും നന്നാ യറിയാം. മരിച്ചവരുടെ ഗ്രന്ഥം അവനെക്കൊണ്ട് പകർത്തിയെഴുതിക്കണ മെന്നുണ്ട്. രാജഗൃഹത്തിൽനിന്ന് നൂറ് പെപ്പൈറസ് താളുകൾ അനുവദി ക്കണം....."

"അത്രയ്ക്കുണ്ടാകുമെന്ന് തോന്നുന്നില്ല. ഇപ്പ്യൂവറിനോട് പറയാം..."

മുഖത്തെ ഭാവപ്പകർച്ച മറയ്ക്കാൻ ശ്രമിച്ചുകൊണ്ട് അപെട് യാത്ര പറഞ്ഞിറങ്ങി.

ഇതിനിടയിൽ ഹെംടിയുടെ കീഴിൽ നൂറുചെറുപ്പക്കാർ ആയുധപരി ശീലനം ആരംഭിച്ചു.

ഫെറോവിന്റെ കീഴിൽ സൈനികരെ ചെറുപ്പംതൊട്ടേ പരിശീലിപ്പി ച്ചിരുന്നു. ശിക്ഷണം തീരുന്നതുവരെ സൈന്യത്താവളത്തിൽതന്നെ കഴി ഞ്ഞുകൊള്ളണം. അടിച്ചും ഇടിച്ചും നല്കുന്ന സൈനികപരിശീലന മാണത്.....

മനസ്സിൽ പ്രതിബിംബിക്കുന്നതുപോലെ ഹെംടി വിവരിച്ചിരുന്നു.

"നൂറിലൊരാളെന്ന കണക്കിൽ ഫെറോവിന്റെ സൈന്യത്തിൽ ചേർന്നുകൊള്ളണം. അതാണ് നിയമം. നമുക്ക് അത്തരം നിർബ്ബന്ധ സേവനം വേണ്ട. ഇവിടെ താവളവും കൂടാരവുമില്ല. യുവാക്കൾ ഇഷ്ടമു ണ്ടെങ്കിൽ മാത്രം ചേരട്ടെ. ആരായാലും ശരി, യുദ്ധഭൂമിയിൽ ആഹാരം കിട്ടാതെ പുല്ലുതിന്ന് വളർന്നവനാണ് ഞാൻ. അത്തരം സൈന്യവ്യവസ്ഥ നമുക്കില്ല. നമുക്കാരോടും പകയില്ല. നാമാരെയും ആക്രമിക്കയും ചെയ്യില്ല. ആത്മരക്ഷയ്ക്കുവേണ്ടിയാണ് നാം ശിക്ഷണം സ്വീകരിക്കു

ന്നത്... അല്ലേ ഖ്നേം ഹോടെപ്...? സേനാപതി അദ്ദേഹമാണ്.... ഞാൻ പരിശീലകൻ മാത്രം....."

ധാരാളം ചെറുപ്പക്കാർ പേര് നല്കിയിരുന്നെങ്കിലും നൂറു പേരെ മാത്രമേ ഹെടി തെരഞ്ഞെടുത്തുള്ളു. വിത്തിറക്കിക്കഴിഞ്ഞ ഉടൻ അവ രെല്ലാം പട്ടണത്തിലെത്തിച്ചേരുകയും ചെയ്തു. രാജഗൃഹത്തിനടുത്തുള്ള വയൽ ശിക്ഷണത്തിനുവേണ്ടി സജ്ജമാക്കി.

ഖ്നേംഹോടെപിന്റെ ചിന്ത മറ്റൊന്നായിരുന്നു. ആയുധങ്ങളില്ലാത്ത സൈന്യമുണ്ടായിട്ടെന്തു ഫലം....? ആ കെഫ്ടു വരുമോ....? ആയുധങ്ങൾ കൊണ്ടുത്തരുമോ....?

സ്നോഫ്രുവും കെഫ്ടുവിനെക്കുറിച്ച് ചിന്തിച്ചു. അതു വാങ്ങിക്കൊള്ളാം. ഇത് വാങ്ങിക്കൊള്ളാം എന്നും മറ്റും വാഗ്ദാനം നല്കിയിട്ടാണ് പോയത്. അതിന്റെ അടിസ്ഥാനത്തിൽ സാധനങ്ങൾ നിർമ്മിച്ചുതുടങ്ങു കയും ചെയ്തിരിക്കുന്നു.... അപൂർവ്വ സാദ്ധ്യതകളുടെ ഒരു പൊൻകിരണം ദൂരെ കണ്ടിരുന്നല്ലോ....? അത് വീണ്ടും മങ്ങിപ്പോവുകയാണോ.....?

"വ്യാപാരം ഉറപ്പിച്ചതല്ലേ? വരാതിരിക്കുമോ.....? കൊയ്ത്തിനിനിയും കാലമുണ്ടല്ലോ...." സെമ സമാധാനിപ്പിച്ചു.

"ക്ഷണപ്പത്രമെഴുതാനാളെക്കിട്ടാതെ... നമ്മക്കൊരു മെഫീസ് യാത്ര നഷ്ടപ്പെട്ടു...." ബടാ പറഞ്ഞു.

ദിവസങ്ങൾ കൊഴിഞ്ഞുവീണുകൊണ്ടിരുന്നു....

ഒരു പ്രഭാതം....

മെഫീസിലെ ഒരു രാജവഞ്ചി കരയ്ക്കടുത്തു. രാജദൂതനും രണ്ട് ഭടന്മാരും കടവിലിറങ്ങി. വഴി ചോദിച്ചുകൊണ്ട് അവർ നേതാവിന്റെ വീട്ടിലേക്ക് നടന്നു....

തോണിയുടെ വിവരം ബടായുടെ ചെവിയിലെത്താൻ താമസമുണ്ടായില്ല. അയാൾ ഖ്നേംഹോടെപിനെ അറിയിച്ചു.

നഗര കാവല്ക്കാർ ആഗതരെ തടഞ്ഞുനിർത്തി....

"നിങ്ങളാരാണ്....? എവിടെനിന്നു വരുന്നു....? മിത്രങ്ങളാണെങ്കിൽ സ്വാഗതം."

"ശത്രുക്കളല്ല. ഞങ്ങൾ മെഫീസിൽനിന്ന് വരുന്നു. രാജദൂതരാണ്..."

"ആരെ കാണണം...."

"നേതാവിനെ......"

"ഞങ്ങളുടെ പിന്നാലെ വരിക. രണ്ടു മണിക്കൂർ കഴിഞ്ഞാൽ നേതാവ് രാജഗൃഹത്തിലെത്തും."

ദൂതൻ ചിരിച്ചു. ഒന്നിച്ചുള്ള ഭടന്മാർ കൈകുലുക്കി.

"ഉം..... നടക്ക്...."

മെനെപ്പടാ തന്റെ ഞേങ്ങോലിന്റെ കൊഴു ശരിപ്പെടുത്തുകയായിരുന്നു. ജോലി തുടർന്നുകൊണ്ടുതന്നെ ഖ്നേം ഹോടെപിനോട് അയാൾ പറഞ്ഞു: "ഫെറോവിന്റെ സന്ദേശവുമായി വന്നതാകണം....."

നെഫീസിന്റെ മുഖത്ത് ഭയം നിഴലിച്ചു.

"വർത്തകൻ കെഫ്ടു ബഹുസമർത്ഥൻ തന്നെയാണ്." അസാധാരണമായതൊന്നും നടന്നിട്ടില്ലെന്ന മട്ടിൽ ശാന്തസ്വരത്തിൽ മെനെപ്പടാ പറഞ്ഞു.

"വാക്കു പാലിക്കുന്ന വ്യക്തിയാണെന്നു തോന്നുന്നു. ആയുധങ്ങളും മറ്റും കൊണ്ടുത്തരികതന്നെ ചെയ്യും...."

"ഉം....ഉം...."

അബ്ടു ക്ഷേത്രത്തിലെ ഉത്സവവേളയിൽ താൻ കണ്ട ഫെറോവിന്റെ രൂപം നെഫീസിന്റെ കൺമുന്നിൽ തെളിഞ്ഞു വന്നു. ഭൂമിയിലെ ദൈവം....! ആ ദൈവത്തിൽനിന്ന് തന്റെ ഭർത്താവിന് സന്ദേശം.... ബെസ് ദൈവമേ....നീ തന്നെ രക്ഷിക്കണം.... ആപത്തുകളെല്ലാം അകറ്റിത്തരണേ.....!

"സ്നോഫ്രുവും സെബെക്ഖുവും മൂത്തസമിതിക്കാരും രാജഗൃഹത്തിൽ വരട്ടെ...." മെനെപ്പടാ നിർദ്ദേശിച്ചു.

ഖ്നേംഹോടെപ് പോയി കുറച്ചു കഴിഞ്ഞപ്പോഴേക്കും രാമേരിപ്പടാ എത്തിച്ചേർന്നു....

"ഇന്ന് പാഠം ഇത്ര മതിയെന്ന് ഗുരു പറഞ്ഞു. മെഫീസിൽ നിന്ന് ആരോ വന്നിട്ടുണ്ടത്രെ. രാജദൂതനാണുപോലും. കഴുത്തിൽ സ്വർണ്ണമാലയുണ്ട്. കൈയിൽ തുണിയിൽ പൊതിഞ്ഞ ഒരു ചുരുളുണ്ട്...." അവൻ മാതാപിതാക്കളെ അറിയിച്ചു.

രാജകാര്യമാണ്. മടങ്ങിയെത്താൻ താമസിച്ചേക്കും. നെഫീസ് റൊട്ടി മുഴുവനായി വിളമ്പിക്കൊടുത്തു.

ഭർത്താവും മകനും ഭക്ഷണം കഴിക്കുന്നത് നോക്കി മിണ്ടാതിരിക്കാൻ നെഫീസിന് കഴിഞ്ഞില്ല...

"എന്റെ ചങ്കിടിക്കുന്നു....."

മെനെപ്പടാ പുഞ്ചിരിച്ചു.

"അമ്മയ്ക്ക് പേടിയുണ്ടോ....?" മകൻ ചോദിച്ചു.

"പേടിയൊന്നുമില്ല...."

ഭക്ഷണം കഴിച്ച ഉടൻ മെനെപ്പടാ രാജഗൃഹത്തിലേക്ക് നടന്നു....

ശേഷിച്ചവരെല്ലാം എത്തിച്ചേർന്നിരുന്നു.

ഖ്നേംഹോടെപിന്റെ സൂചന ലഭിച്ചപ്പോൾ രാജദൂതൻ വേദിയിലേക്ക് ചെന്ന് നേതാവിനെ വണങ്ങി. കൈയിലെ ചുരുൾ മെനെപ്പടായുടെ മുന്നിൽവച്ചു.

മെനെപ്പടാ പീഠംചൂണ്ടിക്കാട്ടി ഇരിക്കാൻ പറഞ്ഞെങ്കിലും ദൂതൻ ഇരുന്നില്ല.

"വായിച്ചു കേൾപ്പിക്കണോ...." ദൂതൻ ചോദിച്ചു.

മെനെപ്പടായ്ക്ക് തേൾ കടിച്ച അനുഭവമുണ്ടായി. തനിക്ക് വായനയ

റിയില്ലെന്നല്ലേ ഈ ചോദ്യത്തിന്റെ അർത്ഥം....?

"വേണ്ട...."

മെനെപ്പടാ ഇപ്യൂവറിനെ വിളിച്ച് വായിക്കാൻ നിർദ്ദേശിച്ചു.

ഇപ്യൂവർ ചുരുളിനു മീതെയുള്ള രാജമുദ്ര നീക്കി....

"ഫെറോ എഴുതിച്ചതാണ്. മന്ത്രി ആമെർബ് ഒപ്പിട്ടിട്ടുണ്ട്...." ഇപ്യൂവർ വായന തുടർന്നു...., തന്റെ അറുപതാം വയസ്സിൽ വരുന്ന രണ്ടാമത്തെ സെഡ് ഉത്സവം കെങ്കേമമായി കൊണ്ടാടുവാൻ പത്തു വർഷം മുമ്പുതന്നെ അതായത് അയിമ്പതാമത്തെ വയസ്സിൽ തന്നെ ഹോറസ് സമാനനായ ഈജിപ്തിലെ രാജാവ് പേപി അവർകൾ നിശ്ച യിച്ചിരുന്നു. ഈ മാസത്തിന്റെ അന്ത്യത്തിൽ നടക്കുന്ന പ്രസ്തുത ഉത്സ വത്തിൽ പത്തുദിവസം മുമ്പേ എത്തിച്ചേരുന്നതിന് എല്ലാ സാമന്ത രാജാക്കന്മാർക്കും ക്ഷണപ്പത്രം അയയ്പ്പെട്ടിരിക്കുന്നു. നീരാന പ്രദേ ശത്തെ നേതാവ് മെനെപ്പടയും ഉത്സവത്തിനെത്തിച്ചേരണമെന്ന് ഇതുവഴി നിർദ്ദേശം നല്കപ്പെടുന്നു...."

നിശ്ശബ്ദ നിമിഷങ്ങൾ....

നേതാവ് മൗനം ഭഞ്ജിച്ചു...

"മന്ത്രികൾ മറ്റുവല്ലതും പറഞ്ഞയച്ചിട്ടുണ്ടോ?"

"യാതൊരു സങ്കോചവും കൂടാതെ വരട്ടെയെന്ന് അറിയിക്കാൻ കല്പിച്ചിരിക്കുന്നു....."

"ഖ്നേം, ഇവർക്ക് ഭക്ഷണത്തിനും വിശ്രമത്തിനും വേണ്ട ഏർപ്പാട് ചെയ്യണം....."

"ഇവരെ വീട്ടിലേക്ക് കൂട്ടിക്കൊണ്ടുപോകാം....."

ദൂതന്മാർ വേദിയെ നമസ്കരിച്ചു.

"ഇന്ന് വൈകുന്നേരംതന്നെ തിരികെ യാത്രയാകാനുള്ള കല്പന തരണം...."

"അങ്ങനെയാകട്ടെ. മറുപടി സേനാപതിയുടെ വീട്ടിലെത്തിക്കാം...."

മായാപ്രപഞ്ചത്തിലെത്തിയതുപോലെ ദൂതന്മാർക്കനുഭവപ്പെട്ടു. ഖ്നേംഹോടെപിനു പിന്നാലെ നടക്കുമ്പോൾ ഒറ്റക്കണ്ണുള്ള സിംഹത്തെ ഒന്നുകൂടി ശ്രദ്ധിക്കാൻ അവർ മറന്നില്ല. അതിനിട്ട പേര് കണ്ട ദൂതന് ചിരിവന്നു....

മെനെപ്പടാ മൂത്തസമിതിക്കാരുമായും ഉപദേഷ്ടാക്കളുമായും കൂടി യാലോചിച്ചു. ഫെറോവിന്റെ ക്ഷണം എത്തിയിരിക്കുന്നു. പോകണോ....? വേണ്ടയോ....?

വ്യത്യസ്താഭിപ്രായങ്ങൾ ഉയർന്നുവന്നു.... ബദ്ധപ്പാട് കാണിക്കരുത്. നമ്മുടെ കാര്യത്തിൽ ഫെറോ പ്രീതികാട്ടുകയാണെങ്കിൽ സ്വാഗതാർഹ മാണ്.... ഇതിന്റെ പിന്നിൽ വല്ല ഗൂഢോദ്ദേശ്യവും ഒളിഞ്ഞിരിപ്പുണ്ടോ.....? അങ്ങനെയാണെങ്കിൽ ഈ ഒമ്പതുമാസം കാത്തിരിക്കണമായിരുന്നോ....?

ഒളിച്ചുവെക്കേണ്ട അപകൃത്യങ്ങളൊന്നും നാം ചെയ്തിട്ടില്ല. കരുതലോടെയിരുന്നാൽ മതി.

"നമ്മുടേത് നേരായ മാർഗ്ഗമാണ്. ആ മാർഗ്ഗത്തിൽ നിന്ന് നാം വ്യതിചലിച്ചിട്ടില്ല. ഇനിയൊട്ട് വ്യതിചലിക്കുകയുമില്ല. നമ്മുടെ മാട് നമ്മെ കാത്തുരക്ഷിക്കും...." മെനെപ്പടാ പറഞ്ഞു.

"ഖ്നേമുവും കൂടെ വരട്ടെ....." സെബെക്ഖു പറഞ്ഞു.

"വേണ്ട. നമ്മുടെ ദേശത്തെ കാത്തുരക്ഷിക്കുകയാണ് അയാളുടെ കടമ. എന്നെ അവിടെയെത്തിച്ച് ബടാ തിരിച്ചുവരട്ടെ....."

"ഇവിടത്തെ സ്ഥിതി നോക്കുന്നതാരാ....?"

"എന്താ....? സ്നോഫ്രുവും സെബെക്ഖുവുമില്ലേ....? ഞാൻ തന്നെ വേണമെന്നുണ്ടോ? രണ്ടിലൊരാൾ നിത്യവും രാജഗൃഹത്തിലെത്തണം. ഞാനില്ലെന്ന കാരണം പറഞ്ഞ് ഭരണം സ്തംഭിപ്പിക്കരുത്. കൂടിവന്നാൽ ഒരു മാസം. കഴിയുന്നതും വേഗത്തിൽ മടങ്ങി വരും....."

ഇപ്യൂവർ ഫെറോവിനുള്ള മറുപടി തയ്യാറാക്കി.....

"ഹോറസ് സമാനനായ ഈജിപ്തിലെ ഫെറോ മഹാപ്രഭുവിന്റെ സന്നിധിയിൽ നീരാനെ പ്രവിശ്യയിലെ നേതാവ് മെനെപ്പടാ ബോധിപ്പിക്കുന്നത്... താങ്കളുടെ ക്ഷണപ്പത്രം ലഭിച്ചു കൃതജ്ഞനായിരിക്കുന്നു. താങ്കളുടെ നിർദ്ദേശാനുസരണം തന്നെ രാജധാനിയിലെത്തിച്ചേരുന്നതാണ്."

"ക്ഷണപ്പത്രം തന്നെ നിർദ്ദേശം....! നിർദ്ദേശം തന്നെ ക്ഷണപ്പത്രം ....! ശരി.... ശരി...." മെനെപ്പടാ പറഞ്ഞു.

അയാളുടെ ഒപ്പ് വെക്കൽ ഒരു സാഹസമാണ്. ഇപ്യൂവർ വരച്ച സങ്കേതമനുസരിച്ച് അയാൾ തന്റെ അടയാളമിട്ടു. ചുരുൾ ചുറ്റി ചണനാര് കൊണ്ട് കെട്ടി. ബടാ അതുമായി ഖ്നേംഹോടെപിന്റെ വീട്ടിലേക്ക് നടന്നു....

.... സൂര്യൻ അയന സംക്രമണ ബിന്ദുവിലെത്തിച്ചേർന്നു.... ഉത്തരായനത്തിലേക്കുള്ള പ്രയാണം.... ഇനി പകൽ നീണ്ടിരിക്കും.....

രാജദൂതന്മാർ തിരകെ പോയതിന്റെ അടുത്ത ദിവസം.... വിളംബരക്കാരൻ പ്രധാന വീഥികളിൽ ചെന്ന് വിളിച്ചുപറഞ്ഞു.... "കേൾക്കിൻ.... കേൾക്കിൻ..... നമ്മുടെ നേതാവ് മെനെപ്പടാ ഫെറോവിന്റെ ക്ഷണം സ്വീകരിച്ച് സെഡ് ഉത്സവത്തിൽ പങ്കെടുക്കാൻ മെഫീസിലേക്ക് പോകുന്നു....."

താനറിഞ്ഞ കാര്യം. എങ്കിലും നെഫീസ് വാതിൽക്കൽ വിളംബരം ശ്രദ്ധിച്ചുകൊണ്ടുനിന്നു....

ഫെറോവിന് കാഴ്ച സമർപ്പിക്കണോ....? വേണ്ടയോ.....? നേതാക്കന്മാർ ചർച്ച നടത്തി ഒരു തീരുമാനം കൈക്കൊണ്ടു.... കാഴ്ച ശിഷ്ടാചാരമാണ്.... കപ്പമല്ല... അതുവഴി നാട്ടിനോ സ്വാതന്ത്ര്യത്തിനോ യാതൊരു കുഴപ്പവുമില്ല.

എന്താണ് സമർപ്പിക്കേണ്ടത്.....?

കെഫ്ടുവിന്റെ സമ്മാനങ്ങളിലേതെങ്കിലുമൊന്ന്.....?

ഛെ.... അതു ശരിയല്ല....

സെത്നായെ വിളിച്ച് അഭിപ്രായമാരാഞ്ഞു.....

"വേണമെങ്കിൽ ആ ഘടികാരം കൊടുത്തേക്കൂ.... കെഫ്ടുവിനു വേണ്ടി ഉണ്ടാക്കുന്നതല്ലേ....? അതിലൊന്ന് തരാം....."

"നല്ല അഭിപ്രായം....."

സെത്നാ ചായംപുരട്ടി ഘടികാരത്തിന് തിളക്കം കൂട്ടി. അത് വെക്കുന്നതിന് ചിത്രപ്പണികളോടുകൂടിയ ചെറിയൊരു പെട്ടിയും തയ്യാറാക്കി.

ഹെംടിയുടെ കീഴിൽ പരിശീലനം നേടുന്ന യോദ്ധാക്കളിൽ സമർത്ഥരായ ഔട്ടയെയും ബെക്കുവിനെയും മെനെപ്പടായുടെ അംഗരക്ഷകരായി തെരഞ്ഞെടുത്തു.

കെഫ്ടു വന്നുപോയതിനുശേഷം ബടാ തന്റെ തോണി എണ്ണപുരട്ടി മിനുസപ്പെടുത്തിയിരുന്നു. അബ്ടു യാത്രയ്ക്കുപോയ നാല്പതുപേരും രാജധാനിയിലേക്ക് പോകാൻ ഒരുങ്ങിനിന്നു....

പുറപ്പെടാൻ ഇനി മൂന്നു ദിവസം ബാക്കിയുണ്ട്....

അപെട് നേതാവിനെ കാണാൻവന്നു....

"ഫെറോ ക്ഷണം അയച്ചതറിഞ്ഞ് വളരെ സന്തോഷിക്കുന്നു....."

"കലവറയുടെയും വീടിന്റെയും പണി തീരാറായി.... അല്ലേ...?"

"ഉം... നിങ്ങളെ കണ്ടാൽ പ്രധാന പൂജാരി സന്തുഷ്ടനാകാതിരിക്കില്ല...."

"എന്തോ... അറിയില്ല...."

"പ്രയാണദിവസം രാവിലെ....."

"ക്ഷേത്ര ദർശനത്തിന് വരുന്നതാണ്......"

ഇനി രണ്ടു ദിവസം...

മൂത്തവരുടെ സമിതി നിത്യവും ചേർന്നു....

നല്ല നൈൽ വർഷത്തിന്റെ അടിസ്ഥാനത്തിൽ അടുത്ത തവണത്തെ നികുതി ഇപ്പൂവർ കണക്കു കൂട്ടിവെച്ചു.

"കണക്കു കൂട്ടുന്നതൊക്കെ ശരിതന്നെ.... വിളവു നോക്കിയേ നികുതി നിശ്ചയിക്കാവൂ...." മെനെപ്പടാ ഓർമ്മിപ്പിച്ചു.

തലേ ദിവസം....

ജനങ്ങൾക്ക് മെനെപ്പടായെ കണ്ട് മംഗളം നേരാനുള്ള വെമ്പൽ വരിവരിയായി അവർ കടന്നുവന്നു.

"ഇവരിങ്ങനെവന്നാൽ മറ്റു പണിയൊന്നും നടക്കില്ല. എല്ലാവരും നാളെ കടവിലെത്തിച്ചേരട്ടെ..." ഖ്നേഹോടെപ് തള്ളിക്കയറ്റം നിയന്ത്രിച്ചു.

മൂത്തവർ രാത്രിയായിട്ടും കുറേനേരം കൂടി രാജഗൃഹത്തിൽ തന്നെ

കഴിച്ചുകൂട്ടി. അവർ പോയിക്കഴിഞ്ഞിട്ടും സ്നോഫ്രുവും സെബെക്ഖുവും അതുമിതും പറഞ്ഞുകൊണ്ടിരുന്നു....

"അർദ്ധരാത്രി കഴിഞ്ഞു. ഇനി മെനെപ്പടാ ചേട്ടനെ വീട്ടിൽ പോകാനനുവദിക്ക്." ബടാ പറഞ്ഞു. തന്റെ ഭാര്യയും മക്കളും ഉറങ്ങിയിട്ടുണ്ടാകുമെന്ന് അയാൾ വിചാരിച്ചു.

ആ രാത്രി....

അച്ഛനെ കാത്തിരുന്ന് മടുത്ത രാമേരിപ്പടാ ഉറങ്ങാൻ കിടന്നു.

"റൊട്ടി ചൂടാക്കണോ...?" നെഫീസ് ചോദിച്ചു.

"വേണ്ട നെഫീ.... വിശപ്പില്ല...."

"എനിക്കും വിശപ്പില്ല...."

" നീ ഉപവസിക്കുകയോ...? ഒരിക്കലും പാടില്ല...." ഭാര്യയുടെ ഉദരത്തിൽ നോക്കിക്കൊണ്ട് അയാൾ തുടർന്നു. "ഇതിന്റകത്തിരിക്കുന്ന കുഞ്ഞ് എന്നോട് കോപിക്കും. ഇരിക്ക്.... നീ കഴിക്കേണ്ടത് ഒരാൾക്കുള്ളതല്ല... രണ്ടുപേരുടേതാണ്.... വാ....വാ..."

"നിങ്ങളും കഴിക്കണം......"

"ഉം..... ആകട്ടെ....."

ഭക്ഷണത്തിനിടയിൽ വിരലുകൾ സന്ദേശം കൈമാറിയില്ല. രതിസുഖത്തേക്കാൾ ഈ സാമീപ്യം ശ്രേഷ്ഠതരമായിരുന്നു.

"നെജമുട് വന്നിരുന്നു....."

"എന്തുപറഞ്ഞു.....?"

"ഫെറോ നിനക്ക് സമ്മാനം തരാൻ മതിയെന്ന്.....!"

"ഭ്രാന്തി....."

"ഞാനും അങ്ങനെതന്നെയാ അവളെ വിളിച്ചത്. നാം സ്വാർത്ഥികളല്ല.... പ്ടാദേവാ....നിന്റെ പ്രവൃത്തിയുടെ രഹസ്യം ഇപ്പോഴെനിക്ക് നന്നായി മനസ്സിലാവുന്നുണ്ട്...."

ഭക്ഷണം കഴിഞ്ഞു.....

ആലിംഗനത്തിന്റെ നിമിഷങ്ങൾ......

"ഞാൻ ഭാഗ്യവാനാണ്....."

"ഞാനും. അവിടെ സൂക്ഷിച്ച് കഴിയണം. അപകടത്തിന് സാദ്ധ്യതയുണ്ട്....."

"ഉം....."

"ദിവസവും എന്നെ ഓർക്കുമോ....?"

"ഓരോ രാത്രിയിലും......"

ചുംബനം..... ചുംബനം....

"ഒരു ജോലി ബാക്കിയായി....."

"എന്താ നെഫീ....?"

"ഇളയമ്മയുടെ വീട്ടിൽ പോകുന്നത്....."

"ഞാൻ തിരിച്ചെത്തി..... കൊയ്ത്ത് കഴിച്ച് പോകാം....."

"ഉം...പ്പടാ.... ഇനി ഉറങ്ങിക്കൊള്ളൂ.... വിശ്രമം വേണ്ടേ?"

"ഉറക്കവും വിശ്രമവും..... നമുക്ക് രണ്ടുപേർക്കും വേണം."

"ഉം......."

"ഒന്ന് കരയുന്നോ....?"

നെഫീസ് ചിരിച്ചുപോയി.....

"പ്ടാദേവാ..... നിന്റെ പാദങ്ങളാണ് എനിക്കാശ്രയമായിട്ടുള്ളത്....! കണ്ണീർകൊണ്ട് ഞാൻ നനയ്ക്കുകയില്ല... ഉമിനീർകൊണ്ടാണ് നനയ്ക്കുന്നത്...."

പറ്റിപ്പിടിച്ച് കിടന്നു.... അതേ നിലയിൽ ഉറങ്ങിപ്പോയി.....

പ്രഭാതം പൊട്ടിവിടർന്നു...

ക്ഷേത്രദർശനം കഴിഞ്ഞെത്തിയപ്പോഴേക്കും........നാട്ടുകാരും എത്തിച്ചേർന്നു....... രാത്രിയിൽതന്നെ എഴുന്നേറ്റു നടന്നുവരുന്നവരാണവർ..... അബ്ടുയാത്രയിലെ ബന്ധുക്കൾ... അഹൂറയുമുണ്ട്.

"ബടാ...... എന്തെങ്കിലും പറയൂ...."

"മെനെപ്പടാ ചേട്ടാ..... ഇവരെല്ലാം മെംഫീസിലേക്ക് വരുന്നത്രെ...."

മെനെപ്പടാ ചിരിച്ചു. ബടാതന്നെ തുടർന്നു....

"ഇത് രാജ്യകാര്യവുമായി ബന്ധപ്പെട്ടതാണ്. ഇത്തവണ ആരും വേണ്ടെന്ന് ഞാനുറപ്പിച്ച് പറഞ്ഞുകഴിഞ്ഞു...."

മെനെപ്പടാ എല്ലാവരെയും വാത്സല്യത്തോടെ നോക്കി.....

"അതേ.... ഇത്തവണ വേണ്ട...."

"അടുത്ത തവണ....? തീർച്ചയായും.....?"

"ഉം.....ഉം...."

മദ്ധ്യാഹ്നമായി...

രാമേരിപ്പടായുടെ കൂടെയിരുന്ന് ഭക്ഷണം കഴിച്ചു.

"അബ്ടുവിൽനിന്ന് വാങ്ങിയ ലിപിച്ചുരുൾ ഓർമ്മയുണ്ടോ രാമേരീ....?"

"ഓ...... നിന്റെ അമ്മ നിനക്കുവേണ്ടി എന്തെല്ലാമാണ് ചെയ്തതെന്ന് ഒരിക്കലും മറക്കരുത്....."

"അമ്മയെ നോക്കണം....."

"ഉം..."

നെഫറുറാ ഭക്ഷണപ്പൊതിയുമായി വന്നു.....

"നെഫീസ് ചേച്ചി. ഇതാ ചേട്ടന് വഴിക്കുള്ള ഭക്ഷണം."

"ഞാൻ നേരത്തേ കെട്ടിവെച്ചല്ലോ....."

"എന്റെ വകയും ഒന്നിരിക്കട്ടെ....ചേട്ടാ പോയിവാ....."

മെനെപ്പടാ അവളുടെ മുഖം ശ്രദ്ധിച്ച് ചെറുപുഞ്ചിരിയോടെ പ്രതി

വചിച്ചു.... "ആകട്ടെ....... നെഫറുറാ...."

ഭക്ഷണപ്പൊതികൾ പിന്നെയും വന്നുകൊണ്ടിരുന്നു. അബ്ടുയാത്രികർ കൊണ്ടുവന്നത് ഉപേക്ഷിക്കാൻ പറ്റില്ലല്ലോ... ബടാ പറഞ്ഞു.....

"ഇനിയും പൊതികളെത്തിയാൽ മുതലകൾക്ക് കൊടുക്കേണ്ടിവരും....."

"ഇനി ഓരോരാളും ഓരോ പിടിമാത്രം...." ഖ്നേംഹോടെപ് നിശ്ചയിച്ചു.

"സേനാപതിയുടെ അമ്മായിയമ്മ വരുന്നുണ്ട്. പൊതി കൊണ്ടുവരികയാണ്." ആരോ ഖ്നേംഹോടെപിനോട് പറഞ്ഞു.

"ആരായാലും ഇനി ഒരു പിടി മാത്രം. നിയമം എല്ലാവർക്കും ഒരേ പ്രകാരത്തിലാണ്." ഖ്നേംഹോടെപ് ഉറച്ച സ്വരത്തിൽ പറഞ്ഞു.

വൈകുന്നേരം....

റാ അസ്തമിക്കാൻ ഒരു മണിക്കൂർ മാത്രമേയുള്ളു.

രാജഗൃഹത്തിൽനിന്ന് ഒരു ഘോഷയാത്ര ആരംഭിച്ചു. ഇരുവശത്തും അണിയണിയായി നീങ്ങുന്ന ജനതതി... ഖ്നേംഹോടെപിന്റെ നേതൃത്വം. കഴുത്തിൽ പുഷ്പമാല്യമണിഞ്ഞ മെനെപ്പടാ മദ്ധ്യത്തിൽ... നീണ്ട തലമുടി പിന്നോട്ട് ചീകിവെച്ചിരിക്കുന്നു.... സ്നോഫ്രു, സെബെക്ഖു, സെമ, മൂത്തവരുടെ സമതിക്കാർ എല്ലാം മെനെപ്പടാക്കു ചുറ്റും നീങ്ങുന്നു... അവർക്കു പിന്നിൽ ഇപ്യൂവർ... ഔട്ട... ബെക്ക....

ഗർഭിണിയായ മാതാവിനെയുംകൂട്ടി രാമേരിപ്പടാ നേരത്തേ കടവിലെത്തിയിരുന്നു.

ഹർഷോത്സവത്തിന്റെ മുഹൂർത്തം.... ഒപ്പംതന്നെ വേർപാടിന്റെ വിങ്ങലും.... സംഭാഷണങ്ങളിലൂടെ നീളുന്ന നിമിഷങ്ങൾ.... ഇടയ്ക്കിടെ ജയഘോഷം...ഏ.... മെനെപ്പടാ....ഏ മെനെപ്പടാ.....!

രോമാഞ്ചമുണർത്തുന്ന അനുഭവം. രോഗബാധിതരും തൊട്ടിലിൽ കിടക്കുന്ന കുട്ടികളുമൊഴിച്ച് ശേഷിച്ചവരെല്ലാം കടവിലെത്തിയിട്ടുണ്ട്.

ബടാ തോണി തയാറാക്കി നിർത്തി. ആ തോണിയുടെ പിന്നാലെ അല്പദൂരം പോകുകയെന്ന ഉദ്ദേശ്യത്തോടെ ചില പെപൈറസ് തോണികളും ഒരുങ്ങിനിന്നു.

ഖ്നേംഹോടെപ് മെനെപ്പടായെ കടവിലുള്ള മണ്ഡപത്തിലേക്ക് നയിച്ചു.....

"ചേട്ടൻ വല്ലതും പറയണം....." അയാൾ അഭ്യർത്ഥിച്ചു.

മണൽത്തരി വീണാൽപോലും കേൾക്കുന്ന നീരവത.....

മെനെപ്പടാ ചുറ്റും നോക്കി. ഇവരെല്ലാം പരിചിതരാണ് അല്ല.... അപരിചിതമുഖങ്ങളാണിതെല്ലാം എന്ന് തോന്നി..... ഇതല്ലേ പ്രതീക്ഷയുടെ നോട്ടം.....? പ്രതീക്ഷ നിറവേറ്റുക എത്രമാത്രം ദുഷ്കരമാണ്.....!

ഗദ്ഗദം....ശ്വാസോച്ഛ്വാസത്തിനും തടസ്സം.... എന്തെങ്കിലും

പറയണമല്ലോ....എന്തെങ്കിലും.....

മുറുകുന്ന തൊണ്ടയിൽനിന്ന് ശബ്ദം പുറപ്പെട്ടു....

"ഞാൻ....ഞാൻ മെഫീസിൽ പോയി വരുന്നു....."

മെനെപ്പടാ പെട്ടെന്ന് താഴത്തിറങ്ങി. സ്വന്തക്കാരുടെ ചുമലിൽ മുഖമമർത്തി. അയാളുടെ മിഴികൾ നിറഞ്ഞൊഴുകുകയായിരുന്നു...... ആ ഹൃദയം വിങ്ങിപ്പൊട്ടി.....

ഇവൻ രാമേരിപ്പടാ.... ഇവൾ നെഫീസ്.....

മകനെ അടുത്തുപിടിച്ച് നെറ്റിയിൽ ചുംബിച്ചു. (ഇവൻ ഉയരത്തിലേക്ക് വളരുകയാണ്.) നെഫീസിന്റെ ചുമലിൽ തട്ടി. കൈവീശി.

കാഴ്ചവസ്തുക്കൾ നിറച്ചപെട്ടിയും വസ്ത്രങ്ങളും മറ്റും ഇട്ടിരുന്ന പെട്ടിയും നേരത്തേ തോണിയിൽ സ്ഥാനം പിടിച്ചിരുന്നു. കണക്കില്ലാത്ത ഭക്ഷണപ്പൊതികളും ഒരു മൂലയ്ക്കുണ്ടായിരുന്നു.

മെനെപ്പടാ മെല്ലെ തോണിയിൽ കാലെടുത്തുവെച്ചു. ആ മിഴികൾ അപ്പോഴും കലങ്ങിയിരിക്കയാണ്.... മെനെപ്പടായുടെ പിന്നാലെ മറ്റ് രണ്ടുപേരും കയറി....

കുട്ടികൾ അവരെ നോക്കി വിളിച്ചു പറഞ്ഞു: "ഔട്ട... ബെക്ക്...."

ബടായുടെ പത്നി ഇതുവരെ കടവിൽ വന്നിട്ടില്ല. ഇന്ന് അവളും ഭർത്താവിനെ യാത്രയാക്കാനെത്തിയിരിക്കുന്നു....

അന്ത്യമില്ലാത്ത വിടവാങ്ങൽ.

"പുറപ്പെടാം ബടാ...."

മെനെപ്പടാക്ക് സംശയം. തന്റെ ചുണ്ടിൽനിന്നുതന്നെയല്ലേ കല്പന പുറപ്പെട്ടത്.....?

കടവിലെ കുറ്റിയിൽ കെട്ടിയിരുന്ന കയറഴിച്ചു. ബടാ തോണി അല്പം മുന്നോട്ട് തള്ളി അതിൽ തുള്ളിക്കയറി. ചുക്കാനരികിൽനിന്ന് തുഴക്കാർക്ക് സൂചന നല്കി.

തോണി നീങ്ങിത്തുടങ്ങി. കാത്തിരുന്ന മറ്റ് പെപ്പൈറസ് തോണികളും ഇളകി.

വെള്ളപ്പൊക്കത്തിനുശേഷം പരിശുദ്ധയായിരിക്കുന്ന നൈൽനദി. ആദ്യം മദ്ധ്യത്തിലേക്ക്.... അനന്തരം ഉത്തരദിശയിലേക്ക് ഒഴുക്കിനനുകൂലമായി...

അന്തരീക്ഷത്തിൽ മുഖരിതമാകുന്ന ജയഘോഷം....

"ഏ? മെനെപ്പടാ....! ഏ! മെനെപ്പടാ.....?"

നേതാവ് കൺപോളകൾ അമർത്തിത്തുറന്നു. തോണിക്കടവ് ഇപ്പോൾ നിശ്ചലമാണ്. ആയിരക്കണക്കിന് കൈകൾ യാത്രയയപ്പരുളുന്നു....

ഈ ചെറിയ തോണികളെന്തിന് പിന്തുടരണം....? ഇത് സമയം

പാഴാക്കലല്ലാതെ മറ്റെന്താണ്....? നദിയിലും ഘോഷയാത്രയോ....?

"ഏ്! മെനെപ്പടാ....! ഏ്! മെനെപ്പടാ....!"

തോണിക്കടവ് അപ്രത്യക്ഷമാകുന്നു.... ജയഘോഷം ഒഴുകിയെത്തുന്നു.... പിന്തുടരുകയായിരുന്ന ഖ്നേംഹോടെപ് മറ്റ് തോണിക്കാരോട് കല്പിച്ചു.....

"മതി..... ഇനി മടങ്ങാം."

ഒരു തവണ മെനെപ്പടായുടെ തോണിക്കരികിലെത്തി അയാൾ പറഞ്ഞു....

"ബൈക്ക്......ഔട്ട..... ജാഗ്രത....."

നിർദ്ദേശം നേതാവിനല്ല. അംഗരക്ഷകർക്ക്.....

വിദൂരതയിൽമിഴിനട്ടുകൊണ്ട് മെനെപ്പടാ നെടുവീർപ്പിട്ടു....

പെട്ടെന്ന് തോണിക്കടവിന് നേർക്ക് തിരിഞ്ഞു...

അറിയാതെ ആ കൈയുയർന്ന് വായുവിൽ ചലിച്ചു........

ആറ്

"**മെ**നെപ്പടാ ചേട്ടാ..... ലിഷ്ടിലെത്തി."

അടുക്കുന്ന വെളിച്ചം അകലാനിഷ്ടപ്പെടാത്ത ഇരുട്ട്.....

എവിടെയാണെത്തിയത്....? ലിഷ്ടിൽ...ഓ.....! യാത്ര അവസാനിക്കാറായി. രണ്ടുമൂന്ന് മണിക്കൂർകൂടി കഴിഞ്ഞാൽ മെഫീസിലെത്തും.....

ഇമകൾ മെല്ലെ വിടർത്തി. പ്രകാശം കൃഷ്ണമണികളെ തഴുകി. ചുണ്ടുകളിളകി. മെനെപ്പടാ എഴുന്നേറ്റിരുന്നു.

ലിഷ്ട് ഗേബുവിന്റെ നാടാണ്. സെഡ് ഉത്സവത്തിന് അയാളെയും ക്ഷണിച്ചിരിക്കാനിടയുണ്ട്.

നിരന്നുനില്ക്കുന്ന പീടികകളും വീടുകളും. മദ്ധ്യത്തിലായി തോണിക്കടവ്. ഉദയസൂര്യന്റെ കിരണങ്ങൾ ഇരുളിന്റെ മൂടുപടം നീക്കിക്കളയുന്നു. കെട്ടിടങ്ങൾക്ക് നിഴലുകളുണ്ടായി. അത് നദിയിലേക്ക് നീണ്ടുനിന്നു. അക്കരെനിന്നും ഏതോ ഗാനം അലയടിച്ചെത്തുന്നു....

"രാജകൊട്ടാരം അടുത്തുള്ളതാണ് ഈ നാടിന്റെ പ്രശസ്തിക്ക് കാരണം. അല്ലേ, ബടാ....?"

"ഉം. അതുപോലെ നേതാവിന്റെ അടുത്ത് നില്ക്കുന്ന ഞാനും വലിയവനാണെന്ന് തോന്നുന്നില്ലേ....?"

ജീവിതത്തിലും നദിയിലും ഒന്നിച്ച് സഞ്ചരിക്കുന്നവർ. അപൂർവ്വ ഇണകൾ. ആ ബന്ധുത്വം സംസാരത്തിലും.....

"ബടാ, സൈന്യങ്ങളുണ്ടെങ്കിലാണ് സർദാറുണ്ടാകുന്നത് അനുയായികളുള്ളവനാണ് നേതാവ്...."

സ്നേഹമസൃണമായ വാക്കും നോക്കും. ബടാ പുളകമണിഞ്ഞു പോയി.

"നമ്മുടെ നാടിന്റെ കരയ്ക്കും ഇതുപോലെ പീടികകൾ കെട്ടിയിടണം....."

"ശരിയാണ്. നൈലിലൂടെ പോകുന്നവർക്ക് നീരാനെ തിരിച്ചറിയാനാകണം....."

"നെഫറുറായെകൊണ്ട് ഒരു ഭോജനശാലയും തുറപ്പിക്കണം. പാചകത്തിൽ അവളെ തോല്പിക്കാനാർക്കും കഴിയില്ല. അപ്പോൾ സഞ്ചാരികൾ നീരാനയിലിറങ്ങാതിരിക്കില്ല....."

ഈ മെനെപ്പടാ ചേട്ടൻ എന്തെല്ലാമാണ് സങ്കല്പിക്കുന്നത്....?

ലിഷ്ട് കഴിഞ്ഞു. ജനസാന്ദ്രത കുറഞ്ഞുവന്നു. പച്ചപിടിച്ച പാടങ്ങൾ ദൃശ്യമായി. യൗവ്വനത്തിന്റെ തുടിപ്പാർന്ന ധാന്യച്ചെടികൾ.....

തോണി ഇടത്തെ കരയ്ക്കടുത്തു. നനഞ്ഞ പൂഴിയിലുരസി അത് ശബ്ദമുണ്ടാക്കാതെ നിന്നു. പ്രഭാതകർമ്മങ്ങൾ കഴിക്കണം. എല്ലാവരും താഴത്തിറങ്ങി....

നീരാനപ്രദേശം വിട്ടശേഷം മെനെപ്പടാ തോണിയുടെ മുകൾത്തട്ടില് കയറി ഉറങ്ങാൻ കിടന്ന രീതി കണ്ട് ബടാ ഭയന്നിരുന്നു. ആ ഇരുളും.... അനന്തരമുള്ള പകലും..... മറ്റൊരിരുളും..... പകൽ ഒറ്റത്തവണ ഉണർന്നു. പുറത്തുപോകാനും വെള്ളം കുടിക്കാനും. ഭക്ഷണം കഴിച്ചില്ല....

"നിങ്ങളെല്ലാം കഴിച്ചോളൂ..... എനിക്കുറങ്ങണം..."

കഴിഞ്ഞ ഒമ്പതു മാസങ്ങളിലെ തളർച്ച മുഴുവൻ ഒന്നിച്ച് തീർക്കുന്നതുപോലെ.....

ഇടയ്ക്ക് ബടാ പരിഭ്രമിക്കയും ചെയ്തിരുന്നു...... വല്ല അസ്വാസ്ഥ്യവുമുണ്ടാകുമോ....? തോണിയുടെ മുന്നറ്റത്ത് ചെറിയൊരു കൂട്ടിൽ അമൻ ദേവതയുടെ വിഗ്രഹമുണ്ടായിരുന്നു.... സഞ്ചാരികളുടെ രക്ഷകൻ. ബടാ വിഗ്രഹത്തിന് മുന്നിലിരുന്ന് ദുഃഖത്തോടെ പ്രാർത്ഥിച്ചു. പലതവണ മെനെപ്പടായുടെ മൂക്കിൽ വിരലുവെച്ച് നോക്കി. ശ്വാസോച്ഛ്വാസമുണ്ട്.... ഭാഗ്യം......

"അമൻ.... നിന്റെ യശസ്സ് നശിക്കാതിരിക്കട്ടെ....."

രണ്ടാം ദിവസം പുലർന്നപ്പോൾ മെനെപ്പടായ്ക്ക് കലശലായ വിശപ്പ്. നേതാവിന്റെ ശബ്ദം എല്ലാവരെയും സന്തോഷിപ്പിച്ചു. വീട്ടുകാരിയും നെഫെറുറായും കെട്ടിക്കൊടുത്ത ഭക്ഷണപ്പൊതികൾ. നെഫീസിന്റെ റൊട്ടി വിശപ്പടക്കാൻ സഹായിക്കും. രുചിക്ക് നെഫെറുറാ തന്നെ പാകം ചെയ്യണം.

"ബടാ, നെഫെറുറായുടെ റൊട്ടികണ്ടോ.....? എന്തൊരു സ്വാദ്. ഒരു കഷണം തിന്നുനോക്ക്....."

ബടായുടെ തൊണ്ട തുറന്നു. എന്തൊരു സ്വാദ്. മുമ്പനുഭവിച്ചിട്ടില്ലാത്തത്! റൊട്ടിയും മാംസക്കഷണവും വായിലിട്ട ഉടനെ ചതഞ്ഞരഞ്ഞു.

"നെഫറുറാ മനുഷ്യസ്ത്രീയല്ല. മായാവിയാണ്! എന്തൊരു സ്വാദ്..... ഹാ...."

വയറ് നിറഞ്ഞശേഷം വീണ്ടും നിദ്ര....

ബടാ ഓടക്കുഴൽ കൈയിലെടുത്തു..... മനോഹരമായ ഒരു ഗാനം ആലപിച്ചു.... മെനെപ്പടാക്ക് ആലസ്യം കലർന്ന പുഞ്ചിരി.... കൺപീലികൾ താനേ ഒട്ടിപ്പിടിച്ചു.....

ഉച്ചയ്ക്കുണർന്നപ്പോൾ കരയിലെ ഈന്തത്തണലിൽ അല്പ വിശ്രമം തുടർന്ന് ബടായുമായി ചതുരംഗം കളി....

അടുത്തദിവസം മെനെപ്പടാ തികച്ചും മാറിത്തീർന്നിരുന്നു. എല്ലാവ രോടും കുശലപ്രശ്നം ചെയ്തു. വാഗ്വാദം നടത്തി.... ഇടയ്ക്കിടെ ചുക്കാൻ പിടിച്ചു.....

സാവധാനത്തിൽ പുറപ്പെട്ട തോണി വെയിലേറുന്നതിനു മുമ്പേ രാജധാനിയിലെത്തിച്ചേർന്നു.....

"ഇനി ഒന്നോ ഒന്നരയോ നാഴിക....."

പെട്ടെന്ന് നദിക്ക് വിസ്താരം കൂടിയതായി തോന്നി. കുറേക്കൂടി മുന്നോട്ട് പോയപ്പോൾ അകലം കുറഞ്ഞുകുറഞ്ഞു വന്നു. ഇരുവശവും ഉയർന്നു നില്ക്കുന്ന പ്രദേശങ്ങൾ. അവയ്ക്കിടയിലൂടെ വളഞ്ഞുപുള ഞ്ഞുപോകുന്ന വഴികൾ.... മുന്നിൽ സമതലഭൂമി.... പച്ചപിടിച്ച പാടങ്ങൾ. പനമരങ്ങൾ, ഈന്തപ്പനകൾ....

രാജധാനിയിലെ തോണിക്കടവിൽനിന്നും പുറപ്പെട്ട ചില തോണി കൾ ഇഴഞ്ഞു വരുന്നതു കണ്ടു. ജനങ്ങളുടെ അസ്പഷ്ടസ്വരങ്ങൾ കാറ്റിൽ പറന്നെത്തിത്തുടങ്ങി.....

മെനെപ്പടായുടെ ദൃഷ്ടി ഇടതു കരയിൽ തങ്ങിനിന്നു. ദരിദ്രജനങ്ങൾ ജലസസ്യങ്ങൾക്കിടയിൽ അലഞ്ഞുതിരിയുകയാണ്. ജൊണ്ട് സസ്യ ങ്ങളോ, കിഴങ്ങ് ചെടികളോ... അന്വേഷിക്കുകയാവണം... അവരുടെ ആഹാരമാണത്....

ചെറുതോണികളിൽ സമ്പന്നരും സഞ്ചരിക്കുന്നുണ്ട്. അവർ വേട്ടയാടുകയാണ്. അവർക്കതൊരു വിനോദമാണ്. യജമാനൻ കൈക്കോ ലുകൊണ്ട് തച്ച് പിടിക്കുന്ന കാട്ടുതാറാവുകളെയെടുക്കാൻ ഭൃത്യന്മാർ വെള്ളത്തിൽ തുള്ളിക്കൊണ്ടിരുന്നു.... വിഭവസമൃദ്ധമായ ഭക്ഷണത്തി നാണീ നായാട്ട്.....!

അസംഖ്യം തോണികൾ നദിയെ ആവരണം ചെയ്തിരുന്നു.

നദിയുടെ ഇടത്തെ കര ഉയരത്തിൽ കെട്ടിപ്പൊക്കിയിരിക്കുന്നു. വെള്ളപ്പൊക്കത്തിൽനിന്നുള്ള രക്ഷ. വെള്ളപ്പൊക്കം ഉപേക്ഷിച്ചുപോയ ഉയർച്ചയുടെ ചിഹ്നം മായാതെ കിടക്കുന്നു. കരയിലുടനീളം ജനസഞ്ചാരം. ഇവിടത്തെ ജനങ്ങൾ വേഗത്തിൽ നടക്കുന്നവരാണെന്ന് തോന്നുന്നു. കുടിലുകൾക്കും വീടുകൾക്കുമപ്പുറത്ത് ഉയർന്നു നില്ക്കുന്ന മണിമാളിക കൾ......

"അത് ചെറിയൊരു കൊട്ടാരമാണ്. ഫെറോവിന്റെ രണ്ട് സഹോദരി മാരും മക്കളും താമസിക്കുന്നത് അതിലാണ്. ഫെറോവിന്റെ മഹാസൗധം

കടവിന്റെ വടക്കു ഭാഗത്താണ്. നദിയോട് തൊട്ട് തന്നെ സ്ഥിതിചെയ്യുന്നു. എന്നാൽ ആ ഭാഗത്ത് രാജാവിന്റെയും റാണിയുടെയും തോണികൾക്കു മാത്രമേ പ്രവേശനമുള്ളൂ....” ബടാ വിവരിച്ചു.

ബടായുടെ സൂക്ഷ്മദൃഷ്ടി കടവിലെ തോണികളിൽ തങ്ങിനിന്നതു കൊണ്ട് മെനെപ്പടാ ചോദിച്ചു....

“എന്താ ബടാ.....?”

“അല്ല.... തോണിക്കാരുടെ ലക്ഷണം നോക്കി ഞാൻ തോണികൾ തിരിച്ചറിയാൻ ശ്രമിക്കയായിരുന്നു..... സൈപ്രസിലെ ഒരു ചരക്ക് തോണിയുണ്ട്. മീനോദ്വീപിലെയും ഒന്നുണ്ട്. കെഫ്ടിയു ദ്വീപിലേതില്ല. കെഫ്ടു മദ്ധ്യധരണ്യാഴിക്കടുത്തുള്ള പട്ടണങ്ങളിലായിരിക്കണം.”

വലിയൊരു തോണിയിലെ ജനത്തിരക്ക് കണ്ട് ഭയത്തോടെ ഔട്ട....! അബ്ബ? പറഞ്ഞുപോയി...

ഈ ബഹളത്തിനിടയ്ക്ക് കടവിലടുക്കാൻ താമസം നേരിട്ടേക്കുമോ എന്നാണ് ബടാ ചിന്തിച്ചത്. അയാൾ ‘വഴി....വഴി....’ എന്നു വിളിച്ചു പറഞ്ഞുകൊണ്ടിരുന്നു. കടവിലെ കാവൽ ഭടന്റെ ശ്രദ്ധയിൽ ഇതുപെട്ടു. ആ ഭടൻ.....! നിർത്ത്! എന്ന് ആംഗ്യം കാണിച്ചു. ചില നിമിഷങ്ങൾക്കകം കടവിൽ നിന്ന് മറ്റൊരു സ്വരമുയർന്നു.....

“പുതുതായി വന്ന തോണി ഈശാന കോണിലേക്ക് പോകട്ടെ....”

‘ശരി....’ എന്നർത്ഥത്തിൽ ബടാ കൈവീശിയെങ്കിലും ആ സ്വരം ഒന്നുകൂടി സ്പഷ്ടമായുയർന്നുകേട്ടു....

തോണി ഈശാനകോണിൽ ചെന്നുനിന്നു.....

ആദ്യത്തെ ജോലി കടവിന്റെ അധികാരിയെ കാണലാണ്. ബടാ കടവിലേക്ക് തുള്ളിയിറങ്ങിക്കൊണ്ട് പറഞ്ഞു.....

“നിങ്ങളിവിടെത്തന്നെ ഇരിക്ക്. ഞാനിപ്പോൾ വരാം.”

അയാൾ അപ്രത്യക്ഷനായി....

ഒരു വ്യാപാരി താനടയ്ക്കേണ്ട ചുങ്കത്തെപ്പറ്റി അധികാരിയുമായി തർക്കിക്കയായിരുന്നു. ജനം അയാൾക്കു ചുറ്റും കൂടിനില്ക്കുന്നുണ്ട്. അല്പസമയം ബടാ അക്ഷമനായി കഴിച്ചുകൂട്ടി. ഇടയ്ക്ക് സംസാരമൊന്നു നിലച്ചപ്പോൾ ബടാ തലനീട്ടി.

“നമസ്കാരം അധികാരികളെ.....”

ഇങ്ങനെ വന്ദനം പറയുന്നവരെത്ര പേരാണ്. എങ്കിലും അപരിചത ശബ്ദം....

“നീരാനെപ്രവിശ്യയിൽ നിന്നാണ്.....” ബടാ കൂട്ടിച്ചേർത്തു.

അധികാരി പിടഞ്ഞെണീറ്റു. ആ മുഖം വിവർണ്ണമായി. ചുണ്ടുകൾ നക്കിത്തുടച്ചുകൊണ്ട് അയാൾ ചോദിച്ചു...

“നേതാവ് വന്നിട്ടുണ്ടോ....?”

“ഉം.....”

"നടക്ക്.....പോകാം....."

"എനിക്ക് പോകാൻ ധൃതിയുണ്ട്." വ്യാപാരി അപേക്ഷിച്ചു.

"ഇരിക്ക്..... ഞാനിതാ വരുന്നു....."

മെനെപ്പടാ തീരത്തണയുന്ന അലമാലകളെ ശ്രദ്ധിച്ചുകൊണ്ടിരിക്കയായിരുന്നു....

"ഇദ്ദേഹമാണ് ഞങ്ങളുടെ നേതാവ്....." ബടാ പരിചയപ്പെടുത്തി.

അധികാരിയുടെ മുഖത്ത് നിരാശ. ആഡംബരവും അഹങ്കാരവുമുള്ള ഒരു വ്യക്തിയെയാണ് അയാൾ പ്രതീക്ഷിച്ചത്. നിരാശ കലർന്ന സ്വരത്തിൽ അയാൾ പറഞ്ഞു.

"നിങ്ങൾ വരുന്നുണ്ടെന്നും ബഹുമതികളോടെ സ്വീകരിക്കണമെന്നും മന്ത്രിയവർകൾ കല്പിച്ചിരുന്നു.... നിങ്ങൾക്ക് വന്ദനം."

പുഞ്ചിരിയോടെ മെനെപ്പടാ വന്ദനം സ്വീകരിച്ചു.

"കൊട്ടാരത്തിൽ വാർത്തയെത്തിക്കാം. അവിടെനിന്ന് വല്ലവരും എത്തുന്നതുവരെ കൂടാരത്തിൽ വിശ്രമിക്കാം."

"കൂടാരത്തിലോ.....? വേണ്ട. ഞങ്ങളിവിടെത്തന്നെ വിശ്രമിച്ചോളാം."

"ശരി. എങ്കിലും ഞാൻ ആദരിച്ചില്ലെന്ന് മന്ത്രിമാർ കോപിച്ചേക്കുമോ.... എന്തോ....?"

"അതൊന്നും നിങ്ങൾ പേടിക്കണ്ട. വേണ്ടതുപോലെ ബഹുമാനിച്ചിരുന്നെന്ന് ഞാൻ പറയാം...."

അധികാരി പല്ലിളിച്ചു. എന്തൊരും ഗാംഭീര്യം....! കനപ്പെട്ട സംസാരം! അഭിനന്ദനീയം തന്നെ. അയാൾ ഒരു കാവൽ ഭടനെ വിളിച്ച് കല്പിച്ചു....

"മറ്റ് തോണികളൊന്നും ഈ ഭാഗത്ത് വരാതെ നോക്കണം. ആളുകൾ ഇവിടെ കൂടിനില്ക്കാനും അനുവദിക്കരുത്....." മറ്റൊരു ഭടനായി അയാൾ തുടർന്നു....." ഓടിക്കോ കഴുതേ.... വേഗത്തിൽ കൊട്ടാരത്തിൽ ചെന്ന് മന്ത്രിയെ വിവരമറിയിക്ക്. നീരാനെ പ്രവിശ്യയിലെ നേതാവ് എത്തിച്ചേർന്നിരിക്കുന്നു... വിശ്രമിക്കയാണ്.... എന്ന് പറ."

ഭടൻ ഓടിപ്പോയി....

"യാത്ര സുഖമായിരുന്നോ....?" അധികാരി ചോദിച്ചു.

ബടായ്ക്ക് കോപം വന്നു.... ഉത്തരം പറഞ്ഞത് അയാളാണ്....

"അതേ..... സുഖമായിരുന്നു. ആ കച്ചവടക്കാരൻ അവിടെ കാത്തിരിക്കയാണ്. അയാളെ പറഞ്ഞയച്ചിട്ട് വാ....."

അധികാരി ബടായെ തുറിച്ചുനോക്കി.

"ഉം....ഉം...." അയാൾ മൂളി. ഒരിക്കൽക്കൂടി മെനെപ്പടായെ വന്ദിച്ചശേഷം പിന്നോക്കം വാങ്ങി പെട്ടെന്ന് തിരിഞ്ഞു നടന്നു.....

"എന്താ ബടാ.... ദേഷ്യം വന്നോ...? മെനെപ്പടാ ചിരിച്ചുകൊണ്ട് ചോദിച്ചു.

"ദേഷ്യം വരാതിരിക്കുന്നതെങ്ങനെ...? രാജധാനിയിലെ തോണിക്ക

ടവിന്റെ അധികാരിയാണുപോലും.....! വിദൂഷകൻ.....!"

"ക്ഷമ പാലിക്കാൻ ശീലിക്കണം ബടാ. ഇനി ഏതെല്ലാം തരത്തിലുള്ളവരെയാണ് കണ്ടുമുട്ടേണ്ടി വരികയെന്ന് ആർക്കറിയാം.....!"

വാത്സല്യം കലർന്ന ഉപദേശം..... ബടായുടെ തല കുനിഞ്ഞു.....

"ശരി.... ചേട്ടാ...."

നേതാവിന്റെ ആ വാക്ക് അവരിരുവരുടെയും ഗാംഭീര്യത്തെ ഉയർത്തിക്കാട്ടുന്നതായിരുന്നു.

സാമന്തരാജാവിനെതിരെ നീരാനെ ദേശത്തുകാർ നടത്തിയ പോരാട്ടത്തിന്റെ കഥ ഇതിനകം എല്ലാവരും അറിഞ്ഞുകഴിഞ്ഞിരുന്നു. ആ നേതാവിന്റെ ആഗമനവൃത്താന്തം കാട്ടുതീപോലെ നാട്ടിൽ പരന്നു. ജനം കടവിൽ തിങ്ങിക്കൂടി. ഈശാനകോണിലുള്ള തോണിയെ ചൂണ്ടിക്കൊണ്ട് അവർ അഭിപ്രായങ്ങൾ പ്രകടിപ്പിച്ചു.....

"പിടിച്ചുകൊണ്ടുവന്നതാണോ....?"

"അല്ലല്ല. തന്നത്താൻ വന്നതാണ്....."

"കാഴ്ചയ്ക്ക് ഒരു സാധാരണക്കാരനെപ്പോലെയുണ്ടല്ലോ...."

"ജനങ്ങളുടെ നേതാവല്ലേ.....?"

"തെറ്റിന് മാപ്പ് ചോദിക്കാൻ വന്നതാണോ.....?"

"ഛെ......! ഛെ.....! ശാന്തനായുള്ള ആ ഇരിപ്പ് നോക്ക്! സെഡ് ഉത്സവത്തിനായി മന്ത്രിയവർകൾ ക്ഷണിച്ചിരിക്കണം......"

"ആ സെഡ് ഉത്സവം! എപ്പോഴാണത്....?"

"ഒന്നുകിൽ ഈ മാസം. അല്ലെങ്കിൽ അടുത്തമാസമാകും. പ്രധാനപൂജാരി നാട്ടിലില്ലല്ലോ.... അദ്ദേഹം വന്നിട്ടു വേണ്ടേ തീയതി നിശ്ചയിക്കാൻ....."

"നമുക്ക് കുറച്ചു സമയം ഇവിടെത്തന്നെ നില്ക്കാം. ഈ നേതാവ് ജയിലിലേക്കോ കൊട്ടാരത്തിലേക്കോ പോകുന്നതെന്ന് അറിയാമല്ലോ....."

ഇതികം ഗദാധാരികളായ രാജഭടന്മാർ എത്തിച്ചേർന്നു. ജനങ്ങളോട് ഇരുഭാഗത്തും നിരന്നുനില്ക്കാൻ ആജ്ഞാപിച്ചു.

തോണിക്കടവിലേക്കുള്ള വിശാലമായ വഴിയ്ക്കിരുവശത്തും ജനങ്ങൾ അണിനിരന്നു.... യാത്രക്കാർ വഴിമുറിച്ചു കടക്കാനാകാതെ വിഷമിച്ചു.

"ആരാ വരുന്നത്....?" വൈകിയെത്തിയവർ അടുത്തുള്ളവരോട് ചോദിച്ചു.

"അറിയില്ലപ്പ. ഫെറോവായിരിക്കണം....."

"ഫെറോവാണെങ്കിൽ സേനാപതിയുണ്ടാകുമല്ലോ..... മന്ത്രിയാണെന്ന് തോന്നുന്നു....."

"ഇവിടെത്തന്നെ നില്ക്ക്. അറിയാമല്ലോ....."

അല്പസമയത്തിനുള്ളിൽത്തന്നെ കറുത്ത അമാലന്മാർ ചുമന്ന

കൊട്ടാരം പല്ലക്കെത്തിച്ചേർന്നു. പല്ലക്കിൽ ആരോ ഇരിക്കുന്നുണ്ട്. അരയിലും കഴുത്തിലുമണിഞ്ഞിരിക്കുന്ന ആഭരണങ്ങൾ സ്ഥാന മഹത്ത്വം സൂചിപ്പിക്കുന്നുണ്ട്. ആരാണ്.....? ജനങ്ങൾക്കറിയില്ല.

"പല്ലക്കിലാരാ....?" ഒരാൾ ഒരു ഭടനോട് ചോദിച്ചു.

"അറിയില്ല....." കർത്തവ്യനിഷ്ഠനായ ഭടൻ മറുപടി പറഞ്ഞു.

പല്ലക്ക് കടന്നുപോയ ഉടൻ ജനങ്ങൾ വഴിയിലിറങ്ങാൻ ശ്രമിച്ചു. ഭടന്മാർ വിട്ടില്ല.....

"പല്ലക്ക് തിരികെ പോരുന്നതുവരെ അവിടെത്തന്നെ നില്ക്കണം...."

തോണിക്കടവിലെ കോലാഹലം നിലച്ചു. വരേണ്ടവർ വന്നെത്തിയ തുപോലെ.....

ബടായുടെ മിഴികൾ കടവിലേക്കുള്ള വഴിയിൽ തങ്ങി നിന്നു. അധികാരി ഓടുന്നതും അമാലന്മാർ പല്ലക്കിറക്കി വെക്കുന്നതും അയാൾ കണ്ടു. പല്ലക്കിൽ നിന്നിറങ്ങുന്ന വ്യക്തിയെ കണ്ട് ബടാ മൂക്കത്ത് വിരൽ വെച്ചുപോയി...

"ഓ....! സേത്....! ഇത് നോക്ക്..... ഗേബു.....!"

ഗേബുവും അധികാരിയും തങ്ങളുടെ നേർക്ക് നടന്നു വരുന്നത് ബടാ ശ്രദ്ധിച്ചു....

മെനെപ്പടായുടെ ഹൃദയം ശക്തിയായി മിടിച്ചു. ദീർഘമായൊരു നെടുവീർപ്പ് അയാളിൽ നിന്നുയർന്നുവന്നു. ഭാവോദ്വേഗങ്ങൾ നിയന്ത്രിച്ച് ബടായുടെ കൈപിടിച്ച്, മെനെപ്പടാ തോണിയിൽ നിന്നിറങ്ങി.

ആത്മവിശ്വാസത്തിന്റെ പ്രകൃതം. ജനങ്ങളുടെ ശ്രദ്ധ മുഴുവൻ അയാളിൽ തങ്ങിനിന്നു. ഗേബുവും മെനെപ്പടായെ ഇമപൂട്ടാതെ നോക്കു കയായിരുന്നു. താനല്പം ഉയരംവെച്ചതുപോലെ മെനെപ്പടായ്ക്കനുഭവ പ്പെട്ടു.

സ്വീകരണ പ്രശ്നം എളുപ്പത്തിൽ തന്നെ ഗേബു പരിഹരിച്ചു.

മന്ദസ്മിതം തൂകിക്കൊണ്ട് വേഗത്തിൽ നടന്നുവന്ന് മെനെപ്പടായുടെ കൈകൾ പിടിച്ച് ഊഞ്ഞാലാട്ടിക്കൊണ്ട് അയാൾ കുശലപ്രശ്നം ചെയ്തു....

"ഓ.....മെനെപ്പടാ....! അന്നും വന്നിരുന്നല്ലോ. നിങ്ങളെ സ്വീകരിക്കു ന്നതിന് മന്ത്രി എന്നെ പ്രത്യേകം നിയോഗിച്ചിരിക്കയാണ്. നാട്ടിലെല്ലാ വർക്കും സുഖം തന്നെയല്ലേ....?

"അതേ.... സുഖം തന്നെയാണ്....."

"ഞാൻ നിങ്ങളുടെ ബന്ധുവാണ്. എന്നെ പേർ വിളിച്ചാൽ മതി...."

മെനെപ്പടാ ചിരിച്ചതേയുള്ളു...

"ഈ പുഞ്ചിരിയാണ് ഏവരെയും ജയിക്കാനുള്ള ആയുധമെന്ന് തോന്നുന്നു.....! മെഫീസിൽ വരുന്നത് ഇദംപ്രഥമമായാണ്.... അല്ലേ....?"

"അതേ. ആദ്യമായാണ്."

‘‘കൂടാരത്തിൽ വിശ്രമിക്കുന്നോ....?’’ കടവിന്റെ അധികാരി താണുവണങ്ങിക്കൊണ്ടുണർത്തിച്ചു.

‘‘ഇല്ല. ഞങ്ങൾ നേരെ കൊട്ടാരത്തിലേക്ക് പോകയാണ്’’ ഉറച്ചസ്വരത്തിൽ ഗേബു പറഞ്ഞു.

പുഷ്പമാല്യങ്ങൾ കൊണ്ടുവരപ്പെട്ടു. അധികാരി രണ്ടുപേർക്കും ഹാരാർപ്പണം നടത്തി. കൈയടിയുയർന്നു. തന്റെ കടമ അവസാനിച്ചതിൽ അധികാരി ആശ്വസിച്ചു....

“നടന്നാലും....” മെനെപ്പടായുടെ ഇടതു ചുമലിൽ പിടിച്ചുകൊണ്ട് ഗേബു ക്ഷണിച്ചു.

ഗേബുവിനെ മുട്ടിക്കൊണ്ട് മെനെപ്പടാ പല്ലക്കിലിരുന്നു. ഔട്ടയും ബെക്കുവും ഇരുവശങ്ങളിലായി നിന്നു. മുന്നിലും പിന്നിലും അമാലന്മാർ. ജോലിക്കാരോട് തോണിയിലിരിക്കാൻ കല്പിച്ച് ബടാ പല്ലക്ക് പിന്തുടർന്നു.....

വാർത്ത പാറിപ്പറന്നു. കേട്ടവർ കേട്ടവർ വഴിവക്കിൽ വന്നുനിന്നു.

തോണിക്കടവിൽനിന്ന് ആ ഘോഷയാത്ര വക്രനായ വഴി*യിലേക്ക് തിരിഞ്ഞു.....

“കൊട്ടാരംവരെ വിശാലമായ രാജവീഥിയുണ്ട്. എന്നാൽ ഫെറോവിനും, മന്ത്രിക്കും, പ്രധാനപൂജാരിക്കും മാത്രമേ അതിലൂടെ എഴുന്നള്ളാൻ പാടുള്ളു. മറ്റുള്ളവർക്ക് നടന്നുപോകാം. വലിയവലിയ ഉദ്യോഗസ്ഥന്മാർക്കും, സമ്പന്നന്മാർക്കും, ഭൂപ്രമാണിമാർക്കും ഈ വളഞ്ഞു തിരിഞ്ഞ വഴിയാണ് ആശ്രയം. വീതിയില്ലെങ്കിലെന്താ.... നഗരപ്രദക്ഷിണം വെക്കേണ്ട. ദൂരവും കുറവാണ്.....” ഗേബു വിവരിച്ചു.

മെനെപ്പടാ മൂളുകമാത്രം ചെയ്തു. അയാളുടെ ദൃഷ്ടി ഇരുവശത്തും സഞ്ചരിക്കുകയായിരുന്നു. ദരിദ്രരുടെ വീടുകൾ അടുത്തടുത്തായി നിലകൊള്ളുന്നു. ചുണ്ണാമ്പ് ചേർത്ത് ഉണക്കിയുണ്ടാക്കിയ ഇഷ്ടികവീടുകൾ.... പനമരത്തിന്റെ മടലുകളിട്ട് മീതെ മണ്ണ് പൂശിയ മേല്പുര. തൊഴിലാളികളും, കർഷകരും, മറ്റദ്ധ്വാനിക്കുന്ന എല്ലാ സ്ത്രീപുരുഷന്മാരും താമസിക്കുന്ന സ്ഥലം....

ഗേബു തുടർന്നു....

“ഈ വഴിയുടെ പേര് വക്രനായ വഴി” എന്നാണ്. ഈ പേര് എന്തിന് എപ്പോഴിട്ടെന്ന് ആർക്കും അറിയില്ല. കുരയ്ക്കുന്ന ഒറ്റ നായയും ഈ വഴിയിലില്ല. ഇതിന് സമാന്തരമായി കടവിൽനിന്ന് ഉത്തരദിശയിലേക്ക് പോകുന്ന മറ്റൊരു മാർഗ്ഗമുണ്ട്. അവിടെ വലിയ വലിയ പാനമന്ദിരങ്ങളും, സല്ക്കാരവസതികളും, കച്ചവടപ്പീടികകളുമുണ്ട്. ഒരു വൈകുന്നേരം ഞാൻ കൂട്ടിക്കൊണ്ട് പോകാം. നിങ്ങളുടെ പ്രദേശത്തുനിന്നും വന്ന ഭൂപ്രമാണിമാർ അവിടെയാണുള്ളത്. നിങ്ങളെ മന്ത്രി വിളിപ്പിച്ച കാര്യം അവ

* ഒരു വീഥിയുടെ പേര്

രിനിയും അറിഞ്ഞിട്ടില്ല.”

മെനെപ്പടാ വല്ലതും പറയുമെന്നു കരുതി ഒന്നുരണ്ടുനിമിഷം കാത്തിരുന്ന് നിരാശനായി ഗേബുതന്നെ തുടർന്നു...

‘‘ഞാൻ പഠിച്ചതും വളർന്നതും രാജധാനിയിലാണ്. അന്ന് എന്റെ അമ്മാവൻ ഭണ്ഡാരം സൂക്ഷിപ്പുകാരനായിരുന്നു. കൊട്ടാരത്തിലെ വടംവലിയും ബഹളവും ഇഷ്ടപ്പെടാതെ വരുമ്പോൾ ഞാൻ സ്വന്തം നാട്ടിലേക്ക് തന്നെ പോകുക പതിവായിരുന്നു. ഇപ്പോഴും അങ്ങനെതന്നെയാണ്.....”

“ഇങ്ങോട്ട് വരുമ്പോൾ നിങ്ങളുടെ നാട് കാണാൻ സാധിച്ചു.....”

“എന്റെ നാട്പോലെ സുന്ദരമായ പട്ടണം ഈജിപ്തിൽ വേറെയില്ല. പൗർണ്ണമി ദിവസം നദിയിൽനിന്ന് ലിഷ്ടിന്റെ സൗന്ദര്യം കാണേണ്ടതുതന്നെയാണ്.....” ഗേബു സ്വയം തൃപ്തനായി തുടർന്നു.... “അടുത്ത പൗർണ്ണമിക്ക് നമുക്ക് പോകാം..... കൂടാതെ...”

വാക്ക് പൂർത്തിയാക്കാൻ വിഷമിച്ചത് കണ്ട് മെനെപ്പടാ ചോദിച്ചു.... “എന്താ....?”

‘‘എന്റെ പത്നി നിങ്ങളെ കാണാനാഗ്രഹിക്കുന്നു. എന്തോ ചോദിക്കാനുണ്ടത്രേ.....”

“നിങ്ങളുടെ സാധനങ്ങളെല്ലാം ഭദ്രമായി സൂക്ഷിച്ചുവെച്ചിട്ടുണ്ട്.....”

“അപ്പ.....! രക്ഷപ്പെട്ടു....! ഇനി പേടിക്കാനില്ല. ഭാര്യയുടെ ചീത്ത കേട്ട് കേട്ട് ഞാൻ മടുത്തു....! ഞാൻ മെലിഞ്ഞുപോയത് അതുകൊണ്ടാണ്.....”

മെലിഞ്ഞലക്ഷണമൊന്നും സാമന്തരാജാവായിരുന്ന ഗേബുവിൽ കണ്ടില്ല. മെനെപ്പടാ പുഞ്ചിരിതൂകിക്കൊണ്ടിരുന്നതേയുള്ളു.

“നിങ്ങളുടെ കലാപത്തിൽ ഞാനും ഭാര്യയും എത്രമാത്രം സന്തുഷ്ടരായിരിക്കുമെന്നറിയോ....? നിങ്ങളുടെ പ്രവിശ്യ ഞങ്ങൾക്കാർക്കും ഇഷ്ടപ്പെട്ടിട്ടില്ല. ഇങ്ങനെ പറയുന്നതിൽ വിരോധം തോന്നരുത്. വിപ്ലവംമൂലം ഞങ്ങളും രക്ഷപ്പെട്ടു.....”

“മന്ത്രിയെന്താ പറയുന്നത്.....?”

“അതെല്ലാം രാജ്യകാര്യം. നിങ്ങൾതന്നെ നേരിട്ട് സംസാരിക്കുക. എങ്കിലും ആ കെഫ്ടു അത്ഭുതംതന്നെയാണ് സൃഷ്ടിച്ചത്! അവന് നിങ്ങളുടെ ഭരണത്തെ എത്ര പുകഴ്ത്തിയിട്ടും മതിയായില്ല. അവൻ വന്നപ്പോൾ ടെഹുടിയുണ്ടായിരുന്നില്ല. ഉണ്ടായിരുന്നെങ്കിൽ കുഴപ്പമായേനെ....”

“ഇപ്പോഴും ടെഹുടി ഇവിടെത്തന്നെയുണ്ട്..... അല്ലേ....?”

ഒന്ന് പുഞ്ചിരിച്ച്, ഒരു നിമിഷം മൗനം പാലിച്ച് ഗേബു വിവരണം തുടർന്നു....

“പറയാം. എനിക്കെന്താ....? മന്ത്രിക്ക് പ്രായമായി. ഭരണത്തിന്മേലുള്ള പിടി അയഞ്ഞിരിക്കുന്നെന്നാണ് ടെഹുടിയുടെ ആക്ഷേപം. ആ മെർബിനെ വീട്ടിലേക്കയച്ച് തനിക്ക് ആ സ്ഥാനത്ത് കയറിപ്പറ്റാനുള്ള വഴിയാണ് ടെഹുടി ചിന്തിക്കുന്നത്. അതിനുവേണ്ടി രഹസ്യമായി

പ്രധാനപൂജാരിയുടെ പക്ഷം ചേർന്നിരിക്കയാണ്. ദീർഘദർശിയായ മന്ത്രിക്ക് ഇതൊന്നും അറിയായ്കയല്ല. ഉത്തരപ്രവിശ്യകളിലെ കണക്കെടുപ്പിന് ടെഹുടിയെ ചുമതലപ്പെടുത്തിയിരിക്കയാണ്. സെഡ് ഉത്സവത്തിനാണല്ലോ നിങ്ങൾ വന്നിരിക്കുന്നത്. എന്നാൽ ഉത്സവത്തീയതി ഇനിയും നിശ്ചയിച്ചിട്ടില്ല. തീയതി നിശ്ചയിക്കേണ്ട പ്രധാന പൂജാരി ഇപ്പോൾ കൊട്ടാരത്തിലില്ല. ആൻ നഗരത്തിലാണുള്ളത്. ധാർമ്മിക സംവാദത്തിൽ മുഴുകിയിരിക്കയാണത്രെ! പ്രധാനപ്പെട്ട ചില ദേവദാസന്മാരെ അവിടേക്ക് വിളിപ്പിച്ചിരിക്കയാണ്....."

പല്ലക്ക് മറ്റൊരു വളവിലേക്ക് നീങ്ങി. അവിടെയും ജനങ്ങൾ നിരന്നുനിന്നിരുന്നു. പല്ലക്ക് കണ്ട ഉടൻ അവർ കൈയടിച്ചു....

"ഇതിന് *'ഭാഗ്യവീഥി'യെന്നാണ് പറയുക. ഒരു കാലത്ത് ഈ വഴിയിൽ ഭാവിഫലം പ്രവചിക്കുന്ന ചില ദേവദാസന്മാർ താമസിച്ചിരുന്നു. ഇപ്പോഴും നാലഞ്ച് കുടുംബങ്ങളുണ്ട്. ബാക്കിയുള്ളവരെല്ലാം ഇവിടംവിട്ട് പോയി. ഈ കാണുന്ന വീടുകളിലധികവും സാധാരണ തൊഴിലാളികളുടേതാണ്. പേര് മാത്രം ഇപ്പോഴും ശേഷിക്കുന്നു. ഇത് കഴിഞ്ഞാൽ തട്ടാന്മാരുടെ വഴിയാണ്. ആഭരണങ്ങളുണ്ടാക്കുന്നവരും, ഉണ്ടാക്കിക്കുന്നവരും, വാങ്ങുന്നവരും, വില്ക്കുന്നവരും, പണയം വാങ്ങുന്നവരുമെല്ലാം ആ വിശാലമായ വഴിയിൽ താമസിക്കുന്നുണ്ട്. അത് അരമനയുടെ മുന്നിലാണ് ചെന്നുചേരുന്നത്....."

"സാമന്തരാജാക്കന്മാരെല്ലാം വന്നിട്ടുണ്ടോ.....?"

"ഇപ്പോഴേ എന്തിന്....? നിങ്ങൾ വരുന്നതുകൊണ്ട് എന്നെ വിളിപ്പിച്ചു. മറ്റുള്ളവർ സാവധാനത്തിലെത്തിച്ചേരും....."

തട്ടാന്മാരുടെ വഴിയിൽ പെണ്ണുങ്ങൾ ധാരാളമായി കാണപ്പെട്ടു. തോഴിയോടൊപ്പം ഒരു തട്ടാന്റെ വീട്ടിൽനിന്ന് മറ്റൊരു തട്ടാന്റെ വീട്ടിലേക്ക് നീങ്ങുന്ന സമ്പന്നസ്ത്രീകൾ. (ചുണ്ടിലും കവിളിലും ചുവപ്പ്.... വക്ഷസ്ഥലം നിറയെ ആഭരണങ്ങൾ) നടുവസ്ത്രത്തിനുമീതെ മറ്റൊരു വസ്ത്രം കൂടി..... അത് പാദം തൊട്ട് ഇടതുസ്തനം വരെ മറച്ചു പിടിക്കുന്നു. ഒരറ്റം ഇടതു ചുമലിലൂടെ വലത്തെ സ്തനത്തിനു കീഴിലെത്തി മറ്റൊന്നുമായി കൂട്ടിക്കെട്ടിയിരിക്കുന്നു. സമ്പന്നകളല്ലാത്ത സ്ത്രീകളും കാണപ്പെട്ടു. മുട്ടുവരെ ഇറങ്ങിനില്ക്കുന്ന നടുവസ്ത്രം. ഒരു ഉത്തരീയവും... അവർക്ക് പ്രാധാന്യം വെള്ളിയാണ്..... സ്വർണ്ണമല്ല.

പല്ലക്ക് കണ്ട് ഏവർക്കും ഉൽക്കണ്ഠയുണ്ടായി. അതിലാരാണെന്നറിയാനുള്ള കൊതി. പക്ഷേ, സംശയം ആര് തീർത്തുതരും....

ഒരു ധനിക സുന്ദരി ഗേബുവിനെ നോക്കി പുഞ്ചിരിച്ചു. ഗേബു കൈവീശിക്കാട്ടി. മെനെപ്പടാ ചോദ്യരൂപത്തിൽ നോക്കുന്നത് കണ്ട് അയാൾ

---

* ഭാഗ്യത്തിന്റെ മാർഗ്ഗം-മറ്റൊരു വീഥിയുടെ പേര്

പറഞ്ഞു.... "പരിചയക്കാരിയാണ്...."

പല്ലക്ക് രാജവീഥിയിലെത്തിച്ചേർന്നു....

പശ്ചിമാഭിമുഖമായി നിലകൊള്ളുന്ന ഫെറോവിന്റെ കൊട്ടാര കവാടം ദൃശ്യമായി.

ആറാളുയരത്തിലുള്ള പ്രവേശന ഗോപുരം. അഗ്രഭാഗത്തിന് ഏഴെട്ട് മുഴം വീതിയുണ്ടാകും. ഗോപുരത്തിൽ പ്രധാന കവാടം. ഏകദേശം പത്തു പതിനാറ് മുഴം വീതിയിൽ. രണ്ടാളുയരം കാണും. സ്വർണ്ണം പൂശിയ വാതിൽ മിന്നിത്തിളങ്ങുന്നു. ഇരുവശത്തും ആയുധപാണികളായ കാവൽക്കാർ. അകത്തുകടന്നാൽ ആദ്യം എതിരേല്ക്കുന്നത് വിശാലമായ പൂന്തോട്ടമാണ്. പൂന്തോട്ടത്തിന്റെ മദ്ധ്യത്തിലായി ചുവന്ന ഇഷ്ടികകൊണ്ടുള്ള മാളിക. മഹാരാജാവിന്റെ അരമന. മാളികയുടെ കവാടംവരെ മനോഹരമായ മാർഗ്ഗം. ചുറ്റും പത്തുപതിനഞ്ച് കെട്ടിടങ്ങൾ. ആ പ്രദേശമാകെ കരിങ്കൽ മതില് കൊണ്ട് ചുറ്റപ്പെട്ടുകിടക്കുന്നു. മതിലിന് രണ്ടുമുഴം വീതിയുണ്ട്. പുറംവാതിലിനു തുല്യ ഉയരവും.....

ഗോപുരനടയിലെത്തിയ പല്ലക്ക് വലതുവശത്തേക്ക് നീങ്ങി....

"നാം അതിഥിമന്ദിരത്തിലേക്കാണ് പോകുന്നത്. അതിന് പ്രത്യേക വഴിയാണ്....."

അല്പദൂരം ചെന്നപ്പോൾ കോട്ടയിൽ വേറൊരു കവാടം ദൃശ്യമായി. ദ്വാരപാലകർ വണങ്ങി. കറ..... കറ..... ശബ്ദത്തോടെ വാതിൽ തുറക്കപ്പെട്ടു. പല്ലക്ക് അകത്ത് പ്രവേശിച്ചു.

അതിഥിമന്ദിരത്തിന് മുന്നിലും ഉദ്യാനം. ഒരു വശത്ത് മീൻകുളം. അതിഥിഗൃഹത്തിലെ ഉദ്യോഗസ്ഥൻ ആഗതരെ സ്വീകരിച്ചു. മൂന്നുനാല് മുറികളിലൊതുങ്ങുന്ന മനോഹരമായ കെട്ടിടം. ഓരോ മുറിയിലും കട്ടിലുകളും ഇരിപ്പിടങ്ങളുമുണ്ട്. ഭൃത്യന്മാർ കല്പന കേൾക്കാൻ കാത്ത് നില്ക്കുന്നു. ചുമരുകളിൽ വർണ്ണചിത്രങ്ങളുള്ള പുൽപ്പായകൾ തൂക്കിയിട്ടിരിക്കുന്നു....

"സാമന്തരാജാക്കന്മാരെല്ലാം ഇവിടെയാണോ താമസിക്കുക....?" മെനെപ്പടാ സംശയമുന്നയിച്ചു.

"ഛെ! ഛെ! നാല്പതുപേർക്ക് ഇവിടെ സ്ഥലമെവിടെ? നഗരത്തിന്റെ തെക്കുപടിഞ്ഞാറെ മൂലയിൽ ഒരു മാളികയുണ്ട്. ഞാനും അതിലാണ് കഴിയുന്നത്. നിങ്ങൾക്കും അംഗരക്ഷകർക്കും ഇവിടെയാണ് ആതിഥ്യം.

മെനെപ്പടായോടൊപ്പം വരാന്തയിൽ ചെന്നുനിന്ന് ദൂരേക്ക് ചൂണ്ടിക്കൊണ്ട് ഗേബു വിവരണം നല്കി....

"ആ ഭാഗത്തായി കോട്ടയിൽ വേറൊരു വാതിൽകൂടിയുണ്ട്. അതിൽക്കൂടി പുറത്തുകടന്നാൽ നൈലിന്റെ തീരത്തെത്തിച്ചേരും. ചില രാവുകളിൽ ഫെറോവും റാണിയും അവിടെ കാറ്റുകൊള്ളാൻ പോകാറുണ്ട്. വാതിലിനോടുതൊട്ട് സ്ഥിതി ചെയ്യുന്നതാണ് ക്ഷേത്രം. പാഠശാലയും അതിലാണ്. ക്ഷേത്രത്തിനരികിൽ തീർത്ഥക്കുളം. തൊട്ടുതൊട്ട്

പൂജാരികളുടെ വീടുകൾ. അരമനയുടെ ഇരുവശത്തുമുള്ളത് മന്ത്രി മന്ദിരം. രാജ്യകാര്യങ്ങൾ തീരുമാനിക്കപ്പെടുന്നത് അവിടെയാണ്. രാജ്യ ദ്രോഹികൾക്കുള്ള കാരാഗൃഹവും വധസ്ഥാനവും അതിനപ്പുറത്താണ്. മന്ത്രിമന്ദിരത്തിന് തൊട്ടു കാണുന്നത് എഴുത്തോലകളും രേഖകളും സൂക്ഷിക്കുന്നസ്ഥലം. ക്ഷേത്രത്തിനപ്പുറത്ത് കാണുന്നത് കൊട്ടാരം ജോലിക്കാരുടെ ഗൃഹങ്ങളാണ്. ആശാരിമാരും, നെയ്ത്തുകാരും, തുന്നൽക്കാരുമെല്ലാം അക്കൂട്ടത്തിലുണ്ട്. ആയുധശാലയും, ഭണ്ഡാരപ്പുര കളും, ഗോശാലയും, നൃത്തക്കാരുടെയും ഗായകരുടെയും ഗൃഹങ്ങളും, കാവൽ ഭടന്മാരുടെയും കൊട്ടാരം പരിചാരകന്മാരുടെയും വീടുകളും മറ്റും ഇപ്പുറത്ത് കാണുന്നതാണ്. മന്ത്രിമന്ദിരത്തിനടുത്തുള്ള രണ്ടാമത്തെ കെട്ടിടമാണ് സേനാപതിയുടെ കാര്യാലയം. സ്വീകരണമുറി, സഭാഭവനം, സല്ക്കാര മന്ദിരം, കിരീടമുറി, ചമയമുറികൾ തുടങ്ങിയവയെല്ലാം അരമ നയുടെ മുൻവശത്തെ പകുതി ഭാഗത്തായി സ്ഥിതിചെയ്യുന്നു. ശേഷിച്ച പകുതിയിൽ ഫെറോവും പരിവാരങ്ങളും അധിവസിക്കുന്നു. അവിടെ തന്നെ ഖജനാവും ധാന്യപ്പുരയും അടുക്കളയുമുണ്ട്....."

"ചുരുക്കത്തിൽ ഒരു കൊച്ചു പട്ടണമെന്ന് വിശേഷിപ്പിക്കാം......" മെനെപ്പടാ പറഞ്ഞു.

"അതേ.... പട്ടണത്തിനുള്ളിൽ മറ്റൊരു പട്ടണം. ലോകത്തിൽ വെച്ചേറ്റവും ശ്രേഷ്ഠവും ബലിഷ്ഠവുമായ രാജ്യത്തിന്റെ കേന്ദ്രബിന്ദുവാ ണിത്. തീരത്തുള്ള ആ വലിയ ഗോപുരം ശ്രദ്ധിച്ചിരുന്നോ....?"

"ഉം......"

"തലയ്ക്കു മീതെ കുളം! കേൾക്കുമ്പോൾ തമാശതോന്നും.....! വാസ്തവമാണ്. നദീജലം ഏത്തക്കൊട്ടയുപയോഗിച്ച് ഒരു കുളത്തിൽ നിറയ്ക്കുന്നു. അതിൽനിന്ന് ഉയരമുള്ള മറ്റൊരു കുളത്തിലേക്ക്. ആ ജലം ഗോപുരത്തിന്റെ മുകളിലുള്ള കുളത്തിൽ നിറയ്ക്കുന്നു. ആ ജലം ചെമ്പിന്റെ കുഴലുകൾവഴി ഈ കൊച്ചുനഗരത്തിന്റെ മുക്കിലും മൂല യിലും ചെന്നുചേരുന്നു. ഇവിടെ കെട്ടികിടക്കുന്ന അഴുക്കുവെള്ളം ഉൾച്ചാ ലുകൾ വഴി ദൂരെയുള്ള ദരിദ്രകർഷകരുടെ നിലങ്ങളിലേക്കൊഴുക്കിവി ടുന്നു..... എങ്ങനെയുണ്ട് വ്യവസ്ഥ....?"

"അത്ഭുതകരംതന്നെ....."

വാതില്ക്കൽവന്ന് ആരോ എത്തിനോക്കിയതായി ഗേബുവിന് തോന്നി...

"ആരാ അത്....?"

മുഖം കാണിച്ച വ്യക്തി പടികടന്നു വന്നു. മന്ത്രിയുടെ എഴുത്തുകാ രൻ. അയാൾ ഇരുവരെയും താണുവണങ്ങി. ഗേബുവിനെ ആംഗ്യംകാട്ടി അടുത്തേക്ക് വിളിച്ച് ചെവിയിലെന്തോ മന്ത്രിച്ചു. അയാൾ പുറത്തേക്കിറ ങ്ങിയപ്പോൾ ഗേബു മെനെപ്പടായോട് പറഞ്ഞു:

"ദൈനംദിന നടപടികൾകഴിച്ച് മന്ത്രി വസതിയിലേക്ക് പോയത്രെ.

നിങ്ങളെ ബഹുമാനപൂർവ്വം സല്ക്കരിക്കുന്നതിന് നിർദ്ദേശം നല്കിയിട്ടുണ്ട്. ഇനി നാളെ രാവിലെ മാത്രമേ അദ്ദേഹത്തെ കാണാൻപറ്റൂ. രാവിലെ മന്ത്രി എത്തിച്ചേർന്നാലുടൻ നിങ്ങളെക്കൂട്ടിക്കൊണ്ടുപോകാനാളുവരും....."

മെനെപ്പടായുടെ മുഖത്തുള്ള പ്രസന്നത ഒരു നിമിഷത്തേക്ക് മാഞ്ഞുപോയി. നീരാനെ പ്രവിശ്യയിലെ നേതാവിനെ കാണാൻ മന്ത്രി ഉൽക്കണ്ഠാകുലനായിരിക്കുമെന്നാണ് കരുതിയത്. ചെന്ന ഉടൻതന്നെ മന്ത്രിയെ സന്ദർശിക്കാനാകുമെന്നും കണക്കു കൂട്ടിയിരുന്നു. പക്ഷേ, പരിതഃസ്ഥിതി മാറിപ്പോയിരിക്കുന്നു......

തോണിക്കടവിൽവെച്ച് ചെയ്തതുപോലെ മെനെപ്പടായുടെ ഇരുകരങ്ങളും ഗ്രഹിച്ച് ഊഞ്ഞാലാട്ടിക്കൊണ്ട് ഗേബു യാത്രപറഞ്ഞു....

"എനിക്ക് അനുമതി തന്നാലും......"

"നിങ്ങൾ നാളെയും വരുമല്ലോ.....?"

"അത് പറയാനാകില്ല. സന്ധ്യയ്ക്കു മുമ്പ് സൂചനയൊന്നും കിട്ടിയില്ലെങ്കിൽ ലിഷ്ടിലേക്ക് പോകും. അരമനയിലെ വിഭവങ്ങളേക്കാൾ മെച്ചമല്ലേ ഭാര്യചുട്ട ചൂടുറൊട്ടി.....! തമാശ പറഞ്ഞതാണ്. അവിടെയും റൊട്ടി ചുടുന്നത് ദാസികളാണ്....."

"പോയി വരൂ...."

"തോണിയിൽനിന്ന് വല്ലതും കൊണ്ടുവരാനുണ്ടോ....?"

"ഉണ്ട്."

"എത്ര കഴുതകൾ വേണം."

"പെട്ടിയും വസ്ത്രവും മറ്റുമാണ്....ഒന്നുമതി."

"ഏർപ്പാട് ചെയ്യാം....."

"ബടായും കൂടെപ്പോകും."

"ബടാ...." ഗേബു ചിരിച്ചു..... "നീരാനെ പ്രവിശ്യയിലെ ഗതാഗതങ്ങളുടെ അധികാരി....!

ബടാ ബെക്കുവും ഔട്ടയുമൊത്ത് പൂന്തോട്ടത്തിൽ നില്ക്കയായിരുന്നു. ഗേബുവിന്റെ ദൃഷ്ടി അവിടേക്ക് പാഞ്ഞുചെന്നു.

ഗേബു യാത്രപറഞ്ഞിറങ്ങിയപ്പോൾ മൂവരും അകത്തു കടന്നു.

കൊട്ടാരം സേവകരോട് ബടാ പറഞ്ഞു....

"നിങ്ങളിപ്പോൾ പൊയ്ക്കോ. വേണ്ടപ്പോൾ വിളിക്കാം."

പരിചാരകന്മാർ നടന്നകന്നപ്പോൾ ബടാ സങ്കടം നിഴലിക്കുന്ന ശബ്ദത്തിൽ പറഞ്ഞു....

"ചേട്ടാ....., രണ്ട് കാര്യം എനിക്ക് മനസ്സിലായില്ല..... നമ്മളിവിടെ വന്നത് സ്വന്തം ഇഷ്ടപ്രകാരമാണോ....? അതോ മറ്റുള്ളവരുടെ ക്ഷണപ്രകാരമോ....?"

"നിനക്കറിയുന്നതല്ലേ ബടാ.... സ്വന്തം ഇഷ്ടപ്രകാരം തന്നെ."

"അടുത്ത കാര്യം...., നമുക്കിവിടെ സ്വാതന്ത്ര്യമുണ്ടോ എന്നതാണ്.

ഇഷ്ടംപോലെ സഞ്ചരിക്കാൻ നമുക്കനുവാദമുണ്ടോ".

"ഇല്ലെന്നാരു പറഞ്ഞു....?"

"ഗേബു പുറത്തു കടന്ന ഉടൻ വാതിലടച്ചു. നാം അകത്തായല്ലോ....? അത്....."

മെനെപ്പടായുടെ നെറ്റിചുളിഞ്ഞു. നിമിഷനേരം അയാൾ മൗനിയായിരുന്നു. ക്രമേണ ചുളിവ് നിവർന്നു. ആ ചുണ്ടിൽ മന്ദഹാസം തത്തിക്കളിച്ചു....

"നീരാനെ പ്രവിശ്യയിലെ ഗതാഗതത്തിന്റെ അധികാരി ബടാ മുട്ടിയാൽ എല്ലാ വാതിലുകളും തുറക്കപ്പെടുകതന്നെ ചെയ്യും!"

"ചേട്ടനെല്ലാം തമാശയാണ്. അതിഥിമന്ദിരവും കാരാഗൃഹവും അടുത്തടുത്താണെന്ന് പറഞ്ഞത് കേട്ടില്ലേ? ഔട്ടാ.... ബെക്ക്.... നാം കരുതലോടെയിരിക്കണം....."

അംഗരക്ഷകർ തലയാട്ടി...

"തോണിയിൽനിന്ന് നമ്മുടെ സാധനങ്ങളും മറ്റുംകൊണ്ടു വരേണ്ടേ?" മെനെപ്പടാ ചോദിച്ചു.

"ഞാൻ പോയി എടുത്തുകൊണ്ട് വരാം. അതിന് ഇവറ്റകളുടെ കഴുതവേണോ.....?"

"അങ്ങനെയല്ല ബടാ. അവരുടെ ആതിഥ്യമാണ് നാം സ്വീകരിക്കുന്നത്. അപ്പോൾ കഴുതയുമാകാമല്ലോ....? അത് സാധുവായ ജന്തുവാണ്. ആരെ വേണമെങ്കിലും അത് ചുമക്കും. ഏത് സാധനവും അതിന്റെ പുറത്ത് കയറ്റാം....."

"ശരി ആകട്ടെ....."

"തോണി അധികാരിയെ ഏല്പിച്ച് ജോലിക്കാരെയും കൂട്ടി വാ... ഭക്ഷണം പിന്നീട് കഴിക്കാം....."

കോട്ടവാതിൽ തുറക്കുകയും അടയ്ക്കുകയും ചെയ്തു.

മെനെപ്പടായുടെ ദൃഷ്ടി ചുമർചിത്രങ്ങളിൽ തങ്ങിനിന്നു. ഫെറോ പേപിയുടെ തോണിയാത്ര.... ഈശ്വരപൂജ. പേപിയുടെ രാജസദസ്സ്... സമരയോദ്ധാവിന്റെ വേഷത്തിൽ..... ചില ചിത്രങ്ങൾ വളരെ പഴക്കം ചെന്നവയാണ്. ചിലവ പുതിയതും. എല്ലാ ചിത്രങ്ങളിലും പേപി സ്ഥാനം പിടിച്ചിട്ടുണ്ട്. യുവാവിന്റെ രൂപത്തിൽ....! ചിത്രകാരന്റെ ദൃഷ്ടിയിൽ പേപി സദാ യുവാവാണ്.....!

ഉലാത്തിക്കൊണ്ടിരുന്ന മെനെപ്പടാ തന്റെ മനസ്സിനെ ഇഷ്ടംപോലെ അലയാൻ വിട്ടു.

മരിച്ചവന്റെ ആത്മാവ് ബെന്നുപക്ഷി*യായി അലഞ്ഞുതിരിയുന്നു....! ജീവിച്ചിരിക്കുന്നവന്റെ മനസ്സ് സ്വച്ഛന്ദമായി പാറിക്കളിക്കുന്നു....

* ഈജിപ്തുകാർ ആത്മാവിന് നാശമില്ലെന്ന് വിശ്വസിക്കുന്നു. അത് ഒരു പക്ഷിയായി പറന്നുയരുകയും തിരികെ മൃതദേഹത്തിൽ പ്രവേശിക്കയും ചെയ്യുന്നു. ആ പക്ഷിയാണ് ബെന്നുപക്ഷി.

കൊട്ടാരവുമായി ബന്ധപ്പെട്ട ആ പ്രദേശത്തെ നൂറുകണക്കിന് നിവാസികൾ വിപ്ലവനേതാവിനെ കാണാൻ ഒറ്റയ്ക്കും കൂട്ടായും വന്നു തുടങ്ങി..... വന്ദനങ്ങളോ.... സംഭാഷണങ്ങളോ ഇല്ലാത്ത.... കേവലമായ എത്തിനോട്ടം.....

"അവരോട് മാറിപ്പോകാൻ പറഞ്ഞാലോ....?" ഔട്ട ചോദിച്ചു.

"വേണ്ട. എന്തോ കൗതുകമാണ്.... കണ്ട് പൊയ്ക്കോട്ടെ...."

പുറത്തിറങ്ങിവന്ന് ബെക്കു അറിയിച്ചു.....

''വാതിലിനിരുവശം ആയുധധാരികളായ കാവല്ക്കാരുണ്ട്. അതിഥിമന്ദിരത്തിന്റെ ഉദ്യോഗസ്ഥൻ അവരുമായി സംസാരിക്കയാണ്...."

നിമിഷങ്ങൾക്കകം ആ അധികാരി കടന്നുവന്ന് ഭക്ഷണം തയ്യാറായെന്നറിയിച്ചു.

"തോണിക്കാർ വന്നിട്ടേ ഞങ്ങൾ ഭക്ഷണം കഴിക്കുന്നുള്ളു" മെനെപ്പടാ പറഞ്ഞു.

അധികാരിക്ക് അത്ഭുതവും വിസ്മയവും! ജോലിക്കാരോടൊത്ത് ഭക്ഷണം കഴിക്കുന്ന നേതാവ്.....!

അതിഥിമന്ദിരത്തിലെ പരിചാരകരോട് ഭക്ഷണം തയ്യാറാക്കാൻ നിർദ്ദേശിച്ച്, ആ അധികാരി അപ്രത്യക്ഷനായി. മഹാറാണി നെഫർടേം അയാളെ വിളിപ്പിച്ചിരിക്കയാണ്. വൈകുന്നേരം മന്ത്രിക്കും ഫെറോവിനും വിപ്ലവനേതാവിനെക്കുറിച്ചുള്ള വാർത്ത എത്തിക്കുന്നതും അയാളുടെ ചുമതലയാണ്. അസാധാരണനായ അതിഥിയെക്കുറിച്ചറിയാൻ ഏവർക്കും ബദ്ധപ്പാടുണ്ടായി....

സാധനങ്ങളുമായി ബടാ എത്തിച്ചേർന്നു..... തന്റെ ആഗമനത്തെപ്പറ്റി അയാൾ മെനെപ്പടായെ വിവരിച്ചു കേൾപ്പിച്ചു....

"മുന്നിലും പിന്നിലും ഭടന്മാർ.... നടുക്ക് ഭാരം ചുമക്കുന്ന കഴുത. കൂടെ ഞങ്ങളും. പ്രജകൾ ഞങ്ങളെ നോക്കിനിന്നു.... കള്ളന്മാരെ തൊണ്ടിസഹിതം പിടിച്ചുകൊണ്ട് പോകുന്നതുപോലെ തോന്നിച്ചിരുന്നു. ഞങ്ങൾ ചിരിച്ച് ചിരിച്ച് മണ്ണുകപ്പിപ്പോയി..... കഴുതയും വിചിത്രമായി മുരണ്ടു...."

കുളി ആദ്യം വേണോ....? ഭക്ഷണം കഴിഞ്ഞ് മതിയോ?

"ഭക്ഷണവും ഒരു തരത്തിലുള്ള കുളിയാണ്. തൊണ്ടയും വയറും നിറച്ചതിനുശേഷം ദേഹം നനച്ചാൽ മതി....." ബടാ പറഞ്ഞു.....

ഒന്നിച്ചിരുന്ന് ഭക്ഷണം കഴിക്കൽ.... രുചികരമായ മദ്യവും ആഹാര സാധനങ്ങളും.... എല്ലാവർക്കും വയർ നിറഞ്ഞു....

''ഇങ്ങനെ കുറച്ചു ദിവസം ഭക്ഷണം കഴിച്ചാൽ പല്ലക്കെടുക്കുന്നവരും തുഴയുന്നവരും വിഷമിക്കും...." ബടാ പറഞ്ഞു.

മെനെപ്പടായ്ക്ക് ചിരിവന്നു.

പാചകക്കാരുടെ തലവനെ വിളിച്ച് ബടാ അറിയിച്ചു.

"ഇപ്പോൾ തിന്നത് ദഹിക്കുന്നതിന് കാലതാമസം വേണം. രാത്രി അല്പം മദ്യം മാത്രംമതി. മറ്റൊന്നും വേണ്ട...."

പുതിയ അതിഥികൾ സാധാരണക്കാരായതിനാൽ പരിചാരകന്മാർക്ക് അല്പം അസ്വാസ്ഥ്യവും.... അല്പം സമാധാനവുമുണ്ടായി....

... റാ അസ്തമിച്ചു. ഗോപുരവാതിൽ അടച്ചു. ആയിരക്കണക്കിന് ദീപസ്തംഭങ്ങൾ എരിഞ്ഞുനിന്നു. ഇരുൾ ഓടിയകന്നു.

അതിഥി മന്ദിരവും പ്രകാശത്തിൽ മുങ്ങിക്കുളിച്ചു....

മദ്യം കൊണ്ടുവരപ്പെട്ടപ്പോൾ മെനെപ്പടാ പറഞ്ഞു.....

"നാം കരുതലോടെയിരിക്കണമെന്ന് നേരത്തെ ആരോ പറയുന്നത് കേട്ടു.....!"

ബടാ ചിരിച്ചു. അത് തനിക്കുള്ളതാണ്. കാര്യമറിഞ്ഞപ്പോൾ ഔട്ടയും ബെക്കുവും കുലുങ്ങിച്ചിരിച്ചു.....

ബടാ അല്പം ഗൗരവത്തോടെ പറഞ്ഞു....

"ഒരു പാത്രം മദ്യം കുടിച്ചതുകൊണ്ട് എനിക്കൊന്നും സംഭവിക്കില്ല. ദാഹിച്ചവൻ ഒരു കവിൾ വെള്ളം കുടിച്ചതുപോലെയേ അനുഭവപ്പെടൂ....! കൂടുതൽ ഒറ്റത്തുള്ളിപോലും തൊടില്ല. നാളെമുതൽ ഇവിടെ കഴിയുന്നത്ര ദിവസത്തോളം ഓരോ പാത്രം മാത്രമേ സ്വീകരിക്കൂ....."

തന്റെ ജോലിക്കാരോടായി അയാൾ തുടർന്നു....

"ഓരോ കവിൾ അകത്താക്കി തോണിയിൽ ചെന്ന് കിടന്നോ.... കെട്ടും മുട്ടും ഒന്നും ഇല്ലല്ലോ. രാവിലെ ഇങ്ങോട്ട് വന്നാൽ മതി.... പോകുമ്പോൾ കാവല്ക്കാരോട് വിവരം പറഞ്ഞേക്കൂ...."

തോണിക്കാർ തലയാട്ടിക്കൊണ്ട് കടന്നുപോയി....

ബടാ തന്റെ പാത്രം ചുണ്ടോടടുപ്പിച്ച് സാവധാനം കുടിച്ചുതീർത്തു....

ജനലിലൂടെ വെളിയിൽ നോക്കിയിരുന്ന മെനെപ്പടായെ ദുഃഖം ആവരണം ചെയ്തു.... സെഡ് ഉത്സവത്തിന് തീയതി നിശ്ചയിച്ചിട്ടില്ല.... പ്രധാനപൂജാരി രാജധാനിയിലെത്താൻ താമസിച്ചാൽ....? താൻ വളരെ നേരത്തേ വന്നതുപോലെയായല്ലോ.... മന്ത്രി എന്താണോ ചോദിക്കുക....? ഫെറോവിന് കാഴ്ച സമർപ്പിക്കണം.... എപ്പോൾ...? ആ കെഫ്ടു ഇപ്പോഴെവിടെയായിരിക്കും...? നാട് വിട്ടിട്ട് ഒരാഴ്ച കഴിഞ്ഞിരിക്കുന്നു. തന്റെ അഭാവത്തിൽ ഭരണം നടത്താൻ സ്നോഫ്രുവും സെബെക്ഖുവും മൂത്തവരും പരിശീലിച്ചു കഴിഞ്ഞിരിക്കും..... ചിന്തകൾ കുമിഞ്ഞ് കൂടുന്നു... നെഫീസ് എന്തുചെയ്യുകയാവും....? രാമേരി ഉറങ്ങിക്കാണണം...

"ചേട്ടന് മദ്യംവേണ്ട... അല്ലേ...?" ബടായുടെ ചോദ്യം.

"ഉം...."

"അബ്ടുവിലേക്ക് പോയപ്പോൾ ചേട്ടന്റെ വാക്ക് കേട്ട് നടക്കണമെന്ന് ഞാൻ മറ്റുള്ളവരോട് നിർദ്ദേശിച്ചത് ഓർമ്മയുണ്ടോ.....?"

"ഉം....."

"ആ നിമിഷംതന്നെ ചേട്ടൻ നേതാവായിത്തീർന്നിരുന്നു! മറ്റുള്ളവർ മാത്രമല്ല... ഞാനും ഇപ്പോൾ ചേട്ടന്റെ വാക്കുകേട്ട് നടക്കേണ്ട നിലയിലായിത്തീർന്നു...."

"ഞാൻ നാടിനെക്കുറിച്ചോർക്കുകയാണ്.... ഇതിനകം എന്തെല്ലാം ചെയ്തിട്ടുണ്ടാകും....? ഇപ്പോഴവർ എന്തുചെയ്യുകയാവും?"

"ആര്....?"

"നമ്മുടെ ജനങ്ങൾ....."

"രാജകൊട്ടാരത്തിലുള്ള നേതാവിനെക്കുറിച്ചുതന്നെ ചിന്തിക്കുകയാകും...."

"ശരി...."

"വരൂ.... നമുക്ക് നദിക്കരയിലോളം നടന്ന് വരാം. വാതിൽ പൂട്ടിയിട്ടുണ്ടോ ഇല്ലയോ എന്നറിയുകയും ചെയ്യാമല്ലോ...."

ഒരു പരിചാരകൻ വഴി കാണിച്ചു.... മെനെപ്പടായും ബടായും അവനെ പിന്തുടർന്നു. ഔട്ടയും ബെക്കുവും അല്പം പിന്നിലായി നടന്നു....

ആദ്യം ക്ഷേത്രത്തിലേക്ക്. പുറംപ്രകാശത്തിൽ ആ ദേവാലയം മിന്നിത്തിളങ്ങി. സ്വർണ്ണം പൂശിയ വാതിൽ അടച്ചിട്ടിരുന്നു. മേൽഭാഗത്ത് പ്രകാശം കുറവായതുകൊണ്ട് ക്ഷേത്രഗോപുരം ഇരുളിൽ അലിഞ്ഞുചേർന്നിരുന്നു.

അടഞ്ഞ വാതിലിനുള്ളിലെ പ്പടാദേവനെ മെനെപ്പടായും കൂട്ടരും മുട്ടുകുത്തിവണങ്ങി.... എഴുന്നേറ്റ് കോട്ടവാതിലിന്നടുത്തേക്ക് നടന്നു. അവിടെ കാവൽക്കാരുടെ തലവനെ കണ്ടുമുട്ടി.

"നിങ്ങൾക്ക് നദിക്കരയിൽ ഉലാത്താമെന്ന് മന്ത്രികൾ അറിയിച്ചിരിക്കുന്നു. എന്നാൽ നിങ്ങളുടെ അംഗരക്ഷകരോടൊപ്പം കൊട്ടാരം ഭടന്മാരെക്കൂടി പറഞ്ഞയക്കണമെന്ന് കല്പിച്ചിരിക്കുന്നു....."

"എന്തിന്? ഇവിടെ കള്ളന്മാരുടെ ശല്യമുണ്ടോ? അതിന് ഞങ്ങളുടെ ദേഹത്ത് ആഭരണങ്ങളൊന്നുമില്ലല്ലോ....?" ബടാ ദേഷ്യത്തോടെ പറഞ്ഞു.

തലവൻ മെനെപ്പടായെ താണുവണങ്ങി. തനിക്കു നല്കപ്പെട്ട കല്പനയുടെ ഗൗരവം വെളിവാക്കി....

"രാജ്യകാര്യങ്ങളുമായി എനിക്ക് ബന്ധമില്ലെങ്കിലും ഒന്നു പറയാം..., നിങ്ങൾ അത്ഭുതം കാണിച്ച ഒരു നേതാവാണ്. ഫെറോവിനെതിരെ വിപ്ലവം നടത്തുക ചില്ലറക്കാര്യമാണോ? കൊട്ടാരത്തിലുള്ളവർ വാർത്ത കേട്ട് ക്രുദ്ധരായിരിക്കയാണ്. അവരിലാരെങ്കിലും നിങ്ങളെ ആക്രമിച്ചെങ്കിലോ...? നിങ്ങൾ രാജധാനിയിലെ വിശിഷ്ടാതിഥിയാണ്. നിങ്ങൾക്കെന്തെങ്കിലും സംഭവിച്ചാൽ ഞങ്ങളുടെ തലകാണില്ല. അതുകൊണ്ടാണീ മുൻകരുതൽ....."

"നിങ്ങളുടെ കടമ നിർവ്വഹിച്ചുകൊള്ളൂ. സന്തോഷമേയുള്ളൂ....."

"അല്പസമയം ചുറ്റിത്തിരിഞ്ഞ് വന്നാലും. റാണിയും പരിവാരങ്ങളും ചിലപ്പോൾ വരാറുണ്ട്. അങ്ങനെയുണ്ടെങ്കിൽ ഞാൻ വിവരമറിയിക്കാം. നദിക്കരയിൽ നിങ്ങൾ ഒരു പൂജാരിയെ കണ്ടുമുട്ടിയേക്കും. ദരിദ്രനാണ്. ചെറുപ്പക്കാരനുമാണ്. പറഞ്ഞിട്ടെന്തുഫലം. തലയ്ക്ക് സമമില്ല. അവൻ പ്രധാന പൂജാരിയുടെ കീഴിലായിരുന്നു. എന്തോ കുഴപ്പം കാട്ടിയതിന് പുറത്താക്കി. ഇപ്പോൾ കൊട്ടാരം ക്ഷേത്രം അടിച്ചുവാരുന്ന ജോലിയാണ്. രാത്രിയായാൽ ഒസൈരിസ് വിളിക്കുന്നെന്ന് പറഞ്ഞ് അവൻ മുറവിളികൂട്ടും. പുറത്തുവിട്ടില്ലെങ്കിൽ ക്ഷേത്രനടയിൽ വന്നുനിന്ന് നെഞ്ചത്തടിച്ച് നിലവിളിക്കും. 'പുറത്തേക്ക് പൊയ്ക്കോട്ടെ.... ഒന്ന് ശ്രദ്ധിച്ചാൽ മതി...'യെന്ന് കൊട്ടാരം ക്ഷേത്രത്തിലെ പൂജാരിയായ ഇനേനി പറഞ്ഞിരിക്കയാണ്. അവനോട് നിങ്ങൾ സംസാരിക്കാനൊന്നും പോകരുത്. അതുകൊണ്ട് പ്രയോജനമൊന്നുമില്ല. അവൻ ഒന്നും മിണ്ടില്ല. സ്വയം പിറുപിറുത്തുകൊണ്ടിരിക്കും... അല്ലെങ്കിൽ പാടിക്കൊണ്ടിരിക്കും...."

"മുന്നറിവ് തന്നത് നന്നായി....."

"പോയി വന്നാലും...."

ഒരു ഭടൻ വാതിൽ തുറന്നു. പകുതി മാത്രം.

കൊട്ടാരത്തിലെ നാല് ഭടന്മാർ മെനെപ്പടായെ പിന്തുടർന്നു....

നദിയിൽ മുങ്ങിക്കുളിച്ചെത്തുന്ന കുളിർകാറ്റ്. വെള്ളപ്പൊക്കത്തിൽ നിന്നും രക്ഷനേടുന്നതിന് ഉയർത്തിക്കെട്ടിയ തീരങ്ങൾ. പത്തുപന്ത്രണ്ടു പേർക്ക് ഒന്നിച്ച് നടക്കാനാകും. നേരിയ മണൽ വിരിച്ച് ചേതോഹരമാക്കിത്തീർത്തിരിക്കുന്നു. ഒരുവശത്ത് മനോഹരമായ വേലി. അതിൽ പൂത്തുനില്ക്കുന്ന ലതകൾ. കരയുടെ വശത്ത് കൊട്ടാരം മതിൽ. ഇടയ്ക്കിടെ ദീപസ്തംഭം. അവിടെ കാവൽക്കാർ. ഇരുന്ന് കാറ്റുകൊള്ളുന്നതിന് കല്ലിന്റെ പീഠങ്ങൾ. ശാന്തമനോഹരമായ അന്തരീക്ഷം.....

മെനെപ്പടാ നിർവൃതികൊണ്ടു.....

വലതുവശത്ത് തോണിക്കടവിനപ്പുറത്തായി പാനമന്ദിരങ്ങളിലും, ഭോജനാലയത്തിലും സമ്പന്ന ഗൃഹങ്ങളിലും വിളക്കുകൾ എരിഞ്ഞുനില്ക്കുന്നു. ഇടതുവലത്ത് മതിലിനപ്പുറത്തായി ദരിദ്രക്കുടിലുകളിലെ മങ്ങിയപ്രകാശം..... നക്ഷത്രങ്ങൾ തിളങ്ങുന്നതുപോലെ.... അവിടെ ഇരുളിനാണ് സ്വാധീനം.... നദിയിൽ തങ്ങിനില്ക്കുന്ന തോണികളിലും ആയിരക്കണക്കിന് തീനാളങ്ങൾ...

ദൂരെനിന്നും ആലാപനം ഒഴുകിയെത്തിയിരുന്നു.

"ആരോ പാടുകയാണ്....." മെനെപ്പടാ പറഞ്ഞു. അദ്ദേഹം തുടർന്നു: "ആ പൂജാരിയാകും. വാ ...... നമുക്കങ്ങോട്ട് പോകാം......"

അല്പസമയം നടന്നപ്പോൾ പാട്ടിന്റെ ഈരടികൾ സ്പഷ്ടമായിത്തുടങ്ങി.... ഇടയ്ക്കിടെ വിലാപത്തിന്റെ പല്ലവികൾ....

"ഇന്നു ഞാൻ ആരോടെൻ കഥ പറയും.....?"

ഒഴിഞ്ഞ ഒരു ശിലാപീഠത്തിനരികിൽനിന്നാണ് സ്വരം ഉയർന്നുകൊണ്ടിരുന്നത്. നദിയിലേക്ക് നോക്കി ഒരാൾ പീഠത്തിന് ചേർന്നിരുന്നിട്ടുണ്ട്. മെനെപ്പടായും കൂട്ടരും ശബ്ദമുണ്ടാക്കാതെ അല്പം ദൂരെമാറി നിന്നു.... അയാൾ പാട്ട് തുടർന്നു......

"ഇന്നു ഞാൻ ആരോടെൻ കഥ പറയും.....?
മാനവഹൃദയം ദുരാശാ കേന്ദ്രം....
പൊയ്മുഖമാണിന്നെല്ലാർക്കും.....
വഞ്ചകരാണിന്നെല്ലാരും....
വിശ്വസിക്കുവതാരെ.....
ഇന്നു ഞാൻ ആരോടെൻ കഥ പറയും....?
നയവും വിനയവുമെങ്ങോപോയ്....
സത്യവും സ്നേഹവും മാഞ്ഞേപോയ്....!
തക്കം നോക്കിയിരിക്കുന്നൂ.....
അന്യന്റെ മുതൽ കൈപ്പറ്റാൻ.....!
ശിഷ്ടനെ ശിക്ഷിക്കുന്നു.... ഇവിടെ
ദുഷ്ടൻ പൊട്ടിച്ചിരിക്കുന്നു.... അത്
കാണുന്നവരും ചിരിക്കുന്നു....
ഇന്നു ഞാൻ ആരോടെൻ കഥ പറയും....?"

ഒടുവിലത്തെ ഈരടി രണ്ടുതവണ പാടി. അതോടൊപ്പം വിങ്ങിപ്പൊട്ടലും....

മെനെപ്പടാ മരവിച്ചുനിന്നുപോയി. ഇത്രത്തോളം ദുഃഖം... ഇങ്ങനെയൊരു പീഡനം... വഞ്ചകരാണിന്നെല്ലാരും.... വിശ്വസിക്കുവതാരെ....? ഈ ചൊല്ലിന് ഇന്നത്തെ ഈജിപ്തിൽ എത്രമാത്രം പ്രസക്തിയാണുള്ളത്....!

ബടായും ഔട്ടയും ബെക്കുവും മൂകരായി നിന്നതേയുള്ളു.

കരച്ചിൽ നിർത്തി, നെടുവീർപ്പിട്ട്, അയാൾ പാട്ട് തുടർന്നു.....

"ഇന്ന് ഞാൻ ആരോടെൻ കഥ പറയും.....?
ധർമ്മനിഷ്ഠരിന്നില്ലാരും.....
ദുഷ്ടരേ.... ലോകം വാഴുന്നു.....!
അലഞ്ഞലഞ്ഞ് പരവശനാം ഞാൻ
വിശ്വസിക്കുന്നതാരെ....?
പീഡിതനായി ഞാൻ..... ജീർണ്ണിക്കുന്നു.....
അന്ത്യമേയില്ല....! ഇതിന്....
അന്ത്യമേയില്ല.....!
ഇന്നു ഞാൻ ആരോടെൻ കഥ പറയും....?"

അവസാനത്തെ വരികൾ രണ്ടുതവണ ഉരുവിട്ടു. അതിലെ ആശയം മെനെപ്പടായുടെ ഹൃദയത്തിൽ തറച്ചുകയറി. ഇങ്ങനെ പാടണമെങ്കിൽ

ഈ വ്യക്തിയുടെ നില എത്രമാത്രം ശോചനീയമായിരിക്കണം.....?

പാടിത്തീർന്ന് വീണ്ടും അയാൾ പൊട്ടിക്കരഞ്ഞു. പിന്നെ മൂകനായിരുന്നു....

മെനെപ്പടായ്ക്ക് ആ മൗനം ദുസ്സഹമായിത്തീർന്നു. അയാളൊറ്റയ്ക്ക് ആ ശിലാപീഠത്തിനരികിലേക്ക് നടന്നു.

കാലടിയൊച്ച കേട്ടിട്ടും തിരിഞ്ഞുനോക്കാതെ തന്നെ അയാൾ പറഞ്ഞു....

"ഫെറോ വരുന്നുണ്ടോ? ഞാൻ എഴുന്നേല്ക്കണോ.....?"

"ഞാൻ അപരിചിതനാണ്. ഇവിടത്തുകാരനുമല്ല.... നിങ്ങളുടെ പാട്ടുകേട്ടിട്ട് സങ്കടമുണ്ടായി. സംസാരിക്കാൻ ഞാൻ അർഹനാണോ എന്നറിയില്ല.... എങ്കിലും ധൈര്യം കാട്ടിയതാണ്....." മെനെപ്പടാ മറുപടി പറഞ്ഞു.

"മഹാത്മാക്കൾക്ക് യോജിച്ച വിനയം..."

"ഞാൻ മെനെപ്പടായാണ്."

"നീരാന പ്രദേശത്തെ നേതാവ്....! എപ്പോഴാണ് വന്നത്!" അയാൾ തിടുക്കത്തിലെഴുന്നേറ്റു.

"നിങ്ങൾ പൂജാരിയല്ലേ....?"

"പൂജാരി മെന്ന.....! ഭ്രാന്തൻ! ആ ദീപസ്തംഭത്തിനടുത്തേക്ക് വരാമോ.....? എനിക്ക് നിങ്ങളുടെ മുഖമൊന്ന് കാണണം."

ഇരുവരും ദീപസ്തംഭത്തിനടുത്തേക്ക് നടന്നു....

സുന്ദരനായ ഒരു യുവാവിനെയാണ് മെനെപ്പടാ കണ്ടത്. നെറ്റിത്തടത്തിൽ ആഴത്തിലുള്ള രേഖകൾ. മെലിഞ്ഞശരീരം, കൗപീനം മാത്രമേ ഉടുത്തിട്ടുള്ളു.

തന്റെ മുന്നിൽ നില്ക്കുന്ന രൂപത്തെക്കണ്ട് മെന്നയുടെ കണ്ണുകൾ വിടർന്നു. ആ വദനത്തിൽ ഭാവോദ്വേഗങ്ങൾ അലയടിച്ചു. ദീർഘമായി ശ്വാസോച്ഛ്വാസം ചെയ്തു.

പെട്ടെന്ന് മെന്ന മെനെപ്പടയുടെ കഴുത്തിൽ കെട്ടിപ്പിടിച്ചു. അംഗരക്ഷകരും ബടായും ഓടിയെത്തി. മെന്നയെ പിടിക്കാനും തടയാനും അവർ മുന്നോട്ടാഞ്ഞു.

"വേണ്ട... നോക്കട്ടെ...." മെനെപ്പടാ പറഞ്ഞു.

മെന്ന ഞെട്ടിത്തെറിച്ച് ദൂരേക്ക് മാറിനിന്നു.

" ഓ....! നിങ്ങളുടെ അംഗരക്ഷകൻ! നേതാവെ, സ്വപ്നത്തിൽ ഞാൻ നിങ്ങളെ കണ്ടിരുന്നു. ആകൃതി വ്യക്തമായിരുന്നില്ല. എങ്കിലും ഇതു പ്രകാരംതന്നെ. അല്പംകൂടി ഉയരമുണ്ടെന്ന് തോന്നിയിരുന്നു. ഇപ്പോൾ നിങ്ങൾ മനുഷ്യനാണ്. നാളത്തെ ദൈവവും നിങ്ങൾതന്നെയാണ്. ഈജിപ്തിലിന്നുള്ള രണ്ടായിരം ദൈവങ്ങളും മുമ്പ് മനുഷ്യരോ ജീവികളോ ആയിരുന്നു! ഹ! ഹ! ഇങ്ങനെ പറയുന്നതുകൊണ്ട് ഞാൻ ഭ്രാന്തനായി.

ജനനേതാവെ..... പറയൂ..... ഞാൻ ഭ്രാന്തനാണോ....?ഹാ...! ഹാ...."

മെന്നയുടെ ചിരി നദിയുടെ മറുകരയിൽ പ്രതിദ്ധ്വനിച്ചു.

ഈ ദരിദ്രജീവിക്ക് ഇത്രയുറക്കെ ചിരിക്കാനുള്ള കഴിവുണ്ടല്ലോയെന്നത് മെനെപ്പടായെ വിസ്മയപ്പെടുത്തി.

തന്റെ ചിരിയുടെ പ്രതിദ്ധ്വനി മെന്നയെയും ആശ്ചര്യപ്പെടുത്തി. ചിരി തന്റേതാണെന്ന് ഉറപ്പ് വരുത്തുന്നതിന് അയാളൊരിക്കൽക്കൂടി പൊട്ടിച്ചിരിച്ചു.

കൊട്ടാരം കാവല്ക്കാർ മെന്നയെ വളഞ്ഞു.

"നിങ്ങൾ അകത്തേക്ക് നടക്കണം...." അവർ പറഞ്ഞു.

മെനെപ്പടായോട് അവരിലൊരാൾ അറിയിച്ചു.

''വിശ്രമസമയമായി. അകത്തേക്ക് പോകാമല്ലോ...."

''അതിഥിഗൃഹത്തിലാണുണ്ടാവുക.....അല്ലേ?'' മെന്ന മെല്ലെ പിറുപിറുത്ത് തന്റെ കൈക്കുപിടിച്ച ഭടനെ അനുഗമിച്ചു.

"പാവം...." ബടാ പറഞ്ഞു.

"നീറുന്ന ജീവൻ....! വ്യസനം തോന്നുന്നു.... പാവം പീഡിതനീ നിലയിൽ ഞാൻ ജീർണ്ണിച്ചീടുന്നു.... ഇതിന് അന്ത്യമേയില്ല.... ഇതിന് അന്ത്യമേയില്ല...."

പീഡിതനായ മനുഷ്യൻ.....! മെനെപ്പടായും പീഡിപ്പിക്കപ്പെട്ടിരുന്നല്ലോ....! എങ്കിലും മെന്നയുടെ സ്ഥിതിയോർത്ത് അയാളുടെ ഹൃദയം ആർദ്രമായി. അയാൾ നെടുവീർപ്പിട്ടു.

ഉലാത്തൽ മതിയാക്കി അവർ അതിഥിഗൃഹത്തിലേക്ക് മടങ്ങി.

മെനെപ്പടായ്ക്ക് കിടക്കുന്നതിന് വിശാലമായൊരു മുറിതന്നെ സജ്ജീകരിച്ചിരുന്നു. കട്ടിൽ കണ്ട് അദ്ദേഹം പറഞ്ഞു:

"മെനെസ് രാജാവ് ഈജിപ്തുകാരോട് കട്ടിലിൽ കിടക്കാനുപദേശിച്ചിട്ട് എഴുനൂറ് വർഷങ്ങൾ കഴിഞ്ഞെങ്കിലും എന്നെ സംബന്ധിച്ചിടത്തോളം ആ പാഠം ഇനിയും ഫലവത്തായിട്ടില്ല. നിലത്ത് കിടക്കുന്നതാണ് എനിക്കിഷ്ടം."

അതിഥിഗൃഹത്തിലെ പരിചാരകന്മാർ ആശ്ചര്യപ്പെട്ടു. അവർ ആ നാലുപേർക്കുംവേണ്ടി മെത്തകളും പുതപ്പുകളും കൊണ്ടുക്കൊടുത്തു.

''നാളെ രാവിലെ പ്രാതലിനുശേഷം മന്ത്രിയെ കാണാൻ പോകാം...." അതിഥിഗൃഹത്തിലെ അധികാരി അറിയിച്ചു.

കിടന്ന ഉടൻതന്നെ ബടാ കൂർക്കംവലിയാരംഭിച്ചു. യുവാക്കളായ ഔട്ടയും ബെക്കുവും സാവധാനത്തിൽ നിദ്രയിൽ ലയിച്ചു.

നേതാവ് കുറെനേരം പുറത്തെ ശബ്ദങ്ങളിൽ ശ്രദ്ധ പതിപ്പിച്ചുകൊണ്ട് കിടന്നു. കാലത്ത് ഉറക്കമുണർന്നതുതൊട്ട് ഇതുവരെയുണ്ടായ സംഭവങ്ങളോരോന്നും അയാളുടെ മനോമുകുരത്തിൽ മാറി മാറി നിഴലിച്ചു. മെന്നയുടെ രൂപം കുറേസമയം മായാതെ നിന്നു...... അയാളുടെ

പാട്ട് ചുറ്റും മുഴങ്ങുന്നതായി തോന്നി.

നീരാനപ്രവിശ്യയും..... ബന്ധുമിത്രാദികളും..... നെഫീസും..... രാമേരിയും ആ ഹൃദയത്തിൽ പ്രതിബിംബിച്ചു.

ക്രമേണ കൺപോളകൾക്ക് കനംകൂടി. മന്ദം മന്ദം അവ ഒട്ടിപ്പിടിച്ചു. ബടായുടെ കൂർക്കംവലി ഇല്ലാതായി. സുഖസുഷുപ്തിയുടെ മായാലോകത്തിൽ അലിഞ്ഞുചേർന്നു.....

"പാപികളോ....! പോയി.....! പോയി....! കളയോടൊപ്പം വിളയും പോയി....!"

"ചേട്ടാ....., മെനെപ്പടാ ചേട്ടാ....എന്താ...? എന്താ....?" ബടാ മെനെപ്പടായുടെ കൈപിടിച്ച് കുലുക്കി. ഔട്ടയും ബെക്കുവും എഴുന്നേറ്റിരുന്നു ഏവർക്കും പരിഭ്രമം. സ്വപ്നത്തിൽ മെനെപ്പടാ വികൃതമായി നിലവിളിക്കയായിരുന്നു.

മെനെപ്പടാ പിടഞ്ഞെണീറ്റു.

"എന്താ....? എന്താ....?"

"സ്വപ്നം കണ്ടോ...? സ്വപ്നം കണ്ടോ....?"

"ഉം.....ഉം....."

"നേരം പുലർന്നു....." ഔട്ട ജനലിൽക്കൂടി എത്തിനോക്കിയശേഷം പറഞ്ഞു.

"സ്വപ്നത്തിലെന്താ കണ്ടത്....?" ബടാ ചോദിച്ചു.

മെനെപ്പടായുടെ കുട്ടിക്കാലത്ത് നടന്ന ഒരു സംഭവം... കിഴക്കൻ ദിക്കിലെ മണൽക്കാട്ടിൽ സ്വർണ്ണം തെരയൽ... ഭൂപ്രമാണിമാരുടെ അടിമകളും ദിവസക്കൂലിക്ക് വന്നവരും അദ്ധ്വാനിക്കുന്നു. തടവുകാരായിപ്പിടിച്ച അന്യരാജ്യക്കാരും കൂട്ടത്തിലുണ്ടായിരുന്നു. നിഴലില്ലാത്ത ചുട്ടുപൊള്ളുന്ന മണൽക്കാട്. ഒരു റൊട്ടി മുഴുവൻ കിട്ടിയാൽ ഭാഗ്യമാണ്. ഒരു നേരത്തെ ഭക്ഷണത്തിന് ഒരു കഷണം കിട്ടിയാൽ അതും ഭാഗ്യമാണെന്ന് കരുതിക്കൊള്ളണം. നാണം മറയ്ക്കാൻ വസ്ത്രം ഉണ്ടെങ്കിലായി.... ഇല്ലെങ്കിലില്ല. ജലം മാത്രമാണ് ഏകാശ്രയം. അതും അപൂർവ്വ വസ്തു. ഒറ്റ തുള്ളിപോലും പൂഴിയിലുറ്റാതെ അത് ഭാഗിച്ചെടുക്കുന്നു. എണ്ണ കാണാത്ത... കുളിക്കാത്ത തലയും ദേഹവും.

ഒരു കൈയിൽ പകുതിമറച്ച വിളക്കും മറുകൈയിൽ കൂർത്ത മുനയുള്ള പരിചയുമേന്തി ഇരുളിൽ ഓരോ മണൽക്കല്ലും പരിശോധിക്കുന്നു. തിളക്കം കണ്ടാൽ വിളക്ക് താഴെവച്ച് പരിചകൊണ്ട് കല്ല് കുത്തിപ്പൊട്ടിച്ച് കട്ടകളാക്കുന്നു. മെനെപ്പടായുടെ പിതാവും അക്കൂട്ടത്തിലുണ്ടായിരുന്നു. രാവിലെ ആ മണൽക്കട്ടകൾ കുട്ടയിലാക്കി പൊടിക്കുന്ന ഉരലുകൾക്കടുത്തെത്തിക്കുന്ന ജോലി കുട്ടികളുടേതാണ്. മെനെപ്പടായും അവരോടൊപ്പമുണ്ടായിരുന്നു. ബാക്കിയുള്ളവർ ആ മണൽക്കട്ടകൾ കുത്തിപ്പൊടിക്കുന്നു. ആ പൊടി വെള്ളത്തിൽ കലക്കി സ്വർണ്ണം വേർതിരിച്ചെടുക്കുന്നു. ആ ജോലി വൃദ്ധന്മാർക്കുള്ളതാണ്.

മേസ്ത്രി രാവും പകലും ഉറക്കമൊഴിച്ചിരുന്ന് ചമ്മട്ടി വീശിക്കൊണ്ടിരിക്കും. വടിയുടെ രൂപത്തിലും അധികാരദണ്ഡ് മുതുകിൽ പതിയാറുണ്ടായിരുന്നു. ചിലപ്പോൾ മുഷ്ടിചുരുട്ടിയുള്ള ഇടിയായിരിക്കും. അല്ലെങ്കിൽ കാലുയർത്തിയുള്ള ചവിട്ട്.....

മെനെപ്പടായ്ക്കും പിതാവിനും ചമ്മട്ടിയുടെ ചൂട് അനുഭവിക്കേണ്ടിവന്നിട്ടുണ്ട്.

"അച്ഛനെ സ്വപ്നം കണ്ടു.... അച്ഛനും ഞാനും മണൽക്കാട്ടിൽ ജോലിചെയ്യുകയായിരുന്നു. വൃദ്ധന്മാർ പൊടി ശരിയായി കഴുകിയെടുക്കുന്നില്ലെന്ന് മേസ്ത്രി ചീത്ത പറഞ്ഞു. 'പാപികളോ....! പോയി! പോയി! കളയോടൊപ്പം വിളയുംപോയി....!' എന്ന് പറഞ്ഞ് മേസ്ത്രി ചമ്മട്ടി ആഞ്ഞുവീശി. അടിയേറ്റ ആ വൃദ്ധൻ 'അയ്യോ' എന്ന് നിലവിളിച്ച് മറിഞ്ഞുവീണു. ഞാനും നിലവിളിച്ചുപോയി.... ആ വൃദ്ധൻ ആരെപ്പോലെയുണ്ടെന്നറിയാമോ.....? നമ്മുടെ ഹെംടിയെപോലെ....! ദുഃസ്വപ്നം...."

"ചുരുക്കത്തിൽ ജീവിതത്തിൽ നടന്നതുതന്നെയാണ് സ്വപ്നത്തിലും കണ്ടത്...." ബടാ പറഞ്ഞു.

"പകൽ പരിഹരിക്കാനാകാത്ത പ്രശ്നങ്ങൾക്ക് സ്വപ്നത്തിൽ പരിഹാരം ലഭിക്കാറുണ്ട്. നാളത്തെ കാര്യത്തിൽ ഈ സ്വപ്നം ഒരു മുന്നറിയിപ്പാണ്."

"ഈ സ്വപ്നത്തിന്റെ അർത്ഥമെന്താണെന്ന് കൊട്ടാരം ക്ഷേത്രത്തിലെ പൂജാരിയോട് ചോദിച്ചാലോ....?"

"നമ്മുടെ മെന്നയ്ക്കും പറയാനാകും...."

"ഉം.... ഇപ്പോൾ ഓർമ്മവന്നു മെനെപ്പടാ ചേട്ടാ... ഞാനും ഒരു സ്വപ്നം കണ്ടു. ഭ്രാന്തൻ മെന്ന പാട്ട് പാടുന്നത്....."

"ഉം....എഴുന്നേല്ക്കാം.... ഇന്ന് മന്ത്രിയെ കാണാൻ പോകണ്ടേ....!"

അവർ ദിനകൃത്യങ്ങളിൽ മുഴുകി.....

കഴിഞ്ഞ ദിവസം ഗേബുവിന് മന്ത്രിയുടെ സന്ദേശംകൊണ്ടുവന്ന എഴുത്തുകാരനോടൊപ്പം അതിഥിമന്ദിരത്തിന്റെ അധികാരി കടന്നുവന്നു...

"ഇദ്ദേഹം മന്ത്രിയുടെ മുഖ്യ എഴുത്തുകാരൻ സെനെബ്. ഇയാളോടൊപ്പമാണ് നിങ്ങൾ പോകേണ്ടത്. നിങ്ങളുടെ കൂട്ടുകാർ ഇവിടെതന്നെ ഇരിക്കട്ടെ....." വിനയത്തോടെ അധികാരി അറിയിച്ചു.

ബടാ മെനെപ്പടായെ അരികിലേക്ക് വിളിച്ച് തന്റെ എതിർപ്പറിയിച്ചു. ബടായോട് വെറുതെയിരിക്കാൻ നിർദ്ദേശിച്ച് മെനെപ്പടാ അധികാരിയോട് പറഞ്ഞു....

"ആകട്ടെ. അതിനെന്താ....? ഇവരെല്ലാം തോട്ടത്തിലിരുന്നുകൊള്ളും."

"അതിന് വിരോധമില്ല...." സെനെബ് പറഞ്ഞു.

മെനെപ്പടാ സെനെബിനോടൊപ്പം നടന്നുപോയി.

തോണിക്കാരുൾപ്പെടെയുള്ള ആ സംഘം പ്രഭാതഭക്ഷണത്തിനു ശേഷം മന്ത്രിമന്ദിരത്തിലെ പൂന്തോട്ടത്തിലേക്ക് പുറപ്പെട്ടു.

പ്രവേശന കവാടത്തിൽ രണ്ട് കാവല്ക്കാർ നിന്നിരുന്നു. അകത്തേക്കു കടന്ന മെനെപ്പടായെയോ സെനെബിനെയോ അവർ ശ്രദ്ധിച്ചില്ലെന്ന് തോന്നി.

ഇരുനൂറുപേർക്കിരിക്കാൻ പാകത്തിലുള്ള വിശാലമായ കെട്ടിടം. കല്ലിന്റെ അടിത്തറയിൽ ഇഷ്ടികച്ചുമർ. അകത്തും പുറത്തും ചുണ്ണാമ്പ് തേച്ചിരിക്കുന്നു. പനക്കീറുകൾ പാവി അതിന്മേൽ മണ്ണിട്ടുണ്ടാക്കിയ മേല്പുര. മേല്പുരയും വെള്ളപൂശിയിട്ടുണ്ട്. മേല്പുരക്കു താഴെ നാലു വശത്തും കിളിവാതിലുകൾ. മേല്പുരയിൽ പ്രകാശ സുഷിരങ്ങൾ. പകൽ മുഴുവൻ ഒരേ രീതിയിൽ വെളിച്ചം ലഭിക്കുന്ന വ്യവസ്ഥ... കിഴക്കോട്ട് മുഖംതിരിഞ്ഞ് വിശാലമായ മണ്ഡപം. അതിന്മേൽ അലങ്കരിച്ച മന്ത്രിപീഠം. ഇരുവശങ്ങളിലായി വേറെയും പീഠങ്ങൾ. രണ്ടറ്റത്തും എഴുത്തുകാരുടെ പെട്ടികൾ. ഭംഗിയിൽ കൂട്ടിച്ചേർത്ത പെപ്പൈറസ് താളുകൾ.... വരയ്ക്കുന്ന ഉപകരണങ്ങൾ. ചുമരിൽ ചിത്രപ്പായകൾ തൂങ്ങി നില്ക്കുന്നു. ഉജ്ജ്വലമായ വർണ്ണചിത്രങ്ങൾ.... ഒസൈരിസിന്റെ ന്യായസ്ഥാനം.... വിവിധ ദേവതകൾ... നീതിസംഹിതകൾക്ക് രൂപം നല്കുന്ന ഥോഥ്..... വരിവരിയായി നില്ക്കുന്ന വിദേശത്തടവുകാർ..... ഫെറോ അവരിലൊരാളെ ശിരച്ഛേദം ചെയ്യുന്നു.....! മണ്ഡപത്തിന്റെ പിന്നിലായി അല്പം വിശാലമായ മേൽത്തട്ട്. അതിലും സ്വർണ്ണദന്തങ്ങൾ പതിപ്പിച്ച പീഠങ്ങൾ.....

"പ്രധാനപ്പെട്ട വിചാരണകൾ നടക്കുമ്പോഴെല്ലാം ഫെറോയും പ്രധാന പൂജാരിയും വരിക പതിവുണ്ട്. അവരോടൊപ്പം അവരുടെ ആസനങ്ങളും കൊണ്ടുവരപ്പെടും. വേദിയുടെ പിന്നിലായുള്ള മേൽത്തട്ടിൽ റാണിയും ചില അവസരങ്ങളിൽ സന്നിഹിതയാകാറുണ്ട്....."

"മന്ത്രി വീട്ടിൽനിന്ന് നേരെ ഇങ്ങോട്ടാണോ വരിക?"

"അല്ലല്ല.... അരമനയിൽചെന്ന് ഫെറോവിനെ മുഖം കാണിച്ച് ദിനവാർത്തകൾ കേൾപ്പിച്ച് നിർദ്ദേശങ്ങളും കൊണ്ടാണ് ഇങ്ങോട്ട് വരിക....."

"ഇവിടെ ഒരു മണൽഘടികാരമുണ്ടെന്ന് കേട്ടിരുന്നല്ലോ?"

"ശരിയാണ്. മന്ദിരത്തിന്റെ ഇടതുഭാഗത്ത് ഘടികാരത്തറയുണ്ട്. മണൽഘടികാരവും മരഘടികാരവുമുണ്ട്. എങ്കിലും ഇവ തമ്മിൽ കാണിക്കുന്ന സമയത്തിന് ഒരു വിരലെങ്കിലും വ്യത്യാസം ഉണ്ടാകുക തന്നെചെയ്യും..... ഫെറോ ദർശനം കഴിഞ്ഞ് മന്ത്രി എത്തിച്ചേരുന്ന സമയമായി....."

ഒരു ഭൃത്യൻ എത്തിനോക്കി. എഴുത്തുകാരനെ കണ്ട് കടന്നുവന്ന് അറിയിച്ചു.

"മഹാപ്രഭു ക്ഷേത്രത്തിൽനിന്നെത്തി. മന്ത്രിയവർകൾ സംസാരിക്കുകയാണ്...."

"അപ്പോഴിനി താമസമില്ല. മന്ത്രി ഉടനെ എത്തിച്ചേരുകതന്നെ ചെയ്യും....."

ഭൃത്യൻ നടന്നു മറഞ്ഞു....

വർഷത്തിൽ ഒന്നോ രണ്ടോ തവണ മന്ത്രിയും നൈൽ വിഹാരത്തിന് പോകാറുണ്ട്. ഈ യാത്ര ഒരുതരം പരിശോധനയാണ്. വടക്ക് മദ്ധ്യധാരണ്യാഴിവരെ ഈ സഞ്ചാരം നീണ്ടുനില്ക്കും. അഴിമുഖത്തുള്ള ഫലപുഷ്ടിയുള്ള ഭൂമിയാണത്. തെക്ക് സൈനെവരെ സഞ്ചരിക്കും. അപാരമായ ശിലാസമ്പത്തുള്ള പ്രദേശമാണ് സൈനെ. മറ്റവസരങ്ങളിലെല്ലാം രാജധാനിയിൽതന്നെയാണ് കഴിച്ചുകൂട്ടുക.

സാമന്ത രാജാക്കന്മാരും ഉയർന്ന മറ്റുദ്യോഗസ്ഥന്മാരും വർഷത്തിൽ മൂന്നുതവണ തങ്ങളുടെ ഭരണവാർത്തകൾ മന്ത്രിയെ അറിയിക്കണമെന്നാണ് നിയമം. ആ വാർത്തകളെല്ലാം ക്രോഡീകരിച്ച് മന്ത്രി തന്റെ വിവരണം ഫെറോവിന്റെ മുന്നിൽ സമർപ്പിക്കുന്നു.

മന്ത്രിയുടെ നിത്യകർമ്മങ്ങൾ തുടങ്ങുന്നത് ഫെറോവിനെ സന്ദർശിക്കുന്നത് തൊട്ടാണ്. ക്ഷേത്രത്തിലെ നിത്യപൂജപോലെ മുടങ്ങാത്ത ഒരു ചടങ്ങാണീ കൂടിക്കാഴ്ച.

മന്ത്രിയുടെ കീഴിൽ പതിനെട്ടോളം കാര്യക്കാരന്മാരുണ്ട്.

രാജാവിന്റെ കണ്ണും കാതും മന്ത്രിയാണെന്ന് വേണം പറയാൻ. രാജാവിന്റെ ഹൃദയത്തിന് അയാൾ ആനന്ദവും നിർവൃതിയും പകർന്നു കൊടുക്കുന്നു. രാജാവിന്റെ ഉറ്റചങ്ങാതിയും, ഉപദേശിയും, മുദ്രാവാഹകനും മന്ത്രിയാണ്. രാജാവിന്റെ അംഗരക്ഷകരുടെ ചുമതലയും അയാൾക്കാണ്. കൃഷിസ്ഥലങ്ങൾ, കർഷകർ, പശുക്കൾ, വേലക്കാർ, ധാന്യപ്പുര തുടങ്ങിയവയുടെയെല്ലാം മേൽനോട്ടം വഹിക്കുന്ന മന്ത്രി രാജ്യത്തിലെ ഗതാഗതങ്ങളുടെ നിയന്ത്രകനും നിർമ്മാണപ്രവർത്തനങ്ങളുടെ ആസൂത്രകനുമാണ്. പരമോന്നതനായ നീതിമാൻ, ഉയർന്ന നികുതിയധികാരി, വിദേശകപ്പങ്ങളും കാഴ്ചകളും സ്വീകരിക്കുന്നവൻ, യുദ്ധകാര്യങ്ങൾ കൈകാര്യം ചെയ്യുന്നവൻ എന്നീ നിലകളിലെല്ലാം മന്ത്രിക്ക് തന്റെ വ്യക്തിത്വം ഉയർത്തിപ്പിടിക്കേണ്ടതായിട്ടുണ്ട്.....

പ്രവിശ്യകൾ തമ്മിലുള്ള അതിർത്തിത്തർക്കങ്ങൾ പരിഹരിക്കുക, ഭൂമി വിഭജനം നടത്തുക, നികുതിക്കുടിശ്ശിക പിരിച്ചെടുക്കുക, കളവ് കണ്ടുപിടിക്കുക മുതലായ പ്രവൃത്തികളും മന്ത്രിയുടെ ചുമതലയിൽപ്പെടുന്നതാണ്. സാമന്തരാജാക്കന്മാരുടെ അവശതകളും പരാതികളും തീർത്തു കൊടുക്കുന്നതും മന്ത്രിയാണ്.

രാവിലെ ഫെറോ ക്ഷേത്രദർശനം കഴിഞ്ഞെത്തുമ്പോൾ മന്ത്രി അരമനയിൽ കാത്തിരിക്കുന്നുണ്ടാകും. ഫെറോവിനെ താണുവണങ്ങിയ ശേഷം മന്ത്രി ഉണർത്തിക്കും....

"അവിടുത്തെ ഇടപാടുകളെല്ലാം ഭദ്രമായിരിക്കുന്നു. അവിടത്തെ സമ്പത്ത് വർദ്ധിച്ചിരിക്കുന്നു. ഇപ്രകാരമാണ് ഓരോ അധികാരിയും

വാർത്തയെത്തിച്ചിരിക്കുന്നത്....."

തുടർന്ന് വല്ല പ്രധാനപ്പെട്ട വിഷയങ്ങളുമുണ്ടെങ്കിൽ അല്പസമയം സംസാരിച്ചെന്നിരിക്കും. ഫെറോവിന്റെ നിർദ്ദേശമെന്നു പറയുന്നത് ഔപചാരികമായ ഒരു ചടങ്ങ് മാത്രമാണ്.

ഇന്ന് മന്ത്രിക്ക് അല്പം കാത്തിരിക്കേണ്ടിവന്നു....

"നാം എഴുന്നേല്ക്കാൻ അല്പം വൈകിപ്പോയി. പ്രധാന പൂജാരിയെപ്പറ്റി ചിന്തിച്ച് ചിന്തിച്ച് ഉറക്കം വന്നതേയില്ല. നേതാവെന്താ പറയുന്നത്?" ഫെറോ പറഞ്ഞു.

"ഇന്ന് കൂടിക്കാഴ്ചയ്ക്ക് വിളിച്ചിട്ടുണ്ട്. വിശേഷപ്പെട്ട വല്ലതുമുണ്ടെങ്കിൽ അറിയിക്കാം....."

"അതിഥിമന്ദിരത്തിലെ അധികാരിയുടെ അഭിപ്രായത്തിൽ ആളൊരു സാധാരണക്കാരനാണത്രെ....!"

"കാഴ്ചയ്ക്ക് സാധാരണ മനുഷ്യനാണ്. കെഫ്ടു അത് സൂചിപ്പിച്ചിരുന്നല്ലോ....? ഇവൻ ജനനേതാവാണ്....."

"നിങ്ങളുടെ സ്പർശംമൂലം അവൻ മണ്ണായിത്തീരുമോ സ്വർണ്ണമായിത്തീരുമോ എന്നറിയാമല്ലോ.....!"

മന്ത്രി ഉത്തരം പറഞ്ഞില്ല. ഫെറോവിന്റെ അനുമതിക്കായി അയാൾ കാത്തുനിന്നു.

ഫെറോ അകത്തേക്കെഴുന്നള്ളിയ ഉടൻ മന്ത്രി സ്വഭവനത്തിലേക്ക് നടന്നു.....

ഒരു പരിചാരകൻ ഓടിവന്നറിയിച്ചു.... "മന്ത്രിയവർകൾ എഴുന്നള്ളുന്നുണ്ട്......"

ആ ആഗമനവൃത്താന്തം അറിയിക്കാനെന്നവണ്ണം വാതിലിനരികിൽ തൂങ്ങിനില്ക്കുന്ന ഓട്ടുമണിയുടെ അറ്റത്ത് തോല് ചുറ്റിയ കോല് കൊണ്ടടിച്ച് ഒച്ചയുണ്ടാക്കി....

മെനെപ്പടായും സെനെബും വാതിൽക്കലേക്ക് തിരിഞ്ഞു.....

ദൃഢമായ പാദചലനത്തോടെ ഒരു ദീർഘകായൻ പടികടന്നുവന്നു. ഇളം ചുവപ്പുനിറം. തലമുടി പകുത്ത് പിന്നിലേക്ക് ചീകിയിട്ടിരിക്കുന്നു. അതിൽ നരച്ച ഇഴകൾ തിളങ്ങുന്നു. അമൂല്യരത്നങ്ങൾ പതിപ്പിച്ച സ്വർണ്ണമാലകൾ ആ കഴുത്തും മാറിടവും അലങ്കരിച്ചിരിക്കുന്നു. വെള്ളിയുടെ അരപ്പട്ട, മുഴങ്കാല് വരെ ഊർന്നുകിടക്കുന്ന നടുവസ്ത്രം. വിരലിൽ സ്വർണ്ണത്തിന്റെ മുദ്രമോതിരം. ക്ഷൗരംചെയ്ത് മിനുസപ്പെടുത്തിയ മുഖം. പാദങ്ങളിൽ മൃദുവായ തോൽചെരിപ്പ്. വലതു കൈയിൽ നീളമുള്ള അധികാര ദണ്ഡ്....

ആമെർബിനെ കണ്ട ഉടൻ മെനെപ്പടാ പാർശ്വത്തിലേക്ക് ദൃഷ്ടി പായിച്ചു. എഴുത്തുകാരൻ അപ്രത്യക്ഷനായിരുന്നു..... വിശാലമായ ഭവനത്തിന്റെ മദ്ധ്യത്തിൽ ഒറ്റയ്ക്ക് നഗ്നനാക്കി നിർത്തിയതുപോലെ മെനെപ്പടായ്ക്ക് തോന്നി. ഒരു സങ്കോചം അയാളിൽ മിന്നിമറഞ്ഞു.

എങ്കിലും മന്ദഹാസം തൂകിക്കൊണ്ട്, നടന്നുവരുന്ന മന്ത്രിയെ നമസ്കരിച്ചു.

അകത്തു കടന്ന ആമെർബിന്റെ ദൃഷ്ടി എഴുത്തുകാരന്റെ സമീപത്തുള്ള വ്യക്തിയിൽ തങ്ങിനിന്നു. ഫെറോവിന് ഇയാളുടെ സ്നേഹം ആവശ്യമാണ്. ഈജിപ്തിന്റെ ഐക്യത്തിനും ഭദ്രതയ്ക്കും സമാധാനത്തിനും അതൊഴിച്ചുകൂടാത്തതാണ്. സജ്ജനമെന്ന് തോന്നുന്ന ഇയാളിൽനിന്ന് അത് ലഭ്യമാണോ.....?

വണങ്ങുന്നവന്റെ സമീപത്തെത്തിയ മന്ത്രി ഒരു നിമിഷം നിന്നു. ഇടതു കൈവിരൽകൊണ്ട് നേതാവിന്റെ വലതുചുമലിൽതൊട്ട്.... "മെനെപ്പടാ....." എന്ന് വിളിച്ചു. യാതൊരു പ്രതിക്രിയക്കും കാത്തുനില്ക്കാതെ മുന്നോട്ട് നടക്കുന്നതിനിടയിൽ അയാൾ തുടർന്നു ....."വരൂ...."

മന്ത്രിയുടെ പിന്നാലെ അംഗരക്ഷകനും, ലിപിച്ചുരുളുകളിട്ട പെട്ടിയേന്തിയ സേവകനും, യുവാക്കളായ രണ്ട് എഴുത്തുകാരുമുണ്ടായിരുന്നു....

മെനെപ്പടാ വേദിയിലെത്തി. എവിടെയാണിരിക്കുക.....? എത്ര ദൂരെ? മന്ത്രി ആസനസ്ഥനായ ഉടനെ ആ സമസ്യയും പരിഹരിച്ചു. വലതുഭാഗത്തുള്ള പീഠം ചൂണ്ടിക്കാട്ടി അയാൾ പറഞ്ഞു....

"ഇരിക്കൂ...."

ഇരുന്ന നേതാവിനോട് കുശലം ചോദിച്ചു...

"അതിഥിമന്ദിരത്തിൽ ബുദ്ധിമുട്ടൊന്നുമുണ്ടായില്ലല്ലോ?"

"ഇല്ല....."

നേരത്തെ അപ്രത്യക്ഷനായ എഴുത്തുകാരൻ കടന്നുവന്ന് മന്ത്രിയുടെ ചെവിയിലെന്തോ സ്വകാര്യം പറഞ്ഞു....

"വന്നോട്ടെ.... സംസാരിച്ച് പറഞ്ഞയയ്ക്കാം...." മന്ത്രി പറഞ്ഞു.

പുറത്ത് ഒരു സംഘം കൂടിനില്ക്കുന്നത് മെനെപ്പടാ കണ്ടു. അവരിൽനിന്ന് അല്പമകന്ന് തന്റെ ആൾക്കാർ നില്ക്കുന്നതും കണ്ണിൽപെട്ടു....

"സഞ്ചാരികളുടെ അധികാരിയെ വിളിക്ക്....." സെനെബ് ഒരു സേവകനോട് പറഞ്ഞു.

സേവകൻ വാതിൽക്കൽ ചെന്നുനിന്ന് ഉച്ചത്തിൽ പറഞ്ഞു....

"സഞ്ചാരികളുടെ അധികാരി സന്നിധിയിലെത്തിച്ചേരാൻ കല്പനയായിരിക്കുന്നു....."

ആ ഉദ്യോഗസ്ഥൻ അകത്തു കടന്നു....

"ഫെറോവിന്റെ സമ്പത്ത് വർദ്ധിക്കട്ടെ...." വണങ്ങിക്കൊണ്ട് അയാൾ പറഞ്ഞു.

"എന്താ ഖൊൻസു....?" മന്ത്രി ചോദിച്ചു.

ഖൊൻസു ഇടയ്ക്കിടെ പദം വിഴുങ്ങിക്കൊണ്ട് ധൃതിയിൽ പറഞ്ഞുതുടങ്ങി....."കൊട്ടാരത്തിലെത്തുന്ന സഞ്ചാരികളുടെ ഭക്ഷണകാര്യ

ത്തിന് അല്പം വിഷമം നേരിട്ടിരിക്കുന്നു. ധാന്യപ്പുരയിൽ ഗോതമ്പും യവവും വേണ്ടത്രയില്ല. കൊയ്ത്ത് വരുന്നതുവരെ ഗോതമ്പിന്റെ കാര്യത്തിൽ വല്ലതും ചെയ്യേണ്ടിയിരിക്കുന്നു....."

" ഉം..... രാജഭണ്ഡാരത്തിൽനിന്ന് ആവശ്യമായ ധാന്യങ്ങൾ എടുക്കുന്നതിന് അനുവാദം നല്കുന്നു....."

മന്ത്രിയുടെ വാക്ക് എഴുത്തുകാരിലൊരാൾ കുറിച്ചിട്ടു. മറ്റൊരാൾ രാജഭണ്ഡാരത്തിന്റെ ചുമതല വഹിക്കുന്നയാൾക്കുള്ള കല്പന തയ്യാറാക്കി.

ഖൊൻസു.... 'ഫെറോവിന്റെ സമ്പത്ത് വർദ്ധിക്കട്ടെ'യെന്ന് ഒരിക്കൽകൂടി പറഞ്ഞ് മന്ത്രിയെ വണങ്ങി, നാലടി പിന്നോക്കം വാങ്ങി പുറത്തേക്ക് നടന്നു.....

പിന്നീട് വന്നത് ഉൾനാട്ടിലെ ഗതാഗതങ്ങളുടെ ചുമതല വഹിക്കുന്നയാളാണ്.

ഗതാഗതത്തിന്റെ ഭൂരിഭാഗവും നൈൽനദിയെ ആശ്രയിച്ചാണെങ്കിലും.... ഉൾനാടുകളിൽ കഴുതപ്പുറത്താണ് ഭാരങ്ങൾ കൊണ്ടുപോകുന്നത്. രാജ്യത്താകെയുള്ള കഴുതകളുടെ അഞ്ചിലൊരുഭാഗം ഫെറോവിനുള്ളതാണ്. ഈ ജന്തുനികുതി തൃപ്തികരമായി പിരിച്ചെടുത്തില്ലെങ്കിൽ രാജാവിന്റെ വാണിജ്യകാര്യങ്ങൾ അവതാളത്തിലാകും....

"കഴുതകൾ കുറവാണെന്ന് ബോധിപ്പിച്ചിരുന്നു. ഓർമ്മിപ്പിക്കാമെന്ന് കരുതിയാണ് വന്നത്....."

നെറ്റിയിലെ വിയർപ്പുകണങ്ങൾ തുടച്ചുകൊണ്ട് മന്ത്രി പറഞ്ഞു:

"കൊയ്ത്തിന് മുമ്പ് ജന്തുക്കളുടെ കണക്കെടുപ്പ് പൂർത്തിയാക്കും. അടുത്തതവണ പരിവിന് പോയാൽ, കിട്ടേണ്ടുന്ന പശുവും കഴുതയും എരുമകളുമെല്ലാം വശപ്പെടുത്തും. അപ്പോൾ നിന്റെ പ്രശ്നം പരിഹരിക്കപ്പെടും....."

അയാൾ താണുവണങ്ങി അപ്രത്യക്ഷനായി.....

"ഈജിപ്തിലുള്ളതെല്ലാം ഫെറോവിന്റെ സമ്പത്താണ്....." ആമെർബ് മെനെപ്പടായോടായി തുടർന്നു..... "എല്ലാം ദൈവം അനുഗ്രഹിച്ചരുളിയതാണ്. എന്നാൽ കരുണാമയിയായ ഫെറോ അഞ്ചിലൊരംശം മാത്രം സ്വന്തമായി സ്വീകരിക്കുന്നു. ദൈവദത്തമായ ഈ ഭൂമി ഭദ്രമാകണമെങ്കിൽ സുശക്തമായ ഒരു സൈന്യം കൂടിയേ തീരൂ... അതിന് അഞ്ചിലൊരാൾ യോദ്ധാവാകണം.... എന്തുപറയുന്നു നേതാവെ....?"

മെനെപ്പടാ ഒന്ന് പുഞ്ചിരിക്കുക മാത്രം ചെയ്തു....

"മൗനവും മിതവാഗ്മിതയും ശ്രേഷ്ഠരായ രാജ്യതന്ത്രജ്ഞരുടെ ഗുണങ്ങളാണ്, അല്ലേ നേതാവെ....?"

ഇത്തവണ മൗനം ഭഞ്ജിക്കാതിരിക്കാൻ മെനെപ്പടായ്ക്ക് കഴിഞ്ഞില്ല.....

"നീരാനെ പ്രവിശ്യയിലെ ഒരെളിയ മനുഷ്യനാണ് ഞാൻ....."

"നേർവഴിക്ക് സഞ്ചരിക്കുന്ന സാധാരണക്കാരനായ ഒരു മനുഷ്യൻ! ഈ വാക്ക് ഈ വേദിയിൽ വന്ന് ആരാണ് പറഞ്ഞത്....? ഓ.... കെഫ്ടു! സമർത്ഥനായ വർത്തകൻ. നീതിമാനായ വ്യക്തി..... നിങ്ങളെക്കുറിച്ച് അയാളാണ് വിവരം നല്കിയത്....."

സംഭാഷണത്തിനിടയിൽ സെനെബ് പുറത്തിറങ്ങി തിരികെ വന്നു....

"ഇനിയും വല്ലവരും കാത്തു നില്പുണ്ടോ....?"

മന്ത്രിയുടെ ചോദ്യത്തിന് ഉറക്കെ മറുപടി പറയാൻ സെനെബിന് മടിയുള്ളതായിതോന്നി. അത് ഗ്രഹിച്ചിട്ടെന്നവണ്ണം ആ മെർബ് ചോദിച്ചു...."പേര് പറയാൻ മടിയുണ്ടോ.....?"

"നുട്മോസ്......" മടിച്ച് മടിച്ച് സെനെബ് പറഞ്ഞു.

തന്റെ ആശങ്ക അസ്ഥാനത്തല്ലെന്ന് അയാളുടെ സ്വരം വ്യക്തമാക്കിയിരുന്നു....

നുട്മോസ്....

പെട്ടെന്ന് മെനെപ്പടായുടെ തോണി കടൽപ്പാറയിൽ ചെന്നുതട്ടി.

നേതാവിൽ പെട്ടെന്നുണ്ടായ ഭാവപ്പകർച്ച ശ്രദ്ധിച്ച് ഒന്നുപുഞ്ചരിച്ച് മന്ത്രി പറഞ്ഞു:

"നുട്മോസിനെ നിങ്ങൾക്കറിയാമല്ലോ....?"

നേതാവ് തലയാട്ടി. മന്ത്രി സെനെബിനോടായി ശബ്ദമുയർത്തി പറഞ്ഞു:

"അയാളോട് വരാൻ പറഞ്ഞില്ലല്ലോ.....? പിന്നെന്തിനു വന്നു....? ഇത് നിന്റെ സ്വന്തം ഏർപ്പാടാണോ....? ഇനി ഇങ്ങനെ കണ്ടുപോകരുത്. അയാളോട് പോകാൻ പറ. വിളിക്കാതെ വരരുതെന്നറിയിക്ക്....."

സെനെബിന്റെ മുഖം ചുവന്നുതുടുത്തു. തലകുനിച്ച് ചുണ്ട് കടിച്ച് അയാൾ വാതില്ക്കലേക്ക് നീങ്ങി....

ശബ്ദത്തിൽ വീണ്ടും മാർദ്ദവം കലർത്തി മന്ത്രി തുടർന്നു:

"എന്റടുത്ത് വന്നാൽ ഏതുകാര്യവും സാധിക്കുമെന്നാണ് ചിലരുടെ വിചാരം. ഒരു നിമിഷം ശ്രദ്ധ തെറ്റിയാൽ മതി.... ഇവർ തലയിൽ കയറിയിരിക്കും....."

സെനെബ് കൈയാംഗ്യംകൊണ്ട് നുട്മോസിനോട് പോകാൻ പറഞ്ഞു. പുറത്ത് കാത്തുനില്ക്കുന്ന മറ്റ് മൂന്നുപേരെ അകത്തേക്ക് പറഞ്ഞയയ്ക്കുന്നതിന് സേവകർക്ക് നിർദ്ദേശം കൊടുത്ത് അയാൾ വേദിയുടെ അരികിലേക്ക് തന്നെ ഓടിയെത്തി. മന്ത്രിക്ക് തന്നെപ്പറ്റി കൂടുതൽ ദുഷിച്ചുപറയാനിടം നല്കരുത്.....

നിമിഷങ്ങൾ കഴിഞ്ഞ് ശില്പിയും ചിത്രകാരനും സ്വർണ്ണപ്പണിക്കാരനും അകത്തുകടന്നു. മൂന്നുപേരുടെയും കൈകളിൽ പെപ്പൈറസ് ചുരുളുകളുണ്ട്. ആ ചുരുളുകൾ അവർ വേദിയുടെ മുന്നിൽവെച്ചു.

"അങ്ങ് ചൂണ്ടിക്കാട്ടിയ പോരായ്മകളെല്ലാം നികത്തി പുതിയ

മാതൃക തയ്യാറാക്കിയിരിക്കുന്നു. ഉള്ളിലെയും പുറത്തെയും മാതൃകകൾ വെവ്വേറെയുണ്ട്...." ശില്പി അറിയിച്ചു.

"എല്ലാ ചിത്രമാതൃകകളും ഇതിലുണ്ട്. അനുവാദം കിട്ടിയാലുടൻ ജോലി ആരംഭിക്കാം...." ചിത്രകാരൻ അറിയിച്ചു.

"ഏറ്റവും പുതിയ രീതിയിലുള്ള ആഭരണങ്ങളുടെ മാതൃകയാണി തിൽ. സമ്മതമാണെങ്കിൽ സ്വർണ്ണം അളന്നെടുത്തുകൊള്ളാം." സ്വർണ്ണ പ്പണിക്കാരൻ അറിയിച്ചു.

ചിത്രകാരൻ യുവാവാണ്. ശില്പിക്കും സ്വർണ്ണപ്പണിക്കാരനും മദ്ധ്യ വയസ്സ് കഴിഞ്ഞിരിക്കുന്നു. മൂന്നുപേരെയും ശ്രദ്ധിച്ചുകൊണ്ട് മന്ത്രി പറഞ്ഞു....."പ്രവൃത്തികളിൽ നിങ്ങൾക്കുള്ള നൈപുണ്യം പ്രസിദ്ധമാണ്. കഴിഞ്ഞ തവണ ഞാൻ പറഞ്ഞതുപ്രകാരമുള്ള തയ്യാറെടുപ്പ് നടത്തിയ തിൽ മഹാപ്രഭു അത്യന്തം സന്തുഷ്ടനായിരിക്കുന്നു. ഹോറസിന് തുല്യ നായ നമ്മുടെ ഫെറോ മഹാപ്രഭുവിന്റെ ശവകുടീരം അപൂർവ്വമായ ഒരു ശില്പമായിത്തീരുമെന്ന കാര്യത്തിൽ എനിക്ക് സംശയമില്ല. ഈ മാതൃക കൾ മഹാപ്രഭുവിനെ കാണിച്ച് അനുവാദം വാങ്ങി നിങ്ങൾക്ക് വിവര മെത്തിക്കുന്നതാണ്. നിങ്ങൾക്കും സഹായികൾക്കും മൂന്നുമാസത്തേക്ക് വേണ്ടുന്ന ധാന്യങ്ങളും എണ്ണയും നല്കുന്നതിന് ഭണ്ഡാരം സൂക്ഷിപ്പു കാരനോടും കലവറസൂക്ഷിപ്പുകാരനോടും നിർദ്ദേശിക്കുന്നതാണ്. നിങ്ങൾക്ക് പോകാം....."

ആ മൂവരും താണുവണങ്ങി സംതൃപ്തിയോടെ പടികടന്നു പോയി....

"ഈ ചുരുളുകളെല്ലാം കരുതലോടെ പെട്ടിയിലാക്കി അയ യ്ക്കണം.... സെനെബ്. നീ തന്നെ ഇതെത്തിച്ച് വരണം. ഇനി സന്ദർശകരാരെങ്കിലുമുണ്ടോ.....?"

"ഇല്ല മന്ത്രികൾക്ക് ഒഴിവുണ്ടെങ്കിൽ തന്നെ അറിയിക്കണമെന്ന് പൂജാരി ഇനേനി പറഞ്ഞിരുന്നു....."

"ഇന്ന് സമയമില്ല. നാളെ വരട്ടെ....." അല്പം നീരസത്തോടെ മന്ത്രി പറഞ്ഞു.

പ്രധാന പൂജാരി ഹേപാടിന് രഹസ്യവാർത്ത എത്തിച്ചു കൊടുക്കു ന്നവനാണ് ഇനേനി. നീരാനെ പ്രവശ്യയിലെ നേതാവ് രാജകൊട്ടാരത്തി ലെത്തിയത് അയാളെ ജിജ്ഞാസുവാക്കിയിരിക്കണം. ഇതിൽ എന്തെ ങ്കിലും രഹസ്യം പതിയിരിക്കുന്നുണ്ടോ എന്നറിയുവാനുള്ള വെമ്പൽ. കുശലപ്രശ്നങ്ങളിലൂടെ ആ രഹസ്യം അറിയുന്നതിനാണ് മന്ത്രി സന്ദർശനം. അതും മെനെപ്പടായുടെ സാന്നിദ്ധ്യത്തിൽ..... ഇനേനിയുടെ കൗശലം ആമെർബിന് നന്നായിട്ടറിയാമായിരുന്നു......

ചുരുളുകൾ പെട്ടിയിലൊതുക്കിവെച്ചു. സെനബ് ശങ്കിച്ച് നിന്നതു കണ്ട് മന്ത്രി പറഞ്ഞു....

"പെട്ടിയെടുത്ത് നിങ്ങൾ പൊയ്ക്കൊള്ളൂ....."

അവർ പുറപ്പെട്ടു. മന്ത്രിയും നേതാവും തനിച്ചായി....

നെടുതായ ഒരു നിശ്വാസത്തിനുശേഷം ആമെർബ് സംഭാഷണം തുടർന്നു....

"ഈജിപ്ത് ധർമ്മരാജ്യമാണ്. ഫെറോ ദൈവാവതാരമാണ്. ആൻ നഗരത്തിലെ റാദേവനും, മെംഫീസിലെ പ്പടാദേവനും, വെസിയിലെ അമൻദേവനും നിത്യവും ആദ്യ പൂജ അർപ്പിക്കപ്പെടുന്നത് ഫെറോവിന്റെ പേരിലാണ്. പ്രധാന പൂജാരിയുണ്ടെങ്കിലും അയാൾ ഫെറോവിന്റെ കീഴിലാണ്. രാജ്യത്തിലെ ക്ഷേത്രങ്ങളുടെയെല്ലാം മേൽനോട്ടം വഹിക്കുന്നത് പൂജാരിയാണ്. ജാതകമെഴുത്ത്, വിവാഹനിശ്ചയം, സെഡ് ഉത്സവം നിർണ്ണയിക്കൽ, യുദ്ധം ജയിക്കുന്നതിന് വിശേഷപൂജ നടത്തൽ, പരലോകത്തേക്കുള്ള യാത്രയയപ്പ്.... തുടങ്ങിയവയെല്ലാം പ്രധാനപൂജാരിയുടെ ചുമതലയിലുള്ള ധർമ്മാനുഷ്ഠാനങ്ങളാണ്. ദൈനംദിന ഭരണക്രമത്തിൽ അയാൾ കൈയിടുമെന്ന് ആരും കരുതുന്നില്ല. അത് ധർമ്മവിരുദ്ധവുമാണ്."

തന്റെ അമ്പ് എത്രത്തോളം ആഴത്തിൽ തറച്ചുവെന്നറിയുന്നതിന് വൃദ്ധനായ ആമെർബ് മെനെപ്പടായെ സൂക്ഷിച്ചുനോക്കി.....

"ഞങ്ങളുടെ നാട്ടിലെ പൂജാരി അപെടും ക്ഷേത്രകാര്യം മാത്രമാണ് നോക്കുന്നത്. ക്ഷേത്രച്ചെലവ് വഹിക്കുന്നത് ഞങ്ങളാണ്." മെനെപ്പടാ പ്രതികരിച്ചു.

"രാജ്യത്തുടനീളമുള്ള പ്രശ്നങ്ങൾ എത്ര എളുപ്പത്തിൽ പരിഹരിക്കാൻ കഴിഞ്ഞെങ്കിൽ.....!"

സ്വന്തം കാലിൽ താൻതന്നെ മുള്ളുതറപ്പിച്ചതുപോലെ മന്ത്രിക്കനുഭവപ്പെട്ടു. ആരുടെയോ കാലിൽ തറപ്പിക്കേണ്ടതാണ്..... മനസ്സിൽ തന്നത്താൻ സമാധാനിപ്പിച്ചുകൊണ്ട് അയാൾ തുടർന്നു.

"നിങ്ങൾ തന്നെ കണ്ടുവല്ലോ....? ശില്പിയും ചിത്രകാരനും സ്വർണ്ണപ്പണിക്കാരനും വന്നത്.... ഒരു പിരമിഡ് നിർമ്മിക്കുന്നതിന് ആയിരക്കണക്കിന് ജനങ്ങൾ വർഷം മുഴുവൻ കല്ലുകളുമായി മല്ലിടുന്നു, കൊട്ടാരത്തിലെ കർമ്മചാരികളിൽ ശ്രേഷ്ഠരായ നൂറുപേരെക്കൊണ്ട് ശവകുടീരത്തിനുള്ളിലേക്ക് വേണ്ട അലങ്കാരസാധനങ്ങൾ നിർമ്മിക്കണം. ഒടുവിലൊടുവിൽ ശവകുടീരത്തിനുള്ളിൽ തന്നെ ഇവർക്കും ജോലിചെയ്യേണ്ടിവരും. ഈ പ്രവൃത്തികളെല്ലാം തീരുമ്പോഴേക്ക് ഭണ്ഡാരവും കലവറയും ധാന്യപ്പുരയും എല്ലാം ശൂന്യമായിത്തീരും. അങ്ങനെ വരുന്നത് അപകടവുമാണ്. അതുകൊണ്ട് കലവറയും മറ്റും ശൂന്യമാകാതെ നോക്കേണ്ടിയിരിക്കുന്നു. ഇതിന് ക്ഷേത്രങ്ങളിൽനിന്ന് സഹായം പ്രതീക്ഷിക്കുന്നത് അനുചിതമല്ലല്ലോ....?

രാജ്യമാകുന്ന ചതുരംഗക്കളത്തിൽ താനും ഒരു കരുവാണ്. താനെന്നു പറഞ്ഞാൽ.... നീരാനെ ദേശം. ആ സൂക്ഷ്മാംശം മുൻകൂട്ടി കണ്ടറിഞ്ഞ മെനെപ്പടാ ചിന്താധീനനായിത്തീർന്നു.....

അനുകൂലമായോ പ്രതികൂലമായോ നില്ക്കാതെ ആ കരു ഇളകി....

“പ്രധാനപൂജാരിയുടെ കൈവശം അപാരമായ സമ്പത്തുണ്ടെന്ന് കേൾക്കുന്നുണ്ടല്ലോ.....?”

‘‘കിംവദന്തികളെല്ലാം കള്ളമാകണമെന്നില്ല. ഭരണാധികാരി എപ്പോഴും ഇതോർത്തിരിക്കണം. നിങ്ങൾ കേട്ടിരിക്കുന്നതും അത്തരമൊരു കിംവദന്തിയാണ്. ദൂരെയുള്ള തോണി കാഴ്ചയിൽ ചെറുതായിരിക്കും. അടുത്തെത്തിയാലേ വലിപ്പം അറിയാൻ കഴിയൂ....?”

“എങ്കിലും ശിലയുടെ ഭാരം ശിലയ്ക്കും മണ്ണിന്റെ ഭാരം മണ്ണിനുമാണല്ലോ....?”

“ശിലയുടെ ഭാരം ശിലയ്ക്ക്.... മണ്ണിന്റെ ഭാരം മണ്ണിന്...! മെനെപ്പടാ, ഇതെഴുതിവെക്കണം.....”

സംഭാഷണത്തിന് വിരാമമിട്ടതുപോലെ മന്ത്രി കൈതട്ടി. ഒരു പരിചാരകൻ ഓടിവന്നു.....

‘‘ഞാൻ അരമനയിലേക്ക് പോകയാണ്. പല്ലക്ക് അങ്ങോട്ടയയ്ക്കണം....”

ശിലപോലെ നിന്നിരുന്ന അംഗരക്ഷകൻ മന്ത്രിയുടെ അധികാരദണ്ഡ് കൊണ്ടുവന്ന് കൊടുത്തു.

മന്ത്രി എഴുന്നേറ്റു. മെനെപ്പടായും അനുസരിച്ചു. സെനെബ് ഓടിയെത്തി....

“നേതാവിനെ അതിഥി മന്ദിരത്തിലെത്തിക്കുക....” സെനെബിന് നിർദ്ദേശം നല്കിയശേഷം മന്ത്രി മെനെപ്പടായോട് ശാന്തസ്വരത്തിൽ പറഞ്ഞു..... നാളെ മഹാപ്രഭു നിങ്ങളെ ക്ഷണിക്കുന്നതാണ്.....”

“ആകട്ടെ ഞാൻ കാത്തിരിക്കും”

യുവഎഴുത്തുകാരന്റെ പിന്നാലെ മന്ത്രി പടികടന്നുപോയി. അംഗരക്ഷകൻ പിന്തുടർന്നു.....

മെനെപ്പടായോടൊപ്പം നടക്കുന്നതിനിടയിൽ സെനബ് പറഞ്ഞു..... നാം ഒന്നിച്ചാണ് വന്നത്. ഒന്നിച്ചുതന്നെ പോകയും ചെയ്യുന്നു.” നിമിഷങ്ങൾ കഴിഞ്ഞ് അയാൾ ചോദിച്ചു...., “നാളെ മഹാപ്രഭുവിനെ കാണും അല്ലേ....?”

“മഹാപ്രഭു ക്ഷണിക്കുമെന്ന് മന്ത്രി പറഞ്ഞത് നിങ്ങളും കേട്ടതാണല്ലോ.....?”

ശത്രുവാര്....? മിത്രമാര്.....? ആരോട് സംസാരിക്കണം? ആരോടാണ് സംസാരിക്കാതിരിക്കേണ്ടത്....?

മെന്നയുടെ പാട്ട് സ്മരണയിൽ മുഴങ്ങുന്നു.... നേതാവിന്റെ ചുണ്ടിൽ ഒരു മന്ദഹാസം തത്തിക്കളിച്ചു.....

മന്ത്രിമന്ദിരത്തിൽ എന്തൊക്കെ നടന്നെന്നറിയുവാൻ ബടായും കൂട്ടരും തിടുക്കപ്പെട്ടു. സെനെബിനെ പറഞ്ഞയച്ചശേഷം മെനെപ്പടാ

ചുരുക്കി വിവരിച്ചെങ്കിലും അവർക്ക് തൃപ്തിവന്നില്ല.

"മന്ത്രിയുടെയോ ഫെറോവിന്റെയോ ആരുടെ ആസ്ഥാനമായാലും ശരി.... നമ്മുടെ നേതാവിന്റെ ഭാവം സഭയിലുള്ളതുപോലെയാണ്...." ബടാ പാഞ്ഞു....

നേതാവ് മന്ദസ്മേരം തൂകി...

അതിഥി മന്ദിരം അടിച്ചുവൃത്തിയാക്കിയിരുന്നു. വിരിക്കാനും പുതക്കാനുമുപയോഗിച്ച വസ്ത്രങ്ങൾ മാറ്റി പുതിയവ കൊണ്ടുവച്ചിരുന്നു, മുറികളിൽ ധൂപനം നടത്തിയിരുന്നു.

"ഇവിടെ ശ്വാസം മുട്ടാതെ നോക്കിക്കൊള്ളണം...." ബടാ പറഞ്ഞു.

"ഈ ധൂപം ആരോഗ്യത്തിന് നല്ലതാണ് ബടാ....." നേതാവ് പറഞ്ഞു.

അതിഥിമന്ദിരത്തിന്റെ അധികാരി കടന്നുവന്നു.....

"വിശ്രമത്തിനുശേഷം ഇനേനി നിങ്ങളെ കാണാൻ വരുന്നതാണ്. ഭക്ഷണം തയ്യാറായിട്ടുണ്ട്. കഴിച്ച് വിശ്രമിച്ചാലും....."

"ഭക്ഷണം കഴിച്ചാൽ ദഹനക്കേടുണ്ടാകുമോ എന്നാണ് ഭയം. അതുകൊണ്ട് ഒരു റൊട്ടിയും നീരുള്ളിയും മാത്രം മതി...." ബടാ അറിയിച്ചു.

"ഛെ!ഛെ! അരമനയിൽ ലഘുവായിട്ടുള്ളത് ഭക്ഷണമാണ്. സദ്യവട്ടങ്ങൾ വിശേഷപ്പെട്ട അവസരങ്ങളിലേ ഉണ്ടാകൂ. നിങ്ങൾക്ക് വല്ല കുറവും വന്നുപോയാൽ എന്റെ തലയാണു പോവുക....."

"ആരോഗ്യം കുറയുന്നത് ബുദ്ധിമുട്ടാണ്. ഞങ്ങൾക്ക് ഉച്ചഭക്ഷണം മാത്രം മതി....." മെനെപ്പടാ പരിഹാരം നിർദ്ദേശിച്ചു.

അതിഥി ആ നിർദ്ദേശം സ്വീകരിച്ചു.....

"രാത്രി വല്ല പാനീയവും....?"

വേണമെന്ന് പറയാൻ കൊതിച്ചെങ്കിലും ബടായുടെ തൊണ്ടയിൽ നിന്ന് ശബ്ദം പുറത്തുവന്നില്ല. ബടായുടെ അവസ്ഥകണ്ട് മെനെപ്പടാ ചിരിച്ചുപോയി. അയാൾ പറഞ്ഞു....

"വെള്ളമുണ്ടല്ലോ....?"

"പാല്.....പാല്.... കൊടുത്തയയ്ക്കാം....." ആ അധികാരി പാചകശാലയിലേക്ക് നടന്നു....

"എന്റെ അമ്മ ഇപ്പോഴുണ്ടായിരുന്നെങ്കിൽ എത്രമാത്രം സന്തോഷിക്കുമായിരുന്നു" ബടാ തലയിൽ കൈവെച്ചുകൊണ്ട് പറഞ്ഞു...

ഭക്ഷണാനന്തരം വിശ്രമമുറിയിൽ സ്നേഹിതൻ തനിച്ചായപ്പോൾ മെനെപ്പടാ താൻ ഗ്രഹിച്ച അരമന രഹസ്യങ്ങൾ വിവരിച്ചു....

"മൂന്ന് ശക്തികളാണ് രാജ്യത്താകെയുള്ള ഭരണം നിയന്ത്രിക്കുന്നത്. ഫെറേ, പ്രധാനപൂജാരി... ഭൂപ്രഭുക്കൾ. പ്രവിശ്യകൾക്ക് സാമന്തരാജാക്കന്മാരെ നിയമിച്ചതോടെ ഭൂപ്രഭുക്കളുടെ അധികാര പരിധി കുറഞ്ഞുപോയി. അവരിപ്പോൾ പ്രധാനപൂജാരിയുടെ പക്ഷം ചേർന്നിരിക്കയാണ്.

ആ രണ്ട് ശക്തികൾ ചേർന്നാൽ ഫെറോവിനെ നിഷ്പ്രയാസം തോല്പിക്കാനാകും. ചുരുക്കത്തിൽ ഫെറോ പ്രധാനപൂജാരിയുടെ നിയന്ത്രണത്തിൽ കഴിഞ്ഞുകൂടേണ്ട ഒരു സാഹചര്യം വന്നുചേരാനിടയുണ്ട്....."

"ആശ്ചര്യംതന്നെ.....! ഫെറോ പൂജാരിയുടെ കീഴിൽ കഴിയേണ്ടിവരിക....."

"പുറംകാഴ്ചയ്ക്ക് മഹാപ്രഭു ഫെറോവാണ്. പക്ഷേ, കടിഞ്ഞാൺ പൂജാരിയുടെ കൈയിലാണ്. അരമനയിലെ ഏറ്റവും നിഗൂഢമായ സത്യം ഇതാണ്. സാധാരണക്കാരായ പ്രജകൾക്ക് ഇതൊന്നുമറിയില്ല...."

"നമുക്ക് ആവുന്നത്ര വേഗത്തിൽ തിരകെ പോകണം."

"ഫെറോ നമ്മുടെ സ്നേഹവും സഹായവും ആഗ്രഹിക്കുന്നുണ്ട്."

"പ്രധാന പൂജാരിയുടെ സ്വാധീനം കുറയുമ്പോൾ ഈ ഫെറോ തന്നെ നമ്മെ തള്ളിപ്പറയാനും മടിക്കില്ല...."

"ആഹാ....! ഊഹിച്ചെടുത്തല്ലോ....! പക്ഷേ, നാം സ്വതന്ത്രരാണ്! ശക്തരാണ്....! സ്വന്തം കാലിൽ നില്ക്കുന്നവരുമാണ്.....! നമ്മെ ആർക്കും ഒന്നും ചെയ്യാനാകില്ല....."

"ഇത് മനസ്സിലാക്കാൻ ഇത്രദൂരെ വരേണ്ടിവന്നു.....! ഉം...... ഏതായാലും ആ പൂജാരിയോട് സ്വപ്നത്തിന്റെ ഫലം ചോദിച്ചറിയണം."

അയാൾ കേവലം ഒരു പൂജാരിയാണെന്ന് തോന്നുന്നില്ല. അയാൾക്കും കുറച്ചൊക്കെ പിടിയുണ്ടെന്ന് തോന്നുന്നു. ഇന്നുതന്നെ മന്ത്രികളെ കാണണമെന്ന് പറഞ്ഞയച്ചിരിക്കുന്നു. മന്ത്രി ഇന്ന് സൗകര്യമില്ലെന്ന് പറഞ്ഞയയ്ക്കുകയാണ് ചെയ്തത്. രഹസ്യമായ വല്ല വാർത്തയും കിട്ടുമോ എന്നറിയാനാകും അയാളിങ്ങോട്ട് വരുന്നത്...."

"എത്രയായാലും അപെടിന്റെ വർഗ്ഗമല്ലേ....?"

പുറത്ത് ആരുടെയോ ഉറച്ച സംസാരം....

"ഉറങ്ങുകയാണെങ്കിൽ വിളിക്കേണ്ട. പിന്നെ വരാം....."

"ഇല്ല ഉറങ്ങുകയല്ല.... അകത്തേക്ക് വന്നോളൂ...." ഔട്ടയുടെ ശബ്ദം.

മെനെപ്പടായും ബടായും പുറത്തുകടന്നു....

ആശീർവദിക്കുന്ന ഭാവത്തിൽ അധികാരദണ്ഡുള്ള വലതു കൈ ഉയർത്തിക്കൊണ്ട് പൂജാരി ഇനേനി മുറിയിലേക്ക് കടന്നു. നേതാവും സുഹൃത്തും ആ ദൈവദാസനെ വണങ്ങിത്തൊഴുതു....

മൂവരും ആസനസ്ഥരായപ്പോൾ ഇനേനി പറഞ്ഞു.....

"ഒന്ന് കാണണമെന്ന് വച്ച് വന്നതാണ്. നിങ്ങളെ രാജധാനിയിലേക്ക് ക്ഷണിക്കണമെന്ന് ഹേപാട് പറഞ്ഞുകൊണ്ടേയിരിക്കുന്നു....."

ഇനി അയാളുടെ കൗശലം പ്രയോഗിച്ചു തുടങ്ങിയിരിക്കുന്നു.... ഇവിടെ ഓരോ വ്യക്തിയും രാജ്യകാര്യങ്ങളിൽ സമർത്ഥരാണെന്ന് മെനെപ്പടായ്ക്ക് തോന്നി.....

"പ്രധാനപൂജാരി ആൻ നഗത്തിലാണെന്ന് കേൾക്കുന്നുണ്ടല്ലോ."

"അതെ..... പ്രധാനപ്പെട്ട ധർമ്മശോധന നടക്കുകയാണ്."

"രാജധാനിയിലേക്ക് തിരികെ വരുന്നതോ.....?"

"ഈയിടെയായി അദ്ദേഹമുള്ള സ്ഥലമാണ് രാജധാനി. സെഡ് ഉത്സവത്തെപ്പറ്റിയറിയണമെന്നുണ്ടെങ്കിൽ.... അടുത്തൊന്നും അതു നടക്കാൻ പോകുന്നില്ല. രണ്ടുമൂന്ന് മാസമെങ്കിലും കാത്തിരിക്കേണ്ടിവരും. അതിനുശേഷം അദ്ദേഹത്തിന്റെ ഇഷ്ടംപോലെ നിശ്ചയിക്കും. മന്ത്രി ഇതേക്കുറിച്ച് വല്ലതും സൂചിപ്പിച്ചിരുന്നോ....?"

"കൂടുതൽ കാര്യങ്ങൾ സംസാരിക്കാനൊത്തില്ല. ധാരാളം സന്ദർശകരുണ്ടായിരുന്നു....."

"സന്ദർശകർക്കുണ്ടോ കുറവ്! മന്ത്രിയുടെ സ്ഥാനത്ത് ഞാനുണ്ടായാലും നിങ്ങളുണ്ടായാലും ആരുണ്ടായാലും സന്ദർശകർ വരും. പിന്നെ.... ടെഹുടി നിങ്ങളോട് ക്രൂരമായി പെരുമാറിയെന്ന് കേട്ടല്ലോ....?"

"അങ്ങനെ പറയാനൊക്കില്ല. അയാൾ അയാളുടെ അധികാരം പ്രദർശിപ്പിച്ചെന്നുമാത്രം...."

"ശരിയായ വീക്ഷണം! ടെഹുടിക്കുതന്നെ ഭാവിയിൽ നേതാവിനെക്കുറിച്ചുള്ള അഭിപ്രായം മാറ്റേണ്ടിവരും! നാളെ നിങ്ങൾ ഫെറോവിനെ കാണുന്നെന്ന് കേട്ടല്ലോ....?"

"നിങ്ങൾക്ക് സർവ്വസംഗതികളും അറിയാമെന്ന് തോന്നുന്നല്ലോ.....?"

"ഞാൻ പൂജാരിയല്ലേ.....! ജനങ്ങൾ എന്റെ ഭക്തരുമാണ്...!"

നിമിഷനേരത്തേക്ക് മൗനം കളിയാടി... ആ സന്ദർഭമുപയോഗിച്ച് ബടാ നേതാവിന്റെ സ്വപ്നകാര്യം അറിയിച്ചു....

"നേതാവ് ഇന്നലെ രാത്രി ഒരു സ്വപ്നം കണ്ടു....."

"അതെയോ....? എന്താ കണ്ടത്.....?"

നേതാവ് താൻ കണ്ട സ്വപ്നം വിവരിച്ചു....

വിശാലമായ കുടവയറിന്മേൽ ഇരുകൈകളുംവെച്ച്, ഒരു കൈവിരലുകൊണ്ട് മറുകൈയ്ക്ക് താളംപിടിച്ച്, ഇനേനി അല്പസമയം ചിന്തിച്ചിരുന്നു. ചിന്തയിൽനിന്നുണർന്ന് അയാൾ പറഞ്ഞു....

"പാപികളോ....! പോയി! കളയോടൊപ്പം വിളയുംപോയി....! അർത്ഥവത്തായത്.....! വളരെ അർത്ഥവത്തായത്....! നേതാവെമെനെപ്പടാ..... നിങ്ങൾ ഭാഗ്യശാലിയാണ്. നിങ്ങൾ സ്വർണ്ണഖനിയുടെ ഉടമയായിത്തീരും. അതായത് സർവ്വൈശ്വര്യങ്ങളും നിങ്ങൾക്കുണ്ടായിത്തീരും....! റാ...പ്ടാ..., അമൻ.... ഈ മൂന്ന് ദൈവങ്ങളുടെയും അനുഗ്രഹം നിങ്ങൾക്കുണ്ട്. പ്രധാന പൂജാരിയുടെ കൃപാകടാക്ഷത്തിന് പാത്രമായിത്തീരും...."

ഇനേനി നേതാവിന്റെ മുഖത്തേക്ക് നോക്കി. അവിടെ യാതൊരു ഭാവവും പ്രകടമായിരുന്നില്ല.....

"ഈ വിവരണം കേട്ട് കൃതാർത്ഥരായി...." ബടാ പറഞ്ഞു.

"നല്ലത്. ഞാനിറങ്ങുന്നു. ഏതായാലും ഇവിടെത്തന്നെ ഉണ്ടാകു

മല്ലോ. കണ്ടുകൊണ്ടേയിരിക്കാം. ഈശ്വരഭക്തരെ കാണുന്നത് എനിക്ക് വളരെ സന്തോഷമുള്ള കാര്യമാണ്....."

മുണ്ഡനം ചെയ്ത തലയിൽ തടവിക്കൊണ്ട് ഇനേനി എഴുന്നേറ്റു....

"ഒരു കാര്യംകൂടിയുണ്ട്...." അയാൾ വീണ്ടും ഇരുന്നു.... "ഭ്രാന്തൻ മെന്ന നദിക്കരയിൽവെച്ച് നിങ്ങളെ കണ്ടെന്നറിഞ്ഞു. അവനെ ഉപദേശിച്ചിട്ടൊന്നും കാര്യമില്ല. അവൻ ദൈവദ്രോഹിയാണ്. കാവല്ക്കാർ നിങ്ങളോട് എല്ലാം പറഞ്ഞിരിക്കുമല്ലോ. പ്രധാനപൂജാരിയുടെ കൃപകൊണ്ടാണ് അവൻ ജീവനോടിരിക്കുന്നത്...."

"ഇത് തുടങ്ങിയിട്ട് എത്ര നാളായി....?" ബടാ ചോദിച്ചു.

"വളരെക്കാലം പൂജാവൃത്തിയിലായിരുന്ന ഒരു ദൈവദാസന്റെ പുത്രനാണ് ഈ മെന്ന. പത്താമത്തെ വയസ്സിൽ അച്ഛൻ മരിച്ചതോടെ അവൻ പ്രധാനപൂജാരിയുടെ കീഴിലായിത്തീർന്നു. അയാൾതന്നെ അവനെ പഠിപ്പിച്ചു. ആറേഴുവർഷം അവൻ അയാളുടെ മുറിയിൽ കഴിഞ്ഞുകൂടി. ഭാഗ്യവാൻ....! പ്രധാനപൂജാരിയുടെ നിത്യസാന്നിദ്ധ്യം ഒരു ഭാഗ്യമാണല്ലോ! കാലക്രമത്തിൽ മഹാക്ഷേത്രത്തിൽ ദൈവദാസന്മാരുടെ സംഖ്യ വർദ്ധിച്ചു. ദേവദാസികളും അധികരിച്ചു. മെന്നയ്ക്ക് ചെറിയൊരു പൂജാകർമ്മം ഏല്പിച്ചുകൊടുത്ത് പ്രധാനപൂജാരി അവനെ അകറ്റി നിർത്തി. ക്രമേണ പ്രധാന പൂജാരിയെ അവൻ ബഹുമാനിക്കാതായി. ഈശ്വരഭക്തി കുറഞ്ഞുവന്നു. ഇരുപതാമത്തെ വയസ്സിൽ അവന് കയറ്റം കിട്ടേണ്ടതായിരുന്നു.... പക്ഷേ...."

ആ സംഭവങ്ങൾ ഇനേനിയുടെ സ്മരണ മണ്ഡലത്തിൽ ഉയർന്നുയർന്നുവന്നു....

ഒരു ദേവദാസി ഒരിക്കൽ പ്രധാന പൂജാരിയുടെ മുന്നിൽ പരാതി ബോധിപ്പിക്കാനെത്തി.....

കഴിഞ്ഞ ദിവസം സന്ധ്യയ്ക്ക് മെന്ന ഒരു ദേവദാസിയുടെ വീട്ടിനരികിൽ ചുറ്റിത്തിരിയുന്നത് കണ്ടത്രെ. പോകാൻ പറഞ്ഞിട്ടും കൂട്ടാക്കിയില്ലത്രെ....

പ്രധാന പൂജാരി മെന്നയെ വിളിച്ചു....

"എന്തിനാ അവിടെ ചുറ്റിത്തിരിഞ്ഞത്.....?

"നിങ്ങൾ ആ ഭാഗത്തേക്ക് പോകുന്നത് കണ്ടു. സാധാരണ അല്പസമയത്തിനുള്ളിൽത്തന്നെ തിരികെ വരുമായിരുന്നു. ഇന്നലെ ആ പതിവ് തെറ്റി. നിങ്ങൾക്കെന്തു പറ്റിയെന്നറിയാനാണ് ആ ഭാഗത്തേക്ക് പോയത്. ഒന്നുരണ്ടുപേർ എന്നെ അകത്തേക്ക് ക്ഷണിച്ചെങ്കിലും... ഞാൻ പോയില്ല...."

"വിഡ്ഢി....! പണിയൊന്നുമില്ലെങ്കിൽ ശ്രീകോവിലിനുള്ളിൽതന്നെ കുത്തിയിരിക്കണം....."

"ദേവദാസികൾ ശ്രീകോവിലിനുള്ളിലും മറഞ്ഞിരിക്കുന്നുണ്ടാകുമല്ലോ....?"

"പാപവാക്ക് ഉച്ചരിച്ചാലുണ്ടല്ലോ നിന്റെ നാവ് മുറിഞ്ഞുപോകും... ഭ്രാന്തൻ...."

"പാപവും പുണ്യവും എങ്ങനെയാണ് തിരിച്ചറിയുക....?"

"പോയി കൊട്ടാരംക്ഷേത്രത്തിലെ മുഖ്യ പൂജാരിയോട് ചോദിക്ക്..."

പരാതി കൊടുക്കാൻ വന്നവൾ ചിരിച്ചുകൊണ്ട് നടന്നുപോയി.

മെന്ന പ്രധാനപൂജാരിയുടെ കാൽക്കീഴിൽ മുട്ടുകുത്തി വിലപിച്ചു....

"ഇനി ഞാൻ നിങ്ങളെ സേവിക്കാൻ വരേണ്ടേ....?"

"എല്ലാവരും അവരവരുടെ സ്ഥാനത്തിരുന്നുകൊണ്ട് ചെയ്യുന്ന ജോലി എന്നെ സേവിക്കുന്നതിന് തുല്യമാണ്....."

"...... സംശയങ്ങളും, സന്ദേഹങ്ങളും എന്നെ ബാധിച്ചുകൊണ്ടിരിക്കുന്നു....."

"ഭ്രാന്തൻ....! വിവാഹം കഴിച്ച് അച്ഛനെപ്പോലെ ഒരു ഗൃഹസ്ഥനാകാൻ നോക്ക്. മൂന്ന് മാസം വീട്ടിൽതന്നെ ഇരിക്ക്. ഒരു മാസം പരിശുദ്ധിയോടെ വന്ന് അമ്പലത്തിൽ ജോലി ചെയ്യ്....."

"വിവാഹം....! വേണ്ട....! വേണ്ട.....!"

"എന്നാൽ നശിച്ച് പോട്....!"

"..... ദേവദാസികളും.....വിവാഹിതരായി.... മൂന്നുമാസം വീട്ടിൽ കഴിച്ചുകൂട്ടി....."

"കഴുതേ! തെമ്മാടി.....!"

മെന്ന കണ്ണീരോടെ എഴുന്നേറ്റു.

അവൻ അലസനല്ല. പന്ത്രണ്ടു വർഷത്തെ ശിക്ഷണം മുഴുവൻ ആറേഴു വർഷംകൊണ്ട് കരസ്ഥമാക്കിയ ബുദ്ധിശാലിയാണ്.

"ഇവൻ വിഡ്ഢിയെപോലെ നടിക്കുകയാണ്...." ചിലർ പറഞ്ഞു.

സത്യത്തിൽ നാട്യവും യാഥാർത്ഥ്യവും തമ്മിൽ തിരിച്ചറിയാൻ മെന്നയ്ക്കുപോലും സാദ്ധ്യമായിരുന്നില്ല. ചെയ്യരുതാത്തത് പലതും അവൻ ചെയ്തു. ദിനന്തോറും പ്രധാനപൂജാരിയുടെ ക്രോധത്തിന് ഇരയായിക്കൊണ്ടിരുന്നു.

രണ്ടുവർഷം ഈ നിലയിൽ കഴിഞ്ഞുപോയി. മൂന്നാംവർഷത്തിൽ പരിതഃസ്ഥിതി കൂടുതൽ വഷളായിത്തീർന്നു.

അബ്ടുവിലേക്ക് ചെന്ന പ്രധാനപൂജാരിയുടെ കൂട്ടത്തിൽ മെന്നയുമുണ്ടായിരുന്നു. ഉത്സവഘോഷയാത്രയ്ക്കുശേഷം ക്ഷേത്രത്തിലെത്തിയ ഐസിസിന്റെ പാത്രമഭിനയിച്ച ദേവദാസിയുമായി പ്രധാനപൂജാരി സംസാരിക്കയായിരുന്നു. മെന്ന ഇടയിൽ കയറിച്ചെന്നു. ഹേപാട് കോപാകുലനായിത്തീർന്നു. അയാളുടെ കരുണയുടെ അവസാനത്തെ പടി അവിടെവെച്ചവസാനിച്ചു. തോണി മുങ്ങിപ്പോകതന്നെ ചെയ്തു.

മെംഫീസിൽ തിരിച്ചെത്തിയ ഹേപാട് ദൈവദാസന്മാരുടെയും ദാസികളുടെയും മുന്നിൽവെച്ച് മെന്നയെ വിചാരണ ചെയ്തു.

"മെന്നയിൽ സേത് കടന്നുകൂടിയിട്ടുണ്ട്....."

"സൂക്ഷിച്ചോ! സൂക്ഷിച്ചോ! ഞാനിപ്പോൾ കാട്ടുപന്നിയാണ്! നിങ്ങളെയെല്ലാം കുത്തിക്കീറി ഒസൈരിസിന്റെ രാജ്യത്തയയ്ക്കും.....!" എന്ന് മെന്നയ്ക്ക് പറയാൻ തോന്നണമായിരുന്നോ....?

അതു പറഞ്ഞ ഉടനെ അവൻ ഹേപാടിനരികിലേക്ക് ഇഴഞ്ഞു നീങ്ങി....

രംഗം വീക്ഷിക്കയായിരുന്ന ഇനേനി മെന്നയെ കടന്നുപിടിച്ചു. മെന്ന കുതറിമാറാൻ ശ്രമിച്ചു.

"ധർമ്മദ്രോഹി.....! പറ.... ഈ ഈജിപ്തും ലോകവും സൃഷ്ടിച്ച താര്....?" ഹേപാട് ഗർജ്ജിച്ചു.

"അറിയില്ല.....! ഞാനല്ല.....! (ഞാനായിരുന്നെങ്കിൽ നിങ്ങളൊന്നും ജനിക്കയില്ലായിരുന്നു)"

"ഭ്രാന്തൻ! ഭ്രാന്തൻ! ഇടിക്കവനെ.....!"

ഒരു ദേവദാസൻ മുന്നോട്ടുവന്ന് മെന്നയുടെ മുഖത്ത് രണ്ടു മൂന്ന് ഇടിവെച്ചുകൊടുത്തു. ഭൂമി തിരിയുന്നതുപോലെ മെന്നയ്ക്കനുഭവപ്പെട്ടു. ഒപ്പം തന്നെ ചെകിട്ടത്തും ഒരടി വന്നുവീണു. മെന്നയുടെ നാവിന് ഉപ്പു രസമുണ്ടായി. മൂക്കിൽനിന്ന് രക്തമൊഴുകി.

"അയ്യോ.....! എന്റെ ഹൃദയം കരയുന്നേ....."

"കരഞ്ഞു കരഞ്ഞ് തീർക്ക്! പാപി! ഇനി ഉത്തരം പറയൂ.... ഈ പ്രപഞ്ചത്തിൽ ദൈവത്തിന്റെ പ്രതിനിധിയാര്?"

"ഞാനല്ല.....! ഞാനല്ല.....!"

ആരോ അരയിൽ ചവുട്ടി (ഇനേനിയാണോ?) മെന്ന നടുവൊടിഞ്ഞതുപോലെ കമിഴ്ന്നടിച്ചു വീണു.

"പുറത്ത് വരക്ക്....." ഹേപാട് കല്പിച്ചു.

വിചാരണ തുടങ്ങുന്നതിനുമുമ്പുതന്നെ അറ്റത്ത് മരപ്പിടിയുള്ള ചെമ്പിന്റെ നീണ്ട കോല് ശ്രീകോവിലിനരികിലുള്ള തീക്കനലിൽ പഴുപ്പിക്കാൻ വെച്ചിരുന്നു. ചുട്ടുപഴുത്ത ആ ചെമ്പുകോല് ഒരു ദൈവദാസൻ എടുത്തുകൊണ്ടുവന്നു. പിടി ഹേപാടിന്റെ കൈയിൽ കൊടുത്തു. ഇനേനി മെന്നയുടെ ഇരുകൈകളും അമർത്തിപ്പിടിച്ചു. മറ്റൊരാൾ കാൽ രണ്ടും മുറുക്കിപ്പിടിച്ചു.

കൈയിൽ ചുട്ടുപഴുത്ത ചെമ്പുകോലുമായി ഹേപാട് പീഠത്തിൽ നിന്നെഴുന്നേറ്റു...

"സേത്....! നശിച്ചുപോ....!" എന്നു പറഞ്ഞ് 'റാ....റാ' എന്നുരുവിട്ടുകൊണ്ട് പഴുത്ത ചെമ്പുകോല് മെന്നയുടെ പുറത്ത് അമർത്തിവെച്ചു.

"അയ്യോ....! അയ്യോ..........!" മെന്ന നിലവിളിക്കുന്നതിനിടയിൽ ഹേപാട് 'പ്ടാ' എന്നുരുവിട്ടുകൊണ്ട് രണ്ടാമതും 'അമൻ' എന്നുരുവിട്ടുകൊണ്ട് മൂന്നാം തവണയും ആ ആയുധം മെന്നയുടെ പുറത്ത് പ്രയോഗിച്ചു.....

മെന്നയുടെ ആക്രന്ദനം നിലച്ചു. ഹേപാടിന്റെ ആജ്ഞാനുസരണം കൈകാലുകൾ വിടുവിച്ചു. പക്ഷേ, മെന്ന അനങ്ങിയില്ല. വീണിടത്തു തന്നെ കിടന്നു. മെന്നയുടെ പുറത്തെ ചാലുകൾ ചുട്ടെടുത്ത പാമ്പുകൾ പോലെ കാണപ്പെട്ടു.

"ശ്വാസമുണ്ടത്രെ! ദൈവസന്നിധിയിലുള്ള മരണം പാപികൾക്ക് വിധിച്ചതല്ല....." ഹേപാട് നാലടി ദൂരെ മാറിനിന്നു. ഇരുകൈകളും അര യിലൂന്നിക്കൊണ്ട് അയാൾ ദൈവദാസസമൂഹത്തെ സൂക്ഷിച്ചുനോക്കി. പദങ്ങൾ എണ്ണിയെണ്ണിയെടുത്തുകൊണ്ട് അയാൾ പ്രഖ്യാപിച്ചു.

"ഇന്നുമുതൽ ഭ്രാന്തൻ മെന്നയെ നമ്മുടെ കൂട്ടത്തിൽനിന്നും പുറത്താക്കിയിരിക്കുന്നു. ഇന്നുതൊട്ട് ഇവന്റെ പണി കൊട്ടാരം ക്ഷേത്രത്തിലെ അടിച്ചുവാരലാണ്. ഇവന്റെ നിയന്ത്രണം ഇനേനിക്കാണ്. ദൈവകാരുണ്യംകൊണ്ട് ഇവന്റെ ഭ്രാന്ത് മാറിയാൽ എന്റെ ശിക്ഷയ്ക്ക് ഫലമുണ്ടായി എന്നു പറയാം. ഈ ഭ്രാന്തൻ നിങ്ങൾക്കെല്ലാവർക്കും ഒരു പാഠമാണെന്നോർക്കണം."

ഹേപാട് വലതുകൈയുയർത്തി. ഏവരും നമസ്കരിച്ച് പിരിഞ്ഞു പോയി. വിചാരണസഭ അവസാനിച്ചു.

ഹേപാട് നടന്നകന്നപ്പോൾ മെന്ന സാവധാനത്തിൽ എഴുന്നേറ്റിരുന്നു. ആ പകൽ മുഴുവൻ അയാൾ നിരാഹാരമനുഷ്ഠിച്ചു. രാത്രി ഇനേനി അര മനയിലേക്ക് പുറപ്പെട്ടപ്പോൾ നിശ്ശബ്ദനായി മെന്ന അയാളെ പിന്തു ടർന്നു....

ഇനേനി ദീർഘമായി നെടുവീർപ്പിട്ടു....

മിനുസമുള്ള തല തടവിക്കൊണ്ട് പ്രത്യേക മുഖഭാവത്തോടെ ഇനേനി പറഞ്ഞു.....

"മഹാപാപിയാണവൻ! ദൈവം കരുണകാട്ടിയില്ല. അന്നും ഭ്രാന്ത്! ഇന്നും ഭ്രാന്ത്! അവൻ പറയുന്നതൊന്നും നിങ്ങൾ വിശ്വസിക്കരുത്. അവ നൊന്നും അറിയുകയില്ല. എന്തൊക്കെയോ അവൻ പറഞ്ഞുണ്ടാക്കുക യാണ്....."

മെനെപ്പടാ എഴുന്നേറ്റ് ജനാലയ്ക്കരികിൽ ചെന്നുനിന്നു. വെയിലിന് ചൂട് കുറഞ്ഞു തുടങ്ങിയിരുന്നു. മെന്നയുടെ ചൈതന്യം വറ്റിയ മുഖം അയാളുടെ മനസ്സിൽ തെളിഞ്ഞുവന്നു.

ഇനേനിയും എഴുന്നേറ്റു.

"മെന്നയുടെ കാര്യത്തിൽ മുന്നറിയിപ്പ് നല്കിയതിന് നന്ദി....." നിന്നിടത്തുനിന്നുതന്നെ മുഖം തിരിച്ച് മെനെപ്പടാ പറഞ്ഞു.

"ദൈവത്തെയും ധർമ്മത്തെയും എതിർക്കുകയെന്നത് എത്രമാത്രം അപഹാസ്യകരമാണ്! അവന്റെ കാര്യം പറയാൻ തുടങ്ങുമ്പോൾ എനിക്ക് സങ്കടംതോന്നും. എങ്കിലും കർത്തവ്യമാണെന്ന് കരുതി....."

"പോയി വന്നാലും...."

വലതുകൈയുയർത്തി അനുഗ്രഹിച്ച്.... തന്റെ അധികാരദണ്ഡെടുത്ത് ഇനേനി പുറത്തുകടന്നു.

അയാൾ കണ്ണിൽനിന്ന് മറയുന്നതുവരെ മൗനം തളംകെട്ടി നിന്നു.

“മെനെപ്പടാ ചേട്ടാ.... ഈ മെന്ന ഒരിക്കലും ഭ്രാന്തനല്ല. ഇവനെ നമ്മുടെകൂടെ കൂട്ടിക്കൊണ്ടുപോകണം....” ബടാ പറഞ്ഞു.

“വരുന്നത് അയാൾക്ക് സമ്മതമായിരിക്കും. പക്ഷേ, ഇവർ വിടുമോ എന്നാണ് സംശയം. ജനങ്ങളുടെ കണ്ണിൽ അയാൾ ഭ്രാന്തനായിത്തന്നെ അലയേണ്ടത് ഇവരുടെ ആവശ്യമാണ്. ഇല്ലെങ്കിൽ ഇവർക്ക് ബുദ്ധിമുട്ടാകും.....”

“ഇപ്പോൾതന്നെ മെന്നയെചെന്ന് കണ്ടാലോ....?”

“അരുത്. ഇപ്പോഴും രാത്രിയും പാടില്ല. മൂന്നുനാലു ദിവസത്തേക്ക് അയാളെ കാണേണ്ട. നാം അയാളുമായി ബന്ധപ്പെടുന്നുണ്ടെന്നറിഞ്ഞാൽ അയാളെ സ്ഥലംമാറ്റി പാർപ്പിച്ചേക്കും....”

“ശൗചഗൃഹം വൃത്തിയാക്കാൻ....ഉം....”

..... വൈകുന്നേരം ബടാ തോണിക്കടവിൽചെന്നു. അഞ്ച് സാമന്തരാജാക്കന്മാർ എത്തിച്ചേർന്നതിന്റെ ലക്ഷണം കടവിൽ കാണപ്പെട്ടു. സങ്കടത്തിനിടയിലും ജിജ്ഞാസ... ബടാ അതിഥിമന്ദിരത്തിലേക്കു തന്നെ തിരികെ വന്നു....

മുറിയിലിരുന്ന് ഓടക്കുഴലെടുത്ത് ആ ഒരു വരി മാത്രം അയാൾ നീട്ടി വായിച്ചു... “ഇന്ന് ഞാൻ ആരോടെൻ കഥ പറയും....?”

വായിച്ചുകഴിഞ്ഞ് കുഴൽ താഴത്ത് വെച്ച് ബടാ ചോദിച്ചു.....

“നാളെ ഫെറോവിന് കാഴ്ച നല്കേണ്ടേ.....?”

“ഉം..... നല്കണം.....”

“എന്നാൽ പൊടിതുടച്ച് ശരിപ്പെടുത്തി വെക്കട്ടെ....?”

ബടാ കൈമുട്ടി അകത്തുവന്ന സേവകനോട് അയാൾ നിർദ്ദേശിച്ചു..... “അല്പം ചെഞ്ചല്യവും കുറച്ച് ചണത്തുണിക്കഷണവും കൊണ്ടുവാ.....”

മെനെപ്പടായോട് ബടാ തുടർന്നു. “ഫെറോവിന്റെ സന്നിധിയിലേക്ക് കാഴ്ചവസ്തുക്കൾ നാം തന്നെ എടുത്തുകൊണ്ട് പോകണം. അതായത് നാളെ നേതാവിനോടൊപ്പം പരിവാരങ്ങളും ഉണ്ടാകുമെന്നർത്ഥം.....”

ബടാ അനന്തര നടപടികളിൽ നിരതനായി....

.... പ്രഭാതത്തിൽ ക്ഷേത്രക്കുളത്തിൽ മുങ്ങിക്കുളിച്ച്... നനഞ്ഞ വസ്ത്രത്തോടെ എന്നുമുള്ളതുപോലെ.... ചക്രവർത്തിയെ സന്ദർശിക്കാൻ തന്റെ സഹായിയോടൊപ്പം ഇനേനി കൊട്ടാരത്തിലേക്ക് ചെന്നു. ഫെറോവിനും നേരത്തെ എഴുന്നേല്ക്കുന്ന പതിവുണ്ടായിരുന്നു. ഫെറോ മുഖമാർജ്ജനം കഴിച്ച് ശയനമുറിക്ക് പുറത്തുള്ള വരാന്തയിലിരിക്കയായിരുന്നു....

ഇനേനി അയാളുടെ മുന്നിൽനിന്ന് ഉച്ചരിച്ചു.....

"ഓ........... ദീർഘായുഷ്മാനായ മഹാരാജാവേ...., സ്വർണ്ണദേവത യായ ഹാഥോർ അവിടുത്തെ മൂക്കിന് ബലം നല്കട്ടെ...."

"എല്ലാ വാതിലുകളും തുറന്നിടൂ....! അകത്തേക്ക് വരുന്നതെല്ലാം അകത്തുവരട്ടെ....! പുറത്തേക്ക് പോകുന്നതെല്ലാം പുറത്തുപോകട്ടെ...." ഫെറോ പറഞ്ഞു.

ആ ആജ്ഞയുകൊണ്ട് ഇനേനി പുറപ്പെട്ടു. ആ സമയം കുഴൽവിളി കേൾക്കായി. കൊട്ടാരത്തിലേക്കുള്ള പ്രധാന കവാടം തുറക്കപ്പെട്ടു. ഒപ്പംതന്നെ ഭവനങ്ങളുടെയും വസതികളുടെയും നൂറുകണക്കിന് വാതിലുകളും തുറന്നുവെക്കപ്പെട്ടു.....

രാജാവിനെ ദൈവ സന്നിധിയിലേക്ക് സ്വീകരിക്കുന്നതിനുവേണ്ട സജ്ജീകരണങ്ങൾ ചെയ്യുന്നതിന് ഇനേനിയും സഹായികളും ക്ഷേത്ര ത്തിലേക്ക് നടന്നു.

കൊട്ടാരം ക്ഷുരകൻ ഫെറോവിന്റെ മുന്നിൽ ഹാജരായി. കൂടെ ഒരു സഹായിയുമുണ്ട്. ഒരു പരിചാരകൻ ക്ഷൗരോപകരണങ്ങൾ കൊണ്ടു വന്ന് മുന്നിൽ വെച്ചു... മുഖം പ്രതിഫലിക്കുന്ന തിളങ്ങുന്നതും മിനുസമു ള്ളതുമായ ഓട്ടുകണ്ണാടി... ചെമ്പുപാത്രത്തിൽ ചൂടുവെള്ളം..... മൂർച്ചയുള്ള ഓടിന്റെ ക്ഷൗരക്കത്തി.... കത്തി ഉരച്ച് മൂർച്ചകൂട്ടുന്നതിന് നീളത്തിലുള്ള തോൽക്കഷണം. ചൂടുവെള്ളം മുഖത്തുരയ്ക്കുന്നതിന് ചണപ്പട്ട് മടക്കി യുണ്ടാക്കിയ ചെറിയ മെത്ത...

ഫെറോവിന് നിത്യക്ഷൗരമാണ്. തലമുടിക്ക് നരബാധിക്കാൻ തുടങ്ങിയപ്പോൾ തന്നെ അതിന് കറുപ്പ് തേയ്ക്കാനും തുടങ്ങി. മദ്ധ്യ വയസ്സ് കഴിഞ്ഞപ്പോൾ താടിയും മീശയും നരയുടെ ലക്ഷണം പ്രകടി പ്പിച്ചു. ഇനേനി കഷായം തയ്യാറാക്കിക്കൊടുത്തു. കുടിച്ചിട്ടൊന്നും ഫല മുണ്ടായില്ല. ക്ഷുരകനെ കണ്ടപ്പോൾ ഫെറോവിന് അല്പം സമാധാന മായി......

മുഖക്ഷൗരം കഴിഞ്ഞു. കക്ഷവും ശുദ്ധീകരിച്ചു. സ്ഫടികക്കഷണം ഉരച്ചു. ക്ഷുരകന്റെ സഹായി മുന്നിൽ പിടിച്ചിട്ടുള്ള ഓട്ടുകണ്ണാടിയിൽ മുഖം നോക്കി ഫെറോ തൃപ്തിയടഞ്ഞു....

അന്ന് നഖം മുറിക്കുന്നവന്റെ ദിവസം കൂടിയാണ്. മുമ്മൂന്ന് ദിവസം കൂടുമ്പോൾ അവൻ വരുമായിരുന്നു....

അടുത്തതായി സ്നാനഗൃഹത്തിലെ പരിചാരകന്മാരുടെ ചുമതല യാണ്. ചുമലിലിറങ്ങിനില്ക്കുന്ന രാജാവിന്റെ നീണ്ട തലമുടി മേലേ ക്കുയർത്തികെട്ടിവെക്കണം. സുഗന്ധദ്രവ്യം തളിച്ച ഇളം ചൂടുവെള്ള ത്തിലാണ് കുളി. തോർത്താൻ പതമുള്ള പട്ടുവസ്ത്രം. അലക്കുകാരൻ കൊണ്ടുവരുന്ന മടക്കുകളുള്ള പട്ടുവസ്ത്രമാണ് നിത്യവും ധരിക്കുന്നത്. കണ്ണിലും പുരികങ്ങൾക്കും കൺമഷിയെഴുതണം. നരച്ച തലരോമങ്ങൾ കറുപ്പിക്കണം. അവയവങ്ങളിൽ സുഗന്ധദ്രവ്യങ്ങൾ ലേപനം ചെയ്യണം. ചുണ്ടും കവിളും ചുകപ്പിക്കണം. നഖത്തിനും ചായമിടണം.

ചമയങ്ങൾ കഴിഞ്ഞപ്പോഴേക്കും പാദരക്ഷയുടെ ചുമതല വഹിക്കുന്നയാളെത്തിച്ചേർന്നു. രാജാവിന്റെ പാദങ്ങളിൽ സ്വർണ്ണപാദുകങ്ങളണിയിച്ചു.

അംഗരക്ഷകരായ ഏഴുപേരുടെ അകമ്പടിയോടെ ഫെറോ ക്ഷേത്രത്തിലേക്കെഴുന്നള്ളി....

പവിത്രജലത്തിൽ കഴുകി ശുദ്ധിവരുത്തി. പുതുവസ്ത്രമണിഞ്ഞ് ധൂപങ്ങളുടെ മദ്ധ്യത്തിൽ ഉദയസൂര്യന്റെ കനകമയൂഖങ്ങളേറ്റ് പ്രശോഭിക്കുന്ന പ്പടാ ദേവതയെ, രാജാവ് പുഷ്പാർച്ചനചെയ്ത് പ്രാർത്ഥിച്ചു..... ഭക്തിപൂർവ്വം പ്രണമിച്ചു.

ഫെറോ അരമനയിലേക്ക് പുറപ്പെടാനൊരുങ്ങിയപ്പോഴേക്കും ഇനേനിയും കൂട്ടരും ജയഘോഷം മുഴക്കി....

"മഹാപ്രഭു ഫെറോവിന്റെ ആയുരാരോഗ്യം വർദ്ധിക്കട്ടെ."

കൊട്ടാരത്തിലെത്തിയ ഫെറോ ലഘുഭക്ഷണം സ്വീകരിച്ച് കിരീടധാരണം ചെയ്ത് അധികാര ചിഹ്നങ്ങളുമായി സഭാമന്ദിരത്തിലേക്ക് ചെന്നു. അവിടെ മന്ത്രിയുമായി ഔപചാരികമായ സന്ദർശനം....

അതിനുശേഷം...ഇന്ന്.....

...... വേദിയിലെ രത്നഖചിതമായ സിംഹാസനത്തിലാരൂഢനായ മഹാരാജാവ് വാതിൽക്കലേക്കു തന്നെ ഉറ്റുനോക്കുകയാണ്. പിന്നിൽ അംഗരക്ഷകൻ. ഇരുവശത്തും ചാമരം വീശുന്നവർ. വേദിയുടെ പാർശ്വത്തിൽ എഴുത്തുകാർ. രാജാവിന്റെ വലതുവശത്ത്....സിംഹാസനത്തിൽ നിന്ന് മൂന്നുമുഴം അകലത്തായുള്ള സാധാരണ പീഠത്തിൽ മന്ത്രി ഇരിക്കുന്നു. വേദിയിലും താഴത്തും രത്നകംബളം വിരിച്ചിട്ടിരുന്നു.

പിൻഭാഗത്തായി മറ്റൊരു മണ്ഡപം. പട്ടമഹിഷിയും പരിവാരങ്ങളും അവിടെയാണ് ഉപവിഷ്ടരാകുന്നത്.

സഭാഭവനത്തിന്റെ ചുമരുകളിൽ വർണ്ണചിത്രങ്ങൾ തൂങ്ങിനില്ക്കുന്നുണ്ട്. ഈജിപ്ത് രാഷ്ട്രം നിർമ്മിച്ച മെനെസ്, ഭരണം നടത്തിയ ജോസർ ..... കാഫ്റാ..... മെൻകൊറാ.... ഖൂഫു..... മറ്റ് ഫെറോമാർ.... വിവിധ നിലകളിൽ വിവിധ കാര്യങ്ങളിൽ മുഴുകിയിരിക്കുന്നതായി ചിത്രണം ചെയ്തിരിക്കുന്നു.

ഫെറോ പേപിക്ക് ഏറ്റവും സന്തോഷമുണ്ടാകുന്നത് സഭാഭവനത്തിൽ ചെല്ലുമ്പോഴാണ്. അതും സദസ്യരുടെ ബഹളമില്ലാത്തപ്പോൾ. ഈ ഐശ്വര്യവും, പ്രതാപവും, വൈഭവവും വാസ്തവമാണെന്ന ബോധം അയാളിലുറയ്ക്കുന്നത് സഭാഭവനത്തിലെ സിംഹാസനത്തിലിരിക്കുമ്പോഴാണ്.

(രാത്രി നദിക്കരയിൽ കുളിർകാറ്റേറ്റ്, ആകാശത്തിലെ അന്തമില്ലാത്ത താരഗണങ്ങളെ വീക്ഷിച്ചുകൊണ്ട് വിശ്രമിക്കുമ്പോൾ എല്ലാം ഒരു സ്വപ്നമാണെന്ന് തോന്നിപ്പോകാറുണ്ട്.....)

ഉറ്റുനോക്കുന്നതിനിടയിൽ ഒന്നുരണ്ടു സംസാരം....

"സാമന്തരാജാക്കന്മാർ എത്തിത്തുടങ്ങിയിരിക്കുന്നു....."

ഫെറോവിനെ അറിയിക്കൽ.

"വരട്ടെ.... മുന്നൂറ്ററുപത്തഞ്ച് ദിവസവും അദ്ധ്വാനിക്കാനാകില്ലല്ലോ. രാജധാനിയിൽ നമ്മുടെ സമീപത്തിരുന്ന് അല്പം വിശ്രമിക്കട്ടെ."

വീണ്ടും മൗനം. ഉറ്റു നോട്ടം. വീണ്ടും സംഭാഷണം....

"ഗേബുവിനെയും അവന്റെ പത്നിയെയും ക്ഷണിച്ചിട്ട് കുറേക്കാലമായി... ഒരു സല്ക്കാരം...."

"മെനെപ്പടായെ വിളിക്കേണ്ടേ....?"

"ഉം.... ഉറ്റവരെമാത്രം ക്ഷണിച്ചാൽ മതി...."

"കല്പനപോലെ....."

മൗനം. കാത്തിരിപ്പ്....

പെട്ടെന്ന് വാതിൽക്കൽ ചലനം ദൃശ്യമായി....

..... മെനെപ്പടാ കാലത്തെതന്നെ ഒരുങ്ങിനിന്നിരുന്നു... കൂട്ടിക്കൊണ്ടുപോകാനെത്തിയ സെനെബ് പറഞ്ഞു.....

"ബദ്ധപ്പെടാനില്ല...."

ഈ പറഞ്ഞതിന്റെ പൊരുൾ.....? സന്ദർശിക്കാൻ വരുന്ന വ്യക്തിയെയും കാത്ത് ഫെറോ ഇരുന്ന് മുഷിയണമെന്നാണോ.....? അതിനുവേണ്ടിയാണോ ഇയാളിങ്ങനെ സംസാരിച്ചത്. ഇയാളെക്കൊണ്ട് ആരോ പറയിച്ചതാണെന്ന് മെനെപ്പടായ്ക്ക് തോന്നി.

സഭാഭവനത്തിനടുത്തെത്താൻ വൈകിപ്പോയോ? അപരാധമായിപ്പോയോ...? ഛെ....! ഇല്ലില്ല... വെറുതെ ഓരോന്നു തോന്നുകയാണ്.

സഭാമന്ദിരത്തിൽ കാലെടുത്തുവെച്ച മെനെപ്പടായ്ക്ക് തലചുറ്റുന്നതുപോലെ അനുഭവപ്പെട്ടു. അബ്ടുവിലെ ഉത്സവത്തിൽ അയാൾ ഫെറോവിനെ കണ്ടിരുന്നു.... വേണമെങ്കിൽ മന്ത്രിയേക്കാൾ നൂറുമടങ്ങ് ഗാംഭീര്യവാനാണെന്ന് പറയാം.... രാജാവിനെ കാണുമ്പോൾ എങ്ങനെ വണങ്ങണം... എങ്ങനെ പെരുമാറണം എന്നും മറ്റുമുള്ള കാര്യങ്ങൾ മെനെപ്പടാ വീണ്ടുംവീണ്ടും ചിന്തിച്ചുറപ്പിച്ചു....

പാദരക്ഷകൾ അഴിച്ചുവെച്ചാണ് അയാൾ രത്നകംബളത്തിൽ കാലെടുത്തുവെച്ചത്. സ്വപ്നത്തിൽ നടക്കുന്നവനെപോലെ അയാൾ സഭാഭവനത്തിന്റെ മദ്ധ്യത്തിലേക്ക് നീങ്ങി.

കാഴ്ചവസ്തുക്കളുമായി.... ബടായും, ഔട്ടയും, ബെക്കുവും നേതാവിന്റെ ഭാവം ശ്രദ്ധിച്ചുകൊണ്ട് വാതിൽക്കൽ നിന്നതേയുള്ളു.

സിംഹാസനത്തിന്റെ പ്രഭാപ്രസരത്തിൽ കണ്ണഞ്ചിപ്പോയി. ഇരട്ടക്കിരീടത്തിനു താഴെയുള്ള ആ ദിവ്യരൂപത്തെ മെനെപ്പടാ താണുവണങ്ങിയശേഷം പറഞ്ഞു....

"ഫെറോവിന്റെ ആയുരാരോഗ്യം വർദ്ധിക്കട്ടെ....."

ഇങ്ങനെ പറയണമെന്ന് നേരത്തെ ആലോചിച്ചുറച്ചിരുന്നു. വിപ്ലവകാരികൾക്ക് ശിഷ്ടാചാരം പാടില്ലെന്നാരു പറഞ്ഞു....?

ഏറ്റവും വിഷമംപിടിച്ച ഘട്ടം തരണം ചെയ്തുകഴിഞ്ഞു. ഇനി ആശ്വാസത്തോടെ ശ്വാസംവിടാം....

കഴുത്ത് തിരിച്ച് സ്വരം മാറ്റി അയാൾ വിളിച്ചു.

“ബടാ.....”

കാഴ്ചവസ്തു ഇളകി....

“അല്പംകൂടി മുന്നോട്ട് നീങ്ങിനില്ക്ക്....” സെനെബ് നിർദ്ദേശിച്ചു.

മുന്നോട്ട്....വേദിയുടെ മുന്നിൽ....

“പിടിക്കണോ...” മെനെപ്പടാ ബടായോട് ചോദിച്ചു.

“വേണ്ട....” അയാൾ മറുപടി പറഞ്ഞു.

ഈ ചോദ്യവും ഉത്തരവും അവിടെ കൂടിനിന്നവരെല്ലാം കേട്ടു.

ഫെറോവും മന്ത്രിയും പരസ്പരം നോക്കി. അവർക്കിത് പുതിയൊരനുഭവമാണ്.

തിളങ്ങുന്ന പെട്ടി തറയിൽവെച്ചു. ബടാ മൂടി തുറന്നു. അമൂല്യരത്നങ്ങളുടെ ശുഭ്രതയെ വെല്ലുന്ന ഘടികാരം പുറത്തെടുത്ത് രത്നക്കംബളത്തിൽ വെച്ചു. പെട്ടി അടച്ചശേഷം ഘടികാരമെടുത്ത് അതിന്റെ മീതെ വെച്ചു. എല്ലാ ദൃഷ്ടികളും അതിൽ തങ്ങി നിന്നു. ബടായും കൂട്ടരും പിന്നോക്കം വാങ്ങി അപ്രത്യക്ഷരായി.

“ഈജിപ്തിലെ മഹാപ്രഭുവിന് നീരാന പ്രവിശ്യയുടെ ഈ എളിയ ഉപഹാരം സ്വീകരിച്ചാലും.....” മെനെപ്പടാ പറഞ്ഞു.

ഫെറോ നിവർന്നിരുന്നു. വിനയദ്യോതകമായ പദം കെഫ്ടുവും ഇങ്ങനെ പറയുമായിരുന്നല്ലോ...

ഫെറോവിനെ അടിമുടി അയാൾ നോക്കിക്കണ്ടു. പരിസരത്തിന്റെ പൂർണ്ണമായ ചിത്രം അയാൾ മനസ്സിലാക്കി.

വേദിയിൽ മന്ത്രിയുണ്ട്. പരിചിത ശബ്ദം കേട്ടു....

“മഹാപ്രഭുവിന്റെ അടുത്തേക്ക് വരിക....”

മെനെപ്പടാ മണ്ഡപത്തിന്റെ പടവുകൾ കയറി. ഫെറോവിന്റെ ചുണ്ടിൽ ഒരു മൃദുമന്ദഹാസം കളിയാടി. രാജചിഹ്നമായ ഇടയന്റെ കോൽ അയാൾ വലംകൈയിലെടുത്തു പിടിച്ചു. മെനെപ്പടാ താണുവണങ്ങി ആ കോലിൽ ചുംബിച്ച് വേദിയിൽ നിന്നിറങ്ങി....

“ഇങ്ങോട്ട് വാ... ഈ പീഠത്തിൽ.... മന്ത്രി ആംഗ്യം കാട്ടുകയാണ്... ഇരിക്ക്....” സെനെബ് സ്വകാര്യം പറഞ്ഞു.

ആംഗ്യം താനും കാണുന്നില്ലേ....? ഇയാൾ പറഞ്ഞുതരണോ?

രാജാവ് പതിഞ്ഞ ശബ്ദത്തിൽ എന്തെല്ലാമോ പറഞ്ഞു...

മന്ത്രി അറിയിച്ചു...

“സെഡ് ഉത്സവത്തിന് പങ്കെടുക്കുന്നതിന് നീരാനപ്രവിശ്യയിലെ നേതാവ് ഇത്രനേരത്തെ കൊട്ടാരത്തിലെത്തിച്ചേർന്നത് കണ്ട് മഹാപ്രഭു സന്തുഷ്ടനായിരിക്കുന്നു.....”

പ്രത്യുത്തരം വേണ്ടേ....? വേണം....

"ധന്യനായി....." മെനെപ്പടാ പറഞ്ഞു.

ഫെറോ വീണ്ടും മന്ത്രിയോട് ദീർഘമായി സംസാരിച്ചു....

മന്ത്രി അറിയിച്ചു....

"തന്റെ പ്രജകളുടെ സുഖദുഃഖങ്ങൾ മഹാഇടയനായ രാജാവ് വേണ്ടവിധത്തിൽ മനസ്സിലാക്കുന്നുണ്ട്. വലിയ കുടുംബമല്ലേ....? ചെറുതും വലുതുമായ കലഹവും വാഗ്വാദവും സാധാരണയാണ്. കുടുംബനാഥന്റെ സ്നേഹസാന്ത്വനങ്ങളിൽ എല്ലാ അപ്രിയങ്ങളും ഇല്ലാതാകും. മുറിവുകൾ ഉണങ്ങിപ്പോകും...."

ഇതിന് വല്ലപ്രത്യുത്തരവും വേണോ....? വേണ്ട. മെനെപ്പടാ തല യാട്ടുകമാത്രം ചെയ്തു.

ഫെറോവിന്റെ ഇംഗിതം മന്ത്രി വെളിപ്പെടുത്തി....

"മഹാദേവനായ റാ.... തന്റെ ഭരണകാലത്തുതന്നെ എല്ലാ നട പടികളും, നീതിനിയമങ്ങളും ഉണ്ടാക്കിയിട്ടുണ്ട്. അണുതെറ്റാതെ അതനു സരിക്കുകയാണ് പ്രജകളുടെ കടമ. രാജ്യത്തിന്റെ ഭദ്രതയും അതിലാണ്. പ്രാചീന സമ്പ്രദായങ്ങളെ മറികടക്കാൻ ആര് ശ്രമിച്ചാലും അതുമൂലം ഹാനിസംഭവിക്കും. ജനതയോട് ഉത്തരവാദിത്വം മറന്ന് പെരുമാറുന്നവനും ശിക്ഷാർഹനാണ്....."

ആരാണ് മറികടന്നത്.....? ആര്.....? പ്രധാനപൂജാരിയാണോ....? ജന ങ്ങളോടുള്ള ഉത്തരവാദിത്വം മറന്ന് പെരുമാറിയതാര്.....? ടെഹുടിയല്ലേ.....?

മനസ്സിലായെന്ന അർത്ഥത്തിൽ മെനെപ്പടാ തലയാട്ടി....

കിരീടം വീണ്ടും തിളങ്ങി.....

"മഹാപ്രഭു സംതൃപ്തനായിരിക്കുന്നു. നിങ്ങൾക്ക് അതിഥിമന്ദിര ത്തിലേക്ക് തിരികെപോകാം...."

മെനെപ്പടാ എഴുന്നേറ്റു. ഫെറോവിനെയും മന്ത്രിയെയും നോക്കി പുഞ്ചിരിതൂകി. വേദിയെ നമസ്കരിച്ചു.

"ഫെറോവിന് പുറംകാണിക്കാതെ...." സെനെബ് കുശുകുശുത്തു.

ദീർഘകായൻ ഗാംഭീര്യത്തോടെ പിന്നോക്കം വാങ്ങി. വാതിൽക്കൽ നിന്നിരുന്ന അംഗരക്ഷകർ നേതാവിനെ സ്വീകരിച്ചു.

നേതാവ് നടന്നകലുന്നത് നോക്കി ഫെറോ മന്ത്രിയോട് പറഞ്ഞു....

"നീരാന പ്രവിശ്യ മെംഫീസിൽനിന്ന് വേർപെട്ടുപോയിട്ടില്ല. മെംഫീ സാണ് നീരാനയിൽ നിന്ന് വേർപെട്ടുപോയത്...."

....

മെംഫീസിലെ പൂന്തോട്ടം ഫെറോ പേപിയുടെ പിതാവിന്റെ കാലത്ത് നിർമ്മിക്കപ്പെട്ടതാണ്. സമ്പന്നർക്ക് അവരവരുടെ മാളികകളോടനു ബന്ധിച്ച് താമരക്കുളങ്ങളും പൂവാടികളുമുണ്ടായിരുന്നു. സാധാരണ

ജനങ്ങളെ ഉദ്ദേശിച്ചാണ് ഈ ഉദ്യാനം നിർമ്മിച്ചത്. ആദ്യമാദ്യം അതൊരു ആകർഷണകേന്ദ്രമായിത്തീർന്നിരുന്നു. ക്രമേണ സഞ്ചാരികൾക്ക് തങ്ങാനുള്ള ഒരിടം മാത്രമായിത്തീർന്നു. പുതിയ ഫെറോ അധികാരമേറ്റെടുത്ത ശേഷം കുറച്ചുകാലത്തോളം ഉദ്യാനകാര്യത്തിൽ ശ്രദ്ധപതിപ്പിച്ചിരുന്നു. ഉദ്യാനക്കുളത്തിൽ മുതലയെ വളർത്താനും തുടങ്ങി. നെറ്റിയിൽ ആഭരണങ്ങളണിഞ്ഞ മുതല. ജനങ്ങൾ അതിനെ ആരാധിക്കുകയും ആഹാരസാധനങ്ങൾ നല്കുകയും ചെയ്തു വന്നു. പൂപറിക്കാനെത്തുന്നവരെ പേടിപ്പിച്ചോടിക്കുക മാത്രമായിത്തീർന്നു കാവൽക്കാരുടെ ജോലി.

രാജഗൃഹത്തിനു ചുറ്റും പൂന്തോട്ടം നിർമ്മിച്ച മെനെപ്പടാ രാജധാനിയിലെ പുഷ്പോദ്യാനം കാണാനാഗ്രഹിച്ചു.

ഫെറോവിനെ സന്ദർശിച്ച് രണ്ട് ദിവസം കഴിഞ്ഞപ്പോൾ ഒരു പ്രഭാതത്തിൽ മെനെപ്പടായും പരിവാരങ്ങളും പുറപ്പെട്ടു.....

ബടാ പണ്ടൊരിക്കൽ തോണിക്കാരോടൊന്നിച്ച് ഉദ്യാനം കണ്ടിരുന്നു. വഴിയൊന്നും ഓർമ്മയില്ല....

വഴിചോദിച്ചുകൊണ്ട് അവർ നഗരോദ്യാനത്തിനടുത്തെത്തി. വിശാലമായ പൂവാടി.... പലതരം വിടപങ്ങളും ലതകളും... ചെടികളും നിറഞ്ഞുനില്ക്കുന്നു. എന്നാൽ ഉദ്യാനം സമീപകാലത്തൊന്നും വൃത്തിയാക്കിയ ലക്ഷണം കാണാനില്ല. പൊന്തക്കാടുകൾ വളർന്നുനില്ക്കുന്നു.... വെള്ളം തളിക്കുന്നതിനുള്ള കുഴലുകൾ പൊട്ടിപ്പോയിരുന്നു. നടപ്പാതകൾ പുല്ല് പിടിച്ച് വൃത്തികേടായി കിടക്കുന്നു.

“നമ്മുടെ സെബെക്ഖുമാമനോ മറ്റോ ഇത് കണ്ടാൽ കാർക്കിച്ചു തുപ്പും....” ബടാ പറഞ്ഞു.

“രാജ്യത്തിന്റെ സ്ഥിതിതന്നെ തോട്ടത്തിനും....” മെനെപ്പടാ അഭിപ്രായപ്പെട്ടു.

പരിസരത്തെങ്ങും ആരും ഉണ്ടായിരുന്നില്ല. രാത്രി മരത്തണലിൽ അഭയം തേടിയിരുന്ന വീടില്ലാത്ത പട്ടണവാസികൾ എഴുന്നേറ്റ് കെട്ടും മുട്ടുകളുമായി യാത്ര തുടങ്ങിയിരുന്നു. ഏതോ ഗ്രാമത്തിൽനിന്നു വന്ന ഒരു കുടുംബം കുളത്തിനരികിൽ ഭക്ഷണപ്പൊതിയുമായി ഇരിക്കുന്നുണ്ട്. മുതലയ്ക്ക് ആഹാരം കൊടുക്കാനുള്ള ആശയാണവർക്ക്. എന്നാൽ ആ ദേവൻ കുളത്തിന്റെ മദ്ധ്യത്തിലുള്ള കല്ലിൽ തലചായ്ച്ചുറങ്ങുകയാണ്. ആരെയും അത് ശ്രദ്ധിക്കുന്നതായി തോന്നിയില്ല.

അല്പസമയം വിശ്രമിക്കാമെന്നു കരുതി മെനെപ്പടായും പരിവാരവും അടുത്തുള്ള പനത്തണലിലേക്ക് നടന്നു.... പെട്ടെന്ന് പിന്നിൽ നിന്നൊരു വിളി.....

“ചേട്ടാ.....”

നടക്കുന്നവർ തിരിഞ്ഞുനിന്നു. മെന്ന! ഭ്രാന്തൻ മെന്ന!

“എങ്ങനെ രക്ഷപ്പെട്ടു....?” മെന്ന ചോദിച്ചു.

“ആ ചോദ്യംതന്നെ ഞങ്ങളങ്ങോട്ടും ചോദിക്കയാണ്” ബടാ പറഞ്ഞു.

“ഉം....! വൈരുദ്ധ്യം....! ഉത്തരം പറയാം. ഏഴുദിവസത്തിലൊരിക്കൽ ഇനേനി മഹാക്ഷേത്രത്തിലേക്ക് പോകും. പ്രധാനപൂജാരിയാണെങ്കിൽ അയാളെ ചെന്നുകാണും... ഇല്ലെങ്കിൽ അതുവരെയുള്ള അരമനവാർത്ത കൾ അറിയാനാകും. അത്തരം ദിവസങ്ങളിൽ ഞാനിവിടെയാണ് കഴിച്ചു കൂട്ടുക. വിവരമറിഞ്ഞപ്പോൾ ആദ്യമാദ്യം ഇനേനി ചീത്ത പറഞ്ഞിരുന്നു. പിന്നീടൊന്നും പറയാതായി. ‘പോയി തുലഞ്ഞോട്ടെ’ എന്ന് കരുതിയിട്ടു ണ്ടാകും. നിങ്ങൾ.... ഓ....! മനസ്സിലായി... രാജാതിഥികൾ....! സ്വതന്ത്രർ! എങ്കിലും കരുതലോടെ ഇരിക്കുന്നത് നല്ലതാണ്. ജാഗ്രത വേണം. അരമ നയിൽനിന്ന് അംഗരക്ഷകരായി ആരെയും കാണുന്നില്ലല്ലോ....? പറയാതെ വന്നതായിരിക്കും... ഇദ്ദേഹമാര്...? കൈത്തഴപ്പും ചുമലിലെ മാംസപേശി കളും കണ്ടാൽ മനസ്സിലാക്കാൻ പറ്റില്ലേ...? നിങ്ങളുടെ തോണിക്കാരന ല്ലേ....?

“വരൂ.... നമുക്കാ മരത്തണലിൽ ചെന്നിരിക്കാം....” മെനെപ്പടാ ക്ഷണിച്ചു.

“ഓഹോ.....!ഓഹോ.....! നടക്ക്.....”

ബടാ മെന്നയുടെ പിന്നിലായി നടന്നു.....

“പുറത്തിപ്പോഴും അടയാളമുണ്ട്.... അല്ലേ....? അന്ന് ഇരുട്ടത്ത് കാണാനൊത്തില്ല....” ബടാ പറഞ്ഞു.

മെന്ന ചിരിച്ചു.....

“അതേയോ....? ഇനേനി പറഞ്ഞിരുന്നോ....? ഫെറോ താൻ ചിറയി ലടച്ചവർക്ക് പഴുപ്പിച്ച ചെമ്പ് തകിടുകൊണ്ട് മുദ്രവെക്കുന്നു. പ്രധാന പൂജാരിക്ക് പഴുപ്പിച്ച ചെമ്പ്കോല് പ്രയോഗിക്കാനെങ്കിലും അധികാരം വേണ്ടേ.....”

“ക്രൂരമായ ഹിംസ സഹിക്കേണ്ടിവന്നു.... അല്ലേ....?” മെനെപ്പടാ പറഞ്ഞു.

“നിങ്ങൾ സഹിച്ചതാണോ ഞാൻ സഹിച്ചതാണോ കൂടുതൽ....?” ശരീരം സൂക്ഷിച്ചു നോക്കിക്കൊണ്ട് മെനെപ്പടായെ ഒന്ന് വലംവെച്ചശേഷം മെന്ന തുടർന്നു....“ഇല്ല....! ഇരുളിലുമില്ല.....! പകലുമില്ല! നീരാനയുടെ തോലിന്റെ ചാട്ടകൊണ്ട് നിങ്ങളെ അടിച്ച് പരവശനാക്കിയെന്ന് ബകില വീമ്പിളക്കുന്നുണ്ടായിരുന്നു. നിങ്ങളുടേത് കണ്ണീരൊപ്പുന്ന കൈയാണ്. ചമ്മട്ടിയുടെ പാടുകൾ വെറും കൈസ്പർശംകൊണ്ടുതന്നെ അപ്രത്യക്ഷ മാകും.....”

ഒരു പനമരത്തിന് ചേർന്നിരുന്ന് കുട്ടിയെപ്പോലെ കാലിളക്കി ക്കൊണ്ട് മെന്ന തുടർന്നു.....

“ഇപ്പോൾ ഞാനെത്ര സന്തുഷ്ടനാണെന്നറിയാമോ....? നദീതീരത്തു വെച്ച് അന്ന് നിങ്ങളെ കണ്ടതിനുശേഷം ഞാനങ്ങോട്ട് പോയിട്ടില്ല. ആ

പാട്ട് പിന്നീട് പാടിയിട്ടുമില്ല. ആ നിമിഷംതൊട്ട് ഞാൻ നിങ്ങളുമായി മനസ്സിൽ സംസാരിക്കയായിരുന്നു. നിലവിലുള്ളത് തുടച്ചുമാറ്റി നൂതനമായത് സൃഷ്ടിക്കുന്നത് എത്രമാത്രം രോമാഞ്ചജനകമാണ്! നിങ്ങളുടെ വിപ്ലവവാർത്തകേട്ട് ആദ്യം എനിക്ക് വിശ്വാസം വന്നില്ല. കെട്ടുകഥയാകും... നടന്നതല്ലെന്ന് മനസ്സിലുറച്ചു. ഏതോ ഉദ്ദേശ്യത്തിനു വേണ്ടി ആരോ മെനെഞ്ഞെടുത്ത കഥയായിരിക്കുമെന്ന് കരുതി. സത്യ മാണെന്നറിഞ്ഞപ്പോൾ നേതാവിനെ ജീവനോടെ ചതച്ചു കൊല്ലാറാക്കി യെന്നും കേട്ടു... ഇപ്പോൾ കഥാനായകനെ നേരിൽക്കണ്ടപ്പോഴാണ് ആശ്വാസം തോന്നിയത്. ഏതു പീഡനവും സഹിക്കാനാകുന്നതാണെന്ന് നിങ്ങൾ തെളിയിച്ചു....! അതോടെ ജീവിക്കാനുള്ള ആശയുദിച്ചു. നൈൽ നദിയുടെ അഗാധതയോട് വിടപറഞ്ഞു. ഇന്നലെ ഇനേനി ഞാനടിച്ചു വാരുന്നത് നോക്കി പറഞ്ഞതെന്താണെന്നോ.....! ഹാ..... വളരെ വൃത്തി യായി അടിച്ചുവാരുന്നുണ്ടല്ലോ....? ഇന്നെന്തുപറ്റി....? എന്നാണ്. ഞാനി പ്പോൾ കെട്ടകൊള്ളിയല്ല! ജ്വലിക്കുന്ന തീനാളമാണ്! അവർക്കെങ്ങനെ ഇത് മനസ്സിലാകും....?"

പലതും ചോദിച്ചറിയാനുള്ള തിടുക്കം മെനെപ്പടായ്ക്ക്. എന്നാൽ കണ്ണടച്ച് മൗനം പൂണ്ടിരിക്കുന്ന മെന്ന കണ്ണീർ കുടിച്ചിറക്കുന്നതായി കാണപ്പെട്ടു. നിമിഷങ്ങൾക്കുശേഷം കണ്ണുതുറന്ന് ചുണ്ടിളക്കി ചിരിച്ചു. മുകളിലത്തെ വരിയിൽ രണ്ട് പല്ലുകൾ നഷ്ടപ്പെട്ടിരിക്കുന്നു.....

ബടാ മെനെപ്പടായെ നോക്കി. മെന്നയുടെ വാക്കുകളുടെ അർത്ഥം പൂർണ്ണമായി ഗ്രഹിക്കാൻ താനസമർത്ഥനാണെന്ന് ആ നോട്ടം സൂചിപ്പി ച്ചിരുന്നു. ഉപയോഗമുള്ള വല്ലതും സംസാരിക്കാമെന്ന് കരുതി ബടാ ചോദിച്ചു...

"നിങ്ങൾക്ക് ജനനഫലം പറയാനറിയോ....?"

"പിന്നില്ലാതെ....? ജനനഫലം, സ്വപ്നഫലം, മന്ത്രവാദം തുടങ്ങി ദുഃഖിതരെ ആശ്വസിപ്പിക്കാനുള്ള എല്ലാ വിദ്യകളും ഞാൻ പഠിച്ചിട്ടുണ്ട്. ഏതോ ഒരു ബുദ്ധിമാൻ-ഫ്ഥോഥായിരിക്കണം-ഇതെല്ലാം കണ്ടുപിടിച്ചത്. നാം അത് പുനരാവർത്തിക്കുന്നു. ലക്കും ലഗാനുമില്ലാതെ കള്ളം തട്ടി വിടുന്നു....."

താൻ പറഞ്ഞത് അനുചിതമായിപ്പോയോ എന്ന് ബടായ്ക്ക് തോന്നി. ഏതായാലും ഇറങ്ങിയല്ലോ.... കുളിച്ചു കയറാതൊക്കില്ലല്ലോ എന്ന് ചിന്തിച്ച് അയാൾ പറഞ്ഞു.....

"ഞാൻ ജനിച്ചത് പാവോഫി മാസം ആറാം തീയതിയാണ്....."

"പാവോഫിമാസം.... ആറാംതീയതി.... ആശ്ചര്യം... പ്രാചീന ആചാര്യന്മാരുടെ സിദ്ധാന്തപ്രകാരം ഈ ദിവസത്തിൽ ജനിച്ചവൻ കുടിച്ച് കുടിച്ച് മരിക്കും.....!"

"നിങ്ങളുടെ പ്രവചനം സത്യത്തിൽനിന്ന് വളരെയകലെയൊ ന്നുമല്ല...." മെനെപ്പടാ പറഞ്ഞു. ബടായെ നോക്കി അയാൾ പുഞ്ചിരിച്ചു.

''എന്റെ പതിനാറാമത്തെ വയസ്സിൽ ഒരു പൂജാരി ഇങ്ങനെയാണ് ഫലംപറഞ്ഞത്. അന്നുമുതൽതന്നെ ഓരോ കവിൾ കൂടുതൽ കുടിക്കാൻ തുടങ്ങി...." നേതാവിന്റെ ചിരിയിൽ പങ്കുചേർന്ന് ബടാ പറഞ്ഞു.

"എന്റെ ജനനം ഥോഥ് മാസം ഇരുപത്തിമൂന്നാം തീയതിയാണ്...." മെന്ന തുടർന്നു. "എന്റച്ഛൻ ഒരു പൂജാരിയായിരുന്നു. ഈ മകന് അല്പായുസ്സാണ്, കൂടുതൽ കാലം ജീവിച്ചിരിക്കില്ലെന്ന് പറഞ്ഞ് അച്ഛൻ തലക്കടിച്ച് കരയാറുണ്ടത്രെ. എന്നാൽ ഒരു മാസം കഴിഞ്ഞപ്പോൾ അച്ഛൻ മരിച്ചു. ഞാൻ ഇന്നും ജീവിച്ചിരിക്കുന്നു. മെനെപ്പടാ ചേട്ടാ... നിങ്ങളുടെ ജന്മദിവസമേതാ....?"

"ചോയാകലെ ഇരുപത്. ഞാൻ കുരുടനാകുമെന്നാണ് പൂജാരി പറഞ്ഞത്...."

"ജനനഫലപ്രകാരം ശരിയാണ്. എന്നാൽ ആർക്കും ഇല്ലാത്ത ദീർഘവീക്ഷണം നിങ്ങൾക്കുണ്ട്. നീരാന പ്രദേശത്ത് ഓരോരാളും ഇപ്പോൾ എന്തൊക്കെയാണ് ചെയ്യുന്നതെന്ന് നിങ്ങൾ കാണുന്നില്ലേ....?"

മെനെപ്പടാ പുഞ്ചിരിച്ചു.

ബെക്കുവിനും ഔട്ടയ്ക്കും തങ്ങളുടെ ഫലമറിയാനുള്ള ആഗ്രഹം. മെന്നയുടെ വാക്കുകൾ അവരെ അത്ഭുതപ്പെടുത്തി. നേതാവിന്റെ സ്വപ്നത്തെക്കുറിച്ച് പറയാനോങ്ങിയിരുന്ന ബടാ മിണ്ടാതിരുന്നു....

വൃത്താകൃതിയിലിരിക്കുന്നവരെയെല്ലാം ഒന്ന് നോക്കിയശേഷം മെന്ന പറഞ്ഞു:

"ജ്ഞാനവും അജ്ഞാനവും തമ്മിൽ എന്നും സംഘട്ടനം നടന്നു വന്നിരുന്നു. അറിവിന്റെ പ്രകാശരേണുക്കൾ മനുഷ്യൻ കണ്ടെത്തിയതു മുതല്ക്കായിരിക്കാം ഈ സംഘർഷം ആരംഭിച്ചത്. വിദ്യാദേവതയായ ഥോഥ് ലിപി കണ്ടുപിടിച്ചിട്ട് ഒരുപാട് കാലമായി. എന്നാൽ ജനങ്ങൾക്ക് എളുപ്പത്തിൽ അത് സ്വീകരിക്കാൻ കഴിഞ്ഞില്ല."

"അങ്ങനെയോ....."

''ഫെറോ അഹമോസ് നല്ലവനായിരുന്നു. എന്നാൽ ലിപി അയാൾക്കിഷ്ടപ്പെട്ടില്ല. എഴുത്തും വായനയും സംസ്കാരത്തിന്റെ ശത്രുവാണെന്ന് അയാൾ ഉദ്ഘോഷിച്ചു. ഇതുവരെയും കുട്ടികളും യുവാക്കളും ശ്രദ്ധയോടെ പഠിച്ചിരുന്നെന്നും, പഠിച്ചതെല്ലാം വിഷമിച്ച് ഓർമ്മിക്കുന്നുണ്ടെന്നും... എഴുത്ത് വന്നതോടെ അവരുടെ ഓർമ്മശക്തി മുഴുവൻ ചോർന്നു പോയെന്നും അഹമോസ് മുറവിളി കൂട്ടി...."

"ഹ....!ഹ......!"

നേതാവിനോടൊപ്പം ബടായും ചിരിച്ചു

"ഞങ്ങളുടെ നാട്ടിൽ അക്ഷരാഭ്യാസം ഇപ്പോൾമാത്രം ആരംഭിച്ചതേയുള്ളു. കുട്ടികളുടെ ഓർമ്മശക്തി നശിച്ചുപോകുന്നതിന് എത്രകാലം വേണ്ടിവരുമെന്നറിയാമല്ലോ" ബടാ പറഞ്ഞു.

"നിങ്ങളുടെ ഓർമ്മശക്തി കുറഞ്ഞുപോയോ മെന്ന....?" മെനെപ്പടാ ചോദിച്ചു.

"ഉം....പൂജാരി ചുട്ടുപഴുത്ത ചെമ്പുകോല് പുറത്ത് അമർത്തിവെച്ചപ്പോൾ ആ ശക്തി കൂടുകയാണ് ചെയ്തത്. ബാല്യത്തിലെ കയ്പേറിയ അനുഭവങ്ങൾ മറച്ചുവക്കാൻ ശ്രമിച്ചിട്ടൊന്നും സാദ്ധ്യമാകുന്നില്ല... ഓർമ്മയുടെ ഓളങ്ങളെ ഒതുക്കിപ്പിടിക്കുന്തോറും പൂർവ്വാധികം ശക്തിയോടെ പുറത്തേക്കൊഴുകുന്നു. മനുഷ്യൻ വിചിത്ര ജന്തുവാണ്. നല്ലതും ചെയ്യാനാകില്ല... കെട്ടതും ചെയ്യാനാകില്ല... അതുമിതും പറഞ്ഞുകൊണ്ടിരിക്കും. വിചാരങ്ങൾ കെട്ടുപിണയുമ്പോൾ തലചൂടാകും. തലച്ചോറ് പൊട്ടിച്ചിതറും....! നീരാന പ്രവിശ്യയിൽ അക്ഷരാഭ്യാസം ആരംഭിച്ചിരിക്കുന്നു....! നല്ലകാര്യം. സാമൂഹ്യ ദൃഷ്ടിയിൽ വിദ്യാഭ്യാസത്തിന് മൂന്ന് ലക്ഷ്യങ്ങളുണ്ട്. ഒന്ന് ആസ്ഥാനത്തിലെ ഉന്നതപദവികളിലെത്തിച്ചേരൽ, രണ്ടാമത് യശസ്സ് നേടുക. അതായത് വിശാലമായ ഭൂമിക്കും കന്നുകാലികൾക്കും ഉടമയായിരിക്കുക. മൂന്നമത് ദിവ്യമായ ശവകുടീരത്തിൽ അന്ത്യവിശ്രമം ലഭിക്കൽ. നീരാന പ്രവിശ്യയിലെ സമൂഹത്തിന് ഇവയിലേതെങ്കിലും ലക്ഷ്യങ്ങൾ യോജിക്കുമോ ചേട്ടാ....."

"ഇല്ല. പുതിയ സമൂഹം പുത്തൻ ലക്ഷ്യങ്ങൾതന്നെ കണ്ടെത്തണം...."

"പുതുമ... പഴമ. ഏത്...? ഏതുവരെയാണ് പുതിയത്? പഴയതെന്ന് പറഞ്ഞാലെന്താ....' പുതുമ എവിടെനിന്നാണ് തുടങ്ങുന്നത്....? പഴമ എവിടെയവസാനിക്കുന്നു.....? മനസ്സിലാക്കേണ്ട ഒരു കാര്യമാണിത്...."

മൗനംപൂണ്ടു നില്ക്കുന്ന വെയിൽ. സൂര്യതാപത്തിൽനിന്ന് രക്ഷപ്പെട്ട ഒരു മന്ദമാരുതൻ പനയോലകൾക്കിടയിൽ ഒളിച്ചിരുന്നു.... ഉദ്യാനക്കുളത്തിനുചുറ്റും കൊക്കുകൾ ശബ്ദമുണ്ടാക്കിക്കൊണ്ട് പാറിക്കളിച്ചു.

തളംകെട്ടി നില്ക്കുന്ന ഗാംഭീര്യത്തെ ഭഞ്ജിച്ചുകൊണ്ട് മെന്ന സംസാരം തുടർന്നു....

"ക്ഷേത്രത്തിലെ നൈവേദ്യങ്ങളും മറ്റും തിന്ന് വളരുന്ന പൂച്ച ചത്തുകഴിയുമ്പോൾ ആ ശവം സൂക്ഷിക്കാനേർപ്പാടു ചെയ്യുന്നു. ഹോറസിന്റെ അവതാരങ്ങളായ കൂളികളെ ക്ഷേത്രത്തിൽ നിലനിർത്തുന്നത് നപുംസകങ്ങളെ വളർത്തലാണ്. സുന്ദരികളായ സ്ത്രീകളെ കൊണ്ടുവന്ന് ഈ മനുഷ്യക്കൂളികൾക്ക് സംഭോഗത്തിനായി വിട്ടുകൊടുക്കുന്നു. ഇതെന്തൊരു സംസ്കാരമാണ്....! ഇതിനെപ്പറ്റി ഫെറോ അഹമോസ് എന്താണാവോ പറഞ്ഞിരിക്കുക.....? ഇത്തരം കുത്സിത വൃത്തികൾ നിലനില്ക്കുന്നേടത്തോളം കാലം മനുഷ്യൻ എഴുത്തും വായനയും പഠിച്ചിട്ടെന്തു ഫലം? നൂറുതവണ മുങ്ങിക്കുളിച്ചിട്ടെന്തുഫലം...? മെയ് നിറയെ സുഗന്ധദ്രവ്യം വാരിപ്പൂശിയിട്ടെന്തു പ്രയോജനം.....?"

മെനെപ്പടാ നെടുതായി നിശ്വസിച്ചു.

ബടാ തലയുയർത്തി ഓലകൾക്കിടയിലെ മന്ദമാരുതനെ വലിച്ചെടുക്കാൻ ശ്രമിച്ചു. പരിവാരങ്ങൾ ചുണ്ടു കടിച്ചുപിടിച്ച് ശൂന്യതയിൽ നോക്കിക്കൊണ്ടിരുന്നു.

പെട്ടെന്ന് മെന്ന സ്വരം താഴ്ത്തിപ്പറഞ്ഞു....

“അതാ....! കൊട്ടാരത്തിലെ ഒരു ഭടൻ! നിങ്ങളെ അന്വേഷിച്ചാകും. നിങ്ങളെണീറ്റ് നടന്നോളൂ. ഞാനിവിടെ ഒളിച്ചിരിക്കാം. നിങ്ങൾ വീണ്ടും ഭ്രാന്തൻ മെന്നയെ കണ്ടുവെന്നറിഞ്ഞാൽ ഇനേനി കോപിക്കും. നിങ്ങളെ നോട്ടപ്പുള്ളിയാക്കും....”

മെനെപ്പടായും പരിവാരങ്ങളും എഴുന്നേറ്റു. മെന്ന പതുങ്ങിപ്പതുങ്ങി ച്ചെന്ന് ഒരു കുറ്റിക്കാട്ടിൽ മറഞ്ഞു.

മെനെപ്പടായെ കണ്ടതോടെ ഭടൻ നടത്തത്തിന് വേഗത കൂട്ടി. സമാധാനത്തോടെ അവൻ നെടുവീർപ്പിട്ടു. ദൂരെനിന്നു തന്നെ മെനെപ്പടായെ വന്ദിച്ചശേഷം അടുത്തുചെന്നുനിന്നു.

“എന്താ....” ബടാ ചോദിച്ചു.

“നിങ്ങൾ അരമനയിലില്ലെന്ന് പരിഭ്രമം. മന്ത്രിക്കും വാർത്തയെത്തി. അദ്ദേഹം കോപിച്ചിരിക്കയാണ്. സേനാപതിയോട് അന്വേഷിക്കാൻ കല്പിച്ചിരിക്കുന്നു. നാലുഭാഗത്തേക്കും ഭടന്മാർ പുറപ്പെട്ടിട്ടുണ്ട്. കണ്ടെത്താനുള്ള ഭാഗ്യം എനിക്കാണുണ്ടായത്.”

“നിനക്ക് സമ്മാനം കിട്ടും അല്ലേ.....?”

“ഉം....”

“ഉദ്യാനം കാണാൻ വന്നതാണ്. ഞങ്ങൾ കൊട്ടാരത്തിലേക്കുതന്നെ വരികയായിരുന്നു.....”

“എങ്കിലും ഞാൻ ഭാഗ്യശാലിയാണ്.....”

“ഭക്ഷണത്തിനുള്ള സമയമായി. വേഗത്തിൽ നടക്ക്.....”

അതിഥി മന്ദിരത്തിനടുത്തുള്ള കോട്ടവാതിൽക്കൽ ദളപതി തന്റെ യോദ്ധാക്കളെ ചീത്തപറഞ്ഞുകൊണ്ട് നില്ക്കയായിരുന്നു. അന്വേഷണ ത്തിന് പോയവരിൽ പലരും വെറും കൈയോടെ മടങ്ങിയെത്തിയിരുന്നു.... അവർ നാടു നീളെ ചോദിച്ചുനടന്നതുകൊണ്ട്.....! ‘നീരാന പ്രവിശ്യയിലെ നേതാവ് അപ്രത്യക്ഷനായിരിക്കുന്നു.’ എന്ന വാർത്ത എങ്ങും വ്യാപിച്ചു. അതിഥി ഗൃഹത്തിൽനിന്നോ... അതോ കാരാഗൃഹത്തിൽനിന്നോ ഓടി പ്പോയതെന്ന് ചിലർ സംശയിക്കുകയും ചെയ്തു....

വാതിൽ സമീപിക്കാറായപ്പോൾ മെനെപ്പടായുടെകൂടെയുള്ള ഭടൻ മുന്നോട്ടോടിച്ചെന്നു....! ഫെറോവിന്റെ ആയുരാരോഗ്യം വർദ്ധിക്കട്ടെ....! എന്നു പറഞ്ഞ് പല്ലിളിച്ചു, ദളപതിയെ വന്ദിച്ച്.... വരുന്നവരെ ചൂണ്ടി ക്കൊണ്ട്... വളരെ വിഷമിക്കേണ്ടിവന്നു, നഗരോദ്യാനത്തിൽനിന്നാണ് കണ്ടുപിടിച്ചത്....! എന്നും കൂട്ടിച്ചേർത്തു.

ദളപതി നെറ്റിയിലെ വിയർപ്പുകണങ്ങൾ വിരലുകൊണ്ട് തുടച്ചെ ടുത്ത്, നെടുവീർപ്പിട്ട് കല്പിച്ചു......

“പോ....! പോയി കാവൽക്കാരുടെ എഴുത്തുകാരനെ വിവരമറിയിക്ക്. സമ്മാനം നല്കുന്നതിന് ലക്ഷണം എഴുതിവെക്കും.....”

ആ ഭടൻ ഓടിപ്പോയി....

ദളപതി അടുത്തെത്തിയ മെനെപ്പടായെ വണങ്ങി....

"ദയ കാണിച്ചു. എന്റെ ജോലി തീർന്നു. മന്ത്രിയെ വിവരമറിയിക്കണം. എനിക്ക് അനുമതി തന്നാലും....."

ദളപതി നിർഗ്ഗമിച്ചു....

തിളങ്ങുന്ന കുന്തങ്ങൾ കൈയിൽ പിടിച്ച് തങ്ങളെ തുറിച്ചുനോക്കുന്ന ഭടന്മാരോട് ബടാ പറഞ്ഞു:

"കാണുന്നവർ.... ഞങ്ങൾ കൊട്ടാരത്തിലെ ഖജനാവ് കൊള്ളയടിച്ചു കൊണ്ടുപോയെന്ന് കരുതുമല്ലോ....?"

പരിവാരം അതിഥി മന്ദിരത്തിലെത്തിയപ്പോൾ സെനെബ് ഓടിവന്നു. അയാളുടെ പിന്നിൽ അതിഥി മന്ദിരത്തിലെ ഉദ്യോഗസ്ഥനുമുണ്ടായിരുന്നു. ആ ഉദ്യോഗസ്ഥന്റെ വിളറിയ മുഖഭാവം ചൂണ്ടിക്കാട്ടി സെനെബ് പറഞ്ഞു:

"എല്ലാം ഇവനെക്കൊണ്ടാണ് വന്നത്! മണ്ണാങ്കട്ട...! നടക്കാൻ പോയിരിക്കും. ഭക്ഷണസമയത്ത് തിരിച്ചെത്താതിരിക്കില്ല... എന്നുപറഞ്ഞിട്ട്.... കേൾക്കേണ്ടെ.....? തന്റെ തല പോയ്പോകുമെന്ന് ഭയന്ന് മന്ത്രിയെ അറിയിക്കയും ചെയ്തു. ഏതായാലും എത്തിച്ചേർന്നല്ലോ....! ഭാഗ്യം! ഈ കൊട്ടാരത്തിൽതന്നെ നിങ്ങളുടെ ശത്രുക്കളുണ്ട്. നിങ്ങളുടെ നാട്ടിലെ ഭൂപ്രഭുക്കൾ ഇവിടെയുള്ളത് മറന്നുപോയോ...? നിങ്ങൾക്കെന്തെങ്കിലും സംഭവിച്ചാൽ രാജധാനിക്കാണ് കളങ്കം. പിന്നീട് നിങ്ങളുടെ ആൾക്കാരുടെ മുമ്പിൽ ഞങ്ങളെങ്ങനെ ചെല്ലും....?"

ഇയാൾ താനാണ് ഫെറോവെന്ന നിലയിലാണല്ലോ സംസാരിക്കുന്നത്....? ബടായ്ക്ക് ദേഷ്യം വന്നു.

പെട്ടിചുമക്കുന്ന തോണിക്കാരന്റെ ഹുങ്ക്! സെനെബ് മനസ്സിൽ അസൂയപ്പെട്ടു, അയാൾ പറഞ്ഞു:

"ഛെ.....! ഛെ! ഇല്ലെന്ന് പറഞ്ഞോ? എന്റെ വാക്ക് നേതാവിനെ വിഷമിപ്പിച്ചെങ്കിൽ ക്ഷമിക്കണം. നിങ്ങൾ (ഏ. തോണിക്കാരാ...നീയല്ല....) മാന്യനായ അതിഥിയാണ്. അരമനയിലെ പല്ലക്കുപയോഗിക്കണം. നടന്നു പോകരുത്.

"സെനെബ്...., അതേപ്പറ്റി ചിന്തിക്കേണ്ട. നടന്നു പോകുന്നത് അപമാനകരമാണെന്ന് ഞാൻ കരുതുന്നില്ല. എന്റെ നാട്ടിൽ ഞാൻ പല്ലക്കുപയോഗിക്കാറില്ല...."

"അങ്ങനെ കേട്ടിരുന്നു. അത് നാട്ടിലല്ലേ....? ഇത് രാജധാനിയാണല്ലോ. ഇവിടെ വരുമ്പോൾ ഇവിടത്തെ സമ്പ്രദായങ്ങൾ ശീലിക്കുന്നതല്ലേ യുക്തം....?"

"നിങ്ങൾ എത്ര സുന്ദരമായി സംസാരിക്കുന്നു....!"

"ആ പ്രശംസയ്ക്ക് അർഹനല്ലെങ്കിലും... മധുരമൊഴി കേട്ട് സന്തോഷിക്കുന്നു... ഇനി നിങ്ങൾ പുറത്തേക്കിറങ്ങുമ്പോൾ കൊട്ടാരം ഭടന്മാർ അകമ്പടി സേവിക്കണമെന്ന് മന്ത്രി ഉത്തരവിട്ടിരിക്കയാണ്....."

"അതിന് വിരോധമില്ല. പക്ഷേ.... പല്ലക്ക് വേണ്ട...."

"ഇക്കാര്യം മന്ത്രിയെ അറിയിക്കട്ടെ....?"

"ദയവായി അറിയിക്കൂ....."

പിന്നീടുള്ള മൗനം ഔട്ടയുടെ തുടർച്ചയായുള്ള തുമ്മൽ ഭഞ്ജിച്ചുകളഞ്ഞു.

" ഈ തുമ്മൽ ശുഭമോ അശുഭമോ....? അതും ഊണിനു മുമ്പ്....! പൂജാരിയോട് ചോദിക്കണം...." ബടാ പറഞ്ഞു.

അതിഥിഗൃഹത്തിലെ അധികാരി ബടായുടെ അടുത്തുചെന്ന് ഭക്ഷണം തയ്യാറായിട്ടുണ്ടെന്നറിയിച്ചു.

"സന്തോഷം....! ഞങ്ങൾ വിശന്നിരിക്കയാണ്..." ബടാ സെനെബിനോടായി തുടർന്നു. "നിങ്ങളും ഞങ്ങളോടൊപ്പം ഭക്ഷണം കഴിക്കുമല്ലോ....?"

"ഛെ! പാടില്ല. ഭക്ഷണമായാലും സല്ക്കാരമായാലും ഒന്നിച്ച് പാടില്ല."

"പറഞ്ഞതുപോലെ....സല്ക്കാരം... സല്ക്കാരമെന്ന് കേൾക്കുന്നുണ്ടല്ലോ....? എപ്പോഴും....?"

സെനെബ് മുന്നോട്ടും പിന്നോട്ടും നോക്കി ചിരിച്ചു...

"എത്രയോ രാജരഹസ്യങ്ങൾ സൂക്ഷിക്കുന്നുണ്ട്. എന്നെ കീറിപ്പിളർന്നാലും കണികപോലും കിട്ടില്ല. എന്നാൽ സൽക്കാരത്തിന്റെ കാര്യം ഒളിപ്പിച്ചുവെക്കാൻ ഞാനശക്തനാണ്....."

"അങ്ങനെയോ....? എന്നാൽ പറയൂ....!"

"എന്താണെന്ന് തീർച്ച പറയാനാകില്ല. ഒന്നുകിൽ ഉടനെ ഉണ്ടായേക്കാം. അല്ലെങ്കിൽ രണ്ടാഴ്ച കഴിയാനും മതി. നെഫർടേം മഹാറാണിയുടെ ഇഷ്ടമാണത്. ഗേബു ദമ്പതികളെയും സല്ക്കാരത്തിന് ക്ഷണിക്കുന്നുണ്ട്. തികച്ചും വ്യക്തിപരമായി വിശിഷ്ടാതിഥി മെനെപ്പടാ നേതാവായിരിക്കും...."

"പരിവാരങ്ങൾക്ക് പ്രവേശനമുണ്ടാകില്ല....?"

"ഇല്ല. എന്നാൽ സല്ക്കാരത്തിനുണ്ടാക്കിയതെല്ലാം കീഴിലുള്ളവർക്കും എത്തിക്കും....."

"അപ്പോഴെങ്കിലും ..... കീഴിലുള്ള ഞാനും നിങ്ങളുമെല്ലാം ഒരുപോലെ....!"

എഴുത്തുകാർക്കെല്ലാം ക്ഷേത്രത്തിലാണ് ഭക്ഷണം....

"അപ്പോൾ... ഈശ്വരനെ സാക്ഷിനിർത്തി ഭക്ഷിച്ചതുപോലെയാകും... കണക്കൊന്നും തെറ്റുകയുമില്ല...."

ചിരിച്ചുകൊണ്ടിരുന്ന മെനെപ്പടായെ വന്ദിച്ചുകൊണ്ട് സെനെബ് യാത്ര പറഞ്ഞു....

ഭക്ഷണാനന്തരം തോണിക്കാർ കടവിലേക്ക് നടന്നു....

നടന്നു ക്ഷീണിച്ചിരുന്ന മെനെപ്പടായും ബടായും മലർന്നു കിടന്നു.

ഔട്ടയും ബെക്കുവും വരാന്തയിലിരുന്ന് ചതുരംഗം കളിച്ചു....

ഭക്ഷണസമയത്തും ഔട്ടക്ക് തുമ്മലനുഭവപ്പെട്ടു. ചതുരംഗം കളിച്ചിരുന്നപ്പോൾ മൂക്കിൽനിന്ന് വെള്ളം ചോരുകയായിരുന്നു. ഔട്ട പരവശനായി. മൂക്ക് ചീറ്റാനായി അയാൾ ഇടയ്ക്കിടെ എഴുന്നേറ്റുപോയി...

റാ അസ്തമിക്കാറാകുമ്പോഴേക്ക് ഇനേനി മഹാക്ഷേത്രത്തിൽ നിന്ന് മടങ്ങിയെത്തിയില്ലെങ്കിൽ... സഹായിയായ പൂജാരിയാണ് സന്ധ്യപൂജ നടത്തേണ്ടത്. പ്രധാനപൂജാരി രാജധാനിയിലുണ്ടാകുന്ന സന്ദർഭങ്ങളിൽ എന്നെങ്കിലുമൊരിക്കൽ മാത്രമാണ് ഇങ്ങനെ സംഭവിക്കുന്നത്.....

വാർത്തയെത്തിക്കുന്ന ജോലി എളുപ്പം കഴിഞ്ഞതുകൊണ്ട് അസ്തമിക്കുന്നതിന് മുമ്പേ ഇനേനി തിരിച്ചെത്തി.

ആൻനഗരത്തിൽചെന്ന് പ്രധാന പൂജാരിയെ കണ്ട് കഴിഞ്ഞ ദിവസം മാത്രം തിരികെയെത്തിയ മഹാക്ഷേത്രത്തിലെ പ്രായംചെന്ന പൂജാരികളിലൊരാൾ ഇനേനിയോട് പറഞ്ഞു:

"വാർത്തയെത്തിക്കുന്ന നിങ്ങളുടെ ശൈലി പ്രധാന പൂജാരിക്കിഷ്ടപ്പെട്ടിരിക്കുന്നു....."

ഇനേനിയുടെ ഹൃദയം വികസിച്ചു....

കൊട്ടാരം ക്ഷേത്രത്തിൽ എല്ലാം ചിട്ടപ്രകാരം ഭംഗിയായി കണ്ടതിൽ അയാൾ സന്തുഷ്ടനായി. തന്റെ തലമുട്ട് കാണുമ്പോൾ ഒരു മൂലയ്ക്ക് ചെന്നിരിക്കാറുള്ള മെന്ന നടയിൽ തന്നെ നില്ക്കുന്നു. ഇനേനി വിസ്മിതനായി....അയാൾ പറഞ്ഞു:

"മെന്ന..... സെതിനെ മറന്ന് ഒസൈരിനെ പൂജിക്കാൻ തുടങ്ങിയോ....? ഇതേരീതിയിൽ നീ നന്നായി വന്നാൽ പ്രധാന പൂജാരി നിനക്ക് മാപ്പ് തരാതിരിക്കില്ല...."

മെന്ന ഒന്നും ശ്രദ്ധിച്ചില്ലെന്ന മട്ടിൽ നിന്നതേയുള്ളു. ഇനേനി തുടർന്നു....."നദിക്കരയിൽ ചെന്ന് ആ ദുഷിച്ച പാട്ട് പാടുന്നതും വേണ്ടെന്ന് വച്ചു.... അല്ലേ?"

മെന്ന ചുണ്ടുകൾ വിടർത്തി..... രണ്ട് പല്ലുകൾ കൊഴിഞ്ഞുപോയ സ്ഥലത്ത് ചെറുവിരൽ തിരുകി പുറത്തെടുത്ത് ചിരിച്ചുകൊണ്ട് മെന്ന മൂളിത്തുടങ്ങി....

"ഇന്നു ഞാൻ ആരോടെൻ കഥപറയും....?"

"നീങ്ങിപ്പോടാ ഇവിടുന്ന്.....! ഇനിയും ഭ്രാന്ത് മാറിയിട്ടില്ല."

അന്തിപ്പൂജകഴിഞ്ഞു. ശ്രീകോവിലിന്റെ വാതിലടച്ച് കളിമണ്ണുകൊണ്ട് മുദ്രവെച്ചു. പിന്തിരിഞ്ഞ ഇനേനിയെ എതിരേറ്റതും ബടായാണ്.

"എന്താ.....?"

"നമ്മുടെ ഔട്ടയ്ക്ക് ജലദോഷവും തൊണ്ടവേദനയും എന്തെങ്കിലും മരുന്ന്....."

"എപ്പോഴാ തുടങ്ങിയത്....?"

"ഇന്നു ഭക്ഷണസമയത്താണ് തുടങ്ങിയത്...."

ഇനേനി സമീപത്തുള്ള തന്റെ വസതിയിൽചെന്ന് വിളക്കെടുത്ത് അല്പസമയം തെരഞ്ഞ് ഒരു വേരിൻകഷണം കൊണ്ടുവന്ന് ബടായ്ക്ക് കൊടുത്തു....

"അരച്ച് തൊണ്ടയുടെ പുറത്ത് പുരട്ട്. നാളെ രാവിലെ വെറും വയറോടെ അവനെ കൂട്ടിക്കൊണ്ടുവാ... മന്ത്രിച്ച് തരാം...."

ബടാ വേര് മണപ്പിച്ച് നോക്കി.....

"ദൈവത്തിന്റെ മരുന്നാണ്. മണപ്പിക്കരുത്...." ശാസനാസ്വരത്തിൽ ഇനേനി പറഞ്ഞു.

"ക്ഷമിക്കണം...."

"നാട്ടിലെ വല്ല വിവരവുമുണ്ടോ?"

"വാർത്തയെത്തിക്കാൻ ആരെയും ഏർപ്പാടാക്കിയിട്ടില്ല."

"അങ്ങനെയോ? നിങ്ങളുടെ നാട്ടിലെ പൂജാരി അത് ചെയ്യുമായിരുന്നല്ലോ...."

"ശരിയാണ്. ഞങ്ങൾ നീരാന പ്രദേശത്തുകാരല്ലേ! തലയല്പം തടിച്ചതാണ്. തോന്നിയില്ല....."

"ഹ....! ഹ......!"

"വേര് അരച്ചിട്ടിട്ട് ഗുണമായില്ലെങ്കിലോ?"

"അങ്ങനെ പെട്ടെന്ന് സുഖാമാവോ.....? മറക്കാതെ കൂട്ടിക്കൊണ്ടുവരണം. വെറും തൊണ്ടവേദനയാണെന്ന് ഊഹിച്ച് കളയരുത്..."

"ശരി...."

ബടാ ഇരുളിൽ ലയിക്കുന്നത് ഇനേനി നോക്കിനിന്നു.....

രാജധാനിയിലെ ആദ്യത്തെ രാത്രിക്കുശേഷം ഔട്ടയും ബെക്കുവും നേതാവിന്റെ മുറിക്ക് വെളിയിൽ വരാന്തയിലാണ് കിടക്കുക പതിവ്.

ഇനേനിയുടെ മരുന്നിന്റെ ശക്തിമൂലം ഔട്ടയുടെ രോഗത്തിന് അല്പം ശമനമുണ്ടായി. അയാൾ പെട്ടെന്നുറങ്ങിപ്പോയി. രാവിലെ എഴുന്നേറ്റപ്പോൾ രോഗം പൂർവ്വസ്ഥിതി തന്നെ പ്രാപിച്ചിരുന്നു. കൂടാതെ ബെക്കുവിലും രോഗലക്ഷണങ്ങൾ കണ്ടുതുടങ്ങി....

"ഇന്ന് പൂജാരിയുടെ ഭാഗ്യമാണ്....! ഭാഗ്യം! രണ്ടിരകൾ ഒന്നിച്ചല്ലേ കിട്ടുന്നത്....." ബടാ പറഞ്ഞു.

"പനിയോ മറ്റോ വരാതെ സൂക്ഷിക്കണം." മെനെപ്പടാ പറഞ്ഞു.

രാജാവ് ക്ഷേത്രദർശനം കഴിച്ച് തിരികെ പോയപ്പോൾ ഔട്ടയും ബെക്കും ഇനേനിയുടെ അരികിലേക്ക് പുറപ്പെട്ടു. ബടായും മെനെപ്പടായും തനിച്ചായി.....

ഇനേനിക്ക് എന്താണ് കാഴ്ചനല്കേണ്ടതെന്നറിഞ്ഞുവരണമെന്ന് നേതാവ് അംഗരക്ഷകരോട് പ്രത്യേകം നിർദ്ദേശിച്ചിരുന്നു....

ഔട്ടയും ബെക്കുവും ക്ഷേത്രത്തിലെത്തിയപ്പോൾ നടയടച്ചിരുന്നു. രണ്ടുപേരും വെളിയിൽനിന്ന് പ്രാർത്ഥിച്ചു.

ക്ഷേത്രത്തിന്റെ വരാന്തയിലിരുന്ന് ഒരു ദൈവദാസൻ ഏതാനും കുട്ടികളെ പഠിപ്പിച്ചുകൊണ്ടിരുന്നു. ഇരുവരെയും കണ്ട് അവർ പറഞ്ഞു..."മരുന്ന് പൂജാരിയുടെ വീട്ടിലാണ്. ആ ഭാഗത്ത്."

പൂജാരിയുടെ വീട്ടുമുറ്റത്ത് ഒരു യുവതി സ്വന്തം കുഞ്ഞിനെ മടിയിൽ കിടത്തി ഇരിക്കുന്നുണ്ടായിരുന്നു.

"പൂജാരിയില്ലേ....?" തൊണ്ടവേദനയോടെ ഔട്ട ചോദിച്ചു.

"ഉണ്ട്...." തലയാട്ടിക്കൊണ്ട് പതുക്കെ അവൾ പറഞ്ഞു.

ആ സ്വരത്തിൽ വേദന നിഴലിച്ചിരുന്നു. എങ്കിലും അവളുടെ സുന്ദരരൂപം ബെക്കുവിനെ ആകർഷിച്ചു. അയാൾ ചോദിച്ചു..

"കുഞ്ഞിനെന്താ രോഗം....?"

"ആദ്യത്തെ കുഞ്ഞാണ്. നാലുമാസമായി. അഞ്ചാറുദിവസമായിട്ട് ചെറിയൊരു ജലദോഷവും പനിയും കുറഞ്ഞതേയില്ല. മന്ത്രിച്ച് തരാമെന്ന് പൂജാരി പറഞ്ഞിട്ടുണ്ട്." ഒറ്റശ്വാസത്തിൽ അവൾ പറഞ്ഞുതീർത്തു.

അകത്ത് ലഘുഭക്ഷണം കഴിച്ചുകൊണ്ടിരുന്ന ഇനേനി പുറത്തെ സംസാരംകേട്ടു. ഒരു യുവദൈവദാസൻ വെളിയിൽ വന്ന് ഔട്ടയോടും ബെക്കുവിനോടും ഇരിക്കാൻ പറഞ്ഞശേഷം അകത്തേക്കു തന്നെ ചെന്നു.

യുവതിയുമായി സംസാരം തുടരാമെന്ന് ബെക്കു മോഹിച്ചപ്പോഴേക്കും ഇനേനി വെളിയിൽ വന്നു.

"ബടാ വന്നില്ലേ....?"

"ഇല്ല. ഞാൻ ഔട്ട. ഇവൻ ബെക്കു. ഇന്നലെ വേര് അരച്ചിട്ടിരുന്നു. ഇന്നേക്ക് ഇവനും കുറേശ്ശയുണ്ട്...."

"കുറച്ചിരിക്ക്. ആ കുഞ്ഞിനെ വിടട്ടെ...."

"ആകട്ടെ. ഞങ്ങൾക്ക് തിടുക്കമില്ല...."

"ഇന്ന് നേതാവിന് പരിപാടിയൊന്നുമില്ലെന്ന് തോന്നുന്നു....."

"ഇല്ല..."

"കാറ്റ് മാറിക്കൊണ്ടിരിക്കയാണ്. ആത്മാക്കൾ ഒരു നാട്ടിൽനിന്ന് മറ്റൊരു നാട്ടിലേക്ക് അലയുന്ന സമയം. പാലുറച്ച് ധന്യമാകുന്ന സന്ദർഭം. ഭാഗ്യം പിഴച്ചാൽ ആയുസ്സിനു തന്നെ കോട്ടം തട്ടും. എത്ര സൂക്ഷിച്ചിരുന്നാലും മതിയാവില്ല...."

സംഭാഷണത്തിനിടയിൽ ഇനേനിയുടെ ദൃഷ്ടി മുഴുവൻ യുവതിയിലായിരുന്നു. ബെക്കുവിന് ദേഷ്യം വന്നു. പക്ഷേ, എന്തു ചെയ്യാൻ. അയാൾ നഖം കടിച്ചിരുന്നു.

"എടുത്തുകൊണ്ടു വാ...." ശബ്ദമുയർത്തി ഇനേനി പറഞ്ഞു.

യുവദൈവദാസൻ ജൊണ്ട് കൊണ്ടുണ്ടാക്കിയ ഒരു തട്ട് കൊണ്ടുവന്ന് ആ സ്ത്രീയുടെ മുന്നിൽവെച്ചു. അതിൽ ഒരു കളിമൺപാവയുണ്ടായിരുന്നു. അതിന്റെ കൈയിൽകെട്ടുള്ള ഒരു ചരടുണ്ടായിരുന്നു. എന്തെ

ല്ലാമോ അടയാളപ്പെടുത്തിയ ഒരു തുണിക്കഷണവും അടുത്തുണ്ട്.

യുവദൈവദാസൻ വിരിച്ചിട്ട പുലിത്തോലിൽ ഇനേനി ചമ്രം പടഞ്ഞിരുന്നു.

"നിന്റെ പേരെന്താ....?"

"ശീബ...."

"എവിടെയാ വീട്....?"

"ഞാൻ കൊട്ടാരത്തിലെ അറവുശാലയിലാണ്. ഭർത്താവ് സൈന്യത്തില്...."

"അറവ് ശാലയിലോ...? അതാണ് ഇത്ര തടിയും ആരോഗ്യവുമുണ്ടായത്. നീ മരുന്ന് വാങ്ങാൻ വരുന്നത് ഇതാദ്യമല്ലേ...?

"അതേ...."

ഇനേനി കുഞ്ഞിന്റെ നെറ്റിയും നെഞ്ചും തൊട്ടുനോക്കി. അതേ കൈകൊണ്ട് തട്ടിലെ സാധനങ്ങളും സ്പർശിച്ചു.

"കുഞ്ഞിനെ താഴത്ത് കിടത്തി നീ മുട്ടുകുത്തിയിരിക്ക്"

അവൾ മുട്ടുകുത്തിയിരുന്നു. കവടിമാലകൾ അലങ്കരിച്ച അവളുടെ മാറിടം ഇനേനിക്ക് വ്യക്തമായി കാണാൻ കഴിഞ്ഞു. അയാൾ തുടർന്ന് സംസാരിച്ചതെല്ലാം ആ മാറിടവുമായാണ്....

"കുഞ്ഞിന്റെ പേരെന്താ....?"

"പേര് വിളിച്ചിട്ടില്ല. ഭർത്താവ് വന്നിട്ടേ വിളിക്കൂ...."

"സൈന്യത്തിൽ ചേർന്നതെപ്പോഴാ....?"

"ഒരു വർഷമായി...."

"ഉം ...അങ്ങനെ തന്നെയിരിക്ക്....."

ഇനേനിക്ക് തല്ക്കാല പരിതഃസ്ഥിതിയിൽ ഔട്ടയോടും ബെക്കുവിനോടും ദേഷ്യം തോന്നി. അയാൾ മേലോട്ട് ദൃഷ്ടിയുയർത്തി....

"ജഗൽ പിതാവായ പ്പടാ... സർവ്വജനപൂജിപ്പെടാ..." എന്ന് തുടങ്ങുന്ന സ്തോത്രം ചൊല്ലി. ഈജിപ്തിലെ സാധാരണക്കാരായ ജനങ്ങൾക്ക് ഗ്രാഹ്യമല്ലാത്തതാണ് ആ ദൈവഭാഷ. പ്രായംകൂടിയ പൂജാരികൾക്കേ അത് ഗ്രഹിക്കാനാകൂ!

സ്തോത്രം ചൊല്ലിത്തീർന്ന് ഔട്ടയെയും ബെക്കുവിനെയും തുറിച്ചുനോക്കിക്കൊണ്ട് ഇനേനി ഒരു മുറി തുറന്നു. അവിടെ ഇരുട്ടാണ്. പുറത്ത് നിന്നുള്ള വെളിച്ചത്തിൽ അയാളുടെ മങ്ങിയ രൂപം മാത്രം കാണപ്പെട്ടു... ഭദ്രമായി സൂക്ഷിച്ചിരുന്ന ഭരണിയിൽനിന്ന് അല്പം ചായല്യപ്പൊടിയെടുത്ത് ഭരണി പൊതിഞ്ഞുകെട്ടി. വാതിലിനെതിരായുള്ള ചുമർപ്പൊത്തിൽനിന്ന് രണ്ട് ചെമ്പ് തകിടുകളെടുത്ത് ആ പൊടി അതിലിട്ടു. കാറ്റേറ്റ് ആ പൊടി ജ്വലിച്ചുതുടങ്ങി.... പുക മുറിയിൽ നിറഞ്ഞു. വരാന്തയിലേക്കും പുകവ്യാപിച്ചു.

ഔട്ടയും ബെക്കുവും മൂക്ക് കറക്കുന്നതിന് ഇടയ്ക്കിടെ എഴുന്നേറ്റ്

പോയി. നീലവെളിച്ചം ചിതറുന്ന രണ്ടുണ്ടകൾക്ക് മദ്ധ്യത്തിലിരുന്ന് ഇനേനി മന്ത്രോച്ചാരണം കൂടുതലുറക്കെ ആരംഭിച്ചു. പുക മൂക്കിൽ കയറിയിട്ടും... ജ്വരം ബാധിച്ച ആ കുഞ്ഞ് കരയാനാകാതെ കിടന്നു. കുഞ്ഞിന്റെ മാതാവ് മായാമന്ത്രത്തിൽ ബന്ധിക്കപ്പെട്ട് മിഴിച്ചിരുന്നു....

മന്ത്രോച്ചാരണം നടത്തിക്കൊണ്ട് തന്നെ ഇനേനി മുറിയിൽ നിന്ന് പുറത്തുകടന്നു. സ്ത്രീയുടെ മുന്നിൽ നിന്നുകൊണ്ട് അയാൾ പറഞ്ഞു....

"എന്റെ നേർക്ക് നോക്ക്...."

കഴുത്തുയർത്തിയ ആ മാതാവ് കണ്ടത് പൂജാരിയുടെ തടിച്ചു കൊഴുത്ത തുടകളാണ്....

"മാന്ത്രികവെളിച്ചം! കണ്ടോ...?"

"കണ്ടു...!"

വിരൽ ചൂണ്ടിക്കൊണ്ട് പൂജാരി ഉറക്കെ പറഞ്ഞു....

"കുഞ്ഞിനെ പീഡിപ്പിച്ചുകൊണ്ടിരിക്കുന്ന ദ്രോഹീ....! ഇതാ..... ശാപം പിടിച്ചോ....! ഹോറസിന്റെ കണ്ണിലെ അഗ്നി നിന്റെ മീതെയുണ്ട്! അത് നിന്നെ ചുട്ടുകരിക്കും! നിന്നെ തച്ചുടയ്ക്കും...! തിന്നും! ചുട്ട് വെണ്ണീറാക്കും! വേരോടെ നശിപ്പിക്കും....!"

സ്വരം താഴ്ത്തി ഇനേനി തുടർന്നു:

"ഞാൻ പറയുന്നതെല്ലാം നീ ഏറ്റുപറയണം... മനസ്സിലായോ? എവിടെ പറയൂ... കേൾക്കട്ടെ... ഇരുളിൽ വരുന്നവനെ....?"

അവൾ ഊഹിച്ചെങ്കിലും നാക്കുയർന്നില്ല.

ഇനേനി വീണ്ടും പറഞ്ഞു:

"ഇരുളിൽ വരുന്നവനെ...."

"ഇരുളിൽ വരുന്നവനെ...."

"ഒളിച്ചിരുന്ന് അകത്ത് കടന്നവനെ...."

"ഒളിച്ചിരുന്ന്....."

"അകത്ത് കടന്നവനെ...."

"അകത്ത് കടന്നവനെ...."

"കടന്ന് പോകൂ....."

"കടന്ന് പോകൂ...."

"മകനെ ചുംബിക്കാൻ വരികയാണോ....?"

"മകനെ ചുംബിക്കാൻ വരികയാണോ....?"

"അവനെ ചുംബിക്കാനനുവദിക്കില്ല."

"അവനെ ചുംബിക്കാനനുവദിക്കില്ല."

"എന്നിൽനിന്ന് അവനെ പറിച്ചുകൊണ്ടുപോകാനനുവദിക്കില്ല...."

"എന്നിൽനിന്ന് അവനെ പറിച്ചുകൊണ്ടുപോകാനനുവദിക്കില്ല...."

"ഞാനനുവദിക്കില്ല...."

"ഞാനനുവദിക്കില്ല...." യുവതി ഉറപ്പിച്ചു പറഞ്ഞു.

"വേദനിപ്പിക്കുന്ന വേര് കൊണ്ട്...."

"വേദനിപ്പിക്കുന്ന വേര് കൊണ്ട്...."

"നിനക്ക് ഹാനിയുണ്ടാക്കുന്ന നീരുള്ളികൊണ്ട്....."

"നിനക്ക് ഹാനിയുണ്ടാക്കുന്ന നീരുള്ളികൊണ്ട്....."

"ജീവിച്ചിരിക്കുന്നവർക്ക് മധുരമാർന്നതും...."

"മരിച്ചവർക്ക് കയ്പാർന്നതുമായ തേൻകൊണ്ട്."

"മരിച്ചവർക്ക് കയ്പാർന്നതുമായ തേൻകൊണ്ട്."

"ഏബ്ഡു മീനിന്റെ ദുഷ്ടഅംഗം കൊണ്ട്."

"ഏബ്ഡു മീനിന്റെ ദുഷ്ടഅംഗം കൊണ്ട്."

"തെളിനീർ മീനിന്റെ നട്ടെല്ലുകൊണ്ട്...."

"തെളിനീർ മീനിന്റെ നട്ടെല്ലുകൊണ്ട്...."

"മകനെ ഞാൻ സംരക്ഷിക്കും....."

"മകനെ ഞാൻ സംരക്ഷിക്കും...."

"ഇരുളിൽ വരുന്നവനെ കടന്നുപോകൂ...."

"ഇരുളിൽ വരുന്നവനെ കടന്നുപോകൂ...."

ശബ്ദത്തിലെ ഭാവം മാറ്റി ഇനേനി പറഞ്ഞു...

"ഈ തട്ടിലിരിക്കുന്നതെല്ലാം കൊണ്ടുപൊയ്ക്കൊള്ളു. വീട്ടിലെത്തി ഇതിലുള്ളതെല്ലാം മകന്റെ ദേഹത്തിടുക. കുഞ്ഞ് ഉറങ്ങിക്കോട്ടെ. പനി ഭേദമാവും...."

യുവദൈവദാസൻ കൊണ്ടുവന്ന പുണ്യാഹത്തിൽ കൈമുക്കി യുവതിയുടെയും കുഞ്ഞിന്റെയും ദേഹത്ത് തളിച്ചു...

"കാഴ്ചയെന്താണ് കൊണ്ടുവരേണ്ടത്....!"

"ബദ്ധപ്പെടേണ്ട. സാവധാനത്തിൽ തന്നാൽ മതി. ബെസ് ദേവതയുടെ ഒരു വിഗ്രഹം മതി...."

"വിഗ്രഹം എവിടെയാ കിട്ടുക..." എഴുന്നേറ്റ് കുഞ്ഞിനെ ചുമലിൽ കിടത്തി, തട്ടം കൈയിലേന്തിക്കൊണ്ട് യുവതി ചോദിച്ചു.

"മഹാക്ഷേത്രത്തിന്റെ മുന്നിലുള്ള പീടികകൾ കണ്ടിട്ടില്ലേ...?"

"ഉം....."

"അവിടെ കിട്ടും."

"വിലയെന്താകുമോ...?"

"അറവുശാലയിൽനിന്ന് ഒരു താറാവിനെകൊണ്ടുകൊടുക്ക്. കച്ചവടക്കാരൻ വിഗ്രഹം തരും...."

പൂജാരിയുടെ മുന്നിൽനിന്ന് ബെക്കുവിനടുത്തേക്ക് നീങ്ങി "ഞാൻ വരുന്നു ചേട്ടാ...." എന്ന് പറഞ്ഞ് അവൾ നടന്നകന്നു....

ഇനേനി ഔട്ടയെനോക്കി പറഞ്ഞു....

"വിഷജ്വരമാണ്....!"

താൻ മന്ത്രം ജപിച്ചത് അത്തരം മാരകരോഗത്തിനാണെന്ന ധ്വനി ആ വാക്കിലുണ്ടായിരുന്നു.

യുവ ദൈവദാസനോട് ഒരു പായകൊണ്ടുവരാൻ കല്പിച്ചശേഷം ഇനേനി തുടർന്നു:

"നിങ്ങളെ വളരെനേരം ഇരുത്തി വിഷമിപ്പിച്ചു അല്ലേ?"

ദൈവദാസൻ വിരിച്ചിട്ട പായയിൽ ഔട്ടയും ബെക്കുവുമിരുന്നു. ഇനേനി പുലിത്തോല് അവരുടെ മുന്നിലേക്ക് വലിച്ചിട്ട് അതിലിരുന്നു.

നിങ്ങളിരുവരും തലകുനിച്ച് പത്തുതവണ പ്പടാദേവന്റെ നാമം ഉച്ചരിക്കണം.

ഔട്ടയും ബെക്കുവും അനുസരിച്ചു.

ഇനേനി മന്ത്രം ചൊല്ലി. പ്പടാദേവനെ പ്രാർത്ഥിച്ചശേഷം അയാൾ പറഞ്ഞു:

"നിങ്ങളെ ബാധിച്ചിരിക്കുന്ന പീഡ ഇനി ഉച്ചാടനം ചെയ്യാം. കണ്ണടച്ചുപിടിക്കുക."

അവർ അനുസരിച്ചു.

"നശിച്ചുപോ...! നശിച്ചുപോ....! ശൈത്യത്തിന്റെ മകനേ... പ്രഭാതത്തിൽ അസ്ഥികൾ ഉടച്ച് മുക്കുന്നവനെ... തലയോട് നശിപ്പിക്കുന്നവനെ... ശിരസ്സിലെ സപ്തദ്വാരങ്ങളും അസ്വാസ്ഥ്യപ്പെടുത്തുന്നവനെ... നശിച്ചുപോ....! നശിച്ചുപോ! നിലത്ത് വീണ് കെട്ടുപോ...! കെട്ടുപോ....! ഉം... തീർന്നു... ഇനി തലയുയർത്ത്..."

അവർ തലയുയർത്തി. ഇനേനി പുണ്യാഹം തളിച്ചു. ഇനേനിയുടെ നിർദ്ദേശപ്രകാരം രണ്ടുപേരും ദൂരെ ചെന്ന് മൂക്ക് കറന്ന് തിരികെ വന്നു.

അങ്ങുമിങ്ങും നടക്കുന്നതിനിടയിൽ ഇനേനി പറഞ്ഞു:

"രണ്ടുമൂന്ന് ദിവസംകൊണ്ട് സുഖപ്പെടും. പനിയൊന്നും വരില്ല. ഭയപ്പെടേണ്ട. ഇന്ന് രാത്രിയും നാളെ രാത്രിയും ആ വേര് അരച്ച് തൊണ്ടയ്ക്ക് പുരട്ടണം. മാസന്തോറും വയറിളക്കാറുണ്ടോ?"

"ഉണ്ട്. മാസത്തിൽ പതിവുണ്ട്...." ഔട്ട പറഞ്ഞു.

"നല്ലത്. ഫെറോവിനും മന്ത്രിക്കും. പ്രധാനപൂജാരിക്കും, എനിക്കുമെല്ലാം ഈ പതിവുണ്ട്. മഹാക്ഷേത്രത്തിലെ പ്രായംകൂടിയ ദൈവദാസന്മാരെല്ലാം ഓരോ വൈദ്യവൃത്തിയിൽ നൈപുണ്യം നേടിയവരാണ്. കൺചികിത്സ, കരൾചികിത്സ, ഉദരചികിത്സ.... തുടങ്ങിയ ഓരോന്നിലും പ്രാവീണ്യം നേടിയവരാണെങ്കിലും..... എല്ലാവരും ഒരു കാര്യത്തിൽ ഏകാഭിപ്രായക്കാരാണ്. മാസത്തിൽ വയറിളക്കിയാൽ രോഗങ്ങളുടെ ആക്രമണത്തിൽനിന്ന് രക്ഷപ്പെടാം....."

"ഞങ്ങളുടെ നാട്ടിലെ പൂജാരിയും ഇങ്ങനെ പറഞ്ഞിട്ടുണ്ട്."

"ഈശ്വരഭക്തിയും പൂജാരിയിലുള്ള വിശ്വാസവും എന്നുമുണ്ടായിരിക്കണം...."

"കാഴ്ചയെന്താണ് കൊണ്ടുവരേണ്ടതെന്ന് ചോദിക്കാൻ നേതാവ് പറഞ്ഞിട്ടുണ്ട്....."

"നിങ്ങളുടെ നേതാവ് സാധാരണ മനുഷ്യനല്ല. നിങ്ങൾ അരമന യിലെ അതിഥികളാണ്. അപ്പോൾ കാഴ്ചവേണമെന്ന് ഞാനെങ്ങനെ പറയും....? ഞാനായിട്ട് ഒന്നും ചോദിക്കുന്നില്ല. നിങ്ങൾ സന്തോഷിച്ച് വല്ലതും തന്നാൽ സ്വീകരിക്കുകയും ചെയ്യാം... നിങ്ങളുടെ പ്രദേശത്തെ വല്ല വസ്തുവും....പെട്ടെന്ന് വേണ്ട... ഓർമ്മിച്ചാൽ മതി.... ഇനി കുറേദിവസംകൂടി ഇവിടെയുണ്ടാകുമല്ലോ....സാവധാനത്തിൽ കൊണ്ടു ത്തന്നാൽ മതി...."

"ശരി... ഞങ്ങളിറങ്ങുന്നു...."

"ദൈവം നിങ്ങൾക്ക് നന്മ വരുത്തട്ടെ."

പുറത്തുകടന്ന ഔട്ടയും ബെക്കുവും ചൂലെടുത്ത് അടിച്ചുവാരുന്ന മെന്നയെ കണ്ടു. ഇവർ തികച്ചും അപരിചിതരാണെന്ന ഭാവത്തിൽ മെന്ന ജോലി തുടർന്നു.

ബടായുടെ തോണിക്കാർ പുതിയൊരു വാർത്ത കൊണ്ടുവന്നു.

നുബിയയിലേക്ക് പോകുന്ന രണ്ട് ചരക്കുതോണികൾ കടവിലുണ്ട്...

"ഞാൻ ചെന്ന് നോക്കട്ടെ. പറ്റിയാൽ വല്ല വിവരവും പറഞ്ഞ യക്കാം....."

"എന്ത് വിവരമാണ് പറഞ്ഞയയ്ക്കുക....?"

"രാജാതിഥികളായി സുഖത്തിൽ കഴിയുന്നു എന്നായാലോ?"

"മന്ത്രിയെയും ഫെറോവിനെയും കണ്ടു. സെഡ് ഉത്സവദിവസം നിശ്ചയിച്ചിട്ടില്ല. എല്ലാവരും സമാധാനത്തോടെയിരിക്കണം.... എന്നും പറ ഞ്ഞയയ്ക്കുക...."

"നെഫീസ് ചേട്ടത്തിക്ക്....?"

"അവൾക്കും ഇതുതന്നെ. മൂത്തവർക്കും അറിയിക്കാനേർപ്പാട് ചെയ്യിക്കണം....."

"സല്ക്കാരം കഴിഞ്ഞിട്ടില്ല. കുറച്ചുദിവസംകൂടി വേണ്ടിവരും. കാട്ടുകോഴികൾ മുട്ട ഇട്ടിട്ടേയുള്ളു. അത് വിരിഞ്ഞ് കുഞ്ഞുങ്ങളായി വലുതാവണം....."

"ഔട്ടയുടെയും ബെക്കുവിന്റെയും വിവരം അവരുടെ വീടുകളിലും...., തോണിക്കാരുടെ വിവരം അവരുടെ വീടുകളിലും ബടായുടെ ... വിവരം..."

"ബടായുടെ വീട്ടിലും... നേതാവിന്റെ വിവരം നെഫീസ് ചേട്ട ത്തിക്കും...."

"ശരി.....ശരി..."

ബടാ കടവിലുള്ള ചരക്ക് തോണികളുടെ ഉടമസ്ഥരുമായി സംസാരിച്ചു. പരസ്പരം അവ്യക്തമായ പരിചയമുണ്ടായിരുന്നു.

"നിങ്ങളെ നദിയിൽ കണ്ടിട്ടുണ്ട്...."

"ഞാനും കണ്ടിട്ടുണ്ട്....."

നീരാന പ്രവിശ്യയിലെ പരിവർത്തനം അവരും അറിഞ്ഞിരുന്നു.

"ഇത് അത്ര ബുദ്ധിമുട്ടുള്ള പണിയൊന്നുമല്ലല്ലോ.....? അവിടെ തോണി നിർത്തി.... നിങ്ങൾ പറഞ്ഞതെല്ലാം അറിയിച്ചിട്ടേ പോകൂ...."

"ഞങ്ങൾ വിപ്ലവകാരികളായതുകൊണ്ട്.... വല്ല....?"

"പോട്ടെ ചേട്ടാ..... നേതാവ് തന്നെ കൊട്ടാരത്തിലുള്ളപ്പോൾ ഞങ്ങൾക്ക് ഭയമെന്തിന്.....?"

"ഇനി കണ്ടുമുട്ടുമ്പോൾ ഒന്നിച്ചിരുന്ന് അല്പം...."

"അല്പമല്ല... ധാരാളം....."

"ആഹാ.....!"

സംതൃപ്തിയോടെ ബടാ അതിഥിമന്ദിരത്തിലേക്ക് നടന്നു.

ഏഴ്

അടുത്ത ആറേഴു ദിവസത്തിനുള്ളിൽ സാമന്ത രാജാക്കന്മാരെല്ലാം കൊട്ടാരത്തിലെത്തിച്ചേർന്നു. മേൽവിതാനത്തിലും, വർണ്ണാലങ്കാരങ്ങളിലും വൈവിദ്ധ്യം പുലർത്തുന്ന നാല്പതോളം രാജനൗകകൾ തോണിക്കടവിൽ നിരന്നുനിന്നു. അതുകണ്ട് ചിലർ പറഞ്ഞു....

"സെഡ് ഉത്സവത്തിന് വന്നതാണ്....."

രാജധാനിയുടെ പടിഞ്ഞാറുവശത്തായുള്ള പുതിയ അതിഥിമന്ദിരം തേനീച്ചക്കൂടായി മാറി. കൊട്ടാരം നർത്തകികളും ഗായകരും, പാചകവിദഗ്ദ്ധരും വിയർപ്പിൽ മുങ്ങിക്കുളിച്ചു. അവിടെ പകൽ ഇരുണ്ടും രാത്രി പുലർന്നും കാണപ്പെട്ടു....

ആദ്യദിവസത്തെ ചർച്ച മെനെപ്പടായെ കുറിച്ചായിരുന്നു....! കലാപനേതാവ് രാജാതിഥി...' ഛെ....! 'ഇതിന്റെ പിന്നിൽ മറ്റെന്തോ ഉണ്ടാകണം'. 'ഒന്നും ഇല്ല.....! നാളെ അവനെ സാമന്തനാക്കിയേക്കും.....' 'അങ്ങനെയാണെങ്കിൽ അവൻ നമ്മോടൊപ്പം കൂടട്ടെ....' 'ഇപ്പോൾതന്നെ ഇങ്ങോട്ട് വരട്ടെ....'

സെഡ് ഉത്സവത്തിന് തീയതി നിശ്ചയിച്ചിട്ടില്ലെന്നത് അവരെ ആശ്ചര്യപ്പെടുത്തി.

"ഒരു മാസമോ അതിൽ കൂടുതലോ ഇവിടെ കഴിയേണ്ടിവരും...."

"പത്നീസമേതം വരണമെന്ന് ഫെറോവിന് കല്പിക്കാമായിരുന്നില്ലേ?" ചിലർ അസ്വസ്ഥരായി.

എന്നാൽ മിക്കവരും ഈ മാറ്റം സ്വാഗതം ചെയ്തു. ഭരണത്തിന്റെ നൂലാമാലകളിൽ കുടുങ്ങി തല പുണ്ണാക്കേണ്ടല്ലോ..... ആനന്ദിച്ച് മദിക്കാമല്ലോ. അവർ ലക്കും ലഗാനുമില്ലാതെ സംസാരിച്ചു.....'അവരങ്ങ

നെയാണ്' 'ഇവരെക്കുറിച്ചാണോ പിന്നെ സംശയം....?' 'അദ്ദേഹം എന്നോട് നേരിട്ട് പറഞ്ഞിട്ടുണ്ട്.....' 'മഹാറാണി തലമുണ്ഡനം ചെയ്ത്, കേശകവചമിട്ട് അതിന്റെ മീതെയാണ് കിരീടം ധരിക്കുന്നത്....' 'എപ്പോഴാ....?' 'മഹാപ്രഭു മുണ്ഡനം ചെയ്തു കഴിഞ്ഞ്.....' 'പാവം....! എന്തിനുവേണം ഈ ബുദ്ധി....?' 'തമാശതന്നെ..... പുരുഷൻ കൃത്രിമമുടി ധരിച്ചാൽ കൂടുതൽ തലമുടിയുണ്ടെന്ന് തോന്നിക്കും....' 'പിന്നെ നരച്ചതിന് കറുപ്പ് പുരട്ടേണ്ട ആവശ്യവും ഇല്ല.....' 'സ്ത്രീകളോ....? ഈജിപ്തിൽ ഏതുകാര്യത്തിലാണ് സ്ത്രീകൾ പുരുഷന്മാരേക്കാൾ പിന്നിലായത്....?' 'അധികം തൂക്കമുള്ള വലിയ സ്വർണ്ണകിരീടം.....' 'ശരി....ശരി.....'

വ്യത്യസ്ത പ്രായം. വിഭിന്ന രുചികൾ. അവർക്കിടയിൽ അസൂയയും ഉരുണ്ടുകൂടിയിരുന്നു. അവർക്ക് രാജധാനിയിൽ സ്നേഹിതരുണ്ടായിരുന്നു. സാമന്തന്മാരാകുന്നതിനുമുമ്പ് മിക്കവരും കൊട്ടാരത്തിൽ നിയമിക്കപ്പെട്ടവരായിരുന്നു. സ്നേഹിതരുമായുള്ള നർമ്മസല്ലാപത്തിൽ മുഴുകി അവർ കാലം കഴിച്ചു.

ചിലപ്പോൾ വലിയ വാദപ്രതിവാദമായിരിക്കും....

പ്രധാനപൂജാരിയുടെ നടപടി ശരിയാകുന്നതെങ്ങനെ?' 'പഴയ സമ്പ്രദായങ്ങൾക്കെതിരാണിത്....' 'രാജ്യത്ത് ഉറച്ചഭരണം വേണമെന്നല്ലേ ഹേപാട് പറയുന്നത്....?' 'അതിലെന്താ തെറ്റ്....?' 'അദ്ദേഹത്തിന്റെ കണ്ണിൽ ഉറച്ചഭരണമെന്ന് പറഞ്ഞാലെന്താ?' 'ക്ഷേത്രത്തിലേക്കു കൂടുതൽ നികുതി, കൂടുതൽ സമ്പത്ത് കൂടുതൽ ദാസീദാസന്മാരും' 'ഭൂപ്രഭുക്കൾക്ക് നമ്മോട് ദേഷ്യമാണ്' 'പണ്ടുള്ളതുപോലെ ഞങ്ങൾതന്നെ ഭരിച്ചോളാം, ഞങ്ങൾതന്നെ നികുതിപിരിച്ചോളാം, സാമന്തന്മാർ വേണ്ടെന്നാണ് പറയുന്നത്' 'നമ്മുടെ നിയന്ത്രണം അവർക്കിഷ്ടമാകുന്നില്ലത്രെ....' 'അതുകൊണ്ട് രഹസ്യമായി ഹേപാടിന്റെ പക്ഷം ചേർന്നിരിക്കയാണ്.....'

കൊട്ടാരവുമായി ഏറ്റവും അടുത്ത വ്യക്തി ഗേബുവാണ്. മെനെപ്പടായെ ക്ഷണിക്കാൻ നിശ്ചയിച്ചപ്പോൾ താനും രാജധാനിയിൽത്തന്നെ കഴിയേണ്ടിവരുമോ എന്ന് ചിന്തിച്ചിരുന്നു. അതിനാവശ്യമാണെന്നറിഞ്ഞപ്പോൾ അയാൾ ലിഷ്ടിലേക്ക് മടങ്ങി. അയാളും സാമന്തന്മാരുടെ സംഭാഷണവിഷയമായിത്തീർന്നു.....'മെനെപ്പടായെ സ്വീകരിച്ചത് ഗേബുവാണത്രെ' 'മൈത്രി സ്ഥാപിക്കാനുള്ള നീക്കം. 'പാവം....! ഗേബു....! 'ആശ്വസിപ്പിക്കാമെന്നുവെച്ചാൽ ആളെ കാണാനുംകൂടിയില്ല.' 'അതിന്റെ ആവശ്യമുണ്ടാവില്ല.' 'അവൻ വളരെ സന്തുഷ്ടനാണത്രെ' 'ആദ്യം മുതല്ക്കേ അവനങ്ങനെയല്ലേ?' 'ഐശ്വര്യത്തിൽ ജനിക്കുന്നവന് ഉൽക്കർഷത്തിൽ അത്ര ആസക്തിയുണ്ടാവില്ല.' 'ഗേബുവിന്റെ ഭാര്യ സന്നിധിക്ക് വളരെ അടുത്തവളായിരുന്നത്രെ' 'ഇപ്പോളങ്ങനെയൊന്നുമില്ല. എത്രകാലമാണ് പറ്റിക്കൂടാനാകുക?' 'ദൂരെയിരിക്കട്ടെന്ന് കരുതിയാണ് ഗേബുവിനെ നീരാനയിലേക്ക് പറഞ്ഞയച്ചത്.' 'അവന്റെയൊരു കഷ്ടകാലം.'

മന്ദിരത്തിന്റെ വിശാലമായ മട്ടുപ്പാവിൽ ദാസിമാർ കൊണ്ടുവന്ന മുന്തിരിച്ചാറ് മോന്തിക്കൊണ്ട് രണ്ടുപേർ രഹസ്യസംഭാഷണം നടത്തുകയായിരുന്നു.

“ഈയിടെയായി അന്തഃപുരത്തിൽ പ്രസവം നടക്കാറില്ലത്രെ!”

“അതുകൊണ്ടാണ് ഇത്ര വേഗത്തിൽ സെഡ് ഉത്സവം നടത്തുന്നത്.”

“എന്നുപറഞ്ഞാൽ അടുത്തകൊല്ലം ഈ സമയമാകുമ്പോഴേക്കും അന്തപ്പുരം നിറയെ മുല ചപ്പിക്കുന്ന കുഞ്ഞുങ്ങളുണ്ടാകും.”

“ഇപ്പോൾ വന്ന ആ ദാസി എങ്ങനെയുണ്ട്?”

“ഉത്സവമാകുന്നതുവരെ നീ സ്വന്തമാക്കിക്കൊള്ളൂ....”

“പ്രധാനപൂജാരിയുടെ നടപടികൾ അതിരുകവിഞ്ഞെന്നല്ലേ കേൾക്കുന്നത്....?”

“നീ കണ്ടോ..... അയാൾക്കെങ്ങാൻ സ്വാധീനം കൂടിയാൽ റാണിയുടെ താമസത്തിനടുത്തുതന്നെ സ്വന്തം വസതിയും കെട്ടിക്കും......?”

“അങ്ങനെ വന്നാൽ അയാളെ ദുർദ്ദേവനെന്ന് വിളിക്കണോ അതോ സൗഭാഗ്യശാലിയെന്നോ....?”

“ഒടുവിൽ പ്രധാനപൂജാരിയും സെഡ് ഉത്സവം ആരംഭിക്കും.... ചില പ്രവിശ്യകളിലെ ഭൂപ്രമാണിമാർ സാമന്തന്മാരുടെ ആ ബഹളത്തിൽനിന്നകന്ന് നദിക്കരയിലുള്ള പാനമന്ദിരങ്ങളിലും ഭോജനശാലകളിലുമായി സുഖഭോഗങ്ങളിൽ മുഴുകി കാലംകളയുകയായിരുന്നു. അവർ സെഡ് ഉത്സവത്തിനൊന്നും വന്നവരല്ല. കൊട്ടാരത്തിലെത്താൻ അവർക്ക് ക്ഷണത്തിന്റെ ആവശ്യമുണ്ടായിരുന്നില്ല. വിഹാരനൗകകളിൽ യാത്രചെയ്തുകൊണ്ട് ഏത് നാട്ടിലും എപ്പോൾവേണമെങ്കിലും സന്ദർശനം നടത്താനും, ഇഷ്ടമുള്ളത്ര കാലം കഴിച്ചുകൂട്ടാനുമുള്ള കരുത്ത് അവർക്കുണ്ട്....

അക്കൂട്ടത്തിൽ നീരാനപ്രവിശ്യയിലെ നുട്മോസുമുണ്ടായിരുന്നു.

വർഷത്തിൽ രണ്ടുമൂന്നു തവണ അയാൾ കൊട്ടാരത്തിൽ പോയിവരാറുണ്ടായിരുന്നു. അവിടത്തെ പരിചാരകരുടെയും കാര്യക്കാരന്മാരുടെയും മുന്നിൽ അയാൾ ധാരാളിയായി വിലസി. അബ്ടുയാത്രയിൽ ഫെറോവിന്റെ പല്ലക്ക് ചുമക്കാനുള്ള അവകാശം കൈപ്പറ്റിയത് അങ്ങനെയാണ്. എന്നാൽ നാട്ടിൽ കലാപം നടന്നപ്പോൾ ലക്കുകെട്ട തന്റെ ജീവിതത്തിന് ഒരു നിശ്ചിതരൂപം കൊടുക്കേണ്ടത് അത്യാവശ്യമായിത്തീർന്നു. ഇഷ്ടപ്പെട്ട ദാസിയെ വിളിപ്പിച്ചതിനുശേഷമാണ് അത് സാദ്ധ്യമായത്. ജീവിക്കുന്നതിന് ഭരണാധികാരിയുടെ സമർത്ഥമായ കലകളിൽ ചിലതെങ്കിലും സ്വായത്തമാക്കണമെന്ന് അയാൾ മനസ്സിലാക്കി. ഗേബു അയാളുടെ സ്നേഹിതനാണ്. ടെഹുടിയുടെ സ്നേഹവും സമ്പാദിച്ചു. അതിരില്ലാത്ത ആതിഥ്യം ആർക്കാണിഷ്ടപ്പെടാതിരിക്കുക....? കൊട്ടാര

ത്തിലെ മറ്റു ചില ഉദ്യോഗസ്ഥന്മാരെയും അയാൾ പാട്ടിലാക്കി....

ഭരണത്തിന്റെ ചതുരംഗക്കരുക്കളേതൊക്കെയാണെന്ന് അയാൾ തിരിച്ചറിഞ്ഞു. ഏതുവിധേനയെങ്കിലും അത് നീക്കാൻ പഠിച്ചാൽ തന്റെ ഉന്നതി നിശ്ചിതമാകുമെന്ന് അയാൾ കണക്കുകൂട്ടി.

മന്ത്രിയുടെ മുഖ്യ എഴുത്തുകാരനായ സെനെബിൽനിന്ന് ചതുരംഗ ക്കളിയുടെ ആ നിയമങ്ങളും നുട്മോസ് പഠിച്ചു. അയാൾക്ക് മന്ത്രിയെ ദർശിക്കാൻ സാധിച്ചതും സെനെബ് മുഖാന്തരമാണ്. സെനെബ് പറഞ്ഞുകൊടുത്തത് മാത്രമാണ് അയാൾ മന്ത്രിയോട് പറഞ്ഞത്.

"ഈ കാഴ്ചകൾ കൊണ്ടുവന്നതെന്തിനാ?' മന്ത്രി ചോദിച്ചു.

"എന്റെ കഥ കഴിയുന്നതിന് മുമ്പ് ഈ എളിയ...."

"കഥ കഴിയലോ....?"

"ഇനിയെന്തുണ്ട്? എന്റെ സ്വത്തെല്ലാം നഷ്ടപ്പെട്ടില്ലേ?"

"നിങ്ങൾക്കെന്തുകൊണ്ട് നീരാനയിലേക്ക് തിരികെ പോയിക്കൂടാ...?"

"എന്നെ അവിടെ ബാക്കിവെച്ചേക്കുമോ.....? ഇനി അങ്ങ് ചെന്നാ ലും....."

"ജീവനോടെ ബാക്കിവെക്കില്ല... അല്ലേ....? .... ഈ കലാപമുണ്ടാ കാൻ എന്താ കാരണം.....?"

"ഞാൻ അബ്ടുവിലായിരുന്നു....."

"അറിയാം. ഫെറോവിന്റെ അമാലനായിരുന്നല്ലോ."

"ഹെ....ഹെ....!.... എന്നാൽ ഞാൻ കൊട്ടാരത്തിൽ മടങ്ങിയെത്തു ന്നതിനുള്ളിൽ അവിടെ കലാപം നടന്നുകഴിഞ്ഞിരുന്നു...."

"എന്തുകൊണ്ടാണ് അത് നടന്നത്.....?"

"എന്തുകൊണ്ടാണെന്നു പറഞ്ഞാൽ...." സെനെബ് പറഞ്ഞു കൊടുത്തത് ഓർത്തുകൊണ്ട് നുട്മോസ് തുടർന്നു...., "നികുതിയധികാരി ടെഹുടി അല്പം പരുഷമായി സംസാരിച്ചു. ഗേബു അവർകളിൽനിന്ന് ഇക്കാര്യം അങ്ങ് മനസ്സിലാക്കിയിരിക്കുമല്ലോ.... അല്പം മയത്തോടെ പെരുമാറിയിരുന്നുവെങ്കിൽ...."

"പരിതഃസ്ഥിതി വഷളാകുമായിരുന്നില്ല. ഗേബു അത് പറഞ്ഞി ട്ടുണ്ട്...."

"സാധാരണക്കാർക്ക് ഇതുകൊണ്ട് ബുദ്ധിമുട്ടൊന്നുമില്ല. ഇപ്പോൾ തങ്ങളാണ് യജമാനരെന്ന് അവർ വിശ്വസിച്ചിരിക്കയാണ്, എന്നെപ്പോലു ള്ളവരുടെ അവസ്ഥ മാത്രം പറഞ്ഞാൽ തീരില്ല....."

"ലോകത്തു തന്നെ അപൂർവ്വമായ സംഭവമാണിത്. നാം ക്ഷമ യോടെ പെരുമാറണം. നിങ്ങളിവിടെ താമസമാക്കിയെന്ന് കേട്ടല്ലോ....?"

"മന്ത്രികൾക്ക് എല്ലാമറിയാമല്ലോ... നീരാനെ പ്രദേശത്തേക്ക് പോകാ നാകുന്നതുവരെ എനിക്ക് സംരക്ഷണം നല്കണം."

"ഏതുതരം സംരക്ഷണം...."

"രാജകൊട്ടാരത്തിൽ ചെലവ് കൂടുതലാണ്. ജീവിക്കാനുള്ള വക കൊട്ടാരത്തിൽനിന്നും അനുവദിച്ചുതരാൻ ദയവുണ്ടാകണം....."

"ആകട്ടെ...." മന്ത്രി എഴുത്തുകാരനെനോക്കി രേഖപ്പെടുത്തുവാൻ ആംഗ്യം കാട്ടി.

മാസങ്ങൾക്കുശേഷം സെതെക്നഖ്തും, സെൻഉസർട്ടും, ഹെജിരെയും കുടുംബത്തോടെ മെംഫീസിലേക്കോടിവന്നപ്പോൾ നുട്മോസിന് വല്ലായ്മ അനുഭവപ്പെട്ടു. അയാളുടെ സ്വതന്ത്രജീവിതത്തിന് അവർ തടസ്സമായെങ്കിലോ? എങ്കിലും സ്വന്തം ഭാര്യയും മക്കളും വന്നില്ലെന്നത് അയാളെ സമാധാനിപ്പിച്ചു. എന്നാൽ ആഭരണങ്ങളെല്ലാം അവരുടെ പക്കലാണല്ലോ എന്ന വ്യഥയുണ്ടായി....

"കലാപക്കാർ കൊല്ലുമെന്ന് ഭയപ്പെടുത്തിയതുകൊണ്ടാണ് ഭാര്യയും മക്കളും വരാതിരുന്നത്..." നുട്മോസ് കൊട്ടാരത്തിലുള്ള തന്റെ സുഹൃത്തുക്കളോട് പറഞ്ഞു.

ഇത് നിഷേധിക്കാനുള്ള ധൈര്യം പുതുതായി വന്നവർക്കുണ്ടായില്ല. അവർക്കിപ്പോൾ നുട്മോസാണ് ഏകാശ്രയം. കൊട്ടാരത്തിൽ അയാൾക്കുള്ള സ്വാധീനം അവർ മനസ്സിലാക്കിയിരുന്നു.

സെത്ക്നഖ്തും, സെൻഉസർട്ടും, ഹെജിരെയും ഒരു വിധത്തിൽ സെനെബിന്റെ സ്നേഹം സമ്പാദിച്ചു. ഭൂപ്രമാണിമാരുടെ ഭാര്യമാർ അണിഞ്ഞിരുന്ന ആഭരണങ്ങൾ കണ്ട് സെനെബിന്റെ വായിൽ വെള്ളമൂറി. അയാൾ അവരോട് പറഞ്ഞു:

"കൊട്ടാരത്തിൽനിന്നും സഹായം കിട്ടാതെ ഇവിടെ കഴിയാനൊക്കുമോ....? നിങ്ങൾ ധനികരാണെന്ന് നടിച്ചുനടന്നാൽ ഒന്നും കിട്ടിയില്ലെന്നുവരും. ആഭരണങ്ങളെല്ലാം ഊരി പെട്ടിയിൽവെക്ക്....."

കയ്പുണ്ടെങ്കിലും ഇഷ്ടപ്പെട്ട ചികിത്സ.....

നുട്മോസിന്റെ നേതൃത്വത്തിൽ നീരാനയിലെ ഭൂപ്രഭുക്കൾ മന്ത്രിയെ ചെന്നുകണ്ടു...

"എന്റെ നാട്ടിലിപ്പോൾ പാപികളുടെ അഴിഞ്ഞാട്ടമാണ്. ഇവർ ഭാഗ്യംകൊണ്ടാണ് രക്ഷപ്പെട്ടത്. സിന്യുഹെയും കുടുംബവും, എന്റെ ഭാര്യയും മക്കളും അവിടെത്തന്നെയുണ്ടത്രെ. ഇവരെ കലാപക്കാർ കൊന്നിരുന്നെങ്കിൽ ഭൂപ്രഭുവർഗ്ഗം തന്നെ നശിക്കുമായിരുന്നു."

"നിങ്ങളുടെ ബുദ്ധിമുട്ടുകൾ ഞാൻ മനസ്സിലാക്കുന്നു. മഹാപ്രഭുവിനെയും വിവരം അറിയിക്കാം. പ്ടായുടെ കാരുണ്യംകൊണ്ട് നിങ്ങളുടെയെല്ലാം സങ്കടം വേഗത്തിൽതന്നെ പരിഹരിക്കപ്പെടുമെന്ന് ആശിച്ചാലും....."

"നീരാനയിലെ ഭൂപ്രമാണിമാർ പിച്ചക്കാരെപോലെ കഴിയേണ്ടി വരുന്നത് കലാപക്കാർക്ക് വളംവെച്ചുകൊടുക്കലാണ്."

"ആകട്ടെ. ഇവർക്കും ജീവിക്കാനുള്ള വക കൊട്ടാരത്തിൽ നിന്നുതന്നെ നല്കാൻ ഉത്തരവിടുകയാണ്....."

മന്ത്രി എഴുത്തുകാരനെ നോക്കി. എഴുതിയെടുക്കാനുള്ള സൂചന നല്കി.

സെനെബിന് നേർക്ക് ഒളിഞ്ഞുനോക്കി.... അയാളുടെ ഉത്തേജനം ഉൾക്കൊണ്ട്.... മന്ത്രിയെ വണങ്ങിക്കൊണ്ട് നുട്മോസ് ബോധിപ്പിച്ചു...

"ഒരു പല്ലക്കും നാല് അമാലന്മാരെയും അനുവദിക്കാൻ ദയയുണ്ടാകണം."

"നിങ്ങൾക്കോ.....?"

"എന്റെയും സ്നേഹിതരുടെയും ആവശ്യത്തിലേക്ക്. താല്ക്കാലിക ഉപയോഗത്തിന് പകരം ലഭിക്കുന്നതിനേക്കാൾ... സ്വന്തമായ ഒന്ന് കിട്ടിയിരുന്നെങ്കിൽ...."

"...... രാജധാനിയിലുള്ള ഓടിച്ചാടൽ എളുപ്പമാകുമായിരുന്നു അല്ലേ.....?"

"നമ്മുടെ മന്ത്രിവര്യർ ദയാനിധിയാണെന്നും, മഹാപ്രഭു കരുണാമയിയാണെന്നും പറഞ്ഞുകൊണ്ട് ദിവസം കഴിച്ചുകൂട്ടാം."

മന്ത്രി കോപം ഒതുക്കിക്കൊണ്ട് തുടർന്നു....

"ശരി.... പല്ലക്കിനുള്ള ഏർപ്പാട് ചെയ്യാം...."

നുട്മോസ് എഴുത്തുകാരനെ ശ്രദ്ധിച്ചു. അയാൾ എഴുതിയെടുക്കുന്നത് കണ്ട് സന്തോഷിച്ചു...

മന്ത്രി കൃത്രിമച്ചിരി വരുത്തിക്കൊണ്ട് പറഞ്ഞു:

"ഉപകാരസ്മരണ കാണിച്ചില്ലല്ലോ.... നുട്മോസ്...!"

"അയ്യോ....! അങ്ങനെ വല്ലതുമുണ്ടായോ....! എപ്പോഴെങ്കിലുമുണ്ടായോ....? അങ്ങയുടെ കൃപകൊണ്ടാണ് ഞങ്ങൾ ശ്വാസംപോലും കഴിക്കുന്നത്....."

നുട്മോസ് നിലത്തോളം കുനിഞ്ഞ് മന്ത്രിയെ വണങ്ങി. മറ്റ് ഭൂപ്രമാണിമാർ അയാളെ അനുസരിച്ചു....

ഇത്രയൊക്കെ സാധിച്ച സ്ഥിതിക്ക് നീരാനയിലെ ഭൂപ്രഭുക്കൾക്ക് നുട്മോസിന്റെ വലിപ്പം അംഗീകരിക്കാതിരിക്കാനാകുമോ...?

എങ്കിലും സെതെക്നഖ്തിന് അസൂയതോന്നി. താനാദ്യമേ കൊട്ടാരത്തിലെത്തിയിരുന്നെങ്കിൽ നുട്മോസിനേക്കാൾ ശോഭിക്കാൻ കഴിയുമായിരുന്നു.... അയാൾ തന്നത്താൻ ശപിച്ചു.

നീരാനയിലെ നേതാവ് കൊട്ടാരം അതിഥിയായി വരുന്നുണ്ടെന്നറിഞ്ഞപ്പോൾ നുട്മോസിന് തൊണ്ടയിൽ മുള്ളുതറച്ച അനുഭവമുണ്ടായി. ഇതുതന്നെ എവ്വിധം ബാധിക്കും. നന്മയിലേക്കോ? തിന്മയിലേക്കോ? അയാളുടനെ "ഭാഗ്യവാന്മാരുടെ വഴി"യിൽചെന്നു. മറ്റുള്ളവരറിയരുതെന്ന് കരുതി പല്ലക്കില്ലാതെ നടന്നാണ് പോയത്.

ഭാവിഫലം പ്രവചിക്കുന്നതിൽ സമർത്ഥനായ ഒരു വൃദ്ധപൂജാരിയുടെ വീട്ടിലാണ് അയാൾ ചെന്നത്. നുട്മോസിനെ കണ്ട ഉടൻ ആ

പൂജാരി പറഞ്ഞു....

"മുമ്പ് സുഖമനുഭവിച്ചയാളാണല്ലോ..... ഇപ്പോൾ കഷ്ടപ്പാടിലാണ്...."

നുട്മോസ് കാര്യം വിവരിച്ചു. പൂജാരി തന്റെ പക്കലുള്ള പല ലിപി ച്ചുരുളുകളും നിവർത്തി പരിശോധിച്ചശേഷം പറഞ്ഞു:

"നിങ്ങളുടെ കഷ്ടപ്പാടിന്റെ ദിനങ്ങൾ അവസാനിക്കാറായെന്ന് അറിഞ്ഞുകൊള്ളുക. വീണ്ടും സന്തോഷപ്രദമായ ദിനങ്ങളുണ്ടായിത്തീരും...."

നുട്മോസിനുണ്ടായ സന്തോഷത്തിന് അതിരുണ്ടായില്ല. വിരലിലെ സ്വർണ്ണമോതിരമൂരിയെടുത്ത് പൂജാരിയുടെ മുന്നിൽ വച്ച് നമസ്കരിച്ച് ആശിർവാദം വാങ്ങി.....

മെനെപ്പടായെത്തിച്ചേർന്ന വിവരം വൈകുന്നേരത്തോടെ നുട്മോസറിഞ്ഞു.... പല്ലക്കിലിരുന്ന് ഘോഷയാത്രയായി കൂട്ടിക്കൊണ്ടുവന്നുവത്രെ...

നിത്യവും രാവിലെയെഴുന്നേറ്റ് തോണിക്കടവിൽ ചെന്ന്. അവിടെ നിന്ന് നദിക്കരയിലുള്ള ഭോജനശാലയിലേക്ക് പോകുകയാണ് നുട്മോസിന്റെ ദിനചര്യ. കഴിഞ്ഞ രാത്രി വീട്ടിലെത്തിയത് വളരെ താമസിച്ചാണ്. രാവിലെ എഴുന്നേല്ക്കാൻ കഴിഞ്ഞില്ല. ഉച്ചയ്ക്കുശേഷമാണ് പുറത്തിറങ്ങിയത്. അതുകൊണ്ട് നേതാവിന്റെ ഘോഷയാത്ര കാണുവാൻ അയാൾക്ക് കഴിഞ്ഞില്ല. ദൈവം ആ പാപത്തിൽനിന്നും തന്നെ രക്ഷിച്ചതായി അയാൾ ആശ്വസിച്ചു...

മറ്റുള്ളവർ മെനെപ്പടായെക്കുറിച്ച് വർണ്ണിച്ചപ്പോൾ നുട്മോസ് മിണ്ടാതിരുന്നതേയുള്ളു. അയാൾ മെനെപ്പടായെ കണ്ടിട്ടില്ല. ഒന്ന് കണ്ടാൽ കൊള്ളാമെന്ന ആഗ്രഹമുണ്ടായി... അതിനേക്കാൾ തിടുക്കം കൊട്ടാരത്തിലുള്ള നടപടികൾ മനസ്സിലാക്കാനായിരുന്നു.... ആ നേതാവിന്റെ ആഗമനം അരമനയിലെന്തെല്ലാം ചലനങ്ങളുണ്ടാക്കിയിരിക്കും....? പൂജാരി ഫലം പറഞ്ഞത്.... കഷ്ടപ്പാടുകൾ തീരാറായി എന്നല്ലേ....? അത് പാഴിലാവുമോ....?

സെനെബിന്റെ ഉപദേശപ്രകാരമാണ് നുട്മോസ് മന്ത്രിയും മെനെപ്പടായും സംസാരിച്ചുകൊണ്ടിരുന്നപ്പോൾ കാണാൻ ചെന്നത്. ദൂരത്തുനിന്ന് മെനെപ്പടായെ കണ്ടു. സാധാരണ മനുഷ്യൻ.... വെറും സാധാരണ മനുഷ്യൻ.... പക്ഷേ... ആ ശീതളമായ മിഴികൾക്കുപിന്നിൽ എന്താണുണ്ടായത്....? എന്താണുണ്ടായത്....?

രാത്രി സെനെബ് വിവരിച്ചുകൊടുത്തു...

"ഇത് സ്നേഹമല്ല....ശിഷ്ടാചാരമാണ്...."

മറ്റൊരു രഹസ്യംകൂടി അയാളറിയിച്ചു....

"മന്ത്രിയുടെ മധുരവാക്കുകളൊന്നും പ്രശ്നമല്ല. വിപ്ലവനേതാവിന്റെ കാര്യത്തിൽ അന്തിമതീരുമാനം കൈക്കൊള്ളുന്നത് പ്രധാനപൂജാരിയാണ്......"

"അദ്ദേഹം ആൻ നഗരത്തിലുണ്ടത്രെയല്ലേ......?"

"അതേ, ഉടനെ വരും. എത്തേണ്ട സമയത്ത് തന്നെ എത്തിച്ചേരും...."

"സെനെബ് എനിക്ക് സഹിക്കാനാകുന്നില്ല. ആ നേതാവ് വരുന്നെന്നറിഞ്ഞപ്പോൾതന്നെ 'ഭാഗ്യത്തിന്റെ വഴിയിൽ ചെന്നു....."

"വൃദ്ധപൂജാരിയെ കണ്ടോ.....?"

"കണ്ടു..... സുഖത്തിന്റെ നാളുകൾ ഉടനെ വന്നുചേരുമെന്നറിയിച്ചു...."

"ഞാനും അത് പറഞ്ഞിരുന്നതല്ലേ....? എന്താ കാഴ്ച നല്കിയത്....?"

"സ്വർണ്ണമോതിരം...."

"നഷ്ടപ്പെട്ടു.....!"

"എന്ത്.....?"

"എനിക്ക് ലഭിക്കേണ്ടത്....! ആ വൃദ്ധന് ലഭിച്ചു.....!"

"അതത്ര വലിയ കാര്യമാണോ....?"

"നുട്മോസ്....., നിങ്ങൾ വെറുതെ സമയം കളയാതെ നാട്ടിൽ നടക്കുന്നതെന്താണെന്ന് മനസ്സിലാക്കാൻ ശ്രമിക്ക്...."

"ഒന്നും മനസ്സിലാകുന്നില്ലല്ലോ സെനെബ്....."

"നദീതീരത്തെ ഭോജനശാലകളിൽ ചെല്ലാറുണ്ടല്ലോ. അവിടെ മറ്റ് സാമന്ത രാജാക്കന്മാരും വരുമല്ലോ... അവരോട് സംസാരിക്ക്.... നാട്ടിലെ സ്ഥിതിയെന്താണെന്ന് ഗ്രഹിക്ക്. രാജ്യത്താകെയുള്ള ഭൂപ്രഭുക്കൾ പ്രധാനപൂജാരിയെ കാണാൻ ഓടുകയാണ്......"

"ഞാൻ കൊട്ടാരത്തിലേക്ക് കടപ്പെട്ടവനാണല്ലോ....?"

"ഞാനെന്താ ഭിന്നനാണോ....? രാജ്യം മുഴുവൻ കൊട്ടാരത്തിന് കടപ്പെട്ടതാണ്. അത് വേറെ കാര്യം.... രാജ്യതന്ത്രം ഇതിൽനിന്നെല്ലാം വ്യത്യസ്തമാണ്....."

"രാജ്യതന്ത്രമോ....?"

"അതെ.... ഭരിക്കുന്നതിനെക്കുറിച്ചുള്ളത്... രാജ്യതന്ത്രത്തിൽ മുഖ്യമായത്.... സ്വാഭിപ്രായമാണ്....!"

"സ്വാഭിപ്രായം.... അതായത്.... ഇന്ന് രാജപക്ഷത്താണെങ്കിൽ നാളെ പൂജാരിയുടെ പക്ഷത്ത്....!"

"നിങ്ങൾ ബുദ്ധിമാനാണ് നുട്മോസ്. എന്നാൽ ഒന്നും അറിയാത്തതുപോലെ കാണപ്പെടുന്നു....."

"ഹ....! ഹ.....!"

നുട്മോസിന്റെ ചിരി ചുറ്റുമുള്ള ഏകാന്തതയെ തകർത്തെറിഞ്ഞു....

.... രണ്ടുവട്ടം ചതുരംഗക്കളി പൂർത്തിയാക്കിയശേഷം മെനെപ്പടായും ബടായും വിരലുകളുടെ കെട്ടൊടിച്ചു.

ബടാ തന്റെ വയറിൽ രണ്ടുമൂന്നുതവണ അമർത്തിയശേഷം

പറഞ്ഞു.....

"ചുക്കാൻ തൊട്ടിട്ട് എത്രയോ ദിവസങ്ങളായി. കരയിലായാൽ വായുവിന്റെ ഉപദ്രവം... നിറഞ്ഞപായപോലെയുണ്ടിത്...."

"ഒന്ന് വയറിളക്ക്. ഫെറോവിന്റെ സല്ക്കാരംവരെ കാത്തിരിക്കേണ്ട...."

"ശരി ചേട്ടാ....സല്ക്കാരം മഹാറാണിയുടെ ഇഷ്ടമാണെന്ന് സെനെബ് അന്നേ പറഞ്ഞതല്ലേ....? ആ മഹാമാതാവിന് അതൊരു ബുദ്ധിമുട്ടാണോ....?"

"പാത്രത്തിനുള്ളിൽ പാത്രം.... ചുരുളിനുള്ളിൽ ചുരുൾ.... പുറമെ കാണുന്നത്ര സരളമല്ല ഒന്നും....."

"ചേട്ടാ...., ഗഹനമായ വിഷയങ്ങളൊന്നും ഈ മണ്ടയിൽ കയറില്ല..." ബടാ തന്റെ മനസ്സിലുള്ള സംശയം വെളിപ്പെടുത്തി. "ഇനിയും എത്ര ദിവസം ഇവിടെ കഴിച്ചുകൂട്ടണം....? അതൊന്ന് പറഞ്ഞുതരൂ.... മെന്ന ആ പാട്ടുപേക്ഷിച്ചതിനുശേഷം ഞാനും അത് കുഴലിൽ വായിച്ചിട്ടില്ല. എന്നാൽ മെന്നയുടെ സങ്കടം കുറഞ്ഞതുപോലെ എന്റെ ദുഃഖം കുറഞ്ഞുവരുന്നില്ല... അത് കൂടിക്കൂടിവരികയാണ്."

"എനിക്ക് ദുഃഖമില്ലെന്നാണോ കരുതുന്നത്....?"

മെനെപ്പടാ എഴുന്നേറ്റ് അങ്ങുമിങ്ങും നടന്നു. ഇടയ്ക്ക് ബടായുടെ കുഴലെടുത്ത് ചുണ്ടിൽവെച്ച് ഊതിനോക്കി. ഏതാനും അസ്പഷ്ടസ്വരം പുറത്തുവന്നു. മെനെപ്പടാ ചിരിച്ചുകൊണ്ട് കുഴൽ ബടായുടെ കൈയിൽ കൊടുത്തു.

"ആ പാട്ടൊന്ന് പാടൂ ബടാ...."

"ഏത് പാട്ട്....."

"വരുമ്പോൾ തോണിയിലിരുന്ന് വായിച്ചില്ലേ....?"

"ഓ......" ബടാ പുഞ്ചിരിച്ചു.

കുഴലിന്റെ ഒരറ്റം ചുണ്ടിൽവെച്ച് സ്വരമുണ്ടാക്കി... വിരലുകൾ ദ്വാരങ്ങളുടെ മീതെ അങ്ങിങ്ങ് സഞ്ചരിച്ചു..... ധ്വനികൾ പദങ്ങളായി വാർന്നൊഴുകി. അതിഥിമന്ദിരം മുഴുവൻ അത് മുഖരിതമായി....

"എന്റെ ജീവിത സഖിതൻ സ്നേഹതരംഗം....
അലയടിക്കുന്നു....
ഈ നദിയുടെ ഓരങ്ങളിൽ....
നൃത്തം ചെയ്യുന്നു.....!
ക്രൂരമുതലകൾ പതുങ്ങിയിരിക്കും....
നുരയിലും..... പതയിലും....
അലയടിക്കുന്നു.... അത്..
നൃത്തം ചെയ്യുന്നു....!
ഭയപ്പെടില്ല ഞാൻ....നദിയിൽ..

നീന്തിക്കളിപ്പാൻ.... പരിഭ്രമിക്കില്ല....!
നദിയിൽ ഞാൻ ധീരൻ...! മഹാശൂരൻ....!
പ്രാണേശ്വരിതൻ സ്നേഹം.... എൻ..
ചൈതന്യത്തിൻ കിരണം...
അവളെൻ സ്മരണയിലുണരുമ്പോൾ...
അലകടൽപോലും ചെറുതാകും...."

വായിച്ചുതീർന്ന് കുഴലിൽ പറ്റിപ്പിടിച്ച തുപ്പൽ തുടച്ചുകളഞ്ഞ ശേഷം കുഴൽ താഴത്തുവെച്ച് ബടാ എഴുന്നേറ്റു. നിശ്ശബ്ദനായി അയാൾ ജനാലയ്ക്കരികിൽ ചെന്നുനിന്നു. ആ മിഴിക്കോണുകളിൽ അശ്രുകണങ്ങൾ പൊടിഞ്ഞുനിന്നിരുന്നു.....

സൂക്ഷ്മതന്തുക്കളെ തൊട്ടുണർത്തിയ നാദധാര... മെനെപ്പടായുടെ ഹൃദയം വിജൃംഭിച്ചു... അയാളുടെ മിഴികളിലും ഹർഷാശ്രുബിന്ദുക്കൾ തുളുമ്പിവന്നു.....

കുളിരുള്ള ആ അന്തരീക്ഷത്തിൽ ഔട്ടയും ബെക്കുവും നിശ്ചലരായി നിന്നുപോയി. അതിഥിമന്ദിരത്തിലെ പരിചാരകർ അത്ഭുതസ്തബ്ധരായി മിഴിച്ചുനിന്നു..... നിർവൃതികരമായ അനുഭവം.... ഉദ്യാനം കൊട്ടാരം ജോലിക്കാരെക്കൊണ്ട് നിറഞ്ഞു. ഹൃദയതലങ്ങളെ ഇക്കിളിപ്പെടുത്തിയ ആ സ്വരരാഗസുധയുടെ ഉറവിടം കണ്ടെത്താൻ അവരെല്ലാം ബദ്ധപ്പെട്ടു....

ബടാ കുനിഞ്ഞ് അരവസ്ത്രംകൊണ്ട് കണ്ണീർ തുടച്ചു.

"അഹാ....! എന്റെ ഭക്തന്മാർ നില്ക്കുകയാണല്ലോ.... ഞാനിവരെ ആശീർവദിക്കട്ടെ....."

മെനെപ്പടാ ചിരിച്ചു.

ഇതിനിടയിൽ അതിഥിഗൃഹത്തിലെ അധികാരിയുടെ സ്വരംകേട്ടു.

"നീങ്ങ്....നീങ്ങ്... ഇതെന്താ ബഹളം...."

കലവറ സൂക്ഷിപ്പുകാരനുമായി സംസാരിക്കയായിരുന്ന അയാളും ഓടക്കുഴലിന്റെ മാധുര്യം ശ്രവിച്ചിരുന്നു. മുറിയിലേക്കെത്തിനോക്കി അയാൾ ചോദിച്ചു, "ഇവരെക്കൊണ്ട് വല്ല ബുദ്ധിമുട്ടും ഉണ്ടായോ?"

"ഇല്ല..... എനിക്ക് ചെറിയൊരു വായുകോപം....." ബടാ പറഞ്ഞു.

"പൂജാരിയെ വിളിക്കട്ടെ..?"

"വേണ്ട കുഴലൂതിക്കഴിഞ്ഞപ്പോഴേക്ക് അതുമാറി."

ഇയാൾ പറയുന്നത് സത്യമോ.... പരിഹാസമോ എന്നറിയാനാകാതെ ആ അധികാരി ജാള്യതയോടെ നിന്നു.....

നീരാനയിൽനിന്ന് വരുമ്പോൾ വിനിമയം ചെയ്യാനുള്ള ചില സാമഗ്രികളും അവർ കൊണ്ടുവന്നിരുന്നല്ലോ....? അതിലൊന്ന് വിശേഷപ്പെട്ട ജൊണ്ട് കൊണ്ട് നിർമ്മിച്ച നീരാനെ ചിത്രപ്പണികളുള്ള ചെറുപായയാണ്. ഔട്ടയ്ക്കും ബെക്കുവിനും ചികിത്സ നടത്തിയതിന് പകരമായി പൂജാരിക്ക്

അത് നല്കാമെന്ന് ബടാ ആലോചിച്ചു.

"താമസിക്കണ്ട. ഇപ്പോൾതന്നെ കൊണ്ടുകൊടുത്തേക്ക്." മെനെപ്പടാ പറഞ്ഞു.

വൈകുന്നേരം ബടാ കാഴ്ചയുംകൊണ്ട് ഇനേനിയുടെ വീട്ടിലേക്ക് നടന്നു. ഇനേനി അന്തിപ്പൂജയിൽ മുഴുകിയിരിക്കയായിരുന്നു. ബടാ പുറത്ത് കാത്തുനിന്നു. വരാന്തയിൽ കത്തിക്കൊണ്ടിരുന്ന വിളക്കിനു മുന്നിലിരുന്ന് ഒരു ബാലൻ ലിപിച്ചുരുൾ ഉരുവിട്ടു പഠിച്ചുകൊണ്ടിരുന്നു. ബടായെ കണ്ട് അവൻ തലയുയർത്തി.

"ഓടക്കുഴൽ വായിച്ചത് നിങ്ങളല്ലേ....?"

"അതേ....."

"വളരെ നന്നായിരുന്നു....."

ഇനേനി ഇറങ്ങിവന്നു.....

"ഇന്ന് പഠിച്ചത് മതി...." അയാൾ കുട്ടിയെ പറഞ്ഞയച്ച് ബടായോട് ഇരിക്കാൻ പറഞ്ഞു....

"ഇരിക്ക് ബടാ...."

കുട്ടി അതുവരെ ഇരുന്നിരുന്ന പായയിൽ ബടാ ഇരുന്നു.

" ഈ കുട്ടി മന്ത്രിയുടെ ഒരകന്ന ബന്ധുവാണ്. ക്ഷേത്രപാഠശാലയിൽ പഠിക്കുന്നതിന് പുറമെയാണ് ഈ പ്രത്യേക വായന. മൂന്നു ദിവസംകൂടുമ്പോൾ വരും.... അതിരിക്കട്ടെ, സുഖക്കേടെങ്ങനെയുണ്ട്...."

"ഭേദമുണ്ട്. കാഴ്ചകൊണ്ടുവന്നിട്ടുണ്ട്..."

വരാന്തയുടെ അറ്റത്തുണ്ടായിരുന്ന പീഠമെടുത്തുകൊണ്ട് വന്ന് വിളക്കിനരികിലിട്ട് പൂജാരി അതിലിരുന്നു.... കഴിഞ്ഞ തവണ വന്നപ്പോൾ ഈ പീഠമുണ്ടായിരുന്നില്ല....

"ഇത് പുതുതാണ്. ഒരു അധികാരിയുടെ ഭാര്യയ്ക്ക് വാതരോഗം പിടിപെട്ടു. ചികിത്സിച്ച് ഭേദമാക്കി. ഇത് കാഴ്ചയായി തന്നു...."

ബടാ നല്കിയ പായ നിവർത്തി വിളക്കിനരികിൽ പിടിച്ച് അയാൾ തുടർന്നു.....

"വളരെ നന്നായിട്ടുണ്ട്....."

"നിങ്ങൾക്ക് തൃപ്തിയായെന്ന് നേതാവിനോട് പറയാം....."

"ഈശ്വരനെ പ്രാർത്ഥിക്കുമ്പോൾ നിങ്ങളെ ഓർമ്മിക്കുന്നതാണ്. ഏകാകികൾക്കും, നിസ്സഹായന്മാർക്കും, ആർത്തന്മാർക്കും ദൈവകാരുണ്യം ആവശ്യമാണ്. അവരുടെ വിഷമങ്ങൾ ദൈവസന്നിധിയിൽ ബോധിപ്പിക്കേണ്ടത് പൂജാരിയുടെ കടമയാണ്. നിങ്ങൾ എപ്പോഴാണ് നാട്ടിലേക്ക് മടങ്ങുകയെന്ന് പറയാനാകില്ല. അല്ലേ....? സെഡ് ഉത്സവത്തീയതി ഇനിയും നിശ്ചയിച്ചു കഴിഞ്ഞിട്ടില്ല...."

"അത് പ്രധാന പൂജാരിയുടെ ഇഷ്ടമല്ലേ....?"

"ഉം.... എങ്കിലും മന്ത്രി നാളെ ഒരു ദൂതനെ ആൻ നഗരത്തിലേക്ക്

പറഞ്ഞയയ്ക്കുന്നുണ്ട്. ദയവായി ഉടനെ എത്തിച്ചേരണമെന്നാണ് അപേക്ഷിക്കുന്നത്. എന്തുമറുപടി കിട്ടുമെന്നറിയാമല്ലോ.... അദ്ദേഹം വിസമ്മതിച്ചാൽ മന്ത്രിയും കൂട്ടരും എന്താണ് ചെയ്യുകയെന്നും എനിക്കറിയാം... സറുസഭ വിളിച്ചു ചേർക്കും. സറു എന്നു പറഞ്ഞാലെന്താണെന്നറിയോ....? മൂത്തവരായ ഉപദേഷ്ടാക്കളുടെ ഒരു സമിതി. ഇതെല്ലാം രഹസ്യമാണ്. സാധാരണ ഇത് ഞാനാരോടും പറയുന്നതല്ല. നേതാവിനോട് പറയൂ.... ഞാനാണിത് അറിയിച്ചതെന്ന് മറുചെവി അറിയരുത്...."

"മനസ്സിലായി. ഞങ്ങളുടെ നന്മയ്ക്കുവേണ്ടിയാണ് നിങ്ങളിതെല്ലാം പറയുന്നതെന്നറിയാം....."

"നല്ല സമയത്താണ് നിങ്ങൾ കൊട്ടാരത്തിൽ കാലുകുത്തിയത്. ഇവിടെ നടക്കുന്നതെല്ലാം കാണാമല്ലോ..... ബടാ.... ഒരു കാര്യം വിട്ടുപോയി. നേതാവും പരിവാരവും മഹാക്ഷേത്രത്തിൽ മുഖം കാണിച്ചില്ലല്ലോ....?"

"സെഡ് ഉത്സവം കഴിഞ്ഞ് പുറപ്പെടുന്നതിനുമുമ്പ് ഒരു ദിവസം വരാം....."

"ഉം..... അന്ന് വിശേഷപൂജയ്ക്കുള്ള ഏർപ്പാട് ചെയ്യാം....."

"പ്രധാനപൂജാരിയെയും ദർശിക്കാമല്ലോ...."

"അതെ....."

"ഞാനിറങ്ങട്ടെ....."

"എല്ലാവർക്കും എന്റെ ആശീർവാദം...."

ബടാ നടന്നകന്നു....

....മെംഫീസിൽനിന്ന് ആൻ നഗരത്തിലെത്താൻ വേഗതയുള്ള തോണിയിലാണെങ്കിൽ ഒരു പകലത്തെ യാത്ര വേണം.

വിസ്തൃതി കുറഞ്ഞ ആൻ ദൈവനഗരിയാണ്. റായുടെ ക്ഷേത്രമുള്ളതാണ് ആ നഗരത്തിന്റെ പ്രശസ്തിക്ക് നിദാനം. അവിടത്തെ പൂജാരി ഈജിപ്തിലെ പ്രധാനപൂജാരിയായ ഹേപാടിന്റെ ഉറ്റമിത്രമാണ്. ക്ഷേത്രത്തിനു മുൻവശം പീടികകളും പൂജാരികളുടെ വീടുകളുമാണ്. റാ ഈജിപ്തിലെ പ്രധാനദേവതയാണെങ്കിലും.... രാജധാനിയായ മെംഫീസിൽ പ്ടാദേവതയ്ക്കാണ് മുഖ്യസ്ഥാനം കല്പിക്കപ്പെടുന്നത്. പ്ടായും റായെപ്പോലെ പ്രാചീന ദേവനാണ്. റായുടെ ദർശനത്തിനെത്തുന്ന ചില ഭക്തന്മാരും.... ചില ചരക്കുതോണികളിലെ യാത്രക്കാരുമല്ലാതെ മറ്റാരും പുറമെനിന്ന് ആൻ നഗരത്തിലെത്താറില്ല. യാത്രക്കാരുടെ സേവകൊണ്ടു മാത്രം കഴിഞ്ഞുകൂടുന്ന ഏതാനും കുടുംബങ്ങൾ അവിടെയുണ്ട്. നഗരത്തിന്റെ അധികാരി പ്രഭുത്വത്തിന്റെ പ്രതിനിധിയാണ്. ഫെറോ റാ ദർശനത്തിനായെത്തുമ്പോൾ തങ്ങുന്നതിനായി ഒരു മന്ദിരമുണ്ട്. അല്പമകന്ന് ഭൂപ്രമാണികൾ തങ്ങുന്ന രണ്ട് ഭവനങ്ങളുമുണ്ട്.

ആൻ പട്ടണത്തിലെത്തിയ രാജദൂതന് അടുത്തദിവസം വൈകു

ന്നേരംതന്നെ പ്രധാന പൂജാരിയുടെ മറുപടിയുംകൊണ്ട് തിരികെ വരാൻ കഴിയുമായിരുന്നു. എന്നാൽ ഹേപാട് ശ്രീകോവിലിന്നുള്ളിൽ മൂന്നു ദിവസത്തെ അഖണ്ഡയജ്ഞത്തിൽ മുഴുകിയിരിക്കയായിരുന്നു.

രാജദൂതനെത്തുമ്പോൾ ആ യജ്ഞം ആരംഭിച്ചിരുന്നതുകൊണ്ട് മൂന്നുദിവസം കഴിഞ്ഞേ രാജാവിന്റെ ഓല പൂജാരിയെ ഏല്പിക്കാൻ കഴിഞ്ഞുള്ളു. ഉടനെ ഹേപാട് ഉത്തരമെഴുതിക്കൊടുത്തു. ആ ഓലയുംകൊണ്ട് ദൂതൻ മെംഫീസിലേക്ക് തിരിച്ചു....

മെംഫീസിലെത്തിയപ്പോൾ ഇരുട്ടിക്കഴിഞ്ഞിരുന്നു....

"ഏതു സമയത്തെത്തിയാലും ഉടനെ മന്ത്രിയെ ചെന്നുകാണണമെന്ന് കല്പിച്ചിരിക്കുന്നു." കടവിലെ കാവൽഭടൻ അറിയിച്ചു.

ഭടൻ കൊണ്ടുവന്ന കഴുതപ്പുറത്തേറി ദൂതൻ മന്ത്രിയെ കാണാൻ ചെന്നു. ആമെർബ് ഉറക്കമൊഴിച്ച് ദൂതന്റെ ആഗമനം പ്രതീക്ഷിച്ചിരിക്കയായിരുന്നു. പ്രധാന പൂജാരിയുടെ ഓലയിലുണ്ടായിരുന്നത് രണ്ടേരണ്ട് വാചകമായിരുന്നു.

"ധാർമ്മിക കാര്യങ്ങൾക്കായി കുറച്ചുകാലം കൂടി നാം ഇവിടെ കഴിയുന്നതാണ്. അത് കഴിഞ്ഞ ഉടൻ പുറപ്പെട്ടുവരുന്നതാണ്."

രാജദൂതൻ ആൻ നഗരത്തിലെത്തിയ വാർത്ത അടുത്ത ദിവസം വൈകുന്നേരംതന്നെ മന്ത്രി അറിഞ്ഞിരുന്നു. ദൂതൻ മടങ്ങി വരാത്തതു കണ്ടപ്പോൾ പ്രധാനപൂജാരിയാകും കാരണക്കാരനെന്ന് ഊഹിച്ചിരുന്നു. ആ ഊഹം ശരിയാണെന്ന് ബോദ്ധ്യമായി. ദൂതനെ സംബന്ധിച്ചിടത്തോളം അഖണ്ഡയജ്ഞം അപൂർവ്വമായൊരു സംഗതിയാണ്. അയാളുടെ വിവരണം അസഹ്യമായതോടെയാണ് ആമെർബ് കേട്ടിരുന്നത്.

"അവിടെ മറ്റാരെങ്കിലുമുണ്ടായിരുന്നോ....?"

"ഇല്ല. ടെഹുടി അവിടെയുണ്ടെന്ന് കേട്ടു. ഞാൻ കണ്ടിട്ടില്ല."

"ബകിലനോ?"

"ഒറ്റക്കണ്ണനും ഉണ്ടത്രെ. അവനെയും ഞാൻ കണ്ടില്ല."

"നഗരാധികാരി സ്ഥലത്തുണ്ടായിരുന്നോ?"

"ഉണ്ടായിരുന്നു."

"മൂന്നുദിവസം എന്താ ചെയ്തത്?"

"ഉറങ്ങി സമയം ചെലവഴിച്ചു."

രാജധാനിയിലെ കാര്യം ഹേപാടറിയരുതെന്ന് കരുതി മന്ദബുദ്ധിയായ ഒരാളെയാണ് ദൂതനായയച്ചിരുന്നത്. അടുത്ത തവണ സമർത്ഥനായ ചാരനെ തന്നെ അയക്കണമെന്ന് മന്ത്രി മനസ്സിലുറച്ചു...

(എന്നാൽ ആൻ നഗരത്തിൽ നടക്കുന്നതെന്താണെന്നറിയാൻ രാജധാനിയിലെ രഹസ്യചാരനുപോലും സാധിക്കുന്നതാണോ എന്തോ...? പ്രധാന പൂജാരിയുടെ നീക്കം അത്രമാത്രം സൂക്ഷ്മതയോടെയായിരുന്നു.

ആറുദിവസത്തെ അഖണ്ഡ പൂജ അതിനുമുമ്പ് തന്നെ നടത്തിയിരുന്നു. പൂജയുടെ വാർത്ത നാട്ടിൽ പരത്തിയശേഷം ഹേപാട് ആരുമറിയാതെ ഈജിപ്തിന്റെ വടക്കുപടിഞ്ഞാറനതിർത്തിവരെ പോയിവന്നിരുന്നു. ഈജിപ്തിലെ അഞ്ഞൂറുപേരടങ്ങിയ കാവൽസൈന്യം ആ അതിർത്തിയിലായിരുന്നു. ഹേപാടിനെ കണ്ട് ആ സംഘത്തിന്റെ അധിപന് പരിഭ്രമമുണ്ടായി.....)

പൂജാരിയുടെ ഉത്തരം മന്ത്രിയെ തൃപ്തിപ്പെടുത്താത്തതിൽ ദൂതൻ വിഷമിച്ചു. സമ്മാനം കിട്ടുന്ന കാര്യത്തിൽ സംശയമുണ്ടായിരുന്നു. ആ സംശയം ബലപ്പെട്ടു....

ഇഷ്ടപ്പെടാത്തവനെ ദൂരെയകറ്റുന്നതുപോലെ കൈ വീശി.... “പോകൂ....” എന്ന് മന്ത്രി പറഞ്ഞു.

മന്ത്രിയെ വണങ്ങി നൈരാശ്യത്തോടെ ദൂതൻ അപ്രത്യക്ഷനായി.

സറുസമ്മേളനവും ഫെറോവിന്റെ സൽക്കാരവും ഒരേ ദിവസമാണെന്ന് തീരുമാനിക്കപ്പെട്ടു.

മന്ത്രിമന്ദിരത്തിലെ ഉയർന്ന എഴുത്തുകാരനായ സെനെബ് ചിന്താധീനനെപ്പോലെ അതിഥി മന്ദിരത്തിലെത്തി. പരവശതയോടെ മെനെപ്പടായെ നോക്കിക്കൊണ്ട് .... കുടുക്കഴിക്കുന്ന ശ്രദ്ധയോടെ ഓരോ ഇഴയും അയാൾ വലിച്ചെടുത്തു.

“ഒരുമാസം മുമ്പാണ് ഈ സല്ക്കാരം ഏർപ്പെടുത്തിയിരുന്നതെങ്കിൽ അത് നീരാനെ പ്രവിശ്യയിലെ നേതാവിന്റെ ബഹുമാനാർത്ഥമാണെന്ന് ധൈര്യമായി പറയാമായിരുന്നു. അന്ന് സല്ക്കാരത്തെക്കുറിച്ച് ഫെറോ ചിന്തിച്ചതും ഈ ഉദ്ദേശ്യത്തോടെയാണ്. എന്നാൽ വിപ്ലവ നേതാവിനെ സല്ക്കരിക്കുന്നെന്ന് കേട്ടാൽ ജനങ്ങളെന്തു പറയും....? അതുകൊണ്ട് ഗേബു ദമ്പതികളെയും ക്ഷണിച്ചിരിക്കയാണ്. സറുസദസ്യരുമുണ്ടാകും. കൂട്ടത്തിൽ നിങ്ങളെയും എന്ന നില വന്നുപെട്ടു.....”

“പ്രധാന പൂജാരിയുടെ മറുപടിക്കുശേഷമാകും ഈ തീരുമാനമെടുത്തത്.” മെനെപ്പടാ പറഞ്ഞു.

“അതെ. മറുപടി ഞാനും വായിച്ചു. വളരെ വ്യക്തമായ മറുപടി..... സാഹചര്യമുണ്ടായാൽ വരുമെന്നാണ് എഴുതിയിരിക്കുന്നത്.”

“പ്രധാനപ്പെട്ട കാര്യങ്ങളാലോചിക്കാനാണ് സറുസദസ്യരെ വിളിച്ചു ചേർക്കുന്നത്. അല്ലേ....?”

“ശരി.... പക്ഷേ, നിങ്ങളുടെ പ്രവിശ്യയിൽ വിപ്ലവം നടന്നപ്പോൾ സറുസഭ വിളിച്ചു ചേർത്തിരുന്നില്ല.”

“അത് അത്ര പ്രാധാന്യമുള്ള സംഗതിയല്ലല്ലോ.....?”

“അങ്ങനെ കരുതരുത്. ആ സമയം അധികാരത്തിനുവേണ്ടിയുള്ള വടംവലി ആരംഭിച്ചിട്ടേ ഉണ്ടായിരുന്നുള്ളു. ഇന്ന് ഈജിപ്തിൽ സംഭവിക്കുന്ന ഏതു കാര്യവും ആ വടംവലിയുടെ ഭാഗമായിരിക്കാനാണ് സാദ്ധ്യത....”

"രസകരമായ വസ്തുത.....!"

"ഇത്തരം രസകരമായ സംഭവങ്ങൾ നടക്കുന്നതുകൊണ്ടല്ലേ രാജധാനിയിലെ ജീവിതം മടുപ്പുളവാക്കാത്തത്. ഇല്ലായിരുന്നെങ്കിൽ.... വന്നതും പോയതും ശേഷിച്ചതും കുറിച്ചിടുന്ന എഴുത്തുകാരനല്ലാതെ മറ്റാർക്കും സ്ഥാനമുണ്ടാകുമായിരുന്നില്ല....."

"സറുസമ്മേളനത്തിൽ മുമ്പ് പങ്കെടുത്തിട്ടുണ്ടോ....?"

"ഓഹോ! രണ്ടുമൂന്നുതവണ. നാളെ നടക്കുന്നത് ഗോപ്യമാണ്. ഞങ്ങൾക്കാർക്കും പ്രവേശനമില്ല....."

"അങ്ങനെയോ...?"

ഗോപ്യമെന്നുള്ളത് ഒരുതരം തമാശയാണ്. ഈ കൊട്ടാരത്തിൽ ചെവികളില്ലാത്ത ചുമരുകളില്ല.

"നിങ്ങൾക്കിന്ന് മറ്റ് ജോലിയൊന്നുമില്ലെന്ന് തോന്നുന്നല്ലോ." സംഭാഷണം ശ്രദ്ധിച്ചുകൊണ്ടിരുന്ന ബടാ പറഞ്ഞു.

സെനെബ് ബടായെ തുറിച്ചുനോക്കി.....

"ഇന്ന് മന്ത്രി സഭയിൽ വരുന്നില്ല." മെനെപ്പടായോടായി അയാൾ തുടർന്നു.... "മഹാപ്രഭുവിന്റെ സന്നിധിയിൽ രഹസ്യാലോചനയ്ക്ക് ചെന്നിരിക്കയാണ്...."

"സറുസമ്മേളനത്തിൽ ഫെറോ പങ്കെടുക്കില്ലേ....?"

"ഇല്ല. മന്ത്രിയാണ് അദ്ധ്യക്ഷൻ. കൂടുതൽ സംസാരിക്കുന്നതും മന്ത്രിയാണ്. സദസ്യരിൽ ഒന്നുരണ്ടുപേർ ശബ്ദിച്ചാലായി. എല്ലാവരും ദൈവഭീരുക്കളാണ്. ഓരോരാളും താന്താങ്ങളുടെ നിലയിൽ ഔന്നത്യം പ്രാപിച്ചവരാണ്......"

"ഞങ്ങളുടെ നാട്ടിലും മൂത്തവരുടെ സഭയുണ്ട്...." ബടാ പറഞ്ഞു.

"ഉം.... മുമ്പുള്ള പദ്ധതി...."

"നാളെ വൈകുന്നേരം നേതാവ് സല്ക്കാരത്തിന് പോയാൽ ഞങ്ങളുടെ ഗതിയെന്താകും? ഞങ്ങളുടെ കാര്യം നിങ്ങൾ പ്രത്യേകം ചിന്തിക്കണം....."

"ഉം..... ഓർമ്മയുണ്ട്....." നേതാവിനോട് അയാൾ തുടർന്നു: "സൽക്കാരത്തെപ്പറ്റി നിങ്ങൾക്കല്പം മുന്നറിയിപ്പുതരാനുണ്ട്. വലിയവരുടെ കൂട്ടമാണ്. എല്ലാവരും മാലയുംമറ്റുമണിഞ്ഞ് ആഡംബരത്തോടെയാണ് എത്തിച്ചേരുക. സുഗന്ധദ്രവ്യങ്ങളും മറ്റും കൊണ്ടുവരുന്നതിന് അധികാരിയോട് പറയാം. അവിടെ പാദരക്ഷ അഴിച്ചുവെക്കേണ്ട, മറ്റ് ശിഷ്ടാചാരങ്ങളൊക്കെ നിങ്ങൾക്കറിയാമല്ലോ...."

"എന്റ് നാവിൽ ഇപ്പോഴേ വെള്ളമൂറുന്നു. എന്തുചെയ്യാം. പ്രവേശനമില്ലല്ലോ....?" പറയുന്നത് കേട്ടിട്ടെങ്കിലും തൃപ്തിയടയട്ടെ.... പറയൂ... വീണ്ടും വീണ്ടും പറയൂ...." ബടാ തുപ്പലിറക്കി.

"ഇത്തരം സന്ദർഭങ്ങളിൽ പെരുമാറേണ്ടതെങ്ങനെയെന്ന് പ്രാചീനാചാര്യന്മാർ ഉപദേശിച്ചുതന്നിട്ടുണ്ട്. ഓർമ്മയുള്ളതൊക്കെ പറയാം...

നിന്നേക്കാൾ ശ്രേഷ്ഠനായവന്റെകൂടെ ഭക്ഷണത്തിനിരുന്നാൽ, നിന്റെ മൂക്കിനുമുന്നിലിട്ടിരിക്കുന്നതിലേതാണോ അയാൾ നിനക്ക് തരുന്നത് അതുമാത്രം സ്വീകരിക്കണം.... നിന്റെ എതിരിലിരിക്കുന്നവനെ നീ തുറിച്ചു നോക്കരുത്... ഇടയ്ക്കിടെ നോക്കിക്കൊണ്ടിരിക്കയുമരുത്.... അതുമൂലം അവന് അസ്വസ്ഥതയനുഭവപ്പെടും... അവൻ നിന്നോട് സംസാരിക്കുന്നതുവരെ നീ തലകുമ്പിട്ടിരിക്കണം... അവൻ ചോദിച്ചതിനുമാത്രം ഉത്തരം പറയണം. അവൻ ചിരിച്ചാൽ നീയും ചിരിക്കുക... അതുമൂലം അവന്റെ ഹൃദയത്തിൽ ആനന്ദമുണ്ടാകും.... എന്തോ ഓർമ്മയുള്ളതുകൊണ്ട് ഇത്രയും പറഞ്ഞു.... സത്യത്തിൽ നിങ്ങൾക്കിത്തരം ഉപദേശത്തിന്റെ ആവശ്യമേയില്ല. സല്ക്കാരത്തിനുള്ള വിഭവങ്ങളെന്തെല്ലാമാണെന്നറിയേണ്ടേ...? നാല്പത്തെട്ടുതരം മാംസം, നാല്പതുതരം റൊട്ടി, ഇരുപത്തിനാലുവിധം പാനീയങ്ങൾ. പതിനൊന്നുവിധം പഴങ്ങൾ. ഇന്ന് വയറുനിറയെ തിന്നോ.....നാളെ അല്പം കുറച്ചാൽ മതി... ഇതൊക്കെയാണെങ്കിലും ഫെറോ....?"

"എന്താ....?" മെനെപ്പടാ ചോദിച്ചു.

ബടാ ചുണ്ട് നക്കിത്തുടയ്ക്കുകയായിരുന്നു.

"ഫെറോ മറ്റുള്ളവർ ഭക്ഷിക്കുന്നത് നോക്കിയിരിക്കുകയേയുള്ളു. അദ്ദേഹം മിതമായ ആഹാരമേ കഴിക്കൂ. ഓരോന്നും നിശ്ചിതക്രമത്തിലാണ്. ഫെറോവിന്റെ ആരോഗ്യം നഷ്ടപ്പെട്ട് പ്രജകൾ അനാഥരായിത്തീരരുതല്ലോ....?"

"നല്ല തമാശ....!" ബടാ തന്റെ ഫലിതോക്തി പ്രകടിപ്പിച്ചു: "എനിക്ക് വല്ലവരും ഫെറോ പദവി തരുന്നതായാൽ ഞാൻ കാല് പിടിച്ച് വേണ്ടെന്നു പറയും....."

ആ ഫലിതത്തിൽ പങ്കുചേരാനാകാതെ സെനെബ് എഴുന്നേറ്റു....

"നാളെ നേതാവിനെ കൂട്ടിക്കൊണ്ടുപോകാൻ ആരാണ് വരികയെന്നറിയില്ല. ഏതായാലും സന്ധ്യക്കുമുമ്പേ ഒരുങ്ങിയിരിക്കുക...."

സെനെബ് മെനെപ്പടായെ വണങ്ങി പുറത്തേക്കിറങ്ങിപ്പോയി.

അടുത്ത പ്രഭാതം മുതൽ കൊട്ടാരത്തിൽ തിക്കും തിരക്കും ബഹളവുമായിരുന്നു. പരിചാരകന്മാർ അങ്ങുമിങ്ങും ഓടിച്ചാടി നടന്നു.

വെയിലേറുന്നതിനുമുമ്പേ പല്ലക്കുകൾ ഓരോന്നായി വന്നു തുടങ്ങി. ഒഴിഞ്ഞ പല്ലക്കുകൾ കൊട്ടാരത്തിനടുത്തുള്ള വയലിൽ ഗോപുരത്തിന്റെ നിഴലിലായി വിശ്രമിച്ചു. ഉച്ചയ്ക്ക് മാത്രമേ അവിടെ വെയിലുണ്ടാകൂ. മറ്റു സമയങ്ങളിൽ കൊട്ടാരമതിൽ തണലേകി സംരക്ഷിച്ചുകൊള്ളും.

ഗോപുരവാതിലിലൂടെ അകത്തെത്തുന്ന പല്ലക്കുകൾ ബടാ കൗതുകത്തോടെ നോക്കിനിന്നു.

റാണിയുടെ അന്തപ്പുരത്തിലും ബഹളമായിരുന്നു. ദാസിമാർക്ക് ശ്വാസംവിടാൻപോലും ഒഴിവുണ്ടായിരുന്നില്ല.

സറു സമ്മേളനം മന്ത്രിമന്ദിരത്തിലാണ്....

പുറത്തിറങ്ങി രംഗം വീക്ഷിച്ച് തിരികെയെത്തിയ ബടാ നേതാവിനോട് പറഞ്ഞു....

"എഴുത്തുകാരെല്ലാം വെളിയിൽ തന്നെയാണുള്ളത്...."

മറ്റൊരിക്കൽക്കൂടി അങ്ങുമിങ്ങും ചുറ്റിത്തിരിഞ്ഞുവന്ന് ബടാ പറഞ്ഞു....

"മന്ത്രി ഇന്ന് വീട്ടിൽ പോകുന്നില്ലത്രെ. ഇന്ന് വിശ്രമമില്ലാത്ത ദിവസമാണുപോലും. പാചകശാലയിൽ വിഭവങ്ങൾ ഒരുങ്ങിക്കൊണ്ടിരിക്കയാണ്. ഉച്ചഭക്ഷണം ആരും ഒരു പ്രശ്നമായി കരുതുന്നതേയില്ല...."

"അത് സ്വാഭാവികമാണ്. ഉച്ചയ്ക്ക് വയറുനിറയെ ഭക്ഷിച്ചാൽ സല്ക്കാരത്തിൽ പങ്കെടുക്കുന്നതിന് അതൊരു വിഷമമായിത്തീരും....."

തോർത്തുന്നതിനുള്ള വസ്ത്രങ്ങൾ കൊണ്ടുവന്ന പരിചാരകൻ പരിമളമുള്ള കുന്തളതൈലവും, മെയ്യിൽ തേക്കാനുള്ള സുഗന്ധദ്രവ്യവും മുറിയിൽ കൊണ്ടുവെച്ചു.

"നേതാവിനെ അണിയിച്ചൊരുക്കുന്നതിന് ദാസികളെ പറഞ്ഞയയ്ക്കണോ...?" അതിഥിഗൃഹത്തിലെ അധികാരി ചോദിച്ചു.

"വേണ്ട. അതെല്ലാം ഞാൻതന്നെ നോക്കിക്കൊള്ളാം." ബടാ പറഞ്ഞു.

"ഇന്നുച്ചയ്ക്ക് എല്ലാവർക്കും ലഘുഭക്ഷണമാണ്....."

"മതി.... അതുമതി...."

അപരാഹ്നത്തിൽ വെയിലിന്റെ കാഠിന്യം കുറഞ്ഞപ്പോൾ സറുസദസ്യർ മന്ത്രിമന്ദിരത്തിൽനിന്നും വെളിയിലിറങ്ങി. അല്പസമയം ഉദ്യാനത്തിലുലാത്തി കുളിർക്കാറ്റിൽ ഹൃദയം തണുപ്പിച്ചു. പിന്നീട് ആ പത്ത് സദസ്യരും നദിക്കരയിലേക്ക് വിഹാരാർത്ഥം പുറപ്പെട്ടു.

ഇനേനിയെയോ സഹായികളെയോ പുറത്തെങ്ങും കാണാനുണ്ടായിരുന്നില്ല.

ബടാ മെനെപ്പടായ്ക്ക് താൻ കണ്ടതെല്ലാം വിവരിച്ചുകൊടുത്തു.

"ഗേബു വന്നു. രണ്ടു പല്ലക്കിലായി. ഒന്നിൽ ഭാര്യയും ഭർത്താവും. മറ്റേതിൽ മൂന്ന് പെൺമക്കൾ. രണ്ടുപേർ വിവാഹപ്രായം തികഞ്ഞവർ. ഈ ഗേബു ലിഷ്ടിൽനിന്ന് നേരിട്ട് പുറപ്പെട്ടുവരികയാണെന്ന് തോന്നുന്നു. എന്തൊരു മനുഷ്യനാണയാൾ....? ചേട്ടനെ ലിഷ്ട് കാണാൻ കൂട്ടിക്കൊണ്ടു പോകുമെന്ന് പറഞ്ഞിട്ട് ഇങ്ങോട്ടെത്തിനോക്കിയോ....? ഇന്നും നേരെ കൊട്ടാരത്തിലേക്കാണ് പോയത്. നമ്മെ കാണാൻ വരുന്ന ലക്ഷണമേയില്ല...."

"സാരമില്ല... അതൊക്കെ വിട്ടേക്ക്.... അന്ന് ഏതോ കഥാപാത്രമായി അഭിനയിച്ചതാകണം. പൊയ്മുഖം ഊരിവെച്ചപ്പോൾ അഭിനയവും മറന്നുപോയിരിക്കണം. ഇന്ന് വേറെ കഥാപാത്രമാകും. അതിനനുസരിച്ച് അഭിനയിക്കുകയാകണം...."

“ചേട്ടാ...., ഒരു കാര്യം ചോദിക്കട്ടെ.... ചേട്ടന് എപ്പോഴെങ്കിലും ദേഷ്യം വരുമോ....?”

പുഞ്ചിരിച്ചുകൊണ്ട് മെനെപ്പടാ പറഞ്ഞു.....

“നാമെന്തിന് ഇവിടെ കഴിയണം... ഇവിടെനിന്ന് പുറപ്പെടണമെന്നാണ് തോന്നുന്നത്. അജ്ഞാതമായ നദിയിലെത്തിപ്പെട്ടതുപോലെയാണ് ചിലപ്പോളനുഭവപ്പെടുന്നത്....”

“ആരുടെ തോണിയിൽ.....?”

“കൂടിയാൽ ഒരു മാസത്തിനുള്ളിൽ തിരികെ പോകാമെന്ന് പറഞ്ഞിരുന്നല്ലോ. ആ അവധി എന്നേ കഴിഞ്ഞുപോയി. കൊയ്ത്തുകാലം വരാറായി. ഉടനെ ഇവിടെനിന്ന് നാട്ടിലെത്തണം. ഇന്നുതന്നെ മന്ത്രിയോട് ഇക്കാര്യം സംസാരിക്കണം....”

“സല്ക്കാരത്തിനിടയിലോ....?”

“സല്ക്കാരം കഴിഞ്ഞ് പുറപ്പെടാൻ തുടങ്ങുമ്പോൾ.....”

മൂക്കിന്റെ തുളകൾ അകറ്റി ദീർഘമായി ശ്വസിച്ചുകൊണ്ട് ബടാ പറഞ്ഞു....

“ഉള്ളിൽ കടന്നു...! ഒരു തുളയിൽകൂടി സുഗന്ധദ്രവ്യം! മറ്റേതിൽകൂടി ഭക്ഷണപാനീയങ്ങൾ...! എന്തൊരു വാസന! നടക്ക് ചേട്ടാ.... ഒന്ന് കുളിപ്പിക്കാം... ആ പാദരക്ഷ ഭംഗിയായി തുടച്ച് വെക്കാം.....”

“ ആ ജോലി നേരത്തെ കഴിഞ്ഞു....!

“ശരി.... ശരി. ഒരുകാര്യംകൂടി. അന്ന് ഫെറോവിന്റെ മുന്നിൽനിന്നും വിളിച്ചതുപോലെ പെട്ടെന്ന് തിരിഞ്ഞുനിന്ന് ‘ബടാ’ എന്ന് വിളിക്കരുത്. ഞാനവിടെ കാണില്ല. ബെക്കുവും ഔട്ടയും ആരും ഉണ്ടാകില്ല....”

“ബടാ.... കുട്ടിക്കാലത്ത് പെപ്പൈറസ് ത്രോണിയിലിരുന്ന് ഒറ്റയ്ക്ക് തന്നെ ഭയങ്ക ചുഴികൾ കടന്നുപോയിട്ടുണ്ട്.....”

“സന്തോഷം ചേട്ടാ. അതിപ്പോൾ മുതലയെപ്പോലും ഭയപ്പെടാത്ത പൗരുഷമായിത്തീർന്നിരിക്കുന്നു.....!”

മെനെപ്പടാ അണിഞ്ഞൊരുങ്ങി.....

കൗപീനത്തിനുമീതെ മടക്കുകളുള്ള അരവസ്ത്രം. ഭംഗിയുള്ള അരപ്പട്ട. ശരീരത്തിൽ അല്പംമാത്രം സുഗന്ധദ്രവ്യം തളിച്ചു. പരിമള തൈലം തേച്ച് തലമുടി ചീകിവെച്ചു. കഴുത്തിൽ നീലക്കവടിമാല. വിരലിൽ വെള്ളിമോതിരം....

“കണ്ടിട്ടും കാണാതിരുന്ന ദിവ്യത്വം....! ഉണ്ടായിട്ടും ഇല്ലാതിരുന്ന പ്രൗഢി....!” ബടാ അഭിനന്ദിച്ചു. അയാൾ നേതാവിന് മുന്നറിയിപ്പ് നല്കി...., “ഇത്തരം സല്ക്കാരങ്ങളിൽ ദാസികളുടെ ശല്യമുണ്ടാകും.... കരുതലോടെയിരിക്കണം....”

അരമനയുടെ അകത്തും പുറത്തുമുള്ള ആയിരക്കണക്കിന് ദീപങ്ങൾ ഇരുളിനു മുമ്പേ എരിഞ്ഞുതുടങ്ങി. പകലവസാനിച്ചതെപ്പോഴാണെന്നറിയാതെ ജനം വിസ്മയം പൂണ്ടുപോയി.....!

സെനെബ് ഓടിവന്നു....

"ഒരുങ്ങിയോ....?"

"ഒരുങ്ങി.....പോകാം....."

"ഉദ്യാനംവരെ ഞാനും വരാം....." ബടാ പറഞ്ഞു.

"ഉം.... വേഗം....."

നടക്കുന്നതിനിടയിൽ സെനെബ് പറഞ്ഞു.

"ഞാൻ സല്ക്കാരഭവനത്തിൽ സറുസദസ്യരെ സ്വീകരിക്കുകയായിരുന്നു. മന്ത്രി ഗേബുവിനെ വിളിച്ച് എന്തോ സ്വകാര്യം പറഞ്ഞു. ഗേബു എന്നെ പുറത്തേക്ക് ആംഗ്യം കാട്ടി വിളിച്ചു: "ഒന്ന് ആ മെനെപ്പടായെ വിളിച്ചുകൊണ്ടുവാ....." എന്നുപറഞ്ഞു... നിങ്ങളിവിടെയെത്തുമ്പോൾ ഗേബു എതിരേല്ക്കാനുണ്ടാകും... നോക്കിക്കൊള്ളൂ....."

സെനെബ് പറഞ്ഞത് സത്യമായിരുന്നു...

ഗേബു ഇറങ്ങിവന്ന് മെനെപ്പടായെ ചുമലിൽ തട്ടി സ്വീകരിച്ചു....

"ഓ... ! മെനെപ്പടാ....! എത്ര സുന്ദരനായിരിക്കുന്നു....!"

"ഉം.... നിങ്ങൾക്ക്....?"

"ക്ഷേമം തന്നെ, ലിഷ്ടിലെ ജീവിതം... കൊടുംചൂടിൽ ഈന്തപ്പനയുടെ കീഴിൽ കിടക്കുന്നതുപോലെയാണ്. ഒരിക്കൽ നിങ്ങളെ കൂട്ടിക്കൊണ്ട് പോകുന്നുണ്ട്. മുമ്പും ഇക്കാര്യം സൂചിപ്പിച്ചിട്ടുണ്ട്... അല്ലേ....? ഞാനെന്തൊരു മനുഷ്യനാണ്! വരൂ....."

വാതിൽക്കലെത്തിയ മെനെപ്പടാ തിരിഞ്ഞുനിന്ന് അംഗരക്ഷകരെ നോക്കി പുഞ്ചിരിച്ചു. ആ പുഞ്ചിരി മായ്ച്ചു കളയാതെ.... ആത്മവിശ്വാസത്തോടെ അദ്ദേഹം അകത്ത് പ്രവേശിച്ചു. പരിചയസമ്പന്നന്റെ ഒരു ഭാവം അയാളിലുണ്ടായിരുന്നു.

കൊട്ടാരത്തിൽ ബഹളമാണ്. സല്ക്കാരത്തിനുള്ള തയ്യാറെടുപ്പ്.... പരിചാരകന്മാർ ഓടിച്ചാടുകയാണ്.

മന്ത്രിയുടെ നേർക്ക് നടന്നുനീങ്ങുന്ന മെനെപ്പടായെ കണ്ട് ഗേബുവിന് ആശ്ചര്യമുണ്ടായി. അയാൾ കാലുകൾ നീട്ടിവെച്ച് മെനെപ്പടായുടെ മുന്നിലായി നടന്നു...

മന്ത്രി വൃദ്ധനായ ഒരു വ്യക്തിയുമായി എന്തോ സംസാരിക്കുകയായിരുന്നു. മന്ത്രിയുടെ വേഷത്തിൽ ഇന്ന് മാറ്റം കാണുന്നുണ്ട്. വിലപിടിപ്പുള്ള ആടയാഭരണങ്ങളാണ് അയാളണിഞ്ഞിരിക്കുന്നത്. സറുസഭയുള്ളതുകൊണ്ടും.... സല്ക്കാരമുള്ളതുകൊണ്ടുമാകണം.... എങ്കിലും ആ മുഖത്തൊരു ക്ഷീണം. പകൽ മുഴുവൻ നടന്ന സഭയുടെ പരിണാമമാകണം....

ഗേബുവും മെനെപ്പടായും അകത്തു കടക്കുന്നത് മന്ത്രി കണ്ടിരുന്നെങ്കിലും അടുത്തെത്തുന്നതുവരെ കാണാത്ത നിലയിൽ നിന്നതേയുള്ളൂ.....

"വരൂ മെനെപ്പടാ...." മന്ത്രി കൂടെയുള്ള വ്യക്തിയോട് പറഞ്ഞു:

"ഹെഖ് വെട്...., നീരാനെ പ്രവിശ്യയിലെ നേതാവിനെ കൂടെയിരുത്തി യാലും. ഗേബുവും ഹെഖ്‌വെടും നേതാവിന്റെ ഇരുവശത്തുമിരിക്കട്ടെ. ഗേബൂ... ഇയാൾക്ക് ഹെഖ്‌വെടിനെ പരിചയപ്പെടുത്തിക്കൊടുക്ക്...."

മന്ത്രി സല്ക്കാരത്തിൽ പങ്കെടുക്കുന്നവർക്കിരിക്കാനുള്ള പീഠങ്ങ ളുടെ വ്യവസ്ഥ പരിശോധിക്കുന്നതിന് മുന്നോട്ടു നടന്നു.

മന്ത്രിയുടെ പെരുമാറ്റത്തിലെന്തോ മാറ്റം സംഭവിച്ചതായി മെനെപ്പടായ്ക്കു തോന്നി. അന്നു പ്രദർശിപ്പിച്ച സ്നേഹം ഇന്നില്ലാത്തതു പോലെ... ഒരു പക്ഷേ.... പരിതസ്ഥിതിയുടെ ഗൗരവം കൊണ്ടാകണം.

വൃദ്ധനായ ഹെഖ്‌വെടിന്റെ മുഖത്ത് ജീവിതത്തിന്റെ നുകച്ചാലുകൾ ആഴത്തിൽ പതിഞ്ഞു കാണപ്പെട്ടിരുന്നു. കഴുത്തിൽ അമൂല്യ രത്നങ്ങൾ പതിപ്പിച്ച സ്വർണ്ണമാലകളില്ലായിരുന്നെങ്കിൽ ഏതോ വൃദ്ധനാണെന്നേ തോന്നുകയുള്ളു...

"ഞാൻ ഹെഖ്‌വെടിനെ പരിചയപ്പെടുത്തണം. അല്ലേ....? ഹ....! ഹ....! ഇദ്ദേഹം ഫെറോവിന്റെ ജീവനാഡിയാണെന്നു പറയാം. ഫെറോവിന്റെ ഏതു ചലനവും ഇയാളിലും നിഴലിക്കും. ഇങ്ങനെ പറയുന്നത് ധർമ്മ ദ്രോഹമല്ലെന്നാണ് കരുതുന്നത്." അകത്തേക്ക് നോക്കിക്കൊണ്ട് ഗേബു തുടർന്നു: "അതാ.... എന്റെ പ്രിയപ്പെട്ട പത്നി.... ഞാനുടനെ വരാം.... നിങ്ങൾ സംസാരിച്ചിരിക്ക്....."

നടന്നുപോകുന്ന ഗേബുവിനെ നോക്കി ഹെഖ്‌വെട് നെടുവീർപ്പിട്ടു...

"ഇയാളുടെ ഭരണത്തിൽ നിങ്ങളെപ്പോലുള്ളവർക്ക് ബുദ്ധിമുട്ടുണ്ടാ യെങ്കിൽ അതിശയിക്കാനില്ല....! വാ .... മകനേ.... ഇരിക്ക്... എനിക്ക് അധികനേരം നിന്ന് സംസാരിക്കാൻ പറ്റില്ല....."

ഒട്ടകപ്പക്ഷിയെപോലെ തലയാട്ടിക്കൊണ്ട് ഹെഖ്‌വെട് മെനെപ്പ ടായെ പുന്തുടർന്നു....

ആറുമുഴം നീളവും നൂറുമുഴം ഉയരവുമുള്ള ഭവനം....

അരമനയുമായി ചേരുന്ന ഭാഗത്ത് ആറുവാതിലുകൾ... ചുമരുകളിൽ ഫെറോവിന്റെ പ്രഭാവം വിളിച്ചോതുന്ന ഗൗരവചിത്രങ്ങൾ. തിളങ്ങുന്ന പച്ചഓട് അടുക്കിവെച്ചുണ്ടാക്കിയ മേല്പുര. ചുവപ്പ് നിറം തേച്ച് പിടിപ്പിച്ച നിലം. മദ്ധ്യത്തിൽ അണ്ഡാകൃതിയിലുള്ള സ്ഥലം ഒഴിഞ്ഞു കിടക്കുന്നു. അതിന്റെ ഇരുവശങ്ങളിലും പീഠങ്ങൾ. പീഠത്തിനുമുന്നിൽ ഓരോ മുഴം ഉയരമുള്ള മേശ. അറ്റത്ത് ഫെറോവിന്റെ വിശേഷപ്പെട്ട പീഠം പ്രവേശന കവാടത്തിനഭിമുഖമായി സ്ഥിതിചെയ്യുന്നു. അല്പമകലെയായി മന്ത്രി യുടെ ഇരിപ്പിടം. ഇടതുവശത്ത് മഹാറാണിക്കും മറ്റുമുള്ള പീഠങ്ങൾ... എല്ലാ ആസനങ്ങൾക്കു മുന്നിലും ചെറിയ ചെറിയ മേശകൾ.....

ഫെറോവിന്റെ പീഠത്തിന് വലതുഭാഗത്തായുള്ള രണ്ടു പീഠങ്ങളിൽ മെനെപ്പടായും ഹെഖ്‌വെടും ആസനസ്ഥരായി.

ഇയാൾ 'വാ മകനേ' എന്ന് സംബോധന ചെയ്തിരുന്നല്ലോ.... വാർദ്ധക്യത്തിന്റെ പിച്ച്കൊണ്ടായിരിക്കുമെന്ന് മെനെപ്പടായ്ക്കു തോന്നി....

തിരിഞ്ഞും മറിഞ്ഞും നോക്കിക്കൊണ്ട് ഹെഖ്‌വെട് കുശലപ്രശ്നം തുടങ്ങി....

"മകനേ....., അവിടെ കലാപമുണ്ടാകാനെന്താ കാരണം..... പറയൂ...." ഇത് വാർദ്ധക്യത്തിന്റെ പിച്ച് പറയലായിരുന്നില്ല. അഹംഭാവത്തിന്റെ പരമ സീമ.... ആ മിഴികളിൽ നിഴലിക്കുന്ന ദുഷിച്ച ചിരി നേതാവിന് അസഹ്യ മായിത്തീർന്നു.

"അതൊരു വലിയ കഥയാണ് മുത്തച്ഛാ....."

മുത്തച്ഛൻ! ഹെഖ്‌വെട് ഒന്നുഞെട്ടി. സർപ്പത്തിന്റെ തലയിലാണ് തൊട്ടത്.... ഉമിനീരിറക്കി ചിരിക്കാൻ പ്രയാസപ്പെട്ടുകൊണ്ട് അയാൾ പറഞ്ഞു....

"വലിയ കഥയാകാതിരിക്കുമോ? വെറുതെയാണോ കൊട്ടാരം പോലും വിറച്ചുപോയത്! അത് മറച്ചുവെച്ചിട്ടൊന്നും കാര്യമില്ലല്ലോ....? ഏതായാലും മുറിവ് മുറിവ് തന്നെ. യഥാകാലം മരുന്ന് വെച്ച് സുഖ പ്പെടുത്തുകയാണ് വിവേകം. ഈ വേണ്ടാത്ത ഒച്ചപ്പാടും ബഹളവു മൊന്നും എനിക്കിഷ്ടമല്ല... ശാന്തിയും സമാധാനവുമാണ് മുഖ്യമായി വേണ്ടത്."

ആസ്വാദ്യകരമായ ഒരു പരിമളം അവർക്കുചുറ്റും വ്യാപിച്ചു. മെനെ പ്പടാ കഴുത്തുതിരിച്ചു. ഗേബുവും പത്നി നെവിനവെയ്റ്റും നടന്നുവരി കയാണ്.... തുടിച്ചു നില്ക്കുന്ന യൗവ്വനം! അത് ഓടിപ്പോകാതെ അവിട വിടെ മുറുക്കിക്കെട്ടിയിരിക്കുന്നു....! ശിരോവസ്ത്രത്തിന്റെ അറ്റം വലതു സ്തനത്തിനു കീഴിലായി കെട്ടപ്പെട്ടുകിടക്കുന്നു. ഹരദർശകത്തിന്റെ ഭ്രമമുളവാക്കുന്ന ഞൊറിവുകളുള്ള നേർത്ത വെള്ളപ്പട്ട് പാദങ്ങൾ വരെ ഇറങ്ങി നില്ക്കുന്നു. മഷിയെഴുതിയ കണ്ണുകൾ. നേർപ്പിച്ച പുരികങ്ങൾ. അരുണിമയാർന്ന അധരപല്ലവങ്ങൾ. മുഖത്ത് വെള്ളച്ചൂർണ്ണം പൂശിയിരി ക്കുന്നു. കഴുത്തിലും കാതുകളിലും ആഭരണങ്ങൾ. തോൾവള, ചുരുണ്ട കേശപാശം ചുമല് വരെ തൂങ്ങിക്കിടക്കുന്നു.

"മെനെപ്പടാ..... എന്റെ പത്നി നിങ്ങൾക്ക് നന്ദിപ്രകാശിപ്പിക്കാൻ വന്നതാണ്....." ഗേബു പറഞ്ഞു.

നേതാവ് എഴുന്നേറ്റ് മന്ദസ്മേരത്തോടെ തരുണീമണിയെ വണങ്ങി. നീരാനെ പ്രവിശ്യയിലായിരുന്നപ്പോൾ അവൾ നേതാവിനെ കണ്ടിരുന്നില്ല. അവളുടെ ചെഞ്ചൊടി അറിയാതെ ഇളകിപ്പോയി.....

ചൈതന്യം മുഴുവൻ ഊറ്റിക്കുടിക്കുന്ന ഭാവത്തോടെ മെനെപ്പടാ യുടെ ശരീരാംഗങ്ങളിൽ മിഴിയൂന്നിക്കൊണ്ട് അവൾ മൊഴിഞ്ഞു.

"ഞങ്ങളുടെ വസ്തുക്കളെല്ലാം നഷ്ടപ്പെട്ടെന്ന് കരുതിയിരുന്നു. എല്ലാം ഭദ്രമായിട്ടുണ്ടെന്നറിഞ്ഞതിൽ സന്തോഷം. നിങ്ങളെ ലിഷ്ടിലേക്കു കൂട്ടിക്കൊണ്ടുവരണമെന്ന് ഞാനിയാളോട് പറഞ്ഞിരുന്നു. ഇയാളെ വിശ്വ സിച്ചിട്ടുണ്ടോ വല്ലതും നടക്കുന്നു.....? നിങ്ങൾ സ്വയം വരണം... രണ്ടു ദിവസമെങ്കിലും താമസിച്ചേ പോകാവൂ....."

"ക്ഷണിച്ചതിന് നന്ദി. എന്നാൽ നാട് വിട്ടിട്ട് ഇപ്പോൾ തന്നെ അധികം ദിവസമായിരിക്കുന്നു....."

"അതിനെന്താ....? ഏതായാലും നിങ്ങൾ വരികതന്നെ വേണം...."

"മെനെപ്പടാ, നെഹനയുടെ കുടുക്കിൽ വീണാൽ രക്ഷപ്പെടാനാവില്ല. സമ്മതം മൂളിയേക്കൂ...." ഗേബു കൂട്ടിച്ചേർത്തു.

നേതാവിന്റെ മുഖത്ത് ചന്ദ്രപ്രകാശം തെളിഞ്ഞു. നെഹനവെയ്റ്റിന്റെ വലതുമുലക്കണ്ണിൽ അയാളുടെ ദൃഷ്ടി തങ്ങി നിന്നു. അവളുടെ ചുണ്ടുകൾ ഒന്നുകൂടിയിളകി.

ദാഹിച്ചുവലഞ്ഞവന്റെ ഭാവമായിരുന്നു ഹെഖ്വെടിന്. ഇമപൂട്ടാതെ അവളുടെ ഇടുങ്ങിയ അരക്കെട്ടിൽതന്നെ ഉറ്റുനോക്കുകയായിരുന്നു അയാൾ. അവളുടെ ചുണ്ടുകളിളകുന്നതുകണ്ട് അയാൾ പറഞ്ഞു:

"ഞാൻ വരേണ്ടേ മകളെ....?"

ഈ ജന്തുവേത്....? എന്ന ഭാവത്തോടെ അവൾ ഭർത്താവിനെ നോക്കി....

"ഹെഖ്വെടിനെ.... മറന്നുപോയോ....?"

"ഓ...! മുത്തച്ഛൻ! മനസ്സിലായതേയില്ല! വളരെ മെലിഞ്ഞു പോയിരിക്കുന്നല്ലോ...."

ഹെഖ്വെടിന്റെ മുഖം വിളറി....! ഒരുകാലത്ത് ഇവൾ ഫെറോവിന്റെ രഹസ്യകാമുകിയായിരുന്നു.....! ഇപ്പോൾ വയസ്സായതുകൊണ്ട് ആരും അടുക്കുന്നില്ല... ഇത് അവളോട് തുറന്നു പറയണമെന്ന് വിചാരിച്ചെങ്കിലും മഹാറാണിയും പരിവാരങ്ങളും എഴുന്നള്ളുന്നതുകണ്ട് മിണ്ടാതിരുന്നു....

മഹാറാണി... രണ്ട് രാജകുമാരികൾ... ഇളയ രാജകുമാരൻ... പിന്നിലായി സുന്ദരികളായ മൂന്ന് പെൺകുട്ടികൾ....

"പിന്നിലുള്ള മൂന്നുപേരും എന്റെ മക്കളാണ്." ഗേബു പറഞ്ഞു.

"ഞാനടുത്തുതന്നെ നിന്നില്ലെങ്കിൽ മഹാറാണി കോപിക്കും...." നെഹനവെയ്റ്റിന്റെ ചുണ്ടുകൾ തിളങ്ങി. മെനെപ്പടായെ ഒളിഞ്ഞു നോക്കിയശേഷം അവൾ റാണിയുടെ അരികിലേക്ക് ഒഴുകിപ്പോയി....

സറുസദസ്യരെല്ലാം അവരവരുടെ ഇരിപ്പിടങ്ങൾക്കു പിറകിൽനിന്നു. മഹാറാണി അടുത്തെത്തിയപ്പോൾ ഹെഖ്വെടും എഴുന്നേറ്റു. എല്ലാവരും റാണിയെ വണങ്ങി.

സുന്ദരിയും ഗർവ്വിഷ്ഠയുമായ മഹാറാണി. മദ്ധ്യവയസ്സ് കഴിഞ്ഞെങ്കിലെന്താ? മഹാപ്രഭുവിനും ചെറുപ്പമല്ലല്ലോ...? മഹാപ്രഭുവിന് സെഡ് ഉത്സവംകൊണ്ട് ലഭിക്കുന്ന ഫലത്തിൽ ഒരു പങ്ക് മഹാറാണിക്കും കിട്ടാതിരിക്കില്ലല്ലോ....?

സറുസദസ്യരായാലെന്താ....? സേവകരായാലെന്താ....? റാണിയുടെ കണ്ണിൽ ഏവരും പ്രജകളാണ്. മഹാറാണി ഇരിക്കുന്നതും കാത്ത് എല്ലാവരും നിന്നു. സദസ്സ് തന്നെ വേണ്ടവിധം ബഹുമാനിച്ചെന്ന് ബോദ്ധ്യമായപ്പോൾ മഹാറാണി നെഫർടേം ആസനസ്ഥയായി. ആ സദസ്സിൽ അപ

രിചതനായി ഒരാൾ മാത്രമുണ്ട്. മെനെപ്പടാ അയാളാണെന്നത് വ്യക്തമാണ്. മഹാറാണിയുടെ ശിരസ്സിളകി. അത് മറ്റുള്ളവർക്കിരിക്കാനുള്ള അനുമതിയായിരുന്നു.....

നെഫർടേം ഇടതുവശത്തേക്ക് തിരിഞ്ഞ് രാജകുമാരിമാരുടെ കൂട്ടത്തിലുണ്ടായ നെഹനവെയ്റ്റിനെ വിളിച്ചു....

“വരൂ.... നെഹൻ.... ഇവിടെയിരിക്ക്....”

അരികിലെത്തിയ നെഹനവെയ്റ്റിന്റെ മാറിൽ തിളങ്ങുന്ന ആഭരണങ്ങൾ ശ്രദ്ധിച്ച റാണി തുടർന്നു: “അണിഞ്ഞൊരുങ്ങിക്കഴിഞ്ഞാൽ നേരെ എന്റെ മുറിയിൽ വരണമെന്ന് പറഞ്ഞിട്ടില്ലേ? എവിടെയാ പോയത്?”

“ഗേബു വിളിച്ചിരുന്നു...” റാണിയുടെ അടുത്തിരുന്നുകൊണ്ട് നെഹനവെയ്റ്റ് പറഞ്ഞു.

ഈ സല്ക്കാരത്തിന് മഹാറാണിയെക്കൊണ്ട് സമ്മതിപ്പിക്കാൻ മന്ത്രിക്ക് വളരെ പ്രയാസപ്പെടേണ്ടി വന്നിട്ടുണ്ട്. ഗേബുദമ്പതികൾക്ക് വിരുന്നോ...? തന്റെ പഴയ പ്രതിയോഗിയുടെ ബഹുമാനാർത്ഥം താൻ സല്ക്കാരം നടത്തുകയോ....? മഹാറാണിക്ക് കോപം വന്നു..... ഗേബുദമ്പതികളുടെ മറവിൽ മെനെപ്പടാക്കാണ് സല്ക്കാരം.... നീരാനെ പ്രവിശ്യ.... കൂട്ടം തെറ്റിയ പോത്ത്.... അതിനെ മെരുക്കിക്കൊണ്ടു വന്ന് വീണ്ടും കൂട്ടത്തിൽ ചേർക്കണമെന്ന് മന്ത്രി വിചാരിച്ചു പറഞ്ഞു.... എന്നിട്ടും മഹാറാണിക്ക് സംശയം..... ആ നെഹനവെയ്റ്റിനെ ക്ഷണിക്കുന്നതെന്തിന്? എത്ര വാദിച്ചിട്ടും വീണ്ടും വീണ്ടും അതേ ചോദ്യം. ഒടുവിൽ മനസ്സില്ലാമനസ്സോടെ സമ്മതം മൂളി....

ത്രികോണാകൃതിയിലുള്ള തന്ത്രിവീണയും പിടിച്ചുകൊണ്ട് രണ്ടുപേർ കടന്നുവന്നു. മഹാറാണിയെ വന്ദിച്ചശേഷം അണ്ഡാകാരത്തിലുള്ള സ്ഥലത്തിന്റെ ഒരു മൂലയ്ക്കിരുന്നു. വിരുന്നിന് പശ്ചാത്തലസംഗീതമൊരുക്കുകയാണ് അവരുടെ കടമ....

കറുത്തനിറത്തിലുള്ള സുന്ദരിയായ ഒരു ദാസി മഹാറാണിയുടെ അടുത്ത് ചെന്നു. ഇറക്കം കുറഞ്ഞ അരവസ്ത്രം ധരിച്ചിരുന്ന അവളുടെ അരയിൽ കവടികളുടെ അരപ്പട്ടയുണ്ടായിരുന്നു....

“ആരെയാ കാത്തിരിക്കുന്നത്....? ആരംഭിക്കട്ടെ.....” റാണി കല്പിച്ചു.

ദാസി ഗായകരുടെ നേർക്കു തിരിഞ്ഞ് ആംഗ്യം കാട്ടി.

തന്ത്രികൾ ഇളകി. രാഗതരംഗങ്ങൾ അലയടിച്ചു. വശ്യമോഹനമായ വീണാനാദം... എങ്കിലും അത്യധികം ഉച്ചത്തിലായിരുന്നില്ല.... മറ്റുള്ളവരുടെ സംസാരത്തിന് അതൊരു തടസ്സമായില്ല... ശാന്തമായി അത് ഒഴുകിക്കൊണ്ടിരുന്നു....

“മഹാപ്രഭുവെന്താ വരാത്തത്....?” റാണി അക്ഷമ പ്രകടിപ്പിച്ചു.

മുമ്പൊരിക്കൽ മഹാറാണി ഇങ്ങനെ പറഞ്ഞപ്പോൾ... ‘ഞാൻ ചെന്ന് നോക്കട്ടെ...’ എന്ന നെഹനവെയ്റ്റ് ചോദിച്ചിരുന്നു.... അത് കേൾക്കേണ്ട

താമസം റാണി രോഷംകൊണ്ട് വിറച്ചു. ആ രംഗം സ്മരണയിൽ സ്ഫുടീകരിച്ചെടുത്ത് നെഹനവെയ്റ്റ് ഉള്ളാലെ ഒന്ന് ചിരിച്ചു. കൗതുകത്തോടെ അവൾ റാണിയെ നോക്കിയിരുന്നു.

മഹാറാണിയുടെ ആ സംഭവം മറന്നിരുന്നില്ല. നെഹനവെയ്റ്റിലുണ്ടാകുന്ന പ്രതികരണമറിയാമെന്ന് വെച്ച് കരുതിക്കൂട്ടിത്തന്നെയാണ് റാണി ഇങ്ങനെ പറഞ്ഞത്. പക്ഷേ.... ആ ശ്രമം വിഫലമായിത്തീർന്നപ്പോൾ മഹാറാണി തന്നെ പ്രതികരിച്ചു.....

"നെഹന..... നിന്റെ വിവേചനശക്തി അപാരം തന്നെ....."

മഹാറാണിയുടെ മൂക്കിന് ഒരുകുത്തുവെച്ചുകൊടുക്കണമെന്ന് കുറേനാളായി നെഹനവെയ്റ്റ് ആശിക്കുന്നതാണ്. ഇന്നും അവൾ റാണിയുടെ മൂക്കിൽ ശ്രദ്ധിച്ചു. എന്നാൽ മുഷ്ടി ചുരുട്ടാനാകാതെ എന്നും ചെയ്യാറുള്ളതുപോലെ മൗനംദീക്ഷിക്കാനെ കഴിഞ്ഞുള്ളു.

"നിന്റെ കിരീടം നന്നായിട്ടുണ്ട്...." റാണി നെഹനവെയ്റ്റിന്റെ ആഭരണങ്ങൾ നോക്കിക്കൊണ്ട് പറഞ്ഞു.

നെഹനവെയ്റ്റിനു ദേഷ്യം വന്നു.

"കിരീടം മഹാറാണിക്കുള്ളതല്ലേ? എന്റേത് വെറും ശിരോവസ്ത്രമാണ്....."

"കോപം വന്നോ....? ഈയിടെയായി ശിഷ്ടാചാരങ്ങളെല്ലാം മറന്നതുപോലെ തോന്നുന്നല്ലോ....? എന്റെ പുതിയ കിരീടത്തെപ്പറ്റി എന്താ അഭിപ്രായം....?"

"ഇതുപോലൊന്ന് ഈ ദരിദ്രദൃഷ്ടിയിൽ ഇതുവരെ പെട്ടിട്ടില്ല മഹാറാണി....."

"ഭേഷ്....! ഒറ്റപ്പദവും തെറ്റാതെ പറഞ്ഞിരിക്കുന്നു.....! നെഹന ആ വൃദ്ധന്റെ അടുത്തിരിക്കുന്ന യുവാവാര്....?"

"എന്റെ ഭർത്താവ്! പിന്നാരാ....?"

"തമാശ പറയാണോ.....?"

"എന്താ.... ഗേബു യുവാവല്ലെന്നാണോ.....?"

"അവനല്ലപ്പാ... ! ഗേബുവിന്റെയും വൃദ്ധന്റെയും നടുക്കിരിക്കുന്നു..."

"എന്റെ അടുത്ത് നീരാനെയുണ്ടാകുമെന്ന് ഗേബു പറഞ്ഞിരുന്നു..."

"ഓ! ആ കള്ളൻ! നിന്റെ സിംഹാസനം തട്ടിത്തെറിപ്പിച്ചവൻ!"

"മഹാറാണിയവർകളുടെ മാന്യ അതിഥി....!"

നെഫർട്ടേം മൂക്ക് വിറപ്പിച്ചു....

"ഞാൻ കൺപോളകൾക്ക് പച്ച തേച്ചിട്ടുണ്ട്....."

"മഹാറാണിക്ക് അത് നന്നായി ചേരുന്നുണ്ട്....."

"ഭേഷ്! അതാ.... നിന്റെ മഹാപ്രഭു.....!"

മന്ത്രിയുടെ പിന്നാലെ അംഗരക്ഷകന്മാരാൽ അനുഗതനായി ഫെറോ സല്ക്കാരഭവനത്തിൽ പ്രവേശിച്ചു.

ഇരട്ടക്കിരീടം... അതിലെ സർപ്പഫണം ശിരോവസ്ത്രത്തിൽ മുറുകിപ്പിടിച്ചുനില്ക്കുന്നു. കവചത്തിലണിഞ്ഞ അമൂല്യരത്നങ്ങൾ വിളക്കുകളുടെ പ്രകാശത്തിൽ മിന്നിത്തിളങ്ങുന്നു.... കഴുത്തിൽ വേറെയും രണ്ടുമൂന്ന് ഹാരങ്ങൾ. ശുഭ്രമായ പട്ടുവസ്ത്രം പാദങ്ങളിൽ ഇറങ്ങിനില്ക്കുന്നു. രത്നഖചതിതമായ സ്വർണ്ണ അരപ്പട്ട. കുരിശാകൃതിയിലുള്ള രാജചിഹ്നമായ ആംഖ് ഇടതുകൈയിൽ തൂങ്ങിനില്ക്കുന്നു.

മറ്റുള്ളവരോടൊപ്പം മെനെപ്പടായും എഴുന്നേറ്റുനിന്നു. ഇന്നയാൾക്ക് കാണാൻ കഴിഞ്ഞത് വെറും കിരീടമല്ല.... ശരീരം മുഴുവനാണ്.... ഇതാണ് ഫെറോവിന്റെ കഥാപാത്രം. മന്ത്രിയും മറ്റൊരു പാത്രമാണ്. ഗേബുവും ഭിന്നനല്ലായിരിക്കാം.

മന്ത്രി അല്പം മുന്നോട്ട് നീങ്ങിനിന്നു. തന്ത്രീവാദ്യം നിലച്ചു. മൗനം തളംകെട്ടിനിന്ന ആ അന്തരീക്ഷത്തിൽ മന്ത്രിയുടെ സ്വരമുയർന്നു....

"ഹോറസിനു തുല്യനായ അല്ലയോ ദീർഘായുഷ്മാനായ ഫെറോവെ.... സ്വർണ്ണദേവതയായ ഹാഥോർ നിന്റെ മൂക്കിന് ബലം നല്കട്ടെ....!"

മഹാരാജാവ് ഉപവിഷ്ടനായി. മഹാറാണിയെയും രാജകുമാരിമാരെയും നെഹനവെയ്റ്റ് തുടങ്ങിയ വേണ്ടപ്പെട്ടവരെയും തൃക്കൺ പാർത്തശേഷം ഹെഖ്ഹെട്, ഗേബു, മെനെപ്പടാ മുതലായവരുടെ നേർക്ക് പുഞ്ചിരിതൂകി.

സദസ്സ് പീഠങ്ങളിലമർന്നപ്പോൾ വീണാനാദം വീണ്ടുമുയർന്നു....

കല്പന കാത്ത് നിന്നിരുന്ന സേവകരോട് മന്ത്രി പറഞ്ഞു....

"പൂമാലകൾ....."

സ്വർണ്ണത്തളികയിൽ പുഷ്പഹാരങ്ങളുമായി സുന്ദരികളായ തോഴിമാർ വരിവരിയായി കടന്നുവന്നു. സദസ്സിലിരിക്കുന്ന വിശിഷ്ട വ്യക്തികൾക്കെല്ലാം ഹാരാർപ്പണം നടത്തപ്പെട്ടു. മൂത്തരാജകുമാരി പിതാവിന്റെ കഴുത്തിൽ പൂമാലയണിയിച്ചു. മഹാറാണിക്കും മറ്റുള്ളവർക്കും കൈയിൽ പിടിക്കുന്നതിന് പകുതി വിടർന്ന താമരമൊട്ടുകൾ നല്കപ്പെട്ടു. പുരുഷന്മാരുടെ പുറംകൈകളിൽ സുഗന്ധദ്രവ്യം പൂശി. മഹിളകളുടെ നെറ്റിയിൽ ക്രമേണ ഉരുകി ചുവപ്പായിത്തീരുന്ന സുഗന്ധപ്പൊട്ടുകളിട്ടു....

നാലഞ്ചുപേരുള്ള പരിചാരകന്മാരുടെ രണ്ട് സംഘം വെള്ളാരൻകല്ലിന്റെ വലിയ ഭരണികൾ പ്രയാസപ്പെട്ട് എടുത്തുകൊണ്ടുവന്നു.... കറുത്ത മഷിയിൽ അവയുടെ പുറത്ത് എന്തോ എഴുതിയിട്ടുണ്ട്.....

ഗേബു മെനെപ്പടായോട് പറഞ്ഞു.....

"ജീവിതം ഒരു മിഥ്യയല്ലെന്നുള്ളതിന് തെളിവാണിത്. ദേവന്മാർ പോലും പാനം ചെയ്യുന്ന ദ്രാക്ഷാരസം.....! ഉപയോഗിച്ച മുന്തിരിയുടെ ജാതി, ഗുണം, മദ്യം തയ്യാറാക്കിയ നാട്, തീയതി തുടങ്ങിയവയാണ് അതിന്റെ മീതെ രേഖപ്പെടുത്തിയിരിക്കുന്നത്. അതാ നോക്ക്.... വേറെയും ഭരണികൾ കൊണ്ടു വരുന്നു....ദ്രാക്ഷാരസം കൂടാതെ മറ്റ് തരത്തിലുള്ള മദ്യങ്ങളുമുണ്ട്....."

സല്ക്കാരത്തിനെത്തിയവർക്ക് വെള്ളിപ്പാത്രത്തിൽ മുന്തിരിച്ചാറ് നല്കപ്പെട്ടു.

ഫെറോവിനായി സ്വർണ്ണപ്പാത്രത്തിൽ വിശേഷപ്പെട്ട പാനീയം ഉള്ളിൽനിന്ന് കൊണ്ടുവന്നു.

"ഫെറോവിന് കൂടുതൽ പഴകിയ മദ്യം തന്നെ വേണം. പൂർവ്വിക രുടെ കാലത്തുള്ളത്. റാ ഈജിപ്ത് ഭരിക്കുന്ന കാലത്ത് ഉണ്ടാക്കിയത്.....! ഏതിനും ഒരതിര് വേണ്ടേ....?" ഗേബു പറഞ്ഞു.

പാനപാത്രങ്ങൾ കൊണ്ടുവന്നവരോട് ഗേബു ചോദിച്ചു....

"ഖിവം ഇല്ലേ.....?"

"അകത്തുണ്ട്. പരിചാരകന്മാർക്ക് വേണ്ടി കൊണ്ടുവന്നതാണ് കൊണ്ടുവരണോ.....?"

"ഇപ്പോൾ വേണ്ട. പിന്നീട് മതി. ഭക്ഷണങ്ങൾ വിളമ്പിക്കഴിഞ്ഞ്.... ഇയാൾക്കാണ്...." നേതാവിനോടായി ഗേബു പറഞ്ഞു "നിങ്ങൾ വിഷമിക്കേണ്ട. ഖിവം ഉണ്ട്....."

"പരിചാരകന്മാർക്ക് കൊണ്ടുവന്നത്....?"

"എന്താ..... വിഷമമുണ്ടോ?"

"ഇല്ല.....ഇല്ല...." ഉമിനീരിറക്കാൻ യത്നിച്ചുകൊണ്ട് മെനെപ്പടാ തുടർന്നു...." പക്ഷേ, സല്ക്കാരദിവസങ്ങളിൽ ഞാൻ മദ്യം തൊടില്ല."

"അത്ഭുതം...."

"നീരാന പ്രവിശ്യയിലെ എല്ലാ കാര്യങ്ങളും അത്ഭുതമാണല്ലോ?"

ഫെറോ പാത്രം ചുണ്ടിലടുപ്പിച്ച ഉടനെ മെനെപ്പടായൊഴിച്ച് സദസ്സി ലുള്ളവരെല്ലാം സുരാപാനം തുടങ്ങി....

"മകനേ.... ഭ്രാന്ത് നന്നല്ല. മദ്യം കഴിച്ചില്ലെങ്കിൽ ഫെറോവിന് അപ മാനമുണ്ടാകും. വിചാരണ നേരിടേണ്ടിവരും. പാത്രം കൈയിലെ ടുത്തോ...." ഹെഖ്വെട് ഉപദേശിച്ചു.

"ശരി മുത്തച്ഛാ.... നിങ്ങളുടെ വാക്ക് വിലവെക്കാതിരിക്കുന്നതെ ങ്ങനെ? ഈ ഒറ്റപ്പാത്രം മതി....."

മെനെപ്പടാ ഒരു കവിൾ അകത്താക്കി. പാത്രം പകുതി കാലിയാ ക്കിയ ഗേബു ചോദിച്ചു.....

"എങ്ങനെയുണ്ട്....?"

"നന്നായിട്ടുണ്ട്. എങ്കിലും സത്യം പറയട്ടെ. ഇത്തരം സ്വാദ് മുമ്പ നുഭവിച്ചിട്ടില്ല. ഖിവമൊഴിച്ച് മറ്റൊരു പാനീയവും ഞാൻ കഴിച്ചിട്ടില്ല."

"ഹാ.....? മറ്റൊന്നിനെ മുട്ടിനോക്കിയിട്ടില്ല.....! നെഹനയോട് ഇക്കാര്യം പറയണം....."

ഒഴിഞ്ഞ പാത്രങ്ങളിൽ മദ്യം നിറച്ചുകൊണ്ടിരുന്നു....

രണ്ടാമത്തെ പാത്രം കൈയിലെടുത്തുകൊണ്ട് ഗേബു പറഞ്ഞു.... ഹഖ്വെട്... ഞാനാരോടും കലഹിക്കാനില്ല....."

“കലഹിക്കാൻ തടിമിടുക്ക് വേണം..... ഗേബു....” ഹെഖ്വെട് തന്റെ മെലിഞ്ഞ ഇടതുകൈ ഉയർത്തിക്കൊണ്ടു പറഞ്ഞു.

പശ്ചാത്തലത്തിൽ വീണാനാദമുയർന്നുവന്നു....

സംസാരം അന്തരീക്ഷത്തിൽ മുഖരിതമായി.....

വെള്ളിത്തട്ടങ്ങളേന്തിക്കൊണ്ട് ദാസികളും ദാസന്മാരുമടങ്ങിയ രണ്ടുവരി കടന്നുവന്നു. ഫെറോവിനും പട്ടമഹിഷിക്കും സ്വർണ്ണത്തളിക, ചെറിയ മേശകളുടെ മീതെ അവ വെച്ചു.

നേരിയ ലഹരി ബാധിച്ചതുപോലെ മെനെപ്പടായ്ക്ക് തോന്നി. ബടായോട് സംസാരിക്കണം.... പക്ഷേ, ബടാ മുൻകൂട്ടി അറിവ് നല്കിയിരുന്നല്ലോ.... ഞാനിവിടെ ഉണ്ടാവില്ലെന്ന്.... ദൃഷ്ടി നിർല്ലജ്ജം നെഹനവെയ്റ്റിന്റെ വലതു മുലക്കണ്ണിൽ തങ്ങിനില്ക്കുന്നു.... ഇവൾ എന്നെ നോക്കുകയാണല്ലോ....! എന്നെയോ.....? അതോ ..... ഗേബുവിനെയോ....? ഉം..... ഗേബുവിന്റെ കണ്ണ് ദാസികളിലാണ്..... പരസ്പരം കൂട്ടിമുട്ടുന്ന മിഴികൾ.... പുഞ്ചിരിയോ? അട്ടഹാസമോ..... ? അവളുടെ മുഖം വികാരപൂർണ്ണമായി കാണപ്പെടുന്നല്ലോ....? കറുപ്പ് കലർന്ന ആ മുലക്കണ്ണ് ചുവന്ന ചുണ്ടുകളേക്കാൾ ശോണിമയാർന്നിട്ടുണ്ടല്ലോ.....! ഇവരെല്ലാം പാലൂട്ടുന്ന ജനനിമാരാണ്.... നാമെല്ലാം.... മക്കളും....

കൈയടി ശബ്ദം. തന്ത്രീവാദ്യം നിലച്ചു. ഒരാൾ ചെറിയ തോൽവാദ്യം വായിച്ചുകൊണ്ടിരുന്നു. രണ്ട് ഗായികമാർ കൈമുട്ടി താളം പിടിച്ചു.... പരിചാരകഗണങ്ങൾ ചൂടുള്ള റൊട്ടികൾ കൊണ്ടുവന്നുതുടങ്ങി..... താളത്തിനനുസരിച്ച നടത്തം...... നൃത്തം.... വേറെ ചിലർ മധുരപലഹാരങ്ങളും ഖാദ്യപദാർത്ഥങ്ങളും കൊണ്ടുവന്നു.... മദ്യം ഒഴിച്ചുകൊടുക്കുന്നവരും നൃത്തം ചെയ്യുകയാണ്.... നിങ്ങൾക്കേതാ വേണ്ടത്....? നിങ്ങൾക്കേതാ വേണ്ടത്....? പരിചാരകന്മാരുടെ തലവൻ അവർക്ക് മുന്നറിയിപ്പ് നല്കി... “സൂക്ഷിക്കണം.... ദേഹത്തൊന്നും മറിഞ്ഞു പോകരുത്....! നീ തന്നെ കുടിച്ചതുപോലെയാണല്ലോ നടക്കുന്നത്....!”

കൈകൊട്ട് ഉച്ചത്തിലായി....

ഇവനേതിലെകൂടിയാണ് വന്നത്....? ഈ രണ്ടുമുഴം മാത്രമുള്ള കുള്ളൻ! വൃത്തത്തിൽ ചുറ്റിക്കൊണ്ട് ഫെറോവിന്റെ മേശയ്ക്കരികിലെത്തി... തല നിലത്ത് മുട്ടിച്ച് അട്ടയെപ്പോലെ ഇഴഞ്ഞു.... റാണിയുടെ മുന്നിൽ ഉരുണ്ടു..... രാജകുമാരിമാരുടെ മുന്നിൽ തലകീഴായി നിന്ന് കാലുകളാട്ടി.... തിരിഞ്ഞ് തിരിഞ്ഞ് ഗായികമാരുടെ അടുത്തെത്തി മറ്റൊരു താളത്തിന് തിരിഞ്ഞ് സൂചനനല്കി. തുടർന്ന് പലതരം അഭ്യാസങ്ങൾ.... കാൽമുട്ടുകൾ നിലത്തൂന്നി വേഗത്തിൽ തിരിയൽ.... ഉരുളൽ.... പറക്കൽ... ഭ്രാന്തൻ കുരങ്ങിന്റെ നൃത്തം.... ചർമ്മവാദ്യം ഉച്ചത്തിലായി. അത് കൊട്ടുന്നവന് ആവേശം കയറി... കുള്ളനിൽനിന്നുള്ള പ്രചോദനം... അതോ.... അവനിൽനിന്ന് കുള്ളന് പ്രചോദനം ലഭിച്ചോ....?

പലതരം റൊട്ടികൾ. ആ തരത്തിലുള്ളത്... ഈ തരത്തിലുള്ളത്...

"പ്രാവിന്റെ ചാറാണ് എനിക്കിഷ്ടം." ഹെഖ്വെട് പറഞ്ഞു.

"ഇളയ താറാവാണെനിക്കിഷ്ടം...." ഗേബു തുടർന്നു. "നിനക്കോ മെനെപ്പടാ....?" മത്ത് പിടിച്ചപ്പോൾ നിങ്ങൾ എന്നത് നീയായി മാറി.

"നെഫീസ്.... അതായത് എന്റെ ഭാര്യ.... വേവിച്ചുണ്ടാക്കുന്ന മീനുപ്പേരിയാണെനിക്കിഷ്ടം...."

"മീനുപ്പേരി.... ! ചെറുപ്പത്തിൽ ഈ ഐശ്വര്യങ്ങളെല്ലാം ലഭിക്കുന്നതിനുമുമ്പ് തിന്നിട്ടുണ്ട്." ഹെഖ്വെട് പറഞ്ഞു.

"ഞാൻ തിന്നിട്ടില്ല... മീനിന്റെ മണംപോലും എനിക്കിഷ്ടമല്ല. നെഹനക്കാണെങ്കിൽ ഓക്കാനംവരും... നോക്ക് ആ ദാസിയുടെ മുഖം മീനിന്റേതുപോലെയില്ലേ....?"

"മൂക്ക് പൊത്തിപ്പിടിച്ചിരിക്കയാണോ മകനേ....?"

"ഇല്ല മുത്തച്ഛാ.... ആ മീൻ തൊടാൻ പറ്റിയതാണെന്ന് തോന്നുന്നു.....!"

"തെമ്മാടി....! വയസ്സായവരുടെ മുന്നിൽവെച്ചിട്ടാണോ ഇങ്ങനെയെല്ലാം സംസാരിക്കുന്നത്....?"

"വയസ്സന്മാര് മനസ്സിൽ തൊട്ടുനോക്കും. എന്നെപ്പോലുള്ളവർ സംസാരിച്ച് തീർക്കും.... ചെറുപ്പക്കാർ തൊട്ടുനോക്കുക തന്നെ ചെയ്യും."

ഗേബു പറഞ്ഞു.

"തത്ത്വജ്ഞാനം! ജ്ഞാനം ദിഗന്തംപോലെ വിശാലമാണ്. ആ ദിഗന്തത്തിലാണ് തത്ത്വജ്ഞാനത്തിന്റെ ചന്ദ്രനുദിക്കുന്നത്....!"

മെനെപ്പടാ പറഞ്ഞു.

"മകനേ....! നീയോ....?"

കുള്ളൻ മറിഞ്ഞും തിരിഞ്ഞും ആടുന്നു....

"ഇനി നർത്തകി വരുമോ....?" മെനെപ്പടാ ചോദിച്ചു

"ഗുസ്തിക്കാരാണ്.... ഗുസ്തിക്കാർ......" ഗേബു അറിയിച്ചു.

പശ്ചാത്തലത്തിൽ ഡോലക്കിന്റെ ശബ്ദമുയർന്നു.... ധിഗ് ധിഗ് ധിഗ ധിഗ....ചർമ്മവാദ്യവും രാഗത്തിലായി..... കൈകൊട്ട് നിലച്ചു....

വീർത്തു തടിച്ച രണ്ട് ഗുസ്തിക്കാർ..... രാജാവിനെയും റാണിയെയും താണുവണങ്ങി. പരസ്പരം അടുത്തു. അകന്നുമാറി. പാഞ്ഞടുത്തു. മുഷ്ടികൾ ഏറ്റുമുട്ടി.... ആക്രോശങ്ങൾ പുറപ്പെട്ടു. നശിച്ചുപോ.... സേത്! ..... നശിച്ചുപോ..... സേത്.....! ചത്തുപോ ചാവ്....! ചാവ്......!

"വീർത്ത കാളകൾ.... അന്യോന്യം കൊന്നാലെന്താ.....? വിട്ടാലെന്താ.....? ഹെഖ്വെട് പറഞ്ഞു.

"അതാ ബകില....! നിങ്ങൾക്കറിയില്ലേ മെനെപ്പടാ...? ഗേബു ചോദിച്ചു.

"അറിയാം... അറിയാം....."

"ഗുസ്തിയിൽ സമർത്ഥനാണ്. എന്നാലിപ്പോൾ അല്പം ബുദ്ധി

മുട്ടാണ്. എതിരാളിയെ ഒറ്റക്കണ്ണുകൊണ്ട് കാണേണ്ടേ?"

"വീണു....!" ഹേഖ്വെട് വിളിച്ചു പറഞ്ഞു.

ഒരാൾ മറ്റവനെ നിലത്തിട്ടു. വീണവൻ നില്ക്കുന്നവന്റെ കാല് പിടിച്ച് വലിച്ചു. അവൻ ഇളകിയില്ല. വീണവന് വീണ്ടും വീണ്ടും ചവിട്ട് കിട്ടി. അവൻ തോറ്റ് മലർന്ന് കിടക്കണം. എന്നാൽ പെട്ടെന്നാണ് അത് സംഭവിച്ചത്. നിന്നവൻ മറിഞ്ഞുവീണു. നിലത്തുരുണ്ടു. ചർമ്മവാദ്യം താളത്തിൽ മുഴങ്ങി. അടുത്തക്ഷണത്തിൽ ഒരാളെഴുന്നേറ്റു. മറ്റൊരാൾ വീണു. ജയിച്ചതാര്? ആദ്യം വീണവനോ.....? അതോ മറ്റവനോ? ഗുസ്തി പ്രിയന്മാർക്ക് അതറിയാനുള്ള തിടുക്കം. മറ്റുള്ളവർക്ക് ഇതൊരു ആനന്ദോ പാധി മാത്രം.

അതും കാള.... ഇതും കാള... ഏത് ജീവിച്ചാലെന്താ? ഏത് മരിച്ചാ ലെന്താ?

ഈ വയസ്സൻ.... എന്താ പേര്....? ഹെഖ്...വെട്.... എത്രയാണ് തിന്ന ത്....? ഈ ഉണങ്ങിയ മനുഷ്യന്റെ വയറ്റില് ഇത്രമാത്രം സ്ഥലമെവിടെ? ആശ്ചര്യം....! അത്യാശ്ചര്യം.....!

ഡോലക്ക് ശബ്ദം നിലച്ചു. ചർമ്മവാദ്യക്കാരനും കസർത്ത് മതിയാക്കി. തന്ത്രിവീണകൾ മുഴങ്ങി. മന്ദംമന്ദമായി കൈകൊട്ടലും ആരംഭിച്ചു....

"ആഹാ....!" ഗേബു ഉച്ചരിച്ചു.

രണ്ട് നർത്തകിമാർ പ്രത്യക്ഷപ്പെട്ടു. രാജാവിനെയും റാണിയെയും വണങ്ങി. കൈത്താളത്തിനനുസരിച്ച് പാദങ്ങൾ ചലിപ്പിച്ചു തുടങ്ങി.

മുട്ടിനുമീതെയുള്ള അരവസ്ത്രം. പിരിച്ചിട്ട നീണ്ട തലമുടി. തുടിച്ചു നില്ക്കുന്ന അവയവങ്ങൾ.

കാലുകൾ മുന്നോട്ടും പിന്നോട്ടും ചലിപ്പിച്ചുള്ള നടനം. കാല് മുന്നോട്ട് നീക്കുമ്പോൾ ഉടൽ പിന്നിലേക്ക് വളയുന്നു. തലമുടിയുടെ അറ്റം ചെണ്ടുപോലെ ചേർത്തുകെട്ടിയിരിക്കുന്നു. നൃത്തം ചെയ്യുമ്പോൾ നീണ്ട തലമുടിയും താളത്തിൽ ചലിക്കുന്നു. സഹോദരിമാരാണോ എന്ന് തോന്നുമാറ് താളം തെറ്റാതെയാണ് പാദങ്ങൾ ചലിപ്പിക്കുന്നത്.

ഈ ധ്വനി.... ? ആലാപനം.... വേറൊരാൾ കൂടിവന്നല്ലോ. ചലന ത്തിൽ മാറ്റം. വളരെ വേഗത... ഇടത്തോട്ടും... വലത്തോട്ടും.... കൈകൾക്ക് മാത്രമല്ല... മിഴികളും പുരികങ്ങളും അദ്ധ്വാനിക്കുന്നു.... സ്തനങ്ങളും, ജഘനവും കുലുങ്ങുന്നു. അധരങ്ങൾ വിടരുന്നു.

"മുത്തച്ഛാ..... രക്തം ചൂടാവുന്നുണ്ടോ...." ഗേബു ചോദിച്ചു.

"ഇത് കണ്ടിട്ടോ.....? ഇല്ല..... തണുത്തിരിക്കയാണ്....."

ഫെറോ ഒന്നും കൂടുതൽ കഴിക്കില്ല. അഥവാ ഒട്ടും കഴിക്കില്ലെന്നു മുണ്ടോ.....? ചിലരുടെ വയർ നിറഞ്ഞു. ചിലർക്ക് കുടിച്ച് കുടിച്ച് മതിയായി. മറ്റുചിലർ ഓരോ കവിൾ കൂടി കുടിക്കുവാൻ അന്യോന്യം ഒത്താശ ചെയ്യുന്നു.

തിന്നുന്നവർ മതിയാക്കിയിട്ടും പരിചാരകന്മാർ നിറഞ്ഞ ഭക്ഷണ പ്പാത്രങ്ങളുമായി വന്നുകൊണ്ടിരുന്നു.....

നർത്തകിമാർ പിന്നോക്കം വാങ്ങി അപ്രത്യക്ഷരായി. പശ്ചാത്തല സംഗീതവും നിലച്ചു. തന്ത്രികളുടെ നാദം മാത്രം ഒഴുകിക്കൊണ്ടിരുന്നു.

“തണുപ്പ് തോന്നുന്നുണ്ടോ.....? നെരിപ്പോട് കൊണ്ടുവരണോ....?” മന്ത്രി അടുത്തുള്ള സറുസദസ്യനോട് ചോദിച്ചു.

“വേണ്ട.... വേണ്ട....”

എങ്കിലും മന്ത്രിയെഴുന്നേറ്റു. ചില നിമിഷങ്ങൾക്കകം ഒരു ഭൃത്യനോടൊപ്പം തിരികെവന്നു. ആ ഭൃത്യന്റെ കൈയിൽ നെരിപ്പോടിനു പകരം ഒരു ശവപ്പെട്ടിയാണുണ്ടായിരുന്നത്. പെട്ടിയിൽ ഒരു മനുഷ്യരൂപം. ആ മര പ്രതിമ കൈയിലുയർത്തിപ്പിടിച്ച് മന്ത്രി പറഞ്ഞു....

“എല്ലാവരും ഇങ്ങോട്ട് നോക്ക്.....”

തിന്നുന്നവരും കുടിക്കുന്നവരും അത് കണ്ട് പൊട്ടിച്ചിരിച്ചു.

“സല്ക്കാരത്തിൽ സ്വയം മറന്നാലും ഇതു മറക്കരുത്....” മന്ത്രി പറഞ്ഞു.

ഭൃത്യൻ ആ ശവപ്പെട്ടിയെടുത്ത് ദൂരെ കൊണ്ടുവെച്ചു.....

“സല്ക്കാരം അവസാനിച്ചു.... അല്ലേ....?” മെനെപ്പടാ ഗേബുവിനോട് ചോദിച്ചു.

“പ്രധാനപ്പെട്ട പരിപാടി ഇനിയാണ്. ശവപ്പെട്ടികണ്ട് മനുഷ്യൻ പേടിച്ചു പോയാലോ...? അതാ ..... ഫെറോവിന്റെ ഇഷ്ടനർത്തകി വരുന്നു..”

എണ്ണക്കറുപ്പുള്ള ഒരു ചേതോഹരി കൈകളുയർത്തി നൊടിച്ചു കൊണ്ട് നൃത്തംവച്ച് ഫെറോവിനെയും റാണിയെയും വണങ്ങി. എണ്ണമയ മുള്ള കറുത്ത ശരീരം. നീണ്ട കൈകൾ. തലയിൽ പൂമാല ചുറ്റിയലങ്കരി ച്ചിരിക്കുന്നു. നിറഞ്ഞ മാറിലും പൂമാലകൾ. ഒരു ചാൺ വസ്ത്രംകൊണ്ട് മറച്ച അരക്കെട്ടിനു താഴെ മാംസളമായ തുടകൾ. ചുവന്നു തുടുത്ത അധ രങ്ങളും കവിളുകളും....

മഹാറാണി മുഖം തിരിച്ചു കളഞ്ഞു. നെഹനവെയ്റ്റിനും ഈർഷ്യ തോന്നി. സേവകർ പാനപാത്രങ്ങളുമായി വന്നുകൊണ്ടിരുന്നു. മിക്കവരും വേണ്ടെന്ന് പറഞ്ഞവരാണ്. മെനെപ്പടായുടെ മുന്നിലും ഒരു പാത്രം ഖിവ മുണ്ടായിരുന്നു.... ‘ഇതെപ്പോഴാണിവിടെ കൊണ്ടുവെച്ചത്....?’ പാത്രം ചുണ്ടിൽ വച്ച് രുചിച്ചുകൊണ്ട് മെനെപ്പടാ ഗേബുവിനോട് പറഞ്ഞു .....“കെഫ്ടു നീരാനെ പ്രവിശ്യയിൽ നിന്ന് ഖിവം വാങ്ങുന്നുണ്ട്.....” അതു കേട്ട് പരിഭ്രമിച്ചുപോയ ഗേബു ഉച്ചരിച്ചു.... “കെഫ്ടു നിങ്ങളുമായി വാണിജ്യഇടപാടോ....? ഉം... ഉം....”

ഗാനാലാപവും തന്ത്രീനാദവും ചേർന്നൊരുക്കിയ മേളക്കൊഴുപ്പിൽ ആ കൊഴുത്ത സുന്ദരി നൃത്തം വെച്ചു....

അവൾ ഹിമബാലികയായി മാറി. കിടുകിട വിറച്ചുകൊണ്ട് നില ത്തിരുന്നു. ചുറ്റുമുള്ളവർ വീർപ്പടക്കി നോക്കിയിരിക്കെ ഹിമം ഉരുകി

ത്തുടങ്ങി. ഗാനാലാപവും വീണാനാദവും ഉച്ചത്തിലും വേഗത്തിലുമായി. നൊടിയൊച്ചയും പൂർവ്വാധികമായി. മേലേക്കുയർന്ന നർത്തകി കാലുകൾ കുടഞ്ഞു. അവയവങ്ങൾ തുള്ളിച്ചു. നിലത്തുടനീളം അണ്ഡകാരത്തിൽ അവൾ ഉരുണ്ടുകൊണ്ട് നൃത്തം ചെയ്തു. പാട്ടിന്റെ ഈരടികൾ കാതുകളെ ഇമ്പം കൊള്ളിച്ചു.....

"പ്രേമത്തിൻ മധുചഷകം......
രാജകുമാരി....
പനിനീരിൻ മലരായ് വിലസും.....
രാജകുമാരി.....
വെണ്ണക്കൽ പ്രതിമപോലെ.....
വഴുവഴുത്തൊരു സുന്ദരി.....
മൈലാഞ്ചി നിറമുള്ളോരു
രാജകുമാരി
സ്നേഹത്തിൻ നിറകുടമാം....
മഹാപ്രഭുവിൻ.....
മുന്നിൽ നില്ക്കട്ടെ.... സുന്ദരീ....
മുന്നിൽ നില്ക്കട്ടെ....

ഫെറോ മഹാപ്രഭുവിന്റെ മുന്നിലെത്തിയ നർത്തകി നൃത്തത്തിന് വിരാമമിട്ടു.

ഇടതു കൈയിലെ ആംഖ് ചിഹ്നം രാജാവ് ചലിപ്പിച്ചു. കൊതിയോടെ നർത്തകിയെ നോക്കി.

ഇതൊന്നും താൻ കാണുന്നില്ല എന്ന അർത്ഥത്തിൽ മഹാറാണി സേവകരുടെ തലവനെ വിളിച്ചു...

"സമ്മാനങ്ങൾ ഒരുക്കി വെച്ചോ....? മന്ത്രിയെയും ചേർത്ത് ആകെ പതിനേഴെണ്ണം വേണം.....?"

തലവന്റെ മറുപടി കേട്ട് അൽപ്പമുറക്കെ റാണി പറഞ്ഞു.....

"വിഡ്ഢീ...! ഗേബുവിന്റെ മൂന്ന് മക്കളില്ലേ....? അവരെന്ത് തെറ്റാ ചെയ്തത്.....? പതിനാലെണ്ണം മതിയോ.....?"

ഫെറോ കഴുത്തിൽ നിന്ന് ഒരു മാല ഊരിയെടുത്ത് നർത്തകിയുടെ കൈയിലിട്ടുകൊടുത്തു.

കൃതജ്ഞതയോടെ അവൾ ഫെറോവിനെ വന്ദിച്ചു. നിവർന്നുനിന്ന് വിടർന്ന ചുണ്ടുകൾ മുട്ടാതെ മഹാപ്രഭുവിനെ ചുംബിച്ചു. മഹാറാണിയുടെ ഗാംഭീര്യത്തോടെ അവൾ തിരിഞ്ഞുനടന്നു.

മന്ത്രിയുടെ ആംഗ്യം കണ്ട ഉടൻ പാട്ടുകാരും, വാദ്യക്കാരും, കുള്ളനും, ഗുസ്തിക്കാരും നേരത്തെ നൃത്തം ചെയ്തവരും ഫെറോവിന്റെ അടുത്തുവന്നുനിന്നു. ഫെറോവിന്റെ സമീപത്തുള്ള മൂത്ത രാജകുമാരി സമ്മാനങ്ങൾ വിതരണം ചെയ്തു. സ്ത്രീകൾക്ക് കർണ്ണകുണ്ഡലം

പുരുഷന്മാർക്ക് വെള്ളിമോതിരം.

"ഇനി നമുക്ക്....." ഗേബു പറഞ്ഞു.

തന്ത്രീനാദം വീണ്ടും മുഖരിതമായി. ദാസികൾ വെള്ളിത്തളികയിൽ സമ്മാനങ്ങൾ കൊണ്ടുവന്നു. നെഹനവെയ്റ്റിനും മക്കൾക്കുമുള്ള പട്ടു വസ്ത്രവും ശിരസ്ത്രാണവും മഹാറാണി സമ്മാനിച്ചു. മന്ത്രിക്കുള്ള വില പിടിച്ച കണ്ഠാഭരണം രാജകുമാരൻ നല്കി. ഹെഖ്വെട് അസൂയയോടെ അത് നോക്കിയിരുന്നു.

ഓരോരാൾക്കുള്ള സമ്മാനങ്ങൾ മുൻകൂട്ടി നിശ്ചയിക്കപ്പെട്ടിരുന്നു. മന്ത്രിയും രാജകുമാരനും അടുത്തെത്തിയപ്പോൾ ഹെഖ്വെട് എഴുന്നേറ്റ് കൈകൾ വിടർത്തി. അഞ്ചിഴകളുള്ള ഒരു മാല ആ കൈകളിൽ സമർപ്പി ക്കപ്പെട്ടു.

''ഇയാളുടെ എല്ലിൻകരൂട് മറയ്ക്കാൻ എത്ര മാലകളുണ്ടായാലും മതിയാവില്ല...." ഗേബു പറഞ്ഞു.

മെനെപ്പടായും എഴുന്നേറ്റുനിന്നു. മണിക്കെട്ടുകളിലണിയുന്ന രത്ന ഖചിതമായ ഹാരം സ്വീകരിച്ചു.

"നേതാവെ.... നിങ്ങൾക്ക് സ്നേഹം നിറഞ്ഞ അഭിനന്ദനം." ഗേബു പറഞ്ഞു.

ഗേബുവിന് രത്നം പതിച്ച അരപ്പട്ട ലഭിച്ചു.

"ഇനി നിന്റെ വയറിന് വളരാൻ പറ്റില്ലല്ലോ മകനെ...." ഹെഖ്വെട് പരിഹസിച്ചു.

സറുസദസ്യരും സമ്മാനങ്ങൾ സ്വീകരിക്കുന്നതിന് മുന്നോട്ട് നീങ്ങി വന്നു.... ഫെറോ എഴുന്നേറ്റ് റാണിയെയും പുത്രിമാരെയും, നെഹന വെയ്റ്റിനെയും മക്കളെയും വിളിച്ചുകൊണ്ട് അകത്തേക്ക് പോയി...

സറുസദസ്യർക്കെല്ലാം ഒരേ തരത്തിലുള്ള നേർത്ത ചണവസ്ത്രവും ഈരെഴയുള്ള സ്വർണ്ണമാലയും....

മന്ത്രി ഹെഖ്വെടിനെ അടുത്തേക്ക് വിളിച്ചു.....

"നാളെ പുറപ്പെടുകയല്ലേ.....?"

"സല്ക്കാരം കഴിഞ്ഞ് ഒരു ദിവസമെങ്കിലും വിശ്രമം വേണ്ടേ?"

''എന്നാൽ മറ്റെന്നാൾ... തോണി ഒരുക്കിവെക്കാൻ നിർദ്ദേശം നല്കാം. ആ മെനെപ്പടായെ ഇങ്ങോട്ട് വിളിക്ക്."

ഹെഖ്വെട് മെനെപ്പടായുടെ അടുത്തുചെന്ന് മന്ത്രി വിളിക്കുന്ന വിവരമറിയിച്ചു. സമ്മാനത്തട്ട് മുന്നിൽ പീഠത്തിൽ വച്ച് മെനെപ്പടാ മന്ത്രിയുടെ സമീപത്തേക്ക് ചെന്നു. നേരത്തെ മന്ത്രിയുടെ മുഖത്തുണ്ടാ യിരുന്ന നീരസഭാവം ഇപ്പോഴില്ല. പകരം സംതൃപ്തി.... ആത്മാർത്ഥത യുള്ള വാക്കുകൾ....

"മെനെപ്പടാ, സറുസമ്മേളനം കഴിഞ്ഞു. പൂജാരിയെ കൂട്ടിക്കൊണ്ടു വരുന്നതിന് മറ്റെന്നാൾ ഹെഖ്വെട് പോകും. രണ്ടുമൂന്നാഴ്ചയ്ക്കുള്ളിൽ

സെഡ് ഉത്സവം നടക്കും. അതിൽ പങ്കുകൊള്ളാനുള്ള അവസരം എല്ലാവർക്കും ലഭിക്കില്ല. അതൊരു ഭാഗ്യമാണ്. നിങ്ങളുടെ ആഗമനത്തോടെ രാജധാനിയിലെല്ലാം ശുഭമായാണ് കാണപ്പെടുന്നത്."

"മന്ത്രിവര്യരെ, ഞാനെപ്പോഴും ശുഭം കാംക്ഷിക്കുന്നവനാണ്. അതിനുവേണ്ടി പ്രാർത്ഥിക്കുകയാണ്....."

"ശരി..... ദൈവം നിങ്ങളെ രക്ഷിക്കട്ടെ....."

നേതാവ് മന്ത്രിയെ വന്ദിച്ചശേഷം പിന്തിരിഞ്ഞു.

"മെനെപ്പടാ നിങ്ങളുടെ സമ്മാനം....." ഗേബു ഓർമ്മപ്പെടുത്തി.

നേതാവ് പുഞ്ചിരിയോടെ സമ്മാനത്തട്ട് ശ്രദ്ധിച്ചു. ബടായും അംഗരക്ഷകരും പ്രവേശനദ്വാരത്തിൽ നിന്നിരുന്നു. നേതാവിന്റെ ആംഗ്യം കണ്ട ഉടൻ അവർ കടന്നുവന്ന് സമ്മാനത്തട്ട് കൈയിലെടുത്തു.

സദസ്സ് ശൂന്യമായിക്കഴിഞ്ഞിരുന്നു. പുറത്ത് അമാലന്മാരും സേവകരും ഒരുങ്ങിനില്ക്കുകയായിരുന്നു.... ക്ഷേത്രമുറ്റത്തും സല്ക്കാരം അവസാനിച്ചിരുന്നു. സല്ക്കാരഗൃഹത്തിലെ ദാസികളും ദാസന്മാരും വിശന്ന് പൊരിയുകയായിരുന്നു. അവർ ധൃതിപ്പെട്ട് ഭക്ഷണം കഴിച്ചു....

ഗേബുവും ഹെഖ്വെടും ഒരു ഭാഗത്തുചെന്നുനിന്ന് സംസാരിച്ചു.... മെനെപ്പടായും പരിവാരവും അതിഥി ഗൃഹത്തിലേക്ക് നടന്നു.....

"മറ്റെന്നാൾ ഹെഖ്വെട് പ്രധാനപൂജാരിയെ കാണാൻ പോകുന്നുണ്ട്. രണ്ടുമൂന്നാഴ്ചയ്ക്കുള്ളിൽ സെഡ് ഉത്സവം നടക്കുമെന്നാണ് മന്ത്രി പറഞ്ഞത്." നേതാവ് പറഞ്ഞു.

"രണ്ടുമൂന്നാഴ്ചയോ....? ഒന്ന് നാട്ടിൽചെന്നു വന്നാലോ?" ബടാ ചോദിച്ചു.

"ഔട്ടയും ബെക്കുവും ഇവിടെ കഴിയട്ടെ. നാട്ടിൽചെന്ന് നാല് ദിവസം താമസിച്ച് തിരികെ വരൂ. സെഡ് ഉത്സവം കഴിഞ്ഞ ഉടൻ പുറപ്പെടുകയും ചെയ്യാം....."

"ശരി, ചേട്ടാ.... നാളെത്തന്നെ പുറപ്പെടട്ടെ.....?"

"മറ്റെന്നാൾ മതി. ഹെഖ്വെട് ഈ ഭാഗത്തേക്ക്.... ബടാ മറുഭാഗത്തേക്കും....."

"ഉം... മറ്റന്നാൾ രാവിലെ....."

എട്ട്

എങ്കിലും ചുമരുകൾക്ക് ചെവിയുണ്ടായിരുന്നു.....

സല്ക്കാരം തുടങ്ങുന്നതിനുമുമ്പ് തന്നെ സറുസഭയുടെ തീരുമാനമെന്തെന്ന് സെനെബ് മനസ്സിലാക്കി. ആ കൊട്ടാരച്ചുമരിൽനിന്ന് ക്ഷേത്രത്തിലേക്ക് കുറച്ചേ ദൂരമുണ്ടായിരുന്നുള്ളു. ഇരുളിന്റെ മറപറ്റി ഇനേനി പുറത്തിറങ്ങി ഗുരുമഠത്തിലേക്ക് നടന്നു.... എന്നാൽ മെന്ന ഈ രംഗം ശ്രദ്ധിക്കുന്നുണ്ടായിരുന്നു....

ഗുരുമഠത്തിൽ രഹസ്യാലോചന. പ്രധാന പൂജാരിക്ക് എത്തിക്കേണ്ട വാർത്ത തയ്യാറാക്കപ്പെട്ടു.

അർദ്ധരാത്രിയിൽ മെംഫീസിൽനിന്ന് യാത്രതിരിക്കുന്ന ചരക്കുതോണികളുണ്ടായിരുന്നു. രോഗംബാധിച്ച ബന്ധുവിനെ കാണാൻ ആ അർദ്ധരാത്രിയിൽ ആൻ നഗരത്തിലേക്ക് പുറപ്പെട്ട ഒരു പൂജാരിക്ക് ആ തോണികളിലൊന്ന് സഹായത്തിനെത്തി......

ജാഗരണാവസ്ഥയിലായിരുന്നെങ്കിൽ ഫെറോവിന്റെ ചാരന്മാർ ആ പൂജാരിയെ കണ്ടെത്തുമായിരുന്നു. എന്നാൽ അവർ ഗാഢനിദ്രയിലായിരുന്നു.

പ്രജകളുടെ പ്രവർത്തനങ്ങളും ചിന്താഗതികളും മണത്തറിഞ്ഞ് ഭരണതലത്തിലറിയിക്കേണ്ട വിശേഷ ഉത്തരവാദിത്വം പൂജാരികൾക്കാണ്. ചാരവൃത്തി അവർക്ക് കുത്തകയാണ്. പ്രാചീന കാലം മുതല്ക്കേ ഈ രീതി നിലനിന്നുവന്നിരുന്നു. പക്ഷേ.... കാറ്റ് മാറി വീശിയിരിക്കുന്നു....! തന്റെ ചാരന്മാരിൽ ഫെറോ സംശയാലുവായിത്തീർന്നത് അപൂർവ്വ സംഭവമാണ്. ആ അരമനരഹസ്യം പരസ്യമായാലുള്ള വിപത്തെന്തായിരിക്കും....? പ്രജകൾ മൂക്കത്ത് വിരൽവെച്ച് പോകില്ലേ?

പ്രഭാതത്തിൽതന്നെ സെനെബ് മന്ത്രിമന്ദിരത്തിൽ പോകുന്നതിനു മുമ്പ് മെനെപ്പടായെ കാണാനെത്തി....

"നിങ്ങളെ കണ്ടിട്ട് പോകാമെന്നു കരുതി....."

"ഇന്നലെ രാത്രി കണ്ടതേയില്ലല്ലോ.....?" ബടാ പറഞ്ഞു.

"വയറ് നിറഞ്ഞപ്പോൾ ഉറക്കം പിടികൂടി....ഹ..!ഹ..... ഇങ്ങോട്ട് വരുമ്പോൾ വഴിയിൽക്കണ്ട എല്ലാവരും നേതാവിനെ പ്രശംസിക്കുന്നതാണ് കേട്ടത്. ഈ സല്ക്കാരമെന്നു പറഞ്ഞാൽ പാട്ടും ബഹളവും ചാട്ടവും നിറഞ്ഞതാണ്. വേണ്ടാത്ത കാര്യങ്ങളാണ് അവിടെ സംസാരിക്കുക. പക്ഷേ, നിങ്ങൾ മാത്രം ഗൗരവത്തോടെ പെരുമാറിയത്രെ...."

നേതാവ് പുഞ്ചിരിച്ചു.

"സറുസഭയിൽ മന്ത്രി പ്രധാനപൂജാരിയുട നടപടികളിൽ സംശയം രേഖപ്പെടുത്തിയത്രെ! ഹേപാടറിഞ്ഞാൽ കോപം കൊണ്ട് ജ്വലിക്കും. സറുസഭാംഗവും മൂത്ത ഉപദേഷ്ടാവുമായ ഹെഖ്വെട് അദ്ദേഹത്തെ കാണാൻ പോകുന്നുണ്ടത്രെ.....!"

"ദൗത്യവുമായിട്ടാണോ.....?" മെനെപ്പടാ ചോദിച്ചു.

"ഉം...ഉം..."

"ഒരു കാര്യം നിങ്ങൾക്ക് മനസ്സിലായോ എന്തോ....?" ബടാ സംശയം പ്രകടിപ്പിച്ചു.

"എന്ത് കാര്യം....?"

"ഞാൻ നീരാനയിലേക്ക് പുറപ്പെടുകയാണെന്ന്........"

"അങ്ങനെയോ....? അപ്പോൾ നേതാവും അംഗരക്ഷകരും മാത്രം ഇവിടെയുണ്ടാകും. ഇന്നിങ്ങനെയെല്ലാം നടന്നു. നാളെ എന്തു നടക്കുമെന്ന് ആർക്കറിയാം.....? നിങ്ങളിതുവരെ എനിക്ക് സമ്മാനമൊന്നും തന്നില്ലല്ലോ......? ഞാൻ ചോദിച്ചിട്ടുമില്ല. പ്രതിഫലമില്ലാത്ത പ്രവർത്തനമാണെന്റേത്. ഞാനെപ്പോഴും നിങ്ങളുടെ ഭാഗത്തുണ്ടായിരിക്കും....."

"ഞങ്ങൾ നേർവഴിക്ക് സഞ്ചരിക്കുന്നവരാണ്. ഞങ്ങളുടെ മിത്രങ്ങളെ ഒരിക്കലും കൈവെടിയില്ല. അല്ലേ ചേട്ടാ.....?"

"അതേ.....അതേ....."

മന്ത്രിയുടെ ആഗമനം അറിയിക്കുന്ന മണിനാദം മുഴങ്ങി.....

"ഓ... ദൈവമേ....!നമ്മുടെ മന്ത്രിക്ക് വിശ്രമം എന്നൊന്നുതന്നെയില്ല. ഇന്നലെ ഇത്രയ്ക്കെല്ലാം അദ്ധ്വാനിച്ചിട്ടും ഇന്ന് കൃത്യത്തിനുതന്നെ വന്നത് നോക്ക്. ഞാനിറങ്ങട്ടെ....."

സെനെബ് ധൃതിയിൽ നടന്നു മറഞ്ഞു......

പെട്ടിയിൽനിന്ന് ഒരു സഞ്ചിയും അരപ്പട്ടയും പുറത്തെടുത്തുകൊണ്ട് ബടാ പറഞ്ഞു....

"ഈജിപ്തിലെ ഭരണം മുഴുവൻ ഇവന്റെ തലയിലാണെന്ന് തോന്നും....."

"ഉം....? എന്തോ വാങ്ങാനായി പുറപ്പെട്ടതുപോലെ തോന്നുന്ന ല്ലോ.....?"

"കോപിക്കണ്ട.... എന്താണ് വാങ്ങുന്നതെന്ന് ഇപ്പോൾ പറയില്ല....."

ബടാ വേഗത്തിൽ നടന്ന് ഭാഗ്യത്തിന്റെ വഴിയിലെത്തിച്ചേർന്നു. പ്രതി മകൾ വില്ക്കുന്ന ഒരു പീടിക അവിടെയുണ്ടായിരുന്നു. അതടച്ചിരുന്നെ ങ്കിൽ ക്ഷേത്രത്തിനരികെയുള്ള പീടികയിൽ ചെല്ലേണ്ടിവരുമായിരുന്നു. ഭാഗ്യത്തിന് അതടച്ചിട്ടില്ല.

"ഏത് പ്രതിമയാ വേണ്ടത്.....?"

"അമൻ ദേവതയുടെയും ഥോഎരിസിന്റെയും....."

പുറത്ത് ജനാലയ്ക്കരികിൽ പ്രദർശത്തിന് വെച്ച ചില പ്രതിമകളു ണ്ടായിരുന്നു. അതെവിടെയോ കണ്ടതുപോലെ ബടായ്ക്ക് തോന്നി.

എവിടെ...? മറ്റെവിടെയോ....? ഛെ.....! ഞാനെന്തൊരു വിഡ്ഢി യാണ്.... സ്നോഫ്രുവുണ്ടാക്കിയതല്ലേ അത്....?

മുറിക്കകത്ത് ഇരുട്ടാണ്. അവിടെ പ്രതിമകൾ തിരഞ്ഞുകൊണ്ട് പീടികക്കാരൻ വിളിച്ചു പറഞ്ഞു:

"ക്ഷേത്രത്തിനടുത്തുള്ളതും എന്റെ പീടികതന്നെയാ. എന്റെ അനു ജനാണ് അവിടെയിരിക്കുന്നത്. അവിടെ സാധനങ്ങൾ തീർന്നാൽ ഇവിടെ വന്ന് കൊണ്ടുപോകും. കലവറ ഇവിടെയാണ്. പ്രതിമ വിൽക്കുന്നത് തന്നെ ഒരുതരം ദൈവപൂജയാണ്. വില രണ്ടു ദിക്കിലും ഒരുപോലെ യാണ്.... അമന്റേത് കിട്ടി... ഥോഎരിസ് ഇല്ലല്ലോ....? അനുജൻ കൊണ്ടു പോയിരിക്കണം....."

ജനാലയ്ക്കരികിൽ ഒരു ഥോഎരിസ് പ്രതിമയുണ്ടായിരുന്നു. ഗർഭം സംരക്ഷിക്കുകയും സുഖപ്രസവം നല്കുകയും ചെയ്യുന്ന ദേവി നീരാന യുടെ മുഖം....

"അവിടെ ഒന്നുണ്ടല്ലോ....? അതു തന്നാൽ മതി....."

"അത് കാഴ്ചയ്ക്കു വെച്ചതാണ്. ഉം..... തരാം. ഇത് ഇവിടെ നിർമ്മി ച്ചതല്ല. ദൂരദേശത്തിലെ വിദഗ്ദ്ധനായ ശില്പി നിർമ്മിച്ചതാണ്... വില അല്പം കൂടും...."

ബടായ്ക്ക് ചിരിവന്നു....

പീടികക്കാരൻ ചിരിച്ചുകൊണ്ട് മുറിയിൽ നിന്ന് വെളിയിൽ കടന്നു.

"നിങ്ങളെന്താ ചിരിക്കുന്നത്....? ഞാൻ പറഞ്ഞത് കളവല്ല."

"ഞാൻ പറയുന്നതും കളവല്ല. ആ ശില്പി എന്റെ ഉറ്റ സ്നേഹിത നാണ്. ഞാൻ ആ നാട്ടുകാരനാണ്. ഇതെല്ലാം കെഫ്ടുവോട് നിങ്ങൾ വാങ്ങിയതാകണം.... അല്ലേ....?"

"ഓ...! നിങ്ങൾ....? മനസ്സിലായി; വരൂ അകത്തേക്ക് വരൂ. ആതിഥ്യം സ്വീകരിച്ച് പോയാൽ മതി....."

"ഇപ്പോൾ അല്പം തിരക്കുണ്ട്. പിന്നീടൊരിക്കൽ വരാം."

ജനാലയ്ക്കരികിലുള്ള പ്രതിമയെടുത്ത് പൊടിതുടച്ചുകൊണ്ട് അയാൾ പറഞ്ഞു.

"നിങ്ങളുടെ നേതാവ് കൊട്ടാരത്തിലേക്ക് ഇതുവഴിയാണ് പോയത്. ഞാനിവിടെ ഇല്ലായിരുന്നു. മഹാക്ഷേത്രത്തിൽ പോയിരുന്നു. കാണാനൊത്തില്ല. ഇതാ.... ഥോഎരിസ്...."

"ഇത് നേതാവിന്റെ ഭാര്യയ്ക്കാണ്. അവർ ഗർഭിണിയാണ്. ഒന്നുരണ്ട് മാസത്തിനുള്ളിൽ പ്രസവിക്കും. അവരുടെ രക്ഷയ്ക്കാണിത്. ഈ അമൻ നേതാവിന്റെ രക്ഷയ്ക്കും....."

"നിങ്ങൾക്കു വേണ്ടേ....?"

"എന്റേത് വഞ്ചിയിലുണ്ട്. ഞാൻ നാളെ നാട്ടിലേക്ക് പോകുന്നുണ്ട്. രണ്ടുമൂന്നാഴ്ചയ്ക്കുള്ളിൽ തിരിച്ചെത്തും....."

"സെഡ് ഉത്സവത്തിന് വരുമല്ലോ....? ആ അവസരം."

"എന്താ....?"

"നിങ്ങളുടെ സുഹൃത്തിന്റെ കുറച്ച് പ്രതിമകൾ കൊണ്ടുവരുമോ....? കെഫ്ടു നല്കുന്നതിൽ കൂടുതൽ വിലതരാം....."

"നോക്കട്ടെ... പറ്റിയാൽ കൊണ്ടുവരാം....."

"കെഫ്ടു വാങ്ങിയിട്ട് ബാക്കിയുണ്ടെങ്കിൽ കൊണ്ടുവരാം. മെംഫീസിലാണ് പ്രതിമകൾക്ക് നല്ല ചെലവുള്ളതെന്ന് കെഫ്ടു പറഞ്ഞിരുന്നു. ഞാൻ കൊണ്ടുവരുന്നതുകൊണ്ട് കെഫ്ടുവിന് ബുദ്ധിമുട്ടാകരുത്....."

"ഹെ.... അതൊന്നുമുണ്ടാവില്ല......"

"ഈ പ്രതിമകൾക്കെന്താ തരേണ്ടത്?"

"എന്താകൊണ്ടുവന്നിട്ടുള്ളത്? നോക്കട്ടെ നിങ്ങളുടെ നാട്ടിലെ വിഗ്രഹത്തിന് നിങ്ങളിൽ നിന്നുതന്നെ വിലവാങ്ങേണ്ടി വന്നല്ലോ...."

"കച്ചവടത്തിൽ അങ്ങനെയെല്ലാം ചിന്തിച്ചാൽ പറ്റുമോ....?"

അരപ്പട്ടയും സഞ്ചിയും പകരം നല്കേണ്ടിവരുമെന്ന് ബടാ വിചാരിച്ചിരുന്നു. പുതിയ ചുറ്റുപാടിൽ സഞ്ചികൊടുക്കാതിരിക്കുന്നത് നല്ലതാണെന്ന് ബടായ്ക്ക് തോന്നി. അരപ്പട്ടമാത്രം കൈയിലിട്ടുകൊടുത്ത് അയാൾ പറഞ്ഞു....

"ഞങ്ങളുടെ നാട്ടിലെ പൂജ്യനെയ്ത്തുകാരന്റെ പത്നി ഉണ്ടാക്കിയതാണ് ഉൽകൃഷ്ടവസ്തു. ഈ സഞ്ചി പ്രതിമകൾ കൊണ്ടുപോകുന്നതിന് വേണം....."

ഇപ്പോൾ ലഭിക്കുന്ന ലാഭം വളരെ കുറവാണെന്ന് പീടികക്കാരന് സ്പഷ്ടമായി. പക്ഷേ, നാട്ടിൽ നിന്ന് ഇയാൾ പ്രതിമകൾ കൊണ്ടുത്തരുമെങ്കിൽ ഈ നഷ്ടം ഒരു പ്രശ്നമല്ല. ഇപ്പോൾ നല്ലൊരു അരക്കച്ചയെങ്കിലും കിട്ടിയല്ലോ...." അയാൾ പറഞ്ഞു.

"ഇവിടെ അടുത്ത് പൂജാരിയുണ്ട്. പ്രതിമകളിൽ പുണ്യാഹം തളിച്ചുതരും. കാഴ്ചയൊന്നും കൊടുക്കണ്ട...."

"വേണ്ട. ഞാൻ കൊട്ടാരം ക്ഷേത്രത്തിലെ പൂജാരിയെ കാണാനാണ് പുറപ്പെട്ടിരിക്കുന്നത്....."

"ഓഹോ! നിങ്ങളുടെ പേരു പറഞ്ഞില്ലല്ലോ...."

"ബടാ...."

"എന്റെ പേര് അപോഫിസ് എന്നാണ്. അനുജൻ ഹാർമാചീസ്. വിഗ്രഹങ്ങൾ മാത്രമല്ല, പൂജാവസ്തുക്കളും ശമലേപന സാമഗ്രികളും വിൽക്കുന്നുണ്ട്. ഞാൻ പറഞ്ഞ കാര്യം ഓർമ്മിക്കുമല്ലോ...."

"ഓർമ്മിക്കാം..... വരട്ടെ...."

"അമൻ നിങ്ങളെ രക്ഷിക്കട്ടെ....."

ഇനേനി മഠത്തിൽ ഒറ്റയ്ക്കിരിക്കയായിരുന്നു. ബടായെ കൃത്രിമ ഭാവങ്ങളോടെ അയാൾ സ്വാഗതം ചെയ്തു. യാത്രാവൃത്താന്തമറിഞ്ഞ പ്പോൾ അയാൾ പറഞ്ഞു....

"അതാണ് ശരി. എത്രകാലമെന്നു കരുതിയാ ഇവിടെ തന്നെ കഴി യുക....? പോയി വരൂ.... നാട്ടിലെന്തൊക്കെ നടന്നുവെന്നറിയാമല്ലോ....?"

"നേതാവ് ഇവിടെ ഒറ്റയ്ക്കാണ്....."

"അതിനെന്താ.... എന്നെക്കൊണ്ട് വല്ല സഹായവും വേണമെന്നു ണ്ടെങ്കിൽ മടിക്കാതെ ഇങ്ങോട്ട് വരട്ടെ.... ഞാനിനി അതിഥിഗൃഹത്തിൽ ചെന്നു കാണുന്നില്ല.... ഇതെന്താ സഞ്ചിയിൽ....?"

"ദൈവവിഗ്രഹം. പുണ്യാഹം തളിക്കണം...."

"കൊണ്ടുവാ....."

ബടാ വിഗ്രഹം എടുത്തുകൊടുത്തു.

"ഇതെവിടുന്നാ വാങ്ങിയത്.....? വളരെ നന്നായിട്ടുണ്ട്...."

"അപോഫിസിന്റെ പീടികയിൽ നിന്ന് വാങ്ങിയതാണ്. വാസ്തവ ത്തിൽ ഇത് ഞങ്ങളുടെ നാട്ടിലേതാണ്....."

"അങ്ങെനെയോ.....? അപോഫിസ് വലിയ കള്ളനാണ്. ഈശ്വര ഭക്തി കുറവാണ്. ഒന്നിന് പത്തിരട്ടി വിലവാങ്ങും. വലിയ വലിയ വിദേശ വ്യാപാരികളെല്ലാം അയാളുടെ സ്നേഹിതന്മാരാണ്. അതേപോലെ... ബടാ.... എനിക്കും ഒരു നൂറ് പ്രതിമകൾ കൊണ്ടുത്തന്നുകൂടേ...?"

ഇവിടെ വന്നത് തെറ്റായിപ്പോയെന്ന് ബടായ്ക്ക് തോന്നി. പീടിക ക്കടുത്തുള്ള പൂജാരിയെ കൊണ്ടുതന്നെ പുണ്യാഹം തളിപ്പിക്കാമായി രുന്നു. ബടായുടെ മൗനം ശ്രദ്ധിച്ച് ഇനേനി തുടർന്നു:

"പ്രതിമകൾ എന്റെ പക്കലുണ്ടായിരുന്നെങ്കിൽ പുണ്യാഹം തളിച്ച് നേരിട്ട് ഭക്തന്മാർക്ക് കൊടുക്കാനാകുമായിരുന്നു. പ്പടാ ദേവനും ഇതിഷ്ട മാകും....."

"അതേ... അത് ശരിയാണ്....."

"അപോഫിസ് വല്ലതും ചോദിച്ചോ....?"

"ചോദിച്ചു. എന്നാൽ വ്യാപാരികളുടെ ഇടപാടുകൾക്ക് തടസ്സമുണ്ടാ

കരുതെന്ന് പറഞ്ഞു....."

"അതു നന്നായി...."

ഇനേനി പ്രതിമകളുമായി അകത്തേക്കുചെന്നു. മന്ത്രമുരുവിട്ടു കൊണ്ട് പുണ്യാഹം തളിച്ചു. പുറത്തുവന്ന് അവ തിരികെയേല്പിച്ചു. ബടായുടെ കൈയിലുള്ള സഞ്ചി വാങ്ങി തിരിച്ചും മറിച്ചും നോക്കിക്കൊണ്ട് ഇനേനി പറഞ്ഞു:

"നല്ല സഞ്ചി! നല്ല തുന്ന്! ഇതും നിങ്ങളുടെ നാട്ടിലേതാണോ?"

ചെറുത്തുനില്പിനേക്കാൾ ഭേദം ശരണം പ്രാപിക്കലാണെന്നു കരുതി ബടാ പറഞ്ഞു.....

"വേണമെങ്കിൽ സ്വീകരിച്ചാലും....."

"നീ അറിഞ്ഞുതരുന്നതല്ലേ? എങ്ങനെ തിരസ്കരിക്കും....."

"സെഡ് ഉത്സവം....."

"അത് ആർഭാടത്തിന്റെ ഉത്സവമല്ലേ? അതിനുള്ളിൽ നീ വരുമല്ലോ....? ഉത്സവം എപ്പോഴാണെന്ന് നിന്നെ അറിയിക്കേണ്ട കാര്യമുണ്ടാകില്ല. കാരണം ഈജിപ്തിൽ ഏതും ആദ്യമറിയുന്നത് തോണിക്കാരാണ്......"

"എത്ര വാർത്തയുണ്ടായാലും തോണിയിൽ ഇടമുണ്ടാകും....."

ബടാ ചിരിച്ചുകൊണ്ടെഴുന്നേറ്റ് ഇനേനിയെ വണങ്ങി.

"പോയി വരൂ. അമൻ നിന്നെ രക്ഷിക്കട്ടെ. വാർത്തകളും അങ്ങനെ തന്നെ. തോണിയിലെപ്പോഴും ഇടമുണ്ടാകുമല്ലോ!...." പരിഹാസവും ഗാംഭീര്യവും സ്ഫുരിക്കുന്ന സ്വരത്തിൽ ഇനേനി പറഞ്ഞു.

ഥോഎരിസിന്റെ പ്രതിമകണ്ടപ്പോൾ മെനെപ്പടായ്ക്ക് പത്നിയെ ഓർമ്മവന്നു. അയാളുടെ കണ്ഠം ഗദ്ഗദമായി.

"നെഫീസിന് ഇങ്ങനെയൊന്ന് അത്യാവശ്യമാണെന്ന് ചിന്തിക്കാൻ കൂടി എനിക്ക് കഴിഞ്ഞില്ലല്ലോ....!"

"ഇക്കാര്യങ്ങളൊന്നും ചിന്തിച്ച് ചേട്ടൻ വിഷമിക്കേണ്ട. ചേട്ടന്റെ കുടുംബം ഞങ്ങളുടെയും കുടുംബമാണ്....."

അടുത്ത പ്രഭാതത്തിൽ നീരാന ലക്ഷ്യമാക്കി അവരുടെ തോണി പുറപ്പെടുകയാണ്.... ബടാ പറഞ്ഞത് കേൾക്കാത്തതുപോലെ മെനെപ്പടാ പറഞ്ഞു:

"ഞാനും ഒരു തോണിക്കാരനാകണമെന്നായിരുന്നു....."

"തോണിക്കാരുടേയും സഞ്ചാരികളുടേയും സൈന്യത്തിന്റെയും ദേവതയാണ് അമൻ..... അവരുടെയെല്ലാം രക്ഷിതാവുമാണ്. ഇത് ചുമരിലെ ആ കൂട്ടിൽ വെക്കാം. നിത്യവും ഉറങ്ങുന്നതിന് മുമ്പ്....

പ്രതിമകൾ നോക്കിക്കൊണ്ട് മെനെപ്പടാ പറഞ്ഞു:

"ഓ...അമനും ഥോഎരിസും..... രണ്ടും സ്നോഫ്രുവിന്റെ സൃഷ്ടികൾ....!"

"കച്ചവടക്കാരൻ അപോഫീസിനും ഇനേനിക്കും വിഗ്രഹങ്ങൾ കൊണ്ടുക്കൊടുക്കണം പോലും. ഇത് വാങ്ങിയത് അപോഫീസിന്റെ അടുത്ത് നിന്നാണ്. പുണ്യാഹം തളിച്ചത് ഇനേനിയും. ആ അപോഫി സിന് കെഫ്ടുവെ പരിചയമാണത്രെ....."

"കൊയ്ത്തടുക്കാറായി... കെഫ്ടു വരുമെന്നു പറഞ്ഞ സമയം...."

"ഖ്നേം ഹോടെപ് അയാളുടെ വഴി നോക്കിയിരിക്കയാകും....."

"നാമിവിടേക്ക് വന്നിരുന്നില്ലെങ്കിൽ എന്താകുമായിരുന്നു ബടാ....?"

"ഈ ചോദ്യം ഞാൻ ചോദിക്കേണ്ടതാണ്...."

"ബടാ യാത്രയായാൽ... ഞാനിവിടെ ഒറ്റയ്ക്കാകും. ഏകാന്തതയിൽ നിമിഷങ്ങൾ തള്ളിനീക്കേണ്ടിവരും....."

ബടാ മൗനിയായി മുഖം കുനിച്ചിരുന്നു. അയാളുടെ ഹൃദയം ആർദ്രമായി. സങ്കടത്തോടെ അയാൾ പറഞ്ഞു....

"എന്റെ മനസ്സിലുള്ളത് തുറന്നു പറയട്ടെ ചേട്ടാ....? വിഷമം തോന്നരുത്.... ഞാൻ പോകുന്നത് നാട്ടിലെ വിവരമറിയാനല്ല... നമ്മുടെ ആൾക്കാരെ വിളിച്ചുകൊണ്ട് വരാനാണ്. ഞാനും ഔട്ടയും ബെക്കുവും മാത്രം ഇവിടെ എന്തുചെയ്യാൻ....? വല്ല അപകടവും സംഭവിച്ചുപോയാൽ നമ്മുടെ ആൾക്കാരോടെന്തു പറയും? അവരുടെ മുന്നിലെങ്ങനെ ചെല്ലും....?"

മെനെപ്പടാ ബടായുടെ വാക്കുകളിൽ മുഴുകി ഗാംഭീര്യത്തോടെയി രുന്നു. നിമിഷങ്ങൾക്കുശേഷം അയാൾ പറഞ്ഞു:

"ബടാ....., സെഡ് ഉത്സവംവരെ ഒരപകടവും വരില്ല. മാത്രമല്ല... വ്യക്തിപരമായി എനിക്കെന്തു സംഭവിച്ചാലും അതൊരു പ്രശ്നമല്ല ബടാ.....!! നീരാനപ്രവിശ്യയിലെ ജനങ്ങളാണ് എന്റെ പ്രശ്നം. അവർക്ക് മനസ്സമാധാനത്തോടെ ജീവിക്കാനാകണം. അതിന് രാജധാനിയുടെ സഹായം അത്യാവശ്യമാണ്. ആ ശുഭകാര്യത്തിനുവേണ്ടി ഞാനിവിടെ യിരുന്ന് യത്നിക്കും. നാട്ടിലുള്ളവർക്കും ഈ സന്ദേശം എത്തിക്കുക....."

"ശരി... വെള്ളത്തിലിറങ്ങിയാൽ മുങ്ങിക്കയറാതൊക്കില്ലല്ലോ....."

പുറത്ത് ജനങ്ങളുടെ അടക്കിപ്പിടിച്ച സംസാരം.

ഔട്ട കടന്നുവന്നു.

"ബടാചേട്ടൻ നാട്ടിൽപോകുന്നതറിഞ്ഞ് കൊട്ടാരം ജോലിക്കാർ കാണാൻ വന്നിരിക്കുന്നു...."

"അവർക്ക് അത്രയ്ക്ക് സന്തോഷമാണോ....?"

"സന്തോഷമല്ല ചേട്ടാ....."

"പിന്നെ....? ദുഃഖമാണോ....? ഞാനിത്രയ്ക്ക് ജനപ്രീതിയുള്ളവ നാണെന്നറിഞ്ഞിരുന്നെങ്കിൽ നാട്ടിലേക്ക് പോകുന്നതിനെപ്പറ്റി ചിന്തിക്കുകയേ ഇല്ലായിരുന്നു.... ഇവിടെതന്നെ മറ്റൊരു വിവാഹം കഴിച്ച് പ്രതിമകൾ നിർമ്മിച്ച്....."

ചുഴിയുടെ മീതെയുള്ള ശാന്തത... മെനെപ്പടായും ഉല്ലസിച്ചു.....

പുറത്ത് പരിചാരകന്മാർ തിങ്ങിക്കൂടി. ഇന്നാണോ പുറപ്പെടുന്നത്....? നാളെ രാവിലെയോ.....? പോയി വരൂ... നിങ്ങളുടെ നേതാവിനെ ഞങ്ങൾ നോക്കിക്കൊള്ളും.... നിങ്ങൾ പോകുന്നത് ഞങ്ങൾക്കും വിഷമമാണ്.... വന്നിട്ട് ഒരിക്കൽകൂടി ആ കുഴല് വായിക്കണം.

ബടായുടെ മിഴികൾ ഈറനണിഞ്ഞു. താടി മേലോട്ടുയർത്തി അയാൾ ചിരിച്ചു.

അതിഥി മന്ദിരത്തിലെ അധികാരിയോട് ബടാ പറഞ്ഞു:

"നാളെ മുതൽ ഭക്ഷണത്തിന് മൂന്നുപേരേയുണ്ടാകൂ....."

"മനസ്സിലായി....."

രാത്രി പരിചാരകന്മാർ ബടായ്ക്കും വേലക്കാർക്കും വഴിയിൽ ഭക്ഷിക്കാനുള്ള പൊതികൾ കൊണ്ടുകൊടുത്തു. ഒരു തോൽ സഞ്ചിയിൽ ഖിവവും. ഈ ഭക്ഷണപ്പൊതികൾ തയ്യാറാക്കുന്നതിന് മേലധികാരികളുടെ സമ്മതം തേടണമെന്ന് പരിചാരകന്മാർക്ക് തോന്നിയില്ല.

ഇരുളിന്റെ മൂടുപടം കൊട്ടാരത്തെ ആവരണം ചെയ്തു.

നേതാവിന്റെ മുറിയുടെ ജനലിൽ ആരോ മുട്ടി ഒച്ചയുണ്ടാക്കി. ബടാ പിടഞ്ഞെണീറ്റു. ഔട്ടയും ബെക്കുവും ഓടിയെത്തി. അവർ കണ്ടത് മെന്നയെയാണ്.

ജനലിലൂടെ അയാൾ അകത്തു കടന്നു.

"നാളെ പുറപ്പെടുന്നു.... അല്ലേ...?"

"അതേ....മെന്ന...."

നേതാവിനോട് പതിഞ്ഞസ്വരത്തിൽ അയാൾ പറഞ്ഞു:

"പ്രധാനപൂജാരിയും ഫെറോവും അന്യോന്യം വലയെറിഞ്ഞിരിക്കയാണ്. ഏത് വലയിൽ ആര് കുടുങ്ങുമെന്ന് പറയാനാകില്ല. വലകൾ പരസ്പരം കൂട്ടിമുട്ടി പിണഞ്ഞു കിടന്നപ്പോഴാണ് മറ്റു മീനുകൾക്കൊപ്പം നീരാനയും രക്ഷപ്പെട്ടത്.....! എന്നാൽ സമാധാനിച്ചിരിക്കരുത്. വല വീണ്ടും വീശാതിരിക്കില്ല. ഉറക്കത്തിലും ജാഗ്രതാവസ്ഥയിലും സൂക്ഷ്മതയോടെ കഴിയണം. ആലോചിച്ച് മനസ്സ് പുണ്ണാക്കേണ്ട. ബടാ.... ഞാൻ സമീപത്തില്ലെങ്കിലും എന്റെ അഗോചരദൃഷ്ടി നേതാവിനെ പിന്തുടർന്നുകൊണ്ടിരിക്കും....."

"വിദേശ വ്യാപാരിയായ കെഫ്ടു മദ്ധ്യധരണ്യാഴിയിൽ നിന്ന് ഉടനെ രാജധാനിയിലെത്തിച്ചേരും. എനിക്ക് അയാളെ ഒന്ന് കാണണം..." മെനെപ്പടാ പറഞ്ഞു.

"അയാളെത്തിയാലുടൻ വിവരമറിയിക്കാം....."

"ആ ഇനേനിയുടെ കൈയിലൊന്നുംപെടാതെ സൂക്ഷിക്കണം...." ബടാ പറഞ്ഞു... "അടിച്ചുടച്ച് പൊടിയാക്കും....."

"ഭ്രാന്തന്മാരെ ദ്രോഹിക്കുന്നവന് ഗുണം പിടിക്കുമോ? വെള്ളത്തിലെ

മത്സ്യംപോലെയാണ് എന്റെ ചലനം. വിഴുങ്ങാനെത്തുന്ന വലിയ മീനുകളെ കാണാനും തെന്നിമാറാനും എനിക്കറിയാം....."

"ഇവിടത്തെ കാര്യം കഴിഞ്ഞ് നാട്ടിലേക്ക് മടങ്ങുമ്പോൾ നിങ്ങളും ഞങ്ങളോടൊപ്പം വരണം....."

"അതിന് സംശയമില്ല. ഇപ്പോൾതന്നെ ദിവസം കണക്ക് കൂട്ടുകയാണ്. ഞാനിറങ്ങുന്നു. വിളക്കണച്ച് നിങ്ങൾ കിടന്നുകൊള്ളു..."

മെന്ന നിഷ്പ്രയാസം ജനലിലൂടെ പുറത്തിറങ്ങി ഉദ്യാനത്തിൽ അപ്രത്യക്ഷനായി.

നേതാവിനും സുഹൃത്തിനും വളരെ നേരത്തേക്ക് ഉറങ്ങാൻ കഴിഞ്ഞില്ല. കഴിഞ്ഞ ദിവസങ്ങളിലെ സംഭവങ്ങളോരോന്നും അവരുടെ മനോമുകുരത്തിൽ തെളിഞ്ഞുതെളിഞ്ഞു വരികയായിരുന്നു.....

"അന്നൊരു ദിവസം.... ചേട്ടനും ചേട്ടത്തിയും തോണിക്കടവിനടുത്തുള്ള പനത്തണലിലിരുന്ന് ഭക്ഷണം കഴിച്ചുകൊണ്ടിരുന്നപ്പോൾ 'ഇവിടെയിരുന്ന് കഴിക്കുമ്പോൾ രുചി കൂടുതലുണ്ടുകും' എന്ന് ഞാൻ പറഞ്ഞത് ഓർക്കുന്നുണ്ടോ?.....' ബടാ ചോദിച്ചു.

"ആറ് വർഷം മുമ്പല്ലേ...? അന്ന് നെഫീസ് ഗർഭിണിയായിരുന്നു...."

"രാമേരി ബഹുസമർത്ഥനാണ്. പത്തുപന്ത്രണ്ട് വർഷത്തിനുള്ളിൽ അവൻ നമ്മുടെ നാട്ടിലെ മഹാനായ വിദ്വാനായിത്തീരും....."

"നിലം ഉഴുന്നതും.... തോണി തുഴയുന്നതും... ശ്രേഷ്ഠമായ വിദ്യകൾ തന്നെയല്ലേ....?"

"റൊട്ടി ചുടുന്നതോ?"

"പരമശ്രേഷ്ഠമായ വിദ്യ!"

"എങ്കിൽ എന്റെ പെൺമക്കളിലൊന്നിനെ രാമേരി തെരഞ്ഞെടുത്തുകൊള്ളട്ടെ....."

"അപ്പോൾ ..... നാമിനിയും അടുക്കുകയാണോ....?"

"അല്ലാതെ....? അന്യോന്യം തല്ലുംപിടിയും കൂടാതെ നോക്കണം....." ഒരു നിമിഷം കഴിഞ്ഞ് ബടാ തുടർന്നു.... "അല്ല.... ചേട്ടാ.... നമ്മുടെ ആൾക്കാര് എത്ര പഠിച്ചിട്ടെന്താ കാര്യം....? ഈ പൂജാരികൾ പറയുന്നതുപോലയല്ലേ നമുക്ക് നടക്കാനൊക്കുന്നുള്ളു....."

"അത് പഴയകാലം മുതൽക്കേ നിലനിന്നു വരുന്നതാണ്. വിദ്യ നേടിയ ആർക്കും പൂജാരിയാകാവുന്നതാണ്. പക്ഷേ.... ഇവിടെ.... പൂജാരികളുടെ മക്കൾമാത്രമാണ് പൂജാരികളാകുന്നത്...."

"നൃത്തക്കാരുടെ മക്കൾ നൃത്തംചെയ്യും....."

"നമ്മുടെ നാട്ടിൽ കൊയ്ത്തിനുള്ള ഒരുക്കമെല്ലാം പൂർത്തിയായിരിക്കണം....."

"ഇത്തവണ കൊയ്ത്തുത്സവം പൊടിപൂരമായി നടത്തണം...."

"ഖിവത്തിന്റെ നദികൾ ഒഴുകണമെന്നാണോ.....?"

“ഈ പുഴയിലെ വെള്ളമെല്ലാം ഖിവമായിത്തീർന്നെങ്കിൽ എത്ര നന്നായിരുന്നു.....! എന്തൊരുകുശാലായിരിക്കും.....!”

“കുടിച്ച് മദോന്മത്തനായിക്കിടന്ന് യഥാർത്ഥത്തിലുള്ള നീരാനയുടെ കുത്ത് കൊള്ളാതെ സൂക്ഷിച്ചോ.....”

“നീരാന നമ്മുടെ ജനങ്ങളുടെ കുലദൈവമാണ്. ആ ദൈവം കോപിച്ചാൽ ഈ ദരിദ്രന് എന്തു ചെയ്യാനാകും.....?”

മെനെപ്പടാ മൗനം പാലിച്ചു.

“നമ്മുടെ ഇപ്യൂവറിന് തന്റെ കൈവശം രാജധാനിയിലുള്ളവരെ കാണിക്കണമെന്ന് ആശയുണ്ട്......”

“പാവം. അന്ന് ടെഹുടിയുടെ മുന്നിൽ ഞാൻ സംസാരിച്ചതെല്ലാം എഴുതിയിട്ടുണ്ട്. ഭരണിക്കുള്ളിൽ ഭദ്രമായി അടച്ചുവെച്ചിട്ടുണ്ടാകും.....”

“നാട്ടിൽപോയിവന്ന്.... എനിക്ക് ഫെറോവിന്റെ സമാധി കാണാൻ പോകണം. ചേട്ടന്റെ ശവകുടീരം കെട്ടുമ്പോൾ ഉൾച്ചുമരിൽ നമ്മുടെ അബ്ടുയാത്രയുടെ ദൃശ്യം രേഖപ്പെടുത്തണം. അമരലോകത്ത് ചെന്നാലും ചേട്ടനും വർഷത്തിലൊരിക്കൽ അബ്ടുവിലേക്ക് പോകണ്ടേ...? ഞാനില്ലാതെ.... എന്റെ തോണിയില്ലാതെ... എങ്ങനെയാ പോകുന്നത്....?

“തമാശമതി. എനിക്ക് ആഡംബര ജീവതവും വേണ്ട..... ആഡംബര മരണവും വേണ്ട.....”

“ചേട്ടൻ വേണ്ടെന്നു പറഞ്ഞാലും ജനങ്ങൾ കേൾക്കുമോ? സ്വപ്നത്തിൽ അല്പംകൂടി ഉയരമുള്ളതായി കാണപ്പെട്ടുവെന്ന് മെന്ന പറഞ്ഞത് ഓർക്കുന്നില്ലേ.....?”

“എനിക്ക് ഉറക്കം വരുന്നു.....”

മെനെപ്പടാ കൂർക്കം വലിക്കുന്ന ശബ്ദം പുറപ്പെടുവിച്ചു....

“അത് എന്റെ കൂർക്കം വലിയാണ്. ചേട്ടന്റേത് അങ്ങനെയല്ല. കുറച്ച് ഒച്ച കുറയ്ക്കണം.....”

മെനെപ്പടാ ചിരിച്ചുപോയി.....

“ഞാൻ കണ്ണടച്ചുപിടിച്ചിരിക്കുന്നു. ഇനി ഉറക്കം വരികതന്നെ ചെയ്യും......”

“ഉം.... ഞാനും അടയ്ക്കുന്നു. ഇനി സംസാരമില്ല.....”

അടുത്തപ്രഭാതത്തിൽ ബടായുടെ തോണിയാത്രയ്ക്കു ഒരുങ്ങി നിന്നു. കടവിൽ കൂടുതൽ ബഹളമുണ്ടായിരുന്നില്ല. പടവുകളിറങ്ങി തോണിയുടെ അരികിലേക്ക് നീങ്ങിയ ബടായെ ഒരു കാവൽഭടൻ കൈകാട്ടി വിളിച്ചു....

“കൂടാരത്തിൽനിന്ന് അധികാരി വിളിക്കുന്നു.....”

ഇങ്ങോട്ട് വന്നിട്ടില്ല. വിളിക്കാനയച്ചിരിക്കുന്നു. ഇതിന്റെ രഹസ്യം തനിക്കറിയാത്തതല്ല. ബടാ പടവുകൾ കയറി.

അധികാരി ഇരുന്നിടത്തുനിന്നുതന്നെ തലയുയർത്തി......

"നിങ്ങളോ....? ഞാൻ കരുതി മറ്റേതോ തോണിയാണെന്ന്.... അധികാരിയുടെ അനുവാദം കൂടാതെ പുറപ്പെടുന്ന തോണി ഏതാണെന്നറിയാതെ അത്ഭുതപ്പെട്ടിരുന്നു......"

"ഞങ്ങൾ സെഡ് ഉത്സവത്തിന് വന്നതാണ്...." ബടാ അല്പം പരുഷത്തോടെ പറഞ്ഞു.

"അതു പിന്നെ എനിക്കറിയാത്തതാണോ....? സാമന്തരാജാക്കന്മാരുടെയെല്ലാം തോണികൾ ഇവിടെയല്ലേ കിടക്കുന്നത്...."

ഒരു ഭടൻ ഓടിക്കിതച്ചുവന്നു.

"ഹെഖ്വെടിന്റെ പല്ലക്കെത്തി....."

അധികാരി എഴുന്നേറ്റു. ബടായെ യാത്രയാക്കി. ഹെഖ്വെടിനെ എതിരേല്ക്കുന്നതിനായി അയാൾ ധൃതിപിടിച്ച് പുറത്തേക്കിറങ്ങിനടന്നു...

ബടായുടെ തോണിക്കാരോട് ഒരു ഭടൻ അധികാര സ്വരത്തിൽ വിളിച്ചുപറഞ്ഞു.

"ഏയ്.... തോണി..... പുറപ്പെട്... രാജാവിന്റെ തോണിക്ക് സ്ഥലമുണ്ടാക്കിക്കൊടുക്ക്....."

ബടായുടെ ജോലിക്കാർ അനങ്ങിയില്ല.

"ഏയ്.... നിങ്ങളോടല്ലേ തോണിമാറ്റാൻ പറഞ്ഞത്....."

ഭടൻ ഗർജ്ജിച്ചു....

അപ്പോഴേക്കും ബടാ എത്തിച്ചേർന്നു. ഒരുനിമിഷം ഹെഖ്വെടിനെ നോക്കിനിന്നു. രാജനൗക കടവിലേക്ക് വരികയാണ്. സൂര്യപ്രകാശം നൈൽ ജലത്തിൽ വീണ് ചിന്നിച്ചിതറിക്കൊണ്ടിരുന്നു.

ബടാ കൈയുയർത്തി, ജോലിക്കാർ തുഴ വലിച്ചു. തോണി മുന്നോട്ട് നീങ്ങി.....

അമാലന്മാരോട് വിടവാങ്ങി, അധികാരിയുടെ വന്ദനം സ്വീകരിച്ച് ഹഖ്വെട് വഞ്ചിയിലേറി.... അയാളോടൊപ്പം ഒരു എഴുത്തുകാരനും ഒരു ഉറ്റ ഭൃത്യനുമുണ്ടായിരുന്നു. പറയുന്നത് എഴുതിയെടുക്കണമല്ലോ.... വ്യക്തിപരമായ കാര്യങ്ങൾ അറിഞ്ഞ് ചെയ്യുകയും വേണം.....

തോണിയുടെ പിൻഭാഗത്തായി മേല്പുരയുടെ കീഴിലുള്ള പീഠത്തിൽ അയാൾ വയർ തടവിക്കൊണ്ടിരുന്നു. ഉദരത്തിൽ കെട്ടിനിന്നിരുന്ന വായു പുറത്തേക്ക് രക്ഷപ്പെട്ടുപോയി... ആഹ്.... അല്പം ആശ്വാസമായി.....

അല്പംകൂടി താമസിച്ച് പുറപ്പെടാമായിരുന്നു. അതിനെങ്ങനെയാ.... വെളുപ്പിനു തന്നെ മന്ത്രി കാവലായില്ലേ?..... വിളിച്ചുണർത്തിയ ദാസിയോട് ദേഷ്യപ്പെട്ടു.... വരുന്നവർക്ക് ബുദ്ധിയില്ലെങ്കിലും അവൾക്കെങ്കിലും അതുണ്ടാകേണ്ടേ....? ഈ ആമെർബിന് ഉറക്കമേയില്ലെന്ന് തോന്നുന്നു..... രാപ്പകൽ നാടിന്റെ ചിന്ത......

കണ്ണുതിരുമ്മിയെഴുന്നേറ്റ ഹെഖ്വെട് മന്ത്രിയോട് മിണ്ടാൻ

നില്ക്കാതെ കുളിമുറിയിലേക്കു നടന്നു..... വളരെനേരം ശൗചഗൃഹത്തിൽ കഴിച്ചുകൂട്ടിയ ഹെഖ്വെടിനോട് ആമെർബിന് ദേഷ്യം തോന്നി. വയസ്സൻ കരുതിക്കൂട്ടി താമസിപ്പിക്കുകയാണ്... മറ്റു പോംവഴിയൊന്നും കാണാത്തതുകൊണ്ട് അയാൾ ജനലിലൂടെ പുറത്തേക്ക് നോക്കിയിരുന്നു. വീട്ടിലുള്ളവർ വാതിൽക്കൽ വന്ന് എത്തിനോക്കിക്കൊണ്ടിരുന്നു. വല്ലപ്പോഴും വരുന്ന മന്ത്രിയോട് സംസാരിക്കാനുള്ള ധൈര്യം അവർക്കില്ല. പ്രാഥമിക കർമ്മങ്ങൾ കഴിച്ചെത്തിയ ഹെഖ്വെട് മന്ത്രിയോട് ചോദിച്ചു:

"എന്താ കഴിക്കാൻ വേണ്ടത്.....?"

"ഒന്നും വേണ്ട. എനിക്ക് പ്രഭുസന്നിധിയിലേക്ക് പോകണം. നിങ്ങളെ പറഞ്ഞയച്ചിട്ട് പോകാമെന്നു കരുതി. ഉടനെ പുറപ്പെടൂ. സന്ധ്യയ്ക്കുമുമ്പെങ്കിലും ആൻ നഗരത്തിലെത്തണം. എന്റെ പേരിൽ ആൻ നഗരാധികാരിക്ക് മുന്നറിയിപ്പ് കൊടുക്കണം. പൂജാരിയുടെ നീക്കത്തെക്കുറിച്ച് അയാൾ വാർത്തയൊന്നും എത്തിച്ചില്ലല്ലോ.... മന്ത്രി കോപിച്ചിരിക്കുകയാണെന്നറിയിക്കൂ."

"മുന്നറിയിപ്പ് അവന് മാത്രം മതിയോ....? ഹേപാടിനോട് എന്തെങ്കിലും പറയണോ....?"

"അത്... അത് ഹെഖ്വെട്, കാര്യമെല്ലാം നിങ്ങൾക്കും അറിയുന്നതാണല്ലോ....? എന്നേക്കാൾ എത്രയോ മുമ്പ് നിങ്ങൾ മന്ത്രിസ്ഥാനത്തെത്തേണ്ടതായിരുന്നു. എവിടെയോ ഇഴപൊട്ടിപ്പോയിട്ടുണ്ട്.... എന്റെ നിർഭാഗ്യം....."

"പ്രധാനപൂജാരിയുടെ ഈ വടംവലി ഇല്ലായിരുന്നെങ്കിൽ.... നിർഭാഗ്യമെന്ന പദം നിങ്ങളുടെ നാവിൽനിന്ന് പുറപ്പെടുമായിരുന്നോ...? ഇത്തരം പാഴ്വാക്ക് എനിക്കിഷ്ടമല്ല....."

ഹെഖ്വെടിന്റെ തല മുന്നോട്ടും പിന്നോട്ടും ഇളകുന്നത് മന്ത്രി കണ്ടു. ചുണ്ടിനടിയിൽ ഉറച്ച പല്ലുകൾ... ഏതാനും ചിലതുമാത്രമേ വീണുപോയിട്ടുള്ളു.....

"ഫെറോ.... ഖൂഫു... അക്കാലത്തെ പൂജാരിക്ക് ബുദ്ധി ഉപദേശിച്ചെന്നുവച്ച് നാമും അതേ മാർഗ്ഗം സ്വീകരിച്ചുകൊള്ളണമെന്നില്ല.... ക്ഷേത്രങ്ങളുടെ സ്വാധീനം ഇപ്പോൾ വർദ്ധിച്ചിരിക്കയാണ്. ഇന്നത്തെ പരിതഃസ്ഥിതിയിൽ അത്തരം സംഘർഷം സാദ്ധ്യമാവില്ല. റായുടെ അവതാരമല്ല ഫെറോ എന്ന നിലയിൽ പൂജാരി പെരുമാറിയാൽ ക്ഷേത്രങ്ങളിൽ ജനങ്ങൾക്ക് വിശ്വാസമുണ്ടാകുമോ....? ഇക്കാര്യം അയാളോട് തുറന്ന് പറയണം....."

"ഹേപാടിന് നിങ്ങളോട് ദേഷ്യമുണ്ടെന്ന് തോന്നുന്നു."

"ഞാനയാളുടെ താളത്തിനനുസരിച്ച് തുള്ളാത്തതുകൊണ്ടല്ലേ.....?"

"ക്ഷേത്രത്തിനുള്ളിലെ ദൈവം സ്വന്തം കൈയിലാണെന്ന വിശ്വാസമാകണം....."

"അതല്ല ക്ഷേത്രസമ്പത്തെല്ലാം സ്വന്തമാണെന്ന അഹങ്കാരമാണ്...."

“ഹെഖ്‌വെട് ഞാനിറങ്ങുന്നു. സറുസമ്മേളനത്തിനിടയ്ക്ക് ഇതൊന്നും പറയാനൊത്തില്ല. എങ്ങനെയും ഹേപാടിനെ കൂട്ടിക്കൊണ്ടു വരണം..... ഈജിപ്തിൽ നിങ്ങൾക്ക് ചെയ്യാവുന്ന ഏറ്റവും മഹത്തായ സേവനവും ഇതായിരിക്കും.....”

“ഇതിനുശേഷം ഹെഖ്‌വെട് ചത്താലും വിരോധമില്ലെന്നായിരിക്കും.....! സമാധിയുടെ ഉൾച്ചുമരുകൾ ഒഴിഞ്ഞുകിടക്കുകയാണെന്ന് ശില്പി പറഞ്ഞിരുന്നു ചിത്രകഥകൾ പോരത്രെ.....”

“സറുസമ്മേളനത്തിലുള്ള നിങ്ങളുടെ പങ്ക്..... അരമനയിലെ സല്ക്കാരം.... ആൻ നഗരത്തിലേക്ക് പ്രയാണം.... ഹേപാടിനോടൊപ്പമുള്ള മടക്കയാത്ര... ഇതെല്ലാം ചിത്രീകരിക്കുന്നതിന് നിർദ്ദേശം കൊടുക്കാം....”

“മഹാ ഔദാര്യം, ഫെറോവിന്റെ ശവകുടീരത്തിൽ കൊത്തിവെക്കേണ്ട ചിത്രങ്ങളേതൊക്കെയാണെന്ന് തീരുമാനിച്ചു കഴിഞ്ഞിരിക്കുമല്ലോ.....? ചിലതിന്റെ ചിത്രണം ആരംഭിച്ചുവെന്നും കേട്ടു. ഫെറോ പരിവാരങ്ങളുടെ കൂട്ടത്തിൽ പ്രഭുദാസനായ ഈ ഹെഖ്‌വെടിന്റെ മെലിഞ്ഞ ചിത്രവും ചേർത്ത് നോക്കാമല്ലോ.....”

“ശരി.... ഹെഖ്‌വെട്. ഫെറോവിനോടൊപ്പം നിങ്ങളും ചിരഞ്ജീവിയാകും.....മഹാപ്രഭു സമ്മതിക്കാതിരിക്കില്ല.... വരട്ടെ....നിങ്ങൾ ഒരുങ്ങുന്നതിനുള്ളിൽ പല്ലക്കെത്തിച്ചേരും. യാത്ര മംഗളമായി ഭവിക്കട്ടെ. ഫെറോവിന്റെ ആയുസ്സും ആരോഗ്യവും വർദ്ധിക്കട്ടെ.....”

“ഫെറോവിന്റെ ആയുരാരോഗ്യങ്ങൾ വർദ്ധിക്കട്ടെ....” ഹെഖ്‌വെട് ഏറ്റുപറഞ്ഞു. “വീട്ടുവാതിൽ ശ്രദ്ധിക്കണം. തല മുട്ടിപ്പോകും.....”

കാറ്റുപായ നിവർത്തിക്കെട്ടാതെതന്നെ പ്രയാണം. നദിയുടെ ഒഴുക്കിനനുകൂലമായി തോണി സഞ്ചരിച്ചു. കൊട്ടാരപ്രദേശം പിന്നിട്ടു ഗ്രാമം... കുടിലുകൾ.... പച്ചപിടിച്ച വയലുകൾ. പച്ചനിറം കണ്ണിന് നല്ലതാണ്. നെഫർടേം പച്ചതേച്ചാണല്ലോ സല്ക്കാരത്തിനുവന്നത്....! ഇത്ര പതുക്കെ പോയാൽ അടുത്തൊന്നും ആൻനഗരത്തിലെത്തില്ല. മന്ത്രി പറഞ്ഞതുപോലെ സന്ധ്യക്കുമുമ്പെങ്കിലും എത്തിച്ചേരണം. പ്രധാന പൂജാരി അവിടെ എന്ത് നൂലാമാലയാണോ ഉണ്ടാക്കിവെച്ചിരിക്കുന്നത്! ഇരുട്ടുന്നത് ആപത്താണ്.

തോണിക്കാരെ ഉദ്ദേശിച്ച് തലവനോടായി ഹെഖ്‌വെട് പറഞ്ഞു.

“തോണിയിലെ കഴുതകളെല്ലാം ചത്തുപോയോ....? ഇവറ്റകൾ ഇന്നലെ ഒന്നും കഴിച്ചില്ലെന്നുണ്ടോ....? വേഗം തുഴയാൻ പറ......”

തോണിക്കാരുടെ തലവൻ അപരാധബോധത്തോടെ ജോലിക്കാരുടെ നേർക്കുതിരിഞ്ഞു. പങ്കായങ്ങൾ ആഞ്ഞുവലിച്ചു. തോണി ഒന്നിളകി... തീവ്രഗതിയിൽ മുന്നോട്ട് പാഞ്ഞു.....

മന്ത്രി പറഞ്ഞ കാര്യങ്ങൾ ഹെഖ്‌വെടിന്റെ സ്മരണയിലുയർന്നുവന്നു.....

“എന്നേക്കാൾ എത്രയോ മുമ്പ്തന്നെ നിങ്ങൾ മന്ത്രിയാകേണ്ടതാ

യിരുന്നു... എവിടെയോ ഇഴ പൊട്ടിപ്പോയിട്ടുണ്ട്"...

നിർവ്വഹിക്കേണ്ട ചുമതലയുടെ ഭാരം ദുസ്സഹമായിട്ടാകണം മന്ത്രി അങ്ങനെ പറഞ്ഞത്..... വാസ്തവമാണത്.....

ജീവിതപ്രവാഹത്തിൽ തങ്ങൾ തുല്യരാണ്. ഏതാനും വയസ്സിന്റെ വ്യത്യാസമുണ്ടെന്ന് മാത്രം. കലവറക്കാരനായി ശവകുടീരങ്ങളുടെ ചുമതല വഹിക്കുന്നവനായി... കല്ല് പൊട്ടിച്ച് കടത്തിക്കുന്നവനായി.... തുടർന്ന് ന്യായാധിപനും മന്ത്രിയുമാകേണ്ടതായിരുന്നു പകരം സറുസഭയുടെ മൂത്തുപദേശിയായിത്തീർന്നു. ആ സ്ഥാനംകൊണ്ട് തൃപ്തിപ്പെടേണ്ടി വന്നു. പ്രായം കുറഞ്ഞ ആമെർബ് മുകളിലെത്തി പേരും പെരുമയും സമ്പാദിച്ചു. ഹേപാടിന് തന്റെ കഴിവ് മനസ്സിലായിരുന്നില്ല. അന്ന് അയാൾ ശക്തിശാലിയായിരുന്നു. അയാളുടെ സ്നേഹം സമ്പാദിച്ചിരുന്നെങ്കിൽ മന്ത്രിപദവി അന്യമായി പോകില്ലായിരുന്നു....

ഇനിയോ....? ചതുരംഗത്തിൽ ഫെറോ പരാജയപ്പെട്ട്, ആമെർബിന് സ്ഥാനം നഷ്ടപ്പെട്ടാൽ.... അത് സ്വായത്തമാക്കാനാകുമോ....? ഇല്ല.... ടെഹുടിയുണ്ട്! അവനത് പിടിച്ചടക്കും. തേൻ കുടിച്ച കരടി, നൈലിൽ തീയിടാൻ പുറപ്പെട്ട പമ്പരവിഡ്ഢി. അവന്റെ മുന്നിൽ താൻ ഒന്നുമല്ലാതായിത്തീരും. പിന്നെ ശാശ്വത വസതിയിലേക്ക് സമാധിയിലേക്ക് താമസിയാതെ മടങ്ങിപ്പോകാം.

ശിശിരകാലം കഴിഞ്ഞിരിക്കുന്നു. തണുപ്പ് നഷ്ടപ്പെട്ട കാറ്റ് സൂര്യപ്രകാശത്തിൽ ഊക്കോടെ പാഞ്ഞുകളിച്ചു.

"പാനീയം കൊണ്ടുവരണോ....?" ഭൃത്യൻ അന്വേഷിച്ചു.

"കൊണ്ടുവാ....."

സല്ക്കാരത്തിന് കിട്ടിയ മുന്തിരിച്ചാറിന് ബഹുരുചിയായിരുന്നു. മന്ത്രിക്ക് രാജഖജൂന ഇഷ്ടംപോലെ ചെലവഴിക്കാം. സറുസദസ്യർക്കും അവരുടെ ഉപദേശിയായ തനിക്കും നിശ്ചിതപ്രകാരം മാത്രം. വേണ്ടത്ര വയലും കന്നുകാലികളുമുള്ളതുകൊണ്ട് മുട്ടില്ലാതെ നിവൃത്തിച്ചു പോരുന്നു. ഒറ്റ മകനേയുള്ളു. മദ്ധ്യപ്രായത്തിലെത്താറായി. തന്റെ കോപവും ശാഠ്യവും അവനുണ്ട്. പക്ഷേ, ബുദ്ധി ചോർന്നുപോയി. ഒരു സാമന്തരാജാവിന്റെ സ്ഥാനത്തെങ്കിലും അവനെ എത്തിക്കണം... സാധിക്കുമോ...? എന്തോ.....?

ചെറിയ കൂജയിൽ മുന്തിരിച്ചാറ് കൊണ്ടുവന്നു. ഒറ്റത്തുള്ളിപോലും കളയാതെ ഓരോ കവിളായി കുടിച്ചുതീർത്തു.

ഇടത്തെ കരയിൽ കണ്ണെത്താവുന്നിടത്തോളം ചെറുതും വലുതുമായ ശവകുടീരങ്ങളാണ്.

തന്റെ പരലോകവാസത്തിന് താൻ നിർമ്മിച്ചുകൊണ്ടിരുന്ന ശവകുടീരം ഉത്തമമായ ഒന്നാണ്. പ്രധാനപ്പെട്ടവരെല്ലാം അത് കണ്ട് അഭിനന്ദിച്ചിട്ടുണ്ട്. (കഴുതകൾ! അസൂയപ്പെടുകയാണ്!)

ഫെറോവിന്റെ ശില്പിതന്നെയാണ് മാതൃക തയ്യാറാക്കിയത്.

സമാധിയുടെ ഉൾച്ചുമരുകൾ ശൂന്യമായിക്കിടക്കയാണെന്ന് മന്ത്രിയോട് കള്ളം പറഞ്ഞതാണ്. ശില്പി അങ്ങനെ പറഞ്ഞിട്ടില്ല. തന്റെ ഇപ്പോഴത്തെ മഹാ സാധനകൂടി രേഖപ്പെടുത്തണമെന്ന് കരുതി അങ്ങനെ പറഞ്ഞുവെന്നേയുള്ളു. ഇപ്പോൾ രചിച്ചുകൊണ്ടിരിക്കുന്നതുതന്നെ അപൂർവ്വമായ കലാസൃഷ്ടികളാണ്. തന്റെ തോണിവിഹാരം, കാട്ടുതാറാവിനെ പിടിക്കുന്നത്, ഭാര്യാമക്കളോടൊപ്പം ഭക്ഷണം കഴിക്കുന്നത്... മറുഭാഗത്ത് സേവകരെക്കൊണ്ട് നിലം പൂട്ടിക്കുന്നത്, വിത്തിടുന്നത്, വിളകൊയ്യുന്നത്, ധാന്യം ശേഖരിക്കുന്നത്, റൊട്ടി ചുടുന്നത്.... മറ്റും മറ്റും.... വേറൊരു ഭാഗത്ത് പശുവിനോട് ഏറ്റുമുട്ടുന്ന പോത്ത്, പശു പ്രസവിക്കുന്നത്, കശാപ്പുകാരനെ ഏല്പിക്കുന്നത്, അറുത്ത് മാംസം തയ്യാറാക്കുന്നത്..... വേവിച്ച മാംസങ്ങൾ പാത്രത്തിൽനിന്ന് തന്റെ മുമ്പിൽ വിളമ്പുന്നത്... ഇതെല്ലാം ചിത്രീകരിച്ചാൽ പോരേ....? സമാധിയിലടക്കം ചെയ്യുന്നതിന് താനിപ്പോളുപയോഗിക്കുന്ന എല്ലാ വസ്തുക്കളുടെയും പ്രതിരൂപങ്ങൾ നിർമ്മിക്കണം നല്ല ഒരു മഞ്ചം. ശ്രേഷ്ഠമായ ഒരു പല്ലക്ക്. നൂറുകണക്കിന് ദാസീദാസന്മാരുടെ ചെറിയ പ്രതിമകൾ.... മരിക്കുന്നതിന് മുമ്പ് താൻ ചെയ്തു തീർക്കേണ്ട പ്രവൃത്തികൾ ഇനിയുമുണ്ടാകാമല്ലോ.....?

അല്ലാ.... ഈ കൂജയിൽ മദ്യമേയില്ലല്ലോ.... കമഴ്ത്തിപ്പിടിച്ചിട്ടും ഒറ്റതുള്ളിപോലും ഉറ്റുന്നില്ലല്ലോ.....

ഭൃത്യൻ തന്റെ യജമാനന്റെ പ്രവൃത്തികണ്ട് ശബ്ദമുണ്ടാക്കാതെ ചിരിച്ച് മദ്യം കൊണ്ടുവന്ന് കൂജയിലൊഴിച്ചുകൊടുത്തു. വീട്ടിലായിരുന്നെങ്കിൽ ഇപ്പോൾ സേവകർ ചാമരം വീശിത്തരുമായിരുന്നു.... നദിയുടെ അലകളെ നീന്തിക്കടന്നുപോകുമ്പോൾ ആ അദ്ധ്വാനം അനാവശ്യമാണ്.

നൂറുതരം പഴങ്ങൾ. അത് ഹെഖ്വെടിന്റെ ആഗ്രഹമാണ്. സമ്പന്നർ ചെയ്യുന്നതുപോലെ അത്രയും പഴങ്ങൾ സമാധിക്കുള്ളിലിടണം. ഇതെല്ലാം വാങ്ങുന്നതിന് അത്യധികമായ സമ്പത്തൊന്നും വേണ്ട.... എന്നാൽ മഞ്ചത്തിനും പല്ലക്കിനും കുറച്ച് സ്വർണ്ണത്തകിട്....? ജീവിച്ചിരുന്നപ്പോൾ ആ സുഖമുണ്ടായില്ല. മരിച്ചാലെങ്കിലും എന്തുകൊണ്ടായിക്കൂട.....?

*പകൽ വെളിച്ചത്തിലേക്ക് വരിക*യെന്ന പുസ്തകം വേണം. ലിപികളിൽ സ്വർണ്ണപ്പൊടികളിട്ടുണ്ടാക്കിയ ചില പുസ്തകങ്ങൾ മഹാക്ഷേത്രത്തിലുണ്ടെന്ന് കേട്ടിരുന്നു. ആ അമൂല്യശേഖരത്തിൽനിന്ന് ഒന്ന് താൻ കൈപ്പറ്റണം.

ഇത്രയുമായാലായോ.....?

പെട്ടെന്ന് തോണി ശക്തിയായി ഉലഞ്ഞു.... ഹെഖ്വെട് ഇടതുകൈകൊണ്ട് പീഠത്തിന്റെ കാല് ഭദ്രമായി പിടിച്ചു. വലതുകൈയിലെ കൂജ മാറോടുചേർത്തുപിടിച്ചു. അയാൾ വിളിച്ചുചോദിച്ചു:

"എന്താ അത്....? എന്താ ചെയ്യുന്നത്.....?"

"ഒന്നുമില്ല യജമാനനെ. മണൽക്കൂനയാണ്....." ഇത്രയും പറഞ്ഞ്

തലവൻ തന്റെ ജോലിക്കാരെ ചീത്തപറഞ്ഞു.

"കുടിച്ചിട്ട്ണ്ടാ.....? കഴുതകൾ! നോക്കിക്കൊണ്ട് തുഴയ്."

തോണിയാത്രയിലുള്ള മരണം ഉത്തമമല്ല. അത് ഒരുതരം അപമൃത്യുവാണ്. വെള്ളം കുടിച്ച് ശരീരം വീർക്കും. അല്പംമാത്രമാണ് വീർക്കുന്നതെങ്കിൽ കാണാൻ ഭംഗിയായിരിക്കും. ശവം രക്ഷിക്കുന്ന കാര്യത്തിൽമാത്രം പിശുക്ക് കാണിക്കരുതെന്ന് മകനോട് പറയണം. ഫെറോ മരണപ്പെട്ടാൽ ഏതാണോ പൂശുക.... അതേ സാമഗ്രി തനിക്കും വേണം. മൂക്കിന്റെ ഓട്ടയിലൂടെ ചെമ്പിന്റെ കൊക്ക കടത്തി തലച്ചോറ് പുറത്തെടുക്കുന്നു.... തന്റെ തീക്ഷ്ണബുദ്ധിയുടെ തലച്ചോറ് എങ്ങനെയുണ്ടാകുമെന്ന് കണ്ടറിയണം.....! മൂർച്ചയുള്ള കല്ലുകൊണ്ട് കീറി ഹൃദയം പുറത്തെടുക്കുന്നു. ഉൾഭാഗം പനയിൽനിന്നെടുത്ത മദ്യംകൊണ്ട് കഴുകി സുഗന്ധദ്രവ്യം നിറച്ച് തുന്നിക്കെട്ടും. പുറത്തെടുത്ത തലച്ചോറും കരളും ഓരോ ഭരണിയിലിട്ടുവെക്കുന്നു. പിന്നീട് ശരീരം ലേപനയെണ്ണയിൽ എൺപതുദിവസം മുക്കിവെക്കുന്നു.... അതുകഴിഞ്ഞാൽ ചണപ്പട്ടുകൊണ്ട് പൊതിഞ്ഞുകെട്ടുന്നു. ശരീരം രക്ഷിക്കപ്പെട്ടു. നേർക്ക് നിർത്തുന്നു. അവസാനയാത്രയ്ക്കുള്ള ഒരുക്കം. പൂജാരി ചുണ്ടുകൾക്കിടയിൽ കീറി വായിലെ സന്ധി വിടുവിക്കുന്നു.

ഒരുപാടുപേർ കരയണം.... ഒരുപാട്. ആയിരം ശോകസ്ത്രീകളെ നിയമിക്കണം. സ്ത്രീകൾ ശോകവിലാപം നടത്തണം. പൂജാരി ശോകനർത്തനം ചെയ്യണം... മന്ത്രം ഉച്ചരിക്കണം....

കെങ്കേമമായ സദ്യ നടത്തണം. ഭക്ഷണം കഴിച്ചുകഴിഞ്ഞാൽ.... ഇയാൾ മഹാപുരുഷനാണ്.... എന്ന് തന്നെ വാഴ്ത്തിപ്പറയണം...

എന്നാൽ തന്റെ മരണശേഷം ഇതെല്ലാം ഉത്തരവാദിത്വത്തോടെ ചെയ്യിക്കുന്നവരാര്...? തന്റെ സുപുത്രനോ.....? അവനെന്തെല്ലാം ചെയ്യിക്കുമോ.....? എന്തെല്ലാം വിട്ടുകളയുമോ....?

സമാധിയുടെ വാതിലടച്ചശേഷമാണ് ഏറ്റവും വലിയ പ്രശ്നം ഉയർന്നുവരുന്നത്. വാതിൽ ഭദ്രമായിരിക്കണം. കള്ളന്മാർക്ക് തുറക്കാൻ കഴിയരുത്. ഇന്ന കല്ല് ഇന്നപ്രകാരം തിരിച്ചാലാണ് അകത്തുകടക്കാനാവുക എന്നുണ്ടാവും. അതുണ്ടാക്കിയ ശില്പിതന്നെ കള്ളന്മാർക്ക് ഒറ്റുകൊടുത്താലോ....? ഇങ്ങനെയല്ലേ ചില സമാധികൾ കൊള്ളയടിക്കപ്പെട്ടത്? സമാധിപ്രദേശത്തിനും നിത്യക്കാവലേർപ്പെടുത്തണം. ആരും തള്ളിത്തുറന്ന് സമാധി അശുദ്ധിപ്പെടുത്തരുത്. വർഷത്തിലൊരിക്കൽ പൂജ. മരിച്ചാലും ഈശ്വരാനുഗ്രഹം വേണ്ടേ....? അത്തരം അനുഗ്രഹമുള്ളവർക്കല്ലേ..... വിളിക്കുമ്പോൾ എഴുന്നേറ്റു വരാനൊക്കൂ.... ഈ ചെലവിനെല്ലാം ധനം...?

അല്പം നിലവും കന്നുകാലികളും ക്ഷേത്രത്തിലേക്ക് ദാനം നല്കണം. താനാണെങ്കിൽ എന്തുവേണമെങ്കിലും ചെയ്യും. മകൻ അത് തുടർന്നുകൊണ്ടുപോവുമോ എന്നാണ് സംശയം. അല്ലെങ്കിൽ ക്ഷേത്ര

ത്തിലുള്ളവർതന്നെ വയലും കന്നുകാലികളും ലഭിച്ചതിനുശേഷം.... മടിയന്മാരായി തന്നെ മറന്നുപോയെങ്കിലോ.....?

എല്ലാവരും എന്നെ മറന്നുപോയാൽ.....?

ഒരു തുള്ളി കണ്ണീർ.....

കൂജ കൈയിൽനിന്ന് വഴുക്കി. താഴെ വീഴുന്നതിനുമുമ്പ് ഭൃത്യൻ അതേറ്റുപിടിച്ചു.

കൺപോളകൾ അമർത്തിപ്പിടിച്ചു....

മരണമാണോ.....? ഛെ....! ഭ്രാന്താ.....! ഇത് ഉറക്കമാണ്!

വളരെ സമയം കഴിഞ്ഞ് ഹെഖ്വെട് പിടഞ്ഞെണീറ്റിരുന്നു.... "എന്താത്....? കൊല്ലുകയാണോ......"

എഴുത്തുകാരൻ വിനീതനായി അറിയിച്ചു: "പാറയിൽ തട്ടിയതൊന്നുമല്ല. കരയടുത്തു. പകുതിവഴി കഴിഞ്ഞു. ഈ മരത്തണലിലിരുന്ന് ഭക്ഷണം കഴിച്ച് മുന്നോട്ടുപോകാം....."

മിഴികൾ ചിമ്മുകയും തുറക്കുകയും ചെയ്തുകൊണ്ട് ഹെഖ്വെട് ജ്വലിക്കുന്ന സൂര്യനെ നോക്കി. പീഠത്തിൽനിന്ന് സാവധാനത്തിലെഴുന്നേറ്റ്.... കാൽ വഴുക്കാതെ. വളരെ ശ്രദ്ധയോടെ തോണിക്കാരുടെ തലവന്റെ കൈപിടിച്ച് കരയിലെ നനഞ്ഞപൂഴിയിൽ കാലെടുത്തുവച്ചു.

ഭക്ഷണത്തിനുശേഷം പുനഃപ്രയാണം.

പശ്ചിമദിശയിലേക്ക് നീങ്ങിക്കൊണ്ടിരുന്ന റായുടെ കിരണങ്ങൾ തണുക്കുന്നതിനുമുമ്പേ ആ രാജനൗക ആൻ നഗരത്തിലെ തോണിക്കടവിലെത്തിച്ചേർന്നു. ചെറിയ കടവ്. ദൂരെ പ്രധാന പൂജാരിയുടെ തോണി കെട്ടിയിട്ടുണ്ട്. ഒന്ന് രണ്ട് ചരക്കുതോണികളും കാണപ്പെട്ടു.

ഹെഖ്വെട് തോണിയിൽതന്നെയിരുന്നു.

എഴുത്തുകാരൻ കാവൽഭടന്മാരോട് പറഞ്ഞു:

"ഇദ്ദേഹം ഫെറോവിന്റെ മുഖ്യഉപദേഷ്ടാവായ ഹെഖ്വെടാണ്. ഓടിപ്പോയി നഗരാധികാരിയെ വിവരമറിയിക്ക്. അയാളുടെ പല്ലക്കുംകൊണ്ട് വരട്ടെ....."

രണ്ടുമൂന്നുവർഷംമുമ്പ് ഹെഖ്വെട് ഇവിടെ വന്നിരുന്നു. കുടുംബസമേതം..... തീർത്ഥാടകനായി.... വേണമെങ്കിൽ ഇറങ്ങി രാജഗൃഹത്തിലേക്ക് നടന്നുപോകാം. എന്നാൽ താനിപ്പോൾ രാജദൂതനാണ്. ഇറങ്ങി നടന്നാൽ തന്നെക്കുറിച്ച് ഇവർക്ക് എത്രത്തോളം ബഹുമാനമുണ്ടാകും.....?

ഹെഖ്വെടിനരികിൽ നിന്നിരുന്ന എഴുത്തുകാരൻ ഒരു എളിയ ദൈവദാസൻ കടവിലേക്ക് വരുന്നതുകണ്ടു. പരിചിതമുഖം. അടുത്തെത്തിയപ്പോൾ തിരിച്ചറിഞ്ഞു. രാജധാനിയിലുള്ളയാൾ. ദൈവദാസനാകുന്നതിനുമുമ്പ് പാഠശാലയിൽ ഒന്നിച്ചു പഠിച്ചവൻ.

"അല്ലാ... ഇവിടെ എന്തിനുവന്നു.....?"

"ഇവിടെ എന്റെയൊരു ബന്ധു സുഖക്കേടായി കിടക്കുന്നുണ്ട്. കാണാൻ വന്നതാണ്......"

"ഈ നാട്ടിൽ നിനക്ക് ബന്ധുവോ.....?"

"അതൊന്നും ചോദിക്കണ്ട. പറഞ്ഞത് വിശ്വസിച്ച് മിണ്ടാതിരുന്നാൽ ആർക്കും ബുദ്ധിമുട്ടുവരില്ല...."

ദൈവദാസൻ ഉൽക്കണ്ഠയോടെ ഹെഖ്വെടിനെ നോക്കി.

"അദ്ദേഹത്തെ അറിയാമോ....?"

"അറിയാം...."

"എങ്ങനെ....?"

"മഹാക്ഷേത്രത്തിൽ വന്നപ്പോൾ കണ്ടിട്ടുണ്ട്....."

ഹെഖ്വെട് പെട്ടെന്ന് തിരിഞ്ഞ് ആ ദൈവദാസനെ വിളിച്ചു: "ഇങ്ങ് വാ....."

സുഹൃത്തുക്കൾക്ക് ആശ്ചര്യം. വയസ്സൻ തങ്ങളുടെ സംസാരം കേട്ടുവോ....? ഇനി.....

എഴുത്തുകാരൻ ഹെഖ്വെടിനരികിലേക്ക് നടന്നു.

"അവനെ വിളിക്ക്....."

അവൻ അടുത്തെത്തിയപ്പോൾ ഹെഖ്വെട് ചോദിച്ചു:

"പ്രധാന പൂജാരിയെ കാണാനാണോ ഇങ്ങോട്ട് വന്നത്.....?"

ദൈവദാസൻ പരിഭ്രമിച്ചു. ഹെഖ്വെട് തോണിക്ക് ചാരിവച്ചിരുന്ന അധികാരദണ്ഡ് കൈയിലെടുത്തു. അതുകണ്ട് അവൻ ഒന്നുകൂടി ഭയപ്പെട്ടു.

"ഞാനാരാണെന്നറിയാമല്ലോ.....?"

"അറിയാം സ്വാമി. ക്ഷേത്രത്തിലാണ് ഇവന്റെ ജോലി. മിനിഞ്ഞാന്ന് രാത്രി ഇങ്ങോട്ടയച്ചതാണ്. ഇന്നലെതന്നെ തിരികെ പോകേണ്ടതായിരുന്നു. തോണി ലഭിച്ചില്ല. ഇപ്പോൾതന്നെ പോകയാണ്..."

"ഇല്ലാത്ത ബന്ധുവിനെ ഉണ്ടാക്കിയതെന്തിന്.....?"

"അത്..... പൂജാരിയുടെ നിർദ്ദേശമാണ് സ്വാമീ......"

"ഭേഷ്! ഞാൻ ഇന്നലെ രാവിലെ പുറപ്പെട്ടിരുന്നെങ്കിലും ആ വിവരം ഹേപാടിന് മനസ്സിലാകുമായിരുന്നു..... അല്ലേ.....?"

"സ്വാമി പറയുന്നതെല്ലാം ഊഹം മാത്രമാണ്. ഞാനൊന്നും പറഞ്ഞില്ല. സുഖക്കേടായി കിടക്കുന്ന ബന്ധുവിനെ കാണാനാണ് ഞാൻ വന്നത്. കണ്ടുകഴിഞ്ഞു. ഇനി പുറപ്പെടുന്നു."

തന്റെ എഴുത്തുകാരനോട് ഹെഖ്വെട് പറഞ്ഞു:

"നിന്റെ സ്നേഹിതൻ വല്ലാത്തൊരു പഹയൻതന്നെ! ഭാവിയിൽ ഇവനൊരു പ്രധാനപൂജാരിയായിത്തീരാനിടയുണ്ട്."

ദൈവദാസൻ പല്ലിളിച്ചു.

ഇതിനകം നഗരാധികാരി പല്ലക്കുമായെത്തിച്ചേർന്നു. സ്വർണ്ണം പതിപ്പിച്ചതല്ലെങ്കിലും വേണ്ടത്ര മനോഹരമായിരുന്നു.....

നഗരരക്ഷകനായ സെർകെട് ദീർഘശ്വാസം വിട്ടുകൊണ്ട് പറഞ്ഞു: “ക്ഷമിക്കണം......, സറുസഭയിലെ മൂത്ത ഉപദേഷ്ടാവ് ആൻനഗരത്തിൽ വരുന്നത് എനിക്കറിയില്ലായിരുന്നു.”

“ഔദ്യോഗികമായി ആരും അറിയിച്ചില്ല.... അല്ലേ....?”

സെർകെട് വിഴുങ്ങി വിഴുങ്ങി പറഞ്ഞു: “അതേ... അറിയിച്ചില്ല....”

ദൂതനായെത്തിയ ദൈവദാസനെ കാണാൻ ഹെഖ്വെട് ചുറ്റും തലതിരിച്ചു. അവൻ അപ്രത്യക്ഷനായിരുന്നു.

“സെർകെട്....., ഔദ്യോഗികമായി അറിയിച്ചില്ലെങ്കിലെന്താ.....? മറ്റ് രീതിയിൽ വിവരം ലഭിക്കാറില്ലേ....?”

“ചിലപ്പോഴൊക്കെ..”

വിജയത്തിലുള്ള മന്ദഹാസം തൂകിക്കൊണ്ട് ഹെഖ്വെട് എഴുന്നേറ്റു.

തോണിക്കാരന്റെ സഹായത്തോടെ പല്ലക്കിനടുത്തേക്ക് നടന്നു....

രാജഗൃഹത്തിലെത്തിയ ഉടൻ ഹെഖ്വെട് ഹേപാടിനെ കാണാൻ തിടുക്കംകൂട്ടുമെന്ന് സെർകെട് കരുതി. എന്നാൽ വൃദ്ധന് ആ തിടുക്കമൊന്നും കണ്ടില്ല. ശൗചഗൃഹത്തിൽ പോയി വന്ന് വരാന്തയിൽ ചാർന്നിരുന്ന് നഗരാധികാരിയെ അടുത്തു വിളിച്ചു.

“റാ ക്ഷേത്രത്തിൽ ഭയങ്കരമായ യജ്ഞം നടക്കുകയാണ് അല്ലേ....?”

“അതേ.... പ്രധാന പൂജാരി വന്നതുതൊട്ടുള്ള ഈ നാല് മാസത്തിൽ ഇവിടെ വന്നുപോകുന്നവരുടെ സംഖ്യ ക്രമാതീതമായിരിക്കയാണ്.....”

“ധാർമ്മികസംവാദത്തിൽ ദൈവദാസന്മാർ മാത്രമേ പങ്കെടുക്കാവൂ എന്നില്ലേ.....?”

“അങ്ങനെയൊന്നുമില്ല.....”

“വരുന്നവരെ സ്വീകരിച്ച് സ്വീകരിച്ച് നിനക്ക് തളർച്ചബാധിച്ചതുപോലെ തോന്നുന്നല്ലോ.....?”

“സ്വാമീ....... പ്രധാനപൂജാരി എങ്ങനെയെങ്കിലും കൊട്ടാരത്തിലേക്ക് മടങ്ങിപ്പോകണേ എന്നാണ് പ്രാർത്ഥന......”

“പ്രധാന നഗരിയിലെ വല്ല സാമന്ത രാജാവും ഹേപാടിനെ കാണാൻ വന്നിരുന്നോ....?”

“ഇല്ല.....”

“ഇവിടെ നടക്കുന്ന കാര്യങ്ങൾ നീ രാജധാനിയിലറിയിക്കാറില്ലേ....?”

“എന്റെ എഴുത്തുകാരൻ എന്തെഴുതിയാലും ക്ഷേത്രത്തിലുള്ളവർക്കെല്ലാം മനസ്സിലാകും. പിന്നെ.... എന്താണെഴുതേണ്ടത്.... എന്താണെഴുതിക്കൂടാത്തത്.... എന്നൊന്നും എനിക്കറിയില്ല. മാത്രമല്ല.... ഇതെല്ലാം ഉന്നതന്മാരുമായി ബന്ധപ്പെട്ടതാണല്ലോ....? ഈയുള്ളവൻ എന്തിന് വൃഥാ പേരുദോഷം കേൾക്കുന്നു..... മൗനം ഭൂഷണമെന്നുകരുതി.....”

രാജഗൃഹത്തിന്റെ വരാന്തയും മുറ്റവും ശ്രദ്ധിച്ചുകൊണ്ട് ഹെഖ്വെട് പറഞ്ഞു.

"ഇവിടെയെല്ലാം ഇപ്പോൾ മാത്രം അടിച്ചുവൃത്തിയാക്കിയതുപോലെ കാണപ്പെടുന്നുണ്ടല്ലോ....? ഇന്നലെ രാത്രി വല്ലവരും ഇവിടെ താമസിച്ചിരുന്നോ....?"

അധികാരി അല്പം പരുങ്ങലോടെ അറിയിച്ചു:

"പറയാൻ പാടില്ലാത്ത കാര്യമാണ്.... എങ്കിലും ഞാനൊരു സ്വാമി ഭക്തനാണ്. മറച്ചുവെക്കില്ല.... ഇന്നലെ ടെഹുടിയും ബകിലനും ഇവിടെയുണ്ടായിരുന്നു......"

"അവരെങ്ങോട്ട് പോയി.....?"

''ഭൂപ്രമാണിമാരുടെ വസതികളിലേക്ക്....."

ഒന്ന് നിവർന്നിരുന്നശേഷം ഹെഖ്വെട് തുടർന്നു:

"ഞാൻ ചോദിക്കുന്നതിനെല്ലാം ശരിയായ ഉത്തരം പറയണം. അതുകൊണ്ട് നിനക്ക് നല്ലതേ വരൂ. ദൈവവും നിന്നെ അനുഗ്രഹിക്കും. ഇവിടെ പ്രധാന പൂജാരിയെ കാണാൻ ആരൊക്കെയാണ് വരാറുള്ളത്....?"

"ചില പ്രവിശ്യകളിലെ ഭൂപ്രഭുക്കളും ചില ക്ഷേത്രങ്ങളിലെ പൂജാരികളും വരാറുണ്ട്. ഒന്ന് രണ്ട് സാമന്തരാജാക്കന്മാരും വന്നിരുന്നു. ഒരിക്കൽ ഞാനവരുടെ മുന്നിൽ ചെന്നുപെട്ടിരുന്നു..... അപ്പോൾ പ്രധാന പൂജാരി എന്നോട് ദേഷ്യപ്പെട്ടു..... 'സെർകെട്.....നിനക്കെന്താണിവിടെ കാര്യം....? നീ രാജഗൃഹത്തിൽതന്നെ ഇരുന്നാൽ മതി.... എന്നു പറഞ്ഞു. ഞാനിങ്ങോട്ടു പോന്നു. അവിടെയിരുന്നിട്ട് എനിക്കെന്തു കാര്യം....? മാത്രമല്ല.... ആ വാഗ്വാദവും ഒന്നും എനിക്ക് മനസ്സിലാവില്ല......"

"ടെഹുടിയോടൊപ്പം വേറെയാരൊക്കെ വന്നിരുന്നു.....?"

"രണ്ടുദിവസം മുമ്പ് നീരാനയിലെ ഭൂപ്രഭുക്കളായ നുട്മോസും സെതെക്നഖ്തും, സെൻഉസർടും വന്നിരുന്നു. അവരിവിടെത്തന്നെ ഉണ്ടത്രെ...."

"ഹേപാട് ഇടയ്ക്കിടെ അഞ്ചും ആറും ദിവസം നീണ്ടുനില്ക്കുന്ന അഖണ്ഡപൂജ നടത്തുന്നുണ്ടെന്ന് കേട്ടല്ലോ.....?"

"അതേ..... പക്ഷേ..... പൂജ നടത്തുന്നത് അദ്ദേഹമല്ല. മറ്റ് പൂജാരികളാണ്. ആ സമയത്ത് പൂജാരി രഹസ്യമായി നഗരത്തിനു വെളിയിൽ പോകാറുണ്ട്....."

"നഗരത്തിനുവെളിയിൽ.....! എങ്ങോട്ട്...?"

"ഒരു ദിവസം പോയത് ഈശാന അതിർത്തിയിലാണ്. നമ്മുടെ സൈന്യമുള്ളത് അവിടെയല്ലേ....?"

"സേനാപതി അമെനോമോപെട് അല്ലേ.....?"

ഈ വയസ്സന് എല്ലാം അറിയാം. എന്നെ വെറുതെ ബുദ്ധിമുട്ടിക്കുകയാണ്.

"അതേ. ആ സൈന്യത്തിനുവേണ്ട ആഹാരസാധനങ്ങൾ എത്തിക്കുന്നത് ഈ പട്ടണത്തിൽ നിന്നാണ്. തോണിയിൽനിന്നിറക്കി കഴുതപ്പുറത്താണ് കൊണ്ടുപോകുന്നത്. അതിന്റെ ഏർപ്പാടിനായി ഒരിക്കൽ സേനാപതി ഇവിടെ വന്നിരുന്നു. അന്ന് പ്രധാന പൂജാരി അയാളെ വിളിപ്പിച്ചിരുന്നു....."

"അല്ലെങ്കിൽ.... ഏർപ്പാടിന്റെ പേരിൽ എത്തിച്ചേരണമെന്ന് ഹേപാട് നിർദ്ദേശിച്ചിരിക്കണം."

"എന്തോ.... എനിക്കൊന്നുമറിയില്ല....."

"ഏതായാലും ആ കണ്ടുമുട്ടലിനുശേഷമാണ് ഹേപാട് അതിർത്തിയിൽ ചെന്നത്.....?"

"അതെ....."

കുടുക്കുകൾ വിടർത്തിയപ്പോൾ പരിതഃസ്ഥിതിയുടെ രൂപരേഖ ഹെഖ്വെടിന്റെ മനസ്സിൽ തെളിഞ്ഞുവന്നു. നരബാധിച്ച ആ ചുണ്ടുകളിൽ ഒരു മന്ദസ്മേരം മൊട്ടിട്ടുനിന്നു. സംതൃപ്തിയോടെ സെർകെടിനെ നോക്കിക്കൊണ്ട് അയാൾ പറഞ്ഞു:

"അതിരിക്കട്ടെ.... ഞാൻ വന്നിട്ടെത്ര നേരമായി... കുടിക്കാനെന്തെങ്കിലും വേണോ....? ഭക്ഷിക്കാൻ വല്ലതും കൊണ്ടുവരട്ടെ....? എന്നൊന്നും നീ ചോദിച്ചില്ലല്ലോ....?"

"ക്ഷമിക്കണം. വന്നപാടേ വിചാരണ തുടങ്ങി. അതു തീരാതെ പോകുന്നതെങ്ങനെ....."

"വിചാരണ തുടങ്ങി....! ഉം .....! അതിനുള്ള പ്രത്യേകാധികാരം എനിക്കുണ്ട്. സത്യമാണ്. ഹേപാട് നിന്നോടിങ്ങനെ പറഞ്ഞിരിക്കും.....?"

"അദ്ദേഹമല്ല, റാ ദേവാലയത്തിലെ പൂജാരിയാണ്....."

"രണ്ടും ഒരാള്തന്നെ. നീ രാജ്യത്തിന്റെ ഒരു മൂലയിലാണുള്ളത്. ഇന്നിന്ന ജോലി നീ ചെയ്യണമെന്ന് ആരും ഉറപ്പിച്ച് പറഞ്ഞിട്ടുമില്ല. അപ്പോൾ അറിവില്ലായ്മമൂലം ഏതെങ്കിലും പ്രവൃത്തി നീ ചെയ്യാതിരുന്നാൽ അത് തെറ്റാകുന്നതെങ്ങനെ?"

സെർകെടിന്റെ മുഖം വിളറി. അയാൾ ഹെഖ്വെടിന്റെ മുന്നിൽ മുട്ടുകുത്തി.

"എഴുന്നേല്ക്ക്. ഞാനിവിടെ നിന്ന് പോകുന്നതുവരെ എന്റെടുത്തു തന്നെ ഇരിക്കുക....."

സെർകെട് എഴുന്നേറ്റ് വിനീതനായി പറഞ്ഞു.

"ഏതു സമയത്തായാലും ശരി..... ഹെഖ്വെടിന് ക്ഷേത്രത്തിൽ വരാമെന്ന് ഉച്ചയ്ക്കുതന്നെ പറഞ്ഞയച്ചിട്ടുണ്ട്....."

''ഇന്നലെതന്നെ ഞാനെന്തുകൊണ്ട് എത്തിച്ചേർന്നില്ലെന്ന് ചിന്തിക്കുന്നുണ്ടാകും. ഇന്ന് അഖണ്ഡപൂജയൊന്നുമില്ലല്ലോ."

"ഇല്ലെന്നാണ് തോന്നുന്നത്."

“എങ്കിൽ തിടുക്കമില്ല. സാവധാനത്തിൽ നാളെ കണ്ടാലും മതി.....”

“വിവരം പറഞ്ഞയക്കട്ടെ.....”

“അതൊന്നും വേണ്ട. അല്ലാ.....വീണ്ടും മറന്നോ....? പാനീയവും മറ്റും....?”

“ഓ.... ക്ഷമിക്കണം. വല്ലതും കൊണ്ടുവരട്ടെ....?”

“വേണ്ട. ഇരുട്ടാകാറായില്ലേ. രാത്രി ഭക്ഷണത്തിനിടയിൽ ഒന്നും വേണ്ട. നല്ല പാചകക്കാരനെതന്നെ ഏർപ്പാട് ചെയ്തിട്ടുണ്ടോ.....?”

“ഉം.....”

“ശിഷ്ടാചാരങ്ങളറിയുന്ന ദാസിമാരോ.....?”

“രണ്ടുപേരുണ്ട്.”

“എന്റെ കൂടെ വന്നവർക്ക് വേണ്ടത് ചെയ്തുകൊടുക്കണം. എന്റെ എഴുത്തുകാരനെ ഇങ്ങോട്ടയയ്ക്ക്. ലേഖന സാമഗ്രികളും കൊണ്ടു വരട്ടെ.”

“ശരി.”

വാതിൽക്കൽ തന്റെ കാവൽ ഭടരുടെ കുന്തമുന കാണപ്പെട്ടു. സെർകെട് പുറത്തു കടന്ന ഉടൻ ആവരണം ചെയ്തു തുടങ്ങിയ ഏകാന്തതയെ ഭഞ്ജിച്ചുകൊണ്ട് ഭൃത്യൻ കടന്നുവന്നു.

ഹെഖ്വെടിന്റെ കല്പന പ്രകാരം അയാൾ രാജഗൃഹത്തിൽ വിളക്കുകൾ വേണ്ടത്രയുണ്ടോ എന്ന് നോക്കാൻ പോയതായിരുന്നു. ഒന്ന് രണ്ട് വിളക്കിൽ എണ്ണയുണ്ടായിരുന്നില്ല. ഒഴിപ്പിച്ചു. കലവറയിൽ വേണ്ടത്ര എണ്ണയുണ്ടുതാനും. ഉറപ്പു വരുത്തി.

ലേഖന സാമഗ്രികളുമായി എഴുത്തുകാരൻ കടന്നുവന്ന് ഹെഖ്വെടിനരികിലിരുന്നു.

ഹെഖ്വെട് അല്പസമയം കണ്ണടച്ച് ചിന്താമഗ്നനായിരുന്നു. ഇടയ്ക്കിടെ ശിരസ്സിളക്കി..... പെട്ടെന്ന് മിഴി തുറന്ന് പ്രവചനം ആരംഭിച്ചു.

“റായുടെ സാമ്രാജ്യമായ ഈജിപ്തിലെ സറുസഭയുടെ മൂത്ത ഉപദേഷ്ടാവായ ഹെഖ്വെടിന്റെ വിചാരഗതികൾ..... പ്രജകൾ തങ്ങളുടെ കർത്തവ്യം പാലിച്ചാൽ രാജ്യമാകുന്ന നൗക ചുഴിയിൽപ്പെടുകയില്ല..... വെള്ളത്തിനടിയിലെ പാറക്കെട്ടിൽ മുട്ടിത്തകരില്ല....”

“ഐക്യത്തോടെ തുഴഞ്ഞാൽ തോണി നേർവഴിക്കുതന്നെ സഞ്ചരിക്കും.....! അന്തഃഛിദ്രം രാജ്യത്തെ നശിപ്പിക്കും.....”

ഇത്രയും പറഞ്ഞ് ഹെഖ്വെട് എഴുത്തുകാരനോട് അഭിപ്രായം ആരാഞ്ഞു.....“എങ്ങനെയുണ്ട്....? എല്ലാം എഴുതിയോ....?”

“നന്നായിട്ടുണ്ട്. വളരെ നന്നായിട്ടുണ്ട്....”

“ഉം.... ഇനിയും കുറച്ചുകൂടി പറയാം.... എഴുതിയെടുത്തോ.... ഹേ ..... ഈശ്വരാ....? നീ ചിരഞ്ജീവിയായിത്തന്നെ നിലകൊള്ളുന്നു. നിന്റെ ആകാരങ്ങൾ അസംഖ്യങ്ങളാണ്..... എഴുതിയോ...? ഇതും ഒരു ധർമ്മ

സംവാദമാണ്..... ഭൂമിയിലുള്ള അവന്റെ അതിർത്തികൾ ഉറപ്പുള്ളതാണ്...! ഭൂമിയെപ്പോലെ വിശാലമാണത്.... സ്വർഗ്ഗത്തെപ്പോലെ ഉയരമുള്ളതാണ്..... കൈയൂക്ക്കൊണ്ട് ഒരു കാര്യവും നേടാനാവില്ല. ആരാണോ ദൈവത്തെ പ്രാർത്ഥിക്കുന്നത് അവന്റെ അടുത്ത് ദൈവം ചെല്ലുന്നു....! എഴുതിക്കഴിഞ്ഞില്ലേ....? ഒന്ന് വായിക്ക് എല്ലാ ശരിയായിട്ടുണ്ടോ എന്ന് നോക്കാമല്ലോ....?"

ആ സമയം റാ ക്ഷേത്രത്തിൽനിന്ന് ചെണ്ടമേളമുയർന്നു. അസ്തമിക്കുന്ന റാ ദേവന് സന്ധ്യാപ്രാർത്ഥന....അന്തിപൂജ..... വാദ്യമേളം അവസാനിക്കുന്നതുവരെ ഹെഖ്വെട് കണ്ണടച്ചിരുന്നു....

എഴുത്തുകാരൻ താനെഴുതിയത് വായിച്ചു. ഹെഖ്വെട് ഇടയ്ക്ക് ഒന്നുരണ്ട് പദം തിരുത്തിച്ചു.....

"ഞാൻ പറയുന്നതൊന്ന്....! നീ എഴുതുന്നത് മറ്റൊന്ന്."

"ക്ഷമിക്കണം. സ്വാമി പറഞ്ഞതു തന്നെയാണ് ഞാനെഴുതിയത്...."

"അതുകൊണ്ടെന്താ.....? ഉദാത്തമായ ചിന്തകൾ വീണ്ടും വീണ്ടും പരിഷ്കരിക്കേണ്ടിവരും....."

വായിച്ചുകേട്ടാൽ പോരേ....? ചർവ്വിതചർവ്വണം നടത്തിക്കൊണ്ടിരിക്കണോ....? താങ്ങാനാവാത്ത ശിക്ഷയാണിതെന്ന് എഴുത്തുകാരന് തോന്നി. വയസ്സന്റെ ഗൊറ....ഗൊറ... ശബ്ദം കേട്ട് അവന് ഉറക്കം വന്നു.

"ഇനി വർത്തമാനകാല പരിതഃസ്ഥിതികളെപ്പറ്റിയാണ്...."

മയക്കത്തിൽ എന്തോ ശബ്ദംകേട്ട് എഴുത്തുകാരൻ നിവർന്നിരുന്ന് 'ഉം....' എന്ന് മൂളി.

"എന്താ കഴുതേ.....! ഉറങ്ങിപ്പോയോ....?"

"ഇല്ല സ്വാമീ..... ഇല്ല...." വേദനയോടെ എഴുത്തുകാരൻ അറിയിച്ചു.

ഹെഖ്വെടിന്റെ ആക്രോശംകേട്ട് പരിചാരകൻ ഓടിയെത്തി. സംഗതി മനസ്സിലായപ്പോൾ തിരികെ പോകയും ചെയ്തു.

"എഴുതിക്കൊള്ളൂ.... ഈജിപ്തിലെ രാഷ്ട്രീയ ചതുരംഗക്കളികൊണ്ട് ആർക്കും ഗുണം കിട്ടുകയില്ല. ദൈവമില്ലെങ്കിൽ പക്ഷികൾ ആകാശത്തിൽ പറക്കുകയില്ല... മീനിന് വെള്ളത്തിൽ നീന്താനാവില്ല. ഭരണം നടത്തുന്ന മഹാപ്രഭു ആ ഈശ്വരന്റെ പ്രതിപുരുഷനാണ്. രാജാവിനുവേണ്ടി ദൈവത്തെ പൂജയും നൈവേദ്യങ്ങളുംകൊണ്ട് സംതൃപ്തിപ്പെടുത്തേണ്ടത് പ്രധാന പൂജാരിയുടെ കർത്തവ്യമാണ്. ലൗകിക കാര്യങ്ങൾ ദൈവമാണ്.... അമൻ, റാ, പ്ടാ.... ഏത് ദൈവമായാലും ശരി മഹാപ്രഭുവിലൂടെ നടത്തിച്ചുകൊടുക്കുന്നത് ധാർമ്മിക നടപടികളും, പൂജാവിധികളും പ്രധാനപൂജാരിയും നിർവ്വഹിക്കുന്നു. വെള്ളം രണ്ട് ചാലുകളിലൂടെ ഒഴുകിയാലും... അത് ചെന്നു ചേരുന്നത്... ഒരേ വയലിലാണ്.... ആ വയൽ റായുടെ സ്വത്താണ്.... അതാണ് മാട്....! മാട്....! ഒരോരാളും മാടിനനുസരിച്ച് നടക്കുകയും സംസാരിക്കുകയും ചെയ്യുന്നു. ക്ഷേത്രത്തിന്റെ കാര്യത്തിലായാലും... ഭരണക്രമത്തിലായാലും... പ്രധാനം

മാടിനാണ്.... സഹനശക്തി.... സമത്വം.... സമന്വയം.... സുഖം.... ശാന്തി..... ഉം.... ഇത്രമതി. ഒന്ന് വായിക്ക്....."

വായനയ്ക്കിടയിൽ ഭേദഗതി. തൊണ്ട വരണ്ടതുകൊണ്ട് കൂടുതൽ വിശദീകരണത്തിന് ഹെഖ്വെട് തുനിഞ്ഞില്ല.

കോട്ടുവാ വിട്ടുകൊണ്ട് അയാളെഴുന്നേറ്റ് കൈയും കാലും കുടഞ്ഞ് കെട്ട് പൊട്ടിച്ചു.

മഷിയുണക്കുന്നതിന് എഴുത്തുകാരൻ ചുരുളിൽ ഊതി....

"ചുരുൾ മടക്കി സൂക്ഷിച്ച് വെക്കണം. ആ മന്ത്രിക്ക് ഇതെല്ലാം പ്രവചിക്കാനാകുമോ....?"

സെർകെട് ഒന്നുരണ്ടു തവണ ഇടയിൽ കടന്നുവന്നിരുന്നു. രംഗത്തിന്റെ ഗൗരവമോർത്ത് മിണ്ടാതെ പോകയാണ് ചെയ്തത്. മനസ്സിലാകാത്ത കുറേ പദങ്ങൾ. എഴുത്തുകാരൻ അത് ലിപിച്ചുരുളിൽ പകർത്തുന്നു. സൃഷ്ടിയുടെ മഹത്തായ നിമിഷങ്ങൾ ഇയാൾ ഒരു മഹാവ്യക്തിയാണെന്ന് സെർകെട് മനസ്സിൽ കരുതി.

ഹെഖ്വെടിനെക്കുറിച്ചറിയാൻ ക്ഷേത്രത്തിൽ നിന്നെത്തിയ ദൂതനോട് സെർകെട് പറഞ്ഞു.....

"ഇരുന്ന് എന്തെല്ലാമോ പറയുകയാണ്. ഒന്നും മനസ്സിലാകുന്നില്ല. എഴുത്തുകാരൻ കുറിച്ചുവെക്കുന്നുണ്ട്....."

"ഇപ്പോൾ ദർശനത്തിന് വരില്ലേ....?"

"തോന്നുന്നില്ല. എല്ലാം നാളെ നാളെ രാവിലെ....."

അല്പസമയത്തിനുശേഷം വേറൊരു ദൂതൻകൂടി ക്ഷേത്രത്തിൽനിന്ന് വന്നു.

"നിങ്ങളെ വിളിക്കുന്നു....."

"എന്നെയോ....? ശരി ശരി! ഞാനിവിടെത്തന്നെ ഇരിക്കണമെന്ന് സ്വാമി കല്പിച്ചിട്ടുണ്ട്.....!"

തന്റെ പരിവാരം മുറ്റത്തുണ്ടെന്ന് ഉറപ്പ് വരുത്തിയശേഷം ഹെഖ്വെട് തലയാട്ടിക്കൊണ്ട് മുറ്റത്തിറങ്ങി. ക്ഷീണമൊന്നും തനിക്കൊരു പ്രശ്നമല്ലെന്ന ഭാവം അയാളിലുണ്ടായിരുന്നു. അപരിചിതമായ സ്ഥലത്തെ ഇരുട്ട് അയാൾക്ക് പരിചിതമായിത്തീർന്നു. ആകാശത്തേക്ക് തലയുയർത്തി ചില നക്ഷത്രങ്ങൾ കണ്ട് തൃപ്തിപ്പെട്ട് വരാന്തയിലേക്ക് തന്നെ നടന്നു.

പാചകശാലയിൽ നിന്ന് ഭക്ഷണസാധനങ്ങളുടെ ഗന്ധം അരിച്ചെത്തിക്കൊണ്ടിരുന്നു....

ശിഷ്ടാചാരമറിയുന്ന അനുഭവ സമ്പന്നയായ ദാസി കടന്നുവന്നു.

"നാളെയും വരണോ...?" വയസ്സനോട് അവൾ ചോദിച്ചു. കാര്യപരിപാടികൾ തീരുമാനിക്കപ്പെട്ടിട്ടില്ലെങ്കിലും അയാൾ 'ഉം' എന്ന് മൂളി.

അടുത്തദിവസം സൂര്യനുദിച്ച് ഒന്നുരണ്ടു നാഴിക ചെന്നശേഷം ഹെഖ്വെട് റാ ക്ഷേത്രത്തിലേക്ക് പുറപ്പെട്ടു. നഗരാധികാരിയും, എഴുത്തു

കാരനും, തോണിക്കാരും, ഉറ്റ ഭൃത്യനും അയാളെ അനുഗമിച്ചിരുന്നു. മുന്നോട്ടും പിന്നോട്ടും തലയാട്ടിക്കൊണ്ട്.... കണ്ണുകൾ ചുറ്റും ചലിപ്പിച്ച് നടന്നു നീങ്ങുന്ന അദ്ദേഹത്തെ വഴിവക്കിലുള്ളവർ ഏതോ വിചിത്ര ജന്തുവിനെ കാണുന്ന കൗതുകത്തോടെ നോക്കിനിന്നു......

സെർകെട് ഇടയ്ക്കിടെ ഹെഖ്വെടിന്റെ മുന്നിലായി നടന്നു.

ഹെഖ്വെടിനെ കാണാത്തതുകൊണ്ട് പ്രധാനപൂജാരി കോപിഷ്ഠ നായിരിക്കയായിരുന്നു..... ഇന്നലെ സന്ധ്യയ്ക്കുമുമ്പ് എത്തിച്ചേർന്നിട്ടും തന്നെ കാണാൻ വന്നില്ല..... ! യാത്രാക്ഷീണംമൂലം രാത്രി കിടന്നുറങ്ങി പ്പോയെന്ന് കരുതാം..... എന്നാൽ നേരം പുലർന്നിട്ട് ഇത്രയുമായില്ലേ....? പ്രഭാതപൂജയും കഴിഞ്ഞില്ലേ....? എന്നിട്ടും....? ഇതിനാണ് ധിക്കാരമെന്ന് പറയുന്നത്. സറുസഭയുടെ മൂത്ത ഉപദേശിയാണുപോലും.....! അഹ ങ്കാരി...! ഇത്തരം ധിക്കാരികളെക്കൊണ്ടാണ് ഈജിപ്ത് നശിക്കാനിട യായത്.....

ആൻ നഗരത്തിലെ ദീർഘകാല വാസത്തിനിടയിൽ ഇതുവരെ ആർക്കും തന്നെ ധിക്കരിക്കാനുള്ള ധൈര്യമുണ്ടായിട്ടില്ല... ഇന്ന് അതുണ്ടാ യിരിക്കുന്നു.....

ആദിത്യകിരണങ്ങളേറ്റ് പ്രശോഭിക്കുന്ന റാദേവനു മുന്നിൽ ഹേപാട് ധ്യാനനിരതനായിരുന്നു......

നിമിഷങ്ങൾ കഴിഞ്ഞ് ക്ഷേത്ര പൂജാരിയെ വിളിച്ച് അയാൾ കല്പി ച്ചു....., "അയാൾ വന്നാൽ പ്രസാദം കൊടുത്ത് പറഞ്ഞയയ്ക്കണം...."

പ്രധാനപൂജാരി വീണ്ടും കണ്ണടച്ച് ധ്യാനമഗ്നനായി......

ഹെഖ്വെടും പരിവാരങ്ങളും തീർത്ഥക്കുളത്തിലിറങ്ങി പാദശുദ്ധി വരുത്തി തലയിലും ദേഹത്തും ജലം തളിച്ചു......

ക്ഷേത്രപൂജാരി ശ്രീകോവിലിനു പുറത്ത് വന്നുനിന്നു.....

പുറത്തെ സംസാരം ഹേപാടിന് കേൾക്കായി. അയാളുടെ ധ്യാനാസക്തി വർദ്ധിച്ചു....

സെർകെട് ഓടിവന്നു....

"വരുന്നുണ്ട്....."

ശ്രീകോവിലിനുള്ളിൽ ധ്യാനത്തിലിരിക്കുന്ന പ്രധാനപൂജാരിയെ അയാൾ കണ്ടു. മറ്റൊന്നും സംസാരിക്കാതെ അയാൾ പുറത്തുതന്നെ നിന്നു.

ഹെഖ്വെട് നടയിലെത്തി. ശ്രീകോവിലിനു വെളിയിൽ നില്ക്കുന്ന ക്ഷേത്രപൂജാരിയെ കണ്ട് മെല്ലെ ശിരസ്സിളക്കി അയാൾ പറഞ്ഞു.....

"ഫെറോവിന്റെ ആയുരാരോഗ്യം വർദ്ധിക്കട്ടെ....."

പരിവാരം പൂജാരിയെ താണുവണങ്ങി. കൈയുയർത്തി എല്ലാവ രെയും ആശീർവദിച്ചുകൊണ്ട് പൂജാരി പറഞ്ഞു.....

"ഫെറോവിന്റെ ആയുരാരോഗ്യം വർദ്ധിക്കട്ടെ....."

ദൂരെനിന്നുതന്നെ ക്ഷേത്രകവാടം ശ്രദ്ധിക്കയായിരുന്ന ഹെഖ്വെട് പറഞ്ഞു....

"സൃഷ്ടികർത്താവായ റായുടെ ക്ഷേത്രത്തിന്റെ നാലുകെട്ടിന് ഇനിയും സ്വർണ്ണം പൂശിയിട്ടില്ല.....!!! ഛെ! ഛെ! ഇങ്ങനെയുണ്ടോ? കഴിഞ്ഞതവണ തന്നെ ഞാൻ......."

"അതേ. സ്വർണ്ണം പൂശണമെന്ന് പറഞ്ഞിരുന്നു. എന്നാൽ സൃഷ്ടി കർത്താവായ റാ അത്രയ്ക്ക് സമ്പന്നനല്ല......"

"അറിയാം.... അറിയാം...." ഹെഖ്വെട് തലയാട്ടി.

"ഉള്ളിലേക്കെഴുന്നെള്ളിയാലും....."

" ആ ഇരിക്കുന്നത് പ്രധാന പൂജാരിയല്ലേ.....?"

"അത്... ധ്യാനഭംഗമുണ്ടാക്കരുതെന്ന് ആജ്ഞാപിച്ചിട്ടുണ്ട്....."

"നല്ലത്. യഥാർത്ഥ ഭക്തന് ദൈവത്തെ എവിടെ നിന്നാലും കാണാൻ കഴിയും. ഇവിടെ നിന്നുതന്നെ പ്രാർത്ഥിക്കാം....."

ക്ഷേത്രപൂജാരി ഒരു നിമിഷത്തേക്ക് വിചാരാധീനനായി. ഇവർ തമ്മിലുള്ള കലഹത്തിൽ തനിക്കെന്തെങ്കിലും ആപത്തുണ്ടാകുമോ....?

ഹെഖ്വെട് നടയിൽ മുട്ടുകുത്തിയിരുന്ന് കൈകൾ മുന്നോട്ട് നീട്ടി.... പരിവാരങ്ങളും അയാളും അനുസരിച്ചു... സെർകെടും മുട്ടുകുത്തി കൈകൾ മുന്നോട്ടു നീട്ടി...

ഹെഖ്വെട് ഉറക്കെ പ്രാർത്ഥിച്ചു....

"ഓ സൃഷ്ടികർത്താവായ റാ....., ഈ പ്രപഞ്ചത്തിലുള്ള നിന്റെ ഭരണം ശാശ്വതമായിത്തീരട്ടെ....! ഈജിപ്തിന്റെ സുഖവും സമ്പത്തും വർദ്ധിക്കട്ടെ.....! നൈൽ നദി എന്നും വറ്റാതിരിക്കട്ടെ.....! റാ പുത്രനായ ഫെറോ നിത്യയൗവ്വനത്തോടെ പ്രശോഭിക്കട്ടെ. ഈ രാജ്യത്തിന്റെ രണ്ടായിരം ദേവന്മാരും നിന്റെ പ്രജകളെ കാത്തുരക്ഷിക്കട്ടെ....."

ഓരോ പദവും സ്പഷ്ടമായി ഹേപാടിന്റെ ചെവിയിൽ പതിഞ്ഞു. എന്നാൽ ആ ശരീരം അല്പംപോലും ചലിച്ചില്ല. മുട്ടുകുത്തിയവർ എഴുന്നേറ്റുനിന്നു. പൂജാരി അകത്തുകടന്ന് പ്രസാദം കൊണ്ടുവന്നു.... പ്രഭാതപൂജയിൽ ദേവന് നിവേദിച്ച മുന്തിരിയും ഈന്തപ്പഴവും....

നാട്ടിലെ ചെറുതും വലുതുമായ സാധാരണക്കാർ ദൂരെ തടിച്ചുകൂടി നിന്നിരുന്നു. സെർകെട് അവരോട് നീങ്ങിപ്പോകാൻ കല്പിച്ചെങ്കിലും ഫലമുണ്ടായില്ല.

ക്ഷേത്ര പൂജാരി ഹെഖ്വെടിനോടായി ചോദിച്ചു....

"ഇപ്പോൾ തന്നെ മടങ്ങുന്നോ.... അതോ....?"

"കാര്യം നിങ്ങൾക്കും അറിയാം....."

"ഉം....എങ്കിലും...."

"ഞങ്ങൾ വന്നിരിക്കുന്നത് ദേവദർശനത്തിനും പ്രധാനപൂജാരിയെ കാണുന്നതിനുമാണ്. ഒന്ന് നിറവേറി. മറ്റൊന്ന് ബാക്കിയുണ്ടത്രെ. അതിനു

ശേഷമേ യാത്രയുള്ളു. രാജകാര്യമാണ് കൂടുതൽ താമസിക്കരുത്....."

"പ്രധാനപൂജാരി ധ്യാനനിവൃത്തനാകുന്നതുവരെ എന്റെ മഠത്തിൽ വിശ്രമിക്കാം....."

"ഓഹോ....! ഭക്ഷണ സമയത്തെങ്കിലും പ്രധാനപൂജാരി എഴുന്നേല്ക്കാതിരിക്കില്ല....അല്ലേ....?"

"അതിനു മുമ്പ് തന്നെ ഉണരും. സൂര്യൻ നെറ്റിക്ക് മുകളിൽ ഉയരുന്നതിനുമുമ്പേ ശ്രീകോവിൽ അടയ്ക്കാറുണ്ട്...."

"ശരി..... ശരി.....! ദേവനും വിശ്രമം വേണമല്ലോ.....! വാ മകനെ സെർകെട്.... ഇദ്ദേഹത്തിന്റെ വീട്ടിലേക്ക് പോകാം....."

ക്ഷേത്രത്തിനടുത്താണ് മഠം. പീഠങ്ങളുണ്ട്. ചാർന്നിരിക്കാനുള്ള തടികളുണ്ട്. ചിത്രങ്ങൾ കൊണ്ടലങ്കരിച്ച ഭിത്തി. ദൈവദാസന്മാരായ പരിപാലകന്മാർ....

ഹെഖ്വെട് പീഠത്തിലിരുന്ന് പുഞ്ചിരിച്ചുകൊണ്ട് പറഞ്ഞു: "റാ ദരിദ്രനായതുകൊണ്ട് നിങ്ങൾക്ക് ബുദ്ധിമുട്ടൊന്നുമില്ല...."

"ഭക്തരുടെ വിശ്വാസം. എല്ലാം ആ പരമാത്മാവിന്റെ അനുഗ്രഹം....." പൂജാരി പ്രതിവചിച്ചു.

"ശരിയാണ്. ഭക്തരുണ്ടെങ്കിലേ ദൈവമുള്ളു.....! ദൈവമുണ്ടെങ്കിലേ ഭക്തരുണ്ടാകൂ...."

പൂജാരി സെർകെടിനെ വിളിച്ചു പറഞ്ഞു:

"ഞാൻ ശ്രീകോവിലിലേക്ക് പോകയാണ്. എന്തുവേണമെങ്കിലും അകത്തേക്കു വിളിച്ചുപറഞ്ഞാൽ മതി. കൊണ്ടുത്തരും....."

"എന്നാൽ എനിക്കിപ്പോൾ ഹേപാടിനെ വേണം. ആരാക്കൊണ്ടത്തരിക.....?" ഹെഖ്വെട് ചോദിച്ചു.

"ഞാൻ കൊണ്ടത്തരാം....." പൂജാരി ചിരിച്ചുകൊണ്ട് ക്ഷേത്രത്തിലേക്കു നടന്നു.

പൂജാരിയുടെ സാന്നിദ്ധ്യം ഗ്രഹിച്ച ഹേപാട് കണ്ണുതുറക്കാതെ ചോദിച്ചു.

"പോയോ....?"

"ഇല്ല മഠത്തിലുണ്ട്. കണ്ടിട്ടേ പോകുന്നുള്ളുവത്രെ...."

"നാശം.....! നാശം......!"

ഹേപാട് വിചാരാധീനനായി. ക്ഷേത്രത്തിലെത്തിയ ഉടനെതന്നെ കാണാൻ കിട്ടാത്തതുകൊണ്ട് ഹെഖ്വെട് വിഷമിച്ചിരിക്കയാകണം... എന്താണ് പറയാനുള്ളതെന്ന് വച്ചാൽ വേഗത്തിൽ പറഞ്ഞു തുലച്ചാട്ടെ. ഒരു പക്ഷേ വല്ല പരിഹാരവും കൊണ്ടുവന്നിട്ടുണ്ടെങ്കിലോ.

അല്പസമയം റാ സ്തോത്രമുരുവിട്ടശേഷം അയാൾ മുട്ടുകുത്തി മനസ്സിൽ പ്രാർത്ഥിച്ചു..... "റാ ദേവാ...., ഈ ദീനസേവകനെ നിന്റെ സാധകനായി സ്വീകരിച്ചാലും....."

പ്രാർത്ഥനയ്ക്കുശേഷം ശ്രീകോവിലിന്റെ വാതിലടയ്ക്കാൻ പൂജാരിയോട് നിർദ്ദേശിച്ചു....

ഈ വാർത്ത എങ്ങനെ നാട്ടിൽ പരന്നു.....? രാജകൊട്ടാരത്തിൽനിന്ന് വന്ന അധികാരിയും പ്രധാനപൂജാരിയും തമ്മിൽ ഭയങ്കര വാക് തർക്കമാണുപോലും....! കേട്ടവർ കേട്ടവർ ക്ഷേത്രത്തിലേക്ക് നടന്നു. പട്ടണത്തിലെ കാവൽഭടന്മാരെ സെർകെട് വിളിപ്പിച്ചു. വെയിലേറ്റ് അവരുടെ കുന്തമുനകൾ തിളങ്ങി. ഭയത്തോടെ ജനം പിൻവാങ്ങി. എങ്കിലും അവർ പിരിഞ്ഞു പോയില്ല.....

“ഞാൻ വിശ്രമമുറിയിലേക്ക് ചെന്നാലോ....? അയാൾ വൈകുന്നേരം കാണാൻ വരട്ടെ....” ഹേപാട് പൂജാരിയോട് പറഞ്ഞു.

“ഇപ്പോഴായാലും വൈകുന്നേരമായാലും കാണാതിരിക്കാൻ പറ്റില്ലല്ലോ....” തന്റെ മഠത്തിൽവെച്ചുതന്നെ രാജകാര്യങ്ങൾ പറഞ്ഞു തീർക്കട്ടെ എന്ന ആശയോടെ പൂജാരി പറഞ്ഞു.

“എന്നാൽ ആകട്ടെ.....”

ഹേപാട് മെതിയടിയണിഞ്ഞു.

“അധികാര ദണ്ഡ്.....” തന്റെ ഉറ്റസഹായിയെ നോക്കി അയാൾ പറഞ്ഞു.

സഹായി ഹേപാടിന്റെ വിശ്രമമുറിയിൽ ചെന്ന് വെള്ളിപ്പിടിയുള്ള ദണ്ഡ് കൊണ്ടുവന്നു.

ഹേപാടും പരിവാരവും ഹെഖ്വെടിനെ കാണാൻ പറപ്പെട്ടു.

പ്രധാനപൂജാരിയെ കണ്ടപ്പോൾതന്നെ എല്ലാവരും എഴുന്നേറ്റു.

“റാ പുത്രനായ ഫെറോവിന്റെ ആയുരാരോഗ്യങ്ങൾ വർദ്ധിക്കട്ടെ....” എന്നുപറഞ്ഞ് ഹെഖ്വെട് തലകുനിച്ച് നമസ്കരിച്ചു. ബാക്കിയുള്ളവർ നടുകുനിച്ച് പ്രധാനപൂജാരിയെ വണങ്ങി.

“വർദ്ധിക്കട്ടെ....” ഹേപാട് പറഞ്ഞു.

പൂജാരി ചൂണ്ടിക്കാട്ടിയ പീഠത്തിൽ അയാളിരുന്നു.

ഹെഖ്വെടിന്റെയും ഹേപാടിന്റെയും ദൃഷ്ടികൾ കൂട്ടിമുട്ടി. ഹെഖ്വെടിന്റെ ചുണ്ടിൽ ഒരു മന്ദസ്മേരം വിടർന്നു. ഹേപാടിന്റെ മുഖത്തെ ഞരമ്പുകൾ മുറുകിത്തന്നെ നിന്നു......

ഹേപാട് തന്റെ അധികാരദണ്ഡ് അല്പം ഉയർത്തിപ്പിടിച്ചു. അയാളുടെ ഉറ്റസഹായി പറഞ്ഞു.....

“ഭക്തന്മാർ പ്രധാനപൂജാരിയുടെ അധികാര ദണ്ഡ് ചുംബിച്ച് ധന്യരാകാവുന്നതാണ്......”

ഇതൊരസാധാരണമായ പരിതഃസ്ഥിതിയാണെന്ന് ഏവർക്കും ബോദ്ധ്യമായി. അവർ ഹെഖ്വെടിന്റെ മുഖത്തേക്ക് നോക്കി.....

“നില്ക്ക്....! നില്ക്ക്.....!” അയാൾ വിളിച്ചു പറഞ്ഞു...... “ധൃതി പിടിക്കേണ്ട. റാ പുത്രനായ ഫെറോവിന്റെ കല്പനയും കൊണ്ടാണ്

ഞാനെത്തിയിരിക്കുന്നത്. പ്രധാനപൂജാരിയോട് എനിക്ക് അല്പം സംസാരിക്കാനുണ്ട്. അതിനുശേഷം അദ്ദേഹത്തിന്റെ ആശീർവാദവുംകൊണ്ട് ഞങ്ങൾ മടങ്ങിപ്പോകും......"

ഹേപാട് പല്ല് കടിച്ചു. ആ കണ്ണിൽനിന്ന് തീപ്പൊരി ചിതറി. ഈ അഗ്നിയിൽ ഇവരെല്ലാം ചാമ്പലാകുമെന്ന് അയാൾ കരുതി. നിമിഷം കഴിഞ്ഞ് മിഴികൾ ഭദ്രമായി അടച്ചുപിടിച്ചു.

മിഴികൾ അല്പം വിടർത്തിക്കൊണ്ട് അയാളുറക്കെ പറഞ്ഞു:

"രാജധാനിയിലെ മൂത്ത ഉപദേഷ്ടാക്കളിൽ ഒരാൾ....."

"ഒരാളല്ല.... അവരുടെയെല്ലാം തലവൻ...." ഹെഖ്വെട് ഇടയിൽ കടന്നു പറഞ്ഞു.

കൂടുതൽ സ്വരമുയർത്തി ഗർജ്ജിക്കുന്ന സ്വരത്തിൽ ഹേപാട് പറഞ്ഞു.... "അയാൾ ആജ്ഞാപിച്ചാൽ ആ നിമിഷം ലോകം മുഴുവൻ സ്തബ്ദ്ധമാകണം......!"

"താനാണ് ലോകമെന്ന് ഭാവിക്കുന്നത് അഹങ്കാരത്തിന്റെ മൂർദ്ധന്യമാണ്......"

ഹേപാടിനുമാത്രമേ ആ കുത്തുവാക്കിന്റെ അർത്ഥം മനസ്സിലായുള്ളു. അയാൾ പല്ലിറുമ്മി പൊട്ടിത്തെറിച്ചു.....

"ഈജിപ്തിലെ പരമോന്നതനായ ധർമ്മഗുരുവിന്റെ മുന്നിൽ വൃദ്ധന്മാർ നാക്കൊതുക്കിപ്പിടിക്കണം....."

"ശാപംകൊണ്ട് പ്രാണൻ വറ്റിപ്പോകുമെന്ന ഭയമൊന്നും എനിക്കില്ല. കാലം കഴിയുന്നതോടെ എല്ലാവരും വൃദ്ധരായിത്തീരും. സമാധിപ്രവേശം ആർക്കും നിഷേധിച്ചിട്ടില്ല. മരണത്തെ ഭയന്ന് കർത്തവ്യം പാലിക്കാതിരിക്കാമോ.....? ദേവതുല്യനായ ഫെറോവിനുവേണ്ടി ജീവൻ ത്യജിക്കാൻ പോലും ഞാനൊരുക്കമാണ്."

"ഈശ്വരപൂജയേക്കാൾ ഫെറോ പൂജയാണ് വലുതെന്ന് നിങ്ങൾ ഭാവിച്ചതുപോലുണ്ടല്ലോ......?"

"ഈജിപ്തിലെ പ്രാചീന സമ്പ്രദായമനുസരിച്ച് ഫെറോവും ദൈവവും വേറെവേറെയില്ല. രണ്ടും ഒന്നുതന്നെയാണ്.....! നിങ്ങൾക്കറിയാത്തതല്ലല്ലോ ഇത്.....?"

"ചട്ടത്തിനനുസരിച്ച് പെരുമാറാൻ ശീലിക്കണം. ഇല്ലെങ്കിൽ ചട്ടം അർത്ഥശൂന്യമായിപ്പോകും....."

"ചട്ടം പാലിക്കുന്നതിൽ ഫെറോ പേപി എന്നും മുൻപന്തിയിലായിരുന്നു. അതുകൊണ്ടാണല്ലോ സെഡ് ഉത്സവം നിശ്ചയിക്കുന്നതിന് പ്രധാനപൂജാരിയെ കാത്തുകൊണ്ടിരിക്കുന്നത്...."

"ഇനിമുതൽ പ്രധാനപൂജാരിയുടെ ആവശ്യമില്ലെന്ന് ആർക്കും തോന്നിയില്ല.....! സമാധാനം.....!"

"എന്തിനിങ്ങനെ പരിഹസിക്കണം.....? നിങ്ങൾക്കറിയാത്തതല്ലല്ലോ...? ഈജിപ്തിലെ സാമൂഹ്യവ്യവസ്ഥയിൽ ഓരോരാൾക്കും ഓരോ

കടമയുണ്ട്......! ആരെയും അപ്രധാനമായി ഗണിക്കാറില്ല....."

"പാഴ്വാക്കുകൾ എനിക്കിഷ്ടമല്ല. പറയാനുള്ളത് പറഞ്ഞാൽ നിങ്ങൾക്ക് പോകാം...."

"ഞാനൊറ്റക്കല്ല..... നാമൊന്നിച്ചാണ് പുറപ്പെടുക....."

"ഇതിന്റെ അർത്ഥം.....?"

"അർത്ഥം ഞാൻ പ്രത്യേകം പറയണോ? നിങ്ങളെ കൂട്ടിക്കൊണ്ടു പോകാനാണ് എന്നെ നിയോഗിച്ചിരിക്കുന്നത്......"

"ഒഴിവാക്കാൻ പാടില്ലാത്ത കല്പനയാണോ.....?"

ഹേപാടിന്റെ ദേഷ്യം ആളിക്കത്തി. താൻ നിമിഷന്തോറും ശക്തി വാനായിത്തീർന്നുകൊണ്ടിരിക്കയാണെന്ന് അയാൾക്കു തോന്നി. പ്രധാന പൂജാരിയുടെ പ്രകൃതം ശ്രദ്ധിച്ച സൂക്ഷ്മദൃക്കായ ഹെഖ്വെട് വിനയ ഭാവത്തിൽ പറഞ്ഞു.

"ഈ വൃദ്ധൻ കേൾക്കാൻ പാടില്ലാത്തതാണിതെല്ലാം... ഇവിടെ ധാർമ്മികസംവാദം നടക്കുന്ന കാര്യം എല്ലാവർക്കും അറിയുന്നതാണ്. പ്രധാനപൂജാരിയോടുള്ള ഭയഭക്തി ബഹുമാനങ്ങളിൽ യാതൊരു കുറവും ഉണ്ടായിട്ടില്ല. ഇന്ന് വൈകുന്നേരം തന്നെ പുറപ്പെടാം. വെളുക്കുന്നതിന് മുമ്പ് കൊട്ടാരത്തിലെത്തിച്ചേരാം....."

കൂട്ടിക്കൊണ്ടുപോകുന്നതിന് മന്ത്രി നേരിട്ടുവന്നിരുന്നെങ്കിൽ നന്നാ യേനെ. പകരം ഏറ്റവും ഉന്നതനായ സറുസദസ്യൻ വന്നിരിക്കുന്നു. ഇത്ര യെങ്കിലും സാധിച്ചല്ലോ... താൻ നടത്തുന്ന പോരാട്ടത്തിന്റെ അടുത്ത ഘട്ടത്തിലേക്ക് നീങ്ങണമെങ്കിൽ കൊട്ടാരത്തിലെത്തിച്ചേരുകതന്നെ വേണം. ആവശ്യത്തിനുമാത്രം കടിഞ്ഞാൺ മുറുക്കിപ്പിടിക്കുന്നതാണ് വിവേകം.... ആലോചിച്ചിരുന്ന ഹേപാടിന്റെ മുഖത്തെ ഞരമ്പുകൾ അല്പമയഞ്ഞു.... അയാൾ പറഞ്ഞു:

"നിങ്ങൾ ഇന്നുതന്നെ പൊയ്ക്കൊള്ളു... ഞാൻ നാളെ വരാം....."

ഹെഖ്വെട് പുഞ്ചിരിച്ചു.

"രണ്ടുപേർക്കും നാളെ പോവാം. മുന്നിൽ നിങ്ങളുടെ തോണി. പിന്നാലെ ഞാനും."

ഹെഖ്വെട് മെല്ലെ എഴുന്നേറ്റ് ഹേപാടിനരികിൽ ചെന്ന് മുട്ടുകുത്തി അധികാരദണ്ഡിൽ ചുംബിച്ച് പതുക്കെ ചോദിച്ചു....."കോപം ശമിച്ചോ...?"

ഹേപാട് നെടുവീർപ്പിട്ടു.

ദ്രുതഗതിയിലുള്ള ആ സംഭാഷണം സെർകെടിന് മനസ്സിലായില്ല. എങ്കിലും അയാൾ സംതൃപ്തനായി. ഹെഖ്വെടിനെ അനുകരിച്ച് അയാളും പൂജാരിയുടെ അധികാരവടി ചുംബിച്ചു. മറ്റുള്ളവരും അയാളെ അനുസരിച്ചു.

ഹേപാട് എഴുന്നേറ്റ് കൈയുയർത്തി ആശീർവദിച്ചു.

"ഫെറോവിന്റെ ആയുരാരോഗ്യം വർദ്ധിക്കട്ടെ....."

"വർദ്ധിക്കട്ടെ..." ഹെഖ്വെട് പ്രതിവചിച്ചു. തികട്ടി വന്ന പുഞ്ചിരി

അയാൾ ഒതുക്കിവച്ചു.

റാ ക്ഷേത്രത്തിലെ പൂജാരി ആശ്വാസത്തോടെ നിശ്വസിച്ചു....

ഹെഖ്വെടിനെ യാത്രയാക്കി ഹേപാട് വിശ്രമമുറിയിലേക്ക് നടന്നു. തന്റെ ഉറ്റ സഹായിയെ വിളിച്ച് അയാൾ നിർദ്ദേശിച്ചു.

"ടെഹുടിയോട് വരാൻ പറ....."

ആ ജോലി എളുപ്പമായി. ടെഹുടിയും ബകിലനും ഹേപാടിനെ കാണാൻ വരികയായിരുന്നു.

ടെഹുടി അസ്വസ്ഥനായിരുന്നു. നീരാനപ്രവിശ്യയിലെ വിപ്ലവം രാഷ്ട്രീയ ചതുരംഗക്കളിയുടെ മദ്ധ്യത്തിലേക്ക് അയാളെ തള്ളിവിട്ടിരിക്കയാണ്. ഒന്നുകിൽ മന്ത്രിയുടെ കോപത്തിന്നിരയായി ഇപ്പോഴുള്ള പദവി നഷ്ടപ്പെടും. അല്ലെങ്കിൽ, രാജാവും ഗുരുവും തമ്മിലുള്ള വടംവലിയിൽ മന്ത്രി പദച്യുതനാവുകയും താൻ ആ സ്ഥാനത്ത് കയറിപ്പറ്റുകയും ചെയ്യും.... നീരാനപ്രവിശ്യയിൽ നിന്ന് തിരിച്ചെത്തിയ ഉടൻതന്നെ പ്രധാന പൂജാരിയുടെ പക്ഷംചേർന്നത് നന്നായി. അതുകൊണ്ടാണ് മന്ത്രിക്ക് പെട്ടെന്നൊരു ശിക്ഷനല്കാൻ കഴിയാതെവന്നത്. പകൽ ജനസംഖ്യ കണക്കെടുപ്പിനായി ഉത്തരദിശയിലേക്കയച്ചു. സംഘർഷം ഉടനെ തുടങ്ങണമെന്ന് താനാശിച്ചിരുന്നു.... പക്ഷേ, മുൻകരുതലില്ലാതെ നാമൊന്നും പ്രവർത്തിക്കരുതെന്ന് പ്രധാനപൂജാരി ഉപദേശിച്ചു.... ഹേപാട് അതിർത്തിയിൽ ചെന്ന് സൈന്യത്തെ കണ്ടതും... അമൻ ദേവാലയത്തിൽ ഉത്സവം കൊണ്ടാടിയതും മറ്റും മുൻകരുതലിന്റെ ഓരോ ഭാഗമായിരുന്നു.

തന്റെ കിങ്കരനോട് ടെഹുടി പറഞ്ഞു:

"പ്രധാനപൂജാരി സാവധാനക്കാരനാണ്. എങ്കിലും വലിയ മനുഷ്യനാണ്. നിന്നെ നീരാനപ്രവിശ്യയിലെ സാമന്തരാജാവായി വാഴിച്ചാലേ എനിക്ക് സമാധാനമാകൂ......"

ടെഹുടിയുടെ ഈ വാക്ക് മുമ്പും പലതവണ ബകില കേട്ടിട്ടുണ്ട്. ആദ്യമാദ്യം തമാശയാണെന്നാണ് തോന്നിയത്. ക്രമേണ തോന്നലിന് മാറ്റമുണ്ടായി. എന്തുകൊണ്ട് തനിക്ക് നീരാനയിലെ സാമന്തരാജാവായിക്കൂടാ....? ഈയിടെയായി താൻ ആ പദവിക്ക് തികച്ചും അനുയോജ്യനാണെന്ന ബോധം ബലപ്പെട്ടുവന്നു.

"നീ ഈജിപ്തിലെ സൈന്യാധിപനാകാനും അർഹനാണ്....." എന്നും ടെഹുടി പറഞ്ഞിരുന്നു.

നുരഞ്ഞുപൊന്തിയ ഭാവോദ്വേഗങ്ങൾ അടക്കിവെക്കാനാകാതെ ബകിലന്റെ ഒരു കണ്ണ് നനഞ്ഞു.

അന്നുമുതൽ ബകില ടെഹുടിയുടെ നിഴലായിത്തീർന്നു.

ടെഹുടിയെ കണ്ട ഉടൻ ഹേപാട് ചോദിച്ചു:

"ബകിലനെവിടെ.....?"

"പുറത്തുണ്ട്......"

"ഇങ്ങോട്ട് വിളിക്ക്....."

ഹേപാട് രണ്ടുപേർക്കും ആവശ്യമായ നിർദ്ദേശങ്ങൾ നല്കി.

ടെഹുടി വടക്കുകിഴക്കനതിർത്തിയിലുള്ള സൈന്യത്താവളത്തിലേക്ക് പോകണം. ബകിലനും കൂടെയുണ്ടാകട്ടെ. രാജധാനിയിൽനിന്ന് സന്ദേശം ലഭിക്കുന്നതുവരെ അവിടെ കഴിയണം.

ആരുടെ സന്ദേശമെന്നറിയാൻ ടെഹുടി തിടുക്കപ്പെട്ടു.

"എന്റെ സന്ദേശം ലഭിച്ച ഉടൻ സൈന്യത്തോടൊപ്പം നിങ്ങളും പുറപ്പെട്ടുവരണം. ഇനി മന്ത്രിയാണ് സന്ദേശമയയ്ക്കുന്നതെങ്കിൽ അതിൽ പറഞ്ഞത്രപേർ മാത്രം വന്നാൽ മതി. കൂട്ടത്തിൽ നിങ്ങളുമുണ്ടാകണം......"

"ഒത്തുതീർപ്പിനുള്ള സാദ്ധ്യതയുണ്ടോ.....?"

"സംഭാഷണം വിജയിക്കാനും മതി....പരാജയപ്പെടാനും മതി. ഏതായാലും ഒത്തുതീർപ്പുണ്ടാകുന്നത് താല്ക്കാലികമായിരിക്കുമെന്ന് ഓർമ്മിക്കുക....."

"അപ്പോൾ സൈന്യം......?"

"ടെഹുടി, നീയിപ്പോഴും കുഞ്ഞാണ്. ഇന്നത്തെ രീതിയിൽ ഒത്തുതീർപ്പാവുകയാണെങ്കിൽ നീരാനപ്രവിശ്യ ആക്രമിക്കാൻ ചുരുങ്ങിയ സൈന്യം മതിയാകും. അത് ഞാൻ നോക്കിക്കൊള്ളാം. ബകില സൈന്യാധിപനായിത്തീരും. ഇനി ഒത്തുതീർപ്പാകാതെ വരികയാണെങ്കിൽ അമെനോമോപെട് കാര്യം നോക്കിക്കൊള്ളും....."

"അമെനോമോപെടിനെ വലിയ വിശ്വാസമാണെന്ന് തോന്നുന്നല്ലോ....?"

"അതേ. അവനെ ഈ ഈജിപ്തിന്റെ സർവ്വസൈന്യാധിപനാക്കി മാറ്റും......"

"ഒത്തുതീർപ്പുണ്ടായാൽ മന്ത്രിക്ക് ടെഹുടിയോട് ദേഷ്യമുണ്ടാവുമോ എന്തോ.....?"

"ഞാനതൊന്നും അറിയുന്നില്ലെന്നാണോ നിന്റെ വിചാരം? നിന്നെ രക്ഷിക്കേണ്ടത് എന്റെ കടമയാണ്."

"കഴിഞ്ഞദിവസം കൊട്ടാരത്തിൽ ഒരു സല്ക്കാരം നടന്നിരുന്നു."

"അറിയാം. നിന്നെ ബഹുമാനിക്കാനും അതുപോലൊന്ന് ഏർപ്പെടുത്താം. സല്ക്കാരമെന്നു പറഞ്ഞാൽ കുടിയും പാട്ടും നൃത്തവുമല്ലേ.....?"

ടെഹുടി മിണ്ടാതിരുന്നു. കഴിഞ്ഞാൽ മതി. താഴേക്ക് ചെന്ന് ആ വൃദ്ധന്റെ വായിലൊന്നും വീഴണ്ട. "നീരനയിലെ ഭൂപ്രഭുക്കൾ മടങ്ങിപ്പോയോ.....?"

ഹേപാട് തന്നെ നോക്കുന്നതുകണ്ട് ബകില ഉത്തരം പറഞ്ഞു.

"ഇല്ല. ഇവിടെത്തന്നെയുണ്ട്."

ഹേപാട് തന്റെ ഉറ്റസഹായിയെ വിളിച്ചു പറഞ്ഞു:

"ഏതെങ്കിലും തോണി പിടിച്ച് ഇവിടെനിന്ന് പുറപ്പെട്ടുപോകണമെന്ന് ആ ഭൂപ്രമാണിമാരോട് ചെന്ന് പറയ് ആ ഹെഖ്വെടിന്റെ കണ്ണിൽ വീഴരുതെന്ന് പ്രത്യേകം ഓർമ്മിപ്പിക്കണം....."

ടെഹുടിയെയും ബകിലനെയും പ്രധാനപൂജാരി ആശീർവദിച്ചു. വായതുറന്ന് കോട്ടുവാവിട്ടുകൊണ്ട് തന്റെ ഉറ്റസഹായിയെ നോക്കി. ഭക്ഷണത്തിനും വിശ്രമത്തിനും സമയമായി എന്നതിന്റെ സൂചനയാണത്.

ആൻ നഗരത്തിലെ സാധാരണക്കാർ നിരാശയോടെയാണ് പിരിഞ്ഞുപോയത്. പ്രധാനപൂജാരിയും രാജദൂതനും തമ്മിലുള്ള വാക് തർക്കവും മത്സരവും കാണാനെത്തിയതായിരുന്നു അവർ. രംഗം എളുപ്പത്തിൽ ശാന്തമായിത്തീർന്നതിൽ അവർക്ക് വിഷമം തോന്നി.

പ്രധാനപൂജാരിയോട് ഹെഖ്വെട് സംസാരിച്ച രീതി കണ്ട് സെർകെടിന് രക്തം തിളച്ചിരുന്നു. ഈ വൃദ്ധന്റെ ഹുങ്കെന്ന് വല്ലവരും പറയുകയാണെങ്കിൽ അയാൾ അതിന് തയ്യാറായിരുന്നു.

ഭക്ഷണം സ്വാദുറ്റതായിരുന്നു..... വയറുനിറയെ തിന്നാൻ കഴിയുന്നില്ലല്ലോ മകനെ..... വയസ്സായില്ലേ.....? ദഹനശക്തിയും കുറഞ്ഞു..... പഴകിയ മുന്തിരിച്ചാറ് ..... എന്തൊരു രുചി.....! പ്രധാനപൂജാരി ഭയങ്കര ദേഷ്യത്തിലായിരുന്നു..... അല്ലേ.....? ഒടുവിലെന്തായിത്തീർന്നു....? എന്റെ സംസാരം വളരെ നന്നായെന്നോ....? ഉറക്കം വരുന്നു. വൈകുന്നേരം ആ ടെഹുടിയെയും ബകിലനെയും ഭൂപ്രമാണികളെയുമെല്ലാം വിളിച്ച് ഒന്ന് സംസാരിക്കണം..... അവർക്ക് ഈ ഹെഖ്വെടിനെ ഭയപ്പെടേണ്ട കാര്യമില്ല.... വിളിക്കാൻ നീ പോകേണ്ട. വേറെയാരെയെങ്കിലും പറഞ്ഞയക്കാം....

ഹെഖ്വെട് ഉറക്കമുണർന്നപ്പോൾ വെയിലിന്റെ ചൂട് കുറഞ്ഞിരുന്നു. സെർകെട് വാതിൽക്കൽ നിന്നിരുന്നു. അയാളുടെ വിളറിയ മുഖം കണ്ട് ഹെഖ്വെട് ചോദിച്ചു.

"ടെഹുടിയും ഭൂപ്രഭുക്കളും ആരും ഇല്ല.... അല്ലേ....?"

"ഇല്ല സ്വാമീ....! അപ്രത്യക്ഷരായിരിക്കുന്നു....."

"നിന്റെ കീഴിൽ എത്ര ചാരന്മാരുണ്ട്..... മകനേ....?"

"രണ്ടുപേർ....."

"അവർ ഇവിടെത്തന്നെയുണ്ടായിരുന്നു....."

"അത്... ശരി....!" ഹെഖ്വെട് ദയനീയമായി സെർകെടിനെ നോക്കി.

സെർകെടിന് കരച്ചിൽ വരുന്നതുപോലെ തോന്നി. ഗദ്ഗദം അടക്കിപ്പിടിക്കാൻ അയാൾക്ക് ശ്രമിക്കേണ്ടി വന്നു....

തന്റെ എഴുത്തുകാരനെ വിളിച്ച് ഹെഖ്വെട് പറഞ്ഞു.....

"റാ ക്ഷേത്രത്തിൽചെന്ന.... പ്രധാനപൂജാരി നാളെ രാവിലെ ഏതു സമയത്താണ് പുറപ്പെടുകയെന്ന് ചോദിച്ചു വാ....."

അയാൾ തലയാട്ടി.

"അതുമിതും സംസാരിച്ച് സമയം കളയരുത്. ഉടനെ വരണം...."

"ഉം...."

എഴുത്തുകാരൻ പോയ ഉടൻ തന്റെ തോണിക്കാരെ വിളിച്ച് അയാൾ നിർദ്ദേശിച്ചു....

“രാത്രി നേരത്തേ ഉറങ്ങിക്കൊള്ളു. വെളുപ്പിനുമുമ്പ് എഴുന്നേല്ക്കണം....”

“കല്പനപോലെ.....”

രാജദൗത്യം തൃപ്തികരമായി നിർവ്വഹിക്കപ്പെട്ടു. പ്രധാനപൂജാരി മനസ്സ് മാറ്റുമെന്ന ശങ്ക ഹെഖ്വെടിനുണ്ടായില്ല. അത്രയും പേരുടെ മുന്നിൽവച്ച് നടന്ന വാഗ്വാദം.... അപസ്വരത്തിൽ കലാശിച്ചിരുന്നെങ്കിൽ റാ ക്ഷേത്രത്തിലെ പൂജാരി എന്തുപറയുമായിരുന്നു....? ദൈവദാസഗണങ്ങൾ എന്തു വിചാരിക്കും.....?

വരാന്തയിലെ പീഠത്തിലിരുന്ന് നിർജ്ജനമായ വീഥിയിലേക്ക് കണ്ണോടിച്ചുകൊണ്ട് അയാൾ വിചാരാധീനനായി. രാജകൊട്ടാരത്തിലെ ബഹളത്തിൽ കഴിഞ്ഞുവന്ന അയാൾക്ക് ആൻ പട്ടണം ഒരു കുഗ്രാമത്തിന്റെ പ്രതീതിയാണ് ജനിപ്പിച്ചത്.....

എഴുത്തുകാരൻ തിരികെ വന്നു......

“പ്രഭാതപൂജ കഴിഞ്ഞ ഉടൻ പുറപ്പെടുമത്രെ.....”

“നല്ലത്....” ഹെഖ്വെട് പറഞ്ഞു. രാവിലത്തെ ഉറക്കത്തിന് ഇതൊരു തടസ്സമാണെന്ന് സ്വയം പിറുപിറുക്കുകയും ചെയ്തു.

രാത്രി ലഘുഭക്ഷണം മാത്രം. കഴിഞ്ഞ രാത്രി ദാസിയോട് ‘ഉം’ എന്ന് മൂളിയത് ഓർമ്മവന്നു.... അപരാഹ്നത്തിലെ വിശ്രമത്തോടെ ഒരു തരം ക്ഷീണം ബാധിച്ചിരിക്കുന്നു....

ഭക്ഷണസമയത്ത് അവളെ കണ്ടില്ലെങ്കിലും വിശ്രമമുറിയിൽ ഒതുങ്ങിയിരിപ്പുണ്ടായിരുന്നു...

സമ്മാനം....?

കഴുത്തിൽനിന്ന് മനോഹരമായൊരു കവടിമാലയൂരി ദാസിക്ക് കൊടുത്തു..... ഇങ്ങനെ കൊടുക്കുന്നത് ഫെറോവിന്റെയും മന്ത്രിയുടെയും സംസ്കാരമാണ്....

തല നിറയെ പൂക്കൾ ചൂടിയ ദാസി അരപ്പട്ടയണിഞ്ഞിരുന്നു. ഹെഖ്വെട് നല്കിയ മാല കഴുത്തിലണിഞ്ഞു.

അവളെ അരികിലേക്ക് പിടിച്ചടുപ്പിച്ചപ്പോൾ ഹെഖ്വെടിന് ടെഹുടിയെ ഓർമ്മവന്നു.... രാജ്യകാര്യങ്ങൾക്കായി ആൻ നഗരത്തിലെത്തുന്ന വരെ മുഴുവൻ ഇവൾ സന്തോഷിപ്പിക്കണം... റാ ക്ഷേത്രത്തിൽ ദേവദാസികളില്ല.... അപ്പോൾ ഹേപാടിനെക്കൂടി....?

ഉള്ള ശക്തി മുഴുവൻ സംഭരിച്ച് ഹെഖ്വെട് ദാസിയെ കെട്ടിപ്പിടിച്ചു.

ആ ആലിംഗനം തന്നെ വേദനിപ്പിക്കുന്നുണ്ടെന്ന നാട്യത്തിൽ ദാസി മെല്ലെ ഞരങ്ങി....

ഇവൾ മഹാകള്ളിയാണെന്ന ഹെഖ്വെടിന് തോന്നി.....

തന്റെ ദൗർബ്ബല്യത്തിൽ മനസ്താപപ്പെട്ടുകൊണ്ട് അയാൾ ദാസിയുടെ ദേഹത്ത് നഖക്ഷതമേല്പിക്കാൻ യത്നിച്ചു.

ഒൻപത്

അതിഥിമന്ദിരത്തിന്റെ പുറത്തുനിന്ന് കേൾക്കുന്ന കാലടിയൊച്ചയും കണ്ഠധ്വനിയും മെനെപ്പടായ്ക്ക് പരിചിതമായിത്തീർന്നു....

ബടാ പോയതുമുതൽ അയാൾ അസ്വസ്ഥനായിരിക്കയാണ്. അത് പുറത്തുകാട്ടാതെ അംഗരക്ഷകരുടെ മുന്നിൽ പ്രസന്നവദനനായിത്തന്നെ പെരുമാറി..... പലപ്പോഴും അവരോടൊപ്പം ചതുരംഗം കളിച്ചു. ഉദ്യാനത്തിൽ ചെന്നിരുന്ന് കാറ്റുകൊണ്ടു. കൊട്ടാരം ജോലിക്കാർ സമയം കിട്ടുമ്പോഴൊക്കെ വന്ന് വിനയത്തോടെ നോക്കി നില്ക്കാറുണ്ട്. സുഖവിവരങ്ങളന്വേഷിക്കുമ്പോൾ അവരുടെ മുഖത്ത് എന്തൊരു സംതൃപ്തിയാണ് കളിയാടിയിരുന്നത്.....! അതിഥിഗൃഹത്തിലെ കാവൽഭടന്മാർ അവരെ ഭയപ്പെടുത്തി ഓടിക്കാൻ ശ്രമിച്ചിരുന്നു. പക്ഷേ, അയാൾ സമ്മതിച്ചില്ല.

“അവരവിടെ നിന്നുകൊള്ളട്ടെ. എനിക്ക് ബുദ്ധിമുട്ടൊന്നുമില്ല.”

ജാഗ്രതയുടെ നിമിഷങ്ങളിൽ നെയ്തുതീർക്കുന്ന രാവും പകലും....

ഉറക്കത്തിലും ഉണർന്ന അവസ്ഥ.... ഉണർന്ന സംസാരം....

മന്ത്രിമന്ദിരത്തിലെ എഴുത്തുകാരൻ സെനെബ് നിത്യേന വന്നിരുന്നു.... സംസാരിക്കാൻ വിഷയത്തിന്റെ അഭാവം.....! ഭക്ഷണം കഴിച്ചോ....? ബടാ നാട്ടിൽനിന്ന് വല്ല സന്ദേശവും കൊടുത്തയച്ചിട്ടുണ്ടോ.....? ഒറ്റയ്ക്കായതുകൊണ്ട് വിഷമം തോന്നുന്നുണ്ടോ.....?

ചിലപ്പോൾ സെനെബ് പറയും “ഇത് നിങ്ങൾക്ക് നല്ല തടവറപോലെയായിത്തീർന്നല്ലോ.....!”

അതിഥിമന്ദിരത്തിലെ അധികാരി മൂന്നുനേരവും മുഖം കാണിക്കും.... “ഭക്ഷണത്തിന് പ്രത്യേകമായി വല്ലതും ഉണ്ടാക്കണോ? പറയൂ.....”

ഒന്നുംവേണ്ട. ഉള്ളതുതന്നെ ധാരാളം....

മെന്ന വന്നിരുന്നില്ല. എന്നാൽ ഒരുദിവസം രാത്രി ഔട്ടയെ കണ്ട് വിവരം പറഞ്ഞയച്ചു....

“കെഫ്ടുവിന്റെ കാര്യം ഓർമ്മയുണ്ട്. തോണി കടവിലെത്തിയാലുടൻ വിവരമറിയിക്കാം......”

ബടാ പോയതിന്റെ അടുത്ത ദിവസം...

മെനെപ്പടാ തന്നത്താൻ പറഞ്ഞു. ‘ബടാ ഇപ്പോൾ പകുതി ദൂരത്തോളം പിന്നിട്ടിരിക്കണം.... ഒന്ന് രണ്ട് ദിവസം കഴിഞ്ഞാൽ ബന്ധുക്കളുടെ ഇടയിലെത്തിച്ചേരും.....

ഉച്ചയ്ക്ക് ഭക്ഷണം കഴിക്കാനിരുന്നപ്പോൾ അയാൾക്ക് വിസ്മയം..... രുചികരമായ പദാർത്ഥങ്ങളൊന്നും തൊണ്ടയിലിറങ്ങുന്നില്ലല്ലോ. നെഫീസ് ചുട്ട റൊട്ടിയും നീരുള്ളിയും കിട്ടിയിരുന്നെങ്കിൽ....

മനസ്താപം അധികരിച്ചപ്പോൾ മയക്കം എളുപ്പത്തിലായി.

ഉണർന്നപ്പോൾ റാ പടിഞ്ഞാറേ ചക്രവാളത്തിലെത്തിയിരുന്നു.... സൂര്യഗോളം തിളങ്ങുന്നുണ്ടെങ്കിലും വെയിലിന്റെ ചൂട് കുറഞ്ഞിട്ടുണ്ട്....

ജനാലയ്ക്കൽ നിന്നിരുന്ന അംഗരക്ഷകനെ കണ്ട മെനപ്പെടാ ചോദിച്ചു....

“എന്താ ഔട്ട.....?”

നേതാവ് ഉണരുന്നതും നോക്കിയിരിക്കയായിരുന്ന ഔട്ട ആശ്വസിച്ചു....

“ഹെഖ്വെടും പ്രധാനപൂജാരിയും അല്പസമയം മുമ്പ് എത്തിച്ചേർന്നു......”

മെനെപ്പടായുടെ മുഖം വികസിച്ചു. ഒരു ദീർഘമായ നിശ്വാസം അയാളിൽ നിന്നുയർന്നു.... കൈയും കാലും കുടഞ്ഞുകൊണ്ട് കിടക്കയിൽനിന്നെഴുന്നേറ്റു.... എന്തെന്നില്ലാത്ത ആനന്ദം.... ഉച്ചത്തിൽ എന്തൊക്കെയോ വിളിച്ചു പറയണമെന്നുണ്ട്..... ബടാ ഉണ്ടായിരുന്നെങ്കിൽ മേൽപ്പുരയോളം ഉയരത്തിൽ പൊട്ടിച്ചിരിക്കുമായിരുന്നു.

ചുമരിലെ കൂട്ടിലുള്ള അമൻ ദേവന്റെ മുമ്പിൽ ചെന്ന് അയാൾ മൂകമായി പ്രാർത്ഥിച്ചു...

മെംഫീസിലെ തോണിക്കടവിൽ വച്ച് ഹേപാടുമായി വീണ്ടും സംസാരിക്കണമെന്ന് ഹെഖ്വെടിനു തോന്നിയില്ല. അതുകൊണ്ട് അയാൾ തോണിക്കാരനോട് പറഞ്ഞു....

“തോണി അല്പം സാവധാനത്തിലാക്ക്. അദ്ദേഹം ആദ്യം ഇറങ്ങിപ്പൊയ്ക്കൊള്ളട്ടെ.....”

തോണിക്കടവിലെ സംഭാഷണം ഹേപാടിനും ഇഷ്ടമായിരുന്നില്ല. അയാൾ പറഞ്ഞു....

“ഹെഖ്വെടിന്റെ തോണി അടുത്തെത്താറായോ....?”

പിന്നിലേക്ക് നോക്കിക്കൊണ്ട് തോണിക്കാരൻ അറിയിച്ചു....

"അവരിപ്പോൾ തുഴനിർത്തിയിരിക്കയാണ്. കാറ്റുപായ മാത്രമേയുള്ളു...."

"ശരി. വേഗം തുഴയ്..... നമുക്കാദ്യം കടവിലെത്തണം....."

തോണിക്കാരന്റെ ആംഗ്യം കണ്ട ഉടനെ ജോലിക്കാർ നീട്ടിത്തുഴഞ്ഞു.....

മന്ത്രിയുടെ നിർദ്ദേശപ്രകാരം കടവിലെത്തിയ രണ്ട് പല്ലക്കുകൾ കഴിഞ്ഞ ദിവസം വൈകുന്നേരം മുതൽ വിശ്രമിക്കയായിരുന്നു. ഹെഖ്വെടിന്റെ ദൗത്യം വിജയിക്കുമോ എന്ന കാര്യത്തിൽ അല്പം സംശയമുണ്ടായിരുന്നു. എങ്കിലും പല്ലക്കയയ്ക്കുകതന്നെ ചെയ്യണമെന്ന് മന്ത്രി നിശ്ചയിച്ചു. അമാലന്മാർ രാത്രിയിൽ കൂടാരത്തിൽ താമസിച്ചു..... പകൽ അങ്ങുമിങ്ങും നടന്ന് സമയം കളഞ്ഞു. ഭക്ഷണത്തിന് കൊട്ടാരത്തിൽ തന്നെ ചെന്നു.....

അധികാര ദണ്ഡൂന്നി പായത്തൂണിന്റെ മുന്നിലുള്ള പീഠത്തിൽ നിവർന്നു നിന്നിരുന്ന പ്രധാന പൂജാരി കണ്ണിൽപെട്ട ഉടൻ ഒരാൾ വിളിച്ചു പറഞ്ഞു....."വന്നു...! വന്നു.....!"

അങ്ങിങ്ങ് കൂടിയിരുന്ന് സംസാരിക്കയായിരുന്ന അമാലന്മാർ സേവനസന്നദ്ധരായി കടവിൽ കാത്തുനിന്നു....

കടവിന്റെ അധികാരി സ്വീകരിക്കാനെത്തി. അവിടെ കൂടിനിന്നവരെല്ലാം പ്രധാനപൂജാരിയെ മുട്ടുകുത്തി വണങ്ങി.....

താൻ വരുന്ന വിവരം മഹാക്ഷേത്രത്തിലറിയിക്കുന്നതിന് ഹേപാട് ശ്രമിച്ചിരുന്നെങ്കിലും സാധിച്ചില്ല. സന്ദേശവാഹകനായി അയച്ച ദൈവദാസൻ തോണികിട്ടാതെ തിരികെ റാ ക്ഷേത്രത്തിലേക്ക് ചെല്ലുകയാണുണ്ടായത്. വാർത്തയെത്തിച്ചിരുന്നെങ്കിൽ സ്വന്തം പല്ലക്കുതന്നെ എത്തിച്ചേരുമായിരുന്നു. ഇപ്പോൾ....? തോണിയിലിരുന്ന് വിവരത്തിന് ആളെ അയക്കാം....

വിചാരാധീനനായിരുന്ന ഹേപാടിന്റെ കണ്ണിൽ കടവിലുള്ള രണ്ട് പല്ലക്കുകൾ പതിഞ്ഞു. അയാളുടെ പുരികം വിടർന്നു.... പെട്ടെന്നുതന്നെ ചുളുങ്ങുകയും ചെയ്തു.... ഹെഖ്വെട് സന്ദേശം എത്തിച്ചിരിക്കാനിടയുണ്ട്.... 'ദൗത്യം വിജയിച്ചു.... നാളെ കാലത്ത് പുറപ്പെടും....?' നിമിഷം തോറും ആ ഊഹം ബലപ്പെട്ടുവന്നു.

ഇപ്പോൾ ആ അനുമാനത്തിൽ കടിച്ചുതൂങ്ങുന്നത് ശരിയല്ല. മൂടിക്കെട്ടിയ അന്തരീക്ഷമാണ്.... തെളിയുന്നതുവരെ അല്പം നിയന്ത്രണം പാലിക്കണം..... കൊട്ടാരം പല്ലക്കിൽ പോകുന്നതാണ് ഉചിതം.....

"മന്ത്രികൾ പല്ലക്കയച്ചിട്ടുണ്ട്..." കടവിന്റെ അധികാരി പറഞ്ഞു.

ഹേപാട് ഒന്നും ശബ്ദിച്ചില്ല. തോണിയിൽ നിന്നിറങ്ങി അടുത്തുകണ്ട പല്ലക്കിൽ ചെന്നിരുന്നു....

"ഗുരുമഠത്തിലേക്കോ.....? കൊട്ടാരത്തിലേക്കോ.....?" ഉറ്റ സഹായി അന്വേഷിച്ചു.

"വിഡ്ഢിശിരോമണി....! മഠത്തിലേക്കെന്ന് പറ....."

പ്രധാനപൂജാരിയുടെ കോപവും ചീത്തപറച്ചിലും ആ ദൈവദാസന് പുത്തനല്ല. ഭയം നടിച്ചുകൊണ്ട് അയാൾ അമാലന്മാരോട് നിർദ്ദേശിച്ചു... "ഗുരുമഠത്തിലേക്ക്....."

"വഴി.... വഴി...." നടരാജൻ വിളിച്ചു പറഞ്ഞു....

ആ പല്ലക്ക് മുന്നോട്ട് നീങ്ങി....

അല്പസമയത്തിനകം തന്നെ ഹെഖ്വെടിന്റെ തോണി കരയ്ക്കടുത്തു. കടവിലിറങ്ങി പുഞ്ചിരിച്ചുകൊണ്ട് ഏവരുടെയും വന്ദനങ്ങൾ സ്വീകരിച്ചു.

ഹെഖ്വെടിന്റെ പ്രസന്നമായ പ്രകൃതംകണ്ട് കടവിന്റെ അധികാരി പതുക്കെ പറഞ്ഞു...

"ദൗത്യം വിജയിച്ചതുപോലെ തോന്നുന്നല്ലോ.....?"

അയാളെ ഒന്നമർത്തി നോക്കിയശേഷം ഹെഖ്വെട് ഉത്തരം പറഞ്ഞു....

"മകനേ....., ചുങ്കക്കാരൻ സുഖവും ദുഃഖവും അന്വേഷിക്കരുത്. വന്നതോണി.... പോയതോണി... പിരിഞ്ഞപണം... ഇതൊക്കെ കണക്കാക്കിയാൽ മതി...."

അധികാരിയുടെ മുഖം വിളറി. അയാൾ മനസ്സാ ഹെഖ്വെടിനെ ശപിച്ചു....

"മന്ത്രി രണ്ട് പല്ലക്കയച്ചിരുന്നോ....?"

"അയച്ചിരുന്നു....."

"ഞാൻ വീട്ടിൽ ചെന്ന് സുഖമായി ഒന്നു വിശ്രമിക്കട്ടെ....."

"ഉം......"

ഒറ്റ ദിവസംകൊണ്ട് നാലുമുഴം ഉയരം വെച്ചവനെപ്പോലെ അയാൾ നടന്ന് പല്ലക്കിൽ കയറി......

വീട്ടിലെത്തിയെങ്കിലും സുഖമായി ഉറങ്ങാൻ കഴിഞ്ഞില്ല. അതിനു മുമ്പേ മന്ത്രി സന്ദർശനത്തിനെത്തിച്ചേർന്നു. ആൻ നഗരത്തിൽ ഹേപാടുമായി സംസാരിച്ചതെന്തെല്ലാമാണെന്നറിയാനുള്ള തിടുക്കമാണയാൾക്ക്. മന്ത്രി ഹെഖ്വെടിന്റെ വീട്ടിൽചെന്നു തന്നെ ഭക്ഷണം കഴിച്ചു....

ഹേപാടും ഹെഖ്വെടും തമ്മിൽ നടന്ന സംഭാഷണം ദീർഘമായിരുന്നില്ലെങ്കിലും ഫലപ്രദമായിത്തീർന്നു. തന്റെ സംസാരത്തിന് പൊടിപ്പും തൊങ്ങലും വച്ച് അയാളവതരിപ്പിച്ചു. ഹേപാട് അതിർത്തി സൈന്യവുമായി ബന്ധപ്പെട്ട വിവരവും മന്ത്രിയെ അറിയിച്ചു.....

"എന്നെയേല്പിച്ച ജോലി ഒരുവിധം ചെയ്തുതീർത്തു....." ഹെഖ്വെട് പറഞ്ഞു.

ആമെർബ് അടുത്ത നടപടികളിലേക്ക് കടന്നു.

"പ്രധാന പൂജാരിയെ എപ്പോഴാ കൊട്ടാരത്തിലേക്ക് ക്ഷണിക്കേണ്ടത്....?"

"നാളെത്തന്നെ ക്ഷണിച്ചേക്ക്. വേണ്ടെന്ന് വല്ലവരും പറഞ്ഞോ."

"നിങ്ങൾതന്നെ ഈ കൃത്യവും നിർവ്വഹിക്കണം."

"ഓഹോ....! എന്റെ ജോലി തീർന്നില്ലേ? ഉം.... ശരി......... ശരി........."

"ഹെഖ്വെട്, ഇത് നിങ്ങളെക്കൊണ്ടു മാത്രമേ സാധിക്കുകയുള്ളു. സ്ഥിതി അത്യധികം വഷളായിത്തീർന്നിരിക്കയല്ലേ. അയാൾ ശാഠ്യം പിടിച്ച് ഇന്നു വരാം നാളെ വരാം എന്നു പറഞ്ഞ് ഒഴിഞ്ഞുമാറിയാൽ അപമാനമായിത്തീരും. രാജകൊട്ടാരം മുഴുവൻ നമ്മെതന്നെ തുറിച്ചു നോക്കിക്കൊണ്ടിരിക്കയാണ്."

"നിങ്ങളിനി കൊട്ടാരത്തിലേക്കാണോ പോകുന്നത്?"

"അതെ. ഞാനിങ്ങോട്ട് വരുന്നത് ഫെറോ അറിഞ്ഞിട്ടുണ്ട്. കാത്തിരിക്കുകയാവും. നാളെ ഹേപാടുമായി സംസാരിക്കേണ്ടതിനെപ്പറ്റി ആലോചിക്കണം."

"എങ്കിൽ പൊയ്ക്കൊള്ളൂ....."

"നിങ്ങൾ വിശ്രമിക്ക്......"

"ഈ വൃദ്ധ ഹെഖ്വെടിന് വിശ്രമം വേണമെന്ന് ഇപ്പോഴെങ്കിലും തോന്നിയല്ലോ.....?"

"നാളെ കഴിയുന്നതും നേരത്തെ പോകണം. പൂജ കീജയെന്ന് പറഞ്ഞ് ഒഴിഞ്ഞുമാറാനനുവദിക്കരുത്. അരമനയിലെ പല്ലക്കിൽതന്നെ പുറപ്പെടണം. അമാലന്മാരോടൊപ്പം കൊട്ടാരം ദളപതിയും ഭടന്മാരും ഉണ്ടാകട്ടെ. എല്ലാവരും വെളുക്കുന്നതിന് മുമ്പ് ഇവിടെ എത്തിച്ചേരും....."

"എന്നെ ഉറക്കാൻ പാടില്ലെന്നാണ് നിങ്ങളുടെ ഉദ്ദേശ്യം."

മന്ത്രി എഴുന്നേറ്റു. ഹെഖ്വെടിന്റെ ചുമലിൽതൊട്ട് കൊണ്ട് അയാൾ പതുക്കെ ചോദിച്ചു....

"ഹേപാട് വാക്തർക്കത്തിന് നിന്നിരുന്നോ....?"

ഹെഖ്വെടും എഴുന്നേറ്റു. പുരികം വിടർത്തി ശിരസ്സിളക്കിക്കൊണ്ട് അയാൾ വാതിൽക്കലോളം മന്ത്രിയെ അനുഗമിച്ചു....

"രാജ്യത്തിലെ മന്ത്രി നിങ്ങളാണ്. രാജ്യസംബന്ധമായ തർക്കങ്ങളും മറ്റും നിങ്ങളാണ് നടത്തേണ്ടത്....."

"എന്നോടുള്ള ദേഷ്യം തീർന്നില്ലേ.....?"

"എനിക്കാരോടും ദേഷ്യമില്ല. ഇല്ലാത്തത് സൃഷ്ടിക്കയും വേണ്ട. ഹേപാട് അത്ര എളുപ്പത്തിൽ വഴങ്ങുകയില്ല. സൂക്ഷിക്കണം."

"നാളെ ഹേപാടിനോടൊപ്പം നിങ്ങളും രംഗത്തുണ്ടാകണം."

"ശരി......ശരി... ഈ വിനീത ഭൃത്യൻ പറ്റില്ലെന്ന് പറഞ്ഞോ.....?"

മന്ത്രി നെടുതായി നിശ്വസിച്ചു....

പ്രധാന പൂജാരി തിരിച്ചെത്തിയ വാർത്തയെത്തുമ്പോൾ ഫെറോ തന്റെ ഇഷ്ടപ്പെട്ട ദാസിയോടൊപ്പം ചതുരംഗം കളിക്കുകയായിരുന്നു. വിവരമറിഞ്ഞ ഉടൻ കളിമതിയാക്കി. കൈയും കാലും കുടഞ്ഞെഴുന്നേറ്റ് ദാസിയെ ആശ്ലേഷിച്ചു.... എന്തെന്നില്ലാത്ത ഒരാനന്ദം ആ മുഖത്ത് കളിയാടിയിരുന്നു.

ഏറെത്താമസിയാതെ മന്ത്രിയുടെ ദൂതൻ എത്തിച്ചേർന്നു....

"ഹെഖ്വെടിനെകണ്ട് വിവരമറിഞ്ഞ് രാത്രിതന്നെ സന്നിധിയിലെത്തുന്നതാണെന്ന് മന്ത്രിയവർകൾ ഉണർത്തിച്ചിരിക്കുന്നു."

അല്പസമയം കഴിഞ്ഞപ്പോൾ ഒരു പരിചാരിക കടന്നു വന്നു....

"മഹാറാണി കുറച്ചു സമയം ഉലാത്താൻ പോകുകയാണെന്നറിയിച്ചിരിക്കുന്നു....."

ഫെറോ തന്റെ പ്രീതിഭാജനമായ ദാസിയെ നോക്കി. നോട്ടത്തിൽ നിന്നുതന്നെ ഇംഗിതം ഗ്രഹിക്കാനറിയുന്ന ബുദ്ധിമതിയായ ആ പരിചാരിക പറഞ്ഞു....

"ആ വാതിലടച്ചേക്ക്. ദൂതരാരെങ്കിലും വന്നാൽ മഹാപ്രഭു പുറത്തു വരുന്നതുവരെ കാത്തിരിക്കാൻ പറയണം."

ഫെറോവിന് നേർക്ക് തിരിഞ്ഞ് അവൾ ചോദിച്ചു....

"കളി?"

"എന്നെ നിനക്ക് തോല്പിക്കാൻ കഴിയില്ല....."

"എന്നെങ്കിലും ഞാൻ വിജയിച്ചിട്ടുണ്ടോ?"

ഫെറോ ചിരിച്ചുകൊണ്ടെഴുന്നേറ്റ് ചതുരംഗക്കരു താഴെയിട്ട് കട്ടിലിനടുത്തേക്ക് നീങ്ങി. ദാസി മദ്യം കൊണ്ടുവരാൻ അകത്തേക്കോടി....

അന്തപ്പുരത്തിലെത്തിയ ഫെറോ ഇഷ്ടദാസിയുടെ അരികിലേക്ക് പോയതറിഞ്ഞ് മഹാറാണി നെഫർടേം ഇനേനിയെ വിളിപ്പിച്ചു. ഇത്തരം വിളിപ്പിക്കൽ ഇനേനിക്ക് പുതുമയല്ല. മാസത്തിലൊരിക്കലെങ്കിലും വല്ലതും ആലോചിക്കാനായി റാണി അയാളെ വിളിപ്പിച്ചിരുന്നു. ചിലപ്പോൾ വിളിക്കാതെതന്നെ റാണിയെ ചെന്ന് കാണാറുമുണ്ട്....

ഇനേനിയെ കണ്ട് റാണി ചോദിച്ചു......

"സുഖം തന്നെയല്ലേ. നിങ്ങളെ കണ്ടിട്ട് വളരെ നാളായല്ലോ.....?"

നിലത്തു വിരിച്ച രത്നക്കമ്പളിയിലിരുന്നുകൊണ്ട് ഇനേനി പുഞ്ചിരിയോടെ പ്രതിവചിച്ചു....

"കൊട്ടാരത്തിൽ പ്രധാനപ്പെട്ട പലതും നടക്കുകയല്ലേ... കൂടെക്കൂടെ വന്ന് തിരുമനസ്സിന് ബുദ്ധിമുട്ടുണ്ടാക്കേണ്ടെന്ന് കരുതി....."

"നിങ്ങളുടെ ആ ഭ്രാന്തന് എങ്ങനെയുണ്ട്....?"

"അല്പം ഭേദം കാണുന്നുണ്ട്."

"ആ നീരാനപ്രാന്തത്തിലെ നേതാവിന്റെ കൂടെ ആരെങ്കിലുമുണ്ടോ...?"

"അംഗരക്ഷകരല്ലാതെ വേറെയാരുമില്ല....."

"സമയം ചെലവഴിക്കാൻ കഷ്ടപ്പെടുന്നുണ്ടാകണം."

"കൂട്ടിലിട്ട മൃഗത്തെപോലെ അങ്ങുമിങ്ങും നടക്കുകയാണ്."

നേതാവിന്റെ ഭാവം താൻ സുന്ദരമായി വർണ്ണിച്ചെന്ന് ഇനേനിക്ക് തോന്നി....

മഹാറാണി ഇരിക്കുന്നതിന് തൊട്ട് വലതുവശത്തെ പീഠത്തിൽ സ്വർണ്ണം പൂശിയ ഒരു സിംഹപ്രതിമയുണ്ടായിരുന്നു. മഹാറാണി സ്നേഹത്തോടെ അതിന്റെ പുറം തലോടി....

"സെഡ് ഉത്സവത്തിന് വന്നവന് ഈ ഗതിയായിത്തീർന്നു. നിങ്ങളുടെ അഭിപ്രായമെന്താ....? ഇന്നോ നാളയോ പ്രധാന പൂജാരി എത്തിച്ചേരും..... അല്ലേ....?"

"അവർ ഉടനെ എത്തിച്ചേരണമെന്ന് ദൈവത്തോട് പ്രാർത്ഥിച്ചുകൊണ്ടിരിക്കയാണ്....."

ഇനേനി പറഞ്ഞു തീരുന്നതിനുമുമ്പ് ഒരു ദാസി മുഖം കാണിച്ചു.... റാണിയെ വണങ്ങിക്കൊണ്ട് അവൾ പറഞ്ഞു.

"ഫെറോവിന്റെ ആയുരാരോഗ്യം വർദ്ധിക്കട്ടെ. പ്രധാന പൂജാരി തിരിച്ചെത്തിയതായി എഴുത്തുകാരൻ പറഞ്ഞയച്ചിരിക്കുന്നു....."

ഇനേനി ആശ്ചര്യപ്പെട്ടു. താൻ ദൈവത്തോട് പ്രാർത്ഥിച്ചുകൊണ്ടിരിക്കയാണെന്ന് കള്ളം പറഞ്ഞ ഉടൻതന്നെ ഈ വാർത്ത കൊണ്ടുവരണമായിരുന്നോ.....?

മഹാറാണി സന്തുഷ്ടയായി....

"നിങ്ങളുടെ പ്രാർത്ഥന ദൈവം നിറവേറ്റി....."

"ഇനി.... സെഡ് ഉത്സവം വേഗം നടത്തിക്കണേ എന്ന് പ്രാർത്ഥിക്കാം...."

"പ്രധാന പൂജാരി വന്ന സ്ഥിതിക്ക് ഇനി ഉത്സവം നടക്കാതിരിക്കുമോ....? എങ്കിലും... അയാൾ മഹാ കോപിഷ്ഠനാണ് അല്ലേ....?"

"അതേ മഹാറാണി....."

"ധർമ്മം രക്ഷിക്കപ്പെടുന്നില്ലെങ്കിൽ ഈജിപ്ത് ബാക്കിയുണ്ടാകുമോ? ധർമ്മഗുരുവിന്റെ കോപശാന്തിക്ക് എന്ത് ബലിയാണോ വേണ്ടിവരിക....?"

മഹാറാണിയുടെ ഹൃദയം വികസിച്ചു. അവർ അകത്ത് ചെന്ന് മനോഹരമായൊരു ചണവസ്ത്രവും ഒരു സ്വർണ്ണമാലയും കൊണ്ടുവന്ന് ഇനേനിക്ക് സമ്മാനമായി നല്കി...

പല്ലുകൾ മുഴുവൻ വെളിയിൽ കാട്ടിക്കൊണ്ട് അയാൾ പറഞ്ഞു:

"മഹാറാണി, ഈ ദരിദ്രദാസന് ഈ സ്വർണ്ണമാലയെന്തിന്....?"

നെഫർട്ടേം പുഞ്ചിരിച്ചു....

"ഇരിക്കട്ടെ.... വല്ലതിനും പ്രയോജനപ്പെടും....."

"മഹാറാണി തരുമ്പോൾ വേണ്ടെന്ന് പറയുന്നതെങ്ങനെ?"

ഇനേനി എഴുന്നേറ്റ്.... സ്വർണ്ണമാല വസ്ത്രത്തിനുള്ളിൽ പൊതിഞ്ഞുവെച്ച് തന്റെ വാസസ്ഥാനത്തേക്ക് നടന്നു...

നെഫർട്ടേം അല്പസമയം അതേനിലയിലിരുന്നു. ജനലിനപ്പുറത്ത് വെയിൽ വാടിക്കൊഴിയുകയായിരുന്നു....

രാജകുമാരനെ കാണണമെന്ന് റാണിക്ക് തോന്നി....

കൈ തട്ടിയപ്പോൾ തോഴി പ്രത്യക്ഷപ്പെട്ടു....

"ബെംട്രഷ്ടിനോട് രാജകുമാരനെ വിളിച്ചുകൊണ്ടുവരാൻ പറയൂ...."

മഹാറാണിയുടെ ദൃഷ്ടി ഇടതുവശത്തെ വേദിയിൽ വിരിച്ചിട്ട പുള്ളിപ്പുലിത്തോലിൽ പതിഞ്ഞു.... തൽക്ഷണം തന്നെ പ്രധാനപൂജാരിയെ കാണണമെന്ന വിചാരമുണ്ടായി... ഇന്നുതന്നെ.... ഇപ്പോൾത്തന്നെ കാണണം..... രാജകുമാരനെ വിളിപ്പിക്കുകയും ചെയ്തു.

ശൈശവം മുതൽക്കേ രാജകുമാരനെ ലാളിച്ചുവളർത്തിയിരുന്ന വൃദ്ധയായ പരിചാരിക ബെംട്രഷ്ട് കടന്നുവന്നു.......

"രാജകുമാരൻ തോണിവിഹാരം കഴിഞ്ഞ് തിരിച്ചെത്തിയിട്ടില്ല മഹാറാണി....."

"ശരി..... വന്നാലുടൻ എന്നെ കാണാൻ പറയണം....."

"കല്പനപോലെ....."

നെഫർട്ടേം തന്റെ തലമുടിയിലൂടെ തലോടി... സെഡ് ഉത്സവംവരെയാണ് ആ തലമുടിയുടെ ജീവൻ.... അതു കഴിഞ്ഞാൽ അത് മുറിച്ചു മാറ്റപ്പെടും.... കൃത്രിമകേശകവചമണിയേണ്ടിവരും.... അതിന്റെ മീതെ.... പുതുതായി നിർമ്മിച്ച സ്വർണ്ണകിരീടം......

മഹാറാണി കൈതട്ടി. പ്രത്യക്ഷപ്പെട്ട പരിചാരികയോട് റാണി പറഞ്ഞു......

"ഞാൻ പുറത്തേക്ക് പോകയാണ്....."

നെഫർട്ടേം ചമയമുറിയിൽ കടന്നു. ഓട്ടുകണ്ണാടിയിൽ പ്രതിബിംബം നോക്കി തൃപ്തിവരുത്തുന്നതിനിടയിൽ ചമയിക്കുന്ന ദാസി ഓടിവന്നു... പുറത്തുള്ള അംഗരക്ഷകർക്കും അമാലന്മാർക്കും വാർത്ത എത്തിക്കപ്പെട്ടു...

കണ്ണാടിക്കുമുന്നിലെ വിശാലമായ പീഠത്തിൽ ഏഴുതരം മുഖചൂർണ്ണങ്ങളും, രണ്ടുതരം ചുവപ്പ് വർണ്ണങ്ങളും ഉണ്ടായിരുന്നു. കേശപാശം ഭംഗിയിൽ ചീകിയൊതുക്കുന്നതിന് ചെമ്പിന്റെ ഉപകരണം.... പുരികം നേർപ്പിക്കുന്നതിനുള്ള സാമഗ്രി... ദന്തത്തിന്റെയും ഓട്ടിന്റെയും വെള്ളാരൻ കല്ലിന്റെയും പാത്രങ്ങളിൽ പലതരം സുഗന്ധദ്രവ്യങ്ങൾ... ഓട്ടുകണ്ണാടിയുടെ ഇരുവശങ്ങളിലായി കിരീടങ്ങൾ മിന്നിത്തിളങ്ങിക്കൊണ്ടിരിക്കുന്നു. കഴുത്തിലും, തോളുകളിലും, മണിക്കെട്ടുകളിലും ആഭരണങ്ങൾ അണിയിച്ചു.

"വേഗത്തിലാകട്ടെ..... ഞാൻ പോകുന്നത് സല്ക്കാരത്തിനല്ല....

ദൈവദർശനത്തിനാണ്....."

ദാസിമാർ തങ്ങളുടെ കരവിരുത് തീവ്രഗതിയിൽ പ്രകടിപ്പിച്ചു...

കല്പന കാത്തുനിന്നിരുന്ന ദാസികളെ ഉദ്ദേശിച്ച് മഹാറാണി പറഞ്ഞു..... "പൂത്തട്ടുകൾ തയ്യാറാക്ക്...."

മേലാട വലതുസ്തനത്തിനു കീഴെ മുറുക്കിക്കെട്ടുന്നതിനിടയിൽ മഹാറാണി നിർദ്ദേശിച്ചു....

"പുറത്തുള്ള ആ പുള്ളിപ്പുലിത്തോല് ചുരുട്ടിവെക്ക്....."

ഒന്നുരണ്ടുപേർ അതെന്തിനാണെന്നൂഹിച്ചു.....

ചമയം കഴിഞ്ഞു. ഓട്ടുകണ്ണാടിയിൽ നോക്കി തൃപ്തിവരുത്തി പിന്നിൽ പിടിച്ച കണ്ണാടിയിൽ നിഴലിച്ച പിൻവശവും റാണിയെ ആശ്വസിപ്പിച്ചു.

നദിക്കരയിൽ പോയിവന്ന ബെംട്രഷ്ട് അറിയിച്ചു...

"രാജകുമാരൻ നദിയുടെ അക്കരയാണെന്ന് തോന്നുന്നു. കൂട്ടിക്കൊണ്ടുവരാൻ തോണിക്കാർ പോയിരിക്കയാണ്....."

രാജകുമാരനെ കാത്തുനിന്നാൽ സമയം പോകും. തന്റെ ഉറ്റതോഴിയെ വിളിച്ച് റാണി പറഞ്ഞു....

"പുറപ്പെടാം.... പുലിത്തോലും പൂത്തട്ടുകളുമായി മറ്റൊരു പല്ലക്കിൽ നീയും വാ....."

സൂര്യാസ്തമനസമയത്തുതന്നെ മഹാറാണിയും പരിവാരവും ഗുരുമഠത്തിലെത്തിച്ചേർന്നു..... അംഗരക്ഷകർ.... പല്ലക്കുകൾ.... വീണ്ടും അംഗരക്ഷകർ.... പിന്നിലായി കത്തിക്കൊണ്ടിരിക്കുന്ന പന്തങ്ങളുമായി രണ്ടുപേർ......

തീർത്ഥക്കുളത്തിൽ സ്നാനം ചെയ്ത് നനഞ്ഞ വസ്ത്രത്തോടെ... റാ വന്ദനം നടത്തുന്നതിന് അടുത്തുള്ള തറമേൽ പ്രധാന പൂജാരി കയറിവന്നു.... മഠത്തിലേക്കുള്ള വഴി ആ നിന്ന നില്പിൽനിന്ന് അയാൾക്ക് കാണാമായിരുന്നു..... പല്ലക്കുകൾ കണ്ടപ്പോൾ ഫെറോവാണെന്ന് സംശയിച്ചു. അടുത്തക്ഷണം തന്നെ മഹാറാണിയുടെ രൂപലാവണ്യം പല്ലക്കിൽ തിളങ്ങിക്കാണപ്പെട്ടു...

കൈകൾ രണ്ടും മേലേക്കുയർത്തി...."റാ....റാ.....റാ...." എന്നു പറഞ്ഞ് ഹേപാട് നമസ്കരിച്ചു. ഒന്നുരണ്ടു നിമിഷം അതേ നിലയിൽതന്നെ നിന്നു.... മഹാറാണിയുടെ ഗന്ധം മൂക്കിൽ തുളച്ചുകയറുന്നില്ല. ദൂരെ തന്നെ നില്ക്കുകയാവണം.....

ചഞ്ചലപ്പെട്ടു തുടങ്ങുന്ന തന്റെ മനസ്സിനോട് ഹേപാടിന് കോപം വന്നു.... തന്നെ സന്ദർശിക്കുവാനാണ് അവൾ വരുന്നത്. ഇപ്പോൾ തന്നെ വരണോ...? ഇതാര് ഒരുക്കിയ കെണിയായിരിക്കണം....? ഫെറോ.....? മന്ത്രി.....? മൂങ്ങയായ ഹെഖ്വെട്....? മായാമോഹിനീ.... നീ ഏതു വലയും കൊണ്ടാണ് വന്നിരിക്കുന്നതെന്ന് അറിയാത്തവനാണോ ഞാൻ....? താൻ വിശ്രമമുറിയിൽ പ്രവേശിക്കുന്നതാണ് നല്ലത്. പൂജാനിരതരായിരിക്കു

ന്നെന്ന് പറഞ്ഞാൽ മതി... നിരാശയോടെ തിരികെ പൊയ്ക്കൊള്ളും....

ഹേപാടിന്റെ മെതിയടി ടപ്.....ടപ്..... ശബ്ദമുണ്ടാക്കി.

മഹാറാണിയെ താൻ ഭയക്കുകയാണോ....? സ്ത്രീവർഗ്ഗത്തോട് സംസാരിച്ചിട്ട് എത്രകാലമായി....?

ക്ഷേത്രദർശനത്തിനെത്തുമ്പോഴും ഉത്സവവേളയിലും മഹാറാണിയെ അയാൾ അടുത്ത് കാണാറുണ്ടായിരുന്നു. ഏതോ ആകർഷണത്തിന് വിധേയനായിപ്പോയിരുന്നു.... ചുണ്ടുകളോ... സ്തനങ്ങളോ.... അരക്കെട്ടോ... ഏതാണ് കൂടുതൽ വശ്യമായതെന്ന് പറയാനാകില്ല....

ഹേപാട് വിശ്രമമുറിയിൽ ചെല്ലാതെ വരാന്തയിലെ പീഠത്തിൽ ആസനസ്ഥനായി. വിളക്കുകൾ പ്രകാശിച്ചു. കൺപോളകൾ പകുതിയടച്ചുകൊണ്ട് ധ്യാനമഗ്നനെപോലെ അയാളിരുന്നു......

ഉറ്റസഹായി ഓടിവന്ന് മഹാറാണിയുടെ ആഗമന വൃത്താന്തം അറിയിച്ചു. പ്രധാനപൂജാരിയുടെ ശിരസ്സ് മെല്ലെ ഒന്നിളകിയതുപോലെ അയാൾക്കുതോന്നി.....

മഹാറാണി വരികതന്നെ ചെയ്തു. പുള്ളിപ്പുലിത്തോല് ചുരുട്ടിപ്പിടിച്ച തോഴി ദൂരെനിന്നു.

സ്വർണ്ണനൂല്കൊണ്ട് ബന്ധിച്ച പാദരക്ഷ മഹാറാണി അഴിച്ചുവെച്ചു. തോഴിയുടെ കൈയിൽ നിന്ന് പുലിത്തോല് വാങ്ങി.... ഒച്ചയുണ്ടാക്കാതെ പ്രധാനപൂജാരിയുടെ മുന്നിലെത്തി തോല് താഴെവച്ച് മുട്ടുകുത്തി പ്രാർത്ഥിച്ചു....

ഹേപാടിന്റെ ഉറ്റസഹായിക്ക് ആശ്ചര്യം തോന്നി. ഇത്ര അടുത്തേക്ക് മഹാറാണി മുമ്പൊരിക്കലും ചെന്നിരുന്നില്ല....

പുറംകാഴ്ചയ്ക്ക് അടഞ്ഞതായി തോന്നുമെങ്കിലും ആ ധർമ്മഗുരുവിന്റെ ഇമകൾ പകുതി തുറന്നുതന്നെ കിടന്നിരുന്നു.... അസ്തമിക്കുന്ന റാ ദേവനെ ഹേപാട് വന്ദിക്കുന്നത് റാണി പല്ലക്കിലിരുന്ന് ശ്രദ്ധിച്ചിരുന്നു. ഇത്ര പെട്ടെന്ന് ധ്യാനനിമഗ്നനായെന്ന് പറഞ്ഞാൽ കള്ളമാണ്. ഇവിടെ നില്ക്കുന്ന ദൈവദാസൻ വിവരമറിയിക്കാതിരിക്കുമോ....? റാണി കണ്ണടച്ച് അതേ നിലയിൽ നിന്നു.....

ഹേപാടിന്റെ ദൃഷ്ടി മുന്നിൽ മുട്ടുകുത്തി നില്ക്കുന്നവളിൽ തറഞ്ഞുകയറി. മനസ്സ് കടിഞ്ഞാൺ പൊട്ടിക്കുന്നല്ലോ.... ഈ നില തുടരാനനുവദിച്ചുകൂടാ....

“ഇതാര്.......?” എന്ന ചോദ്യത്തോടെ അയാൾ കണ്ണ് തുറന്നു.

“ഞാൻ നെഫെർട്ടേം, ഈജിപ്ത് രാജകുമാരന്റെ മാതാവ്.”

“എഴുന്നേല്ക്ക്....”

റാണി ഹേപാടിന്റെ മെതിയടി ചുംബിക്കുന്നതിന് കുനിഞ്ഞു. ഹേപാട് ഒരിക്കൽകൂടി ‘എഴുന്നേല്ക്ക്’ എന്നു പറഞ്ഞു. അയാളുടെ കൈകൾ റാണിയുടെ ചുമലിൽ സ്പർശിച്ചു.....

നെഫർട്ടേം നിവർന്നു നിന്നു.

"ഈജിപ്ത് മഹാറാണിക്ക് ഒരു പീഠം കൊണ്ടു വാ......"

ദൈവദാസൻ ഓടിപ്പോയി ഒരു മുക്കാലി കൊണ്ടുവന്നു. വസ്ത്രത്തിന് ചുളിവ് പറ്റാതെ വളരെ സൂക്ഷ്മതയോടെ റാണി പീഠത്തിലമർന്നു.

പ്രധാനപൂജാരിയുടെ വദനത്തിൽ ലജ്ജയുണ്ടായിരുന്നില്ല. എന്നാൽ കോപം പുറത്തേക്ക് പോകാതെ അയാളുടെ നാഡികൾ തടുത്തുനിർത്തുന്നതുപോലെ തോന്നി....

മഹാറാണി തന്നെ സംഭാഷണം ആരംഭിച്ചു....

"നിങ്ങളിഷ്ടപ്പെടുന്ന ബലി എന്താണെന്നറിയാൻ വന്നതാണ്....."

മഹാറാണിയുടെ ശരീരത്തെ ഉഴിഞ്ഞുകൊണ്ട് മൃദുസ്വരത്തിൽ ഹേപാട് പറഞ്ഞു....

"ബലിയോ....? എന്തുബലി.....? ആര് പറഞ്ഞു....?"

"ആശ്രിതർ തെറ്റുചെയ്യുന്നത് കണ്ടാൽ.... തിരുത്തി നേർവഴിക്ക് നയിക്കുന്നതിനുപകരം ..... കോപത്തോടെ ശപിച്ച് ഭസ്മമാക്കിക്കളയുന്നത് ശരിയോ....?"

മനസ്സില്ലാമനസ്സോടെ ഹേപാട് ഒന്നു ചിരിച്ചു....

"രാജ്യതന്ത്രത്തിൽ മഹാറാണി പാരംഗതയാണെന്ന് തോന്നുന്നു. രാജകുമാരന്റെ ശിക്ഷണകാര്യവും നിങ്ങൾതന്നെ ഏറ്റെടുക്കുന്നോ?"

"ഭരണം നടത്തുന്ന പ്രഭുവാണെങ്കിൽ അന്തപ്പുരമാണ് ലോകമെന്ന് കരുതിയിരിക്കയാണ്....? പിതൃസമാനനായ ധർമ്മഗുരുവാണെങ്കിലോ.... വിരക്തനായിത്തീർന്നിരിക്കുന്നു.....! ഈ സ്ഥിതിയിൽ ഞാൻ തന്നെ ശിക്ഷണകാര്യവും ഏറ്റെടുക്കാതെ മറ്റെന്തു ചെയ്യും.....?"

"സിംഹാസനത്തിന്റെ അനന്തരാവകാശി ഒരുങ്ങിക്കൊണ്ടിരിക്കുന്നെന്നല്ലേ ഇതിനർത്ഥം....?"

"അല്ലാതെ.....? എന്നാൽ ഉപദേശിക്കേണ്ട പിതാവായ നിങ്ങൾ സിംഹാസനത്തിൽ തന്നെ കണ്ണുവെച്ചിരിക്കയല്ലേ?"

"കള്ളം......! പച്ചക്കള്ളം......! പ്രാപ്തികെട്ടവരുടെ നടപടികൾമൂലം സിംഹാസനത്തിന്റെ കാലുകൾക്ക് ഇളക്കം തട്ടിയല്ലോ.... എന്നാണെന്റെ വിഷമം....."

"രാജകുമാരൻ പ്രാപ്തിയില്ലാത്തവനാണെന്ന് സമ്മതിക്കുന്നു....."

"രാജകുമാരന്റേതല്ല... സെഡ് ഉത്സവം കാത്ത് വെറുതെയിരിക്കുന്ന രാജാവാണ് പ്രാപ്തിയില്ലാത്തവൻ....."

"സെഡ് ഉത്സവം പണ്ടുപണ്ടേ നടത്തി വരുന്നതല്ലേ?"

"പ്രധാനപൂജാരിയുടെ സ്ഥാനമാനങ്ങളുടെ കാര്യത്തിലും പണ്ടുപണ്ടേയുള്ള നിയമങ്ങളുണ്ടാകുമല്ലോ.....? അതിലെന്താണ് പറയുന്നത്.....?"

"ക്ഷമിക്കണം. ധർമ്മഗുരുവിനെതിരായി ഭാവിയിൽ യാതൊരുവിധ അപകാര കൃത്യങ്ങളും അരമനയിൽനിന്നുണ്ടാകില്ലെന്ന് ഉറപ്പുതരാം....."

പ്രധാനപൂജാരി മഹാറാണിയെ അടിമുടി സൂക്ഷിച്ചുനോക്കി. നെഫർടേമിന്റെ വദനം രക്തവർണ്ണം പൂണ്ടു....

ഹേപാടിന്റെ ദൃഷ്ടി പുലിത്തോലിൽ തങ്ങിനിന്നു....

"ഈ എളിയ സമ്മാനം സ്വീകരിക്കണം. നിങ്ങൾക്ക് വളരെ ഇഷ്ടപ്പെടും. നിവർത്തിക്കാണിക്കട്ടെ....."

"വേണ്ട. അവിടെത്തന്നെ കിടക്കട്ടെ. മഹാറാണി തരുന്നതെന്തായാലും സ്വീകരിക്കാതിരിക്കാൻ പറ്റില്ലല്ലോ....?"

"ഇതിന്റെ സൗന്ദര്യം അസാധാരണമാണ്. സെഡ് ഉത്സവദിവസം പൂജാസമയത്ത് ഇത് ധരിക്കണം. ഈ ഭക്ത അതുകണ്ട് അത്യധികം സന്തോഷിക്കും. എന്നെയും രാജകുമാരനെയും അനുഗ്രഹിക്കണം...." മഹാറാണി തുടർന്നു...."ഞാനാദ്യം ചോദിച്ചചോദ്യത്തിന് ഉത്തരം പറയുവാൻ ദയവുണ്ടാകണം."

"ഏതു ചോദ്യം മഹാറാണി....?"

"നിങ്ങൾ ആഗ്രഹിക്കുന്ന ബലി......?"

ഹേപാട് എഴുന്നേറ്റു. മഹാറാണിയും എഴുന്നേറ്റു.....

"മഹാറാണിയുടെ ചോദ്യത്തിന് നാളെ ഉത്തരം തരാം....."

"നാളെയോ.....?"

".............."

"പ്രഭാതപൂജകഴിഞ്ഞ് കൊട്ടാരത്തിലേക്ക് ആഗമിക്കണം. മദ്ധ്യാഹ്ന ഭോജനം കൊട്ടാരത്തിൽനിന്ന് സ്വീകരിക്കാം. ഇതെന്റെ ഒരപേക്ഷയാണ്...."

"മഹാറാണി....."

"പറഞ്ഞാലും...."

"ഒന്നുമില്ല..... ഒന്നുമില്ല....."

"ഞാനിറങ്ങട്ടെ....? നാളെ വഴിനോക്കിക്കൊണ്ടിരിക്കും....." ഹേപാട് കൈയുയർത്തി ആശീർവദിച്ചു. പ്രധാനപൂജാരിയെ വണങ്ങിയശേഷം റാണി തോഴിയോടൊപ്പം നടന്നകന്നു. റാണിയും തോഴിയും മറയുന്നതുവരെ ഹേപാട് നോക്കിക്കൊണ്ട് നിന്നു......

"ആ പുലിത്തോല് നിവർത്ത്...." ദൈവദാസനോട് ഹേപാട് ആജ്ഞാപിച്ചു.

ദൈവദാസൻ പുലിത്തോല് നിവർത്തിപ്പിടിച്ചു. മനോഹരമായ വസ്തു.... ഹേപാട് മുന്നോട്ടുനീങ്ങി ആ തോലിൽ തലോടി. പുള്ളിപ്പുലിയുടെ കഴുത്തിലും ദേഹത്തും അയാളുടെ വിരലുകൾ അരിച്ചുനടന്നു....

...... പ്ടാ ദേവന് പുഷ്പങ്ങളർപ്പിച്ച്, പ്രസാദം സ്വീകരിച്ച് നെഫർടേം പല്ലക്കിനടുത്തേക്ക് നീങ്ങി. ചണത്തുണിക്കഷണങ്ങൾ ചുരുട്ടിക്കെട്ടി ചണയെണ്ണയിൽ മുക്കിയുണ്ടാക്കിയ ഓട്ടുപിടിയുള്ള പന്തങ്ങളേന്തിയവർ മുന്നിൽ നടന്നു....

പല്ലക്കിൽ ചാർന്നിരുന്ന മഹാറാണിയുടെ സ്മൃതിയിൽ പ്രധാന പൂജാരിയുടെ വാക്കുകൾ തെളിഞ്ഞുവന്നു.... എന്തെന്നില്ലാത്ത ഒരുതരം അനുഭൂതി മഹാറാണിക്കുണ്ടായി... ആ അധരപല്ലവങ്ങളിൽ പൂർണ്ണേന്ദു വിരിഞ്ഞുവന്നു.....

..... ആ രാത്രി മന്ത്രി ദർശനത്തിനെത്തുമ്പോൾ ഫെറോ, ക്ഷീണം തീർക്കാനായി ഇളം ചൂടുവെള്ളത്തിൽ കുളിച്ച് സുഗന്ധദ്രവ്യം പൂശി ഇരിക്കയായിരുന്നു....

പുഞ്ചിരിച്ചുകൊണ്ട് കടന്നുവന്ന ആമെർബിനെ കണ്ട് ഫെറോ സന്തുഷ്ടനായി.

ഹെഖ്വെട് നടത്തിയ വിജയകരമായ ദൗത്യം മന്ത്രി വിവരിച്ചു കേൾപ്പിച്ചു.....

“ഹെഖ്വെട് തരക്കേടില്ല..... അല്ലേ....?”

“ഈ ദൗത്യത്തിന്റെ കഥ സമാധിക്കുള്ളിൽ ചിത്രീകരിക്കാനുള്ള ആജ്ഞ പുറപ്പെടുവിക്കണമെന്ന് ആൻ നഗരത്തിലേക്ക് പുറപ്പെടുന്നതിന് മുമ്പുതന്നെ ഹെഖ്വെട് ആവശ്യപ്പെട്ടിരുന്നു.....”

“ആയിക്കൊള്ളട്ടെ..... അതിനെന്താ.....?”

“മഹാപ്രഭുവിന്റെ സമാധിക്കുള്ളിലും ഒരു ഭാഗത്ത് അയാളുടെ ചിത്രം ചേർക്കണമത്രെ.....”

“ചേർത്തുകൂടേ....?”

“അതിൽ തെറ്റൊന്നുമില്ല.....”

“എങ്കിൽ ആ ആഗ്രഹവും നടക്കട്ടെ.....”

“അനുവാദം നല്കിയ വിവരം മഹാപ്രഭുതന്നെ നാളെ അദ്ദേഹത്തെ അറിയിക്കണം.....”

“ഉം....ഉം....”

“ഏതായാലും ഒരു ഘട്ടത്തിലെത്തിച്ചേർന്നതുപോലെയായി....”

“അതേ, അയാളുടെ ആവനാഴിയിൽ ഇനിയും ബാണങ്ങളുണ്ടോ.....? എന്തോ.....?”

എന്താണുത്തരം പറയേണ്ടതെന്ന് ഒരു നിമിഷത്തേക്ക് മന്ത്രിക്ക് തോന്നിയില്ല. തന്റെ തലച്ചോറ് മരവിച്ചുപോയോ എന്ന് സ്വയം കുറ്റപ്പെടുത്തി. കഴുത്തിന്റെ പിൻവശം ചൊറിഞ്ഞു.....

ആ സമയം വെളിയിൽ നിന്ന് മഹാറാണി വിളിച്ചുചോദിക്കുന്നത് കേട്ടു.... “മന്ത്രി വന്നോ.....?”

ചോദ്യം അവസാനിക്കുന്നതിന് മുമ്പ് മഹാറാണി പ്രവേശിച്ചു. കൈയിൽ പ്രസാദമുണ്ടായിരുന്നു. മന്ത്രി എഴുന്നേറ്റ് മഹാറാണിയെ വണങ്ങി. ഫെറോ റാണിയെയോ....റാണി ഫെറോവിനെയോ ശ്രദ്ധിച്ചില്ല.... എങ്കിലും ഒളികണ്ണാലെ റാണി ഭർത്താവിനെ നോക്കി.... മുഖത്ത് ക്ഷീണഭാവം നിഴലിക്കുന്നുണ്ട്.... നിത്യേന ആ ദാസിയുടെകൂടെ

കഴിഞ്ഞാൽ ആരോഗ്യം നശിക്കാതിരിക്കുമോ.....? യൗവ്വനം കിട്ടുന്നതിനുള്ള സെഡ് ഉത്സവം വർഷംതോറും നടത്തേണ്ടിവരും....

മഹാറാണി ഉറച്ച സ്വരത്തിൽ പറഞ്ഞു:

"നിങ്ങളിരിക്ക്. മന്ത്രിയുടെ സംഭാഷണത്തിന് ഞാൻ തടസ്സം നില്ക്കുന്നില്ല. ഒരു നിമിഷംകൊണ്ട് പുറപ്പെടാം. ഈ ക്ഷേത്രപ്രസാദം സ്വീകരിച്ചാലും....."

ഫെറോ ഇമകൾ പകുതിയടച്ച് പത്നിയുടെ ലാവണ്യം ആസ്വദിച്ചു...

ഫെറോവും മന്ത്രിയും പ്രസാദം സ്വീകരിച്ചു. പഴക്കഷണങ്ങൾ വായിലിട്ട് ചവച്ചരച്ചു...

മഹാറാണി പറഞ്ഞു:

"ഇത് കേൾക്ക്... ഞാനിപ്പോൾ പ്രധാനപൂജാരിയെ കണ്ടിട്ടാണ് വരുന്നത്. അദ്ദേഹം നാളെ രാവിലെ കൊട്ടാരത്തിലെത്തും. മദ്ധ്യാഹ്നത്തിൽ ആതിഥ്യം സ്വീകരിക്കണമെന്നും ഞാനഭ്യർത്ഥിച്ചിട്ടുണ്ട്....."

ഫെറോവിന്റെ മിഴികൾ പൂർണ്ണമായും വിടർന്നു. ധിക്കാരം.....! ഇത് അധികപ്രസംഗമായിപ്പോയി....! ഹേപാടുമായി ഇവൾക്കെന്താ ഇടപാട്....? ദേഷ്യം തോന്നിയെങ്കിലും ഫെറോ നിശ്ശബ്ദനായതേയുള്ളു.

മന്ത്രിക്ക് വിസ്മയം തോന്നി. അയാൾ പറഞ്ഞു:

"സന്തോഷമുളവാക്കുന്ന ഒരു സംഗതിയാണിത്. ഹേപാടിനെ വിളിച്ചുകൊണ്ടുവരുന്നതിന് ഹെഖ്വെടിനെ നിയോഗിച്ചിരിക്കയാണ്. അദ്ദേഹം നാളെ രാവിലെ ഗുരുമഠത്തിൽ ചെല്ലും. പ്രധാനപൂജാരി മറ്റു വല്ലതും പറഞ്ഞോ.....?"

സംസാരവിഷയം ഇവരെ അറിയിക്കുന്നത് ആവശ്യമാണെന്ന് മഹാറാണിക്ക് തോന്നിയില്ല. അവർ പറഞ്ഞു....

"ഒന്നും പറഞ്ഞില്ല. ഏതായാലും നാളെ വരുമല്ലോ....."

"ചുരുക്കത്തിൽ പ്രധാനപൂജാരിയുടെ കോപം തണുത്തെന്ന് കരുതാം.... അല്ലേ....?"

"അതെനിക്ക് പറയാനാകില്ല. ഏതായാലും ചതിക്ക് ചതി ഇല്ലാതിരിക്കില്ലല്ലോ....!"

"നെഫർ...., ചർച്ച മതി...." ഫെറോ ഇടയിൽ കടന്നു പറഞ്ഞു....

മഹാറാണി അല്പമുറക്കെ പറഞ്ഞു:

"മതിയാക്കിയേക്കാം.... പക്ഷേ, ഒരുകാര്യം മറക്കരുത്..... രാജാവും ധർമ്മഗുരുവും തമ്മിലുള്ള മത്സരം രാജ്യത്തിനും രാജവംശത്തിനും നാശകരമായിത്തീരും....!"

റാണി ധൃതിയിൽ ഇറങ്ങിനടന്നു..... മന്ത്രി വീണ്ടും ഉപവിഷ്ടനായി...

ഫെറോവും മന്ത്രിയും നിമിഷങ്ങളോളം പരസ്പരം നോക്കിയിരുന്നു. ആരും ഒന്നും ഉരിയാടിയില്ല. ഒരു ദീർഘനിശ്വാസം ഫെറോവിൽ നിന്നു

യർന്നുവന്നു. അയാൾ വലതുമുഷ്ടികൊണ്ട് തുടയിൽ ഒന്നു രണ്ട് തവണ കുത്തി....

മന്ത്രി മൗനം ഭഞ്ജിച്ചു....

"അസ്വാസ്ഥ്യങ്ങളൊന്നും പുറത്തുകാട്ടാതെതന്നെ നാം ഹേപാടിനെ സ്വീകരിക്കണം."

"റാണി പറഞ്ഞത് കേട്ടില്ലേ....? അദ്ദേഹം തെറ്റുകാരനെന്നും നാം ശരിയായവരാണെന്നും വാദിച്ചതുകൊണ്ട് പ്രയോജനമില്ല....."

"സംഭാഷണവേളയിൽ മഹാറാണിയും സന്നിഹിതരാകുന്നത് യുക്തമാണെന്ന് തോന്നുന്നു....."

"നമുക്ക് തോന്നിയില്ലെങ്കിലും നെഫർടേം സംബന്ധിക്കാതിരിക്കില്ല......."

"ദേഷ്യം പിടിപ്പിക്കാൻ ഞാനും ഹെഖ്വെടും, ആശ്വസിപ്പിക്കാൻ വേണ്ടി രാജ്ഞി. ഹേപാടിനെ എളുപ്പത്തിൽ പാകപ്പെടുത്തിയെടുക്കാനാകും....."

"ആമെർബ്.... നിങ്ങളുടെ രാജ്യതന്ത്രമാണ് നാളെ പരീക്ഷിക്കപ്പെടുന്നത്....."

മന്ത്രിയുടെ ഹൃദയത്തിൽ മുള്ള് തറച്ചു..... രാജ്യതന്ത്രം പരീക്ഷിക്കപ്പെടുന്നു.....! പരീക്ഷണത്തിൽ തോറ്റാൽ..... മന്ത്രിപദം നഷ്ടപ്പെടുമെന്നല്ലേ..... സൂചന.....?

"മഹാപ്രഭു...., അങ്ങ് ചിന്തിതനാകാതിരുന്നാലും. മന്ത്രി ദുർബ്ബലനായിരുന്നെങ്കിൽ തന്റെ കാര്യം എളുപ്പമാകുമായിരുന്നെന്ന് ഹേപാട് വിചാരിക്കുന്നുണ്ടാകണം. ആ ആഗ്രഹം അത്ര സുഗമമായി സാധിക്കുമെന്ന് തോന്നുന്നില്ല....."

"ശരി.....പരീക്ഷണത്തിൽ നിങ്ങൾ വിജയിക്കുമെന്നു തന്നെയാണ് ഞാൻ വിശ്വസിക്കുന്നത്......"

"മഹാപ്രഭുവിന്റെ വിശ്വാസം സുദൃഢമാകട്ടെയെന്നാണ് എന്റെ പ്രാർത്ഥന....."

"ഉം....ഉം...." ഫെറോ ആലസ്യത്തോടെ മൂളി. വിശപ്പും നിദ്രയും അദ്ദേഹത്തെ ബാധിച്ചുകൊണ്ടിരുന്നു.

മന്ത്രി എഴുന്നേറ്റു. രാവിലെ പല്ലക്കെത്തിക്കുന്നതിന് നിർദ്ദേശം നല്കണം. അയാൾ ഫെറോവിനോട് വിടവാങ്ങി.

തോണിവിഹാരം കഴിഞ്ഞെത്തിയപ്പോൾ രാജകുമാരൻ ക്ഷീണിച്ച വശനായിരുന്നു. വിശപ്പാണെങ്കിൽ സഹിക്കവയ്യ. എങ്കിലും ജ്യേഷ്ഠത്തിമാരോട് ഭക്ഷണം വേണമെന്ന് പറഞ്ഞില്ല. അത് നാണക്കേടാണ്. അവനിപ്പോൾ കൊച്ചുകുട്ടിയൊന്നുമല്ലല്ലോ.... ഈയിടെയായി അമ്മയുടെ ചുംബനംപോലും അവനിൽ സങ്കോചമുണ്ടാക്കിയിരിക്കയാണ്. അച്ഛൻ അവനുമായി സംസാരിക്കുന്നത് വിരളമായിരിക്കുന്നു. ഇപ്പോൾ വൃദ്ധദാസി ബെംട്രഷ്ട് മാത്രമാണ് ഏകാശ്രയം.

രാജകുമാരനെ കണ്ടയുടൻതന്നെ ആ വൃദ്ധദാസി പാരവശ്യത്തോടെ ഓടിക്കൊണ്ടുവന്നു.

"രാജകുമാരാ.... എത്ര നേരമാണ് വിഹാരം.....! മഹാറാണി കുമാരനെ ക്ഷേത്രത്തിലേക്ക് കൂട്ടിക്കൊണ്ടുപോകണമെന്ന് കരുതി കുറെസമയം കാത്തിരുന്നിരുന്നു....."

"ബെംട്...., ഇന്ന് ആ പതിവ് തെറ്റിയല്ലോ.....! പിന്നെ ഇത് കേട്ടോ... ഞാനിന്നൊരു കാട്ടുതാറാവിനെ പിടിച്ചു ആദ്യമായി...."

"ഓ.... എന്റെ രാജകുമാരാ....! പിടിച്ചോ.....! ഈ വിവരം കൊട്ടാരത്തിലെല്ലാവരെയും അറിയിക്കണം.... താറാവെവിടെ.....?"

"തോണിക്കാർ പാചകശാലയിലേക്ക് കൊണ്ടുപോയി. എനിക്കാണെങ്കിൽ വിശന്നിട്ട് നില്ക്കാൻ വയ്യ. അത് കറിയാക്കാൻ എത്ര സമയം വേണ്ടിവരും.....?"

"വിശപ്പുണ്ടെങ്കിൽ ഭക്ഷണം കഴിക്ക്. താറാവിനെ നാളെ പാകം ചെയ്യാം. എന്തിന് ബദ്ധപ്പെടുന്നു.... വരൂ.... ഞാൻ ഭക്ഷണം കൊണ്ടുവരാം...."

"താറാവിനെ പിടിച്ചതറിഞ്ഞ് എല്ലാവരും സന്തോഷിക്കും.... അല്ലേ...?"

"പിന്നെ.... സന്തോഷിക്കാതിരിക്കുമോ.....!"

"ജ്യേഷ്ഠത്തിമാരെ അറിയിക്കുന്നോ.....?"

"അറിയിക്കാം....."

സൂര്യാസ്തമയത്തിനുമുമ്പേ വിളക്കുകൾ എരിഞ്ഞുതുടങ്ങി. കൊട്ടാരത്തിൽ രാത്രിയും പകലാണ്.....!

രാജകുമാരൻ വസ്ത്രംമാറി ദേഹശുദ്ധി വരുത്തി ഭക്ഷണശാലയിലേക്ക് നടന്നു.

സഹോദരന്റെ നായാട്ട് വാർത്തയറിഞ്ഞ് ജ്യേഷ്ഠത്തിമാർ ഓടിയെത്തി.

"അതേയോ.....?"

"നീ തന്നെയാണോ പിടിച്ചത്....?"

"ഒന്നേ പിടിച്ചുള്ളു.....?"

അവർ ചോദ്യങ്ങൾ വർഷിച്ചു. താറാവിനെ കാണാൻ പാചകശാലയിലേക്കോടിപ്പോയി.

തോണിയിൽ താൻ നിന്ന രീതി. കൈകോല് എങ്ങനെയാണ് ഉന്നം വെച്ചത്.... വഴുതിവീഴാതെ തോണിക്കാരൻ കാലുകൾ ഭദ്രമായി പിടിച്ചതെങ്ങനെ... തന്റെ കുത്തേറ്റപ്പോൾ താറാവ് എന്തെല്ലാം ഒച്ചയുണ്ടാക്കി.... എങ്ങനെയാണ് അത് വെള്ളത്തിൽ വീണത്.... തുടങ്ങിയതെല്ലാം ഉത്സാഹത്തോടെ വിവരിച്ചുകൊണ്ടാണ് രാജകുമാരൻ ഭക്ഷണം കഴിച്ചത്. ബെംട്രഷ്ടും പരിചാരകരും യുവരാജാവിന്റെ വിവരണം അത്ഭുതത്തോടെ കേട്ടുകൊണ്ടുനിന്നു.

രാജകുമാരൻ വിശ്രമമുറിയിലെത്തി നിമിഷങ്ങൾക്കകം തന്നെ മഹാറാണിയും എത്തിച്ചേർന്നു. ഫെറോ സന്നിധിയിൽ നിന്നു വരുന്ന യജമാനത്തിയെ സ്വീകരിക്കുന്നതിന് പോയ ബെംട്രഷ്ട് രാജകുമാരന്റെ നായാട്ട് കഥ വിവരിച്ചുകേൾപ്പിച്ചിരുന്നു.

"ഹാ.....! അതേയോ.....?" റാണി ആശ്ചര്യപ്പെട്ടു.

രാജകുമാരൻ താറാവിനെ വേട്ടയാടിയ വാർത്ത, പെൺകുട്ടി ഋതുമതിയായാലുളവാകുന്ന സംഭ്രമം ഏവരിലും സൃഷ്ടിച്ചു.

മകന്റെ വായിൽ പ്രസാദം വച്ചുകൊടുത്ത് മഹാറാണി അവനെ ആശ്ലേഷിച്ചു.

"അമ്മേ....., ചുണ്ടിൽ ചായം....." മകൻ മുന്നറിയിപ്പ് നല്കിയെങ്കിലും, അമ്മ മകന്റെ നെറ്റിയിലും കവിളത്തും നെഞ്ചത്തും വാത്സല്യപൂർവ്വം ഉമ്മവെച്ചു.

"മകനേ......, നീയിപ്പോൾ പ്രബുദ്ധനായിത്തീർന്നിരിക്കുന്നു. ഗാംഭീര്യം വിട്ട് പെരുമാറരുത്. രക്ഷാഭടരും വേറെ തോണികളുമില്ലാതെ വിഹാരത്തിന് പോകരുത്... മനസ്സിലായോ.....?"

"ഉം......"

മഹാറാണി കൈതട്ടി. കടന്നുവന്ന ബെംട്രഷ്ടിനോട് പറഞ്ഞു.

"നാളെ പ്രധാനപൂജാരി ഭക്ഷണത്തിനുണ്ടാകും. രാജകുമാരൻ പിടിച്ച കാട്ടുതാറാവ് പ്രത്യേകം പാകംചെയ്യണമെന്ന് പാചകക്കാരനോട് പറയണം....."

"ആകട്ടെ മഹാറാണി......"

കാട്ടുതാറാവിനെ പാകംചെയ്ത് നല്ലപോലെ ഭക്ഷണം കഴിക്കണെമെന്ന് വിചാരിച്ചിരുന്ന രാജകുമാരനെ അമ്മയുടെ പദ്ധതി നിരാശനാക്കിത്തീർത്തു.

"അമ്മേ....എനിക്കുറക്കം വരുന്നു....."

അമ്മയുടെ ചുണ്ടിൽനിന്ന് ശരീരത്തിലും മുഖത്തും പറ്റിപ്പിടിച്ച ചായം കഴുകിക്കളയുന്നതിന് രാജകുമാരൻ ശൗചഗൃഹത്തിലേക്ക് നടന്നു...

..... രാവിലെ തന്നെ ഹെഖ്വെടിനെ കണ്ടപ്പോൾ ഹേപാട് ചോദിച്ചു..

"എന്താ വയസ്സരേ വീണ്ടും വന്നത്....?"

"പ്രധാനപൂജാരിയെ കൊട്ടാരത്തിലേക്ക് കൂട്ടിക്കൊണ്ടുപോകാനാണ്......"

"മഹാറാണിയോട് വരാമെന്ന് പറഞ്ഞിരുന്നല്ലോ....?"

ഹെഖ്വെടിന്റെ മുഖം ഒന്ന് കറുത്തു. ഇത് പുതിയ അറിവാണ്. മഹാറാണി ഇന്നലെ രാത്രിയിൽ പ്രധാനപൂജാരിയെ കണ്ടിരിക്കണം.... മുഖത്തെ പാരവശ്യം മറച്ചുവെച്ചുകൊണ്ട് അയാൾ പറഞ്ഞു.....

"കൂടെ വല്ലവരുമുണ്ടാകുന്നത് ഭൂഷണമല്ലേ.....?"

ഹേപാട് ഉത്തരം പറയാതെ പ്രഭാതകൃത്യങ്ങളിൽ മുഴുകി.

ബന്ധപ്പെട്ടവർക്കെല്ലാം ജിജ്ഞാസയും പരിഭ്രമവും....

കൊട്ടാരത്തിന്നുള്ളിലെ മന്ത്രാലോചനാമുറിയിൽ മന്ത്രി നേരത്തേ എത്തിച്ചേർന്നു. ക്ഷേത്രദർശനം കഴിച്ച് ഫെറോവും ഒരുങ്ങിയിരുന്നു.... രാത്രി ഫെറോ ശരിക്കുറങ്ങിയിരുന്നില്ല. ഒരു സ്വപ്നവും കണ്ടിരുന്നു..... വലിയ ഘോഷയാത്ര പോവുകയാണ്. നടുക്ക് പല്ലക്കിൽ നെഫർടേം... ഇടതുവശത്ത് ഹേപാട്.... വലതുവശത്ത് താൻ.... ജനം ജയാരവം മുഴക്കുന്നു.... സാധാരണ മുന്നിൽ താനാണുണ്ടാകേണ്ടിയിരുന്നത്.... പിന്നീട് റാണി... അവൾക്കു പിന്നിൽ ഹേപാട്... ഈ മാറ്റം ഇത് ദുസ്വപ്നമാണോ....? ഈവിധം സംഭവിക്കണമെന്നാണെങ്കിൽ ആയിക്കൊള്ളട്ടെ.....!

മന്ത്രിയോട് സ്വപ്നവിഷയം പറയണോ വേണ്ടയോ എന്ന് ഫെറോ മനസ്സിൽ തർക്കിച്ചു. ഒടുവിൽ വേണ്ടെന്ന് വച്ചു. ഫെറോവിന്റെ സ്വപ്നം ഫെറോവിന്റെ ഉള്ളിൽ തന്നെ കിടക്കട്ടെ.... നെഫർടേമിന്റെ ചെവിയിലെത്തിയാൽ അവൾ തുള്ളിച്ചാടും....

മന്ത്രാലോചനാമുറിയിലെ രത്നഖചിത സിംഹാസനത്തിനുമുന്നിൽ നിന്ന് ഫെറോ ചുറ്റും കണ്ണോടിച്ചു. സ്വർണ്ണം പൂശിയ മറ്റ് പീഠങ്ങൾ യഥാസ്ഥാനത്തുതന്നെയുണ്ട്. ചുറ്റിലും വെച്ച അലങ്കാര വസ്തുക്കൾക്ക് മാറ്റ് കൂടിയിരിക്കുന്നു. വെള്ളിത്തട്ടിൽ സ്വർണ്ണമത്സ്യങ്ങൾ.... ഓട്ടുകുന്തം നീല ഉറയിൽ തിരുകി നിർത്തിയിരിക്കുന്നു.... സ്വർണ്ണപ്പിടിയുള്ള സ്ഫടികക്കല്ലിന്റെ കൂജ ചെറിയ മേശപ്പുറത്ത് ശോഭിക്കുന്നു.... സിംഹത്തോലും മാന്തോലും, അമൂല്യരത്നങ്ങൾ പതിപ്പിച്ച ആലങ്കാരിക വഞ്ചിയുമെല്ലാം യഥാസ്ഥാനത്തുതന്നെയുണ്ട്.... റായുടെയും പ്ടായുടെയും അമന്റെയും വിഗ്രഹങ്ങളിലും ഫെറോവിന്റെ ദൃഷ്ടി തങ്ങിനിന്നു.....

രാജാവ് ആസനസ്ഥനാകുന്നതിന് മുമ്പ് സെനെബ് ഓടിവന്നു....

"ഫെറോവിന്റെ ആയുരാരോഗ്യം വർദ്ധിക്കട്ടെ. പ്രധാനപൂജാരിയും ഹെഖ്വെടും എഴുന്നെള്ളുന്നുണ്ട്....."

ഫെറോ സെനെബിനെ നോക്കാതെ മന്ത്രിയുടെ നേർക്കു തിരിഞ്ഞു. മന്ത്രി നിർദ്ദേശിച്ചു.....

"കൂട്ടിക്കൊണ്ടുവാ....."

സെനെബ് പോയപ്പോൾ ഫെറോ ധൃതിയിൽ ഇരിപ്പിടത്തിലമർന്നു. ഹൃദയം ശക്തിയായി മിടിക്കുന്നുണ്ടെങ്കിലും അത് പുറത്ത് കാട്ടാതെ മുഖത്ത് പ്രസന്നത വരുത്താൻ ശ്രമിച്ചു.....

ഇതിനിടയിൽ മുന്നറിയിപ്പൊന്നുമില്ലാതെ മഹാറാണി കടന്നുവന്നു.

കഴിഞ്ഞ രാത്രിയിൽ കണ്ട സ്വപ്നം ഫെറോവിനോർമ്മവന്നു. ആ മുഖത്ത് അസ്വാസ്ഥ്യം നിഴലിച്ചു.... സന്ദേഹത്തോടെ അയാൾ മന്ത്രിയുടെ മുഖത്തേക്ക് നോക്കി.....

മന്ത്രി എഴുന്നേറ്റ് മഹാറാണിയെ ബഹുമാനിച്ചു.

നെഫർടേമും ചിന്താകുലയായിരുന്നു. എങ്കിലും ചുണ്ടിൽ പുഞ്ചിരി

വരുത്തിക്കൊണ്ട് പറഞ്ഞു....

"മഹാറാണിക്കുകൂടി ഇവിടെയിരിക്കാൻ മന്ത്രി അനുവാദം നല്കണം."

"ഛെ....ഛെ....! ഇതെന്തൊരു സംസാരം! ഈ സന്ദിഗ്ദ്ധാവസ്ഥയിൽ മഹാറാണികൂടി സന്നിധിയിലുണ്ടാകുന്നത് അത്യാവശ്യമാണ്....."

ഫെറോവിന്റെ വലതുവശത്തുള്ള പീഠത്തിൽ മഹാറാണിയിരുന്നു.

പെട്ടെന്ന് ഹെഖ്വെട് വാതിൽക്കൽ പ്രത്യക്ഷപ്പെട്ടു....

"ഫെറോവിന്റെ ആയുരാരോഗ്യം വർദ്ധിക്കട്ടെ...." ആ വന്ദനം അവസാനിക്കുന്നതിന് മുമ്പ് വെള്ളിയുടെ അധികാര ചിഹ്നമേന്തിയ ഹേപാടും വാതിൽക്കൽ പ്രത്യക്ഷനായി......

രത്നക്കമ്പളിയിൽ ശബ്ദമുണ്ടാക്കാത്ത പാദരക്ഷകൾ മുന്നോട്ടു നീങ്ങി....

മഹാറാണിയും മന്ത്രിയും കുനിഞ്ഞുവണങ്ങി.

"സ്വർണ്ണദേവതയായ ഹാഥോർ ഫെറോവിന്റെ മൂക്കിന് ബലം നല്കട്ടെ...." ഹേപാട് പറഞ്ഞു.

"പ്രധാനപൂജാരിക്ക് സ്വാഗതം. ആസനസ്ഥരായാലും....." ഇരുന്നിടത്തുനിന്നുതന്നെ ഫെറോ പറഞ്ഞു.

ഹെഖ്വെട് നേരത്തെതന്നെ മന്ത്രിയുടെ അരികിലേക്ക് നീങ്ങിനിന്നിരുന്നു.

മഹാറാണിയുടെ വലതുപാർശ്വത്തിൽ അല്പമകലത്തായുള്ള പീഠത്തിൽ ഹേപാട് ഉപവിഷ്ടനായി. അയാളുടെ ദേഹത്തിലെ രോമമെല്ലാം അന്നുരാവിലെ ഒരു ഇളയദേവദാസന്റെ ക്ഷൗരക്കത്തിക്ക് ഇരയായിരിക്കയാണ്. മേൽപ്പുരയിലെ ചെറിയ സുഷിരങ്ങളിലൂടെ കടന്നു വരുന്ന രശ്മികൾ അയാളുടെ മിനുസമുള്ള ശിരസ്സിൽ തട്ടി ചിന്നിച്ചിതറിക്കൊണ്ടിരുന്നു. എഴുന്നു നില്ക്കുന്ന താടിയെല്ലുകൾ...

എല്ലാവരും ഇരുന്നശേഷം ഫെറോ സംഭാഷണമാരംഭിച്ചു.

യാത്ര സുഖകരമായിരുന്നില്ലേ.....?

ശിഷ്ടാചാരത്തിന്റെ നാടകത്തിൽ പങ്കെടുത്തുകൊണ്ട് പ്രധാന പൂജാരി ഒന്നു മൂളുക മാത്രം ചെയ്തു.....

"ധാർമ്മിക സംവാദത്തിൽ മുഴുകിയിരിക്കയാണെന്നല്ലേ കേട്ടത്?"

"അതേ....."

"സംവാദത്തിന്റെ സ്വരൂപവും ഫലവുമറിയാൻ ഞങ്ങൾക്ക് ഉൽക്കണ്ഠയുണ്ട്. ധർമ്മഗുരുവിന്റെ നടപടികളറിഞ്ഞ് ഈ കൊട്ടാരവും പുണ്യമുള്ളതായിത്തീരും....."

നിശ്ശബ്ദത. ഹേപാടിന്റെ താടിയെല്ലുകൾ വലിഞ്ഞു. മഹാറാണിയിൽ നിന്നുതുടങ്ങി ഓരോ മുഖവും അയാൾ സൂക്ഷിച്ച് നിരീക്ഷിച്ചു. ഒടുവിൽ നമ്രശിരസ്കനായി സ്വന്തം പാദങ്ങളിൽ ദൃഷ്ടിയൂന്നി. പ്രധാന

പൂജാരിക്ക് ദിഗ്ഭ്രമം ബാധിച്ചിരിക്കയാണ്. ധാർമ്മിക സംവാദത്തിന്റെ പൊള്ളത്തരം ഇപ്പോൾ വെളിച്ചത്താകും എന്ന് ഫെറോവും മന്ത്രിയും കണക്കുകൂട്ടി. ഒരു നിമിഷം.... പെട്ടെന്ന് ഹേപാട് ശിരസ്സുയർത്തി. ഫെറോവിനെ നോക്കിക്കൊണ്ട് അയാൾ പറഞ്ഞു.

"ധാർമ്മികസംവാദം നടന്നിട്ടേയില്ലെന്ന് ധരിക്കുന്ന വ്യക്തികളുണ്ടാകാം. അവർക്ക് ദൈവം മാപ്പ് കൊടുക്കട്ടെ. ഈജിപ്തിലെ ജനങ്ങളുടെ ചിന്താഗതിയിൽ മാറ്റമുണ്ടാക്കുകയാണ് ഈ യജ്ഞത്തിന്റെ ഉദ്ദേശ്യം. നമ്മുടെ സമൂഹം സ്ഥാപിതമായിട്ട് എത്രയോ വർഷങ്ങൾ പിന്നിട്ടിരിക്കുന്നു. ജീവിതം സുഗമമാക്കുന്നതിന് കാലാകാലങ്ങളിൽ ധാർമ്മിക കാര്യങ്ങളിൽ ആവശ്യമായ പരിവർത്തനങ്ങൾ കൂടിയേ തീരൂ...."

മന്ത്രിക്ക് ഈ അഭിപ്രായം ഹിതമായി തോന്നിയില്ല. അയാൾ ഇടയിൽ കടന്നു പറഞ്ഞു....

"പഴയ ആചാരങ്ങളും വിശ്വാസങ്ങളും മാറ്റിമറിക്കണമെന്നാണോ പ്രധാനപൂജാരിയുടെ അഭിമതം....? അങ്ങനെ ചെയ്താൽ ജനങ്ങൾ ക്ഷോഭിക്കാനിടവരില്ലേ.....?"

പരിഹാസത്തോടെ മന്ത്രിയെ നോക്കിയശേഷം ഫെറോവിനോടായി ഹേപാട് പറഞ്ഞു:

"ഈജിപ്തിലെ പരമോന്നത ഭരണാധികാരിയാണ് മന്ത്രി! രാജാവിന്റെ കണ്ണും കാതുമായ അയാൾ രാജഹൃദയത്തെ ആശ്വസിപ്പിക്കുന്ന സന്ദേശവാഹകനുമാണ്. രാജാവിന്റെ ഏകമാത്ര സുഹൃത്തും മുദ്രാധാരിയുമാണയാൾ... ഈ വിശേഷണങ്ങളൊക്കെയുള്ള മന്ത്രിപുംഗവന് പ്രധാനപൂജാരി പറയുന്നത് തികച്ചും കേൾക്കാനുള്ള ക്ഷമയില്ലാതായിപ്പോയല്ലോ....! കഷ്ടം....! ഈജിപ്തിന്റെ നിർഭാഗ്യമെന്നല്ലാതെ മറ്റെന്തു പറയാൻ.....!"

"പ്രധാനപൂജാരി സംഭാഷണം തുടരണം....." ഫെറോ പറഞ്ഞു.

ഒന്നുരണ്ടുനിമിഷം മിണ്ടാതിരുന്നശേഷം ഹേപാട് സംഭാഷണം തുടർന്നു. ആൻ നഗരത്തിലെ റാ ക്ഷേത്രത്തിലെ പൂജാരിയോടും, വെസിപട്ടണത്തിലെ അമൻ ദേവാലയത്തിലെ പൂജാരിയോടും, മറ്റുമുള്ള ചില പൂജാരികളോടും റാ ദേവനും, അമൻ ദേവനും, പ്ടാ ദേവനും തുല്യസ്ഥാനം നല്കേണ്ട കാര്യത്തെപ്പറ്റി ഹേപാട് സംസാരിച്ചിരുന്നു. അതിപ്പോഴും അവ്യക്തരൂപത്തിൽതന്നെ കിടക്കുന്നത്രെ. ഗുരുവിന്റെ ശക്തി വർദ്ധിപ്പിക്കുന്നതിന് ആ സംഭാഷണം നല്ലൊരു പുകമറയായി ത്തീർന്നു. തന്റെ പോരാട്ടത്തിന്റെ നിർണ്ണായകഘട്ടത്തിൽ ആ മറ നീക്കം ചെയ്യുന്നതിൽ തെറ്റില്ല... എങ്കിലും വിചാരങ്ങളെ ഒതുക്കി നിർത്തി അയാൾ സംസാരിച്ചു.

"നമ്മുടെ പരമ്പരാഗത ദൈവമായ റായ്ക്ക് ഇപ്പോൾ ലഭിച്ചുകൊണ്ടിരുന്ന മാന്യത വളരെ കുറവാണ്. രാജകൊട്ടാരത്തിനടുത്തായതുകൊണ്ട് പ്ടായ്ക്ക് ആർഭാടത്തോടെയുള്ള പൂജ ലഭിക്കുന്നു. വെസിനഗര

ത്തിലെ സഞ്ചാരികളുടെ ദേവനായ അമന് ഗ്രാമാന്തരപ്രദേശങ്ങളിൽ പോലും ധാരാളം ഭക്തന്മാരുണ്ട്. ഈ മൂന്ന് ദേവന്മാർക്കും തുല്യത ലഭിച്ചാൽ ഈജിപ്ത് സമൂഹം കൂടുതൽ കെട്ടുറപ്പുള്ളതായിത്തീരും. ഇതാണ് ഞാൻ പറയാനുദ്ദേശിച്ചത്. ഈ മാറ്റംകൊണ്ട് പഴയ ആചാരാനുഷ്ഠാനങ്ങൾ ഉപേക്ഷിക്കുകയാണെന്ന് അർത്ഥമാക്കരുത്. ഇതുകൊണ്ട് ഈജിപ്ത് സമൂഹം സുദൃഢമായിത്തീരുകയാണ് ചെയ്യുക... മനസ്സിലായോ മന്ത്രിയവർകളേ....?"

മന്ത്രിയുടെ മുഖം വിളറി. ആ ഭാവം നിയന്ത്രിച്ചുകൊണ്ട് ഗൗരവത്തിന് കുറവ് വരുത്താതെ അയാൾ പറഞ്ഞു....

"ഉദാത്തമായ ഈ ചിന്ത അഭിനന്ദനീയം തന്നെ. ഗുരു മഠത്തിലെ സ്വത്തുക്കൾ ഈ മൂന്ന് ദേവാലയങ്ങൾക്കും ഒരുപോലെ ഭാഗിച്ചാൽ മതിയല്ലോ....?"

"അപക്വമായ ഉപദേശം! ദാരിദ്ര്യം ഭാഗിച്ചെടുക്കുകയെന്നാണ് ഇതിനർത്ഥം..... ഈ മൂന്ന് ക്ഷേത്രങ്ങൾക്കും കൂടുതൽ സ്വത്തുക്കൾ ഏല്പിച്ചുകൊടുക്കുകയാണ് വേണ്ടത്....."

"സ്വത്തും സമ്പത്തും വർദ്ധിക്കുന്നത് അദ്ധ്വാനത്തിൽ നിന്നാണ്...."

"അദ്ധ്വാനം വർദ്ധിക്കട്ടെ....!"

"അദ്ധ്വാനത്തിനും പരിധിയുണ്ടല്ലോ. ജനം അസന്തുഷ്ടരായിത്തീരും...."

ഹേപാടിന്റെ മിഴികൾ ചുവന്നു. ശിരസ്സ് വിറച്ചു. അയാളുടെ തൊണ്ടയിൽനിന്ന് ശബ്ദം പുറപ്പെടുന്നതിന് മുമ്പേ നെഫർടേം വായതുറന്നു....

"ഈ മൂന്ന് ദേവന്മാർക്കും തുല്യസ്ഥാനം കല്പിക്കണമെന്നത് അസാധാരണമായ സങ്കല്പമാണ്. ആയിരക്കണക്കിന് വർഷങ്ങളായി ഈ മൂന്ന് ദേവന്മാരെയും വേറെവേറെയായാണ് നാം ആരാധിച്ച് പോരുന്നത്. ആ സങ്കല്പത്തെ അത്ര എളുപ്പത്തിൽ തിരുത്താനാകുമോ...? പ്രധാനപൂജാരി ഈ ഭക്തയുടെ സംശയം ദുരീകരിക്കണം....."

ഹേപാടിന്റെ കോപം അതിര് കടക്കാതെ മഹാറാണി നോക്കിക്കൊള്ളുമെന്ന് ഹെഖ്വെടിനു തോന്നി. മന്ത്രിയും പുഞ്ചിരിച്ചു. ഫെറോ കെട്ടിവച്ചിരുന്ന ശ്വാസം പുറത്തേക്ക് വിട്ടു.

പ്രധാനപൂജാരിക്ക് മറ്റ് ഗതിയില്ലാതായി.... ശബ്ദപാരുഷ്യം നിയന്ത്രിച്ചുകൊണ്ട് അയാൾ പറഞ്ഞു:

"അസാധാരണമായ ഈ നൂതനസങ്കല്പം പ്രാവർത്തികമാകുന്നതിന് ആയിരം സംവത്സരംതന്നെ വേണ്ടി വന്നേക്കാം. വിത്ത് ഇപ്പോഴേ വയലിലിടണം....! എങ്കിലേ ഭാവിയിലെന്നെങ്കിലും ഫലം ലഭിക്കയുള്ളു....!"

ആരാധനാഭാവത്തോടെ നെഫർടേം ഹേപാടിനെ നോക്കി.... 'നിർല്ലജ്ജ....' എന്ന് ഹെഖ്വെട് പിറുപിറുത്തു... മന്ത്രി പുഞ്ചിരിച്ചു..... ഫെറോ റാണിയുടെ പ്രതിക്രിയ ഗൗനിച്ചതേയില്ല.....

മന്ത്രി കരു നിരത്തി...

"ധർമ്മത്തിന്റെ വെളിച്ചം കാട്ടിത്തരേണ്ട ഗുരു ഞങ്ങളെ കൈവെടിഞ്ഞല്ലോ.... എന്ന ചിന്ത ഉണ്ടാക്കിത്തീർത്തല്ലോ."

"വ്യർത്ഥമായ ആരോപണം.....!"

"സെഡ് ഉത്സവ വാർത്ത കൊട്ടാരത്തിൽ പരന്നിരിക്കയാണ്....."

"പരത്തിയവരാരാ.....?"

"ഇതെല്ലാം ചെണ്ടകൊട്ടി വിളംബരപ്പെടുത്തണോ.....? പ്രധാന പൂജാരി വരാതെ സെഡ് ഉത്സവം നീങ്ങിനീങ്ങിപ്പോകയാണല്ലോ എന്ന് ജനം പിറുപിറുക്കുകയാണ്.... ഇങ്ങനെ പോയാൽ പ്രധാനപൂജാരിയിലോ ക്ഷേത്രത്തിലോ ജനങ്ങൾക്ക് വിശ്വാസമുണ്ടാകുമോ.....?"

"മഹാപ്രഭു ധർമ്മഗുരുവിനെയും ഗുരുമഠത്തെയും ഒരു തടസ്സമായി കരുതിയാൽ ഫെറോവിനെക്കുറിച്ച് ജനങ്ങളെന്തു പറയും.....! അവരുടെ രാജ്യസ്നേഹം അപ്രത്യക്ഷമാവില്ലേ.....?"

"ഫെറോ റായുടെ അവതാരമല്ലെന്ന നിലയിൽ പ്രധാനപൂജാരി പെരുമാറിയാൽ രാജ്യത്തിന്റെ സ്ഥിതിയെന്തായിത്തീരും....? വിശ്വാസം നഷ്ടപ്പെട്ട സമൂഹത്തിന് വളരെക്കാലം നിലനില്ക്കാനാകുമോ....?"

"ദൈവദ്രോഹിയായ ഫെറോ ഖൂഫുവിന് സംഭവിച്ചതെന്താണെന്നറിയില്ലേ....? വേറെ ഫെറോ അധികാരത്തിൽ വന്നില്ലേ.....?"

"ഏത് ഫെറോവും ശാശ്വതമല്ല.....! അതേപോലെ ഏത് ധർമ്മഗുരുവും ശാശ്വതമല്ലെന്നും ഓർക്കേണ്ടതല്ലേ....?"

"റാ പ്രതിനിധിയായ ഫെറോവിന് കിരീടധാരണം നടക്കണമെങ്കിൽ പ്രധാനപൂജാരി ആവശ്യമാണ്....."

"ആ പ്രധാനപൂജാരിയെ തെരഞ്ഞെടുക്കുന്നതും നിയമിക്കുന്നതും റാ പ്രതിനിധിയായ ഫെറോവാണെന്നത് മറന്നുകളയരുത്."

മഹാറാണി ഇടയിൽ കടന്ന് സാവധാനത്തിൽ പറഞ്ഞു....

"ഈജിപ്തിലെ ധർമ്മഗുരു രാജവംശത്തിന്റെ സൗഭാഗ്യമാണ്. മഹത്തായ ധാർമ്മിക സംവാദം കഴിഞ്ഞ് ധർമ്മഗുരു കൊട്ടാരത്തിൽ തിരിച്ചെത്തിയിരിക്കയാണ്. സെഡ് ഉത്സവം നടക്കും. പ്രജകൾ ആനന്ദത്തിലാറാടി നൃത്തം ചവിട്ടും....."

സ്വരം മാറ്റി മഹാറാണിയുടെ നേർക്ക് തിരിഞ്ഞ് ഹേപാട് പറഞ്ഞു...

"സെഡ് ഉത്സവത്തിന് ധാർമ്മികമായി അനുമതി നല്കുന്നതിനു മുമ്പ് തീരുമാനിക്കപ്പെടേണ്ടതായ ചില കാര്യങ്ങളുണ്ട്...."

ബലിയുമായി ബന്ധപ്പെട്ട കാര്യമാണിതെന്ന് മഹാറാണി ഊഹിച്ചു.

"ആകട്ടെ...... ആകട്ടെ......"

"സറുസഭയിൽ ധർമ്മഗുരുവിനെപ്പറ്റി സംസാരമുണ്ടായെന്നുകേട്ടു..... ശരിയല്ലേ.....?"

"കള്ളം.....! പ്രധാനപൂജാരിയുടെ ഗൗരവത്തിന് ഹാനിയുണ്ടാക്കുന്ന

വിധത്തിൽ ആരും പെരുമാറിയിട്ടില്ല......." ഹെഖ്വെട് പറഞ്ഞു.

അയാളെ ഒന്ന് നോക്കിയശേഷം മന്ത്രി പറഞ്ഞു:

"സുഖക്കേടായ ബന്ധുക്കളെ കാണാൻ ചിലർ ഇവിടെ നിന്ന് ആൻ നഗരത്തിൽ ചെന്നെന്ന് കേട്ടല്ലോ.....!"

ഹേപാട് ഗർജ്ജിച്ചു....

"ദേവദാസന്മാരെ ചാരന്മാരായി മുദ്രകുത്തുകയാണോ....?"

"പ്രജകളുടെ വിചാരഗതികൾ മണത്തറിയുന്നത് നാട്ടിന്റെ നാനാ ഭാഗത്തുള്ള പൂജാരികളാണ്..... അവർ രഹസ്യമായി നല്കുന്ന വാർത്ത കളെ അടിസ്ഥാനപ്പെടുത്തി രാജ്യം ഭരിക്കുകയെന്നതാണ് പ്രാചീന കാലംമുതല്ക്കേ നിലനില്ക്കുന്ന സമ്പ്രദായം...." ഫെറോ പറഞ്ഞു.

"അന്ന് ഞങ്ങൾ നിങ്ങളുടെ കണ്ണും കാതുമായിരുന്നു. ഇന്ന് ആ സ്ഥാനം മന്ത്രിക്ക് കിട്ടി....."

നെഫർട്ടേമിന്റെ ആശ്വാസവചനങ്ങൾ വീണ്ടും കേട്ടു.

"സംഗതിയറിയാനുള്ള കൗതുകം സ്വാഭാവികമാണ്. അതിനെ ചാരവൃത്തിയെന്ന് വിളിക്കേണ്ട ആവശ്യമെന്ത്.....?"

മഹാറാണിയെ ഉറ്റുനോക്കിയശേഷം ഫെറോ പ്രസ്താവിച്ചു....

"റായുടെ സന്താനമായ നാം ധാർമ്മിക കാര്യങ്ങളിൽ ഒരിക്കലും ഇടപെടുകയില്ല....."

"ഭരണകാര്യത്തിൽ പ്രധാനപൂജാരി ഇടപെട്ടുവെന്നാണോ സൂചി പ്പിക്കുന്നത്.....?"

ആ തർക്കത്തിന് വിരാമമിട്ടുകൊണ്ട് മന്ത്രി പറഞ്ഞു.....

"മഹാപ്രഭു അങ്ങനെ വിചാരിക്കുന്നില്ല. എന്നാൽ ചിലർ അങ്ങനെ കരുതുന്നതിലാണ് അദ്ദേഹത്തിന്റെ ദുഃഖം. വിചാരണയ്ക്ക് വിധേയനാ കേണ്ടിയിരുന്ന അഹങ്കാരിയായ ഒരധികാരിക്ക് പ്രധാനപൂജാരി അഭയം നല്കിയല്ലോ.....?"

മന്ത്രി ദുർബ്ബലനല്ലെന്ന് ഹേപാടിന് മനസ്സിലായി. താനും പിടി വിട്ടുകൊടുക്കരുത്. സത്യത്തെ കള്ളംകൊണ്ട് മൂടുകയാണ് വേണ്ടത്.....

"എത്രയോ അധികാരികളും സാമന്തരാജാക്കന്മാരും ധർമ്മഗുരു വിന്റെ ആശീർവാദത്തിന് വന്നെത്താറുണ്ട്. അവരെല്ലാം അഹങ്കാരിക ളാണെന്നാണോ പറയുന്നത്.....?"

ഹേപാട് സത്യം മറച്ചുവെച്ചാണ് സംസാരിക്കുന്നതെന്ന് മന്ത്രിക്ക് ബോദ്ധ്യമായി. കള്ളത്തരത്തിന് കള്ളത്തരം കൊണ്ടുതന്നെ മറുപടി പറ യണം....

"ടെഹുടിയുടെ ദേഷ്യവും അഹങ്കാരവുംമൂലം ഒരു പ്രവിശ്യയിലെ ജനങ്ങളാകെ കലാപം നടത്താൻ പ്രചോദിതരായിത്തീർന്നു.....! ആ അധി കാരിയുടെ അതിര് കടന്ന പ്രവൃത്തികളെപ്പറ്റി അന്യപ്രവിശ്യകളിൽനിന്നു പോലും ആക്ഷേപങ്ങൾ വന്നിട്ടുണ്ട്....."

"ടെഹുടിയെ രാജ്യദ്രോഹ കുറ്റം ചുമത്തി വിചാരണ ചെയ്യാനുള്ള വല്ല ഉദ്ദേശ്യവുമുണ്ടെങ്കിൽ ഉപേക്ഷിക്കുന്നതാണ് നല്ലത്."

"വിചാരണയെക്കുറിച്ച് ഇവിടെയാരും പ്രസ്താവിച്ചില്ലല്ലോ...." നെഫർടേം പറഞ്ഞു.

മന്ത്രി ആശ്വസിച്ചു. ആദ്യജയം അയാൾക്ക് കൈവന്നിരിക്കുന്നു. ടെഹുടിയെന്ന എതിരാളിയെ തല്ക്കാലം ഭയപ്പെടാനില്ല. ഇത്തവണ അയാളെ ശിക്ഷിക്കാനാകില്ലെന്നു മാത്രം.....

ഹേപാട് ഭാവവും സ്വരവും മാറ്റിക്കൊണ്ട് അടുത്ത കരു മുന്നോട്ട് നീക്കി....

"വിചാരണ നടത്തേണ്ടത് ടെഹുടിയെയല്ല. നീരാനെ പ്രവിശ്യയിലെ ആ വിപ്ലവ നേതാവിനെയാണ്......! അവൻ രാജാവിന്റെ അതിഥിയായി.... മന്ത്രിയുടെ തോഴനായി ഇവിടെ വിലസുകയല്ലേ.....?"

"രാജ്യതന്ത്രമറിഞ്ഞുകൂടാത്ത ഏതോ അജ്ഞാതന്മാർ പ്രധാന പൂജാരിയെ തെറ്റിദ്ധരിപ്പിച്ചിരിക്കയാണ്! ഒരു രോഗം സുഖപ്പെടുത്തുന്നതിന് പലതരം ചികിത്സകൾ വേണ്ടിവരുമെന്ന് മഹാവൈദ്യരും കൂടിയായ നിങ്ങളോട് പ്രത്യേകം പറയണോ?"

"പാവം....! മന്ത്രികൾ വൈദ്യം നടത്തുന്നു.....! ഉം.... എന്നാൽ മന്ത്രികളേ...., ഈ രോഗത്തിന് ഒറ്റ ചികിത്സയേയുള്ളു. ശസ്ത്രക്രിയ! അവനെ നീതിപീഠത്തിന് മുന്നിൽ നിർത്തി വിചാരണ ചെയ്ത് ശിക്ഷിക്കണം.... ഈജിപ്തിന് തട്ടിയിരിക്കുന്ന കളങ്കം തുടച്ചുനീക്കണം!"

മന്ത്രി നിശ്ശബ്ദനായിപ്പോയി.... ഫെറോ രക്ഷയ്ക്കെത്തി.

"സെഡ് ഉത്സവത്തിനാണ് അയാളെ ക്ഷണിച്ചിരിക്കുന്നത്."

"സെഡ് ഉത്സവം കഴിയട്ടെ. വിചാരണ പിന്നീട് നടത്താമല്ലോ...." റാണി കൂട്ടിച്ചേർത്തു.

"ഉത്സവദിവസം അവനെ തടവിലിടണം....! അടുത്ത ദിവസം തന്നെ വിചാരണ നടത്തി ശിക്ഷിക്കണം...." ഹേപാട് പ്രഖ്യാപിച്ചു.

ഫെറോ മന്ത്രിയെ നോക്കി. മന്ത്രി ഉത്തരം പറഞ്ഞു:

"ശരി.... അങ്ങനെയാവട്ടെ....."

ഇത്തവണം ഹേപാടാണ് വിജയിച്ചത്. മന്ത്രിക്ക് തോൽവി സമ്മതിക്കേണ്ടി വന്നു. പൊരുതാതെയാണ് താൻ ജയിച്ചതെന്ന കാര്യം ഹേപാടിനെ അസ്വസ്ഥനാക്കി... തന്റെ വിജയം ഉറപ്പിക്കുന്നതിന് അയാൾ മറ്റൊരു പ്രഖ്യാപനംകൂടി നടത്തി....

"ഞാൻ പറയുന്നത് ശ്രദ്ധിച്ച് കേൾക്കണം.... വാക്കുകളിൽ കടിച്ചുതൂങ്ങി ആ നീരാനെ പുഴുവെങ്ങാൻ രക്ഷപ്പെട്ടാൽ മന്ത്രിയുടെ സ്ഥാനം ബാക്കിയുണ്ടാകില്ലെന്ന് ഓർമ്മിച്ചോ....! രാജ്യത്ത് കോളിളക്കമുണ്ടാകും....!"

നെഫർടേമിന്റെ ഹൃദയം ശക്തിയായി മിടിച്ചു.... ഫെറോ സിംഹാ

സനമൊഴിഞ്ഞുകൊടുത്ത് മകൻ ആ സ്ഥാനത്തിരിക്കാനുള്ള സാദ്ധ്യത... പക്ഷേ, പ്രധാനപൂജാരി സ്വന്തം സരണിയിലൂടെതന്നെ മുന്നോട്ടു നീങ്ങി.

"നീരാനയിലെ ജനങ്ങൾക്ക് ദൈവവിശ്വാസം നഷ്ടപ്പെട്ടിരിക്കുന്നു. ആജ്ഞാനുവർത്തികളാകേണ്ടവർ സേതിന്റെ ആരാധകരായിത്തീർന്നിരിക്കുന്നു.....! രാജ്യം മുഴുവൻ ആ പ്രവിശ്യയെ ഉറ്റുനോക്കുകയാണ്..... നാമവിടെ തോറ്റാൽ രാജ്യത്തുടനീളം നമുക്ക് പരാജയത്തിന്റെ കയ്പുനീർ കുടിക്കേണ്ടി വരും. കലാപ നേതാവിനെ വിചാരണചെയ്യുന്നതോടൊപ്പം തന്നെ ഞാൻ പ്ടാ മൂർത്തിയെയുംകൊണ്ട് നീരാനയിലേക്ക് പുറപ്പെടുന്നതാണ്. നീരാനെയിലെ ജനങ്ങളെ വീണ്ടും വിശ്വാസത്തിന്റെ വഴിയിലേക്ക് കൊണ്ടുവരും....!"

"ഇത് ഏവർക്കും സന്തോഷമുണ്ടാക്കുന്ന കാര്യമാണ്....."

"അത് ധർമ്മത്തിന്റെ ജൈത്രയാത്രയായിരിക്കും. ദുഷ്ടന്മാർ ശിക്ഷിക്കപ്പെടും. ശിഷ്ടന്മാർ ദൈവകാരുണ്യത്തിന് പാത്രമായിത്തീരും. ഈ ദിഗ് വിജയത്തിന് സൈന്യസഹായം ആവശ്യമാണ്. അതിർത്തിയിൽനിന്ന് ഇരുന്നൂറു ഭടന്മാരെ ഉടനെ വരുത്തണം....."

മന്ത്രി ചിന്താ വിവശനായി. ഇതിന്റെ പിന്നിൽ വല്ല ഗൂഢാലോചനയുമുണ്ടോ? ഇയാളുടെ മനസ്സിലെന്താണുള്ളത്...? ധർമ്മയാത്രയോ....? അതോ സൈന്യത്തെ നയിക്കലോ....? സേനാപതി അമെനോമോപെടുമായി പ്രധാന പൂജാരി ബന്ധം സ്ഥാപിച്ചിട്ടുണ്ടെന്നല്ലോ ഹെഖ്വെട് അറിയിച്ചത്... എല്ലാം ഒത്തുപിടിച്ച് നോക്കുമ്പോൾ....

ഫെറോവും വ്യാകുലനായി. മന്ത്രിയെത്തന്നെ നോക്കിക്കൊണ്ട് അദ്ദേഹമിരുന്നു.....

ഹെഖ്വെടും വിചാരാധീനനായിത്തീർന്നു. ഭൂപ്രഭുക്കൾ ഹേപാടിന്റെ പക്ഷത്താണ്. അവരുമായി നടത്തിയ കൂടിയാലോചനയും സൈന്യത്തെ സ്വാധീനിക്കുന്നതിന് ചെയ്ത പ്രയത്നവും വെളിപ്പെടുത്തിയാലോ....? മന്ത്രി എന്താണാവോ ചിന്തിക്കുന്നത്.....?

മഹാറാണിയും പരിഭ്രമിച്ചുപോയി. പ്രശ്നം സമാധാനമായി പരിഹരിക്കപ്പെട്ടെന്ന് ആശ്വസിച്ചിരിക്കെയാണ്.... വീണ്ടും.... പുതിയവ തലപൊക്കുന്നത്.... എങ്കിലും ഒന്നുരണ്ടുവർഷംകൂടി പ്രധാനപൂജാരിയുടെ സഹായം തനിക്കുണ്ടായേ തീരൂ എന്ന് മഹാറാണി ചിന്തിച്ചു.... അതിനുള്ളിൽ സന്ദർഭംനോക്കി രാജകുമാരനെ.....!

പെട്ടെന്നുണ്ടായ വികാരവിക്ഷോഭങ്ങൾ ഒതുക്കിപ്പിടിച്ച് നയതന്ത്രശാലിയായ ആമെർബ് ഉറച്ച ശബ്ദത്തിൽ പറഞ്ഞു:

"സെഡ് ഉത്സവത്തിന് ഏതായാലും സൈന്യത്തിന്റെ ഒരുഭാഗത്തെ വരുത്തണം. സേനാപതിയായ അമെനോമോപെടിനെയും വരാൻ പറയാം... നീരാനെ പ്രവിശ്യയിൽ സമാധാനം സ്ഥാപിക്കുന്നതിന് യോദ്ധാക്കളെ ഉപയോഗിക്കുന്നതിൽ തെറ്റില്ല....."

മന്ത്രി ഹേപാടിനെ നോക്കി. ആ നോട്ടത്തിൽ പ്രധാനപൂജാരിയുടെ രഹസ്യമെല്ലാം തനിക്കറിയാമെന്ന ഒരു ഭാവം നിഴലിച്ചിരുന്നു.

മന്ത്രിയുടെ പ്രസ്താവന മഹാറാണിയെ ആശ്ചര്യപ്പെടുത്തി.

ഹെഖ്‌വെടിനോടായി മന്ത്രി പറഞ്ഞു:

"സറുസഭയുടെ മൂത്ത ഉപദേഷ്ടാവിന്റെ അഭിപ്രായമെന്താ....?"

മന്ത്രി യുദ്ധം അവസാനിപ്പിച്ചെന്ന് സ്പഷ്ടമായി. ഹെഖ്‌വെട് തന്റെ പദവിക്കനുസരിച്ച് തലയാട്ടിക്കൊണ്ട്, ആൻ നഗരത്തിൽ താൻ എഴുതിച്ച ലിപിച്ചുരുളോർത്തുകൊണ്ട് പറഞ്ഞു:

"മഹാപ്രഭുവിന്റെ സന്നിധിയിൽ എനിക്ക് പറയാനുള്ളതിതാണ്: ഓരോ വ്യക്തിയും തന്റെ കർത്തവ്യം പാലിച്ചാൽ രാജ്യമാകുന്ന വഞ്ചി ഒരു ചുഴിയിലും ആണ്ടുപോകില്ല! ഒരു പാറയിലും മുട്ടിത്തകരില്ല.....! ഒത്തു തുഴഞ്ഞെങ്കിലേ തോണി നേർവഴിക്ക് നീങ്ങൂ.....! ഐക്യമാണല്ലോ മഹാബലം....! അന്തഃച്ഛിദ്രം വിനാശകാരിയാണ്..... ശക്തിയും സമ്പത്തും നിദ്രയും എല്ലാം അത് നഷ്ടപ്പെടുത്തും....."

ഹെഖ്‌വെട് ഞെളിഞ്ഞിരുന്ന് ഓരോ മുഖവും ഗൗരവത്തോടെ ശ്രദ്ധിച്ചു.

ഈ വയസ്സന് പാണ്ഡിത്യത്തിന്റെ ഗർവ്വാണെന്ന് നെഫർടേം മനസ്സിൽ പറഞ്ഞു. മന്ത്രിക്ക് അസൂയതോന്നി. ഫെറോ പുഞ്ചിരിക്കമാത്രം ചെയ്തു. പ്രധാനപൂജാരിയുടെ മുഖത്തെ ഞരമ്പുകൾ എഴുന്നുനിന്നു.

സംതൃപ്തിയോടെ ഹെഖ്‌വെട് തുടർന്നു.......

"എന്റെ അഭിപ്രായങ്ങൾ ഇങ്ങനെ ചുരുക്കിപ്പറയാം.... മാട്...! മാട്....! ഓരോരാളുടെയും വാക്കും നോക്കും പ്രവൃത്തിയും മാടിനനുസരിച്ചായിരിക്കണം....! ക്ഷേത്രകാര്യങ്ങളായാലും കൊട്ടാരവിഷയമായാലും ശരി എല്ലാം മാടിനെ മാനിച്ചുകൊണ്ടാകണം....! സഹനശക്തി... സമഭാവന... സമന്വയം....സുഖം... ശാന്തി....."

" ഇത് എഴുതിവെക്കണം....." ഫെറോ നിർദ്ദേശിച്ചു.

ഹെഖ്‌വെട് പീഠത്തിൽനിന്നെഴുന്നേറ്റ് തലകുനിച്ച് വണങ്ങിക്കൊണ്ട് പറഞ്ഞു:

"ആകട്ടെ എഴുതിക്കാം....."

അയാൾ വീണ്ടും സ്വസ്ഥാനത്ത് വന്നിരുന്നു....

നെഫർടേം എഴുന്നേറ്റ് ചുറ്റും ദൃഷ്ടിപായിച്ചുകൊണ്ട് പറഞ്ഞു:

"ഞാനിപ്പോൾ ഏറ്റവും സംതൃപ്തയാണ്. റായെയും റാവംശത്തെയും മൂടിയിരുന്ന മേഘപടലങ്ങൾ ധർമ്മഗുരുവിന്റെ കാരുണ്യംമൂലം നീങ്ങിപ്പോയിരിക്കുന്നു. ആൻനഗരത്തിൽനിന്ന് അദ്ദേഹം തിരിച്ചെത്തിയ നിമിഷംമുതൽ ഇവിടെ ശുഭകാര്യങ്ങളാണ് നടന്നുകൊണ്ടിരിക്കുന്നത്. രാജകുമാരൻ ആദ്യമായി ഇന്നലെ ഒരു കാട്ടുതാറാവിനെ വേട്ടയാടിപ്പിടിച്ച സന്തോഷവർത്തമാനം ഈയവസരത്തിൽ നിങ്ങളെയറിയിച്ചുകൊള്ളുന്നു.... പ്രധാനപൂജാരി ഭക്ഷണത്തിനെത്തുന്ന ദിവസംതന്നെ ആ

താറാവിനെ പ്രത്യേകം പാകംചെയ്യുന്നുവെന്നതും അപൂർവമായ സംഭവമാണ്. ധർമ്മഗുരു കൊട്ടാരത്തിലെ ആതിഥ്യം സ്വീകരിച്ചിട്ട് വർഷങ്ങൾ തന്നെ കഴിഞ്ഞിരിക്കയാണ്. ഇന്ന് കൊട്ടാരത്തിലെ ആതിഥ്യം സ്വീകരിച്ച് ഞങ്ങളെ അനുഗ്രഹിക്കണം....."

റാണിയുടെ ഗാനമാധുരിക്ക് ഫെറോ താളംപിടിച്ചു.

"രാജകുമാരനെവിടെ.....?"

"വേട്ടയാടിയ താറാവിനെയുംകൊണ്ട് ക്ഷേത്രത്തിൽ പൂജ നടത്താൻ പറഞ്ഞയച്ചിരിക്കയാണ്....."

ഫെറോ മാത്രമല്ല..... മറ്റുള്ളവരും കേൾക്കണമെന്നുവെച്ചുതന്നെയാണ് റാണി അങ്ങനെ പറഞ്ഞത്.

"ഞാൻ വരട്ടെ.... അകത്തെ കാര്യങ്ങൾ ഏതുവരെയായെന്ന് നോക്കട്ടെ....." റാണി നിർഗ്ഗമിച്ചു.

മൗനത്തിനിടം നല്കാതെ ഹെഖ്വെടിനെ ഉദ്ദേശിച്ച് രാജാവ് പറഞ്ഞു:

"രാജ്യത്തിന് നിങ്ങൾ അർപ്പിച്ചിട്ടുള്ള സേവനം ഈജിപ്തിന് മറക്കാനാകാത്തതാണ്. നമ്മുടെ സമാധിയിൽ നിങ്ങളുടെ ചിത്രം വരയ്ക്കുന്നതിന് അനുമതി നല്കുന്നു....."

ഇരുന്നിടത്തുനിന്നുതന്നെ ഹെഖ്വെട് ഫെറോവിനെ വണങ്ങി.

രാജാവ് മന്ത്രിയോട് സ്വകാര്യം പറഞ്ഞു:

"പ്രധാനപൂജാരിയെ കൊട്ടാരംക്ഷേത്രം സന്ദർശിക്കാൻ ക്ഷണിക്കണം. ക്ഷേത്രത്തിൽ നാം വരുത്തിയ മാറ്റങ്ങൾ അയാൾ കാണട്ടെ....."

സിംഹാസനത്തിൽനിന്നെഴുന്നേറ്റുകൊണ്ട് ഫെറോ ഹേപാടിനോട് പറഞ്ഞു:

"ഭക്ഷണവേളയിൽ കാണാം...."

ആമെർബും, ഹേപാടും, ഹെഖ്വെടും എഴുന്നേറ്റു.

രാജാവ് റാണിപോയ ഭാഗത്തേക്ക് നടന്നുനീങ്ങി.

ഹെഖ്വെട് സന്തുഷ്ടനും സംതൃപ്തനുമായി. താൻ മന്ത്രിയായില്ലെങ്കിലെന്താ.... മന്ത്രിക്ക് തുല്യനായില്ലേ... മന്ത്രിയേക്കാൾ മീതെയാണെന്നും പറയാം... അത്തരമൊരു സ്ഥാനമാണ് താനിപ്പോൾ അലങ്കരിച്ചത്. താൻ പറഞ്ഞ വാക്കുകൾ അനന്തരതലമുറകൾപോലും ഓർമ്മിക്കുന്നതാണ്.

തല്ക്കാലപരിതഃസ്ഥിതിയിൽ ആമെർബും തൃപ്തനായി. സ്ഥിതി ഇനിയും വഷളാകാനനുവദിക്കരുത്. അത് രാജ്യത്തിന് ഘോരമായ വിപത്തുണ്ടാക്കും. ആ വിപത്ത് തന്നെയും ബാധിക്കാതിരിക്കില്ല. വ്യക്തിപരമായ സങ്കടവും അസഹ്യമാണല്ലോ.....

താൻ ശക്തനാണെന്ന് തെളിയിക്കപ്പെട്ടതായി ഹേപാട് സമാധാനിച്ചു. നീരാനപ്രവിശ്യ തിരിച്ചുപിടിച്ചു കഴിഞ്ഞാൽ തന്റെ ഗൗരവം വർദ്ധിക്കും. ടെഹുടി നിരാശപ്പെട്ടേക്കാം. സാരമില്ല..... കുറച്ചുകാലംകൂടി അവൻ

കാത്തിരിക്കട്ടെ. പതിനായിരം ദൈവസേകവരെയും... പതിനായിരം ദെബെൻ സ്വർണ്ണവും ക്ഷേത്രത്തിന് ലഭിക്കണം. സെഡ് ഉത്സവത്തിനോ ടനുബന്ധിച്ച സമ്മാനമെന്ന നിലയിൽ തന്നാൽ മതി.

“ഉത്സവക്കാര്യം ആലോചിക്കേണ്ടേ....?” മന്ത്രി ഹേപാടിനോടായി തുടർന്നു: “മന്ത്രിമന്ദിരത്തിലേക്ക് പോകാം. ഇനേനിയെയും വിളിപ്പിക്കാം. ആലോചന കഴിഞ്ഞ് ക്ഷേത്രം സന്ദർശിക്കണമെന്നുണ്ട്....”

“ഉം....ശരി.....”

ഹെഖ്വെടിനെ ക്ഷണിച്ചില്ലെങ്കിലും അയാളും അവരെ പിന്തുടർന്നു.

മന്തിമന്ദിരത്തിലെ എഴുത്തുകാരനായ സെനെബ് രാവിലെ ഒരു തവണ മന്ത്രിമന്ദിരത്തിൽ വന്നിരുന്നു. പ്രധാനപൂജാരി കൊട്ടാരത്തിൽ ആഗമിച്ചിട്ടുണ്ടെന്ന വാർത്ത അതിനകം ആ ചുറ്റുവട്ടത്തിലെങ്ങും വ്യാപിച്ചിരുന്നു.

മെനെപ്പടായോട് അയാൾ പറഞ്ഞു:

“വളരെ പ്രാധാന്യമുള്ള കൂടിക്കാഴ്ചയാണ്. എങ്കിലും ആശങ്കയ്ക്ക് അവകാശമില്ല. എന്തുകൊണ്ടെന്നാൽ.... സൗഹൃദത്തിന്റെ അന്തരീക്ഷ ത്തിലാണ് ഇത് നടക്കുന്നത്.... ദാസന്മാരോ ദാസികളോ ഒന്നും ഇല്ലത്രെ.... മഹാറാണിയും സംഭാഷണത്തിൽ പങ്കെടുക്കുന്നുണ്ടെന്നാണ് കേൾക്കു ന്നത്....”

“അപ്പോൾ സെഡ് ഉത്സവം നടക്കുകതന്നെ ചെയ്യും.....” മെനെപ്പടാ പറഞ്ഞു.

“നടക്കും.... നടക്കും.... ഫെറോവിന് നവയൗവ്വനം വരേണ്ടെന്ന് വല്ലവരും പറയുമോ.....?”

ചില നിമിഷങ്ങളോളം മൗനംപാലിച്ചശേഷം സെനെബ് പറഞ്ഞു: “ഇനേനിക്ക്..... ഇനേനിക്ക്.....”

“എന്താ......?”

“ഇന്നത്തെ തീരുമാനങ്ങളെല്ലാം ആദ്യമറിയുക ഇനേനിയാണ്. ധർമ്മഗുരു എല്ലാ കാര്യവും അദ്ദേഹത്തോട് പറയും.... ഞാൻ പിന്നീട് വന്നുകാണാം....”

സെനെബ് ദ്രുതഗതിയിൽ അന്തപ്പുരത്തിനു നേർക്ക് നടന്നകന്നു.

മെനെപ്പടായ്ക്ക് ആ പോക്ക് കണ്ടപ്പോൾ ചിരിവന്നുപോയി.

സാധാരണ ഏകാന്തത അനുഭവപ്പെടാറുള്ള ആ കൊട്ടാരപരിസര ത്തിൽ ഇന്ന് തിക്കും തിരക്കുമാണ്. ധർമ്മഗുരുവിനെ ദർശിച്ച് അനുഗ്രഹം കൈക്കൊള്ളാൻ പരിചാരകർ ധൃതികൂട്ടി. അതിഥിമന്ദിരത്തിലെ ഒരു ഭൃത്യൻ ഇന്നലെ സന്ധ്യയ്ക്കുതന്നെ രാജകുമാരന്റെ നായാട്ടുവാർത്ത എത്തിച്ചിരുന്നു.... സെനെബ് പോയി അല്പംകഴിഞ്ഞ് ആ ഭൃത്യൻ വീണ്ടും കടന്നുവന്നു.

“ഇന്ന് പ്രധാനപൂജാരി കൊട്ടാരത്തിൽനിന്ന് ആതിഥ്യം സ്വീകരി

ക്കുന്നു. രാജകുമാരൻ പിടിച്ച കാട്ടുതാറാവിനെ പ്രത്യേകം പാകംചെയ്യുന്നുണ്ട്....."

അടുത്ത ചില നിമിഷങ്ങൾക്കുള്ളിൽതന്നെ ദാസികളാൽ പരിസേവിതനായ രാജകുമാരൻ ക്ഷേത്രദർശനത്തിന് എത്തിച്ചേർന്നു. മുന്നിൽ സ്വർണ്ണത്തളികയേന്തിയ സുന്ദരിയായ ദാസി പുഞ്ചിരിവിതറിക്കൊണ്ട് നീങ്ങുന്നു. രാജകുമാരന്റെ വിജയത്തിന് ഹേതുഭൂതമായ കാട്ടുതാറാവ് ആ തളികയിൽ ജഡമായി കിടക്കുന്നു. മറ്റൊരു ദാസി ഈന്തപ്പഴങ്ങളുള്ള തട്ട് ഉയർത്തിപ്പിടിച്ചിരിക്കുന്നു.

അതിഥിമന്ദിരത്തിൽനിന്ന് മെനെപ്പടാ ആ രംഗം കണ്ടു. പെട്ടെന്ന് അദ്ദേഹത്തിന് രാമേരിയെ ഓർമ്മവന്നു. അവൻ മീശമുളയ്ക്കുന്നതിനു മുമ്പ് കാട്ടുതാറാവിനെ കൊല്ലുകയാണോ ചെയ്യുക....? അതോ .... നൂറു കണക്കിന് ലിപിച്ചുരുൾ പഠിച്ചുതീർക്കുമോ....? കണ്ടുതന്നെ അറിയണം.

ക്ഷേത്രദർശനം കഴിഞ്ഞ് രാജകുമാരൻ തിരികെ യാത്രയായി. കാട്ടുതാറാവുള്ള സ്വർണ്ണത്തളികയേന്തിയ ദാസി മുന്നിൽത്തന്നെ നടക്കുന്നുണ്ട്. ആ തട്ടിൽ പൂജാരി നല്കിയ പ്രസാദവുമുണ്ട്. ഈന്തപ്പഴങ്ങൾ കൊണ്ടുപോയിരുന്ന ദാസി വെറും കൈയോടെയാണ് നീങ്ങുന്നത്. പഴങ്ങളോടൊപ്പം തട്ടും ദേവന് സമർപ്പിക്കണം....

രാജകുമാരൻ അപ്രത്യക്ഷനായപ്പോൾ സെനെബ് ക്ഷേത്രത്തിലേക്കോടുന്നത് കാണായി. ഉടൻതന്നെ ശരീരഭാരം നോക്കാതെ തെന്നിത്തെന്നി നടക്കുന്ന ഇനേനിയോടൊപ്പം പിന്തിരിയുകയും ചെയ്തു.....

"പ്രധാനപൂജാരി ഇപ്പോൾ മന്ത്രിമന്ദിരത്തിലേക്കെഴുന്നള്ളിയിരിക്കണം....." ഒരു പരിചാരകൻ പറഞ്ഞു.

മന്ത്രിമന്ദിരത്തിൽനിന്ന് ഹേപാട് ക്ഷേത്രത്തിലേക്ക് വന്നു. അല്പസമയം അവിടെ ചെലവഴിച്ചു. വെള്ളം ലഭിക്കുന്നതിനും മറ്റും ഏർപ്പെടുത്തിയ പുതിയ വ്യവസ്ഥകൾ കണ്ട് മനസ്സിലാക്കിയശേഷം രാജകൊട്ടാരത്തിലേക്ക് തന്നെ മടങ്ങി.

അബ്ടുവിൽ പ്രധാനപൂജാരിയെ മെനെപ്പടാ കണ്ടിരുന്നു. ഇപ്പോൾ കൂടുതൽ അടുത്തുകാണാൻ കഴിഞ്ഞു. അയാൾ ഏതു ഭാഗത്തേക്ക് നീങ്ങിയാലും ജനം മുട്ടുകുത്തി നമിച്ചിരുന്നു. വെള്ളിപ്പിടിയുള്ള അധികാരചിഹ്നം കൈയിൽതന്നെയുണ്ട്. താടിയെല്ലുകൾ എഴുന്നുനില്ക്കുന്നു. ഈ വ്യക്തിയെ ജനങ്ങളെന്തിന് ഇത്രയ്ക്ക് ഭയപ്പെടുന്നു....? സ്വയം മറന്നുള്ള ഈ ഭക്തിയെന്തിന്? ധാർമ്മികമായ ആചാരാനുഷ്ഠാനങ്ങളിൽ സമൂഹം ഇത്രത്തോളം ആണ്ടുപോയെന്നോ....? ഈജിപ്തിലാകമാനമുള്ള ആയിരക്കണക്കിന് ചെറുതും വലുതുമായ ക്ഷേത്രങ്ങളിലും......, കുടിലുകളിലും, വീടുകളിലും...., പൂജിക്കപ്പെടുന്ന അസംഖ്യം ദേവന്മാർക്കും....... ദേവദാസികൾക്കും....., ദേവദാസന്മാർക്കും....., പതിനായിരക്കണക്കിനുള്ള അടിമകൾക്കും....., അപാരമായ ധനകനക സമ്പത്തിനും..... ഏകാധിപതിയാണിവൾ.....! ഇയാളുടെ സേവപിടിക്കാൻ ഭൂപ്രമാണിമാർ മത്സരിക്കുകയാണ്.....!

ഈ സമൂഹത്തെ അടക്കി ഭരിക്കുന്നത് മൂന്ന് ശക്തികളാണെന്ന് മെനെപ്പടായ്ക്കു തോന്നു.... അടുത്തുനിന്ന് ഭൂപ്രമാണിമാർ.... അല്പ മകലെനിന്ന് പ്രധാനപൂജാരി... അയാൾക്കും അപ്പുറത്തായി ഫെറോ....!

അതിഥിമന്ദിരത്തിനടുത്തെത്തിയപ്പോൾ പിന്നിലായിരുന്ന ഇനേനി മുന്നോട്ടാഞ്ഞ് ഹേപാടിന്റെ ചെവിയിലെന്തൊക്കെയോ മന്ത്രിച്ചു... അതിഥിമന്ദിരത്തിൽ മെനെപ്പടായുണ്ടെന്നാകണം.... പക്ഷേ, ഹേപാട് അതറിഞ്ഞതായി ഭാവിച്ചില്ല. അതിഥിമന്ദിരത്തിനു നേർക്ക് അയാൾ മുഖം തിരിച്ചതേയില്ല.....

അബ്ടുയാത്രയിൽ കണ്ടത്ര ഭീകരത ഇപ്പോൾ ഇയാളിലില്ലെന്ന് മെനെപ്പടായ്ക്കു തോന്നി.... പ്രത്യേക സാഹചര്യം മൂലമായിരിക്കണം.....

"ഇന്ന് അയാൾക്ക് മാത്രമല്ലേ സല്ക്കാരം....?" ഔട്ട പരിചാരകനോട് ചോദിച്ചു.

"അതെ, മറ്റുള്ളവർക്ക് സാധാരണ ഭക്ഷണം തന്നെയാണ്. മാത്രമല്ല... അദ്ദേഹം പുറപ്പെടുന്നതുവരെ ഞങ്ങളെല്ലാം കാത്തിരിക്കയും വേണം....."

മഹാറാണി പ്രധാനപൂജാരിയെ വിളിച്ചുകൊണ്ടുപോയി രാജകുമാരനെ പ്രത്യേകം ആശീർവദിപ്പിച്ചു....

"യുദ്ധവിദ്യ പരിശീലിപ്പിക്കണം. ഇതിന് അമെനോമേപെടിനെ നിയോഗിക്കാമെന്ന് വിചാരിക്കുന്നു......" റാണി പറഞ്ഞു.

"നല്ല വിചാരം." ഹേപാട് അനുകൂലിച്ചു. "സെഡ് ഉത്സവത്തിന് അവനേതായാലും വരുമല്ലോ.... അപ്പോൾ പറയാം...."

ആറു പേർക്കുള്ള ഭക്ഷണം തയ്യാറാക്കുന്നതിന് നൂറുപേരുടെ അദ്ധ്വാനം.....! മൂത്തവരോടൊന്നിച്ചിരുന്നത് രാജകുമാരൻ മാത്രമാണ്. അവന്റെ സഹോദരിമാർ തങ്ങളുടെ വാസസ്ഥാനത്തുതന്നെ ഭക്ഷണത്തിനിരുന്നു...

സ്വർണ്ണത്തളികകളും പാത്രങ്ങളും. സ്വർണ്ണത്തിന്റെ മദ്യപ്പാത്രങ്ങൾ... തന്ത്രിവീണ ഭക്ഷണത്തിന് പശ്ചാത്തലമൊരുക്കി.....

ഹേപാടും ഹെഖ്വെടും വയറ് നിറയെ ഭക്ഷിച്ചു. രാജകുമാരൻ പിടിച്ച കാട്ടുതാറാവിന്റെ കറിക്ക് ബഹുരുചിയായിരുന്നു. ഇവർക്കെല്ലാം വിളമ്പിക്കഴിഞ്ഞാൽ തനിക്ക് അല്പം മാത്രമേ ശേഷിക്കുവെന്ന് രാജകുമാരൻ വിചാരിച്ചിരുന്നു. എന്നാൽ രാജകുമാരന്റെ പാത്രത്തിലാണ് കൂടുതൽ വിളമ്പിയത്. പക്ഷേ, ഒരു കഷണം ചവച്ചപ്പോൾത്തന്നെ അവന് മതിയായി...

ഭക്ഷണത്തിനിടയിൽ രാജ്യകാര്യങ്ങളോ ധാർമ്മിക കാര്യങ്ങളോ ചർച്ചാവിഷയമായില്ലെന്നത് മഹാറാണിയെ ആശ്വസിപ്പിച്ചു. സമാധിയുടെ നിർമ്മാണം.... ചുമർ ചിത്രങ്ങൾ... ചെമ്പും തകിടും കൂട്ടിച്ചേർത്ത് പുതുതായുണ്ടാക്കുന്ന ഉറപ്പുള്ള ലോഹം.... അസ്സീറിയൻ സ്വർണ്ണപ്പണിക്കാർക്കക ആഭരണനിർമ്മാണത്തിലുള്ള നൈപുണ്യം.... തുടങ്ങിയ ഇതര വിഷയ

ങ്ങളാണ് സംഭാഷണങ്ങളിൽ സ്ഥാനം പിടിച്ചത്.... ആഭരണങ്ങളുടെ പ്രസ്താവം വന്നപ്പോൾ മഹാറാണി പറഞ്ഞു......

“കെഫ്ടു അസ്സീറിയൻ സ്വർണ്ണാഭരണ മാതൃകകൾ കൊണ്ടുവരാമെന്ന് പറഞ്ഞിരുന്നു.”

ഹെഖ്വെടിൽ മദ്യലഹരി പടർന്നുകയറിത്തുടങ്ങിയിരുന്നു. കെഫ്ടുവിന്റെ പേര് കേട്ടപ്പോൾ അയാൾ അവ്യക്ത സ്വരത്തിൽ പറഞ്ഞു...

“ആ കെഫ്ടുവല്ലേ നീരാനയെ പിടിക്കാൻ സഹായിച്ചത്....!”

നീരാനെയുടെ പ്രസ്താവം ഹേപാടിനെയും സംസാരിക്കാൻ പ്രേരിപ്പിച്ചു.

“ഇത്തരം സംസാരമൊന്നും എനിക്കിഷ്ടമല്ല. രാവിലെതന്നെ ഞാനിത് പറഞ്ഞതാണ്. ആ നീരാന കൃമിയെങ്ങാൻ രക്ഷപ്പെടാനിടയായാലുണ്ടല്ലോ....?”

മന്ത്രിക്ക് ദേഷ്യം വന്നു. എങ്കിലും ഒതുക്കിപ്പിടിച്ച് അയാൾ പറഞ്ഞു.

“ഇന്നുമുതൽ അവന് പ്രത്യേക കാവലേർപ്പെടുത്തിയിട്ടുണ്ട്. പ്രധാനപൂജാരി സമാധാനമായിരിക്കണം.... ചിന്ത കൈവിടണം.”

“ചിന്ത.....! ആർക്ക്.....? എനിക്കോ.....! മന്ത്രിയായ നിങ്ങൾക്കല്ലേ ചിന്തയും മറ്റും....?”

കുറച്ചുകൂടി കുടിപ്പിച്ചാൽ ഇയാളുടെ ഉള്ളിലുള്ളതു മുഴുവൻ പുറത്തുവരുമെന്ന് ഹെഖ്വെടിനു തോന്നി. പക്ഷേ, അയാൾ നേരത്തേ മദ്യത്തിനടിമയായിക്കഴിഞ്ഞിരുന്നു...

എന്നുമുള്ളതുപോലെ ഫെറോ ലഘുവായ ഭക്ഷണംമാത്രമേ സ്വീകരിച്ചുള്ളു. ഇനിയും ഹേപാടിന് കലഹിക്കാനവസരമുണ്ടാകരുതെന്ന് അയാളാശിച്ചു.

തന്റെ കർത്തവ്യത്തെപ്പറ്റി ബോധവതിയായിരുന്ന മഹാറാണിയും കൂടുതൽ മദ്യം സേവിച്ചില്ല.

ഫെറോവിന്റെ നില റാണിയെ തൃപ്തിപ്പെടുത്തി....

രാജകുമാരനെ എഴുന്നേല്പിച്ചു. താനും എഴുന്നേറ്റു....

ഭക്ഷണം അവസാനിച്ചു....

..... ഹേപാട് ഗുരുമഠത്തിലേക്ക് പുറപ്പെട്ടു. ഹെഖ്വെട് വീട്ടിലേക്ക് നടന്നു. ആമെർബ് മാത്രം ഇളകുന്ന മട്ടില്ല. ഗതാഗത ഉദ്യോഗസ്ഥനുമായും, കലവറ സൂക്ഷിപ്പുകാരനുമായും, പാചകഗൃഹത്തിലെ അധികാരിയുമായും, ധാന്യസൂക്ഷിപ്പുകാരനുമായും മന്ത്രി ചർച്ചകൾ നടത്തി. സെഡ് ഉത്സവത്തിന്റെ തയ്യാറെടുപ്പിന് ആയിരക്കണക്കിന് അടിമകളുടെ സേവനം ആവശ്യമായിരുന്നു....

കാരാഗൃഹത്തിന്റെ അധികാരിയെ വിളിച്ച് മന്ത്രി പറഞ്ഞു: “സെഡ് ഉത്സവത്തിന്റെ തലേ ദിവസം എല്ലാ തടവുകാരെയും വിട്ടയക്കണം.....”

“കല്പനപോലെ.....”

"സമാധി കൊള്ളക്കാരനായ ജജ്മംഖും അവന്റെ രണ്ടു സഹായികളുമടക്കം ആകെ നൂറ്റിഎൺപത് പേരുണ്ടാകും. അല്ലേ....?"

"അതെ. അതിൽ പത്തിരുപതുപേരുടെ കാര്യം ബുദ്ധിമുട്ടിലാണ്. വളരെ വയസ്സായി. അദ്ധ്വാനിക്കാനൊന്നും അവരെക്കൊണ്ടാകില്ല....."

"നമുക്കൊന്നും ചെയ്യാനാകില്ല. സെഡ് ഉത്സവത്തിന് മുമ്പ് ജയിൽ ശുദ്ധമായിരിക്കണം... അന്ന് പ്രഭാതം മുതൽ തടവുകാർക്കുള്ള ധാന്യം നിർത്തലാക്കുന്നതാണ്...."

ആ അധികാരി താണുവണങ്ങി അപ്രത്യക്ഷനായി....

ഇനേനി മന്ത്രിയെ കാണാനെത്തി....

"ഇന്ന് അന്തിപൂജ കഴിഞ്ഞാൽ ഞാൻ ഗുരുമഠത്തിലേക്ക് പോകുന്നുണ്ട്. വരണമെന്ന് പറഞ്ഞിരുന്നു...."

"ശരി...."

"സെഡ് ഉത്സവംവരെ ഞാനിവിടെത്തന്നെ കഴിയണമത്രെ. പ്രധാന പൂജാരിയെ സഹായിക്കാൻ ഞാൻതന്നെ വേണംപോലും. കൊട്ടാരം ക്ഷേത്രത്തിൽ കുറച്ച് ദിവസത്തേക്ക് മറ്റാരെയെങ്കിലും നിയമിക്കുമത്രെ...."

മനസ്സിലായെന്നർത്ഥത്തിൽ മന്ത്രി തലയിളക്കി.... ഇനേനിയെ തുടർന്ന് കൊട്ടാരം ദളപതിയുമായും മന്ത്രി സംസാരിച്ചു....

"ശ്രദ്ധിച്ച് കേൾക്കണം.... സെഡ് ഉത്സവം വരെ ആ നീരാനയിലെ നേതാവിനെ പുറമെയുള്ളവരാരും കാണാനനുവദിക്കരുത്. അവൻ പുറത്ത് പോകാനും പാടില്ല. അംഗരക്ഷകർ ഓടിച്ചാടിക്കോട്ടെ. കാരണം ചോദിച്ചാൽ നിങ്ങളുടെ രക്ഷയ്ക്കു വേണ്ടിയാണെന്ന് പറയണം. മറ്റുള്ള കാര്യങ്ങളിലൊന്നും അയവ് പാടില്ല. അവനോ മറ്റോ രക്ഷപ്പെടാനിടയായാൽ നീ തടവിലായിരിക്കും....! ഓർമ്മിച്ചോ....!"

മന്ത്രിയെ ദളപതി മുട്ടുകുത്തി വണങ്ങി.....

വൈകുന്നേരം മന്ത്രി കൊട്ടാരം വിട്ടുപോയപ്പോൾ സെനെബ് ഇനേനിയെ കാണാൻ ഓടിച്ചെന്നു.....

മന്ത്രിയുടെ പുതിയ കല്പനയറിഞ്ഞ് അയാൾ ചോദിച്ചു.

"ഇതെന്തിനാ....?

"വളരെ രഹസ്യം...." ഇനേനി തലയാട്ടി. "പ്രധാനപൂജാരി എന്നോടു പോലും പറഞ്ഞിട്ടില്ല. എന്തോ ഉണ്ടാകണം. വിജയിച്ചത് ധർമ്മഗുരു തന്നെയാണ്.... സംശയമില്ല...."

"ടെഹുടി മന്ത്രിയാകുമോ....?"

"അത് പറയാനൊക്കുമോ....? നീ വേണ്ടാത്തതെല്ലാം തലയിലെടുത്തുവെച്ച് ഉള്ള സ്ഥാനം കളഞ്ഞു കുളിക്കരുത്....."

സെനെബ് ചെറുതായി ചിരിച്ചു. സംശയം അതേപോലെ ബാക്കി നില്ക്കുന്നു. അയാൾ മഹാറാണിയെ ചെന്നുകണ്ടു. മന്ത്രിയുടെ പുതിയ

കല്പന കേട്ട് നെഫർടേം പറഞ്ഞു:

‘‘ഇതിലെന്താ പുതുമയുള്ളത്....? നേരത്തേതന്നെ കാവൽ ഊർജ്ജിതപ്പെടുത്തണമായിരുന്നു. ആ നേതാവിന് വല്ലതും സംഭവിച്ചാൽ മന്ത്രിക്കല്ലേ അതിന്റെ കുറവ്....?”

പൂർണ്ണ സംതൃപ്തനാകാതെ സെനെബ് അതിഥിമന്ദിരത്തിലേക്ക് നടന്നു. മെനെപ്പടായെ അയാൾ കാര്യം ധരിപ്പിച്ചു. മെനെപ്പടാ പുഞ്ചിരിച്ചതല്ലാതെ അഭിപ്രായമൊന്നും പ്രകടിപ്പിച്ചില്ല....

എങ്കിലും നേതാവിന്റെ ഹൃദയം തുടിച്ചു... സെഡ് ഉത്സവം നടക്കുമെന്നത് ആശ്വാസകരമാണ്. ഇനിയും പതിനഞ്ചുദിവസം..... അതുകഴിഞ്ഞാൽ നീരാന പ്രവിശ്യയിൽ പറന്നെത്തണം.... ഈ പ്രത്യേക കാവലേർപ്പെടുത്തിയതെന്തിന്...? ഇത് ഒരുതരം ബന്ധനമാണല്ലോ....? രാവിലെ കൊട്ടാരത്തിൽ നടന്ന ചർച്ചയുടെ സത്യസ്ഥിതി സെനെബിനറിയാൻ കഴിഞ്ഞിട്ടില്ല. അല്ല..... രഹസ്യവും മഹത്ത്വവുമായതൊന്നും ഇല്ലെന്നാണോ.....? പിന്നെന്തിനീ മുള്ളുവേലി? താനിതിനെ ഭയപ്പെടണോ.....? മെന്നയ്ക്കെങ്കിലും അറിയാതിരിക്കില്ല.... അയാൾക്ക് തന്നെ കാണാൻ കഴിയാതാകുമോ....?

പത്തുപന്ത്രണ്ടുപേർ കുന്തവുമേന്തിക്കൊണ്ട് അങ്ങിങ്ങ് നടക്കുന്നത് മെനെപ്പടായുടെ കണ്ണിൽപ്പെട്ടു.... ഹൃദയമിടിപ്പിന് വേഗത വർദ്ധിച്ചു. നിയന്ത്രണം പാലിക്കാൻ അയാൾ പരിശ്രമിച്ചു.

അതിഥിമന്ദിരത്തിൽനിന്ന് സെനെബ് നേരെ ചെന്നത് നീരാനയിലെ ഭൂപ്രഭു നുട്മോസിന്റെ അരികിലേക്കാണ്. ഉച്ചഭക്ഷണത്തിന് വലിയവർ എത്രവർഷം പഴക്കമുള്ള മുന്തിരിച്ചാറാണോ കുടിച്ചത്....? രാജകുമാരൻ പിടിച്ചുകൊണ്ടുവന്ന കാട്ടുതാറാവിന്റെ കറി.... അതൊന്നും തനിക്കാവശ്യമായിരുന്നില്ല. എങ്കിലും കുറച്ച് നല്ല മദ്യം... മന്ത്രിയുടെ കല്പനയ്ക്ക് ഉപ്പും മുളകും ചേർത്ത് നുട്മോസിനെ അറിയിക്കണം.... അപ്പോൾ അയാൾ സന്തുഷ്ടനാകും... മദ്യപ്പാത്രങ്ങൾ പുറത്ത് വരാൻ തുടങ്ങും.....

സെനെബ് യുക്തിപൂർവ്വം വിവരിച്ചു കേൾപ്പിച്ചു... നുട്മോസ് ആനന്ദാതിരേകംകൊണ്ട് നൃത്തം വെച്ചു....

“കഴുതയെ തടവിലിടണം.....” അയാൾ പറഞ്ഞു.

മദ്യപ്പാത്രങ്ങൾ പുറത്തുവന്നു.....

അന്ന് ഇരുട്ടിയപ്പോൾ ഇനേനി കൈയിൽ ചെറിയൊരു തുണിക്കെട്ടുമായി പുറത്ത് കടന്നത് ഔട്ട ശ്രദ്ധിച്ചു.

മെനെപ്പടാ നിർദ്ദേശിച്ചതനുസരിച്ച് അയാൾ മെന്നയെ കാണാൻ ചെന്നു. മെന്നയുടെ സഹായത്തോടെ നീരാന പ്രവിശ്യയിൽ വാർത്തയെത്തിക്കാനുള്ള തിടുക്കത്തിലാണ് നേതാവ്.

ഇരുളിൽ മെന്ന ജിജ്ഞാസ ഒതുക്കിപ്പിടിച്ചുകൊണ്ട് ഔട്ടയോട് സംസാരിച്ചു...

“രണ്ടുതവണ ഞാൻ നേതാവിനെ കാണാൻ വന്നിരുന്നു. പക്ഷേ,

കാവൽക്കാരുടെ കണ്ണ് തെറ്റിക്കണ്ടേ....? സാധിച്ചില്ല. ഇപ്പോൾ ക്ഷേത്രത്തിൽ ഇനേനിയില്ല. സെഡ് ഉത്സവം വരെ വേറേ പൂജാരിയാണ് പൂജ നടത്തുന്നത്. നിങ്ങൾ രാവിലെയും വൈകുന്നേരവും ഇങ്ങോട്ട് വരണം. നേതാവിന് മാത്രമേ ബന്ധനമുള്ളു. നിങ്ങൾക്കില്ല......"

"സെഡ് ഉത്സവം നിശ്ചയിച്ച കാര്യം ഞങ്ങളുടെ നാട്ടിലെത്തിക്കണം....."

"അത് എന്റെ കടമയാണെന്ന് ഉറപ്പിച്ചോ. ബടാ ഉടനെ തിരിച്ചെത്തേണ്ടിയിരിക്കുന്നു. ആ ഭാഗത്തേക്ക് പോകുന്ന കോണികളുണ്ടാകും. ഇപ്പോൾപോയി നോക്കാം....."

"എന്നാൽ നാളെ രാവിലെ വരാം....."

"ശരി.... ക്ഷേത്രദർശനത്തിന് വരൂ....."

ഔട്ട വിടവാങ്ങി....

നദിക്കരയിലെത്തണം... കാവൽക്കാർ വിടുകയില്ല. താൻ ഉച്ചത്തിൽ നിലവിളിച്ചാലും വാതിൽ തുറക്കുന്നില്ലെങ്കിലോ... മെന്ന അസ്വസ്ഥനായി...

ക്ഷേത്രത്തിന് വലതുവശത്ത് അല്പമകലെയായി തീർത്ഥക്കുളത്തിനപ്പുറത്ത് ഒരു മനുഷ്യന് നൂണുപോകാൻ പറ്റുന്ന ദ്വാരമുണ്ടായിരുന്നു. അരമനയും മുറ്റവും മറ്റും അടിച്ചു കഴുകുമ്പോൾ അഴുക്കുവെള്ളം നദിയിലേക്കൊഴുക്കിക്കളയുന്നതിന് ഉണ്ടാക്കിയതായിരുന്നു ആ ദ്വാരം. ഒരു കല്ല് ആ ദ്വാരത്തിൽ അമർത്തിവച്ചിരുന്നു. അതെടുത്തു മാറ്റാൻ കഴിഞ്ഞാൽ.....

ഇനേനിക്ക് പകരം വന്നുചേർന്ന പൂജാരി ചോദിച്ചു:

"നിന്റെ ഭ്രാന്തെല്ലാം മാറിയോ മെന്ന.....?"

"മാറി....."

"നല്ലത്.... കിടന്നുറങ്ങിക്കോ....."

മെന്നയെ സൂക്ഷിക്കണമെന്ന് ഇനേനി പ്രത്യേകം ഏല്പിച്ചിരുന്നു. എന്നാൽ പകരം വന്ന പൂജാരിക്ക് മെന്ന അപകടകാരിയാണെന്ന് തോന്നിയില്ല. വളരെ സാധുവാണെന്ന് മനസ്സിൽ പറയുകയും ചെയ്തു....

പൂജാരി നിദ്രയിലായപ്പോൾ മെന്ന പതുക്കെ പുറത്തിറങ്ങി. ഒരു വസ്ത്രംകൊണ്ട് അയാൾ ആകെ മൂടിപ്പുതച്ചിരുന്നു. കുളത്തിനപ്പുറത്തുള്ള ദ്വാരത്തിനടുത്തേക്ക് അയാൾ തപ്പിത്തപ്പി നടന്നു.....

രണ്ടുമൂന്ന് നിമിഷത്തെ തീവ്രയത്നംകൊണ്ട് കല്ല് നീക്കം ചെയ്യാൻ സാധിച്ചു. മെല്ലെ നൂണിറങ്ങി നദിക്കരയിലെത്തി... കൈകാൽ കുടഞ്ഞ് എഴുന്നേറ്റ് നിന്നു. നേരെ തോണിക്കടവിലേക്ക് നടന്നു.....

തോണിക്കടവിലെത്തിയപ്പോൾ അയാളുടെ ഉത്സാഹം മുഴുവൻ ചോർന്നുപോയി. നീരാന ഭാഗത്തേക്കുപോകുന്ന ഒറ്റത്തോണിയും ഉണ്ടായിരുന്നില്ല... അധികാരിയുടെ കൂടാരത്തിൽ വിളക്കെരിഞ്ഞു നിന്നിരുന്നു.

അങ്ങോട്ട് പോകണമെന്ന് മെന്നയ്ക്ക് തോന്നിയില്ല. പ്രകാശം കുറഞ്ഞ് ഒരു സ്ഥലത്തുചെന്ന് ഉത്തരദിശയിലേക്കുതന്നെ ഉറ്റുനോക്കിക്കൊണ്ട് ജാഗ്രതയോടെ അയാളിരുന്നു......

അർദ്ധരാത്രി കഴിഞ്ഞിരിക്കണം......

ഒരു ചരക്കുതോണി കടവിൽ വന്നു. അത് നീരാന പ്രവിശ്യയ്ക്കെതിരായുള്ള ടഗുരു പ്രവിശ്യയിലേക്കാണ് പുറപ്പെട്ടിരിക്കുന്നത്. ഒരു പക്ഷേ, ഇവർ വാർത്തയെത്തിക്കാൻ മതി. ഏതായാലും ഇവരോട് സംസാരിക്കാമെന്നു കരുതി മെന്ന എഴുന്നേറ്റു. അപ്പോഴേക്കും മറ്റൊരു വലിയ ചരക്കുവഞ്ചി കടവിലേക്ക് വരുന്നതു കണ്ടു. 'കെഫ്ടു....കെഫ്ടു....' മെന്ന തന്നത്താൻ പറഞ്ഞു. അയാളുടെ മിഴികളിൽ ആനന്ദാശ്രുക്കൾ പൊടിഞ്ഞു.....

ചരക്കുവഞ്ചി കടവിലടുത്തു. തോണിയിൽനിന്ന് കടവിലേക്ക് പലക ഇറക്കിവെച്ചു. വിദേശ നാവികർ ആ പലകയിലൂടെ കടവിലേക്കിറങ്ങി.

മെന്ന അവരുടെ അടുത്തെത്തി...

"കെഫ്ടു തോണിയിലുണ്ടോ.....?"

നാവികർ മെന്നയെ സൂക്ഷിച്ചുനോക്കി. അവരിലൊരാൾ പരുഷസ്വരത്തിൽ ചോദിച്ചു....

"നീയാരാ....?"

"മെന്ന......"

"മെന്ന.....?"

"അതേ ഭ്രാന്തൻ മെന്ന...."

"ഭ്രാന്തൻ മെന്ന....." തോണിക്കാർ അയാളെ നോക്കി പരിഹസിച്ചു ചിരിച്ചു.....

മറ്റൊരു തോണിക്കാരൻ പറഞ്ഞു...

"അദ്ദേഹം ഉറങ്ങുകയാണ്. ബഹളമുണ്ടാക്കാതെ പോകുന്നതാണ് നല്ലത്...."

പതിഞ്ഞ ശബ്ദത്തിൽ മെന്ന പറഞ്ഞു....

"നീരാന പ്രവിശ്യയെക്കുറിച്ച് എനിക്ക് നിങ്ങളുടെ യജമാനനുമായി സംസാരിക്കാനുണ്ട്.... ഉടനെ എനിക്കയാളെ കാണണം....."

'നീരാന'യെന്ന് കേട്ടപ്പോൾ തോണിക്കാർ മുഖത്തോടു മുഖം നോക്കി. ഇവൻ സാധാരണക്കാരനല്ലെന്ന് അവർ കരുതി. ഒരാൾ തോണിയിൽചെന്ന് അനുവാദം വാങ്ങിവന്ന്, മെന്നയെ കൂട്ടിക്കൊണ്ടുപോയി.

തോണി കടവിലടുത്താൽ പിന്നെ കെഫ്ടു ഉറങ്ങുക പതിവില്ലായിരുന്നു. മെംഫീസിലെത്തുന്നതിന് മുമ്പുതന്നെ അയാൾ ഉണർന്നിരുന്നു. സെഡ് ഉത്സവം ഇനിയും നിശ്ചയിച്ചിട്ടില്ലെന്ന് അയാളറിഞ്ഞത് ആൻ നഗരത്തിൽനിന്നാണ്. രാജാവും പൂജാരിയും തമ്മിലുള്ള വടംവലിയും മനസ്സിലാക്കിയിരുന്നു. പ്രധാനപൂജാരി കൊട്ടാരത്തിലേക്ക് മടങ്ങിയ വാർത്തയും അയാൾ ഗ്രഹിച്ചിരുന്നു. നീരാനപ്രവിശ്യയിലെ നേതാവ്

കൊട്ടാരത്തിലുണ്ടെന്നറിഞ്ഞ് കെഫ്ടു ജിജ്ഞാസുവായി. ഫെറോ അദ്ദേഹത്തിന് മാപ്പ് നല്കിയിരിക്കുമോ...? താൻ പറഞ്ഞ് ക്ഷണിപ്പിച്ചതാണ്. ഇത് മംഗളകരമായി കലാശിച്ചാൽ തനിക്കാണ് യശസ്സുണ്ടാവുക... വ്യാപാരദൃഷ്ടിയിലൂടെ നോക്കിയാൽ നീരാന ഒറ്റപ്പെട്ടാലും നഷ്ടം വരാനില്ല. ലാഭമാണെന്നു പറയാം എന്നാൽ ആ മെനെപ്പടായ്ക്ക് വല്ല ചതിയും സംഭവിക്കുമോ....? അങ്ങനെ സംഭവിക്കരുത്... അങ്ങനെ സംഭവിക്കരുത്....

ആൻ നഗരം വിട്ടതുമുതൽ ഈ ഒറ്റ ചിന്ത മാറാതെ പിടികൂടുകയായിരുന്നു. ഉറക്കംപോലും അത് കെടുത്തിക്കളഞ്ഞു.... ഇവിടെയെത്തിയപ്പോൾ ആ നേതാവിന്റെ നാടിനെപ്പറ്റി ആരോ തന്നോട് സംസാരിക്കാനാഗ്രഹിക്കുന്നു.

അയാൾ ഭ്രാന്തനായിരിക്കില്ല. ഹേപാടിന്റെ കോപത്തിനിരയായിത്തീർന്ന ഒരു യുവാവിന്റെ കഥ കേട്ടിട്ടുണ്ട്.... ആ യുവാവായിരിക്കും ഈ മെന്ന.

ഇമകൾ പകുതിയടച്ചുകൊണ്ടുതന്നെ കെഫ്ടു മെന്നയെ നോക്കിയിരുന്നു. മനസ്സിലെ ഭാവോദ്വേഗങ്ങൾ അടക്കിപ്പിടിച്ച് സംയമനത്തോടെ മെന്ന കാര്യം ധരിപ്പിച്ചു.... പറഞ്ഞവസാനിപ്പിച്ചപ്പോൾ കെഫ്ടു ചോദിച്ചു.

"പ്രധാനപൂജാരി നിങ്ങളുടെ പുറത്തല്ലേ ചെമ്പുകോല് പഴുപ്പിച്ച് വെച്ചത്.....?"

ഈ കെഫ്ടു സർവ്വജ്ഞനാണെന്ന് മെന്നയ്ക്കു തോന്നി. പുഞ്ചിരിച്ചുകൊണ്ട് അയാൾ പറഞ്ഞു:

"ആ ഭാഗ്യവാൻ ഞാൻതന്നെയാണ്....."

മെന്ന പറഞ്ഞത് വിശ്വസിക്കുന്നതിന് വേറെ തെളിവൊന്നും കെഫ്ടുവിന് ആവശ്യമായിരുന്നില്ല.

അതിഥിഗൃഹത്തിലെ പ്രത്യേക കാവൽ എന്തോ ഉദ്ദേശ്യത്തോടെ ഏർപ്പെടുത്തിയതാകണമെന്ന് വർത്തകൻ ഊഹിച്ചു.

"നീരാനയിലെ നേതാവിന് അപകടം സംഭവിക്കുമെന്നു കരുതുകയാണോ....?" കെഫ്ടു ചോദിച്ചു.

മെന്നയുടെ മിഴികൾ ഈറനണിഞ്ഞു. ഇമകൾ അമർത്തിയടച്ചുകൊണ്ട് അയാൾ ഉത്തരം പറഞ്ഞു:

"അതേ. മദ്ധ്യധരണാഴിയിൽനിന്ന് നിങ്ങളുടെ തോണിവരും. വന്ന ഉടനെ നിങ്ങളെ കാണണമെന്ന് മെനെപ്പടാചേട്ടൻ പറഞ്ഞേല്പിച്ചിരിക്കയാണ്....."

"ശരി. നാളെ അരമനയിൽ വരുന്നുണ്ട്. മന്ത്രിയെ ദർശിച്ചശേഷം മെനെപ്പടായെ കാണുന്നതാണ്. ഇതദ്ദേഹത്തെ അറിയിക്കുക....."

"നീരാനപ്രവിശ്യയിൽ വാർത്തയെത്തിക്കണമെന്ന് വിചാരിച്ച് ഈ കടവിൽ കാത്തിരിക്കയായിരുന്നു. ഭാഗ്യത്തിന് നിങ്ങളെതന്നെ കണ്ടെത്തി. ഇനി സമാധാനത്തോടെ തിരികെ പോകാമല്ലോ...."

"ആരും കാണാതെയാണോ പുറത്ത് കടന്നത്?"

"അതേ...."

"നീരാനയിൽ വാർത്തയെത്തിക്കുന്ന കാര്യത്തിൽ നിങ്ങൾക്ക് സംശയം വേണ്ട. നാളെ രാത്രിതന്നെ ഞങ്ങൾ പുറപ്പെടും....."

മെന്ന തോണിയിൽനിന്ന് തുള്ളിയിറങ്ങി. ഇരുളിലൂടെ അയാൾ നടന്നകന്നു.

തോണിക്കാർ വെളിയിൽ കാത്തുനിന്നിരുന്നു. ഭ്രാന്തൻ മെന്ന ഏതോ പ്രധാനപ്പെട്ട വാർത്തയാണ് കൊണ്ടുവന്നിരിക്കുന്നതെന്ന് അവർക്ക് മനസ്സിലായി.

തോണിക്കാരുടെ തലവനോട് കെഫ്ടു പറഞ്ഞു:

"നാളെ പകൽ മാത്രമേ ഇവിടെ തങ്ങുന്നുള്ളു. രാത്രിതന്നെ പുറപ്പെടണം. എല്ലാ ഏർപ്പാടുകളും ധൃതിയിൽ ചെയ്തുതീർക്കണം...."

"മെംഫീസിൽ ഒന്നുരണ്ടുദിവസം താമസിക്കുമെന്ന് പറഞ്ഞിരുന്നല്ലോ.....?" അയാൾ തലചൊറിഞ്ഞു.

"അതേ. പക്ഷേ, ഇപ്പോൾ പരിതഃസ്ഥിതി മാറിപ്പോയിരിക്കുന്നു. തിരികെവരുമ്പോൾ വേണമെങ്കിൽ ഒരാഴ്ചതന്നെ ഇവിടെ തങ്ങാം. ജോലിക്കാരെയെല്ലാം വിവരമറിയിക്ക്. അപ്പോഴത്തെ ചെലവെല്ലാം എന്റെ സ്വന്തം വകയായിരിക്കും."

കെഫ്ടുവിന്റെ തോണി വന്നാൽ മെംഫീസിലെ കച്ചവടക്കാർക്കെല്ലാം തിരക്കാണ്. എന്നാൽ ഈ ദിവസം കെഫ്ടു ദ്രുതഗതിയിൽ ഇടപാടുകൾ ചെയ്തുതീർത്തു. കൊടുക്കലും വാങ്ങലും കഴിഞ്ഞ് കണക്കുകൾ എഴുത്തുകാരനെ ഏല്പിച്ച് അയാൾ അന്തപ്പുരത്തിലേക്ക് ചെന്നു.

മഹാറാണിയുടെ മുന്നിൽ കെഫ്ടു വിനയത്തോടും സദാചാരത്തോടും കൂടിയാണ് പെരുമാറിയത്. ഇടയ്ക്കിടെ അയാൾ തലയുയർത്തി ചിരിച്ചുവെങ്കിലും.... സംഭാഷണം നടത്തുമ്പോൾ ആ മിഴികൾ നിലത്തുതന്നെ ഊന്നിനിന്നിരുന്നു.

നെഫർടേം സന്തോഷപൂർവ്വംതന്നെ സംസാരിച്ചു.

"ഇന്നലെ നിങ്ങളെ ഓർമ്മിച്ചതേയുള്ളു. ഇന്നേക്ക് എത്തിച്ചേർന്നല്ലോ...."

"ആൻ പട്ടണത്തിൽ ഒരു നക്ഷത്രം പ്രത്യക്ഷപ്പെട്ട്....'ദരിദ്രാ നിന്നെ മഹാറാണി ഓർമ്മിക്കുന്നു....' എന്നു പറഞ്ഞു. ഉടൻ തന്നെ പുറപ്പെടുകയും ചെയ്തു...."

മഹാറാണി പുഞ്ചിരിച്ചു. കാഴ്ചവസ്തുക്കൾ ശ്രദ്ധിച്ചുകൊണ്ട് റാണി പറഞ്ഞു:

"എന്തൊക്കെയോ കൊണ്ടുവന്നതുപോലെയുണ്ടല്ലോ.....?"

"ശിരസ്സിനുള്ള കേശകവചമാണ് മഹാറാണി....." കെഫ്ടു കാഴ്ചവസ്തുക്കൾ മൂടിയിരുന്ന പട്ടുവസ്ത്രം എടുത്തുമാറ്റി.

സെഡ് ഉത്സവത്തിൽ വേണ്ടിവരുമെന്ന് കരുതി ഒന്നുരണ്ട് കേശ കവചം മഹാറാണി കൊട്ടാരത്തിൽതന്നെ ഉണ്ടാക്കിച്ചിരുന്നു. കെഫ്ടു വളരെ സൂക്ഷ്മതയോടെ അതുയർത്തിപ്പിടിച്ച് അതിന്റെ പിൻവശം കാട്ടി ക്കൊടുത്തു. സമൃദ്ധമായ തലമുടിയുള്ള ഒരു ലാവണ്യവതി പുറംതിരി ഞ്ഞിരിക്കുന്നതുപോലെ തോന്നി.

“ഓഹ്.....! എന്തൊരു ഭംഗി.....!”

കെഫ്ടു കവചം തളികയിൽ വച്ചു. നെഫർടേം കുനിഞ്ഞ് അതിൽ തലോടി.

മഹാറാണിയുടെ പുഞ്ചിരിയിൽ പങ്കുചേർന്ന് നമ്രശിരസ്കനായി കെഫ്ടു പറഞ്ഞു:

“മഹാറാണിക്കിഷ്ടപ്പെട്ടല്ലോ.... ഞാൻ ധന്യനായി. ഇത് ഒരു അസ്സീ റിയൻ സുന്ദരിയുടെ കേശരാശിയാണ്. ഈ കലയിൽ ഏറ്റവും സമർത്ഥ നായ ഒരു വ്യക്തിയാണ് ഇത് തയ്യാറാക്കിയത്. അയാൾക്ക് തുല്യനായി വേറൊരാളില്ലെന്ന് പറയാം. സെഡ് ഉത്സവവേളയിൽ കേശകവചത്തി ന്മേലാണ് കിരീടം ധരിക്കുകയെന്നത് കഴിഞ്ഞതവണ വന്നപ്പോഴാണ് അറി ഞ്ഞത്. യാത്രയ്ക്കിടയിൽ ആ മഹാശില്പിയെ കണ്ട് ഏല്പിച്ചിട്ടാണ് പോയത്. കൃത്യസമയത്തുതന്നെ അയാൾ നിർമ്മിക്കുകയും ചെയ്തു. എന്നാൽ ബാബിലോണിൽ ഒരു മാസത്തിൽ കൂടുതൽ എനിക്ക് തങ്ങേണ്ടി വന്നു. സെഡ് ഉത്സവം കഴിഞ്ഞിരിക്കും... ഈ കവചത്തിന് ഭാഗ്യമില്ലാതെപോയല്ലോ.... എന്ന നിരാശയോടെയാണ് ഇവിടെ എത്തി ച്ചേർന്നത്. എന്റെ മഹാഭാഗ്യം.....! പ്രധാനപൂജാരിയുടെ കാരുണ്യംകൊണ്ട് കൃത്യസമയത്തുതന്നെ ഞാനെത്തിച്ചേർന്നു.....”

“ആഹാ....! പ്രധാനപൂജാരിയുടെ കാരുണ്യം എല്ലാവരിലുമുള്ളതു കൊണ്ടാണ് നാമിപ്പോൾ ഇത്രയധികം സന്തോഷിച്ചിരിക്കുന്നത്.....!”

“എല്ലാം മംഗളകരമായിത്തീർന്നല്ലോ. നീരാനപ്രവിശ്യയിലെ സംഭവംകൊണ്ട് യാതൊരു വിഷമവുമുണ്ടായില്ലല്ലോ.”

“നീരാനപ്രവിശ്യ.....! ഉം....! ആ പ്രശ്നങ്ങളെല്ലാം ഉടനെ പരിഹരി ക്കാൻ പോകുകയാണ്....! അത് രഹസ്യമാണ്.....!”

“സ്വാഭാവികം. ആഭരണങ്ങൾ കൊണ്ടുവന്നിട്ടുണ്ട്. നോക്കുന്നോ....?”

“ഉം....ഉം.....”

പെട്ടിതുറക്കാൻ കുനിഞ്ഞ കെഫ്ടുവിന്റെ താടി വിശാലമായ വക്ഷ സ്സിലുരഞ്ഞു. അതും അയാളുടെ മേലാടയും മഹാറാണി സൂക്ഷിച്ചു നോക്കി.

രത്നം പതിപ്പിച്ച അരപ്പട്ടകൾ... തോൾവളകൾ... കിരീടം....! മേൽപ്പു രയിലൂടെ കടന്നുവന്ന സൂര്യരശ്മികളേറ്റ് ആ ആഭരണങ്ങൾ മിന്നിത്തി ളങ്ങി.

കെഫ്ടു കിരീടം കേശകവചത്തിന്റെ മുകളിലായി പിടിച്ചു. മഹാ റാണി കൗതുകത്തോടെ ശ്രദ്ധിച്ചു. മഹാറാണിയുടെ യാതൊരു ഗാംഭീ

ര്യവും ഇപ്പോൾ ആ മുഖത്തില്ല.... കൈകൾ വക്ഷപ്രദേശത്ത് ചേർത്തു പിടിച്ചാണിരിക്കുന്നത്....

"മൂവായിരം ദെബെൽസ്വർണ്ണമാണ് വിലവ....."

"ഖജനാവിൽനിന്ന് ഇപ്പോൾതന്നെ തരുവിക്കട്ടെ....?"

"വേണ്ട. തിരികെ വരുമ്പോൾ തന്നാൽമതി. ഇത്ര സ്വർണ്ണവും കൊണ്ട് ദക്ഷിണതീരത്തേക്ക് പോകുന്നത് നന്നല്ല. പോരാത്തതിന് വഴി യിൽ നീരാനപോലുള്ള അപകടംപിടിച്ച സ്ഥലവുമുണ്ട്....."

''അരമനയുടെ സ്നേഹഭാജനമായി നിങ്ങൾക്ക് ഈ ഈജിപ്തിൽ ആരിൽനിന്നും അപകടമുണ്ടാകില്ല.... സെഡ് ഉത്സവം കഴിയുന്നതോടെ നീരാന പ്രവിശ്യയും സുരക്ഷിതമായിത്തീരും. അവിടേക്ക് നമ്മുടെ സേനയെ അയക്കുന്നുണ്ട്...."

മഹാറാണിയെ താണുവണങ്ങിക്കൊണ്ട് കെഫ്ടു പറഞ്ഞു....

''ഉറച്ച ആത്മവിശ്വാസവും അചഞ്ചലമായ ബാഹുബലവും സൂചിപ്പിക്കുന്ന അധികാര വാക്കുകൾ.....! മഹാറാണി... ഈ നാട്ടിൽ ഒരു പുതിയ ചൈതന്യം ഒഴുകി നടക്കയാണ്.... ആഭരണങ്ങളുടെ വില ഇപ്പോൾതന്നെ ലഭിക്കണമെന്ന വിചാരം എനിക്കില്ല. പിന്നീട് തന്നാൽ മതി....."

"ഇനി പത്തുദിവസം കഴിഞ്ഞാൽ സെഡ് ഉത്സവം നടക്കും. അതുകഴിഞ്ഞ് പുറപ്പെട്ടാൽ മതി....."

"നാട്ടിൽനിന്ന് പുറപ്പെടുമ്പോൾ അങ്ങനെതന്നെ കരുതിയിരുന്നു. വഴിയിൽ താമസം നേരിട്ടല്ലോ......! അതുകൊണ്ട് യാത്ര വേഗത്തിൽ തീർക്കേണ്ടിയിരിക്കുന്നു..... ഉത്സവത്തിന് ഇവിടേക്കുതന്നെ തിരിച്ചെ ത്താൻ ശ്രമിക്കുന്നതാണ്...."

"വർത്തകനായ നിങ്ങൾക്ക് വ്യാപാരമാണ് മുഖ്യം....."

"മഹാറാണിയുടെ ഹൃദയം വേദനിപ്പിച്ചുവെങ്കിൽ മാപ്പ് തരണം....."

"മാപ്പോ....! ഉത്സവത്തിന് വന്നുചേരണം. ഇല്ലെങ്കിൽ പിഴയായി ഒരടിമയെ കൊണ്ടുത്തരണം....."

"ഈയുള്ളവൻ തന്നെ അടിമയായി കഴിഞ്ഞാൽ പോരേ....!"

"ഉം....! നാടുനീളെ ചുറ്റിത്തിരിയുന്നതല്ലേ നിങ്ങൾക്ക് മെച്ചം.... നുബിയയിൽനിന്ന് ഒരു കുള്ളനെ കൊണ്ടുത്തരണം....."

"തരാം.... മഹാറാണി....."

മഹാറാണിയോട് വിടവാങ്ങിയ കെഫ്ടു മന്ത്രിമന്ദിരത്തിലേക്ക് നടന്നു. നടക്കുന്നതിനിടയിൽ മെനെപ്പടായെ കുറിച്ചുതന്നെ അയാൾ ചിന്തിക്കയായിരുന്നു. മഹാറാണിയുടെ സംസാരം വരാനിരിക്കുന്ന ഏതോ വിപത്തിന്റെ മുന്നറിയിപ്പാണ്. നീരാനയിൽ സൈന്യം പ്രവേശിക്കുമെന്നത് തീർച്ചയാണ്..... മെനെപ്പടായെ എന്തുചെയ്യും....? വിട്ടയയ്ക്കുമോ....? അതോ....?

മന്ത്രി വളരെ ശ്രദ്ധിച്ചാണ് കെഫ്ടുവിനോട് സംസാരിച്ചത്. കഴിഞ്ഞ തവണത്തെ തുറന്ന് മനഃസ്ഥിതി ഇത്തവണ കണ്ടില്ല.

കുശലപ്രശ്നങ്ങൾക്കുശേഷം മന്ത്രി പറഞ്ഞു....

"നിങ്ങളുടെ സ്നേഹിതൻ ഇവിടെയുണ്ട്....."

"ആര്? മെനെപ്പടായോ....? എന്റെ പുതിയ ഇരയാണ്...."

"ഉം....ഉം...."

"ഇവിടെയുള്ളത് അറിഞ്ഞതേയില്ലല്ലോ.... ഏതായായാലും ഒന്നയാളെയും കണ്ടുകളയാം....."

കണ്ണടച്ച് ഒരു നിമിഷം ആലോചിച്ചശേഷം ഉറച്ച സ്വരത്തിൽ മന്ത്രി പറഞ്ഞു....

"കെഫ്ടൂ... നിങ്ങൾ ഞങ്ങൾക്ക് വളരെ വേണ്ടപ്പെട്ടയാളാണ്.... നിങ്ങൾ മെനെപ്പടായെ കാണുന്നത് മഹാപ്രഭുവിന് വിഷമമുണ്ടാക്കും...."

"മഹാപ്രഭുവിനോ....? പ്രധാനപൂജാരിക്കോ....?"

"എങ്ങനെവേണമെങ്കിലും വ്യാഖ്യാനിക്കാം....."

"ഇത്തരം വിഷയങ്ങളിൽ മന്ത്രികൾ നിസ്സഹായരാണെന്ന് കരുതാമോ....?"

"രാജ്യനന്മയെ മുൻനിർത്തി ഞാൻ തന്നെ പുറപ്പെടുവിച്ച കല്പനയാണിത്...."

"എന്റെ ഒരു ഇര നഷ്ടപ്പെടുന്നതുപോലെ....."

"ഹ....! ഹ....!" ആമെർബ് പൊട്ടിച്ചിരിച്ചു....." അസ്സീറിയയിലെ രാജാവിനെ കണ്ടിരുന്നോ.....?"

"കണ്ടിരുന്നു. പത്തുദിവസം അദ്ദേഹത്തിന്റെ ആതിഥ്യം സ്വീകരിച്ചു. വാണിജ്യം അഭിവൃദ്ധി പ്രാപിച്ചിട്ടുണ്ട്. ജനങ്ങളുടെ സമ്പത്തും വർദ്ധിച്ചിരിക്കയാണ്. അവർ യുദ്ധപ്രേമികളാണെന്ന് തോന്നുന്നില്ല. എങ്കിലും അതിർത്തി ഭദ്രമായിത്തന്നെ കാത്തുസൂക്ഷിക്കുന്നു....."

"സന്തോഷമുള്ള കാര്യം. സ്നേഹിതന്റെ ഉൽക്കർഷം നമ്മെ സ്വാഭാവികമായും ആനന്ദിപ്പിക്കുന്നുണ്ട്....."

"മറ്റൊരു പ്രധാനവാർത്ത. അവർ ഓടിനേക്കാൾ ഉറപ്പുള്ള മറ്റൊരു ലോഹം കണ്ടുപിടിച്ചിരിക്കുന്നു....."

"അങ്ങനെയോ....? എന്തു ലോഹം.....?"

"പേരിട്ടിട്ടില്ല. കാഴ്ചയ്ക്ക് കറുത്തിട്ടാണ്....."

"രണ്ടുലോഹങ്ങളുടെ മിശ്രിതം കൊണ്ടാണോ അതുണ്ടാക്കുന്നത്....?"

"അല്ല ചരൽ മണ്ണിൽ നിന്നെടുക്കുന്നതാണത്രെ......"

"അത് തയ്യാറാക്കുന്നതെങ്ങനെയാണെന്നറിയാമോ....?"

"ഇല്ല. പരമ രഹസ്യമാണത്രെ!"

"ഏതായാലും......സ്വർണ്ണംപോലെ വിലപിടിച്ചതാകില്ല...."

"അത്ര വിലയില്ല. എന്നാൽ ഈ ലോഹം ധാരാളമായി ലഭിക്കുന്ന പക്ഷം ഉറപ്പുള്ള ആയുധങ്ങളുണ്ടാക്കാൻ സാധിക്കുമത്രെ. അപ്പോൾ മറ്റുള്ളവരുടെ സ്വർണ്ണം അവരുടെ പക്കലെത്തിച്ചേരുമല്ലോ....."

മന്ത്രി ചിന്താധീനനായി. സാവധാനത്തിൽ അയാൾ പറഞ്ഞു.

"അസ്സീറിയ നമ്മുടെ സുഹൃദ് രാജ്യമാണ്. എങ്കിലും ഈ ലോഹത്തിന്റെ കണ്ടുപിടിത്തം ആശങ്കയ്ക്ക് വക നല്കുന്നതാണ്. കെഫ്ടൂ....., നിങ്ങളുടെ മുന്നിൽ എല്ലാ കൊട്ടാരവാതിലുകളും തുറക്കപ്പെടും. അടുത്ത തവണ അസ്സീറിയയിൽ ചെന്നാൽ ഈ ലോഹത്തെപ്പറ്റി മനസ്സിലാക്കാൻ ശ്രമിക്കണം. ആ ലോഹമുണ്ടാക്കാനറിയുന്ന ഒന്നുരണ്ട് തൊഴിലാളികളെയും കൊണ്ടുത്തരണം....."

"എന്റെ മുന്നിൽ എല്ലാ കൊട്ടാരവാതിലുകളും തുറക്കപ്പെടുമെന്നോ.....? എന്നിട്ടാണോ ഇവിടെയുള്ള ഒരു സാധു മനുഷ്യനെ കാണാൻ പോലും കഴിയാത്തത്.....?"

മന്ത്രി മൗനം പൂണ്ടു. അയാളുടെ ഹൃദയത്തിൽ വികാര വിചാരങ്ങൾ, തള്ളിക്കയറി.... ഭാവിയിൽ കിട്ടാനിരിക്കുന്ന ലാഭം മോഹിച്ച് ഇപ്പോഴത്തെ പരിതഃസ്ഥിതിയിൽ മാറ്റം വരുത്തണോ....? നാളെ ലഭിക്കാനിരിക്കുന്ന ലോഹത്തേക്കാളും പ്രധാനം ഇന്നത്തെ ഭദ്രതയാണ്..... അല്ലാതെ....?

കൂടുതൽ സ്നേഹം ദ്യോതിപ്പിക്കുന്ന സ്വരത്തിൽ പുഞ്ചിരി തൂകിക്കൊണ്ട് മന്ത്രി പറഞ്ഞു:

"നിങ്ങൾ ഈജിപ്തിലുള്ള കാലമത്രയും രാജാതിഥിയാണ്. നിങ്ങൾക്കിഷ്ടമാണെങ്കിൽ ഞങ്ങളുടെ വിദേശവ്യാപാരത്തിന്റെ ചുമതല മുഴുവൻ നിങ്ങളെ ഏല്പിക്കാമെന്ന് വിചാരിക്കുന്നു. മെനെപ്പടായെപ്പോലുള്ള ഒരു നിസ്സാരനെ കാണുന്നതാണോ മുഖ്യം....? അതോ വാണിജ്യപരമായ അഭിവൃദ്ധിയോ....?"

കെഫ്ടുവും ചിരിച്ചു....

"അപ്പോൾ മെനെപ്പടാ തടവിലാണെന്ന് കരുതട്ടെ...."

"തടവിലായിട്ടില്ല.... എന്റെ വ്യക്തിപരമായ അഭിപ്രായം പറയട്ടെ... മെനെപ്പടാ സമർത്ഥനും യോഗ്യനുമാണ്.... പക്ഷേ....."

കെഫ്ടു അടുത്ത പദത്തിനായി കാത്തിരുന്നു.... മന്ത്രി പിന്നീടൊന്നും സംസാരിച്ചില്ല....

"മെനെപ്പടായുടെ കാര്യം പോകട്ടെ. ഞാൻ ഒരു വാദത്തിനുവേണ്ടി പറഞ്ഞെന്നേയുള്ളു. ലോകത്തിലെ പ്രബലരാജ്യമായ ഈജിപ്തിലെ മന്ത്രി ആമെർബിന്റെ ഉറ്റ സുഹൃത്താണ് ഞാൻ. പോരേ...?" കെഫ്ടു പറഞ്ഞു.

മന്ത്രി തൃപ്തനായി.

മനസ്സിലെ ഉദ്വേഗങ്ങൾ ഒതുക്കിപ്പിടിച്ചുകൊണ്ട് കെഫ്ടു പറഞ്ഞു.

"ഞാൻ പുറപ്പെടുകയാണ്. ഉത്സവത്തിനുമുമ്പ് തിരിച്ചെത്താൻ ശ്രമിക്കാം....."

മന്ത്രി ശിരസ്സിളക്കിയതേയുള്ളു.... കെഫ്ടു കടവിലേക്ക് നടന്നു.....

പകൽ മുഴുവൻ മെനെപ്പടാ കെഫ്ടുവിനെ പ്രതീക്ഷിച്ചിരുന്നു. മന്ത്രിമന്ദിരത്തിൽ അയാളെത്തിയതായി സെനെബ് അറിയിച്ചിരുന്നു.... എന്നിട്ടും അയാൾ കാണാൻ വന്നില്ല... രാജകൊട്ടാരത്തിൽ എന്തോ രഹസ്യം ഉരുണ്ടുകൂടുന്നുണ്ട്.....?

ഔട്ടയിൽനിന്ന് വിവരമറിഞ്ഞ മെന്ന കടവിലേക്കോടി.

കെഫ്ടു അയാളെ കാത്തിരിക്കയായിരുന്നു.

"യജമാനൻ നിങ്ങളെ കാത്തിരിക്കയാണ്....." തോണിക്കാരൻ പറഞ്ഞു....

മുന്നിൽനില്ക്കുന്ന മെന്നയോട് അപരാധബോധം കലർന്ന സ്വരത്തിൽ കെഫ്ടു പറഞ്ഞു: "മെന്ന ..... ഒറ്റ നിമിഷം പോലും ഒഴിവ് കിട്ടിയില്ല. അതുകൊണ്ട് നേതാവിനെ കാണാൻ കഴിഞ്ഞില്ല. എന്നോട് ക്ഷമിക്കണമെന്ന് പറയണം. നിങ്ങളെക്കണ്ട് ഈ വിവരം പറഞ്ഞ് പോകാമെന്നു കരുതി കാത്തിരിക്കയായിരുന്നു. ഞങ്ങൾ പുറപ്പെടുകയാണ്. സെഡ് ഉത്സവത്തിനുമുമ്പ് കൂട്ടുകാരെ ഇവിടെയെത്തിക്കാനുള്ള എല്ലാ ഏർപ്പാടുകളും ചെയ്യുന്നതാണ്. സമാധാനത്തോടെയിരിക്കാൻ നേതാവിനോട് പറയണം.... എല്ലാം നേരെയാവും....."

"ബടായെ കണ്ട് ഈ വിവരം അറിയിച്ചാൽ നന്നായിരുന്നു...."

"അറിയിക്കാം. 'റാ നിങ്ങൾക്ക് നന്മവരുത്തട്ടെ'യെന്ന് നിങ്ങൾ പറഞ്ഞിരുന്നല്ലോ....."

"ഞാൻ ദൈവദാസനാണ്. അത്രയെങ്കിലും പറയേണ്ടേ? റായും പ്ടായും അമനും നിങ്ങളെ കാത്തുരക്ഷിക്കട്ടെ....! വരട്ടെ....."

കൈപിടിച്ച് ഇരുവരും യാത്ര പറഞ്ഞു.

ഉയർത്തിക്കെട്ടിയിരുന്ന കാറ്റുപായകൾ തോണിയെ മുന്നോട്ട് തള്ളി.

മെന്ന കടവിലിറങ്ങി. കടവിലേക്ക് നീട്ടിയിട്ടിരുന്ന പലക എടുത്തു വച്ചു. തോണിയെ കെട്ടിയിരുന്ന കയർ അഴിച്ചു വിട്ടു.... തോണി മുന്നോട്ട് നീങ്ങി.... നദീമദ്ധ്യത്തിലേക്ക്....

അകന്നുപോകുന്ന തോണിയെ നോക്കിക്കൊണ്ട് മെന്ന നെടുവീർപ്പിട്ടു.

പത്ത്

ഹെഖ്വെട് ആൻനഗരത്തിലേക്ക് പുറപ്പെട്ടദിവസം തന്നെ നീരാനയിലേക്ക് യാത്രതിരിച്ച ബടാ തികച്ചും അസ്വസ്ഥനായിരുന്നു.....

തോണി തീവ്രവഗതിയിൽ മുന്നോട്ട് പാഞ്ഞുകൊണ്ടിരുന്നു. അനുകൂലമായ കാറ്റിൽ തോണിക്കാർ ആഞ്ഞുതുഴഞ്ഞു.... ഇടയ്ക്കിടെ ബടായും തുഴയേന്തി...

ഓളങ്ങളോടൊപ്പം ബടായും മനസ്സും ഇളകിയാടുകയായിരുന്നു.... മെനെപ്പടാചേട്ടൻ ഇപ്പോൾ എന്തുചെയ്യുകയാവും....? ചതുരംഗം കളിക്കുന്നുണ്ടാകുമോ....? ബടാ ഇല്ലല്ലോ... എന്ന് പരിഭവപ്പെടുന്നുണ്ടാ കണം... ഭക്ഷണസമയത്ത് ഏകാന്തത അനുഭവപ്പെടും.....

നീരാന പ്രവിശ്യയിലെത്താറായപ്പോൾ നാട്ടിന്റെ ചിന്ത അയാളെ പിടികൂടി. ഗതാഗതത്തിന്റെ നിയന്ത്രകനാണ് താൻ. നാട്ടിലെ തോണിക്ക ടവ് വിട്ടിട്ട് രണ്ടുമാസമാകുന്നു. തനിക്കു പകരം ഒരു സഹായിയെ കടവിൽ നിയമിച്ചിട്ടുണ്ട്..... തോണികളുടെ കണക്ക് ശരിക്കെഴുതിയിട്ടുണ്ടോ എന്തോ....?

മെനെപ്പടാ ചേട്ടന് ഭാര്യയുടെയും മകന്റെയും ചിന്തയേ ഇല്ലെന്ന് താൻ പരിഹസിച്ചിരുന്നു... തനിക്കോ....? ഈ രണ്ടു മാസത്തിനുള്ളിൽ താനെത്ര തവണ കുടുംബത്തെപ്പറ്റി ചിന്തിച്ചു....? ഇതിന് മുമ്പ് ഇത്ര ദീർഘകാലം വീടുവിട്ട് താമസിക്കേണ്ടി വന്നിട്ടില്ല.....

ഇരുകരകളും പച്ചപിടിച്ച് കിടക്കുന്നു. ഖ്നൂം ദേവന്റെ കാരുണ്യം.....! ചെടികളിൽ പൊൻകതിരുകൾ വിളഞ്ഞുനില്ക്കുന്നു... ഭാരംകൊണ്ട് കുനിഞ്ഞുപോയ തിന വയലുകൾ.... ഗോതമ്പും യവവും കൊയ്യാനായി.... ജനങ്ങൾ നേതാവിനെ പ്രതീക്ഷിച്ചിരിക്കുകയാവണം.... ഒരു കടത്തു തോണിവഴി താൻ കൊടുത്തയച്ചിരുന്ന സന്ദേശം നാട്ടിലെത്തിച്ചിട്ടുണ്ടാ

കണം... ആ സന്ദേശം ബന്ധുജനങ്ങളുടെ ആശങ്കയ്ക്ക് ശമനമുണ്ടാക്കിയിരിക്കും... എങ്കിലും ഖ്നേംഹോടെപ് വിളിച്ചുകൂവി നടക്കുകയാകും.... 'മെനെപ്പടാ ചേട്ടനെ ഒറ്റക്കാക്കിയത് ശരിയായില്ലെ'ന്ന് സ്നോഫ്രു പറയുമായിരിക്കും.... എന്നാൽ സംസാരിച്ചുകഴിയുമ്പോൾ ഏവർക്കും ബോദ്ധ്യമാകാം.....

മെനെപ്പടാ പറഞ്ഞിരുന്നു...

"അഞ്ചാറ് ദിവസം കഴിഞ്ഞ് തിരികെ വരൂ....."

"ഞാൻ പോകുന്നത് നമ്മുടെ ആൾക്കാരെ കൂട്ടിക്കൊണ്ടു വരാനാണ്. ഇവിടെ നമ്മൾ മാത്രമല്ലേയുള്ളു....? വല്ല അപകടവും സംഭവിച്ചുപോയാൽ.... നമ്മുടെ ജനങ്ങളോടെന്ത് സമാധാനം പറയും....? അവരുടെ മുന്നിൽ മുഖം കാണിക്കുന്നതെങ്ങനെ....?" ബടാ പറഞ്ഞു.

ഔട്ടയും ബെക്കുവും വിശ്വസ്തസേവകരാണ്. നേതാവിന് യാതൊരു പോറലുമേല്ക്കാതെ അവർ നോക്കിക്കൊള്ളും.... എന്നിരുന്നാലും.... താനധികം താമസിക്കരുത്. കഴിയുംവേഗം അവരുടെ അടുക്കലെത്തിച്ചേരണം....

എതിർദിശയിൽനിന്നു വരുന്ന ചില തോണിക്കാർ ബടായെ കണ്ട് പരിചിതശബ്ദം പുറപ്പെടുവിച്ചിരുന്നു.

നീരാനെ പ്രവിശ്യയുടെ അതിർത്തിയിലെത്തി.

തോണിക്കാർ കൗതുകത്തോടെ സംഭാഷണങ്ങളിൽ മുഴുകി.

"വിളവ് നന്നായിട്ടുണ്ട്...."

"മറ്റു പ്രവിശ്യകളേക്കാൾ നമുക്കാണ് മെച്ചപ്പെട്ട വിളവ്....."

"അതാ കർഷകർ വയൽ വരമ്പത്ത് നില്ക്കുന്നത് കണ്ടോ? കൊയ്യാറായോ എന്ന് നോക്കുകയാവണം."

ബടാ ദീർഘമായി നിശ്വസിച്ചു. പെറ്റ നാടിന്റെ മണം മൂക്കിൽ തുളച്ചുകയറി.

കെഫ്ടു മെംഫീസിലെത്തിയ ദിവസംതന്നെ ബടാ നീരാനയിലെത്തിച്ചേർന്നു....

ബടാ നിയമിച്ച സഹായി ഒരു മരത്തണലിൽ കാത്തിരിക്കുന്നുണ്ടായിരുന്നു. അയാളുടെ മുന്നിലുള്ള പീഠത്തിൽ ലിപിച്ചുരുളുകളും മഷിപ്പാത്രവുമുണ്ട്... അത് കണ്ടപ്പോൾ ബടായ്ക്ക് ആശ്ചര്യം തോന്നി. ഇവൻ എഴുത്തു പഠിച്ചെന്നോ....? തോണിക്കാർക്കും അത്ഭുതംതോന്നി.

"കണക്കെല്ലാം ശരിക്കെഴുതിവെച്ചിട്ടുണ്ടോ....? നോക്കട്ടെ...." ബടാ പറഞ്ഞു.

അയാൾ ചുരുളെടുത്തു നിവർത്തി. അതിൽ അടുത്തടുത്തായി വരകളിട്ടിരിക്കുന്നു... ഒരു വശത്ത് വരുന്ന തോണിയുടെ എണ്ണം.... മറുവശത്ത് പോകുന്ന തോണിയുടെത്.... ഓരോന്നിന്നും ഓരോ വര....

"തരക്കേടില്ല....! ഈ എഴുത്ത് എനിക്കും പഠിക്കണം."

നേതാവെവിടെയെന്ന് ചോദിക്കാൻ അവനാശയുണ്ട്. എങ്കിലും

ചുണ്ടനക്കിയില്ല...

സഹായിയുടെ മനസ്സിരിപ്പ് ബടാ ഊഹിച്ചെടുത്തു. കടവിൽ എത്തിച്ചേർന്ന മറ്റുള്ളവരുടെയും ജിജ്ഞാസ ശമിക്കട്ടെയെന്നു കരുതി അയാൾ പറഞ്ഞു....

"ഞങ്ങൾ നാലഞ്ച് ദിവസത്തേക്ക് മാത്രം വന്നതാണ്. നേതാവിനെ കൂട്ടിക്കൊണ്ടുവരാൻ ഉടനെ പുറപ്പെടും. കണക്കെഴുത്ത് നീ തന്നെ തുടരണം. നാട്ടിലെല്ലാവർക്കും സുഖംതന്നെയല്ലേ....?"

ഫോഎറിസിന്റെ തുണിയിൽ പൊതിഞ്ഞ വിഗ്രഹം ഇടതുകൈയിൽ പിടിച്ച്, കുഴൽ കക്ഷത്തിലിറുക്കി ബടാ മുന്നോട്ടു നടന്നു.....

ബടാ എത്തിച്ചേർന്ന വാർത്ത എങ്ങും വ്യാപിച്ചു. ജനങ്ങൾ വഴിക്കരികിൽ തടിച്ചുകൂടി.

വെയിൽ കണ്ണിൽ വീഴാതിരിക്കാൻ വലതുകൈത്തലം നെറ്റിക്ക് മുകളിൽ പിടിച്ച് മുന്നോട്ട് നീങ്ങിക്കൊണ്ടിരുന്ന ബടാ മനോഹരമായ നാടിന്റെ മുഖം കണ്ട് രോമാഞ്ചമണിഞ്ഞുപേയി.....! മുമ്പെങ്ങും ഈ പ്രകൃതിക്ക് ഇത്ര സൗന്ദര്യമുണ്ടായിട്ടില്ല... കർഷകക്കുടിലുകളിലേക്ക് യാത്ര പുറപ്പെട്ടുനില്ക്കുന്ന ധാന്യമണികൾ! ധാന്യക്കതിരുകൾക്ക് സ്വാഗതമോതുന്ന കർഷകക്കുടിലുകൾ....! അദ്ധ്വാനത്തിന്റെ മാഹാത്മ്യം പാടിപ്പുകഴ്ത്തുന്ന പക്ഷിക്കൂട്ടങ്ങൾ.....!

ബടാ കൈവീശിക്കൊണ്ട് ജനങ്ങളുടെ ബഹുമാനം സ്വീകരിച്ചു. ഇയാൾ നില്ക്കുന്നില്ലല്ലോ... എന്ന് ജനം പരിഭവിച്ചു. ചിലർ അസ്വസ്ഥതയോടെ ..... 'നില്ക്ക്....നില്ക്ക്....' എന്ന് വിളിച്ചു പറയുകയും ചെയ്തു.

"നേതാവ് വന്നില്ലേ....? ഔട്ടയും ബെക്കുവും എവിടെ? ഒറ്റയ്ക്കെന്തിനാ വന്നത്....? തിരികെ പോകുന്നോ....?"

"ഞാൻ ഒരു സന്ദേശം കൊടുത്തയച്ചത് കിട്ടിയിരുന്നോ?"

"ഉം.... ഉം.... പിന്നെന്തൊക്കെയാണ് വിശേഷങ്ങൾ... പറയൂ.... പറയൂ..."

വഴിയിൽ നിന്നാൽ കാര്യം നടക്കുമോ? ബടാ സ്നോഫ്രുവിന്റെ വീട്ടിലേക്കോടി.... ജനങ്ങൾ അയാളെ പിന്തുടർന്നു...

സ്നോഫ്രുവിന്റെ വീട്ടിലെത്തിയപ്പോൾ രക്ഷപ്പെട്ടെന്ന് കരുതി. പക്ഷേ, ആ ആശ്വാസം ക്ഷണികമായിരുന്നു. ജനം മുറ്റത്ത് തടിച്ചുകൂടി. അകത്തേക്ക് അവർ തള്ളിക്കയറി.

"തിക്കിത്തിരക്കല്ലേ.... മാറിനില്ക്ക്....." സേനാപതിയുടെ ഉറച്ചസ്വരം ഉയർന്നുകേട്ടു.

ബഹളം ഒന്നടങ്ങി. മൗനം നിഴൽ നീശി. അല്പംകഴിഞ്ഞ് ഒരാൾ വിളിച്ചു പറഞ്ഞു....

"കാര്യങ്ങൾ ബടാ വിവരിക്കട്ടെ. കേട്ടിട്ട് ഞങ്ങൾ പൊയ്ക്കൊള്ളാം."

ഈ അഭിപ്രായം മറ്റുചിലർ പിന്താങ്ങി....

ഖ്നേം ഹോടെപ് അകത്ത് കടന്ന് സ്നോഫ്രുവിന്റെ സമീപത്തുള്ള

ബടായുടെ ചുമലിൽ കൈവച്ചുകൊണ്ട് പറഞ്ഞു.

"ജനങ്ങൾ തിക്കിത്തിരക്കുകയാണ്....."

"അവർക്ക് കാര്യത്തിന്റെ ചുരുക്കം പറഞ്ഞുകൊടുക്ക്" സ്നോഫ്രു നിർദ്ദേശിച്ചു.

"സേത്.....! ഇത് നന്നായിട്ടുണ്ട്....!" ബടാ ഉറക്കെ പറഞ്ഞു.

ജനം പൊട്ടിച്ചിരിച്ചു. ബടായും അതിൽ പങ്കുചേർന്നു. ആ ചിരിയുടെ അലയൊലി നില്ക്കുന്നതിന് മുമ്പ് അയാൾ പറഞ്ഞുതുടങ്ങി....

"കേൾക്ക്.... നിങ്ങൾ മനസ്സിലാക്കിയതുപോലെ മെനെപ്പടാ ചേട്ടൻ സുഖമായിരിക്കുന്നു. ഞങ്ങൾ രാജധാനിയിലെത്തിയപ്പോൾ സ്വീകരിച്ചത് ഇവിടത്തെ സാമന്തരാജാവായിരുന്ന ഗേബുവാണ്. കൈപിടിച്ചു കുലുക്കിയാണ് ചേട്ടനെ പല്ലക്കിലേക്ക് നയിച്ചത്. ഗേബുവും ചേട്ടനും ഒരേ പല്ലക്കിലാണ് കൊട്ടാരത്തിലേക്ക് പോയത്....."

ജനങ്ങൾ ബടായുടെ വായിൽ തന്നെ നോക്കിനിന്നു.... അയാൾ തുടർന്നു...

"ടെഹുടി അവിടെയുണ്ടായിരുന്നില്ല. നമ്മുടെ നേതാവിനെ രാജാവിനെപ്പോലെയാണ് സ്വീകരിച്ചത്. അതിഥി മന്ദിരത്തിലാണ് താമസം. അവിടെ ഭക്ഷണത്തിന് എന്തെല്ലാം വിഭവങ്ങളാണെന്നോ....? തീറ്റിയും കുടിയും തന്നെ....."

"തിന്ന് മദിക്കയായിരുന്നു. അല്ലേ ബടാ....?" ആരോ ചോദിച്ചു.

"അയ്യയ്യോ.....! ഏത് സമയത്ത് എന്തെല്ലാമാണ് നടക്കുകയെന്ന് പറയാൻ പറ്റോ.....? ദിവസത്തിൽ ഒറ്റപ്പാത്രം മാത്രമേ കുടിക്കുകയുള്ളുവെന്ന് തീർച്ചപ്പെടുത്തിയിരുന്നു. മന്ത്രിയെയും ഫെറോവിനെയും സന്ദർശിച്ചു. കഴിഞ്ഞയാഴ്ച ഒരു വലിയ സല്ക്കാരമുണ്ടായിരുന്നു. എത്രതരം ഇറച്ചികളും മദ്യങ്ങളുമാണെന്നോ.....? ഇങ്ങോട്ട് പുറപ്പെടാമെന്നുവച്ചാൽ സെഡ് ഉത്സവം കഴിയണ്ടേ....? അതു നടക്കണമെങ്കിൽ പൂജാരി കനിയണം. അയാളാണെങ്കിൽ കൊട്ടാരത്തിലില്ലതാനും. അയാളെ വിളിച്ചു കൊണ്ടുവരാൻ ഹെഖ്വെട് എന്നു പേരുള്ള മൂത്ത ഉപദേഷ്ടാവ് ആൻ പട്ടണത്തിലേക്ക് പോയിട്ടുണ്ട്. ഞാനിങ്ങോട്ടും വന്നു. നാട്ടിൽ ചെന്ന് അഞ്ചാറുദിവസം കഴിഞ്ഞ് വാ..... എന്ന് ചേട്ടൻ തന്നെയാണ് പറഞ്ഞത്. ചേട്ടൻ ഇത്രയുംകൂടി പറഞ്ഞിട്ടുണ്ട്.... 'നീരാന പ്രവിശ്യയിലെ ജനങ്ങൾക്ക് സമാധാനത്തോടെ ജീവിക്കാൻ കഴിയണം. ഇതിന് രാജധാനിയുടെ സഹായമുണ്ടായാൽ നല്ലതാണ്. ആ സഹായത്തിനുവേണ്ടി ഞാനിവിടെനിന്ന് പ്രയത്നിക്കുന്നതാണ്. നാട്ടിലുള്ളവരോടെല്ലാം ഇക്കാര്യം വിശദീകരിച്ചുപറയണം....."

ജനങ്ങൾക്ക് അല്പം സമാധാനമായി. ഒപ്പംതന്നെ അസമാധാനവും മുളച്ചുപൊന്തി....

"കൊയ്ത്തിന് ഇവിടെയുണ്ടാകണമെന്ന് ചേട്ടൻ ആശിച്ചിരുന്നു. കുറച്ചാളുകളെയും കൂട്ടിപ്പോയി ചേട്ടനെ വിളിച്ചുകൊണ്ട് വരുന്നതാണ്.

സെഡ് ഉത്സവത്തിനുശേഷം ഒരുനിമിഷംപോലും താമസിക്കില്ല. ഔട്ടയും ബെക്കുവും രക്ഷയ്ക്കുണ്ട്. ഒരു അമൻ വിഗ്രഹവും വാങ്ങിക്കൊടുത്തി ട്ടുണ്ട്...."

"എന്തെങ്കിലും അപായമുണ്ടോ....? അതെന്താ കൈയില്.....?"

"ഥോ എറിസിന്റെ പ്രതിമ നെഫീസ് ചേട്ടത്തിക്ക്....."

"ഓ.... അവൾക്കിത് ഒമ്പതാം മാസമാണ്......"

"വരാൻ കഴിയാത്തതിന് ചേട്ടന് സങ്കടമുണ്ട്. ക്ഷണം സ്വീകരിച്ച് പോയതല്ലേ....? ഉത്സവം കഴിയാതെ എങ്ങനെ മടങ്ങും.....?"

"നമ്മുടെ ഭൂപ്രഭുക്കളുണ്ടോ....?"

"അവിടെയുണ്ടെന്നാണ് കേട്ടത്. ഞാൻ കണ്ടിട്ടില്ല. രാജകൊട്ടാര മെന്ന് പറഞ്ഞാലുണ്ടല്ലോ... വലിയൊരു പട്ടണമാണ് അതിന്റെ ഒരു ഭാഗത്ത് അവരും കഴിയുന്നുണ്ട്. അവരുടെ ചെലവൊക്കെ കൊട്ടാരം വക യാണ്.... ചുരുക്കിപ്പറഞ്ഞാലും പരത്തിപ്പറഞ്ഞാലും കാര്യം ഇത്രേ യുള്ളു....."

ജനങ്ങൾ തൃപ്തിയോടെ അതുമിതും സംസാരിച്ച് ചിരിച്ചുകൊണ്ട് പിരിഞ്ഞുപോയി....

"ബടാ ചേട്ടൻ നന്നായി സംസാരിച്ചു...." ഖേനേം ഹോടെപ് പറഞ്ഞു.

"പോട്ടെ....വിട്..." ബടാ പറഞ്ഞുതീരുന്നതിനിടയിൽ രാമേരിപ്പടാ വാതിൽക്കൽ പ്രത്യക്ഷപ്പെട്ടു.

"എന്താ രാമേരി....?"

"അമ്മ വിളിക്കുന്നു....."

"ഞാൻ ചേട്ടത്തിയെ കണ്ടുവരാം...." ബടാ എഴുന്നേറ്റു.

"സ്വന്തം വീട് മറന്നുപോകരുത്....." സ്നോഫ്രുവിന്റെ ഭാര്യ നെജമുട് ഓർമ്മിപ്പിച്ചു.

"ധൃതിപ്പെടേണ്ട. നേതാവിന്റെ വീട്ടിൽ നിന്ന് സ്വന്തം വീട്ടിലെത്തി ഊണ് കഴിച്ച് വാ. വൈകുന്നേരം മൂത്തവരുടെ സഭ വിളിച്ചുകൂട്ടാം. ബാക്കിയെല്ലാം അപ്പോൾ പറയാം." സ്നോഫ്രു പറഞ്ഞു.

"ശരി....ശരി...."

രാമേരിപ്പടയുടെ പിന്നാലെ ബടാ നടന്നു....

പൂർണ്ണഗർഭിണിയായ നെഫീസ് ഥോഎറിസിന്റെ വിഗ്രഹം മാറോട് ചേർത്തുപിടിച്ചു. അവളുടെ തൊണ്ടയിൽനിന്ന് അവ്യക്തശബ്ദങ്ങൾ പുറപ്പെട്ടു.... ഗർഭരക്ഷയ്ക്കും.... സുഖപ്രസവത്തിനും ഉത്തരവാദിയാണ് ഥോഎറിസ്....

രാമേരിയെ അടുത്തുനിർത്തി തലയിൽ വിരലോടിച്ചുകൊണ്ട് നെഫീസ് ചോദിച്ചു:

"ഇത് രാമേരിയുടെ അച്ഛൻ കൊടുത്തയച്ചതാണോ....?"

സ്ത്രീകളുടെ സ്വഭാവം നന്നായറിയാവുന്ന ബടാ പറഞ്ഞു....

"അതേ ചേട്ടത്തീ... അമൻദേവന്റെ ഒരു വിഗ്രഹം ചേട്ടനും വാങ്ങിയിട്ടുണ്ട്. ദൂരയാത്ര ചെയ്യുമ്പോൾ അമൻ ദേവനല്ലേ വേണ്ടത്...."

"അതേ...."

"ഇതുപോലുള്ള പ്രതിമ സ്നോഫ്രുമാമനും ഉണ്ടാക്കുന്നുണ്ടല്ലോ." രാമേരി പറഞ്ഞു.

ബടായുടെ ശ്വാസം പകുതിക്കുവെച്ച് നിലച്ചു. അരനിമിഷം ധൈര്യം സംഭരിച്ച് അയാൾ പറഞ്ഞു:

"ഇനി ഈജിപ്തിലെല്ലാം സ്നോഫ്രുമാമനുണ്ടാക്കിയ വിഗ്രഹങ്ങളാണുണ്ടാവുക. കെഫ്ടുവിന്റെ സഹായമാണിത്. കൊട്ടാരത്തിലെ പീടികയിൽനിന്നാണ് ഇത് വാങ്ങിയത്. അഫോഫിസെന്നാണ് കച്ചവടക്കാരന്റെ പേര്. കൊട്ടാരം ക്ഷേത്രത്തിലെ പൂജാരിയായ ഇനേനി പുണ്യാഹം തളിച്ചിട്ടുണ്ട്....."

"അതേയോ....? ഓ.... ഥോഎറിസ് ദേവീ.... നിന്റെ കാരുണ്യംമൂലം എല്ലാം മംഗളകരമായിത്തീരട്ടെ...."

നേരത്തെ ജനങ്ങളോട് പറഞ്ഞകാര്യം തന്നെ നെഫീസിനെയും അറിയിച്ചു....

"നിത്യേന രാമേരീടെ അച്ഛൻ എന്നെ ഓർമ്മിക്കുന്നുണ്ടോ....?"

"ഉണ്ടോന്നോ....? രാമേരിയെയും ഓർമ്മിക്കുന്നുണ്ട്......"

രാമേരിപ്പടാ ചിരിച്ചു.

നെഫീസ് ജിജ്ഞാസയോടെ ചോദിച്ചു:

"അവിടെ ദാസിമാരില്ലേ....?"

"കൊട്ടാരത്തിൽ ദാസികൾക്കുണ്ടോ കുറവ്....? എന്നാൽ അതിഥിമന്ദിരത്തിൽ ആരെയും അടുപ്പിച്ചില്ല... ഫെറോവിന്റെ സല്ക്കാരത്തിൽ പങ്കെടുക്കുന്നതിന് ചമയിക്കാനും ദാസിയെ ഏർപ്പാടാക്കിയിരുന്നു. ചേട്ടൻ അനുവദിച്ചില്ല. ഞാനാണ് ചേട്ടനെ അണിയിച്ചൊരുക്കിയത്...."

നെഫീസിന് സന്തോഷവും സംതൃപ്തിയുമുണ്ടായി....

"എന്തെല്ലാമാണ് അലങ്കാരം.....?" പുഞ്ചിരിയോടെ നെഫീസ് ചോദിച്ചു.

"കവടിമാലയും വെള്ളിമോതിരവും പാദരക്ഷയും....."

"ഓഹ്.....!"

"സല്ക്കാരദിവസം ചേട്ടനും ഒരു സമ്മാനം കിട്ടി... മണിക്കെട്ടിലണിയുന്ന ആഭരണം....."

"സ്വർണ്ണത്തിന്റേതോ....?"

"അതേ.... രത്നം പതിച്ചത്...."

"അത് കെട്ടിയിട്ടുണ്ടോ....?"

"ആര് ചേട്ടനോ....? നന്നായി.....!"

നെടുവീർപ്പിട്ടുകൊണ്ട് നെഫീസ് പറഞ്ഞു....

"അദ്ദേഹത്തിന് ഒന്നും വേണ്ട....."

പടിമേലിരിക്കയായിരുന്ന ബടാ ഒച്ചകേട്ട് തിരിഞ്ഞു നോക്കി. സ്വന്തം കുടുംബം... അയാൾ കൈനീട്ടി... ചെറിയ കുട്ടികൾ ഓടിവന്ന് കഴുത്തിൽ തൂങ്ങിപ്പിടിച്ചു....

"അയ്യയ്യോ....! വിട്.... വിട്... ഭാരം കൂടിയാൽ തോണി മുങ്ങിപ്പോകും...."

ആ ഉത്സാഹത്തിമിർപ്പിൽ പങ്കുചേർന്നുകൊണ്ട് നെഫീസ് അറിയിച്ചു....

"ഖ്നേമിന്റെ ഭാര്യ ഈ മാസം പുറത്തായിട്ടില്ല."

"അതേയോ....? ഒരു ഫോഎറിസ് പ്രതിമ വാങ്ങിക്കൊടുക്കണമെന്ന് ഖ്നേമിനോട് പറയണം....."

"തബബുവാ വളരെ സന്തോഷിച്ചിരിക്കയാണ്...."

"പ്രിയപ്പെട്ട മകൾ ഗർഭിണിയായതല്ലേ.....സന്തോഷിക്കാതിരിക്കോ....?"

"അച്ഛാ.... അച്ഛാ.... വീട്ടിലേക്ക് പോവാം....." ബടായുടെ കുട്ടികൾ അച്ഛന്റെ കൈപിടിച്ചു വലിച്ചു.

"പോകാം.... നടക്ക്...."

"പോയി വാ ചേട്ടാ...."

മക്കളുടെ കൈപിടിച്ച് അയാൾ വീട്ടിലേക്ക് നടന്നു.

ഭർത്താവ് നാട്ടിലെത്തിയതറിഞ്ഞ ഉടൻ ബടായുടെ ഭാര്യ തബബുവയുടെ വീട്ടിൽചെന്ന് ഒരു കൂജ ഖിവം കടം വാങ്ങിക്കൊണ്ടു വന്നു. മാംസം നുറുക്കി ഉപ്പേരിവച്ചു. റൊട്ടി ചുടുന്നതിന് മാവ് കുഴച്ചുവച്ചു...

"ഞാൻ ചൂടുള്ള റൊട്ടി ചുടാം. ഭക്ഷണം കഴിച്ചിട്ടിരുന്നാൽ മതി...." ഭാര്യ പറഞ്ഞു.

കൂജ കണ്ണിൽപ്പെട്ടപ്പോൾ ബടാ മക്കളോട് പറഞ്ഞു....

"മക്കളുടെ അമ്മ വളരെ സ്നേഹമുള്ളവളാണ്....."

സാധാരണ യാത്ര കഴിഞ്ഞെത്തുമ്പോൾ സ്വന്തം വീട്ടിലേക്കായി ബടാ ഒന്നും വാങ്ങിക്കൊണ്ടുവരാറില്ല. വല്ലതും കൊണ്ടുവരുമെന്ന് ആ മക്കളോ ഭാര്യയോ പ്രതീക്ഷിക്കാറുമില്ല. വല്ലപ്പോഴും വീട്ടിലെത്തുന്ന അച്ഛനെയും ഭർത്താവിനെയുമാണ് അവർക്കാവശ്യം. ഏതെല്ലാം നാട്ടിൽ സഞ്ചരിച്ചെന്നോ... എന്തെല്ലാം കണ്ടെന്നോ.... അവർ ചോദിക്കാറില്ല. സമയം കിട്ടിയാൽ അയാൾ തന്നെ അല്പസ്വല്പം പറഞ്ഞു കേൾപ്പിക്കും.

വാർത്തയറിയാൻ താമസിച്ച ചിലർ ബടായെ അന്വേഷിച്ചെത്തി. ബടാ അവരെ ഭക്ഷണത്തിന് ക്ഷണിച്ചു.....

"വേണ്ട....വേണ്ട.... നിങ്ങൾ കഴിക്ക്......"

അവർ വരാന്തയിൽ കാത്തിരുന്നു.

ബടാ സംഗതി ചുരുക്കിപ്പറഞ്ഞു കൊടുത്തു....

"നീരാനയെന്ന് കേട്ടാൽ മതി... അവിടത്തെ ജനങ്ങൾ അത്ഭുതത്തോടെ നോക്കിനില്ക്കും......"

കേൾക്കുന്നവർ അഭിമാനം കൊണ്ടു....

ആ രണ്ടുമാസത്തിനുള്ളിൽ നാട്ടിൽ സംഭവിച്ച കാര്യങ്ങളെന്തൊക്കെയാണെന്ന് ബടാ ചോദിച്ചു മനസ്സിലാക്കി. ഭൂപ്രമാണിമാരുടെ കീഴിൽനിന്നും മോചിതരായ അടിമകൾ എല്ലുമുറിയെ പണിയെടുത്തു. വയലുകൾ വിളഞ്ഞു കിടക്കുകയാണ്.

"കൊയ്ത്തിനു മുമ്പ് നേതാവിനെ കൂട്ടിക്കൊണ്ടുവരണം...." ഏകശബ്ദത്തിൽ അവർ പറഞ്ഞു.

"ഇത്തവണ ഞങ്ങളും വരുന്നു...." ചിലർ പറഞ്ഞു.

"അതെല്ലാം സാവധാനം തീരുമാനിക്കാം. ഞാനല്പം വിശ്രമിക്കട്ടെ....."

ജനങ്ങൾ യാത്ര പറഞ്ഞു....

വെയിൽ കത്തിയെരിയുകയാണ്. ഭയങ്കരചൂട്....

ഉഷ്ണകാലത്ത് നിലത്ത് മലർന്നുകിടക്കുന്നതാണ് ബടായ്ക്കിഷ്ടം.

"വെയില് കുറയുമ്പോൾ വിളിക്കണം. രാജഗൃഹത്തിൽ മൂത്തവരുടെ സഭയുണ്ട്." അയാൾ ഭാര്യയോട് നിർദ്ദേശിച്ചു.

കുട്ടികൾ വെയിൽ വകവെക്കാതെ കളിക്കാൻ പോയി....

കൈ തലയിണയാക്കി മലർന്നുകിടക്കുന്ന ഭർത്താവിനെ നോക്കിക്കൊണ്ട് ഭാര്യ ചുമര് ചാർന്നിരുന്ന് നെടുവീർപ്പിട്ടു....

രാജഗൃഹത്തിലേക്ക് പുറപ്പെടാനൊരുങ്ങിയപ്പോൾ നെഫറുറാ വന്നു....

"രാജഗൃഹത്തിലേക്ക് പുറപ്പെടുകയാണ്...." ബടായുടെ ഭാര്യ അറിയിച്ചു.

"എങ്കിൽ ഞാൻ പിന്നെ വരാം....."

സംസാരം കേട്ട് ബടാ അകത്തുനിന്നും വിളിച്ചുപറഞ്ഞു:

"ഇരിക്ക് നെഫറുറാ... സുഖം തന്നെയല്ലേ....?"

"അതേ..... നിങ്ങൾക്കോ.....?"

"സുഖംതന്നെ......"

"ചേട്ടനെങ്ങനെയുണ്ട്.....?"

"സുഖത്തിൽതന്നെയുണ്ട്. കൊട്ടാരത്തിലെ ആതിഥ്യം സ്വീകരിച്ച് മടുത്തിരിക്കയാണ്. സെഡ് ഉത്സവം കഴിഞ്ഞതിന്റെ അടുത്തദിവസം തന്നെ ചേട്ടനെ കൂട്ടിക്കൊണ്ടുവരും....."

"കുറേപേർ പോകുന്നുണ്ടോ....?"

"തോണിയിൽ കൊള്ളുന്നത്ര....."

"ഞാനും വന്നോട്ടെ....?"

"ആരെല്ലാമാണ് പോകേണ്ടതെന്ന് ഇന്ന് തീരുമാനിക്കും. നിന്റെ കാര്യം ഞാൻ പറയാം...."

"ഈ ഒരുപകാരമെങ്കിലും ചെയ്തുതാ....."

"നെഫറുറേ...., കൊട്ടാരത്തിലേക്ക് നീ തന്ന ഭക്ഷണപ്പൊതിയുണ്ടല്ലോ... എന്തൊരു രുചിയായിരുന്നെന്നോ....?"

"ചേട്ടനും ഇഷ്ടപ്പെട്ടോ.....?"

"ചേട്ടനും അനുജനും രണ്ടുപേരും ഇഷ്ടപ്പെട്ടു. ഇവളെന്താണുണ്ടാക്കിയിരിക്കുന്നതെന്ന് തിന്നുനോക്കാനായി ചേട്ടൻ പറഞ്ഞു. ഞാൻ തിന്നുനോക്കി. ഇത് മനുഷ്യസ്ത്രീയുണ്ടാക്കിയതല്ല. ഏതോ മായാവിയുണ്ടാക്കിയതാണെന്ന് ഞാൻ പറഞ്ഞു. ഞങ്ങളൊരു കാര്യം ആലോചിക്കുന്നുണ്ട് നഫെറുറേ. നമ്മുടെ തോണിക്കടവിൽ പീടികകൾ നീളത്തിൽ കെട്ടിയിടണമെന്ന് ഉദ്ദേശിക്കുന്നുണ്ട്. അതിലൊന്നിൽ നിന്നെക്കൊണ്ട് ഭോജനശാല തുറപ്പിക്കണമെന്നും വിചാരിക്കുന്നുണ്ട്....."

"ചേട്ടൻ സമ്മതിക്കോ....?"

"ഇത് ചേട്ടൻതന്ന നിർദ്ദേശമാണ്. അപ്പോൾ നദിയിലൂടെ പോകുന്ന എല്ലാ തോണികളും നമ്മുടെ തീരത്തടുക്കാതിരിക്കില്ല...."

നെഫറുറായുടെ മുഖം പ്രസന്നമായി...

"എന്റെ ജീവിതം സാർത്ഥകമായിത്തീരുമെന്ന് തോന്നുന്നു....."

"ഞാൻ രാജഗൃഹത്തിലേക്ക് ചെല്ലട്ടെ....." ബടാ ധൃതിയിൽ നടന്നു.

ബടാ പറഞ്ഞ കാര്യങ്ങൾ ഇതിനകം നാട്ടിലുടനീളം വ്യാപിച്ചിരുന്നു. രാജഗൃഹത്തിലേക്ക് നടന്നുപോകുന്ന നേതാവിന്റെ വലംകൈയായ ആ നാവികനെ ജാലകപ്പഴുതിലൂടെയും വാതിലിനിടയിലൂടെയും ജനം നോക്കിനിന്നു. ചിലർ വഴിവക്കിൽചെന്ന് സ്നേഹപൂർവ്വം വന്ദനം പറഞ്ഞു.

"ബടാ ചേട്ടാ.... ഹേ..... ബടാ ചേട്ടാ....."

വാക്ക് പറഞ്ഞ് നിന്നാൽ ഇരുട്ടും. പിന്നെ രാജഗൃഹത്തിലെത്തിച്ചേരാൻ വിഷമിക്കും. അയാൾ ദ്രുതഗതിയിൽ നടന്നു.

രാജഗൃഹത്തിനുചുറ്റും പച്ചപിടിച്ച പുൽമേടുകൾ. പൂന്തോട്ടത്തിൽ ചെടികളും ലതകളും നിബിഡമായി നില്ക്കുന്നു. പുഞ്ചിരിക്കുന്ന പൂക്കളിൽ ചിത്രശലഭങ്ങൾ പാറിനടക്കുന്നു. നിർവൃതികരമായ അന്തരീക്ഷം.....! ചേതോഹരമായ ആ പ്രപഞ്ചത്തിലേക്ക് നടന്നടുത്ത ബടാ സ്മാരകസ്തംഭത്തിനടുത്ത് ഒരു നിമിഷം നിന്നു. അടുത്തുള്ള വള്ളിക്കുടിലിനു കീഴിൽ അപരിചിതനായ ഒരു വൃദ്ധൻ ഇരിക്കുന്നു. ബടായെ കണ്ട് അയാൾ പുഞ്ചിരിച്ചുകൊണ്ടെഴുന്നേറ്റു. അയാൾക്കെന്തോ പറയണമെന്നുണ്ട്. നിന്നാൽ പറ്റില്ലെന്നു കരുതി ബടാ ഒഴിഞ്ഞുമാറി നടന്നു....

രാജഗൃഹത്തിന്റെ മട്ടുപ്പാവിൽ തേൻതൊട്ടി തൂങ്ങിനിന്നിരുന്നു.....

സഭാങ്കണത്തിൽ സെമയും, ഥാനിസും, ഹെമോനും, ഹെംടിയും,

സ്നോഫ്രുവും, സെബക്ഖുവും സംസാരിച്ചുകൊണ്ടിരുന്നിരുന്നു. പുറത്തുനില്ക്കയായിരുന്ന ഇപ്യൂവർ പല്ലുമുഴുവൻ വെളിയിൽകാട്ടി ബടായെ സ്വീകരിച്ചു. സഭാങ്കണത്തിന്റെ അറ്റത്ത് ഒരു കാവൽഭടനുമായി സംസാരിക്കയായിരുന്ന ഖ്നേംഹോടെപ് ഭടനെ പറഞ്ഞയച്ച് ബടായുടെ അടുത്തെത്തി.

മൂത്തവരുടെ അരികിലിരുന്നുകൊണ്ട് ബടാ പറഞ്ഞു:

"അല്പം താമസിച്ചുപോയി. തോണിക്കാരനായ ബടായോട് ജനങ്ങൾക്ക് ഇത്ര സ്നേഹമുണ്ടെന്ന് ഇന്നാണ് മനസ്സിലായത്. എല്ലാവർക്കും വിവരമറിയണം. പുറപ്പെടാൻ നേരത്ത് നെഫറുറായും വന്നു...."

"അവൾക്കെന്താ വേണ്ടത്.....?" ഹെംടി ചോദിച്ചു.

"ഇനിയെന്തൊക്കെയാണ്.....? ചേട്ടന് സുഖംതന്നെയല്ലേ? കൂട്ടിക്കൊണ്ടുവരാൻ കുറേപ്പേർ പോകുന്നോ? ഞാനും വരട്ടെ......?"

ഒച്ചയുണ്ടാക്കാതെ എല്ലാവരും ചിരിച്ചു.

"തേൻതൊട്ടി കണ്ടു. നമ്മുടെ തോട്ടം നിറഞ്ഞിട്ടുണ്ടല്ലോ." ബടാ പറഞ്ഞു.

സെബക്ഖുവാണ് ആ തോട്ടം നിർമ്മിച്ചത്. അയാൾ പുഞ്ചിരിയോടെ പറഞ്ഞു: "വൈകുന്നേരമായാൽ ആളുകൾ കാറ്റുകൊള്ളാൻ വന്നിരിക്കാറുണ്ട്....."

"ആ വള്ളിക്കുടിലിനടുത്ത് ഒരാളെക്കണ്ടല്ലോ....?"

"വയസ്സനല്ലേ.....?"

"ഉം....."

"അത് ശില്പി നെഖെൻ ആണ്. ഇവിടെ വന്നിട്ട് ഒരു മാസമായി. എത്ര ഉയരത്തിലുള്ള പ്രതിമകൾ വേണമെങ്കിലും ഉണ്ടാക്കുമത്രെ. അയാൾ പറഞ്ഞതെന്താണെന്നോ..... 'എവിടെയോ ജനിച്ച് എങ്ങോ വളർന്ന ഒരു കലാകാരനാണ് ഞാൻ. വിശപ്പടക്കാനായി ആരുടെയെല്ലാമോ പ്രതിമകൾ കൊത്തിയുണ്ടാക്കി. എൺപതു വയസ്സായി. ഇനിയും പത്തിരുപതുകൊല്ലം ഉളിപിടിക്കാൻ കഴിയും. ഈജിപ്തിലുള്ള താമസം വേണ്ടെന്നുവച്ച് ദക്ഷിണഭാഗത്തേക്ക് പുറപ്പെട്ടതായിരുന്നു. അതിനിടയിലാണ് വിപ്ലവവാർത്തയറിഞ്ഞത്. ആ നാട് ഒന്ന് കാണണമെന്നുവച്ച് പുറപ്പെട്ടതാണ്. ഈ നാട് കണ്ട് ഞാനാനന്ദം കൊള്ളുകയാണ്.... ഞാൻ സ്വപ്നംകണ്ട നാടാണിത്. ഇനിയുള്ള കാലം ഇവിടെതന്നെ കഴിയണമെന്നാണ് ആശിക്കുന്നത്....."

ശില്പി നെഖെൻ അവരുടെ നേർക്ക് നടന്നടുക്കുന്നുണ്ടായിരുന്നു.

നീണ്ട കൈകളുള്ള ദീർഘകായൻ. പാറിക്കളിക്കുന്ന നരച്ച തലമുടി. ഉയർന്ന നാസിക. ആഴത്തിലാണെങ്കിലും തേജസ്സുള്ള മിഴികൾ. സമ്പന്നവർഗ്ഗത്തിലാണോ ജനിച്ചതെന്ന് തോന്നിപ്പിക്കുന്ന ഇളംചുവപ്പ് നിറം.

"വരൂ...." ബടാ ക്ഷണിച്ചു.

ബടായുടെ സമീപത്തിരുന്നുകൊണ്ട് അയാൾ ചോദിച്ചു:

"നിങ്ങൾ ബടായല്ലേ.....?"

"അതേ....."

"കണ്ടപ്പോൾതന്നെ ഞാനൂഹിച്ചു. ആ കാവൽഭടനും പറഞ്ഞു നിങ്ങളാണ് ബടായെന്ന്. സംസാരിക്കണമെങ്കിൽ ഇപ്പോൾതന്നെ പോകണമെന്നും പിന്നീട് സഭയുണ്ടെന്നും ആ ഭടൻ അറിയിച്ചു. അതാണ് ഉടനെ പുറപ്പെട്ടത്. ഉച്ചയ്ക്കാണ് നിങ്ങൾ വന്നതറിഞ്ഞത്. കല്പണിക്കാരനായ ഹപുവിന്റെ വീട്ടിലാണ് ഞാൻ താമസിക്കുന്നത്...."

"ഇപ്പോൾ സഭ ചേരുകയല്ലേ....?" സെമ പറഞ്ഞു.

"എന്നാൽ ഞാൻ പിന്നെ കണ്ടോളാം, അല്ലെങ്കിൽ നാളെയാവട്ടെ...."

"ഞാൻ നാളെ രാവിലെ ഹപുവിന്റെ വീട്ടിൽ വരാം....." ബടാ പറഞ്ഞു.

"വരുമല്ലോ....?" സ്നോഫ്രു പറഞ്ഞു: "അത്ഭുതശില്പങ്ങളാണ്....."

നെഖെൻ പതുക്കെ ചിരിച്ചു.

"ഞാനിറങ്ങാം. സഭയ്ക്ക് തടസ്സം നില്ക്കുന്നില്ല...."

അയാളെഴുന്നേറ്റ് ഉറച്ച കാൽവെപ്പുകളോടെ ഉദ്യാനത്തിലേക്ക് നടന്നു.

"വലിയൊരു മനുഷ്യൻ....!" സ്നോഫ്രു പറഞ്ഞു. "ഏത് ഉറപ്പുള്ള കല്ലും ഇയാളുടെ കൈയിൽ മാർദ്ദവമുള്ളതായിത്തീരും. ഇയാളുടെ ഉളിയേറ്റാൽ വഴങ്ങാത്ത കല്ലുകളുണ്ടാവില്ല....! അവ സുന്ദരമായ സൃഷ്ടികളായി മാറുന്നു....! ഇപ്പോൾ ഒരു നീരാനയെ നിർമ്മിക്കുകയാണ്....."

ബടായുടെ ഹൃദയം വിജ്രംഭിച്ചു.

"അമ്മാവാ.... നിങ്ങളുടെ പ്രതിമകൾക്ക് കൊട്ടാരത്തിൽ ധാരാളം ആവശ്യക്കാരുണ്ട്. കച്ചവടക്കാരൻ അപോഫീസും പൂജാരി ഇനേനിയും ഏല്പിച്ചിരിക്കയാണ്. മഹാശില്പി സ്നോഫ്രു നിർമ്മിച്ച വിഗ്രഹങ്ങൾ ഒരു തോണിനിറയെ കൊണ്ടുചെല്ലണമത്രെ...."

"കെഫ്ടുവായിരിക്കും അവിടെ കൊടുത്തിരിക്കുക...."

"അയാൾതന്നെ. ഒരിക്കലെന്തുണ്ടായെന്നറിയോ....?"

"ബടാ.... അതുമിതും പറഞ്ഞ് സമയം കളയണ്ട. നിങ്ങളിവിടെനിന്ന് പോയതിനുശേഷം ഇതുവരെയുള്ള കാര്യങ്ങൾ വേഗത്തിൽ പറഞ്ഞുതീർക്ക്..." സെമ പറഞ്ഞു.

"അതെ...." ഹെംടി അനുകൂലിച്ചു.

ബടായുടെ ഓരോ വാക്കും വിഴുങ്ങുന്നതിന് ഇപ്യൂവർ വായതുറന്നിരുന്നു.

"എന്താ.....? ഇതൊന്നും എഴുതുന്നില്ലേ....?" ബടാ ചോദിച്ചു.

ഇപ്യൂവർ വെപ്രാളത്തോടെ മൂത്തവരെ നോക്കി.

"തമാശയ്ക്ക് പറഞ്ഞതാണ്. ഇത് രഹസ്യചർച്ചയാണ്. എഴുതണ

മെന്നില്ല....” ബടാ പറഞ്ഞു.

നേതാവിന് ലഭിച്ച സ്വീകരണം....., മന്ത്രിയുമായുള്ള കൂടിക്കാഴ്ച...., ഫെറോ സന്ദർശനം....., ഭ്രാന്തൻമെന്ന....., നേതാവിന്റെ സ്വപ്നം....., (സ്വപ്നത്തിൽ കണ്ട വൃദ്ധൻ ഹെംടിയെപോലെയുണ്ടായിരുന്നെന്ന് ബടാ പറഞ്ഞില്ല) സെഡ് ഉത്സവം താമസിക്കാനുണ്ടായ കാരണം..... അധികാരത്തിനുള്ള വടംവലി...., സറുസദസ്സ്...., ഫെറോവിന്റെ സല്ക്കാരം...., മൂത്തവരുടെ ഉപദേഷ്ടാവായ ഹെഖ്വെട്...., അയാൾ പൂജാരിയെ കൂട്ടിക്കൊണ്ടുവരുന്നതിന് ആൻ നഗരത്തിലേക്ക് പുറപ്പെട്ടത്..... എല്ലാം അയാൾ വിവരിച്ചു.

ചിരിക്കാൻ വകനല്കുന്ന സംഗതികളും ധാരാളമായിരുന്നു. നേതാവും മന്ത്രിയും സംസാരിച്ചുകൊണ്ടിരിക്കുമ്പോൾ നുട്മോസ് അകത്തുകടക്കാൻ ശ്രമിച്ച് ചീത്തകേൾക്കേണ്ടിവന്നത്..... നഗരോദ്യാനം കാണാൻ ചെന്നപ്പോൾ കൊട്ടാരം ഭടന്മാർക്ക് വന്നുപെട്ട അമളി.... ബെക്കുവിനും ഔട്ടക്കും നടത്തിയ ചികിത്സ.... തന്റെ ഓടക്കുഴൽ വിളികേട്ട് കൊട്ടാരം ജോലിക്കാർ തടിച്ചുകൂടിയത്.....

തങ്ങളുടെ നേതാവിനെ കൊട്ടാരം ഉചിതമായി ബഹുമാനിച്ചതറിഞ്ഞ് ഏവരും ആശ്വസിച്ചു. എങ്കിലും നേതാവിന് കൊട്ടാരത്തിൽ നിന്നും വരാനൊത്തില്ലല്ലോ എന്ന ചിന്ത അവരെ ഉൽക്കണ്ഠാകുലരാക്കി.....

“ഒരുകാര്യം ചേട്ടൻ പ്രത്യേകം പറഞ്ഞിട്ടുണ്ട്.... ‘വ്യക്തിപരമായി എനിക്കെന്ത് സംഭവിക്കുന്നുവെന്നത് ഒരു പ്രശ്നമല്ല ബടാ.... നീരാന പ്രദേശത്തെ ജനങ്ങൾക്ക് സമാധാനത്തോടെ ജീവിക്കാൻ കഴിയണം.... ഇതിന് രാജധാനിയുടെ സഹായം അത്യാവശ്യമാണ്. ആ ശുഭകാര്യത്തിനുവേണ്ടി ഞാനിവിടെയിരുന്ന് യത്നിക്കും.... നാട്ടിലുള്ളവർക്ക് ഈ സന്ദേശമെത്തിക്കുക.....”

ബടായുടെ ശബ്ദത്തിൽ നേതാവിന്റെ വാക്കുകൾ....

ഖ്നേംഹോടെപിന്റെ കണ്ഠം ഇടറി.....

“വ്യക്തിപരമായി എനിക്കെന്തു സംഭവിക്കുന്നുവെന്നത് ഒരു പ്രശ്നമല്ല. എന്നു പറഞ്ഞാൽ.... അതിന്റർത്ഥം....? ചേട്ടന് വല്ലതും സംഭവിച്ചാൽ നൈൽ നദിയാകെ കത്തിജ്ജ്വലിച്ച് ആളിപ്പടരും.....”

എല്ലാവരുടെയും മനസ്സിലെ സങ്കടങ്ങൾ ഖ്നേംഹോടെപിലൂടെ പ്രകടമായെന്നുമാത്രം....

സെമ സാവധാനത്തിൽ പറഞ്ഞു....

“മെനെപ്പടാ നമ്മെ വിട്ടുപോയിട്ട് മൂന്നുമാസാകാറായി. കൊയ്ത്തിന് നേതാവുണ്ടാകതന്നെ വേണം. ഇനി അധികനാളില്ല. സെഡ് ഉത്സവം നടക്കയോ നടക്കാതിരിക്കയോ ചെയ്യട്ടെ. നേതാവിനെ എങ്ങനെയും കൂട്ടിക്കൊണ്ടുവരണം....”

“മൂത്തവരുടെ സഭ ഏകകണ്ഠമായെടുത്ത തീരുമാനമാണിതെന്നറിയിച്ചാൽ മെനെപ്പടാ സമ്മതിക്കാതിരിക്കില്ല.” ഹെമോൻ പറഞ്ഞു.

“അമ്പത് യോദ്ധാക്കളെയും കൊണ്ട് ഞാൻ തന്നെ പോയിവരാം.” ഖ്നേംഹോടെപ് പറഞ്ഞു.

“കൊട്ടാരം ആക്രമിക്കാനാണ് പോകുന്നതെങ്കിൽ അമ്പതോ നൂറോ ഭടന്മാർ മതിയാകില്ല. അതിർത്തിയിൽനിന്ന് അവരുടെ സൈന്യം തിരികെ വന്നാലോ....? കൂടാതെ നമ്മുടെ കൈയിൽ ആയുധങ്ങളുമില്ല.....” ഹെംടി അഭിപ്രായപ്പെട്ടു.

“ആ കെഫ്ടു വന്നതേയില്ലല്ലോ....” ഖ്നേംഹോടെപ് നിസ്സഹായത പ്രകടിപ്പിച്ചു. ഈ വിഷമങ്ങൾക്കെല്ലാം കാരണക്കാരൻ അയാളാണെന്ന് ഖ്നേംഹോടെപിനുതോന്നി.

“ബടാ..., നീയെന്ത് പറയുന്നു.....?” ഥാനിസ് ചോദിച്ചു.

“ചേട്ടാ.... അന്ന് ഞങ്ങൾ പുറപ്പെട്ടപ്പോൾ....മുമ്പ് അബ്ടുവിലേക്ക് വന്നവരെല്ലാം ഞങ്ങളും വരുന്നെന്ന് പറഞ്ഞിരുന്നു. വേണ്ടെന്ന് പറഞ്ഞപ്പോൾ വിളിച്ചുകൊണ്ടുവരാനെങ്കിൽ ഞങ്ങൾ വരാതിരിക്കില്ലെന്ന് പറഞ്ഞത് നിങ്ങൾക്കോർമ്മയുണ്ടാകുമല്ലോ....? അവർ രാജധാനിയിലെത്തിയാൽ ചേട്ടനും സന്തോഷിക്കും.....”

ഒരു നിമിഷത്തേക്ക് ആരും ഒന്നും ഉരിയാടിയില്ല.

ബടാ തുടർന്നു...

“ഔട്ടയും ബെക്കുവും ചേട്ടനെ നോക്കിക്കൊള്ളും. ഞങ്ങൾ ചെന്ന് സമിതിയുടെ തീരുമാനമറിയിച്ച് മനസ്സ് മാറ്റി കൂട്ടിക്കൊണ്ടുവരാം.....”

“ആകട്ടെ. എന്ത് പറയുന്നു.....?” സെമ മറ്റുള്ളവരുടെ മുഖത്തേക്ക് നോക്കി.

എല്ലാവരും സമ്മതം മൂളി.

“എങ്കിൽ നാളെ രാവിലെ തന്നെ വിളംബരപ്പെടുത്തണം. ഉൾനാട്ടിലേക്ക് ദൂതരെ അയക്കാം. യാത്രക്കാരെല്ലാം ഒത്തുചേരാൻ രണ്ടുമൂന്നുദിവസം പിടിക്കും.....”

ബടാ ഖ്നേംഹോടെപിന്റെ ചുമലിൽ കൈവച്ചു. ആ കരസ്പർശത്തിൽ സേനാപതിയുടെ ഹൃദയം ആർദ്രമായി.....

“ഇന്ന് തോട്ടത്തിലാരും വന്നില്ലെന്ന് തോന്നുന്നു. ഒച്ചയൊന്നും കേൾക്കുന്നില്ലല്ലോ....” എഴുന്നേല്ക്കുന്നതിനിടയിൽ ഹെംടി പറഞ്ഞു.

ആരോ ചിരിക്കുന്ന ഒച്ച ഇപ്പൂവർ കേട്ടു. അയാളെഴുന്നേറ്റ് തോട്ടത്തിനടുത്തേക്ക് നടന്നു. നിമിഷംകൊണ്ട് തിരികെയെത്തി. എല്ലാവരും കേൾക്കെ പറഞ്ഞു...., തോട്ടത്തിൽ ജനങ്ങൾ നിറഞ്ഞിരിക്കയാണ്. ബടാ ചേട്ടന്റെ തോണിക്കാർ അവരോട് രാജധാനിയിലെ വിശേഷങ്ങൾ വിവരിക്കയാണ്.....”

“ഉം....” ഹെമോൻ മൂളി.

ബടാ സഭാങ്കണത്തിലുള്ള സിംഹത്തിന്റെ പുറം തലോടിക്കൊണ്ട് ഖ്നേംഹോടെപിനോട് പറഞ്ഞു:

"മെനെപ്പടാ ചേട്ടനെ അടിച്ചുകൊല്ലാനാക്കിയെന്ന് ബകില കൊട്ടാരത്തിൽ ചെന്ന് വീമ്പിളക്കിയിരുന്നുപോലും. വിഡ്ഢി.....! അവിടെയെങ്ങും കണ്ടതേയില്ല....! ടെഹുടിയുടെ കൂടെ അങ്ങ് ഉത്തരഭാഗത്തെവിടെയോ പോയിരിക്കയാണത്രെ. പ്രധാനപൂജാരി തോറ്റാൽ ടെഹുടിയുടെ ചിറക് കൊഴിയും..... ബകിലന്റെ ഹുങ്കും നിലയ്ക്കും....."

മൂത്തവരെഴുന്നേറ്റത് തോട്ടത്തിലുള്ളവരുടെ കണ്ണിൽ പെട്ടു.....

"ഇന്നിത്രമതി. ബാക്കി നാളെ പറയാം. ബടാചേട്ടൻ ചീത്തപറയും ...." തോണിക്കാരൻ പറഞ്ഞു.

അവർ പിരിഞ്ഞുപോയി.

അടുത്തദിവസം രാവിലെ ബടാ നെഫീസിനെ കണ്ട് സമിതിയുടെ തീരുമാനമറിയിച്ചു...

"അബ്ടു യാത്രക്കാരെന്നു പറഞ്ഞാൽ ഞാനുമുണ്ടാകണം..... അല്ലേ....?"

"ഇത് ഒമ്പതാം മാസമല്ലേ....? യാത്ര പാടില്ലല്ലോ.....?"

"എന്നാൽ ഞാൻ വന്നോട്ടെ....?" രാമേരിപ്പടാ ചോദിച്ചു.

ബടാ നെഫീസിനെ നോക്കി...

"വേണമെങ്കിൽ പോയിവാ....."

രാമേരിപ്പടാ ഇമകൾ മേലോട്ടും കീഴോട്ടും ചലിപ്പിച്ചുകൊണ്ട് പറഞ്ഞു....

"ഇല്ലില്ല... അമ്മയെ നോക്കണമെന്ന് അച്ഛൻ പ്രത്യേകം പറഞ്ഞിട്ടുണ്ട്. ഞാൻ പോകുന്നില്ല....."

ആ ശബ്ദത്തിൽ നൊമ്പരം നിഴലിച്ചിരുന്നു....

രാജധാനിയിൽനിന്ന് താൻ പുറപ്പെടുന്ന ദിവസം നടന്ന സംഭാഷണം ബടായ്ക്ക് ഓർമ്മവന്നു....."റൊട്ടി തട്ടുന്നതും ശ്രേഷ്ഠമായ വിദ്യയാണ് ബടാ" തന്റെ ഒരു മകളെങ്കിലും ഈ വിദ്വാന്റെ പത്നിയായിരുന്നെങ്കിൽ....? മെനെപ്പടാ വേണ്ടെന്ന് പറഞ്ഞില്ല. തമാശയ്ക്ക് പറഞ്ഞതാണ്. നെഫീസിനെ അറിയിക്കണോ....? ഇപ്പോൾ പറയുന്നത് ശരിയല്ല. പിന്നീടാകട്ടെ....

"ചേട്ടനെന്താ ആലോചിക്കുന്നത്....?"

"ഏയ്.... ഒന്നുമില്ല..... ഈ മകനും അച്ഛനെപ്പോലെ മഹാനായിത്തീരുമെന്ന് പറയാനോങ്ങിയതായിരുന്നു....."

നെഫീസ് വാത്സല്യത്തോടെ മകനെ നോക്കി.

രാമേരിപ്പടായുടെ കൂട്ടുകാർ കളിക്കാനെത്തിച്ചേർന്നു. അവരോടൊപ്പം അവൻ പുറത്തേക്കോടിപ്പോയി.

"എന്തുകാര്യം ചെയ്യുമ്പോഴും ലിപിച്ചുരുളിൽ അങ്ങനെയുണ്ട്.... ഇങ്ങനെയുണ്ട് എന്ന് പറഞ്ഞുകൊണ്ടിരിക്കും. ഇതെല്ലാം വായിച്ച് മനപ്പാഠമാക്കുന്നതെപ്പോഴാണോ എന്തോ....സദാസമയവും കളിയാണ്....."

‘‘ഓർമ്മശക്തിയുണ്ട്. ഒരിക്കൽകേട്ടാൽമതി.... രാമേരിക്ക് മറന്നുപോവില്ല......”

“അവന്റെ അച്ഛന്റെ സ്വഭാവവും അതാണ്.....”

“ഞാനിറങ്ങട്ടെ ചേട്ടത്തീ.....”

“എന്താ ഇത്ര തിരക്ക്....? കുറച്ചിരുന്നിട്ട് പോയാൽ പോരെ....?”

“നെഖെനെന്ന് പേരുള്ള ഒരു ശില്പി വന്നിട്ടുണ്ടല്ലോ.....”

“രാമേരി എനിക്ക് കാട്ടിത്തന്നിരുന്നു......”

“ഇന്നലെ ഞാൻ കണ്ടിരുന്നു. ഇന്ന് അയാളെ കാണാൻ ചെല്ലാമെന്ന് പറഞ്ഞിട്ടുണ്ട്......”

“പ്രതിമകൾ കൊത്തിയുണ്ടാക്കുമത്രെ. മുമ്പ് പെപൈറസ് തോണിയുണ്ടാക്കുന്നവർ വന്നു. ഇപ്പോൾ ശില്പിയും എത്തി. എല്ലാവർക്കും നീരാന പ്രദേശത്ത് വന്നെത്താനുള്ള വെമ്പലാണ്.....”

“അതേ ചേട്ടത്തീ....! നാളെ ചിത്രകാരന്മാരും.... സ്വർണ്ണാഭരണങ്ങളുണ്ടാക്കുന്നവരും വന്നുചേരും.....!”

“എല്ലാം സുന്ദരമായൊരു സ്വപ്നംപോലെ തോന്നുകയാണ്.....! ഏതായാലും ശില്പിയെ കണ്ടുവാ. രാത്രി നിങ്ങൾക്കും കുടുംബത്തിനും ഇവിടെയാണ് ഭക്ഷണം.... റൊട്ടി ചുടുന്നതിന് നെജമുടിനെ വിളിക്കുന്നുണ്ട്. രാജധാനിയിൽ നേതാവ് എന്തെല്ലാമാണ് ചെയ്തതെന്ന് വിവരിച്ചു പറഞ്ഞു കേൾപ്പിക്കണം....”

“ശരി.... ചേട്ടത്തി....”

ശില്പിയെ കാണാൻ ചെന്ന ബടായെ ഹപു സ്വീകരിച്ചു....

‘‘നെഖെനിനെ കാണാനെങ്കിലും ഈയുള്ളവന്റെ കുടിലിൽ വന്നല്ലോ....”

നെഖെൻ നിർമ്മിച്ച മനോഹരമായ പ്രതിമകൾ കണ്ട് ബടാ ആശ്ചര്യപ്പെട്ടു.

ഹപു പുറത്തേക്കിറങ്ങാനുള്ള തിടുക്കത്തിലായിരുന്നു. അയാൾ പറഞ്ഞു.....

“തോണിക്കടവിലെ ഭിത്തി ഉയർത്തിക്കെട്ടി ഭദ്രമാക്കുന്നതിന് എത്ര കല്ല് വേണ്ടിവരുമെന്ന് മൂത്തവർ അന്വേഷിച്ചിരുന്നു. നേതാവ് വരുന്നതിനുള്ളിൽ കണക്ക് കൊടുക്കണമെന്ന് പറഞ്ഞിരിക്കയാണ്. ഇപ്യൂവറെയും കൂട്ടി ഞാൻ കടവിലേക്ക് ചെല്ലട്ടെ. നിങ്ങൾ സംസാരിച്ചുകൊണ്ടിരിക്ക്.”

ഹപു നടന്നകന്നു. ബടായുടെ ദൃഷ്ടി പ്രതിമകളിൽതന്നെ തങ്ങിനിന്നു. കൊയ്ത്തിന് ഒരുങ്ങിയ ഒരു കർഷകന്റെ പ്രതിമയാണ് ഒന്ന്. മറ്റൊന്ന് ആക്രമിക്കാനൊരുങ്ങിയ പുള്ളിപ്പുലിയുടെ നെഞ്ചിൽ കുന്തം കുത്തിയിറക്കിയ വേട്ടക്കാരന്റേത്. മൂന്നാമത്തേത് പിശാചുക്കളെ ഓടിക്കുന്ന സിംഹത്തലയുള്ള ഉയരം കുറഞ്ഞ ബെസ് ദേവതയുടെതാണ്.

അഭിനന്ദനം രേഖപ്പെടുത്തിക്കൊണ്ട് ബടാ പറഞ്ഞു.....

"ചേട്ടാ......നിങ്ങൾ ഞങ്ങളുടെ നാട്ടിൽ വന്നത് നന്നായി. ഈ കർഷകനെയും, വേട്ടക്കാരനെയും, ബെസ് ദേവതയെയും നേതാവ് അത്യധികം ഇഷ്ടപ്പെടും. സ്നോഫ്രുമാമനും നിങ്ങളെ വലിയ ബഹുമാനമാണ്....."

ശില്പിയുടെ മുഖത്തെ ഞരമ്പുകൾ വലിഞ്ഞു....

"എന്റെ സ്വന്തക്കാരെ അന്വേഷിച്ചുകൊണ്ട് ഏതെല്ലാം ദേശത്ത് ചുറ്റിത്തിരിഞ്ഞെന്നോ....? ഇവിടെയെത്തിയപ്പോൾ, ഇവരെയല്ലേ ഞാനിത്രയും നാൾ അന്വേഷിച്ച് നടന്നതെന്ന് തോന്നി.... ഇവിടെ സമത്വവും സാഹോദര്യവും കൈവന്നിരിക്കയാണല്ലോ....! മഹത്തായ ഒരു കാര്യമാണിത്.....!"

"നീരാനയുടെ പ്രതിമയുണ്ടാക്കുന്നുണ്ടെന്ന് പറഞ്ഞല്ലോ...."

മുറ്റത്ത് ഒരരികിൽ കീറത്തുണികൊണ്ട് എന്തോ മറച്ചു വച്ചിരിക്കുന്നത് ബടായുടെ കണ്ണിൽപ്പെട്ടു. മീതെ തണലിനു വേണ്ടി പനയോല മറച്ചു കെട്ടിയിട്ടുണ്ട്. ബടായുടെ ജിജ്ഞാസ കണ്ടറിഞ്ഞ നെഖെൻ പറഞ്ഞു....

"പൂർത്തിയായിട്ടില്ല. ഇപ്പോൾ കണ്ടാൽ ഭംഗിയായി തോന്നില്ല...."

"തോണി തയ്യാറാക്കുന്നതിന്റെ ആദ്യപടിയായി ചതുരപ്പലകകളോ പെപ്പൈറസ് തണ്ടുകളോ കൂട്ടിച്ചേർക്കുമ്പോൾ എങ്ങനെയുണ്ടാകുമെന്നാ ധരിച്ചിരിക്കുന്നത്.....?"

ശില്പി ചിരിച്ചു. അയാൾ കീറത്തുണികൾ വലിച്ചുമാറ്റി. ഉളിയുടെ മുനയേറ്റ് മിനുങ്ങിത്തുടങ്ങിയിരുന്ന വൃത്താകാരത്തിലുള്ള ഒരു കരിങ്കല്ലാണ് ബടായുടെ കണ്ണിൽ പെട്ടത്. അതിൽ നീരാനയുടെ സ്ഥൂലരൂപങ്ങൾ നിഴലിച്ചുതുടങ്ങിയിരുന്നു.

"രണ്ടാഴ്ചകൊണ്ട് പൂർത്തിയാവും. തോണിക്കടവിൽ ഒരു തറ കെട്ടി ഇതവിടെ സ്ഥാപിക്കണം....."

"അതേയതേ....."

"ബടാ ചേട്ടാ....., ഞാനൊന്നു ചോദിക്കട്ടെ....? ഇപ്പോൾ എന്നെ നിങ്ങളുടെ അതിഥിയായാണ് പരിഗണിച്ചിരിക്കുന്നത്. ആഹാരവസ്തുക്കൾ രാജഗൃഹത്തിൽനിന്നാണ് നല്കുന്നത്. ഇങ്ങനെ അതിഥിയായി കഴിയാൻ ഞാനിഷ്ടപ്പെടുന്നില്ല... നിങ്ങളുടെ കൂട്ടത്തിലുള്ള ഒരാളായി എന്നെയും കരുതണം. അതിന് ഇനിയും ഞാൻ കാത്തിരിക്കണോ....?"

ബടായുടെ മിഴികൾ ശില്പിയിൽ തന്നെ തങ്ങിനിന്നു.....

"നേതാവ് തിരിച്ചെത്തുന്നതുവരെ നിങ്ങൾ അതിഥിയാണ്. പിന്നീട് നിങ്ങളെന്നെ ചേട്ടാ എന്ന് വിളിക്കില്ല. മകനേ എന്നോ അനുജാ എന്നോ വിളിക്കും....."

"ആകട്ടെ എന്റെ ആഗ്രഹം ഇത്രമാത്രമാണ്.... ഉദ്യാനത്തിലെ സ്മാരകസ്തംഭത്തിന് ഒരു ശിലാപീഠം നിർമ്മിക്കണം..... ക്ഷേത്രമുറ്റത്ത്

നേതാവിന്റെ ഒരു പ്രതിമ കൊത്തിവെക്കണം....."

"പ്രതിമ കൊത്തിവെക്കാൻ ചേട്ടൻ സമ്മതിക്കില്ല. കൂടി വന്നാൽ അദ്ദേഹം എന്തുപറയുമെന്നോ.....?"

"എന്താ.....?"

"നാം അധികാരം പിടിച്ചടക്കുന്നതിനുവേണ്ടി നടത്തിയ പോരാട്ടത്തിൽ ശത്രുബാണമേറ്റ് മൃതിയടഞ്ഞത് നെയ്ത്തുകാരൻ അൻപുവാണ്. ആ അൻപുവിന്റെ പ്രതിമയാണ് നിർമ്മിക്കേണ്ടത്...."

"അൻപു.... കേട്ടിട്ടുണ്ട്.... നിർമ്മിക്കാമല്ലോ...."

"അതിന് അയാൾ ജീവിച്ചിരിപ്പുണ്ടോ.....?"

"മക്കളില്ലേ....?"

"ഉം. മൂത്തവൻ അച്ഛന്റെ തനിസ്വരൂപമാണ്....."

"ആദ്യം അൻപുവിന്റെ ഒരു ചിത്രം വരയ്ക്കാം. അത് നോക്കി പിന്നീട് പ്രതിമ നിർമ്മിക്കാം....."

"ശരി....ശരി...."

"അൻപുവിന്റേത് പൂർത്തിയാക്കിയശേഷം നേതാവിന്റെയും ഒന്ന് നിർമ്മിക്കണം. ഫെറോവിന്റെ പ്രതിമയ്ക്കുള്ളത്ര മഹത്ത്വംതന്നെ നേതാവിന്റെ പ്രതിമയ്ക്കുമുണ്ട്.

ബടാ ചിരിച്ചു....

"അത് ഇപ്പോൾ നിശ്ചയിക്കേണ്ട....."

"മതി. മതി. സാവധാനത്തിൽ മതി. ഈ ശരീരത്തിലെ രക്തത്തിന് ചൂടാറുന്നതിന് മുമ്പ്.... ഈ കൈകളിലെ ബലം ചോർന്നുപോകുന്നതിന് മുമ്പ് ആ ജോലി ചെയ്തുതീർക്കണം....."

"ക്ഷേത്രത്തിൽ ഒരു മണ്ഡപം നിർമ്മിച്ച് അതിൽ നമ്മുടെ ജനതയുടെ പോരാട്ടത്തിന്റെ കഥ കൊത്തിവച്ചാലോ...."

"മഹത്തായ കാര്യം.....! സമ്മതിച്ചിരിക്കുന്നു. ദിവ്യമായൊരു സൃഷ്ടിയായിരിക്കുമത്....."

"എന്തോ.... മനസ്സിൽ തോന്നിയത് പറഞ്ഞെന്നേയുള്ളൂ. ചേട്ടൻ വന്നതിനുശേഷമേ ഏതും തീരുമാനിക്കൂ...."

"ആകട്ടെ.... തിടുക്കമില്ല...."

ബടാ യാത്ര പറഞ്ഞിറങ്ങി....

വിളംബരക്കാരൻ നാടെല്ലാം ചുറ്റിനടന്നു.... ദൂതന്മാർ ഉൾനാടുകളിലേക്ക് പോയി.

നെഫെറുറാ പറഞ്ഞു....

"അബ്ടു യാത്രക്കാർ ഭാഗ്യവാന്മാരാണ്. ഇരിക്കട്ടെ.... എന്നെങ്കിലുമൊരിക്കൽ ചേട്ടനോടൊപ്പം ഞാനും യാത്രചെയ്യും....."

രാത്രിഭക്ഷണത്തിന് ബടായെ മാത്രമല്ല....സ്നോഫ്രുവിനെയും സെബെക്ഖുവിനെയും കുടുംബസമേതം നെഫീസ് ക്ഷണിച്ചിരുന്നു.

ഖ്നേംഹോടെപും പത്നീസമേതം എത്തിച്ചേർന്നു.

അടുക്കളജോലി മുഴുവൻ നെജമുട് ചെയ്തു. തബബുവാ സഹായിച്ചു.

രാജധാനിയിലെ രോമാഞ്ചകമായ അനുഭവങ്ങൾ എത്ര തവണ ആവർത്തിച്ചിട്ടും ബടായ്ക്ക് മതിയായില്ല. കേട്ടിട്ടും കേട്ടിട്ടും ശ്രോതാക്കൾക്കും മടുപ്പുണ്ടായില്ല.

നെജമുട് സ്വരമുയർത്തി പറഞ്ഞു:

''ചേട്ടനെ കൂട്ടിക്കൊണ്ടുവരാൻ അബ്ടുയാത്രക്കാർ മാത്രം പോയാൽ മതിയെന്നാണല്ലോ തീരുമാനിച്ചിട്ടുള്ളത്. അങ്ങനതന്നെ നടക്കട്ടെ. എന്നാൽ രാമേരിപ്പടായെ കൂടാതെ പോകുന്നത് ഒരിക്കലും ശരിയല്ല. അവനും അബ്ടുവിൽ പോയിരുന്നല്ലൊ....? മറ്റവസരത്തിലായിരുന്നെങ്കിൽ നെഫീസും വരുമായിരുന്നു....."

ഒരു വശത്ത് നില്ക്കയായിരുന്ന രാമേരിപ്പടാ ഗാംഭീര്യം നടിച്ചു. മൂത്തവർ ഇളയവനെക്കുറിച്ച് സംസാരിക്കയാണ്. അവന് അഭിമാനമുണ്ടായി.

ബടാ ചിരിച്ചുകൊണ്ടു പറഞ്ഞു.

"അമ്മയെ നോക്കണമെന്ന് അന്ന് അച്ഛൻ രാമേരിയോട് പറഞ്ഞിട്ടുണ്ടത്രെ...."

നെജമുടിന്റെ സംസാരം അച്ഛനെ കാണാൻ പോകാനുള്ള ആശ രാമേരിയിൽ വീണ്ടും അങ്കുരിപ്പിച്ചു. പക്ഷേ, ബടാമാമൻ പരിഹസിച്ചപ്പോൾ അവൻ തെല്ല് ദേഷ്യത്തോടെ പറഞ്ഞു:

"അതേ...അതേ.... അച്ഛൻ പറഞ്ഞിട്ടുണ്ട്....."

"ദേഷ്യം വന്നോ...? രാമേരീ...., അമ്മയെ ഞങ്ങൾ നോക്കിക്കൊള്ളും ... നീ പോയി അച്ഛനെ കൂട്ടിക്കൊണ്ടുവാ...." സ്നോഫ്രു പറഞ്ഞു.

"പോയിവാ രാമേരീ...." നെഫീസ് സമ്മതം മൂളി.

രാമേരിപ്പടാ ആനന്ദംകൊണ്ട് വീർപ്പുമുട്ടി. ഒഴുകാൻ വെമ്പിയ ഹർഷാശ്രു ഒതുക്കിപ്പിടിച്ചുകൊണ്ട് അവൻ പുഞ്ചിരിച്ചു.

അബ്ടുയാത്രക്കാർ വന്നുചേർന്നുതുടങ്ങി.

അഹൂറ മകളെയും ഭർത്താവിനെയും കൂട്ടി എത്തിച്ചേർന്നു. ഇത്തവണയും അവൾ ഖിവം കൊണ്ടുവന്നു. ഉൾനാടുകളിലുള്ളവരും എത്തിച്ചേർന്നു. നാല്പതോളം പേർക്ക് പത്തുപതിനഞ്ചുദിവസത്തേക്കു വേണ്ട ഭക്ഷണപ്പൊതികളും തയ്യാറാക്കി.

അടുത്തദിവസം വൈകുന്നേരം യാത്ര പുറപ്പെടാമെന്ന് നിശ്ചയിക്കപ്പെട്ടു.

ബടാ ഇളയമകളോടൊപ്പം കളിച്ചുകൊണ്ടിരുന്നപ്പോൾ നെഖൈൻ കടന്നുവന്നു.

''നാളെ വൈകുന്നേരമാണ് യാത്ര.... അല്ലേ....?"

"അതേ..."

"നിങ്ങൾ പോകുന്നതിന് മുമ്പ് ഇത് കാണിക്കാമെന്ന് വച്ചാണ് വന്നത്...."

അയാളുടെ കക്ഷത്തിൽ കോലിൽ ചുറ്റിയ ഒരു തുണിച്ചുരുളുണ്ടായിരുന്നു. അത് നിവർത്തിയിട്ടു. ഒരു ചെറിയ തുണി. മറ്റൊന്ന് നീളമുള്ളത്. ചെറുത് നിവർത്തി ചുമരിൽ തൂക്കിപ്പിടിച്ചു.

ലിപികളെഴുതുന്ന മഷിയിൽ വരച്ച ഒരു ചിത്രം. കൃശഗാത്രനായ യുവാവ്. മുഖത്ത് ഗാംഭീര്യം. വലതുകാൽ മുന്നോട്ട് നീട്ടിയിരിക്കുന്നു. വലതുകൈ മുന്നോട്ട് ഉയർത്തിപ്പിടിച്ചിരിക്കുന്നു.

''അൻപു...." ബടായുടെ ചുണ്ടിൽനിന്ന് വാക്കുകൾ അറിയാതെ പുറപ്പെട്ടു.

നെഖെൻ തൃപ്തിയോടെ ചിരിച്ചു. അത് ചുരുട്ടിവച്ച് അടുത്ത ചുരുളെടുത്ത് നിവർത്തിപ്പിടിച്ചു.

ആദ്യം കണ്ട ചിത്രത്തിന്റെ വലിയ രൂപം.....!

ബടാ ഉദ്വേഗം പൂണ്ടു. അയാൾ ഉമിനീരിറക്കി. നിർന്നിമേഷനായി ചിത്രത്തിൽതന്നെ നോക്കിക്കൊണ്ടിരുന്നു.

"അൻപു മരിച്ചിട്ടില്ല....! ഇവിടെ ജീവിക്കുകയാണ്. നമ്മേക്കാൾ വലിയവനായി വിളങ്ങുകയാണ്. ആശ്ചര്യം! ആശ്ചര്യം...!"

ബടായുടെ ഭാര്യയും മക്കളും ആ ചിത്രം നോക്കി വിസ്മയിച്ചു നിന്നു..... ചത്തവരെ രക്ഷിക്കുന്ന സൂത്രം.....! നെഖെൻ അവരെ സംബന്ധിച്ചിടത്തോളം ദിവ്യപുരുഷനായിത്തീർന്നു.

"ഇത് അപൂർവ്വ സൃഷ്ടിയാണ്! മെനെപ്പടാചേട്ടനെ അറിയിക്കാം...."

കൃതജ്ഞതയോടെ ബടായെ നോക്കിക്കൊണ്ട് നെഖെൻ അറിയിച്ചു;

"നിങ്ങൾ വരുമ്പോൾ.... പത്തുമുഴം നീളവും രണ്ടുമുഴം വീതിയും രണ്ടുമുഴം കനവുമുള്ള കരിങ്കല്ല് കൊണ്ടുത്തരണം. സൈനെ പ്രദേശത്ത് ധാരാളമായി കിട്ടും. സഹായിക്കാനാളുണ്ടെങ്കിൽ ജോലി എളുപ്പത്തിലാകും. ഹപുവിന്റെ മക്കളെ ശില്പകല പഠിപ്പിക്കുന്നുണ്ട്. താല്പര്യമുള്ള വേറെയും കുട്ടികളുണ്ടെങ്കിൽ പഠിപ്പിക്കാൻ തയ്യാറാണ്."

"നിങ്ങൾ രാജഗൃഹത്തിൽചെന്ന് ഈ ചിത്രം മൂത്തവരെ കാണിക്കുന്നോ....?"

"ചിത്രം യഥാർത്ഥമായിട്ടുണ്ടെന്ന് അൻപുവിന്റെ പത്നി പറയണമല്ലോ....! ആ അമ്മയെ കാണിച്ച് രാജഗൃഹത്തിലേക്ക് പോകാം..."

"ആകട്ടെ നെഖെൻമാമാ.... എനിക്ക് മാമനെന്ന് വിളിക്കാം... അല്ലേ...?"

"മകനോ മകളോ എനിക്കില്ല. മരുമകനെങ്കിലുമുണ്ടാകട്ടെ. വേണ്ടെന്ന് പറയുന്നതെന്തിന്....!"

നെഖെൻ ചിത്രം ചുരുട്ടിവച്ചു.

ആ വൈകുന്നേരം രാജഗൃഹത്തിലെത്തിയ അബ്ടുയാത്രക്കാ

രുമായി കുശലപ്രശ്നങ്ങൾ നടത്തിയശേഷം ബടാ വീട്ടിലേക്ക് മടങ്ങി.

മങ്ങിക്കത്തുന്ന വിളക്കിനരികിലിരുന്ന് മക്കളോടൊപ്പം അയാൾ മുതലയും നീരാനയുമായി കളിക്കയായിരുന്നു.

"ഇതാ നീരാന....!"

"ഇത് മുതലയാണ്....!"

"ഇത് മാൻ.....!"

പെട്ടെന്ന് വാതിലിൽ പടപട മുട്ടുന്ന ഒച്ച. ഒപ്പം 'ചേട്ടാ.... ചേട്ടാ....' എന്ന വിളിയും.

ബടാ പിടഞ്ഞെണീറ്റ് വാതിൽ തുറന്നു. പുറത്തുള്ള കുട്ടി കിതച്ചുകൊണ്ടറിയിച്ചു:

"കെഫ്ടുവിന്റെ ചരക്കുതോണി കടവിൽ വന്നിരിക്കുന്നു. ബടാ ഉണ്ടോ എന്ന് ചോദിച്ചു. ഉണ്ടെന്ന് പറഞ്ഞപ്പോൾ ഓടിച്ചെന്ന് ഉടനെ കൂട്ടിക്കൊണ്ടുവാ എന്നു പറഞ്ഞു....."

ഒന്നിച്ച് തള്ളിക്കയറിയ ഭാവാവേശങ്ങൾ അടക്കിപ്പിടിച്ചുകൊണ്ട് ബടാ പറഞ്ഞു:

"നീ പൊയ്ക്കൊള്ളൂ.... ഞാൻ വരാം....."

റൊട്ടി ചുടുകയായിരുന്ന ബടായുടെ പത്നി എഴുന്നേറ്റു.

"തിന്നിട്ട് പോയാൽപോരെ....?"

"വേണ്ട. വേഗം വരാം. മക്കൾക്ക് കൊടുക്ക്....."

മേൽപ്പുരക്കിറുക്കിയ ചെരിപ്പെടുത്ത് കാലിലിട്ട് അയാൾ ധൃതിയിൽ നടന്നു.

ചന്ദ്രനുദിക്കാൻ ഇനിയും നാഴികകൾ കഴിയണമത്രെ..... ശുഭ്രാകാശത്തിൽ അസംഖ്യം നക്ഷത്രങ്ങൾ മിന്നിത്തിളങ്ങുന്നുണ്ട്. ഇരുളിന്റെ കാഠിന്യം ലഘൂകരിക്കാൻ ആ താരകൾ യത്നിച്ചുകൊണ്ടിരുന്നു.

കെഫ്ടു തോണിക്കടവിലെ വേദിയിലിരിക്കയായിരുന്നു. ബടായെ കണ്ടപ്പോൾ നേരത്തെ വിളിക്കാൻ വന്ന കുട്ടി വിളിച്ചു പറഞ്ഞു...."അതാ ബടാ ചേട്ടൻ വരുന്നുണ്ട്....."

കെഫ്ടു എഴുന്നേറ്റു. ബടായുടെ കൈപിടിച്ച് കുലുക്കിക്കൊണ്ട് അയാൾ പറഞ്ഞു...

"വരൂ....."

അവർ നദിയുടെ തെക്കുഭാഗത്തായി ആളൊഴിഞ്ഞ ദിക്കിലേക്ക് നടന്നു.....

ബടായുടെ പരിഭ്രമം ഇരട്ടിച്ചു. എന്തു വാർത്തയാണ് ഇയാൾ കൊണ്ടുവന്നിട്ടുള്ളത്? ഈ രഹസ്യത്തിന്റെ അർത്ഥമെന്ത്....? ഈ കെഫ്ടുമൂലം പല അനർത്ഥങ്ങളും വന്നുപെടുമോ?

സ്വരം മയപ്പെടുത്തി കെഫ്ടു പറഞ്ഞു....

"നിങ്ങൾ രാജധാനിയിൽനിന്ന് വന്നതിന്റെ അഞ്ചാംദിവസം ഞാന

വിടെ എത്തിയിരുന്നു. നിങ്ങൾക്ക് രഹസ്യമായൊരു വാർത്തയെത്തിക്കുന്നതിന് വല്ലവരെയും കിട്ടുമോ എന്നു നോക്കി ഭ്രാന്തൻ മെന്ന തോണിക്കടവിൽ നില്ക്കയായിരുന്നു. വളരെ പ്രധാനപ്പെട്ട വാർത്തയാണ്. ഞാൻ തന്നെ സന്ദേശവാഹകനാകണമെന്ന് പറഞ്ഞു. പെട്ടെന്നുതന്നെ രാജധാനിയിലെ ജോലികളെല്ലാം തീർത്ത് പുറപ്പെടുകയും ചെയ്തു...."

ബടായുടെ ഹൃദയം ഉച്ചത്തിൽ മിടിക്കുവാൻ തുടങ്ങി.

"മെനെപ്പടാ ചേട്ടനെ കണ്ടിരുന്നോ.....?"

"കാണാൻ കഴിഞ്ഞില്ല. മന്ത്രി സമ്മതിച്ചില്ല....."

"മന്ത്രി സമ്മതിച്ചില്ലെന്നോ....? അപ്പോൾ.... ചേട്ടൻ അതിഥിമന്ദിരത്തിൽ തന്നെയില്ലേ....?"

"ഉണ്ട്. ബദ്ധപ്പെടാതെ കേൾക്ക്.... നിങ്ങൾ മെംഫീസിൽനിന്ന് വന്നതിനുശേഷം പ്രധാനപൂജാരി തിരിച്ചെത്തി. ഫെറോവുമായി സംസാരിച്ച് ഒത്തുതീർപ്പിലെത്തിച്ചേർന്നിരിക്കയാണ്....."

"അപ്പോൾ സെഡ് ഉത്സവം നിശ്ചയിച്ചോ....?"

"ഉം...."

കെഫ്ടു അല്പനേരമാലോചിച്ച്, ഇടതു കൈകൊണ്ട് വലതു കൈയിലെ വിരലുകൾ ഓരോന്നായി മടക്കിയശേഷം പറഞ്ഞു....

"ഇന്ന് രാത്രി കഴിഞ്ഞ് നാളെ പുലരുമല്ലോ.... അവിടന്ന് അഞ്ചാമത്തെ പുലർച്ചക്ക്....."

"ഓ....! യാത്രയ്ക്ക് സമയമില്ലല്ലോ....! ഉടനെ പുറപ്പെടേണ്ടിയിരിക്കുന്നു....."

"സൈന അതിർത്തിയിൽനിന്നും ഒരു പറ്റം സേനകളും എത്തിച്ചേരുന്നുണ്ട്. ഇപ്പോൾ ഒരു പക്ഷേ, എത്തിച്ചേർന്നിട്ടുണ്ടാകും.... ഈജിപ്തിലെ സാമന്തന്മാരെല്ലാം അവിടെത്തന്നെയുണ്ട്. സമയം മതിയാകാത്തതുകൊണ്ട് ഈജിപ്തിലെ മുക്കിലും മൂലയിലും വാർത്തയെത്തിക്കാൻ ഏർപ്പാട് ചെയ്യുന്നില്ലത്രെ.... ഇപ്പോൾതന്നെ കുറേ വൈകിപ്പോയല്ലോ....."

"നേതാവ് അതിഥിമന്ദിരത്തിൽതന്നെയുണ്ടെങ്കിൽ സെഡ് ഉത്സവം കഴിഞ്ഞ ഉടൻ ഞങ്ങൾക്ക് പുറപ്പെടാനാകും....."

"അത് സാദ്ധ്യമാകട്ടെയെന്ന് സർവ്വശക്തനായ സ്രഷ്ടാവിനോട് ഞാൻ പ്രാർത്ഥിക്കുകയാണ്...."

"ഞങ്ങൾ നേർവഴി തെറ്റി നടന്നിട്ടില്ല. ഞങ്ങളുടെ മാട് ഞങ്ങളെ രക്ഷിക്കും."

"നിങ്ങൾ ഉടനെ പുറപ്പെട്ടുവരണമെന്ന് മെന്ന പറഞ്ഞയച്ചിരിക്കുന്നു...."

"നാളെ വൈകുന്നേരം പുറപ്പെടാമെന്നാണ് തീരുമാനിച്ചിരിക്കുന്നത്. ഇനി ഇപ്പോൾതന്നെ പുറപ്പെടുകയാണ്."

"നിങ്ങളുടെ സേനാപതിയെ കണ്ടില്ലല്ലോ...."

"കെഫ്ടു വന്നില്ലല്ലോ... ആയുധങ്ങളൊന്നും കൊണ്ടുവന്നില്ലല്ലോ... എന്ന് വേവലാതിപ്പെടുകയാണ്....."

"നൂറു യോദ്ധാക്കൾക്ക് വേണ്ടത്ര ആയുധങ്ങൾ കൊണ്ടുവന്നിട്ടുണ്ട്. ആവശ്യപ്പെട്ടിരുന്ന മറ്റ് സാധനങ്ങളും ഉണ്ട്....."

"മൂത്തവരോട് പറയാം. നിങ്ങൾ രാജഗൃഹത്തിലേക്ക് വരുമല്ലോ?"

"ഇത്തവണ അങ്ങോട്ട് വരുന്നില്ല. ഇവിടെനിന്നുതന്നെ വിനിമയം തീർക്കാം. പന്തങ്ങൾ കത്തിക്കാനേർപ്പാട് ചെയ്യാം. രാത്രിതന്നെ ഞാൻ പുറപ്പെടുന്നു...."

"വർത്തകനായ കെഫ്ടുവിനും ഭയമാണോ...?"

കെഫ്ടു ചിരിച്ചു....

"ഭയമല്ല. യുക്തായുക്തങ്ങൾ വിവേചിച്ചെടുക്കേണ്ട പ്രശ്നമാണ്. നേതാവ് തിരിച്ചെത്തി പരിതഃസ്ഥിതിയെല്ലാം ഒന്ന് നേരെയാവട്ടെ. പിന്നെ കച്ചവടം എളുപ്പത്തിൽ നടത്താമല്ലോ....?"

കാലിൽ മുള്ളുതറച്ചതുപോലെ ബടായ്ക്ക് അനുഭവപ്പെട്ടു....

"ഞങ്ങൾ ഫെറോവിന്റെ ക്ഷണം ആശിച്ചവരല്ല. സ്വയം അതെങ്ങനെ വന്നുവെന്നത് നിങ്ങൾക്കറിയുന്നതാണ്."

കെഫ്ടു തപ്പിത്തടഞ്ഞു. ഇത്തരം പ്രതിക്രിയ അയാൾ നിരീക്ഷിച്ചിരുന്നില്ല.

"സെഡ് ഉത്സവത്തിനല്ലെങ്കിൽ വസന്തോത്സവത്തിനെങ്കിലും നിങ്ങളുടെ നേതാവിനെ ക്ഷണിക്കാതിരിക്കില്ല. വേർപെട്ടുപോയ പ്രദേശത്തെ എന്നും അതേപോലെ കണക്കാക്കുമോ....? ഇന്നല്ലെങ്കിൽ നാളെ പരിഹരിക്കപ്പെടേണ്ടതായ പ്രശ്നമാണ്. നിങ്ങളെക്കുറിച്ച് നല്ല അഭിപ്രായം സൃഷ്ടിക്കുന്നതിനാണ് ഞാൻ ശ്രമിച്ചത്. മേലിലും ഞാൻ നിങ്ങളുടെ സുഹൃത്തായിരിക്കും."

ഇയാൾ പറയുന്നത് നേരായിരിക്കാം. വേണ്ടാത്ത കാര്യം പറഞ്ഞ് വെറുതെ രസക്കേടുണ്ടാക്കിയല്ലോ..... ബടാ പരിതപിച്ചു. ബടായുടെ മൗനത്തിന്റെ അർത്ഥം കെഫ്ടുവിന് മനസ്സിലായില്ല. മുഖഭാവവും കാണപ്പെടുന്നില്ല..... അയാൾ പറഞ്ഞു.....

"ഞങ്ങൾ നേർവഴി തെറ്റി നടന്നിട്ടില്ലെന്നും.... ഞങ്ങളുടെ മാട് ഞങ്ങളെ രക്ഷിക്കുമെന്നും ഇപ്പോൾ നിങ്ങൾ പറഞ്ഞതല്ലേയുള്ളു....? ആ വാക്ക് വളരെ വിലപിടിച്ചതാണ്. രാജധാനിയിൽ കടന്ന്ചെന്ന് വീര്യം കാട്ടാൻ മിനക്കെടേണ്ട..... സൂത്രത്തിൽ കാര്യം സാധിച്ചെടുക്കാൻ നോക്കണം...."

അബ്ടുയാത്രികരെ ഒഴിവാക്കി ഖ്നേംഹോടെപിനെ കൂട്ടിയാലോ എന്ന് ബടാ ചിന്തിച്ചുനോക്കി. യോദ്ധാക്കളെയും കൊണ്ട് ചെന്ന് അവിടെ എന്തു ചെയ്യാനാണ്? പോരാടാനോ....? അതും കൊട്ടാരത്തിലെ പടയാളികളോട്....? ഫെറോവിന്റെ സൈന്യത്തോട്....? ഈ കെഫ്ടു

ഒടുവിൽ പറഞ്ഞതിന്റെ പൊരുളെന്താണ്.....? സൂത്രത്തിൽ കാര്യം സാധിച്ചെടുക്കണമെന്നു പറഞ്ഞാൽ ഇത് വിവേകത്തിന്റെ ശബ്ദമാണ്...? മെനെപ്പടാ ചേട്ടൻ അതിഥിമന്ദിരത്തിൽതന്നെയുണ്ടെങ്കിൽ രക്ഷപ്പെടുത്തിക്കൊണ്ടു വരുന്നത് പ്രയാസമാകില്ല.

"ബടാ.... എന്താ ചിന്തിക്കുന്നത്....?"

"ഏ... ഒന്നുമില്ല. നിങ്ങളുടെ ഉപദേശം സ്വീകരിച്ചിരിക്കുന്നു. ഒന്നും ആലോചിക്കാതെ എടുത്തുചാടില്ല."

"അല്പസമയം കൊണ്ടുതന്നെ രാത്രിഭക്ഷണം കഴിക്കും. അതിനു ശേഷം ചരക്കിറക്കുന്നതിനോ കയറ്റുന്നതിനോ ഞങ്ങൾ തയ്യാറാണ്. നിങ്ങൾ....."

"മൂത്തവരെ വിവരമറിയിച്ച് രാജധാനിയിലേക്ക് പുറപ്പെടുകയാണ്. അവരെല്ലാം ഇവിടെ വന്ന് കൊടുക്കലും വാങ്ങലും നടത്തും."

"തോണിക്കടവിൽ കെഫ്ടു കാത്തിരിക്കയാണെന്ന് മൂത്തവരെ അറിയിച്ചാലും....."

"അറിയിക്കാം....."

കെഫ്ടു ആയുധോപകരണങ്ങൾ കൊണ്ടുവന്നതിൽ ഏവർക്കും സന്തോഷമുണ്ടായി. എന്നാൽ രാജധാനിയിലെ വാർത്തയറിഞ്ഞപ്പോൾ ഭയവും സംഭ്രമവുമുണ്ടായി.....

"കെഫ്ടു ഇപ്പോഴെങ്കിലും വന്നല്ലോ...." സെമ തുടർന്നു.... അയാൾ വാർത്തയെത്തിച്ചതുതന്നെ വലിയ കാര്യമാണ്. അബ്ടു യാത്രക്കാരോട് കടവിലേക്ക് പുറപ്പെടാൻ പറയൂ. ഞങ്ങളും അതുവരെ വരുന്നു. കച്ചവടക്കാര്യം നടത്താമല്ലോ.

"നമ്മളുമായുള്ള ഇടപാട് ആരും അറിയരുതെന്നു കരുതിയാണ് കെഫ്ടു രാത്രിയിൽതന്നെ വന്നത്. ഇപ്പോൾതന്നെ അയാൾ പുറപ്പെടുകയുമാണല്ലോ...."

ഖ്നേംഹോടെപിന് സങ്കടവും ദേഷ്യവും ഒന്നിച്ചുണ്ടായി.

"കച്ചവടകാര്യമെല്ലാം സ്നോഫ്രു മാമനും സെബെക്ഖുമാമനും കൂടി നോക്കട്ടെ. വാങ്ങിയ സാധനങ്ങൾ രാജഗൃഹത്തിലെത്തിക്കുന്നതിന് യോദ്ധാക്കളെ നിയോഗിക്കാം. ഞാൻകൂടി രാജധാനിയിലേക്ക് പോകണോ എന്ന കാര്യം ഒന്നുകൂടി ചിന്തിച്ചുനോക്ക്....."

ഖ്നേംഹോടെപ് എഴുന്നേറ്റ് പോയി.....

ഹെംടി സാവധാനത്തിൽ പറഞ്ഞു....

"നമ്മുടെ പ്രദേശം നോക്കിരക്ഷിക്കയാണ് കാവൽ ഭടന്മാരുടെ ചുമതല. യുദ്ധമെന്നത് പറഞ്ഞാൽ കാര്യം വേറെയാണ്. നമ്മുടേത് സ്വയരക്ഷയ്ക്കുള്ള സൈന്യമാണ്. ആക്രമണത്തിനുള്ളതല്ല...."

സെബെക്ഖു ഉറച്ച സ്വരത്തിൽ പറഞ്ഞു.....

"നമ്മുടെ യോദ്ധാക്കളെ തോണിക്കടവിൽ വച്ചുതന്നെ ഫെറോവിന്റെ സൈന്യം വളഞ്ഞുപിടിക്കും. കൈയൂക്ക് കാണിക്കാൻ ചെല്ലുന്നത്

വിഡ്ഢിത്തമാണ്."

നെറ്റിയിൽ വിയർപ്പുകണങ്ങൾ പൊടിഞ്ഞു വന്നത് കണ്ട് ബടാ ആശ്ചര്യപ്പെട്ടു. വിയർപ്പ് തുടച്ചുകളഞ്ഞ് തലയിലൂടെ വിരലുകളോടിച്ചു കൊണ്ട് അയാളെഴുന്നേറ്റു......

"കെഫ്ടു കടവിൽ മൂത്തവരെ കാത്തിരിക്കയാണ്. നെഫീസ് ചേട്ടത്തിയെ വിവരമറിയിച്ച് ഞാനങ്ങോട്ട് വരാം....."

ബടാ കാലുകൾ നീട്ടിവെച്ച് നടന്നു.....

ആ രാത്രിതന്നെ ബടായും സംഘവും മെംഫീസിലേക്ക് യാത്ര പുറപ്പെടുന്നുണ്ടെന്ന വാർത്ത നാടുനീളെ വ്യാപിച്ചു. കാര്യമെന്തെന്നറി യാൻ നെഫെറുറാ ഓടിയെത്തി. അഹൂറയും മകളെയെടുത്ത് പുറപ്പെടാ നൊരുങ്ങിനിന്നു.....

ബടാ നെഫീസിന്റെ വീട്ടിലെത്തി പാരവശ്യം മറച്ചുവെച്ചുകൊണ്ട് പറഞ്ഞു....

"ചേട്ടത്തീ... സെഡ് ഉത്സവം നിശ്ചയിച്ചുവത്രെ. ഞങ്ങൾ ഇന്നുതന്നെ പുറപ്പെടുകയാണ്....."

"ഇന്നെന്നു പറഞ്ഞാൽ.... ഇപ്പോഴല്ലേ....?"

"അതെ ചേട്ടത്തീ....."

"പണി എളുപ്പമായി... അല്ലേ....? സെഡ് ഉത്സവം കഴിച്ച് നേതാവിനെയുംകൂട്ടി വേഗത്തിൽ മടങ്ങിവരാം....."

"അതെ...."

"രാമേരിപ്പടായെ സൂക്ഷിക്കണം. എങ്ങും കൈവിട്ടുപോകരുത്."

"അത് പ്രത്യേകം പറയണോ...?"

"ഞാനെന്താ കൊച്ചു കുഞ്ഞോ മറ്റോ ആണോ....?" രാമേരിപ്പടാ ചോദിച്ചു.

"നീ കൊച്ചുകുഞ്ഞല്ല വലിയവൻ തന്നെയാണ് രാമേരിപ്പട ഗദ്ഗദത്തോടെ പറഞ്ഞു.

"നെഫീസ്..., നീ കടവിലേക്ക് വരണ്ട. ഞങ്ങൾ ഇവരെ യാത്രയാക്കി വരാം...." നെജമുട് പറഞ്ഞു.

"വിശേഷപ്പെട്ട വല്ലതുമുണ്ടാക്കി രാമേരിയുടെ കൈയിൽ കൊടു ത്തയക്കണമെന്നുണ്ടായിരുന്നു നാളെ വൈകുന്നേരമല്ലേ യാത്ര അതിനു ള്ളിലുണ്ടാക്കാമെന്നാണ് കരുതിയത്. ഇപ്പോൾ തന്നെ പോകുന്ന സ്ഥിതിക്ക്....."

"അതൊന്നും സാരമില്ല ചേട്ടത്തീ. ചേട്ടത്തിചുട്ട റൊട്ടിയും മീനു പ്പേരിയുമാണ് ചേട്ടനിഷ്ടം...."

"അത് തരാനല്ലേ ഇപ്പോൾ നിവർത്തിയുള്ളു...."

നെഫറുറാ പുറത്തെ ഇരുളിൽ കാത്തുനില്ക്കയായിരുന്നു..... ബടാ അടുത്തെത്തിയപ്പോൾ കൈ കടന്നു പിടിച്ച് പതുക്കെ ചോദിച്ചു...." വല്ല

അപകടവുമുണ്ടോ.....?"

തന്റെ ഉള്ളിലുള്ള സങ്കടം ഇവളെ അറിയിച്ചാലോ എന്ന് ബടാ ആലോചിച്ചു. അവളെ അരികിലേക്ക് ചേർത്തു നിർത്തി..... പെട്ടെന്ന് തലച്ചോറ് മുന്നറിയിപ്പ് നല്കി.... ഇവളോട് ഒന്നും പറയരുത്. പറഞ്ഞാൽ നിമിഷംകൊണ്ട് നാട്ടിൽ പാട്ടാകും....

"അപകടമൊന്നുമില്ല...."

ഇരുകൈകൾകൊണ്ടും ബടായുടെ ശിരസ്സ് പിടിച്ച് അടുപ്പിച്ച് അയാളുടെ ചുണ്ടിൽ നെഫെറുറാ ചുംബിച്ചു....

"ഇത് നേതാവിനുള്ളതാണ്...." അവൾ പറഞ്ഞു.

വീണ്ടും വീണ്ടും നല്കിക്കൊണ്ട് അവൾ തുടർന്നു....

"ഇത് എന്റെ ബടാ ചേട്ടന്...."

നിരീക്ഷിക്കാത്ത ഈ പെരുമാറ്റം ബടായെ വീർപ്പുമുട്ടിച്ചു. ചുംബനത്തോടൊപ്പം ജലവും പറ്റിപ്പിടിച്ചല്ലോ... അയാൾ അവളുടെ കവിളിൽ തടവിനോക്കി.... അവൾ കരയുകയായിരുന്നു... ബടായുടെ കൈ നനഞ്ഞു....

ദൂരെ നിന്നും ആരോ വരുന്നത് കണ്ട് നെഫെറുറാ മാറി നിന്ന് നെടുവീർപ്പിട്ടു....

"ഞാൻ വരുന്നു നെഫെറുറേ....."

ബടാ ഇരുളിൽ അലിഞ്ഞുചേർന്നു....

അയാൾ ഭാര്യയോടൊപ്പം ചെലവഴിക്കേണ്ടിയിരുന്ന രാത്രിയാണത്. യാത്രയ്ക്കുമുമ്പ് പത്നിയെ കെട്ടിപ്പുണർന്ന് അല്പസമയം അവളുടെ സ്നേഹത്തിലലിഞ്ഞുനില്ക്കുക അയാളുടെ പതിവാണ്. ഇത്തവണ ആ പതിവിന് മാറ്റമുണ്ടായി.

ഭർത്താവ് തോണിക്കടവിലേക്കോടിപ്പോയപ്പോൾ എന്തോ പന്തികേടുണ്ടെന്ന് അവളൂഹിച്ചു. തുടർന്ന് ഇപ്പോൾതന്നെ പുറപ്പെടുന്നെന്ന വാർത്തകൂടി വന്നപ്പോൾ അവൾ തീർത്തും നിരാശയിലാണ്ടുപോയി. നാളെ വെളുപ്പിന് പുറപ്പെട്ടാൽ പോരേ....? ആ പിണക്കം കാണാനും.... ആ പരിഭവം കേൾക്കാനും ഈ രാത്രിയെങ്കിലും ഇവിടെ കഴിഞ്ഞിരുന്നെങ്കിൽ.

മക്കൾ നേരത്തെ കിടന്നുറങ്ങിയിരുന്നു. വെളിയിലേക്ക് നോക്കിക്കൊണ്ട് അവൾ വാതിൽക്കൽതന്നെ നിന്നു.

ഓടിവരുന്ന ഭർത്താവിനെകണ്ട് അവൾ ആശ്ചര്യപ്പെട്ടു..... അയാൾ യാത്രയ്ക്കുള്ള തിടുക്കത്തിലാണ്. വന്നപാടെ ഭാര്യയെ പിടിച്ചടുപ്പിച്ചുകൊണ്ട് അവളുടെ നെറുകയിൽ തുരുതുരെ ചുംബിച്ചു. തല്ക്കാല പരിതഃസ്ഥിതിയിൽ ആ പത്നി നിർവൃതിയടഞ്ഞു.... ഭർത്താവിന്റെ ശരീരത്തിൽനിന്നുള്ള രൂക്ഷമായ ഗന്ധം അവളുടെ മൂക്കിൽ തള്ളിക്കയറി.

"ഈ മണമെവിടുന്നാ...?"

ബടാ ഒന്നു പരുങ്ങി. നെഫെറുറാ പുരട്ടിയതാണെന്ന് പറഞ്ഞാൽ ഇവൾ കോപിക്കും.....

"കെഫ്ടു തന്നതാണ്....."

"ഇപ്പോൾ തന്നെ പുറപ്പെടുന്നുണ്ടോ....?"

"ഉം..... പത്തേപത്തുദിവസം കൊണ്ട് തിരിച്ചെത്തും......"

"ഭക്ഷണം വേണ്ടേ.....?"

"ഇങ്ങ് കൊണ്ടുവാ. ഒറ്റ റൊട്ടി മാത്രം മതി....."

"ഇന്നലെ കൊണ്ടുവന്ന ഖിവം ബാക്കിയുണ്ട്...."

"അത് നിനക്കിരിക്കട്ടെ"

"എനിക്ക് വേണ്ട. നിങ്ങൾ തന്നെ കുടിക്ക്....."

രണ്ടു കഷണം റൊട്ടിയും രണ്ടു കവിൾ ഖിവവും.... വിശപ്പും ദാഹവും തീരെയില്ല....

"ഇത് നീ കുടിച്ചോ...." പാത്രം ഭാര്യയുടെ കൈയിലേല്പിച്ചുകൊണ്ട് ബടാ പറഞ്ഞു.

അലക്കി വച്ചിരുന്ന വസ്ത്രവും ഓടക്കുഴലും അവളെടുത്തു കൊടുത്തു. വസ്ത്രം കൈത്തണ്ടിലിട്ട്, കുഴൽ ചുണ്ടിൽ വച്ച് 'പീ' എന്ന് ഊതിയശേഷം പത്നിയുടെ തലയിൽ സ്നേഹത്തോടെ തട്ടിക്കൊണ്ട് അയാൾ പറഞ്ഞു....

"ഇനി തോണിതുഴയലാണ്...."

കിടന്നുറങ്ങുന്ന മക്കളെയും ഗദ്ഗദംപൂണ്ടു നില്ക്കുന്ന ഭാര്യയെയും നോക്കിക്കൊണ്ട് ഒരു നിമിഷം നിന്നശേഷം അയാൾ വെളിയിലിറങ്ങി.

ഭർത്താവ് ദ്രുതഗതിയിൽതന്നെ അപ്രത്യക്ഷനായി. ആ ആകൃതി അദൃശ്യമെങ്കിലും ഏതോ ചിന്തയിൽ മഗ്നയായിട്ടെന്നവണ്ണം അവൾ വളരെനേരം വാതിൽക്കൽതന്നെ നിന്നുപോയി.

തോണിക്കടവ് ഒരു ഉത്സവപ്പറമ്പിന്റെ പ്രതീതി ജനിപ്പിച്ചു. കെഫ്ടുവിന്റെ തോണിക്കാരും ഖ്നേംഹോടെപിന്റെ യോദ്ധാക്കളും പന്തങ്ങൾ ഉയർത്തിപ്പിടിച്ചിരിക്കുന്നു. അതിന്റെ പ്രകാശത്തിൽ യാത്രപുറപ്പെട്ടവർ ഒന്നിച്ചുചേർന്നു.

"അബ്ടുയാത്ര പുറപ്പെട്ടപ്പോഴും ഇതുപോലെയായിരുന്നു...." അവർ അന്യോന്യം പറഞ്ഞു.

മൂത്തവർ കടവിലെ വേദിയിലിരുന്ന് രംഗനിരീക്ഷണം നടത്തി. കെഫ്ടുവും അവരോടൊന്നിച്ച് തറയിലിരുന്നു.

ഇപ്യൂവർ വേദിയിലെ വിളക്കിനരികിൽ വന്നുനിന്നു. കൈയിലുള്ള ലിപിച്ചുരുൾ അയാൾ നിവർത്തിപ്പിടിച്ചു.

"ഏതേത് സാധനങ്ങൾക്ക് എത്രയെത്ര വിലയാകുമെന്ന് ഞാൻ മുമ്പ് പറഞ്ഞത് നിങ്ങൾ എഴുതിവച്ചതുപോലെ തോന്നുന്നല്ലോ." കെഫ്ടു പറഞ്ഞു.

ചെറുപുഞ്ചിരിയോടെ ഇപ്പ്യൂവർ ഉത്തരം പറഞ്ഞു.

"എഴുതിവച്ചിട്ടുണ്ട്. ഇതാ.... പക്ഷേ, ഞങ്ങളിൽനിന്ന് വാങ്ങാനുള്ള സാധനങ്ങളുടെ വില മാത്രമേ കുറിച്ചിട്ടിട്ടുള്ളു...."

"അങ്ങനെയോ....? എങ്കിൽ എഴുതിയെടുത്തോ.... ഇത്തവണ ഞാൻ തരുന്ന സാധനങ്ങളുടെ വിലയെത്രയാണെന്ന് പറയാം...."

വേദിയുടെ മൂലക്കുള്ള ലേഖന സാമഗ്രികൾ കെഫ്ടുവിന്റെ കണ്ണിൽ പെട്ടിരിക്കുമെന്ന് ഇപ്പ്യൂവർ അനുമാനിച്ചു. അതാണ് എഴുതിയെടുക്കാൻ അയാൾ പറഞ്ഞത്... തനിക്കാണെങ്കിൽ ഉടനെ ബടായെ കണ്ടേ തീരൂ... പൂജാരി അപെട് അല്പസമയം മുമ്പ് മകന്റെ കൈയിൽ കൊടുത്തയച്ച ഒരു സന്ദേശം അദ്ദേഹത്തിനെത്തിക്കണം.... കൂടാതെ.....

താഴെ ബടായും ഖ്നേംഹോടെപും നില്ക്കുന്നത് കണ്ട ഇപ്പ്യൂവർ അങ്ങോട്ടോടിച്ചെന്നു.

"പുറപ്പെടുന്നതിനുമുമ്പ് ക്ഷേത്രത്തിൽചെന്ന് പ്രസാദം സ്വീകരിക്കണമെന്ന് അപെട് പറഞ്ഞയച്ചിരിക്കുന്നു...." അയാൾ ബടായെ അറിയിച്ചു.

"ഈ രാത്രിസമയത്ത് അപെടും ദൈവവും രണ്ടുപേരും ഉറങ്ങിപ്പോയിരിക്കും. പ്രസാദം സൂക്ഷിച്ചുവെക്കണമെന്ന് അയാളോട് പറഞ്ഞാൽ മതി. കൊട്ടാരത്തിൽനിന്ന് തിരിച്ചെത്തിയ ശേഷം വാങ്ങിക്കൊള്ളാം. എന്തെല്ലാമാണ് കെഫ്ടുവിനോട് വാങ്ങിയതെന്ന് ചോദിച്ചുകൊണ്ട് അയാൾ നാളെ കാലത്തുതന്നെ വരാതിരിക്കില്ല....."

"രാജധാനിയിൽ ചെലവിനും മറ്റും വേണ്ടിവരുമെന്ന് കരുതി രാജഗൃഹത്തിൽനിന്ന് അല്പം വിനിമയസാമഗ്രികൾ കൊണ്ടുവന്നിട്ടുണ്ട്. അത് കെട്ടാക്കി അതാ കരയ്ക്ക് വച്ചിട്ടുണ്ട്...." ഇപ്പ്യൂവർ ചൂണ്ടിക്കാട്ടി.

"അതേതായാലും നന്നായി. ഇതിനാണ് ദീർഘവീക്ഷണമെന്നു പറയുന്നത്. ഗേബുവിന്റെ പെട്ടികൾ കൊണ്ടുവന്നിട്ടുണ്ടോ....?"

"കൊണ്ടുവരണോ...? തോണിയിൽ സ്ഥലമുണ്ടാകുമോ?"

"അത് ശരിയാണ്. ഈ ആളുകളെല്ലാം കയറിക്കഴിഞ്ഞാൽ തോണി നിറയും. ചേട്ടൻ മടങ്ങിയെത്തിയശേഷം നിങ്ങൾതന്നെ ആ പെട്ടികൾ കൊണ്ടുപോയി ഗേബുവിനെ ഏല്പിച്ചാൽ മതി. കൂടാതെ കൊട്ടാരത്തിൽ ചെന്ന് അവിടെയുള്ളവർക്കെല്ലാം നിങ്ങളുടെ കൈയെഴുത്ത് കാട്ടിക്കൊടുക്കയും വേണം...."

"തമാശ പറകയാണോ....?"

"ഛെ....ഛെ....."

"ഞാനൊറ്റയ്ക്കാണോ പോകേണ്ടത്....?"

"എന്താ ഭയമുണ്ടോ....? ഞാനും സേനാപതിയും ഒന്നിച്ചു വരാം...." ഇപ്പ്യൂവർ പുഞ്ചിരിയോടെ ബടായെ നോക്കി നിന്നു.....

"നുബിയയിൽ നിന്ന് തിരികെ വരുമ്പോൾ ഇവിടെ തയ്യാറായിട്ടുള്ള സാധനങ്ങളൊക്കെ എടുത്തുകൊള്ളാമെന്ന് കെഫ്ടു പറഞ്ഞുവോ...?"

ബടാ ചോദിച്ചു.

"ഇല്ല. സാധനങ്ങളെല്ലാം ഇപ്പോൾത്തന്നെ വേണമത്രെ. മൂത്തവർ വന്നപ്പോൾ അത് വ്യക്തമാക്കിയിരിക്കയാണ്...."

ബടാ മൗഢ്യത്തോടെ ഒന്ന് മൂളുകമാത്രം ചെയ്തു..... തന്റെ കൈത്തണ്ടിലുള്ള വസ്ത്രം തോണിക്കാരെ ഏല്പിച്ചുകൊണ്ട് അയാൾ പറഞ്ഞു:

"നിങ്ങളുടെ കെട്ട് തോണിയിലെടുത്ത് വെക്ക്."

സമ്മതഭാവത്തിൽ മൂളിക്കൊണ്ട് ഇപ്പ്യൂവർ പന്തങ്ങൾക്കിടയിലൂടെ മുന്നോട്ടു നീങ്ങി....

വേദിയിലേക്ക് പോകാൻ ബടാ ഇഷ്ടപ്പെട്ടില്ല. കെഫ്ടുവിന്റെ മധുരവാക്ക് സഹിക്കുവാൻ ഇനി തന്നെക്കൊണ്ടാവില്ല....

ബടാ യാത്ര പറയാൻ വരുമെന്നു വിചാരിച്ച് കെഫ്ടു അല്പസമയം കാത്തിരുന്നു. ഫലം നിരാശയാവുമെന്ന് തോന്നിയപ്പോൾ മൂത്തവരെ വേദിയിൽതന്നെ വിട്ട് അയാൾ ബടായുടെ നേർക്ക് നടന്നുചെന്നു.

ബടാ ഇത് കാണുന്നുണ്ടായിരുന്നു....'നാശം ഇങ്ങോട്ട് വരികയാണ്....' അയാൾ പിറുപിറുത്തു....

"എന്താ ബടാ....., എന്നോട് ദേഷ്യമാണോ....?"

"ദേഷ്യമോ....? എന്തിന്.....?"

"ഏതായാലും നേരെ മെംഫീസിലേക്കു തന്നെ പുറപ്പെടൂ. കടവിലുള്ളവർക്ക് നിങ്ങളെയും തോണിയെയും പരിചയമാണെന്നോർക്കണം. കൊട്ടാരം കാവൽക്കാരും നിങ്ങളെയറിയും. ബകിലനും അങ്ങിങ്ങ് ഓടിനടക്കുന്നുണ്ടാകണം. വളരെ സൂക്ഷ്മതവേണം. സെഡ് ഉത്സവത്തിന് ഒരു ദിവസംമുമ്പ് മുതൽക്കേ മെന്ന നിങ്ങളെ കാത്തിരിക്കാൻ തുടങ്ങും. കൊട്ടാരത്തിനടുത്തെത്താറായാൽ ഇടതുഭാഗം സൂക്ഷിച്ചു ശ്രദ്ധിക്കണം. അവിടെയെവിടെയെങ്കിലും അയാളുണ്ടാകാതിരിക്കില്ല...."

"ഉം...."

"കഠാരിയേക്കാൾ ചെറുതായ കത്തിയുണ്ട്. വസ്ത്രത്തിനുള്ളിൽ ഒളിച്ചുവെച്ചാൽ ആരും കാണില്ല. ആത്മരക്ഷയ്ക്ക് ഉപകരിക്കും. ഒരു പത്തെണ്ണം തരട്ടെ....? പകരം ഒന്നും തരേണ്ട...."

"വളരെ നന്ദി....."

"ഇനി വല്ലതും ആവശ്യമുണ്ടോ....?"

"ഇല്ല... ഒന്നുമില്ല....."

കെഫ്ടുവിന്റെ പിന്നിലായി അയാളുടെ ജോലിക്കാർ നിന്നിരുന്നു, അവരിലൊരാളെ വിളിച്ച് കെഫ്ടു നിർദ്ദേശിച്ചു.....

"പത്ത് കത്തിയെടുത്തുകൊണ്ടുവന്ന് ഇയാൾക്ക് കൊടുക്ക്...."

ആ സേവകൻ പോകുന്നതും...., തന്റെ മറ്റ് ജോലിക്കാർ തോണിയിൽനിന്ന് ചരക്കിറക്കുന്നതും ഒരു നിമിഷം ശ്രദ്ധിച്ച ശേഷം

ബടായുടെ നേർക്ക് തിരിഞ്ഞ് കെഫ്ടു തുടർന്നു.....

"ഈജിപ്ത് ജനതയെപോലെ സംഘടനാശേഷിയുള്ളവർ ലോകത്തിൽ വേറെയില്ല. എന്നാൽ ഈജിപ്തിലെ തന്നെ ഒരു പ്രവിശ്യയായ നീരാനയിലെ ജനങ്ങളുടെ സംഘടിത ശക്തിക്കു പകരം നില്ക്കാൻ മറ്റൊരു പ്രവിശ്യയും മതിയാവുകയില്ല...."

ബടാ മറുപടി പറഞ്ഞില്ല.

ചരക്കുതോണിയിൽ നിന്നിറക്കുന്ന സാധനങ്ങൾ പരിശോധിക്കുന്നതിന് മുന്നോട്ട് ചെന്ന ഖ്നേംഹോടെപിനെ തന്നെ നോക്കിക്കൊണ്ട് അയാൾ നിന്നതേയുള്ളു.....

"കെട്ട് തോണിയിലിട്ടു...." ഇപ്യൂവർ ഓടിവന്നറിയിച്ച ശേഷം തിരികെ വേദിയിലേക്കുതന്നെ ഓടിപ്പോയി.

"നിങ്ങളുടെ എഴുത്തുകാരനും സേനാപതിയും രണ്ടുപേരും അസാധാരണ വ്യക്തികളാണ്...." കെഫ്ടു പറഞ്ഞു.

സമയം കളയാനുള്ള സംസാരമാണിതെന്ന് ബടായ്ക്കു തോന്നി. ചെറുചിരിയോടെ അയാൾ ചോദിച്ചു....

"ഈ ദരിദ്ര തോണിക്കാരനോ....?"

"ദരിദ്ര തോണിക്കാരനായ ബടാ സദാകാലവും ഇങ്ങനെ സന്തോഷത്തോടെ കഴിയുമാറാകട്ടെയെന്നാണ് എന്റെ പ്രാർത്ഥന. അതാ കത്തികൊണ്ടുവരുന്നുണ്ട്, നിങ്ങൾക്ക് നല്ലത് വരട്ടെ....." അയാൾ തിരികെ വേദിയിലേക്ക് നടന്നു.

ബടാ ഒരു കത്തിയെടുത്ത് തിരിച്ചും മറിച്ചും പരിശോധിച്ചു.

'നല്ല മൂർച്ചയുണ്ട്...' അയാൾ സ്വയം സമാധാനിച്ചു.

തോണിയിൽ കയറിയവർ നില്ക്കാതെ ഒരേ ഇരിപ്പാണ്. കരയ്ക്കുള്ള നെജമുട് വിളിച്ചുപറഞ്ഞു....

"എന്താ എല്ലാവരും നില്ക്കുന്നത്....? ഇരിക്ക്. തോണി പുറപ്പെടുകയാണ്. അഹൂറേ..., രാമേരിയെ നല്ലപോലെ നോക്കണം. എല്ലാവരും വളരെ സൂക്ഷിക്കണം...."

യാത്രയാക്കാനെത്തിയവർ കരയിൽ കൂടിനിന്നു....

സാധനങ്ങൾ പരിശോധിച്ച് തിരികെയെത്തിയ ഖ്നേംഹോടെപ് ബടായോട് പറഞ്ഞു.....

"കുന്തവും, കഠാരിയും, വില്ലും ശരങ്ങളുമെല്ലാം നന്നായിട്ടുണ്ട്. ബടാ ചേട്ടൻ സമാധാനത്തോടെ പോയി വരൂ...."

ബടാ തോണിയിൽ കയറിനിന്നു. ശേഷിച്ച ജോലിക്കാർ തോണി തള്ളിനീക്കി അതിൽ ചാടിക്കയറി....

വലതുകൈ ഉയർത്തിവീശിക്കൊണ്ട് ബടാ ഉറക്കെ വിളിച്ചുപറഞ്ഞു...."സ്വർണ്ണദേവതയായ ഹാഥോർ നിങ്ങളുടെയെല്ലാം മൂക്കിന് ബലം നല്കട്ടെ. മെനെപ്പടാ ചേട്ടനെയുംകൊണ്ട് ഞങ്ങൾ ഉടനെ തന്നെ

തിരിച്ചെത്തുന്നതാണ്....."

കരയ്ക്കുനിന്നിരുന്നവരിൽ ചിലർ തങ്ങളുടെ മൂക്ക് തൊട്ടുനോക്കി. അതിന് ബലമുണ്ട്.. അവർക്ക് ചിരി വന്നുപോയി.

"ഏ.... മെനെപ്പടാ! ഏ..... മെനെപ്പടാ....!" ഖ്നേംഹോടെപ് ജയ ഘോഷം മുഴക്കി.

രാമേരിപ്പടായടക്കം തോണിയിലുള്ളവർ അതേറ്റു വിളിച്ചു.....

"ഏ.... മെനെപ്പടാ....! ഏ.... മെനെപ്പടാ....!"

നീരാന പ്രദേശത്തുകാർ ആവശ്യപ്പെട്ടതെല്ലാം കെഫ്ടുകൊണ്ടു വന്നിരുന്നു. നാല്പത് തോൽസഞ്ചികളിൽ ചണയെണ്ണ, അമ്പത് ചാക്ക് ഉഴുന്ന്, പീഠോപകരണങ്ങൾ നിർമ്മിക്കുന്നതിനുള്ള പലകകൾ, നൂറ് കാവൽ ഭടന്മാർക്ക് വേണ്ടത്ര ആയുധങ്ങൾ..., ഒരു രന്ധ്രഘടികാരം.....

കെഫ്ടുവിനാവശ്യമുള്ളത് നീരാനപ്രദേശത്തുകാരും ഒരുക്കിവെച്ചി രുന്നു... ഇരുപത് നിഴൽഘടികാരം...., ഊന്നുവടികൾ, കൈക്കോലുകൾ, കലപ്പകൾ....., അഞ്ഞൂറ് ദൈവവിഗ്രഹങ്ങൾ, ഇരുപത് തുകൽസഞ്ചി തേൻ.... കൂടാതെ ഒരു സഞ്ചി ഖിവം സമ്മാനമായും.....

വില തുല്യമായിരുന്നില്ല.....

"നൂറ് വല്ലം യവമോ അറുപത് വല്ലം ഗോതമ്പോ തരണം....." കെഫ്ടു പറഞ്ഞു.

ജനങ്ങൾ വരിവരിയായി രാജഗൃഹത്തിൽ ചെന്ന് അത്രയും സാധനങ്ങൾ കൊണ്ടുവന്നു....

ഇപ്യൂവർ വിനിമയ വിവരങ്ങൾ ലിപിച്ചുരുളിൽ രേഖപ്പെടുത്തി.

"അടുത്ത തവണ ആയുധങ്ങളൊന്നും വേണ്ട. മരത്തടികളും പല കകളും വേണം. എണ്ണയും മറ്റും ഇത്തവണത്തേതുപോലെ തന്നെ. വെള്ളാരൻകല്ലും.... മിനുസമുള്ള കരിങ്കല്ലും കിട്ടിയാൽ കൊണ്ടുവര ണം...." സ്നോഫ്രു പറഞ്ഞു.

"കല്ലെന്തിനാ....? ശില്പിയുണ്ടോ ഇവിടെ....?"

"ഉം. മഹാനായൊരു ശില്പി. ഇവിടെ പുതുതായി വന്നയാൾ സൗന്ദര്യം സൃഷ്ടിക്കുന്ന മായാജാലക്കാരൻ...."

"അടുത്ത തവണ അയാളെ കാണണം. അയാളുടെ സൃഷ്ടിയും കണ്ടുമനസ്സിലാക്കണം. ചെറിയ കൽപ്പലകകൾ കൊണ്ടുവരുന്നത് പ്രയാ സമുള്ള കാര്യമല്ല. എന്നാൽ ആളുയരത്തിലുള്ളതാവുമ്പോൾ പ്രത്യേക തോണി വേണ്ടിവരും. നോക്കാം...."

"നിങ്ങൾക്ക് അടുത്ത തവണ എന്തൊക്കെയാണ് വേണ്ടത്?" സെമ ചോദിച്ചു.

"ഞാൻ കൊണ്ടുവന്ന മാതൃകയിലുള്ള രന്ധ്രഘടികാരമുണ്ടാക്കാൻ സാധിച്ചെങ്കിൽ ഒരു പത്തിരുപതെണ്ണം ഇരിക്കട്ടെ. ബാക്കിയെല്ലാം ഇന്നു തന്നതുപോലെ തന്നെ. നിങ്ങൾ പുതുതായി എന്തു കണ്ടുപിടിച്ചാലും മാതൃകയായി ഓരോന്ന് എനിക്ക് തരണം...."

എണ്ണ വറ്റിയ പന്തങ്ങൾ കെട്ടുതുടങ്ങി. നൈൽ നദിയുടെ കിഴക്കൻ കരയിൽ ചന്ദ്രബിംബം ഉദിച്ചുയർന്നു.... ആ വെൺചന്ദ്രികയുടെ പ്രകാശ പൂരം അവിടമാകെ വ്യാപിച്ചു....

ഖ്നേംഹോടെപിന്റെ നേതൃത്വത്തിൽ വാങ്ങിയ സാധനങ്ങളെല്ലാം രാജഗൃഹത്തിലേക്ക് കൊണ്ടുപോയി....

മൂത്തവരോട് കെഫ്ടു പറഞ്ഞു....

"നിങ്ങളുടെ നാട്ടിന് എന്നെക്കൊണ്ട് അല്പമെങ്കിലും ആശ്വാസം കിട്ടുന്നുണ്ടല്ലോ എന്നതാണ് സമാധാനം. ദൈവം നിങ്ങൾക്ക് നല്ലത് വരുത്തും. എനിക്ക് പോകാനനുമതി തന്നാലും. തോണിക്കാർ തയ്യാറാ യാലുടനെ ഞങ്ങൾ പുറപ്പെടുകയാണ്...."

"ഉം....ഉം....." സെമയോടൊപ്പം ഏവരും എഴുന്നേറ്റു.

കെഫ്ടു ചരക്കുതോണിയിലെ തന്റെ മുറിയിൽ കയറിക്കൂടി. കച്ചവടത്തിലുള്ള ലാഭത്തെപ്പറ്റി അയാൾ മനസ്സിൽ കണക്കുകൂട്ടി. പെട്ടെന്ന് മെംഫീസിൽ മഹാറാണിയുടെ മുന്നിൽ കേശകവചം ഉയർത്തിപ്പിടിച്ചു നില്ക്കുന്ന രംഗം അയാൾക്കോർമ്മവന്നു.

ഇരുന്ന നിലയിൽ തന്നെ ഉറങ്ങിപ്പോയി...

"ഏ.... കെഫ്ടു....! ഏ..... കെഫ്ടു....!" ആരോ കരഞ്ഞുകൊണ്ട് നിലവിളിക്കുന്നതായി അയാൾക്ക് തോന്നി. പിടഞ്ഞെണീറ്റ് ജനലിലൂടെ വെളിയിലേക്ക് നോക്കി. ആരും ഉണ്ടായിരുന്നില്ല.

അകലെ മൂത്തവരും മറ്റും സംസാരിച്ചുകൊണ്ട് നടന്നകലുകയാ യിരുന്നു....

നിവർത്തിക്കെട്ടിയ പായയിൽ കാറ്റ് നിറഞ്ഞു. കരയിലെ കുറ്റിയിൽ കയറഴിച്ച് തോണിക്കാർ നദിയിൽ ചാടിക്കയറി...

മറുഭാഗത്ത് ബടായും സംഘവും മുതലപ്രവിശ്യ പിന്നിട്ടു കഴിഞ്ഞി രുന്നു....

"കെഫ്ടു ഇപ്പോൾ പുറപ്പെട്ടിട്ടുണ്ടാകും... അല്ലേ....?" ബടാ ചോദിച്ചു.

"അതേ...., പുറപ്പെട്ടിട്ടുണ്ടാകും.....' ഒരാൾ പറഞ്ഞു.

"നിർത്താതെ തുഴഞ്ഞുകൊണ്ടിരിക്ക്. കഴിവതും വേഗം കൊട്ടാര ത്തിലെത്തണം...."

ജോലിക്കാർ ആഞ്ഞു തുഴഞ്ഞു.....

പതിനൊന്ന്

സെഡ് ഉത്സവത്തിന് തൊട്ടുമുമ്പുള്ള രാത്രിയിൽ കൊട്ടാരത്തിലെ പരിചാരകവൃന്ദത്തിന് നിദ്രയില്ല.... വെളുപ്പിന് ഫെറോവും പരിവാരങ്ങളും ക്ഷേത്രത്തിലേക്കെഴുന്നള്ളും.... പൂജനടത്താനുള്ള സാധനസാമഗ്രികൾ കൂടെ കൊണ്ടുപോകണം.....

നൂറുകണക്കിന് സേവകന്മാർ പല്ലക്കുകളലങ്കരിക്കുന്നതിൽ വ്യാപൃതരായിരുന്നു. ഉത്സവദിവസം മദ്ധ്യാഹ്നത്തിൽ പ്രധാന പൂജാരി, മന്ത്രി, മറ്റുദ്യോഗസ്ഥപ്രമുഖന്മാർ, സാമന്തരാജാക്കന്മാർ, പ്രശസ്ത വണിഗ്വരന്മാർ തുടങ്ങിയവരെല്ലാം ഒന്നിച്ചിരുന്നാണ് ഭക്ഷണം കഴിക്കുക. ആയിരക്കണക്കിനാളുകൾ പാചക ജോലിയിലേർപ്പെട്ടിരിക്കുന്നു...

സന്ധ്യയ്ക്ക് കൊട്ടാരം ദീപങ്ങളെക്കൊണ്ടലങ്കരിക്കണം. രാത്രി കൊട്ടാരം വക കളിസ്ഥലത്ത് പലതരം വിനോദ കേളികൾ.... അതിനെത്തുടർന്ന് ജലോത്സവം.... അസംഖ്യം പരിചാരകന്മാർ ഈവകയിലും അദ്ധ്വാനിക്കുന്നു.....

ഈ ബഹളത്തിനിടയ്ക്ക് ഉറങ്ങുന്നതെങ്ങനെ....? മെനെപ്പടാ കണ്ണടച്ചുപിടിച്ച് കിടന്നതേയുള്ളൂ. ബെക്കുവിന്റെയും ഔട്ടയുടെയും സ്ഥിതിയും ഭിന്നമായിരുന്നില്ല....

അടുത്ത ഒരു പകലോടെ സെഡ് ഉത്സവം അവസാനിക്കും. പിന്നീട് ഒരു നിമിഷംപോലും ഇവിടെ തങ്ങാനാവില്ല. രാത്രി തന്നെ നാട്ടിലേക്ക് പുറപ്പെടണം.... ബടാ ഇനിയും എത്തിച്ചേർന്നില്ലല്ലോ....? അടിയന്തരഘട്ടത്തിൽ ആറുദിവസത്തെ ദൂരം നാലുദിവസംകൊണ്ടുതന്നെ തുഴഞ്ഞെത്തുന്നവനാണ് ബടാ.... തോണി നിറയെ ആൾക്കാരുണ്ടെങ്കിൽ താമസം പിടിച്ചേക്കും. ആ കെഫ്ടു വാർത്തയെത്തിക്കാൻ താമസിച്ചുപോയോ...? പുതിയ കച്ചവടക്കാരനെ കണ്ടാൽ അയാൾ വഴിയിൽ തങ്ങാനും മതി....

മെന്നയോട് അയാൾ പറഞ്ഞയച്ച കാര്യത്തിൽ എത്രമാത്രം സത്യമുണ്ട്...? നേതാവിനെ കാണാൻ സമയം കിട്ടിയില്ലപോലും....! അദ്ദേഹത്തോട് ക്ഷമിക്കാൻ പറയണം! നീരാനയിലേക്ക് ഇപ്പോൾതന്നെ പുറപ്പെടുന്നു. കൂട്ടുകാരനെ സെഡ് ഉത്സവത്തിന് തലേദിവസം തന്നെ ഇവിടെ എത്തിക്കാനേർപ്പാട് ചെയ്യുന്നതാണ്.....! എന്നാൽ ആ കൂട്ടുകാരൻ ഇനിയും വന്നുചേർന്നിട്ടില്ല.... അതുകൊണ്ടൊരു സംശയം....? വെള്ളുക്കുന്നതിന്നുള്ളിൽ ബടാ വന്നു ചേർന്നെങ്കിലോ.....? 'നേതാവിനോട് സമാധാനത്തോടെ ഇരിക്കാൻ പറ.... എല്ലാം നേരെയാവും' എന്നും കെഫ്ടു പറഞ്ഞയച്ചിരിക്കുന്നു.... ആശ്വാസവചനം! തന്നെ കാണാതിരിക്കാൻ മറ്റെന്തെങ്കിലും കാരണമുണ്ടോ....?

അതിഥിഗൃഹത്തിന് ശക്തമായ കാവലേർപ്പെടുത്തിയപ്പോൾ മെനെപ്പടാ അറിയാതെ ഒന്ന് നടുങ്ങിപ്പോയിരുന്നു. തല്ക്കാല പാരവശ്യത്തിൽനിന്ന് അല്പസമയം കൊണ്ടുതന്നെ അയാൾ മുക്തനായി...... ഭയവും സങ്കടവും തുടച്ചുനീക്കി.... വഴിവിട്ട് സഞ്ചരിക്കാത്തവർ ഭയപ്പെടുന്നതെന്തിന്....? അയാൾ സ്വയം സമാധാനിച്ചു....

ഔട്ടയും ബെക്കുവും എഴുന്നേറ്റ് പുറം വാതിൽക്കൽ ചെന്നു നിന്ന് പുറത്തെ ബഹളം ശ്രദ്ധിച്ചു..... പരിചാരകന്മാർ തിടുക്കത്തിൽ അങ്ങുമിങ്ങും ഓടിപ്പോവുകയാണ്.... എന്തൊരു ബദ്ധപ്പാട്....! എന്തൊരു തിരക്ക്.....!

അതാരാ ഇങ്ങോട്ട് വരുന്നത്....? സെനെബാണോ....? മണൽക്കാട്ടിൽ ഒറ്റപ്പെട്ടുപോയവർക്ക് സേതിന്റെ ഉപദ്രവവും സഹിക്കേണ്ടിവരുന്നോ....?

അകത്ത് കടന്ന് പതിവ് ചിരിയോടെ സെനെബ് പറഞ്ഞു....

"ഇവിടെ വെളിച്ചം കണ്ടിട്ടാണ് വന്നത്. നേതാവിനിയും ഉറങ്ങിയില്ലേ?"

എന്തെങ്കിലും ഉത്തരം പറയണമല്ലോ എന്ന് മെനെപ്പടാ വിഷമിച്ചു....

"സെഡ് ഉത്സവത്തിനുള്ള തയ്യാറെടുപ്പിന്റെ ബഹളമല്ലേ. മഹാപ്രഭുവും ഉണർന്നിരിക്കയാണെന്ന് തോന്നുന്നു....."

"ഇല്ല. ഉറങ്ങിയിട്ട് കുറച്ചു സമയമേ ആയുള്ളു. പ്രഭാതത്തിൽതന്നെ അദ്ദേഹത്തിന് എഴുന്നേല്ക്കേണ്ടേ....? റാ ഉദിക്കുന്നതിനു മുമ്പേ പുറപ്പെട്ട് വെയിലേറുന്നതിനുമുമ്പ് തിരിച്ചെത്തണം....."

"ഇപ്പോൾ അർദ്ധരാത്രിയായിട്ടുണ്ടാകും.... അല്ലേ....?"

"അർദ്ധരാത്രികഴിഞ്ഞു. സെഡ് ഉത്സവത്തിന്റെ ഓർമ്മയ്ക്കായി തടവുകാരെയെല്ലാം വിട്ടയക്കുകയാണ്. ജയിലധികാരിയും മറ്റും അങ്ങോട്ട് ചെന്നിരിക്കയാണ്. ഞാനിങ്ങോട്ടും വന്നു... അതാ നോക്ക്...."

ജയിൽവിമുക്തരായവർ പൊട്ടിച്ചിരിച്ച് ബഹളം കൂട്ടിക്കൊണ്ട് ഓടിവരികയാണ്..... യുവാക്കളും വൃദ്ധന്മാരും കുട്ടികളും എല്ലാം അക്കൂട്ടത്തിലുണ്ട്. ചിലർക്ക് നീണ്ടതാടിയും മുടിയും. ജയിൽ ജീവിതത്തിന്റ പാടുകൾ ഏവരിലും ദൃശ്യമായിരുന്നു.... ചിലർ ജയിൽമുറി വിട്ടുപോകാൻ കൂട്ടാക്കിയില്ല.....പുറംലോകത്തുചെന്നിട്ടെന്തു ചെയ്യാൻ. അത്തരക്കാരെ

കാവൽ ഭടന്മാർ പുറത്തേക്ക് തള്ളിവിട്ടു.... കാരാഗൃഹത്തിൽ നിന്ന് മുക്തരായവരെ പുറത്താക്കാൻ കൊട്ടാരം പരിചാരകരും സഹായിച്ചു. തടവുകാർക്കിടയിൽ ഒരു ഭീകരരൂപം കാണപ്പെട്ടു.... പന്തങ്ങളുടെ വെളിച്ചത്തിൽ ആ മുഖം നോക്കിക്കൊണ്ട് സെനെബ് മെനെപ്പടായോട് പറഞ്ഞു:

"ജജ്മംഖ്.... ! സമാധിക്കൊള്ളക്കാരൻ! അഞ്ചുവർഷം മുമ്പ് നമ്മുടെ മഹാപ്രഭുവിന്റെ മുത്തച്ഛന്റെ സമാധി കൊള്ളയടിക്കുമ്പോഴാണ് പിടികിട്ടിയത്. മരണ ശിക്ഷ കിട്ടേണ്ടതായിരുന്നു. ഭാഗ്യമുള്ളതുകൊണ്ട് രക്ഷപ്പെട്ടു. ഇനി തന്റെ തൊഴിലിലേക്ക് തന്നെ മടങ്ങിപ്പോകാമല്ലോ....? ഭാഗ്യവാൻ...."

"പഴയ സമ്പ്രദായമനുസരിച്ച് മുപ്പതുകൊല്ലത്തിലൊരിക്കലാണ് സെഡ് ഉത്സവം നടത്തിയിരുന്നതെങ്കിൽ ജജ്മംഖിന് ഇനിയും പത്തു വർഷംകൂടി കാത്തിരിക്കേണ്ടി വരുമായിരുന്നു....."

"ഹ......! ഹ........! നീരാനെ പ്രവിശ്യയിലെ നേതാവായ നിങ്ങൾ ഉത്സവത്തിന്റെ പേരിൽ കൊട്ടാരത്തിൽ വരികയും ഇല്ലായിരുന്നു....."

ജനങ്ങൾ ജജ്മംഖിന് ചുറ്റുംനിന്ന് പലതും പറയുകയും പൊട്ടിച്ചിരിക്കുകയും ചെയ്യുന്നുണ്ട്. അയാൾ സിംഹത്തെപോലെ ഗർജ്ജിച്ചുകൊണ്ട് തന്നെ തൊടാൻവരുന്നവരെ ആട്ടിയകറ്റുകയാണ്. അതു കാണുമ്പോൾ ജനം കൂടുതലുറക്കെ പൊട്ടിച്ചിരിക്കുകയാണ്....

പെട്ടെന്ന് ബഹളം നിലച്ചു. ഭടന്മാരുടെ ചമ്മട്ടികൾ വായുവിൽ പുളഞ്ഞ് ഒച്ചയുണ്ടാക്കി. അടിയേറ്റവർ നിലവിളിച്ചുകൊണ്ട് ഓടിയകന്നു. കൊട്ടാരം ഭടന്മാരുടെ തലവൻ ഉച്ചത്തിൽ പറഞ്ഞു......

"ഇതെന്താ.....ചന്തയാണെന്ന് കരുതിയോ? ഫെറോ ഉറങ്ങുകയാണ്. നിങ്ങൾക്ക് ബുദ്ധിയില്ലേ? മാറിപ്പോ ഇവിടന്ന് നിങ്ങൾക്കൊന്നും പണിയില്ലേ....?"

കൊട്ടാരം പരിചാരകന്മാർക്കും ജയിൽ വിമുക്തരായവർക്കും വീണ്ടും ചാട്ടയടിയേറ്റു.... അടിയേറ്റവർ വായ പൊത്തിപ്പിടിച്ചു. നിലവിളി പുറത്ത് കേൾക്കരുത്. പരിചാരകന്മാർ പിരിഞ്ഞുപോയി. ജയിൽ വിമുക്തരായവർ വേഗത്തിൽ നടന്ന് പുറത്ത് കടന്നു.

മെനെപ്പടായും സെനെബും തെല്ലുനേരം മൗനം ഭഞ്ജിച്ചു. തുടർന്ന് മന്ത്രിയുടെ പ്രധാന എഴുത്തുകാരൻ പറഞ്ഞു.

"സെഡ് ഉത്സവമായാൽ ഖൊൻസുവിന് തലവേദനയാണ്...."

"ഖൊൻസുവോ....? സഞ്ചാരികളുടെ ഉത്തരവാദിത്വം വഹിക്കുന്നയാളാണോ....?"

"അതേ.....! നിങ്ങൾ മറന്നില്ല....! അയാൾക്കും ഗതാഗതത്തിന്റെ ചുമതലവഹിക്കുന്നയാൾക്കും ബഹു തിരക്കാണ്. നിങ്ങളിതിനുള്ളിലല്ലേ. അതുകൊണ്ട് ഒന്നും മനസ്സിലാകില്ല. പുറത്ത് ബഹളം തന്നെ ബഹളം. പ്രധാനപൂജാരി ഉത്സവദിവസം നിശ്ചയിക്കേണ്ട താമസം വാർത്ത വായുവേഗത്തിൽ നാടുനീളെ പരന്നു. ജനം കൂട്ടംകൂട്ടമായി വന്ന് താവളമടിച്ചിരിക്കയാണ്. നദി നിറയെ തോണികളാണ്. വഴിയിലാണെങ്കിൽ കഴുതക

ളെക്കൊണ്ട് നടക്കാൻ കഴിയാത്ത നിലയാണ്. നിങ്ങളുടെ പ്രദേശം പോലെ ദൂരെ സ്ഥിതിചെയ്യുന്ന പ്രദേശത്ത് സാവധാനത്തിലേ വാർത്ത യെത്തിയിരിക്കൂ...."

"ഇത്രയും ദിവസം കാത്തിരുന്നത് വെറുതെയായില്ല. സെഡ് ഉത്സവം കാണാനുള്ള ഭാഗ്യമുണ്ടായല്ലോ...."

"നിങ്ങളുടെ തോണിക്കാരനായ ബടാ നിർഭാഗ്യവാനാണ്....."

മെനെപ്പടായുടെ ഹൃദയം അസ്വസ്ഥമായി. അയാൾ മൗനം പാലിച്ചു. സെനെബ് വാക്കുകൾക്ക് കുറേക്കൂടി ഇഴകൾ കൂട്ടിച്ചേർത്തു.....

"നിങ്ങൾ ഏതു സമയത്തേക്കാണ് ഒരുങ്ങിയിരിക്കേണ്ടതെന്നൊന്നും മന്ത്രി എന്നോട് പറഞ്ഞിട്ടില്ല. പല്ലക്ക് അയയ്ക്കാനും കല്പിച്ചിട്ടില്ല. അല്പം വൈകി വിളിച്ചുകൊണ്ടുപോകുമെന്നാണ് തോന്നുന്നത്. നിങ്ങൾ ഉറങ്ങിക്കൊള്ളു. എനിക്ക് ഈ രാത്രി ഇവിടെത്തന്നെ കഴിയേണ്ടിയിരി ക്കുന്നു. കലവറയുടെ വരാന്തയിൽ അല്പനേരം കിടക്കട്ടെ...."

"ശരി....."

സെനെബ് നിർഗ്ഗമിച്ചു.....

"ചേട്ടൻ ഉറങ്ങിക്കൊള്ളൂ. ഞങ്ങൾ ഉണർന്നിരുന്നുകൊള്ളാം." ഔട്ട പറഞ്ഞു.

"അതെന്തിനാ....? അല്പം എല്ലാവർക്കും ഉറങ്ങാം."

കിടന്നെങ്കിലും ഉറക്കം വന്നില്ല. വിചാരങ്ങൾ കുന്നുകൂടുന്നു.

അണയാറായ പന്തത്തിൽ ഔട്ട എണ്ണയൊഴിച്ചു. ബെക്കു കൈ തലയ്ക്ക് വെച്ച് നിദ്രാധീനനായി.

ചോദ്യങ്ങൾ അഭിമുഖീകരിക്കുന്നതുപോലെ മെനെപ്പടായുടെ മസ്തിഷ്കം ചൂടുപിടിച്ചു. ധാർമ്മിക വിധികൾക്കായി ഫെറോ മഹാക്ഷേ ത്രത്തിലേക്ക് പുറപ്പെട്ടാൽ.... താനെന്തു ചെയ്യണം? എല്ലാ സാമന്തന്മാരും അവിടെയെത്തുമെന്നുള്ളത് തീർച്ചയാണ്..... സാമന്തനല്ലാത്ത താനോ....? കലാപം നടത്തിയവനാണെങ്കിലും അതിഥിയല്ലേ? ഈ ഉത്സവത്തിൽ എന്ത് സ്ഥാനമാണ് തനിക്കുള്ളത്? ശ്വാസംമുട്ടുന്നല്ലോ....! കൊള്ളക്കാരൻ ജജ്മംഖ്പോലും മോചിതനായി.....! തന്റെ മോചനം....! തന്റെ ജനതയെ വിട്ട് ഇങ്ങനെ ഇങ്ങോട്ട് വരാൻ പാടില്ലായിരുന്നു.... ഇനി....ഇനി? 'ഞാൻ ബടായെ കാത്തുകൊണ്ട് തീരത്തുതന്നെ ഇരിക്കു'മെന്ന് മെന്ന പറഞ്ഞ യച്ചിട്ടുണ്ട്. ഈ ബഹളത്തിൽ മെന്നയുടെ കാര്യം ഓർക്കില്ല. ഭ്രാന്തന്റെ കാര്യത്തിലുണ്ടോ വല്ലവരും തല ചൂടാക്കുന്നു.....! എങ്കിലും അയാൾ ബടായെ കണ്ടുമുട്ടിയില്ലെങ്കിൽ....? ഇനി ബടാ വരാതിരുന്നാലോ? വല്ല ചതിയും....? ഓ അമൻ....! അങ്ങനെ സംഭവിക്കുമോ....? സംഭവിക്കുമോ..?

മെനെപ്പടാ ഞരങ്ങിക്കൊണ്ട് ചരിഞ്ഞുകിടന്നു. വീണ്ടും വീണ്ടും അതേ ചിന്തകൾ.

കാലം നൈൽനദിപോലെയാണ്.....! സദാ ഇങ്ങനെതന്നെ നില നില്ക്കും.....! ഇങ്ങനെതന്നെ.....!

എങ്ങോ ഒരു തോണിക്കടവ്.....ഒരല്പം സംസാരവും.

"ഔട്ടാ....., ഇനി നീ കിടന്നോ....." ബെക്കുവിന്റെ ശബ്ദം.

"ഉം..... പുറത്തെ ബഹളം കുറഞ്ഞിരിക്കയാണ്. എല്ലാവരും ഉറങ്ങിയിരിക്കുമെന്നാ തോന്നുന്നത്...."

താനെഴുന്നേല്ക്കണോ....? ഈ ബന്ധുക്കളോട് സംസാരിക്കണോ? നേതാവ് ഉറങ്ങുകയാണെന്ന് ഇവർ കരുതിയിരിക്കും....

ഔട്ട ദൈവത്തെ പ്രാർത്ഥിക്കുകയാണ്.

"അമൻ....! അമൻ.....!"

ഈ രാത്രി കാറ്റ്പോലും സ്തംഭിച്ചിരിക്കുന്നു.

ഊഹും.... വെന്തുനീറുന്നതിനിടയിൽ തണുപ്പിന്റെ സുഖകരമായ അനുഭവം. ഉറങ്ങുന്നവരുടെയും ഉണർന്നിരിക്കുന്നവരുടെയും ഇടയിലൂടെ പതുങ്ങിയെത്തിയ കുളിർക്കാറ്റ്. കൺപോളകളെ തൊട്ട് തലോടുന്നു. ആഹാ....! ഇത് നെഫീസിന്റെ കരസ്പർശനമാണ്. ഈ ആശ്ലേഷത്തിൽ ലയിച്ച് ഉറക്കത്തിലേക്ക്.... അവയവങ്ങളിൽ വ്യാപിക്കുന്ന ചേതോഹരമായ നിദ്ര.

....

"ആരത്....? ആര്....? നില്ക്കവിടെ.....!"

ഭയത്തോടെ പറഞ്ഞത് ബെക്കുവാണ്. രോഷവും ശങ്കയും ആ ശബ്ദത്തിൽ നിഴലിച്ചിരുന്നു.

"ആര്....? ആര്.....?" ഔട്ടയും പിടഞ്ഞെണീറ്റു.

മെനെപ്പടായും ഞെട്ടിയെണീറ്റു.

"എന്താ.....? എന്താ.....?" അയാൾ മുന്നോട്ട് നീങ്ങി.

ഉത്തരമില്ല. പന്തങ്ങളുടെ വെളിച്ചത്തിൽ കുന്തമുനകൾ തിളങ്ങി കാണപ്പെട്ടു.

ഭടന്മാർ ബെക്കുവിനെ വളഞ്ഞു.

"തൊട്ടുപോകരുത്....മാറിനില്ക്ക്...." അയാൾ ഗർജ്ജിച്ചു.

"നില്ക്കവിടെ.....നില്ക്കവിടെ...."

മുന്നോട്ടാഞ്ഞ ഔട്ടയെ ഭടന്മാർ പിടികൂടി.

മെനെപ്പടായുടെ ഹൃദയമിടിപ്പ് ഉച്ചത്തിലായി. സംഭവിക്കയില്ലെന്ന് താൻ വിചാരിച്ചിരുന്ന ആ നിമിഷം.....? എങ്കിലും നിർവ്വികാരനായി അയാൾ പറഞ്ഞു:

"നിങ്ങളാരാ.....? നിങ്ങൾക്കെന്തുവേണം.....?"

"പിടിക്കവനെ....!"

കൊട്ടാരം ദളപതിയുടെ കല്പന.

ഭടന്മാർ നേതാവിനെ വളഞ്ഞു. ഔട്ടയും ബെക്കുവും കുതറിമാറാൻ ശ്രമിച്ചുകൊണ്ട് വിളിച്ചുപറഞ്ഞു: "തൊട്ടുപോകരുത്! തൊട്ടുപോകരുത്....!"

അംഗരക്ഷകരുടെ കൈകൾ പിന്നിൽ കെട്ടപ്പെട്ടു. കുന്തമുന മുതു

കിലും പുറത്തും ആഞ്ഞുപതിഞ്ഞു.

ഔട്ടയും ബെക്കുവും ഗർജ്ജനം നിർത്തിയില്ല.

"സൂക്ഷിച്ചോ.....! നേതാവിന്റെ ശരീരത്തിൽ തൊട്ടാലുണ്ടല്ലോ......!"

"ഔട്ട......, ബെക്കു......മിണ്ടാതിരി...." മെനെപ്പടാ പറഞ്ഞു.

ഭടന്മാർ കൂടുതലടുത്തേക്ക് നീങ്ങുന്നതുകണ്ട് മെനെപ്പടാ ചോദിച്ചു' "എന്താ ഇത്.....? ബന്ധനമോ.....?"

"ഉം...... രാജകല്പന...."

"തയ്യാറായിരിക്കുന്നു. കൂട്ടിക്കൊണ്ടുപോയാലും."

"പുറപ്പെട്.....!"

ഔട്ടയെയും ബെക്കുവിനെയും തള്ളിക്കൊണ്ട് ഭടന്മാർ മുറ്റത്തിറങ്ങി. ദളപതിയുടെ പിന്നിലായി മെനെപ്പടായും അദ്ദേഹത്തെ വളഞ്ഞിരിക്കുന്ന യോദ്ധാക്കളും പുറത്തിറങ്ങി.

"രക്ഷപ്പെട്ടേക്കും.... സൂക്ഷിക്കണം...." ദളപതി ഉച്ചത്തിൽ പറഞ്ഞുകൊണ്ടിരുന്നു. അതും പോരാഞ്ഞ് ഇടയ്ക്ക് അയാൾ കൂട്ടിച്ചേർത്തു: "രക്ഷപ്പെട്ടാൽ നമ്മളെയെല്ലാം പിടിച്ചകത്താക്കും."

തന്റെ സംസാരത്തെ താൻതന്നെ അഭിനന്ദിച്ചുകൊണ്ട്, കൂടുതൽ ധൈര്യം സംഭരിച്ച് അയാൾ കല്പിച്ചു:

"നടക്ക് ജയിലിലേക്ക്....!"

ബടാ മുമ്പ് പറഞ്ഞ കാര്യം മെനെപ്പടാക്കോർമ്മവന്നു. അതിഥിഗൃഹത്തിനടുത്താണ് കാരാഗൃഹവും.... ഇപ്പോൾ അതിൽ താമസിക്കാനുള്ള സാഹചര്യവും ഉണ്ടായിരിക്കുന്നു.

പന്തങ്ങളുടെ വെളിച്ചവുമായി കൂടിച്ചേരുന്ന മങ്ങിയ ചന്ദ്രപ്രകാശം നീണ്ടുനീണ്ടുവരുന്ന കെട്ടിടങ്ങളുടെ നിഴലുകൾ.

ജയിലധികാരി ഒതുങ്ങിനിന്നിരുന്നു. രണ്ട് ഭടന്മാർ പന്തംകൊണ്ടുവന്നു. ഔട്ടയും ബെക്കുവുമടങ്ങിയ സംഘം അതിലൊരാളെ പിന്തുടർന്നു.

തങ്ങളെ വേർപെടുത്തുകയാണെന്ന് മെനെപ്പടായ്ക്ക് തോന്നി. ആ കല്ലിന്റെ കെട്ടിടത്തിൽ അവരെ തള്ളിയിടും.

ശേഷിച്ച ഭടൻ മെനെപ്പടാക്കും സംഘത്തിനും വഴികാട്ടിക്കൊടുത്തു ആ കെട്ടിടത്തിന്റെ ഒരരികിൽ വേറൊരു വാതിൽ. കാവൽക്കാരുണ്ടായിരുന്നില്ല.... തടവുകാരെല്ലാം മോചിപ്പിക്കപ്പെട്ടല്ലോ.... ഇത് ഒഴിഞ്ഞ തടവറയാണ്....

വാതിൽ തുറക്കാൻ മൂന്നുനാലുപേരുടെ ശക്തിപ്രയോഗം.... ഒരാൾക്ക് കഷ്ടിച്ച് ഉള്ളിൽ കടക്കാവുന്നത്ര വഴി.... മുന്നിൽ നീങ്ങുന്ന പന്തത്തിന്റെ വെളിച്ചം പടവുകളുണ്ടെന്നറിയിച്ചു.... താഴേക്ക്..

ഇത് സമാധിപോലെയുണ്ടല്ലോ.....! ശാശ്വതഭവനത്തിനും ശവകുടീരത്തിനും എന്ത് വ്യത്യാസം....!

പന്തം നീങ്ങുന്നതിനനുസരിച്ച് പടവുകൾ.... ഇടത്തോട്ട് വലത്തോട്ട്... സമനിലത്തെത്തിനിന്നു. മറ്റൊരു വാതിൽ.... വീണ്ടും അവരോഹണം....

വേറൊരു വാതിൽകൂടി.

ആ വാതിൽ പകുതി തുറക്കപ്പെട്ടു. ദളപതി വശത്തേക്ക് മാറിനിന്നു. മെനെപ്പടായെ ആരോ പിന്നിൽനിന്ന് തള്ളി. മുന്നോട്ട് മുട്ടുകുത്തി വീണു. വാതിൽ അടയ്ക്കുന്ന ഒച്ച. ചുറ്റും ഇരുട്ട്. പടവുകൾ കയറുന്ന ശബ്ദം അകന്നകന്നു പോകുന്നു. എല്ലാ വാതിലുകളും അടച്ചിട്ടതുപോലെയായ ല്ലോ....! മുകൾവശത്ത് ഒന്നുകൂടിയുണ്ട്... അതുകൂടിയടച്ചാൽ അല്പം ചന്ദ്രപ്രകാശം കൂടി....

മെനെപ്പടാ പിന്നോട്ട് നീങ്ങി വാതിലിൽ തൊട്ടുനോക്കി. വശത്തേക്ക് തപ്പിത്തടഞ്ഞു.... കല്ലിന്റെ തണുത്ത സ്പർശം.

വളരെനേരം അതേ നിലയിൽ അയാൾ നിന്നുപോയി.

നിശ്ശബ്ദത തളംകെട്ടിയ ചുറ്റുപാട്. കാറ്റുപോലും മൂകമായിരിക്കു ന്നു..... എവിടെയോ ഒന്നുരണ്ട് ദ്വാരമുണ്ടോ....? ഇഷ്ടപ്പെടാത്ത വാസന. തന്റെ ധ്വനി തനിക്കുതന്നെ എങ്ങനെ കേൾക്കപ്പെടുമെന്നറിയാമല്ലോ... “ബടാ” മുഴങ്ങുന്ന പ്രതിധ്വനി..... “നെഫീസ്” “രാമേരി” .... മുഴക്കം..... മുഴക്കം.

മെനപ്പടാ ചുമരിൽ ചാർന്നുനിന്നു. അതേപടി താഴേക്ക് വഴുതി വീണു.... കാൽ മടക്കിവെച്ച് ചുമരിന് ചാർന്നിരുന്നു..... വരണ്ട ഒരു പുഞ്ചിരി ആ ചുണ്ടിൽ തെളിഞ്ഞുവന്നു.... ‘ബടാ.... എന്താണോ സംഭവി ക്കയില്ലെന്ന് കരുതിയിരുന്നത്.... അത് സംഭവിക്കതന്നെ ചെയ്തു...’

വിചാരങ്ങളുടെ വേലിയേറ്റം....തന്റെ അംഗരക്ഷകരുടെ സ്ഥിതിയെ ന്തായി...? ഔട്ട.....ബെക്കു.....! നേതാവിനെ രക്ഷിക്കാൻ തങ്ങളെക്കൊണ്ടാ യില്ലെന്ന് ദുഃഖിക്കുന്നുണ്ടാകും... സമാധാനിപ്പിക്കണം... അടുത്തടുത്ത മുറിയിലായിരുന്നെങ്കിൽ സംസാരം കേൾക്കുമായിരുന്നോ.....എന്തോ....? ഉച്ചത്തിൽ പേരുവിളിക്കട്ടെ....“ഔട്ടാ.....! ബെക്കു.....!” പ്രതിദ്ധ്വനി മാത്രം. കേട്ടിരുന്നെങ്കിൽ അവർ വിളികേൾക്കാതിരിക്കില്ല. ഊം ..... ഇത് നില മാളികയിലെ മുറിയാണ്.... ശബ്ദം പുറത്തു കടക്കില്ല. പുറത്തെ ശബ്ദം അകത്തെത്തുകയുമില്ല.....

ചതുരാകാരത്തിലുള്ള വലിയൊരു കെട്ടിടത്തിലാണ് ഔട്ടയെയും ബെക്കുവിനെയും തള്ളിയിട്ടത്. മോചിതരായ നൂറ്റി എൺപത്തഞ്ചോളം തടവുപുള്ളികളെ ആ കെട്ടിടത്തിലാണ് അടച്ചിരുന്നത്. മേൽപ്പുരയും കല്ലി ന്റേത്. അതിൽ അനേകം ചെറിയ ദ്വാരങ്ങളുണ്ടായിരുന്നു. നേരിയ ചന്ദ്ര പ്രകാശം ആ ദ്വാരങ്ങളിലൂടെ താഴേക്കിറങ്ങിവന്നു. മുറിയുടെ ഒരരികിൽ അരമുഴം ഉയരത്തിൽ നീളത്തിലുള്ള മൺകൂന. അതിന്റെ ഉപയോഗമെ ന്താണെന്ന് അവിടെനിന്നു വരുന്ന ദുർഗ്ഗന്ധം സൂചിപ്പിച്ചിരുന്നു. ഒരു മൂലയ്ക്ക് നിലം കുഴിച്ചുണ്ടാക്കിയ വെള്ളത്തൊട്ടി.

തല്ക്കാല പാരവശ്യത്തിന്നിടയിലും ഔട്ട ഇതെല്ലാം ശ്രദ്ധിച്ചു. ബെക്കു പൊട്ടിക്കരയുകയാണ്... താൻ കാവലിരുന്നിട്ടുകൂടി ഇങ്ങനെയാ യല്ലോ.... അയിമ്പതു ഭടന്മാരുടെ തലവായി....ഖ്നേംഹോടെപിന്റെ വിശ്വാ സപാത്രമായി.... നേതാവിന്റെ അംഗരക്ഷകനായി..... ഗൗരവമേറിയ ഒരു

ത്തരവാദിത്വത്തിൽ പങ്കാളിയായി..... എന്നിട്ടെന്തുഫലം.....? എല്ലാം തകിടം മറിഞ്ഞുപോയില്ലേ....?

ഔട്ട ചുമരുകൾ തപ്പിനോക്കി. രക്ഷപ്പെടാനുള്ള വല്ല പഴുതുമുണ്ടോ....? വാതിൽ തള്ളിനോക്കി. അണുപോലും ചലിക്കുന്നില്ല. ചതുരാകൃതിയിലുള്ള പൂട്ടിട്ട് അത് ഭദ്രമാക്കിയിരിക്കയാണ്. പുറത്തുള്ളവർക്കു മാത്രമേ അത് തുറക്കാനാവൂ.

അയാൾ വാതിലിൽ ചെവിയോർത്തുനിന്നു. എന്തെല്ലാമോ അസ്പഷ്ടസ്വരങ്ങൾ.... വെളിയിൽ ജനങ്ങളുണ്ടെന്ന് തോന്നുന്നു. കാവൽ ഭടന്മാരോ കൊട്ടാരം പരിചാരകരോ ആയിരിക്കാം. നേതാവിനെ അടുത്തുതന്നെ എവിടെയെങ്കിലും അടച്ചിട്ടിരിക്കണം..... എവിടെയാണെന്നെങ്ങനെയറിയാൻ....? നിലമാളികയിലാകുമോ? സെഡ് ഉത്സവം കഴിഞ്ഞ ഉടൻ നാട്ടിലേക്ക് പുറപ്പെടണമെന്ന് നിശ്ചയിച്ചിട്ട്..... ഇങ്ങനെയാണല്ലോ വന്നുകൂടിയത്...! ഫെറോവിന് യുവത്വം തിരിച്ചുകിട്ടുന്ന സന്തോഷകരമായ വേളയിൽ കൊള്ളക്കാരെയും കൊലപാതകികളെയും വിട്ടയക്കുന്നു....! എന്നാൽ അതിഥികളായി കഴിഞ്ഞിരുന്നവരെ പകരം തടവിലാക്കുന്നു. ഇതെന്തൊരനീതി.

ഔട്ടയുടെ പല്ലുകൾ കൂട്ടിയമർന്നു. ഉള്ളിലെ വേദനകൾ ഞരക്കത്തിലൂടെ പുറത്തേക്കുവന്നു.

ബെക്കു കരച്ചിൽ നിർത്തി...

"ഇങ്ങനെ വന്നല്ലോ ചേട്ടാ.....!"

"ധൈര്യമായിരിക്ക്....."

ഔട്ടയുടെ വാക്കുകൾ ബെക്കുവിനെ അല്പം സമാധാനിപ്പിച്ചു.

"ബടാ ചേട്ടൻ വരാതിരിക്കില്ല.... അല്ലേ....?"

"ഉം....ഉം...."

"നമ്മളിവിടെയാണെന്ന് എങ്ങനെയറിയും.....?"

"നല്ലവരായ ആരെങ്കിലും പറഞ്ഞുകൊടുക്കണം....."

ബെക്കു ആലോചിച്ചു... നല്ലവരാര്....? മെന്ന ഒരാൾ മാത്രം....? തങ്ങളിവിടെയാണെന്ന് മെന്ന അറിയുന്നതെങ്ങനെ? ആ പ്രശ്നത്തിന് ഉത്തരം കാണാതെ അയാൾ ഏറെനേരം അതേ നിലയിലിരുന്നുപോയി...

സൂര്യോദയത്തിനുമുമ്പുതന്നെ മഹാപ്രഭുവിനെയും മഹാറാണിയെയും വിളിച്ചെഴുന്നേല്പിച്ചു. നെഫർടേം വളരെ കാലമായി പ്രതീക്ഷിച്ചുകൊണ്ടിരിക്കുന്ന ഒരു ശുഭദിനമാണത്... സാധാരണ ഫെറോ കൊട്ടാരം ക്ഷേത്രത്തിലേക്ക് പുറപ്പെട്ടശേഷമേ മഹാറാണി ഉണരാറുള്ളു. ഇന്ന് അവർക്ക് ഉത്സാഹത്തിന്റെ ദിനമാണ്. നിദ്രാഭംഗം വകവെക്കാതെ അവർ ദാസികൾക്ക് കല്പന നല്കിത്തുടങ്ങി.

ക്ഷുരകൻ, നഖംമുറിക്കുന്നവൻ, എണ്ണതേച്ച് കുളിപ്പിക്കുന്നയാൾ, പുത്തനുടുപ്പണിയിക്കുന്നവർ, പാദരക്ഷയുടെ ഉത്തരവാദിത്വമുള്ളയാൾ, തുടങ്ങി വിവിധ കർമ്മചാരികൾ മഹാപ്രഭുവിന്റെ കല്പന കാത്തുനിന്നു.

നിറന്നുകത്തുന്ന എണ്ണ വിളക്ക് സൂര്യപ്രകാശത്തിന്റെ കുറവ് നികത്തി.

കൊട്ടാരത്തിലെ സംഗീതവിദുഷികൾ അന്തപ്പുരത്തിന്റെ വരാന്തയിലിരുന്ന് തന്ത്രികൾ മീട്ടിത്തുടങ്ങി.

പ്രധാനക്ഷുരകനും അയാളുടെ സഹായിക്കും ഇന്ന് വളരെ ഉത്തരവാദിത്വമുള്ള ദിവസമാണ്. രാജാവിന്റെയും റാണിയുടെയും തല മുണ്ഡനംചെയ്യണം. കേശകവചമണിയുന്നതിന് മുമ്പുള്ള ചടങ്ങാണത്. അപൂർവ്വമായ ഈ കർമ്മത്തിനായി രത്നം പതിപ്പിച്ച സ്വർണ്ണകത്രിക ഒരു മാസംമുമ്പുതന്നെ കൊട്ടാരത്തിലെ സ്വർണ്ണപ്പണിക്കാരൻ നിർമ്മിച്ചിരുന്നു.

പ്രഭാതകൃത്യങ്ങൾ ധൃതിയിലവസാനിപ്പിച്ച് ഫെറോ ക്ഷുരകന്റെ മുന്നിലിട്ട പീഠത്തിലിരുന്നു. അരമനയിലെ ആഭരണങ്ങളുടെ ചുമതല വഹിക്കുന്നയാൾ സ്വർണ്ണത്തളികയിൽ സ്വർണ്ണക്കത്രിക കൊണ്ടുവന്നു.

ഒരു ദാസി ഓടിവന്ന് ഫെറോവിന്റെ ചെവിയിൽ പറഞ്ഞു:

“മന്ത്രികൾ ആഗതരായിരിക്കുന്നു.....”

“വരട്ടെ.....”

ക്ഷുരകൻ അല്പം മാറിനിന്നു. മന്ത്രി കടന്നുവന്നു.

“ഫെറോവിന്റെ ആയുരാരോഗ്യം വർദ്ധിക്കട്ടെ.....” മന്ത്രി തുടർന്നു: “പ്രജകളെല്ലാം ഉണർന്നിരിക്കയാണ്. മഹാപ്രഭുവിന്റെ ക്ഷേത്രത്തിലേക്കുള്ള എഴുന്നള്ളത്ത് കാണാൻ വഴിയുടെ ഇരുവശങ്ങളിലും ജനം നിരന്നുനില്ക്കയാണ്. അലങ്കരിച്ച മഹാക്ഷേത്രം ഫെറോവിനെ സ്വാഗതം ചെയ്യാൻ ബദ്ധപ്പെടുകയാണ്. പ്രധാനപൂജാരി തീർത്ഥക്കുളത്തിൽ സ്നാനത്തിന്നിറങ്ങിയിരിക്കുന്നു.....”

“സന്തോഷം.... ഈ സെഡ് ഉത്സവത്തിന്റെ വിശിഷ്ടകർമ്മങ്ങൾക്ക് മന്ത്രിയും സാക്ഷിയായിരിക്കട്ടെ.....”

ഫെറോ സൂചന നല്കി. ക്ഷുരകൻ സ്വർണ്ണക്കത്രിക വിരലിലിറുക്കി മുറിഞ്ഞുവീഴുന്ന തലമുടി നിലത്തുവീഴാതെ സ്വർണ്ണത്തളികയിലേറ്റു കൊണ്ട് ഒരു ദാസി ചുറ്റും നീങ്ങി. സമർത്ഥനായ ആ ക്ഷൗരക്കാരൻ അല്പസമയംകൊണ്ടുതന്നെ മഹാരാജാവിന്റെ തല ഭംഗിയായി മുണ്ഡനം ചെയ്തു. ഓട്ടു കണ്ണാടിയിൽ നോക്കിക്കൊണ്ടിരുന്ന ഫെറോവിന് തന്റെ തല എത്രമാത്രം ചെറുതാണെന്നുകണ്ട് അസ്വാസ്ഥ്യമുണ്ടായി. കണ്ണാടി മുന്നിൽനിന്ന് മാറ്റുവാൻ അദ്ദേഹം ആംഗ്യം കാട്ടി.

ദാസികൾ രാജാവിനെ സ്നാനാഗാരത്തിലേക്ക് കൂട്ടിക്കൊണ്ടുപോയി. അലങ്കരിച്ച മഹാരാജാവിന്റെ പല്ലക്ക് പരിശോധിക്കുന്നതിന് മന്ത്രി പുറത്തേക്കിറങ്ങി.

രാജകുമാരനെയും രാജകുമാരികളെയും എഴുന്നേല്പിച്ചു.

മഹാറാണിയുടെ മുന്നിൽനിന്ന ക്ഷുരകൻ ഒരു നിമിഷം ചിന്താധീനനായി നിന്നുപോയി. അഴകറ്റ ഈ തലമുടി കത്രിച്ചിടണമല്ലോ.... ഉതിർന്നുവീഴുന്ന തലമുടിയിൽ ഇടയ്ക്കിടെയുള്ള നരച്ച ഇഴകൾ ഒരു ശല്യമായിത്തീർന്നിരിക്കണം.... തലമുണ്ഡനം ചെയ്യുന്നതിന് ഇതും ഒരു

കാരണമായിരിക്കുമെന്ന് ക്ഷുരകന് തോന്നി.

"അസ്സീരിയയിൽനിന്ന് കൊണ്ടുവന്ന കേശകവചം കൊണ്ടുവാ...." മഹാറാണി ദാസിയോട് കല്പിച്ചു.

ക്ഷുരകനെ കാണിക്കുന്നതിന്.... കണ്ടിട്ട് അയാൾക്ക് ദിഗ്ഭ്രമമുണ്ടായി. ഇത്രയും തലമുടി ഒരു സ്ത്രീയുടേതായിരിക്കില്ല. രണ്ടോ മൂന്നോ തലകളെങ്കിലും മുണ്ഡനം ചെയ്ത് ഉണ്ടാക്കിയതാകണം.... ആ സംശയം പ്രകടിപ്പിക്കാനുള്ള ധൈര്യം അയാൾ കാണിച്ചില്ല.

"എങ്ങനെയുണ്ട്.....?"

"നല്ല ഭംഗിയുണ്ട് മഹാറാണി....."

തന്റെ തലമുടിയിൽ വിരലോടിച്ചുകൊണ്ട് റാണി പറഞ്ഞു......

"ധാർമ്മിക വിധിയല്ലേ....? കൂടാതെ കഴിയില്ലല്ലോ.... ഉം നിന്റെ ജോലി ആരംഭിച്ചുകൊള്ളു....."

മുറിഞ്ഞുവീഴുന്ന തലമുടി സ്വർണ്ണത്തളികയിലേൽക്കുന്നതിന് വേറൊരു ദാസി തയ്യാറായിനിന്നു..... റാണി ഇടയ്ക്കിടെ നെടുവീർപ്പിട്ടു. മുറിഞ്ഞുവീഴുന്ന കേശരാശിയിലും, പുതുതായണിയേണ്ട കേശകവചത്തിലും, ഓട്ടുകണ്ണാടിയിലും മഹാറാണിയുടെ ദൃഷ്ടികൾ മാറിമാറി സഞ്ചരിച്ചു.......

ക്ഷുരകന്റെ ജോലിയവസാനിച്ചു. അയാൾ ഒതുങ്ങിനിന്ന് നമസ്കരിച്ചു.

സ്നാനത്തിനുശേഷം മഹാറാണിയുടെയും മഹാപ്രഭുവിന്റെയും മിനുങ്ങുന്ന തലയിൽ നേരിയ വെള്ളപ്പട്ട് ചുറ്റി ഭംഗിയായലങ്കരിച്ചു. ശുഭ്ര വസ്ത്രങ്ങൽ ഉടുപ്പിച്ചു. പുത്തനാഭരണങ്ങൾ അണിയിച്ചു.....

ബെംട് രഷ്ട കടന്നുവന്ന് മഹാറാണിയെ വണങ്ങി....

"രാജകുമാരനും കുമാരിമാരും പുറപ്പെട്ടു നില്ക്കുന്നു....."

"ശരി.... മഹാപ്രഭു ഒരുങ്ങിക്കഴിഞ്ഞോ എന്ന് നോക്കി വാ.... എഴുന്നള്ളത്തിന്റെ ചുമതല വഹിക്കുന്നയാളെയും അറിയിക്ക്....."

ബെംട്രഷ്ട അപ്രത്യക്ഷയായി.....

പല്ലക്കിനടുത്തേക്ക് നീങ്ങുമ്പോൾ മഹാരാജാവ് റാണിയെ ഒന്ന് ശ്രദ്ധിച്ചു. റാണിയും രാജാവിനെ ഒളിഞ്ഞുനോക്കയായിരുന്നു. മിനുങ്ങുന്ന ശിരസ്സിലണിഞ്ഞ വെള്ളപ്പട്ട് എങ്ങനെ കാണപ്പെടുന്നെന്നറിയാനുള്ള വെമ്പൽ ഇരുവർക്കുമുണ്ടായിരുന്നു. പ്രധാനപൂജാരി ശാഠ്യം പിടിക്കാതിരുന്നെങ്കിൽ കൊട്ടാരം ക്ഷേത്രത്തിൽവച്ചുതന്നെ കേശകവച ധാരണവും നടത്താമായിരുന്നു.....

എരിഞ്ഞുനില്ക്കുന്ന പന്തങ്ങൾ.... ജയഭേരികൾ... ഘോഷയാത്രയ്ക്ക് കോപ്പ് കൂട്ടുന്ന നൃത്തക്കാരും പാട്ടുകാരും.... ഇരുവശങ്ങളിലായി നൂറുപേരുള്ള അംഗരക്ഷകവൃന്ദം. മുന്നിൽ മന്ത്രിയുടെ പല്ലക്ക്. അതിനുപിന്നിൽ ഫെറോ, മഹാരാജാവിന്റെ കേശകവചം, കിരീടം, പല്ലക്ക്, അതിനുപിന്നിൽ ഫെറോ, മഹാരാജാവിന്റെ കേശകവചം,

കിരീടം, കോല് തുടങ്ങിയ വസ്തുക്കളുള്ള പെട്ടി വെച്ചിട്ടുള്ള മറ്റൊരു പല്ലക്ക് തൊട്ടുപിറകിലായി നീങ്ങുന്നു. തുടർന്ന് മഹാറാണി, ആ പല്ലക്കിനു പിന്നിലും പെട്ടി വെച്ചിട്ടുള്ള മറ്റൊരു പല്ലക്ക്. ആ പെട്ടിയിൽ റാണിയുടെ കേശകവചം, കിരീടം തുടങ്ങിയവ. അതിനും പിറകിലായി രാജകുമാരൻ..... തുടർന്ന് രാജകുമാരിമാർ.. ഒടുവിൽ പന്തങ്ങളുമായി നടന്നു നീങ്ങുന്ന പരിചാരക സമൂഹം.....

തുറന്നുകിടക്കുന്ന ഗോപുരവാതിലിലൂടെ ഘോഷയാത്ര വഴിയിലിറങ്ങി. നഗരത്തിനു പുറത്തുള്ള മഹാക്ഷേത്രത്തിലേക്ക് അത് പുറപ്പെട്ടു.....

അലിഞ്ഞുതീരുന്ന ഇരുൾ. അതിനുമുമ്പേ ദീപങ്ങളുടെ പ്രകാശത്തിൽ ഘോഷയാത്ര. നീന്തിക്കളിക്കുന്ന നിഴലുകൾ.... തിളങ്ങുന്ന കുന്തമുനകൾ.... കണ്ണഞ്ചിക്കുന്ന പല്ലക്കിലെ കൊത്തുപണികൾ... ഉയർന്നു പൊങ്ങുന്ന ജയഘോഷം..., "ഓ...... ഫെറോ..... ഓ..... ഫെറോ.....!" .... "ദീർഘായുഷ്മാനായ ഫെറോ! ദീർഘായുഷ്മാനായ ഫെറോ.....?"

ഫെറോവിന്റെ ദിവ്യദർശനത്തിന് തിക്കിത്തിരക്കുന്ന ജനസഹസ്രം. നഗരവാസികളും.... ഗ്രാമീണരും.... സ്ത്രീകളും പുരുഷന്മാരും.... നിരനിരയായി നിന്ന് മഹാപ്രഭുവിനെ നമസ്കരിച്ചു..... ജയഘേഷത്തിൽ പങ്കുചേർന്നു....

പകലാണെങ്കിൽ ഗാംഭീര്യം സ്ഫുരിക്കുന്ന മുഖഭാവമുണ്ടാകണം. ഇപ്പോഴതിന്റെ ആവശ്യമില്ല. പകലും ഇരുളുംകൂടിച്ചേർന്ന ഈയവസരത്തിൽ ഫെറോവിന്റെ മുഖഭാവം ആർക്ക് മനസ്സിലാകാൻ....! ചുറ്റും കണ്ണോടിക്കാനുള്ള ചെറിയൊരു സ്വാതന്ത്ര്യം ഫെറോവിന് ലഭിച്ചു... ഇവരെല്ലാം എന്റെ പ്രജകളാണോ....? ഏതായാലും അനാവശ്യമായ സംഘർഷം ഒഴിവാക്കാൻ കഴിഞ്ഞത് ഭാഗ്യമായി. ഇതിൽ മന്ത്രിയുടെ സാമർത്ഥ്യമാണോ കൂടുതലുള്ളത്....? അതോ ഹെഖ്വെടിന്റേതോ....? സെഡ് ഉത്സവം നടക്കുന്നതുതന്നെയാണ് തന്റെ വിജയം. നീരാന പ്രവിശ്യയുടെ കാര്യം പരിഹരിക്കപ്പെടുന്നത് അപ്രതിരോധ്യമായ പ്രാബല്യത്തിന് നിദർശനമാണ്. സെഡ് ഉത്സവത്തിന്റെ പേരിൽ താൻ മഹാക്ഷേത്രത്തിലേക്ക് കാഴ്ച നല്കണം.....? എന്ത് കാഴ്ച....? എത്രവിലയ്ക്കുള്ളത്....? മന്ത്രിയോട് ആലോചിക്കണം....

തലമുണ്ഡനംചെയ്ത്, കിരീടം ധരിക്കാതെ മഹാറാണി പുറത്തിറങ്ങുന്നത് ഇതാദ്യമാണ്. ഭംഗിയായലങ്കരിച്ച ശിരോവസ്ത്രമുണ്ടെങ്കിലും താൻ നഗ്നയായിട്ടാണ് പല്ലക്കിലിരിക്കുന്നതെന്ന ഭാവമാണ് നെഫർടേമിന്.... ഈ പ്രജാപ്രഭൃതികൾ തന്നെക്കണ്ട് ആനന്ദപുളകിതരാകുകയാണ്.... രാജാവിനെ ഇവർ ഭയപ്പെട്ടേക്കും. എന്നാൽ മഹാറാണിയോട് ഭയവും, ഭക്തിയും, പ്രേമവും എല്ലാം പ്രകടിപ്പിക്കും. ഈ സെഡ് ഉത്സവം നടത്തപ്പെടുന്നത് തന്നെക്കൊണ്ടല്ലേ....? നവയൗവ്വനം പ്രാപിക്കുന്ന ഈ നാടകം....! ഫേറോ ബലവാനും യുവാവുമാണെന്ന് ജനങ്ങളെ ബോദ്ധ്യപ്പെടുത്താനുള്ള ഒരു ശ്രമമല്ലേ ഇത്....? പ്രധാന പൂജാരി തന്റെ ഭാഗത്താണെന്നതിന് സംശയമില്ല. അദ്ദേഹത്തിന്റെ പൂർണ്ണമായ വിശ്വാസവും സഹകരണവും താൻ സമ്പാദിക്കണം. രാജകുമാരനെ കഴിവതും വേഗ

ത്തിൽ സിംഹാസനത്തിലേറ്റേണ്ടത് അത്യാവശ്യമാണ്. ക്ഷേത്രത്തിൽ നിന്ന് മടങ്ങുമ്പോഴാണ് ഈ ഘോഷയാത്ര വർണ്ണശബളമായിത്തീരുന്നത്. അത്യന്തം ഉയരമുള്ള കേശകവചം. അതിനു മീതെ പളപളാ മിന്നുന്ന കിരീടം. സാമന്തരാജാക്കന്മാരെല്ലാം ഈ ഘോഷയാത്രയിൽ പങ്കെടുക്കണമെന്ന് കല്പിക്കണമായിരുന്നു.. മുൻകൂട്ടി ദിവസം നിശ്ചയിച്ചിരുന്നുവെങ്കിൽ അവരുടെ സ്ത്രീകൾക്കുകൂടി എത്തിച്ചേരാൻ കഴിയുമായിരുന്നു. നെഹനവെയ്റ്റും, മന്ത്രിപത്നിയും, സർവ്വസൈന്യാധിപന്റെ സഹധർമ്മിണിയും മാത്രമാണ് വന്നുചേർന്നിട്ടുള്ളത്. സല്ക്കാരത്തിന് സറുസദസ്യരുടെ സ്ത്രീകളെ ക്ഷണിക്കണം....

കയറ്റമുള്ള വഴി.... ഒരു തിരിവ്.... തുടർന്ന് മഹാക്ഷേത്രം.

അവിടെയും ജനത്തിരക്ക്. അന്ന് സാധാരണ പ്രജകൾക്ക് ക്ഷേത്രത്തിൽ കടക്കാനനുവാദമില്ല. പടിക്ക് പുറത്ത് നില്ക്കണം. ദൂരെ നിന്നുള്ള ദർശനംകൊണ്ട് തൃപ്തിപ്പെട്ടുകൊള്ളണം. ഭടന്മാർ ജനങ്ങളെ അച്ചടക്കത്തോടെ നിയന്ത്രിച്ചുകൊണ്ട് ഓടി നടക്കയാണ്.

ക്ഷേത്രത്തിൽനിന്ന് തെല്ലകലെയായി ഫെറോ പല്ലക്കിറങ്ങി. ലോകം പരമശാന്തമാണെന്ന് അദ്ദേഹത്തിന് തോന്നി. നിശ്ശബ്ദരായ ജനങ്ങൾ. മൗനമായി ഭൂമിയെ ചുംബിക്കാനെത്തുന്ന സൂര്യകിരണങ്ങൾ. പ്രപഞ്ചത്തിന്റെ മുഖാവരണം ഏതോ അജ്ഞാതകരങ്ങൾ വലിച്ചു നീക്കിയിരിക്കുന്നു.... ഇരുളിന്റെ സേത് തോറ്റുപോയി....

ക്ഷേത്രത്തിലെ സ്വർണ്ണഗോപുരത്തിന്റെ ഇളം മഞ്ഞനിറം നേത്രോത്സവമായിത്തീർന്നു.

തീർത്ഥക്കുളത്തിനരികിലുള്ള തറമേൽ പുള്ളിപ്പുലിയുടെ ചർമ്മം കൊണ്ട് ശരീരം മറച്ചു. പ്രധാനപൂജാരിയും പരിവാരവും പൂർവ്വദിങ്മുഖരായി നിന്നിരുന്നു. ക്ഷേത്രകവാടത്തിനു വെളിയിൽ സാമന്തരാജാക്കന്മാരും മറ്റ് വിശിഷ്ടവ്യക്തികളും നിലയുറപ്പിച്ചിട്ടുണ്ട്.

രാജാവിനെയും, റാണിയെയും, രാജകുമാരനെയും, കുമാരിമാരെയും കൂട്ടിക്കൊണ്ട് മന്ത്രി തീർത്ഥക്കുളത്തിനടുത്തേക്ക് നടന്നു. ദേവദാസ ഗണങ്ങൾ അവരെ താണുവണങ്ങി സ്വീകരിച്ചു. രാജാവും പരിവാരവും കൈകാലുകൾ ശുദ്ധിവരുത്തി. മുഖത്തും ദേഹത്തും ജലപ്രക്ഷാളനം ചെയ്തു.

പൂർവ്വദിങ് മുഖം കൂടുതൽ ശോഭായമാനമായതോടെ ഫെറോ പരിവാരം തറയുടെ സമീപത്തേക്കു നീങ്ങി. ഗാംഭീര്യം ചോർന്നുപോവാതെ ഫെറോ തറയുടെ പടവുകൾ കയറി. അദ്ദേഹം വേദിയിലെത്തിയ ഉടനെ ഹേപാട് ഉച്ചത്തിൽ പറഞ്ഞു.....

“നമ്മുടെ അഭിമാനഭാജനമായ അല്ലയോ ദേവരൂപാ, അപ്രതിമാനായ സാർവ്വഭൗമാ നിനക്ക് വന്ദനം.... ഓ.... ദീർഘായുഷ്മാനായ രാജാവേ...., സ്വർണ്ണദേവതയായ ഹാഥോർ നിന്റെ മൂക്കിന് ബലം നല്കട്ടെ.....”

പ്രധാനപൂജാരിയുടെ അനുയായികൾ ഏറ്റുവിളിച്ചു....

“ഓ.... ദേവരൂപാ....! ഓ..... ദേവരൂപാ....!”

കിഴക്കൻ ചക്രവാളത്തിൽ സ്വർണ്ണഗോളം പ്രത്യക്ഷപ്പെട്ടു. പ്രകാശം വിതറിക്കൊണ്ട് പൊൻകിരണങ്ങൾ നാലുപാടും ചിന്നിച്ചിതറി.

വലതുകരം ഇടതുഭുജത്തിൽ ചേർത്ത് ഫെറോ റായെ നമസ്കരിച്ചു...

"ഓ... ദേവാ...., ദിഗന്തത്തിൽ നീയുദിക്കുന്നു.... ദക്ഷിണ ഉത്തര ഈജിപ്തുകളെ സ്വർണ്ണമയൂഖങ്ങളാലലങ്കരിക്കുന്ന നിന്റെ ഈ നോട്ടം മനോഹരമാണ്. നേത്രാഭിരാമമാണ്.....!"

പ്രധാനപൂജാരിയുടെ പകുതിതുറന്ന മിഴികൾ പരിസരങ്ങളിൽ സഞ്ചരിക്കുകയായിരുന്നു.... വേദിയുടെ പടവിൽ മന്ത്രി നില്ക്കുന്നു... അടുത്തുതന്നെ മഹാറാണിയും പരിവാരവും... മഹാറാണിയുടെ സംതൃപ്ത ദൃഷ്ടികൾ പുലിത്തോലിൽ തങ്ങിനില്ക്കുകയായിരുന്നു....

"ഓ.... ദേവരൂപാ....! ഓ.... ദേവരൂപാ...." ദേവാസഗണം ഉച്ചത്തിൽ വിളിച്ചു.

ദേവരൂപനായ ഫെറോ ഇമകളിറുക്കി സൂര്യബിംബത്തെ നോക്കിക്കൊണ്ട് ഉറക്കെ പ്രാർഥിച്ചു....

"ഓ.... ദേവാ....! ഇന്ന് ആനന്ദത്തിന്റെ.... പരമാനന്ദത്തിന്റെ ദിനമാണ്. ഭൂമിയും സ്വർഗ്ഗവും ഈ ശുഭദിനത്തിൽ ഒരുപോലെ പുളകംകൊള്ളുകയാണ്. ഈജിപ്തിന്റെ നാഥനായ നീ മുഖം കാണിച്ചിരിക്കയാണല്ലോ....! വീടുവിട്ടുപോയവർ ഇപ്പോൾ തങ്ങളുടെ വസതികളിലേക്ക് തിരികെ വരുന്നുണ്ടാകും. മറഞ്ഞിരുന്നവർ പ്രത്യക്ഷപ്പെട്ടു തുടങ്ങും. ഉപവാസം മൂലം ക്ലേശിച്ചവർക്ക് അഭിമാനത്തോടെ ഭക്ഷണം കഴിക്കാം. ദാഹിച്ചു വലഞ്ഞവർക്ക് അമൃതധാരയാണിത്. നഗ്നരും മലിനരും പരിശുദ്ധരായി വെള്ളവസ്ത്രം ധരിച്ചിരിക്കയാണ്. ബന്ദികളെല്ലാം ചങ്ങലകളിൽനിന്ന് മോചിക്കപ്പെട്ട് സന്തുഷ്ടരായിത്തീർന്നിരിക്കയാണ്. ഇതുവരെയും അലഞ്ഞുതിരിഞ്ഞിരുന്ന സോദരന്മാർ ഒന്നിച്ചുചേർന്നിരിക്കയാണ്. നിന്നിൽ നിന്നു തന്നെ ഉത്ഭവിക്കുന്ന നദി എല്ലാ ഹൃദയങ്ങളിലും സന്തോഷവും സംതൃപ്തിയും പ്രദാനം ചെയ്യുകയാണ്. കണ്ണീരും കൈയുമായി കഴിഞ്ഞുകൂടിയിരുന്ന വിധവകൾ വീണ്ടും തങ്ങളുടെ പടിവാതിൽ തുറന്നിട്ടിരിക്കയാണ്. കന്യകമാർ പ്രേമഗീതങ്ങൾ പാടിക്കൊണ്ട് ഉല്ലസിക്കുകയാണ്....ഓ....ദേവാ....! ഇത് ഹർഷോന്മാദത്തിന്റെ ദിവസമാണ്.... ഭൂമിയും സ്വർഗ്ഗവും ആന്ദത്തിലാറാടുകയാണ്....!"

ഫെറോ സംതൃപ്തനായി. മാസങ്ങളായി ഏകാന്തതയിലിരുന്ന് പ്രസംഗങ്ങളുടെ ലിപിച്ചുരുളുകൾ ഉരുവിട്ടുപഠിച്ചതിന്റെ പ്രതിഫലനമാണിത്. പ്രാർത്ഥന എളുപ്പത്തിൽ അവസാനിപ്പിക്കാൻ കഴിഞ്ഞു.

പ്രധാനപൂജാരിക്ക് വിസ്മയം തോന്നിയിരിക്കണം.

വിസ്മയം മാത്രമല്ല.... അത്ഭുതവും.... ഇനേനിയെക്കുറിച്ച് നേരിയ സംശയം.... താഴെ നില്ക്കുന്നുണ്ട്.... ഒരു നിമിഷത്തേക്കുമാത്രം... അടുത്തക്ഷണം തന്നെ തോന്നി.... അങ്ങനെ വരില്ല അവൻ വിശ്വസ്തഭൃത്യ

നാണ്.... പ്രാർത്ഥനയറിയുന്ന എഴുത്തുകാർക്കുണ്ടോ കൊട്ടാരത്തിൽ ക്ഷാമം....? സാക്ഷരനായ ഫെറോ സ്വന്തമായി വായിച്ച് പഠിച്ചിരിക്കാനും മതി.... ആദ്യത്തെ വരി വീണ്ടും ഉച്ചരിക്കുന്നു.....

തന്റെ ശബ്ദതരംഗങ്ങളിൽ ഉത്തേജിതനായിത്തീർന്ന ഫെറോ കൂടുതലുത്സാഹത്തോടെ പറഞ്ഞു.....

"ഓ... മഹാദേവനേ...! ഓ... എന്റെ യജമാനനേ....! ഈ അഖിലാണ്ഡത്തിന്റെ നാവികനാണ് നീ.... നിന്റെ ആജ്ഞയനുസരിച്ചാണ് ഈ ഭൂമി നീങ്ങുന്നത്.... വയലേലകളെ ഹരിതമയമാക്കുന്നതും, മരുഭൂമിയെ വാസയോഗ്യമാക്കുന്നതുമായ നൈൽനദിയും നീ തന്നെയാണ്. സ്വർഗ്ഗലോകത്തിന്റെ അധിപതിയാണ് നീ. ഭൂമിയുടെ ലംബസൂത്രവും....., അതിനെ തൂക്കിനിർത്തിയ കോലും നീയാണ്....! രക്ഷകാ....., നിന്റെ തൊണ്ട വറ്റാതിരിക്കട്ടെ....! നിന്റെ കോല് ഒടിയാതിരിക്കട്ടെ.....! ലംബസൂത്രം ഇളകാതിരിക്കട്ടെ....! ഓ.... ജഗന്നായകാ.... ഓ.... മഹാ നാവികാ.... എന്നെ എന്നും മുന്നോട്ടു നയിക്കേണമേ....!"

ഫെറോ മൗനിയായപ്പോൾ പൂജാരിയും പരിവാരവും വിളിച്ചു പറഞ്ഞു....

"ഓ.....ഫെറോ....! ഓ..... ഫെറോ.....!"

"ഓ..... ദേവരൂപാ....! ഓ.... ദേവരൂപാ....."

ഫെറോ പ്രാർത്ഥനയവസാനിപ്പിച്ച് താഴത്തിറങ്ങി...

"അപ്രതിമനായ സാർവ്വഭൗമാ...., ഇനി ക്ഷേത്രത്തിലേക്കെഴുന്നള്ളിയാലും..." ഹേപാട് അറിയിച്ചു.

അധികാരദണ്ഡ് പിടിച്ച ഹേപാട് മുന്നിൽ. പിന്നിൽ ഫെറോ.... മഹാറാണി.... രാജകുമാരൻ... കുമാരിമാർ. തുടർന്ന് മന്ത്രിയും അംഗരക്ഷകരും. ദേവദാസന്മാർ ഇവരെ അനുഗമിച്ചു. ആയുധധാരികളായ ഭടന്മാരോടൊപ്പം പെട്ടികൾ ചുമന്ന ഭൃത്യന്മാരും പിന്നിലായി നീങ്ങി.

ക്ഷേത്രത്തിനടുത്തെത്തിയ ഫെറോ പരിവാരത്തെ ജയഘോഷത്തോടെ ജനങ്ങൾ സ്വാഗതം ചെയ്തു.....

"ഓ......ഫെറോ......! ഓ.......ഫെറോ......!"

ക്ഷേത്രകവാടത്തിൽ നിന്നിരുന്ന സേനാപതി അമെനോമോപെടും, ഹെഖ്വെട്.... സറുസദസ്യർ.....സാമന്തരാജാക്കന്മാർ ഉന്നതഉദ്യോഗസ്ഥന്മാർ തുടങ്ങിയവരും, കുലീനരായ സ്ത്രീജനങ്ങളും ഫെറോവിനെ താണുവണങ്ങി.

വാതിൽ തുറക്കുന്നതിന് ഹേപാട് ആംഗ്യം കാണിച്ചു. നാല് ദേവദാസന്മാർ മുന്നോട്ട് ചെന്ന് വാതിൽ അകത്തേക്ക് തള്ളിനീക്കി. ഒരു മുഴം കനമുള്ള വാതിൽ തുറക്കപ്പെട്ടു. ക്ഷേത്രമുറ്റം ദൃശ്യമായി. അതിനപ്പുറത്ത് ശ്രീകോവിൽ. പാർശ്വങ്ങളിലുള്ള ചെറിയ വാതിലിലൂടെ ദേവദാസന്മാർ വരികയും പോകയും ചെയ്യുന്നു. അവരെല്ലാം പ്രവർത്തനനിരതരായിരിക്കയാണ്.

ശ്രീകോവിലിനരികിൽ നിന്നിരുന്നവർ തന്ത്രീവീണ ഉച്ചത്തിൽ മീട്ടി.

ഹേപാടിനു പിന്നാലെ ഫെറോ ശ്രീകോവിലിനടുത്തേക്ക് നടന്നു. ഹേപാട് എതിർദിശയിലേക്ക് ചൂണ്ടിക്കാട്ടി. കഴുകന്റെ പൊയ്മുഖമുള്ള ഹോറ്സരൂപിയായ ഒരു ദേവദാസനും, വാനരന്റെ മുഖമണിഞ്ഞ വിദ്യാ ദേവതയായ ഥോഥിന്റെ രൂപംധരിച്ച മറ്റൊരു ദേവദാസനും ഫെറോവിന്റെ ഇരുവശത്തുമായി വന്നുനിന്നു.

തന്ത്രീവീണ*യ്ക്ക് വിരാമമിട്ട് ഭേരി ഉച്ചത്തിലായി.

റാ പുത്രനായ ഫെറോ ശ്രീകോവിലിന്റെ വാതിലിലെ കളിമൺ മുദ്രയിൽ തൊട്ടു. ഹോറസിന്റെയും ഥോഥിന്റെയും ആകാരംപൂണ്ട ദേവ ദാസന്മാർ ആ മുദ്രയടച്ചു. വാതിൽ തുറന്നു. നെഞ്ചോളമുയരത്തിലുള്ള പ്ടാ വിഗ്രഹത്തിൽ റായുടെ പൊൻകിരണങ്ങൾ സ്പർശിച്ചു. ദൂരെ നില്ക്കുന്നവർപോലും ആ രംഗംകണ്ട് നിർവൃതിയടഞ്ഞു. ദൈവവിഗ്രഹ ത്തിലെ വസ്ത്രം അഴിച്ചുമാറ്റി. ഫെറോ പവിത്രജലം തളിച്ചു. സുഗന്ധ ധൂപം പൊങ്ങിയതോടെ ദൈവവിഗ്രഹത്തിൽ പുതുവസ്ത്രമണിയിച്ചു.

ദൈവകിരീടമുള്ള പെട്ടി ശ്രീകോവിലിനുള്ളിൽ കൊണ്ടുവരപ്പെട്ടു.

“ജഗദ്രക്ഷ കാ.....പ്ടാ.... സർവ്വജന പൂജിത പ്ടാ....” ഹേപാട് സ്തോത്രം ഉരുവിട്ടു.

നാമസങ്കീർത്തനത്തിനുശേഷം കിരീടമെടുത്ത് ഫെറോവിന്റെ കൈയിൽ കൊടുത്തു. പ്ടാ സ്തോത്രം ഉരുവിട്ടുകൊണ്ടുതന്നെ ഫെറോ ആ കിരീടം വിഗ്രഹത്തിലണിയിച്ചു. പാദങ്ങളിൽ പഴങ്ങളും പൂക്കളും അർപ്പിച്ചു. മുട്ടുകുത്തിയിരുന്ന് ശിരസ്സ് നിലത്ത് മുട്ടിച്ചു. പ്രാംഗണത്തിൽ നിന്നിരുന്ന മഹാറാണിയും മക്കളും അതേപോലെ ദൈവത്തെ നമസ്ക രിച്ചു.

ഭേരിമുഴക്കം നിലച്ചു. തന്ത്രീവീണ ഉച്ചത്തിലായി.

“മെംഫീസ് രാജധാനിയുടെ സംരക്ഷകനായ പ്ടാ സംപ്രീതനായി രിക്കുന്നു. ജനങ്ങളുടെ പ്രീതീപാത്രമായ ഇടയനും മഹാറാണിയും രാജ കുമാരനും കുമാരിമാരും എഴുന്നേല്ക്കാവുന്നതാണ്....” ഹേപാട് പറഞ്ഞു.

ഫെറോ എഴുന്നേറ്റു. പരിവാരവും അനുസരിച്ചു.

“രാജാവേ....! വിശിഷ്ടമായ നൈവേദ്യം സമർപ്പിക്കുന്നതിനുമുമ്പ് ഇനിയും പ്രാർത്ഥിക്കണം....” പ്രധാനപൂജാരി നിർദ്ദേശിച്ചു.

രാത്രിയുറക്കം ശരിയാവാത്തതുകൊണ്ട് ഫെറോ തളർന്നിരിക്ക യാണ്.... ‘നവയൗവ്വനം കൈവരുന്നതിനാണ് ഈ പൂജ. എന്നാലെനി ക്കാണെങ്കിൽ ക്ഷീണംകൊണ്ട് അനങ്ങാൻ വയ്യ.’

മുഖത്തെ വാട്ടം മറച്ചുവെച്ചുകൊണ്ട്, ഊർജ്ജസ്വലത ഭാവിച്ച്, തലകുനിച്ച്, ഉറച്ച സ്വരത്തിൽ ഫെറോ പ്രാർത്ഥിച്ചു:

“ഓ..... ദേവാ.....! ഈജിപ്തിന്റെ സർവ്വാധിപതി....! ആയുസ്സിന്റെ

* ഒരുതരം വീണ

ഭിക്ഷക്കുവേണ്ടി ഈ സെഡ് ഉത്സവത്തിലെ പൂജാവിധികൾ നിറവേറ്റുന്നു. ഓ..... സർവ്വശക്താ....! നവതാരുണ്യം കൈവരിക്കുന്നതിന് എന്നിൽ ദയകാണിക്കൂ... എന്റെ രാജ്യഭരണം ദീർഘമായിരിക്കട്ടെ. ചിരയൗവ്വനം എനിക്ക് കൈവരട്ടെ.... എന്റെ അവയവങ്ങളിൽ തളരാത്ത ശക്തിപകരൂ... എനിക്ക് ഭക്ഷിക്കാനും കുടിക്കാനും തരിക... എന്റെ മൂക്കിന്റെ ബലം ഒരിക്കലും കുറയാതിരിക്കട്ടെ... ഒരിക്കലും കുറയാതിരിക്കട്ടെ...."

"ഓ..... ദേവരൂപാ....! ഓ..... ദേവരൂപാ....!" ദേവദാസന്മാർ ജയാരവം മുഴക്കി.

"ഫെറോവിന് ചിരയൗവ്വനം പ്രാപ്തമാകട്ടെ.....! ചിരയൗവ്വനം പ്രാപ്തമാകട്ടെ..." പ്രധാനപൂജാരി പറഞ്ഞു.

ദേവദാസന്മാർ അതേറ്റു പറഞ്ഞു.

"ചിരയൗവനം പ്രാപ്തമാവട്ടെ.....! ചിരയൗവ്വനം പ്രാപ്തമാവട്ടെ...."

ഹേപാട് പ്രാംഗണത്തിലുള്ളവർ കേൾക്കത്തക്കവിധം പറഞ്ഞു: "ചിരയൗവ്വനം പ്രാപിച്ചിരിക്കുന്ന മഹാരാജാവിന് കിരീടമണിയിക്കുകയാണ്. നവോന്മേഷ ശാലിനിയായ മഹാറാണിക്കും കിരീടധാരണം....."

പെരുമ്പറ വീണ്ടും സാവധാനത്തിൽ മുഴങ്ങി. ദേവദാസന്മാരെ പിന്തുടർന്ന് നെഫർടേം ശ്രീകോവിലിനുള്ളിൽ ഒഴുകിയെത്തി....! തന്റെ നവയൗവ്വനത്തിന്റെ അമൃതനിമിഷമാണിത്....!

കിരീടമുള്ള പെട്ടി ഉള്ളിൽ കൊണ്ടുവരപ്പെട്ടു.

ഭേരീമുഴക്കം അത്യുച്ചത്തിലായി.

ഫെറോവിന്റെ ശിരോവസ്ത്രം അഴിച്ചുമാറ്റി. മറ്റൊരു വസ്ത്രം തലയെ ആവരണംചെയ്ത് ചുമലിലേക്കിറങ്ങി നിന്നു.

ക്ഷേത്രദേവദാസികൾ മഹാറാണിയെയും അണിയിച്ചുകൊണ്ടിരുന്നു.

കേശകവചം പുറത്തെടുത്തു, തലമുടിയുടെ കറുപ്പ് നിറം മിന്നുന്നതായി തോന്നി. ആദ്യം ഫെറോവിന്. അനന്തരം റാണിക്ക്. പ്രധാനപൂജാരി രത്നഖചിതമായ സ്വർണ്ണകിരീടങ്ങളണിയിച്ചു. രാജചിഹ്നങ്ങളായ കോലും, അടക്കാകത്തിയും മഹാരാജാവിന്റെ കൈയിൽ കൊടുത്തു. രാജാവ് അവ മാറിനുനേർക്ക് കുറുകെ പിടിച്ചു.

ക്ഷേത്രത്തിനു വെളിയിലുള്ള ജനം ജയാഘോഷം മുഴക്കി.

"ഓ.... മഹാപ്രഭു....! ഓ....മഹാപ്രഭു...."

ശ്രീകോവിലിന്റെ പാർശ്വവാതിലിലൂടെ ഒരു ദേവദാസൻ ഒരു ചെമ്മരിയാട്ടിൻകുട്ടിയെ കൊണ്ടുവന്നു. മറ്റൊരുവൻ ദൈവത്തിന്റെ കത്തിയെടുത്ത് അതിന്റെ കഴുത്ത് വേർപെടുത്തി കരൾ തുരന്നെടുത്ത് സ്വർണ്ണത്തളികയിലിട്ടു.

പെരുമ്പറ ഉച്ചത്തിൽ മുഖരിതമായി.

"ഓ..... രാജാവേ....! മഹാദേവന് അർപ്പിക്കുന്നതിന് മുമ്പ് നൈവേദ്യം പരിശോധിച്ചാലും....." ഹേപാട് പറഞ്ഞു.

ഫെറോ കുനിഞ്ഞ് തട്ടിലുള്ള ആട്ടിൻകരൾ നിരീക്ഷിച്ചു.

മഹാരാജാവ് സ്വന്തം വകയിൽ കൊണ്ടുവന്നിരുന്ന ദ്രാക്ഷാരസവും, ഖാദ്യതൈലവും, സുഗന്ധദ്രവ്യങ്ങളും ദേവന് അർപ്പിക്കപ്പെട്ടു.

ഹേപാട് ഗാംഭീര്യത്തോടെ ദൈവവിഗ്രഹത്തിനുമുന്നിൽ നിന്നു. ഭേരി സാവധാനത്തിലായി. തന്ത്രീവീണ ഉച്ചത്തിൽ മുഴങ്ങി.

പെട്ടെന്ന് എല്ലാ ധ്വനികളും നിലച്ചു. നിറഞ്ഞ നിശ്ശബ്ദത കളിയാടി.... ആ നിശ്ശബ്ദതയിൽ പ്രധാനപൂജാരിയുടെ ധ്വനിയുയർന്നു.....

"ഞങ്ങളുടെ അസാമാന്യ മഹാപ്രഭുവിന്റെ ആഗ്രഹങ്ങളെല്ലാം നിറവേറ്റണേ.... എന്നാണ് മഹാദേവനോട് ഞങ്ങൾക്കുള്ള പ്രാർത്ഥന. മഹാ ഇടയന്റെ കർത്തവ്യപാലനത്തിൽ വല്ലപ്പോഴും ഏറ്റക്കുറച്ചിലുണ്ടായിട്ടുണ്ടെങ്കിൽ അതെല്ലാം ദുർമ്മതികളായ അധികാരിവർഗ്ഗങ്ങളുടെ നിരുത്തരവാദപരമായ പെരുമാറ്റംകൊണ്ടാണ്. ദുർബ്ബലനായ ഭരണാധികാരിക്ക് സേതിനെ ആരാധിക്കുന്നതും സഹിക്കാനാകും. രാജാവിനെതിരായ കലാപവും നിസ്സാരമായിത്തോന്നും. അത്തരക്കാർ ഫെറോവിന്റെ ധവളകീർത്തിക്ക് കളങ്കംചാർത്തുകയാണ്. ആ രാജ്യദ്രോഹികൾ ദൈവശിക്ഷയർഹിക്കുന്നു. അവരെ ശിക്ഷിക്കാതെ രാജാവിനെ ആക്ഷേപിക്കുന്നത് വിഡ്ഢിത്തമാണ്. അത്തരം നീചന്മാർ നിന്ദയേ അർഹിക്കുന്നുള്ളു. വിദ്രോഹികളെ വിനാശം ചെയ്യുക, സ്വാമിഭക്തന്മാരെ കാത്തുരക്ഷിക്കുക .... ഇതാണ് ഞങ്ങളുടെ രാജാവിന്റെ പവിത്രമായ നീതി...."

ഒരു നിമിഷത്തെ മൗനത്തിനുശേഷം സ്വരംമാറ്റി ഹേപാട് തുടർന്നു: "ഇനി ഫെറോ പ്രഭു മഹാക്ഷേത്രത്തിലേക്ക് സെഡ് ഉത്സവം വകയായുള്ള വിശേഷപ്പെട്ട കാഴ്ചകൾ സമർപ്പിക്കുന്നതാണ്."

ഇത് ബലംപ്രയോഗിക്കാതെ നടത്തുന്ന ഒരുതരം കൊള്ളയാണെന്ന് ഫെറോവിന് തോന്നി....

"മിണ്ടാതിരിക്കുന്നല്ലോ.....! എന്താണ് കാഴ്ചയർപ്പിക്കുന്നതെന്ന് പറഞ്ഞാലും...." ഹേപാട് പറഞ്ഞു.

നെഫർടേം തന്നെ നോക്കുന്നതിനിടയിൽ ഫെറോ പറഞ്ഞു....

"ഒരായിരം ദാസീദാസന്മാർ.....! ഒരായിരം ദെബെൻ സ്വർണ്ണം...."

ഹേപാട് മൂക്കിളക്കി "ഉം" എന്ന് മൂളി. എല്ലാവരും കേൾക്കത്തക്കവിധം അയാൾ വിളിച്ചു പറഞ്ഞു.

"നമ്മുടെ അഭിമാനഭാജനമായ ദേവരൂപൻ മഹാക്ഷേത്രത്തിലേക്ക് കാഴ്ച സമർപ്പിച്ചിരിക്കുന്നു..... പതിനായിരം ദാസീദാസന്മാർ....! പതിനായിരം ദെബൻ സ്വർണ്ണം.....!"

ശ്രീകോവിലിനു വെളിയിലുള്ള മന്ത്രി അത്ഭുതസ്തബ്ധനായി അത്രയും സ്വർണ്ണം നല്കിയാൽ രാജഭണ്ഡാരത്തിന്റെ നിലയെന്താകും?

ഹെഖ്വെട് പുഞ്ചിരിച്ചതേയുള്ളു.

സാധാരണ പ്രജകൾക്കാണെങ്കിൽ അത്രയും സ്വർണ്ണത്തിന്റെ വില ഊഹിച്ചെടുക്കാൻപോലും കഴിഞ്ഞില്ല. ദാസീദാസന്മാർ നൂറല്ല.... പത്തു

നൂറല്ല.... നൂറുനൂറാണെന്ന് അവർ ഒരുവിധം അനുമാനിച്ചു.

ആശ്ചര്യത്തിന്റെയും അഭിനന്ദനത്തിന്റെയും കുശുകുശുക്കൽ.

"ഓ.......ഫെറോ.....! ഓ...... ഫെറോ......!" ആരോ ജയഘോഷം മുഴക്കി.

അടുത്തത് പ്രസാദ വിതരണമാണ്.

പ്രധാനപൂജാരിയുടെ ഭവനത്തിൽ രാജാവും പരിവാരവും വിശ്രമിച്ചു. നിന്നിരുന്നത്രയും സമയം എങ്ങനെയെല്ലാമോ കടന്നുപോയി. എന്നാൽ ഇരുന്ന ഉടൻ വിപരീതമായി ഒരു തളർച്ച രാജാവിനെ പിടികൂടി. രാജ ചിഹ്നങ്ങൾ അംഗരക്ഷകരെയേല്പിച്ചു. സ്വർണ്ണത്തളികയിൽ ഈന്ത പ്പഴവും സ്വർണ്ണപാത്രത്തിൽ മുന്തിരിച്ചാറും കൊണ്ടുവരപ്പെട്ടു. ഹേപാട് ശ്രീകോവിലിൽതന്നെ നിന്നതുകൊണ്ട് രാജാവിനോടൊപ്പം വന്നത് മന്ത്രി മാത്രമാണ്.

വിശന്ന വയറിന് അല്പം പ്രസാദം ലഭിച്ചപ്പോൾ ഫെറോ നിവർന്നി രുന്നു. അല്പം ആശ്വാസം.... മഹാറാണിക്കും.... രാജസന്താനങ്ങൾക്കും അതേ അനുഭവം....

"സേനാപതിയെവിടെ?" ഫെറോ ചോദിച്ചു.

ഉടൻതന്നെ ഉത്തരം പറയണം. മന്ത്രി അറിയിച്ചു....

"തിക്കും തിരക്കുമില്ലാതെ അച്ചടക്കത്തിന് മേൽനോട്ടം വഹിച്ചുകൊ ണ്ടിരിക്കയാണ് മഹാപ്രഭു....."

എന്നാൽ വാസ്തവമതായിരുന്നില്ല. ശ്രീകോവിലിനു പിന്നിലുള്ള മുറിയിൽ ഹേപാടിന്റെ മുന്നിൽ നില്ക്കയായിരുന്നു സേനാപതി...

"സൈന്യതാവളത്തിലേക്ക് എപ്പോഴാണ് യാത്ര....?"

"ഒരാഴ്ച കഴിഞ്ഞ്...."

"നല്ലത്. നിങ്ങൾ പുറപ്പെടുന്ന സമയത്ത് ഞങ്ങൾ നീരാനെ പ്രവിശ്യ യിലായിരിക്കും...."

"ഒതുങ്ങുന്നതിന് കല്പന നല്കിയിട്ടുണ്ടത്രെ. ബകില പറഞ്ഞി രുന്നു. എന്റെ അഭിപ്രായത്തിൽ...."

"ഉം....? എന്താ?"

"പ്രധാന പൂജാരി ഇങ്ങനെ അദ്ധ്വാനിക്കുന്നത് അനാവശ്യമാണ്. അതിന് ഞാനില്ലേ....?"

"അമെനോമോപെട്...., ജനങ്ങൾ സേതിനെ ആരാധിക്കാൻ തുട ങ്ങിയിരിക്കയാണ്. കൈയൂക്കുകൊണ്ടോ ആയുധങ്ങൾകൊണ്ടോ മാത്രം കാര്യം നടക്കില്ല. ജനങ്ങളിൽ ധർമ്മഭയമുണ്ടാകണം. ദൈവപ്രതിമയും വഹിച്ചുകൊണ്ട് ഞാൻതന്നെ പോയേ തീരൂ...."

"ശരിയാണ് സ്വാമീ....."

"രാജകുമാരനെ ആയുധവിദ്യ പഠിപ്പിക്കാൻ നിന്നെ നിയമിക്കണ മെന്ന് പറഞ്ഞിട്ടുണ്ട്. ഞാൻ സമ്മതിച്ചിരിക്കയാണ്."

"കൃതജ്ഞനായിരിക്കുന്നു....."

"ഇനി പുറപ്പെട്ടുകൊള്ളൂ. കലാപനേതാവിനെ കാണാനില്ലെന്ന് പറഞ്ഞ് മന്ത്രി അന്വേഷിച്ചു വരാൻ മതി."

"ഉം....."

അരയിലെ കഠാരി പിന്നോട്ട് തള്ളി, കുനിഞ്ഞ് പ്രധാനപൂജാരിയുടെ അധികാരദണ്ഡിൽ ചുംബിച്ചശേഷം അമെനോമോപെട് നിവർന്നുനിന്നു.

ഇനി കൊട്ടാരത്തിലേക്കുള്ള മടക്കയാത്ര... അല്പവിശ്രമം കഴിച്ച് ഫെറോവും പരിവാരവും തയ്യാറായെന്നറിയിക്കാൻ മന്ത്രി പുറത്തിറങ്ങി.

സാമന്തരാജാക്കന്മാരും മറ്റ് വിശിഷ്ടാതിഥികളും പ്രധാനപൂജാരിയുടെ ഭവനത്തിന്റെ നിഴൽപാടിൽ നിന്നിരുന്നു. അപ്പുറത്ത് അമെനോമോപെടും സംസാരിച്ചുകൊണ്ടു നിന്നിരുന്നു. അമെർബ് അയാളെ സമീപിച്ചു.

"ജനങ്ങൾക്ക് പ്രസാദം വിതരണം ചെയ്തുകഴിഞ്ഞു. ഇനി പുറപ്പെടാം...." മന്ത്രി പറഞ്ഞു.

അമെനോമോപെടിന്റെ സൂചന ലഭിച്ച ഉടൻ അവിടെ നിന്നിരുന്ന അയിമ്പതു വയസ്സുകഴിഞ്ഞ വിശിഷ്ട വ്യക്തികൾ ഭടന്മാരെയും കൊട്ടാരം സേവകരെയും വിവരമറിയിക്കാൻ പുറത്തേക്ക് നടന്നു.

ഫെറോവിനു പിന്നാലെ പുറത്തുകടന്ന മഹാറാണിയെ നെഹവെയ്റ്റ് സമീപിച്ചു. പരമാനന്ദം നിറഞ്ഞ ആ സന്ദർഭത്തിൽ റാണി ശാന്തയായി കാണപ്പെട്ടു.

"മക്കൾ വന്നിട്ടില്ലേ....നെഹൻ...?"

"ഈ കേശകവചവും.... ഈ കിരീടവും.... അപൂർവ്വമായ ശോഭയോടുകൂടി മിന്നിത്തിളങ്ങുന്നു! ഇത് കാണാൻ ഈ രണ്ടുകണ്ണുകൾ മതിയാവുന്നില്ല മഹാറാണി...."

"ശരി മക്കളെവിടെ?"

"ഞാനും ഗേബുവും രാത്രിതന്നെ വന്നിരുന്നു. മക്കൾ സൂര്യോദയത്തിനുമുമ്പേ എത്തിച്ചേരും. മഹാക്ഷേത്രത്തിലേക്ക് പുറപ്പെടുന്നതുവരെയും കാത്തിരുന്നു. വന്നില്ല. ഏതായാലും ഇപ്പോൾ വന്നുചേർന്നിട്ടുണ്ടാകും. നൈൽനദി തോണികളെക്കൊണ്ട് നിറഞ്ഞിരിക്കയാണ്."

"എഴുന്നള്ളത്തിനുശേഷം കൊട്ടാരം വിരുന്നിൽ അവരെയും കൂട്ടിക്കൊണ്ടുവരണം."

"എന്റെ സിംഹാസനം കട്ടെടുത്ത നീരാനയിലെ ആ നേതാവ് തടവിലാണെന്ന് കേൾക്കുന്നുണ്ടല്ലോ?"

"വിഷമം തോന്നുന്നുണ്ടോ? അന്ന് സറുസദസ്യർക്കു നല്കിയ സല്ക്കാരത്തിൽ കൊതിയോടെ നോക്കുന്നത് കണ്ടിരുന്നു."

"ആര്? ഞാനോ...? ആ യുവാവാരാണെന്ന് മഹാറാണി ചോദിച്ചതായാണ് ഓർമ്മ."

"ഉം.....! പ്രധാന പൂജാരി ബലി വേണമെന്ന് ആവശ്യപ്പെട്ടിരുന്നു.....!

വെറുതെയാണോ സെഡ് ഉത്സവത്തിന് സമ്മതിച്ചത്?"

"ഈ ബലിതന്നെ വേണമായിരുന്നോ....?"

മഹാറാണി നെഹ്നവെയ്റ്റിനെ തുറിച്ചുനോക്കി. ഒരു നിമിഷം ഗൗരവത്തോടെയായിരുന്നു.... തുടർന്ന് ചെറുപുഞ്ചിരിയോടെ പറഞ്ഞു....

"ഗഹനമായ രാജ്യകാര്യങ്ങൾ നിനക്ക് മനസ്സിലാവില്ല. നെഹന....."

"ശരിയായിരിക്കും. ആ നീരാനയെ എന്തു ചെയ്യാനാണുദ്ദേശിക്കുന്നത്?"

"അത് മഹാരഹസ്യം. നാളെ വിചാരണ ചെയ്യപ്പെടും. നിനക്കെന്തെങ്കിലും അഭിപ്രായമുണ്ടോ?"

"എനിക്കൊന്നുമില്ല... അതാ പല്ലക്ക് തയ്യാറായി. ഫെറോ കയറിയിരുന്നു. മഹാറാണിയുടെ പല്ലക്ക് അമാലന്മാർ ഇങ്ങോട്ട് കൊണ്ടുവരികയാണ്...."

"നല്ലത് നെഹന. നീയും ഘോഷയാത്രയിൽ വരുന്നില്ലേ....?"

"വരുന്നു മഹാറാണി. സല്ക്കാരത്തിൽ മഹാറാണിയുടെ സാമീപ്യമെങ്കിലും എനിക്കുണ്ടാകട്ടെ...."

"സെഡ് ഉത്സവം കഴിഞ്ഞാൽ മഹാപ്രഭു യുവാവായിത്തീരും. അല്ലേ.....!"

"..............."

"എന്താ മിണ്ടാതിരിക്കുന്നത്....? യുവാവായിത്തീരും....! യുവാവ്....! ഇപ്പോൾ തളർന്നിരിക്കയാണ്.....!"

മഹാറാണി കുലുങ്ങിച്ചിരിച്ചു. നെഹനവെയ്റ്റ് അതിൽ പങ്കുചേർന്നു....

ക്ഷേത്രത്തിലേക്കുള്ള എഴുന്നള്ളത്ത് നീരുറവപോലെയായിരുന്നു. മടക്കയാത്ര മഹാപ്രവാഹമായി മാറി....

........കാറ്റിന് ഞെങ്ങിഞെരുങ്ങി കടന്നുവരാൻ പറ്റിയ ദ്വാരം എവിടെയോ ഉണ്ട്. സൂര്യപ്രകാശം ഏതിലോ ചെന്നു പതിച്ച് ചിന്നിച്ചിതറി പൊടിപൊടിയായി കാറ്റിനൊപ്പം നിലമാളികയിൽ ഉതിർന്നുവീണു....

ഇപ്പോൾ പകലാണെന്ന് മെനെപ്പടാ അനുമാനിച്ചു. ഉത്സവത്തിന്റെ പകൽ. പുറത്ത് തിക്കും തിരക്കും ബഹളവുമായിരിക്കും. തന്നെക്കുറിച്ച് വല്ലവരും ഓർക്കുന്നുണ്ടാകുമോ? ബടാ എത്തിച്ചേർന്നിട്ടുണ്ടെങ്കിൽ അവനെയും പിടിച്ചിടാൻ മതി. ഒന്നിച്ചുള്ളവരും തടവിലാക്കപ്പെടും. വലയിൽ കുടുങ്ങരുത്... സൂക്ഷിക്കണമെന്ന് അവരെ അറിയിക്കുന്നതെങ്ങനെ....? മെന്ന... മെന്ന എവിടെയായിരിക്കും....? ബടായുടെ വരവും കാത്ത് അയാൾ നദിക്കരയിൽ കഴിയുകയാവും.... അപകടത്തിന് കൂടുതൽ സാദ്ധ്യതയുണ്ട്. കൊട്ടാരത്തിലെ രഹസ്യചാരന്മാരും, പൂജാരിയുടെ രഹസ്യഭടന്മാരും നദിക്കരയിൽ ചുറ്റിത്തിരിയുന്നുണ്ടാകും. മെന്ന ബുദ്ധിമാനാണ്. ആരുടെയും കണ്ണിൽപെടാതെ ഒഴിഞ്ഞുമാറാൻ അയാൾക്ക

റിയാം. ഏതെങ്കിലും മറവിൽ അയാൾ പതുങ്ങിയിരിക്കുകയാവും....

അയാളിൽനിന്നോ.... ബടായിൽനിന്നോ... പല സന്ദേശവും ലഭിച്ചേക്കാൻ വഴിയുണ്ട്...

തെറ്റിദ്ധാരണമൂലം സ്ഥിതി ഈ നിലയിലായിത്തീർന്നു. മന്ത്രി അറിയാതെയാണ് തന്നെ ഈ നിലമാളികയിലടച്ചിരിക്കുന്നത്. മന്ത്രിയെ ഒന്ന് കാണണം... ഇതെന്താണെന്ന് ചോദിക്കണം.... ഗേബുവിന്റെയോ മറ്റോ കൈ ഇതിന്റെ പിന്നിലുണ്ടോ? നീരാനെ പ്രദേശത്തെ ഭൂപ്രഭുക്കളുടെ കുതന്ത്രമാണോ ഇത്? ഇതിനെല്ലാം മന്ത്രിയുടെ സമ്മതം വേണം. സെനെബിന്റെ സഹായം വേണം....

"അമൻ...ഓ....അമൻ....! എന്റെ പ്രാർത്ഥനകളെല്ലാം വ്യർത്ഥമായിപ്പോയല്ലോ....!"

....വാതിൽക്കൽ എന്തോ ഒച്ചകേട്ട് ഔട്ടയും ബെക്കുവും ഞെട്ടിയെണീറ്റു. വാതിൽപ്പഴുതിലൂടെ വിളക്കുപിടിച്ച ഒരു കൈ അകത്തേക്കു നീണ്ടുവന്നു.

"ചേട്ടാ.....!ചേട്ടാ.....!" ആശങ്ക നിഴലിക്കുന്ന സ്ത്രീസ്വരം. ബെക്കു എന്തോ ഊഹിച്ചെടുത്തതുപോലെ വാതിൽക്കലേക്കോടിവന്നു. സൂക്ഷിച്ചുനോക്കി.... മുഖം മാത്രമേ കാണുന്നുള്ളു. അതേ. അവൾതന്നെ.

"ഞാൻ ശീബയാണ്. കശാപ്പുശാലയിലുള്ളവൾ...." പുറത്തുള്ള സ്ത്രീ പരിചയപ്പെടുത്തി.

കുഞ്ഞിന് സുഖമുണ്ടോ....? താറാവിനെ കട്ടുകൊണ്ടുകൊടുത്ത് വിഗ്രഹം വാങ്ങി ഇനേനിക്ക് സമർപ്പിച്ചോ....? ഭർത്താവ് നാട്ടിൽ വന്നോ...? ഇങ്ങനെ പലതും ചോദിച്ചറിയണമെന്ന് ബെക്കുവിന് തോന്നി. എന്നാൽ തൽക്കാല പരിതഃസ്ഥിതിയിൽ തൊണ്ട വരണ്ടുപോയി.

"ചേട്ടനെന്നെ മനസ്സിലായില്ലേ....?" പുറത്തുനിന്നിരുന്ന സ്ത്രീ കൈയിലുള്ള കുട്ടിയെ ഉയർത്തിപ്പിടിച്ചു. "ഇത് അതേ കുട്ടിയാണ്."

"ഉം.....ഉം....."

അവൾക്ക് ആശ്വാസമായി.

"കാവൽക്കാരില്ലേ....?" ഔട്ട ചോദിച്ചു.

"തടവുപുള്ളികളെയെല്ലാം തുറന്നുവിട്ടില്ലേ...? ഈ ഭാഗത്തേക്ക് ഇനി ആർക്കും താല്പര്യമുണ്ടാകില്ല. ഒരാൾ ഭക്ഷണത്തിന് പോയിരിക്കയാണ്. മറ്റൊരാളതാ അങ്ങവിടെ നില്ക്കുന്നുണ്ട്. രണ്ടുപേരും എന്റെ ഭർത്താവിന്റെ സ്നേഹിതന്മാരാണ്. സൈന്യത്തിന്റെ പകുതിഭാഗം ഉത്സവാവശ്യത്തിലേക്ക് വന്നിട്ടുണ്ട്. അക്കൂട്ടത്തിൽ എന്റെ ഭർത്താവും വന്നിരിക്കുന്നു. ഇപ്പോൾ അവരെല്ലാം മഹാക്ഷേത്രത്തിലാണുള്ളത്....."

"നേതാവിനെ എവിടെയാണിട്ടിരിക്കുന്നതെന്നറിയോ?"

"ആരും പറഞ്ഞില്ലേ....?നിലമാളികയിൽ ജജ്മംഖിനെ ഇട്ടിരുന്ന സ്ഥലം....! അവിടെ വേറെ കാവൽക്കാരനാണ്."

വാതിൽപഴുതിൽ എന്തോ തടഞ്ഞുനിന്നതായി ബെക്കു കണ്ടു. ശീബാ

എന്തോ അകത്തേക്കിടുകയാണ്. ബെക്കു അത് വാങ്ങി. രണ്ട് റൊട്ടി.

"തിന്നോ..."

"ഞങ്ങൾക്ക് വേണ്ട. നേതാവിന് കൊടുക്ക്...."

"അതിനും ഏർപ്പാട് ചെയ്യാം. ഇത് നിങ്ങൾ തിന്നോ."

"നിനക്ക് മെന്നയെ അറിയോ....? കൊട്ടാരം ക്ഷേത്രത്തിലെ ഇളയപൂജാരി... മെന്ന.... ഭ്രാന്തൻമെന്ന....?" ഔട്ട ചോദിച്ചു.

"അറിയാം ചേട്ടാ...."

"ഞങ്ങളുടെ നാട്ടിൽനിന്നും ബടായും കൂട്ടരും വരും....."

"ബടാ.... എനിക്കറിയാം... അന്ന് ഓടക്കുഴൽ വായിച്ചാളല്ലേ.....?"

"അതേ. ഞങ്ങളിവിടെയാണെന്ന് എത്രയുംവേഗം അദ്ദേഹത്തെ അറിയിക്കണം. മെന്ന നദിയുടെ കരയ്ക്കെവിടെയെങ്കിലും ബടായെ കാത്തിരിക്കുന്നുണ്ടാകും. അന്വേഷിച്ച് കണ്ടുപിടിച്ച് വിവരമെത്തിക്കണം...."

"ശരി ചേട്ടാ. ഇപ്പോൾതന്നെ പോകാം. മെന്നസ്വാമിയെ കണ്ടുപിടിച്ച് ഇങ്ങോട്ടയക്കാം. അതുവരെ ഞാനവിടെ നിന്നോളാം. ക്ഷേത്രപ്രസാദം കൊണ്ടുവരികയാണെന്ന് പറഞ്ഞാൽ കാവൽക്കാർ മെന്ന സ്വാമിയെ കടത്തിവിടാതിരിക്കില്ല. നേതാവിനെയും അയാൾക്ക് കാണാൻ കഴിയും...."

"അങ്ങനെ ചെയ്യ്....."

"ഇതാ ഞാൻ പുറപ്പെടുകയാണ്....."

വെളിച്ചം അകന്നകന്നുപോയി....

എങ്കിലും അംഗരക്ഷകരുടെ മുഖം വികസിച്ചു. അമൻദേവനാണ് ഇവളെ പറഞ്ഞയച്ചിരിക്കുന്നത്.

"ഓ....അമൻ....! ഞങ്ങളുടെ നേതാവിനെ രക്ഷിക്കൂ....! അദ്ദേഹത്തിന് യാതൊരാപത്തും വരുത്തല്ലേ....!" ഔട്ട മുട്ടുകുത്തി പ്രാർത്ഥിച്ചു.

ബെക്കുവും കൂട്ടുകാരന്റെ സമീപം മുട്ടുകുത്തിനിന്ന് കൈകൂപ്പി.

ശീബ കുഞ്ഞിനെയെടുത്തുകൊണ്ട് കൊട്ടാരം ക്ഷേത്രത്തിലേക്ക് ചെന്നു. വാതിലടച്ചിരുന്നു. ഇനേനിയോ അയാൾക്കു പകരം വന്നയാളോ ഉണ്ടായിരുന്നില്ല. പൂജാചടങ്ങ് ചുരുക്കിക്കഴിച്ച് അവരെല്ലാം മഹാക്ഷേത്രത്തിലേക്കോടിയിരിക്കണം. അടഞ്ഞ വാതിലിനുമുന്നിൽ ശീബ മുട്ടുകുത്തി പ്രാർത്ഥിച്ചു! "ഓ ദേവാ....! ഞാൻ തെറ്റ് ചെയ്യുന്നില്ല. എന്നെ സഹായിക്കൂ....! ഹേ രക്ഷകാ.....! ദരിദ്രർക്കും സത്യസന്ധർക്കും നീ കഷ്ടപ്പാട് കൊടുക്കല്ലേ...."

ഹൃദയത്തിലെ ദുഃഖം കണ്ണീരായി പുറത്തേക്കൊഴുകി.

മകന്റെ തലയും വാതിൽപടിയിൽ മുട്ടിച്ചശേഷം അവളെഴുന്നേറ്റു. അമ്മയുടെ കരച്ചിലിഷ്ടപ്പെടാതെ കുഞ്ഞും കരഞ്ഞുതുടങ്ങി. കുഞ്ഞിനെ ആശ്വസിപ്പിച്ചുകൊണ്ട് അവൾ മുന്നോട്ടു നടന്നു. അതിഥി മന്ദിരത്തിനരികിലൂടെ കോട്ടവാതിൽക്കലേക്ക് നീങ്ങുന്നതിനിടയിൽ കാവൽക്കാർ തടഞ്ഞുനിർത്തി.

"നില്ക്കവിടെ....! എന്താ... എടുത്തുകൊണ്ട് പോരുന്നത്....?"

"ഒന്നുമില്ല ചേട്ടാ....! ഭർത്താവ് ഘോഷയാത്രയിലുണ്ട്. കുഞ്ഞിന് അവന്റെ അച്ഛനെ കാട്ടിക്കൊടുക്കാൻ പോകയാണ്...."

"ശരി....ശരി.... പണിയെല്ലാം കഴിഞ്ഞോ....?"

"എല്ലാം കഴിഞ്ഞുചേട്ടാ. കശാപ്പുശാലയിലെ അധികാരി സമ്മതിച്ചിട്ടാണ് വന്നത്...."

"ഉം... ഞങ്ങൾക്കെന്താ...? ശരിക്കും കാണുന്നസ്ഥലത്ത് ചെന്നു നിന്നോ... ഘോഷയാത്ര എത്തിച്ചേർന്നാലുടൻ കതകടയ്ക്കും. വേഗം വന്നില്ലെങ്കിൽ സദ്യ കിട്ടില്ല....."

"വേഗം വരാം...."

മറ്റൊരു കാവൽഭടൻ മുന്നോട്ട് നീങ്ങിവന്നു.

"ഇവൾ അരവസ്ത്രത്തിനുള്ളിൽ വല്ലതും ഒളിച്ചുവച്ചിട്ടുണ്ടോന്ന് നോക്കണമല്ലോ...."

ആ കാവൽഭടൻ അവളുടെ അരക്കെട്ടിൽ പിടിച്ചു. വഴിയിലൂടെ പോകുന്നവർ വാതിലിനു വെളിയിൽ തങ്ങിനിന്നു.

ശീബ തന്റെ കോപം അടക്കിക്കൊണ്ട് പറഞ്ഞു:

"നാണമില്ലേ....?"

ഭടന്റെ കൈ തട്ടിത്തെറിപ്പിച്ച് അവൾ പടികടന്ന് പുറത്തേക്ക് നടന്നു.

ആദ്യം തോണിക്കടവിൽ. പിന്നീട് കരയിലൂടെ തെക്കുഭാഗത്തേക്ക്. ദൃഷ്ടി നാലുപാടും വ്യാപിപ്പിച്ചു. ശ്രദ്ധ ഓരോ മറവിലും കടന്നുചെന്നു.

പെപ്പൈറസ് തോണിയിൽ വന്നിറങ്ങുന്ന ജനം മഹാക്ഷേത്രത്തിലേക്ക് ഓടിപ്പോവുകയാണ്. ചില വലിയ തോണികൾ കരയ്ക്ക് കയറ്റി നിർത്തിയിട്ടുണ്ട്. തിക്കും തിരക്കും ബഹളവും. എല്ലാവരും ഒരേ ലക്ഷ്യത്തിലേക്ക് നീങ്ങുന്നവരാണ്. വിപരീതാവസ്ഥയിൽ നീങ്ങിക്കൊണ്ടിരുന്നത് ശീബ മാത്രമാണ്. ഒന്നിച്ചുനിന്നവർ കൈവിട്ടുപോയിരിക്കും... അന്വേഷിക്കുകയാണെന്ന് ചിലർ കരുതി. മറ്റുചിലർ ആ സന്ദിഗ്ദ്ധാവസ്ഥയിലും ചിറിനക്കിത്തുടച്ചുകൊണ്ട്..... "കൂടെ വരുന്നോ...." എന്ന് ചോദിച്ചു. ശീബ ഒഴിഞ്ഞുമാറി നടന്നു. ജനത്തിരക്കിൽ നിന്നകന്ന് മെന്ന കാത്തിരിക്കുന്നുണ്ടാകും.

ഊഹം വാസ്തവമായിത്തീർന്നു. ദൂരെയുള്ള ഈന്തപ്പനയുടെ മറവിൽ ഒരാൾ അവശനായിരിക്കുന്നത് ശീബ കണ്ടെത്തി. തലയിൽ വസ്ത്രം ചുറ്റിക്കെട്ടിയിരുന്നു. മറ്റുള്ളവർ തന്നെ തിരിച്ചറിയാതിരിക്കാൻ ചെയ്ത വേലയാണത്. കാഴ്ചയ്ക്ക് ഏതോ ദരിദ്രകർഷകനാണെന്നേ തോന്നൂ.

ശീബ ദ്രുതഗതിയിൽ നടന്നു.

ഏതോ ഒരു സ്ത്രീ തന്റെ നേർക്ക് നടന്നുവരുന്നത് കണ്ടപ്പോൾ മെന്ന വിചാരാധീനനായി. വരുന്നവർ കൊട്ടാരം പരിചാരികകൂടിയാണെന്ന് തിരിച്ചറിഞ്ഞപ്പോൾ സംശയത്തിന് ബലംകൂടി. അമ്മയും മകനും അടുത്തടുത്തെത്തുകയാണ്.... തന്നെ കണ്ടുപിടിക്കാൻ പുതുതായി വന്ന

പൂജാരി ഇവളെ അയച്ചതാകണം.... ഇനി സംശയിക്കാനില്ല.

മെന്ന എഴുന്നേറ്റ് പടിഞ്ഞാറുഭാഗത്തേക്ക് നടന്നുതുടങ്ങി. ശീബ നടത്തത്തിന് വേഗതകൂട്ടി. മെന്ന പതുക്കെ ഓടിത്തുടങ്ങി.

ശീബ വിളിച്ചു.

പെട്ടെന്ന് മെന്നയ്ക്ക് വേറൊരു സംശയമുണ്ടായി.... ബടാ രാത്രിതന്നെ തോണിക്കടവിലെത്തിയിരിക്കണം. തന്റെ കണ്ണിൽ പെട്ടിരിക്കയില്ല... ഇവളെ അയാൾ പറഞ്ഞയച്ചതാണെങ്കിലോ....?

അയാൾ ഓട്ടം നിർത്തി തിരിഞ്ഞുനിന്നു. തുടർന്ന് ധൃതിയിൽ അവളുടെ അരികിലേക്ക് നടന്നുചെന്നു.

മെന്ന അടുത്തെത്തിയപ്പോൾ ശീബയ്ക്ക് ആശ്വാസമായി. അവൾ ദീർഘമായി നിശ്വസിച്ചു.

"സ്വാമീ...., ഞാൻ ശീബയാണ്. കശാപ്പുശാലയിലുള്ളവൾ. നേതാവിന്റെ അംഗരക്ഷകരാണ് എന്നെ ഇങ്ങോട്ടയച്ചിരിക്കുന്നത്. നിങ്ങളറിഞ്ഞിട്ടില്ലെന്നു തോന്നുന്നു.... ഇന്ന് പുലരുന്നതിനുമുമ്പേ നേതാവിനെയും അംഗരക്ഷകരെയും തടവിലാക്കി....!"

"ഏ......! ഓ......!"

മെന്നയുടെ ശ്വാസഗതി നിലച്ചുപോയി.

കനംകൂടിയ കാലുകൾ ഏന്തിവലിച്ചുകൊണ്ട് അയാൾ ഈന്തത്തണലിലേക്ക് നടന്നു. നദിയിലേക്ക് ദൃഷ്ടിപായിച്ചുകൊണ്ട് അയാളല്പനേരം നിർവ്വികാരനായിരുന്നു. തോണികൾ വരികയും പോകയും ചെയ്തുകൊണ്ടിരുന്നു.

"എല്ലാം വിശദമായി പറയൂ...."

ആദ്യം പ്രയാസം തോന്നിയെങ്കിലും ശീബ കാര്യങ്ങൾ പറഞ്ഞുതുടങ്ങി.

"സെഡ് ഉത്സവത്തിന്റെ പേരിൽ കഴിഞ്ഞ രാത്രിതന്നെ എല്ലാ തടവുപുള്ളികളെയും വിട്ടയച്ചിരുന്നു. നിങ്ങളാ സമയത്ത് ഇവിടെയായിരിക്കുമെന്ന് തോന്നുന്നു....? ജയിൽമുറി വൃത്തിയാക്കുകപോലും ചെയ്തിട്ടില്ല. കൊള്ളക്കാരൻ ജജ്മംഖിനെ ഇട്ടിരുന്ന മുറിയിലാണ് നേതാവിനെയും അടച്ചിട്ടിരിക്കുന്നത്.... നിലമാളികയിൽ.... അംഗരക്ഷകരായ ഔട്ടയും ബെക്കുവും ആ ആലയിലാണുള്ളത്. ഈ കുഞ്ഞിന് മരുന്നുവാങ്ങാൻ ഇനേനിയുടെ വീട്ടിൽ ചെന്നപ്പോൾ അവരെ കണ്ടിരുന്നു. കള്ളന്മാർക്കും കൊലപാതകികൾക്കും സ്വാതന്ത്ര്യം നല്കിയിരിക്കുന്നു.....! സജ്ജനങ്ങൾക്കാണെങ്കിൽ ജയിലും....! ഇത് നീതിയാണോ? ന്യായമാണോ....? ഇന്നലെ രാത്രി മുഴുവൻ പണിത്തിരക്കായിരുന്നു. വെളുപ്പിന് ഫെറോ ഉണർന്നപ്പോഴേ ഞാനുമുണർന്നു. കുഞ്ഞിന് പാലുകൊടുക്കാൻ വീട്ടിൽ ചെന്നു. നേതാവിന്റെ കാര്യമറിഞ്ഞ് എന്റെ ഭർത്താവും ദുഃഖിച്ചിരിക്കയാണ്. ഇന്നദ്ദേഹത്തിന് കൊട്ടാരത്തിൽ കാവലുണ്ട്. അംഗരക്ഷകരുടെ കാവൽക്കാർ എന്റെ ഭർത്താവിന്റെ സ്നേഹിതന്മാരാണ്. അവർക്ക് റൊട്ടി

നല്കിയിട്ടാണ് ഞാൻ വരുന്നത്. നേതാവിനെക്കുറിച്ചോർത്ത് അവർ വ്യാകുലപ്പെട്ടിരിക്കയാണ്. തങ്ങൾക്കു വന്നുപെട്ട ഈ ആപത്തറിയാതെ ബടാചേട്ടനും കെണിയിൽ വീണുപോയേക്കുമോ എന്നാണവരുടെ ഭയം. നിങ്ങളെകണ്ട് എല്ലാ വിവരവും അറിയിക്കണമെന്ന് ഏല്പിച്ചിരിക്കയാണ്. സ്വാമീ, ഞാനൊരു കാര്യം പറയട്ടെ....? കൊട്ടാരത്തിലിപ്പോൾ ഉച്ചഭക്ഷണത്തിന്റെ ബഹളമായിരിക്കും. ക്ഷേത്രത്തിലെ പ്രസാദമാണെന്നും പറഞ്ഞ് വല്ലതുംകൊണ്ടുപോയി നേതാവിന് കൊടുക്കണം. ഞാനിവിടെ കാത്തിരിക്കാം. പ്രസാദമാണെന്നു പറഞ്ഞാൽ കാവൽക്കാർ തടഞ്ഞു നിർത്തില്ല...."

ശീബ സംസാരം നിർത്തി. ദീർഘമായി നിശ്വസിച്ചു.

മെന്ന നെടുവീർപ്പിട്ടു. ഉണങ്ങിവരണ്ട ചുണ്ടുകൾ പ്രയാസപ്പെട്ട് വേർപ്പെടുത്തി.

"സഹോദരീ...., ഭക്ഷണം ഒരു മുഖ്യപ്രശ്നമല്ല.... ദിവസങ്ങളോളം പട്ടിണികിടന്ന് ശീലിച്ചയാളാണ് നേതാവ്....."

"എങ്കിലും....."

"അദ്ദേഹത്തെ രക്ഷപ്പെടുത്തുകയാണ് പ്രധാനം."

"അങ്ങനെയാണെങ്കിൽ....നിങ്ങളിപ്പോൾ അങ്ങോട്ട് പോകുന്നില്ലേ?"

"ഇല്ല സഹോദരി. വൈകുന്നേരംവരെ ബടായെ കാത്തിരിക്കാം. അതിനുള്ളിൽ അയാളെത്തിച്ചേർന്നില്ലെങ്കിൽ ഞാനങ്ങോട്ട് വരാം. സഹോദരിയുടെ ഭർത്താവ് വല്ല സഹായത്തിനും തയ്യാറാകുമോ?"

"എനിക്കുവേണ്ടി.... ഈ കുഞ്ഞിനുവേണ്ടി.... എന്തുചെയ്യാനും അദ്ദേഹം തയ്യാറാകും..."

ബടാ എത്തിച്ചേർന്നാൽ സഹായം വേണ്ടിവരില്ല. ഇല്ലെങ്കിൽ...

"ആകട്ടെ സ്വാമി."

"പുറപ്പെടൂ.... എന്ന കണ്ട വിവരം...."

"ആരോടും പറയില്ല. ഇന്നലെ മുതൽക്കേ നിങ്ങൾ പട്ടിണിയല്ലേ...? വല്ലതും കൊണ്ടുവരട്ടെ....?"

"വേണ്ട. നേതാവിന് വല്ലതും കൊടുത്തിട്ടേ ഞാൻ കഴിക്കൂ...."

ശീബ എഴുന്നേറ്റു നടന്നു....

മെന്നയുടെ ദൃഷ്ടി വീണ്ടും നദിയിലൂടെ നീന്തി നടന്നു....

.....റാ നെറ്റിക്കു മുകളിലെത്തി. ഘോഷയാത്ര കൊട്ടാരത്തിലേക്ക് പുറപ്പെട്ടു....

ക്ഷീണിച്ചവശനായിരുന്ന ഫെറോ വിശ്രമമുറിയിൽ പ്രവേശിച്ചു. മന്ത്രി, ഹേപാട്, ഹെഖ്വെട്, സറുസദസ്യർ, സൈന്യാധിപൻ, നികുതിയധികാരി, സാമന്തരാജാക്കന്മാർ, മറ്റ് ഉന്നതാധികാരികൾ, മഹിളാമണികൾ.... തുടങ്ങിയവരെല്ലാം സല്ക്കാര മന്ദിരത്തിലേക്ക് നടന്നു......

പലതരം മദ്യങ്ങളും വിശിഷ്ടഭോജ്യങ്ങളുമടങ്ങിയ സല്ക്കാരം,

വീണാനാദം പശ്ചാത്തലമൊരുക്കുന്നു.....

റാ അസ്തമിച്ചാലുടൻ ദീപാലങ്കാരമാണ്. തുടർന്ന ക്രീഡാവയലിൽ പാട്ടും നൃത്തവും വിനോദപ്രകടനങ്ങളുമുണ്ടാകും. കൊട്ടാരത്തിന്റെ മുന്നിൽ കാത്തുനിന്നിരുന്ന സാധാരണക്കാരായ ജനസഹസ്രത്തിന് നേരത്തേ ഭക്ഷണ വിതരണം ആരംഭിച്ചിരുന്നു.

സല്ക്കാരത്തിൽ പങ്കുകൊള്ളാനെത്തിയ ഫെറോവിനെ കണ്ട് ഹേപാട് പറഞ്ഞു.... "രാജധാനിയിലെ വിശിഷ്ടവ്യക്തികൾ ഈജിപ്തിലെ മഹാപ്രഭുവിനെ സ്വാഗതം ചെയ്യാനാഗ്രഹിക്കുന്നു. നവയൗവ്വനം പ്രാപിച്ചിരിക്കുന്ന നിന്റെ ഭരണം സുദീർഘമായിരിക്കട്ടെ....! നീ ദീർഘായുഷ്മാനായി ഭവിക്കട്ടെ....."

വിശിഷ്ടവ്യക്തികളെല്ലാം തലകുനിച്ച് നമസ്കരിക്കുന്നതിനിടയിൽ പ്രധാനപൂജാരി കൂട്ടിച്ചേർത്തു....

"പ്രിയപ്പെട്ട മഹാറാണിക്കും ഏവരുടെയും സ്വാഗതം...."

ഫെറോ ആസനസ്ഥനായി. നെഫർടേം പുഞ്ചിരിവിതറിക്കൊണ്ട് രാജാവിനരികിലിരുന്നു....

വാദ്യസംഗീതം ഉച്ചത്തിലായി.....

ഈ ദിനവും മഹാരാജാവ് ലഘുഭക്ഷണം മാത്രമേ സ്വീകരിച്ചുള്ളു...

..... കൊട്ടാരം ക്ഷേത്രത്തിൽ മറ്റുള്ളവരോടൊപ്പം ഭക്ഷണം കഴിച്ചെഴുന്നേറ്റ സെനെബ് അടുത്ത ദിവസത്തെ കാര്യത്തെപ്പറ്റി ചിന്തിച്ച് ഉത്തേജിതനായിത്തീർന്നു. അർദ്ധരാത്രിയിൽ കൊട്ടാരം ദളപതിയും ഭടന്മാരും നടത്തിയ കൃത്യം അയാളെ ആശ്ചര്യപ്പെടുത്തിയിരുന്നു. അതിന്റെ രഹസ്യം എത്ര ചിന്തിച്ചിട്ടും അയാൾക്കൂഹിക്കാൻ കഴിഞ്ഞില്ല.....

"നിങ്ങളും ജയിലധികാരിയുംകൂടി ഞാനറിയാതെയാണല്ലോ ഇത് ചെയ്തത്....!" അയാൾ ദളപതിയോട് പറഞ്ഞു.

"നിങ്ങളും അറിഞ്ഞിരിക്കുമെന്നു കരുതി. വളരെ കർക്കശമായ കല്പനയാണ്...."

കള്ളം പറയുന്നത് തെറ്റല്ലെന്ന ബോദ്ധ്യത്തോടെ സെനെബ് തുടർന്നു...

"അറിഞ്ഞിരുന്നു. എങ്കിലും നിങ്ങൾ പറഞ്ഞില്ലല്ലോ....?"

"എഴുത്തുകാരൻ തെറ്റിദ്ധരിക്കരുത്...."

"ഉം.... ഇരിക്കട്ടെ. കർക്കശമായ വല്ല കല്പനയും ഇനിയുമുണ്ടോ?"

"ഇന്നും നാളെയും കഴിഞ്ഞാൽ എന്റെ ഉത്തരവാദിത്വം അവസാനിച്ചു. അതിനുശേഷമുള്ളതെല്ലാം അതിർത്തിയിൽനിന്നും വന്ന ഭടന്മാരാണത്രെ നോക്കുന്നത്...."

"എന്ത് നോക്കാൻ.....?"

"അത് മാത്രം ആരും പറഞ്ഞില്ല...."

"അയ്യോ! നിങ്ങൾ പാപമാണ്...."

സെനെബ് മന്ദബുദ്ധിയായ ദളപതിയെ വിട്ട് ഘോഷയാത്രയിൽ നീങ്ങിക്കൊണ്ടിരുന്ന ടെഹുടിയെ സമീപിച്ചു.... ബകിലനുമായും സംസാരിച്ചു.... ഇനേനിയെയും കണ്ടു.... ഒടുവിലാണ് മന്ത്രിയുടെ കണ്ണിൽപെട്ടത്....

"എല്ലാം മനസ്സിലാക്കിയോ....?"

സെനെബ് ചിരിച്ചുകൊണ്ട് നിന്നതേയുള്ളു.

"നാളെ രാവിലെ അവന്റെ വിചാരണയാണ്. മന്ത്രിമന്ദിരം തയ്യാറാക്കിയിടണം...."

"കല്പന...."

"നാട്ടിൽ പോയിരുന്ന അവന്റെ തോണിക്കാരൻ മടങ്ങിവന്നോ?"

"ഇല്ല."

"ജാഗ്രതയോടെയിരിക്കണമെന്ന് മന്ത്രി പറഞ്ഞയച്ചിരിക്കുന്നു .... കർക്കശമായ ആജ്ഞയാണ്."

"എന്നെപ്പറ്റി മന്ത്രിയോട് വല്ലതും പറഞ്ഞോ?"

"ഇല്ലില്ല. ദളപതി വളരെ ശ്രദ്ധയോടെ കാര്യങ്ങൾ ചെയ്യുന്നുണ്ടെന്നറിയിച്ചു....."

"നിങ്ങൾ നല്ലവരാണ്....."

"വലിയ ബഹുമതികൾ കിട്ടുമ്പോൾ എന്റെ ഈ നന്മ മറന്നു പോകരുത്....."

സല്ക്കാരത്തിനെത്തിയവരെല്ലാം മടങ്ങിത്തുടങ്ങിയപ്പോൾ സെനെബ് അതിഥിമന്ദിരത്തിലേക്ക് ചെന്നു.....

"ഇനി വേറെ അതിഥി ..... അല്ലേ....?" അതിഥിമന്ദിരത്തിന്റെ അധികാരി ചോദിച്ചു.

"ഉം...." സെനെബ് മൂളി.

അയാൾ ഉദ്യാനത്തിൽ ചെന്നിരുന്നു. താനൊരു വിഡ്ഢിയാണെന്ന് സെനെബിനു തോന്നി.... മഹാബുദ്ധിമാനാണെന്ന് ധരിച്ചിരുന്നു. എന്നെങ്കിലും വലിയൊരു സമ്മാനം കിട്ടാതിരിക്കില്ലെന്ന് ആശിച്ചിരുന്നു. എല്ലാം പാഴിലായിത്തീർന്നു....! ആരാണ് ജയിച്ചത്....? തോറ്റതാര്....? പ്രധാന പൂജാരിയും, ഭൂപ്രഭുക്കളും, മന്ത്രിയും, ഫെറോവും എല്ലാം ഒരേ സമയം വിജയിച്ചിരിക്കുന്നു! മെനെപ്പടാ പരാജയപ്പെട്ടെന്ന് കരുതാമോ.....? ഇപ്പോഴേ നിർണ്ണയിക്കുന്നതെങ്ങനെ....? ഈ ഇരുള് വെളിച്ചമാകുന്നതിനുള്ളിലും ആ വെളിച്ചം ഇരുളാകുന്നതിനിടയിലും എന്തെല്ലാമാണ് ഇനിയും സംഭവിച്ചുകൂടാത്തത്.....?

എന്തായാലും.... ഈ അതിഥിഗൃഹത്തിൽ താമസിച്ചവനിൽനിന്ന് ന്യായമായും തനിക്ക് കിട്ടേണ്ടത് കിട്ടുവാൻ ഒരിക്കൽക്കൂടി ശ്രമിച്ചുനോക്കണം....

വെയിലിന്റെ കാഠിന്യം കുറഞ്ഞപ്പോൾ സെനെബ് കാരാഗൃഹത്തിനു നേർക്ക് നടന്നു.....

അരമനയുടെ ചുറ്റുപാടിൽ എപ്പോഴും കാണപ്പെടുന്ന മുഖം സാധാരണ വേലക്കാരും ചെറിയ ചെറിയ ഉദ്യോഗസ്ഥന്മാരും വന്ദിക്കേണ്ട ദേഹം.....

നിലമാളികയുടെ വാതിൽക്കൽ നിന്ന സെനെബിനെ കാവൽക്കാർ താണുവണങ്ങി....

"മന്ത്രി അയച്ചതാണ്...." സെനെബ് വാതിൽ തുറക്കാൻ ആംഗ്യം കാട്ടി.

ജയിലധികാരിയേക്കാളും കൊട്ടാരം ദളപതിയേക്കാളും ഉയർന്ന ഉദ്യോഗസ്ഥനാണ് ഈ എഴുത്തുകാരൻ. നിർദ്ദേശം പാലിക്കാതെ വയ്യല്ലോ....

വാതിൽ കറ കറ ശബ്ദത്തോടെ തുറക്കപ്പെട്ടു.

ഒരു കാവൽ ഭടനോടൊപ്പം സെനെബ് പടവുകളിറങ്ങി. വെളിച്ചം മങ്ങിപ്പോയി. ഇരുൾ കൂടിക്കൂടി വന്നു. മുന്നിൽ മറ്റൊരു വാതിൽ.

"നീ ഇവിടെ നിന്നാൽ മതി." ഭടനോട് നിർദ്ദേശിച്ച ശേഷം സെനെബ് മാത്രം മുന്നോട്ട് നീങ്ങി.

പ്രഭാതമോ സന്ധ്യയോ എന്ന് തോന്നിപ്പിക്കുന്ന സ്ഥിരമായ മന്ദപ്രകാശം.

ശബ്ദത്തിൽ വിനയം (കപടവിനയമാണോ?) വരുത്തിക്കൊണ്ട് സെനെബ് വിളിച്ചു.....

"ചേട്ടാ.... മെനെപ്പടാ ചേട്ടാ....."

അന്ന് വെളിച്ചം വ്യാപിച്ചതിനുശേഷം മണിക്കൂറുകളോളം മെനെപ്പടാ ചുമരുംചാരി ചിന്തിച്ചിരുന്നു.... ക്രമേണ അതേ നിലയിൽ നിലത്തുകിടന്നു... അവിടെതന്നെ ഉറങ്ങിപ്പോയി...

സെനെബ് വീണ്ടും വിളിച്ചു....."മെനെപ്പടാ ചേട്ടാ....."

നേതാവ് പിടഞ്ഞെണീറ്റു. ബടാ വന്നോ....?"

"ആര്.....?"

"ഞാൻ തന്നെ. സെനെബ്."

ഇയാൾ ഇവിടെയും ഉപദ്രവിക്കാനെത്തിയോ?

"ഉം....എന്താ....? മന്ത്രിയുടെ വല്ല നിർദ്ദേശവുമുണ്ടോ?"

"നേതാവെ.... ഈ ദരിദ്രഎഴുത്തുകാരനോട് കോപിക്കരുത്. രാത്രി നമ്മൾ വേർപിരിഞ്ഞശേഷം ഇങ്ങനെയെല്ലാം സംഭവിച്ചുപോയി. ഞാൻ പോലും അറിഞ്ഞിരുന്നില്ല. വളരെ രഹസ്യമായാണ് ഇത് നടന്നത്. പ്രധാനപ്പെട്ട ആ കാര്യം മുൻകൂട്ടിയറിയിക്കാൻ എന്നെക്കൊണ്ട് കഴിഞ്ഞില്ല....."

"എന്നെക്കൊണ്ട് നിങ്ങൾക്ക് യാതൊരു പ്രയോജനവുമില്ലല്ലോ....!"

"എന്റെ സേവനത്തിന് ഇന്നല്ലെങ്കിൽ നാളെയെങ്കിലും പ്രതിഫലം കിട്ടാതിരിക്കില്ല. നിങ്ങൾ ഒരു സൂചന നല്കിയാൽ മതി. നിങ്ങളുടെ ആൾക്കാർ വേണ്ടത് ചെയ്തുകൊള്ളും....."

ഇയാളെന്തിനാണ് വന്നത്....? എന്തുദ്ദേശത്തിൽ.....? ഇതൊരുപദ്രവമായിത്തീർന്നല്ലോ....'ഒന്ന് പോയിക്കിട്ടിയാൽ മതിയായിരുന്നു.....' മനസ്സിലെ പാരവശ്യം ഒതുക്കിപ്പിടിച്ചുകൊണ്ട് താഴ്മയോടെ മെനെപ്പടാ ചോദിച്ചു......

"സെഡ് ഉത്സവം കഴിഞ്ഞോ....?"

"ധാർമ്മിക നടപടികളെല്ലാം കഴിഞ്ഞു നേതാവെ. ഇനി കലാപരിപാടികൾ മാത്രമേയുള്ളു....."

"സന്തോഷം....."

"പകൽ മുഴുവൻ മന്ത്രിയുടെ അടുക്കലായിരുന്നെങ്കിലും ഞാൻ നിങ്ങളെക്കുറിച്ചുതന്നെ ചിന്തിക്കയായിരുന്നു..... സെഡ് ഉത്സവത്തിൽ പങ്കുകൊള്ളാൻ വളരെ ദൂരെനിന്നും വന്ന നിങ്ങൾ ഫെറോവിന്റെ മുന്നിലുണ്ടായില്ലെന്നത് ഒരു കുറവായിരുന്നു...."

"അതിഥി മന്ദിരത്തിൽനിന്ന് ഇവിടേക്ക് മാറ്റുന്നതിന്ന് മുൻകൂട്ടി പദ്ധതിയിട്ടിരിക്കയില്ല... അല്ലേ.....? പെട്ടെന്നുള്ള തീരുമാനമാകണം....."

"അതേ. മറ്റൊരു പ്രധാനപ്പെട്ട തീരുമാനം കൂടി അറിയിക്കാനാണ് ഞാനിങ്ങോട്ട് വന്നത്....."

"എന്താ.....?"

"നാളെ നിങ്ങളെ വിചാരണചെയ്യും....."

"നാളെ എന്റെ വിചാരണയോ....?"

"ഒരു കണക്കിന് ഇത് നല്ലതിനാണ് നേതാവേ. നിങ്ങളുടെ നിരപരാധിത്വം തെളിയിക്കുവാൻ ഒരവസരമായല്ലോ.... നിങ്ങളെ ബഹുമതികളോടെ നീരാനയിലേക്ക് പറഞ്ഞയയ്ക്കും. സംശയമില്ല...."

"സെനെബ്....., സത്യമായും നിങ്ങൾ കൊണ്ടുവന്ന ഈ സന്ദേശം ആഹ്ളാദപ്രദമാണ്. നിങ്ങൾക്ക് എന്ത് സമ്മാനം നല്കിയാലും മതിയാവുകയില്ല. എന്റെ കവടി മാലയും ഫെറോ സമ്മാനിച്ച മണിബന്ധവുമെല്ലാം അതിഥിഗൃഹത്തിലാണുള്ളത്...."

'അങ്ങനെയോ' എന്ന് മനസ്സിൽ പറഞ്ഞശേഷം സെനെബ് പറഞ്ഞു.

"അവ സുരക്ഷിതമായിരിക്കും. അതിഥിഗൃഹത്തിലെ അധികാരിയോട് ഞാൻ വിവരം പറയാം. നിങ്ങളുടെ അനുചരന്മാർ വരേണ്ടതായിരുന്നു....അല്ലേ.....?"

"അതേ....പാവം....എന്തായോ?"

"എനിക്കൊരപേക്ഷയുണ്ട്. നടത്തിത്തരുമോ?"

"എന്താ സെനെബ്....?"

"നിങ്ങളുടെ പ്രവിശ്യയിൽനിന്ന് വല്ലവരും വന്നാൽ ഞാൻ ചെയ്ത സേവനത്തെപ്പറ്റി അവരോട് ഒരു വാക്ക് പറയണം."

"ശരി. ഇത് അവസാനത്തെ സേവനമാണെന്നാണോ?"

"ഛെ!....ഛെ..! ഇത്തരം സേവനങ്ങൾ ഇനിയും ചെയ്യാനുള്ള അവസരങ്ങളുണ്ടാകട്ടെയെന്നാണ് എന്റെ പ്രാർത്ഥന".

"ഇനി പോകയല്ലേ സെനെബ്.....?"

"നിങ്ങൾക്ക് ബുദ്ധിമുട്ടായി. ക്ഷമിച്ചാലും. നാളെ വീണ്ടും കാണാം."

മെനെപ്പടാ മൗനിയായിരുന്നു. സെനെബ് പടികൾ കയറുന്ന ഒച്ച അകന്നകന്നുപോയി. ഒടുവിൽ ദൂരെയെവിടെയോ വാതിലടയ്ക്കുന്ന ശബ്ദം.

മെനെപ്പടായുടെ ചുണ്ടിൽ ഒരു പരിഹാസച്ചിരി നിഴലിച്ചു. നാളെ തന്റെ വിചാരണയാണ്.... ഈ ഇരുണ്ട മുറിയിലെ താമസം നാളെവരെ മാത്രം.....

മനസ്സിന് അല്പം സമാധാനം കൈവന്നിരിക്കുന്നു.

'ബടാ..... നീയില്ലാതെ വിചാരണ നടക്കണമായിരുന്നോ? സ്നോഫ്രു.... സെബെക്ഥഖു... നിങ്ങളും കൂടെ നില്ക്കേണ്ടേ....? എന്റെ മകൻ... രാമേരി... അവനും ഈ രംഗത്തിന് സാക്ഷി നില്ക്കേണ്ടേ?"

മെനെപ്പടാ വിചാരാധീനനായിരുന്നപ്പോൾ സെനെബ് അതിഥിമന്ദിരത്തിലെത്തിയിരുന്നു.

"നേതാവിന് ഫെറോ സമ്മാനിച്ച മണിബന്ധമെവിടെ?" അധികാരിയോട് അയാൾ ചോദിച്ചു.

"ഞാൻ കണ്ടില്ല. ഒരു നീലക്കവടിമാലമാത്രം ഇവിടെയുണ്ട്. ആ ബടാ നാട്ടിലേക്ക് കൊണ്ടുപോയിരിക്കണം." അതിഥിമന്ദിരത്തിലെ അധികാരി പറഞ്ഞു.

"ഇത് കേൾക്ക്....! എവിടെയായാലും അന്വേഷിച്ച് വൈകുന്നേരത്തിനുള്ളിൽ കൊണ്ടുത്തരണം. ഇല്ലെങ്കിൽ മന്ത്രിയോട് പറയും...."

"ഈ ആളുകളെ വിശ്വസിക്കാൻ പറ്റില്ല. ചോദ്യം ചെയ്യാം..."

അധികാരിയുടെ അന്വേഷണം ഫലവത്തായിത്തീർന്നു. ആഭരണം സെനെബിന്റെ കൈയിലെത്തിച്ചേർന്നു.

ആ ആഭരണം എന്തിനാണ് കൈയിൽവെക്കുന്നതെന്ന് അതിഥിമന്ദിരത്തിലെ അധികാരി എഴുത്തുകാരനോട് ചോദിച്ചില്ല.

റായുടെ കിരണങ്ങൾക്ക് തീക്ഷ്ണത കൂടിയാൽ രാജധാനിയിൽ മാത്രമല്ല ഈജിപ്തിലാകെ ജനങ്ങൾ അല്പസമയം ഉറങ്ങാൻ ശ്രമിക്കുന്നു. റാ, തന്റെ പ്രഭാവം മുഴുവൻ പ്രകടിപ്പിച്ചുകൊണ്ട് എരിഞ്ഞുനില്ക്കുന്നു.....! രക്ഷകനായ റായുടെ ഈയവസ്ഥ ഏവർക്കും അസഹ്യമായിരുന്നു.... എങ്കിലും റായെ അവർ നിന്ദിച്ചില്ല. പകരം തലകുനിച്ച് വണങ്ങി.

കിരണങ്ങളേറ്റ് ചൂടുപിടിച്ചുകൊണ്ടിരുന്ന നൈൽ ജലം ബാഷ്പീകരിച്ചു തുടങ്ങിയിരുന്നു.....

മെന്ന നിർന്നിമേഷനായി ആ രംഗം നോക്കിയിരുന്നു. ഈജിപ്തിലെ രണ്ടായിരം ദൈവങ്ങളും വരിവരിയായി നൈലിനുമീതേ നൃത്തം ചെയ്യു

ന്നതായി അയാൾക്ക് തോന്നി. മഹാക്ഷേത്രത്തിന്റെ മുന്നിലുള്ള ഹർമാച്ചീസിന്റെ പീടികയിൽ നിരത്തിവെച്ചിരിക്കുന്ന കറുപ്പും വെളുപ്പും ചുവപ്പും കലർന്ന മരപ്പാവകൾ....! ഇന്നയാൾക്ക് ഇടതടവില്ലാത്ത കച്ചവടമാണ്. നീരാന പ്രദേശത്തുള്ളവർക്ക് നല്ല വിഗ്രഹങ്ങളുണ്ടാക്കാനറിയാമെന്ന് ഇനേനി പറഞ്ഞിരുന്നു. ദിവ്യവിഗ്രഹങ്ങൾ....! സുന്ദരവിഗ്രഹങ്ങൾ....! ഓ.....മെനെപ്പടാ....! ഓ.... മെനെപ്പടാ....! ഇന്നലെ വലിയ മനുഷ്യനായി ജീവിച്ചവൻ ഇന്നത്തെ ദൈവമായിത്തീർന്നു....! ഇന്നത്തെ ധീരോദാത്തൻ നാളത്തെ ദൈവവും...! ഓ.... മെനെപ്പടാ... നിങ്ങൾ ഇരുളിൽനിന്ന് വെളിച്ചത്തിലേക്ക് വരണം ഇരുട്ടറയിൽ നിന്ന് നൈൽനദിയിലെ സ്വതന്ത്രവാഹനത്തിലേക്ക്.... നീരാനയിലെത്തിച്ചേർന്ന് സ്വതന്ത്രമായൊരു ജീവിതം നയിക്കണം.....

വിശപ്പും ചൂടും... രണ്ടുംചേർന്ന് ജീവനെ ദഹിപ്പിക്കാൻ എത്രകാലം വേണം....? മെന്ന...ഓ..... മെന്ന...

കൺപോളകൾക്ക് കനം കൂടിവരുന്നു.....

നദിയിലെന്തോ ബഹളം..... തോണികൾ കൂട്ടിമുട്ടിയോ....?

മെന്ന പരിഭ്രമത്തോടെ എഴുന്നേറ്റു. ഇമകൾ വിടർത്തി നദിയിലേക്കുറ്റുനോക്കി.... തോണികളൊന്നും കൂട്ടിമുട്ടിയില്ല... നദീജലം കാണപ്പെടാത്ത വിധം തോണികൾ അടുത്തടുത്ത് നിലകൊള്ളുന്നു....

അതാ മറ്റൊരു തോണികൂടി വരുന്നു. കരയ്ക്കടുക്കാൻ ഇടമില്ലല്ലോ.... അത് നദീമദ്ധ്യത്തിൽ തന്നെ വട്ടംചുറ്റിക്കൊണ്ടിരിക്കയാണല്ലോ....? ചുക്കാൻ പിടിക്കുന്നയാൾ നദിയുടെ പടിഞ്ഞാറേതീരത്തേക്ക് ചൂണ്ടുന്നു... തോണിക്കാർ ആ ഭാഗത്തേക്ക് തുഴഞ്ഞു തുടങ്ങുന്നു....

ചുക്കാൻ പിടിക്കുന്നയാളെ മെന്ന സൂക്ഷിച്ചുനോക്കി.

''ബടാ....''അറിയാതെ അയാളുടെ തൊണ്ട തുറന്നുപോയി. അടുത്തക്ഷണംതന്നെ അയാൾ നടുങ്ങി. തന്റെ ശബ്ദം വല്ലവരും കേട്ടോ....? ഭാഗ്യം....! അടുത്തെങ്ങും ആരുമില്ല.

മെന്ന തന്റെ തലക്കെട്ടഴിച്ചു. രണ്ടുകൈകളിലായി അത് നിവർത്തിപ്പിടിച്ചു. അത് ഒരു കാറ്റുപായയുടെ രൂപം ധരിച്ചു. അത് ഉയർത്തി വീശിക്കൊണ്ട് "ആ....ആ....ആ...." എന്ന് സന്തോഷശബ്ദം പുറപ്പെടുവിച്ച് അയാൾ നൃത്തംവച്ചു.

മെംഫീസിലേക്കുള്ള ബടായുടെ യാത്ര അതിവേഗത്തിലായിരുന്നു. എത്രയോ തോണികളെ അത് പിന്തള്ളി. എന്നാൽ ഇനിയും ഒരു ദിവസത്തെ യാത്രകൂടിയുള്ളപ്പോൾ നദിയിൽ തോണികളുടെ ബഹളം ഇരട്ടിച്ചു. തോണിയുടെ മൂലയ്ക്കുള്ള അമൻദേവന്റെ മുന്നിൽചെന്ന് ബടാ പലതവണ പ്രാർത്ഥിച്ചു. അയാളുടെ ബദ്ധപ്പാട് കണ്ട് പല തോണിക്കാരും വിളിച്ചുപറയുന്നുണ്ടായിരുന്നു: "നിങ്ങളിങ്ങനെ വേഗത്തിൽ തുഴഞ്ഞിട്ടൊന്നും കാര്യമില്ല. ഘോഷയാത്ര കഴിഞ്ഞിരിക്കും. മെല്ലെ പോയാൽ മതി. ദീപാലങ്കാരത്തിനെങ്കിലും എത്തിച്ചേരാം. ഘോഷയാത്രയേക്കാൾ

ഭംഗിയുള്ളതാണത്....."

പതുക്കെ തുഴയുന്ന തോണിക്കാരെ മുട്ടിയുരസിക്കൊണ്ടു പോക ണമെന്ന് ബടാ ചിന്തിച്ചു. വഴിതരാത്തവരെ പിടിച്ചുതള്ളണം.... എന്നാൽ അടുത്തക്ഷണത്തിൽതന്നെ വിവേകം അദ്ദേഹത്തെ ഓർമ്മപ്പെടുത്തി... 'വാക്കേറ്റത്തിന് ചെന്നാൽ കൂടുതൽ താമസിക്കയാണ് ചെയ്യുക. വിനയ ത്തോടെ പെരുമാറുകയാണ് വേണ്ടത്. താൻ മെംഫീസിൽനിന്ന് യാത്ര തിരിക്കുന്നതുവരെ എല്ലാം മംഗളമായിരുന്നു.... അവിടെനിന്ന് പോന്നതിനു ശേഷം സേതിന്റെ വിളയാട്ടം ആരംഭിച്ചു....' ബടാ സ്വയം പരിതപിച്ചു.

കെഫ്ടു പറഞ്ഞ കാര്യം മനസ്സിൽതന്നെയുണ്ട്.... 'സെഡ് ഉത്സവ ത്തിന്റെ തലേദിവസംതന്നെ മെന്ന നിങ്ങളെ കാത്തിരിക്കും... തോണിക്കടവിലല്ല... ഇടത്തെ കരയിൽ....'

ആ ദിവസം കഴിഞ്ഞു. ഇരുളായി. സെഡ് ഉത്സവത്തിന്റെ പ്രഭാതവും അപ്രത്യക്ഷമായി. വെയിലിന് ചൂടുകൂടി. മദ്ധ്യാഹ്നം കഴിഞ്ഞു.... കാത്തി രുന്ന് മടുത്ത് അയാൾ പോയിരിക്കാനും മതി. ഇരുട്ടിയാൽ സാവധാന ത്തിൽ കൊട്ടാരത്തിലെത്തി അയാളെ കണ്ടുപിടിക്കണം. എല്ലാം നേരെ യായാൽ ഇന്നുരാത്രിതന്നെ ചേട്ടനെയുംകൊണ്ട് പുറപ്പെടണം.

വസ്ത്രം മുകളിലുയർത്തിവീശുന്നത് മെന്ന തന്നെയാണ്... സംശയംവേണ്ട. ബടായുടെ ഹൃദയം വികസിച്ചു.....

"നോക്ക് നമ്മുടെ മെന്നച്ചേട്ടനല്ലേ അത്....?"

തോണിക്കാർ സൂക്ഷിച്ചു നോക്കി സമ്മതഭാവത്തിൽ തലയാട്ടി. മെന്നയെക്കുറിച്ച് കേട്ടറിഞ്ഞിരുന്ന യാത്രക്കാർ ആ ഭാഗത്തേക്കു തന്നെ ദൃഷ്ടിപതിപ്പിച്ചു.

തോണിയാത്രക്കാരിൽ ചിലർ ഖ്നൂം ദേവനെ സ്തുതിച്ചു....

തോണി കരയ്ക്കടുത്തു...

മെന്ന നനഞ്ഞ മണലിൽ മുട്ടുകുത്തി തോണിയിൽ സ്പർശിച്ചു.

"ഇത്ര താമസിച്ചതുതന്നെ മതി...." അയാൾ പറഞ്ഞു തീരുന്നതിനു മുമ്പേ പൊട്ടിക്കരഞ്ഞുകൊണ്ട് ബടാ തുള്ളിയിറങ്ങി മെന്നയെ കെട്ടിപ്പി ടിച്ചു. കാലിടറി രണ്ടുപേരും മണലിൽ വീണുരുണ്ടു. ചിരിച്ചുകൊണ്ട് മെന്ന എഴുന്നേറ്റിരുന്നു. ചുറ്റുമുള്ളവരെ കണ്ടപ്പോൾ ആ മുഖം വീണ്ടും ഗൗരവം പൂണ്ടു. ബടായുടെ കരംഗ്രഹിച്ച് അയാൾ ദൂരേക്ക് നടന്നുപോയി.

തോണിയിലുള്ളവരെല്ലാം കരയിൽ കൂടിനിന്നു.

"പറയൂ... മെന്ന.... പറയൂ...."

"എന്റെ അഗോചരമായ ശരീരം നേതാവിനെ കാത്തുകൊണ്ടിരിക്കു മെന്ന് പറഞ്ഞിരുന്നല്ലോ.....! സാധിച്ചില്ല ബടാ ചേട്ടാ.....! എന്നെക്കൊണ്ട് സാധിച്ചില്ല.... അഗോചര ശരീരമെന്നുള്ളത് വെറും വിശ്വാസമാണ് ചേട്ടാ.... വെറും വിശ്വാസം....!"

"എപ്പോഴാണ് ചേട്ടനെ പിടിച്ചത്...."

"അർദ്ധരാത്രിയിൽ ഞാനിവിടെയായിരുന്നു. ഇന്ന് പുലർന്നതിനു ശേഷം ശീബയുണ്ടല്ലോ.... കശാപ്പുശാലയിലെ.... ഔട്ടക്കും ബെക്കുവിനുമറിയാം....."

"ഉം...ഉം....."

"അവളാണ് വിവരം പറഞ്ഞത്. കൊള്ളക്കാരൻ ജംജ്മംഖിനെ ഇട്ടിരുന്ന നിലമാളികയിലാണ് നേതാവിനെ പാർപ്പിച്ചിരിക്കുന്നത്..."

"രക്ഷപ്പെടുത്തിക്കൊണ്ടുവരാനുള്ള വഴി...."

"സേനാനിയായ ശീബയുടെ ഭർത്താവ് വന്നിട്ടുണ്ട്. അയാൾ അല്പം സഹായിച്ചേക്കും. നിലമാളികയിൽ രണ്ട് കാവൽക്കാരേയുള്ളു. ഉത്സവത്തിന്റെ ബഹളത്തിൽ നിങ്ങളുടെ ജോലി എളുപ്പമാകും...."

"ഞങ്ങളിൽ ഒരു എട്ടുപത്തുപേരെ തെരഞ്ഞെടുക്കാം. ഞങ്ങൾ കാര്യം നടത്തിക്കൊള്ളാം. നിങ്ങൾ പുറംകാവലിരുന്നാൽ മതി. ഇത് ചേട്ടനെ അറിയിക്കുന്നതെങ്ങനെ.....?"

"നേതാവിനാണെന്നും പറഞ്ഞ് ഞാൻ ക്ഷേത്രപ്രസാദവും കൊണ്ട് പോകാം. കണ്ടുമുട്ടാനാകും...."

"സംസാരിക്കുന്നതിന് ഞാനും വരണോ...?"

"അതെങ്ങനെ സാധിക്കും ബടാചേട്ടാ....?"

"അതെങ്ങനെ സാധിക്കും....? എന്റെ ആഗ്രഹം പറഞ്ഞെന്നേയുള്ളു. നിങ്ങൾ പറഞ്ഞാലും ഞാൻ പറഞ്ഞാലും ഒരുപോലെയാണല്ലോ....."

ആ നിമിഷം.... മെനെപ്പടാചേട്ടൻ സമ്മതിക്കില്ലെന്ന സംശയം ബടായെ പിടികൂടി. അപ്പോഴത്തെ നിസ്സഹായവാസ്ഥയിൽ തന്നോടു തന്നെ അയാൾക്ക് ദേഷ്യം തോന്നി.

"കൂട്ടിക്കൊണ്ട് പോകുന്നതിന് അബ്ടു യാത്രക്കാരെല്ലാം എത്തിച്ചേർന്നിട്ടുണ്ടെന്ന് ചേട്ടനെ അറിയിക്കണം. നീരാനയിൽ കൊയ്ത്തിനു സമയം അതിക്രമിച്ചിരിക്കയാണ്. ജനങ്ങൾ നേതാവിനെ കാത്തിരിക്കയാണ്. ഒറ്റ നിമിഷംപോലും അനാവശ്യമായി ഇവിടെ ചെലവഴിക്കരുത്. മകൻ രാമേരിപ്പടാ വന്നിട്ടുണ്ടെന്ന് പ്രത്യേകം പറയണം. അഹൂറയും വന്നിട്ടുണ്ടെന്ന് അറിയിക്കണം. അബ്ടുയാത്രപോലെ തന്നെ പവിത്രമായ ഒരു കൃത്യമാണിതെന്നും അദ്ദേഹത്തെ അറിയിക്കണം....

ജനക്കൂട്ടത്തിൽനിന്ന തങ്ങളെ ഉറ്റുനോക്കുന്ന കുട്ടിയെ ശ്രദ്ധിച്ചുകൊണ്ട് മെന്ന പറഞ്ഞു:

"നിങ്ങളുടെ കൂടെ ഞാനും വരുന്നുണ്ടെന്ന് പറയട്ടെ....?"

"ഉം....മെന്ന....ഉം....."

"നിലമാളികയിൽനിന്ന് നേതാവ് പുറത്തെത്തിയാൽ പിന്നീടുള്ള ഉത്തരവാദിത്വം എന്റേതാണ്. നദിക്കരയിലെത്തുന്നതിന് രഹസ്യമാർഗ്ഗമുണ്ട്....."

"ഔട്ടയും ബെക്കുവും....?"

"ശീബ നോക്കിക്കൊള്ളും. അർദ്ധരാത്രിക്കുമുമ്പ്....ദീപോത്സവ

ത്തിന്റെ ബഹളം മൂർദ്ധന്യത്തിലെത്തുമ്പോൾ ഈ കൃത്യം നിർവ്വഹിക്കണം....” ഒരു നിമിഷത്തെ മൗനത്തിനുശേഷം മെന്ന പറഞ്ഞു.....“അല്പസമയത്തിനകം ഞാൻ പുറപ്പെടും. നേതാവിനെ കണ്ടശേഷം ഇവിടേക്കുതന്നെ മടങ്ങിവരും. അതുവരെ നിങ്ങളിവിടെത്തന്നെ ഉണ്ടാകണം.....”

തോണിക്കാർക്ക് പരിഭ്രമം. അബ്ടുയാത്രക്കാർക്ക് ജിജ്ഞാസ. ഈ ഒതുക്കിപ്പിടിച്ച സംസാരത്തിന്റെ അർത്ഥം....? രാജധാനിയുമായി ഇടപഴകിയിട്ടുള്ള തോണിക്കാർ കാര്യം ഊഹിച്ചെടുക്കുകയായിരുന്നു... അസാധാരണമായതെന്തോ സംഭവിച്ചിട്ടുണ്ട്.

ബടായും മെന്നയും അവരുടെ അരികിലെത്തി. എല്ലാവരും മണലിലിരുന്നു. തന്നെ ബാധിച്ചിരുന്ന നടുക്കം ഒഴിവാക്കാൻ ശ്രമിച്ചുകൊണ്ട് ബടാ നിർത്തി നിർത്തി പറഞ്ഞു:

“നമ്മുടെ ....നേതാ....വിനെയും....ഔട്ട...യെയും...ബെക്കുവിനെയും... തടവി....ലാക്കിയിരിക്കുന്നു.....”

ബടായും മെന്നയും അടുത്തെത്തിയപ്പോഴേ മൗനം പാലിച്ചിരുന്നവർക്ക് ഈ സംസാരവുകൂടി കേട്ടപ്പോൾ ശ്വാസോച്ഛ്വാസം നിലച്ചുപോയി... അവരുടെ നിർജ്ജീവങ്ങളായ ദൃഷ്ടികൾ ബടായിൽതന്നെ തങ്ങിനിന്നു.... അടുത്ത നിർദ്ദേശം പുറപ്പെടേണ്ടത് ആ വായിൽനിന്നാണ്.

അമ്മ കൊടുത്ത റൊട്ടിക്കഷണം മെല്ലെ ചവച്ചരച്ചുകൊണ്ട് മണ്ണിൽ കളിക്കയായിരുന്ന അഹൂറയുടെ കുഞ്ഞ് ഇതെന്താ മിണ്ടാതിരിക്കുന്നതെന്ന ഭാവത്തിൽ വലിയവരെ നോക്കി. ആരും അനങ്ങുന്നില്ലെന്ന് കണ്ടപ്പോൾ അമ്മയുടെ നേർക്ക് കൈനീട്ടി.... ‘അമ്മാ....അമ്മാ....’ എന്ന് വിളിച്ചു.

അമ്മ കുഞ്ഞിനെ എടുത്ത് സമാധാനിപ്പിച്ചു....

ദൂരെനിന്നും തോണികൾ വരുന്നുണ്ടായിരുന്നു.

“ജനങ്ങളിനിയും വന്നുചേരും....” മെന്ന മുന്നറിയിപ്പ് നല്കി.

“ഞങ്ങൾ രക്ഷപ്പെട്ടുവന്നവരല്ലേ....എങ്കിലും ഇവിടെ നിന്ന് മാറി നില്ക്കുന്നതാണ്.....നല്ലത്.....” ബടാ പറഞ്ഞു.

“പറയൂ ചേട്ടാ...ഇനിയെന്താ ചെയ്യ....?” അഹൂറ ചോദിച്ചു.

“ബന്ധിതരെ മോചിപ്പിച്ച് രാത്രിതന്നെ ആരുമറിയാതെ നാട്ടിലേക്ക് പുറപ്പെടണം. തോണിക്കാർ നാലുപേരും തോണികാത്തുകൊണ്ട് ഇവിടെയിരിക്കട്ടെ. ഒരഞ്ചുപേർ എന്നോടൊപ്പം വരണം. ആരെല്ലാം? ജീവൻ നല്കേണ്ടി വരും. ആരാണ് തയ്യാർ? എല്ലാവരുമോ? വേണ്ട അഞ്ചുപേർ മാത്രം. ഞാൻ തന്നെ തീരുമാനിക്കണമെന്നോ? ശരി...ശരി...”

പതുങ്ങിയ സംസാരം ശബ്ദം കാറ്റിൽ ഇളകിപ്പോകരുത്.

“നമ്മുടെ ഈ മെന്ന ചെന്ന് ചേട്ടനെകണ്ട് എല്ലാം ഏർപ്പാടാക്കിവരും. രാമേരീ.... നീ അഹൂറാചേച്ചിയോടൊപ്പമുണ്ടാകണം. നിങ്ങളെല്ലാം ചെറിയചെറിയ സംഘങ്ങളായി ചുറ്റുവട്ടത്തിൽ തന്നെയുണ്ടാകണം. കൊട്ടാരത്തിലെ ദീപാലങ്കാരവും നദിയിലെ ജലോത്സവും നിങ്ങൾക്കു

കാണാം. ഫെറോ കൊട്ടാരത്തിലേക്ക് പുറപ്പെട്ടാലുടൻ നിങ്ങളിവിടെ എത്തിച്ചേരണം. ആര് ചോദിച്ചാലും നീരാനക്കാരാണെന്നു പറഞ്ഞു പോവരുത്. ടഹുറു പ്രവിശ്യക്കാരാണെന്നുപറയണം. ആരെപ്പറ്റിയും ഒന്നും നിങ്ങൾക്കറിയില്ല. നിങ്ങൾ ദരിദ്രരായ പരദേശികളാണ്. മനസ്സിലായോ....?"

മനസ്സിലായി....

നാല് തോണിക്കാർക്കും ഓരോ കത്തി.... ശേഷിച്ചത് ബടായ്ക്കും അഞ്ചുപേർക്കും.

"ആ തോണികൾ ഇങ്ങോട്ടാണ് വരുന്നത്. സെഡ് ഉത്സവത്തിന് വന്നവർ പുറപ്പെട്ടോളൂ. അല്പസമയത്തിനുള്ളിൽ റാ അസ്തമിക്കും. മെന്ന.... നിങ്ങളും പുറപ്പെട്ടോളൂ... യശസ്കരമായ കർത്തവ്യം നിർവ്വഹിച്ചുവരിക. ഞങ്ങളിവിടെയെവിടെയെങ്കിലും കാത്തിരിക്കും...."

ഇരുന്നവർ എഴുന്നേറ്റു. തല കുനിച്ചുപിടിച്ച് മെന്ന നടന്നുതുടങ്ങി.... അകലുന്തോറും അയാളുടെ നടത്തത്തിന് വേഗത കൂടിക്കൂടി വന്നു....

....എരിഞ്ഞുനില്ക്കുന്ന ആയിരക്കണക്കിന് ദീപങ്ങൾ കണ്ണുപൊത്തിക്കളിക്കുന്ന ഇരുട്ട്. മെന്ന നദിക്കരയിലൂടെ കോട്ടവാതിലിനടുത്തേക്ക് നീങ്ങി.

ജലോത്സവത്തിനുള്ള തോണികൾ പൂക്കളാലലങ്കരിച്ചുകൊണ്ടിരുന്നു....

" ഓ... ഭ്രാന്തനവർകൾ വന്നുചേർന്നോ....?" കാവൽക്കാരിലൊരാൾ ചോദിച്ചു.

ദാസികളെതന്നെ നോക്കിക്കൊണ്ടിരുന്നു മറ്റൊരു കാവൽക്കാരൻ യാതൊരു പ്രതിക്രിയയും കാട്ടിയില്ല.

അകത്തുകടന്ന മെന്ന പവിത്രക്കുളത്തിൽചെന്ന് മുങ്ങിക്കുളിച്ചു. ഈറനോടെ ക്ഷേത്രത്തിനുമുന്നിൽ ചെന്നു. ക്ഷേത്രവിളക്കുകൾ കത്തിക്കൊണ്ടിരുന്നെങ്കിലും ദാസന്മാരോ ദാസികളോ ഉണ്ടായിരുന്നില്ല. മുദ്രവെച്ച ശ്രീകോവിലിനു വെളിയിൽ പഴങ്ങളും പുഷ്പങ്ങളും വീണുകിടന്നിരുന്നു. അടുത്തുള്ള കലവറയിൽചെന്ന് ഒരു തട്ടമെടുത്തുകൊണ്ടുവന്ന് അതിൽ പൂക്കളും പഴങ്ങളും പെറുക്കിയിട്ടു. ഒരു നിമിഷം ചുറ്റും ശ്രദ്ധിച്ച ശേഷം തട്ടുമായി മെന്ന കാരാഗൃഹത്തിനടുത്തേക്ക് നടന്നു.

ഇരുളിലെവിടെയോ നിന്ന് ഒരു വിളി.

"ചേട്ടാ....."

മെന്ന നിന്നു. ശീബ.

"അവർ വന്നോ....?"

"ഉം......"

തന്റെ അരയിൽ പൊതിഞ്ഞുവച്ചിരുന്ന രണ്ട് റൊട്ടി ആ തട്ടിൽ വച്ചുകൊടുത്തു.

"പിന്നീട് കാണാം...." ശീബ ഇരുളിൽ മറഞ്ഞു.

മെന്ന സന്തുഷ്ടനായി. 'ജഗദ്രക്ഷകാ പ്ടാ....! സർവ്വജനപൂജിത പ്ടാ....' എന്ന സ്തോത്രം ചൊല്ലിക്കൊണ്ട് മുന്നോട്ട് നീങ്ങിയ മെന്നയെ കണ്ട് കൊട്ടാരം പരിചാരകന്മാർ വഴിമാറിനിന്നു.

യാതൊരു തടസ്സവും കൂടാതെ മെന്ന നിലമാളികയുടെ പുറത്തെത്തിച്ചേർന്നു. സ്തോത്രം അടുത്തടുത്ത് വന്നപ്പോൾ കാവൽഭടന്മാർ ആശ്ചര്യപ്പെട്ടു. അവരുടെ മുന്നിൽനിന്നുകൊണ്ട് മെന്ന പറഞ്ഞു:

"ഫെറോവിന്റെ ആയുരാരോഗ്യം വർദ്ധിക്കട്ടെ....! പ്രധാനപൂജാരി തടവുപുള്ളിക്കുള്ള പ്രസാദം തന്നയച്ചിരിക്കുന്നു....."

കാവൽഭടന്മാർ മുഖത്തോടുമുഖം നോക്കി. ഒരാൾ സംശയത്തോടെ പറഞ്ഞു: "മന്ത്രികൾ....മന്ത്രികൾ...."

"നിങ്ങൾക്കൊന്നും അറിയില്ല. ഇന്നുമുതൽ മഹാപ്രഭുവും പൂജാരിയും മന്ത്രിയും എല്ലാം ഒന്നുതന്നെ.... സെഡ് ഉത്സവദിവസം പാപികൾക്കുകൂടി പ്രസാദം കൊടുക്കണം. ഇല്ലെങ്കിൽ ഫെറോവിനാണ് ആപത്ത്...." മെന്ന ഉറക്കെ പറഞ്ഞു.

എന്തുചെയ്യണമെന്നറിയാതെ കാവല്ക്കാർ കുഴങ്ങി.

മെന്ന സ്തോത്രത്തിന്റെ ഒന്നുരണ്ട് ഈരടികൾ ചൊല്ലിയശേഷം ചോദിച്ചു: "ഞാൻ തിരികെ പോകട്ടെ...? പ്രസാദം വിതരണം ചെയ്യാൻ നിങ്ങൾ സമ്മതിച്ചില്ലെന്ന് അറിയിക്കട്ടെ....?"

കാവല്ക്കാർക്ക് ഭയമായി. അവർ പൂജാരിയെ കുനിഞ്ഞു വണങ്ങി.

തുറക്കപ്പെട്ട വാതിലിലൂടെ മെന്ന അകത്തുകടന്നു.

"വിളക്ക് വേണോ....?"

"വേണ്ട. പ്രസാദത്തട്ട് കൈയിലുണ്ടാകുമ്പോൾ ദേവദാസന്മാർക്ക് ഇരുട്ടിലും കണ്ണുകാണും....."

മെന്ന അടിവെച്ചടിവെച്ച് മുന്നോട്ടുനീങ്ങി. കൂടെ നീങ്ങിയ ഭടന് പേടിതോന്നി. അയാൾ പറഞ്ഞു: "സ്വാമീ....എനിക്ക് പേടിയാവുന്നു. ഇവിടെത്തന്നെ നില്ക്ക്. ഞാൻ വിളക്ക് കൊണ്ടുവരാം....."

ആ ഭടൻ മുകളിലേക്കോടിപ്പോയി വിളക്ക് കൊണ്ടുവന്നു. വെളിച്ചത്തിൽ മുന്നോട്ടുള്ള നീക്കം എളുപ്പമായിത്തീർന്നു.

അവസാനത്തെ വാതില്ക്കലെത്തിയപ്പോൾ മെന്ന പറഞ്ഞു:

"ഈ വിളക്കും പിടിച്ച് ഇവിടത്തന്നെ നില്ക്ക്. ഞാൻ ആ പാപിക്ക് പ്രസാദം കൊടുത്തിട്ട് വരാം....."

ഉച്ചത്തിൽ പ്ടാ സ്തോത്രം ചൊല്ലിക്കൊണ്ട് മെന്ന നിലമാളികയിലെ മുറിയിൽ പ്രവേശിച്ചു.

ശരിക്ക് ശ്വാസോച്ഛ്വാസംപോലും കഴിക്കാതെ നിലമാളികയിലെ മുറിയിൽ നീറുന്ന ചിന്തകളുമായി മെനെപ്പടാ കഴിഞ്ഞുകൂടുകയായിരുന്നു. പകൽ മുഴുവൻ ഒരേ ഒരിരിപ്പ്... ഒന്നുരണ്ടുതവണ നിലത്തുള്ള കുഴിയിലെ ജലം ഉള്ളംകൈയിലെടുത്ത് വായിലൊഴിച്ചു. സ്തോത്രം കേട്ട് മെനെപ്പടാ

നിവർന്നിരുന്നു. പരിചിതസ്വരം. മെന്നതന്നെ.

"ചേട്ടാ...."

"മെന്ന....."

ഇരുവരും ഒരേസമയത്ത് വിളിച്ചുപോയി.

തട്ട് താഴ്ത്തിവെച്ച് മെന്ന പറഞ്ഞു:

"എന്റെ ദൈവത്തിനുള്ള നൈവേദ്യമാണ്....."

മെന്ന ഇരുളിൽ തപ്പിത്തടഞ്ഞ് മെനപ്പടായെ സമീപിച്ചു.... പരസ്പരസ്പർശം.... മെന്നയുടെ കൈവിരലുകൾ മെനെപ്പടായുടെ ചുമലുകളിൽ സഞ്ചരിച്ചു.

രണ്ടുപേർക്കും രോമാഞ്ചമുണ്ടായി.

"ബടാ വന്നുചേർന്നു ചേട്ടാ....! കൂടെ അബ്ടുയാത്രക്കാരുമുണ്ട്. രാമേരിയും അഹൂറയുമുണ്ട്. വൈകുന്നേരമാണ് എത്തിച്ചേർന്നത്...." സ്വരം താഴ്ത്തി മെന്ന തുടർന്നു: "അർദ്ധരാത്രിയിൽ നിങ്ങളെ മോചിപ്പിക്കുന്നതാണ്....."

"മോചിപ്പിക്കുന്നോ....?" മാർദ്ദവം നഷ്ടപ്പെട്ടിരുന്ന മെനെപ്പടായുടെ തൊണ്ടയിൽനിന്ന് വാക്കുകൾ പുറപ്പെട്ടു...."എന്നെ മോചിപ്പിക്കുന്നോ....? എന്തിന്....? നാളെ വിചാരണയാണെന്ന് സെനെബ് അറിയിച്ചിട്ടുണ്ട്. ഈ പദ്ധതി ബടായുടേതാണ്....നിങ്ങളുടേതല്ല...."

വിചാരണയെക്കുറിച്ച് മെന്ന അറിഞ്ഞിരുന്നില്ല. എങ്കിലും അയാൾ പറഞ്ഞു: "നീരാനയിലെ കൊയ്ത്തുത്സവത്തിന് ജനങ്ങൾ നേതാവിനെയും കാത്തിരിക്കയാണ്. ഇപ്പോൾ തന്നെ പുറപ്പെടണം....."

"ഇത്രയും ദിവസം കാത്തിരുന്നില്ലേ...? സെഡ് ഉത്സവവും കഴിഞ്ഞു. ഇനിയും താമസിപ്പിക്കരുതെന്ന് കരുതിയാവും വിചാരണ നാളെത്തന്നെ നടത്തുന്നത്...."

"വിചാരണ...! ഇതിലെന്തോ ചതിവുണ്ട് ചേട്ടാ....."

"മെന്ന...., നാട്ടിലെ രാജഗൃഹത്തിന്റെ തൂണിൽ എന്നെ കെട്ടിയിട്ടപ്പോഴേ....മരണം അടുത്തെത്തിക്കഴിഞ്ഞിരുന്നു. എങ്കിലും ഞാൻ രക്ഷപ്പെട്ടു. മന്ത്രിയുടെ ക്ഷണപ്രകാരമാണ് കൊട്ടാരത്തിലെത്തിയത്. ഇനി ഈ വിചാരണ ഭയപ്പെടാമോ.....?"

താൻ തോറ്റുപോകുകയാണല്ലോ എന്ന് മെന്ന സങ്കടപ്പെട്ടു. അയാൾ യാചകനായി മാറി.

"പുറത്ത് ദീപോത്സവം നടക്കുകയാണ്. ഇത് കഴിഞ്ഞാൽ ജലോത്സവമാണ്. ആ ബഹളത്തിനിടയ്ക്ക് ഇവിടെനിന്ന് രക്ഷപ്പെടുക എളുപ്പമാണ്. ഇന്നിത് സാദ്ധ്യമാണ്. നാളെ ഒരു പക്ഷേ....!"

"നാളെ വിചാരണയാണ് മെന്ന. നേർവഴിയിൽകൂടി മാത്രം മുന്നോട്ടു നീങ്ങിയിട്ടുള്ള നീരാനപ്രവിശ്യയിലെ ജനങ്ങളുടെ വിചാരണ.... അവരുടെ നേതാവ് ഇതിനെ ഭയപ്പെട്ടാലോ? സിംഹത്തെപ്പോലെ വന്നിട്ട് കുറുക്കനെപ്പോലെ വാലുംതാഴ്ത്തി ഓടിപ്പോകുന്നത് ശരിയാണോ? മകൻ രാമേരിക്ക്

ഇതാണോ അവന്റെ അച്ഛൻ നേടിക്കൊടുക്കേണ്ട സമ്പാദ്യം....? അന്ന് തൂണിൽനിന്ന് എന്നെ രക്ഷപ്പെടുത്തിയത് എന്റെ പ്രജകളാണ്. അവരുടെ സ്നേഹവും വിശ്വസവും ആർജ്ജിച്ചാണ് ഞാൻ നേതാവായത്. ഈ വിചാരണ നേരിടുന്നത് എനിക്കൊരു ബുദ്ധിമുട്ടാണോ? നീരാനപ്രവിശ്യയിലെ ജനതയുടെ സത്യവും, നീതിയും, ന്യായവും ഇവർക്കെല്ലാം ബോദ്ധ്യപ്പെടുത്തിക്കൊടുത്ത്.... ധീരോദാത്തനായി ഇവരുടെ മുന്നിൽനിന്ന് പുറപ്പെട്ടുവരും. ഇക്കാര്യം എന്റെ ബന്ധുക്കളെ പറഞ്ഞ് ധരിപ്പിക്കണം...."

"ചേട്ടാ....ചേട്ടാ...."

"മെന്നാ, ഔട്ടയ്ക്കും ബെക്കുവിനും പ്രസാദം കൊടുത്തോ....?"

"അവരുടെ കാര്യം ശീബ നോക്കിക്കൊള്ളും...."

"ശീബ....ശീബ.....ഓ....! മനസ്സിലായി....."

"ഈ നൈവേദ്യത്തിൽ അവൾ തന്നയച്ച റൊട്ടിയുമുണ്ട്....."

" ആ മഹാ മാതാവിന് എന്റെ വന്ദനം. നിങ്ങൾ പുറപ്പെടൂ. കാവല്ക്കാർ സംശയിക്കും...."

"ഉം...ഉം...."

മിഴികൾ തുടച്ച്... പ്ടാ സ്തോത്രം ഉരുവിട്ടുകൊണ്ട് മെന്ന പിന്തിരിഞ്ഞു.

"പ്രസാദം കൊടുത്തോ...?" കാവല്ഭടൻ ചോദിച്ചു.

"പാപി.... പ്രസാദം വാങ്ങാൻ കൂട്ടാക്കിയില്ല. ഞാൻ വിട്ടില്ല. നിർബ്ബന്ധിച്ച് തിന്നിച്ചു. ജഗദ്രക്ഷകാ...പ്ടാ......"

ഇരുളിൽ ശീബ മറഞ്ഞുനിന്നിരുന്നു.

"കണ്ടോ....?"

"ഉം. നൈവേദ്യം കൊടുത്തു. ആ മഹാമാതാവിന് നേതാവ് വന്ദനം പറഞ്ഞയച്ചിരിക്കുന്നു....."

"മഹാ മാതാവോ.....?"

"അതേ. ഇന്ന് നിന്റെ ഭർത്താവിന്റെ സഹായം വേണ്ടിവരില്ല. നാളെ നേതാവിന്റെ വിചാരണയാണത്രെ....."

"ഓ....., നാളെ എന്ത് പ്രസാദവും നൈവേദ്യവുമാണ് കൊടുക്കുക....?"

"എനിക്കുതന്നെ മനസ്സിലാകുന്നില്ല. എന്റെ തലച്ചോറ് പുകയുകയാണ്....."

മെന്ന കൂടുതൽ സംസാരിക്കാൻ നില്ക്കാതെ മുന്നോട്ടു നടന്നു.

ക്ഷേത്രത്തിലേക്ക് ദേവദാസന്മാർ തിരികെ വന്നുകൊണ്ടിരുന്നു. അവരുടെ കണ്ണിൽ വീഴാതിരിക്കാൻ മേൽമുണ്ടെടുത്ത് മാറ്റി, മെന്ന നദിക്കരയിലേക്കുള്ള രഹസ്യ വാതിലിനു നേർക്കുനടന്നു.

വാതിൽ കടന്ന് നദിക്കരയിലെത്തിയ മെന്നയോട് അവിടെയുള്ള

കാവൽ ഭടൻ പറഞ്ഞു:

"സ്വാമീ.... ഇന്ന് നിങ്ങളുടെ പാട്ടും കീട്ടുമൊന്നും ആരംഭിക്കണ്ട...."

ഈരടികൾ നുരഞ്ഞുപൊന്തി. മൗനമായി പുറത്തേക്കൊഴുകി.

"ആരോടെൻ.... കഥ പറയും.....?"

ഒളിഞ്ഞും പതുങ്ങിയും മെന്ന ബടായുടെ തോണിയുടെ നേർക്ക് നടന്നു. തോണിക്കാർ അവിടെതന്നെ ഇരുന്നിരുന്നു. ചില തോണികൾകൂടി അവർക്കപ്പുറത്തായി നിർത്തിയിട്ടുണ്ട്. വലതുവശത്ത് അല്പമകലെ യായി ബടായും അഞ്ചുപേരും ഇരിക്കുന്നുണ്ടായിരുന്നു. മെന്ന നിശ്ശബ്ദ നായി അവരെ സമീപിച്ചു.

"നാളെ വിചാരണയാണത്രെ....."

ആ രണ്ട് കാര്യങ്ങളും ബടായെ പല കാര്യങ്ങളും പറഞ്ഞു ബോദ്ധ്യപ്പെടുത്തി.

"സമ്മതിച്ചില്ല... അല്ലേ....?"

"ഉം....നീരാന ജനങ്ങളുടെയാകെയുള്ള വിചാരണയാണത്രെ നടക്കുന്നത്. സിംഹത്തെപ്പോലെ വന്നിട്ട് കുറുക്കനെപോലെ വാലും താഴ്ത്തി ഓടിപ്പോകാമോ എന്ന് ചോദിച്ചു. നമ്മുടെ സത്യവും നീതിയും ന്യായവും എല്ലാവരെയും ബോധ്യപ്പെടുത്തി ധീരോദാത്തനായി പുറപ്പെട്ടു വരുന്നതാണെന്നും പറഞ്ഞയച്ചിരിക്കുന്നു. അംഗരക്ഷകർക്ക് ആഹാരം കിട്ടിയോ എന്ന ചിന്തയാണ് നേതാവിന്...."

"കഷ്ടം....." ബടായുടെ ചുണ്ടുകൾ മന്ത്രിച്ചു.

വിവരിക്കാനാകാത്ത വികാരവിക്ഷോഭങ്ങൾക്ക് അയാളിരയായി ത്തീർന്നു.

വളരെ നേരത്തെ നിശ്ശബ്ദതയ്ക്കുശേഷം ബടാ ചോദിച്ചു.

"വിചാരണ നടക്കുന്നത് മന്ത്രിമന്ദിരത്തിലല്ലേ....?"

"അതേ...."

"പുറത്തുള്ളവരെ വിടുമോ....?"

"ജജ്മംഖിനെ വിചാരണ ചെയ്തപ്പോൾ ഞാൻ പോയിരുന്നു. സാധാ രണക്കാർ ഉന്നതനീതിപീഠത്തിന്റെ വൈഭവം കാണേണ്ടേ....? വിചാരണ ക്കാര്യം നാട്ടിലുടനീളം വിളംബരപ്പെടുത്തും. നൂറിരുനൂറ് പേരെ അക ത്തേക്ക് കടത്തിവിടും....."

"നമ്മൾ....?"

"ചോദ്യത്തിന്റെ അർത്ഥം മനസ്സിലായി. മണത്തറിഞ്ഞ് നിങ്ങളെ യെല്ലാം പിടിച്ചകത്താക്കും....."

"....."

"നിങ്ങളുടെ മീതെ ഗദയും ബാണങ്ങളും പ്രയോഗിച്ച ബകില, ടെഹുടി, ഗേബു, ഭൂപ്രഭുക്കൾ..., നിങ്ങളെ കാണാനെത്തിയ രാജദൂതൻ എല്ലാം അവിടെയുണ്ടാകും. നിങ്ങളെ തിരിച്ചറിയാൻ അവർക്ക് പ്രയാസ

മുണ്ടാകില്ല. എന്തിന് വേണ്ടാത്ത സാഹസത്തിന് ഒരുങ്ങുന്നു....?"

"വിചാരണ സമയത്ത് ബന്ധുക്കളാരുമില്ലല്ലോ എന്ന ദുഃഖം....."

"ഞാനുണ്ടാവും....."

"ഉം....മെന്നാ.... എനിക്ക് വേണ്ടത്ര വിവേകമില്ല. നിങ്ങളും ഞങ്ങളും തമ്മിൽ ഇനി വല്ല വ്യത്യാസവുമുണ്ടോ.....?"

"നിങ്ങളെല്ലാവരും സമീപത്തുതന്നെ ഉണ്ടാകണം. ഇരുട്ടിയാലുടൻ വല്ലതും സാധിച്ചാൽ....."

"ശരി...."

ആ രാത്രി അബ്ടു യാത്രക്കാർ ദീപാലങ്കാരം ദർശിച്ചു. ആയിരക്കണക്കിന് ദീപങ്ങൾ... പന്തങ്ങൾ.... വിനോദപരിപാടികളിൽ അവരും പങ്കുകൊണ്ടു. പാട്ടും നൃത്തവും, ഗുസ്തിയും എല്ലാം കണ്ടു. ജലോത്സവം കൺകുളുർക്കെ നോക്കിക്കാണാനും അവർക്കു കഴിഞ്ഞു. രാജാവും റാണിയും രാജകുമാരനും, കുമാരിമാരും കയറിയ തോണികൾ അരയന്നങ്ങളെപോലെ നൈൽജലത്തിൽ നീന്തിക്കളിച്ചു. സംഗീതത്തിന്റെ അലകളിൽ നൃത്തം വെച്ചു.

ഉത്സവത്തിമിർപ്പിൽ നദി ഇളകിമറിഞ്ഞെങ്കിലും ആ മുപ്പത്തിമൂന്നുപേരും മൗനത്തിന്റെ മുഖാവരണമണിഞ്ഞ് കണ്ണുമിഴിച്ചു നിന്നതേയുള്ളു.

കൊട്ടാരത്തിന്റെ പ്രധാന കവാടത്തിന് വെളിയിൽ ദരിദ്രജനങ്ങൾക്ക് ഭക്ഷണസാധനങ്ങൾ വിതരണം ചെയ്യപ്പെട്ടു. ആ മുപ്പത്തിമൂന്നുപേർ അങ്ങോട്ട് പോയില്ല. സങ്കടഭാരംകൊണ്ട് കുനിഞ്ഞുതാണ ശിരസ്സുമായി തളർന്ന കാലുകൾ ഏന്തിവലിച്ച് നിശ്ചിത സമയത്തിനുമുമ്പുതന്നെ അവർ തോണിയുടെ അരികിലെത്തിച്ചേർന്നു....

"നാളെ വിചാരണ..." ആ പദം അവരുടെ ചിന്താമണ്ഡലത്തെയാകെ അടക്കിഭരിച്ചുകൊണ്ടിരുന്നു.

അഹൂറ ഭക്ഷണത്തിനുള്ള ഏർപ്പാട് ചെയ്തു. മെന്നയും പ്രയാസപ്പെട്ട് ഒന്നുരണ്ട് കഷണം വിഴുങ്ങി.

ആ ഇരുളിൽ അവിടെതന്നെ കഴിയണം. നാളെ വിചാരണയാണ്.

"നാട്ടിലേക്ക് ഇന്ന് യാത്രയില്ല. നാളെ. നാളെ രാത്രി." ബടാ പറഞ്ഞു.

പന്ത്രണ്ട്

വിളംബരക്കാരൻ പ്രധാന വീഥികളിൽ ചെന്ന് വിളിച്ചു പറഞ്ഞു.

"കേൾക്കുവിൻ....! കേൾക്കുവിൻ....! ദുഷ്ട നിഗ്രഹകനും ശിഷ്ടരക്ഷകനുമായ ഫെറോ മഹാപ്രഭുവിന്റെ ദൈവീകമായ രാജ്യഭരണത്തിനെതിരെ കലാപം നടത്തിയ നീരാന പ്രവിശ്യയിലെ നേതാവിനെ നീതിമാനായ മന്ത്രിവര്യരുടെ തിരുസന്നിധിയിൽവെച്ച് ഇന്ന് വിചാരണ ചെയ്യുന്നതാണ്....."

പെരുമ്പറ മുഴക്കിക്കൊണ്ട് അയാൾ അടുത്ത കവലയിലേക്ക് നീങ്ങി.

സെഡ് ഉത്സവത്തിന്റെ ഉറക്കമില്ലാത്ത ഇരുളിനുശേഷം രാജധാനിയിലെ ജനങ്ങൾ എഴുന്നേല്ക്കാൻ ശ്രമിക്കയായിരുന്നു. നഗരത്തിൽ വ്യാപിച്ചിരുന്ന ഉത്സവച്ഛായ മാഞ്ഞുപോയിട്ടില്ല. ദിനകൃത്യങ്ങളിൽ മുഴുകുന്നതിന് ആർക്കും മനസ്സ് വന്നില്ല. ജലോത്സവം നടന്നുകൊണ്ടിരുന്നപ്പോൾ ചില വീടുകളിൽ കള്ളന്മാർ കയറുകയും ചെയ്തു.

"ഞങ്ങളുടെ സർവ്വസ്വവും നഷ്ടപ്പെട്ടു....." കളവ് നടന്ന വീട്ടുകാർ തലയിൽ കൈവെച്ച് നിലവിളിച്ചു.

"സെഡ് ഉത്സവത്തിന്റെ പേരിൽ കള്ളന്മാരെയെല്ലാം തുറന്നുവിട്ടില്ലേ....?" ചിലർ പറഞ്ഞു.

"കഷ്ടം! ജജ്മംഖിനെപോലും വിട്ടയച്ചത്രെ! ഇനി സമാധിയിൽ കിടന്നുറങ്ങുന്നവർക്കുപോലും രക്ഷകിട്ടില്ല....." മറ്റു ചിലർ അഭിപ്രായപ്പെട്ടു.

ഇതെന്താ ഒരു വിളംബരം. ദൈവീകമായ രാജ്യഭരണത്തിനെതിരെ കലാപമോ....? ലോകം നശിപ്പിക്കുന്നവർ! അഹങ്കാരികൾ!

ഇന്നലെയിൽനിന്ന് ഇന്നേക്കും .... ഇന്നിൽനിന്ന് നാളെവരേക്കുമാണ് ജീവിതം! അത്രക്കേ ഓർമ്മകളും നിലനില്ക്കുന്നുള്ളു. (മരണാനന്തരം

മാത്രം മൂവായിരം വർഷത്തെ ജീവിതം) എങ്കിലും നീരാനപ്രവിശ്യയെന്ന് കേട്ടപ്പോൾ ചിലരുടെയെങ്കിലും സ്മൃതിതലങ്ങളിൽ കൂണുകൾ മുളച്ചു പൊന്തി....ഒരു വർഷംമുമ്പ് അവിടെ എന്തോ നടന്നല്ലോ.....? ആ കലാപ നേതാവിനെയാണോ വിചാരണ ചെയ്യുന്നത്? എന്തേ ഇത്ര താമസിച്ചു പോയത്? ഇവിടേക്ക് വിളിപ്പിച്ചിട്ടുണ്ടെന്നല്ലേ കേട്ടത്....? അതിഥി മന്ദിര ത്തിലോ കാരാഗൃഹത്തിലോ ഇട്ടിട്ടുണ്ടെന്നും പറയുന്നതുകേട്ടല്ലോ? അയാൾ സജ്ജനമാണെന്ന് ആരാണ് പറഞ്ഞത്? അപ്പോൾ സജ്ജനങ്ങ ളെയാണോ വിചാരണ ചെയ്യുന്നത്.....?

"ഈ ഭരിക്കുന്നവർക്ക് വിശ്രമമേ ഇല്ലെന്നാണോ....? സെഡ് ഉത്സവ ത്തിന്റെ ആലസ്യത്തിൽ ഞങ്ങൾക്കാർക്കും ഇന്ന് പണിയെടുക്കാൻ കഴി യുന്നില്ല. എന്നിട്ടും മന്ത്രിയും മറ്റധികാരികളും പണിയെടുക്കുന്നു...." ചിലർ അഭിപ്രായപ്പെട്ടു.

അരമനയുടെ ചുറ്റുവട്ടത്തിൽ വിളംബരമില്ല. എങ്കിലും കൊട്ടാരം പരിചാരകന്മാർക്ക് കാര്യം മനസ്സിലായി. മെനെപ്പടാ അവരെ സംബന്ധി ച്ചിടത്തോളം ദരിദ്രരുടെ നേതാവാണ്. വിചാരണ കാണാനുള്ള സ്വാതന്ത്ര്യം അവർക്കെല്ലാമുണ്ട്. ജജ്മംഖിനെ വിചാരണ ചെയ്യുന്നത് അവർ നേരിട്ട് കണ്ടതാണ്. ഇന്നും കാണാൻ കഴിയും. പക്ഷേ, ഉത്സവ ത്തിന്റെ അടുത്ത ദിവസമായിട്ടെന്താ കാര്യം? മറ്റുള്ള ദിവസത്തേക്കാൾ പണികൂടുതലാണിന്ന്. ആയിരക്കണക്കിന് ആളുകളുണ്ടായാലും മതി യാവില്ല പറ്റിയെങ്കിൽ ഉച്ചയ്ക്ക് ഒന്നെത്തിനോക്കിവരണം.

നീതിപീഠം ഒരുക്കുന്നതിന്റെ ഉത്തരവാദിത്വം മൂത്ത എഴുത്തു കാരനായ സെനെബിന്റേതാണ്. മന്ത്രി നിത്യകാര്യങ്ങൾ കൈകാര്യം ചെയ്യുന്ന സ്ഥലം ന്യായസ്ഥാനമായി മാറ്റപ്പെട്ടു. ഇന്ന് ആമെർബിന്റെ കഥാപാത്രം നീതിമാന്റേതാണ്. പ്രധാനപൂജാരി വിചാരണ കേൾക്കാൻ സന്നിഹിതനാകുന്നുണ്ടെന്നറിഞ്ഞ് സെനെബ് ആശ്ചര്യപ്പെട്ടു. മുമ്പൊരി ക്കലും ഉണ്ടാകാത്ത നടപടി. മന്ത്രിയുടെ പീഠത്തിന് തെല്ലകലെയായി പ്രധാനപൂജാരിക്കും ഇരിപ്പിടമൊരുക്കി. ആ പീഠത്തിൽ പുള്ളിപ്പുലി ത്തോല് വിരിച്ചിട്ടു. ജജ്മംഖിനെ വിചാരണ നടത്തിയപ്പോൾ ഫെറോവും പരിവാരവും വന്നിരുന്നു. എങ്കിലും ദൂരെ വേദിയിലിരുന്ന് നിരീക്ഷച്ചതേ യുള്ളു. ഇന്നും മഹാപ്രഭു എഴുന്നെള്ളുമത്രെ! നീതിപീഠത്തിനു പിന്നിലായുള്ള വേദിയുടെ പർദ്ദ താഴ്ത്തിയിടാൻ സെനെബ് നിർദ്ദേശം നല്കി. പാരദർശമായ പർദ്ദ. സഭാഭവനത്തിലാണെങ്കിലും അവർ പ്രത്യേകരാണെന്ന് തോന്നിപ്പിക്കും. ഫെറോ മെനെപ്പടാക്ക് നല്കിയ സമ്മാനത്തെപ്പറ്റി സെനെബിനോർമ്മ വന്നു. (ഛെ....! ഛെ....! ഇങ്ങനെ ഓർക്കുന്നത് ശരിയല്ല. അതുമായി എനിക്ക് യാതൊരു ബന്ധവുമില്ല....) മരത്തിന്റെ പ്രതിക്കൂട് പിടിച്ചുകൊണ്ടു വന്നിടണം... അപരാധിക്കുവേണ്ടി... അല്ല ആരോപിക്കപ്പെട്ടവനുവേണ്ടി....

സഹായികളായ എഴുത്തുകാരും വന്നുചേർന്നു. ലിപിച്ചുരുളുകൾ, മഷി, എഴുത്താണി എല്ലാം ഒരുക്കിവെച്ചു. ഥോഥിന്റെ ന്യായസംബന്ധ

മായ ഉപദേശങ്ങളടങ്ങിയ ചുരുളുകൾ നിറച്ച രണ്ട് പെട്ടികളും കൊണ്ടു വന്നുവെച്ചു.

ഒരു വശത്ത് നീളത്തിൽ കയറ് കെട്ടിയിട്ടിട്ടുണ്ട്. സാധാരണക്കാർ അതിനപ്പുറത്തുനിന്നാണ് കാണേണ്ടത്. പ്രതിക്കൂട്ടിനകത്തും സാധാരണ ക്കാർ നില്ക്കുന്നിടത്തും കാവൽഭടന്മാർ അണിനിരന്നു തുടങ്ങി. മന്ത്രി പീഠത്തിന്റെ ഒരരികിൽ സറുസദസ്യരും, സൈന്യാധിപനും, നികുതിയ ധികാരിയുമായിരുന്നു. അവർക്കു പിന്നിൽ സാമന്തരാജാക്കന്മാർ. ഉത്സവ ത്തിനെത്തിയ സാമന്തന്മാർ തിരികെ പോയിരുന്നില്ല. ഏതെങ്കിലും ഒരു വിചാരണയിൽ എല്ലാ സാമന്തന്മാരും പങ്കെടുക്കുന്നത് ഇതാദ്യമാണ്. ടെഹുടിക്ക് പ്രത്യേകം ഇരിപ്പിടം. നീരാനയിലെ ഭൂപ്രമാണിമാർക്കും പ്രത്യേക പീഠങ്ങൾ. (ഈ ഇരിപ്പിടങ്ങളെല്ലാം ഒരുക്കിയതിന് നുട്മോസി നോടും മറ്റും വലിയ സമ്മാനം ആവശ്യപ്പെടണം. ഇവരെല്ലാം നീരാന പ്രവിശ്യയിലേക്ക് മടങ്ങിപ്പോയാൽ എന്റെ ഒരാദായ മാർഗ്ഗം നിന്നുപോവു മല്ലോ....! ആ ബടാ വന്നതേയില്ലല്ലോ. ആശ്ചര്യംതന്നെ അവരിൽനിന്ന് ഇനി ഒന്നും കിട്ടുമെന്ന് തോന്നുന്നില്ല. ആ സമ്മാനമെങ്കിലും......)

മന്ത്രി പീഠത്തിന്റെ മറ്റൊരു വശത്ത് പ്രധാനപൂജാരിക്കും പരിവാര ങ്ങൾക്കുമുള്ള പീഠങ്ങൾ....(ആ ഇനേനി വയറും കുലുക്കിക്കൊണ്ട് വരും.....)

കൊട്ടാരം ദളപതിയും വന്നുചേർന്നു.

"എന്നെക്കൊണ്ട് വല്ലതും ആവശ്യമാണെങ്കിൽ കല്പിച്ചാലും." അയാൾ സെനെബിനോട് പറഞ്ഞു.

"മണിയൊച്ച കേട്ടാലുടൻ നീരാന കൃമിയെ കൂട്ടിക്കൊണ്ടുവരണം. നിന്റെ ഭടന്മാർ മേൽനോട്ടം വഹിക്കട്ടെ. കഠാരി പളപള മിന്നുന്നുണ്ടല്ലോ. അധികാരവടിയും മിനുക്കിയിട്ടുണ്ടോ..?"

പരിഹാസം നിറഞ്ഞ ആ വാക്ക് ഇഷ്ടമായെങ്കിലും ദളപതി പറഞ്ഞു....., "നിങ്ങൾക്ക് എന്നെക്കണ്ടാൽ എപ്പോഴും ഒരു നിന്ദയാണ്...."

ജനങ്ങൾ എത്തിച്ചേർന്നുകൊണ്ടിരുന്നു. മന്ത്രിമന്ദിരത്തിനു മുന്നിലെ ഉദ്യാനം നിറഞ്ഞുകവിഞ്ഞു.

"നൂറ് നൂറ് പേരെ മാത്രമേ ഉള്ളിൽ കടത്തിവിടാവൂ. അവർ കണ്ട തിനുശേഷം വേറെ നൂറുപേർ വന്നോട്ടെ....." സെനെബ് ദളപതിക്ക് നിർദ്ദേശം നല്കി.

ആ നിർദ്ദേശം തന്റെ കീഴിലുള്ളവർക്കും ദളപതി നല്കി.

മന്ത്രിയുടെ പല്ലക്ക് വന്നുചേർന്നു.

"വഴിമാറ്....വഴിമാറ്...." ഭടന്മാർ ജനങ്ങളെ അകറ്റിനിർത്തി.

പല്ലക്കിൽ നിന്നിറങ്ങിയ ആ ദീർഘകായൻ അധികാരദണ്ഡുമായി ഉറച്ച കാൽവെപ്പോടെ അകത്തു കടന്നു. നരച്ചുതുടങ്ങിയ തലമുടി വളരെ ശ്രദ്ധയോടെ ഇരുവശത്തേക്കും ചീകിവച്ചിരിക്കുന്നു. കവചമണിഞ്ഞ മാറിൽ ഹാരങ്ങൾ ഒളിചിന്നുന്നു. ഞൊറിവുകളുള്ള അരവസ്ത്രം മൃദു

ചർമ്മത്തിന്റെ പാദരക്ഷ.

മേല്പുരയുടെ പ്രകാശദ്വാരത്തിലൂടെ ഒഴുകിയെത്തുന്ന രശ്മികളേറ്റു കൊണ്ട് മന്ത്രി വേദിയിലേക്ക് നടന്നു.... പ്രകാശത്തിൽ ഗോതമ്പുനിറമുള്ള ആ ശരീരം തിളങ്ങി.

ന്യായാധിപൻ ആസനസ്ഥനായി. ഓട്ടു മണി മുഴങ്ങി. ആ മണി നാദം അരമനയ്ക്കുചുറ്റും അലയടിച്ചു. സറുസദസ്യരും, സാമന്തരാജാക്കന്മാരും മറ്റധികാരികളും നീതിപീഠത്തെ വണങ്ങിയശേഷം ഉപവിഷ്ടരായി. ടെഹുടിയുടെ പിന്നിലായി ബകിലനും വന്നിരുന്നു.

മന്ത്രി എത്തിച്ചേർന്ന ഉടൻ ദളപതി കാരാഗൃഹത്തിലേക്കോടി....

ഇന്നലെ രാത്രി മെന്നയെ പറഞ്ഞയച്ചശേഷം മെനെപ്പടാ ഒന്ന് രണ്ട് കഷണം റൊട്ടി തിന്നിരുന്നു. ഏതാനും പഴങ്ങളും വായിലിട്ടരച്ചു. ഈന്തപ്പഴത്തിന്റെ മാധുര്യം മനസ്സിൽ ആശ്വാസത്തിന്റെ നിഴലുകൾ വിരിച്ചു. ആ നിഴൽ പറ്റിക്കിടന്നപ്പോൾ നിദ്രയുടെ കൈകളിൽ വഴുതിവീണത് അറിഞ്ഞതേയില്ല. കണ്ണുതുറന്നപ്പോൾ മങ്ങിയ പ്രകാശം മുറിക്കുള്ളിൽ തത്തി നില്ക്കുന്നുണ്ടായിരുന്നു. പുറത്ത് പ്രഭാതമാണെന്ന് മെനെപ്പടാ ഊഹിച്ചു. ശാന്തചിത്തനായി അദ്ദേഹമെഴുന്നേറ്റു. എന്തോ ഒരു പുതിയ ഉന്മേഷം അയാളിൽ കളിയാടി. മണലും വെള്ളവുമുള്ളിടത്ത് ചെന്ന് മലമൂത്രവിസർജ്ജനം നടത്തി. കുറേ കാലംകൂടി ഈ നിലമാളികയിൽത്തന്നെ കഴിയേണ്ടിവന്നാൽ താനും മറ്റൊരു ജജ്മംഖായിത്തീർന്നേക്കുമെന്ന് അയാൾക്ക് തോന്നി. ഏതോ ഒരു പഴഞ്ചൊല്ല് ആ സ്മരണയിലുയർന്നുവന്നു.... വൈകുന്നേരം കൊല്ലുന്ന പക്ഷിക്ക് വല്ലവരും രാവിലെ ആഹാരം കൊടുക്കാറുണ്ടോ.....?' താനും ഒരുതരം പക്ഷിയാണല്ലോ....? കൂട്ടിൽനിന്നും രക്ഷപ്പെട്ടുപറക്കാൻ വിസമ്മതിച്ചപക്ഷി.....! അന്ന് മന്ത്രിയെ കണ്ടത് അതിഥിയുടെ നിലയിൽനിന്നാണ്.... ഇന്ന് തടവുപുള്ളിയായി നീതിപീഠത്തെ കാണുന്നു....! എന്തൊരു വൈപരീത്യം. അയാൾ ഒരു ഇരട്ടക്കഥാപാത്രമാണ്... ഞാനും അങ്ങനെതന്നെയല്ലേ....? ആ കെട്ടിടവും കൂടി ഇരട്ടമുഖത്തോടുകൂടിയതാണ്. അന്ന് മന്ത്രിയുടെ ആസ്ഥാനമായിരുന്നത്....ഇന്ന്.... ന്യായാലയമാകുന്നു. ഏത് സമയത്താണോ വിചാരണ....? ഈ പഴങ്ങൾ തിന്നാം. ദാഹമുണ്ടാവില്ല. എന്റെ വിസമ്മതം ബടായെ വിഷമിപ്പിച്ചിട്ടുണ്ടാകണം. എന്നാൽ കാര്യത്തിന്റെ ഗൗരവം ബോദ്ധ്യപ്പെടുമ്പോൾ ആ വിഷമം മാറിപ്പോയിരിക്കും. അവരാരും വിചാരണ കേൾക്കാനെത്തില്ല. അവർക്ക് വരാൻ കഴിയില്ല. രാമേരിക്കോ....ഇല്ല... അവനും കഴിയില്ല... കരുതിക്കൂട്ടി മാളത്തിൽ തലയിടരുതല്ലോ... എന്റെ ബന്ധുക്കൾ ആലോചനയില്ലാതെ ഒന്നിലും എടുത്തു ചാടില്ല.

വാതിലിന്റെ ഒച്ച. ദളപതിയുടെ സ്വരം.....

"അപരാധീ......! പുറത്തേക്ക് വാ....."

ഓഹോ.....? താൻ അപരാധിയാണെന്ന് നിശ്ചയിച്ചുകഴിഞ്ഞോ....?

പുറത്തെ വാതിൽക്കൽ എട്ടുപത്ത് ഭടന്മാർ. രണ്ടുപേരുടെ കൈകളിൽ ചണക്കയർ. മെനെപ്പടായെ ബന്ധിക്കുന്നതിന്........

ഇത് അനാവശ്യമാണെന്ന് തോന്നിയില്ലേ....? ഉം.... അവരുടെ ഇഷ്ടംപോലെ നടക്കട്ടെ....

"അങ്ങോട്ട് നടക്ക്..." വീണ്ടും കല്പന.

നേതാവിനുവേണ്ടി വഴിയിൽനിന്ന് മാറിനില്ക്കാൻ കല്പിക്കുകയല്ല... നേതാവിനോടുതന്നെ കല്പിക്കുകയാണ്. ഇവരെ എനിക്ക് പരിചയമുണ്ടല്ലോ. അന്ന് എന്തെല്ലാം വിശേഷങ്ങളാണ് ഈ ഭടന്മാർ എന്നോട് ചോദിച്ചറിഞ്ഞത്. പക്ഷേ, ഇന്നവർ മൂകരാണ്.... എങ്കിലും അവരെനോക്കി പുഞ്ചിരിക്കണമെന്ന് മെനെപ്പടായ്ക്ക് തോന്നി.

കൊട്ടാരത്തിലെ പരിചാരകന്മാർ എല്ലാ പണിയും നിർത്തിവെച്ച് വിചാരണ കേൾക്കാൻ വന്നുചേർന്നു...

അവരിൽ മഹാമാതാവായ ശീബയുമുണ്ട്.

അവൾ മാത്രമല്ല. ഭർത്താവും കൂടെയുണ്ട്.

ആ ഘോഷയാത്ര മന്ത്രിമന്ദിരത്തിലേക്ക് നീങ്ങി! ഘോഷയാത്രയോ....?

മന്ത്രിമന്ദിരത്തിനടുത്തെത്തിയപ്പോൾ ഭടന്മാർ ഗാംഭീര്യത്തോടെ നടന്നു. അവരുടെ ചമ്മട്ടികൾ വായുവിൽ ഊളിയിട്ടു.

"പോകൂ....! നിങ്ങൾ നിങ്ങളുടെ പണി നോക്ക്......" പരിചാരകന്മാരോട് കല്പിച്ചു.

അടിയേറ്റവർ വായപൊത്തി. മെനെപ്പടായുടെ ഹൃദയം വേദനിച്ചു.

പരിചിതമായ വഴികൾ. നഗ്നപാദം.... ഇതാണ് സുഖം ഓ.... അതാ പ്രതിക്കൂട്....! ഞാനിവിടെ കുറ്റക്കാരനാണ്.... പ്രതിക്കൂടിനു പിന്നിൽ ശാന്തമൂർത്തിയായ മെനെപ്പടാ നിലകൊണ്ടു. ശരീരത്തെ ബന്ധിച്ച കയറുകൾ മുറുക്കിപ്പിടിച്ചുകൊണ്ട് കാവൽക്കാർ ഇരുഭാഗത്തും നിന്നു. മെനപ്പടായുടെ ദൃഷ്ടി ന്യായസ്ഥാനത്തിരിക്കുന്ന മന്ത്രിയിൽ ചെന്നുതങ്ങി. ഇതെന്താ എല്ലാവരും പ്രതിമകളെപ്പോലെ ഇരിക്കയാണല്ലോ....? ശ്വാസഗതിയും നിലച്ചുപോയോ....?

"ബഹുമാനപ്പെട്ട നീതിപീഠത്തെ നമസ്കരിക്കുന്നു." സ്പഷ്ടമായ ശബ്ദത്തിൽ മെനെപ്പടാ പറഞ്ഞു.

പെട്ടെന്നുള്ള ആ ധ്വനി ഏവരെയും ആശ്ചര്യപ്പെടുത്തി....

ന്യായാധിപന്റെ പിന്നിലായുള്ള ഉയർന്ന വേദി വെള്ളപ്പർദ്ദകൊണ്ട് മറച്ചിരിക്കുന്നു. അവിടെ ആരുമുണ്ടായിരുന്നില്ല. ആമെർബിന്റെ ഇടത്തും വലത്തുമുള്ള പീഠങ്ങളും ശൂന്യമായിരുന്നു. വലതുഭാഗത്ത് കുറേപേർ നിരന്നിരിക്കുന്നുണ്ട്. അവരിൽ ചിലരെയെല്ലാം മെനെപ്പടാ തിരിച്ചറിഞ്ഞു. ഹെഖ്വെട്! 'പറയൂ മകനേ, നിന്റെ നാട്ടിൽ കലാപമുണ്ടായതെങ്ങനെയാ....?' എന്ന് ചോദിച്ചു സറുസദസ്യരുടെ മൂത്ത ഉപദേഷ്ടാവ്. അടുത്തിരിക്കുന്നതാര്? ഗേബു! നീ എന്തൊരു മനുഷ്യനാ...? എന്താ പറഞ്ഞത്..! എന്താ പറഞ്ഞത്..! അബ്ടുവിൽ പോയവൻ ബുദ്ധി കാഴ്ചവെച്ചിട്ടാണോ തിരികെ വന്നത്....! എന്ന് ചോദിച്ച സാമന്തരാജാവ്! അയാ

ളുടെ അടുത്തിരിക്കുന്നതാരാ....? അറിയില്ല. അമെനോമോപെടാണ്. മെനെപ്പടായ്ക്ക് അയാളെ പരിചയമില്ല. സർവ്വസൈന്യാധിപന്റെ പ്രൗഢി അയാളിൽ സ്ഫുരിക്കുന്നുണ്ട്. അപ്പുറത്ത് ടെഹുടി! ടെഹുടി! 'വായിൽനിന്ന് പുറപ്പെടുന്ന വാക്ക് കൂട് വിട്ട് പുറത്തുകടക്കുന്ന കുരുടൻ പക്ഷിയെ പോലെയാണ്.... എവിടെയെങ്കിലും മുട്ടി ചിറകൊടിഞ്ഞുപോകും. സൂക്ഷിക്കണം എന്നുപദേശിച്ച നികുതിയധികാരി! ആ....ഹാ.... ബകിലനല്ലേ അത്....! ഈ സാധാരണ പൗരന്മാരെല്ലാം എന്നെതന്നെ നോക്കുകയാണല്ലോ....! ഇവർക്കിന്ന് ജോലിക്ക് പോകേണ്ടേ....? ജിജ്ഞാസുക്കളായിത്തീർന്നിരിക്കണം. അതോ സഹാനുകമ്പമൂലമോ? ആ മൂലയ്ക്കാരോ പതുങ്ങിനില്ക്കുന്നുണ്ടല്ലോ. തലയിൽ തുണി ചുറ്റിക്കെട്ടിയിട്ടുണ്ട്. ആ ദൃഷ്ടി തന്നിൽതന്നെ ഉറച്ചിരിക്കയാണ്. ആ മെന്ന! ദിവ്യസൃഷ്ടി....! ആരും തിരിച്ചറിയരുതെന്നു കരുതി ജാഗ്രത പാലിക്കുകയാണ്. അയാളുടെ ശ്രദ്ധ മുഴുവൻ തന്നിലാണ്. സെനെബ്! ബടാ പറഞ്ഞ കാര്യം മെനെപ്പടാക്കോർമ്മവന്നു. 'ഇയാളുടെ ഭാവം കണ്ടാൽ തോന്നും ഈജിപ്ത് ഭരണം മുഴുവൻ ഇയാളുടെ ചുമലിലാണെന്ന്.

സെനെബ് ഓടിച്ചെന്ന് മന്ത്രിയുടെ ചെവിയിലെന്തോ മന്ത്രിച്ചു. മന്ത്രി രണ്ടുമൂന്നു തവണ തലയാട്ടി. പിന്നിലെ വാതിലിലൂടെ ഫെറോ വരികയാണെന്നാണോ....? അല്ല... വരാൻ താമസിക്കുമെന്നാണോ....?

താമസം നേരിട്ടില്ല. പിന്നിലെ പർദ്ദയ്ക്കുള്ളിൽ കിരീടം തിളങ്ങി. ഫെറോവും, മഹാറാണിയും, രാജകുമാരനും, ഗേബുവിന്റെ പത്നി നെഹനവെയ്റ്റും ദൃശ്യമായി.

സഭാവാസികൾ എഴുന്നേറ്റു. മന്ത്രി പിന്നിലേക്ക് തിരിഞ്ഞുനിന്ന് നമസ്കരിച്ചു.

"ദൈവതുല്യനായ ഫെറോവിന്റെ ആയുരാരോഗ്യം വർദ്ധിക്കട്ടെ...."

എഴുന്നേറ്റവരെല്ലാം ആസനസ്ഥരായി.

ഈ ഉപചാരങ്ങളൊന്നും തനിക്ക് ബാധകമല്ലെന്ന് മെനെപ്പടാ ഓർത്തു.... നിന്നിടത്തുതന്നെ നില്ക്കാം.... ഒന്നും ചെയ്യേണ്ട.

ഫെറോവിന്റെ പാർശ്വങ്ങളിൽ വെഞ്ചാമരവുമായി പരിചാരകന്മാർ പ്രത്യക്ഷപ്പെട്ടു. നവയൗവ്വനം പ്രാപിച്ചിരിക്കുന്ന ഫെറോവിന് സൂര്യനുദിച്ചപ്പോഴേക്കും ഉഷ്ണം തുടങ്ങിയെന്നോ.....?

രാജാവ് തന്റെ മുന്നിലുള്ള പീഠത്തിൽ എന്തെല്ലാമോ വച്ചു.... എന്തായിരിക്കും....? ആംഖ് ചിഹ്നമാണോ.....?

ഇനിയും ആരെയാണ് കാത്തിരിക്കുന്നത്....? ആരംഭിക്കുന്നില്ലല്ലോ....! ഇനേനി വാതിൽക്കൽ പ്രത്യക്ഷപ്പെട്ടു. വിനയത്തോടെ ഒന്നുരണ്ടടി മുന്നോട്ടു നീങ്ങി. ഓടിയെത്തിയ സെനബിന്റെ കാതിൽ പലതും മന്ത്രിച്ചശേഷം അയാൾ തിരികെ ഉദ്യാനത്തിലേക്കുതന്നെ നടന്നുനീങ്ങി. സെനബ് ഫെറോവിനെയും ന്യായാധിപനെയും സമീപിച്ചു. വീണ്ടും ഇരുവരെയും മാറിമാറി സമീപിച്ചു. അവരുടെ ശിരസ്സുകൾ പലതവണ

ഇളകി.

ആ പുള്ളിപ്പുലിത്തോല് വിരിച്ചിട്ട ആസനം ആർക്കുള്ളതാ....? പ്രധാനപൂജാരി വരുന്നുണ്ടോ? ഈജിപ്ത് ചതുരംഗക്കളിയിലെ സമർത്ഥനായൊരു പോരാളി....! തന്റെ കണ്ണിൽ നിസ്സാരമായൊരു പുഴുവായ നീരാനയിലെ നേതാവിന്റെ വിചാരണ കേൾക്കാൻ നേരിട്ട് സന്നിഹിതനാകുക....! ആശ്ചര്യം. ഒഴിഞ്ഞുകിടക്കുന്ന ആ ആസനങ്ങളെല്ലാം അദ്ദേഹത്തിന്റെ പരിവാരങ്ങൾക്കുമുള്ളതാണ്.

പ്രതിമകളെപ്പോലെ അനങ്ങാതിരുന്ന സദസ്യരുടെ ശിരസ്സുകൾ പരസ്പരമടുത്തു. പതുങ്ങിയ ശബ്ദങ്ങൾ കൈമാറി.

വെളിയിലെന്താ ഒരു ബഹളം....? എത്തിച്ചേർന്നോ?

വാതിൽക്കലേക്ക് ദൃഷ്ടി പായിച്ച കൊട്ടാരം ദളപതി നിന്നിടത്തു നിന്നുതന്നെ വിറച്ചു.

സ്ഥൂലകായനായ ഇനേനിയുടെ പിന്നാലെ ദിവ്യരൂപനായ പ്രധാന പൂജാരി ഹേപാട് പ്രത്യക്ഷപ്പെട്ടു. അബ്ടുയാത്രാവേളയിൽ ഈജിപ്തിലെ ഈ ധർമ്മഗുരുവിനെ താനും വണങ്ങിയിരുന്നതായി മെനെപ്പടാ ഓർത്തു. ഈ വ്യക്തിയിൽ ദൈവീകമായിട്ടെന്താണുള്ളത്? ഇയാളിലാണെങ്കിൽ അഹങ്കാരവും അധികാരക്കൊതിയും ഘനീഭവിച്ചു കിടക്കുന്നു.

പ്രധാനപൂജാരിയുടെ കൂടെയുള്ളവരിൽ രണ്ടുമൂന്നുപേരെ മാത്രമേ മന്ത്രിക്കും മറ്റും തിരിച്ചറിയാൻ കഴിഞ്ഞുള്ളു. ഒരാൾ മെംഫീസിലുള്ള പ്ടാ ക്ഷേത്രത്തിലെ പൂജാരിയാണ്. ആൻ നഗരത്തിലുള്ള റാ ദേവാലയത്തിലെയും. വേസിയിലെ അമൻക്ഷേത്രത്തിലെയും പൂജാരിമാരാണ് മറ്റുള്ളവർ. അവർക്ക് പിന്നിലായി വേറെയും നാലുപേർ. ഇവരെല്ലാം ഫെറോവിന്റെ പരിചാരകർക്ക് തുല്യരല്ലേ....?

മന്ത്രിയും സദസ്സും നമസ്കരിക്കുന്നതിന് എഴുന്നേല്ക്കുന്നതിനിടയിൽ ഹേപാട് വേദിയുടെ പടവുകൾ കയറി. പിന്നിലെ പർദ്ദയിലൂടെ തന്റെ തീക്ഷ്ണ ദൃഷ്ടികൾ കടത്തിവിട്ട് അദ്ദേഹം പറഞ്ഞു:

“ഫെറോവിന്റെ ആയുരാരോഗ്യം വർദ്ധിക്കട്ടെ.....”

സദസ്സിനെ ആകെ ഒന്ന് നിരീക്ഷിച്ചശേഷം പ്രതിക്കൂട്ടിനു പിന്നിലുള്ള മെനെപ്പടായെ നോക്കിക്കൊണ്ട് അദ്ദേഹം പുള്ളിപ്പുലിത്തോലിൽ അമർന്നു. വേദിയുടെ താഴെ ഒഴിഞ്ഞുകിടക്കുന്ന ഇരിപ്പിടങ്ങളിൽ പരിവാരവും ഉപവിഷ്ടരായി. ഇനേനി വേദിയിൽതന്നെ പ്രധാനപൂജാരിയുടെ പിന്നിലായി നിന്നു. സെനെബ് ന്യായാധിപന്റെ അരികിൽ സ്ഥാനംപിടിച്ചു.

ഇവരുടെ ചതുംരംഗക്കളിയിൽ നീരാനപ്രദേശം ഒരു കരു മാത്രമല്ലേ...? ആ കരു താനാണെന്ന് മെനെപ്പടാ ഓർമ്മിച്ചു. ഈ കരുവിന് സാധാരണക്കരുക്കളിൽനിന്ന് ഒരു വ്യത്യാസമുണ്ട്... ഇത് ശ്വസിക്കുകയും സംസാരിക്കുകയും ചെയ്യുന്ന കരുവാണ്.... ഈ കരു എന്ന് എതിരാളിയെ തോല്പിക്കും.... തങ്ങൾ ജയിച്ചെന്നഹങ്കരിക്കുന്നവർക്ക് ചുട്ട മറുപടി നല്കും.

"ഇനി ആരംഭിക്കയല്ലേ...." ആമെർബ് ഹേപാടിനോട് ചോദിച്ചു.

സ്നേഹവും വിനയവും കലർന്ന സ്വരം.

ഹേപാട് ശിരസ്സിളക്കി സമ്മതമറിയിച്ചു.

സദസ്സിന്റെ കണ്ണുകൾ മുഴുവൻ തന്നിൽ നട്ടിരിക്കുന്നതായി ന്യായാധിപൻ മനസ്സിലാക്കി. ആത്മവിശ്വാസത്തോടെ ശാന്തഭാവത്തോടെ അയാളിരുന്നു.... ഫെറോ പറഞ്ഞ കാര്യം മന്ത്രിയുടെ സ്മൃതിയിലോടിയെത്തി. 'നിങ്ങളുടെ സ്പർശംകൊണ്ട് അവൻ സ്വർണ്ണമാകുമോ, അതോ മണ്ണാകുമോ എന്ന് കാണാമല്ലോ.....' ഈജിപ്തിലെ പ്രജകളുടെ ജീവിതത്തെ നിയന്ത്രിക്കുകയും രൂപപ്പെടുത്തുകയും ചെയ്യുന്നത് താനാണ്. ഇനി വിളംബം പാടില്ല... ആരംഭിക്കുകതന്നെ.....

"ദൈവതുല്യനായ ഫെറോ പേപി അവർകളുടെ ദൈവാധികാരത്തിനെതിരെ കലാപം നടത്തിയ നീരാനയിലെ നേതാവ് മെനെപ്പടായെ വിചാരണചെയ്യുന്നതിനാണ് ഈ ഉന്നത നീതിപീഠം ഇവിടെ പ്രത്യേകം സമ്മേളിച്ചിരിക്കുന്നത്. മഹാപ്രഭുവും മഹാറാണിയും രംഗം നിരീക്ഷിക്കുന്നതിന് ഇവിടെവരെ എഴുന്നള്ളാനുള്ള കനിവ് കാട്ടിയിട്ടുണ്ട്. പ്രധാന പൂജാരിയായ ഹേപാടും ഈ വിചാരണയിൽ തല്പരനായി ഇവിടെ സന്നിഹിതനായിട്ടുണ്ട്."

മന്ത്രി തെല്ലിട നിർത്തി എഴുത്തുകാരുടെ നേർക്ക് ശ്രദ്ധിച്ചു. അവർ എഴുതിയെടുക്കുന്നുണ്ട്. തൃപ്തിയോടെ അയാൾ തുടർന്നു....

"ഗുരുതരമായ ഒരു കുറ്റമാണിത്. ഇത് ദൃഢപ്പെടുത്തുന്ന സാക്ഷികൾ അസംഖ്യമാണ്. രാജ്യത്തിലെ പ്രതിഷ്ഠിതരായ വ്യക്തികളാണ് ഈ മനുഷ്യനെതിരെ ആരോപണമുന്നയിച്ചിരിക്കുന്നത്. അതായത് ഉയർന്ന നികുതിയധികാരിയായ ടെഹുടി....., സാമന്തരാജാവായ ഗേബു..... ഭൂപ്രമാണികളായ നുട്മോസ്, സെതക്നഖ്ത്, സെൻഉസർട് തുടങ്ങിയവർ. ചെയ്തിരിക്കുന്ന കുറ്റത്തിന്റെ ഗൗരവം നോക്കുമ്പോൾ വിചാരണ നടത്താതെ തന്നെ ശിക്ഷിക്കാവുന്നതാണ്. അത്രയ്ക്ക് ക്രൂരമായ കൃത്യമാണത്. എന്നാൽ നമ്മുടെ സമൂഹം ധർമ്മപരിപാലനത്തിൽ എന്നും ശ്രദ്ധിച്ചു പോന്നിട്ടുണ്ട്. ഥോഥ് ദേവതയുടെ നീതിയും ന്യായവുമാണ് നമ്മുടെ സാമൂഹ്യവ്യവസ്ഥയുടെ അടിത്തറ. സമാധി കൊള്ളയായാലും, കൊലപാതകമായാലും, കലാപമായാലും നാം വിചാരണ നടത്തും. കുറ്റം സമ്മതിക്കുന്നതിനോ നിരാകരിക്കുന്നതിനോ പ്രതിക്ക് അവസരം നല്കുന്നതാണ്.

ഫെറോ ഇരിപ്പിടത്തിന് ചാർന്നിരുന്നു വിശ്രമിച്ചു....

പ്രധാനപൂജാരി ഒളികണ്ണാലെ മന്ത്രിയെ നോക്കി. നീതിപീഠത്തിനു മുന്നിൽ താനാണ് പ്രധാനവ്യക്തിയെന്നർത്ഥത്തിൽ ടെഹുടി ചുറ്റും നോക്കി. ഗേബുവും ഒന്നിളകിയിരുന്നു. മന്ത്രിയുടെ വായിൽനിന്ന് തന്റെ നാമം പുറപ്പെട്ടപ്പോൾ നുട്മോസ് പല്ലിളിച്ച് തലയിളക്കി. സെത്കനഖ്ത് താടിയെല്ല് തടവി. സെൻഉസർട് തലയിലെ കുറ്റിരോമത്തിൽ തലോടി.

മന്ത്രിയുടെ വാക്കുകൾ മെനെപ്പടായിൽ നീരസമുളവാക്കി. മുമ്പെങ്ങോ താനിത് കേട്ടിട്ടുണ്ടല്ലോ.... പണ്ടൊക്കെ നടന്ന ദൃശ്യത്തിന്റെ പുനരാവർത്തനമാണ് ഇവിടെ നടക്കുന്നത്.....

സാധാരണക്കാർ ന്യായാധിപന്റെ വാക്കുകൾ മനസ്സിലാക്കാൻ ശ്രമിച്ചുകൊണ്ട് മെനെപ്പടായെ നോക്കി.

പുറത്ത് ജനങ്ങളെ അടക്കിനിർത്താൻ ഭടന്മാർക്ക് നന്നെ പ്രയാസപ്പെടേണ്ടിവന്നു. സമീപവാതിൽ തുറന്നുകിടന്നിരുന്നു. അത് സാധാരണക്കാർക്കുള്ള വഴിയാണ്. നേരത്തെ ഉള്ളിൽ സ്ഥാനം പിടിച്ചവർ പുറത്തുകടന്നു. അത്രയുംപേർ പുതുതായി കയറിവന്നു....

നിമിഷനേരത്തെ മൗനത്തിനുശേഷം ന്യായാധിപൻ തുടർന്നു....

“ടെഹുടിയും, ഗേബുവും, ഭൂപ്രമാണികളുമെല്ലാം നീതിപീഠത്തിനു മുന്നിൽ തെളിവുകൾ നല്കുന്നതാണ്.....”

ടെഹുടി എഴുന്നേറ്റുനിന്ന് പറഞ്ഞു....

“ഫെറോവിന്റെ ആയുരാരോഗ്യം വർദ്ധിക്കട്ടെ......”

മെനെപ്പടാ ടെഹുടിയെ സൂക്ഷിച്ചുനോക്കി. അന്ന് തന്റെ നാട്ടിൽ നികുതിപിരിക്കാനെത്തിയപ്പോൾ ഇയാൾ ദൃഢകായനായിരുന്നല്ലോ...... ! മാറിൽ ആഭരണങ്ങൾ നിറഞ്ഞുനില്ക്കുന്നുണ്ടെങ്കിലും മുഖത്ത് എന്തോ ഒരു വാട്ടം....പാവം....! ഒരു വർഷമായി അജ്ഞാതവാസത്തിലായിരുന്നല്ലോ....? ഏറെ കഷ്ടപ്പെട്ടിട്ടുണ്ടാകണം. ഇപ്പോഴെന്താണോ പറയുക....? അന്നു പറഞ്ഞതുതന്നെ വീണ്ടും....? അതോ ഗർജ്ജിക്കുമോ....?

“ഈ നീചന്റെ തെമ്മാടിത്തം ഈജിപ്തിലുള്ളവരെല്ലാം അറിഞ്ഞിട്ടുള്ളതാണ്. എങ്കിലും നീതിപീഠത്തിന്റെ ബോദ്ധ്യത്തിനായി ഒരിക്കൽകൂടി പറയാം. കഴിഞ്ഞവർഷം അബ്ടു ഉത്സവത്തിന്റെ അടുത്ത ദിവസം ഞാൻ നികുതിപിരിക്കുന്നതിന് നീരാനപ്രവിശ്യയിൽ ചെന്നു. ആ രാത്രി ഈ നില്ക്കുന്ന പ്രതിയും കൂട്ടരും അബ്ടുയാത്ര കഴിഞ്ഞ് തിരിച്ചെത്തി. നികുതി പിരിവിനെ എതിർക്കണം.... എന്നെ കൊന്ന് നൈൽ നദിയിലെറിയണം എന്നും മറ്റും ഗൂഢാലോചന ചെയ്തു. പുലരുന്നതിന് മുമ്പ് നാടുമുഴുവൻ എനിക്കെതിരായി അണിനിരന്നു. രാജഗൃഹത്തിൽ ഞാൻ നാട്ടുപ്രമാണിമാരുടെ സഭ വിളിച്ചുകൂട്ടിയിരുന്നു. നിവേദനം സമർപ്പിക്കാനെന്ന പേരിൽ ഇവൻ കൃഷിക്കാരെയും തൊഴിലാളികളെയും കൂട്ടിക്കൊണ്ട് ആ സഭയിൽ കടന്നുവന്നു. മഹാപ്രഭുവിനെയും, മന്ത്രിയെയും, പ്രധാനപൂജാരിയെയും നിന്ദിക്കയും ധിക്കരിച്ച് സംസാരിക്കയും ചെയ്തു. എന്നെ കൈയേറ്റം ചെയ്യാനൊരുങ്ങി. എന്റെ അംഗരക്ഷകനായി വന്ന ബകിലന്റെ കണ്ണ് കുത്തിപ്പൊട്ടിച്ചു. സമാധാനം പാലിക്കാൻ ഞാൻ വളരെ ശ്രമിച്ചെങ്കിലും സാധിച്ചില്ല. ഒടുവിൽ ഒരുവിധം ജീവനുംകൊണ്ട് ഓടി രക്ഷപ്പെട്ടു. സാമന്തരാജാവും എന്നോടൊപ്പം രക്ഷപ്പെട്ടു. സൃഷ്ടികർത്താവായ റായുടെ കാലത്ത് ചിലർ അദ്ദേഹത്തെ ധിക്കരിച്ച് സേതിന്റെ ആരാധകരായതും, റാ അവരെ ശിക്ഷിച്ചതും ഏവർക്കും അറി

യുന്ന കാര്യമാണല്ലോ... എന്നാൽ.... സമൂഹത്തിനെതിരായി.... രാജ്യത്തിനെതിരായി.... കലാപം നടന്നത് ഈജിപ്തിൽ മാത്രമല്ല ലോകചരിത്രത്തിൽ തന്നെ ഇതാദ്യമാണ്. നമ്മുടെ ജനസംഖ്യയുടെ നൂറിലൊരംശം പോലുമില്ലാത്ത ഈ ജനവിഭാഗം നടത്തിയ താന്തോന്നിത്തം കണ്ട് കൈയും കെട്ടിയിരിക്കാൻ പറ്റുമോ....? മണൽക്കാട്ടിലെ ഈ തീപ്പൊരി തച്ചുകെടുത്തിയില്ലെങ്കിൽ നാളെ നൈൽനദിയിലുടനീളം തീജ്ജ്വാലകൾ ആളിപ്പടർന്നേക്കും. ഈജിപ്തിന്റെ സംസ്കാരവും ചൈതന്യവും കരിഞ്ഞുവെണ്ണീറായേക്കും. ഭൂമിയിലുള്ള റായും പ്രഭാവവും നശിച്ചു പോകുന്നതാണ്. ഇത്രമാത്രമാണ് എനിക്ക് ബോധിപ്പിക്കാനുള്ളത്...."

പ്രധാനപൂജാരി ടെഹുടിയെ നോക്കി. ആരും കാണാതെ ആ ചുണ്ടിൽ ഒരു പുഞ്ചിരിവിടർന്നു. ടെഹുടിക്ക് തൃപ്തിയായി. കൂടുതൽ ജാഗ്രതയോടെ കഴിഞ്ഞില്ലെങ്കിൽ ടെഹുടിതന്നെ നദിയിലുടനീളം തീപിടിപ്പിച്ചേക്കുമെന്ന് മന്ത്രിക്ക് തോന്നി.... ഫെറോ അർദ്ധനിദ്രയിലാണ്. മഹാറാണി ചിന്തിക്കുകയായിരുന്നു.... മഹാരാജാവിനെ ഉണർത്തേണ്ട.... ശബ്ദമില്ലാത്ത ഉറക്കമാണ്.... അടുത്തിരിക്കുന്ന നെഹനവെയ്റ്റിനു നേർക്ക് തിരിഞ്ഞ് റാണി പതുക്കെ പറഞ്ഞു: "ഒരു ദിവസം ഈ ടെഹുടി മന്ത്രിയാകും.... അല്ലേ....?" ഉത്തരത്തിനു കാത്തുനില്ക്കാതെ റാണിതന്നെ തുടർന്നു... "ഇനി നിന്റെ സുന്ദരനായ ഭർത്താവായിരിക്കും സംസാരിക്കുക....."

ഉറക്കെ പൊട്ടിച്ചിരിക്കണമെന്ന് മെനെപ്പടായ്ക്ക് തോന്നി. ഇതാണോ വിചാരണ....?

ജനം പുറത്തുപോകയും വരികയും ചെയ്തുകൊണ്ടിരുന്നു.

മെന്നയുടെ മിഴികൾ ആരും കാണാതെതന്നെ ഉഴിയുകയാണെന്ന് മെനെപ്പടാ മനസ്സിലാക്കി.

ന്യായാധിപന്റെ നോട്ടം തന്നിലേക്കായപ്പോൾ ഗേബു ധൃതിപിടിച്ചെണീറ്റ് വേഗത്തിൽ പറഞ്ഞുതുടങ്ങി.

"ഫെറോവിന്റെ ആയുരാരോഗ്യം വർദ്ധിക്കട്ടെ. ടെഹുടി പറഞ്ഞത് തികച്ചും സത്യമാണ്. അന്ന് മൃഗീയമായ ക്രൂരതയ്ക്കു മുന്നിൽ ഉന്നതനികുതിയധികാരിയായ ടെഹുടിക്കും എനിക്കും മുട്ടുമടക്കേണ്ടി വന്നു. ഞങ്ങളെ ജീവനോടെ ദഹിപ്പിക്കലായിരുന്നു ഇവരുടെ ഉദ്ദേശ്യം. എന്റെ പത്നി നെഹന അപ്പോഴവിടെ ഉണ്ടായിരുന്നില്ല. അവളുടെയും മകളുടെയുമെല്ലാം ആഭരണങ്ങളും വിപ്ലവകാരികൾ കൊള്ളയടിച്ചു. അവരുംകൂടി അന്നുണ്ടായിരുന്നെങ്കിൽ ഗേബുകുടുംബം മുഴുവൻ നാമാവശേഷമാകുമായിരുന്നു. ചെയ്ത തെറ്റ് പ്രജകൾതന്നെ തിരുത്തട്ടെന്നു കരുതിയാണ് കരുണാമയനായ ഫെറോ ഇത്രയുംകാലം ക്ഷമിച്ചത്. എന്നാൽ യാതൊരു പ്രയോജനവുമുണ്ടായില്ല. ഫെറോവിന് കാഴ്ചയർപ്പിക്കാനെന്ന ഭാവത്തിലാണ് ഈ ധൂർത്തനായ നേതാവ് മെംഫീസിൽ വന്നത്. അരമനയിൽ പ്രവേശനവും ലഭിച്ചു. സറുസദസ്യർക്ക് മഹാപ്രഭു നല്കിയ വിരുന്നിലും നുഴഞ്ഞുവന്നു. എന്നാൽ ഇയാൾ കൊട്ടാരം

പരിചാരകന്മാരെ സ്വാധീനിക്കാനും മഹാപ്രഭുവിനെതിരെ സംഘടിപ്പിക്കാനും യത്നിച്ചു. ലഹരികയറിയ കുരങ്ങനെപ്പോലെയാണ് ഇയാൾ തുള്ളിച്ചാടിയത്. ഇത്തരമൊരു വ്യക്തിക്ക് എത്ര കഠിനമായ ശിക്ഷ നല്കിയാലും മതിയാവില്ല....."

വലിയൊരു കാര്യം സാധിച്ചമട്ടിൽ അങ്ങിങ്ങ് നോക്കിക്കൊണ്ട് ഗേബു ആസനത്തിലമർന്നു.

മെനെപ്പടായ്ക്ക് മായാലോകത്തിലകപ്പെട്ടതായി തോന്നി. അനീതിയുടെ ചരടിൽ അസത്യങ്ങൾ കോർത്തുണ്ടാക്കിയ മാല....! നീതിപീഠത്തിലർപ്പിക്കുന്നതിന്.....! തന്നെ നിലമാളികയിലടച്ചപ്പോൾ തന്നെ ഈ പുതിയ നാടകം രചിച്ചുതുടങ്ങിയിരിക്കണം.... തങ്ങൾ പറയേണ്ട സംഭാഷണം എത്ര നന്നായി പഠിച്ചിരിക്കുന്നു.

ജനങ്ങളുടെ തിക്കും തിരക്കും. കൊട്ടാരം ദളപതിക്ക് വിയർപ്പൊഴുകുകയാണ്. വരികയും പോകയും ചെയ്യുന്നവരെ നിയന്ത്രിക്കാൻ അയാൾക്ക് നല്ലവണ്ണം യത്നിക്കേണ്ടിവരുന്നുണ്ട്.

ഇനിയാരാണ് അരങ്ങത്തേക്ക് വരുന്നത്....? നടനോ....? നൃത്തക്കാരനോ....? ന്യായസ്ഥാനത്തിരിക്കുന്ന വിശിഷ്ടവ്യക്തികളുടെ മുഖത്തെല്ലാം ഒരേഭാവം നിഴലിക്കുന്നല്ലോ....? വിജയോന്മാദത്താൽ ഇവരുടെ കണ്ണുകൾ തിളങ്ങുന്നുണ്ടല്ലോ.....! കെണിവെച്ചുപിടിച്ച മൃഗത്തിനു ചുറ്റും പാഞ്ഞു നടക്കുന്ന വേട്ടക്കാരാണിവർ!

നുട്മോസ് ഫെറോവിന്റെ പല്ലക്ക് ചുമന്ന ഈ ഭാഗ്യശാലി പ്രതിഷ്ഠയുടെ കരുത്തിൽ തിളങ്ങുകയാണ്. വയലുകൾ നഷ്ടപ്പെട്ട ഭൂപ്രമാണിയല്ല. പരിഷ്കൃതമായ രാജധാനി അയാളെ ഒരു പുതിയ മനുഷ്യനാക്കിത്തീർത്തിരിക്കയാണ്. സെനെക്നഖ്തും സെൻഉസർട്ടും എഴുന്നേല്ക്കുന്നുണ്ടല്ലോ. മൂന്നു കണ്ഠങ്ങളിൽനിന്നും ഒരേ ഗാനം.....? സംഘഗാനം....?

വാഗ്വർഷം നിലച്ചതിൽ ഫെറോവിന് ആശ്വാസം. ഈ ആസനത്തിലിരുന്ന് കൈയും മെയ്യും നോവുന്നു. മെത്തയിൽ മലർന്നുകിടക്കണമെന്ന് അദ്ദേഹത്തിന് തോന്നി.

നീതിപീഠത്തെ പലതവണ കുനിഞ്ഞു വണങ്ങിയശേഷം നുട്മോസ് ആരംഭിച്ചു.

"ഫെറോവിന്റെ ആയുരാരോഗ്യം വർദ്ധിക്കട്ടെ. ഈ നില്ക്കുന്ന ഞങ്ങൾ ചൂഷണത്തിനിരയായവരാണ്. അന്യായത്തിന് ബലിയായിത്തീർന്നവരാണ്. ഞങ്ങൾക്ക് ബോധിപ്പിക്കാനുള്ളതാണ് ഞാൻ ബോധിപ്പിക്കുന്നത്. നീതിപീഠം ഇത് പരിഗണിക്കമെന്ന് അപേക്ഷിക്കുന്നു."

ഫെറോ വീണ്ടും നിദ്രയിലാണ്ടു.

കണ്ഠം ശരിപ്പെടുത്തിയശേഷം നുട്മോസ് തുടർന്നു.....

"എന്റെ പേര് നുട്മോസ് എന്നാണ്. മഹാപ്രഭുവിന്റെ പല്ലക്ക് ചുമക്കാനുള്ള ഭാഗ്യം ഈയുള്ളവന് കൈവന്നിട്ടുണ്ട്. നീരാനപ്രവിശ്യ

യിൽ കലാപം നടക്കുന്നതിന് മുമ്പ് ഏറ്റവും വലിയ ഭൂപ്രമാണിയായി കഴിഞ്ഞിരുന്നവനാണ്. സാമന്തരാജാവ് നിയമിക്കപ്പെടുന്നതിനു മുമ്പു തന്നെ മഹാപ്രഭുവിന്റെ പ്രതിനിധിയാകാനുള്ള ഭാഗ്യവും ഈയുള്ളവന് കൈവന്നിട്ടുണ്ട്. ഈ സെതെക്നഖ്തും, സെൻഉസർട്ടും എന്നെപ്പോലെ എല്ലാം നഷ്ടപ്പെട്ട് രാജാവിന്റെ കാരുണ്യത്തിൽ കഴിയുകയാണ്. പ്രധാന പൂജാരിയുടെ ദയകൊണ്ടും മന്ത്രിയുടെ സഹാനുഭൂതികൊണ്ടുമാണ് ഞങ്ങൾ ബാക്കിയായത്. ഈ ദുഷ്ടനെക്കൊണ്ട് ഞങ്ങൾക്ക് നേരിട്ട ആപത്തുകളെന്തൊക്കെയാണെന്ന് വിവരിക്കാൻ പ്രയാസമാണ്. വെറും നിസ്സാരനായ ഒരുവൻ സാധാരണക്കാരെ തെറ്റിദ്ധരിപ്പിച്ച്, അവരെ കരുവാക്കി സമൂഹത്തെയാകെ അട്ടിമറിക്കുമെന്ന് ആരുകരുതി....? കലാപം നടക്കുമ്പോൾ ഈയുള്ളവൻ മഹാപ്രഭുവിനോടൊപ്പം അബ്ടു യാത്ര കഴിഞ്ഞ് കൊട്ടാരത്തിലേക്ക് യാത്ര തിരിക്കയായിരുന്നു. ഇവനും ഇവന്റെ കൂട്ടാളികളും ചേർന്ന് രാജഗൃഹത്തിന്റെ മതിലുകൾ പൊളിച്ചുമാറ്റി. ഭൂപ്രഭുക്കളുടെ സ്വത്തെല്ലാം ഭാഗിച്ചെടുത്തു. കന്നുകാലികളെയും സ്വന്തമാക്കി. ഇഷ്ടപ്പെട്ടവർക്കെല്ലാം അത് വീതിച്ച് കൊടുത്തു. എതിർത്തവരെ മർദ്ദിച്ച വശരാക്കി. ക്രൂരമായ ഹിംസയാണ് അവിടെ വിളയാടിയത്. സ്ത്രീകളുടെ മാനം ഇവർ കവർന്നെടുത്തു. ഹോ! അതൊന്നും ഓർക്കാൻപോലും സാദ്ധ്യമല്ല. അയ്യോ....! അയ്യോ.....! എന്തെല്ലാമാണ് കാട്ടിക്കൂട്ടിയത്....! പരമ്പരയായി നമ്മോടൊപ്പം സുഖമായി കഴിഞ്ഞിരുന്ന ദാസികളെയും ദാസന്മാരെയും ഇവൻ തുറന്നുവിട്ടു. അവർ അനാഥരായിത്തീർന്നിരിക്കയാണ്. ദരിദ്രരുടെ മക്കൾക്ക് ഇവർ എഴുത്തും വായനയും പഠിപ്പിച്ചു കൊടുക്കാൻ തുടങ്ങിയിരിക്കുന്നു. ഞങ്ങളുടെ കുട്ടികളാണെങ്കിൽ അടിമകളായിരിക്കുന്നു. രാജഗൃഹത്തിന്റെ കോട്ടവാതിൽ കുത്തിത്തുറക്കാനുപയോഗിച്ച പനത്തടി സ്മാരകസ്തംഭമായി കുഴിച്ചിട്ടിരിക്കയാണ്. അതിൽ പുഷ്പാർച്ചന നടത്തുന്നു. ഇവന്റെ ഭാര്യ മഹാറാണിയെപ്പോലെയാണ് ഞെളിയുന്നത്. ഈ അഴിഞ്ഞാട്ടത്തിന് കടിഞ്ഞാണിട്ടില്ലെങ്കിൽ നാടിന്റെ നട്ടെല്ലായ ഭൂപ്രമാണിമാർ ഇല്ലാതായേക്കും. ഒരു സിംഹത്തെ കൊന്ന് വയർ തുരന്നെടുത്ത് തുന്നിക്കെട്ടി രാജഗൃഹത്തിനുമുന്നിൽ സൂക്ഷിച്ചിരിക്കയാണ്. അതിന്റെ ഒരു കണ്ണ് തുരന്നെടുത്ത് 'ബകില' എന്ന് പേരിട്ടിരിക്കയാണ്. നമ്മുടെ ഉന്നത നികുതിയധികാരിയായ ടെഹുടിയുടെ അംഗരക്ഷകനെ അപമാനിക്കാനാണ് ഇങ്ങനെ ചെയ്തിരിക്കുന്നത്. ഈ ക്രൂരതയ്ക്കെല്ലാം കാരണക്കാരൻ ഇവനൊരുത്തൻ മാത്രമാണ്. കൂടുതലെന്താണ് ബോധിപ്പിക്കാനുള്ളത്....? നീതിമാനായ അങ്ങേയ്ക്ക് എല്ലാം അറിവുള്ളതാണല്ലോ....."

സംസാരത്തിന്റെ ഒടുവിൽ നുട്മോസ് ഗദ്ഗദം പൂണ്ടു. മിഴികൾ നിറഞ്ഞൊഴുകി. കൈപ്പത്തികൊണ്ട് മുഖം പൊത്തി അയാൾ കൂട്ടുകാരുടെ സമീപം വന്നു. സെതെക്നഖ്തും, സെൻഉസർട്ടും കണ്ണീർ തുടയ്ക്കുകയായിരുന്നു.

തികട്ടിവന്ന പുഞ്ചിരി ഒതുക്കിപ്പിടിക്കാൻ മെനെപ്പടായ്ക്കു കഴി

ഞ്ഞില്ല.

മന്ത്രി ഭൂപ്രഭുക്കളോട് ഇരിക്കുവാൻ ആംഗ്യം കാട്ടിയശേഷം പ്രധാന പൂജാരിയുടെ അരികിലുള്ള ഇനേനിയെ ശ്രദ്ധിച്ചു. തുടർന്ന് തന്റെ ഇരിപ്പിടത്തിന് ചാരിവച്ചിരുന്ന അധികാരദണ്ഡിൽ തലോടി.

"ഈ വ്യക്തിക്കെതിരെ ആരോപണം ഉന്നയിച്ചിരിക്കുന്ന മറ്റൊരാൾ നീരാനയിലെ പൂജാരി അപെട് ആണ്.....! പ്രധാനപൂജാരിയോടാണ് അദ്ദേഹം സങ്കടം ബോധിപ്പിച്ചിട്ടുള്ളത്. അതിന്റെ ചുരുക്കം കൊട്ടാര ക്ഷേത്രത്തിലെ പൂജാരിയായ ഇനേനി ഇവിടെ അവതരിപ്പിക്കുന്നതാണ്...."

മെനെപ്പടായുടെ പുരികം ചുളിഞ്ഞു. കള്ളത്തരത്തിലും ശ്രേഷ്ഠത്വം.....! അപെടിന് എന്ത് ദോഷമാണ് വന്നിരിക്കുന്നത്? എന്തന്യായമാണ് അയാളോട് കാട്ടിയത്....? പ്രധാനപൂജാരിയുടെ മുന്നിൽ സങ്കടം ബോധിപ്പിച്ചത്രെ! അതിന്റെ ചുരുക്കം ഇനേനി പറയാൻ പോവുകയാണ്. എപ്പോഴാണ് ഇത് നടന്നത്....? ആര് മുഖാന്തരം?

ഹേപാട് കണ്ണടച്ചിരിക്കയായിരുന്നു.

"ഫെറോവിന്റെ ആയുരാരോഗ്യം വർദ്ധിക്കട്ടെ...." ഇനേനി പറയുന്നത് കേട്ട് ഹേപാട് ഇമകൾ പകുതി തുറന്നു. ഇനേനിയെയും, മന്ത്രിയെയും, മെനെപ്പടായെയും അയാൾ മാറിമാറി നോക്കി.

പർദ്ദയ്ക്കപ്പുറത്ത് ഫെറോ മയക്കത്തിൽ ലയിച്ചിരിക്കുന്നത് മെനെപ്പടാ ശ്രദ്ധിച്ചു. പ്രധാനപൂജാരിയും മയങ്ങുന്നു.

ഇനേനിയുടെ ഉറച്ചവാക്കുകൾ സഭാങ്കണത്തിൽ മുഖരിതമായി....

"കേൾക്കുന്നവരുടെ കാതുകൾപോലും അടഞ്ഞുപോകുന്നത്ര പാപമുള്ള കാര്യമാണിത്. കൊടുത്ത കൈയ്ക്ക് തിരിഞ്ഞു കടിച്ച ദുഷ്ടപ്രവൃത്തിയാണ്. കലാപം നടന്നതിന്റെ അടുത്തദിവസം ഇയാൾ സംഘടിതമായി വന്ന് ക്ഷേത്രം കൊള്ളചെയ്തത്രെ. ജനങ്ങളുടെ മുന്നിൽവച്ച് പൂജാരി അപെടിനെ പിടിച്ചു തള്ളി. ഇവിടെയിരിക്കുന്ന സെതെക്നഖ്തും, സെൻഉസർട്ടും ആ രംഗം നേരിൽ കണ്ടവരാണ്. ക്ഷേത്രത്തിൽ ദൈവമില്ല. ഞാനാണ് ദൈവം. എന്നെ പൂജിക്കണമെന്ന് ഇയാൾ കല്പന പുറപ്പെടുവിച്ചുപോലും.....! ക്ഷേത്രക്കലവറ കുത്തിപ്പൊളിച്ച് ഭക്തന്മാർ സമ്മാനിച്ച കാഴ്ചവസ്തുക്കൾ എടുത്തുകൊണ്ടുപോയി. സ്വർണ്ണത്തളികകൾ പിടിച്ചുവാങ്ങി അപെടിന്റെ തലയറുത്ത് സ്മാരകസ്തംഭത്തിൽ കെട്ടിത്തൂക്കുമെന്ന് ഭീഷണിപ്പെടുത്തി. മഹാപ്രഭുവും, പ്രധാനപൂജാരിയും, ഭൂപ്രമാണിമാരും ചേർന്ന് ഈജിപ്തിനെ തിന്നു നശിപ്പിക്കുകയാണെന്ന് ഇയാൾ വിളിച്ചു പറഞ്ഞത്രെ. ഇയാൾ ചെയ്തിരിക്കുന്നത് ദേശദ്രോഹവും ദൈവദ്രോഹവുമാണ്. ഇയാൾ മനുഷ്യനല്ല. സേതാണ്....! സേതാണ്....! ഇയാൾ സേതാണ്....!"

അഭിനന്ദനം രേഖപ്പെടുത്തുന്നുണ്ടോ എന്നറിയാൽ ഇനേനി പ്രധാന പൂജാരിയെ നോക്കി. ആ ചുണ്ടിൽ ഒരു പുഞ്ചിരി പൊടിഞ്ഞു നിന്നിരുന്നു.

ഫെറോ ഉണർന്നിരിക്കയാണ്. ദാസികളുടെ ചാമര സേവയ്ക്ക്

അയാൾ നെഞ്ച് കാട്ടിക്കൊടുത്തു.

പുറത്ത് വെയിലാണ്. ജനങ്ങളുടെ ബഹളം. ഗോപുരവാതിലും കോട്ടയിലെ പാർശ്വദ്വാരങ്ങളും അടച്ചിടണമായിരുന്നെന്ന് മന്ത്രിക്ക് തോന്നി. ഈ സമയമത്രയും ഇവൻ അനങ്ങാതെ നില്ക്കുകയാണ്. ചുണ്ടിളകുന്നതുപോലുമില്ലല്ലോ. മുഖത്ത് യാതൊരു ഭാവമാറ്റവുമില്ല. തന്നെ കാണാൻ വന്നപ്പോഴും.... ഫെറോവിനെ ദർശിച്ചപ്പോഴും... സല്ക്കാരത്തിനിരുന്നപ്പോഴുമുള്ള അതേഭാവം.... അത്ഭുതകരമായിരിക്കുന്നു. വിചിത്ര മനുഷ്യൻതന്നെ! ഇനി രക്ഷയില്ലെന്ന് വിചാരിച്ച് സമാധാനത്തോടെ കഴികയാണോ....? ഇവന് പറയാനുള്ളതും കേൾക്കാം എന്നിട്ട് വിധികല്പിക്കാം. എന്നാൽ ഒറ്റവാക്യത്തിൽ അത് തീർക്കില്ലല്ലോ... അത് ദീർഘമായിരിക്കണം. കനവും തൂക്കവുമുള്ള പദങ്ങളായിരിക്കും. മുമ്പ് ഫെറോവിന്റെ മുന്നിൽവെച്ചാണ് ജജ്മംഖിനെതിരായുള്ള വിധി പ്രസ്താവിച്ചത്. ഇന്ന് പ്രധാനപൂജാരിയും സന്നിഹിതനാണ്. ന്യായാധിപനെന്ന നിലയിലുള്ള തന്റെ കഴിവ് തെളിയിക്കപ്പെടുന്ന അപൂർവ്വ നിമിഷമാണിത്. ആമെർബിന്റെ തീരുമാനം ഥോഥിന്റെ നിയമ സംഹിതപോലെ ശാശ്വതമായിരിക്കണം. ഭക്ഷണത്തിനും വിശ്രമത്തിനുമായി സഭ ഇപ്പോൾ പിരിഞ്ഞ് പിന്നീട് ചേരുന്നതാണ് ഉചിതം. ഫെറോവിന്റെ അഭിപ്രായമെന്താണോ....? മന്ത്രി സെനെബിന്റെ അരികിൽ വിളിച്ചു പറഞ്ഞു.

“വിചാരണ വൈകുന്നേരംവരെ നീണ്ടുനില്ക്കും. ഭക്ഷണത്തിനും വിശ്രമത്തിനുമായി ഇപ്പോൾ പിരിയാമെന്നു തോന്നുന്നു. ഫെറോവിന്റെ അനുമതി വേണമെന്ന് അറിയിച്ചുവാ....”

പ്രധാനപൂജാരിയോട് മന്ത്രിതന്നെ കാര്യം പറഞ്ഞു....

“ഉം... ശരി....ശരി! അപൂർവ്വമായ വിചാരണയല്ലേ....! വിധിയും അപൂർവ്വമായിരിക്കും....” ഹേപാട് തലകുലുക്കി.

പരിഹാസം കുറിക്കുകൊണ്ടെങ്കിലും വേദനിച്ചില്ലെന്ന മട്ടിൽ ആമെർബ് ചിരിച്ചു.

സെനെബ് കൊണ്ടുവന്ന വാർത്തകേട്ട ഉടനെ ആംഖ് ചിഹ്നം തൂക്കിപ്പിടിച്ചുകൊണ്ട് ഫെറോ എഴുന്നേറ്റു. പുറപ്പെടുന്നതിനുമുമ്പ് മഹാറാണി പറഞ്ഞു:

“ആ മെനെപ്പടാ ഒരു നല്ല വാഗ്മിയാണത്രെ. ഈ നെഹനയുടെ അഭിപ്രായമാണിത്. തീർപ്പിനുമുമ്പ് അവന് സംസാരിക്കാനവസരം നല്കണമെന്ന് മന്ത്രിയോട് പറയൂ....”

“കല്പനപോലെ....” സെനെബ് താണുവണങ്ങി.

ഫെറോവും പരിവാരവും അപ്രത്യക്ഷമായ ഉടൻ ഹേപാടും പരിവാരവും ക്ഷേത്രത്തിലേക്ക് പുറപ്പെട്ടു.

മഹാറാണിയുടെ നിർദ്ദേശംകേട്ട് മന്ത്രി പറഞ്ഞു: “അതിനെന്താ....? തീർച്ചയായും അവസരം നല്കാം....” തുടർന്ന് മന്ത്രി പ്രഖ്യാപിച്ചു.

“വെയിലാറിയശേഷം നീതിപീഠം വീണ്ടും ചേരുന്നതാണ്.....”

അയാൾ തന്റെ വാസസ്ഥാനത്തേക്ക് പുറപ്പെട്ടു.

വിശിഷ്ടവ്യക്തികളും സാധാരണ പ്രജകളും സാവധാനത്തിൽ അപ്രത്യക്ഷരായി.

മെനെപ്പടായുടെ ദൃഷ്ടി മെന്നയെ അന്വേഷിച്ചു. ഇല്ല.... ആരുടെ കണ്ണിലും പെടാതെ പുറത്തുകടന്നിരിക്കണം. അയാൾ ബടായെ ചെന്നുകണ്ട് വിചാരണക്കാര്യം വിവരിച്ചുകൊടുക്കും. അവർ പൊട്ടിപ്പൊട്ടി ച്ചിരിക്കും....! അതോ... ആശ്ചര്യപ്പെടുമോ....?

ദളപതി മെനെപ്പടായുടെ സമീപം വന്ന് ഭടന്മാരോട് കല്പിച്ചു: “ജാഗ്രത! രക്ഷപ്പെട്ടേക്കും.....”

ഭടന്മാർ മെനെപ്പടായെ ബന്ധിച്ച കയറുകൾ വലിച്ചുപിടിച്ചു. കുറേക്കൂടി ഭടന്മാർ പ്രതിക്കൂടിനു ചുറ്റും കാവൽനിന്നു.

“സൈനെ അതിർത്തിയിൽനിന്ന് വന്ന ഭടന്മാർ നാളെ ദിഗ്ജയത്തിന് പുറപ്പെടുകയാണ്! അതുകൊണ്ട് അവർക്കിന്ന് വിശ്രമമാണത്രെ! ഓ.....! ഞാനെന്തൊക്കെയാ പറഞ്ഞത്? വൈകുന്നേരവും ഇതേപോലെ ബഹളം തുടർന്നാൽ വലിയൊരു സൈന്യം കൂടാതെ കഴിയില്ല....” ദളപതി പിറുപിറുത്തു.

പുറത്തുള്ളവർ മെനെപ്പടായെ കണ്ടുപോകുന്നതിന് ഉള്ളിൽ വന്നു തുടങ്ങി.

“ഇവിടെയെന്താ നൃത്തം നടക്കുന്നുണ്ടോ.....? നടക്കങ്ങോട്ട്.....” ദളപതി ജനങ്ങളെ ഭയപ്പെടുത്തി പുറത്തേക്കോടിച്ചു.

സഭയിലേക്കുള്ള എല്ലാ വാതിലുകളും അടച്ചിട്ടു.

ഭടന്മാർ ഓരോരുത്തരായി ഭക്ഷണത്തിനുപോയി. അവർക്കുപകരം പുതിയവർ വന്നുചേർന്നു.

വിരാമമില്ലാതെ എല്ലാം ഒന്നവസാനിച്ചിരുന്നുവെങ്കിൽ നന്നാകുമായിരുന്നെന്ന് മെനെപ്പടാ വിചാരിച്ചു. ഇത് സഹനശക്തിയുടെ പരീക്ഷണമാണ്..... നിന്ന നിലയിൽത്തന്നെ അയാൾ ചുമരിന് ചാഞ്ഞു.

“വേണമെങ്കിൽ ഇരുന്നോ....!” ഒരു ഭടൻ പതുക്കെ പറഞ്ഞു.

മെനെപ്പടാ നിലത്തിരുന്നു. ഭടന്മാർ ചുറ്റുമിരുന്നു.

ഭടന്മാരോട് മെനെപ്പടായ്ക്ക് സഹതാപം തോന്നി. പാവങ്ങൾ എന്നെ ഇവർ വെറുക്കുന്നില്ല.....വിശപ്പടക്കാൻവേണ്ടി ഈ ഉദ്യോഗം സ്വീകരിച്ചെന്നുമാത്രം.

ഭടന്മാർ ഉത്സവത്തെക്കുറിച്ച് സംസാരിക്കയാണ്. ദീപാലങ്കാരത്തെപ്പറ്റിയും, ജലോത്സവത്തെസംബന്ധിച്ചും, വിനോദപരിപാടികളെക്കുറിച്ചും അവർ അഭിപ്രായങ്ങൾ പ്രകടിപ്പിച്ചു. മെനെപ്പടാ ആ അഭിപ്രായങ്ങൾ ശ്രദ്ധിച്ചു... താൻ കാണാതിരുന്ന സെഡ് ഉത്സവം.....!

മെനെപ്പടായുടെ ദൃഷ്ടി ചുമരുകളിൽ സഞ്ചരിച്ചു....നീതിമാനായ ഒസൈരിസിന്റെ ചിത്രങ്ങൾ.... വിദേശത്തടവുകാർ വരിവരിയായി നിന്നിരി

ക്കുന്നു... ഇന്നത്തെ ന്യായാധിപൻ ഒസൈരിസല്ല.... ആമെർബാണ്... താൻ വിദേശത്തടവുകാരനല്ല. ഈ മണ്ണിന്റെ സന്താനമാണ്....മറ്റൊരു ചിത്രത്തിൽ ഫെറോ ഒരാളുടെ ശിരസ്സ് ഛേദിക്കുകയാണ് ഈ മദ്ധ്യാഹ്നത്തിൽ ഈ ചുമർചിത്രങ്ങൾക്ക് ജീവൻവെക്കുന്നതുപോലെ. ആ ഗളത്തിൽ നിന്നും ചൂടുചോര പതഞ്ഞൊഴുകുകയാണല്ലോ....! എന്നിരിക്കിലും ഈ നീതിപീഠം ഇപ്പോൾ ശൂന്യമാണ്. പീഠങ്ങൾ ഒഴിഞ്ഞുകിടക്കുന്നു.

ഭക്ഷണം കഴിച്ചെത്തിയ ഒരു കാവൽഭടൻ അറിയിച്ചു:

“ദളപതി പേടിച്ചിരിക്കയാണ്. പുറത്തേക്കുള്ള വാതിലുകളെല്ലാം അടച്ചിട്ടിരിക്കയാണ്. ഗോപുരവാതിൽക്കൽ പ്രത്യേക കാവലും ഏർപ്പെടുത്തിയിരിക്കുന്നു....”

“ഇയാൾ രക്ഷപ്പെട്ടുപോകുമെന്നാണോ കരുതുന്നത്....?” മറ്റൊരു ഭടൻ സ്വകാര്യം ചോദിച്ചു.

“ഉം....”

.... ഒരു വശത്തെ വാതിൽ മെല്ലെ തുറക്കപ്പെട്ടു. കൊട്ടാരം പരിചാരിക ശീബ അകത്തുകടന്നു.

മെനെപ്പടായ്ക്ക് പരിചിതമായ മുഖം.

“എന്താ ചേച്ചി....?” ഒരു ഭടൻ ചോദിച്ചു.

“നിങ്ങൾ ഭക്ഷണം കഴിച്ചോ....?” ശീബ മന്ദഹാസം തൂകിക്കൊണ്ട് ചോദിച്ചു.

“കഴിച്ചു.....”

“ഇയാൾക്ക് എന്തെങ്കിലും കൊടുത്തോ.....?” പതുക്കെ അവൾ അന്വേഷിച്ചു.

ഒന്നുരണ്ടുപേർക്ക് ആ വിചാരമുണ്ടായിരുന്നു. എന്നാൽ... എന്നാൽ....?

“എങ്ങനെയാ ചേച്ചീ കൊടുക്കുന്നത്.....?”

“ഇങ്ങനെ....” എന്ന് പറഞ്ഞ് ശീബ അരവസ്ത്രത്തിന്നുള്ളിൽ ഒളിച്ചുവച്ചിരുന്ന വാടിയ പെപൈറസ് ഇലപ്പൊതി പുറത്തെടുത്തു. “ഒറ്റ റൊട്ടി മാത്രം. വേഗം തിന്നോ ചേട്ടാ. എന്നെ മനസ്സിലായില്ലേ.... ശീബ....?”

ഇല ആരും കാണാതെ പുറത്തേക്കെറിയണമെന്ന് ഭടന്മാരോട് നിർദ്ദേശിച്ചശേഷം അവൾ പുറത്തേക്കിറങ്ങിപ്പോയി.

മഹാമാതാവ്....! ശീബ.....! മെനെപ്പടാ ഭാവോദ്വേഗങ്ങൾക്ക് അധീനനായിപ്പോയി. ഈ മനുഷ്യസ്ത്രീയോട് താൻ ആജീവനാന്തം കടപ്പെട്ടിരിക്കുന്നു. ഈ പെപെറസ് ഇല... ഓ സ്വന്തം നാട്ടിലെ ഇലയല്ലേ ഇത്....? ഈ റൊട്ടി ബടാ കൊടുത്തയച്ചതാണ്. താൻ നിസ്സഹായാവസ്ഥയിലാണെങ്കിലും ഈ ബന്ധുക്കൾ ജാഗ്രതയോടെ വർത്തിക്കുന്നു.

“ശീബ വളരെ ധൈര്യശാലിയാണ്....” ഒരു ഭടൻ പറഞ്ഞു.

“ഭർത്താവ് വന്നിട്ടുണ്ട്. നല്ലവനാണ്.”

"ഉം...."

മെനെപ്പടായുടെ വലതുവശത്തെ കയർ അയച്ചുപിടിച്ചുകൊണ്ട് ആ ഭടൻ പറഞ്ഞു:

"വേഗം തിന്നേ. ആ ദളപതി കണ്ടാൽ കുഴപ്പമാണ്!"

തൊണ്ട കെട്ടിയിരിക്കുന്നു. വിശപ്പ് തീരെയില്ല. എങ്കിലും ബടാ കൊടുത്തയച്ചതാണ്. മഹാമാതാവ് കൊണ്ടുവന്നതാണ്. താൻ തിന്നുകതന്നെ വേണം. ഓ....! എന്തൊരു രുചി....! ഓ....! നെഫീസ് ചുട്ട റൊട്ടി....! മിഴികൾ നിറഞ്ഞൊഴുകുന്നു. രണ്ടു കഷണം മീനുപ്പേരി.... ! പരമാനന്ദമുളവാക്കുന്ന അവസ്ഥ.....! ഓ....നെഫീസ്....! ഓ നെഫീസ്....! എനിക്ക് വിശക്കുന്നു.

മെനെപ്പടാ റൊട്ടിതിന്നുന്നത് മറ്റാരും കാണാതിരിക്കാൻ ഭടന്മാർ എഴുന്നേറ്റ് മറപിടിച്ചുനിന്നു.

നഗരത്തിലെ ഉദ്യാനത്തിലോ നദീതീരത്തോ ഇരുന്ന് ബടായും സംഘവും ഭക്ഷിക്കുന്നുണ്ടാകണം. അവരുടെകൂടെ രാമേരിപ്പടായുമുണ്ട്. അവനെ ഇനിയെന്നാണ് കാണുക? സ്വതന്ത്രനായി ഇവിടെനിന്ന് പുറത്തുകടക്കാൻ ഈ നീതിപീഠം അനുവദിക്കുമോ? കൊയ്ത്തിനടുത്താണ് പ്രസവമെന്ന് നെഫീസ് പറഞ്ഞിരുന്നു. ഭർത്താവിന്റെ പരിചരണമില്ലാതെ അവൾ വിഷമിക്കുകയാവും. താനടുത്തില്ലെങ്കിലെന്താ? ഈ ബന്ധുക്കളുടെയെല്ലാം സുഖകരമായ സാന്നിദ്ധ്യമില്ലേ....?

ഒരു ഭടൻ പെപ്പൈറസ് ഇല ചുരുട്ടിപ്പിടിച്ച് പുറത്തേക്ക് നടന്നു.

"വെള്ളം വേണോ.....?"

"മൂത്രമൊഴിക്കണോ.....?"

വൈകുന്നേരംവരെ ഇതേനിലയിൽ കഴിയേണ്ടതല്ലേ....? പോയി വരാം.

"വരൂ....."

മന്ത്രിയുടെ ഉപയോഗത്തിനുവേണ്ടി ഉണ്ടാക്കിയ മൂത്രപ്പുരയിലേക്ക് അവർ നടന്നു.

മെനെപ്പടായെ മുറിക്കുള്ളിലാക്കി ഭടന്മാർ പുറത്തുനിന്നു. തണുത്ത ജലം. കൈയും മുഖവും കഴുകി. വായിൽ കുലുക്കുഴിഞ്ഞു. തലയിലും അല്പം ജലം തളിച്ചു. തലമുടി പിന്നോട്ട് മാടിവച്ചു. മാലിന്യം കളഞ്ഞ് ദേഹം ശുചിയാക്കി. രണ്ടു കുമ്പിൾ ജലം കുടിച്ചപ്പോൾ നൈൽ നദിയിൽ നീന്തിക്കുളിച്ചെത്തിയ ആശ്വാസമുണ്ടായി.

മെനെപ്പടാ മൂത്രവിസർജ്ജനത്തിനായെഴുന്നേറ്റപ്പോൾ രണ്ടു ഭടന്മാർ മുൻവാതിൽക്കൽചെന്ന് ദൂരേക്ക് നോക്കിക്കൊണ്ട് നിന്നിരുന്നു. പെട്ടെന്ന് ദളപതി വന്നുകയറാതിരിക്കാനുള്ള മുൻകരുതലാണത്. മെനെപ്പടാ പ്രതിക്കൂട്ടിനടുത്തെത്തിയപ്പോൾ ആ ഭടന്മാരും തിരികെ വന്നു.

പ്രപഞ്ച ജീവികളുടെ ചലനങ്ങളെല്ലാം നിശ്ചലമാക്കുന്നതാണ്

റായുടെ ചൂട്. ആ ചൂട് ശമിച്ചതിനുശേഷമേ ജനങ്ങൾ പുറത്തിറങ്ങൂ.

റാ നെറ്റിക്കു മുകളിൽതന്നെ നിന്നുകളഞ്ഞോ....? ഇന്ന് സമയം ക്രമീകരിക്കേണ്ടേ....?

പുറത്ത് ശബ്ദം കേട്ടുതുടങ്ങി. അല്പസമയത്തിനുശേഷം ദളപതി ഉറച്ച് കാൽവെപ്പുകളോടെ കടന്നുവന്നു.

"പ്രതിയെ ഇരിക്കാനനുവദിച്ചതെന്തിന്? പിടിച്ച് നിർത്ത്. നിങ്ങളിപ്പോൾ എവിടെയാണുള്ളത് മറന്നുപോയോ? വിവരംകെട്ട കഴുതകൾ! തലതെറിക്കും...! തല...." ദളപതി പറഞ്ഞു.

അയാൾ തന്റെ ഇടുതുകൈ കഴുത്തിൽ അമർത്തിപ്പിടിച്ച് 'ക്ലക്' എന്ന് ഒച്ചയുണ്ടാക്കി.

"ഈ ജനങ്ങൾക്കും ബുദ്ധിയില്ല." ഉറച്ച സ്വരത്തിൽ ദളപതി തുടർന്നു: "ആടുകളെപോലല്ലേ നുഴഞ്ഞു കയറുന്നത്....! കൃത്യം നൂറു പേരെമാത്രം ഉള്ളിൽ കടത്തണം. നൂറുപേരെ... മറ്റുള്ളവരെല്ലാം വിധി പ്രസ്താവിച്ചതിനുശേഷം കണ്ട് പൊയ്ക്കൊള്ളട്ടെ....."

ഒരു ഭടൻ ഓടിവന്നറിയിച്ചു...."മന്ത്രിയുടെ പല്ലക്ക്."

ദളപതി പുറത്തേക്കോടി.

മന്ത്രി പുറപ്പെട്ട വാർത്ത ഹേപാടിനെയും അറിയിച്ചിരുന്നു.

നീതിപീഠം വീണ്ടും ചേരുകയാണെന്നറിയിച്ചുകൊണ്ട് ഓട്ടുമണി ഉച്ചത്തിൽ മുഴങ്ങി.

ഫെറോവിന് ആയുരാരോഗ്യം നേർന്നുകൊണ്ട് ന്യായാധിപൻ ആസനസ്ഥനായി. വിശിഷ്ടവ്യക്തികളും ധൃതിയിൽ കടന്നുവന്ന് അവരവരുടെ സ്ഥാനം പിടിച്ചു.

മന്ത്രിയുടെ ദൃഷ്ടി അറിയാതെപോലും മെനെപ്പടായുടെ നേർക്ക് പാഞ്ഞുചെന്നില്ല. എന്നാൽ മെനെപ്പടാ നെഞ്ച് വിടർത്തിനിന്ന് മന്ത്രിയെതന്നെ ഉറ്റുനോക്കുകയായിരുന്നു. മന്ത്രിയുടെ അവസ്ഥ പരമദയനീയമാണെന്ന് അയാൾക്ക് തോന്നി. മന്ത്രിയവർകളേ... നിങ്ങളുടെ വിഷമം കാണാൻ വയ്യ....! ഇത് ഉച്ചത്തിൽ വിളിച്ചുപറഞ്ഞാലോ എന്ന് മെനെപ്പടാ ചിന്തിച്ചു. അടുത്ത ക്ഷണംതന്നെ ഇത്തരമൊരു ചിന്ത തനിക്കുണ്ടായല്ലോ എന്നോർത്ത് ചിരിയും വന്നു.....

രംഗം വീണ്ടും സജീവമായി. ഓരോരാളും അവരവരുടെ സ്ഥാനം പിടിച്ചിരിക്കുന്നു.

ഹേപാടും പരിവാരവും എത്തിച്ചേർന്ന് അല്പസമയം കഴിഞ്ഞ് ഫെറോവും സന്നിഹിതനായി...

ഇനി കളി വീണ്ടും തുടങ്ങുകയായി... ഈ ഇരിക്കുന്നവരെല്ലാം കളിക്കാരാണ്.... ഒരേ അർത്ഥത്തിൽ... ഒരേ ഉദ്ദേശ്യത്തോടെ കരുക്കൾ നീക്കുന്നവർ... ഇനി പ്രതിയോഗിയുടെ അവസരമാണ്.

ന്യായാധിപന്റെ ശബ്ദം മുഴങ്ങിക്കേട്ടു....

"ഘോരമായ ആരോപണങ്ങൾക്ക് വിധേയനായിരിക്കുന്ന മെനെ

പ്പടാ....., നിനക്ക് വല്ലതും പറയാനുണ്ടോ? ഉണ്ടെങ്കിൽ ആസ്ഥാനം അതിനവസരം നല്കും....."

"പറയാനുണ്ട് തിരുമനസ്സേ.....! ഒരുപാട് പറയാനുണ്ട്." പുഞ്ചിരിയോടെ മെനെപ്പടാ പറഞ്ഞു.

"റാ അസ്തമിക്കുന്നതിനുമുമ്പ് ന്യായാധിപന് തന്റെ ജോലി പൂർത്തിയാക്കേണ്ടതുണ്ട്. അതുകൊണ്ട് പ്രധാനപ്പെട്ടതെന്താണെന്നുവച്ചാൽ ചുരുക്കി പറയണം...."

മന്ത്രിയെയും, പ്രധാനപൂജാരിയെയും, പർദ്ദയ്ക്കുള്ളിലുള്ള ഫെറോവിനെയും സൂക്ഷിച്ചുനോക്കിയശേഷം മെനെപ്പടാ ഉറച്ച ശബ്ദത്തിൽ സ്പഷ്ടമായി പറഞ്ഞുതുടങ്ങി....

"കുറ്റക്കാരന് സംസാരിക്കാനുള്ള സ്വാതന്ത്ര്യം അനുവദിച്ചില്ലെന്ന അപമാനത്തിന് ഈ ആസ്ഥാനം വഴിവെക്കുകയാണല്ലോ....! ഇത് നീതിശാസ്ത്രത്തിൽ അടിയുറച്ച സഭയാണ്."

ടെഹുടിക്ക് സമാധാനമായി. ഇങ്ങനെ ധിക്കാരം പറയുന്ന ഒരുവനെയാണ് താൻ ശിക്ഷിച്ചത്. അതിൽ ആരും തെറ്റ് കാണില്ല.

ചാമരം വീശുന്നത് നിർത്തിവെക്കാൻ ഫെറോ ആംഗ്യംകാണിച്ചു. അദ്ദേഹം ചെവികൂർപ്പിച്ചിരുന്നു....

"ഇത് നീരാന പ്രദേശത്തെ കർഷകരുടെ സഭയല്ല. സൂക്ഷിച്ചു വേണം സംസാരിക്കാൻ...." മന്ത്രി ദേഷ്യത്തോടെ പറഞ്ഞു.

"നീതിയും നിയമവുമെനിക്കുമറിയാം. ഒപ്പംതന്നെ ഉഴാനും വിത്തിടാനും കൂടി ഞാൻ പഠിച്ചിട്ടുണ്ട്. കൃഷിപ്പണിയില്ലാത്ത സമയത്ത് പാറപൊട്ടിക്കാനും കല്ല് കെട്ടാനും ഞാൻ പോയിട്ടുണ്ട്. എന്നാൽ വക്രോക്തി എനിക്കു ശീലമില്ല. വ്യാജസ്തുതിയും എനിക്കറിയില്ല. കണ്ടത് അതേപോലെ പറയാനേ എനിക്കറിവുള്ളു. മന്ത്രിയവർകളേ....., ഞാനൊരു കാര്യം ചോദിക്കട്ടെ."

"എന്താ....?"

"കോപിക്കരുത്. ശിഷ്ടാചാരത്തെ സംബന്ധിച്ചതാണ്. എൺപതു ദിവസംമുമ്പ് നിങ്ങളെ ഞാൻ കണ്ടപ്പോൾ അതിഥിമന്ദിരത്തിലെല്ലാം വേണ്ടവണ്ണമില്ലേ എന്ന് ചോദിച്ചിരുന്നു. എന്നാൽ തടവറയിൽ എല്ലാം വേണ്ടവണ്ണമുണ്ടായില്ലേ എന്ന് ചോദിച്ചില്ലല്ലോ...."

"ഉം.... തുടരൂ...."

"സെഡ് ഉത്സവത്തിന് പത്തുദിവസംമുമ്പേ എത്തിച്ചേരണമെന്ന് സാമന്തരാജാക്കന്മാർക്കെല്ലാം ക്ഷണക്കത്തയച്ചു. നീരാന പ്രവിശ്യയിലെ നേതാവുംകൂടി ഈ ഉത്സവത്തിൽ പങ്കെടുക്കണമെന്നാണ് മഹാപ്രഭുവിൽ നിന്ന് എനിക്ക് ലഭിച്ച കുറിപ്പ്. അതും മന്ത്രികൾ മുഖാന്തരം. അതാ... ആ നില്ക്കുന്ന രാജദൂതനാണ് എനിക്ക് കൊണ്ടുത്തന്നത്. ഉടനെ പുറപ്പെട്ടുവരികയും ചെയ്തു. പത്തല്ല... എൺപതുദിവസം ഞാൻ കാത്തിരുന്നു. ഉത്സവവും കഴിഞ്ഞു. ഇന്ന് ഞാൻ നാട്ടിലേക്ക് പുറപ്പെടേണ്ട

ദിവസമാണിന്ന്. രാജകൊട്ടാരത്തിൽ വരുന്നതിന് യാതൊരു സങ്കോചവും വേണ്ടെന്ന് മന്ത്രിയവർകൾ പ്രത്യേകം പറഞ്ഞയയ്ക്കയും ചെയ്തിരുന്നു. അതേഭാവത്തോടെ യാതൊരു സംശയവുമില്ലാതെതന്നെയാണ് ഞാനിവിടെ നില്ക്കുന്നത്...."

"ഞങ്ങളുടെ മാട് ഞങ്ങളെ രക്ഷിക്കാതിരിക്കില്ലെന്ന വിശ്വാസത്തോടെയാണ് ഞങ്ങൾ നേർവഴിയിലൂടെ മുന്നേറിയിട്ടുള്ളത്. നമ്മുടെ പ്രാചീന നിയമസംഹിതകൾ എന്താണ് ഘോഷിക്കുന്നത്....? ദൈവം വെള്ളപ്പൊക്കം സൃഷ്ടിച്ചതെന്തിനുവേണ്ടിയാണ്....? ദരിദ്രർക്കും ധനികർക്കും തുല്യാവകാശമുണ്ടാകുന്നതിനാണെന്ന് ദൈവം തന്നെ പറഞ്ഞിട്ടില്ലേ....? നമ്മുടെ പഴയ ലിപിച്ചുരുളുകൾ അനുശാസിക്കുന്നതെന്താണ്.....? ഒരു തുണ്ട് ഭൂമിക്കുവേണ്ടി ദുരാഗ്രഹം പ്രകടിപ്പിക്കാതിരിക്കൂ... വിധവയുടെ വയലിൽ അതിക്രമിച്ച് കടക്കാതിരിക്കൂ. അധർമ്മം വഴി ലഭിക്കുന്ന അഞ്ഞൂറ് വല്ലത്തേക്കാൾ ശ്രേഷ്ഠം ഈശ്വരൻ നല്കുന്ന ഒരു വല്ലമാണെന്നല്ലേ....? പ്രഭാഷണത്തിൽ മാത്രം ഒതുങ്ങി നില്ക്കുന്ന ഈ തത്ത്വങ്ങൾ നീരാനയിലെ ഞങ്ങൾ പ്രാവർത്തികമാക്കിയത് തെറ്റാണോ....? അങ്ങുതന്നെ പറയണം...."

ഹേപാട് ഇനേനിയെ നോക്കി. അയാൾ ഭയഭക്തിയോടെ കുനിഞ്ഞു നിന്നു. അയാളുടെ ചെവിയിൽ പ്രധാനപൂജാരി എന്തെല്ലാമോ മന്ത്രിച്ചു.

മെനെപ്പടാ പറഞ്ഞുതീർന്ന ഉടൻ ഇനേനി ഉറക്കെ വിളിച്ചുപറഞ്ഞു. "പ്രധാനപൂജാരിയവർകൾ കല്പിക്കുന്നു... ഈ നീചന് പവിത്രമായ നീതികളെക്കുറിച്ച് സംസാരിക്കാനവകാശമില്ല...."

"മഹാപരാധം ചെയ്തുപോയി....അല്ലേ....? എന്നാൽ ഇതിനേക്കാൾ വലിയ മറ്റൊരു തെറ്റ് കൂടി ചെയ്തിട്ടുണ്ടെന്നറിയാമോ? ഞങ്ങളുടെ നെയ്ത്തുകാരൻ അൻപുവിനെ ടെഹുടിയുടെ ഭടന്മാർ അമ്പെയ്തു കൊന്നപ്പോൾ ശവം മറവുചെയ്യുന്നതിനു മുമ്പ് *പകൽവെളിച്ചത്തിലേക്ക് വരിക* എന്ന ഗ്രന്ഥം പൂജാരിയെകൊണ്ട് വായിപ്പിച്ചിട്ടുണ്ട്.....!"

"ദരിദ്രനെയ്ത്തുകാരന്റെ ശവസംസ്കാരത്തിന് *പകൽ വെളിച്ചത്തിലേക്ക് വരിക* എന്ന ഗ്രന്ഥം വായിച്ചെന്നോ! ദൈവദോഷത്തിന്റെ അങ്ങേ അറ്റമാണിത്....!"

"വലിയവരെല്ലാം മരിച്ചതിനുശേഷം ഇരുളിൽ നിന്ന് വെളിച്ചത്തിലേക്ക് വരും. ആത്മാഹുതി നല്കപ്പെട്ട അൻപുവിനും ആ ഭാഗ്യം സിദ്ധിക്കുന്നത് ന്യായമല്ലെന്നാണോ....?"

"ഇത് താന്തോന്നിത്തരമാണ്....."

"തിരുമനസ്സേ...., ഒരു കാര്യംകൂടി ഈയവസരത്തിൽ തന്നെ ചോദിക്കാമെന്നു തോന്നുന്നു. ഞങ്ങളുടെ നാട്ടിലെ പൂജാരി എന്നെപ്പറ്റി ആക്ഷേപം ബോധിപ്പിച്ചെന്നല്ലേ ഇവിടെ പറഞ്ഞുകേട്ടത്. എപ്പോഴാണ് അയാൾ പരാതി ബോധിപ്പിച്ചത്? ആരാണ് അത് കൊണ്ടുവന്നത്....?"

"അതെല്ലാമറിയുന്നതിന് ഇവിടെ വേറെ വ്യവസ്ഥയുണ്ട്...."

"ഉണ്ടെന്നറിയാം. ഈജിപ്തിൽ ചാരവൃത്തി പൂജാരിയുടെ മഹത്ത്വം വർദ്ധിപ്പിക്കുമെന്നുള്ളത് പ്രസിദ്ധമല്ലേ....?"

"പ്രതിയുടെ അഭിപ്രായത്തിൽ അതെല്ലാം കള്ളമാണെന്നാണോ.....?"

"പ്രധാനപൂജാരിയുടെ ആംഗ്യത്തിനനുസരിച്ച് തുള്ളുന്ന മനുഷ്യനാണ് അപെട്.....! അതിന് സംശയമില്ല എന്നാൽ സ്വയം അദ്ദേഹം പരാതിയുമായി മുന്നോട്ട് വന്നെന്ന് പറയുന്നത് വിശ്വസിക്കാൻ കഴിയില്ല, പറയൂ.... എപ്പോഴാണ് അയാളിത് ബോധിപ്പിച്ചത്....?"

"നീരാനപ്രവിശ്യയിൽ ചെന്ന രാജദൂതനാണ് വാർത്ത കൊണ്ടുവന്നത്..." ഇനേനി ഉച്ചത്തിൽ വിളിച്ചുപറഞ്ഞു.

രാജദൂതൻ പരുങ്ങലിലായി. കണ്ണടച്ചുപിടിച്ച് സ്വയം നിയന്ത്രിച്ചുകൊണ്ട് അയാൾ പറഞ്ഞു. "അതേ...."

"എന്ത്....! എല്ലാവരും കള്ളം പറയുന്നതുകൊണ്ട് നിങ്ങൾക്കും ആകാമെന്നാണോ....? അന്ന് ഞങ്ങളുടെ ദളപതി ഖ്നേംഹോടെപിന്റെ വീട്ടിലല്ലേ ഭക്ഷണം കഴിച്ച് വിശ്രമിച്ചത്? വൈകുന്നേരം തന്നെ തിരികെ പുറപ്പെടുകയും ചെയ്തല്ലോ. പൂജാരി നിങ്ങളെ കണ്ടിട്ടേയില്ല....! എന്നെപ്പറ്റി ഒന്നും പറഞ്ഞിട്ടുമില്ല...."

രാജദൂതന്റെ മുഖം വിളറിവെളുത്തു.

"ഇത്തരം ചോദ്യങ്ങൾ അനുവദനീയമല്ല...." മന്ത്രി തടസ്സം നിന്നു.

"നീതിമാനോ....! നിങ്ങൾ മന്ത്രിയുടെ വേഷത്തിലായിരുന്നപ്പോൾ നീരാന പ്രവിശ്യയിലെ നേതാവിനെ കാണാൻ ഉൽക്കണ്ഠ പൂണ്ടു. രാജ്യഭരണത്തിൽ പ്രധാനപൂജാരി കൈയിടുന്നുണ്ടെന്ന് നിങ്ങളെന്നോട് പറഞ്ഞില്ലേ? ഞങ്ങളുടെ നാട്ടിലെ അപെട് അയാളുടെ ജോലി മാത്രമാണ് ചെയ്യുന്നതെന്ന് ഞാൻ പറഞ്ഞു. ക്ഷേത്രച്ചെലവ് ഞങ്ങളാണ് നിർവ്വഹിക്കുന്നതെന്നും ഞാൻ പറഞ്ഞിരുന്നു. അതുകേട്ട് രാജ്യത്തുടനീളം ആ പ്രശ്നം പരിഹരിക്കാൻ കഴിഞ്ഞെങ്കിൽ എന്ന് നിങ്ങളഭിപ്രായപ്പെട്ടത് മറന്നുപോയോ.....?"

ഹേപാട് ദഹിപ്പിക്കുന്നവിധം മന്ത്രിയെ നോക്കി. ആമെർബ് അതു വകവെക്കാതെ പറഞ്ഞു....

"പ്രതി എന്തൊക്കെയാണ് പറഞ്ഞുകൂട്ടുന്നത്? സങ്കല്പത്തോണിയിൽ യാത്ര ചെയ്യുകയാണോ....?"

"സങ്കല്പത്തോണിയിലല്ല.... യഥാർത്ഥമായ തോണിയിൽ തന്നെ. അഞ്ച് രാവും അഞ്ച് പകലും യാത്രചെയ്തിട്ടാണ് ഞാനിവിടെ എത്തിച്ചേർന്നത്. സ്വീകരിക്കാൻ നീരാനയിലെ സാമന്തരാജാവായിരുന്ന ഗേബുവിനെ മന്ത്രിയവർകൾ നിയോഗിക്കയും ചെയ്തിരുന്നു. രാജ്യദ്രോഹിയും ദൈവദ്രോഹിയുമായ എനിക്ക് എന്തൊരു സ്വീകരണം....! ഗേബു എന്റെ രണ്ടുകൈയുംപിടിച്ച് ആട്ടിക്കൊണ്ട് പറഞ്ഞതെന്താണ്... ഞാൻ നിങ്ങളുടെ ബന്ധുവാണ്.... എന്നെ പേരെടുത്ത് വിളിച്ചാൽ മതി എന്ന്. അദ്ദേ

ഹത്തിന്റെ നാട് ലിഷ്ട് സുന്ദരമായ പട്ടണമാണത്രെ. പൗർണ്ണമാസി നാളിൽ എന്നെ കൂട്ടിക്കൊണ്ടുപോയി നദിയിലിരുന്ന് അതിന്റെ സൗന്ദര്യം കാട്ടിത്തരാമെന്നും ആ സാമന്തൻ പറഞ്ഞിരുന്നു...." ഗേബുവിനോടായി മെനെപ്പടാ തുടർന്നു. "ഗേബു, നിങ്ങളുടെ കുടുംബത്തിന്റെ മുഴുവൻ സ്വത്തുക്കളും രണ്ട് വലിയ പെട്ടികളിലിട്ട് ഭദ്രമായി സൂക്ഷിച്ചുവച്ചിട്ടുണ്ടെന്ന് ഞാൻ പറഞ്ഞിട്ടുണ്ടല്ലോ.... മറന്നുപോയോ....?"

"ഇത്തരം തടസ്സവാദങ്ങൾക്ക് ആരും മറുപടി പറയേണ്ട...."

"എന്തു മറുപടി പറയാൻ....! പാവം.....! മന്ത്രിക്ക് വയസ്സായി. ഭരണത്തിന്റെ കടിഞ്ഞാൺ അയഞ്ഞിരിക്കയാണെന്നാണ് ടെഹുടി കുറ്റപ്പെടുത്തുന്നത്. ആമെർബിനെ വീട്ടിലിരുത്തി ആ സ്ഥാനത്ത് തനിക്ക് കയറിപ്പറ്റാനാകുമോ എന്നാണ് അയാളുടെ ചിന്ത. അതുകൊണ്ടാണ് മുൻകൂട്ടി പ്രധാനപൂജാരിയുടെ പക്ഷത്ത് നിലയുറപ്പിച്ചിരിക്കുന്നത്. ഇതെല്ലാം ഗേബുവിൽ നിന്നാണ് ഞാനറിഞ്ഞത്. മഹാപ്രഭുവിനെ ഞാൻ കണ്ടതും മന്ത്രിയവർകളുടെ അഭിമതമനുസരിച്ചാണ്....."

"ദേവരൂപനായ മഹാപ്രഭുവിന്റെ കാര്യം നീതിപീഠത്തിനു മുന്നിൽ പ്രസ്താവിക്കരുത്....."

"ഫെറോ മഹാപ്രഭുവിന്റെ ആയുരാരോഗ്യം വർദ്ധിക്കട്ടെ റാ പുത്രൻ കല്പിച്ചിട്ടുണ്ട്....'തന്റെ പ്രജകളുടെ സുഖദുഃഖങ്ങൾ മഹാഇടയന് നല്ല വണ്ണമറിയാൻ കഴിയും. വലിയ കുടുംബമാകുമ്പോൾ ചെറുതും വലുതുമായ കലഹങ്ങൾ സ്വാഭാവികമാണ്. കുടുംബനാഥന്റെ സ്നേഹത്തണലിൽ എല്ലാ ഉഷ്ണവും ശമിക്കുന്നു. മുറിവുകൾ അപ്രത്യക്ഷമാകുന്നു....' ഒരു കാര്യംകൂടി റാ പുത്രൻ പ്രസ്താവിച്ചിട്ടുണ്ട്....'ജനങ്ങളോടുള്ള ഉത്തരവാദിത്വം മറന്ന് പെരുമാറുന്നവൻ ശിക്ഷാർഹനാണ്.....!' ആ വ്യക്തി ടെഹുടിയാണെന്ന് ഞാൻ മനസ്സിലാക്കി....."

"നിർത്ത്....! ഫെറോവിന്റെ വാക്കുകൾ നീതിപീഠത്തിനുമുന്നിൽ ചർച്ചചെയ്യപ്പെടരുത്....! അത് നിഷിദ്ധമാണ്"

"സറുസദസ്യർക്ക് നല്കിയ വിരുന്നിൽ ഞാനും ക്ഷണിക്കപ്പെട്ടു. 'മുറിവ് മുറിവ് തന്നെയാണ്..... യഥാകാലത്ത് മരുന്നുവെച്ചുണക്കുന്നതാണ് ബുദ്ധി....' എന്ന് നിങ്ങളുടെ മൂത്ത ഉപദേഷ്ടാവായ ഹെഖ്വെട് പറഞ്ഞിരുന്നു. ശാന്തിയും സമാധാനവുമാണ് മുഖ്യമത്രെ. ഹെഖ്വെടിന്റെയും ഗേബുവിന്റെയും മദ്ധ്യത്തിലാണ് ഞാനിരുന്നത്. അന്ന് ഞാൻ നിങ്ങൾക്ക് വളരെ വേണ്ടപ്പെട്ടവനായിരുന്നു. ഗംഭീരമായ സല്ക്കാരം....! മദ്യത്തെക്കുറിച്ച് ഗേബു പറഞ്ഞിരുന്നു....'ഫെറോവിന് ഏറ്റവും പഴകിയ മദ്യമാണിഷ്ടം. പൂർവ്വികരുടെ കാലത്തുള്ളത്. റാ ഈജിപ്ത് ഭരിക്കുന്ന കാലത്തു തന്നെ ഉണ്ടാക്കിയത്....! ഏതിനും ഒരതിര് വേണ്ടേ....?"

"പാടില്ല.....! പാടില്ല....! വ്യക്തിപരമായ പരാമർശമൊന്നും ഇവിടെ പാടില്ല...."

"വ്യക്തിപരമായി എനിക്കെന്തു സംഭവിക്കുന്നുവെന്നത് ഒരു

പ്രശ്നമല്ല. നീരാന പ്രവിശ്യയിലെ ജനങ്ങൾക്ക് സമാധാനത്തോടെ ജീവിക്കാൻ കഴിയണം. ഇതിന് രാജധാനിയുടെ സഹായമുണ്ടായാൽ എല്ലാവർക്കും നല്ലത്....എന്ന് എന്റെ ബന്ധു ബടായോട് ഞാൻ പറഞ്ഞിരുന്നു...."

"ഇത് ഭീഷണിയുടെ സ്വരമാണ്....! തന്നിഷ്ടംപോലെ ജീവിക്കാനനുവദിച്ചില്ലെങ്കിൽ കലാപം നടത്തുമെന്നാണോ....?"

"സരളമായ രണ്ട് പദങ്ങൾക്ക് നീതിമാനായ അങ്ങ് വിപരീതാർത്ഥം കല്പിക്കുകയാണ്....."

"നീതിപീഠത്തെ നിന്ദിക്കയോ....! ധിക്കാരം...! മെനെപ്പടാ നിന്റെ ബുദ്ധി വളഞ്ഞുപോയിരിക്കുന്നു. പശ്ചാത്തപിക്കേണ്ടിവരും. ജാഗ്രത....!" മന്ത്രി ഭയപ്പെടുത്തി.

"ജീവൻ പണയംവച്ച് അദ്ധ്വാനിക്കുന്നവർക്ക് അരവയറും ചമ്മട്ടിയടിയും....! വീർത്ത പന്നിയെപ്പോലെ കഴിയുന്ന ഭൂപ്രമാണിമാർക്ക് കൊട്ടാരം പല്ലക്ക്! ദരിദ്രരുടെ ശവം മറയ്ക്കാൻ കീറത്തുണിപോലും പാടില്ല.....! എന്നാൽ ക്ഷേത്രത്തിലെ ഉച്ഛിഷ്ടംതിന്ന് അലഞ്ഞുതിരിയുന്ന നായ ചത്താൽ സുഗന്ധദ്രവ്യംപോലും തളിക്കുന്നു.....! പൂജാരിവർഗ്ഗത്തിന്റെ കാമാസക്തിക്ക് ദേവദാസി വർഗ്ഗം ബലിയർപ്പിക്കപ്പെടുന്നു....! കുട്ടികളും പേരക്കിടാങ്ങളുമായി കഴിഞ്ഞുകൂടേണ്ടിയിരുന്ന സ്ത്രീകൾ ക്ഷേത്രത്തിലെ കാളക്കൂറ്റന്മാരുടെയും മുട്ടനാടുകളുടെയും വികാരശമനത്തിന് നിർബ്ബന്ധിക്കപ്പെടുന്നു.....!"

"അശ്ലീലപദങ്ങളുച്ചരിക്കുന്നോ? തലകെട്ടുപോയോ....?"

"കണ്ടത് കണ്ടതുപോലെ പറയുന്നത് തെറ്റാണോ....?"

"ഇത് തികച്ചും ഭ്രാന്ത് പറച്ചിലാണ്...."

"നിങ്ങളെയെതിർക്കുന്നവർക്കെല്ലാം ഭ്രാന്തന്മാരുടെ ബിരുദമാണല്ലോ നല്കുന്നത്.....?"

സഭയിൽ പ്രകാശം കുറഞ്ഞുതുടങ്ങി. വൈകുന്നേരമാവുകയാണ്. അല്പം കഴിഞ്ഞാൽ ഇരുൾ കടന്നുവരും.

മന്ത്രിക്ക് ദേഷ്യം വന്നു. അസ്വസ്ഥനായി അയാൾ അങ്ങുമിങ്ങും കണ്ണോടിച്ചു. ഇവൻ നിർത്തുന്ന ലക്ഷണം കാണുന്നില്ല.

"സംസാരിച്ചു തീർന്നോ....? പ്രധാനപൂജാരിക്ക് സന്ധ്യാവന്ദനത്തിനുള്ള നേരമായി...."

"അതിന് എന്ത് തടസ്സം. അദ്ദേഹം വന്ദനം കഴിച്ചുവരട്ടെ."

"നീമൂലം മഹാപ്രഭുവും മഹാറാണിയും വിഷമത്തിലായി."

ന്യായാധിപൻ അടുത്തിരിക്കുന്നവനുമായി അടക്കിപ്പിടിച്ചു സംസാരിച്ചു. സാധാരണ പ്രജകളും ശ്വാസംവിട്ട് അന്യോന്യം എന്തൊക്കെയോ മന്ത്രിച്ചു. മന്ത്രി പൂജാരിയുമായി ഏതോ കാര്യം ചർച്ചചെയ്തുറപ്പിച്ചു.

“നിശ്ശബ്ദം.....! നിശ്ശബ്ദം...! നീതിപീഠത്തിന്റെ പരിശുദ്ധി ഏവരും കാത്തുസൂക്ഷിക്കണം. വിളക്കുകൾ കൊളുത്തുന്നതിന് കല്പന നല്കുന്നു. പ്രതി വേഗത്തിൽ പറഞ്ഞവസാനിപ്പിക്കട്ടെ....” മന്ത്രി ഉറക്കെ പറഞ്ഞു.

“ഉപകാരത്തിന് നന്ദി. അതുല്യമായ പ്രാചീന സംസ്കാര പാരമ്പര്യമാണ് ഈജിപ്തിനുള്ളത്. അടിത്തറമേൽ കെട്ടിപ്പൊക്കിയ പത്താളുയരത്തിലുള്ള ശവകുടീരമാണ് നമ്മുടെ സമൂഹത്തിന്റെ വിസ്തീർണ്ണം. ആയിരക്കണക്കിനുള്ള തൊഴിലാളിവർഗ്ഗത്തിന്റെ ബാഹുബലത്തിലാണ് ഈ വ്യവസ്ഥ നിലനില്ക്കുന്നത്. ഉയരം കൂടുന്തോറും വിസ്താരം കുറഞ്ഞു കുറഞ്ഞു വരുന്നു. പണിയെടുപ്പിക്കാൻ മേസ്ത്രികൾ, ഭൂപ്രമാണിമാർ, വർത്തകമുഖ്യന്മാർ, സൈന്യം, ഭരണാധികാരികൾ, പൂജാരികൾ ഇവയെല്ലാം പരസ്പരം ബന്ധപ്പെട്ട കണ്ണികളാണ്. ഈ കണ്ണികൾ കൂടിച്ചേർന്നാണ് സമൂഹത്തെ രൂപപ്പെടുത്തുന്നത്.

ഓട്ടുവിളക്കുകൾ കൊണ്ടുവന്നു തുടങ്ങി. വിളക്കുകൾ കത്തിക്കുന്ന ജോലി പൂർത്തിയാകട്ടെന്നു കരുതി മെനെപ്പടാ സംസാരം നിർത്തി. വർഷങ്ങൾക്കുമുമ്പ് ഇതേപോലെ മന്ത്രി വിളക്കുകളുടെ പ്രകാരത്തിലും കാര്യപരിപാടികളിൽ മുഴുകിയിരുന്നെന്ന് ചിലരോർത്തു. അന്ന് അതിർത്തിയിൽ യുദ്ധം പൊട്ടിപ്പുറപ്പെട്ട സമയമായിരുന്നു. എന്നാൽ നീതിപീഠം ഇങ്ങനെ ചേരുന്നത് ഇതാദ്യമാണ്.

ഓട്ടുവിളക്കുകളുടെ പ്രകാശത്തിൽ പുഞ്ചിരിചിതറിക്കൊണ്ട് മെനെപ്പടാ സംസാരം തുടർന്നു.

“കണ്ണികളാണ് ഈ വ്യവസ്ഥയെ രൂപപ്പെടുത്തുന്നതെന്ന് പറഞ്ഞല്ലോ. നമ്മുടെ പൂർവ്വികരുടെ അഭിപ്രായപ്രകാരം കൈയൂക്കുകൊണ്ട് ഒന്നും നേടാനാവില്ല. എന്നാൽ ഞങ്ങളുടെ പ്രവർത്തനങ്ങൾ അത് കളവാണെന്ന് തെളിയിച്ചു! നികുതിപിരിവും, സമാധിനിർമ്മാണവും, പാറപൊട്ടിക്കലുമെല്ലാം ബലംപ്രയോഗിച്ചാണ് നടത്തുന്നത്. അടിമകളെ നിർബ്ബന്ധപൂർവ്വം പണിയെടുപ്പിച്ചിട്ടാണ് നമ്മുടെ സമ്പത്ത് ഉല്പാദിപ്പിക്കുന്നത്. ഇത് സ്വർണ്ണപ്പിശാചുക്കളുടെ സമൂഹമാണ്. മനുഷ്യജീവിക്ക് യാതൊരു വിലയും ഇവിടെയില്ല. യുദ്ധത്തിൽ തടവുകാരായി പിടിച്ചവർ നമ്മുടെ അടിമകളായിത്തീരുന്നു. അവരെ കൊല്ലുകയാണെങ്കിൽ നമ്മുടെ പടയാളികൾ അവരുടെ വലംകൈയോ, ലിംഗമോ അരിഞ്ഞെടുത്ത് കൊണ്ടുവന്ന് കൊട്ടാരം എഴുത്തുകാരെ കാണിച്ച് രേഖപ്പെടുത്തി വയ്പ്പിക്കുന്നു. ഭടന്മാർ കൊണ്ടുവരുന്ന അവയവങ്ങൾക്കനുസരിച്ച് അവർക്ക് ബഹുമതിയും സമ്മാനങ്ങളും നല്കുന്നു. ഇതല്ലേ സംസ്കാരം....”

“സംസാരം നിർത്ത്.....” മന്ത്രിയുടെ കോപം പാരമ്യത്തിലെത്തി. “നീ പറയുന്നതും ഈ വിചാരണയും തമ്മിൽ യാതൊരു ബന്ധവുമില്ല.”

മന്ത്രിയുടെ വാക്ക് ശ്രദ്ധിക്കാതെ മെനെപ്പടാ തുടർന്നു...

“ഇത്തരം സംസ്കാരങ്ങൾ അസഹ്യമായപ്പോഴാണ് ഞങ്ങൾ പീഡിതർ.... സടകുടഞ്ഞെഴുന്നേറ്റത്. ഏവർക്കും ശാന്തിയും സമാധാനവും

നല്കുന്ന പുതിയ വ്യവസ്ഥ ആരംഭിക്കുകയും ചെയ്തു. ഈ കാലമത്രയും ആടുമാടുകളെപോലെ കശാപ്പുകാരന്റെ കത്തിക്ക് തലകൊടുത്തത് പോരെ? ദൈവത്തിന്റെ പേരിൽ സംസാരിക്കുന്ന പൂജാരിയുടെ കൈപ്പിടിയിൽ ഞെരിഞ്ഞമർന്നത് പോരെ....?"

"നിർത്ത്....! നിർത്ത്....! സമയമായി.....!" ന്യായാധിപൻ ഗർജ്ജിച്ചു.

സഭയിൽ വീണ്ടും കുശുകുശുക്കലുയർന്നു.

"നിശ്ശബ്ദം....! നിശ്ശബ്ദം....!" ന്യായാധിപൻ വിളിച്ചു പറഞ്ഞു.

സ്വരം താഴ്ത്തി സാവധാനത്തിൽ മെനെപ്പടാ പറഞ്ഞു.

"നിർത്തുകയാണ്. ഈ ദിവസങ്ങളത്രയും നിങ്ങളുടെ ചതുരംഗക്കളിയിൽ ഞാനൊരു കരുവായിരുന്നു. ഇപ്പോൾ നിങ്ങളെല്ലാം ഒന്നിച്ചു ചേർന്നിരിക്കുന്നു. കളി തീർന്നിരിക്കുന്നു. ഇനി കരുവിന്റെ ആവശ്യമില്ല. സ്നോഫ്രുവിന്റെയും, സെതെക്നഖുവിന്റെയും, ഞങ്ങളുടെ നാട്ടിലെ മൂത്തവരുടെയും കണ്ണിൽ ഞാനൊരു ശാന്തപ്രകൃതനായ നേതാവാണ്. ചേട്ടാ.... ചേട്ടനെപ്പോഴാണ് ദേഷ്യം വരികയെന്ന് ബടാ ചോദിച്ചിരുന്നു....." വളരെ പതുക്കെ...."എപ്പോഴാണ്? എപ്പോഴാണ്....?"

ക്രമേണ ശബ്ദമുയർത്തി മെനെപ്പടാ പ്രഖ്യാപിച്ചു.

"മഹാപ്രഭുക്കളെ, പ്രധാനപൂജാരിയവർകളെ..... മന്ത്രിവര്യരെ.... ഇവിടെ കൂടിയിരിക്കുന്ന വിശിഷ്ടവ്യക്തികളെ.... എല്ലാവരും കേൾക്ക്, ചെവിതുറന്ന് കേൾക്ക്. ഞങ്ങൾക്ക്.... ജനങ്ങൾക്ക് ദേഷ്യം വന്നാൽ അതു വെള്ളപ്പൊക്കംപോലെ ഭീകരമായിത്തീരും.....! അതിൽ നിങ്ങളെല്ലാം കുത്തിയൊഴുകിപ്പോകും! വെള്ളമിറങ്ങിക്കഴിഞ്ഞാൽ കാണപ്പെടുന്നത് തികച്ചും നൂതനമായ ഒരു ലോകമായിരിക്കും! തികച്ചും നൂതനമായത്....! ആ നവ്യസൃഷ്ടി ശാശ്വതമായിത്തീരട്ടെയെന്ന് റായോടും പ്ടായോടും അമനോടും ഞാനിതാ അനന്യഭാവത്തോടെ പ്രാർത്ഥിക്കുന്നു.....!"

സംസാരം തീർന്ന ഉടൻ മെനെപ്പടാ മുട്ടുകുത്തിയിരുന്ന് തല താഴ്ത്തിപ്പിടിച്ചു.

സഭ പെട്ടെന്ന് നിശ്ചലമായി. കാറ്റുപോലും ശ്വാസമടക്കിപ്പിടിച്ചു.

ഓട്ടുവിളക്കുകളിലെ പ്രകാശം ഒഴുകിത്തീർന്നുകൊണ്ടിരുന്നു.

ഫെറോ ഒന്നിളകിയിരുന്നു. ഹേപാട് അധികാരദണ്ഡ് അല്പം മുന്നോട്ട് നീക്കിവച്ചു. അയാളുടെ പരിവാരങ്ങൾ മന്ത്രിയെ തന്നെ ഉറ്റു നോക്കി. വിശിഷ്ട വ്യക്തികൾ വിളറിയ മുഖത്തോടെ തലതാഴ്ത്തിയിരുന്നു. സാധാരണ പ്രജകൾ മാത്രം എന്തോ മനസ്സിലായതുപോലെ മിഴിച്ചുനിന്നു.

ആമെർബ് ശ്വാസഗതി നിയന്ത്രിച്ചുകൊണ്ട് ഇപ്പോൾ നടന്നതെന്താണെന്ന് തിരിച്ചറിയാൻ ശ്രമം നടത്തി. ഈ മെനെപ്പടാ തന്നത്താൻ വിധി പ്രസ്താവിച്ചമാതിരിയാണല്ലോ. എക്കാലത്തും ജനങ്ങൾ ഓർമ്മിക്കുന്ന വിധം ദീർഘമായ വിധി പ്രസ്താവിക്കണമെന്ന് കരുതിയിരിക്കയായിരുന്നു. എന്നാൽ....എന്നാൽ... ആലോചിച്ചുറപ്പിച്ചതെല്ലാം മറന്നുപോയിരി

ക്കുന്നു.... തൊണ്ട വരണ്ടിരിക്കുന്നു. ശബ്ദം ശരിക്ക് പുറപ്പെടില്ല. പക്ഷേ, ഇനിയും താമസിക്കരുത്. പ്രധാനപൂജാരി തന്നെത്തന്നെ ഉറ്റുനോക്കുകയാണ്. ഫെറോവും....

''ഘോരമായ അപരാധങ്ങളാണ്....'' ന്യായാധിപൻ ആരംഭിച്ചു.

പറഞ്ഞ വാക്കുകൾ അദ്ദേഹംതന്നെ കേട്ടില്ല. നാക്കുനീട്ടി ചുണ്ട് നക്കിത്തുടച്ചു. തുപ്പലിറക്കിയശേഷം വീണ്ടും അതേ പദങ്ങൾ ഉച്ചരിച്ചു.

"ഘോരമായ അപരാധങ്ങളാണ്! പ്രതിക്ക് നീതിപീഠം കല്പിക്കുന്ന ശിക്ഷയുടെ വിവരങ്ങൾ ഇപ്രകാരമാണ്."

ന്യായാധിപൻ ഒരിക്കൽകൂടി ചുണ്ട് നക്കിത്തുടച്ചുകൊണ്ട് സെനെബിനെ നോക്കി.

ആ എഴുത്തുകാരൻ തുറന്നുപിടിച്ച ലിപിച്ചുരുളുമായി അല്പം മുന്നോട്ട് നീങ്ങിനിന്ന്, ശബ്ദത്തിലെ വിറയൽ മറച്ചുവെക്കാൻ ശ്രമിച്ചുകൊണ്ട് വായിച്ചു.

"മൂക്ക്, ചെവി, കൈ, നാവ് തുടങ്ങിയ അംഗങ്ങൾ ഛേദിക്കൽ....! വാളുകൊണ്ട് കീറൽ....! ശൂലം പ്രയോഗിക്കൽ....! ജീവനോടെ ദഹിപ്പിക്കൽ....! ശിരച്ഛേദനം.....! ജീവിച്ചിരിക്കെതന്നെ ശവലേപനം ചെയ്യൽ...! സ്വന്തം കൈകൊണ്ടുതന്നെ മരിക്കൽ....!"

സെനെബ് പൂർവ്വസ്ഥാനത്തേക്കുതന്നെ നീങ്ങിനിന്നു.

"പ്രതി എഴുന്നേറ്റുനില്ക്കട്ടെ....." ന്യായാധിപൻ കല്പിച്ചു.

"ഏതായാലും മുട്ടുകുത്തിയിരിക്കയല്ലേ....? അങ്ങനെതന്നെ ശിക്ഷ വിധിക്കാം...." ന്യായാധിപന്റെ ചുറ്റിൽനിന്ന് ആരോ അഭിപ്രായപ്പെട്ടു.

മന്ത്രിക്ക് അത്ഭുതം ഇത് സമർത്ഥിക്കലാണോ....? അതോ പരിഹസിക്കയോ....?

മെനെപ്പടാ അവശനായിത്തീർന്നു. ശരീരവും തലച്ചോറും എല്ലാം മരവിക്കുന്നതുപോലെ.... കണ്ണടച്ചു പിടിക്കാം... ഇതേ നിലയിൽ ഉറങ്ങിപ്പോയിരുന്നെങ്കിൽ...എന്നാൽ പ്രതി എഴുന്നേറ്റ് നില്ക്കണമത്രെ....! മറ്റൊരു സ്വരം ആരുടേതാണെന്നറിയുന്നില്ല..... ആ ശബ്ദം പരിചിതമാണെന്ന് തോന്നുന്നു. ഛെ....! താനിങ്ങനെ ദുർബ്ബലനായാലോ....? എഴുന്നേറ്റ് നില്ക്കണം... ഈ കയർ ഇവർ മുറുക്കിപ്പിടിക്കുകയാണല്ലോ.

മെനെപ്പടാ എഴുന്നേറ്റുനിന്നു. തന്റെ പാരവശ്യത്തിൽ അയാൾ സ്വയം ആശ്ചര്യപ്പെട്ടു. ദീർഘമായി ശ്വസിച്ചപ്പോൾ കയറിൽ ദേഹം മുറുകിനിന്നു. ന്യായാധിപനെയും, പ്രധാനപൂജാരിയെയും, ഫെറോവിനെയും അയാൾ മാറിമാറി നോക്കി. ആ മുഖം ക്രമേണ വികസിച്ചു. ചുണ്ടിൽ മന്ദഹാസം പൊട്ടിവിടർന്നു.

"തന്റെ കുറ്റകൃത്യങ്ങളെക്കുറിച്ചോർക്കാൻ പാപിയായ പ്രതിക്ക് അവസരം നല്കുന്നത് ഭീകരമാണ്. എന്നാൽ അതനിവാര്യവും അത്യാവശ്യവുമാണെന്ന് തോന്നിയതുകൊണ്ട് നീതിപീഠം അതിനവസരം നല്കി. നീരാനയിലെ ഒരു സാധാരണ കർഷകനും തൊഴിലാളിയുമായ

ഈ മെനെപ്പടാ; റാ ദേവൻ സൃഷ്ടിച്ച ഈജിപ്തിനും, അതിന്റെ മഹത്ത്വത്തിനും കളങ്കം വരുത്തിവെച്ചിരിക്കുന്നു....! ദേവരൂപനായ മഹാഇടയൻ അപാരമായ ദുഃഖത്തിന് ഇരയായിത്തീർന്നിരിക്കുന്നു! ഈ ദൈവദ്രോഹം മൂലം ഈജിപ്തിലെ പ്രധാനപൂജാരിയായ ഹേപാട് വ്യഥിതചിത്തനായിരിക്കുന്നു.....!" മന്ത്രി അല്പസമയം മൗനംപാലിച്ചു. ഇനിയെന്താണ് പറയേണ്ടത്....? പദങ്ങൾ രൂപംപ്രാപിക്കുന്നില്ല. ഒന്നും തോന്നുന്നില്ല. ഈ പ്രതിയാണെങ്കിൽ തന്നെതന്നെ നോക്കുകയാണ്... തന്റെ പരിഭ്രമംകണ്ട് പരിഹസിക്കുകയാണ്... സാധാരണ പ്രജകളും കുശുകുശുക്കുന്നു. ഈ ഓട്ടുവിളക്കുകൾ മങ്ങിപ്പോകുന്നുണ്ടോ.....? ഉടനെ പറഞ്ഞുതീർക്കണം.... പറഞ്ഞുതീർക്കണം... അതൊറ്റവഴിയേയുള്ളു.

അധികാരദണ്ഡ് മുറുക്കിപ്പിടിച്ചപ്പോൾ അല്പം ധൈര്യം കൈവന്നതായി തോന്നി. ആ ധൈര്യം നിലനിർത്തിക്കൊണ്ട് മന്ത്രി തുടർന്നു....

"പറ്റിപ്പോയ കളങ്കം ഈ നീതിപീഠം തുടച്ചുനീക്കുന്നതാണ്. ഇവൻ പായയ്ക്കുള്ളിലെ പാമ്പാണ്. ഈ പാമ്പിനെ അടിച്ചുകൊല്ലണം....! നീരാനപ്രവിശ്യയിൽ കലാപമുണ്ടാക്കിയ ദരിദ്രകർഷകനായ ഈ മെനെപ്പടായ്ക്ക്, ദേവരൂപനായ ഫെറോ പാപിയുടെ ഈ നീതിപീഠം ശിരച്ഛേദന ശിക്ഷ വിധിക്കുന്നു.....! ഈ രാജ്യദ്രോഹിയുടെ ശവം സംസ്കരിക്കാൻ പാടില്ല....! പ്രദർശനത്തിനുശേഷം ശവം മുതലകൾക്കെറിഞ്ഞുകൊടുക്കണം! ഫെറോവിന്റെ ആയുരാരോഗ്യം വർദ്ധിക്കട്ടെ...."

അധികാരദണ്ഡ് നിലത്തൂന്നിക്കൊണ്ട് മന്ത്രിയെഴുന്നേറ്റു. ഫെറോ പരിവാരങ്ങളും, പ്രധാനപൂജാരിയും, ഗേബുവും, ടെഹുടിയും മറ്റും ഒപ്പം എഴുന്നേറ്റു നിന്നു.

"ഫെറോവിന്റെ ആയുരാരോഗ്യം വർദ്ധിക്കട്ടെ....." വിശിഷ്ട വ്യക്തികൾ ജയഘോഷം മുഴക്കി...

ദളപതിയും കുറേ ഭടന്മാരും ഓടിവന്നു. മരണശിക്ഷയ്ക്ക് വിധിക്കപ്പെട്ടവന്റെ ചുറ്റും നിന്നു.

മെനെപ്പടായുടെ ചുണ്ടിൽ പൊട്ടിവിടർന്നിരുന്ന മന്ദഹാസം വാടാതെ നിലനിന്നു. ജയഘോഷം മുഴങ്ങുകയാണ്. ശിരച്ഛേദനമെന്നല്ലേ പറഞ്ഞത്? പായയ്ക്കുള്ളിലെ പാമ്പ്! അസഹ്യകരമായ താരതമ്യം....! ശിരച്ഛേദനം ഉടനെയുണ്ടോ....? പിന്നീടാണോ? എല്ലാം അവസാനിച്ചു. വലിയ കഥ അവസാനിച്ചു. വിശിഷ്ടവ്യക്തികളെല്ലാം അപ്രത്യക്ഷമായിരിക്കുന്നു. ഈ സാധാരണ പ്രജകൾ നീങ്ങിപ്പോകുന്നില്ലല്ലോ! ഓ...ഔട്ടാ.... ബെക്ക്! രാമേരീ....! നെഫീസ്....! മെന്ന നേരത്തെ പുറത്തു കടന്നിരിക്കണം...! ബന്ധുക്കളെ അയാൾ വിവരമറിയിക്കും. ഇന്നലെ രാത്രി രക്ഷപ്പെട്ടു പോകാൻ സമ്മതിച്ചിരുന്നെങ്കിൽ... സിംഹത്തെപ്പോലെ വന്നവൻ? നേരായ മാർഗ്ഗം...! അവസാനംവരെ അതേ മാർഗ്ഗത്തിൽ നടന്നു.

മന്ത്രിയുടെ പിന്നാലെ ചെന്നിരുന്ന സെനെബ് വേദിയിലേക്ക് തിരികെ വന്ന് ദളപതിയോട് ഉറക്കെ പറഞ്ഞു:

"പെരുമ്പറ മുഴക്കുന്നതാണ്....! ജനങ്ങളെല്ലാം കൊട്ടാരം കളിവയലിൽ വന്നുചേരട്ടെ! സൈന്യത്തെ വിളിക്കാനാള് പോയിട്ടുണ്ട്. എല്ലാകാര്യങ്ങൾക്കും മേൽനോട്ടം വഹിക്കുന്നതിന് ബകില നിയമിക്കപ്പെട്ടിരിക്കുന്നു. ഫെറോവും, പ്രധാനപൂജാരിയും, മന്ത്രിയവർകളും, സർവ്വസൈന്യാധിപനും, സറുസദസ്യരും, സാമന്ത രാജാക്കന്മാരുമെല്ലാം കൊട്ടാരത്തിന്റെ മട്ടുപ്പാവിൽനിന്ന് രംഗം വീക്ഷിക്കും. അല്പം കഴിഞ്ഞ് ഇവനെ വധസ്ഥാനത്തേക്ക് വലിച്ചുകൊണ്ടുവാ...."

വധസ്ഥാനത്തേക്ക് ... അല്പം സമയത്തിനുള്ളിൽ തന്നെ! അവൻ ....! നേതാവേ എന്ന് വിളിച്ച് കപട വിനയം കാണിച്ച് സമ്മാനം വാങ്ങാനാശിച്ച നരജന്തു! ഒരു തരത്തിൽ ഇത് മെച്ചമാണ്. ഈ കാളരാത്രിയിൽ തന്നെ എല്ലാം അവസാനിക്കും....! രാമേരീ, ബടാ, ഔട്ടാ, ബെക്ക്, അഹൂറാ...നിങ്ങളെല്ലാം സുരക്ഷിതമായി നാട്ടിലെത്തിച്ചേരണം. മെന്ന... ഈ സമയത്തിനകം വിവരമറിയിച്ചിരിക്കും.

മേൽനോട്ടത്തിന് ബകിലനെ നിയോഗിച്ചതിൽ കൊട്ടാരം ദളപതി അസ്വസ്ഥനായി. ഏതായാലും ഉത്തരവാദിത്വം കുറഞ്ഞല്ലോ എന്ന ആശ്വാസവുമുണ്ടായി.

പുറത്തുപോകാതെ മെനെപ്പടായെ തന്നെ നോക്കി നില്ക്കയായിരുന്ന സാധാരണജനങ്ങളെ ദളപതി ഭയപ്പെടുത്തി.

"എഴുത്തുകാരൻ പറഞ്ഞത് കേട്ടില്ലേ....? ഇവിടെയെന്താ കുരങ്ങ് കളിക്കുന്നുണ്ടോ....? വയലിലേക്ക് നടക്ക്...."

പുറത്ത് പെരുമ്പറ മുഴങ്ങി.

''കേൾക്കുവിൻ...! കേൾക്കുവിൻ....! നീരാന പ്രവിശ്യയിലെ കലാപനേതാവിന് മരണശിക്ഷ വിധിച്ചിരിക്കുന്നു. ശിരച്ഛേദനം കാണുന്നതിന് ജനങ്ങളെല്ലാം കൊട്ടാരം കളിവയലിലെത്തിച്ചേരണമെന്ന് ഇതിനാലറിയിച്ചുകൊള്ളുന്നു....."

....ശീബ ഈ സമയമത്രയും മന്ത്രിമന്ദിരത്തിനുവെളിയിൽ നില്ക്കയായിരുന്നു. വിളറിയ മുഖത്തോടെ മെന്ന ധൃതിയിലിറങ്ങിപ്പോകുന്നത് അവൾ ശ്രദ്ധിച്ചു. എന്തിനെയോ ഭയപ്പെട്ടതുപോലെ....

മന്ത്രിയുടെ പിന്നാലെ വിശിഷ്ടവ്യക്തികളും പുറത്തിറങ്ങി....

ശിക്ഷ ഇന്നതാണെന്ന് അവൾ ഏകദേശം ഊഹിച്ചെടുത്തു. കണ്ണിൽ ഇരുട്ടുകയറുന്നതായി അവൾക്കനുഭവപ്പെട്ടു.

അപ്പോഴേയ്ക്കും സത്യാവസ്ഥ നടുക്കമുളവാക്കിക്കൊണ്ട് അവളുടെ കാതിൽ അലയടിച്ചെത്തി....

'അയ്യോ....!' തൊണ്ടയിൽ കുടുങ്ങിപ്പോയ ആർത്തനാദം. ചുണ്ട് കടിച്ചമർത്തിക്കൊണ്ട് അവൾ വീട്ടിലേക്കോടി. വഴിയിൽ കണ്ടവരോടെല്ലാം അവൾ മൂകഭാഷയിൽ മന്ത്രിച്ചു....'ശിരച്ഛേദനം.'

അടുത്ത വീട്ടുകാരിയുടെ കൈയിലായിരുന്ന കുഞ്ഞ് അമ്മയെ കണ്ട ഉടൻ ഇറങ്ങിയോടിവന്നു... നിറമിഴികളോടെ അവൾ കുഞ്ഞിനെ വാരി

യെടുത്ത് മുലയൂട്ടിത്തുടങ്ങി... അമ്മയുടെ കണ്ണുനീർ കുഞ്ഞിനെ തട സ്സപ്പെടുത്തി...അത് ഇതെന്താണെന്ന അർത്ഥത്തിൽ അമ്മയെ നോക്കി യിരുന്നു....

മുറ്റത്തെ പ്രകാശത്തിൽ കുന്തമുനതിളങ്ങി... ഭർത്താവ്...

''ശീബാ...''

"ഉം...."

"അറിഞ്ഞില്ലേ....?"

"ഉം."

"ഞാൻ വയലിൽ പോവുകയാണ്."

"ഞാനും വരുന്നുണ്ട്. കുഞ്ഞ് മുലകുടിക്കുന്നില്ല. കുടിപ്പിച്ചിട്ട് വരാം...."

"ഉം."

"വല്ലതും ചെയ്യുന്നോ....?"

"എന്ത്....?"

"ആ അംഗരക്ഷകർ ഔട്ടയും ബെക്കുവും...." നിമിഷ നേരത്തെ മൗനത്തിനുശേഷം അയാൾ പറഞ്ഞു...." സേവകരെ ആരും കൊല്ലില്ല...."

"നിങ്ങളുടെ സ്നേഹിതരാണല്ലോ കാവൽ നില്ക്കുന്നത്. അവരോട് പറയൂ... രണ്ടുപേരെയും വിടുവിച്ച് ഇങ്ങോട്ടയക്ക്. ഞാൻ പുറത്തേക്ക് കൊണ്ടുവിടാം."

"ശരി...ശീബ...."

കരച്ചിൽ നിർത്തിയപ്പോൾ കുഞ്ഞ് മുലയീമ്പിക്കുടിച്ചു.

ശീബയുടെ ഭർത്താവ് കാവൽനില്ക്കുന്ന സുഹൃത്തുക്കളെ ചെന്നു കണ്ടു.

"ഇവരുടെ നാട്ടിൽനിന്ന് ആളുകളെത്തിയിട്ടുണ്ട്. വിട്ടേക്ക് പോക ട്ടെ...." അയാൾ പറഞ്ഞു.

"പാവം....! എന്നാൽ നാളെ വല്ല കുഴപ്പവും....?"

"ഒന്നും ഉണ്ടാവില്ല. എല്ലാവരും അത്യധികം സന്തുഷ്ടരായിരിക്ക യാണ്. ഇവരെ ആർക്കോർമ്മയുണ്ട്...? ഇവരെ വിട്ടയക്കാൻ കല്പനയാ യിരിക്കുന്നെന്ന് ആരോ പറയുന്നത് കേട്ടെന്ന് പറഞ്ഞാൽ മതി...."

"ഉം. കൂട്ടിക്കൊണ്ട് പോകൂ... വാതിലടച്ച് ഞങ്ങളും വയലിലേക്ക് പുറപ്പെടുന്നു....."

ആ ദിവസം വിചാരണ നടക്കുന്നുണ്ടെന്നും, നാട്ടിൽനിന്ന് ബടായും കൂട്ടരും എത്തിച്ചേർന്നിട്ടുണ്ടെന്നും ഔട്ടയും ബെക്കുവും അറിഞ്ഞിട്ടു ണ്ടായിരുന്നു. കാവൽക്കാർ വാതിൽ തുറന്ന്...."ഇയാളുടെ പിന്നാലെ നടന്നോ..." എന്ന് പറഞ്ഞപ്പോൾ വിചാരണ തീർന്നിരിക്കുമെന്നും, എല്ലാ വരെയും വിട്ടയക്കാൻ ഉത്തരവായെന്നും ധരിച്ചു.

അപരിചിതനായ ഭടന്റെ പിന്നാലെ അവരെത്തിച്ചേർന്നത്

ശീബയുടെ വീട്ടിലാണ്.

പാല് കുടിച്ച് തൃപ്തിയടഞ്ഞ കുഞ്ഞിനെയെടുത്തുകൊണ്ട് അവൾ കാത്തുനില്ക്കയായിരുന്നു.

"സഹോദരീ....." ബെക്കു സന്തോഷത്തോടെ വിളിച്ചു.

"ഞാൻ പുറപ്പെടുന്നു....." ശീബയുടെ ഭർത്താവ് നടന്നുമറഞ്ഞു.

"ഈ കുഞ്ഞിന്റെ അച്ഛനാണ്...." ശീബ പരിചയപ്പെടുത്തി. അദ്ദേഹത്തെ ഇവർക്ക് മനസ്സിലായിട്ടില്ലെന്ന അവൾ ഗ്രഹിച്ചു.

"വിധി പ്രസ്താവിച്ചില്ലേ....? ചേട്ടനെവിടെ....?" ഔട്ട ജിജ്ഞാസയോടെ ചോദിച്ചു.

ശീബ ഒന്നും മിണ്ടിയില്ല. കുഞ്ഞിനെ അയൽപക്കത്തെ വീട്ടിൽ കൊണ്ടുവിട്ട് അവൾ തിരികെ വന്നു.

"അനുജത്തീ...എന്താ കാര്യം....? തുറന്നു പറയൂ...."

"ബടാചേട്ടൻ ഇനിയും നേതാവിനെ കണ്ടില്ല. നാം കളിവയലിലേക്കു പോകണം... അവിടേക്ക്.... അദ്ദേഹത്തെ കൊണ്ടുവരും..." ഉള്ളിലെ സങ്കടം ഒതുക്കിപ്പിടിച്ചുകൊണ്ട് ശീബ പറഞ്ഞു.....

"നേതാവിനെ..... വയലിലേക്ക്....?"

"ഉം....."

"അവിടെയല്ലേ വധസ്ഥാനം....?" വിറയലോടെ ബെക്കു ചോദിച്ചു.

ഉത്തരം പറയാൻ ശീബ മെനക്കെട്ടില്ല. അവൾ തുടർന്നു.

"വയലിൽ ഇരുട്ടാണ്. ദൂരെയിരിക്കാം. മെന്ന ബടാചേട്ടനെ വിവരമറിയിക്കാൻ പോയിട്ടുണ്ട്. നിങ്ങളവരെകണ്ട്...."

"ഉം....ഉം.... പോകാം...." ഔട്ട ധൃതികൂട്ടി.

"തിരിച്ചറിഞ്ഞാൽ ആപത്താണ്. രഹസ്യവഴിയിലൂടെ നമുക്കു പോകാം. എന്റെ പിന്നാലെ പത്തടിവിട്ട് നിങ്ങൾ നടന്നാൽമതി....."

അവർ പുറപ്പെട്ടു.

അബ്ടുയാത്രക്കാർ നഗരോദ്യാനത്തിന്റെ മൂന്നു മൂലയ്ക്കായി കൂട്ടം ചേർന്നിരുന്നിരുന്നു. ബടായുടെ അടുക്കൽ മെന്ന എത്തിച്ചേർന്നപ്പോൾ മറ്റുള്ളവരും അങ്ങോട്ട് ചെന്നു.

ബടായെമാത്രം വിളിച്ചുകൊണ്ട് മെന്ന ദൂരേക്ക് നടന്നു. മറ്റുള്ളവർ ഉൽക്കണ്ഠിതരായി. നിമിഷങ്ങൾക്കകംതന്നെ അവർ തിരികെ വന്നു. അവരുടെ വിളറിയ മുഖംകണ്ട് അബ്ടുയാത്രക്കാർ ഭയപ്പെട്ടു.

"വിധി കഴിഞ്ഞോ....? ചേട്ടനെ വിട്ടോ....?" അഹൂറ ചോദിച്ചു.

"നിങ്ങളാരും അധീരരാകരുത്....! അധീരരാകരുത്....! വയലിലേക്ക് പോകാം.....വല്ലതും ചെയ്യാനാകുമോ എന്ന് നോക്കാം...." മെന്ന പറഞ്ഞു.

ബടാ രാമേരിപ്പടായെ കെട്ടിപ്പിടിച്ചു. അണപൊട്ടിയൊഴുകിയ സങ്കടം തടഞ്ഞുനിർത്താൻ അയാൾക്ക് നന്നേ ശ്രമിക്കേണ്ടിവന്നു.

"രാമേരീ...." പുറം തലോടിക്കൊണ്ട് ബടാ തുടർന്നു: "മെനെപ്പടാ

ചേട്ടനെ കൊട്ടാരംകളിവയലിൽകൂട്ടിക്കൊണ്ടുപോകും. അവിടെ.... എല്ലാവരുടെയും കൺമുന്നിൽവച്ച്....."

രാമേരിപ്പടാ ഇമകൾ വടർത്തി. അച്ഛനെ രാജഗൃഹത്തിൽ തൂണിൽ കെട്ടിയിട്ട് ചാട്ടകൊണ്ടടിക്കുന്ന രംഗം അവനോർമ്മവന്നു. അബ്ടുയാത്രക്കാരിൽ ചിലരുടെയും സ്മരണമണ്ഡലത്തിൽ ആ രംഗം തെളിഞ്ഞുവന്നു.

"മെന്ന സ്വാമി പറയുന്നത് കേൾക്ക് ..... നാം അധീരരാകരുത്.... വയലിലേക്ക് പോകാം. വല്ലതും ചെയ്യാനൊത്താൽ." ബടാ പറഞ്ഞു.

"എന്നാൽ പോകാം. താമസിക്കേണ്ട...." ചിലർ ഒരുങ്ങി.

"ജനങ്ങളോടൊപ്പം കൂടിക്കലർന്നുവേണം കൊട്ടാരവാതിലിലൂടെ അകത്തുകടക്കാൻ.....തിക്കും തിരക്കിലും അത് എളുപ്പമാകും. കൂടാതെ ഇന്ന് ദീപാലങ്കാരമില്ല. വയലിൽ ഇരുട്ടാണ്. നമുക്കെല്ലാം പിന്നിൽനിന്നും വല്ല തീരമാനത്തിലും എത്തിച്ചേരാം. എന്തെങ്കിലും ചെയ്യാം. വരൂ....വരൂ..." മെന്ന സ്പഷ്ടമായി പറഞ്ഞു.

....അർദ്ധവൃത്താകൃതിയിലുള്ള വയൽ. നേരെതിരായുള്ള ഒരു മൂലയിൽ കൊട്ടാരത്തിന്റെ മട്ടുപ്പാവ്. മറ്റൊരുമൂലയിൽ വധസ്ഥാനം. നാലുപേർക്ക് നില്ക്കാവുന്ന രണ്ടാളുയരത്തിലുള്ള സ്ഥലം. ചുറ്റുപാടും പടവുകൾ. അവിടെ രണ്ടറ്റത്തുമുള്ള കല്ലിന്റെ മീതെ ഒരു മരത്തടി കുറുകെ ഉറപ്പിച്ചിരിക്കുന്നു. അതിന്റെ മുഖം മാളികയിലേക്കാണ്.

നൂറുകണക്കിന് പന്തങ്ങൾ ജ്വലിച്ചുനില്ക്കുന്നു. മട്ടുപ്പാവിലും വിളക്കുകളെരിയുന്നു. ആയുധധാരികളായ ഭടന്മാർ നീളത്തിൽ അണിനിരന്നിരിക്കുന്നു. അതിന് സമാന്തരമായി അർദ്ധവൃത്താകൃതിയിൽ മറ്റൊരു സംഘം ഭടന്മാരും നിലയുറപ്പിച്ചിരിക്കുന്നു. അവരുടെ കൈകളിലെ കുന്തമുനകൾ മിന്നിത്തിളങ്ങുന്നു. അതിർത്തിയിൽനിന്നും വന്ന സൈനികരാണവർ... കൊട്ടാരം കാവല്ക്കാരും കൂട്ടത്തിലുണ്ട്.

''ഒച്ചയുണ്ടാക്കല്ലേ... ഫെറോ വരുന്ന സമയമായി...." വയലിൽ തടിച്ചുകൂടിയ ആയിരക്കണക്കായ ജനങ്ങളോട് ഭടന്മാർ കല്പിച്ചുകൊണ്ടിരുന്നു.

അരയിൽ തൂങ്ങിയാടുന്ന കഠാരിയും, കൈയിൽ കുന്തവുമായി ബകില അങ്ങുമിങ്ങും ഓടിനടന്ന് നിർദ്ദേശങ്ങൾ നല്കിക്കൊണ്ടിരുന്നു. അയാളുടെ ഒറ്റക്കണ്ണ് വയലിലേക്കുള്ള പ്രധാനകവാടത്തിൽത്തന്നെ സഞ്ചരിച്ചുകൊണ്ടിരുന്നു. നഷ്ടപ്പെട്ടുപോയ കണ്ണിന്റെ കീഴറ്റത്തുള്ള കവിൾ ഒന്നിച്ച് വിറയ്ക്കുന്നതായി തോന്നി.

ഭടന്മാരിൽ പ്രായവും പരിചയവും കൂടിയ നാലുപേർ അസ്വസ്ഥരാണ്. തങ്ങളെ മറികടന്നാണ് ബകിലന് സ്ഥാനം നല്കിയിരിക്കുന്നത്. അത് ഇന്നത്തേക്കുമാത്രമായിരിക്കും എന്ന ചിന്ത അവരെ അല്പമാശ്വസിപ്പിച്ചു. നീരാനയിൽചെന്ന കണ്ണ് നഷ്ടപ്പെടുത്തിയതല്ലേ... അതുകൊണ്ടായിരിക്കും ഇങ്ങനെ ചെയ്തത്... നാളെ ദിഗ്ജയത്തിന് പുറപ്പെ

ടുകയല്ലേ. ഇന്ന് പൂർണ്ണമായും വിശ്രമം വേണ്ടതായിരുന്നു... കലാപനേതാവിന്റെ ശിരച്ഛേദനമാണ് ഈ ഇരട്ടിപ്പണിയുണ്ടാക്കിയത്.

വയലിന്റെ പിൻവശത്തായി അബ്ദുയാത്രക്കാർ നിന്നു. ബകിലനെ ആദ്യമായി തിരിച്ചറിഞ്ഞത് രാമേരിപ്പടായാണ്. പിന്നീട് ബടായും മെന്നയും. ക്രമേണ മറ്റുള്ളവരും അയാളെ മനസ്സിലാക്കി.

രാമേരിപ്പടായുടെ ചിന്ത പലവഴിക്കും പാഞ്ഞുനടന്നു. അച്ഛനെ കെട്ടിയിടാൻ ഇവിടെ തൂണില്ലല്ലോ....? പിന്നെവിടെയാണ് നിർത്തുക....? ആ തറയുടെ മീതെയോ....? തറ.....? വിചിത്രമായിരിക്കുന്നല്ലോ.....!

"ചേട്ടാ.....! ഇത് വധസ്ഥാനമല്ലേ.....?" ബടായുടെ അടുത്തുവന്ന് ഭയത്തോടെ അഹൂറ ചോദിച്ചു.

"അതേ....അഹൂറാ..." അഗാധതയിൽനിന്നും പൊങ്ങിയ ഭാരിച്ച സ്വരം.

ഒരു വർഷം മുമ്പ് നീന്താൻപോയപ്പോൾ ചുഴിയിൽപ്പെട്ടു പോയ രംഗം രാമേരിപ്പടാക്കോർമ്മവന്നു. ... ഇപ്പോഴും ആ ചുഴിതന്നെ മുക്കുന്നതായി അവന്നനുഭവപ്പെട്ടു. ബടായെയും, മെന്നയെയും, അഹൂറയെയും അവൻ ആശ്രയഭാവത്തോടെ നോക്കി.

"ചേട്ടാ.....! ഇപ്പോഴെന്താ ചെയ്യുക....? എന്താ ചെയ്യുക?" അഹൂറ ഗദ്ഗദത്തോടെ ചോദിച്ചു.

ബടായുടെ തലച്ചോറ് നീറിപ്പുകയുകയാണ്. അയാൾ വിയർപ്പിൽ കുളിച്ചു.... എന്തു ചെയ്യണം...? എന്തു ചെയ്യണം....? അയാളുടെ ഹൃദയം ചോദിച്ചുകൊണ്ടിരുന്നു.

വയലിന്റെ അങ്ങേഭാഗത്ത് രണ്ടുമൂന്ന് നിഴലുകൾ... തിളങ്ങുന്ന അരവസ്ത്രം...അത് അടുത്തടുത്ത് വരുന്നു... കൂരിരുട്ടിലും ആശയുടെ കിരണങ്ങൾ.

"ഔട്ടയും ബെക്കുവുമാണത്. ശീബ രക്ഷപ്പെടുത്തിക്കൊണ്ടു വരികയാണ്...." മെന്ന പറഞ്ഞു.

നിഴലുകൾ ആകൃതി കൈക്കൊണ്ടു.

അടുത്തെത്തിയ ഔട്ട വിമ്മിക്കരഞ്ഞു.

"നേതാവിനെ ഞങ്ങൾക്ക് രക്ഷപ്പെടുത്താൻ കഴിഞ്ഞില്ല ബടാ ചേട്ടാ....! നേതാവിനെന്തെങ്കിലും പറ്റിയാൽ ഞങ്ങൾ പിന്നെ ജീവിച്ചിരിക്കില്ല.... സ്വന്തം കൈകൊണ്ടുതന്നെ കുത്തി മരിക്കും...."

"ബടാ ചേട്ടാ.....! ഇപ്പോഴത്തെ നേതാവ് നിങ്ങളാണ് പറയൂ.... എന്താണ് ചെയ്യേണ്ടത്....? കൊല്ലാനും മരിക്കാനും ഒരുക്കമാണ്....." ബെക്കു ധൈര്യം സംഭരിച്ചുകൊണ്ട് പറഞ്ഞു.

"ഞാൻ നേതാവോ....? അയ്യോ....!" ബടാ ഞരങ്ങി.

മെന്ന പരിതഃസ്ഥിതിയുടെ ഗൗരവം മറ്റുള്ളവരെ പറഞ്ഞു മനസ്സിലാക്കി.....

"ആയുധധാരികളായ ഭടന്മാരാണ് മുന്നിലുള്ളത്. അവരോടെതിരിടാനുള്ളത് നിരായുധരായ ഈ നാല്പതുപേരാണ്. ഈ ബഹുജനങ്ങളിൽ ചിലർ നമ്മുടെ സുഹൃത്തുക്കളായുണ്ടായേക്കാം. കൂടിവന്നാൽ സഹാനുഭൂതി പ്രകടിപ്പിക്കാനേ അവർ തയ്യാറാകൂ....മറ്റുള്ളവരെല്ലാം ഫെറോവിനെ കാണുന്ന മാത്രയിൽ മുട്ടുമടക്കും. ക്രൂരമായ ഇത്തരം വിനോദം കണ്ട് ആനന്ദിക്കുന്നവരാണിവർ.... വേണ്ടിവന്നാൽ നമ്മെ പിടിച്ച് ഭടന്മാരെ ഏല്പിക്കാനും അവർ മടിക്കില്ല...."

"ഖ്നേംഹോടെപിനെയും കൂട്ടണമായിരുന്നു.... തെറ്റിപ്പോയി... എല്ലാം തെറ്റിപ്പോയി... ഇന്നലെ രാത്രി തന്നെ മെനെപ്പടാ ചേട്ടൻ രക്ഷപ്പെട്ടുവരാൻ സമ്മതിച്ചിരുന്നെങ്കിൽ...." ബടാ പരിതപിച്ചു.

"സത്യത്തിൽ നേതാവിനെയല്ല വിചാരണ ചെയ്തത്..... ഫെറോവിനെയും പ്രധാനപൂജാരിയെയും മന്ത്രിയെയുമാണ്. വിധി പ്രസ്താവിച്ചതും അവരല്ല... മെനെപ്പടാ ചേട്ടനാണ്..." മെന്ന പറഞ്ഞു.

"അതാ.... വന്നു...." ബടാ പറഞ്ഞതുകേട്ട് മെന്ന സംസാരം നിർത്തി അങ്ങോട്ട് നോക്കി....

നിറഞ്ഞ നിശ്ശബ്ദത. മുന്നിലും പിന്നിലും പന്തങ്ങൾ..... മദ്ധ്യത്തിൽ ഭടന്മാരാൽ ചുറ്റപ്പെട്ട മെനെപ്പടാ.... ശരീരത്തെ ബന്ധിച്ച കയർ ഇരുവശത്തുനിന്നും വലിച്ചു പിടിച്ചിരിക്കുന്നു. തലയുയർത്തി ശാന്തഭാവത്തോടെ നേരെനോക്കിയാണ് അദ്ദേഹം നടക്കുന്നത്. ക്രമപ്പെടുത്തിയ പാദചലനങ്ങൾ. വധസ്ഥാനത്തേക്ക്....

"മാമനതാ...." അഹൂറ തന്റെ കുഞ്ഞിന് ചൂണ്ടിക്കാട്ടി.

കുഞ്ഞിന് എന്തോ ഒരു ഭയം... പെട്ടെന്ന് അത് കരഞ്ഞു. ജനങ്ങളുടെ മൗനമുദ്രയും ഉടഞ്ഞുവീണു....

രാമേരിപ്പടാ ചുണ്ടിളക്കാതെ ഇമകൾ ഈറനണിയിക്കാതെ കരഞ്ഞു:

"അച്ഛാ....! എന്റച്ഛാ.....! അച്ഛാ.....!"

ആ രംഗം കാണാനാകാതെ ബടാ കണ്ണടച്ചുപിടിച്ചു. തൊണ്ടയിൽ നിന്ന് ഗദ്ഗദം പുറപ്പെട്ടു....

വിങ്ങിപ്പൊട്ടിക്കൊണ്ട് ഔട്ടയും ബെക്കുവും നിർന്നിമേഷരായി നിന്നു. അവരുടെ ചുണ്ടുകൾ ഒരേ രീതിയിൽ വിറച്ചുകൊണ്ടിരുന്നു.

ശീബ ചിന്തിക്കയായിരുന്നു... മുന്നിലെ സൈനികരുടെ കൂട്ടത്തിൽ ഭർത്താവുണ്ട്.... ജനങ്ങളെ തല്ലാനോ കൊല്ലാനോ അയാൾക്കാകില്ല... ഈ നിലയിൽ മറ്റെന്തു സഹായമാണ് അയാളെക്കൊണ്ടാകുക.....

തറയുടെ കിഴക്കെ പടവുകളിലൂടെ ആ സംഘം മുകളിലേക്ക് കയറി. മുന്നിൽ പന്തം പിടിച്ച രണ്ട് ഭടന്മാർ. ഒരുപടി താഴെയായി മെനെപ്പടാ.... ചുറ്റും ആയുധപാണികളായ ഭടന്മാർ....

'ഉദിച്ചുയരുന്ന റാ....' മെന്ന മനസ്സിൽ പറഞ്ഞു....'മുന്നിലാണെങ്കിൽ സേതിന്റെ ആരാധകർ.....'

“ഇദ്ദേഹം മനുഷ്യനല്ല....! ദൈവമാണ്....!” ശീബ മന്ത്രിച്ചു.

ഒസൈരിസ്.....‘ഞങ്ങളുടെ ഒസൈരിസ്....’ അഹൂറയുടെ ഹൃദയം തുടിച്ചു.....

വധസ്ഥാനത്ത് നിവർന്നുനിന്ന് മെനെപ്പടായുടെ ഇരുഭാഗത്തും കയറുകൾ മുറുക്കിപ്പിടിച്ച ഭടന്മാർ നിലയുറപ്പിച്ചു. ഭടന്മാർ നാലുവശത്തുമുള്ള പടവുകളിൽ അണിനിരന്നു.

മെനെപ്പടായുടെ തിളങ്ങുന്ന ദൃഷ്ടി മുന്നിലുള്ള ജനസമുദായത്തിൽ തങ്ങിനിന്നു. കൊട്ടാരത്തിലെ മട്ടുപ്പാവ് ശൂന്യമാണ്. ജനാലകളിൽ ചില രൂപങ്ങൾ ഇളകുന്നു. കുന്തമുനയുടെ തിളക്കത്തിൽ കണ്ണഞ്ചിപ്പോകുന്നു. ഓ ഈ ജനാരവം.....

അയാളുടെ സൂക്ഷ്മദൃഷ്ടി പ്രകാശത്തിലും ഇരുളിലും മുങ്ങിത്തപ്പി. ഒറ്റക്കണ്ണുള്ള ബകിലനെ തിരിച്ചറിയാൻ പ്രയാസം നേരിട്ടില്ല. പെട്ടെന്ന് അന്തഃകരണം മുന്നറിയിപ്പ് നല്കി.... ‘സൂക്ഷിക്കണം....! സൂക്ഷിക്കണം....!’ ബന്ധുക്കൾ കണ്ണിൽപെട്ടാൽ അറിയാത്തഭാവം നടിക്കണം...! ഇല്ലെങ്കിൽ അവർക്കാപത്താണ്.....ആപത്താണ്....!

വയലിൽ എത്തിച്ചേരാതിരിക്കില്ല. ഈ ഇരുളിൽ ഒന്നും കാണപ്പെടുന്നില്ല.

മെനെപ്പടാചേട്ടൻ തങ്ങളെ അന്വേഷിക്കയാണെന്ന് ബടാ മനസ്സിലാക്കി. അല്പം മുന്നോട്ട് നീങ്ങിനില്ക്കാം.

അബ്ടുയാത്രക്കാർ ഓരോരുത്തരായി മുന്നോട്ടിഴഞ്ഞ് മെനെപ്പടാക്ക് കാണത്തക്കവിധം നിലയുറപ്പിച്ചു. രാമേരിപ്പടായ്ക്ക് സംശയം.... താൻ ചെറിയവനാണ്. അച്ഛന്റെ കണ്ണിൽ പെട്ടില്ലെങ്കിലോ. തൽക്ഷണം ബടായ്ക്കും ആ ചിന്തയുണ്ടായി. അയാൾ കുനിഞ്ഞ് രാമേരിപ്പടായെ ചുമലിലെടുത്ത് നിവർന്ന് നിന്നു.

രാമേരി....! മെനെപ്പടായുടെ ഹൃദയത്തിൽ വേലിയേറ്റമുണ്ടായി. സിരാപടലങ്ങൾ ഉരുകുന്നതുപോലെ. എങ്കിലും കരയാനാകുന്നില്ല. ഉറക്കെ വിളിക്കാനാകുന്നില്ല.

ഓ...! ബടാ....! എന്റെ ബടാ....!

ഔട്ട....! ബെക്കു....! രണ്ടുപേരും രക്ഷപ്പെട്ടിരിക്കുന്നു. ആശ്വാസം.

മഹാമാതാവ് ശീബ, സഹോദരി അഹൂറ, അവളുടെ കുഞ്ഞ്.

ദിവ്യപുരുഷനായ മെന്ന....

അവർ.... അവരെല്ലാം എന്റെ ബന്ധുക്കളാണ്. ഉറ്റവർ.

എല്ലാവരെയും കണ്ടുകഴിഞ്ഞപ്പോൾ ഹൃദയത്തിന് ശാന്തത. മിഴികളിൽ അശ്രുക്കൾ പൊടിഞ്ഞു. കവിളുകളിൽ ചാലുകളുണ്ടായി.

വിശിഷ്ടവ്യക്തികൾ മട്ടുപ്പാവിൽ പ്രത്യക്ഷപ്പെട്ടു. പിന്നാലെ ഫെറോവും, മഹാറാണിയും പ്രധാനപൂജാരിയും, മന്ത്രിയും ആഗതരായി.

“ഫെറോവിന്റെ ആയുരാരോഗ്യം വർദ്ധിക്കട്ടെ.....” വിശിഷ്ടവ്യക്തികൾ ജയഘോഷം മുഴക്കി.

"എന്താണ് ചെയ്യുക....? എന്താണ് ചെയ്യുക....?" ബടാ സ്വയം പറഞ്ഞു.

"കഠാരിയുണ്ടോ....?" ബെക്കു ചോദിച്ചു.

"ചെറിയ കത്തി...." ബടാ അരവസ്ത്രം തൊട്ടുകാണിച്ചു.

ബെക്കു അതു കൈക്കലാക്കി.

ഫെറോവും, പ്രധാനപൂജാരിയും, മന്ത്രിയും അകലെയാണ്. എറിഞ്ഞാൽ അത്ര ദൂരത്തെത്തില്ല. മറ്റെന്തുചെയ്യും.

പടവുകളിലുള്ള ഭടന്മാർ വഴിമാറിക്കൊടുത്തു. സ്ഥൂലശരീരമുള്ള കൊലയാളി ഉയർത്തിപ്പിടിച്ച കത്തിയുമായി മുകളിലേക്കു കയറി. മാളികയിലേക്ക് നോക്കി താണുവണങ്ങി. ഈ കൊലയാളി കൊട്ടാരത്തിൽ തന്നെ കശാപ്പുവൃത്തി ചെയ്യുന്നവനാണ്. പരിചാരകന്മാരെല്ലാം അറിയും. രാജധാനിയിലുള്ളവരും അയാളെയറിയും. അണച്ചു മൂർച്ചകൂട്ടിയ കത്തിയാണ് അയാളുടെ കൈയിലുള്ളത്.

ബകിലന്റെ ശ്രദ്ധ മാളികയിലാണ്.

ഇരുളിനോടൊപ്പം ഏകാന്തതയും കട്ടപിടിച്ചു നിന്നു.

മെനെപ്പടാ മനോരഥത്തിൽ സഞ്ചരിക്കയായിരുന്നു. നീരാന പ്രവിശ്യയിലെ മുഖ്യപട്ടണത്തിലുള്ള തന്റെ വീട്. ഭാര്യ നെഫീസ് അസ്വസ്ഥയാണ്.... സുഹൃത്തുക്കൾ സ്നോഫ്രു... സെബെക്ഖു.... മൂത്തവർ എല്ലാവരേയും സന്ധിച്ച് തിരിച്ചെത്തി.

"ബടാ...., ആ പാട്ടൊന്ന് വായിക്കൂ....'

"എൻ ജീവിത സഖിനിൻ സ്നേഹതരംഗം

അലയടിക്കുന്നു...."

....'നെഫീസ് വേവിച്ചെടുത്ത മീനുപ്പേരി വളരെയിഷ്ടമാണ്. രാമേരീ....! അമ്മയുടെ അരികിൽതന്നെ ഇരിക്കണം. പെറ്റമ്മ നിനക്കു വേണ്ടി ചെയ്തതെന്തെല്ലാമാണെന്ന് ഒരിക്കലും മറക്കരുത്.'

....'ഇങ്ങോട്ട് പുറപ്പെടുമ്പോൾ തോണിക്കടവിൽ തിങ്ങിക്കൂടിയ ജനതയോട് എന്തെങ്കിലും പറയണമെന്ന് ഖ്നേംഹോടെപ് ആവശ്യപ്പെട്ടിരുന്നു. മെംഫീസിൽ പോയിവരാമെന്നുമാത്രം പറഞ്ഞു....'

'ബടാ...., നീ ചോദിച്ചിരുന്നല്ലോ.... ചേട്ടന്റെ അടുത്തെത്തിയതുകൊണ്ട് ഞാനും വലിയവനായിത്തീർന്നു. അല്ലേ. ഇല്ല ബടാ.... ഇല്ല! നിങ്ങളുടെയെല്ലാം അടുത്തെത്തിയതുകൊണ്ടാണ് ഞാൻ വലിയവനായിത്തീർന്നത്....'

'പാപം ദേശത്തെ ഗ്രസിച്ചിരിക്കുന്നു....! ഞാൻ കുനിഞ്ഞിരിക്കാം.... ഓ....മെന്ന....മെന്ന....'

അബ്ടുയാത്രകഴിഞ്ഞ് മടങ്ങുമ്പോൾ തോണിയിലിരുന്ന് സ്വപ്നം കണ്ടിരുന്നു. താൻ വെള്ളിമേഘങ്ങളുടെ മീതെ ലയിച്ചിരിക്കുന്നു. ഏതോ സ്ത്രീ താരാട്ട് പാടുന്നു. ഓ....ഒസൈരിസ്....ഓ....ഒസൈരിസ്.

“മുട്ടുകുത്തിയിരിക്ക്. മരത്തടിയിൽ തലവെക്ക്” കൊലയാളി പതുക്കെ പറഞ്ഞു.

മെനെപ്പടാ ജനസമൂഹത്തെ ആകെ നോക്കി. തന്റെ ബന്ധുക്കളെ ഒരു നോക്കുകൂടി കാണണം. പക്ഷേ, ഇല്ലല്ലോ....? ഒന്നും കാണപ്പെടുന്നില്ലല്ലോ....?

കണ്ടില്ലെങ്കിലെന്താ? ഈ ജനസമുദായം മുഴുവൻ തന്റെ ബന്ധുക്കളല്ലേ...?

മെനെപ്പടാ ആ ബന്ധുക്കളെ അവസാനമായി താണുവണങ്ങി.

മാളികയിലേക്ക് നോക്കിയശേഷം മുട്ടുകുത്തിയിരുന്നു മരത്തടിയിൽ തലവെച്ചു.

സേത് ഒസൈരിസിനെ കൊന്ന് എത്ര കഷണങ്ങളാണാക്കിയത്. പതിനാല്....?

“ഒന്ന്.....രണ്ട്....മൂന്ന്....നാല്....”

ബെക്കു ഉദ്വിഗ്നനായി. കൈയിൽ കത്തിയുണ്ട്. എവിടേക്കെറിയാൻ...! ഇനിയും മുന്നോട്ട് നീങ്ങണം. മുന്നോട്ട്.

മാളികപ്പുറത്ത് കൈതട്ടുന്ന ഒച്ച.

“ബകില....” ടെഹുടി ആവുന്നത്ര ഉച്ചത്തിൽ വിളിച്ചു.

ഉയർന്ന തറയിൽനിന്ന് നൈൽനദിയുടെ ആഴത്തിലേക്ക് തുള്ളിയാലുണ്ടാകുന്ന ശബ്ദംപോലെ താഴേക്ക് വാർന്നൊഴുകിയ വിളി.

ബകില കുന്തം ഉയർത്തിപ്പിടിച്ചു. അത് നിർദ്ദേശമായിരുന്നു. പെട്ടെന്ന് ദൂരെനിന്നും പാഞ്ഞുവന്ന ഒരു കത്തി കൊലയാളിയുടെ കാലിൽ മുട്ടിവീണു.

“ആയ്....” നേരിയ ആർത്തസ്വരം.

ഒരിക്കൽകൂടി എണ്ണണം. ഒന്ന്, രണ്ട്, മൂന്ന്, നാല്, അഞ്ച്....പതിന്നാല്.

കൊലയാളിയുടെ കൈ ഉയർന്നു താണു.

“തീർന്നു.”

തല ഉടലിൽനിന്നും വേർപെട്ടു....!

നിറഞ്ഞൊഴുകുന്ന കണ്ണുകൾ....! തുടിക്കുന്ന ഹൃദയങ്ങൾ! ആഴത്തിലിറങ്ങുന്ന വേദനകൾ!

ജനങ്ങളുടെ രോദനം അന്തരീക്ഷത്തിൽ മുഖരിതമായി.

“ഏ....മെനെപ്പടാ....! ഏ....മെനെപ്പാട്....!” പെട്ടെന്ന് മുഴങ്ങിയ ജയഘോഷം.

“ഏ....മെനെപ്പടാ....! ഏ.... മെനെപ്പടാ....!” ധ്വനിക്ക് പ്രതിദ്ധ്വനികൾ.

“ആരത്....? അടിച്ചോടിക്കവരെ.....” ബകിലന്റെ ഗർജ്ജനം കേട്ട് ഭടന്മാർ ചാടിയിറങ്ങി.

മാളികപ്പുറത്ത് മന്ത്രി ഫെറോവിന് മുഖസ്തുതി പാടുകയായിരുന്നു.

"ഓ....ഫെറോ...! ശത്രുവെ സംഹരിച്ചിരിക്കുന്നു! നിന്റെ മുന്നിൽ നീതിയും ന്യായവും ഭദ്രമായിരിക്കുന്നു....!"

''ഓ... ഫെറോ...! ഓ.... ഫെറോ....!'' വിശിഷ്ടവ്യക്തികൾ ജയഘോഷം മുഴക്കി.

"ഓ.... ദേവരൂപാ....! ഓ... ദേവരൂപാ....!"

ഭടന്മാർ ജനങ്ങളുടെ മേൽ ചാടിവീണു.

"ഏ.... മെനെപ്പടാ....! ഏ.....മെനെപ്പടാ....!" വയലിൽ നിന്നും വീണ്ടും ജയഘോഷം മുഴങ്ങി.

''ഓടിക്കോ....ഓടിക്കോ.... ഉദ്യാനത്തിൽ കണ്ടുമുട്ടാം.'' മെന്ന ബടായോട് പറഞ്ഞു.

ഭടന്മാരുടെ കുന്തമുനയേറ്റ് ജനം നിലവിളിച്ചുകൊണ്ട് നാലുപാടും ചിന്നിച്ചിതറി. ഓട്ടത്തിനിടയിൽ ചിലർ മറിഞ്ഞു വീണു. പിന്നാലെ വരുന്നവർ അവരെ ചവിട്ടിമെതിച്ച് മുന്നോട്ടോടി. സ്വന്തം പ്രാണനാണല്ലോ ഏവർക്കും വിലപ്പെട്ടത്!

മന്ത്രിയുടെ കല്പന ടെഹുടി ബകിലനെ അറിയിച്ചു.

"കൊട്ടാരത്തിന്റെ പ്രധാന കവാടത്തിൽ ഈ ഉടലും തലയും കെട്ടിത്തൂക്കണം....!"

മെനെപ്പടായുടെ അന്ത്യം കഴിഞ്ഞതോടെ പ്രധാനപൂജാരി താഴെയിറങ്ങി. മന്ത്രിയുടെ മുഖസ്തുതിക്കുശേഷം ഫെറോയും പരിവാരവും താഴെയിറങ്ങി. മന്ത്രി അവരെ പിന്തുടർന്നു. വിശിഷ്ടവ്യക്തികൾ പിന്നാലെയിറങ്ങി.

ഭടന്മാർ ജനങ്ങളെ അടിച്ചോടിച്ചുകൊണ്ടിരുന്നു. പ്രധാനകവാടത്തിലെ തിരക്കുമൂലം പല്ലക്കുകൾക്ക് അല്പനേരം പുറത്തുകടക്കാനാകാതെ കാത്തുനില്ക്കേണ്ടിവന്നു.

കൊലയാളിയുടെ കാലിൽ ചെറിയൊരു മുറിവ് മാത്രമേ പറ്റിയിരുന്നുള്ളു. ചെറിയൊരു ശബ്ദത്തോടെ താഴത്തുവീണ കത്തി ഒരു ഭടൻ കുനിഞ്ഞെടുത്ത് തന്റെ അരയിൽ തിരുകി.

മെനെപ്പടായുടെ ഉടലും തലയും ഭടന്മാർ താഴേക്ക് വലിച്ചിഴച്ചുകൊണ്ടുവന്നു.

"ആരോ എന്റെ നേർക്ക് കത്തിയെറിഞ്ഞിട്ടുണ്ട്." കൊലയാളി ബകിലനോട് പറഞ്ഞു.

"നിന്റെ നേർക്കാവില്ല! ആ നീരാനയ്ക്ക് കൊള്ളണമെന്നു വച്ച് വല്ലവരും എറിഞ്ഞതായിരിക്കും. പോകൂ. വീട്ടിൽ പോകൂ...." ബകില സമാധാനിപ്പിച്ചു.

പതിമൂന്ന്

കൊട്ടാരത്തിന്റെ ആറാളുയരത്തിലുള്ള പ്രവേശന കവാടം..... ഒരു മരത്തടി കുറുകെ കെട്ടിത്തൂക്കിയിരിക്കുന്നു. അതിന്റെ വലത്തറ്റത്ത് മെനെപ്പടായുടെ ശിരസ്സറ്റ ഉടൽ കുത്തനെ കെട്ടിത്തൂക്കിയിട്ടിരിക്കുന്നു. ഇടത്തറ്റത്ത് ശിരസ്സ് ചണക്കയറിൽ കുടുങ്ങിയാടുന്നു! ഛേദിച്ച ഭാഗത്ത് ചോരയുണങ്ങി കട്ടപിടിച്ച് കറുത്തു തുടങ്ങിയിരിക്കുന്നു! തൂങ്ങിയാടുന്ന ഉടലും തലയും! ഊർന്നിറങ്ങുന്ന തലമുടി മെനെപ്പടായുടെ മുഖം ഇട യ്ക്കിടെ മറച്ചു പിടിക്കുന്നു.

ഹൃദയസ്പൃക്കായ രംഗം!

സെഡ് ഉത്സവത്തിനുശേഷമുള്ള ആ രാത്രി ഭീകരമായി കാണപ്പെട്ടു. പ്രവേശന ദ്വാരത്തിൽ പ്രത്യേകിച്ച് ദീപാലങ്കാരമുണ്ടായിരുന്നില്ല. സാധാരണയുണ്ടാകാറുള്ള പന്തം മാത്രം കത്തിക്കൊണ്ടുനിന്നിരുന്നു. എങ്കിലും അതിന്റെ പ്രകാശത്തിന് ഒരു മങ്ങൽ. എന്തോ കണ്ട് വിളറിയതുപോലെ. ആ മങ്ങിയ വെളിച്ചത്തിൽ നിഴലുകൾ സൃഷ്ടിച്ചുകൊണ്ട് മെനെപ്പടായുടെ ഉടലും തലയും ഊഞ്ഞാലാടി.

രാജവീഥിയിലെത്തുന്ന യാത്രക്കാർ അരമനയുടെ ഇരുവശത്തുമുള്ള വഴികളിലൂടെ നീങ്ങിക്കൊണ്ടിരുന്നു. ചിലർ മുന്നോട്ട് നീങ്ങിനിന്ന് തൂങ്ങിനില്ക്കുന്ന മൃതദേഹത്തിനുമുന്നിൽ തലകുനിച്ചു. മറ്റു ചിലർ പരിഹാസത്തോടെ നോക്കിക്കൊണ്ട് 'മെനെപ്പടാ' എന്നുച്ചരിച്ചു.

വയലിൽ കൂടിനിന്നവർ മുഴുവൻ ഒഴിഞ്ഞുപോകുന്നതുവരെ ഭടന്മാർ കാവൽനിന്നു. ജനസഞ്ചാരം കുറഞ്ഞപ്പോൾ ഭടന്മാർ മതിയാക്കി. രാത്രി പാറാവ് നില്ക്കാറുള്ള രണ്ടുപേർമാത്രം കവാടത്തിൽ ശേഷിച്ചു. സാധാരണ ദിവസങ്ങളിൽ ഇത്ര നേരത്തേ ജനങ്ങൾ വീടണയുമായിരുന്നില്ല. ഈ രണ്ടു ദിവസത്തെ തളർച്ച അവരെ അവശരാക്കിത്തീർത്തിരുന്നു. പായകളും കട്ടിലുകളും അവരെ മാടിവിളിച്ചുകൊണ്ടിരുന്നു.

ദൂരെദേശങ്ങളിൽനിന്ന് ഉത്സവം കാണാനെത്തിയവർ തിരികെ പോയിരുന്നില്ല. അവർ ഉദ്യാനത്തിലും, നദീതീരത്തും, വഴിവക്കിലും, വീട്ടു ചുമരുകളുടെ നിഴലിലും കൂട്ടുകൂടി ഭക്ഷണം കഴിച്ച് കിടന്നുറങ്ങി. രാവിലെ അവർ തങ്ങളുടെ നാടുകളിലേക്ക് തോണികളിലോ കഴുതപ്പു റത്തോ പുറപ്പെട്ടേക്കും.

നീരാനപ്രവിശ്യയിൽനിന്ന് വന്നവരും അക്കൂട്ടത്തിലുണ്ടായിരുന്നു. മൂടിക്കെട്ടിയ ദുഃഖഭാരംകൊണ്ട് കുനിഞ്ഞവർ.... മൺമറഞ്ഞവന്റെ ബന്ധുക്കൾ.

നേരത്തെ .... വധസ്ഥാനത്ത് ജനം നിറഞ്ഞുകവിഞ്ഞപ്പോൾ നിസ്സ ഹായയായ ശീബ പൊട്ടിക്കരഞ്ഞിരുന്നു.

"ഞാൻ വരട്ടെ ചേട്ടാ...." അവൾ യാത്ര പറഞ്ഞു. എങ്കിലും അവരെ വിട്ടുപിരിയാൻ അവൾക്ക് മനസ്സുവന്നില്ല. മറ്റൊരു പ്രധാനകാര്യംകൂടി അവളറിയിച്ചു:"നാളെ നിങ്ങളുടെ നാട്ടിലേക്ക് സൈന്യം പുറപ്പെടുക യാണ്. ദൈവവിഗ്രഹത്തെയുംകൊണ്ട് പ്രധാനപൂജാരിയും മുന്നിലുണ്ടാ കുമത്രെ...."

"ഇത് ധർമ്മയാത്രയല്ല... യുദ്ധയാത്രയാണ്.... ഇത് യുദ്ധത്തിനുള്ള സന്നാഹമാണ്. ഇവരേക്കാൾ മുമ്പ് നാം അവിടെയെത്തിച്ചേരണം.... എന്നാൽ.... എന്നാൽ...." ബടാ ഗദ്ഗദം പൂണ്ടു.

"നേതാവ് ചിരഞ്ജീവിയാണ്. അദ്ദേഹത്തിന് മരണമില്ല. ആ മൃത ദേഹം മുതലയ്ക്ക് ആഹാരമാകരുത്...." മെന്ന പറഞ്ഞു.

"അതേ..... അതേ....."

"എന്നെക്കൊണ്ട് വല്ല സഹായവും...." ശീബ ചോദിച്ചു.

"വേണ്ടനുജത്തീ...നീ ഞങ്ങളുടെ കൂടെ നില്ക്കേണ്ട. അതാപ ത്താണ്. ഇക്കാര്യം ഞങ്ങൾതന്നെ ചെയ്തോളാം...."

"ശരി. പുറത്തു കടക്കുമ്പോൾ പ്രത്യേകം സൂക്ഷിക്കണം...."

"അക്കാര്യം ഞാനേറ്റു. സുരക്ഷിതമായി ഇവരെ പുറത്തെത്തിക്കാം ...." മെന്ന പറഞ്ഞു.

"ഞാൻ വരട്ടെ ചേട്ടാ.... വരട്ടെ..." മിഴിതുടച്ച് ഉമിനീരിറക്കിക്കൊണ്ട് ശീബ യാത്രപറഞ്ഞു. അവർ അപ്രത്യക്ഷയാകുന്നതുവരെ മൗനം നീണ്ടുനിന്നു.

ഔട്ട മൗനം ഭഞ്ജിച്ചു.

"നമ്മുടെ ആൾക്കാരെല്ലാമെവിടെ....?"

"പുറത്തുണ്ട്. അഹൂറ അവരെ നിയന്ത്രിക്കും...." ബടാ മറുപടി നല്കി.

"നമുക്കും പുറപ്പെടാം.... എന്റെ പിന്നാലെതന്നെ വരിക" മെന്ന മുന്നിൽ നടന്നു.

ഇരുളിന്റെ മറപറ്റി അവരോരോരുത്തരായി രഹസ്യവഴിയിലൂടെ നദീ

തീരത്തെത്തിച്ചേർന്നു. പുറത്തുകടന്നവരെല്ലാം സങ്കടം ഒതുക്കിപ്പിടിച്ച് വിതുമ്മിക്കരഞ്ഞു. ഹൃദയമിടിപ്പിനനുസരിച്ച് ബടാ കാലുകൾ നീട്ടിവച്ചു. ഇതുവരെ നടന്നതെല്ലാം ഒരു ദുഃസ്വപ്നം മാത്രമായിരുന്നെങ്കിൽ എന്നയാളാശിച്ചു. എങ്കിൽ ഇപ്പോഴെല്ലാവരും തോണിയിൽ കയറി യാത്രപുറപ്പെട്ടിരിക്കുമായിരുന്നു..... പക്ഷേ, നടന്നത് സ്വപ്നമല്ല.. യാഥാർത്ഥ്യമാണ്. നടുക്കുന്ന യാഥാർത്ഥ്യം.

"എല്ലാം അവസാനിച്ചു... എനിക്ക് ഭ്രാന്തുപിടിക്കുന്നു...." ബടാ പിറുപിറുത്തു.

"ഇന്നലെ നേതാവ് രക്ഷപ്പെടാൻ സമ്മതിച്ചിരുന്നുവെങ്കിൽ ഈ മാർഗ്ഗത്തിൽകൂടിയാണ് പുറത്തുകടക്കേണ്ടിവരിക." മെന്ന പറഞ്ഞു.

"ഉം....അതേ...."

ഈ മഹാപുരുഷനെയാണല്ലോ ഭ്രാന്തനാക്കി മുദ്രകുത്തിയതെന്ന് ബടാ ഓർത്തുപോയി.... നീചന്മാർ....! ഇന്ന് ഈ ഈജിപ്തിൽ ആലോചനാശക്തിയുള്ള ഒരേയൊരു വ്യക്തി ഈ മെന്നമഹാശയനാണ്.

അരമനയുടെ പ്രവേശനകവാടം ലക്ഷ്യംവച്ചു നീങ്ങിയ ആ സംഘം ഇരുളിൽ വിജനമായ ഒരു സ്ഥലത്ത് നിലയുറപ്പിച്ചു.

"സ്വാമീ..., നിങ്ങൾ ഞങ്ങളെ കൈവിടരുത്...." ബടാ മെന്നയോടപേക്ഷിച്ചു.

"ഇല്ല....ബടാ....! ഇല്ല....!"

"ഇപ്പോഴെന്താ വേണ്ടത്....?"

ദൂരെയുള്ള പ്രവേശനകവാടത്തിൽ ദൃഷ്ടിപതിപ്പിച്ചുകൊണ്ട് മെന്ന പറഞ്ഞു:

"അപോഫീസിന്റെയോ.... ഹർമാചീസിന്റെയോ പീടികയിൽനിന്ന് ശവലേപനത്തിനുള്ള സാമഗ്രികൾ വാങ്ങിക്കൊണ്ടുവരണം. അവരിരുവരും വഞ്ചകരാണ്. ഈ സാമഗ്രികൾ ആർക്കാണെന്നോ എന്തിനാണെന്നോ അവർ മനസ്സിലാക്കരുത്. അതിനുശേഷം ഒട്ടും താമസിയാതെ തൂങ്ങിക്കിടക്കുന്ന ഉടലും തലയും കൈവശമാക്കി തോണിക്കടവിലേക്ക് നീങ്ങണം. ആരുമറിയാതെ ചെയ്തുതീർക്കേണ്ട ജോലിയാണിത്. പിന്നെ ഒരുനിമിഷംപോലും പാഴാക്കാതെ ഈ കൊട്ടാരം ഉപേക്ഷിക്കണം...."

"ആകട്ടെ സ്വാമി...."

"ലേപനസാമഗ്രികൾ വാങ്ങുന്നതിന് വിനിമയ സാമഗ്രികൾ വേണമല്ലോ....?"

"ബടാ....നിങ്ങൾ പോകരുത്...."

"അറിയാം. അഹൂറപോകട്ടെ. ഞാൻ ദൂരെനിന്ന് കാട്ടിക്കൊടുക്കാം...."

ലേപനസാമഗ്രി ഉടനെ വേണമെന്ന് പറയണം. കൂട്ടത്തിൽ അനൂബിസ് ദേവതയുടെ ഒരു പൊയ്മുഖവും വേണം. ഇവിടെ അടുത്ത ഗ്രാമത്തിലുള്ളതാണെന്ന് പറഞ്ഞാൽ മതി. സ്വന്തം ജ്യേഷ്ഠൻ

മരിച്ചുപോയെന്നും ലേപനസാമഗ്രികൾ അതിനാണെന്നും ധരിപ്പിക്കണം..... ഞാൻ തോണിയുടെ അടുത്തേക്ക് പോകാം...."

"ശരി. മറ്റുള്ളവരെയെല്ലാം അന്വേഷിച്ച് കണ്ടുപിടിച്ച് ഞാനും വരാം. വിനിമയ സാധനങ്ങൾ എടുക്കണമല്ലോ....."

"ഉം...." മെന്ന നടന്നകന്നു....

....അബ്ടുയാത്രക്കാർ പ്രവേശനകവാടത്തിനെതിരെയുള്ള ഇരുളിൽ അങ്ങിങ്ങായി മറഞ്ഞിരിക്കുകയായിരുന്നു.

"ബടാ ചേട്ടൻ വന്നോ....? എത്രനേരമായി ഞങ്ങൾ കാത്തിരിക്കുന്നു...." അഹൂറ എഴുന്നേറ്റു.

ചണക്കയറിൽ തൂങ്ങിനില്ക്കുന്ന ഉടലും തലയും നോക്കിക്കൊണ്ട് ബടാ ഒരു നിമിഷം നിന്നുപോയി. ഹൃദയാന്തരാളത്തിൽ നിന്നും ആർത്തനാദം പൊങ്ങി. അത് പുറത്തു കടക്കുന്നതിനുമുമ്പേ തൊണ്ടയിൽ അമർത്തിപ്പിടിച്ചു. ബന്ധുക്കളുടെ ഇടയിൽചെന്ന് പടിഞ്ഞിരുന്ന് രാമേരിപ്പടായെ മടിയിലിരുത്തി. അവൻ കരഞ്ഞിരുന്നില്ല. ആ കണ്ണുകൾ ജ്വലിക്കുകയാണെന്ന് ബടായ്ക്ക് തോന്നി.

"രാമേരി...! എന്റെ രാമേരി.....!" ബടായുടെ തൊണ്ടയിൽനിന്നും ശബ്ദങ്ങൾ തെന്നിതെന്നി വീണു.

വീണ്ടും മൗനം. അവർക്കിടയിൽ ഏതോ ഒരു പ്രശ്നം ഉത്തരം കാണാതെ കിടന്നു തിരിഞ്ഞുകൊണ്ടിരുന്നു.

പ്രധാനകവാടം അടച്ചിട്ടു. തൂങ്ങിനില്ക്കുന്ന ശവത്തിനു താഴെ രണ്ടു ഭടന്മാർ കാവൽ നിന്നു.

"അഹൂറേ, പ്രധാനപ്പെട്ട രണ്ട് കാര്യം ഉടനെ നടക്കണം...."

"പറയൂ ചേട്ടാ....."

ചെയ്യേണ്ട കാര്യം വിവരിച്ചശേഷം ബടാ പറഞ്ഞു....

"ശവലേപനസാമഗ്രി തോണിയിലെത്തിച്ച ഉടൻ നീ ഇവിടേക്കു വരണം. അല്പം ആഹാരവും എടുക്കണം. ആ രണ്ട് ഭടന്മാരെയും ഭക്ഷണത്തിന് ക്ഷണിച്ച് നീ കൈകാര്യം ചെയ്യണം. കൊല്ലേണ്ട. ബാക്കികാര്യം ഔട്ടയും ബെക്കുവും നോക്കിക്കൊള്ളും. മൂന്നുപേർ അവരുടെ സഹായത്തിനുണ്ടായാൽ മതി. വായിൽ തുണി കുത്തിത്തിരുകി, കൈകാലുകൾ ബന്ധിച്ച് ഇരുളിൽ കൊണ്ടിട്ടാൽ മതി. നിന്റെ ഭർത്താവിനെ വിളിക്ക്. അയാളെയും ഒപ്പം കൂട്ടിക്കൊള്ളൂ....."

ഉറങ്ങിയ കുഞ്ഞിനെ ചുമലിൽ കിടത്തി, ഭർത്താവിനെ വിളിച്ചുകൊണ്ട് അഹൂറ ബടായെ പിന്തുടർന്നു.... ജനസഞ്ചാരം കുറഞ്ഞുവന്ന നദിക്കരയിലെ വഴി. ഒറ്റദിവസം കൊണ്ടുതന്നെ ആ വഴി അഹൂറയ്ക്ക് പരിചിതമായിരുന്നു.....

തോണിക്കാർ കാത്തിരിക്കയായിരുന്നു....

"സത്യമാണോ....? സത്യമാണോ....? "മെന്നയെ കണ്ട ഉടൻ അവർ ചോദിച്ചു.

അല്പം മുമ്പ് പുറപ്പെട്ടുപോയ തോണിക്കാരാണ് ഞെട്ടിപ്പിക്കുന്ന ആ വാർത്ത അറിയിച്ചത്.

മെന്ന മണലിലിരുന്നു. വിചാരണയുടെ കാര്യം ചുരുക്കി വിവരിച്ചു.

തോണിക്കാരുടെ ദുഃഖം ചുടുകണ്ണീരായി കവിളുകളിലൂടെയൊഴുകി....

"മെനെപ്പടാ ചേട്ടൻ എന്തൊക്കെയാണ് പറഞ്ഞത്?" അവർ ചോദിച്ചു.

"മഹാപ്രഭുക്കളേ, പ്രധാനപൂജാരിയവർകളേ, മന്ത്രിവര്യരെ...., ഇവിടെ കൂടിയിരിക്കുന്ന വിശിഷ്ടവ്യക്തികളെ... ചെവിതുറന്ന് കേൾക്ക് .... ഞങ്ങൾക്ക് – ജനങ്ങൾക്ക് – ദേഷ്യം വന്നാൽ അത് വെള്ളപ്പൊക്കം പോലെ ഭീകരമായിത്തീരും... അതിൽ നിങ്ങളെല്ലാം കുത്തിയൊഴുകിപ്പോകും.... വെള്ളമിറങ്ങിക്കഴിഞ്ഞാൽ കാണപ്പെടുന്നത് തികച്ചും നൂതനമായൊരു ലോകമായിരിക്കും... ആ നവ്യസൃഷ്ടി ശാശ്വതമായിത്തീരട്ടെയെന്ന് റായോടും പ്ടായോടും അമനോടും ഞാനിതാ അനന്യഭാവത്തോടെ പ്രാർത്ഥിക്കുന്നു....! ഇതാണ് പറഞ്ഞത്... അർത്ഥം മനസ്സിലായോ...?"

"ഇല്ല...."

"വളരെ അർത്ഥവത്തായ വാക്കുകളാണ്. ഇതിന്റെ പ്രതിദ്ധ്വനി ആയിരക്കണക്കിന് വർഷങ്ങളോളം നീണ്ടുനില്ക്കും. ഒടുവിൽ ഒരു ദിവസം ജനങ്ങൾക്ക് ദേഷ്യം വരും.....!"

ഒരു നിമിഷത്തേക്ക് മെന്ന വികാരാധീനനായിപ്പോയി. മെനെപ്പടായുടെ ധ്വനികൾ ചുറ്റും മുഖരിതമാകുന്നതായി അയാൾക്കുതോന്നി.

ബടായുടെ പിന്നാലെ അഹൂറയും ഭർത്താവുമെത്തിച്ചേർന്നു. കരയുകയായിരുന്ന തോണിക്കാരോട് അടങ്ങിയിരിക്കാൻ ബടാ ആംഗ്യംകാട്ടി.

"നടക്കാൻ പാടില്ലാത്തത് നടന്നുകഴിഞ്ഞു. ഇനി അടുത്തജോലി..."

"ഞാൻ ആ ഈന്തപ്പനയുടെ കീഴിൽ ചെന്നിരിക്കാം. എല്ലാം തയ്യാറായാൽ എന്നെ വിളിക്ക്...." മെന്ന എഴുന്നേറ്റ് നടന്നു.

വലിയൊരു ചണച്ചാക്കിൽ വിൽക്കാനുള്ള സാമഗ്രികളുണ്ടായിരുന്നു. അഹൂറയുടെ ഭർത്താവ് അതെടുത്തുപിടിച്ചു.

"രാജധാനിയിൽ നേതാവിന്റെ ആവശ്യത്തിന് വേണ്ടിവരുമെന്ന് പറഞ്ഞ് ഇപ്യൂവറാണ് ഇതെടുത്തുവച്ചത്. ചാക്കൊഴിച്ച് മറ്റൊന്നും ബാക്കി വെക്കേണ്ട...."

"ശരി ചേട്ടാ...."

"വരൂ... അപോഫീസിന്റെ പീടിക കാട്ടിത്തരാം....."

ആ പീടിക 'ഭാഗ്യത്തിന്റെ മാർഗ്ഗ'ത്തിലാണ്....! ഭാഗ്യത്തിന്റെ മാർഗ്ഗം ....! ബടാ ചിന്തിക്കയായിരുന്നു. തങ്ങളെത്രമാത്രം നിർഭാഗ്യവാന്മാരാണ്.....!

അങ്ങിങ്ങ് ചില വീടുകളിൽ വെളിച്ചമുണ്ടായിരുന്നു.

അടഞ്ഞുകിടക്കുന്ന ഒരു പീടികയ്ക്കുമുന്നിൽ ബടാ നിന്നു.

“ഇതാണ്. അപോഫീസ് എന്ന് വിളിച്ച് വാതിലിൽ മുട്ട്. ഞാൻ മാറി നില്ക്കാം....”

“അപോഫീസ്...! അപോഫീസ്....!” അഹൂറ വാതിലിൽ മുട്ടിക്കൊണ്ട് വിളിച്ചു.

അല്പസമയത്തേക്ക് യാതൊരനക്കവുമില്ല. ഇനിയെന്ത് വഴി....? ഇയാളെ എങ്ങനെ ഉണർത്തും.....? ആലോചിക്കുന്നതിനിടയിൽ ജാലകത്തിന്റെ കൊളുത്തുനീക്കുന്ന ഒച്ചകേട്ടു.

“ആരാ....? എന്തുവേണം.....?” തുറന്ന ഒറ്റവാതിലിലൂടെ ചോദ്യമുയർന്നു.

“ഞങ്ങൾ അന്യനാട്ടുകാരാണ്. കുറച്ച് സാധനങ്ങൾ വേണം....”

“ഈ അർദ്ധരാത്രിക്കോ....? എന്ത് സാധനം.....?”

അഹൂറയുടെ ശബ്ദമിടറി. ഹൃദയമിടിപ്പിന് ശക്തികൂടി. അധീരയാകാതെ അവൾ പറഞ്ഞു.

“ശവലേപന സാമഗ്രി....”

“ഉം.... നിങ്ങളാരാ....?”

“ഞങ്ങൾ കർഷകരാണ്....”

“നിങ്ങളുടെ നാട്ടിലെ പ്രഭു പറഞ്ഞയച്ചതാണോ? എൺപതുദിവസത്തെ ലേപനങ്ങളാണോ.....?”

“അല്ല. എന്റെ ജ്യേഷ്ഠനാണ് മരിച്ചുപോയത്. നാളെ രാവിലെതന്നെ ലേപനം നടത്തണം....”

“അങ്ങനെയോ....? അപ്പോൾ സ്വന്താവശ്യത്തിനാണ്....! വേണ്ടെന്നു പറയാൻ ഞാനാര്....? പക്ഷേ, വിലകൂടും. അയിമ്പത് ഉടേനാകും. അതിനുള്ള വിനിമയ സാമഗ്രി കൊണ്ടുവന്നിട്ടുണ്ടോ....?”

“ആനുബിസ് ദേവന്റെ ഒരു മുഖവും വേണം. ആകെ അയിമ്പതു ഉടേൻ കണക്കാക്കിക്കൊള്ളു....”

“പോര...പോര... അറുപത് വേണം....”

“ഏതായാലും വാതില് തുറക്ക് വിളക്ക് കൊളുത്ത്.”

വീണ്ടും മൗനം. ഭാര്യ കത്തിച്ച വിളക്കുമായി അപോഫീസ് വാതിൽ തുറന്നു. വിളക്ക് മുന്നോട്ട് നീക്കി വഴിയിൽ നില്ക്കുന്നവരെ ശ്രദ്ധിച്ചു.

“കെട്ടഴിക്ക്....”

അഹൂറയുടെ ഭർത്താവ് കെട്ടഴിച്ച് സാധനങ്ങൾ പുറത്തെടുത്തുവച്ചു.

അപോഫീസ് ആ വിനിമയ സാധനങ്ങൾ പരിശോധിച്ചു.

“രാത്രിയായതുകൊണ്ട് എന്ത് സാധനവും ചെലവാകും. അല്ലേ?”

“അങ്ങനെ പറയരുത് സ്വാമീ. താൻ മരിച്ചാൽ ശവലേപനം നടത്തണമെന്നത് ചേട്ടന്റെ ഒരാഗ്രഹമായിരുന്നു. ആ ആശ നിറവേറ്റാൻ വേണ്ടി

ഉള്ളതെല്ലാമെടുത്ത് ഉടനേ പുറപ്പെട്ടു. നൂറിലധികം ഉടേൻ വിലമതിക്കു...."

ചണവസ്ത്രങ്ങൾ, അരപ്പട്ടകൾ, ജൊണ്ടിന്റെ പാദരക്ഷകൾ, മെതിയടികൾ, കൈക്കോല്, വടി, തേൻഭരണികൾ, പെപ്പൈറസ് താളുകൾ, വെള്ളാരൻ കല്ലിന്റെ പാത്രങ്ങൾ, ജൊണ്ട്കൊണ്ട് മെടഞ്ഞുണ്ടാക്കിയ ചെറിയ പായകൾ, തട്ടുകൾ....

"ശവലേപനം ദിവ്യജീവിതത്തിനുള്ള സാക്ഷിയാണ്. നാളേക്കുള്ള ജീവിതത്തിന്റെ ഒരുക്കമാണ്. നൂറിലധികം ഉടേൻ വില നല്കിയാലും തെറ്റില്ല. ഇവിടെയിരിക്ക്. ഞാനിതാ വന്നു."

വിളക്ക് പടിമേൽവെച്ച് അപോഫീസ് അകത്തേക്കുപോയി. അല്പ നിമിഷങ്ങൾക്കകം സാമഗ്രികളുമായി തിരികെ വന്നു.

വിസർജ്ജനയെണ്ണ നിറച്ച ഒരു ഭരണി, പെപ്പൈറസ് തണ്ടിന്റെ പീച്ചാങ്കുഴൽ, ചെമ്പ് സൂചി, ചണനൂൽ, ഓട്ടയടയ്ക്കാനുള്ള ആപ്പ്, ചണത്തുണിച്ചുരുൾ, മരപ്പശ, അനൂബിസിന്റെ മുഖം.....

"നോക്കമ്മേ....., പാവപ്പെട്ടവരെന്നോ പണക്കാരെന്നോ ഉള്ള വ്യത്യാസം എനിക്കില്ല. എല്ലാം ഉത്തമ വസ്തുക്കളാണ്... ഇതിനുപകരം ഈ കൊണ്ടുവന്നതൊന്നും മതിയാവുകയില്ല...."

"ഈ ചാക്കൊഴിച്ച് ബാക്കിയെല്ലാം നിങ്ങളെടുത്തോ...." അഹൂറ നെടുവീർപ്പിട്ടുകൊണ്ട് പറഞ്ഞു.

"ഇത്ര വലിയതെന്തിനാ....? ഈ സാധനങ്ങളിടാൻ ഒരു ചെറിയത് ഞാൻ തരാം....."

"ചെറിയതൊന്ന് കൂടാതെ കഴിയില്ല. ഈ വലുത് അടുത്തവീട്ടിലേതാണ്. തിരികെക്കൊടുക്കാതെ പറ്റില്ല...."

"എങ്കിൽ കഴുത്തിലുള്ള ആ മാലകൾ തന്നേ....."

"മൂന്നെണ്ണം കവടിയുടേതാണ്. രണ്ടെണ്ണം ചെമ്പിന്റേത്. ഒന്ന് വെള്ളിയുടേതും.... ഇതെല്ലാം തരണോ....?"

"ഉം.... തികച്ചും വിലതരാതെ ലേപനസാമഗ്രികൾ വാങ്ങിയാൽ ചത്തവന് നല്ലത് വരില്ല....."

അഹൂറ കുഞ്ഞിനെ ഭർത്താവിന്റെ കൈയിലേല്പിച്ച് മാലകൾ ഊരിക്കൊടുത്തു. ഒഴിഞ്ഞ മാറിടത്തിൽ അപോഫീസ് ഒന്ന് നോക്കി. തുടർന്ന് വിനിമയ സാമഗ്രികളെടുത്ത് അകത്തുവെച്ചു.

"അല്പം സുഗന്ധദ്രവ്യം വേണം സ്വാമീ. ദൈവത്തിന് സന്തോഷമാകും....."

പിറുപിറുത്തുകൊണ്ട് അപോഫീസ് അകത്തുചെന്ന് ഒരു പെപ്പൈറസ് ഇലയിൽ ധൂപത്തിനുള്ള സാധനങ്ങൾ കൊണ്ടുവന്നുകൊടുത്തു.

"നിന്റെ ചേട്ടനെങ്ങനെയാ മരിച്ചത്....?"

"മുതല കടിച്ച്...." അഹൂറ കണ്ണടച്ചുപിടിച്ചു.

"മുതലയാണോ കൊന്നത്....?"

"ഉം...ഉം...."

"അവന്റെ പേരെന്താ....."

തീരെ പ്രതീക്ഷിക്കാത്ത ചോദ്യം. ക്ഷണനേരത്തേക്ക് അഹൂറ പരിഭ്രമിച്ചുപോയി. എങ്കിലും അവൾ പറഞ്ഞു.

"ദൈവത്തിന്റെ പേരാണ്. പേടാഹോടെപ്."

"പ്ടാഹോടെപ്പ്.....! മരിച്ചവന്റെ നാമം ഉച്ചരിച്ചുകൊണ്ടിരുന്നാൽ വീണ്ടും ജീവിക്കുമെന്ന ദേവവാക്യം കേട്ടിട്ടുണ്ടോ?"

"ഇല്ല സ്വാമീ....."

"എന്നാൽ പഠിച്ചോ...."

"കൈച്ചാക്ക് തരൂ സ്വാമീ...."

"ഇല്ല....ഇല്ല....! ഈ നഷ്ടം തന്നെ മതി. നിങ്ങളുടെ ചാക്കിൽ തന്നെയിട്ടോ...."

ചെറിയ ചാക്ക് കിട്ടില്ലെന്നുറപ്പായി. വലിയചാക്കിൽ തന്നെ ലേപനസാമഗ്രികൾ പെറുക്കിവച്ചു.

"ഞങ്ങൾ വരട്ടെ...."

"എങ്ങനെയാ വന്നത്...? കഴുതപ്പുറത്തോ....? തോണിയിലോ....?"

"ഞങ്ങൾ ഉൾനാട്ടുകാരാണ്. കഴുതപ്പുറത്താണ് വന്നത്. തോണി ക്കടവിൽ കെട്ടിയിട്ടുണ്ട്...."

"എന്റെ പീടിക ഇവിടെയാണെന്ന് ആരാ പറഞ്ഞത്?"

"ഭാഗ്യത്തിന്റെ മാർഗ്ഗ'ത്തിലാണെന്ന് കടവിലുള്ളവർ പറഞ്ഞു...."

"ശരി. പുറപ്പെട്ടോ. ഒന്നും വിഷമിക്കേണ്ട. നിങ്ങളുടെ ചേട്ടൻ ഒസൈ രിസിന്റെ നാട്ടിലെത്തും...."

"ഉം...." അഹൂറ വിതുമ്മിപ്പോയി.

അഹൂറയും ഭർത്താവും പുറപ്പെട്ടു.

അപോഫീസ് വാതിലടച്ചു. വിനിമയ സാമഗ്രികൾ കണ്ട് അയാൾ അത്യധികം തൃപ്തനായി. വിളക്കൂതി ഗാഢനിദ്രയിലാണ്ട ഭാര്യയുടെ അരികിൽ അയാൾ കിടന്നു. കൺപോളകൾ അമർത്തിയടച്ച് അയാൾ മനസ്സിൽ പറഞ്ഞു. 'പ്ടാ ഹോടെപ്....'

പെട്ടെന്ന് നീരാനയിലെ തോണിക്കാരനെക്കുറിച്ചയാളോർത്തു. കള്ളൻ. ദൈവവിഗ്രഹങ്ങൾ കൊണ്ടുവരാമെന്ന് പറഞ്ഞിട്ട് കണ്ടതേയി ല്ലല്ലോ. അവന്റെ നേതാവാണല്ലോ കൊല്ലപ്പെട്ടത്. ചത്തവൻ മുതലയ്ക്കാ ഹാരമാകും.

അവന്റെ പേര് പ്ടാഹോടെപ്പെന്നല്ല... മെനെപ്പടായെന്നാണ്. ഈ ശവലേപന സാമഗ്രി....? ഛെ! ഛെ! അതും ഇതും തമ്മിൽ തീർച്ചയായും ബന്ധമുണ്ടാവില്ല.

ഉറക്കം വരാതെ അയാൾ സ്തോത്രം ഉരുവിട്ടുതുടങ്ങി. 'ജഗദ്രക്ഷകാ പ്ടാ....! സർവ്വജനപൂജിത പ്ടാ....!'

ഏതായാലും രാവിലെ എഴുന്നേറ്റ ഉടൻ വിവരം പ്രധാനപൂജാരിയെ

അറിയിക്കണമെന്ന് അയാൾ മനസ്സിലുറച്ചു.

ഒരു ജോലി കഴിഞ്ഞതിൽ ബഡാ അല്പമാശ്വസിച്ചു. ഇനി അടുത്തതാണ്. അവർ തോണിയിലെത്തി സാമഗ്രികൾ ഒരു മൂലയ്ക്ക് ഒതുക്കിവച്ചു.

ചെറിയ ഭക്ഷണപ്പൊതിയും ഖിവപ്പാത്രവുമായി അഹൂറ തയ്യാറായി. ബഡാ പഴയ കയർക്കഷണങ്ങളും ഒഴിഞ്ഞചാക്കും, തനിക്ക് മാറാനുള്ള അരവസ്ത്രവും കക്ഷത്തിറുക്കിപ്പിടിച്ചു. തന്റെ തോണിക്കാരിൽ രണ്ടു പേരെ വിളിച്ച് അയാൾ പറഞ്ഞു.

"ഞങ്ങളുടെ പിന്നാലെ വരണം. എവിടുന്നെങ്കിലും ഒരു കഴുതയെ കണ്ടുപിടിച്ച് കെട്ടിക്കൊണ്ട് വരണം. കൊട്ടാരവാതിലിനടുത്ത് നിന്നാൽ മതി...."

അവർ പുറപ്പെട്ടു.

എണ്ണ വറ്റിത്തുടങ്ങിയ പന്തങ്ങൾ മങ്ങിക്കൊണ്ടിരുന്നു. കാവൽഭടന്മാർ കുന്തം ചുമരിന് ചാരിവച്ച് നിലത്തിരിക്കയായിരുന്നു.

ബഡായും ബെക്കുവും ഔട്ടയും തയ്യാറായെന്നറിയിച്ചപ്പോൾ അഹൂറ ദൈവത്തെ സ്തുതിച്ചുകൊണ്ട് ഉറച്ച കാൽവെപ്പുകളോടെ മുന്നോട്ട് നടന്നു.

തൂങ്ങിയാടുന്ന ശവത്തിനു കീഴിലിരുന്ന് ഉറക്കം തൂങ്ങിക്കൊണ്ടിരുന്ന ഭടന്മാർ മുന്നിൽ നില്ക്കുന്ന സ്ത്രീയെക്കണ്ട് പിടഞ്ഞെണീറ്റു.

"ചേട്ടാ..." അഹൂറ നീട്ടി വിളിച്ചു. മധുരമായ സ്വരം.

"ചേട്ടനോ...? ആരാ നീ....? ശവത്തിനെ പേടിയില്ലേ നിനക്ക്....?"

"മരിച്ചവരെന്തു ചെയ്യാനാ ചേട്ടാ.... ജീവിച്ചിരിക്കുന്നവരെയാണ് എനിക്ക് ഭയം...."

"ഭയമില്ലെന്നോ....? എവിടുന്നാ നീ വരുന്നത്.....?"

"അടുത്ത ഗ്രാമത്തിൽ നിന്നാണ് സെഡ് ഉത്സവത്തിന് വന്നതാണ്...."

"ഹി...ഹി..."

"മക്കളില്ലേ....?"

"രണ്ടെണ്ണം ഉറങ്ങുകയാണ്. ചേട്ടൻ വല്ലതും കഴിച്ചോ?"

"കഴിക്കാൻ വല്ലതും വേണ്ടേ....? ഉച്ചമുതൽ ഇവിടെയിരുന്ന് വിശന്നു ചാവുകയാണ്. ആ നേതാവ് രക്ഷപ്പെട്ടു. ഞങ്ങളിതാ നരകിക്കുന്നത്രെ...." മറ്റൊരു ഭടൻ ദേഷ്യത്തോടെ പറഞ്ഞു.

"അല്പം ഭക്ഷണവും ഖിവവും ബാക്കിയുണ്ട് വേണോ?"

"വെറുതെ തരുമോ....?"

"ചേട്ടാ ഞാനൊരു സാധു കൃഷിത്തൊഴിലാളിയാണ്. തിന്നാനും കുടിക്കാനും വല്ലവർക്കും കൊടുത്താൽ പട്ടണത്തിലുള്ളവരെപ്പോലെ പകരമൊന്നും വാങ്ങില്ല....."

"ഓഹോ....! എന്നാൽ കൊണ്ടാ....."

"അവിടെയാണുള്ളത്. എടുത്തുകൊണ്ടുവരാം....."

"ഞങ്ങളുടെ ഗ്രാമത്തിലുള്ള ഒന്ന് രണ്ട് കുടുംബം...." എന്ന് പറഞ്ഞ് അഹൂറ ഭക്ഷണമെടുക്കാൻ പോയി.

"എന്താ ആലോചിക്കുന്നത്....?" ഒരു ഭടൻ മറ്റവനോട് ചോദിച്ചു.

"അവളെ എനിക്കിഷ്ടപ്പെട്ടു...."

"ശവം കാവൽ ഉപേക്ഷിച്ചോ....?"

"ശവമെവിടെപ്പോകാൻ! ദളപതി അറിയരുത്. അത്രതന്നെ...."

"ശരി. ഭക്ഷണം കഴിച്ചിട്ട് മതി."

അഹൂറ ഭക്ഷണം കൊണ്ടുവന്നു.

ഭടന്മാർ തിന്നാനും കുടിക്കാനും തുടങ്ങി.

"നീയിവിടെയിരിക്ക്. ഈ ഖിവം നന്നായിട്ടുണ്ട്. നീയും അല്പം കുടിക്ക്." ഒരു ഭടൻ പറഞ്ഞു.

"എനിക്കിപ്പോൾ വേണ്ട. നിങ്ങൾ കഴിക്ക്. എന്റെ നാട്ടിലാണെങ്കിൽ ഖിവത്തിന്റെ കുളംതന്നെയുണ്ട്."

അഹൂറ അവരുടെ മുന്നിലായിരുന്നു.

''നിന്റെ നാട്ടിൽ നിന്നെപ്പോലെ സുന്ദരികളായ വേറെയും പെണ്ണുങ്ങളുണ്ടോ....?"

"അതെങ്ങനെ പറയാൻ കഴിയും.....?"

അതിനിടയിൽ കുടിയന്മാരായഭിനയിച്ചുകൊണ്ട് ഔട്ടയും ബെക്കുവും അങ്ങോട്ട് വന്നു.

"ഓഹോ....! രണ്ടുംകൂടി അനുഭവിക്കയാണോ?" ഔട്ട ചോദിച്ചു.

ഇരുട്ടാണ്. മുഖം തിരിച്ചറിയാൻ വയ്യ. എങ്കിലും ഒരു കാവൽ ഭടന് ഈ ശബ്ദം മുമ്പെങ്ങോ കേട്ടതായി തോന്നി.

"ഏയ്....! ബഹളം കൂട്ടാതെ പോകുന്നതാണ് നല്ലത്...! ഈ മുകളിലുള്ളത് കണ്ടോ?"

"അയ്യയ്യോ! ശവം....!" ബെക്കു പരിഭ്രമത്തോടെ പറഞ്ഞു.

ഭടന്മാർ പൊട്ടിച്ചിരിച്ചു.

ചിരി അവസാനിക്കുന്നതിനുള്ളിൽ ഔട്ടയും ബെക്കുവും പ്രവർത്തിച്ചു കഴിഞ്ഞിരുന്നു. അവരുടെ കൈകളിൽ കിടന്ന് ഭടന്മാർ പിടഞ്ഞു. ചിരി ഞരക്കമായിത്തീർന്നു.

ബടായും ഒരു തോണിക്കാരനും ഓടിവന്നു. വായിൽ തുണി തിരുകിക്കയറ്റി. കൈകാലുകൾ ബന്ധിച്ചു. കണ്ണും മറച്ചുകെട്ടി.

നിലത്തു കിടന്നുരുളുന്ന ആ ഭടന്മാരെ എന്തു വേണമെങ്കിലും ചെയ്യാൻ പ്രയാസമില്ല. പക്ഷേ, അവർ ദരിദ്രരാണ്. അവരുടെ കഴുത്തറുത്തതുകൊണ്ട് പ്രയോജനമില്ല. അവർ മന്ത്രിയോ മഹാപ്രഭുവോ പ്രധാന പൂജാരിയോ അല്ല. ജീവനുണ്ടായിരുന്നെങ്കിൽ മെനെപ്പടാ ചേട്ടൻതന്നെ ഇവരെ ഒന്നും ചെയ്യരുതെന്ന് നിർദ്ദേശിക്കുമായിരുന്നെന്ന് ബടായ്ക്ക്

തോന്നി.

"വേഗം. വേഗം...." ബടാ ധൃതികൂട്ടി.

അഞ്ചാറുപേർകൂടി ഓടിയെത്തി. ഭടന്മാരെയെടുത്തുകൊണ്ട് അവർ ഇരുളിൽ മറഞ്ഞു.

ഔട്ടയും ബെക്കുവും പ്രധാന കവാടത്തിൽ ചാടിക്കയറി. മൂന്നു നാല്പേർ മതിലിന്മേൽ കയറിനിന്നു.

ആദ്യം ശിരസ്സ് താഴെയിറക്കി. അഹൂറ അത് മാറോട് ചേർത്തു പിടിച്ചു.

'ഖിവം കൊണ്ടുവന്ന് സഞ്ചിയിൽ വെക്ക്." ബടാ നിർദ്ദേശിച്ചു.

മെനെപ്പടായുടെ കാലിലെ കുടുക്കഴിച്ചു. മതിലിന്മേലുള്ളവർ അത് താങ്ങിപ്പിടിച്ചു. അവർ അത് നിലത്തുള്ളവരുടെ കൈകളിലേക്ക് നീക്കി. ബടാ നിവർത്തിപ്പിടിച്ച ചാക്കിൽ അത് ചെന്നുചേർന്നു.

നേരത്തെ കൊണ്ടുവന്നിരുന്ന കഴുതപ്പുറത്ത് രണ്ട് കെട്ടുകളും വച്ചുകെട്ടി.

"പുറപ്പെട്ടോ.....! നിശ്ശബ്ദം....!"

ഭടന്മാരുടെ കൈയിലുള്ള രണ്ട് കുന്തവും ഒരാളെടുത്തു പിടിച്ചു.

ബടാ കഴുതയുടെ കഴുത്തിലെ കയർ വലിച്ചു. അത് പുറപ്പെടാനുള്ള നിർദ്ദേശമാണ്. കഴുത നടന്നു തുടങ്ങി.

അഹൂറ കുഞ്ഞിനെ ഭർത്താവിന്റെ കൈയിൽ കൊടുത്തു. അവൾ രാമേരിപ്പടായുടെ കൈപിടിച്ചു. അവൻ തികച്ചും മൂകനാണ്. ശ്വാസോച്ഛ്വാസംപോലും പുറത്ത് കേൾക്കാനില്ല. ശാന്തമായൊഴുകുന്ന നദിപോലെ അവൻ നീങ്ങി. അവരുടെ പിന്നിൽ കഴുതയെ പിടിച്ച ബടാ... ഇരുവശത്തും ഔട്ടയും ബെക്കുവും.

നടത്തം സാവധാനത്തിലാണല്ലോ എന്ന് പരിഭ്രമിച്ചു. ഈ ഭാരം തലയിലെടുത്തുവെച്ച് ഓടാൻ കഴിഞ്ഞിരുന്നെങ്കിൽ! അങ്ങനെ ചെയ്താൽ ജനങ്ങളുടെ കണ്ണിൽ തങ്ങൾ കള്ളന്മാരായിത്തീരും. തങ്ങളെ തിരിച്ചറിയാനും പ്രയാസമുണ്ടാവില്ല. ഈ പതുക്കെയുള്ള സഞ്ചാരമാണ് നല്ലത്. ഉൾഗ്രാമത്തിലേക്ക് വഴി ചോദിച്ചു നീങ്ങുന്ന യാത്രക്കാരാണ് ഞങ്ങൾ.

ഛേദിക്കപ്പെട്ട തന്റെ ഹൃദയം ചിറകുവിടർത്തി പറക്കാൻ വെമ്പുകയായിരുന്നെന്ന് ബടാ മനസ്സിലാക്കി. എങ്കിലും തനിക്കതിനെ ഒതുക്കിപ്പിടിക്കാൻ കഴിഞ്ഞതിൽ അയാളാശ്വസിച്ചു.

മുമ്പ് ഇതേ വഴിയിലൂടെ കഴുതയോടൊപ്പം നടന്നു നീങ്ങിയരംഗം ബടാക്കോർമ്മവന്നു. അന്ന് കഴുതപ്പുറത്തുണ്ടായിരുന്നത് നീരാനയിൽ നിന്ന് കൊണ്ടുവന്ന ഘടികാരപ്പെട്ടിയും നേതാവിന്റെ കെട്ടുകളുമായിരുന്നു. ഇന്നോ....? തങ്ങളുടെ സർവ്വസ്വവുമാണ് ഈ കഴുതപ്പുറത്തുള്ളത്....! ഈ കഴുതയോടൊപ്പം നീങ്ങുന്ന താനും മറ്റൊരു കഴുതയായിത്തീരുകയാണെന്ന് ബടായ്ക്കു തോന്നി.

ഔട്ടയും ബെക്കുവും ശ്വസിക്കുന്ന മരപ്പാവകളായി നീങ്ങി. ഒന്നും

ചിന്തിക്കാൻ അവർക്ക് കഴിയുന്നില്ല.

ഭടന്മാരിൽനിന്നും കൈക്കലാക്കിയ കുന്തത്തിന്റെ മുന തിളങ്ങിക്കൊണ്ടിരുന്നു. വല്ലവരും തടഞ്ഞു നിർത്തുകയാണെങ്കിൽ തന്റെ സേവനം വേണ്ടിവരുമെന്ന് അത് സൂചിപ്പിക്കുന്നതായിതോന്നി.

പട്ടണവാസികൾ ഗാഢനിദ്രയിലാണ്. അങ്ങിങ്ങായി കാവലിരിക്കുന്ന ഭടന്മാരും ആലസ്യത്തിലാണ്. എങ്കിലും തോണിക്കടവിലെത്താറായപ്പോൾ ഒരു ഭടൻ അവരെ തടഞ്ഞു നിർത്തി.

"എന്താ എല്ലാവരും മിണ്ടാതെ നീങ്ങുന്നത്....?"

"ബഹളമുണ്ടാക്കരുതെന്ന് അവിടെയുള്ള പാറാവുകാരൻ പറഞ്ഞു. ഇനി നിങ്ങൾ ബഹളമുണ്ടാക്കണമെന്നാണ് പറയുന്നതെങ്കിൽ അങ്ങനെ ചെയ്യാം." ബടാ പറഞ്ഞു.

തന്റെ ഉള്ളിൽ നിന്നാണല്ലോ ഈ വാക്കുകൾ പുറപ്പെട്ടതെന്ന് ബടാ ആശ്ചര്യപ്പെട്ടു.

"ഉം... മിണ്ടാതെ പോയാൽ മതി." ആ ഭടൻ പറഞ്ഞു.

ആ സംഘം സാവധാനത്തിൽ തോണിക്കടവിലെത്തിച്ചേർന്നു.

തണുത്ത മണൽ. സ്തംഭിച്ച നദി. ജഡപ്രായമായ തോണിക്കാർ ഈന്തപ്പനയുടെ കീഴിൽനിന്ന് മെന്ന എഴുന്നേറ്റു.

കഴുതയെ മോചിപ്പിച്ചു. യഥാർത്ഥ ഉടമസ്ഥനെ അന്വേഷിച്ച് അത് നടന്നുപോയി.

നീരാനപ്രവിശ്യയിലെ സർവ്വസ്വം തോണിയിൽ അഭയം തേടി.

"വേഗം....! വേഗം....!" ബടാ പറഞ്ഞു.

അബ്ടു യാത്രക്കാർ തോണിയിൽ കയറി. തോണിയുടെ പുറംഭാഗം പകുതിയോളം വെള്ളത്തിലാണ്ടു. തോണിക്കാർ തുഴകൾ വലിച്ചു. തെക്കോട്ടഭിമുഖമായി തോണി നീങ്ങിത്തുടങ്ങി. നിവർത്തിക്കെട്ടിയ കാറ്റുപായ ചലനത്തിന് സഹായകമായിത്തീർന്നു.

ഇപ്പോൾ ബടാ യഥാർത്ഥ തോണിക്കാരനാണ്. കാലവും ദൂരവും വേഗതയും നന്നായറിയുന്ന തോണിക്കാരൻ.

"ഓ....! അമൻ...! അപൂർവ്വമായൊരു യാത്രയാണിത്. ലോകത്തിൽ വെച്ചേറ്റവും അമൂല്യമായ വസ്തുവാണ് കൊണ്ടുപോകുന്നത്. എന്റെ കൈകൾക്ക് ഇരട്ടി ബലം നല്കൂ...! തോണിക്ക് ശരത്തിന്റെ വേഗത നല്കൂ...! ഓ....! അമൻ....! എന്റെ യാത്ര സുരക്ഷിതമാകട്ടെ....! സുരക്ഷിതമാകട്ടെ....!" ബടാ മനസ്സിൽ പ്രാർത്ഥിച്ചു.

പതിനാല്

മുമ്പ് മെനെപ്പടായുടെകൂടെ രാജധാനിയിലേക്ക് പോകാനവസരം ലഭിക്കാഞ്ഞപ്പോൾ, കൂട്ടിക്കൊണ്ടുവരാനെങ്കിലും ഞങ്ങൾ പോകുമെന്ന് അബ്ടുയാത്രക്കാർ പറഞ്ഞിരുന്നു.

ഇപ്പോൾ യാത്രക്കാരാണ് നേതാവിനെ കൂട്ടിക്കൊണ്ടുവരുന്നത്... എന്നാൽ... എന്നാൽ.

ഹൃദയത്തിൽ അള്ളിപ്പിടിച്ചിരിക്കുന്ന ദുഃഖത്തെ പറിച്ചെറിയാൻ ശ്രമിച്ചുകൊണ്ട് കാറ്റ്പായത്തൂണിന് ചാർന്നിരിക്കുകയായിരുന്ന ബടായുടെ ദൃഷ്ടികൾ നൈൽനദിയുടെ നിശ്ചലമായ ഇരുളിലൂടെ നെടുനീളത്തിൽ സഞ്ചരിച്ചു. ആ മിഴികളിൽ അശ്രുക്കൾ തളംകെട്ടിനിന്നിരുന്നു....എത്രനേരം ആ നിശ്ശബ്ദരോദനം നിലനിന്നുവെന്നറിഞ്ഞുകൂടാ.... കലങ്ങിയ കൃഷ്ണമണിയിൽ അവ്യക്തമായ രൂപങ്ങൾ പതിഞ്ഞുകൊണ്ടിരുന്നു... ശബ്ദങ്ങൾ ആ കാതുകളിൽ മുട്ടിക്കൊണ്ടിരുന്നു.

ദക്ഷിണാഭിമുഖമായി നീങ്ങുന്ന വേറെയും തോണികളുണ്ടായിരുന്നു. അവയെ പിന്നിട്ടുകൊണ്ട് ബടായുടെ തോണി മുന്നോട്ട് നീങ്ങി. എതിർദിശയിൽനിന്നും വരുന്ന ചില തോണികളും കാണപ്പെട്ടിരുന്നു. അത്തരം ഘട്ടങ്ങളിൽ ബടായുടെ തോണിക്കാർ കൂക്കിവിളിച്ച് ഒച്ചയുണ്ടാക്കി കൂട്ടിമുട്ടലിൽനിന്ന് രക്ഷപ്പെടുത്തിക്കൊണ്ടിരുന്നു. ബടായുടെ നിർദ്ദേശങ്ങളും, ഉപദേശങ്ങളും. പരിഹാസവും കേട്ടുകൊണ്ടല്ലാതെ ആ തോണിയിൽ യാത്രചെയ്യാനാകുമെന്ന് വല്ലവരും കരുതിയിരുന്നോ....? ഇന്ന് അയാളൊന്നും നിർദ്ദേശിച്ചില്ല... ഒന്നും കല്പിച്ചില്ല... തോണിക്കാരുടെയും, യാത്രക്കാരുടെയും ഉണർന്നിരിക്കുന്ന പ്രജ്ഞയാണ് ഇന്ന് ആ തോണിയെ മുന്നോട്ടുനയിച്ചുകൊണ്ടിരുന്നത്.... തോണിയുടെ തള്ളൽ ശക്തിമത്തായിത്തീർന്നു.

അശ്രുകണങ്ങൾ വറ്റിത്തീർന്നപ്പോൾ തോണിയിലുള്ള ഓരോ മുഖവും നോക്കി തിരിച്ചറിയാൻ ബടാ ശ്രമം തുടങ്ങി. എല്ലാവർക്കും തന്റെ അവസ്ഥതന്നെയാണ്..... വേണ്ടപ്പെട്ടവർ മരിച്ചിട്ടും പൊട്ടിക്കരയാൻ സാധിക്കാത്ത എന്തൊരു പരിതഃസ്ഥിതിയാണിത്...? നാട്ടിലേക്ക് പുറപ്പെടുന്നതിനുമുമ്പ് മെനെപ്പടായോടും പറഞ്ഞ കാര്യങ്ങൾ ബടായോർത്തു. 'എന്റെ സങ്കടം പറയട്ടെ ചേട്ടാ....? എത്രദിവസമാണ് മനസ്സിലമർത്തിവെക്കുക....? നമ്മുടെ ആൾക്കാരെ വിളിച്ചുകൊണ്ടുവരാനാണ് ഞാൻ പോകുന്നത്. നാമിത്രപേർമാത്രം ഇവിടെ തങ്ങി അപ്രതീക്ഷിതമായി വല്ലതും സംഭവിച്ചുപോയാൽ .... നമ്മുടെ ആൾക്കാരുടെ മുന്നിൽ ഞാനെങ്ങനെ മുഖംകാട്ടും....? അവരോടെന്തു പറയും....?'

നമ്മുടെ ആൾക്കാരെ വിളിച്ചുകൊണ്ടുവന്നു.... പക്ഷേ, അതുകൊണ്ടുള്ള പ്രയോജനം....? പ്രതീക്ഷിക്കാത്തത് സംഭവിക്ക തന്നെ ചെയ്തു. തനിക്ക് നേരാണെന്ന് തോന്നിയ വഴിയിലൂടെ ചേട്ടൻ സഞ്ചരിച്ചു.... അല്പംപോലും വ്യതിചലിച്ചില്ല. ഇനി നാട്ടിൽചെന്ന് താനെങ്ങനെ മുഖംകാണിക്കും....? എന്ത് പറയും....?

ബടായുടെ ദൃഷ്ടി ദിവ്യപുരുഷനായ മെന്നയെ അന്വേഷിച്ചു.... നീളത്തിലുള്ള ചാക്കുകെട്ടുകളുടെ സമീപം നീണ്ടുനിവർന്നു കിടക്കുന്ന ദേഹം....താൻ സ്വപ്നം കാണുകയാണോ...? ചേട്ടൻ ഉയർത്തെഴുന്നേറ്റ് ചാക്കിൽനിന്ന് പുറത്തുകടന്നതാണോ? എന്തൊരു ഭ്രാന്ത്....? അത് മെന്നയാണ്....ഒരു വിമുക്തപുരുഷന് ഇങ്ങനെയുമാകാൻ കഴിയുമോ....?

എല്ലാവരും മന്ദംമന്ദം ഇളകിയാടുന്ന പ്രതിമകളായിത്തീർന്നിരിക്കുന്നു. പരസ്പരം ഒട്ടിച്ചേർന്ന് ഒന്നായപോലെ തോന്നുന്നു. മനഃസ്താപം തീരുന്നതിന് കണ്ണീരിൽ മുങ്ങിക്കുളിക്കണം. പിന്നെ മൗനം. തപിക്കുന്ന തലച്ചോറ്. മരവിച്ച മനസ്സ്, മന്ദമായടിക്കുന്ന ഈ കുളിർക്കാറ്റ് ഇവരെ ഉറക്കിയേക്കും.... ഉറക്കിയേക്കും.

രാമേരിപ്പടാ ഉറങ്ങിയിരിക്കുമോ? ബടായുടെ മിഴികൾ അന്വേഷിച്ചു ചെന്നു. അഹൂറയുടെ മടിയിൽ ഉറങ്ങുന്ന കുഞ്ഞ്. അവളുടെ ചുമലിൽ തലചായ്ച് രാമേരിയിരിക്കുന്നു. അവനിപ്പോൾ ചെറിയ കുഞ്ഞല്ല. ഒറ്റ ദിവസംകൊണ്ടുതന്നെ വളർന്നു വലുതായിത്തീർന്നിരിക്കുന്നു. അവൻ ഉറങ്ങുകയല്ല. ആ മിഴികൾ ഇരുളിലും തിളങ്ങുകയാണ്. അവൻ തന്നെ നോക്കുകയാണെന്ന് ബടായ്ക്ക് തോന്നി. പെട്ടെന്ന് നെഫീസിന്റെ രൂപം മുന്നിൽ തെളിഞ്ഞുവന്നു. ഹോ....! മിഴികൾ വീണ്ടും നിറഞ്ഞൊഴുകുന്നല്ലോ....!

താനെന്തൊരു വിഡ്ഢിയാണ്. ചേട്ടനെ ഒറ്റയ്ക്കാക്കി നാട്ടിലേക്ക് പോയില്ലേ....? തെറ്റിപ്പോയി....! ചേട്ടന്റെ സമീപത്തുതന്നെയുണ്ടായിരുന്നെങ്കിൽ ഇങ്ങനെ സംഭവിക്കില്ലായിരുന്നു. ഈ വിപത്തിൽനിന്ന് ചേട്ടനെ രക്ഷപ്പെടുത്താൻ സാധിക്കുമായിരുന്നു. അഥവാ...അഥവാ... താനുണ്ടായാലും ഇങ്ങനെ വന്നുകൂടുമായിരുന്നോ...? ചേട്ടൻ ശാഠ്യക്കാരനാണ്. കാരാഗൃഹത്തിൽനിന്ന് രക്ഷപ്പെട്ടുവരാൻ വിസമ്മതിച്ചല്ലോ ചേട്ടാ....

ചേട്ടാ... എന്തിനങ്ങനെ ചെയ്തു....?

കഴിഞ്ഞ അബ്ടു യാത്രതൊട്ട് തങ്ങളുടെ ജീവിതത്തിന് പുതിയൊരു ചൈതന്യം കൈവന്നിരിക്കയായിരുന്നു. പുതിയൊരു മാർഗ്ഗത്തിലൂടെയാണ് സഞ്ചരിച്ചുകൊണ്ടിരുന്നത്. സ്വർണ്ണത്തേക്കാൾ മാറ്റും തിളക്കവുമുള്ള മാർഗ്ഗം. ഇപ്പോൾ ഓർക്കാപ്പുറത്ത്.

ചേട്ടാ....! നാം രാജധാനിയിലേക്ക് വന്നതുതന്നെ തെറ്റായിപ്പോയി.

ഇങ്ങനെ വരുമെന്ന് ജാതകത്തിലുണ്ടായിരുന്നോ?

ജനനേതാവാകാനാണ് നീ ജനിച്ചത്. ജനനേതാവായിത്തന്നെ ജീവിക്കയും ചെയ്തു. ജനനേതാവായിത്തന്നെ അവസാനിക്കയും ചെയ്തു.

വലത്തെ കരയിൽ വിളക്കുകൾ എരിഞ്ഞുനില്ക്കുന്ന കുറെ വീടുകൾ ഇത് ലിഷ്ടാണ്. കൈപിടിച്ച തൊട്ടിലാട്ടിയ ഗേബുവിന്റെ പട്ടണം. അയ്യോ....! എന്തൊരു ചതി....!

നഗരാതിർത്തി കഴിഞ്ഞു. അനുകൂലമായ കാറ്റിൽ തോണി വേഗത്തിൽ മുന്നോട്ടുനീങ്ങി. കാറ്റ് കുറയുമ്പോൾ തുഴയുന്ന ജോലി കൂടുന്നു. ഈ വേഗത നിലനിർത്തിയാൽ ഒരുദിവസം മുമ്പേ നാട്ടിലെത്തിച്ചേരാം.

'ഇത് പ്രഭാതത്തിലെ കുളിർക്കാറ്റാണ്. ചേട്ടന് കുളിരുമോ എന്തോ?

ചേട്ടാ....! ചേട്ടാ.....! ഒരിക്കലെങ്കിലും ബടാ എന്ന് വിളിക്ക് ചേട്ടാ.... ഞാനൊരു വിഡ്ഢിയാണ് ചേട്ടാ.'

തോണികളുടെ സംഖ്യ കുറഞ്ഞുകുറഞ്ഞു വന്നു. മിക്കവരും സ്വന്തം നാട്ടിലെത്തിച്ചേർന്നിട്ടുണ്ടാകും. അവരെല്ലാം നേരത്തെ മെംഫീസിൽ നിന്ന് പുറപ്പെട്ടിരിക്കണം. ഒന്നുകിൽ ചേട്ടന് മരണശിക്ഷ വിധിക്കപ്പെട്ട ഉടനെ. അല്ലെങ്കിൽ സെഡ് ഉത്സവം കഴിഞ്ഞ ഉടൻ.

എതിരെ വരുന്ന തോണിക്കാരും ഉച്ചത്തിൽ ബഹളമുണ്ടാക്കിക്കൊണ്ടിരുന്നു. തന്റെ തോണിക്കാരും ബഹളം കൂട്ടുന്നുണ്ട്. ബടാ ഉണർന്നിരുന്നു. മെന്ന എഴുന്നേറ്റിരിക്കുന്നതും അയാൾ കണ്ടു. മെന്ന ചെറുതായൊന്ന് ഞരങ്ങുകയും ചെയ്തു.

ബടാ എഴുന്നേറ്റ് ആരെയും മുട്ടാതെ മെന്നയുടെ അരികിൽ ചെന്നിരുന്നു.

"സ്വാമീ.....! സ്വാമീ....!"

"ഉം...." ഇരുകൈകളിലും മുഖമമർത്തിയിരിക്കയായിരുന്ന മെന്ന മെല്ലെ മൂളി.

"എന്തിനാ ഞരങ്ങിയത്....?"

"ഒരു ദുഃസ്വപ്നം....! നമ്മുടെ തോണിക്കാർ ഉച്ചത്തിൽ ശബ്ദമുണ്ടാക്കിക്കൊണ്ടിരുന്നു. പെട്ടെന്ന് പ്രധാനപൂജാരിയുടെ തോണിവന്ന് നമ്മുടേതിൽ കൂട്ടിമുട്ടി. മൂന്ന് തോണികൾ നിറയെ ഭടന്മാർ...."

"ദുഃസ്വപ്നം....!"

"ഉം....അതേ...." കിഴക്കെ ചക്രവാളത്തിൽ ദൃഷ്ടി പതിപ്പിച്ചുകൊണ്ട്

അയാൾ പറഞ്ഞു: "മൃതദേഹം നഷ്ടപ്പെട്ട വിവരം ഈ സമയത്തിനുള്ളിൽ ദളപതി അറിഞ്ഞിരിക്കുമെന്നു കരുതാം. വിവരം വെളുക്കുന്നതിനുമുമ്പ് മന്ത്രിയുടെ ചെവിയിലെത്തും. പുലർന്ന ഉടൻ മന്ത്രി ഫെറോവിനെ അറിയിക്കും. അതിനിടയിൽ രാത്രി ആരോ വന്ന് ലേപനസാമഗ്രികൾ വാങ്ങിക്കൊണ്ടുപോയ വാർത്ത അപോഫീസ് പ്രധാനപൂജാരിയെ അറിയിക്കും. ദ്രുതഗതിയിലുള്ള കൂടിയാലോചന നടക്കും. ഉച്ചഭക്ഷണത്തിനുശേഷം സൈന്യം പുറപ്പെടും.

"നേതാവിനെ നീരാനയിലേക്ക് കൊണ്ടുപോയിരിക്കുമെന്ന് വല്ലവർക്കും സംശയമുണ്ടാകുമോ....?"

"തീർച്ചയായും. നീരാനപ്രവിശ്യയിലെ തോണി കണ്ടോ എന്നന്വേഷിച്ച് ഉടനെ പുറപ്പെട്ടുവരും."

"പകലൊരുതവണയും രാത്രിയൊരുതവണയും മാത്രം നാം കരയ്ക്കടുത്താൽ മതി. അവരുടെ തോണിയേക്കാൾ കൂടിവന്നാൽ ഒരു ദിവസം മുമ്പുതന്നെ, അല്ലെങ്കിൽ ഒരു നേരം മുമ്പെങ്കിലും നാം നാട്ടിലെത്തിച്ചേരും.

സംസാരം അടുത്തുള്ളവരും ശ്രവിച്ചു. അങ്ങിങ്ങുള്ളവരും കാര്യം ഗ്രഹിക്കാൻ ശ്രമിച്ചു.

"അത് സൂര്യോദയത്തിന്റെ ലക്ഷണമാണ്. അല്ലേ?" പൂർവ്വദിങ് മുഖത്തിൽതന്നെ ദൃഷ്ടിനട്ടുകൊണ്ട് മെന്ന ചോദിച്ചു.

"ഉം." ബടാ മൂളി. കരയുന്ന ജോലി മറ്റുള്ളവർക്കു വിട്ടുകൊടുത്ത് അയാൾ വാസ്തവലോകത്തിലെത്തിച്ചേർന്നു.

'റാ ഉദിക്കുന്നതിനു മുമ്പ് ശവം കുളിപ്പിക്കണം. ദേവദാസനായ ഞാൻ തന്നെ അത് ചെയ്യാം. പ്രകാശം വ്യാപിച്ചാൽ ശവലേപനത്തിനുള്ള ക്രിയ തുടങ്ങാം. വൈകുന്നേരത്തിനുള്ളിൽ ലേപനം പൂർത്തിയാകും...."

"തോണി നിർത്തണോ...?"

"ഉം...."

തന്റെ ജോലിക്കാരോടായി ബടാ നിർദ്ദേശിച്ചു.

""അല്പസമയം കരയ്ക്കടുത്ത് യാത്ര തുടരാം...."

ഇരുൾ നീങ്ങിപ്പോയപ്പോൾ മണലിന്റെ വെള്ളനിറം. അനുകൂലമായ സ്ഥലത്ത് തോണിയടുത്തു.

മെന്ന താഴെയിറങ്ങി. ഒരു മൂലയ്ക്ക് രണ്ട് കല്ല് ചേർത്തു കരയിലെ ഉണങ്ങിയ പെപ്പൈറസ് തണ്ടുകൾ ചേർത്തുകെട്ടി ഉരകല്ലിന്റെ സഹായത്തോടെ ബടാ തീ കത്തിച്ചു. ജനം പ്രഭാതകൃത്യങ്ങൾക്കായി ദൂരേക്ക് ചെന്നു. മെന്ന ചെറിയൊരു കടുക്കയിൽ മരപ്പശയിട്ട് വെള്ളമൊഴിച്ച് ചൂടാക്കി ദ്രാവകം തയ്യാറാക്കി.

അയാൾ പ്ടാസ്തേത്രം ഉരുവിട്ടുകൊണ്ടിരുന്നു.

ബടായും മെന്നയും ചേർന്ന് മെനെപ്പടായുടെ ഉടലും തലയുമുള്ള

ചാക്കുകെട്ടുകൾ മണലിലിറക്കിവച്ചു. കെട്ടഴിച്ച് അവ പുറത്തെടുത്ത് മലർത്തിക്കിടത്തി. വെള്ളമൊഴിച്ച് കഴുകി വൃത്തിയാക്കി. തലയും ഉടലും ചേർത്തുവച്ച് ചണക്കയറുകൊണ്ട് വരിഞ്ഞുകെട്ടി. ചുറ്റും നില്ക്കുന്നവർ കണ്ടത് ശാന്തഭാവത്തോടെ ശയിക്കുന്ന മെനെപ്പടായെയാണ്.

അഹൂറ വിക്കിവിക്കിക്കരഞ്ഞു. ഔട്ടയും ബെക്കുവും 'ഹോ' എന്ന് നിലവിളിച്ചു. ബടാ 'അയ്യോ....അയ്യോ....' എന്ന് വിതുമ്മിക്കൊണ്ട് നെഞ്ചത്തടിച്ചു.

മൂക്കിലൂടെ ഒഴുകുന്ന കണ്ണീർ തുടച്ചുകൊണ്ട് മെന്ന പറഞ്ഞു.

"മരിച്ചയാളുടെ പേര് വിളിച്ച് എല്ലാവരും കരയ്... അതുകൊണ്ട് അദ്ദേഹത്തിനും നമുക്കും നല്ലതുവരും...."

"ഏ...മെനെപ്പടാ....! ഏ....മെനെപ്പടാ...!"

"ഏ...മെനെപ്പടാ....! ഏ....മെനെപ്പടാ...!"

" ഓ....ഒസൈരിസ്....! ഓ.... ഒസൈരിസ്...." മെന്ന വിളിച്ചു. മറ്റുള്ളവർ ഏറ്റുവിളിച്ചു.

തുടർച്ചയായി കണ്ണീർ ചൊരിഞ്ഞപ്പോൾ ഹൃദയഭാരം ചുരുങ്ങിയ തായി ഏവർക്കും അനുഭവപ്പെട്ടു.

രാമേരിപ്പടായുടെ ചുണ്ടിളകിയെങ്കിലും മിഴികൾ വരണ്ടുതന്നെ കിടന്നു.

ഇവനിങ്ങനെ കരയാതിരിക്കരുത്.... കരയണം... പൊട്ടിപ്പൊട്ടിക്കര യണം.... എങ്കിലേ ഈ കൊച്ചു ഹൃദയവും ശാന്തമായിത്തീരൂ എന്ന് ബടായ്ക്ക് തോന്നി.

മെനെപ്പടായുടെ മൃതദേഹം തോണിയിലെടുത്തുകിടത്തി. കഴുത്തു വരെ തുണിമുടിയിട്ടു. അഹൂറ ചെറിയൊരു കുടുക്കയിൽ തീക്കനൽ കോരിയിട്ടുകൊണ്ടുവന്നു. ധൂപസാമഗ്രികളിട്ട് അത് മൃതശരീരത്തിന്റെ കാല്ക്കലായിവച്ചു. സുഗന്ധധൂമം ചുരുളുകളായി ഉയർന്ന് തോണിക്കു ള്ളിൽ വ്യാപിച്ചു. യാത്രക്കാരെല്ലാം തോണിയിലെത്തിച്ചേർന്നു. ശവത്തിനു ചുറ്റും അവർ വട്ടമിട്ടിരുന്നു.

കിഴക്കൻ ചക്രവാളം ചുവന്നുതുടുത്തു.

തോണി നദീമദ്ധ്യത്തിലെത്തിയപ്പോഴേക്കും റാ ഉദിച്ചിരുന്നു.

മറ്റുള്ളവരോടൊപ്പം മെന്നയും രാഗത്തിൽ പാടി.

"റാ നമോ...., ഒസൈരിസിൻ പിതാവേ നമോ...."

ദിവ്യ തേജസ്സേ നമോ....

നിനക്ക് വന്ദനം....നമോ....നമോ...."

കഴിഞ്ഞദിവസം ഉച്ചയ്ക്കുശേഷം ആരും ഭക്ഷണം കഴിച്ചിരുന്നില്ല. ഇന്നും ആ ചിന്ത ആരെയും അലട്ടിയില്ല. അഹൂറയുടെ കുഞ്ഞ് വിശന്ന് കരയാൻ തുടങ്ങി.

"അതിനെന്തെങ്കിലും കൊടുക്ക് അനുജത്തീ..." ബടാ പറഞ്ഞു.

അബ്ടുവിലേക്കുള്ള യാത്രയിൽ ഈ കുഞ്ഞ് കരഞ്ഞപ്പോൾ

അഹൂറ മുലയൂട്ടിയിരുന്നതായി ബടായോർത്തു. ഇന്ന് കൊച്ചുപല്ലുകൾകൊണ്ട് റൊട്ടിക്കഷണം കടിച്ചുമുറിക്കാൻ തുടങ്ങി.

"മോനേ...., നിനക്കെന്തെങ്കിലും വേണോ....?" രാമേരിപ്പടായോട് അഹൂറ ചോദിച്ചു.

വേണ്ടെന്ന് അവൻ തലയാട്ടി. അവൻ മുന്നോട്ട് നീങ്ങി അച്ഛന്റെ കാൽക്കീഴിലിരുന്ന് ആ മുഖത്തേക്കുതന്നെ സൂക്ഷിച്ചു നോക്കി.

കാറ്റുപായ നിറഞ്ഞു. തോണിയുടെ ചലനം വേഗത്തിലായി. വിശ്രമത്തിലായിരുന്ന നദിയും ഉണർന്നെണീറ്റു. പറവകൾ കളകള പാടിക്കൊണ്ട് പറന്നകന്നു. നദിക്കരയിലുള്ള പെപ്പൈറസ് കാടുകളിൽ കാട്ടുകോഴികൾ ചിലച്ചുകൊണ്ട് നീങ്ങി.

നനഞ്ഞിരുന്ന മെന്നയുടെ ശരീരം ആറിത്തുടങ്ങി. തുള്ളികൾ അങ്ങിങ്ങ് ഊറിക്കൂടി താഴേക്കൊഴുകി.

മെന്ന എന്തോ മന്ത്രിച്ചുകൊണ്ടിരുന്നു. എല്ലാവരും അയാളെതന്നെ ശ്രദ്ധിച്ചു.

തന്റെ വായിൽനിന്നും പുറപ്പെടുന്ന ശബ്ദങ്ങൾ എന്താണെന്ന് മെന്നക്കുപോലും മനസ്സിലായില്ല. അവ നിർദ്ദിഷ്ടമായ പദങ്ങളൊന്നുമായിരുന്നില്ല. ഏതോ ഒരു രംഗം.... അത് തുണ്ടം തുണ്ടമാക്കി അയാൾ വിഴുങ്ങി. തണുപ്പ് ബാധിച്ചതുപോലെ പല്ലുകൾ കടകട ശബ്ദമുണ്ടാക്കി. മനസ്സിലെ സങ്കടം പല്ലുകൾക്കിടയിലൂടെ പുറത്തേക്കുവന്നു.

"ബന്ധുക്കളേ....! കേൾക്ക്....!"

ബടാ ഞെട്ടലോടെ മെന്നയെ നോക്കി.... സ്പഷ്ടമായ സ്വരങ്ങൾ....

എല്ലാവരും തന്നെ നോക്കുകയാണെന്ന് മനസ്സിലാക്കിയ മെന്ന തുടർന്നു:

"ഇപ്പോൾ ഞാൻ മെന്നയാണ്. പൂജാരിയായ മെന്ന. ഞാനൊരു പാട്ടുപാടാം. മരണത്തിന്റെ പാട്ട്. വളരെ പഴയതാണ്. കേൾക്ക്...."

ചുറ്റും മൗനം. മെന്ന തോണിയുടെ അറ്റത്ത് ചെന്നിരുന്നു. ഒരു നിമിഷം നീണ്ടു കിടക്കുന്ന നൈൽ നദിയെനോക്കി... ഒടുവിൽ ആ ദൃഷ്ടി മെനെപ്പടായുടെ മൃതദേഹത്തിൽ തങ്ങിനിന്നു. വായിൽനിന്ന് പദങ്ങൾ പുറപ്പെട്ടു....

"മരണം, ഇന്നെന്റെ മുന്നിലുണ്ട്....!
സാമ്പ്രാണിപ്പുകയിലെ സുഗന്ധംപോലെ.....,
കൊടുങ്കാറ്റുള്ള ദിവസങ്ങളിൽ
കാറ്റുപായക്കടിയിലിരിക്കുന്നവനെപോലെ.....,
മരണം ഇന്നെന്റെ മുന്നിലുണ്ട്....
താമരപ്പൂക്കളിലെ പരിമളംപോലെ.....,
മദ്യശാലയുള്ള തീരത്ത്

വളരെനേരമിരുന്നവനെപ്പോലെ......,
മരണം ഇന്നെന്റെ മുന്നിലുണ്ട്...
ബഹുജനങ്ങൾ നടന്നു നീങ്ങുന്ന വഴിപോലെ .....,
യുദ്ധത്തിൽനിന്ന്
വീട്ടിൽ മടങ്ങിയെത്തിയവനെപ്പോലെ...."

വെള്ളം തേവി, നിലമുഴുത്, നനഞ്ഞമണ്ണിൽ വിത്തു മുളപൊട്ടുന്ന അനുഭവമുണ്ടാക്കുന്ന പാട്ട്....! മരണം ഭയാനകമല്ല. അതിന്റെ മുന്നിൽ അധീരരാകുന്നത് അനാവശ്യമാണെന്ന് ആ പാട്ട് കേൾക്കുന്നവർക്ക് തോന്നി.

താൻ സൃഷ്ടിച്ച അലകളിൽ ഒഴുകിക്കൊണ്ട് അയാൾ തുടർന്നു.

"മരണം ഇന്നെന്റെ മുന്നിലുണ്ട്
മേഘങ്ങളാകാശത്തിൽ ചിതറിയപോലെ...
ഇഷ്ടവസ്തുക്കൾ
അറിയാതെ ലഭിച്ചതുപോലെ....,
മരണം ഇന്നെന്റെ മുന്നിലുണ്ട്...
ചുരുങ്ങിയ വർഷത്തേക്ക് ശിക്ഷിക്കപ്പെട്ടവൻ.
വീടിനെയോർത്ത്
കണ്ണീർ ചൊരിയുന്നതുപോലെ...
മരണം ഇന്നെന്റെ മുന്നിലുണ്ട്...."

ചേട്ടന്റെ മരണം ഒരു വിടവാങ്ങലല്ലെന്ന് ബടാ ചിന്തിച്ചു. ഘോരമായ പാതകമാണത്. എങ്കിലും മരണത്തെ ഭയപ്പെടരുത്.

"മരണം ഇന്നെന്റെ മുന്നിലുണ്ട്
മരണം ഇന്നെന്റെ മുന്നിലുണ്ട്"

പിതാവിന്റെ പാദങ്ങളിൽ മിഴിനട്ടിരിക്കയായിരുന്ന രാമേരിപ്പടായെ ബടാ ശ്രദ്ധിച്ചു. ആ മിഴിയിണകളിൽ നീരുറവ കാണപ്പെടുന്നതുപോലെ, മെന്നയുടെ പാട്ടിന്റെ പ്രഭാവം.... ഇതുപോരാ... രാമേരി പൊട്ടിക്കരയണം... പൊട്ടിക്കരയണം...

മെന്ന അല്പസമയംകൂടി എന്തോ മൂളിക്കൊണ്ടിരുന്നു.

റാ ഒരു മുഴം ഉയരത്തിൽ ഉദിച്ചുയർന്നു ആ പ്രകാശത്തിന് പുറം തിരിഞ്ഞാണ് മെന്നയിരിക്കുന്നത്. മെംഫീസിലെത്തിയതിനുശേഷം ഈ പ്രഭാതം വരെയുള്ള ഓരോ അനുഭവവും ആ യാത്രക്കാരെ സംബന്ധിച്ചിട ത്തോളം ക്രൂരവും പൈശാചികവുമാണ്. എന്നും മനസ്സിൽ പച്ചപിടിച്ചു കിടക്കുന്നത് മരുഭൂമിയിൽ അവർ കണ്ടെത്തിയ മരുപ്പച്ചയാണ് മെന്ന!

മെന്ന സംസാരിച്ചുകൊണ്ടിരുന്നു.

"മഹാന്മാർ ഒരിക്കലും മരിക്കുന്നില്ല. ഇഹലോകത്തിൽ ജീവൻ നിലച്ചാലും മൂവായിരംവർഷം അവർ ജീവിക്കും. ശവകുടീരത്തിനുള്ളിൽ നിന്ന് ചേതന പുറത്തു കടന്ന് ചുറ്റിപ്പറന്നുകൊണ്ടിരിക്കും. താൻ തുട

ങ്ങിവെച്ച സല്ക്കർമ്മങ്ങൾ മുന്നോട്ടുകൊണ്ടുപോകുന്നതിന് അത് ശ്രമിച്ചുകൊണ്ടിരിക്കും. നീരാന പ്രവിശ്യയിലെ നേതാവ് മെനെപ്പടാ അങ്ങനെയുള്ളൊരു മഹാനാണ്. ഇദ്ദേഹം പുനർജ്ജന്മം കൈക്കൊള്ളാതിരിക്കില്ല."

ബടായുടെ ഹൃദയം തുടിച്ചു. പുതിയൊരുന്മേഷവും ചൈതന്യവും ആ ഹൃദയത്തിലേക്ക് തുള്ളിക്കയറി. ഇത് ഏവരും ആഗ്രഹിക്കുന്ന ഒരനുഭവമാണ്. ഏവരും പ്രതീക്ഷിക്കുന്ന ഒരവസ്ഥയാണ്.

"രാമേരീ, അല്പം ധൂപപ്പൊടി വാരിയിട്...." അഹൂറ പറഞ്ഞു. ധൂപപ്പാത്രത്തിൽ പുക നിലച്ചിരുന്നു.

രാമേരി ധൂപപ്പൊടി വാരിയിട്ടു. ഔട്ടയുടെ കൈയിൽനിന്നും കോല് വാങ്ങി തീക്കനലിളക്കി. ധൂമം വീണ്ടും ചുരുളുകളായുയർന്നു.

മെന്ന സംസാരം തുടർന്നു.

"ശവലേപനം ചെയ്യുന്നത് പുനർജ്ജന്മത്തിനുള്ള തയ്യാറെടുക്കലാണ്. ഫെറോവും, മന്ത്രിയും, പ്രധാനപൂജാരിയും മരിച്ചാൽ മൂക്കിലൂടെ ഇരുമ്പിന്റെ കൊളുത്തിട്ട് തലച്ചോറ് പുറത്താക്കണം. കരളും എടുത്ത് സൂക്ഷിക്കണം. മൃതദേഹം എൺപതുദിവസംവരെ രസായനദ്രാവകത്തിലിട്ട് വെക്കണം. പിന്നീട് ചണപ്പട്ടുടുപ്പിച്ച് സമാധിയിലേക്ക് കൊണ്ടുപോകുന്നു. ആ കർമ്മങ്ങളെല്ലാം ജനനേതാവിന് ചെയ്യാൻ പറ്റുമോ? നമുക്ക് എളുപ്പവഴി കണ്ടെത്തണം. ലളിതമായ ക്രമങ്ങൾ, ശവലേപനം നടത്തുന്ന ദേവദാസൻ അനൂബിസ് ദേവതയുടെ പ്രതിപുരുഷനാണ്. ഒസൈരിസ് ദേവന് ശവലേപനം നടത്തിയത് ചെന്നായുടെ രൂപം പൂണ്ട അനൂബിസ് ദേവനാണ്. ഞാനും ചെന്നായയുടെ പൊയ്മുഖമണിയാൻ പോകയാണ്...."

ലേപന സാമഗ്രികളുള്ള മൂലയിൽനിന്ന് ചെന്നായുടെ പൊയ്മുഖമെടുത്ത് മെന്ന സ്വന്തം മുഖത്ത് വച്ചു. അത് വീഴാതിരിക്കാൻ പിന്നിൽ കുടുക്കിട്ടുകെട്ടി. ജനം കൗതുകത്തോടെ നോക്കി. ആ മുഖത്ത് രണ്ട് ചെറിയ ദ്വാരങ്ങളുണ്ട്. അതാണ് ചെന്നായയയുടെ കണ്ണുകൾ. ആ ദ്വാരത്തിലൂടെ മെന്ന സഹയാത്രികരെ നോക്കിക്കണ്ടു.

ഏവരും ഗൗരവം പൂണ്ടിരിക്കുന്നു. താൻ സൃഷ്ടിച്ചുകൊണ്ടിരിക്കുന്ന അത്ഭുതകരമായൊരന്തരീക്ഷത്തിലെ പ്രേക്ഷകരാണിവർ. എനിക്കിപ്പോൾ വേണമെങ്കിൽ കരയാം. കണ്ണീർ ചൊരിയാം. ഈ പൊയ്മുഖം അതെല്ലാം മറച്ചുപിടിക്കും.

പ്ടാ സ്തോത്രമുരുവിട്ടുകൊണ്ട് മെന്ന പറഞ്ഞു.

"മരിച്ചവന്റെ നാമം ഉച്ചരിച്ചാൽ അവൻ ഉയർത്തെഴുന്നേല്ക്കും...."

ഭക്തിഭാവത്തോടെ കണ്ണടച്ചിരിക്കയായിരുന്ന അഹൂറ ഇമകൾ പകുതി തുറന്നു. കഴിഞ്ഞ രാത്രി കച്ചവടക്കാരനായ ഒപോഫിസും ഇതേ കാര്യം പറഞ്ഞിരുന്നല്ലോ. ദേവവാക്യം... ദേവവാക്യം.

"അനൂബിസ് ദേവൻ ലേപനകർമ്മം തുടരുമ്പോൾ നിങ്ങൾ മരിച്ച

വന്റെ നാമം ഉരുവിട്ടുകൊണ്ടിരിക്കണം. മരിച്ചവന്റെ പേരെന്ന് പറഞ്ഞാൽ, ആ ലോകത്തിന്റെ ഉടമയായ ഒസൈരിസിനെ സ്മരിക്കുകയാണ്...."

"ശ്രോതാക്കൾ തങ്ങൾക്കറിയാമെന്ന അർത്ഥത്തിൽ തലയാട്ടി."

"ഓ.... ഒസൈരിസ്.....! ഓ.... ഒസൈരിസ്....!" അനൂബിസ് രൂപം കൊണ്ട മെന്ന പറഞ്ഞു....

"ഓ.... മെനെപ്പടാ....! ഓ.... മെനെപ്പടാ....!" ബടാ ഉച്ചരിച്ചു.

ജനം ആ നാമവും ഏറ്റുവിളിച്ചു.

മുന്നിൽ പതുക്കെ നീങ്ങുകയായിരുന്ന ഒരു തോണിയെ മറികടക്കേണ്ടത് അത്യാവശ്യമായിത്തീർന്നു. ആ തോണിയിൽ നിന്ന് വളരെ അകലെക്കൂടി ബടായുടെ തോണി മുന്നോട്ടു നീങ്ങി. ആ സമയമത്രയും ഏവരും ഒന്നും മിണ്ടിയില്ല. മെന്ന കുനിഞ്ഞ് മുട്ടിനിടയിൽ മുഖമൊളിപ്പിച്ചു...

തുടർന്ന് എതിർദിശയിൽനിന്ന് വേറൊരു തോണി വന്നപ്പോഴും അതേപോലെ ചെയ്തു... ബടായുടെ തോണിക്കാർ കരുതലോടെ ഒഴിഞ്ഞുമാറിത്തുഴഞ്ഞു....

ഭരണിയിലുള്ള വിസർജ്ജന തൈലത്തിൽ പീച്ചാങ്കുഴലിട്ട് മെന്ന പറഞ്ഞു...

"ശവം ഒന്ന് ചരിച്ചുകിടത്തണം... ഈ എണ്ണ ഗുദദ്വാരം വഴി ഉള്ളിലേക്ക് കടത്തണം...."

ഔട്ടയും ബെക്കുവും തയ്യാറായി. തണുത്തു മരവിച്ച അവയവങ്ങൾ. ദഹിപ്പിക്കുന്ന ക്ഷാരഗുണമുള്ള ഔഷധതൈലം ഗുദദ്വാരത്തിലൂടെ ചെറുകുടലിലും വൻകുടലിലുമെത്തിച്ചു. മെനെപ്പടായുടെ നാമോച്ചാരണം തുടർന്നുകൊണ്ടിരുന്നു. മെന്ന പിച്ചാങ്കുഴൽ വലിച്ചെടുത്ത് ആപ്പിട്ട് അമർത്തി, ചെമ്പിന്റെ സൂചിയിൽ ചണനൂൽ കോർത്ത് ഗുദദ്വാരം തുന്നിക്കെട്ടി. വായയും തുന്നിക്കൂട്ടി, ചണത്തുണികൾ മൂക്കിലും ചെവിയിലും തിരുകിവച്ചു.

രാമേരിപ്പടായ്ക്ക് സ്വന്തം ഹൃദയത്തിൽ സൂചി കയറ്റിയ അനുഭവമുണ്ടായി. ഇരുന്നിടത്തുനിന്നുതന്നെ അവൻ പതുക്കെ ഞരങ്ങി.... മൗനമായി കരഞ്ഞു.... ഇടയ്ക്കിടെ ധൂപപ്പാത്രത്തിൽ പൊടിയിട്ടു.....

വെയിലിന് ശക്തികൂടി. റാ നെറ്റിക്കു മുകളിലെത്തി.

"വെയിലാറിയശേഷം വിസർജ്ജനകർമ്മം. അതിനുശേഷം ബാഹ്യലേപനം. സന്ധ്യയ്ക്ക് കരയ്ക്കടുത്ത് ഭക്ഷണം...." മെന്ന നടപടികൾ വിശദീകരിച്ചു.

തനിക്കും വിശപ്പുണ്ടെന്ന് മെന്നയ്ക്ക് തോന്നി. ഇന്നലെ ഉച്ചക്ക് ഈ ബന്ധുക്കൾ നല്കിയ ഒരു കഷണം റൊട്ടി ചവച്ചതല്ലേ....

അല്പം കഴിഞ്ഞപ്പോൾ അയാളുടെ ചിന്ത മറ്റൊരു വഴിക്ക് നീങ്ങി. ചെന്നായയുടെ പൊയ്മുഖമാണ്....! സദാസമയവും ഇത്തരമൊരു മുഖം ധരിക്കാൻ സാധിച്ചിരുന്നെങ്കിൽ....? അതിനുള്ളിൽ തനിക്ക് താനായി

ത്തന്നെ കഴിയാനാകും. ഇഷ്ടംപോലെ പൊട്ടിച്ചിരിക്കാം....അല്ലെങ്കിൽ പൊട്ടിക്കരയാം....

പടിഞ്ഞാറു ചായുന്ന റായെ നോക്കിക്കൊണ്ട് ഒരു നിമിഷം അയാളിരുന്നു....

സമയമായി.... സമയമായി.... ഇനി വിസർജ്ജനക്രിയ...

"വിസർജ്ജനം ഏറ്റുപിടിക്കുന്നതിന് ഒരു വലിയ പാത്രം വേണം...."

തോണിയുടെ മൂലയ്ക്ക് വേണ്ടത്ര വലുപ്പമുള്ള മൺകലമുണ്ടായിരുന്നു. ബടാ അതെടുത്ത് മെന്നയ്ക്ക് കൊടുത്തു. ബെക്കുവിനോടും ഔട്ടയോടും മെന്ന ആംഗ്യം കാട്ടി. അവർ മൃതദേഹം ഉയർത്തിപ്പിടിച്ചു. ഗുദദ്വാരത്തിന് കീഴിൽ കലംവച്ച്, തുന്നലഴിച്ച് ആപ്പ് ഊരിയെടുത്തു... ജനം ഒസൈരിസിന്റെയും മെനെപ്പടായുടെയും നാമോച്ചാരണം ചെയ്തു. ഗുദദ്വാരത്തിലൂടെ അല്പം നിറമുള്ള വെള്ളം പുറത്തുവന്നു. രാമേരിപ്പടാ ധൂപ പാത്രത്തിൽ സുഗന്ധദ്രവ്യങ്ങളിട്ടു. ശവത്തിന്റെ വയറ്റിൽ കുടുകുടു ശബ്ദമുണ്ടായി. തങ്ങളുടെ നേതാവിന് വീണ്ടും ജീവൻ വെക്കുകയാണോ എന്ന് ബെക്കുവും സംശയിച്ചു. വലിയൊരൊച്ചയുണ്ടായി. നാമോച്ചാരണത്തിന് ശക്തി കൂടി. ഉള്ളിൽനിന്ന് ഗുദദ്വാരത്തിൽ വന്നടഞ്ഞ ഏതോ വസ്തു അരികിലേക്ക് നീക്കിയപ്പോൾ ജഠരവും കരളും വെന്ത് രൂപം കൊണ്ട് ഘനദ്രാവകമിശ്രണം ഒന്നിച്ച് പുറത്തേക്കൊഴുകി.....

"ഒരു പാത്രംകൂടി വേണ്ടിവരുമെന്നു തോന്നുന്നു. ഇല്ലല്ലോ. എന്തുചെയ്യും...." ബടാ ചോദിച്ചു.

"വേണ്ട. ഇത് മതിയാവും...." മെന്ന പറഞ്ഞു.

ദ്രാവകത്തിന്റെ ഒഴുക്ക് നിലച്ചു. നിറഞ്ഞപാത്രം മെന്ന നദിയിലെറിഞ്ഞു....

"നമ്മെ പിന്തുടരുന്നവർ ഈ പാത്രം കണ്ടെത്തും. അത് അത് പാടില്ല. ആ കുന്തമിങ്ങെടുക്ക്...."

ബടാ കുന്തമെടുത്തു കൊടുത്തു. മെന്ന കുന്തമുനകൊണ്ട് മൺകലം കുത്തിയുടച്ചു. അത് വെള്ളത്തിൽ താണുപോയി. വിസർജ്ജജനം വെള്ളത്തിലലിഞ്ഞുചേർന്നു.

നാമോച്ചാരണം ഒരു നിമിഷത്തേക്ക് ജയഘോഷമായിത്തീർന്നു. അടുത്തക്ഷണത്തിൽ കരച്ചിലായി രൂപംപൂണ്ടു. രാമേരിപ്പടാ നിശ്ശബ്ദയായി കണ്ണീർതൂകി.

"ഖിവം വേണമല്ലോ...." മെന്നയുടെ ചോദ്യം ഏവരെയും ആശ്ചര്യപ്പെടുത്തി. അനൂബിസ് ദേവന് ഖിവം കുടിക്കാൻ വേണോ എന്തോ....?

അഹൂറ ഖിവം നിറഞ്ഞ സഞ്ചിയെടുത്തു കൊടുത്തു. മെന്ന ഖിവം വിസർജ്ജനതൈലമുണ്ടായിരുന്ന ഭരണിയിലൊഴിച്ചു. പിച്ചാങ്കുഴലിലാക്കി അത് ഗുദദ്വാരത്തിലൂടെ ഒഴിഞ്ഞ ശരീരത്തിനുള്ളിലേക്ക് അടിച്ചുവിട്ടു. ഗുദദ്വാരത്തിൽ ആപ്പിട്ട് തുന്നിക്കെട്ടി.

തുടർന്ന് മെന്നയുടെ നിർദ്ദേശപ്രകാരം ബടായും, ബെക്കുവും,

ഔട്ടയും ശവത്തിൽ പശപുരട്ടി. കൈകാലുകളിലും, ഉടലിലും, തലയിലും ഓരോന്നായി ചണത്തുണികൾ മുറുക്കിക്കെട്ടി. മുഖത്തെ ആകൃതിയും രൂപവും അല്പംപോലും മാറാതെ തുണി ഒട്ടിച്ചു.

ഇത്രയുമായപ്പോൾ മെന്ന പൊയ്മുഖം ഊരിവച്ചു.

"ഞാനിപ്പോൾ അനൂബിസല്ല. ദേവദാസനായ മെന്നയാണ്. പൊയ്മുഖമില്ലാത്തവൻ. ഇനി ഈ പൊയ്മുഖമണിയുന്നത് നീരാനയിലെത്തിച്ചേർന്ന ശേഷമാണ്. നേതാവിനെ സമാധിയിലിറക്കുന്ന സമയത്ത്...."

ആ യാത്രക്കാരിലൊരാളാണ് മെന്നയെങ്കിലും അവരിൽനിന്നും തികച്ചും ഭിന്നനായിരുന്നു. മരണത്തിലും പുനർജ്ജന്മത്തിലും ദേവന്മാർക്ക് വളരെ അടുത്തവനായിരിക്കുന്ന ആ പൂജാരിയെ അവരെല്ലാം ആദരിക്കുകയും ബഹുമാനിക്കുകയും ചെയ്തു.

മെന്ന തളർന്നവശനായിക്കഴിഞ്ഞിരുന്നു. വെയിൽ അപ്രത്യക്ഷമായി. തണുത്ത കാറ്റ് അലയടിച്ചു. കുനിഞ്ഞ് വെള്ളം കോരി മുഖം കഴുകി. അല്പമാശ്വാസം. രക്ഷിക്കപ്പെട്ട ആ ശവത്തെ നോക്കിക്കൊണ്ട് അയാൾ രാമേരിപ്പടായുടെ അരികിലിരുന്നു.

"ഭക്ഷണത്തിന് തോണി കരയ്ക്കടുപ്പിക്കാമെന്ന് പറഞ്ഞിരുന്നില്ലേ...?" ബടാ ചോദിച്ചു...

"ഉം... ഇനി നിർത്തിക്കൊള്ളൂ....."

തോണി കരക്കടുത്തു.

മെന്ന നദിയിൽ മുങ്ങിക്കുളിച്ചു. കൈകാലുകളിളക്കി അങ്ങുമിങ്ങും നടന്ന് തിരിച്ചെത്തിയവരോട് അയാൾ പറഞ്ഞു.

"ഒരുപാട് ശവശരീരങ്ങൾ ഞാൻ കണ്ടിട്ടുണ്ട്. എന്നാൽ ഇത്രയ്ക്ക് പ്രശാന്തമായ ഒരു മുഖം കാണുന്നത് ഇതാദ്യമാണ്. ഈ ജനനേതാവിന് സമാനമായി ഒരു ഫെറോവുമില്ല. സമൂഹം കെട്ടിപ്പെടുക്കാനാണ് ഈ നേതാവിറങ്ങിയത്. ഫെറോവിനും, മന്ത്രിക്കും, പ്രധാനപൂജാരിക്കും മാത്രമല്ല, ഈജിപ്ത് സമൂഹത്തിനാകെത്തന്നെ വിധി കല്പിച്ച മഹാനാണിദ്ദേഹം. ഇദ്ദേഹത്തെ കാണാനും സംസാരിക്കാനും കഴിഞ്ഞതിൽ ഞാനഭിമാനംകൊള്ളുകയാണ്. നിങ്ങളെല്ലാം ഇദ്ദേഹത്തോടൊപ്പം അദ്ധ്വാനിച്ചവരാണ്. മഹാഭാഗ്യശാലികൾ...."

യാത്രാദിവസങ്ങളിലേക്ക് വേണ്ടത് നീക്കിവെച്ചശേഷം അഹൂറ ഭക്ഷണം വിളമ്പി.

"സമാധിയിലെത്തിച്ചേരുന്നതുവരെ നേതാവ് ഒന്നും കഴിക്കില്ല. ഇഷ്ടപ്പെട്ട ആഹാരം അദ്ദേഹത്തിന്റെ അരികിൽ വച്ചാൽ മതി. സഹയാത്രികർ ഒരിക്കലും ഉപവാസമനുഷ്ഠിക്കരുത്. നാം ഒന്നും കഴിക്കാതെ ദേഹം ക്ഷീണിപ്പിച്ചാൽ അദ്ദേഹത്തിന് മനസ്സമാധാനമുണ്ടാകില്ല. രാമേരീ നീയും വല്ലതും കഴിക്ക്. ദേവദാസനായ ഞാനും കഴിക്കാം...."

"ചേട്ടനിഷ്ടപ്പെട്ടത് റൊട്ടിയും മീനുപ്പേരിയുമാണ്...." ബടാ അറിയിച്ചു.

അഹൂറയ്ക്കും അതറിയാം. നേരത്തെ തന്നെ അവൾ ആ സാധ

നങ്ങൾ ഇലയിൽ വിളമ്പിക്കഴിഞ്ഞിരുന്നു.

"നീ തന്നെ കൊടുക്കനുജത്തീ...." ബടാ നിർദ്ദേശിച്ചു.

"ചേട്ടനും വാ....."

അവരിരുവരും ചേർന്ന് മെനെപ്പടായുടെ രക്ഷിത ശവത്തിനരികിൽ റൊട്ടിയും മീനുപ്പേരിയും വിളമ്പി.

മറ്റുള്ളവർ തിടുക്കത്തിൽ ഭക്ഷണം കഴിച്ചു. ഈരണ്ടു കവിൾ ഖിവവും കഴിച്ചു.

നീരുള്ളി കുടിച്ചുകൊണ്ട് രാമേരിപ്പടായും രണ്ടുമൂന്നു കഷണം റൊട്ടിതിന്നു.

കാറ്റുപോയ തോണിയെ നീരാനദേശത്തേക്ക് നയിച്ചുകൊണ്ടിരുന്നു. തുഴഞ്ഞ് കൈകുഴഞ്ഞവർക്ക് പകരം പുതിയവർ പങ്കായമേന്തി.

ഇരുൾ വ്യാപിച്ചു തുടങ്ങി. എങ്കിലും ഗതിക്ക് അതൊരു തടസ്സമായില്ല. പക്ഷേ, എപ്പോഴെങ്കിലും എതിർദിശയിൽനിന്ന് വന്നെത്താവുന്ന തോണിയെ സൂക്ഷിക്കണം.

ഇപ്പോഴത്തെ അനുഭവം വ്യക്തിപരമായുള്ളതല്ല. സാമൂഹ്യമാണ്. എല്ലാവരുടെയും ചിന്തകൾക്കും, വികാരങ്ങൾക്കും, ജിജ്ഞാസയ്ക്കും ഐകരൂപ്യം കൈവന്നിരിക്കുന്നു. പുനർജ്ജനിക്കാനിരിക്കുന്ന മെനെപ്പടാ ചേട്ടനോടൊപ്പം സുരക്ഷിതമായി നാട്ടിലെത്തിച്ചേരണം... അവിടെ.. അവിടെ....

"പ്രധാനപൂജാരിയും സൈന്യവും ഇപ്പോൾ ലിഷ്ടിലെത്തിയിട്ടുണ്ടാകും...." ബടാ പറഞ്ഞു.

"ഉം...."

"നമ്മെ പിന്തുടരാൻ അവർക്ക് കഴിഞ്ഞില്ല. എങ്കിലും നമ്മുടെ ശ്രദ്ധ പിന്നിലേക്കും സഞ്ചരിച്ചുകൊണ്ടിരിക്കണം. ഓരോരുത്തരായി കാവലിരിക്കയും വേണം....."

"അതേ ബടാ ചേട്ടാ. ഇന്നലെ രാത്രി ഞാനുറങ്ങിയിരുന്നു. ഇന്ന് നിങ്ങളുറങ്ങിക്കൊള്ളു. ഞാനുണർന്നിരിക്കാം. തുഴക്കാരും ഞാനുമൊഴിച്ച് ബാക്കിയെല്ലാവരും വിശ്രമിക്കട്ടെ...."

"സ്വാമീ...., ഞാൻ തോണിക്കാരനാണ്....."

"അല്ലെന്ന് പറഞ്ഞോ...? ഞാൻ വെറുമൊരു കാവൽക്കാരനാണ്. നീരാനയിലെ തോണി വരുന്നതുനോക്കി രാവും പകലും കാവലിരുന്നു.... അല്ലേ....?"

"ഞാൻ തോറ്റു സ്വാമീ.... നിങ്ങൾ പറയുന്നതുപോലെതന്നെയാകട്ടെ. ഈ രാത്രിക്ക് മാത്രം സമ്മതിക്കുന്നു. നാളെ മുതൽ രാത്രി കാവലും തുഴയലും എന്റെ ജോലിയാണ്."

കുളിർക്കാറ്റ് കൺപോളകളെ തഴുകിയുറക്കിത്തുടങ്ങി. മെന്ന ആകാശത്തുള്ള നക്ഷത്രങ്ങൾ തിരിച്ചറിയാൻ ശ്രമിച്ചു. നക്ഷത്രങ്ങളെപ്പറ്റി തനിക്ക് ചുരുങ്ങിയ അറിവു മാത്രമേയുള്ളു. അവ എണ്ണിനോക്കാൻ

തുടങ്ങി. ആ ശ്രമം വിഫലമായതേയുള്ളു. അയാൾ തോണിയുടെ അറ്റത്തിരുന്ന് മുന്നിൽനിന്നും പിന്നിൽ നിന്നും വരുന്ന ശബ്ദങ്ങൾക്ക് ചെവികൊടുത്തു.

മെനെപ്പടായുടെ രക്ഷിത ശവം നക്ഷത്രദ്യുതിയിൽ വെള്ളിപോലെ തിളങ്ങിക്കാണപ്പെട്ടു. നൈൽനദീതീരത്തുവെച്ച് നേതാവിനെ താനാദ്യമായി കണ്ടുമുട്ടിയ രംഗം മെന്നയ്ക്കോർമ്മവന്നു. അന്നു രാത്രി പാടിക്കൊണ്ട് തന്നെ ചെലവഴിച്ചു..."ഞാനാരോടെൻ കഥപറയും....?" മെനെപ്പടായെ കണ്ടതിനുശേഷം ആ പാട്ട് പാടില്ലെന്ന് ഉറച്ചിരുന്നു. മെനെപ്പടാ പോയതിനു അത് വീണ്ടും പാടണമെന്ന് തോന്നുന്നില്ല. രാജധാനിയിൽ തന്നെ കഴികയായിരുന്നെങ്കിൽ പാടുമായിരുന്നോ എന്ന് സംശയമാണ്... അല്ല.... നൈൽനദിയുടെ ആഴത്തിലേക്കിറങ്ങിപ്പോകുമായിരുന്നോ....? ഇനി ...ആരോട് കഥ പറയുമെന്ന് ചിന്തിച്ചിട്ട് കാര്യമില്ല... ഇവരോട് എനിക്ക് സംസാരിക്കാം...എന്റെ കഥ പറയാം.... നേതാവിന്റെ നാട് എന്റെ പുതിയ കുടുംബമാണ്.... അവിടത്തെ ജനങ്ങൾ പുതിയ കുടുംബാംഗങ്ങളും. ഈ പുതിയ ബന്ധുക്കളോട് ഇഷ്ടംപോലെ എനിക്ക് സംസാരിക്കാം.....

രാമേരിപ്പടാ എഴുന്നേറ്റ് പതുക്കെ നടന്ന് തോണിയുടെ അറ്റത്തെത്തി. നൈൽനദിയിൽ മിഴിനട്ടുകൊണ്ട് എത്രനേരം അവനവിടെ നിന്നെന്നറിയില്ല.

"ഈ കുട്ടിക്ക് ഉറക്കമില്ലെന്നോ....?" മെന്ന നിശ്വസിച്ചു.

പെട്ടെന്ന് അവൻ പൊട്ടിക്കരയാൻ തുടങ്ങി. നിമിഷന്തോറും കരച്ചിലിന് ശക്തികൂടിക്കൂടിവന്നു. ഒതുക്കിപ്പിടിച്ചിരുന്ന ദുഃഖം അണപൊട്ടിയൊഴുകുകയാണ്.

ബടാ ഞെട്ടിയുണർന്നു. രാമേരിപ്പടായാണ് കരയുന്നതെന്നറിഞ്ഞപ്പോൾ ആശ്വാസമായി. ഉണർന്ന അഹൂറ കുഞ്ഞിന്റെ തുടയിൽ തട്ടിക്കൊണ്ട് വീണ്ടും കണ്ണടച്ചു. ആ കരച്ചിലൊതുക്കാൻ തങ്ങൾ വല്ലതും ചെയ്യേണ്ടതുണ്ടോ എന്നറിയാതെ തുഴയുന്നവർ വിഷമിച്ചു....

മെന്ന രാമേരിപ്പടായുടെ അടുത്തുചെന്ന് പുറംതലോടിക്കൊണ്ട് ആശ്വസിപ്പിച്ചു...

"കരയേണ്ട....."

കരസ്പർശം അവൻ പ്രതീക്ഷിച്ചിരുന്നില്ല. അവൻ കരച്ചിൽ നിർത്തി തിരിഞ്ഞുനോക്കി. ആശ്വസിപ്പിച്ചത് മെന്നയാണെന്ന് മനസ്സിലായപ്പോൾ അവൻ വീണ്ടും പൊട്ടിക്കരഞ്ഞു.

കരഞ്ഞു കരഞ്ഞു ഹൃദയഭാരം ചുരുങ്ങി. ഇനി ഇവൻ ഉറങ്ങാനും മതിയെന്ന് മെന്നയ്ക്ക് തോന്നി.

"വാ...." രാമേരിപ്പടായെ താനിരുന്ന സ്ഥലത്തേക്ക് കൂട്ടിക്കൊണ്ടുപോയി. തന്റെ മടിയിൽ തലവെച്ച് അവനെ കിടത്തി. ശോകത്തിന്റെ അലയടി നിലച്ചു. മൗനംവ്യാപിച്ചു. ക്രമേണ നിദ്ര ആവരണം ചെയ്തു. ഗാഢനിദ്ര....

....

മെനെപ്പടായ്ക്ക് മരണശിക്ഷ വിധിച്ചതിന്റെ അടുത്ത പ്രഭാതം.... രാവിലത്തെ കാവലിനായി എത്തിച്ചേർന്ന ഭടന്മാർ തരിച്ചുനിന്നുപോയി....! തൂക്കിയിട്ടിരുന്ന ഉടലും തലയുമെവിടെ.....? രാത്രിയിലെ പാറാവുകാരെവിടെ....? അവർ കിടുകിടാവിറച്ചു. പാറാവുകാർ ശവമെടുത്തുകൊണ്ടുപോകുമെന്ന് കരുതാനാവില്ല... അവർക്ക് ഭ്രാന്തൊന്നുമില്ലല്ലോ....

അപ്പോഴേക്കും രണ്ട് വഴിയാത്രക്കാർ അവിടെയെത്തിച്ചേർന്നു.

"നിങ്ങളുടെ ആൾക്കാരാണെന്ന് തോന്നുന്നു.... അവിടെ കെട്ടിയിട്ടിരിക്കുന്നു...." അവരറിയിച്ചു.

"അയ്യോ....! മരിച്ചുപോയോ....?"

"അറിയില്ല. ഞങ്ങൾ പേടിച്ചുപോയി....."

ആ കാവൽക്കാർ അങ്ങോട്ടോടി. കെട്ടഴിച്ച് ഭടന്മാരെ മോചിപ്പിച്ചു. വാർത്തയറിഞ്ഞ് ഏവരും പരിഭ്രാന്തരായി.... വാർത്ത വായുവേഗത്തിൽ സഞ്ചരിച്ചു.... ദളപതിയും, മന്ത്രിയും, ഫെറോവും, പ്രധാനപൂജാരിയും ചിന്താധീനരായിത്തീർന്നു.

ഇതിനിടയിൽ ക്ഷേത്രത്തിലേക്ക് പുറപ്പെട്ട അപോഫീസ് കൊട്ടാരവാതിൽക്കലെത്തിച്ചേർന്നു.

''ഇന്നലെ കൊന്നവനെവിടെ....? നദിയിലെറിഞ്ഞുകളഞ്ഞോ....?"

"ഉടലും തലയും അപ്രത്യക്ഷമായിരിക്കുന്നു.....!" ഒരാളറിയിച്ചു.

മതിലിനരികിലുള്ള ഭക്ഷണത്തിന്റെ അവശിഷ്ടങ്ങൾ നോക്കിക്കൊണ്ട് മറ്റൊരു ഭടൻ പറഞ്ഞു: "ഏതായാലും ദളപതി അവരെ വിചാരണചെയ്യാതിരിക്കില്ല...."

അപോഫീസ് പ്ടാദേവനെ സ്തുതിച്ചുകൊണ്ട് ക്ഷേത്രത്തിലേക്കോടി.... അയാൾ പറഞ്ഞ വാർത്തകേട്ട് ഹേപാട് കത്തിജ്ജ്വലിച്ചു.

"കഴുതെ....! നിന്റെ തലയറുക്കണം....! അത്യാഗ്രഹി....! സെത് തന്നെ ഇറങ്ങിവന്നാലും കച്ചവടം ചെയ്യും....അല്ലേടാ...?"

അപോഫീസ് ഭയം നടിച്ചു.

പരിഹാസത്തോട് ഹേപാട് ആജ്ഞാപിച്ചു:

"ഭടന്മാരെയും കൂട്ടിക്കൊണ്ട് രാജകൊട്ടാരം മുഴുവൻ പരിശോധിക്ക്....! ആ തെമ്മാടികളെ കൈയിൽ കിട്ടുമോ എന്ന് നോക്ക്...." ഇനേനിയോടായി ഹേപാട് തുടർന്നു: "ഉച്ചക്കുശേഷമല്ല.... ഇപ്പോൾതന്നെ സൈന്യം പുറപ്പെടണം. ബകിലനെ അറിയിക്ക്. പ്ടാ വിഗ്രഹത്തെ തയ്യാറാക്ക്...."

"ഘോഷയാത്ര വേണ്ടേ....?"

"വയസ്സാകുന്തോറും നിന്റെ ബുദ്ധി കെട്ടുപോകയാണോ? ഘോഷയാത്രവേണം. എന്നാൽ ഒട്ടും താമസിക്കരുത്... ആ മന്ത്രിയെ വിവരമറിയിക്ക്..."

ഫെറോവിനെ ദർശിച്ചശേഷം മന്ത്രി ക്ഷേത്രത്തിലേക്ക് ചെന്നു.

"ഫെറോവിന്റെ ആയുരാരോഗ്യം വർദ്ധിക്കട്ടെ...."

"വർദ്ധിക്കട്ടെ..." എന്ന് ചുരുക്കിപ്പറഞ്ഞശേഷം ഹേപാട് പറഞ്ഞു: "ഭരണത്തിന്റെ കടിഞ്ഞാൺ അയഞ്ഞിരിക്കയാണെന്നതിന് ഇനിയും തെളിവുവേണോ....?"

"ദേവരൂപന്റെ പ്രതിനിധിയായി നിങ്ങൾ നീരാനപ്രവിശ്യയിലേക്ക് പുറപ്പെടുകയല്ലേ... പ്രധാനപൂജാരി ജൈത്രയാത്രയ്ക്ക് നേതൃത്വം വഹിക്കുന്ന അപൂർവ്വസംഭവമാണ്... ഇന്ന് കയ്പുള്ള വാക്കുകൾ ഉപയോഗിക്കരുത്..." താഴ്മവിടാതെ മന്ത്രി പറഞ്ഞു.

"ശവലേപനസാമഗ്രികളും വാങ്ങിയിരിക്കുന്നു....."

"അറിഞ്ഞു. ശവത്തിന് ജീവൻ നല്കാനാകില്ലല്ലോ.....? ഏതായാലും അങ്ങോട്ട് പുറപ്പെട്ടിരിക്കയല്ലേ... പുറപ്പെടുന്നതിന് മുമ്പ്...."

"എന്താ....?"

"അരമനയിലേക്ക് വരുമല്ലോ.....?"

"സമയം പാഴാക്കൽ. ഘോഷയാത്ര നേരെ തോണിക്കടവിലേക്ക് നീങ്ങും.... ഫെറോവിനെ അറിയിക്കൂ...."

"വലിയ കാര്യമൊന്നുമില്ല. താമസം നേരിടുമെങ്കിൽ യാത്രകഴിഞ്ഞ് തിരിച്ചെത്തിയശേഷം കണ്ടാൽ മതിയെന്ന് മഹാപ്രഭുതന്നെ അറിയിച്ചിട്ടുണ്ട്...."

"ഞാൻ പൂജയ്ക്ക് പുറപ്പെടുകയാണ്...."

"ഞാനും പുറപ്പെടുന്നു. ശവം അന്വേഷിച്ച് ഭടന്മാർ നീങ്ങിയിട്ടുണ്ട്. ഞാൻ കാര്യാലയത്തിലിരിക്കാം. പിന്നീട് കടവിൽ കണ്ടുമുട്ടാം."

കൊട്ടാരം പരിചാരകന്മാർ പതിവുപോലെ അന്ന് തങ്ങളുടെ ജോലിയിൽ മുഴുകിയില്ല. അങ്ങിങ്ങ് കൂടിനിന്ന് അവർ സമയം കളഞ്ഞു. പുറമെ പ്രകടിപ്പിക്കാനാകാത്ത ആനന്ദം ഏവരിലും കളിയാടിയിരുന്നു.

ഔട്ടയും ബെക്കുവും രക്ഷപ്പെട്ടതറിഞ്ഞ് ജയിലധികാരി പൊട്ടിത്തെറിച്ചു.

"അവരെ വിട്ടയയ്ക്കാൻ നീതിപീഠം കല്പിച്ചെന്ന് ആരോ വന്ന് പറഞ്ഞു..." കാവൽക്കാരറിയിച്ചു.

മന്ത്രി ദളപതിയെ ചീത്തപറഞ്ഞു. ദളപതി കാവൽക്കാരെ ഭയപ്പെടുത്തി.

കഴിഞ്ഞ രാത്രി ദുഃഖഭാരത്തോടെയാണ് ശീബ കുടിലിൽ മടങ്ങിയെത്തിയത്. ഭാര്യയുടെ ഹൃദയം നന്നായറിയാവുന്ന ഭർത്താവും ദുഃഖിച്ചു.

എന്നാൽ പ്രഭാതത്തിൽ ശവം അപ്രത്യക്ഷമായ വാർത്ത പരന്നപ്പോൾ കാർമേഘം നീങ്ങിപ്പോയി. മെന്നയെ കാണുന്നതിന് ശീബ ഒരു ശ്രമം നടത്തി. ആരുടെയും നിഴൽപോലും കാണാനുണ്ടായില്ല. രാത്രിയിൽത്തന്നെ തോണി പുറപ്പെട്ടിരിക്കണം. തന്റെ സന്തോഷം അവൾ ഭർത്താവിനും പങ്കിട്ടുകൊടുത്തു.

പ്രധാനപൂജാരി ഉള്ളാലെ സന്തോഷിക്കയായിരുന്നു. മന്ത്രി അസ്വസ്ഥനായി... സെഡ് ഉത്സവം നടന്നുകഴിഞ്ഞു. തന്റെ മുന്നിൽ ഉരുണ്ടുകൂടിയിരുന്ന വിപത്തും നീങ്ങിപ്പോയി. കലവാപനേതാവിന്റെ കഥ കഴിച്ചു. എന്നാലിപ്പോൾ... അല്പം ജാഗ്രത കാട്ടിയിരുന്നെങ്കിൽ ഇങ്ങനെ നടക്കുമായിരുന്നില്ല... എന്തോ ആകട്ടെ.... ജീവിച്ചിരിക്കുന്ന വ്യക്തിയല്ലല്ലോ നഷ്ടപ്പെട്ടത്....? ശവമല്ലേ....? പ്രധാനപൂജാരി സൈന്യത്തെ നയിക്കുകയല്ലേ? ഇവിടെയില്ലെങ്കിൽ നീരാനപ്രവിശ്യയിലെത്തിച്ചേർന്നിട്ടുണ്ടാകും. അന്വേഷിച്ച് കണ്ടുപിടിച്ചുകൊണ്ടുവരട്ടെ....!

ഫെറോവും മഹാറാണിയും ഇതിന് അമിത പ്രാധാന്യം കല്പിച്ചില്ല. മുതലയ്ക്കാഹാരമാകുന്നത്... മണ്ണിന്... രണ്ടും ഒന്നുതന്നെ.

“ഈ സൈന്യയാത്രകൊണ്ട് പ്രധാനപൂജാരിയുടെ ബലം വർദ്ധിക്കും....” ഫെറോ അഭിപ്രായപ്പെട്ടു.

“പ്രാധാന്യം എത്രത്തോളം വർദ്ധിക്കുമെന്ന് കാണാമല്ലോ....” റാണി പ്രതിവചിച്ചു.

മൃതദേഹമന്വേഷിച്ചുപോയവർ വെറും കൈയോടെ മടങ്ങിയെത്തി.

ഘോഷയാത്ര ആരംഭിച്ചു.

ചുറ്റും സൈന്യം. മദ്ധ്യത്തിലുള്ള പല്ലക്കിൽ ഹേപാട്. നാലുപേർ ചുമന്നിരിക്കുന്ന പീഠത്തിൽ പ്ട്ടാ ദൈവവിഗ്രഹം. അരികിൽ ഇനേനി. ഭക്തിയും ബലവും പ്രദർശിപ്പിക്കുന്ന ഘോഷയാത്ര.

റാ നെറ്റിക്ക് മുകളിലെത്താൻ ഇനിയും സമയമുണ്ട്. തോണിയിലേറിയ പ്രധാനപൂജാരിയെയും സംഘത്തെയം മന്ത്രി യാത്രയാക്കി.

മുന്നിലെ തോണിയിൽ ഒരാളുയരത്തിലുള്ള പ്ടാ ദൈവവിഗ്രഹം. അടുത്തുള്ള പീഠത്തിൽ പ്രധാനപൂജാരി നിലയുറപ്പിച്ചിരിക്കുന്നു. താഴെ ഇനേനി, ബകില, പ്രധാനപൂജാരിയുടെ ഉറ്റ പരിചാരകനായ ദേവദാസൻ, നീരാനയിലെ ഭൂപ്രഭുവായ നുട്മോസ്...., തുടങ്ങിയവരും ഏതാനും ഭടന്മാരും. ഹേപാടിന് ഉറങ്ങാനും വിശ്രമിക്കാനും പ്രത്യേകം സജ്ജീകരണം. ചൂടുള്ള റൊട്ടിയുണ്ടാക്കുന്നതിന് അടുപ്പ്. രണ്ടാമത്തെ തോണി നിറയെ സൈന്യങ്ങൾ. മൂന്നാമത്തേതിൽ പ്രധാനപൂജാരിയുടെ പല്ലക്ക്, അസ്ത്രങ്ങൾ, വലകൾ, ആഹാരവസ്തുക്കൾ, പാചകസാമഗ്രികൾ, തുടങ്ങിയവയും ദാസീദാസന്മാരും ചില ഭടന്മാരും. ആ ഭടന്മാരിൽ ശീബയുടെ ഭർത്താവുമുണ്ടായിരുന്നു.

ഭടന്മാരാണ് തുഴയുന്നത്. തോണി നദീമദ്ധ്യത്തിലെത്തിയപ്പോഴേക്കും കാറ്റുപായ നിറഞ്ഞു. പ്രധാനപൂജാരിയുടെ കല്പന ഇനേനി ബകിലനെ അറിയിച്ചു. ബകിലൻ കല്പന വിളിച്ചുപറഞ്ഞു. പിന്നിലുള്ള തോണിയുടെ നായകൻ അത് പുനരുച്ചരിച്ചു...

“ശവംകട്ടവരുടെ തോണി നാം കണ്ടുപിടിക്കണം. വേഗത്തിൽ തുഴയ്...! വേഗത്തിൽ....”

പല തോണികളെയും അവർ പിന്നിലാക്കി. നീരാനയിലുള്ളവരാരും

ബകിലന്റെ കണ്ണിൽ പെട്ടില്ല.

ഏറ്റവും പിന്നിലെ തോണി പുറപ്പെടുന്നതിന് അല്പം താമസം നേരിട്ടു. കാറ്റുപായയുടെ കയർ പൊട്ടിപ്പോയിരുന്നു. ഒരു തുഴയും വേറിട്ടുപോയി. കൂടാതെ തോണിയിളകിയപ്പോൾ അറ്റത്തിരിക്കയായിരുന്ന ഒരാൾ വെള്ളത്തിൽ വീണു. അയാളെ എടുത്തുകയറ്റാൻ അല്പം സമയം വേണ്ടിവന്നു.

പ്പടാ വിഗ്രഹത്തിനടുത്ത് മറ്റൊരു പ്രതിമപോലെ ഹേപാട് നിലകൊണ്ടു.

മുമ്പ് ഇത്തരം യാത്രകളിൽ ആ ധർമ്മഗുരുവിന്റെ സ്നാനത്തിന് മൂന്നുനേരം തോണി കരയ്ക്കടുത്തിരുന്നു. ഇത്തവണ ധൃതിപിടിച്ച യാത്രയാണ്. എന്തുചെയ്യുമെന്ന് ഇനേനിക്കുപോലും മനസ്സിലായില്ല. സങ്കോചത്തോടെ അയാൾ ചോദിച്ചു.

"സ്നാനം....?"

"പ്രഭാതസ്നാനത്തിനു മാത്രം കരയ്ക്കടുത്താൽ മതി. ഉച്ചയ്ക്കും വൈകുന്നേരവും ഇവിടെ നിന്നുകൊണ്ട് തന്നെ മെയ് കഴുകാം. കൂടെ ക്കൂടെ കരയ്ക്കടുത്താൽ താമസം നേരിടും."

വൈകുന്നേരമായപ്പോൾ ദേവദാസന്മാർ അടുപ്പിൽ തീ കത്തിച്ചു. അസ്തമിക്കുന്ന സൂര്യനെ പ്രധാനപൂജാരി നമസ്കരിച്ചു. അയാൾക്കു വേണ്ടി ചൂടുള്ള റൊട്ടി തയ്യാറാക്കപ്പെട്ടു. ഭടന്മാരും തങ്ങളുടെ ഭക്ഷണ പ്പൊതികളഴിച്ചു.

പകലുറങ്ങിയവർ രാത്രി തുഴ കൈയിലെടുത്തു.

പ്രഭാതത്തിൽ കരസ്പർശം. നിത്യഭക്ഷണം പാകം ചെയ്യൽ... പ്രധാനപൂജാരിക്ക് പ്ടാ പൂജ നടത്തൽ.

"വേഗം....! വേഗം.....!" അയാൾ ധൃതികൂട്ടിക്കൊണ്ടിരുന്നു.

ശീബയുടെ ഭർത്താവ് മനസ്സിൽ കരുതി. വേഗത്തിൽ നീങ്ങുന്ന നമ്മെപ്പോലെ അവരും പോയാൽ മതി. നമ്മേക്കാൾ മുമ്പേ അവരെത്തി ച്ചേരും.

....നീതിപീഠത്തിൽ നടന്ന വിചാരണയെപ്പറ്റി മെന്ന ആ പകൽ വിവരിച്ചുകൊടുത്തു.

"ഞാൻ വീണ്ടും പറയട്ടെ... നേതാവിനെയല്ല വിചാരണ ചെയ്തത് ഫെറോവിനെയും, മന്ത്രിയെയും, പ്രധാനപൂജാരിയെയുമാണ്. വിധി പ്രസ്താവിച്ചതും അവരല്ല. ചേട്ടനാണ്...."

വിചാരണയിൽ പങ്കുകൊണ്ട ഓരോ കഥാപാത്രത്തെയും മെന്ന അവതരിപ്പിച്ചു.

രാമേരിപ്പടായടക്കം തോണിയിലുള്ളവരെല്ലാം മെന്നയുടെ വാക്കുകൾ ശ്രദ്ധിക്കയായിരുന്നു. അവരെ സംബന്ധിച്ചിടത്തോളം മെനെപ്പടാ പുനർജ്ജന്മമെടുത്തു കഴിഞ്ഞു.

പായത്തൂണിന് ചാർന്നുനില്ക്കുന്ന ബടായെ എതിർവശത്തു നിന്നും വന്ന തോണിക്കാർ തിരിച്ചറിഞ്ഞു.

“ബടാ.....! ഓ....ബടാ....ബടാ.....!” അവർ വിളിച്ചു.

ആ തോണിയിൽ നിന്നകന്നു മാറാൻ ബടായുടെ തോണിക്കാർ ശ്രമിച്ചെങ്കിലും വിഫലമായി. ആ തോണി അടുത്തേക്ക് തുഴഞ്ഞുവന്നു.

ആ തോണിയിൽനിന്ന് കൈവീശുന്നവനെ ബടാ തിരിച്ചറിഞ്ഞു. മുമ്പ് മെംഫീസിൽനിന്ന് നീരാന പ്രദേശത്തേക്ക് തന്റെ സന്ദേശമെത്തിച്ച തോണിക്കാരൻ.

തോണി നിർത്താൻ ബടാ നിർദ്ദേശിച്ചു.

“ബടാ...., സന്ദേശമെത്തിച്ചിരുന്നു. ഖിവം ബാക്കിയുണ്ടോ....?” ആ തോണിക്കാരൻ വിളിച്ചു ചോദിച്ചു.

അതിനുശേഷം താൻ നാട്ടിൽ പോയിവന്നകാര്യം ഇയാൾക്കറിയില്ലെന്ന് ബടാ മനസ്സിലാക്കി.... എങ്കിലും അയാൾ മറുപടിയൊന്നും പറഞ്ഞില്ല. ബടായുടെ മൗനം കണ്ട് ആ തോണിക്കാരൻ ചോദിച്ചു.

‘‘എന്നെ മനസ്സിലായില്ലേ....? നിങ്ങളുടെ നേതാവ് തിരികെ വന്നോ...?”

ബടാ മുഖം കുനിച്ചു. ആ തോണിക്കാരന്റെ ദൃഷ്ടി മെനെപ്പടായുടെ രക്ഷിതശവത്തിൽ ചെന്നുപതിഞ്ഞു. “ആ....” അയാൾ ഞരങ്ങി. ആ മുഖം വിവർണ്ണമായി. തോണി തുഴയാൻ അയാൾ ജോലിക്കാരോട് നിർദ്ദേശിച്ചു.

മെന്നയ്ക്ക് ആശങ്കയുണ്ടായി... ബടാ മൂകനായിരിക്കുന്നതുകണ്ട് മെന്ന ആ തോണിക്കാരനോട് പറഞ്ഞു.

‘‘ഞങ്ങളെ കണ്ട വിവരം ആരോടും പറയരുത്. വല്ലവരും ചോദിച്ചാൽ കണ്ടില്ലെന്ന് പറയണം.”

ആ തോണിക്കാരൻ ഒന്നും മിണ്ടാനാകാതെ പായത്തൂണിന് ചാർന്നുനിന്നു.

.... ആ പ്രഭാതത്തിൽ മെന്ന കണ്ണുതുറന്നപ്പോൾ നൈൽനദി മഞ്ഞുകൊണ്ട് മൂടിയിരുന്നു. കൊയ്ത്തിനുമുമ്പ് എല്ലാവർഷവും ഇത് പതിവുള്ളതാണ്.

നാട്ടിൽ ഒരുക്കങ്ങളെല്ലാം പൂർത്തിയായിരിക്കണം. നേതാവെത്തിച്ചേർന്ന ഉടൻ കൊയ്ത്താരംഭിക്കും. ഇനി ആ ഉത്സാഹം ആർക്കുണ്ടാകും....?

മഞ്ഞുരുകാൻ അല്പസമയം വേണ്ടിവരും. ഈയവസ്ഥയിൽ വേഗത്തിൽ നീങ്ങുന്നത് അപകടകരമാണ്. തോണിക്കാർ വിളക്ക് കൊളുത്തി. മുന്നോട്ട് നീങ്ങുന്നതിനുപകരം കരയ്ക്കടുത്ത് പ്രഭാതകൃത്യങ്ങൾ കഴിക്കുന്നതാണ് നല്ലത്. ആ നിർദ്ദേശം നല്കി...

വീണ്ടും യാത്ര തുടങ്ങിയപ്പോൾ മഞ്ഞ് ഉരുകിത്തുടങ്ങിയിരുന്നു. കുളികഴിഞ്ഞെത്തിയ പരിശുദ്ധിയോടെ റാ തിളങ്ങി.

മഞ്ഞുകണങ്ങൾ വീണ് മെനെപ്പടായുടെ ദേഹം നനഞ്ഞിരുന്നു. മെന്ന ഉണങ്ങിയ തുണിയെടുത്ത് തുടച്ചുകളഞ്ഞു.

"നേതാവ് കുളിച്ചതുപോലെയായി...." മെന്ന പറഞ്ഞു.

ബടായെ നോക്കിക്കൊണ്ട് മെന്ന ചോദിച്ചു. "കുഴലിൽ ഏതുഭാവം വേണമെങ്കിലും വായിക്കാനാകും അല്ലേ?"

"കഴിയും.....സ്വാമീ.... അന്ന് നദിക്കരയിൽവച്ച് നിങ്ങളുടെ പാട്ട് കേട്ടപ്പോൾ കുഴലിലും അത് വായിക്കണമെന്ന് തോന്നിയിരുന്നു...."

"മരണം ഇന്നെന്റെ മുന്നിലുണ്ട്.... എന്നത് അത്ര ശോകപൂർണ്ണമല്ല... അല്ലേ.....?"

ബടാ കുഴൽ കൈയിലെടുത്ത് ഊതിനോക്കി പൊടിതട്ടിക്കളഞ്ഞു.

"നിങ്ങൾ വരികൾ ഓരോന്നായി പാടണം. ഞാനത് വായിക്കാം...."

ഒരു നിമിഷം നിശ്ശബ്ദനായിരുന്നശേഷം മെന്ന പാടി. ഹൃദയദുഃഖം ലഘൂകരിക്കാൻ ആ ശബ്ദങ്ങൾ സഹായകമാകുന്നതുപോലെ തോന്നി.

"മരണം... ഇന്നെന്റെ മുന്നിലുണ്ട്....."

ചുണ്ടിൽവച്ച കുഴലിന്റെ ദ്വാരങ്ങളിൽ ബടായുടെ വിരലുകൾ സഞ്ചരിച്ചു.

"സാമ്പ്രാണിപ്പുകയിലെ സുഗന്ധംപോലെ....
കുഴലിൽനിന്നും അതേ സ്വരങ്ങൾ...
കൊടുങ്കാറ്റുള്ള ദിവസങ്ങളിൽ....ഊഹും...
മഞ്ഞുപെയ്യുന്ന ദിവസങ്ങളിൽ....
കാറ്റുപായക്കടിയിലിരിക്കുന്നവനെപോലെ....."

ഓരോ പദവും വായിച്ചുകഴിഞ്ഞശേഷം ഒരിക്കൽകൂടി ആ പാട്ട് ബടാ വായിച്ചു.

...മഞ്ഞുപെയ്ത പ്രഭാതത്തിൽ സൈന്യം കയറിയ തോണികളുടെ ഗതിയും മന്ദമായിത്തീർന്നു. ഹേപാടിന്റെ സ്നാനത്തിനും, ഭക്ഷണത്തിനുമായി തോണികൾ തീരത്തണഞ്ഞപ്പോൾ തുഴയുന്നവർക്ക് ബകിലന്റെ ചീത്ത കേൾക്കേണ്ടിവന്നു. സാധനസാമഗ്രികളുമായി പിന്നാലെ നീങ്ങിയിരുന്ന തോണിയിലെ ദാസീദാസന്മാർക്കും, ഭടന്മാർക്കും ചമ്മട്ടിയടി കൊള്ളേണ്ടിവന്നു. ശീബയുടെ ഭർത്താവിന് എതിർത്തുപറയണമെന്ന് തോന്നിയിരുന്നു. എന്നാൽ അത് പാഴിലാകുകയേയുള്ളുവെന്ന് കരുതി മിണ്ടാതിരുന്നു.

ഹേപാട് പീഠത്തിലമർന്ന് പ്രാതൽ കഴിച്ചുകൊണ്ടിരുന്നപ്പോൾ എതിർദിശയിൽനിന്ന് ഒരു ചരക്കുതോണി വരുന്നതുകണ്ടു. ഹേപാടിന്റെ ആജ്ഞാനുസരണം ബകില ആ തോണി കരയ്ക്കടുപ്പിക്കാൻ വിളിച്ചു പറഞ്ഞു.

തോണി അടുത്തെത്തി. തോണിക്കാരനും ജോലിക്കാരും മുട്ടുകുത്തി ദൈവമൂർത്തിയെയും ധർമ്മഗുരുവിനെയും ഭക്തിയോടെ വന്ദിച്ചു.

"ചോദിക്ക്...." ഭക്ഷണം കഴിച്ചുകൊണ്ട് ഹേപാട് പറഞ്ഞു.

"ഏയ്... ശവംകൊണ്ടുപോകുന്ന ഒരു തോണി കണ്ടോ?" ബകില ചോദിച്ചു.

ബകിലനെയും സൈന്യത്തെയും നോക്കിക്കൊണ്ട് തോണിക്കാരൻ പറഞ്ഞു.

"ഇല്ല. സൈന്യാധിപരെ.... ഈ മഞ്ഞിൽ ശവംപോയിട്ട് ജീവനുള്ള മനുഷ്യരെപോലും കണ്ടില്ല...."

"ഏയ്....! ജാഗ്രത.....! ഇന്നലെ പകല് ആരെങ്കിലും കണ്ടോ....?"

"ഇല്ല സൈന്യാധിപരെ...." തോണിക്കാരൻ പറഞ്ഞു. നേതാവിന്റെ രക്ഷിതശവം താൻ കണ്ടെങ്കിലും ആ ഓർമ്മ മനസ്സിലെ ഒരു മൂലയിൽ അയാളൊതുക്കിവച്ചു.

"പോയിത്തുലയ്....." എന്നർത്ഥത്തിൽ ഹേപാട് ആംഗ്യം കാട്ടി.

"പുറപ്പെട്ടോ....! പുറപ്പെട്ടോ....!" ബകില പറഞ്ഞു.

പ്രധാനപൂജാരിയെയും ദൈവവിഗ്രഹത്തെയും ഒരിക്കൽ കൂടി നമിച്ചശേഷം ആ തോണിക്കാരൻ തുഴഞ്ഞുനീങ്ങി.

.....അബ്ടു യാത്രക്കാരോടൊപ്പം മെംഫീസിലേക്ക് പോയ അതേ വേഗത്തിൽതന്നെ ബടാ തോണിതുഴഞ്ഞു... അല്ല... അതിനേക്കാളും വേഗതയിൽ.

സൈന്യങ്ങളുള്ള തോണി തങ്ങളേക്കാൾ ഒരു ദിവസമെങ്കിലും പിന്നിലായിരിക്കുമെന്ന് ബടാ ഊഹിച്ചു. എന്നാൽ ആ ഊഹം തെറ്റായിരുന്നു. പ്രധാനപൂജാരിയുടെ തോണിക്കാരുടെ തുഴയാനുള്ള കഴിവും പരിചയവും ബടായ്ക്കറിവില്ലായിരുന്നു... മെന്നയ്ക്കും അറിഞ്ഞുകൂടായിരുന്നു.

മൂന്നു തോണികളിലെയും തുഴക്കാരെ ഇടയ്ക്കിടെ മാറ്റിക്കൊണ്ടിരുന്നു.... ശീബയുടെ ഭർത്താവിന് ചില്ലറ ജോലികൾമാത്രമേ ചെയ്യേണ്ടി വന്നുള്ളു.

ആദ്യമാദ്യം ബടായുടെയും ഹേപാടിന്റെയും തോണികൾക്കു തമ്മിൽ അര ഇരുളിന്റെയും അരപ്പകലിന്റെയും വ്യത്യാസമുണ്ടായിരുന്നത് ക്രമേണ കുറഞ്ഞുകുറഞ്ഞുവന്നു.

ആ രാത്രി ബകില ഹേപാടിനെ അറിയിച്ചു.

"നാളെ ഇരുട്ടുന്നതിന് മുമ്പ് നാം സുലഭമായി നീരാനപ്രവിശ്യയിലെത്തിച്ചേരും.... എന്നാൽ അല്പം നേരത്തെ... ഉച്ചയ്ക്കുതന്നെ.... അവിടെയെത്തിച്ചേർന്നാൽ ആക്രമണം എളുപ്പമായിത്തീരും.....

"ശരി... രാവിലെ തോണി കരയ്ക്കടുത്താൽ ഞാൻ സംസാരിക്കാം...."

ഈ സംസാരം നടന്നുകൊണ്ടിരുന്നപ്പോൾ ബടായുടെ തോണി മൊസളെ പ്രവിശ്യയ്ക്കടുത്തെത്തിയിരുന്നു. അതുകഴിഞ്ഞാൽ അവരുടെ

നാട് ആരംഭിക്കുകയായി. ആ നാലുദിവസംകൊണ്ട്, പുനർജ്ജന്മമെടുക്കുന്ന നേതാവിന്റെ രക്ഷിതശവം മുന്നിലിട്ടുകൊണ്ട് തന്നെ അവർ ജീവിക്കാൻ പഠിച്ചുകഴിഞ്ഞു.... പരിചിതമായതിൽനിന്നും ഭിന്നമായി ജീവിതം.

"റാ ഉദിക്കുന്നതിനുള്ളിൽ നാട്ടിലെത്തും...." ബടാ പ്രയാസത്തോടെ പറഞ്ഞു. ഉടഞ്ഞ കണ്ഠം.

ഇനി ആർക്കും ഉറക്കമില്ല.

കുഞ്ഞ് കുറേക്കൂടി ഉറങ്ങട്ടെന്ന് കരുതി അഹൂറ അതിന്റെ തുടയിൽ താളംപിടിച്ചു.

നാടടുക്കാറായെന്ന ബോധം ഏവരെയും ഉൽക്കണ്ഠാകുലരാക്കി ത്തീർത്തു.

രാമേരിപ്പടാ നിവർന്നിരുന്നു. അമ്മയോട് താനെന്താണ് പറയേണ്ടത്....? എന്താണ്....?

ബടാ പായത്തൂണിൽ കൈവച്ച് നെറ്റിയമർത്തിപ്പിടിച്ചു... നമ്മുടെ ആൾക്കാരോടെന്തു പറയും....? എങ്ങനെ മുഖം കാണിക്കും....?

ഔട്ടയും ബെക്കുവും കരയാൻ ഒരുങ്ങിനിന്നു.

അഹൂറയുടെ മിഴികൾ നേതാവിന്റെ മുഖത്തുതന്നെയാണ്.

ശേഷിച്ചവരെല്ലാം വേദന കടിച്ചിറക്കുകയാണ്.

മെന്നയും ആ നൊമ്പരം സഹിച്ചു.

പുലർച്ചയ്ക്ക് തോണി നീരാനപ്രവിശ്യയിലെ പ്രധാന തോണിക്കടവിലെത്തിച്ചേർന്നു.

അവിടെ ഒരാളുയരത്തിലുള്ള കൽത്തറയുണ്ടായിരുന്നു. ആ തറമേൽ നെഖെൽ ശില്പി നിർമ്മിച്ച നീരാനയുടെ പ്രതിമ സ്ഥാപിച്ചിരിക്കുന്നു. ഇരുഭാഗത്തും ഓരോ പന്തം കത്തിക്കൊണ്ടിരിക്കുന്നു.... ഒരു നിമിഷത്തേക്ക് ആ യാത്രക്കാർ പരിഭ്രമിച്ചുപോയി... ഇത് തങ്ങളുടെ നാട് തന്നെയല്ലേ....?

ബടാ കാവലിനേർപ്പെടുത്തിയ പയ്യൻ മരത്തിനു കീഴിൽ മൂടിപ്പുതച്ചുറങ്ങുകയായിരുന്നു.

ജനങ്ങൾ നേരത്തേ ഉണർന്നിരുന്നു.... ചില വീടുകളിൽ വിളക്കെരിയുന്നുണ്ട്.

ബടാ ദീർഘശ്വാസം വിട്ടു....

തോണി സാവധാനത്തിൽ കരയ്ക്കടുത്തു.....

പതിനഞ്ച്

തോണി കടവിലടുത്തിട്ടും ആരും ഇറങ്ങിയില്ല.

മെന്ന ബദ്ധപ്പെടുകയായിരുന്നു... സുരക്ഷിതമായിതന്നെ നാട്ടിലെത്തിച്ചേർന്നു..... ഭീകരമായ ആ വിപത്ത് ഇവരെ പിടികൂടിയിരിക്കയാണ്. ദിഗ്ഭ്രമം ബാധിച്ചതുപോലെ മൂകരായിരിക്കുകയാണ്.... ഈ നില തുടരാൻ വയ്യല്ലോ.... പിന്നാലെ അപകടം പാഞ്ഞെത്തുകയല്ലേ.....? നൈൽജലം തള്ളിമാറ്റിക്കൊണ്ട് അത് ചീറിയടുക്കുകയാണ്... ഇനിയുള്ള ഓരോ നിമിഷവും വിലപ്പെട്ടതാണ്...ഒട്ടും താമസിക്കരുത്... താമസിക്കരുത്....

"ബടാചേട്ടാ..... ഈ സാവധാനം ആപത്താണ്...."

ബടായുടെ തലച്ചോറിലും പുകഞ്ഞുകൊണ്ടിരുന്നത് അതേ ചിന്തയായിരുന്നു..... വൈകിയാൽ അപായമാണ്....അപായമാണ്...

"ഇറങ്ങ്....വേഗം...." അയാൾ ആൾക്കാർക്ക് നിർദ്ദേശം നല്കി.

മെനെപ്പടായുടെ രക്ഷിതശവവും, രാമേരിപ്പടായും, മെന്നയും, ബടായുമൊഴിച്ചുള്ളവരെല്ലാം കടവിലിറങ്ങിനിന്നു. കൈകാലുകൾക്ക് മരവിപ്പ് ബാധിക്കുന്നതുപോലെ അവർക്ക് തോന്നി....വിറയലോടെ അവർ നേതാവിന്റെ മൃതദേഹത്തിലും ശേഷിച്ചവരിലും ദൃഷ്ടി പതിപ്പിച്ചുകൊണ്ടുനിന്നു....

ഇവരെല്ലാം ഇപ്പോൾ പൊട്ടിക്കരഞ്ഞേക്കുമെന്ന് മെന്നയ്ക്കു തോന്നി...

യാത്രയിലുടനീളം കൂട്ടിന്നുള്ളിൽ വീർപ്പുമുട്ടിക്കഴിയുകയായിരുന്ന ദുഃഖപ്പക്ഷി കടവിലെത്തിയപ്പോൾ ചിറകിട്ടടിച്ചു... അത് ആക്രന്ദനം പുറപ്പെടുവിച്ചു... തലമുടി പിടിച്ചഴിച്ച് നെഞ്ചത്തടിച്ചുകൊണ്ട് അഹൂറ ആദ്യം നിലവിളിക്കാനാരംഭിച്ചു.

"ചേട്ടാ.....! ചേട്ടാ.....! അയ്യോ.....! അയ്യോ.....!"

മറ്റുള്ളവർ അനുകരിച്ചു.... ആ യാത്രക്കാരുടെ സങ്കടം ശോകവിലാ

പമായി പ്രതിദ്ധ്വനിച്ചു....

"ഇങ്ങനെ കരഞ്ഞിട്ട് ഫലമില്ല... നേതാവ് വീണ്ടും ഉയിർത്തെഴുന്നേല്ക്കണമെങ്കിൽ അദ്ദേഹത്തിന്റെ നാമം ഉച്ചരിക്കണം...." മെന്ന അല്പമുറക്കെ പറഞ്ഞു.

തന്റെ വാക്കുകൾക്ക് ഫലം കണ്ടു തുടങ്ങിയപ്പോൾ മെന്ന ഉച്ചരിച്ചു...."ഓ... ഒസൈരിസ്....! ഓ....ഒസൈരിസ്....!"

"ഓ...ഒസൈരിസ്.....! ഓ....ഒസൈരിസ്....!"

"ഓ....ഒസൈരിസ്.....! ഓ..... ഒസൈരിസ്....!" കരയുന്നതിനിടയിൽ ജനങ്ങൾ ഏറ്റുവിളിച്ചു.

"ഏ...മെനെപ്പടാ....ഏ....മെനെപ്പടാ....!"

"ഏ...മെനെപ്പടാ....ഏ....മെനെപ്പടാ....!"

രാമേരിപ്പടാ പുറംകൈകൊണ്ട് കണ്ണുതുടച്ചു. ബടാ തലയിളക്കി തുളുമ്പിനിന്ന കണ്ണീർക്കണങ്ങൾ ഉതിർത്തുകളഞ്ഞു.

മരത്തിനുതാഴെ കിടന്നുറങ്ങുകയായിരുന്ന കാവൽക്കാരൻ പിടഞ്ഞെണീറ്റ് ഓടിവന്നു. തങ്ങളുടെ ആൾക്കാർ എത്തിച്ചേർന്നെന്നു മാത്രമേ അവൻ മനസ്സിലാക്കിയുള്ളു. വന്ന തോണിക്കു കണക്കായി ലിപിച്ചുരുളിൽ ഒരു വരയിടണം... അവനെ കണ്ട ഉടൻ ബടാ പറഞ്ഞു....

"ഓടിപ്പോയി ദളപതിയെ കൂട്ടിക്കൊണ്ടുവാ...."

ഇവരെല്ലാം കരയുന്നല്ലോ...! അയ്യോ......! എന്തുണ്ടായി? അവൻ പരിഭ്രമിച്ചു. എങ്കിലും ചോദിക്കാൻ അവന് ധൈര്യമുണ്ടായില്ല. തിരിഞ്ഞു നോക്കിക്കൊണ്ട് മൂന്നുനാലടി നടന്നശേഷം അവൻ ശരവേഗത്തിൽ മുന്നോട്ടോടി.

കഴിഞ്ഞ രണ്ടുമൂന്ന് രാത്രികളിലും, ആ രാത്രി പകുതിവരെയും ഖ്നേംഹോടെപ് കടവിൽ തന്നെയുണ്ടായിരുന്നു. വല്ല തോണിക്കാരും മെംഫീസിൽനിന്ന് വാർത്തകൾ കൊണ്ടുവരുമോ എന്ന് അയാൾ സംശയിച്ചു... കാവൽക്കാരും അല്പസമയം മുമ്പാണ് തിരികെ പോയത്....

"ഇനി നമുക്കിറങ്ങാം...." മെന്ന രാമേരിയോട് പറഞ്ഞു.

"ദളപതി വരുന്നതിനുമുമ്പ് നേതാവിനെ കടവിലെടുത്തു കിടത്തണം." ബടായോട് അയാൾ പറഞ്ഞു.

ഔട്ടയോടും ബെക്കുവിനോടും ആ ജോലി ചെയ്യാനാവശ്യപ്പെട്ടു.

നീരാനയുടെ പ്രതിമ സ്ഥാപിച്ച തറയിൽ ബടാ തന്റെ വസ്ത്രം വിരിച്ചിട്ടു. അതിൽ മെനെപ്പടായുടെ മൃതദേഹം കിടത്തി. പ്രകാശം വ്യാപിച്ചതോടെ മങ്ങിത്തുടങ്ങിയ നക്ഷത്രങ്ങളെ നോക്കി നേതാവ് നീണ്ടു കിടക്കുകയാണ്.... ആ ദേഹത്തിന്റെ തിളക്കം കരച്ചിലിന്റെ കെട്ടുകൾ പൊട്ടിച്ചെറിഞ്ഞു.... വീണ്ടും അന്തരീക്ഷം വിലാപത്താൽ മുഖരിതമായി... അതിന്റെ അലകൾ കുറഞ്ഞുതുടങ്ങിയപ്പോൾ ബടാ നാമോച്ചാരണമാരംഭിച്ചു... അത് പ്രതിദ്ധ്വനിച്ചു....

ഖ്നേംഹോടെപ് ഓടിക്കൊണ്ടുവന്നു. അയാളുടെ പിന്നിൽ മൂത്ത

സമിതിക്കാരും നൂറുകണക്കിനുള്ള നാട്ടുകാരുമുണ്ടായിരുന്നു. തോണിക്കടവിൽനിന്ന് പുറപ്പെട്ട ആർത്തവിലാപം നീരാനപ്രവിശ്യയിലെ ആയിരക്കണക്കിന് വീടുകളുടെ വാതിലുകൾ മുട്ടിത്തുറന്നു. കാതുകളെ തൊട്ടുണർത്തി.

തന്നെ ദളപതിയാക്കിയ നേതാവിന്റെ ലേപിത ശവത്തിന് മുന്നിൽ നിന്ന് ഖ്നേംഹോടെപ് കർണ്ണഭേദകമായി നിലവിളിച്ചു.

"ഹോ....?" ഇരുകൈകളും മുന്നോട്ട് നീട്ടി അയാൾ കുനിഞ്ഞിരുന്നു. നിലവിളിച്ചുകൊണ്ടുതന്നെ അയാൾ നേതാവിന്റെ മൃതദേഹം അടിമുടി തലോടി.

"ഓ....ഓ.....ഓ...." അയാളുടെ ദീനരോദനം ദിഗന്തങ്ങളിൽ അലയടിച്ചു.

രാമേരിപ്പടാ അമ്മയെക്കുറിച്ച് ചിന്തിക്കയായിരുന്നു. അമ്മയുടെ അടുത്തുതന്നെ ഇരിക്കണമെന്ന് അച്ഛൻ പറഞ്ഞിരുന്നു. അമ്മയുടെ അടുത്തുതന്നെ ഇരിക്കയായിരുന്നു. അച്ഛനെ കൂട്ടിക്കൊണ്ടുവരാനാണ് മെംഫീസിലേക്ക് പോയത്. രാജാവിന്റെയും രാജ്ഞിയുടെയും ആസ്ഥാനത്ത്. പാപത്തിന്റെ പട്ടണത്തിലേക്ക്, തിരികെയെത്തുകയും ചെയ്തു. ഇവിടെ എല്ലാവരുമുണ്ട്. അച്ഛന്റെ ഇഷ്ടപ്പെട്ടവരെല്ലാമുണ്ട്. അവിടെ വീട്ടിൽ അമ്മ തനിച്ചാണ്. അമ്മയ്ക്കിവിടെ വരാൻ ബുദ്ധിമുട്ടാകും. താനങ്ങോട്ട് പോകയാണ് വേണ്ടത്. അമ്മയുടെ അടുത്തുതന്നെ ഇരിക്കണം.

രാമേരിപ്പടാ മുന്നോട്ട് നീങ്ങുന്നതു കണ്ട അഹൂറ കുഞ്ഞിനെയെടുത്തുകൊണ്ട് പിന്തുടർന്നു. സ്വബോധം നഷ്ടപ്പെട്ടുകൊണ്ടിരുന്ന ജനം ആ പരിതഃസ്ഥിതിയിൽ അറിയാതെ ഇരുവശത്തേക്കും നീങ്ങിനിന്നു. രാമേരിപ്പടായ്ക്കും അവനെ അനുഗമിക്കുന്നവർക്കും വഴിയുണ്ടാക്കി.

വാർത്തകേട്ട ഉടൻ സ്നോഫ്രു നെജമുടിനോട് പറഞ്ഞു.

"എന്തോ ആപത്ത് സംഭവിച്ചിട്ടുണ്ട്. ഞാൻ തോണിക്കടവിൽ പോയി വരാം. നീ നെഫീസിന്റെ വീട്ടിൽ ചെല്ല്....."

"നെഫീസിനെ ഞാൻ നോക്കിക്കൊള്ളാം. നിങ്ങൾ വേഗംപോയി വാ....."

റാ ഒരു മുഴം ഉയരത്തിൽ ഉദിച്ചുയർന്നു. അരുണാഭയോടെ തിളങ്ങുന്ന ആ ഗോളത്തിലേക്ക് ആരുടെയും ദൃഷ്ടി കടന്നുചെന്നില്ല.

ജനങ്ങൾ തോണിക്കടവിലേക്കൊഴുകിക്കൊണ്ടിരുന്നു.

തന്റെ നാടിന് പുതുജീവൻ നല്കിയ നേതാവിന്റെ മൃതദേഹത്തിനു മുന്നിൽ അല്പനേരം സ്നോഫ്രു കണ്ണീർ തൂകിക്കൊണ്ട് നിന്നുപോയി.

ഗദ്ഗദം നെടുവീർപ്പുകളായി മാറി.

ഖ്നേംഹോടെപിനെ അയാൾ സ്വാന്തനപ്പെടുത്തി.

"ഖ്നേമു... എഴുന്നേല്ക്ക്....."

സ്നോഫ്രുവിന്റെ കൈ പിടിച്ച് ഖ്നേംഹോടെപെഴുന്നേറ്റു. അയാളുടെ കണ്ണുകൾ കരഞ്ഞു കലങ്ങിയിരുന്നു. ജനസ്തോമത്തിനു നേർക്ക്

തിരിഞ്ഞ് ഇതികർത്തവ്യതാമൂഢനായി അയാൾ നിന്നു.

അച്ചടക്കം പാലിക്കാൻ ദളപതി ആജ്ഞാപിച്ചേക്കുമെന്ന് ചിലർ വിചാരിച്ചു. എന്നാൽ അതുണ്ടായില്ല. അയാളുടെ ആജ്ഞാശക്തി എങ്ങോ നഷ്ടപ്പെട്ടുപോയി. ആജ്ഞയില്ലാതെ തന്നെ ജനം അർദ്ധവൃത്താകൃതിയിൽ വരിവരിയായി നിന്നു. തിക്കും തിരക്കോ ഉന്തലും തള്ളലോ ഇല്ല. പുതുതായി വന്നവർ മൃതദേഹത്തിനടുത്തെത്തുന്നതിന് മറ്റുള്ളവർ സഹായിച്ചു.

ഇപ്യൂവർ കുടുംബവും, രാജഗൃഹത്തിലെ നിവാസികളും മെനെപ്പടായുടെ പാദങ്ങളിൽ അശ്രുബിന്ദുക്കളർപ്പിച്ചു.

നെഫറുറാ "ചേട്ടാ.....ചേട്ടാ...." എന്ന് വിളിച്ച് പൊട്ടിക്കരഞ്ഞു. അവൾ നെഫീസിന്റെ വീട്ടിലേക്കോടി.

കർഷകത്തൊഴിലാളികളും, നെയ്ത്തുകാരും. ആശാരിമാരും, ചെരുപ്പുകുത്തികളും, കൽപ്പണിക്കാരും, മോചിതരായ അടിമകളും, മറ്റദ്ധ്വാനിക്കുന്ന എല്ലാ ജനവിഭാഗങ്ങളും നേതാവിന് അന്ത്യോപചാരമർപ്പിക്കാനെത്തിച്ചേർന്നു.

വ്യക്തിയുടെ ദുഃഖം സമൂഹത്തിന്റെയാകെ ദുഃഖമായിത്തീർന്നു.

നീണ്ട കാൽവെപ്പുകളോടെ ശില്പി നെഖെൻ വന്നുചേർന്നു. മെനെപ്പടായെ അടിമുതൽ മുടിവരെ അയാൾ നിരീക്ഷിച്ചു.

വിളറിയ മുഖഭാവത്തോടെ സ്നോഫ്രുവും സെബെക്ഖു കടവിന്റെ അരികിലേക്ക് നീങ്ങിനിന്നു. മൂത്തവരുടെ സമിതിയിലുള്ളവരും അവരെ പിന്തുടർന്നു. ബടായോട് അടുത്തു വരാൻ ആംഗ്യം കാട്ടി. ഖ്നേം ഹോടെപിനെയും അവർ അടുത്തുവിളിച്ചു.

"ആ സ്വാമിയേതാ....?" സെമ ചോദിച്ചു.

"നമ്മുടെ ആളാണ്. ലേപനക്രിയ ചെയ്തത് അദ്ദേഹമാണ്." ബടാ പറഞ്ഞു.

"അദ്ദേഹത്തെയും ഇങ്ങോട്ട് വിളിക്ക്...."

ബടാ മെന്നയെ വിളിച്ചുകൊണ്ടുവന്നു.

"ബാ....... ഇതെല്ലാം വന്നുപെട്ടതെങ്ങനെ....?" സെമ ചോദിച്ചു.

ഉത്തരം പറഞ്ഞത് മെന്നയാണ്.

"സെഡ് ഉത്സവത്തിന്റെ തലേദിവസം തന്നെ നേതാവിനെ തടവിലിട്ടിരുന്നു. രക്ഷപ്പെട്ടുവരാൻ ചേട്ടൻ സമ്മതിച്ചില്ല. ഉത്സവത്തിന്റെ അടുത്തദിവസം തന്നെ വിചാരണ നടത്തി മരണശിക്ഷ വിധിക്കയും ചെയ്തു"

"മൃതദേഹവും കൊണ്ട് രക്ഷപ്പെട്ടു വന്നതാണോ....?" ഹെംടി ചോദിച്ചു.

ബടാ തലയാട്ടി.

ഹെംടിയുടെ മിഴികൾ ജ്വലിച്ചു.

"നമ്മുടെ ജനങ്ങൾ അസാമാന്യരാണ്. അസാധാരണമായതുതന്നെ അവർ പ്രവർത്തിക്കയുംചെയ്തു...." അത്രയും പറഞ്ഞുകഴിഞ്ഞപ്പോൾ

ഹെം ടിയുടെ മിഴികളിലെ തിളക്കം കുറഞ്ഞു. ധ്വനിയും താണുപോയി....., "നേ താവിനെ ജീവനോടെ രക്ഷപ്പെടുത്തി കൊണ്ടുവന്നിരുന്നെങ്കിൽ?" ജിജ്ഞാസ ശമിക്കാതെ അയാൾ ചോദിച്ചു...., "അവർ അന്വേഷിച്ചു വന്നില്ലേ?"

ഹെംടിയുടെ വാക്ക് കേട്ട് ബടായുടെ സ്വബോധം നശിച്ചു. ദേഷ്യം കൊണ്ട് ആ ചുണ്ടുകൾ വിറച്ചു. താനൊന്നും പറയാനുദ്ദേശിക്കുന്നില്ല. അയാൾ ചുണ്ടുകൾ കടിച്ചു പിടിച്ചു. പെട്ടെന്ന് മെംഫീസിൻ നേതാവ് കണ്ട സ്വപ്നം ഓർമ്മ വന്നു. "പാപികളേ....! പോയി.....! കളയോടൊപ്പം വിളയും പോയി...." മേസ്ത്രി കോല് കൊണ്ടടിക്കുകയാണ്. ആ വൃദ്ധൻ ഹെംടിയെപോലിരിക്കുന്നു.

വിചിത്ര മനുഷ്യനാണെങ്കിലും ഹെംടി സമർത്ഥനാണെന്ന് മെന്നയ്ക്കു തോന്നി. അന്വേഷിച്ചു വന്നില്ലേ എന്ന ചോദ്യത്തിന് അയാൾ മറുപടി പറഞ്ഞു.

"വിചാരണ തീർന്ന ഉടൻ തന്നെ പ്രധാനപൂജാരിയുടെ നേതൃത്വ ത്തിൽ വലിയൊരു സൈന്യം നീരാന പ്രവിശ്യയെ ആക്രമിക്കാൻ പുറപ്പെ ടണമെന്ന് സെഡ് ഉത്സവത്തിനുമുമ്പു തന്നെ തീരുമാനിക്കപ്പെട്ടിരുന്നു....."

"സൈന്യം അതിർത്തിയിലായിരുന്നില്ലേ....?"

"ഉത്സവത്തിന്റെ പേരിൽ ഇരുനൂറുപേരെ വിളിപ്പിച്ചിട്ടുണ്ട്....."

"പ്രധാനപൂജാരിയുടെ നേതൃത്വത്തിലോ....?"

"അതേ. അത്ഭുതം തോന്നുന്നു അല്ലേ....? ഇത് ധർമ്മദിഗ്വിജയത്തി നുള്ള പുറപ്പാടാണ്. മുഴുവൻ ഈജിപ്തിനും ഇതൊരു പാഠമാകണമത്രെ....."

"രാഷ്ട്രീയ ചതുരംഗക്കളിയിൽ പ്രധാനപൂജാരിയാണ് ജയിച്ചത്...." സെമ പറഞ്ഞു.

"സാധാരണക്കാരെ ചൂഷണംചെയ്യുന്നതിന് ഫെറോവും, പ്രധാന പൂജാരിയും, ഭൂപ്രഭുക്കളും ഒന്നിച്ചുചേർന്നിരിക്കയാണെന്നു പറയാം....."

"ഇത് പാപകർമ്മമാണ്....." സെബെക്ഖു വിളിച്ചുപറഞ്ഞു.

"അപ്പോൾ അവരുടെ സൈന്യം വരുന്നുണ്ടെന്നാണോ?" സെമ ചോദിച്ചു.

"ഞങ്ങൾക്കും അവർക്കുംതമ്മിൽ അരരാത്രിയും അരപ്പകലും മാത്രമേ വ്യത്യാസമുണ്ടായിരുന്നുള്ളു.... ഞങ്ങൾ വേഗത്തിലെത്തി ച്ചേർന്നു. താമസിയാതെ അവരും എത്തിച്ചേരും...." ബടാ കോപം തണുപ്പിച്ചുകൊണ്ട് പറഞ്ഞു.

"പറയൂ....! ഇനിയെന്തുവേണം...?" ഖ്നേംഹോടെപ് ദീർഘമായി നിശ്വസിച്ചു.

ജനങ്ങളുടെ ദുഃഖം അന്തരീക്ഷത്തിൽ മുഖരിതമായി. പല കണ്ഠ ങ്ങളിൽനിന്നും പുറപ്പെടുന്ന രോദനം അവരുടെ സംഭാഷണങ്ങൾക്ക് പശ്ചാത്തലമായിത്തീർന്നു.

"ഇന്ന് ഇരുട്ടുന്നതിനുമുമ്പ് അവരുടെ സൈന്യം എത്തിച്ചേരും...." ഹെംടി പറഞ്ഞു.

“അതിനുമുമ്പുതന്നെ എത്തിച്ചേരാനും സാദ്ധ്യതയുണ്ട്. അടുത്ത ജോലി ഉടനെയാരംഭിക്കണം....” മെന്ന പറഞ്ഞു.

“നേതാവിന് അന്ത്യകർമ്മങ്ങളർപ്പിക്കണം.....”

“എല്ലാം ഈ സ്വാമി ചെയ്തുകൊള്ളും. നാം അദ്ദേഹത്തിന്റെ നിർദ്ദേശാനുസരണം പ്രവർത്തിച്ചാൽ മതി.....” ബടാ അഭിപ്രായപ്പെട്ടു.

“ശരി....” ഹെമോൻ തലയാട്ടി.

“ഉച്ചയ്ക്കുമുമ്പുതന്നെ ആത്മരക്ഷയ്ക്കുള്ള പോരാട്ടത്തിന് നാം തയ്യാറാകണം.....” ഹെംടി നിർദ്ദേശിച്ചു.

“നേതാവ് മെംഫീസിലേക്ക് പുറപ്പെട്ടത് രാജഗൃഹത്തിൽനിന്നാണ്. ഇപ്പോൾ....” ഥാനിസ് അർദ്ധോക്തിയിൽ വിരമിച്ചു.

“വഴിയിൽ നെഫീസിനെ കാണിച്ച് രാജഗൃഹത്തിലേക്ക് കൊണ്ടുപോകാം.....” സ്നോഫ്രു പറഞ്ഞു.

“ഒരു പലക കൊണ്ടുവരൂ. എടുത്തുകൊണ്ടുപോകാൻ എളുപ്പമാകും....” മെന്ന പറഞ്ഞു.

സെബക്ഖു ജനങ്ങളുടെ ഇടയിൽ നോക്കിക്കൊണ്ട് പറഞ്ഞു: “അതാ.... സെത്ന അവിടെയുണ്ട്. ശവപ്പെട്ടിയും വേണ്ടിവരും....അല്ലേ?”

“പലക ഇപ്പോഴത്തെ ഉപയോഗത്തിനാണ്. ശവപ്പെട്ടി സമാധിയിലേക്ക് കൊണ്ടുപോകുമ്പോൾ മതി... സമാധി മൂടാനുള്ള പലകയും വേണം.....”

“തോണിക്കടവിന്റെ സമീപഭിത്തി കെട്ടാനായി ഹപുകൊത്തിച്ച എണ്ണൂറ് കല്ലുണ്ട്....” സെബക്ഖു അറിയിച്ചു.

“സമാധികെട്ടാൻ അതുപയോഗിക്കാം. എന്നാൽ കല്ല് ക്ഷേത്രത്തിനപ്പുറത്തുള്ള ശവപ്പറമ്പിലെത്താൻ താമസം നേരിടും....” ഹെംടി പറഞ്ഞു.

“പറമ്പിനടുത്തുതന്നെ കുഴിയെടുത്ത് സമാധികെട്ടാം. മുകൾഭാഗത്തെ പണി പിന്നീട് പൂർത്തിയാക്കിയാൽ മതി....” സ്നോഫ്രു പറഞ്ഞു.

ബടായുടെ ആംഗ്യപ്രകാരം സെത്നയും ഇപ്യൂവറും അടുത്തുവന്നു. കാര്യം മനസ്സിലാക്കി സെത്ന വീട്ടിലേക്കോടി.

“സ്വാമീ....., ഞങ്ങളുടെ വംശത്തിൽ ഇത്തരമൊരു സമാധി ആദ്യത്തെയാണ്. സാധനങ്ങളെന്തൊക്കെയാണ് വേണ്ടതെന്ന് പറഞ്ഞാലും. രാജഗൃഹത്തിലെ എഴുത്തുകാരൻ ഇപ്യൂവർ കൊണ്ടുത്തരും....” സ്നോഫ്രു പറഞ്ഞു.

ആ യുവപൂജാരിയെ ഇപ്യൂവർ ഭക്തിയോടെ നോക്കി.

മെന്ന സാധനങ്ങളുടെ വിശദീകരണം നല്കി.

“സമാധിയിലേക്ക് ഭക്ഷണം. പൂക്കളും പഴങ്ങളും, മൃതപ്പെട്ടയാളുടെ ചെറിയൊരു മരപ്രതിമ. കളിക്കോപ്പുകൾ. നായാട്ടിനുള്ള ആയുധങ്ങൾ. പാദരക്ഷ. അരവസ്ത്രം. തൂവലിന്റെ ചാമരം. സമാധിപ്രവേശത്തിനുമുമ്പ് വായതുറക്കുന്നതിന് മുനയുള്ള കല്ല്.....”

“അൻപുവിന്റെ സംസ്കാരസമയത്ത് പൂജാരിയെക്കൊണ്ട്

പകൽവെളിച്ചത്തിലേക്ക് വരികയെന്ന പുസ്തകം വായിപ്പിച്ചിരുന്നു...." സ്നോഫ്രു ഓർമ്മിപ്പിച്ചു.

"അതിന്റെ പ്രതിയുണ്ടോ.....?"

"പൂജാരി എടുത്തുവച്ചിട്ടുണ്ട്....." ഇപ്യൂവർ പറഞ്ഞു.

"നല്ലത്. അത് കൊണ്ടുവരണം. വായിക്കേണ്ട. സമാധിയിലിട്ടാൽ മതി. മാലയും മോതിരവും വേണം. ദീപവും എണ്ണയും, ഇരുവശവും മുനയുള്ള കോലും, തീപ്പാത്രവുംകൂടി ഒരുക്കണം."

"മനസ്സിലായി....മനസ്സിലായി....."

ബടായുടെ ദൃഷ്ടി നെഖെന്റെ പിന്നിൽനില്ക്കുന്ന ഹപുവിൽ പതിഞ്ഞു. ബടായുടെ സൂചന കണ്ട ഉടൻ അയാൾ നടന്നടുത്തു.

സമാധിയുടെ കാര്യം ബടാ വിവരിച്ചു. സ്നോഫ്രുവും അതിൽ പങ്കുചേർന്നു.

"നിലമാളികയിലുള്ള സമാധി. പത്തുമുഴം...., ആറുമുഴം....., ആറുമുഴം. മേൽഭാഗം സാവധാനത്തിൽ നിർമ്മിച്ചാൽ മതി. ബാക്കിഭാഗം ഉടനെ തയ്യാറാക്കണം....."

മനസ്സിൽ ചില കൂട്ടലും കിഴിക്കലും നടത്തിയശേഷം ഹപു പറഞ്ഞു: "നമ്മുടെ പക്കലുള്ളത് രണ്ടംഗുലം കനമുള്ള കല്ലാണ്. അറുനൂറ്റി ഇരുപത്തിനാലെണ്ണം വേണ്ടിവരും. മുകളിലേക്ക് തണ്ടുകളും പലകയും വേണം.

"തണ്ടും പലകയും രാജഗൃഹത്തിലുണ്ട്....." ഇപ്യൂവർ അറിയിച്ചു.

"ഓരോരാളും ഓരോ കല്ല് ചുമന്നാൽ മതി....."

സംസാരം നീണ്ടുപോകുന്നതിൽ ഖ്നേംഹോടെപ് അസ്വസ്ഥനായി. വിറയ്ക്കുന്ന സ്വരത്തിൽ അയാൾ പറഞ്ഞു:

"ഇതൊന്നും അത്ര വലിയ പണിയല്ല. എല്ലാം ഏർപ്പാടാക്കാം. ആദ്യം നേതാവിന്റെ വീട്ടിലേക്ക് പോകാം....."

"ശരി....ശരി...." സെമ പറഞ്ഞു.

തുളുമ്പിനിന്ന് മിഴിനീർ തുടച്ചുകളയാതെ ഖ്നേംഹോടെപ് ജനങ്ങളുടെ മുന്നിൽനിന്നു. തലയല്പം കുനിച്ച് ഇടറിയ സ്വരത്തിൽ അയാൾ പറഞ്ഞു.

"നേതാവിനെ അദ്ദേഹത്തിന്റെ വീട്ടിൽ കൊണ്ടുചെന്ന്, നെഫീസ് ചേട്ടത്തിയെ കാണിച്ചശേഷം രാജഗൃഹത്തിലേക്ക് കൊണ്ടുപോകും...."

മുന്നിലുള്ളവർ അതുകേട്ടു. പിന്നിലുള്ളവരെ അറിയിച്ചു.

പലകയുമായി സേത്‌ന ഓടിവന്നു. പലക മൃതദേഹത്തിനരികിൽ വച്ച് അയാൾ പൊട്ടിക്കരഞ്ഞു.

മെന്നയുടെ നിർദ്ദേശാനുസരണം ബടാ നാമോച്ചാരണമാരംഭിച്ചു....

"ഓ.... ഒസൈരിസ്....! ഓ.... ഒസൈരിസ്....!" എല്ലാ കണ്ഠങ്ങളും ഏറ്റു വിളിച്ചു.

"ഏ....മെനെപ്പടാ....! ഏ....മെനെപ്പടാ....!"

"ഏ....മെനെപ്പടാ....! ഏ....മെനെപ്പടാ....!"

ദളപതിയെ മുഖം കാണിക്കാനാകാതെ ദൂരെ നില്ക്കയായിരുന്ന ബെക്കുവിനെയും ഔട്ടയെയും അടുത്തുവിളിച്ച് ഖ്നേംഹോടെപ് നിർദ്ദേശിച്ചു.....

"എടുക്കൂ....."

ധ്വനിയിലെ മൃദുത്വം ബെക്കുവിനും ഔട്ടയ്ക്കും പുതുജീവൻ നല്കി. മൂത്തവർ മെനെപ്പടായുടെ കളേബരം പലകമേലെടുത്തു കിടത്തി. പലക അയിമ്പതു വയസ്സുള്ള വിശിഷ്ടവ്യക്തികളുടെ തലയിൽ വെച്ചുകൊടുത്തു. ബെക്കുവും ഔട്ടയും ഇരുവശങ്ങളിലായി നിന്നു.

ഖ്നേംഹോടെപ് മുന്നിൽ നടന്നു. അരയിൽ കഠാരിയോ കൈയിൽ അധികാരദണ്ഡോ ഇല്ല. അയാൾക്കു പിന്നിൽ മെന്ന. തുടർന്ന് ശവം. മൂത്തവർ അതിനെ പിന്തുടർന്നു. സ്ത്രീകൾ കരഞ്ഞുകൊണ്ട് നീങ്ങി. പുരുഷന്മാർ വരിവരിയായി നടന്നു. നാട്ടിലെ പകുതിയിലധികം ജനങ്ങളും അവിടെ കൂടിയിട്ടുണ്ട്. ഏറ്റവും പിന്നിലായി നെഖെൻ തലയും താഴ്ത്തി നടന്നു.

അബ്ടുയാത്ര കഴിഞ്ഞെത്തിയവരും ഇതേ വഴിയിലൂടെയാണ് നടന്നു നീങ്ങിയതെന്ന് ബടായോർത്തു. അന്ന് നാല്പത് പേരുണ്ടായിരുന്നു. അവർ ഇന്നുമുണ്ട്.... സമൂഹത്തിന്റെ മദ്ധ്യത്തിൽ ഇടകലർന്നു നീങ്ങുന്നു. മെനെപ്പടാ നേതാവായ ദിവസം... ആ രാത്രി അദ്ദേഹത്തെ മോചിപ്പിച്ച് പല്ലക്കിലിരുത്തിയാണ് വീട്ടിലേക്ക് കൊണ്ടുപോയത്. അന്ന് ആ ഘോഷയാത്രയുടെ മുന്നിൽ താൻ നൃത്തംവച്ചുകൊണ്ട് നീങ്ങുകയായിരുന്നു. ഇന്നിപ്പോൾ.... ആ നേതാവ് ഈ പലകമേൽ നിശ്ചലമായി നിവർന്ന് കിടക്കുകയാണ്.... തനിക്കും മരവിപ്പ് ബാധിക്കുന്നതായി ബടായ്ക്കനുഭവപ്പെട്ടു. നൃത്തം ചെയ്യാനാകുന്നില്ല....

രാമേരിപ്പടായുടെ കൂട്ടുകാർ മുന്നിലോടിച്ചെന്നറിയിച്ചു....

''രാമേര, ഘോഷയാത്ര പുറപ്പെട്ടു. നേതാവിനെ ഇങ്ങോട്ട് കൊണ്ടുവരുന്നുണ്ട്....."

"പൂർണ്ണഗർഭിണിയായ നെഫീസിന്റെ സഹായത്തിനുണ്ടായിരുന്നത് ഒരു വൃദ്ധ മാത്രമാണ്. കഴിഞ്ഞ രാത്രി അവർ ശരിക്കുറങ്ങിയിരുന്നില്ല. വെളുപ്പിന് വഴിയിൽ ആരെല്ലാമോ ഓടിച്ചാടുന്ന ബഹളവും ആ വൃദ്ധ കേട്ടു. കുറേ കഴിഞ്ഞ് ആരോ സ്നോഫ്രുവിന്റെ വാതിലിൽ മുട്ടിവിളിക്കുന്നതും കേൾക്കായി. സ്നോഫ്രു വാതിൽ തുറന്ന് പുറത്തിറങ്ങുന്ന ഒച്ച... വൃദ്ധ തെല്ല് പരിഭ്രമിച്ചു. ഇതൊക്കെയെന്തിനാണ്? ബടായുടെ തോണി വന്നോ....? നേതാവെത്തിച്ചേർന്നോ? അവർ എഴുന്നേറ്റിരുന്നു.

അപ്പോഴേക്കും 'നെഫീസ് എണീറ്റോ....?' എന്ന് ചോദിച്ചുകൊണ്ട് നെജമുട് വാതിൽ മുട്ടി.

ചോദ്യം നെഫീസിനെയും ഉണർത്തി. വൃദ്ധ വാതിൽ തുറന്നു....

"വന്നോ....? വന്നോ....?"

"തോണി വന്നു നെഫീസേ. ദൈവം കരുണ കാണിച്ചു."

"വന്നോ....? എന്റെ ദേവൻ വന്നോ....? എന്റെ പ്രാർത്ഥന ഫലിച്ചു....." നെഫീസ് പ്രയാസപ്പെട്ടെഴുന്നേറ്റ് മുറിയുടെ മൂലയ്ക്കുള്ള ദൈവവിഗ്രഹ ങ്ങളുടെ മുന്നിൽചെന്നുനിന്നു. ഐസിസിനെയും, ബെസിനെയും, ഥോ എറീസിനെയും അവൾ ഭക്തിപൂർവ്വം പ്രാർത്ഥിച്ചു.

"എല്ലാവരും കടവിലേക്കോടുകയാണല്ലോ....! സ്വീകരിക്കാനാകും. അല്ലേ... നെജ....?"

"അതേ. പക്ഷേ, എന്തോ ഒരു പന്തികേടുണ്ടെന്ന് തോന്നുന്നു. യാത്ര സുഖകരമല്ലെന്ന് തോന്നുന്നു. ഭർത്താവ് അങ്ങോട്ട് പോയിരിക്കയാണ്...." നെജമുട് മനസ്സിന്റെ അസ്വാസ്ഥ്യം ഒതുക്കിപ്പിടിക്കാൻ ശ്രമിച്ചു.

"എന്താ നെജ....? എന്താ....? എന്താണുണ്ടായത്?" നെഫീസ് ജിജ്ഞാസുവായി.

നാലഞ്ച് ദിവസംമുമ്പ് നെഫീസ് സ്വപ്നം കണ്ടിരുന്നു. ഭർത്താവോ ടൊപ്പം തോണിവിഹാരം ചെയ്യുകയായിരുന്നു. ചുക്കാൻ പിടിക്കുന്നത് മെനെപ്പടായാണ്. ചെറിയ പെപ്പൈറസ് തോണി നൈൽനദിയിൽ ഒരു തവണ വട്ടംവെച്ചു. പെട്ടെന്ന് ഒരു മുതല മുന്നിൽ പ്രത്യക്ഷപ്പെട്ടു. മെനെപ്പടാ 'ശ്' എന്ന് ശബ്ദം പുറപ്പെടുവിച്ചപ്പോൾ അത് അപ്രത്യക്ഷമായി. അല്പസമയം കഴിഞ്ഞപ്പോൾ നെഫീസിന് വേദന അനുഭവപ്പെട്ടു തുടങ്ങി. മെനെപ്പടാ തോണി വേഗത്തിൽ കരയ്ക്കടുപ്പിച്ചു. അതിനുള്ളിൽ ഉറക്കമുണർന്നു.

സ്വപ്നം കണ്ട വിവരം നെഫീസ് വൃദ്ധയോട് പറഞ്ഞിരുന്നു. നെജ മുടിനേയും അറിയിച്ചിരുന്നു. അവർക്ക് ആ സ്വപ്നത്തിൽ യാതൊരു പുതു മയും തോന്നിയില്ല.

"കുഞ്ഞ് പിറന്നശേഷം ഭർത്താവിനെയും കൂട്ടി ഒരു യാത്ര നടത്തി യാൽ മതി." നെജമുട് കളിയാക്കി.

ഇപ്പോൾ അസുഖതരമായ വാർത്തയാണ് കേൾക്കുന്നത്. എന്തോ പന്തികേടുണ്ടത്രെ....! ആർക്ക്...! എവിടെ?

"നെജ.... നടക്ക് നമുക്കും കടവിൽ പോകാം....."

ശരിയോ തെറ്റോ എന്ന് നോക്കാതെ നെജമുട് മറുപടി പറഞ്ഞു..., നെഫീസേ....., നീയിപ്പോൾ കൂടുതലനങ്ങരുത്. അത് ബുദ്ധിമുട്ടായിത്തീരും. കടവിൽ വരെ നടക്കേണ്ടേ....? അത് പാടില്ല. ഏതായാലും അദ്ദേഹം ഇങ്ങോട്ടുതന്നെയല്ലേ വരുന്നത്. അതാ നാമോച്ചാരണം കേൾക്കുന്നു...."

അടുത്തടുത്തെത്തുന്ന നാമോച്ചാരണം. ഉത്സാഹത്തിന്റെ ധ്വനിയല്ല...

"ഇത് ജയഘോഷമല്ലല്ലോ നെജ?" നെഫീസിന്റെ ജിജ്ഞാസ വർദ്ധിച്ചു.

"ആരു പറഞ്ഞു....? അത് ജയഘോഷംതന്നെയാ. നീ മുഖം കഴുകി വാ....."

മുഖം കഴുകാനിറങ്ങിയപ്പോൾ സ്വരം സ്പഷ്ടമായി കേട്ടു... നെഫീ സിന്റെ തലച്ചോറ് പുകഞ്ഞു തുടങ്ങി. ഹൃദയമിടിപ്പ് ദ്രുതഗതിയിലായി.

മുഖത്ത് വെള്ളം തളിച്ച് നെഫീസ് ധൃതിയിൽ തിരിച്ചെത്തി.

"നെജ...., നമുക്കും പോകാം....നമുക്കും പോകാം....."

"വേണ്ട നെഫീ..... മൂന്നുമാസം കാത്തില്ലേ? അല്പസമയംകൂടി കാക്കാനാണോ ബുദ്ധിമുട്ട്.....?"

"എന്നാൽ ഞാൻ വഴിയിലിറങ്ങിനിന്ന് അദ്ദേഹത്തെ കാണുന്നുണ്ടോന്ന് നോക്കിവരാം...." വൃദ്ധ നെഫീസിന്റെ മൗനസമ്മതത്തോടെ പുറത്തേക്കിറങ്ങി.

ജനം ഓടിപ്പൊയ്ക്കൊണ്ടിരുന്നു.

വൃദ്ധ നടത്തത്തിന് വേഗതകൂട്ടി. മുന്നിൽനിന്ന് രാമേരിപ്പടാ ഓടി വരുന്നതു കണ്ടു. പിന്നാലെ ഒരു സ്ത്രീ.... കൈയിൽ കുഞ്ഞും. അവനോട് കാര്യം ചോദിച്ചറിയണമെന്ന് വൃദ്ധയ്ക്ക് തോന്നിയിരുന്നു. പക്ഷേ, വേണ്ടെന്നുവച്ചു. അവൻ നേതാവിന്റെ മകനാണ്. അവനെ പേരെടുത്തുവിളിച്ച് അതുമിതും ചോദിക്കുന്നതെങ്ങനെ.

വൃദ്ധ കടവിലേക്ക് നടന്നു.

കാര്യമറിഞ്ഞപ്പോൾ അവർ തലയിൽ കൈവച്ച് നിലവിളിച്ചു.

ഓടിയെത്തിയ മകനെ അമ്മ പിടിച്ചടുപ്പിച്ചുനിർത്തി.

"മോനേ....., അച്ഛനെവിടെ....? എന്തുപറ്റീ.....?"

പ്രായത്തിൽകവിഞ്ഞ വിവേകത്തോടെ രാമേരിപ്പടാ സംഗതി വിവരിച്ചു.

"അമ്മേ...., അച്ഛനെ അവർ വിചാരണ നടത്തി. ഞങ്ങളോടൊപ്പം ഒരു സ്വാമിയും വന്നിട്ടുണ്ട്. അയാളാണെല്ലാം പറഞ്ഞത്. രാവിലെ തുടങ്ങിയിട്ട് ഇരുട്ടുന്നതുവരെ വിചാരണ തുടർന്നത്രെ. ആ സ്വാമി പറയകയാ.... നേതാവിനെയല്ലത്രെ വിചാരണ നടത്തിയത്.... ഫെറോവിനെയും മന്ത്രിയെയും പ്രധാനപൂജാരിയെയുമാണത്രെ... വിധി പറഞ്ഞതും അച്ഛനാണത്രെ...."

"അയ്യോ....! അയ്യോ.......! അച്ഛനെ അവരടിച്ചോ....?"

ഉറച്ച സ്വരത്തിൽ രാമേരിപ്പടാ തുടർന്നു....

"ഇല്ലമ്മേ.... അടിച്ചില്ല. അത് വേറെ ശിക്ഷയാണ്. അച്ഛൻ ആരുടെ മുന്നിലും തലകുനിച്ചില്ല. ദയയ്ക്കുവേണ്ടി കരഞ്ഞതുമില്ല... ടെഹുടിയും, ബകിലനും, കിരീടംവെച്ച ക്രൂരന്മാരും. കോല് പിടിച്ച പാപികളും, നൂറുകണക്കിന് ഭടന്മാരും അച്ഛനുചുറ്റും നിന്നിരുന്നു. അച്ഛൻ ആരെയും കൂട്ടാക്കിയില്ല. ആയിരക്കണക്കിന് സാധുജനങ്ങളുമുണ്ടായിരുന്നു... നമ്മുടെ ബന്ധുക്കൾ...."

"പിന്നെന്തുണ്ടായി രാമേരീ....? വേഗം പറ.....! നിങ്ങളെല്ലാംകൂടി അച്ഛനെ വിളിച്ചുകൊണ്ടു വന്നില്ലേ....?"

പെട്ടെന്ന് രാമേരിപ്പടായുടെ കണ്ണുകൾ നിറഞ്ഞു. മുഖം വിളറി. കവിളുകളിൽ ചാലുകൾ വീണു....

"ഉം.... അമ്മേ, വിളിച്ചുകൊണ്ടുവന്നു....! ഇനി....ഇനി.... അച്ഛനില്ല

മ്മേ....!"

"ഏ.... ! അഹൂറേ..., രാമേരിയെന്താ പറയുന്നത്....?"

അഹൂറ ഉത്തരംപറയാനാകാതെ പൊട്ടിക്കരഞ്ഞു.

ഉറച്ച സ്വരത്തിൽതന്നെ രാമേരിപ്പടാ തുടർന്നു.

"അച്ഛൻ നമ്മെവിട്ട് ദൂരേക്ക് പോയമ്മേ....! ഒസൈരിസിന്റെ രാജ്യത്തിൽ. അച്ഛൻ വീണ്ടും വരുമമ്മേ....! വീണ്ടും വരും....!"

അമ്മയുടെ കണ്ണിൽ ഇരുട്ടുകയറി. തല വട്ടംചുറ്റി. ശരീരം വിറച്ചു. വായ തുറന്നുപിടിച്ച് വീഴാൻ ഭാവിച്ചു... നെജമുട് ഭദ്രമായി അടക്കിപ്പിടിച്ചു.

"അമ്മേ.... അമ്മ മഹാനായൊരു നേതാവിന്റെ ഭാര്യയാണ്.... ഐസിസ് ദേവതയ്ക്ക് തുല്യമാണ് അമ്മയും... അത് മറക്കണ്ട..." നെഫീസിനെ ധൈര്യപ്പെടുത്താനെന്നോണം രാമേരിപ്പടാ പറഞ്ഞു.

എങ്കിലും മകൻ പറഞ്ഞത് തികച്ചും ആ അമ്മ കേട്ടില്ല. അവളുടെ ബോധം നഷ്ടപ്പെട്ടിരുന്നു. അഹൂറയും നെഫീസിനെ താങ്ങിപ്പിടിക്കാൻ സഹായിച്ചു. പതുക്കെ നിലത്തുകിടത്തി മുഖത്ത് വെള്ളം തളിച്ചു. ഒരു തുണിയെടുത്ത് വീശി!

"അമ്മേ.....! അമ്മേ.....!" ക്ഷീണിച്ച സ്വരത്തിൽ വിളിച്ചുകൊണ്ട് രാമേരിപ്പടാ ചുമരിന് ചാർന്നുനിന്നു.

തബബുവായും വിമ്മിക്കരഞ്ഞുകൊണ്ട് പാഞ്ഞുവന്നു.

നെഫീസിന്റെ വിഷമാവസ്ഥ കണ്ട് അവൻ സങ്കടം ഒതുക്കിവച്ച് അവൾക്ക് ചുറ്റുമിരുന്നു.

നെഫറുറായും അൻപുവിന്റെ വിധവയും എത്തിച്ചേർന്നു.

"ഏതായാലും പുറപ്പെട്ടിട്ടുണ്ടാകും. നേരെ ഇങ്ങോട്ടാണ് വരുന്നത്....." അൻപുവിന്റെ വിധവ നിർത്തി നിർത്തി പറഞ്ഞു.

നെജമുട് അടുപ്പിനരികിലുള്ള കലം തപ്പിപ്പരതി ഒരു കഷണം നീരുള്ളിയെടുത്തുകൊണ്ടുവന്ന് ചതച്ച് നെഫീസിന്റെ മൂക്കിൽ മണപ്പിച്ചു. ക്രമേണ നെഫീസിന് ബോധം വീണ്ടുകിട്ടി. മിഴികളിലെ ജഡത്വം നീങ്ങിപ്പോയി.

"എന്താ.....? എന്താണുണ്ടായത്.....? ഞാനിപ്പോഴെവിടെയാണ്.... വന്നോ.....?" നെഫീസ് ആരോടെന്നില്ലാതെ ചോദിച്ചു.

"എഴുന്നേല്ക്കണ്ട. കിടക്ക് നെഫീസ്.... ഇങ്ങോട്ട് കൊണ്ടുവരുന്നുണ്ട്....." നെജമുട് ആശ്വസിപ്പിക്കാൻ ശ്രമിച്ചു.

"രാമേരീ...."

"അമ്മേ...., ഞാനിവിടെണ്ട്....." അവൻ അല്പം മുന്നോട്ടു നീങ്ങിനിന്നു.

അസ്വസ്ഥമായ നിമിഷങ്ങൾ ഇഴഞ്ഞിഴഞ്ഞുനീങ്ങി.

"ഓ....ഒസൈരിസ്....! ഓ.... ഒസൈരിസ്....!"

"ഏ....മെനെപ്പടാ....! ഏ....മെനെപ്പടാ....!"

ശോകവിലാപം അടുത്തടുത്തെത്തുന്നു.

നെഫീസിന് വീണ്ടും ബോധക്കേടുണ്ടായി. നെജമുട് നീരുള്ളി മൂക്കിൽ മണപ്പിച്ചു. നിമിഷങ്ങൾക്കകം നെഫീസ് കണ്ണു തുറന്നു. പുറത്തെ ദീനവിലാപം അവളുടെ കാതുകളിൽ വന്നലച്ചുകൊണ്ടിരുന്നു. എഴുന്നേറ്റിരിക്കാൻ നെജമുടും അഹൂറയും സഹായിച്ചു. അഴിഞ്ഞ വസ്ത്രം നെഫറുറാ ശരിപ്പെടുത്തി.

രാമേരിപ്പടാ അമ്മയുടെ പിന്നിൽ വന്നുനിന്നു.

ജനക്കൂട്ടം വാതിൽക്കലെത്തി. വിങ്ങിപ്പൊട്ടുന്ന ദുഃഖം.

ഒരു നിമിഷത്തേക്ക് മൂകത പരന്നു.

സ്നോഫ്രുവിന്റെ നിർദ്ദേശങ്ങൾ ഖ്നേംഹോടെപ് ആവർത്തിക്കുന്നത് കേട്ടു.

സ്നോഫ്രു കടന്നുവന്നു.... നെഫീസ് തലകുമ്പിട്ടിരുന്നു. നെജമുടും, അഹൂറയും, നെഫറുറായും. അൻപുവിന്റെ വിധവയും ദുഃഖം കടിച്ചമർത്തി. രാമേരിപ്പടാ നിർവ്വികാരനായി നില്ക്കയാണ്.

ദീർഘമായ ഒരു നിശ്വാസത്തോടെ സ്നോഫ്രു പറഞ്ഞു:

"നെഫീസ്..., നിന്നെ അനുജത്തിയെന്ന് വിളിക്കുന്നില്ല. നമ്മുടെ വംശത്തിലെ മഹാനായ നേതാവിന്റെ പത്നിയായ നീ ഞങ്ങളുടെയെല്ലാം അമ്മയാണ്....! നാം ഭാഗ്യമില്ലാത്തവരായിപ്പോയി.....! നിന്റെ വ്യക്തിപരമായ ദുഃഖം ഈ സമൂഹത്തിന്റെയാകെ ദുഃഖമാണ്. എന്തിനോവേണ്ടി പുറപ്പെട്ടു....! മറ്റെന്തോ സംഭവിച്ചുപോയി. നീ വിധവയായിത്തീർന്നു. ഞങ്ങളെല്ലാം അനാഥരായിത്തീർന്നു. തായേ...., ഇഹലോകത്തുള്ള ക്ഷണഭംഗുരമായ ഈ ജീവിതത്തിൽ നിന്റെ കൂട്ടാളിയായി നിന്നവനെ ഇതാ കൂട്ടിക്കൊണ്ടുവന്നിരിക്കുന്നു... അവസാനമായി യാത്രപറയൂ. രാജഗൃ ഹത്തിൽ കൊണ്ടുപോയശേഷം ശാശ്വതഭവനത്തിലേക്ക് എഴുന്നള്ളിക്കും....."

വാക്കുകൾ നെഫീസിന്റെ കാതുകളിലൂടെ ഹൃദയത്തിലെത്തി തറഞ്ഞു നിന്നു.

സ്നോഫ്രുവിന്റെ സൂചന കണ്ട ഉടൻ ഖ്നേംഹോടെപ് വാതിൽക്കൽ നിന്ന് മാറിനിന്നു. മൂത്തവരുടെ സമിതിയിലെ സദസ്യർ മെനെപ്പടായുടെ കളേബരം അകത്തേക്ക് കൊണ്ടുവന്നു. ബടായും മെന്നയും മാത്രം ഒപ്പം അകത്തുകടന്നു.

മുറിയുടെ മദ്ധ്യത്തിലായി നെഫീസിന്റെ മുന്നിൽ കളേബരം ഇറക്കിവച്ചു.

"അമ്മേ...., നേതാവിനെ ഇതാ മുന്നിൽ കിടത്തിയിരിക്കുന്നു...." സ്നോഫ്രു തുടർന്നു: " ഈ സ്വാമിയാണ് നേതാവിന് ലേപനം നടത്തി രക്ഷനല്കിയത്. മെംഫീസിൽനിന്ന് നമ്മുടെ ആൾക്കാരോടൊപ്പം വന്നതാണ്...."

നെഫീസ് തലയുയർത്തി അടഞ്ഞ കൺപീലികൾ പതുക്കെ തുറന്നു. ഉള്ളിൽ കടന്നവരെ തിരിച്ചറിയാൻ യത്നിച്ചുകൊണ്ട് ആ ദൃഷ്ടി

മെന്നയിൽ തങ്ങിനിന്നു.

സാന്ത്വനവാക്കുകൾ പറയാൻ മെന്ന ഒരുങ്ങിയിരിക്കയായിരുന്നു. എന്നാൽ ഈ ഐസിസ് കരയുന്നേ ഇല്ലല്ലോ.

"പതിന്നാല് കഷണം...." പതുക്കെ ഐസിസ് പറഞ്ഞു.

മെന്ന മൂത്തവരുടെ നേർക്ക് തിരിഞ്ഞ് പറഞ്ഞു: "ഒസൈരിസ് ദേവനെ ഓർമ്മിക്കുകയാണ്....."

"നമ്മുടെ നേതാവ് മെനെപ്പടായും ഒസൈരിസ് ദേവനാണ് അല്ലേ....?" സ്നോഫ്രു ചോദിച്ചു.

"എന്റെ ദേവനെ എനിക്കൊന്ന് തൊടണം...." അല്പം ഉറച്ച സ്വരത്തിൽ ഐസിസ് പറഞ്ഞു.

ഇരുന്ന നിലയിൽതന്നെ നെഫീസ് അല്പം മുന്നോട്ടിഴഞ്ഞു. വിറയ്ക്കുന്ന വിരലുകൾ തലയിലൂടെ നെറ്റിയിൽ പതിഞ്ഞു. മിഴിയിണകളും മൂക്കും, ചുണ്ടുകളും, ചെവികളും അവൾ തലോടി. കഴുത്തിൽ പല തവണ തടവിനോക്കി. വീർത്ത വയറ് വകവെക്കാതെ അല്പസമയം ആ മാറിൽ തലചായ്ച്ചു. ക്രമേണ ആ ശിരസ്സ് താഴേക്ക് നീങ്ങി.... അരക്കെട്ടിനു താഴെ നെറ്റിയമർത്തിപ്പിടിച്ചു.... വിണ്ടും തലയുയർത്തി.... മെല്ലെ താഴോട്ടിഴഞ്ഞ് തുടയും മുട്ടും പാദങ്ങളും തടവി.... പ്രയാസത്തോടെ നെടുവീർപ്പിട്ടുകൊണ്ട്... 'അയ്യോ'......!" എന്ന് പറഞ്ഞു.

"അമ്മേ.... നെഫീസ്.....! ആത്മാഹുതിചെയ്യപ്പെട്ട നേതാവിന്റെ സഹധർമ്മിണിയായ നിന്നെ ഈ ജനസമുദായം മുഴുവൻ ആദരിക്കയും ബഹുമാനിക്കയും ചെയ്യുന്നു....." സ്നോഫ്രു പറഞ്ഞു.

നെഫീസിന്റെ കണ്ഠത്തിൽ കുടുങ്ങിനിന്ന പദങ്ങൾ പുറത്തേക്ക് വഴുതിവീണു.

"നിങ്ങളെല്ലാം ചേർന്ന് അദ്ദേഹത്തെ നേതാവാക്കി. അദ്ദേഹം വലിയവനായി മാറി. എന്നിൽനിന്നും വളരെ വളരെ അകന്നു പോയി. ഒസൈരിസ് ദൈവമായി മാറി. ചൂടുള്ള റൊട്ടിയും മീനുപ്പേരിയുമാണ് അദ്ദേഹം എന്നിൽനിന്നാശിച്ചത്. അതുമിതുമുണ്ടാക്കിത്തരണമെന്ന് ഒരിക്കലും പറഞ്ഞിരുന്നില്ല. ഒന്നടിക്കയോ ചീത്തവിളിക്കയോ ചെയ്തിട്ടില്ല. രാജധാനിയിൽനിന്നും ക്ഷണിക്കാനാളുവന്നപ്പോൾ എനിക്ക് വെപ്രാളമായിരുന്നു. അവിടെ അപകടം പതിയിരുപ്പുണ്ടാകും....വളരെ സൂക്ഷിക്കണമെന്ന് പറഞ്ഞപ്പോൾ നിസ്സാരമട്ടിൽ ഒന്ന് മൂളുകമാത്രം ചെയ്തു. ഇളയമ്മയുടെ നാട്ടിൽ പോകാനുള്ള ആശ അതേപോലെ ബാക്കിയായി. തിരികെവന്ന് കൊയ്ത്തുകഴിച്ച് പോകാമെന്നേറ്റതായിരുന്നു. രാജധാനിയിലേക്ക് പുറപ്പെടുന്നതിന് മുമ്പുള്ള രാത്രി പലതും സംസാരിച്ചുകൊണ്ടാണ് സമയം ചെലവഴിച്ചത്. നിത്യവും പ്ടാദേവന്റെ മുന്നിൽ ചെന്ന്..... 'പ്ടാദേവാ....., ഇന്നെനിക്ക് ആശ്രയമായിട്ടുള്ളത് നിന്റെ ചുമലാണ്. കണ്ണീർ കൊണ്ട് നനക്കില്ല. ഉമിനീരൊഴുക്കി നനയ്ക്കും....' എന്ന് പ്രാർത്ഥിച്ചിരുന്നു. ആ പ്രാർത്ഥന ഫലിച്ചില്ലല്ലോ ഐസിസ്.....! എന്റെ ഭർത്താവിനെ

നീ രക്ഷിച്ചില്ലല്ലോ....! പ്‌ടാ മഹാദേവനും എന്നെ കൈവെടിഞ്ഞു.... അയ്യോ...."

ഹൃദയസ്പൃക്കായ ആക്രന്ദനമല്ല സംയമനത്തിന്റെ സ്വരങ്ങൾ. നെഫീസിന്റെ സംസാരം സ്നോഫ്രുവിനെ വിസ്മയപ്പെടുത്തി. അല്പം സമാധാനമുണ്ടാക്കി.

"നമ്മുടെ നേതാവിന് രാജയോഗ്യമായ അന്ത്യക്രിയകൾ ഏർപ്പെടുത്തിയിട്ടുണ്ട്...." സെമ തുടർന്നു......, "മെനെപ്പടാ നമ്മുടെ വംശത്തിന്റെ -നീരാന പ്രവിശ്യയുടെ സമ്പത്താണ്. നമുക്ക് മോചനം നല്കിയ മഹാപുരുഷനാണ്. ശാശ്വതഭവനത്തിൽ നിന്ന് അദ്ദേഹം വീണ്ടും ഉയർത്തെഴുന്നേല്ക്കും. നമ്മുടെ സമൂഹത്തിന്റെ നേതാവാകും. അതുവരെയും ഒസൈരിസ് ദേവനെപ്പോലെ അദ്ദേഹം വിശ്രമിക്കും...."

"എന്റെ ഒരാശയെങ്കിലും നടത്തിത്തരണം....." നെഫീസ് യാചിച്ചു. "ശാശ്വത ഗൃഹത്തിൽ നേതാവിനെ സേവിക്കാനായി എനിക്കും അവസരം തരണം. സമാധിസ്ഥലത്തേക്ക് പ്രവേശിക്കാൻ എന്നെയും അനുവദിക്കണം....."

"ഛെ.....! ഛെ.....!" പലരിൽ നിന്നും ആ സ്വരമുയർന്നു.

രാമേരിപ്പടാ കുനിഞ്ഞിരുന്ന് അമ്മയെ കെട്ടിപ്പിടിച്ചു.

"ഇത് ധർമ്മസംബന്ധമായ കാര്യമാണ്. സ്വാമി അഭിപ്രായം പറയണം....." സെമ പറഞ്ഞു.

വളരെക്കാലം മുമ്പ് ഫെറോ മരിച്ചപ്പോഴെല്ലാം ജീവനുള്ള വ്യക്തികളെയും സമാധിക്കുള്ളിൽ തള്ളിയിടുന്ന സമ്പ്രദായമുണ്ടായിരുന്നു. മഹാറാണിമാരെയല്ല, ദാസികളെയും ദാസന്മാരെയും. പില്ക്കാലത്ത് പരിചാരകന്മാർ മരിക്കുന്നതുകൊണ്ടുള്ള നഷ്ടമൊഴിവാക്കാനായി അവരുടെ പ്രതിമകൾ ഇട്ടുതുടങ്ങി. മെനെപ്പടാ പ്രജകളെ ചൂഷണം ചെയ്ത ഫെറോവല്ല. ക്രൂരനായ പ്രധാനപൂജാരിയല്ല. ഇദ്ദേഹം സ്നേഹനിധിയായ ജനനേതാവാണ്. നമ്മുടെ വംശാങ്കുരത്തെ ഗർഭത്തിൽ വഹിച്ചിരിക്കുന്ന ഈ മഹാമാതാവ് സമാധിപ്രദേശത്തേക്ക് വരുന്നതിന് മെനെപ്പടാ ചേട്ടൻ അനുമതി നല്കിയിരുന്നെങ്കിൽ....? ഇത് ധർമ്മത്തിന് നിരക്കാത്തതാണ്. മഹാമാതാവ് ക്ഷമിക്കുമാറാകണം..." മെന്ന വ്യക്തമായി പ്രസ്താവിച്ചു.

നീണ്ട നെടുവീർപ്പിട്ടുകൊണ്ട് നെഫീസ് പറഞ്ഞു.

"ക്ഷമിക്കേണ്ടത് ഞാനല്ല. നിങ്ങളാണ്. എന്നോട് ക്ഷമിക്കണം. ഞാൻ പാപിയാണ്. നിങ്ങളുടെ നേതാവായ, എന്റെ ഭർത്താവെത്തിച്ചേർന്ന ഉയരത്തിലെത്താൻ എനിക്കു കഴിഞ്ഞില്ല...."

"ഇങ്ങനെയൊന്നും പറയരുത് നെഫീസ് തായേ....." സ്നോഫ്രു പറഞ്ഞു.

"രാജഗൃഹത്തിലേക്ക് കൊണ്ടുപോകയാണോ....?"

"അതേ."

"ഞാനും വരട്ടെ? സമാധിയിലേക്കെഴുന്നള്ളിക്കുമ്പോൾ ഞാനുമുണ്ടാകട്ടെ.....?"

"അമ്മേ.... നെഫീസ് ....! മാസം തികഞ്ഞിരിക്കയാണ്. ഈ പരിതഃസ്ഥിതിയിൽ അന്ത്യക്രിയയിൽ പങ്കെടുക്കാൻ രാജഗൃഹത്തിൽ വരുന്നത് ശരിയല്ല...."

"അപ്പോൾ ഞാൻ സാധാരണ പാപിയല്ല....! കൊടുംപാപിയാണ്......!"

ഖ്നേംഹോടെപ് വാതിൽക്കൽ പ്രത്യക്ഷപ്പെട്ടു.

"അമ്മേ അനുമതി തന്നാലും....." സ്നോഫ്രു അപേക്ഷിച്ചു.

"എന്റേതുമാത്രമായ ഈ ഉടമയെ ഞാൻ വിട്ടുതരണോ....? അയ്യോ....! അയ്യോ.....!"

"അമ്മ ധൈര്യമായിരിക്ക്...." രാമേരി പറഞ്ഞു.

നെഫീസ് ഒരിക്കൽകൂടി മൃതദേഹത്തിന്റെ അടിമുതൽ മുടിവരെ തലോടി. സങ്കടം സഹിക്കാനാവാതെ രാമേരിപ്പടായെ കെട്ടിപ്പിടിച്ചു കരഞ്ഞുതുടങ്ങി.

സ്നോഫ്രുവിന്റെ സൂചന ഖ്നേംഹോടെപ് ആവർത്തിച്ചു.

മൂത്തവർ കളേബരവുമായി പുറത്തിറങ്ങി.

നെജമുടും, അഹൂറയും, തബബുവായും നെഫീസിനോടൊപ്പം പൊട്ടിക്കരഞ്ഞു.

"ഓ... ഒസൈരിസ്! ഓ.... ഒസൈരിസ്....!"

"ഓ...... മെനെപ്പടാ....! ഓ.....മെനെപ്പടാ....?"

ജനാരവത്തിന്റെ നാമോച്ചാരണം ദിഗന്തങ്ങളിൽ മുഴങ്ങി.

..... ശോകസങ്കുലമായ ദിനം. അന്ന് അൻപുവിന്റെ സ്മാരകസ്തംഭം പൂക്കളാലലങ്കരിച്ചില്ല. വയൽ കടന്ന്, ഉദ്യാനത്തിലൂടെ സഭാഭവനത്തിലെത്തിച്ചേർന്ന മൃതദേഹം ഔട്ടയും ബെക്കുവും ചേർന്ന് മറ്റുള്ളവരുടെ സഹായത്തോടെ മണ്ഡപത്തിന്മേലിറക്കിവച്ചു.

ജനം വയലിൽ കൂട്ടംകൂടി നിന്നു. അന്ത്യദർശനം ലഭിക്കാത്തവർ വരിവരിയായി വേദിക്കരികിലൂടെ നടന്നുനീങ്ങി. മൂത്തവരുടെ സഭ ചേർന്ന് കാര്യങ്ങൾ ചർച്ചചെയ്തു. ചില തീരുമാനങ്ങൾ കൈക്കൊണ്ടു.

"നീരാനപ്രവിശ്യയിലെ മുഴുവൻപേരെയും ക്ഷണിച്ച് അന്ത്യക്രിയ നടത്താൻ കഴിഞ്ഞെങ്കിൽ...." സെബക്ഖു ആഗ്രഹം പ്രകടിപ്പിച്ചു.

"റാ രണ്ടുമാറുയരത്തിലെത്തി. അവൻ നെറ്റിക്കു മുകളിലെത്തുമ്പോഴേക്കും സംസ്കാരം കഴിയണം. ഫെറോവിന്റെ സൈന്യവുമായി പ്രധാനപൂജാരി വരുന്നുണ്ടെന്നുള്ളത് മറന്നുപോയോ..?"ഖ്നേംഹോടെപ് വിളിച്ചുപറഞ്ഞു.

ഹപുവിന്റെ വീട്ടിൽനിന്നു നൂറുമാറകലെയായി സമാധിക്കുള്ള സ്ഥാനം നിർണ്ണയിക്കപ്പെട്ടു.

ചെയ്യേണ്ട പ്രവൃത്തികൾ ഖ്നേംഹോടെപ് വിശദീകരിക്കേണ്ട താമസം ജനങ്ങൾ തയ്യാറായി മുന്നോട്ടുവന്നു. വരിവരിയായി അവർ നദിക്കരയിലേക്ക് നീങ്ങി. കല്ലുകൾ അല്പസമയത്തിനകം തന്നെ

സമാധിസ്ഥലത്തെത്തിച്ചേർന്നു. പത്തറുപത് കല്പണിക്കാർ ജോലിയിൽ മുഴുകി. കല്ല് ചെത്തലും, കുഴിമാന്തലും എളുപ്പം കഴിഞ്ഞു. മേൽപ്പുരയ്ക്കുള്ള താങ്ങുകളും പലകകളും എത്തിച്ചേർന്നു.

സമാധിയിലേക്ക് വേണ്ട സാധനങ്ങൾ ഇപ്യൂവർ സ്വരൂപിച്ചുവച്ചു. സമാധിയിലേക്കുള്ള ഭക്ഷണം നെഫെറുറാ തയ്യാറാക്കിയാൽ നന്നാകുമായിരുന്നെന്ന് ഇപ്യൂവറിന് തോന്നി. അവൾ നെഫീസിന്റെ വീട്ടിലാണുള്ളത്. സാധിക്കുമോ....? ദൂതനെ പറഞ്ഞയച്ചു. നെജമുടും, അഹൂറയും, തബബുവായും അൻപുവിന്റെ വിധവയും അവിടെയുണ്ടല്ലോ....? ഭക്ഷണം തയ്യാറാക്കി, സമാധിയിലെത്തിച്ച് വേഗത്തിൽ തിരികെ പോകാമെന്ന് പറഞ്ഞയച്ചപ്പോൾ നെഫെറുറാ സമ്മതം മൂളി.

സ്നോഫ്രുവിന്റെ ശിഷ്യന്മാരിൽ ഏറ്റവും സമർത്ഥൻ മെനെപ്പടായുടെ പ്രതിരൂപം കൊത്തിയുണ്ടാക്കി. കരകൗശലവസ്തുക്കൾ നിർമ്മിക്കുന്നതിൽ നിപുണനായൊരാൾ തൂവലിന്റെ ചാമരംകൊണ്ടുവന്നു..... "ഇത് എന്റെ കാഴ്ചയാണ്....." അയാൾ പറഞ്ഞു.

പ്രത്യേകം തയ്യാറാക്കിയ ഖിവവും കൊണ്ടു വരപ്പെട്ടു.

അന്ത്യകർമ്മങ്ങൾക്കുശേഷം രാജഗൃഹത്തിന്റെ വയലിൽ ചാവടിയടിയന്തരമുണ്ടാകുമെന്നും പ്രഖ്യാപിക്കപ്പെട്ടു.

"പൂജാരിയുടെ വീട്ടിൽ ചെന്ന് പുസ്തകം കൊണ്ടു വരേണ്ടേ....?" ഇപ്യൂവർ ബടായോട് ചോദിച്ചു.

അന്ത്യകർമ്മങ്ങൾക്ക് അപെടിനെ വിളിക്കേണ്ടെന്ന് മൂത്തവരുടെ സമിതി തീരുമാനിച്ചിരുന്നു...

"അപെട് അവിടെ തന്നെ കഴിയട്ടെ. മരിച്ച നേതാവിന്റെ സ്മരണയ്ക്കായി വൈകുന്നേരം വിശേഷാൽപൂജ നടത്തട്ടെ...." സെമ അഭിപ്രായപ്പെട്ടു.

ബെക്കുവിന്റെ നേതൃത്വത്തിൽ ആയുധധാരികളായ അമ്പതു ഭടന്മാരെ ഖ്നേംഹോടെപ് നദീതീരത്തേക്ക് നിയോഗിച്ചു.

സമാധിസ്ഥാനം പരിശോധിക്കുന്നതിന് സ്നോഫ്രു പുറപ്പെട്ടു.

ബെക്കുവിന്റെ നേതൃത്വത്തിൽ ആയുധധാരികളായ അമ്പതു ഭടന്മാരെ ഖ്നേംഹോടെപ് നദീതീരത്തേക്ക് നിയോഗിച്ചു.

താൻ തന്നെ ചെന്ന് പുസ്തകം വാങ്ങിക്കൊണ്ടു വരാമെന്ന് ബടാ ആലോചിച്ചു. അപെട് നേതാവിനെതിരെ ആരോപണങ്ങൾ ഉന്നയിച്ചെന്നല്ലേ കേട്ടത്.... നീതിപീഠത്തിനുമുന്നിൽ ഇനേനി വായിച്ചെന്നല്ലേ മെന്ന പറഞ്ഞത്.... അത് നേരോ.... കളവോ....? താൻ ചെന്നാൽ അക്കാര്യം ചോദിച്ചു പോകും.... വെറുതെ എന്തിന് കുഴപ്പമുണ്ടാക്കുന്നു....?

"ഖ്നേമൂ..... നീതന്നെചെന്ന് പുസ്തകം വാങ്ങിക്കൊണ്ടാ....." അയാൾ പറഞ്ഞു.

"അയാൾ പുറത്തുകടക്കാതെ രണ്ട് ഭടന്മാരെ കാവൽനിർത്തട്ടെ....?"

"ഉം....."

.... ആ പ്രഭാതത്തിൽ ഭാര്യ അപെടിനെ വിളിച്ചുണർത്തി.

"തോണിക്കടവിൽ എന്തോ ബഹളം കേൾക്കുന്നു...."

രാജകൊട്ടാരം മെനെപ്പടാക്ക് ബുദ്ധി പഠിപ്പിച്ചിട്ടുണ്ടാകുമെന്ന് അയാളുടെ മനസ്സ് മന്ത്രിച്ചു. അങ്ങനെയാകട്ടെയെന്ന് അയാൾ ദൈവത്തോട് പ്രാർത്ഥിക്കുകയും ചെയ്തു.

ഭാര്യയുടെ വിളികേട്ട് അപെട് ചാടിയെണീറ്റു. തോണിക്കടവിൽ ബഹളമെന്ന് പറഞ്ഞാൽ.... ഈ നേതാവ് ഒടുവിൽ തിരിച്ചുവന്നോ....?

കുളത്തിൽ മുങ്ങിയെണീറ്റപ്പോഴും വിശേഷിച്ച് വല്ലതും സംഭവിച്ചിട്ടുണ്ടെന്ന തോന്നലുണ്ടായില്ല. പ്രകാശം ശരിക്കും വ്യാപിച്ചിട്ടില്ല. മകനെ വിളിച്ചെഴുന്നേല്പിച്ച് കടവിലേക്കു പറഞ്ഞയച്ചു.

പ്ടാ വിഗ്രഹം കുളിപ്പിച്ച്, പുതുവസ്ത്രമുടുപ്പിച്ച് സ്തോത്രമുരുവിട്ടു തുടങ്ങിയപ്പോഴേക്കും മകൻ ഓടിക്കിതച്ചെത്തി. വാർത്തയറിയിച്ചു.

അപെട് സ്തോത്രം നിർത്തി. പൂജ പകുതിക്ക് നിർത്തിവച്ചു. ആശ്ചര്യമായിരിക്കുന്നു....! മഹാത്ഭുതം....! മരിച്ചതെങ്ങനെ? തലച്ചോറ് പൊട്ടിച്ചോ....? നെഞ്ച് പിളർന്നിട്ടോ....? മരണശിക്ഷയാണോ....? ശവലേപനം നടന്നുപോലും....? സാമന്തരാജാവിനെ ഓടിച്ച് സിംഹാസനത്തിലിരുന്ന് ഫെറോ ആയവനല്ലേ.....? താൻതന്നെ ഇറങ്ങിയാൽ വിവരം മനസ്സിലാക്കാം. എന്തായാലും അന്ത്യകർമ്മങ്ങൾക്ക് വിളിക്കാൻ വരാതിരിക്കില്ല. അൻപുവിന് ചെയ്തതുപോലെ ഇവനും പുസ്തകം വായിക്കേണ്ടിവരുമോ....? ക്ഷമയോടെ അവരെ കാത്തിരിക്കുന്നതാണ് നല്ലത്.

കൂടുതൽ ഉത്സാഹത്തോടെ അയാൾ പൂജ പൂർത്തിയാക്കി.

ഘോഷയാത്ര.... മെനെപ്പടായുടെ വീട്ടിനു മുന്നിലാണെന്ന് തോന്നുന്നു.... അത് നിന്നു. രാജഗൃഹത്തിലേക്ക് നീങ്ങുന്നതും കണ്ടു.

വെയിലിന് ശക്തികൂടി..... ആരും വന്നില്ലല്ലോ....! ശവപ്പറമ്പിലേക്ക് ആരും നീങ്ങുന്നതും കാണുന്നില്ല..... മകനെ പറഞ്ഞയച്ച് അന്വേഷിപ്പിച്ചാലോ....? അവനെന്തെങ്കിലും അപകടം നേരിട്ടേക്കും... അതുവേണ്ട.

ആലോചിച്ച് നില്ക്കുന്നതിന്നിടയിൽ ഖ്നേംഹോടെപും ഭടന്മാരും കടന്നുവന്നു.

"പൂജാരിക്ക് നമസ്കാരം...." ഖ്നേംഹോടെപ് പരുഷമായി പറഞ്ഞു.

ആശീർവദിക്കാനായി അയാൾ കൈയുയർത്തി.

"എന്തുണ്ടായി....? ശോകവിലാപം കേൾക്കുന്നല്ലോ....?"

"മൂത്തവരുടെ സഭ തീരുമാനിച്ച ഒരു കാര്യമറിയിക്കാനാണ് ഞാൻ വന്നത്. നേതാവ് രാജസന്നിധിയിൽവച്ച് അന്തരിച്ചു. ഇപ്പോൾ ശവസംസ്കാരം നടക്കുകയാണ്. നിങ്ങളുടെ പക്കലുള്ള *പകൽവെളിച്ചത്തിലേക്ക് വരിക*യെന്ന പുസ്തകം തരണം....."

"ഓഹോ....! അങ്ങനെയോ....? ഞാൻ വരേണ്ടേ....? വായിക്കാനല്ലേ ഗ്രന്ഥം....?"

"രാജധാനിയിൽനിന്നുതന്നെ ഒരു സ്വാമി വന്നിട്ടുണ്ട്. അന്ത്യകർമ്മ

ങ്ങൾ നിർവ്വഹിക്കുന്നത് അദ്ദേഹമാണ്....."

അപെടിന് അത്ഭുതം.... പുതിയ അനുഭവം....! രാജധാനിയിൽനിന്ന് പൂജാരിയെത്തുക..... രാവിലെ കടവിൽച്ചെന്ന മകന് ഇത് മനസ്സിലാക്കാൻ കഴിഞ്ഞില്ലല്ലോ.....!

"ഞാൻ വരണമെന്ന് മൂത്തവർ കല്പിച്ചില്ലേ....?"

"ഇല്ല. നിങ്ങൾ ഇവിടെത്തന്നെയുണ്ടാകണമത്രെ. കാവലിന് രണ്ട് ഭടന്മാരെയും ഏർപ്പെടുത്തുന്നു...."

"ഭടന്മാരോ....? അമ്പലവും കാവലിലോ....?"

"ഉം പുസ്തകം തരൂ....."

"പുസ്തകങ്ങളുണ്ടാക്കാനുള്ള താളുകൾ തന്നത് നേതാവാണ്. പുതിയ പ്രതി തയ്യാറാക്കിയിട്ടുണ്ട്....."

"പുതിയതും പഴയതും രണ്ടും പെട്ടിയിലിട്ടുതരൂ. ഏതാണാവശ്യ മെന്നുവച്ചാൽ പൂജാരി തെരഞ്ഞെടുത്തുകൊള്ളും....."

"വായിച്ചുകഴിഞ്ഞ് രണ്ടും മടക്കിത്തന്നാൽ മതി...."

അപെട് അകത്തുകടന്ന് പെട്ടികൊണ്ടുവന്നു. അതു തുറന്നു കാണിച്ചുകൊണ്ട് പറഞ്ഞു:

"ഇത് പുതിയത്. അത് പഴയത്. എന്റെ മകനാണ് ഇതിന്റെ പ്രതി യെടുത്തത്. ഈ ഒറ്റ ജോലികൊണ്ടുതന്നെ അവൻ ക്ഷേത്രത്തിലെ പൂജാരിയാകാനുള്ള യോഗ്യത നേടിക്കഴിഞ്ഞു....."

ഖ്നേം ഉത്തരം പറയാതെ പെട്ടിയെടുത്ത് തലയിൽവച്ച് ഭടന്മാരോട് പറഞ്ഞു:

"ഇവിടെത്തന്നെ കാവലിരിക്കണം...."

"എന്റെ സഹായം....." അപെട് പൂർത്തിയാക്കുന്നതിനു മുമ്പുതന്നെ ഖ്നേംഹോടെപ് പറഞ്ഞു.

"നേതാവിനുവേണ്ടി വൈകുന്നേരം വിശേഷപൂജ നടത്തണം."

ഖ്നേംഹോടെപ് നടന്നകന്നപ്പോൾ അപെട് ശ്രീകോവിലിന്നുള്ളിൽ കയറി. ഭാവിയെപ്പറ്റി വല്ല സൂചനയും ലഭിക്കുമോ.....? ദൈവവിഗ്രഹത്തിനു മുന്നിൽ വളരെനേരം അയാൾ നിലയുറപ്പിച്ചു. പെട്ടെന്ന് വിഗ്രഹത്തിന്റെ നെറ്റിയിലെ പൂവ് താഴെ വീണു.

"ശുഭസൂചന...." അയാൾ മന്ത്രിച്ചു.

പുറത്ത് കടന്ന് കാവൽ നില്ക്കുന്ന ഭടന്മാരോട് അയാൾ പറഞ്ഞു...

"പ്രധാനമായി വേണ്ടത് ഈശ്വര വിശ്വാസമാണ്. ഭക്തികുറഞ്ഞവർക്ക് സംഭവിക്കുന്നതെന്താണെന്ന് മനസ്സിലായോ....?"

ഭടന്മാർ അത് ശ്രദ്ധിക്കാനോ ഉത്തരം പറയാനോ തുനിഞ്ഞില്ല.

സെന്യൂഹെയും കുടുംബവും സന്തോഷിച്ചിരിക്കയാണ്. അപെടിനെ കാണണമെന്ന് അയാൾക്ക് തോന്നി. പക്ഷേ, പുറത്തിറങ്ങാൻ ധൈര്യമുണ്ടായില്ല. നേതാവ് മരണപ്പെട്ടില്ലേ? എന്തെല്ലാമാണ് നടക്കുകയെന്ന്

ആർക്കറിയും? പഴയതുപോലെതന്നെ എല്ലാം നേരെയാകുമെന്ന് അയാളാശിച്ചു. നുട്മോസിന്റെ പത്നിയും ആശ്വസിച്ചു. ഭർത്താവ് ഇടയ്ക്കിടയെങ്കിലും വീട്ടിൽ വരുമല്ലോ.

മോചിതരായ അടിമകൾ ദുഃഖിച്ചു. സംഭവിച്ച ദുരന്തത്തിന്റെ ഗൗരവം പൂർണ്ണമായും ഉൾക്കൊള്ളാൻ അവർക്ക് കഴിഞ്ഞില്ല... നരകതുല്യമായ പൂർവ്വജീവിതം അവരുടെ മുന്നിൽ ഭീകരമായി ഉയർന്നുനിന്നു.... ആ ദിനങ്ങൾ വീണ്ടും വന്നാൽ തങ്ങളെല്ലാം വീണ്ടും അടിമകളായിത്തീരും.... എങ്കിലും ആ ചിന്ത അവരെ അലട്ടിയില്ല. അദ്ധ്വാനിക്കുന്ന വർഗ്ഗത്തെ മുഴുവൻ ബാധിച്ചിരിക്കുന്ന ഒരുതരം ഭയം അവരെയും പിടികൂടി. കഴുത്തു ഞെരിക്കുന്ന അനുഭവം.

സമാധിയിലേക്കെഴുന്നള്ളിക്കാനുള്ള ഒരുക്കങ്ങൾ പൂർത്തിയായി. സെത്ന കൊണ്ടുവന്ന മൂടിയില്ലാത്ത ശവപ്പെട്ടിയിൽ മെനെപ്പടായുടെ കളേബരം എടുത്തുകിടത്തി.

നാമോച്ചാരണവും വിലാപവും ഉച്ചത്തിലായി...

മെന്ന രാജഗൃഹത്തിലെ കുളത്തിൽ മുങ്ങിക്കുളിച്ചു....

ജനസഹസ്രങ്ങൾ പങ്കെടുത്ത ശ്മശാനയാത്ര ആരംഭിച്ചു....

ശോകസ്ത്രീകൾ ആർത്തനാദം പുറപ്പെടുവിച്ചുകൊണ്ട് മുന്നിൽ നടന്നു. അവർക്കു പിന്നിൽ ഒരു കൈയിൽ തീക്കനലെരിയുന്ന പാത്രവും മറുകൈയിൽ രണ്ടറ്റവും മുനയുള്ള കോലുമായി, പാദങ്ങൾ താളക്രമത്തിൽ ചലിപ്പിച്ച് നൃത്തംവച്ചും തുള്ളിക്കൊണ്ടും നീങ്ങുന്ന മെന്ന. പൂജാരി നല്കിയ പുസ്തകപ്പെട്ടി തലയിൽവച്ച് ഖ്നോംഹോടെപ് മെന്നയെ പിന്തുടർന്നു. തുടർന്ന് സെമ, ഹെമോൻ, ഥാനിസ്, ഹെംടി തുടങ്ങിയ മൂത്തവർ ചുമക്കുന്ന ശവപ്പെട്ടി. അഹൂറ വന്നിട്ടില്ല. പകരം അവളുടെ ഭർത്താവുണ്ട്. സ്നോഫ്രുവിന്റെയും സെബെക്ഖുവിന്റെയും പിന്നിലായി ബടാ സഞ്ചരിച്ചു..... അയാൾക്കുപിറകിൽ വെള്ളപ്പാത്രവുമായി ഇപ്യൂവർ. ഔട്ടയും, തോണിക്കാരും, ബഹുജനങ്ങളും കണ്ണീർ തൂകിക്കൊണ്ടൊഴുകി....

“എന്റെ ദേവന് ഭക്ഷണം....” നെഫീസ് പരവശയായി. കഴിഞ്ഞ ദിവസം ചുട്ട റൊട്ടിയുണ്ടായിരുന്നു. നെജമുട് അത് ചൂടാക്കി. ഉണക്കമീനുപ്പേരിയും നീരുള്ളിയും ചേർത്ത് പൊതിഞ്ഞു കെട്ടി.

നദീപ്രവാഹംപോലെ നീങ്ങുന്ന ശ്മശാനയാത്ര....

ക്ഷേത്ര കവാടത്തിൽ നിന്ന് അപെട് രംഗം നിരീക്ഷിച്ചു... ഇഴഞ്ഞു നീങ്ങുന്ന ഒരു പെരുമ്പാമ്പാണെന്ന് അയാൾക്ക് തോന്നി.... അയാളുടെ ജിജ്ഞാസ വർദ്ധിച്ചതേയുള്ളു... ഇതെവിടേക്കാണ് കൊണ്ടുപോകുന്നത്...? മണ്ണിൽ കുഴിച്ചിടാനാണോ....? സമാധി നിർമ്മിച്ച വിവരമൊന്നും കേട്ടില്ലല്ലോ...

വഴിനീളെ ഒസൈരിസിന്റെയും മെനെപ്പടായുടെയും നാമോച്ചാരണം...

മകന്റെ ചുമലിൽ കൈവച്ചുകൊണ്ട് നെഫീസ് വാതിൽക്കൽ നിന്നി

രുന്നു. അവൾ ഓടിപ്പോകാതിരിക്കാൻ അഹൂറയും അൻപുവിന്റെ വിധവയും കാവൽ നിന്നു. പെട്ടെന്ന് ബോധക്കേടുണ്ടായെങ്കിലോ...? താഴെ വീണ് കുഴപ്പമാകും... നെജമുടും തബബുവായും ഇരുവശത്തുംനിന്ന് നെഫീസിന്റെ ചുമലുകൾ താങ്ങിപ്പിടിച്ചു. ബടായുടെ പത്നിയും മക്കളും സഹായത്തിനുണ്ടായിരുന്നു. നെഫീസിന്റെ തലമുടി അഴിഞ്ഞുലഞ്ഞിരുന്നു. ഘോഷയാത്ര അടുത്തെത്തിയപ്പോൾ അവൾ ഇമകൾ വിടർത്തി തുറിച്ച് നോക്കിക്കൊണ്ടുനിന്നു. ഹൃദയഭേദകമായ ശബ്ദത്തിൽ അവളും നാമോച്ചാരണത്തിൽ പങ്കുചേർന്നു..

"ഓ.... ഒസൈരിസ്....! ഓ.... ഒസൈരിസ്....!"

"ഓ..... മെനെപ്പടാ....! ഓ.... മെനെപ്പടാ....!"

കരഞ്ഞുകൊണ്ട് അവൾ നെജമുടിനോട് ചോദിച്ചു.

"നെജച്ചേച്ചീ....., ഭക്ഷണവുംകൊണ്ട് ഇപ്പോൾ രാമേരി പോകണം.... അല്ലേ...?"

"രാമേരീ....., പുറപ്പെട്...." നെജമുട് പറഞ്ഞു.

"ഉം...." അവൻ മൂളി.

"നിന്റെ മക്കളും കൂടെ പൊയ്ക്കോട്ടെ. വേണമെങ്കിൽ നീയും പോക്...." ബടായുടെ പത്നിയോട് നെജമുട് പറഞ്ഞു.

രാമേരിപ്പടായോടൊപ്പം അവരെല്ലാം വഴിയിലിറങ്ങി. അവന്റെ വലതുകൈയിൽ ഭക്ഷണപ്പൊതിയുണ്ടായിരുന്നു. ബടാ അവനെ അരികിലേക്ക് വിളിച്ച് അവന്റെ ഇടതുകൈ പിടിച്ചു. ബടായുടെ മക്കൾ അമ്മയുടെ പിന്നിൽ വരിവരിയായി നടന്നു.

നെഫീസിന് ബോധക്കേടുണ്ടായില്ല. പദങ്ങൾ ഇടയ്ക്കിടെ വിഴുങ്ങിക്കൊണ്ട് അവൾ പറഞ്ഞു.

"അവസാനിച്ചു.... എട്ടൊമ്പത് വർഷങ്ങളിലെ ജീവിതം അവസാനിച്ചു.... നീ മഹാനായ നേതാവായിത്തീർന്നു...... ഞാനാണെങ്കിൽ ദരിദ്രയായി ത്തന്നെ ബാക്കിയായി... എന്നെ വിട്ട് പോകയാണോ പ്പടാ.... രാമേരിയുടെ അച്ഛാ.... ഈ വംശാങ്കുരത്തെ മൂത്തവരെയേല്പിച്ച് ഞാനും വരും പ്പടാ....."

ഘോഷയാത്രയുടെ പിന്നിൽ ഏകനായി നീങ്ങുന്ന ശില്പി നെഖെൻ.

അയാളെ കണ്ടപ്പോൾ നെജമുട് പറഞ്ഞു.....

"നെഫീസ്...., അകത്തേക്കു വാ..... വിശ്രമിക്ക്...."

.... സമാധിസ്ഥാനത്തെത്തിയ ഘോഷയാത്രയെ ഹപുവും ആയിരക്കണക്കിനുള്ള തൊഴിലാളികളും ചേർന്ന് സ്വീകരിച്ചു. ശവപ്പെട്ടി സമാധിക്കടുത്ത് ഇറക്കിവെച്ചു.

നദീതീരത്ത് കാവൽ നില്ക്കുന്ന ബെക്കുവിനും കൂട്ടർക്കും വേഗം വന്ന് മൃതദേഹം കണ്ടുപൊയ്ക്കൊള്ളാൻ ഖ്നേംഹോടെപ് സന്ദേശമയച്ചു.

തീപ്പാത്രം തലയിൽവച്ച് കോല് കൈയിൽ പിടിച്ച് മെന്ന ശവപ്പെട്ടി

ക്കും സമാധിക്കും ചുറ്റിൽ ശോകനൃത്തമാരംഭിച്ചു. അയാളുടെ ചുണ്ടുകൾ ജപിച്ചുകൊണ്ടിരുന്നു. ഇടയ്ക്കിടെ രാഗം ആലപിച്ചു. ശോകസ്ത്രീകളുടെ രോദനം അന്തരീക്ഷത്തിൽ മാറ്റൊലിക്കൊണ്ടു....

അല്പസമയത്തിനുശേഷം മെന്ന മന്ത്രമുരുവിട്ടുകൊണ്ടുതന്നെ സമാധിയുടെ പടവുകളിറങ്ങി. തീപ്പാത്രവും കോലും ഒരു മൂലയ്ക്ക് വെച്ചു. ഇപ്യൂവറിന്റെ കൈയിൽനിന്ന് പാത്രം വാങ്ങി സമാധിയിൽ ജലം തളിച്ച് ശുദ്ധിവരുത്തി. ആ പാത്രം ഒരു ഭാഗത്ത് വച്ച് അയാൾ മുകളിൽ വന്നു....

"നേതാവിന്റെ അടുത്ത സുഹൃത്തുക്കളാണ് യാത്രയാക്കേണ്ടത്." അയാൾ മൂത്തവരെ അറിയിച്ചു....

ഇതിനിടയിൽ ബെക്കുവും സംഘവും ഓടിയെത്തി മൃതദേഹം ദർശിച്ചിരുന്നു. അവർ മടങ്ങിപ്പോകാതെ ദളപതിയുടെ അരികിൽതന്നെ നിന്നു....

ആരാണ് യാത്രയാക്കേണ്ടത്....? അനിശ്ചിതത്വം അനർത്ഥകാരിയാണ്....! സമയം പാഴാക്കരുത്....

"വേഗം....! സ്വാമി പറയുന്നതുപോലെ ചെയ്യ്. മൂത്തവർ മുന്നോട്ടു വരണം...." ഖേനേംഹോടെപ് അക്ഷമനായി.

ആ നാലുപേരും മുന്നോട്ടുനീങ്ങിനിന്നു. മൃതദേഹത്തെ വണങ്ങി. സ്നോഫ്രുവും സെബെക്ഖുവും അതനുകരിച്ചു.

ബടാ പൊട്ടിക്കരഞ്ഞുകൊണ്ടുവന്നു. ഖ്നേംഹോടെപും ഔട്ടയും ബെക്കുവും ഒന്നിച്ചുനിന്ന് നമിച്ചു.

ബെക്കു തന്റെ സംഘത്തോടൊപ്പം നദിക്കരയിലേക്കോടി.

ഇപ്യൂവർ നേതാവിന്റെ പാദങ്ങളിൽ നമസ്കരിച്ചു. സ്ത്രീകളും പുരുഷന്മാരും അന്ത്യയാത്രയാക്കാൻ മുന്നോട്ടുവന്നു.

ഖേനേംഹോടെപ് കൈയുയർത്തി ജനങ്ങളെ നിയന്ത്രിച്ചു.

"നേതാവിന് എല്ലാവരും ഉറ്റവരാണ്. ഇവർ വരിവരിയായി വന്ന് നമസ്കരിക്കട്ടെ. നമുക്ക് സമാധിയിലേക്കുള്ള സാധനങ്ങളെല്ലാം കൊണ്ടുവെക്കാം...." മെന്ന സെമയോട് പറഞ്ഞു.

പ്രതിരൂപം, നിലമുഴുന്നതിനുള്ള ചെറിയ പോത്തുകൾ, ഞേങ്ങോൽ, താറാവിനെ വേട്ടയാടുന്ന കോല്....., പെപ്പൈറസ് തോണിയുടെ ആകൃതി, വർണ്ണത്തൂവലിന്റെ വിശറി, ജൊണ്ടിന്റെ പാദരക്ഷ, നീലക്കവടിമാല, വെള്ളിമോതിരം, ഖിവപ്പാത്രം, ധൂപദ്രവ്യങ്ങൾ, ശുഭ്രമായ അരവസ്ത്രം, പഴങ്ങൾ, പുഷ്പങ്ങൾ....

വസ്തുക്കളിലൊന്ന് ബാക്കിയായി....

രാമേരിപ്പടായുടെ കൈയിലെ ഭക്ഷണപ്പൊതി കണ്ട് മെന്ന പറഞ്ഞു:

"രാമേരീ... ഉള്ളിൽചെന്ന് ഭക്ഷണം വെച്ചുവാ....."

നെഫറുറാ മുന്നോട്ടുവന്ന് തന്റെ കൈയിലുള്ള ഭക്ഷണപ്പൊതി നീട്ടിക്കൊണ്ട് പറഞ്ഞു....

"രാമേരീ... ഈ ഭക്ഷണപ്പൊതിയും കൊണ്ടുപോകൂ...."

ചൂടുള്ള റൊട്ടിയും വേവിച്ച മാംസക്കഷണങ്ങളുമാണ് അതിലുണ്ടായിരുന്നത്.

ആ പൊതിയും വാങ്ങിക്കൊണ്ട് രാമേരിപ്പടാ സമാധിയുടെ പടികളിറങ്ങി.

ഉള്ളിൽ ഇരുണ്ടപ്രകാശം. കല്ലിന്റെ പച്ചമണം. അത് തന്റെ പിതാവിന്റെ ആ ആത്മാവിന്റെയും ശരീരത്തിന്റെയും വാസസ്ഥാനമാണ്. ആ ആത്മാവ് ഉയിർത്തെഴുന്നേല്ക്കുന്നത് വരെയും വീണ്ടും നീരാന പ്രവിശ്യയിലെ നേതാവായിത്തീരുന്നതുവരെയും ഇതിനുള്ളിൽ വസിക്കുന്നു....!

ഭക്ഷണപ്പൊതിവെച്ച് തിരികെ വരാൻ താമസിച്ചത് കണ്ട് ബടാ മുകളിൽനിന്ന് വിളിച്ചു.... "രാമേരീ....."

രാമേരിപ്പടായ്ക്ക് ഒരു തരം അമ്പരപ്പുണ്ടായി. ബടാമാമനാണ് വിളിച്ചത്. എന്നാൽ ആ സ്വരം അയാളുടേതല്ല.... അങ്ങനെ നോക്കുന്നതായാൽ ആരുടെ സ്വരവും അവരുടേതല്ല. എല്ലാവർക്കും ഇപ്പോൾ ഒരേ സ്വരം. വേദനയുടെ സ്വരം.

"രാമേരീ...."

സ്നോഫ്രുമാമനാകണം വിളിച്ചത്. എന്നാൽ സ്വരം ആദ്യത്തേതുപോലെതന്നെ. പഴങ്ങൾക്കരികിൽ ഭക്ഷണപ്പൊതിവെച്ചു. എന്തിന് വിളിക്കുന്നു..? ഇവിടെ വളരെനേരം നിന്നു പോയതുകൊണ്ടോ...? ഈ പമ്പരം....

രാമേരി അരയിൽ തിരുകിവച്ച പമ്പരം പുറത്തെടുത്തു. അച്ഛൻ വാങ്ങിത്തന്നതാണിത്.... ഭക്ഷണപ്പൊതിയോടൊപ്പം അതും വച്ചു. രാത്രിയിൽ അച്ഛന്റെ ശരീരത്തിൽനിന്ന് 'ബെന്നു പക്ഷി' പറന്നുയരുമ്പോൾ ഈ പമ്പരം കാണണം. സന്തോഷിക്കണം.

അവൻ മെല്ലെ പടവുകൾ കയറി. ആ മുഖത്തെ നിർവ്വികാരത ഏവരും ശ്രദ്ധിച്ചു. എങ്കിലും പ്രൗഢിയുടെ നിഴൽ അതിൽ കളിയാടിയിരുന്നു.

"ജനങ്ങൾക്ക് നിവേദിക്കാൻ വല്ലതുമുണ്ടെങ്കിൽ പറയണം...." മെന്ന പറഞ്ഞു.

"വേഗം....!വേഗം....!" ഖ്നേംഹോടെപ് ധൃതിക്കൂട്ടി.

തീക്ഷ്ണമായ വെയിൽ കൂസാതെ ജനം നിശ്ശബ്ദമായിനിന്നു. മൂത്തവരുടെ സഭയിലെ പ്രായംകൂടിയ അംഗമായ സെമ പറഞ്ഞുതുടങ്ങി.

"ബന്ധുക്കളേ...., നമ്മുടെ നേതാവ് നമ്മുടെയെല്ലാം നന്മയ്ക്കുവേണ്ടിയാണ് ഫെറോവിന്റെ ക്ഷണം സ്വീകരിച്ച് രാജധാനിയിൽ പോയത്. നമ്മുടേത് നേരായ വഴിയാണ്. ഇതുവരെയും ആ വഴിയിലൂടെയാണ് സഞ്ചരിച്ചത്. ഇനിയും അതുതന്നെ തുടരുകയും ചെയ്യുമെന്ന് അദ്ദേഹം പ്രസ്താവിച്ചിരുന്നു. അവിടെ ഫെറോവും പ്രധാനപൂജാരിയും തമ്മിൽ ചതുരംഗം കളിക്കയായിരുന്നു. അവർ നമ്മുടെ നേതാവിനെ വഞ്ചിച്ചു. തങ്ങളുടെ കളിയിലെ പ്രധാന കരുവായി നേതാവിനെ തെരഞ്ഞെടുത്തു. വഞ്ചന....! കൊടുംചതി....! നമ്മുടെ നേതാവിന്റെ ജീവിതം അവർ അവ

സാനിപ്പിച്ചു....! നമ്മുടെ നേതാവ് വലിയ മനുഷ്യനാണ്..... വളരെ വലിയ മനുഷ്യനാണ്.....! ഇങ്ങനെയുള്ളൊരാൾ ഈ ഈജിപ്തിൽ എന്നെങ്കിലും പിറക്കുമോ...? നേതാവ് പറഞ്ഞ അതേ വാക്കുകൾ മൂത്തവരുടെ സഭയും ആവർത്തിക്കുകയാണ്. നമ്മുടേത് നേരായ വഴിയാണ്. ഇതുവരെയും ആ മാർഗ്ഗത്തിൽനിന്ന് വ്യതിചലിച്ചിട്ടില്ല. ഭാവിയിലും ആ മാർഗ്ഗം തന്നെ നാം പിന്തുടരും. നമ്മുടെ നാട് നമ്മെ കാത്തുരക്ഷിക്കും....! അന്ത്യകർമ്മങ്ങൾക്കു ശേഷം ചാവടിയന്തരമുണ്ടായിരിക്കും.... രാത്രി മൂത്തവർ വീണ്ടും സഭകൂടി നമ്മുടെ ഭാവി പ്രവർത്തനങ്ങൾക്ക് രൂപം കൊടുക്കും.... ഇത്രമാത്രം...."

ഗദ്ഗദത്തോടെ അയാൾ സ്നോഫ്രുവിനോടു പറഞ്ഞു:

"നീയും രണ്ട് വാക്ക് പറ....."

നിറഞ്ഞുനില്ക്കുന്ന ജനതയുടെ നേർക്ക് സ്നോഫ്രു മിഴിയുയർത്തി. ശബ്ദം തൊണ്ടയിൽ തങ്ങിനിന്നു.... ഉമിനീരിറക്കിക്കൊണ്ട് വീണ്ടും വായ തുറന്നു. വാക്കുകൾ തെന്നിത്തെന്നി വന്നു.

"അബ്ടു യാത്ര കഴിഞ്ഞ്.... മടങ്ങിയെത്തിയ രാത്രി.... മെനെപ്പടായോട് പറഞ്ഞിരുന്നു.... നികുതിയധികാരിയോട് നമ്മുടെ സങ്കടം പറയണം... ന്യായമായ നികുതിയേ പിരിക്കാവൂ.... വെറുതെ കുഴപ്പമുണ്ടാക്കരുത്.... നമ്മുടെ ആൾക്കാരിൽ മിക്കവരുടെയും അഭിപ്രായമാണിത്.... നീ വരണം.... നീ തന്നെ മുന്നിലുണ്ടാകണം.... നീയാകുമ്പോൾ ആലോചിച്ച് വേണ്ട പോലെ കാര്യം പറയുമല്ലോ.... എന്ന് പറഞ്ഞപ്പോൾ 'ഉം' എന്ന് മൂളി.... അടുത്ത ദിവസം രാജഗൃഹത്തിൽ ചെന്നു.... ആലോചിച്ച് സംസാരിച്ചു.... ശരിക്ക് വാദിച്ചു.... നമ്മുടെ നേതാവായി...." വിതുമ്പിക്കൊണ്ട് അയാൾ തുടർന്നു.... "എന്റെ സഹായി.... വളരെ വളരെ... ഉയരത്തിലേക്ക് പോയി.... മുമ്പ് .... കച്ചവടക്കാരനായ കെഫ്ടു വന്നപ്പോൾ... പുതിയ സാദ്ധ്യതകളുടെ സുന്ദരമായ പ്രകാശം തെളിഞ്ഞു തെളിഞ്ഞു വരുന്നതായി എനിക്കുതോന്നി.... എന്നാലിപ്പോൾ... ഇപ്പോൾ വേണ്ട.... ഒന്നും പറയുന്നില്ല... എനിക്കതൊന്നും പറയാനില്ല. സെമച്ചേട്ടൻ പറഞ്ഞ ഒരു കാര്യം കൂടി ഓർമ്മിപ്പിച്ച് ഞാനവസാനിപ്പിക്കാം..... ഈ പ്രവിശ്യയിലെ നാമെല്ലാം ഒരേ വംശക്കാരാണ്....! നമുക്കെല്ലാം ഒന്നിച്ചു നീന്താം. മുങ്ങുന്നെങ്കിൽ ഒന്നിച്ചു മുങ്ങട്ടെ...."

വീർപ്പടക്കി നിന്നവരുടെ മനസ്സിന്റെ ആഴത്തിലേക്ക് ആ വാക്കുകൾ താഴ്ന്നിറങ്ങി.

ബടാ തിരിഞ്ഞുനിന്ന് തന്റെ മൂത്തമകനോട് പറഞ്ഞു:

"കടവിൽചെന്ന് തോണിയിൽനിന്ന് എന്റെ കുഴലെടുത്തു കൊണ്ടുവാ....."

അവൻ ഓടിപ്പോയി.....

ജനം ഒസൈരിസിന്റെയും മെനെപ്പടായുടെയും നാമം ഉച്ചരിച്ചു.

"മനുഷ്യ ജന്മമെടുത്തവൻ ചെയ്യേണ്ടതെന്തൊക്കെയാണ്" മെന്ന ഏവരും കേൾക്കുമാറുച്ചത്തിൽ പറഞ്ഞു: "ഭൂമിയിൽ കഴിയുന്നിടത്തോളം

കാലം നീതിയും ന്യായവും പാലിക്കുക. മരിച്ചാലും മനുഷ്യൻ ജിവിച്ചിരിക്കും.... എന്നത് ഈജിപ്ത് ജനങ്ങളുടെ സങ്കല്പമാണ്. ഭൂമിയിൽ ഒരാൾ ചെയ്ത സല്ക്കർമ്മങ്ങളെ അടിസ്ഥാനമാക്കി അയാളുടെ ഭാവിജീവിതം ഒസൈരിസ് നിശ്ചയിക്കുന്നു. ഗുണവാന്മാർ അനന്തകാലം ജീവിക്കുന്നു. അതുമാത്രമല്ല... യാതൊരു പാപവും ചെയ്യാത്തവന്റെ ദേവനായി വിരാജിക്കുകയും ചെയ്യുന്നു...."

ഗർജ്ജനമോ..... രാഗാലാപമോ അല്ല ഏവർക്കും മനസ്സിലാകുന്ന സരളമായ രീതി.... മെന്ന തുടർന്നു...

"സമാധിയടഞ്ഞവൻ ആ ഇരുളിൽനിന്ന് വെളിച്ചത്തിലേക്ക് വരുമെന്ന് നമ്മുടെ സമൂഹം വിശ്വസിക്കുന്നു. ഈ മണ്ണിലുള്ള വിചാരണ നിസ്സാരകാര്യമാണ്. കശാപ്പുകാരനും വിചാരണനടത്തി ആടിന്റെ കഴുത്തറുക്കാനായേക്കും. എന്നാൽ പരലോകത്തുള്ള വിചാരണയാണ് പ്രധാനപ്പെട്ടത്. ധർമ്മദേവതയായ ഒസൈരിസിന്റെ ന്യായാലയത്തിലാണ് അത് നടക്കുക. നമ്മുടെ നേതാവായ മെനെപ്പടാചേട്ടനെ ഒരിക്കലും വിചാരണചെയ്യില്ല. ഇദ്ദേഹത്തെ കാണുമ്പോൾതന്നെ ഒസൈരിസ് എഴുന്നേറ്റുവരും. കൈപിടിച്ച് സ്വീകരിച്ച് തന്റെ സിംഹാസനത്തിൽ പകുതിസ്ഥാനം നല്കും. നമ്മുടെ പഴയ പൂജാരികൾ ഒസൈരിസിന്റെ ന്യായാലയത്തിൽ നടക്കുന്ന വിചാരണയ്ക്ക് സഹായകമാകണമെന്ന് വച്ചാണ് *പകൽവെളിച്ചത്തിലേക്ക് വരിക* എന്ന ഗ്രന്ഥം രചിച്ചിട്ടുള്ളത്. ആ ഗ്രന്ഥം സമാധിക്കുള്ളിൽ ശവത്തിന്മേലിടണം. ആ ഗ്രന്ഥം വളരെ വിലപിടിച്ചതാണ്. ധനാഢ്യരായ ഭൂപ്രമാണിമാർക്കേ അത്രയും വിലനല്കി ആ ഗ്രന്ഥം വാങ്ങാനാകൂ. ആ ഗ്രന്ഥം മാറത്തുവെച്ചാലുടൻ മരണപ്പെട്ടവന്റെ സർവ്വപാപങ്ങളും നീങ്ങിപ്പോകുമെന്നുള്ളത് വെറും ഭ്രമം മാത്രമാണ്. അത് കാപട്യമാണ്. എന്റഭിപ്രായത്തിൽ നേതാവിന് ആ ഗ്രന്ഥത്തിന്റെ ആവശ്യമില്ല. എന്നാൽ ക്ഷേത്രത്തിൽ മുമ്പേ ഒരു പ്രതിമയുണ്ടായിരുന്നു. ഇപ്പോൾ പുതുതായൊന്ന് നിർമ്മിക്കയും ചെയ്തിരിക്കുന്നു. ശരി... മൂലഗ്രന്ഥം ഈ പെട്ടിയിലുണ്ട്. പുറത്തെടുത്ത് സമാധിയിൽ വെക്കാം. അങ്ങനെ ചെയ്യുന്നതുകൊണ്ട് നിങ്ങൾക്കെല്ലാം സന്തോഷമുണ്ടാകും. പറയൂ... മരിച്ചയാൾ പരിശുദ്ധനാണെന്ന് മൂന്നുതവണ പറയൂ...."

മിക്കവർക്കും അൻപുവീരന്റെ അന്ത്യകർമ്മം ഓർമ്മവന്നു.

"മരിച്ചയാൾ പരിശുദ്ധനാണ്! മരിച്ചയാൾ പരിശുദ്ധനാണ്! മരിച്ചയാൾ പരിശുദ്ധനാണ്!"

കൂട്ടത്തിൽനിന്ന് ശില്പി നെഖെൻ മുന്നോട്ടുനീങ്ങിനിന്നു.

"സ്വാമി, ഞാനൊരു പരദേശിയായ ശില്പിയാണ്. നേതാവിന്റെ രൂപം മനസ്സിൽ കൊത്തിവക്കാനനുമതി തരണം....."

"ഉം..വേഗം...." ഖ്നേംഹോടെപ് ഉത്തരം പറഞ്ഞു.

നെഖെൻ മുട്ടുകുത്തിയിരുന്നു. ശിരസ്സ്, ചെവി, കണ്ണുകൾ, മൂക്ക്, വായ, കഴുത്ത്, നെഞ്ച്, കൈകൾ, അരക്കെട്ട്, മണിബന്ധം, മുഴങ്കാല്,

പാദങ്ങൾ എല്ലാം സസൂക്ഷ്മം തടവിനോക്കി.

സമാധിയിലിറക്കാൻ തയ്യാറായി. ശവപ്പെട്ടി എഴുന്നേല്പിച്ചു നിർത്തി. ജീവനുള്ള മെനെപ്പടാ പെട്ടിക്കുള്ളിൽ നില്ക്കുന്നതുപോലെ തോന്നി.

"ഓ.... മെനെപ്പടാ....! ഓ.... മെനെപ്പടാ....!" ശോകവിലാപത്തിനിടയിലും ജയഘോഷം.

മകൻ കൊണ്ടുവന്ന കുഴലുമായി ബടാ മെന്നയെ സമീപിച്ചു.

"സ്വാമീ നേതാവിനിഷ്ടപ്പെട്ട ഒരു പാട്ട് വായിക്കാം. പിന്നീട്...."

"ശരി ചേട്ടാ...."

'വേഗം' എന്ന പദം ഖേനേംഹോടെപിന്റെ കണ്ഠത്തിൽ നിന്ന് പുറപ്പെട്ടില്ല...

കുഴൽ ചുണ്ടിൽവച്ച് ഊതി സ്വരം പരിശോധിച്ചശേഷം ബടാ വായിച്ചു....

"എന്റെ ജീവിതസഖിതൻ സ്നേഹതരംഗം
അലയടിക്കുന്നു...
ഈ നദിയുടെ ഓരങ്ങളിൽ....
ക്രൂര മുതലകൾ പതുങ്ങിയിരിക്കും
നുരയിലും.... പതയിലും....
ഭയപ്പെടില്ല ഞാൻ.... നദിയിൽ
നീന്തിക്കളിപ്പാൻ പരിഭ്രമിക്കില്ല...
നദിയിൽ ഞാൻ ധീരൻ... മഹാശൂരൻ...
പ്രാണേശ്വരിതൻ സ്നേഹം...എൻ....
ചൈതന്യത്തിൻ കിരണം.....
അവളെൻ സ്മരണയിലുണരുമ്പോൾ
അലകടൽ പോലും ചെറുതാകും...
എൻ ജീവിത സഖിതൻ സ്നേഹതരംഗം....
അലയടിക്കുന്നു....
ഈ നദിയുടെ ഓരങ്ങളിൽ...
ക്രൂരമുതലകൾ പതുങ്ങിയിരിക്കും.
നുരയിലും പതയിലും...
എൻ ജീവിതസഖിതൻ സ്നേഹതരംഗം.
അലയടിക്കുന്നു...."

ജനങ്ങൾ ശിരസ്സിളക്കിക്കൊണ്ട് ഗാനത്തിലലിഞ്ഞുചേർന്നു. നേതാവിന് ഇഷ്ടപ്പെട്ട ആ ഗാനം തങ്ങളുടെ പ്രേമഗീതവുമാണ്.

പാട്ട് കഴിഞ്ഞു. മെന്ന ഇപ്യൂവറിന്റെ കൈയിൽനിന്ന് മുനയുള്ള കല്ല് വാങ്ങി. മൃതശരീരത്തിന്റെ വായകീറി അല്പം വിടവുണ്ടാക്കി. മൂത്തവരുടെ സഹായത്തോടെ ആ ശരീരം സമാധിയിലിറക്കിവെച്ചു. ജനങ്ങൾ

മുന്നോട്ട് തിക്കിത്തിരക്കി വന്നു. ഖേനേംഹോടെപ് കുറുകെ കൈനീട്ടി അവരെ തടഞ്ഞു.

സമാധിയിലിറക്കിയ മൃതദേഹം മലർത്തിക്കിടത്തി. ഇപ്പൃവർ എടുത്തുനീട്ടിയ ഗ്രന്ഥം മാറത്ത് വെച്ചു. ഒരു പലകകൊണ്ട് ശവപ്പെട്ടി മൂടിയടച്ചു. തുളുമ്പിവന്ന മിഴിനീർ തുടച്ചുകൊണ്ട് മെന്നയും മൂത്തവരും പുറത്തുകടന്നു. പടവുകളുടെ സ്ഥാനത്ത് പലകവെച്ച് കല്ലിട്ട് മൂടുന്നതിന് ഹപുവും കൂട്ടരും മുന്നോട്ടുവന്നു....

നാമോച്ചാരണം തുടർന്നുകൊണ്ടേയിരുന്നു....

പെട്ടെന്ന് ബടാ മുന്നോട്ടാഞ്ഞ് സമാധിയുടെ പടവുകൾ ചാടിയിറങ്ങി...

“ഹോ....! ബടാ....! ബടാ....! പുറത്തുവാ...” നോക്കി നിന്നവർ വിളിച്ചു പറഞ്ഞു.

ഒറ്റനിമിഷം മാത്രമാണ് ബടാ സമാധിക്കുള്ളിൽ ചെലവഴിച്ചത്. കക്ഷത്തിലുള്ള ഓടക്കുഴൽ ശവപ്പെട്ടിക്കരികിൽ വെച്ച്....‘ചേട്ടാ....’ എന്നു വിളിച്ച്, രണ്ടിറ്റ് കണ്ണീർ തൂകിയ ശേഷം അയാൾ വേഗത്തിൽ കയറിവന്നു.....

മുകളിലത്തെ പടിമേൽ രാമേരിപ്പടാ നിന്നിരുന്നു. മെന്നയുടെ കരം അവന്റെ ചുമലിലാണ്. ബടായുടെ കക്ഷത്തിൽ ഓടക്കുഴലില്ലെന്ന കാര്യം ശ്രദ്ധിച്ചത് മെന്നമാത്രമാണ്.

“പലകയെടുക്ക്, കല്ല്.... കല്ല്....” ഹപു തന്റെ ജോലിക്കാർക്ക് നിർദ്ദേശം നല്കി.

സമാധി മൂടുന്നത് ശ്രദ്ധിച്ചുകൊണ്ട് നില്ക്കുകയായിരുന്ന മെന്ന ഉറച്ച സ്വരത്തിൽ പറഞ്ഞു.

“കേൾക്ക്....! കേൾക്ക്....! നേതാവിപ്പോൾ ഭൂമിയിലില്ല. ആകാശത്തിലേക്കുയർന്നുകൊണ്ടിരിക്കയാണ്. ക്രൗഞ്ചപ്പക്ഷിയെപ്പോലെ.... പരുന്തിനെപ്പോലെ... ആകാശത്തിൽ പറന്നുയരും... പൊൻതുമ്പിയെപ്പോലെ ആകാശത്തെ ചുംബിക്കും. ഒരു നിമിഷം നിർത്തിയ മെന്ന തുടർന്നു: “ശാന്തതയോടെ.... അദ്ദേഹം മഹാദേവന്റെ അരികിലേക്ക് നീങ്ങുകയാണ്.”

ജനങ്ങൾ സന്തോഷസ്വരങ്ങൾ പുറപ്പെടുവിച്ചു...

സെമയുടെ നിർദ്ദേശാനുസരണം ഖ്നേംഹോടെപ് ഏവരും കേൾക്കത്തക്കവിധം വിളിച്ചു പറഞ്ഞു.

“ഇത് കേൾക്ക്....! രാജഗൃഹത്തിന്റെ വയലിൽ ഉടനെ ചാവടിയന്തിരമാരംഭിക്കുന്നതാണ്. എല്ലാവരും അങ്ങോട്ട് പോകണം.... അങ്ങോട്ട് പോകണം.....”

പതിനാറ്

ബെക്കുവിന്റെ നേതൃത്വത്തിലുള്ള ഭടന്മാർ നദീതീരത്ത് അങ്ങിങ്ങായി കാവൽ നില്ക്കയായിരുന്നു. ഏറ്റവും താഴത്തായി നില്ക്കയായിരുന്ന ഭടൻ ഓടിക്കിതച്ച് ബെക്കുവിന്റരികിലെത്തി.

"മൂന്ന് പായകൾ കാണുന്നു. ഈ ഭാഗത്തുള്ളതല്ല.... വലിയതാണ്..."

ബെക്കു ചിന്താധീനനായി. നേരിടേണ്ട വഴികളെപ്പറ്റി അയാൾ മനസ്സിൽ ചർച്ചനടത്തി. മൂന്നു തോണികളും ഒന്നിച്ചടുക്കുകയാണെങ്കിൽ സഹായത്തിന് ആൾക്കാർ വേണ്ടിവരും. ശേഷിച്ച അയിമ്പതു ഭടന്മാരെയും കൂട്ടി ഔട്ടയും വരട്ടെ. ദളപതിയെയും വിളിക്കണം. ആ തോണികൾ കടവിൽവരാതെ താഴെഭാഗത്ത് അടുത്താലോ! ഉടനെ അങ്ങോട്ടേക്കു നീങ്ങണം. നോക്കാം. എവിടേക്കാണ് അതിന്റെ നീക്കമെന്ന് നോക്കാം....

കാത്തുനില്പാരംഭിച്ചു.

പായകൾ വ്യക്തമായി കാണപ്പെട്ടു തുടങ്ങി. നീണ്ട പായത്തൂണുകൾ. മൂന്നു തോണികൾ നിറയെ ആൾക്കാരും.

എന്തിനാണിതെല്ലാം....? മുന്നിലുള്ള തോണി വേഗത്തിൽ പാഞ്ഞു വരികയാണല്ലോ. മറ്റു രണ്ടെണ്ണം അല്പം പതുക്കെയാണ് നീങ്ങുന്നത്.

മുന്നിലത്തെ തോണി കടവിലേക്കാണ് വരുന്നത്. ബടായുടെ തോണിയുണ്ടെങ്കിലും അതിനും അടുക്കാനുള്ള സ്ഥലമുണ്ട്.

അതാ....! അതിന്റെ മുന്നിൽ കാണുന്നതെന്ത്? പ്പടാ വിഗ്രഹമോ....? ഇനേനിയും അടുത്തുണ്ടല്ലോ....! വിഗ്രഹത്തിന്റെ പിന്നിലാരാ.....? ഓ.... പ്രധാനപൂജാരി....! ബകില...നുട്മോസ്.... പരിചാരകൻ... വില്ലാളികൾ.... പിന്നിലുള്ളവ താഴെ ഭാഗത്തടുക്കുമോ....? ഇല്ല....ഇല്ല... ഇങ്ങോട്ടുതന്നെ

പാഞ്ഞുവരികയാണ്.

ഇനി ഒട്ടും വൈകിക്കൂട... ബെക്കു വില്ലുകുലച്ചു. ഒന്നിച്ചുള്ളവരും തയ്യാറായി.

പെട്ടെന്ന് തോണിയിലെ പ്ടാ വിഗ്രഹത്തിന് മുന്നിൽ നീലവെളിച്ചം ആളിപ്പടർന്നു....! കണ്ണ് മങ്ങിപ്പോയി... ഉച്ചത്തിലുള്ള പ്ടാസ്തോത്രം....! ചിലർ ജയഘോഷം മുഴക്കുന്നു.

“സൃഷ്ടികർത്താവേ.....പ്ടാ....! മഹാദേവാ....പ്ടാ....!”

ചതി.....! ചതി.....!

പ്ടാവിഗ്രഹം കണ്ടമാത്രയിൽ വില്ലുകുലച്ചിരുന്ന ഭടന്മാരുടെ ശിരസ്സുകൾ കുനിഞ്ഞു.

“ചതി.....! ചതി....! എഴുന്നേല്ക്ക്....! എഴുന്നേല്ക്ക്.....!” ബെക്കു വിളിച്ചുപറഞ്ഞു.

തലകുനിച്ചിരുന്നവർ അമ്പരന്നു. എഴുന്നേല്ക്കാൻ തുനിഞ്ഞു. അപ്പോഴേക്കും തോണിയിൽനിന്ന് ബാണങ്ങൾ പാഞ്ഞുവന്നുതുടങ്ങി.

തോണിയിലെ ഈശ്വരസങ്കീർത്തനത്തോടൊപ്പം കരയിൽനിന്ന് ആർത്തനാദവും ഉയർന്നുപൊങ്ങി.

ആ ദൈവവിഗ്രഹത്തിനു മുന്നിൽവച്ചുതന്നെ പ്രധാനപൂജാരിയെയൊ, ബകിലനെയോ, ഇനേനിയെയോ ബലിയാക്കണമെന്നു നിശ്ചയിച്ച് ബെക്കു ശരംതൊടുത്തു.

ആ ശരം പായത്തൂണിൽ തട്ടി താഴെവീണു.

“അവനെ.....” ബകില ആക്രോശിച്ചു.

മൂന്നു ബാണങ്ങൾ ഒന്നിച്ച് ബെക്കുവിന്റെ നെഞ്ചിൽ വന്നു തറച്ചു. നീരാനയുടെ പ്രതിമ സ്ഥാപിച്ചിരുന്ന തറയിൽ താങ്ങിപ്പിടിച്ച് ബെക്കു താഴേക്കുരുണ്ടുവീണു.

രണ്ടാമത്തെ തോണിയിലുള്ള ഭടന്മാർ ഘോഷത്തോടെ തുള്ളിയിറങ്ങി... വില്ലുകളുടെ ഞാണൊലികൾ മുഴങ്ങി.... കുന്തമുനകൾ ചുവന്നു... ഗദകൾ ആഞ്ഞുപതിഞ്ഞു... ചെറിയ ഓട്ടുകത്തികൾ വായുവിൽ സഞ്ചരിച്ചു. ഇടയ്ക്കിടെ ഇരുമ്പുവടികളും പ്രയോഗിച്ചു.

കരയ്ക്കുനിന്ന ഭടന്മാരിൽ ചിലർ രാജഗൃഹത്തിലേക്ക് തിരിഞ്ഞോടി. ബാക്കിയുള്ളവരിൽ ചിലർ മരിച്ചുവീണു. അംഗഭംഗം വന്നവരെ കൂട്ടിക്കെട്ടിയിട്ടു. നിരായുധരാക്കിത്തീർത്തവരെയും പിടിച്ചുകെട്ടി.

ഇനേനി ബെക്കുവിനെ ചൂണ്ടിക്കൊണ്ട് പറഞ്ഞു.

“അവൻ ആ മെനെപ്പടായുടെ അംഗരക്ഷകനായി മെംഫീസിൽ വന്നവനാണ്. മരുന്നിനുവേണ്ടി ഒരിക്കൽ ക്ഷേത്രത്തിൽ വന്നിരുന്നു. അവൻ ജയിലിൽനിന്ന് രക്ഷപ്പെട്ടവനാണ്.....”

ബകില ചാടിയിറങ്ങി. ബെക്കുവിന്റെ നെഞ്ചിലെ ശരങ്ങൾ വലിച്ചെടുത്തു... അവസാനത്തെ ശ്വാസം ചെറിയൊരു ശബ്ദത്തോടെ പുറത്തു

കടന്നു... അപ്പോഴും ആ കണ്ണുകളിൽ നിന്ദാഭാവം നിഴലിച്ചിരുന്നു. ബകില അവനെ കാലുകൊണ്ട് തള്ളിമാറ്റി.

"ഇനിയുള്ളത് ഔട്ടയാണ്. അവന്റെകൂടെയും അയിമ്പതുപേരുണ്ട്. പിന്നെ ദളപതി...." നുട്മോസ് ബകിലന് വിവരിച്ചുകൊടുത്തു.

"വരിവരിയായി അണിനിരക്കുവിൻ...." ബകില കല്പിച്ചു.

മൂന്നാമത്തെ തോണിയിലുള്ളവർക്ക് അയാൾ നിർദ്ദേശങ്ങൾ നല്കി.

"സാധനങ്ങളെല്ലാമിറക്കിവെക്ക്. തടവിൽ പിടിച്ചവരെയെല്ലാം ആ വലയിട്. പ്രധാനപൂജാരിയുടെ പല്ലക്ക് കരയ്ക്കെടുത്ത് വെക്ക്. ആരും ഓടിപ്പോകാതെ നോക്കേണ്ടത് നിങ്ങളുടെ ചുമതലയാണ്....

ദൈവവിഗ്രഹത്തിന് മറഞ്ഞുനില്ക്കയായിരുന്ന ഹേപാട് അല്പം മുന്നോട്ട് നീങ്ങിനിന്നു. ഈ യുദ്ധത്തിന്റെ ചുമതല ആ സേനാപതിയെ തന്നെ ഏല്പിക്കേണ്ടതായിരുന്നെന്ന് അയാൾക്ക് തോന്നി.... വാശിപിടിച്ചാണ് പുറപ്പെട്ടുവന്നത്.... തന്റെ ധൈര്യം ഫെറോവിന് മനസ്സിലാകണം... തന്റെ ശക്തി മന്ത്രിയെയും ബോദ്ധ്യപ്പെടുത്തണം... എന്നെല്ലാമുദ്ദേശിച്ചാണ് പുറപ്പെട്ടത്.... എന്നാലിപ്പോൾ... വളരെ കരുതലോടെ ഇരിക്കേണ്ടിയിരിക്കുന്നു.... പായത്തൂണിൽ വന്നു കൊണ്ട ബാണം തലയിലായിരുന്നെങ്കിൽ...

ഇനേനി വന്ന് അറിയിച്ചു.

"ഒന്നും ഭയപ്പെടാനില്ല. പ്ടാ വിഗ്രഹത്തിനുമുന്നിൽ എല്ലാവരും മുട്ടുകുത്തുകയാണ്. താങ്കൾ സമാധാനത്തോടെ വിശ്രമിച്ചാലും...."

ഇനേനി പറഞ്ഞില്ലെങ്കിലും ഹേപാട് വിശ്രമിക്കാനുള്ള ഒരുക്കത്തിലായിരുന്നു. ഏതായാലും ഇവൻ വന്നു പറഞ്ഞ സ്ഥിതിക്ക് വഷളാവാതെ വരികയും ചെയ്തു.

കഴിഞ്ഞതവണ ബകില വന്നപ്പോൾ തോണിക്കടവിൽ തറയോ പ്രതിമയോ ഉണ്ടായിരുന്നില്ല.... ബകില അക്കാര്യം ഹേപാടിന്റെ ശ്രദ്ധയിൽപെടുത്തി.

"ഇത് അതിരില്ലാത്ത അഹങ്കാരമാണ്...." നുട്മോസ് പറഞ്ഞു.

പെട്ടെന്നുണ്ടായ സംഘർഷത്തിൽ ആ തറ ഹേപാടിന്റെ ദൃഷ്ടിയിൽ പെട്ടിരുന്നില്ല. ബകില ഓർമ്മിപ്പിച്ചപ്പോൾ അയാൾ ആ തറയും പ്രതിമയും സൂക്ഷിച്ചുനോക്കി. ഈജിപ്തിലെ മറ്റൊരു പ്രവിശ്യയിലുമില്ലാത്തത്... ഇതും കലാപത്തിന്റെ സങ്കേതമാണ്...

"അത് നീരാനയല്ലേ....?"

"അതേ.... കല്ലിന്റേതാണ്...."

"കല്ലിന്റേതല്ലേയെന്നാണ് ഞാനും ചോദിച്ചത്. ജീവനുള്ളതിന് എത്ര വലിപ്പമുണ്ടാകുമെന്ന്... എന്താ.... എനിക്കറിയില്ലെന്ന് കരുതിയോ?"

"ക്ഷമിക്കണം...."

"ആ നീരാനയെ തള്ളിയിട്."

മൂന്നാമത്തെ തോണിയിൽനിന്ന് ഓടിന്റെ കോടാലിയും, മുനയുള്ള

കല്ലുകളും കല്ലിന്റെ ചുറ്റികകളും കൊണ്ടുവരപ്പെട്ടു. പത്തിരുപതു ഭടന്മാർ ആ കാര്യത്തിൽ മുഴുകി. അടിയേറ്റ് തറക്കല്ലുകളിളക്കി. പ്രതിമയെ ഊക്കോടെ തള്ളിയപ്പോൾ, തറക്കല്ലിൽ ചെന്നുകൊണ്ട് പൊട്ടിപ്പോകുന്ന തിനുപകരം നനഞ്ഞ മണ്ണിൽ വീണ് വെള്ളത്തിലേക്കുരുണ്ട് മുങ്ങി പ്പോയി.

ജനങ്ങളുടെ ശബ്ദം കേൾക്കാൻ തുടങ്ങിയപ്പോൾ ഇനേനി അല്പം ചായില്യപ്പൊടിയെടുത്ത് പ്പടാ വിഗ്രഹത്തിന്നിരുവശത്തും വിതറി. ഖ്നേം ഹോടെപും, ഔട്ടയും, സംഘവും, കൈയിൽ കിട്ടിയ ആയുധങ്ങളുമേന്തി സാധാരണക്കാരും മുന്നോട്ടോടിയെത്തിയപ്പോൾ പെട്ടെന്ന് ചായില്യം കത്തിജ്ജ്വലിച്ചു.... നീലപ്രഭയും പുകയും പോക്കുവെയിലിന്റെ മഞ്ഞ നിറത്തിൽ കൂടിക്കലർന്നു.

"ഭയക്കേണ്ട....! ആരും ഭയക്കേണ്ട....!" ഖ്നേംഹോടെപും, ഔട്ടയും വിളിച്ചുപറഞ്ഞു.

അവർ അങ്ങനെ പറഞ്ഞെങ്കിലും മിക്കവരും പ്ടാമൂർത്തിയുടെ മുന്നിൽ മുട്ടുകുത്തിപ്പോയി.....! ഭയം, നേരിടാത്ത ചില ഭടന്മാർ വില്ലുകുലച്ച് ബാണം തൊടുത്തുവിട്ടു. ശത്രുക്കളെ ഓടിക്കയും നദിയിൽ തള്ളിയിടു കയും ചെയ്തു.

ഹേപാട് തോണിയിൽ വിശ്രമിക്കുകയായിരിക്കുമെന്ന് ഖ്നേം ഹോടെപ് കരുതി. ഇനേനിയും നുട്മോസും മാത്രമേ പുറത്ത് കാണ പ്പെടുന്നുള്ളു. ബകിലനെ തീരത്തുവച്ചുതന്നെ കണ്ടു. ഉടനെ ഖ്നേം ഹോടെപ് വില്ലുയർത്തി അമ്പെടുക്കാൻ കൈനീട്ടി. പക്ഷേ, ബാണം കൈയിലെടുക്കുന്നതിനു മുമ്പുതന്നെ ഒരു വല അയാളുടെ മേൽ വന്നു വീണു. വലച്ചരട് വലിച്ചപ്പോൾ അയാൾ മൂക്കുകുത്തി വീണു. എഴു ന്നേല്ക്കാൻ ശ്രമിച്ചെങ്കിലും പിന്നിലുള്ളവർ അയാളെ വലയ്ക്കുള്ളിൽ ചുരുട്ടിക്കൂട്ടി കൈകാലുകൾ ബന്ധിച്ചു.

"ദളപതി വലയിൽ വീണു.....!"

ഓർക്കാപ്പുറത്തുണ്ടായ തിരിച്ചടി.

"പിന്തിരിയേണ്ട....! പിന്തിരിയേണ്ട...." ഔട്ട വിളിച്ചു കൂവിയെങ്കിലും ജനങ്ങളുടെ ആർത്തവിലാപത്തിലും, ഹാഹാ കാരത്തിലും അത് മുങ്ങി പ്പോയതേയുള്ളു.

വിഗ്രഹത്തിനു മറവിൽ രക്ഷപ്പെട്ടു നില്ക്കയായിരുന്നു ഇനേനി ഔട്ടയെ ചൂണ്ടിക്കൊണ്ട് ബകിലനോട് വിളിച്ചുപറഞ്ഞു: "അതാ അവ നാണ് ഔട്ട. മെനെപ്പടായുടെ മറ്റൊരംഗരക്ഷകൻ. അവനും ജയിലിൽ നിന്ന് രക്ഷപ്പെട്ടവനാണ്....."

ബകിലന്റെ ഒറ്റക്കണ്ണ് ഔട്ടയുടെ നേർക്ക് തിരിഞ്ഞു. ചൂണ്ടുവിരൽ അയാൾക്കു നേരെ നീണ്ടു. ഔട്ട ഇനേനിക്കു നേരെ ഒരമ്പ് തൊടുക്കാൻ യത്നിക്കയായിരുന്നു. മൂന്നുബാണങ്ങൾ ഒന്നിച്ച് ആ മാറിൽ ആഞ്ഞു തറച്ചു. തന്റെ വില്ലിൽനിന്നും പാഞ്ഞുപോയ ശരം ഇനേനിയുടെ തുട

യിൽ മാത്രമേ കൊണ്ടുള്ളുവെന്ന് മറിഞ്ഞുവീഴുന്നതിനുള്ളിൽ ഔട്ട ശ്രദ്ധിച്ചു.

ശേഷിച്ചവരെയെല്ലാം നിരായുധരാക്കിത്തീർത്ത് കൈകാലുകൾ ബന്ധിച്ച് വലയ്ക്കുള്ളിൽ തള്ളാൻ ആക്രമണകാരികൾക്ക് വിഷമമുണ്ടാകില്ല.

നുട്മോസ് ഹേപാടിനെ അറിയിച്ചു.

"നൂറ് ഭടന്മാരേയുള്ളു. കലാപക്കാരുടെ പട പൊടിപൊടിയായിത്തീർന്നു. ഇനി അങ്ങ് ജനങ്ങൾക്ക് ദർശനമരുളിയാലും. കോലും തണ്ടുകളും താഴത്തിട്ട് മുട്ടുകുത്തിയിരിക്കുന്ന ആ ദരിദ്രപ്പരിഷകൾ അങ്ങയുടെ അനുമതിയില്ലാതെ തലയുയർത്തില്ല."

ഹേപാട് എഴുന്നേറ്റിരുന്നു. വെള്ളിപ്പിടിയുള്ള അധികാരദണ്ഡെടുത്തുപിടിച്ച് നുട്മോസിന്റെ സഹായത്തോടെ കടവിലിറങ്ങി.

ലഹരി ബാധിച്ചവരെപ്പോലെ എഴുന്നേറ്റു നില്ക്കുന്ന ജനങ്ങളെ ആശീർവദിച്ചുകൊണ്ട് ഹേപാട് പറഞ്ഞു....

"പ്പടാ നിങ്ങളെ അനുഗ്രഹിക്കട്ടെ...."

ഹേപാട് അനുഗ്രഹാശിസ്സുകൾ നല്കുന്നതിനിടയിൽ ബകിലന്റെ നിർദ്ദേശപ്രകാരം സൈന്യം ആ ജനക്കൂട്ടത്തെ വളഞ്ഞുനിന്നു.

ദൈവവിഗ്രഹമേന്തിക്കൊണ്ട് ദേവദാസന്മാർ കരയ്ക്കിറങ്ങി. അമാലന്മാരുടെ ചുമലിലുള്ള പല്ലക്കിൽ ഹേപാട് ചാർന്നിരുന്നു. ഇനേനിയുടെ മുറിവേറ്റ തുടയിൽ ദേവദാസൻ ചണവസ്ത്രം ചുറ്റിക്കെട്ടി.

''എനിക്ക് നടക്കാനാകില്ല. ചത്തുപോകും. ഇതൊരു ചുടുകാടാണ്. എവിടെ നിന്നെങ്കിലും ഒരു പല്ലക്കെടുത്തുകൊണ്ടുവാ. അതുവരെ തോണിയിൽ തന്നെയിരിക്കാം...." ഇനേനി പറഞ്ഞു.

"പല്ലക്ക് രാജഗൃഹത്തിലുണ്ട്. തരുവിക്കാം." നുട്മോസ് അറിയിച്ചു.

നീരാന പ്രവിശ്യയിലെ മുറിവേറ്റ ഭടന്മാരെയെല്ലാം ഒരേ ദിക്കിൽ വലിച്ചിട്ടു. തടവുകാരായി പിടിച്ചവരെ വലയിൽ കുടുക്കിവിട്ടു.

ബെക്കുവിന്റെയും ഔട്ടയുടെയും മൃതദേഹങ്ങൾ തറയുടെ മീതെ എടുത്തിട്ടു. വലയ്ക്കകത്ത് പിടഞ്ഞുകൊണ്ടിരുന്ന ഖ്നേംഹോടെപിനെയും അവിടേക്ക് വലിച്ചിഴച്ച് കൊണ്ടുവന്നു.....

ഒരു ഭടന്റെ കൈയിൽനിന്ന് കുന്തം പിടിച്ചുവാങ്ങിക്കൊണ്ട് ബകില വലയ്ക്കുള്ളിൽ മലർന്നുവീണ ഖ്നേംഹോടെപിന്നരികിലേക്ക് ഓടിവന്നു. ഇരയെ കണ്ടുകിട്ടിയ ആവേശത്തോടെ അയാൾ ഗർജ്ജിച്ചു... പൊട്ടിച്ചിരിച്ചു.... അയാളുടെ ഒറ്റക്കണ്ണ് ചുരുങ്ങുകയും വികസിക്കുകയും ചെയ്തു. നീണ്ടൊരു ആക്രോശത്തോടെ അയാളുടെ കൈയിലെ കുന്തം വലയ്ക്കകത്ത് ആഞ്ഞു പതിഞ്ഞു. ഖ്നേംഹോടെപിന്റെ ഒരു കണ്ണിൽനിന്ന് ചോരത്തുള്ളികൾ തെറിച്ചുവീണു! വീണ്ടും ആ കുന്തം ഉയർന്നുതാണു. രണ്ടാമത്തെ കണ്ണും പൊട്ടിത്തെറിച്ചു....

"നിന്നെ കൊല്ലില്ല. നീ കുരുടനായി ഭിക്ഷ തെണ്ടിനടക്കുന്നത് കണ്ട്

എനിക്ക് ആനന്ദിക്കണം...."

ഇരവിഴുങ്ങിയ സംതൃപ്തിയോടെ ബകില പിന്തിരിഞ്ഞു.

"മെനെപ്പടായുടെ ശവസംസ്കാരം കഴിഞ്ഞത്രെ! അതിനുവേണ്ടി കൊട്ടാരത്തിൽനിന്ന് ഒരു പൂജാരി വന്നുപോലും...." ചിലർ നുട്മോസിനെ അറിയിച്ചു.

വാർത്തയറിഞ്ഞ് ഹേപാട് കോപാകുലനായിത്തീർന്നു. ഭ്രാന്തൻ മെന്ന....! അവന്റെ അവസാനമാണിന്ന്....!

ബകിലന്റെയും നുട്മോസിന്റെയും നേതൃത്വത്തിൽ തടവുകാരായി പിടിച്ചവരെക്കൊണ്ട് ഭടന്മാർ രാജഗൃഹത്തിലേക്ക് പുറപ്പെട്ടു. അവർക്കു പിന്നിൽ ദൈവവിഗ്രഹം ചുമന്നുകൊണ്ട് ദേവദാസന്മാർ നീങ്ങി. ഹേപാടിന്റെ പല്ലക്ക് അവരെ പിന്തുടർന്നു. പിന്നിലും ആയുധമേന്തിയ ഭടന്മാർ.... അവർ ജയഘോഷം മുഴക്കിക്കൊണ്ടിരുന്നു.

"മഹാദേവാ.....പ്പടാ...! മഹാദേവാ....പ്പടാ...!"

"മഹാ പൂജാരി ഹേപാട്.....! മഹാ പൂജാരി ഹേപാട്...."

ആ ഘോഷയാത്ര രാജഗൃഹത്തിന് നേർക്ക് നീങ്ങിപ്പോയി.

.... രാജഗൃഹത്തിന്റെ വയലിൽ ചാവടിയന്തിരം നടക്കുകയായിരുന്നു. ആയിരക്കണക്കിന് ജനങ്ങൾ എത്തിച്ചേർന്നിട്ടുണ്ട്. ഈ രണ്ട് റൊട്ടിയും, മധുരിക്കുന്ന കിഴങ്ങ് കറിയും, മറ്റ് പദാർത്ഥങ്ങളും ചേർന്ന ഭക്ഷണം.

നൂറോളം സ്ത്രീകൾ അടുപ്പിനരികിൽ റൊട്ടി ചുടുന്നതിൽ വ്യാപൃത രായിട്ടുണ്ട്. നൂറുകണക്കിന് പുരുഷന്മാരും അദ്ധ്വാനിക്കുന്നുണ്ട്. നേതാ വില്ലാത്ത രാജ്യം. ദുഃഖത്തിന്റെ ചുടുകാട്! ഹൃദയതലത്തിൽ ഭയത്തിന്റെ വിത്തുകൾ വേഗത്തിൽ വെന്തുകൊണ്ടിരുന്നു.....

അപ്പോഴേക്കും ശത്രുക്കളുടെ വൃന്താന്തം കേട്ടുതുടങ്ങി. പായകൾ കാണപ്പെടുന്നുണ്ടെന്നുമാത്രമേ ആദ്യം കേട്ടുള്ളൂ... അല്പം കഴിഞ്ഞ പ്പോൾ ഏറ്റുമുട്ടലുകൾ നടക്കുകയാണെന്ന വാർത്തയും വന്നെത്തി. സൈന്യത്തോടൊപ്പം ദൈവവും വന്നിട്ടുണ്ടത്രെ....!

"ഖ്നേമൂ.... മറ്റുള്ളവരെയും കടവിലേക്ക്... നിർണ്ണായകമായ പോരാട്ടം അവിടെയാണ്....!" ഹെംടി പറഞ്ഞു.

ഖ്നേംഹോടെപും ഔട്ടയും ഭടന്മാരും പുറപ്പെട്ടു. കൈയിൽ കിട്ടിയ ആയുധങ്ങളുമായി നൂറുകണക്കിനുള്ള സാധാരണക്കാരും അനുഗമിച്ചു.

പലരും ഭക്ഷണം വേണ്ടെന്നുവച്ച് തിരികെപോയി. വീട്ടിലുള്ള മക്ക ളുടെയും ബന്ധുക്കളുടെയും ചിന്തയാണവർക്ക്. ഒരുതരം ഭീതി അവരെ പിടികൂടി... എന്തൊക്കെയാണോ ഇനി സംഭവിക്കുക.....!

കടവിലെ ഉഗ്രമായ പോരാട്ടത്തിൽ പരാജയം നേരിട്ടെന്നവാർത്ത കേട്ട് ഹെംടി പറഞ്ഞു...

"യുദ്ധത്തിന്റെ തന്ത്രങ്ങളും അടവുകളുമറിയാത്തവരെക്കൊണ്ട് ചെറുത്തുനില്പെങ്ങനെ സാധിക്കും....?"

"ഇനിയോ...?" സെമ ചോദിച്ചു.

"സാധാരണ ഇത്തരം സന്ദർഭങ്ങളിൽ കീഴടങ്ങുകയെന്നതാണ് പണ്ടുപണ്ടേയുള്ള രീതി....."

"കീഴടങ്ങയോ....?" ബടാ വായാ പിളർന്നു.

സ്നോഫ്രു നെടുവീർപ്പിട്ടു.

"ആരും പിരിഞ്ഞു പോകല്ലേ. എല്ലാവരും ഭക്ഷണം വാങ്ങ്. നാമെല്ലാം ഒരേ വംശക്കാരാണ്. ഒന്നിച്ച് നീന്താം..... മുങ്ങുന്നെങ്കിൽ ഒന്നിച്ചുമുങ്ങാം...." സെമ വീണ്ടും വീണ്ടും വിളിച്ചുപറഞ്ഞുകൊണ്ടിരുന്നു.

"ജനങ്ങൾ ഒസൈരിസിന്റെയും മെനെപ്പടായുടെയും നാമോച്ചാരണം നടത്തുന്നത് നല്ലതാണ്...." മെന്ന ബടായോട് പറഞ്ഞു.

ആർത്തനാദംപോലെ ബടായുടെ ശബ്ദം പൊങ്ങി.

"ഓ... ഒസൈരിസ്....! ഓ... ഒസൈരിസ്.....!"

"ഓ... മെനെപ്പടാ....! ഓ....മെനെപ്പടാ....!"

ജനം ഒന്നിച്ചുചേർന്നു. വീണ്ടും വീണ്ടും നാമം ഉച്ചരിച്ചു.

അപ്പോഴേക്കും കടവിൽനിന്നും പുറപ്പെട്ട ഘോഷയാത്ര കണ്ണിൽ പെട്ടുതുടങ്ങി.

ആകാശത്തുയരുന്ന പൊടിപടലങ്ങൾ അസ്തമനസൂര്യന്റെ പൊൻ കിരണങ്ങളെ മറച്ചുപിടിച്ചു.

പല്ലക്കിലിരുന്ന ഹേപാട് ക്ഷേത്രത്തിലേക്ക് ദൃഷ്ടിപായിച്ചു. പൂജാരിയുടെ സ്ഥിതിയെന്താ....? അവനെ വിളിപ്പിക്കണം... ഏതായാലും ഇരുട്ടുന്നതിനുമുമ്പേ ആക്രമണം തീർന്നല്ലോ. അതുതന്നെ സമാധാനം.

ബകിലനും ചിന്തിക്കയായിരുന്നു. വയലിൽ നിറഞ്ഞുനില്ക്കുന്ന ജനസമൂഹത്തെ പ്രധാനപൂജാരിയും ദൈവവിഗ്രഹവും ചേർന്ന് മെരുക്കിയെടുക്കും. ചിലരെ അവർക്കു കാവലായി നിർത്തി ബാക്കിയുള്ള ഭടന്മാരെ മുഴുവൻ രാജഗൃഹം വളയുന്നതിന് നിയോഗിക്കണം. അവിടെ സമ്പത്തുണ്ടാകും. ഇരുട്ടിയാലുടൻ പ്രധാനപൂജാരിയെ ക്ഷേത്രത്തിലേക്കയക്കണം. പിന്നെ.... പിന്നെ....

നുട്മോസ് തൃപ്തനാണ്. അബ്ടുയാത്രയിൽ ഫെറോവിന്റെ പല്ലക്ക് ചുമക്കാനുള്ള ഭാഗ്യം സിദ്ധിച്ചതിനുശേഷം ഒരു വർഷക്കാലം ഈ സുദിനത്തിനുവേണ്ടി കാത്തിരിക്കേണ്ടി വന്നു. തനിക്കിപ്പോൾ പ്രധാനപൂജാരിയെ തന്നെ ആശ്രയിക്കേണ്ടിയിരിക്കുന്നു. ഗേബു ഇനി ഇങ്ങോട്ട് വരുമെന്ന് തോന്നുന്നില്ല. അയാൾ വീണ്ടും വരുമെന്ന് പറയുന്നത് കളവാണ്; തനിക്കുതന്നെ സാമന്തരാജാവാകാൻ കഴിയും....

ഇരുഭാഗത്തുമുള്ള ജയഘോഷങ്ങൾ നിലച്ചു. ദൈവവിഗ്രഹത്തെയും പ്രധാനപൂജാരിയെയും സൈന്യത്തെയും കണ്ട് വയലിൽ കൂടിനിന്നവർ മിഴിച്ചുനിന്നുപോയി....

സെമയും സ്നോഫ്രുവും ബടായെ അടുത്തുവിളിച്ചു.

"ബടാ..... പിന്നിലെ വാതിലിലൂടെ രക്ഷപ്പെട്. നെഫീസും രാമേ

രിയും ഇവരുടെ കൈയിലകപ്പെടരുത്. വേഗത്തിലോട്....."

മെന്നയെനോക്കി സ്നോഫ്രു തുടർന്നു.....

"സ്വാമീ....., നിങ്ങളും ബടായോടൊപ്പം പോകൂ...."

ബടായും മെന്നയും രാജഗൃഹത്തിന്റെ പിൻവാതിലിലൂടെ പുറത്തു കടക്കുന്നത് ബടായുടെ തോണിക്കാർ ശ്രദ്ധിച്ചു. അവരും മറ്റുള്ളവരറിയാതെ അവരെ പിന്തുടർന്നു....

രാജഗൃഹത്തിന്റെ കുളത്തിനരികിൽ നില്ക്കുകയായിരുന്ന നെഖെനും ആ തോണിക്കാരുടെ പിന്നാലെ പുറപ്പെട്ടു.

അല്പനിമിഷംകൂടി കഴിഞ്ഞിരുന്നെങ്കിൽ അവർക്ക് പുറത്ത് കടക്കാനാകുമായിരുന്നില്ല. ബകിലന്റെ ആജ്ഞാനുസരണം ഭടന്മാർ രാജഗൃഹം വളഞ്ഞുകഴിഞ്ഞിരുന്നു.

രാജഗൃഹത്തിനുമുന്നിലുള്ള പൂന്തോട്ടം കണ്ട് ഹേപാട് ആശ്ചര്യപ്പെട്ടു. അവിടത്തെ ഒതുക്കവും നീതിയും കണ്ട് അയാൾ പറഞ്ഞു: "ഇവർ പ്രചണ്ഡരാണ്....."

ഇപ്പോൾതന്നെ ഇതടിച്ചു തകർക്കണം.... ഇല്ലെങ്കിൽ ഒന്നു രണ്ടു വർഷത്തിനുള്ളിൽ ഇവർ പടർന്നു പന്തലിക്കും. ഈ വിഷം ഈജിപ്തിലാകെ വ്യാപിക്കും. ഉഗ്രമായിത്തീരും. പിന്നീടിതിനെ പിഴുതുമാറ്റാൻ സാധിച്ചെന്നു വരില്ല. രാജ്യത്തെയും സമൂഹത്തെയും താൻ രക്ഷപ്പെടുത്തി. പ്രധാനപൂജാരി രാഷ്ട്രരക്ഷകനും കൂടിയാണ്.

സ്വയം സംതൃപ്തനായി ഹേപാട് നിവർന്നുനിന്നു.

പ്ടാവിഗ്രഹം ഉയർന്നുകാണപ്പെട്ടിരുന്നു. നാട്ടിലെ ക്ഷേത്രത്തിലുള്ളതുപോലെ... പക്ഷേ അല്പം ഉയരം കൂടുതലുണ്ട്... സമർത്ഥനായ ശില്പി പണിതതാകണം.

ഹേപാട് പല്ലക്കിൽനിന്നിറങ്ങി. ദൈവവിഗ്രഹം രാജഗൃഹത്തിന്റെ മുന്നിൽ കൊണ്ടുവെക്കാൻ കല്പിച്ചു. വയലിലുള്ളവർ അന്യോന്യം മന്ത്രിച്ചു: 'ഹേപാട്....! ഹേപാട്....!'

ജനസമൂഹം ഒന്നിച്ച് മുട്ടുമടക്കി. ഹേപാടിന് ദേഷ്യവും സന്തോഷവും ഒന്നിച്ചുണ്ടായി. തുടയ്ക്ക് ബാണംതറച്ചെന്ന് പറഞ്ഞ് കള്ളൻ ഇനേനി തോണിയിൽതന്നെ ഇരുന്നുകളഞ്ഞു. അവനെക്കൊണ്ട് പറയിക്കേണ്ട കാര്യങ്ങൾ ഇപ്പോൾ താൻതന്നെ പറയേണ്ടിവന്നിരിക്കുന്നു. ആ ബകിലനാണെങ്കിൽ രാജഗൃഹം പിടിച്ചടക്കാൻ പുറപ്പെടുകയും ചെയ്തു.

നുട്മോസിനെ അടുത്തേക്ക് ആംഗ്യംകാട്ടി വിളിച്ച് ഹേപാട് പറഞ്ഞു: "ആ ഇനേനി വേണം. ഉടനെ കൂട്ടിക്കൊണ്ടു വാ....."

"ഗേബു ഉപയോഗിച്ചിരുന്ന ഒരു പല്ലക്കുണ്ടാകണം. നോക്കാം....."

"പല്ലക്കില്ലെങ്കിൽ തലയിലെടുത്തുകൊണ്ടുവാ...." ഹേപാട് ഭയപ്പെടുത്തി.

ഇനേനിയുടെ ഭാരം താങ്ങുന്നവർ നടുവൊടിഞ്ഞു വീണു പോകു

മെന്നുള്ളത് നിശ്ചയമാണ്.... നുട്മോസ് രാജഗൃഹത്തിലേക്കോടി. ഭാഗ്യം.... പല്ലക്കവിടെത്തന്നെയുണ്ട്.

ഹേപാട് ദേവദാസന്മാരോട് പ്ടാസ്തോത്രം ചൊല്ലാൻ നിർദ്ദേശിച്ചു.

സ്തോത്രത്തിന്റെ ഭക്തിമാധുരിയിൽ ലയിച്ച് ജനം അതേ നിലയിൽ മുട്ടുകുത്തിനിന്നു. ചിലർ കൈയിലുണ്ടായിരുന്ന ഭക്ഷണം അരവസ്ത്രത്തിന്റെ മടക്കിൽ ഒളിച്ചുവച്ചു.

സ്തോത്രം തുടരുന്നതിനിടയിൽ ഹേപാട് ബകിലനെ വിളിപ്പിച്ച് ആജ്ഞാപിച്ചു:

"മൂത്തവരുടെ സമിതിയിലെ സദസ്യരെയും മറ്റു പ്രമുഖരെയും പിടിച്ചുകെട്ട്. റാ അസ്തമിച്ചാലുടൻ ക്ഷേത്രത്തിൽ വിശേഷപൂജ. നാട്ടിലെ ജനങ്ങളെല്ലാം അവിടെയെത്തണമെന്ന് വിളംബരം ചെയ്യ്. പൂജയ്ക്കെത്തിച്ചേർന്നാൽ ആരോഗ്യമുള്ള സ്ത്രീകളെയും പുരുഷന്മാരെയും വേർപെടുത്തി തടവുകാരാക്കി പിടിക്കണം. പതിനായിരം ദാസീദാസന്മാരെയെങ്കിലും ഇവിടെനിന്ന് നമുക്ക് കൊണ്ടുപോകണം...."

"സൈന്യത്തിലേക്ക് യോദ്ധാക്കൾ വേണമല്ലോ....."

"നാളെമുതൽ ഗ്രാമപ്രദേശങ്ങളിൽ സഞ്ചരിച്ച് ഇഷ്ടംപോലെ തെരഞ്ഞെടുത്തുകൊള്ളൂ....."

"എല്ലാവർക്കും മാപ്പ് നല്കിയിരിക്കുന്നെന്ന് അങ്ങ് കല്പിച്ചാൽ ചെറുത്തു നില്പുണ്ടാവില്ല......"

"ഹ.....! ഹ.....! രാജ്യതന്ത്രം എന്നെ പഠിപ്പിക്കയാണോ?"

"ക്ഷമിക്കണം....."

"ആരും ചെറുത്തുനില്ക്കില്ല. ഊക്കുള്ളവരെ ബന്ധിക്കുന്നതിന് പകുതി സൈന്യത്തെ ക്ഷേത്രത്തിലയയ്ക്കൂ. കുറച്ചുപേർ ഇവിടെ നില്ക്കട്ടെ. ശേഷിച്ചവർ നീരാനപട്ടണത്തിന് തീ കൊളുത്തട്ടെ. ഈ വയലും വിളയുമെല്ലാം ചുട്ടുകരിക്കണം. ഇത് പാപത്തിന്റെ വിളയാണ്. പട്ടണത്തിലും ഉൾനാട്ടിലും ഒന്നും കൊയ്ത്ത് നടക്കരുത്. എല്ലാം ചുട്ടു ചാമ്പലാക്കണം....."

"കല്പനപോലെ... നുട്മോസ് അതും ഇതും വേണമെന്ന് ചോദിക്കാനിടയുണ്ട്....."

"ഒതുങ്ങിയിരിക്കണമെന്ന് അവനോട് പറയൂ. ഭൂപ്രഭുക്കളുടെ കന്നുകാലികൾ എത്രയാണെന്ന് നോക്കി കൊടുത്തേക്കൂ. പത്തുവീതം അടിമകളെയും ഏല്പിച്ചേക്കൂ. ഉം... ആ നീരാന പുഴുവിന്റെ കാര്യം... ശവം കാത്തുസൂക്ഷിക്കാൻ വിഡ്ഢിയായ ആ മന്ത്രിക്ക് കഴിഞ്ഞില്ല. ആ ശവം എനിക്കുവേണം... തുണ്ടം തുണ്ടമാക്കി മുതലകൾക്കെറിഞ്ഞുകൊടുക്കണം. എവിടെയാണുള്ളതെന്ന് കണ്ടുപിടിക്കൂ. ശവപ്പറമ്പിലുണ്ടാകും. ആ ഭ്രാന്തൻ മെന്നയും ഇവിടെയുണ്ടെന്നു തോന്നുന്നു. ഇനേനി വന്നാലുടൻ പറയൂ. കണ്ടുപിടിച്ചുകൊള്ളും. അവനെ വിടരുത്. ആ ക്ഷേത്രത്തിലെ പൂജാരിയുടെ ഗതിയെന്താ ചത്തുപോയോ....? ക്ഷേത്രത്തിലേക്ക്

സൈന്യത്തെ അയയ്ക്കൂ.... പോകൂ....പോകൂ...."

ബകില രാജഗൃഹത്തിലേക്കോടി.

"സ്തോത്രം നിർത്തരുത്. പാടിക്കൊണ്ടിരിക്കണം....." ഹേപാട് ദേവദാസന്മാരോട് നിർദ്ദേശിച്ചു.

മുട്ടുകുത്തി കുനിഞ്ഞു നില്ക്കുന്നവർ തങ്ങളെ ആവരണം ചെയ്തിരിക്കുന്ന മായാജാലത്തിൽ നിന്ന് പുറത്തുവരാനാകാതെ അങ്ങനെ തന്നെ നിന്നു.

ദൈവവിഗ്രഹത്തിനടുത്ത് വെള്ളിപ്പിടിയുള്ള അധികാരദണ്ഡ് പിടിച്ചു നില്ക്കുന്ന ഹേപാടിനുതോന്നി....! ഇത് ഭക്തിയുടെ കള കൊത്തിത്തി ന്നാൻ വയലിലിറങ്ങിയ പക്ഷിക്കൂട്ടമാണ്.

... അപെടിനെ വിളിച്ചുകൊണ്ട് വരാൻ ക്ഷേത്രത്തിലേക്കുചെന്ന ഭടന്മാർ അവിടെ കാവൽനില്ക്കുന്ന നീരാനയിലെ രണ്ട് ഭടന്മാരുമായി ഏറ്റുമുട്ടി.

"നീ......ആര്.....?"

"നീ... ആര്.....?"

ശബ്ദംകേട്ട് അപെട് പുറത്തേക്ക് നോക്കി വിളിച്ചു പറഞ്ഞു...., "പൂജാരി ഇവിടെയാണ്. ഞാൻ രാവിലെ മുതല്ക്കേ തടവിലാണ്. എന്നെ വിടുവിക്കൂ...."

രാജഗൃഹത്തിൽനിന്നും വഴിയിൽ ഉയരുന്ന ശബ്ദകോലാഹലങ്ങൾ അപെടിനെ സന്തോഷിപ്പിക്കയായിരുന്നു. ഇടയ്ക്കിടെ അയാൾ വാതിലി ന്നിടയിലൂടെ എത്തിനോക്കയും ചെയ്തുകൊണ്ടിരുന്നു. ഇത്ര സന്തോഷം നിറഞ്ഞ ഒരു ദിവസത്തിൽ വിശന്നിരിക്കുന്നതെന്തിന്? ശ്രീകോവിലിന്റെ അരികിലുള്ള വാതിലിലൂടെ ഭക്ഷണം അകത്തേക്ക് കൊണ്ടുവരുവിച്ചു. ദൈവത്തിന്റെ മുന്നിൽ വെച്ചുതന്നെ ഭക്ഷണം കഴിച്ചു.

ഏതായാലും രാജധാനിയിൽനിന്ന് വിമോചനത്തിനുള്ള ഭടന്മാരെ ത്തിച്ചേർന്നല്ലോ.

"ഒരടി മുന്നോട്ട് നീങ്ങിയാൽ ഈ ശരം നിങ്ങളുടെ നെഞ്ച് പിളർക്കും....." കാവൽ നിന്നിരുന്ന ഭടന്മാർ പറഞ്ഞു.

"പത്തുവില്ലുകൾക്കു മുന്നിൽ രണ്ടെണ്ണം.....! ഭ്രാന്തന്മാർ.....! ഈ ദൈവസന്നിധിയിൽ പോരാട്ടം വേണ്ട......" അപെട് പറഞ്ഞു.

"പ്രധാനപൂജാരി വിളിക്കുന്നു. നിങ്ങളുടനെ രാജഗൃഹത്തിലെത്ത ണം...." പത്തുപേരിലൊരാൾ അപെടിനെ അറിയിച്ചു.

ആ രണ്ടു ഭടന്മാരും കാലത്തെ മുതല്ക്കേ അവിടെ കാവൽ നില്ക്ക യായിരുന്നു. നാട്ടിൽ നടന്നതെന്തൊക്കെയാണെന്ന് പൂർണ്ണമായി ഗ്രഹിക്കു വാൻ അവർക്ക് കഴിഞ്ഞിരുന്നില്ല. എങ്കിലും ഒരു തരം ധൈര്യക്കേട് അവ രെയും ബാധിച്ചിരുന്നു. അപെട് റൊട്ടി തിന്നാൻ ക്ഷണിച്ചെങ്കിലും അവർ നിരാകരിച്ചു.

"നിങ്ങളുടെ സൈന്യം പൊടിപൊടിയായിത്തീർന്നു. പ്രായമായ

ശ്രേഷ്ഠന്മാരെല്ലാം ചത്തുവീണു. ദളപതിയെയും വലയിൽ പിടിച്ചു. നിങ്ങൾ കീഴടങ്ങുന്നതാണ് നല്ലത്....."

അവർ കീഴടങ്ങിയില്ല. അവരുടെ വില്ലുകൾ കുലഞ്ഞു. പത്തുപേരിൽ രണ്ടുപേർ മരിച്ചുവീണു. പകരംവന്ന ബാണങ്ങളേറ്റ് അവരും പിടഞ്ഞു മരിച്ചു.

"ഛെ....! ഛെ....! ഇത് നല്ല കുശാല്! ഈ ചത്തവരെ ഇവിടെനിന്ന് എടുത്ത് മാറ്റ്. നിങ്ങളിൽ ഒരു നാല്പേർ എന്നോടൊപ്പം വരണം. എനിക്ക് പേടിയൊന്നുമില്ല. ഒറ്റയ്ക്ക് തന്നെ പോകും. എങ്കിലും...." അപെട് പറഞ്ഞു.

അയാൾ അതിവേഗത്തിൽ രാജഗൃഹത്തിലേക്ക് നടന്നു. വേഗത കൂടിയതുകൊണ്ട് ഇടയ്ക്കിടെ നെടുവീർപ്പിടേണ്ടി വന്നു. വയലിനടുത്തെത്തിയപ്പോൾ ഓടുകതന്നെ ചെയ്തു.

"ഫെറോവിന്റെ ആയുരാരോഗ്യം വർദ്ധിക്കട്ടെ....."

അയാൾ ഹേപാടിന്റെ കാല്ക്കൽ സാഷ്ടാംഗം നമസ്കരിച്ചു. ഒരു കൈകൊണ്ട് പ്രധാനപൂജാരിയുടെ പാദവും മറുകൈകൊണ്ട് അധികാര ചിഹ്നവും പിടിച്ചു.

"എഴുന്നേല്ക്ക്....."

ആനന്ദക്കണ്ണീർ ചൊരിഞ്ഞുകൊണ്ട് അപെട് എഴുന്നേറ്റുനിന്നു.

പല്ലക്കിൽ നിന്നിറങ്ങിയ ഇനേനിയും പിന്നാലെ നുട്മോസും എത്തിച്ചേർന്നു.

ഇനേനിയുടെ തുടയിൽനിന്ന് രക്തം ഇറ്റിവീണുകൊണ്ടിരുന്നു. അതു കണ്ട് ഹേപാടിന് അല്പം സമാധാനമായി. ഇനേനിയും അപെടും അന്യോന്യം കണ്ടിട്ട് ഒരുപാട് വർഷങ്ങളായി. രാജകൊട്ടാരത്തിൽ പ്രധാനപൂജാരിയുടെ വലംകൈയായി മാറിയ സുഹൃത്തിനെ അപെട് കൺകുളിർക്കെ നോക്കിക്കണ്ടു. കുശലപ്രശ്നങ്ങൾക്കുള്ള സമയം അതല്ലല്ലോ.

പ്രധാനപൂജാരിയുടെ ആജ്ഞ ഇനേനി ജനങ്ങളെ അറിയിച്ചു.

"ഇത് കേൾക്ക്.....! നമ്മുടെ രാജ്യത്തെ മഹാനായ ധർമ്മ ഗുരു ഹേപാട് അവർകൾ നീരാനപ്രവിശ്യയിലെ ജനതയുടെ ദൈവഭക്തിയിൽ പരമസന്തുഷ്ടനായിത്തീർന്നിരിക്കുന്നു...."

ഹേപാട് വലതുകരമുയർത്തി.

ഇനേനി തുടർന്നു:

"പ്രധാനപൂജാരി എല്ലാവരെയും അനുഗ്രഹിച്ചിരിക്കുന്നു. ഇനി നിങ്ങൾക്കെല്ലാം എഴുന്നേല്ക്കാം....."

ജനസമൂഹം നിവർന്നുനിന്ന് ശ്വാസം വിട്ടു. അപെടിനെ വിളിച്ച് ഹേപാട് ചില നിർദ്ദേശങ്ങൾ നല്കി. അതിന്റെ അടിസ്ഥാനത്തിൽ അപെട് പറഞ്ഞു:

"ഭക്തന്മാരെ...., നമ്മുടെയെല്ലാം മഹാഇടയൻ ഇവിടെ വരുന്നതിനു

പകരം മഹാപൂജാരിതന്നെ ഇവിടേക്കെഴുന്നള്ളിയിരിക്കുന്നു.... ധർമ്മം സ്ഥാപിക്കുന്നതിനാണിത്....അല്പകാലം നാമെല്ലാം സെതിന്റെ ആരാധകരായിത്തീർന്നെന്നത് സത്യമാണ്. നമ്മുടെ ആ അപരാധം പ്രധാനപൂജാരിയവർകൾ സദയം ക്ഷമിക്കാനുള്ള വിശാലമനസ്കത കാട്ടിയിരിക്കുന്നു....."

ശ്രോതാക്കളിൽ ചിലർ അന്യോന്യം നോക്കി. എന്തു തെറ്റുകളാണ് തങ്ങൾ ചെയ്തത്.....! പക്ഷേ...., സ്വരമുയർത്തി അത് ചോദിക്കാനുള്ള ധൈര്യം ആർക്കും ഉണ്ടായില്ല.

"മഹാദേവനായ പ്ടായോടൊപ്പം നമ്മുടെ നാട്ടിലെ ദേവാലയത്തിൽ പ്രധാനപൂജാരി ഇന്നു രാത്രിയും നാളെയും വസിക്കുന്നതാണ്. ക്ഷേത്രത്തിൽ ഇന്ന് പ്രത്യേക പൂജയുണ്ട്. നീരാനയിലെ ഭക്തന്മാർക്ക് അദ്ദേഹം ഹിതോപദേശം നല്കുന്നതാണ്. ദൈവത്തെ ഭയപ്പെടുന്ന നിങ്ങളാരും തന്നെ രാജഗൃഹത്തിനു ചുറ്റുമുള്ള ഭടന്മാരെ ഭയപ്പെടേണ്ടതില്ല. നമുക്കെല്ലാം പരിചിതനായ ബകിലനാണ് സേനാനായകനായി വന്നിട്ടുള്ളത്...."

ഹേപാട് വീണ്ടും കൈയുയർത്തി.

"നിങ്ങൾക്കിനി പോകാം....."

വയൽ നിർജ്ജീവമായിത്തുടങ്ങി.

ബകില കടന്നുവന്ന് അറിയിച്ചു.

"മൂത്തവരുടെ സമിതിയംഗങ്ങളായ സെമ, ഹെമോൻ, ഥാനിസ്, ഹെംടി മുതലായവരെ ബന്ധിച്ചു കഴിഞ്ഞു. ഹെംടി പിരിഞ്ഞുവന്ന സേനാനിയാണ്. ഇവിടെയുള്ള ഭടന്മാരെ അസ്ത്രവിദ്യ പഠിപ്പിച്ചത് അവനാണ്. അങ്ങയുടെ സമ്മതമില്ലാതെതന്നെ മുറിയിലിട്ടടച്ച് ചമ്മട്ടിയുടെ സ്വാദറിയിച്ചു; ക്ഷമിക്കണം. സ്നോഫ്രുവിനെയും സെബെക്ഖുവിനെയും, എഴുത്തുകാരൻ ഇപ്യൂവറെയും പിടിച്ചുകെട്ടിയിട്ടുണ്ട്....."

ഹേപാട് നുട്മോസിനെ ചൂണ്ടിക്കൊണ്ട് പറഞ്ഞു:

"ഭൂപ്രഭുവിന്റെ അഭിപ്രായമാരാഞ്ഞ് ഇനിയും വല്ലവരെയും പിടിക്കാനുണ്ടെങ്കിൽ പിടിച്ചുകെട്ട്....."

"ബടായെ കിട്ടിയില്ല....."

"തോണിക്കാരൻ.... ഉം....അന്വേഷിക്ക്. ആ നേതാവിന്റെ സമാധി...."

"കണ്ടെത്തിയില്ല. തിരക്കുന്നുണ്ട്....."

"ഞങ്ങൾ ക്ഷേത്രത്തിലേക്ക് പോകുന്നു. നേരത്തെ പറഞ്ഞതെല്ലാം ഓർമ്മയുണ്ടല്ലോ....?"

"കല്പനപോലെ....."

"നല്ലത്. നീ ഇവിടെത്തന്നെയുണ്ടാകണം. സമ്പത്തും മറ്റും കണ്ണിൽപെട്ടാൽ അതെല്ലാം ഗുരുമഠത്തിലേക്കോ അരമനയിലേക്കോ ചേർന്നതാണെന്നറിയാമല്ലോ.....?"

തന്റെ ഒറ്റക്കണ്ണ് അല്പം ഇറുക്കിക്കൊണ്ട് ബകില പറഞ്ഞു:

"കല്പനപോലെ...."

.....നാട്ടിൽ വിളംബരം പുറപ്പെടുവിച്ചു.

"പ്രധാനപൂജാരി രാജകൊട്ടാരത്തിൽനിന്നെഴുന്നള്ളിയിരിക്കുന്നു. പ്ടാദേവന് വിശേഷപൂജയുണ്ട്. ഇത് രാജാജ്ഞയാണെന്ന് കണക്കാക്കി ഓരോരാളും ഇരുട്ടിയാലുടൻ ക്ഷേതത്തിലെത്തിച്ചേരണം....."

രാജഗൃഹത്തിനടുത്തുള്ള പനമരം ബകിലന്റെ ഒറ്റക്കണ്ണിൽ പതിഞ്ഞു. ആ മരത്തിന്മേൽ കയറിയിട്ടാണ് തന്റെ ഒറ്റക്കണ്ണ് തുരന്നെടുത്തത് ഇനി കുരുടന് മരത്തിൽ കയറാനാവില്ല.

രാജഗൃഹത്തിന്റെ മുന്നിലുള്ള സിംഹത്തെ ചൂണ്ടിക്കൊണ്ട് ഒരു ദേവദാസനറിയിച്ചു.

"ഒറ്റക്കണ്ണുള്ള ഈ സിംഹത്തിന് ബകില എന്നാണ് പേരിട്ടിരിക്കുന്നത്. ഖ്നേംഹോടെപ് കൊന്നത് എന്ന് താഴത്തെഴുതിവച്ചിട്ടുണ്ട്...."

"ഖ്നേംഹോടെപ് കൊന്നത്' എന്നത് മായ്ച്ച് കളയാൻ ബകില ഉത്തരവ് നല്കി. സിംഹത്തിന്റെ പേര് ബകില എന്നുതന്നെയാവട്ടെ. എന്തുകൊണ്ട് പാടില്ല.....? തോട്ടത്തിലെ പൂക്കൾ പറിച്ച് ഒരു മാല അതിന്റെ കഴുത്തിലിടാൻ ബകില ദേവദാസനോട് നിർദ്ദേശിച്ചു.

രാജഗൃഹത്തിന്റെ മട്ടുപ്പാവിൽ തൂങ്ങിനില്ക്കുന്ന തേൻതൊട്ടി നിറഞ്ഞുകവിഞ്ഞിരുന്നു. തേനെടുക്കുന്നതിൽ പരിചയമുള്ള ഒരു ഭടൻ ഒരു വലകൊണ്ടുവന്ന് തേൻതൊട്ടി താഴത്തിറക്കി. ഈച്ചകളെ ഓടിച്ച് തേനട പിഴിഞ്ഞ് ചൂടാറുന്നതിനു മുമ്പേ ബകിലന് കൊണ്ടുകൊടുത്തു. ചപ്പിച്ചുകൊണ്ട് ബകില അത് കുടിച്ചുതീർത്തു. ക്രമേണ മത്തു കയറി.

...ഹേപാട് പരിവാരത്തോടൊപ്പം ക്ഷേത്രത്തിലെത്തിയപ്പോൾ റാ പടിഞ്ഞാറൻ ചക്രവാളത്തിൽ മുങ്ങിത്തുടങ്ങിയിരുന്നു. പ്രധാനപൂജാരി മുങ്ങിക്കുളിച്ച് സന്ധ്യാവന്ദനം നടത്തി പ്ടാ ദേവനെ യാത്രയാക്കി.

ദേവദാസന്മാർ അദ്ധ്വാനിച്ചു. സൈനികർ സഹായത്തിനെത്തി. രാജഗൃഹത്തിൽ വേണ്ടത്ര എണ്ണയുണ്ടായിരുന്നു. ദീപാലങ്കാരത്തിൽ ക്ഷേത്രം മിന്നിത്തിളങ്ങി.

മരിച്ചുവീണ യോദ്ധാക്കളെ നേരത്തെ തന്നെ വലിച്ചിഴച്ച് ശവപ്പറമ്പിൽ കൊണ്ടുചെന്നിട്ടിരുന്നു. ചെന്നായ്ക്കളും കുറുക്കന്മാരും അത് കടിച്ചുവലിച്ചുകൊണ്ടിരുന്നു.

മെനെപ്പടായുടെ സമാധി അന്വേഷിച്ചു നടക്കുന്നവരോട് അപെട് പറഞ്ഞു....

"എന്നെ തടവിലിട്ടതുകൊണ്ട് ഒന്നും മനസ്സിലാക്കാൻ കഴിഞ്ഞില്ല. ശവപ്പറമ്പിലൊന്നും കൊണ്ടുവന്നിട്ടില്ല. എവിടെയോ കുഴിച്ചിട്ടിരിക്കണം."

ഹേപാടിനെപോലെ ആ ശവശരീരം കിട്ടിയേ അടങ്ങൂ എന്ന വാശി ബകിലനില്ലായിരുന്നു. ആ നേതാവിന്റെ ഉടലും തലയും വേർപെട്ടപ്പോൾ തന്നെ അയാൾ സംതൃപ്തനായിക്കഴിഞ്ഞിരുന്നു. തേൻകുടിച്ച മത്തിൽ അയാൾ പിറുപിറുത്തു.....

"ഈ പ്രധാനപൂജാരി പലപ്പോഴും വേണ്ടാത്തതിനാണ് എടുത്തു

ചാടുന്നത്.... നാടേ ചുട്ടുകരിക്കുമ്പോൾ ശവമുണ്ടോ ബാക്കിയാവുന്നു....?

രാജധാനിയിലുള്ള ഭടന്മാരുടെ തലവരിൽ ഒരാൾ പറഞ്ഞു.

“സൈന്യാധിപരെ, ഓരോ വീടും പരിശോധിക്കണം....”

“ഉൾനാട്ടിൽ പോകാനും തിരിച്ചെത്താനും ഒരു പത്തുദിവസം പിടിക്കും. ഭടന്മാർക്ക് സ്ത്രീസുഖം വേണ്ടിവരും. അത് മറക്കരുത്. തടവുകാരായി പിടിക്കുന്ന പെണ്ണുങ്ങളെ പ്രത്യേകമിട്ട് ഭടന്മാർക്ക് അവസരം നല്കിയാലും മതി.....” മറ്റൊരു തലവൻ പറഞ്ഞു.

“ഉം.....ഉം... തേനുണ്ടാകണം....അല്പം നിങ്ങളും കുടിച്ചോ.....”

സിന്യുഹെ സ്വയം പരിചയപ്പെടുത്തിക്കൊണ്ട് കടന്നുവന്നു. നികുതി പിരിക്കാനെത്തിയ ടെഹുടി ഇരുന്നിരുന്ന അതേ പ്രൗഢിയോടെയാണ് ബകിലനും ഇരുന്നിരുന്നത്. വരുന്നവന്റെ മുഖം ബകിലന് അപരിചിതമായിരുന്നില്ല. അയാൾ പറഞ്ഞു: “നുട്മോസ് പ്രധാനപൂജാരിയോടൊപ്പം ക്ഷേത്രത്തിലാണുള്ളത്. നിങ്ങളും അങ്ങോട്ടു പോകിൻ.....”

“ഞങ്ങളുടെ വയലും.... കന്നുകാലികളും....”

“നാളെ. അതെല്ലാം നാളെ. പ്രധാന പൂജാരി അതെല്ലാം ഏർപ്പാട് ചെയ്യും.....”

നുട്മോസ് വന്നത് നിസ്യുഹെയെ സമാധാനപ്പെടുത്തി. അയാൾ ക്ഷേത്രത്തിലേക്ക് നടന്നു.

ആക്രമണകാരികളുടെ അടുത്ത പരിപാടി ഇന്നതാണെന്ന് രാജഗൃഹത്തിലെ സഭാമണ്ഡപത്തിനരികിലുള്ള മുറിയിലടയ്ക്കപ്പെട്ട മൂത്തവർക്കും, സ്നോഫ്രുവിനും, സെബെക്ഖുവിനും ഇപ്യൂവർക്കും അല്പാല്പം മനസ്സിലായിത്തുടങ്ങി.

നീന്തുന്നത് ഒന്നിച്ചാണ്. മുങ്ങുന്നതും ഒന്നിച്ച്. മുങ്ങാനുള്ള സമയമായെന്ന് സെമയ്ക്ക് തോന്നി. ഹെംടിയുടെ ദേഹത്തുനിന്ന് രക്തം ധാരധാരയായൊഴുകുകയാണ്. ഇപ്യൂവർ അയാളുടെ തല മടിയിലെടുത്തു വെച്ചിരിക്കയാണ്.

ഹെംടിയെ അടിക്കുമ്പോൾ ബകില ഗർജ്ജിക്കുന്നുണ്ടായിരുന്നു. “നിങ്ങളുടെ ദളപതിയുടെ രണ്ടു കണ്ണുകളും കുത്തിപ്പൊട്ടിച്ചു. സേത്....”

അതുകേട്ട് സെബെക്ഖുവിന്റെ മുഖം കറുത്തു. ഖ്നേം തന്റെ മരുമകനാണെന്ന് ആ പിശാചിനറിയില്ലെന്ന് അയാൾ കരുതി. അറിഞ്ഞിരുന്നെങ്കിൽ എന്നെയും ഈ സേത് വെറുതെ വിടില്ലായിരുന്നു. സ്വന്തം കാര്യം ഒരു പ്രശ്നമല്ല. എന്നാൽ വീട്ടിൽ മകളൊറ്റയ്ക്കാണ്. തബബുവാനെഫീസിന്റെ കൂടെയായിരിക്കും. അവൾക്കെന്തെങ്കിലും ആപത്തു വന്നാൽ....

മറ്റുള്ളവരും സ്വന്തംകാര്യം ചിന്തിക്കുകയായിരുന്നില്ല. സെമയുടെ മകൻ മദ്ധ്യവയസ്കനാണ്. ഗ്രാമത്തിലെ കൃഷിക്കാരനുമാണ്. ഭാര്യ മകന്റെ കൂടെയാണുള്ളത്. ഹെമോന്റെയും ഥാനിസിന്റെയും പത്നിമാരും

പ്രായമെത്തിയവരാണ്. മക്കൾ വലിയവരാണ്. മറ്റുള്ളവർക്കുള്ള കഷ്ടപ്പാടേ അവർക്കും ഉണ്ടാകൂ.

സ്നോഫ്രു മനോവിചാരത്തിലായിരുന്നു. നെജമുട് നെഫീസിന്റെ കൂടെ കഴിയട്ടെ. അഹൂറയും, അൻപുവിന്റെ വിധവയും, നെഫെറുറായും അവിടെയുണ്ട്. ചെറിയ രാമേരിയും, അവരെയെല്ലാം രക്ഷിക്കാൻ ബടായ്ക്ക് കഴിഞ്ഞെങ്കിൽ ഇവർ നാട്ടിന് തീകൊടുക്കുകയാണ്. വയലുകൾ ചുട്ടുകരിക്കും. അതിനുമുമ്പ്.... അതിനുമുമ്പ് ഇപ്യൂവറിന്റെ അമ്മയും, ഭാര്യയും, മക്കളും ചാവടിയന്തിരത്തിനുള്ള റൊട്ടി ചുടാനിരിക്കയായിരുന്നു. അവരെയെല്ലാം ഇപ്പോൾ പിടിച്ചുകെട്ടിയിട്ടുണ്ടാകും. രാവിലെ മെനെപ്പടാ ചേട്ടന്റെ ലേപിതശവം കണ്ട് പൊട്ടിക്കരഞ്ഞതു മുതൽ ഈ വൈകുന്നേരം വരെയും എന്തെല്ലാമാണ് സംഭവിച്ചത്....! ഒറ്റപ്പകലുകൊണ്ട്.....!

ബകിലന് ഇന്ന് ഇരുളിനെ ഭയമില്ല. എങ്കിലും രാജഗൃഹം നിറയെ ചെറിയ വിളക്കുകൾ കത്തിച്ചുവയ്ക്കാൻ അയാൾ കല്പന നല്കി.

മൂത്തവരെ പിടിച്ചിട്ട മുറിക്കുമുന്നിൽ ചെന്ന് നിന്ന് ബകില ചോദിച്ചു.

“സമ്പത്തെല്ലാം എവിടെയാണുള്ളത്.....?”

ഹെംടിയുടെ കവിൾ സ്വന്തം കൈകൊണ്ട് മറച്ച് ഇപ്യൂവർ മറുപടി പറഞ്ഞു.

“അല്പം താഴത്തും ബാക്കി മാളികയിലുമാണ് സമ്പത്തെന്നുപറഞ്ഞാൽ.... ധാന്യങ്ങളും, എണ്ണയും, കെഫ്ടുവിൽനിന്ന് വാങ്ങിയ സാധനങ്ങളും, വിനിമയം ചെയ്യാൻ ശേഖരിച്ച വസ്തുക്കളുമാണ്. കണക്കെഴുതിയ പാളകൾ മുകളിലത്തെ പെട്ടിയിലുണ്ട്....”

“ഭ്രാന്താ.....! സമ്പത്ത് ഇതല്ല.....! സ്വർണ്ണവും വെള്ളിയും.....”

“സൈന്യാധിപരെ, ഇത് കൊള്ളക്കാരുടെയും, സമാധികുത്തിത്തുറക്കുന്നവരുടെയും രാജ്യമല്ല...” സ്നോഫ്രു പറഞ്ഞു.

“ഏയ്.....! വായടയ്ക്ക്.....!”

ഹെംടിയുടെ തൊണ്ടയിൽനിന്ന് വിചിത്ര ശബ്ദങ്ങൾ കേട്ടു തുടങ്ങി. ഇപ്യൂവറിന് പരിഭ്രമമായി....

“സ്നോഫ്രുചേട്ടാ..... കേട്ടോ....? ഹെംടിമാമൻ നമ്മോടെല്ലാം യാത്ര ചോദിക്കുകയാണ്.....”

അവരെല്ലാം ഹെംടിയെ വളഞ്ഞുനിന്നു.

“എന്താ....?” ബകില ചോദിച്ചു.

ഹെംടി മെല്ലെ കരങ്ങളുയർത്തി ‘റാ’ എന്നുച്ചരിച്ചു.

“സേത്.....! സേത്.....! നമ്മുടെ ഹെംടിയെ ബലിയാക്കി....” സെബെക്ഖു വിളിച്ചു പറഞ്ഞു.

‘‘ജാഗ്രത....! നിന്റെ കഥയും ഇപ്പോൾ കഴിക്കും....”

മരണപ്പെട്ട ബന്ധുവിനെ നിലത്തുകിടത്തി. ഘനീഭവിച്ചിരുന്ന ദുഃഖം ആർദ്രമായിത്തുടങ്ങി.... അശ്രുസുമങ്ങൾ ഹെംടിയുടെ ശരീരത്തിൽ

കാഴ്ചയായർപ്പിക്കപ്പെട്ടു...

പുറത്തെ ബഹളം ശ്രദ്ധിക്കയായിരുന്ന സ്നോഫ്രു പറഞ്ഞു.....

“ക്ഷേത്രത്തിൽ എത്തിച്ചേർന്ന നമ്മുടെ ആൾക്കാരെ ദാസീദാസന്മാരായി പിടിക്കുകയാകും. നാമും അവരോടൊന്നിച്ചുണ്ടാകണമായിരുന്നു. അവർ സാധാരണത്തടവുകാരും നാം രാഷ്ട്രീയത്തടവുകാരുമായിത്തീരും. ഈ വ്യത്യാസം പാടില്ലായിരുന്നു. നാളെയായാലും ശരി.... ഏതുവിധത്തിലെങ്കിലും നാമും അവരോടൊപ്പം ചേരണം.....”

എല്ലാവർക്കും സമ്മതമായ കാര്യം... ആരും മൂളേണ്ടിവന്നില്ല....

.....ക്ഷേത്രത്തിൽ വിശേഷപൂജ നടക്കുന്നതിനിടയിൽ തന്നെ, രാജധാനിയിലെ ഭടന്മാർ കൊള്ളയും കൊള്ളിവയ്പും ആരംഭിച്ചു. പന്തങ്ങൾ ഏന്തിക്കൊണ്ട് അവർ നാടുനീളെ പാഞ്ഞുനടന്നു. ഇരുളിനെ കീറിമുറിച്ചുകൊണ്ട് തീജ്വാലകൾ ആകാശത്തിൽ നൃത്തം വെച്ചു.

വീടുകളിൽ മർദ്ദിച്ചവശരാക്കപ്പെട്ടവർ ആ അഗ്നിയിൽ വെന്തു വെണ്ണീറായി....

മെന്നയോടൊപ്പം ബടാ മെനെപ്പടായുടെ വീട്ടിലെത്തിയപ്പോൾ ഇരുട്ടിയിരുന്നു. പോരാട്ടത്തിന്റെയും, പരാജയത്തിന്റെയും, നാശത്തിന്റെയും കഥകൾ ഇതിനകംതന്നെ അവിടെയുള്ളവർ അറിഞ്ഞു കഴിഞ്ഞിരുന്നു. ആരെങ്കിലും വരുമെന്ന വിശ്വാസത്തോടെ രാമേരിപ്പടാ വാതിൽക്കൽ നില്ക്കയായിരുന്നു. സ്ത്രീകൾ ഭയവിഹ്വലരായിത്തീർന്നിരുന്നു. അടുത്ത നിമിഷത്തിൽ തങ്ങളും തടവുകാരാക്കപ്പെടുമെന്ന നടുക്കത്തോടെ അവർ കഴിയുകയായിരുന്നു...

ബടായുടെ തലമുട്ട് കണ്ടപ്പോൾ അവർക്ക് ജീവൻ തിരിച്ചുകിട്ടിയ അനുഭവമുണ്ടായി.

“പുറപ്പെട്....പുറപ്പെട്... വസ്ത്രങ്ങൾ പൊതിഞ്ഞെടുത്തോ. ഉം... വേഗം...” ബടാ മുറ്റത്തുനിന്നുതന്നെ വിളിച്ചുപറഞ്ഞു.

നെഫീസ്, അഹൂറയും കുഞ്ഞും, രാമേരി, നെജമുട്, നെഫറുറാ, തബബുവും മകളും, അൻപുവിന്റെ വിധവ, ബടായുടെ പത്നിയും ഒരു മകനും, ഏവരും പുറപ്പെടാനുള്ള ഒരുക്കം കൂട്ടി.

“വേഗം....വേഗം.... പുറപ്പെട്....” ബടാ വീണ്ടും വീണ്ടും പറഞ്ഞുകൊണ്ടിരുന്നു.

പുറത്ത് ഇരുട്ടാണ്. അതിന്റെ മറപറ്റി, അപകടങ്ങൾ തരണംചെയ്ത്, വയലും കടന്ന് നദിക്കരയിലേക്ക് ആ സംഘം നീങ്ങി... ആ സംഘത്തിന്റെ രക്ഷകരായി ബടായുടെ തോണിക്കാരും, നെഖെൻ ശില്പിയും പിന്നിലായി നീങ്ങി.....

ഹപുവിന്റെ വീട് എരിയുകയായിരുന്നു. അതിനപ്പുറത്തുള്ള വീടുകൾക്കും തീപറ്റിയിരുന്നു. മെനെപ്പടായുടെ സമാധിക്കു ചുറ്റും തീജ്വാലകൾ ആളിപ്പടർന്നിരുന്നു.

''ഈ ഇരുട്ടത്ത് പതുങ്ങിയിരിക്കണം. മെന്നയും ഇവിടെയുണ്ടാകും. ഞാനും തോണിക്കാരും പോയി കടവിൽ നിന്ന് തോണി കൊണ്ടു വരാം......" ബടാ പറഞ്ഞു.

ദീർഘകായനായ നെഖെൻ ശില്പി ബടായെ സമീപിച്ചു.

"ഈ പ്രവിശ്യയിൽ എനിക്ക് ചെയ്യേണ്ടതായി ഇനിയൊന്നും ബാക്കിയില്ല. നിങ്ങൾ പോകുന്നിടത്തേക്ക് ഞാനും വരട്ടെ....?"

അയാൾക്ക് മറുപടി നല്കാതെ ബടാ നെഫീസിനോട് പറഞ്ഞു.

"നെഫീസ്ചേച്ചീ.... നെഖെൻമാമനും മെന്നയോടൊപ്പം ഇവിടെയുണ്ടാകും. ഞങ്ങളുടനെ വരാം...."

ബടായും തോണിക്കാരും കടവിനുനേർക്കു നടന്നു. കടവിൽ കണ്ട വലിയ തോണികളുള്ളത് ദൂരെനിന്നുതന്നെ ബടായുടെ കണ്ണിൽപെട്ടു. അയാളുടെ തോണി അതിന്റെ മദ്ധ്യത്തിലാകണം.

ബടായും കൂട്ടരും വെള്ളത്തിലിറങ്ങി. നദിയുടെ മദ്ധ്യഭാഗത്തൂടെ കടവിലേക്ക് സാവധാനം നീങ്ങി.

പ്രധാനപൂജാരിയുടെ തോണി ശൂന്യമായിരുന്നു. മുകൾഭാഗത്ത് തങ്ങിയിരിക്കുന്നത് ചരക്കുതോണിയാണ്. ദൂരെയുള്ള മരത്തിനുകീഴിലിരുന്ന് ആരോ സംസാരിക്കുന്നുണ്ട്. സ്വരങ്ങൾ വ്യക്തമല്ല.

ബടാ തന്റെ തോണിയുടെ സമീപത്തെത്തി. ഒച്ചയുണ്ടാക്കാതെ അതിൽ കയറിക്കൂടി. ഓരോ തോണിക്കാരെയായി അയാൾ പിടിച്ചുകയറ്റി. ഇനി തുഴയണം.

"ആരാ അത്....? തോണിയിലാരാ...?" മരത്തിനുകീഴിൽനിന്ന് ചോദ്യം കേട്ട ബടായുടെ ശ്വാസം നിലച്ചുപോയി.

പെട്ടെന്ന് കടവിനടുത്തുനിന്നുതന്നെ ആ ചോദ്യത്തിന്നുത്തരം കൊടുക്കപ്പെട്ടു.

"ഞാനാണ് സ്നേഹിതാ... ഈ നശിച്ച തോണി തടസ്സമായിരിക്കുന്നു. അങ്ങോട്ട് നീക്കിനിർത്തുകയാണ്....."

ബടായുടെ ആശ്ചര്യം ഇരട്ടിച്ചു. ആരാണിത്....? എന്താണിത്....?

കറുത്ത ഒരു രൂപം അടുത്തെത്തി. തോണിയുടെ കയർ അഴിക്കുന്നവനെ തടഞ്ഞുനിർത്തി.

ഏറ്റുമുട്ടലിന് കളമൊരുങ്ങി. ബടാ കൈത്തരിപ്പോടെ അങ്ങോട്ട് കുതിച്ചു. ആരായാലും അവന്റെ കഴുത്തുഞെരിക്കണം.

ഒരു നിമിഷം..... ആ കറുത്തരൂപം പതുങ്ങിയ സ്വരത്തിൽ സംസാരിച്ചു: "നിങ്ങളുടെ ദളപതിയെ ഇവിടെ വലയിലിട്ടിട്ടുണ്ട്. മരിച്ചിട്ടില്ല. എടുത്തുകൊണ്ട് പോകൂ...."

ബടാ തരിച്ചുനിന്നു. അയാളുടെ കോപം ആനന്ദാശ്രുക്കളായി ഒഴുകി. ആ കറുത്ത രൂപം കൂടുതലൊന്നും സംസാരിച്ചില്ല. ആ രൂപം കൈ മുന്നോട്ടു നീട്ടി. എന്തെല്ലാമോ എടുത്തുകൊടുത്തു. ബടായും കൂട്ടരും അത് വാങ്ങി. വലയ്ക്കുള്ളിലുള്ളത് തിളങ്ങി.

ആ കറുത്ത രൂപം തന്നെ തോണിയുടെ കയറഴിച്ചു വിട്ടു. ആ രൂപം വീണ്ടും മന്ത്രിച്ചു: "അമൻദേവൻ നിങ്ങളെ രക്ഷിക്കട്ടെ. പോകൂ.... ഞാൻ ശീബയുടെ ഭർത്താവാണ്."

അയാളെ കെട്ടിപ്പിടിച്ച് കരയണമെന്ന് ബടായ്ക്ക് തോന്നി. തോണിക്കാർ മെല്ലെ തുഴഞ്ഞുതുടങ്ങി... തോണി നദീമദ്ധ്യത്തിലൂടെ തെക്കോട്ട് നീങ്ങി.

നക്ഷത്രങ്ങളുടെ മങ്ങിയ പ്രകാശം.

അവർ കാത്തിരിക്കയായിരുന്നു.

തോണി കരയ്ക്കടുത്തു. ശ്രദ്ധയോടെ നെഫീസിനെ കയറ്റി. മറ്റുള്ളവരും കയറിപ്പറ്റി. കാറ്റുപായ വിടർത്തികെട്ടി. നേതാവിന്റെ മൃതദേഹം കിടന്നിരുന്നിടത്ത് ഖ്നേംഹോടെപിനെ കിടത്തി. ബടാ വലയറുത്ത് അയാളുടെ കൈകാലുകൾ മോചിപ്പിച്ചു. കൈകാലുകൾ നിവർന്നപ്പോൾ ഖ്നേംഹോടെപിന് ബോധം വന്നുതുടങ്ങി. അസ്പഷ്ടമായ സ്വരം പുറപ്പെടുവിച്ചുതുടങ്ങി. അത് വ്യക്തമായിത്തീർന്നു.

"വെള്ളം....വെള്ളം....."

കൈക്കുമ്പിളിൽ വെള്ളമെടുത്ത് ബടാ ഖ്നേംഹോടെപിനെ കുടിപ്പിച്ചു.

ഖ്നേംഹോടെപിന്റെ ശബ്ദം തിരിച്ചറിഞ്ഞ ഭാര്യ "അമ്മേ....! അമ്മേ ....!" എന്ന് വിളിച്ച് പതുങ്ങിക്കരഞ്ഞു. വെള്ളം ചോദിച്ചത് തന്റെ മരുമകനാണെന്ന് തബബുവായും മനസ്സിലാക്കി.

"ഖ്നേം ഉറങ്ങട്ടെ. അവനിപ്പോൾ വിശ്രമമാണ് വേണ്ടത്. അനുജത്തീ.... ഭർത്താവിന്റെ തല മടിയിലെടുത്തുവെക്ക്" ബടാ പറഞ്ഞു.

...ജന്മനാടുപേക്ഷിച്ച് ദൂരേക്ക് പോകുന്നവർ തിരിഞ്ഞുനോക്കി... ആകാശത്ത് നൃത്തംചെയ്യുന്ന അഗ്നിനാളങ്ങൾ... എരിഞ്ഞുയരുന്ന വയലേലകൾ... തിനഭാരംകൊണ്ട് കുനിഞ്ഞ ചെടികൾ കരിഞ്ഞു ചാമ്പലായിക്കൊണ്ടിരുന്നു.

മകളുടെ ഭർത്താവിനെ തിരിച്ചുകിട്ടിയതിൽ തബബുവാ സന്തുഷ്ടയായെങ്കിലും കത്തിക്കാളുന്ന നാടിനെയോർത്ത് പൊട്ടിക്കരഞ്ഞു.

"നമ്മുടെ ദുഃഖമൊന്നും കരഞ്ഞു തീർക്കാവുന്നതല്ല...." ബടാ പറഞ്ഞു.

കാറ്റുപായത്തൂണിന് ചാർന്നുനിന്ന് മെന്ന ആരോടെന്നില്ലാതെ പറഞ്ഞു....

"ആകാശം മേഘാവൃതമായിരിക്കുന്നു.....! നക്ഷത്രങ്ങൾ പ്രകാശം ചൊരിഞ്ഞുകൊണ്ടിരിക്കുന്നു....! ശരങ്ങൾ തൊടുത്തുവിടുകയാണ്.....! ഭൂമിദേവിയുടെ അസ്ഥികൾ വിറച്ചുകൊണ്ടിരിക്കുന്നു....! ആകാശത്തിന്റെ വാതിലുകളെല്ലാം... അടച്ചിട്...! അടച്ചിട്...!"

സ്വരത്തിൽ ദുഃഖവും വേദനയും അടങ്ങിയിരുന്നു.

നെഖെൻ ശില്പി ഉമിനീരിറക്കി.

പതിനേഴ്

തളർച്ചയറിയാത്ത തോണിക്കാർ. ബടായുടെ ബന്ധുക്കളും സുഹൃത്തുക്കളും, സഹായികളുമെല്ലാമാണവർ. കാറ്റുപായ നിറഞ്ഞിരിക്കുന്നു. വേഗത വർദ്ധിപ്പിക്കുന്നതിന് അദ്ധ്വാനിക്കുന്ന തുഴകൾ.

കാറ്റുപായത്തൂണിൽ ചാർന്നുനില്ക്കയായിരുന്ന മെന്നയെ ബടാ സമീപിച്ചു. തോണിയിറക്കിക്കൊണ്ടുവരുന്നതിന് ശീബയുടെ ഭർത്താവ് ചെയ്ത സഹായം മെന്നയെ അറിയിച്ചു.

പതിഞ്ഞ സ്വരത്തിലുള്ള സംസാരം.

"നിങ്ങൾ കാണുന്നതിനുമുമ്പുതന്നെ ശീബയെ 'മഹാമാതാവ്' എന്ന് നേതാവ് സംബോധന ചെയ്തിരുന്നു....."

"ഖ്നേമുവിന്റെ കാര്യം അറിയിച്ചതും അയാളാണ്....."

"അയാളുടെ കരങ്ങൾക്ക് ഹോറസിന്റെ ശക്തിയുണ്ടാകണം."

"നമ്മുടെ ഈ യാത്രയുടെ വിവരം ആർക്കും അറിയാൻ കഴിയില്ല. നാമെല്ലാം തീയിൽ വെന്തുവെണ്ണീറായിപ്പോയെന്ന് എല്ലാവരും കരുതും..."

"ശരം നഷ്ടപ്പെട്ടാലും വീണ്ടും ഉയിർത്തെഴുന്നേല്ക്കുന്ന ബെന്നു പക്ഷികളാണ് നാം...."

മൗനം. നെടുവീർപ്പ്. വീണ്ടും....

"ഖ്നേമുവിന്റെ കണ്ണ്....."

"രാവിലെ എവിടെയെങ്കിലും നിർത്തുമല്ലോ.... അപ്പോൾ കണ്ണിൽ മരുന്നുവെച്ച് കെട്ടാം. മുറിവ് വേഗത്തിലുണങ്ങും."

"കാഴ്ചശക്തി....?"

"മുറിവിന്റെ ആഴവും സ്വഭാവവും നോക്കിയേ അത് പറയാനൊക്കൂ....."

"ചേട്ടന്റെ സമാധി ആർക്കും കണ്ടുപിടിക്കാനാകില്ല."

"അതും അഗ്നിക്കിരയായിത്തീരുന്നു....! ഉം... അവരുടെ കണ്ണിൽ അത് പെടില്ല....."

"സ്വാമീ.....! ശവലേപനം നടന്നതറിയുമ്പോൾ പ്രധാന പൂജാരിക്കും ഇനേനിക്കും നിങ്ങളെ സംശയമുണ്ടാകും....."

"ഇങ്ങനെയായല്ലോ എന്ന് വിചാരിച്ച് പഴുപ്പിച്ച ചെമ്പുകോലുകൊണ്ട് സ്വയം വരിച്ചോട്ടെ.....! പറഞ്ഞതുപോലെ ബടാ.... ചേട്ടാ...., ഇനിമുതൽ എന്നെ സ്വാമി എന്ന് വിളിക്കരുത്. മെന്നയെന്ന് വിളിച്ചാൽ മതി....."

"ഞാനൊരാൾ മാത്രം അങ്ങനെ വിളിച്ചിട്ടെന്തു പ്രയോജനം....? സ്ത്രീകൾ നിങ്ങളെ മെന്നയെന്ന് വിളിക്കുമോ.....? നിങ്ങൾ മന്ത്രവും ജപവും ഉപേക്ഷിച്ചാലും ശരി..... ഞങ്ങൾക്ക് നിങ്ങൾ സ്വാമിതന്നെയാണ്.... സ്വാമി....."

ആലസ്യത്തിന്റെയും ഉറക്കത്തിന്റെയും ഇടയിൽ ഖ്നേംഹോടെപിന്റെ ഞരക്കം ഉയർന്നുകൊണ്ടിരുന്നു. ഒപ്പംതന്നെ അയാളുടെ പത്നിയുടെ ആശ്വാസശബ്ദവും ഉയർന്നുകേട്ടു.

അഹൂറയുടെ ചോദ്യം:

"നെഫീസ് ചേട്ടത്തീ.....ക്ഷീണം തോന്നുന്നുണ്ടോ.....? വേണമെങ്കിൽ അങ്ങോട്ട് തിരിഞ്ഞുകിടന്നോ...അ.... അങ്ങനെ കിടന്നോ....."

നിരാലംബയായിത്തീർന്ന നെഫീസ് ഓർമ്മകളുടെ ചരടിൽ സ്വപ്നങ്ങളുടെ മാലകൾ കോർക്കയായിരുന്നു.

അമ്മയുടെ മരണം.... ഇളയമ്മയുടെ നാട്ടിലെ നികുതിപിരിവ്..... 'നിന്റമ്മയെവിടെ....?' 'എന്റമ്മ ചത്തുപോയി.....' അബ്ടുവിൽ കരടിയോടൊപ്പം നൃത്തംചെയ്ത ആ യുവതി..... സഹയാത്രികർക്ക് താൻ ലിപിച്ചുരുൾ തുറന്നുകാണിക്കുന്നു. ഒരു താറാവും ഒരു റൊട്ടിയും ഒരു സഞ്ചിയും കൊടുത്ത് വാങ്ങിയ ലിപിച്ചുരുൾ..... തങ്ങളുടെ ജീവിതത്തിൽ വാങ്ങിയ വസ്തുക്കളിൽ ഏറ്റവും വിലമതിക്കുന്നത് അതാണ്.... നിലമുഴുന്നതിന് സ്വന്തമായ ഒരു കൂട്ടം പോത്ത്.... മെനെപ്പടായ്ക്ക് ഒന്നിലും അത്യാഗ്രഹമുണ്ടായില്ല... എല്ലാം നാളെ....നാളെ... എന്ന് പറഞ്ഞൊഴിഞ്ഞു മാറി.... ഐസിസ് ദേവതയുടെ നക്ഷത്രമായ സോഥിസ് ഉദിച്ച ആ രാത്രി..... പാകമായ തന്റെ അവസ്ഥ...... അദ്ദേഹം വിതച്ച വിത്ത്... വെള്ളപ്പൊക്കം .... തുടർന്ന് രാജധാനിയിലേക്കുള്ള യാത്ര.... കൊയ്ത്തിന് നേതാവ് വരികതന്നെ ചെയ്യുമെന്ന് എല്ലാവരും പറഞ്ഞുനടന്നു.... പ്രസവസമയത്തെങ്കിലും വന്നുചേരുമെന്നാശിച്ചു.... വന്നില്ല.... വന്നതേയില്ല... പ്ടാ... പ്ടാ... ആ...ഊ....

നെഫീസിന്റെ ഞരക്കം അഹൂറയെ ഭയപ്പെടുത്തി. അവൾ തടവിക്കൊണ്ട് വിളിച്ചു: "ചേട്ടത്തീ.....! ചേട്ടത്തീ.....!"

ഉത്തരമില്ല. ഉറക്കത്തിലുള്ള ഞരക്കമാണ്.... അഹൂറ മിണ്ടാതിരുന്നു.

അഹൂറയുടെ സ്മരണയും കറങ്ങിത്തിരിയുകയായിരുന്നു......

ഭർത്താവ്.... ഖ്നേംഹോടെപും ഔട്ടയും ഭടന്മാരും പുറപ്പെട്ടപ്പോൾ കൈയിൽ കിട്ടിയ കോലും വടിയുമായി അബ്ടുയാത്രക്കാരും പുറപ്പെട്ടു.... നെജമുട്.... സ്നോഫ്രുമാമൻ.... തബബുവാ.... സെബെക്ഖുമാമൻ.....

നെഫറുറാ ഭൂതകാലത്തിൽനിന്നും വർത്തമാനത്തിലേക്കും വർത്തമാനകാലത്തിൽനിന്ന് ഭൂതത്തിലേക്കും അലഞ്ഞുനടക്കുകയായിരുന്നു..... ദാസിയായിരുന്നു.... മെനെപ്പെടാചേട്ടൻ സ്വാതന്ത്ര്യം നേടിത്തന്നു.... വീണ്ടും ദാസിയായില്ല. സ്വതന്ത്രയായിത്തന്നെ കഴിഞ്ഞുകൂടുന്നു...... നീരാനയിലെ നദിക്കരയിൽ ഒരു ഭോജനശാല വെറും സ്വപ്നം. മുമ്പ് നൃത്തം പഠിച്ചുതുടങ്ങിയപ്പോൾ പലതും സ്വപ്നം കണ്ടിരുന്നു. പില്ക്കാലത്ത് ജീവിതത്തിന്റെ തീക്ഷ്ണത. ആ സ്വപ്നങ്ങൾക്ക് അർത്ഥമില്ലെന്ന് കാട്ടിത്തന്നു...... എല്ലാവരെയും സമന്മാരായി കണ്ട.... മനുഷ്യരായി കണ്ട....മെനെപ്പടാ ചേട്ടനെ സേവിച്ചു കഴിയണമെന്ന് ആശിച്ചിരുന്നു. ഒരു തവണ ആ ആഗ്രഹം വെളിപ്പെടുത്തുകയും ചെയ്തിരുന്നു. അതവിടെത്തന്നെ മുരടിച്ചുപോയതേയുള്ളു. ഇനി ഒറ്റ ആഗ്രഹം മാത്രമേയുള്ളു.... നെഫീസിന്റെ വയറ്റിലുള്ള മെനെപ്പടായുടെ കുഞ്ഞിന്റെ ദാസിയായിത്തീരുക. ആ കുഞ്ഞിനെയും അമ്മയെയും ശുശ്രൂഷിച്ചുകൊണ്ട് കാലം കഴിക്കുക. മരണംവരെ.

നെയ്ത്തുകാരൻ അൻപു വീരചരമം പ്രാപിച്ചതിനുശേഷം, നീരാനയിൽ പുതിയ സാമൂഹ്യവ്യവസ്ഥ നടപ്പിലായപ്പോൾ അയാളുടെ വിധവയെ ജനങ്ങൾ ആദരിക്കുകയും ബഹുമാനിക്കുകയും ചെയ്തു. നെഖെൻ ശില്പി ഭർത്താവിന്റെ ശിലാവിഗ്രഹം നിർമ്മിക്കാൻ പുറപ്പെട്ടിരുന്നില്ലേ....? ഇനി താൻ അദ്ധ്വാനം നിർത്തി വിശ്രമിക്കയാണ് വേണ്ടത്... മൂത്തമകനെക്കൊണ്ടു ഒരു പെണ്ണിനെ കെട്ടിക്കണം. ഇനി മക്കളദ്ധ്വാനിക്കട്ടെ എന്നും മറ്റും മനക്കോട്ട കെട്ടിയിരുന്നു..... എന്നാൽ ഓർക്കാപ്പുറത്താണല്ലോ എല്ലാം തകർന്നുവീണതും....? നാട്ടിന്റെ നേതാവായ മെനെപ്പടായുടെ ഭാര്യയും വിധവയായിത്തീർന്നില്ലേ.....? കഴിഞ്ഞ ഒറ്റ പകൽകൊണ്ട് ആ പകൽ ഇരുട്ടിയതിനു ശേഷവും.... എത്രപേരാണോ വിധവയായിത്തീർന്നിരിക്കുക....! നെഫീസിന്റെ വീട്ടിലേക്ക് താൻ ചെന്നില്ലായിരുന്നെങ്കിൽ തന്റെയും നില മാറിപ്പോകുമായിരുന്നു... മക്കൾ വയലിലായിരുന്നു. അവരെ പിടിച്ചോ എന്തോ....? ഇനി ദാസന്മാരായി കഴിയേണ്ടിവരും.... ക്ഷേത്രത്തിലോ രാജകൊട്ടാരത്തിലോ സേവ ചെയ്യേണ്ടിവരും.... അല്ലെങ്കിൽ സ്വർണ്ണഖനിയിലാകും... അതുമല്ലെങ്കിൽ സമാധി നിർമ്മിക്കുന്നതിനാകും.

ബടായുടെ പത്നിക്ക് നദിയാണ് ഭർത്താവ്. വിവാഹം കഴിക്കുന്ന സമയത്ത് സാധാരണക്കാരനായ തോണിക്കാരനായിരുന്നു. ക്രമേണ ഒരു തോണി വാങ്ങാനുള്ള കെല്പുണ്ടായി. സഹായത്തിന് മൂന്നുനാലുപേരെ കൂട്ടുകയും ചെയ്തു. അവരുടെ തലവനെന്ന നിലയിൽ കുറച്ചുദിവസം തലയുയർത്തി നടന്നെന്നത് നേരാണ്. വളരെ കുറച്ചു ദിവസം.... യജമാനനെന്ന പദവി വേണ്ടെന്നുവച്ചു... സഹായികളുടെ മൂത്ത ചേട്ടനായി

ത്തീരുകയും ചെയ്തു.... സഹപ്രവർത്തകൻ... ഇങ്ങനെ ഒരു സാധാരണ തോണിക്കാരനായ ഭർത്താവ് അസാമാന്യനായ തോണിക്കാരനായി ത്തീർന്നു.... വർഷങ്ങളായി എത്രയെത്ര ആളുകളാണ് ആ തോണിയിൽ കയറിയിറങ്ങിയിട്ടുള്ളത്... താനൊരുത്തിമാത്രം അതിൽ കയറിയിട്ടില്ല. മക്കളെയും കൂട്ടി ഒരു തവണ നമുക്കു പോകാമെന്ന് പറഞ്ഞിരുന്നു... ആ ഒരു തവണ ഇനിയും ഉണ്ടായിട്ടില്ല. ഇപ്പോൾ എല്ലാ മക്കളെയും കൂടെ വിളിച്ചുകൊണ്ടുവരാൻ സാധിച്ചില്ല. ഭാവിയിൽ എന്തൊക്കെയാ ണോ വന്നുചേരുക....? ഇനി നാടു മുഴുവൻ കത്തിക്കരിയുമ്പോൾ അവർ മാത്രം ബാക്കിയാകുന്നതെങ്ങനെ...? അടുത്ത വർഷവും സോഥിസ് ഉദിച്ച്, നദിയിൽ വെള്ളം കയറി, ഇറങ്ങിക്കഴിഞ്ഞ് നിലം ഉഴുതുമറിച്ച് വീണ്ടും ജീവിതം ആരംഭിക്കുകയില്ലേ....? എങ്ങനെ.....? വീണ്ടും ഭൂപ്രഭുക്കൾ തന്നെ യജമാനന്മാരായിത്തീർന്നാൽ എന്ത് പ്രയോജനം.....? ദരിദ്രരുടെ കഷ്ട പ്പാടും ദുഃഖവും മുമ്പുള്ളതുപോലെയായിത്തീരില്ലേ....? നെഫീസിന്റെ ഭർത്താവ് ജനങ്ങളുടെ നേതാവായി.... ദളപതിയായ ഖ്നേമുവും അത്ഭുതം തന്നെയാണ് കാട്ടിയത്. തന്റെ ഭർത്താവ് നീരാനയിലെ ഗതാഗതത്തിന്റെ അധികാരിയായി.... മാത്രമല്ല നേതാവിന്റെ ഉറ്റ മിത്രവുമായിത്തീർന്നു....

രാമേരിപ്പടായ്ക്ക് ദുഃസ്വപ്നത്തിൽ നിന്നുണർന്നതുപോലെ തോന്നി. ഇപ്പോൾ ജാഗ്രതാവസ്ഥയാണ്. ഇനി എന്നും ഈ ഉണർവ്വ് തന്നെ. ഒന്നിച്ച് കളിച്ചിരുന്ന കൂട്ടുകാരില്ല. ഇനി അത്തരം കളികളും ഇല്ല. ഇപ്യൂവർ ഗുരു പഠിപ്പിക്കുകയുമില്ല. ശാന്തനായ അച്ഛന്റെ കൂടെ സ്നേഹത്തോടെ സംസാ രിച്ചിരിക്കാനുമാകില്ല. മെംഫീസിലെ വയലിൽ അച്ഛന്റെ കഴുത്തിൽ കത്തി വീണപ്പോൾ ഇത് തനിക്കു മാത്രം സംഭവിച്ച ദുരന്തമാണെന്നേ കരുതി യുള്ളു. എന്നാലിപ്പോൾ ഈ ദുരന്തം എന്റേതല്ലാതായിത്തീർന്നിരിക്കുന്നു. അദ്ധ്വാനിക്കുന്ന വർഗ്ഗത്തിന്റെ മുഴുവൻ ദുരന്തമാണ്. ദരിദ്രകോടികളുടെ ദുരന്തമാണ്. താനിനി വേഗം വേഗം വളർന്നു വരണം. എല്ലാ വിദ്യകളും അഭ്യസിക്കണം. അച്ഛനെപോലെ വിവേകവും പാകതയും നേടണം ആലോചിച്ചുമാത്രം സംസാരിക്കണം. ന്യായത്തിനുവേണ്ടി പൊരുതണം. ആരെയും ഭയപ്പെടരുത്. അമ്മയുടെ അടുത്തുതന്നെ ഇരിക്കണമെന്ന് അച്ഛൻ പറഞ്ഞിരുന്നു. തനിക്ക് ഒരനുജൻ വരാൻ പോകുന്നു. ഒരുപക്ഷേ, അനുജത്തിയാകും. അമ്മയുടെ വയർ വീർക്കുന്നതിന്റെ ലക്ഷണം ഇതാണ്. ആ അനുജനോ അനുജത്തിയോ അച്ഛനെ കണ്ടിട്ടുണ്ടാവില്ല. ചേട്ടനായ താൻ അച്ഛനെക്കുറിച്ച് പറഞ്ഞുകൊടുക്കണം.

ശില്പി നെഖെൻ തോണിയുടെ പിന്നിലായി ഒരു മൂലയ്ക്ക് കൂനിപ്പിടിച്ചിരിക്കയായിരുന്നു. കഴിഞ്ഞതൊക്കെ ഓരോന്നായി മനസ്സിലാക്കുവാൻ അയാൾ ശ്രമിക്കയായിരുന്നു. ഇമകൾ വേർപെട്ടു തന്നെ കിടക്കയായിരുന്നു. താൻ ജിവിതയാത്രയുടെ അന്ത്യയാമത്തിലെ ത്തിച്ചേർന്നിരിക്കുന്നു. എല്ലാം അവസാനിച്ചെന്ന് കരുതിയിരുന്നപ്പോഴാണ് പുതിയ ജീവിതം ആരംഭിച്ചു തുടങ്ങിയത്. ഈ യാത്ര എവിടേക്കാണ്....? ഒരു കുടുക്കിൽ നിന്ന് മറ്റൊരു കുടുക്കിലേക്കോ....? പല ദേശത്തും താൻ

സഞ്ചരിച്ചിട്ടുണ്ട്. ചൂഷണരീതി എല്ലായിടത്തും ഒരേപോലെയാണ്. ചൂഷണമില്ലാത്ത ഒരു വ്യവസ്ഥിതി ഇവിടെയുണ്ടായിരുന്നു. അത് നശിപ്പിക്കപ്പെട്ടു. ഇനി വീണ്ടും അത് പടുത്തുയർത്തണം. ആർക്കു കഴിയും....? ഈ ചോദ്യത്തിന് ഉത്തരമില്ല. ശിലാവിഗ്രഹങ്ങൾ നിർമ്മിക്കാനേ തനിക്ക് കഴിയൂ. ഹപുവിന്റെ ഒരു മകന് ശില്പകല പഠിക്കണമെന്ന് മോഹമുണ്ടായിരുന്നു. അവന്റെ സ്ഥിതി എന്തായിത്തീർന്നോ....? തുണിയിൽ വരച്ച അൻപുവീരന്റെ ചിത്രം ഹപുവിന്റെ വീട്ടിലാണ്. അത് കത്തിക്കരിഞ്ഞിട്ടുണ്ടാകും. എങ്കിലും മനസ്സിന്റെ ഭിത്തിയിൽ ആ ചിത്രം മായാതെ കിടപ്പുണ്ട്. നേതാവായ 'മെനെപ്പടായുടെയും ദിവ്യരൂപം മാഞ്ഞുപോകാതെ കിടക്കുന്നുണ്ട്. ലേപിത ശവം അതുപോലെ കൊത്തിവക്കാനാകും. യഥാർത്ഥ രൂപം വേണമെങ്കിലും സങ്കല്പിച്ച് സൃഷ്ടിക്കാനാകും. ഈ തോണി ഇതേ നിലയിൽ മുന്നോട്ടു പോയാൽ സൈനെയിലെത്തിച്ചേരും. അവിടെ ശിലകൾക്ക് പഞ്ഞമില്ല. ഉൽക്കൃഷ്ടമായത് തെരഞ്ഞെടുക്കാനാകും. എങ്കിലും ഈ തോണിയിലുള്ളവർ.... ഞാനും കൂടി ഈജിപ്തിനപ്പുറത്ത് ഏതോ വിദൂരലക്ഷ്യത്തിലേക്ക് നീങ്ങുകയാണ്. ഏതോ താവളത്തിലേക്ക്. ഏതോ നാട്ടിലേക്ക്. ഏത് നാട്....? എങ്ങനെയുള്ള നാട്.....? ഏതായാലും താനും ഈ കുടുംബത്തിലെ ഒരംഗമായിത്തീർന്നിരിക്കുന്നു.

കാറ്റുപായത്തൂണിനരികിൽ വീണ്ടും ഒതുക്കിപ്പിടിച്ച സംസാരം.

"നാളെ പ്രഭാതമാകുമ്പോൾ നാം 'ജിംകെ' പ്രവിശ്യയുടെ തെക്കുഭാഗത്തെത്തിയിരിക്കും. വൈകുന്നേരത്തിനുമുമ്പ് അബ്ടുവിലെത്താം....."

"അബ്ടുവിലുള്ള ഒസൈരിസിന്റെ പവിത്രമായ മഹോത്സവത്തിൽ നിന്നാണ് ന്യായത്തിന്റെ വെളിച്ചം കൊളുത്തിക്കൊണ്ടുവന്നത്. അല്ലേ ബടാ.....?"

"ഉം. ഇനിയൊരാഴ്ചയ്ക്കുള്ളിൽ വീണ്ടും അബ്ടുയാത്രയായി. അപ്പോഴേക്കും പ്രധാനപൂജാരി മെംഫീസിലേക്ക് പുറപ്പെട്ടിട്ടുണ്ടാകും. ഇത്തവണ അയാളോ ഫെറോവോ അബ്ടുവിൽ വരാനിടയില്ല. സെഡ് ഉത്സവം കഴിഞ്ഞില്ലേ.....? ഈജിപ്തിൽ ശാന്തതയും കൈവന്നിരിക്കുന്നു... ഇനി ഒന്നുരണ്ടു വർഷത്തേക്ക് ഒസൈരിസിനെ ഓർമ്മിക്കാതിരിക്കാനും മതി... അല്ലേ മെന്നാ....?"

"സത്യം.... അബ്ടു കടന്നു കഴിഞ്ഞാൽ 'ദെന്തെരെ' ഹാഥോർ ദേവതയുടെ ക്ഷേത്രം അവിടെയാണ്. പിന്നെ വേസി. അവിടെ അമൻ ക്ഷേത്രമുണ്ട്. ഇങ്ങനെ, രാത്രിയും പകലും, മറ്റൊരു രാത്രിയും കൂടി കഴിഞ്ഞാൽ എഡ്ഫുവിലെത്തും. ഥോ എറസ് ദേവാലയം അവിടെയാണ്. ആ മദ്ധ്യാഹ്നത്തിൽ സൈനെയിലെത്തും. ഫിലെ ദ്വീപിലെത്തുന്നതിനു മുമ്പ് നമ്മുടെ യാത്ര അവസാനിക്കും.... അല്ലേ....?"

"ഞാനും അതുതന്നെയാണ് വിചാരിക്കുന്നത്. ഇരുളിനു മുമ്പ് ഇടതുവശത്തുള്ള കൈവഴിയിലൂടെ നമുക്കു നീങ്ങാം. പിന്നെ സാവധാനത്തിൽ

പോയാലും മതിയല്ലോ.... വെളിച്ചം പരക്കുമ്പോഴേക്കും ഈജിപ്തിനപ്പുറത്തുള്ള നുബിയയലായിരിക്കും."

"ഉം. പിന്നീടുള്ള യാത്രയ്ക്ക് ഒന്ന് രണ്ട് കഴുതകളെങ്കിലും വേണം. ഉൾനാട്ടിലേക്കുള്ള യാത്രയ്ക്ക്....."

"പരദേശികളായി ഏതെങ്കിലും ഗ്രാമത്തിൽ താമസമുറപ്പിക്കാം. നാടിന്റെ വിളി വീണ്ടും കേൾക്കുന്നതുവരെ നമുക്കവിടെ കഴിയാം....."

"ആശാവാദം ആരോഗ്യത്തിന് നല്ലതാണ്."

"സ്വാമീ.... നിങ്ങൾ ഞങ്ങളെവിട്ട് പോകില്ലല്ലോ....."

"എന്റെ സ്വപ്നം വിഫലമായെങ്കിലും അതിന്റെ ഓർമ്മ എന്നിലുണ്ട്. സുഖകരമായ ആ സ്മരണകൾ അയവിറക്കിക്കൊണ്ട് നിങ്ങളോടൊപ്പം കഴിച്ചുകൂട്ടാം....."

"കുഞ്ഞുങ്ങളെ പഠിപ്പിച്ച് വളർത്തിക്കൊണ്ട് വരേണ്ടത് നിങ്ങളാണ്..."

"എഴുത്തുകാരനാകുന്നതിൽ സന്തോഷമേയുള്ളു. മന്ത്രതന്ത്രങ്ങൾ ചൊല്ലിക്കൊടുക്കുന്ന കള്ളപ്പൂജാരിയാകാൻ എനിക്കിഷ്ടമല്ല....."

നെഖെൻ അവരുടെ അടുക്കലേക്ക് നടന്നുചെന്നു.

"വിളിക്കാതെയാണ് വന്നത്. വൃദ്ധന് മാപ്പ് തരണം......"

"മഹാശില്പി....! നിങ്ങൾ നിർമ്മിച്ച നീരാനയുടെ പ്രതിമ തോണിക്കടവിൽ ഞാൻ കണ്ടിരുന്നു. അത്ഭുതശില്പം. നിങ്ങളുടെ സൃഷ്ടിയെ അടിച്ചുടയ്ക്കാൻ ഹേപാട് കല്പിച്ചത്രെ. എന്നാൽ അത് ചളിമണ്ണിൽ വീണ് ഉരുണ്ട് നദിയിൽ മുങ്ങിപ്പോകയാണ് ചെയ്തത്....." മെന്ന പറഞ്ഞു.

"ഉം... അത് ഞാനും കേട്ടിരുന്നു....."

"മഹാശില്പി! നിങ്ങൾ നോക്കിക്കൊള്ളു. ആ നീരാന നദിയുടെ ആഴത്തിൽ നിന്ന് വീണ്ടും ഉയർന്നുവരും....."

"അത് കണ്ട് കണ്ണടയ്ക്കാനുള്ള അവസരം കിട്ടണമെന്നാണ് എന്റെ പ്രാർത്ഥന.... സ്വാമീ....."

"നിങ്ങൾ പ്രായമുള്ളയാളാണ്. നിങ്ങളെങ്കിലും എന്നെ സ്വാമിയെന്ന് വിളിക്കരുത്...."

"ശരി മെന്ന. ബടാ അവിടെനിന്ന് പുറപ്പെടുമ്പോൾ 'ഞാനും വരട്ടെ'യെന്ന് ചോദിച്ചപ്പോൾ മറ്റൊന്നുംകൂടി ചോദിക്കയാണ്. നിങ്ങൾ താമസിക്കുന്നിടത്ത് കഴിഞ്ഞുകൂടാൻ എന്നെയും അനുവദിക്കാമോ.....?"

"ബടാചേട്ടാ....., ഉടനെ സമ്മതിച്ചോ....." മെന്ന പറഞ്ഞു: "എനിക്കൊരു നിശ്ചയമുണ്ട്. ഇദ്ദേഹത്തിന്റെ കല്ലുളി ഉരച്ച് മുനയുണ്ടാക്കല് എന്റെ ഉത്തരവാദിത്വമാണ്. ഇദ്ദേഹം സമ്മതിക്കയാണെങ്കിൽ നമ്മോടൊപ്പം കഴിയട്ടെ....."

"മെന്ന.... സമൂഹത്തിന്റെ സങ്കടത്തിനിടയിലും...., വാടിക്കരിഞ്ഞ ഈ മുഖത്ത് കുളിർജലം തളിക്കയാണോ....? സർവ്വവേദനയും സംഹരി

ക്കാൻ ശക്തിയുള്ള മഹാവൈദ്യരാണ് നിങ്ങൾ....."

ഇരുൾ അലിഞ്ഞുതുടങ്ങിയിരുന്നു.

ഖ്നേംഹോടെപ് ഉറക്കമുണർന്നു.

"ബടാചേട്ടാ....., വേദന സഹിക്കാനാകുന്നില്ല....." ദയനീയസ്വരത്തിൽ അയാൾ പറഞ്ഞു.

"ബടാമാമാ.... വിളിക്കുന്നു....." ഖ്നേംഹോടെപിന്റെ ഭാര്യ പറഞ്ഞു.

ബടാ അടുത്തെത്തിയെന്നറിഞ്ഞപ്പോൾ ഖ്നേംഹോടെപിന്റെ കൈ അയാളെ തൊടാനുയർന്നു. ബടാ ആ കരം ഗ്രഹിച്ചു.

"നാട്ടിലെ..... സ്ഥിതി...എന്തായി....?" സാവധാനത്തിൽ ഖ്നേംഹോടെപ് ചോദിച്ചു.

"അതൊന്നും ഇപ്പോൾ ചിന്തിക്കേണ്ട. നീ വിശ്രമിക്ക് രാവിലെ കണ്ണിൽ മരുന്നുവെച്ച് കെട്ടാം....."

"നാം രക്ഷപ്പെട്ട് വന്നതാണോ......?"

"അതേ. നെഫീസ് ചേച്ചിയും, രാമേരിയും, അഹൂറയും, കുഞ്ഞും, നെജമുട് ചേച്ചിയും, നിന്റെ അമ്മയും ഭാര്യയും, നെഫെറുറായും, അൻപുവിന്റെ വിധവയും, എന്റെ ഭാര്യയും രണ്ട് മക്കളും, മെന്നസ്വാമിയും, നെഖെൻ ശില്പിയും, തോണിക്കാരുമാണ് കൂടെയുള്ളത്......."

"എനിക്കറിയാം..... നാം തോറ്റുപോയി. മൂത്തവരെല്ലാം പിടിയിലായി. അടിമപ്പണിക്ക് ആളുകളെയും പിടിച്ചുകൂട്ടി. വിളകളും വീടുകളും ചുട്ടുകരിച്ചു. ആ പ്രധാനപൂജാരി നുട്മോസ്.... ബകില.... മൂന്നുപേരെയും ബലിയാക്കണമായിരുന്നു. സാധിച്ചില്ല....."

"കൂടുതൽ സംസാരിക്കില്ല. ക്ഷീണമുണ്ടാകും. കണ്ണിലെ രക്തസ്രാവം നിന്നിട്ടില്ല....."

"ഈ സമൂഹത്തിന്റെ മുഴുവൻ രക്തവും സ്രവിക്കുമ്പോൾ എന്റെ കണ്ണ് ഒരു പ്രശ്നമാണോ ബടാചേട്ടാ....."

ബടാ ഉത്തരം പറഞ്ഞില്ല. അയാൾ ഖ്നേംഹോടെപിനെ തടവിയാശ്വസിപ്പിച്ചു.....

പ്രഭാതത്തിൽ തോണി കരയ്ക്കണഞ്ഞു. മെന്ന ഖ്നേംഹോടെപിന്റെ കണ്ണുകൾ പരിശോധിച്ചു. കാഴ്ച കിട്ടില്ലെന്ന് ബടായെ ആഗ്യം കാട്ടി അറിയിച്ചു. അയാൾ അങ്ങുമിങ്ങും പരതി നടന്ന് ഔഷധഗുണമുള്ള പച്ചിലകൾ പറിച്ചുകൊണ്ടുവന്ന് ചതച്ച് അതിന്റെ രസം കണ്ണിലൊഴിച്ചു. വൃത്തിയുള്ള ഒരു തുണിയെടുത്ത് കണ്ണ് മൂടിക്കെട്ടി.

പഴക്കം വന്നുതുടങ്ങിയ അല്പം റൊട്ടിമാത്രമേ ആഹാരമായവശേഷിച്ചിരുന്നുള്ളു. ഉണക്കറൊട്ടി ചവച്ചരക്കാൻ പല്ലുകൾക്ക് ക്ലേശിക്കേണ്ടിവന്നു......

ബടാ പറഞ്ഞു...... "ഇപ്പോഴിതുമതി. അബ്ടു കഴിയട്ടെ. നാളെ ദെന്തെരെയിൽനിന്നോ വേസിയിൽനിന്നോ അല്പം വല്ലതും വാങ്ങിക്കാം.

രാജധാനിയിൽ നിന്ന് കിട്ടിയ രണ്ട് കുന്തമുണ്ട്. ഒന്ന് ആത്മരക്ഷയ്ക്ക് സൂക്ഷിച്ചുവെക്കാം. മറ്റേത് വിനിമയം ചെയ്യാം. എത്ര റൊട്ടി കിട്ടുമെന്ന് അറിയാമല്ലോ.

ഭർത്താവ് അന്ധനായിത്തീർന്നെന്നറിഞ്ഞപ്പോൾ ഖ്നേംഹോടെപിന്റെ പത്നി വിതുമ്മിക്കരഞ്ഞു. തബബുവാ മകളെ ആശ്വസിപ്പിച്ചു....., "നീയിങ്ങനെ കരയാനും വിളിക്കാനും പാടില്ല. ധൈര്യമായിരിക്കണം. അവൻ വേഗത്തിൽ സുഖപ്പെടണമെങ്കിൽ നീ സമാധാനത്തോടെയിരിക്കണം......"

മാൻക പ്രവിശ്യയിൽ കൊയ്ത്ത് കഴിഞ്ഞിരുന്നു. അതിനടുത്ത പ്രദേശങ്ങളിലെ വയലുകളും ശൂന്യമായിരുന്നു.....

"നമ്മുടേതായ ഒരു പിടിധാന്യവും നമുക്ക് കിട്ടിയില്ല....." ബടാമെന്നയോട് പറഞ്ഞു.

"ഉം.....! അതേ....."

മെന്ന അബ്ടുവെപ്പറ്റി ചിന്തിക്കയായിരുന്നു. കഴിഞ്ഞ വർഷം ഐസിസിന്റെ പാത്രമെടുത്ത ദേവദാസിയുടെ ശിരസ്സിൽ കൈവച്ച് പ്രധാനപൂജാരി അനുഗ്രഹിച്ചുകൊണ്ട് നിന്നപ്പോൾ താൻ ശ്രീകോവിലിനടുത്ത് ചെന്നെന്നു പറഞ്ഞല്ലേ അയാൾ ദേഷ്യപ്പെട്ടത്....?

മെന്ന അറിയാതെ ചിരിച്ചുപോയി. മറ്റുള്ളവരെ അറിയിക്കാതെ സ്വയം ചിരിച്ചു. ഇനി ആ ജീവിതവുമായി തനിക്ക് ബന്ധമില്ല. ആ പിശാചുക്കളുടെ പാപത്തിന്റെ നൈവേദ്യം തനിക്കിനി തൊടേണ്ടി വരില്ല. നേരായ വഴിയിൽ സഞ്ചരിക്കാനും വിശ്വാസത്തിനനുസരിച്ച് പ്രവർത്തിക്കാനും തനിക്ക് സ്വാതന്ത്ര്യമുണ്ട്......

വൈകുന്നേരം അബ്ടുവിലെത്തി.

ഖ്നേംഹോടെപ് ഒഴികെ മറ്റെല്ലാവരും ദൂരെ കുന്നിന്മേലുള്ള അബ്ടു ക്ഷേത്രം ദർശിച്ചു. അവരെല്ലാം ഒസൈരിസിനെ പ്രാർത്ഥിച്ചു.

അന്ധനായ വൃദ്ധന്റെ പാട്ട് രാമേരിപ്പടാക്കോർമ്മവന്നു. തങ്ങളെല്ലാം ഭക്ഷണം കഴിച്ചുകൊണ്ടിരുന്നപ്പോൾ അയാൾ തന്ത്രിമീട്ടിയിരുന്നു....

"ഓ...ഓ...ഓ....

പാടാം കേൾക്ക സൃഷ്ടിതൻ കഥകൾ

ഈ ലോകത്തിന്നാദിമകഥകൾ

ഓ...ഓ.....ഓ....

ഖ്നേംമാമനും അതുപോലെ പാടിക്കൊണ്ട് അലഞ്ഞുനടക്കേണ്ടി വരുമോ? അപ്പോൾ അയാളുടെ കൈ പിടിക്കേണ്ടതാര്? താനാണോ....?

... ആ രാത്രി അവസാനിച്ചപ്പോൾ അവരെത്തിച്ചേർന്ന സ്ഥലത്ത് പെപ്പൈറസ് കാടുകളുണ്ടായിരുന്നു. കാട്ടുതാറാവുകളും നീന്തിക്കളിച്ചിരുന്നു. ബടായുടെ തോണിക്കാർ തണ്ടുകൾ മറിച്ച് കോലാക്കി വേട്ട നടത്തി. രണ്ട് കാട്ടുതാറാവുകളെ പിടിച്ചു. ചെറിയവരും വലിയവരും സന്തോഷിച്ചു.....

“ബ്ടാ ചേട്ടാ, ഈ രണ്ടു കുന്തങ്ങളും നമ്മുടെ പക്കൽതന്നെ വേണം. താറാവിനെ കൊടുത്ത് റൊട്ടി വാങ്ങാം....”, ഖ്നേംഹോടെപ് പറഞ്ഞു.

“ഉം....ഉം.....”

ഒരു കാട്ടുതാറാവിനെ കൊടുത്താണ് ലിപിച്ചുരുൾ വാങ്ങിയതെന്ന് രാമേരിപ്പടായോർത്തു. ഞങ്ങളെ കുന്തമെറിയാനും കുത്താനും പഠിപ്പിക്കുമോ...? കണ്ണടച്ചും അസ്ത്രപ്രയോഗം നടത്തുന്ന സമർത്ഥന്മാരില്ലേ?

തബബുവായും നെജമുടും, അഹൂറയും, അൻപുവിന്റെ വിധവയും നെഫറുറായും ഇടയ്ക്കിടെ ചോദിച്ചുകൊണ്ടിരുന്നു......

“നെഫീസേ, എന്തെങ്കിലും വേദന തോന്നുന്നുണ്ടോ? വേദന തോന്നിയാലുടനെ പറയണം. കരയിലേക്ക് പോകാം....”

“ഇനി ഒന്നും പേടിക്കാനില്ലേ.....? ശത്രുക്കൾ പിന്തുടരുന്നില്ലേ....?” നെഫീസ് ചോദിച്ചു.

“ഇല്ല. നീയെന്തിന് അതൊക്കെ ചിന്തിക്കുന്നു.....? ഞങ്ങളിത്രപേരില്ലേ.....?” നെജമുട് മറുപടി പറഞ്ഞു.

ദെന്തെരെയിലെ ഹാഥോർ ദേവാലയം നദിയുടെ ഇടതുകരയിലാണ്.

ഹാഥോർ.....! സ്നേഹദേവത... പശുവാകൃതിയിൽ കൊമ്പുകളുള്ള പ്രേമസ്വരൂപൻ..... സുഖത്തിന്റെയും സംഗീതത്തിന്റെയും നൃത്തത്തിന്റെയും അധിപതി..... ഒരുകുഞ്ഞ് ജനിച്ചാൽ ഏഴ് ഹാഥോർ ദേവതകൾ കുഞ്ഞിനുചുറ്റും വന്നിരുന്ന് ഭാവി നിശ്ചയിക്കുമെന്നാണ് ജനങ്ങളുടെ വിശ്വാസം.

ഖ്നേമിനെയും കൂട്ടിക്കൊണ്ട് ക്ഷേത്രനടയിൽ ചെന്നു.... ഖ്നേമുവിന്റെ വേദന കുറഞ്ഞിരുന്നു.

അവരെല്ലാം പ്രാർത്ഥിച്ചത് നെഫീസിന് പിറക്കാൻ പോകുന്ന കുഞ്ഞിനെ രക്ഷിക്കണമെന്നാണ്.

എല്ലാവരിൽനിന്നും അകന്ന് ക്ഷേത്രത്തിന്റെ ഒരു തൂണിനുചാരി നില്ക്കയായിരുന്നു. രാമേരിപ്പടാ മെന്നയെ നോക്കി. അവന്റെ ചുണ്ടുകൾ ഇളകിയതേയില്ല.

.... മുന്നോട്ട്..... ഇടത്തെ കരയിൽ വേസി. വലിയൊരു ഗ്രാമം.... അമൻക്ഷേത്രം തലയുയർത്തി നില്ക്കുന്നു. സഞ്ചാരികളുടെ ദേവൻ.... തോണിക്കാരുടെ കൂട്ടാളി.... അദ്ധ്വാനിക്കുന്ന ദരിദ്രകർഷകരുടെ സ്നേഹഭാജനം... എല്ലാവരും ഇറങ്ങേണ്ടെന്ന് നിശ്ചയിച്ചു. ബടായും തോണിക്കാരും മാത്രം ചെന്നു..... ക്ഷേത്രത്തിനടുത്തുള്ള പീടികയിൽ കാട്ടുതാറാവിനെ കൊടുത്ത് പന്ത്രണ്ട് റൊട്ടി സമ്പാദിച്ചു.

..... കെഫ്ടുവിന്റെ തോണി എങ്ങും കണ്ണിൽപെട്ടില്ല. എഡ്ഫുവിനും സൈനെക്കുമിടയിൽ എവിടെയോ ഉണ്ടാകണമെന്ന് ബടാ ഊഹിച്ചു. അയാൾ തങ്ങളെ കാണരുത്. ഇനിയൊരിക്കലും അയാൾ സന്ദേശവാഹ

ക്നാകരുതെന്ന് ബടാ ആശിച്ചു. ഇക്കാര്യം അയാൾ തോണിക്കാരെയും മെന്നയെയും അറിയിച്ചു.

കെഫ്ടുവിന്റെ വാക്കുകൾ മെന്നയുടെ സ്മൃതിപഥത്തിൽ തെളിഞ്ഞുവന്നു. 'നേതാവിനോട് സമാധാനമായിരിക്കാൻ പറയണം. എല്ലാം നേരെയാകും.....'

വർത്തകൻ അയാളുടെ മാടിനനുസരിച്ച് പ്രവർത്തിച്ചു. എന്നാൽ പരിതഃസ്ഥിതി മറ്റൊന്നിന് രൂപം നല്കി. ഇപ്പോൾ കണ്ടുമുട്ടിയാലും അയാൾ മധുരമായി സംസാരിക്കുമെന്ന് മെന്നക്കു തോന്നി. വല്ല സഹായവും വേണോ എന്നും ചോദിച്ചേക്കാം, ചെയ്യുകയും ചെയ്യും. ഒടുവിൽ മെംഫീസിൽ ചെന്ന് 'അവരെല്ലാം അങ്ങോട്ട് പോയിട്ടുണ്ടെ'ന്ന് പറയുകയും ചെയ്യും.

എന്നാൽ പ്രശ്നത്തിന്റെ സങ്കീർണ്ണത ഇക്കാര്യത്തിൽ മാത്രം ഒതുങ്ങി നിന്നില്ല. എഡ്ഫുവിനടുത്തെത്താറായപ്പോൾ നെഫീസിന് പ്രസവവേദനയാരംഭിച്ചു. സമയമാണെങ്കിൽ ഇരുട്ടുകയും ചെയ്തിരിക്കുന്നു. രണ്ടാമത്തെ പ്രസവമായതുകൊണ്ട് താമസം നേരിടില്ലെന്ന് നെജമുട് പറഞ്ഞു.

തോണി നദിയുടെ ഇടത്തെ കരയോട് ചേർന്ന് മുന്നോട്ട് നീങ്ങിത്തുടങ്ങി. നാട്ടുകാരിൽനിന്നകന്ന് തോണിയടുപ്പിക്കുന്നതാണ് നല്ലതെന്ന് അവർക്കു തോന്നി.

പെട്ടെന്ന് ഒരു തോണിക്കാരൻ വലതുവശത്തേക്ക് ചൂണ്ടിക്കാട്ടി ....."അതാ....."

വലതുഭാഗത്ത് നൈസർഗ്ഗികമായ തോണിക്കടവുള്ളിടത്ത് ഒരു വലിയ തോണി... പത്തുപന്ത്രണ്ട് പന്തങ്ങൾ എരിഞ്ഞുനില്ക്കുന്നു.

കെഫ്ടുവിന്റെ തോണി.....!

"എങ്ങും നിർത്താതെ നേരെ തുഴയൂ......" ബടാ നിർദ്ദേശിച്ചു.

നെഫീസിന്റെ ഞരക്കം കൂടിക്കൂടി വന്നു. അഹൂറയും, നെഫറൂറായും നെജമുടിനെ സഹായിച്ചു.

"ഓ....ഒസൈരിസ്....! ഓ.... ഒസൈരിസ്.....!" മെന്ന ഉച്ചരിച്ചു. തോണിയിലുള്ളവർ ഏറ്റുവിളിച്ചു....

"ഓ.... ഹോറസ്....! ഓ..... ഹോറസ്.....!"

"ഓ...... ഹോറസ്.....! ഓ....... ഹോറസ്.....!"

തോണി കെഫ്ടു കടന്ന് നിമിഷങ്ങൾ കഴിഞ്ഞതേയുള്ളൂ. നെഫീസ് പ്രസവിച്ചു. കുഞ്ഞിന്റെ കരച്ചിൽ അന്ധകാരത്തെ ഭേദിച്ചുകൊണ്ടുയർന്നു. ഏവരും സമാധാനത്തോടെ നെടുവീർപ്പിട്ടു. നെജമുട് നെഫീസിനുവേണ്ട പ്രാഥമിക ശുശ്രൂഷകൾ ചെയ്യുന്നതിനിടയിൽ നെഫറുറാ കുഞ്ഞിനെ പരിശോധിച്ച് വിളിച്ച് പറഞ്ഞു:

"ആൺകുഞ്ഞ്......"

"രാമേരീ....നിനക്കൊരനുജൻ....." തബബുവാ പറഞ്ഞു.

തോണിയുടെ അങ്ങേയറ്റത്ത് നില്ക്കയായിരുന്ന മെന്നയുടെ അടുത്തേക്ക് രാമേരിപ്പടാ ചെന്നു.

"ഇപ്പോൾ ഏഴ് ഹാഥോർ ദേവതകൾ വരുമോ.....?"

"അതൊരു സങ്കല്പമാണ് രാമേരീ....."

"നമുക്ക് കാണാൻ പറ്റില്ല അല്ലേ......?"

"ഊഹും....."

"അപ്പോൾ കുഞ്ഞ് ഭാവിയിലെന്തായിത്തീരുമെന്ന് ആരാ പറയുക....?"

"പൂജാരികൾ.... പക്ഷേ, അവരുടെ രഹസ്യം എനിക്കുമറിയാം. മറ്റാരോടും പറയില്ലെന്ന് വാക്കു തന്നാൽ ഞാൻ പറഞ്ഞുതരാം...."

"ശരി. വാക്കു തരുന്നു....."

"ഈ എഡ്ഫുവിലെ ദേവത ആരാണെന്നറിയാമോ....? ഹോറസാണ്." "ഹോറസോ....?"

"ഒസൈരിസിന്റെ പുത്രൻ. ആ കഥ അച്ഛൻ പറഞ്ഞുതന്നിരുന്നു....."

"ഹോറസ് ചെറുതായിരുന്നപ്പോൾ അവന്റെ അച്ഛനെന്താണ് ചെയ്തതെന്നറിയോ....?"

"ഇല്ല. അത് അച്ഛൻ പറഞ്ഞുതന്നിട്ടില്ല......"

"ഉം.....! കേട്ടോ! മരണാനന്തരം ഒസൈരിസ് ന്യായലോകത്തിൽ ചെന്നല്ലോ.....? വളരുന്ന മകനെ കാണുന്നതിന് അദ്ദേഹം ഇടയ്ക്കിടെ വരുമായിരുന്നു...."

"ഉം....."

"വന്നാൽ മകനോട് ചോദിക്കും.....'ഒരു മനുഷ്യന് ചെയ്തുതീർക്കാവുന്ന ഉദാത്തമായ പ്രവൃത്തിയേതാണ്....? പറയൂ മകനേ....' മകൻ ഉത്തരം പറഞ്ഞിരുന്നു. 'അച്ഛനമ്മമാരനുഭവിച്ച ദുർന്നീതിക്ക് പ്രതികാരം ചെയ്യൽ....."

"ഉം....."

"സേത് തോറ്റതറിഞ്ഞ് റാ ദേവൻ പറഞ്ഞു. 'ശിക്ഷ വിധിക്കുന്നതിന് അവനെ ഹോറസിന്റെ കൈയിലേല്പിക്ക്. സേത് ഒസൈരിസിനെ ചെയ്തതെല്ലാം ഹോറസ് സേതിനോടും കാണിക്കട്ടെ.....' അതാണ് ശരിയെന്ന് ഗണങ്ങൾ മുഴുവൻ പറഞ്ഞു. അതു മനസ്സിലായ ഉടൻ ഹോറസ് ഉറയിൽനിന്ന് വാള് വലിച്ചൂരി സേതിന്റെ ദുഷ്ട നിറഞ്ഞ തല കൊയ്തെടുത്തു. തന്റെ അച്ഛനെ സേത് ചെയ്തതുപോലെ സേതിന്റെ ശരീരവും പതിനാല് കഷണങ്ങളാക്കി....."

"ഉം....."

"അപ്പോൾ എഡ്ഫുവിൽ പെരുമ്പറ മുഴങ്ങി. 'എഡ്ഫു നിവാസികളെ, സന്തോഷിപ്പിൻ.....! സ്വർഗ്ഗത്തിന്റെ അധിപതിയായ മഹാദേവൻ ഹോറസ് ഒസൈരിസിന്റെ ശത്രുവിനെ സംഹരിച്ചിരിക്കുന്നു. തന്റെ പിതാ

വിന്റെ കൊലയ്ക്ക് പകരം വീട്ടിയിരിക്കുന്നു. ചത്തവന്റെ മാംസം തിന്നണം! ആ ചെമ്പൻ കാണ്ടാമൃഗത്തിന്റെ രക്തം ഊറ്റിക്കുടിക്കണം. അവന്റെ അസ്ഥികൾ ചുട്ടുകരിക്കണം. കഷ്ണങ്ങൾ മുറിച്ച് നായ്ക്കൾക്കെറിഞ്ഞുകൊടുക്കണം. അമേദ്യം ഉരഗാദികളും തിന്നട്ടെ....."

"ഉം......"

"ജനങ്ങൾ ഇത് കേട്ട് ജയഘോഷം മുഴക്കി. പ്രതികാരം വീട്ടിയ വീരാതിവീരനായ ഹോറസ് ജയിക്കട്ടെയെന്ന് വിളിച്ചു പറഞ്ഞു......"

"സ്വാമീ....."

"സ്വാമിയല്ല, മെന്ന......"

"മെന്ന സ്വാമീ....., ഇതെപ്പോഴാ നടന്നത്.....?"

"പത്തു തവണപത്ത്, അതായത് നൂറ്; നൂറ് തവണ നൂറ്. അതായത് പതിനായിരം....."

"ഇപ്പൂവർ ഗുരു പറഞ്ഞുതന്നിരുന്നു......"

"അങ്ങനെയുള്ള എത്രയോ ആയിരം വർഷങ്ങൾക്കു മുമ്പ്....."

"ആയിരിക്കും. എഡ്ഫു ദേവസ്ഥാനം നിർമ്മിക്കുമ്പോൾ അച്ഛൻ മുത്തച്ഛന്റെകൂടെ ജോലിക്ക് വന്നിരുന്നത്രെ. അപ്പോൾ ഒരാൾ ഒരുപാട്ട് പാടിയത്രെ....."

"പാട്ട് ഓർമ്മയുണ്ടോ....?"

"ഉണ്ട്. വീരാതിവീരാ ഹോറസ് ജയിക്കട്ടെ.....

അച്ഛനെ കൊന്നവനെ മണ്ണിൽ പൂഴ്ത്തിയ

ധീരൻ ജയിക്കട്ടെ.

ദുഷ്ടനെ നിഗ്രഹിച്ച മഹാശൂരൻ ജയിക്കട്ടെ....."

"നല്ലപാട്ട്. ഇത് പല രീതിയിലും ഈജിപ്തിലുള്ളവർ പാടുന്നുണ്ട്."

"എന്റെ ചോദ്യത്തിനുത്തരം.....?"

"കുഞ്ഞിന്റെ ഭാവി എന്തായിത്തീരുമെന്നതോ.....?"

"അതേ....."

"നിന്റെ അച്ഛൻ ഇക്കാലത്തെ ഒസൈരിസാണ്..... നീയും അനുജനും ഒസൈരിസിന്റെ സന്താനങ്ങൾ, ഹോറസ് വീരന്മാർ....."

രാമേരി മൗനംപൂണ്ടു. അവന്റെ കണ്ഠം ഗദ്ഗദമാർന്നു.....

"കരയുകയാണോ....?"

"ഇല്ല..... ഇല്ല.... എനിക്ക് സന്തോഷമായി....."

....."കുഞ്ഞ് മുലയീമ്പുന്നുണ്ട്.... നെഫീസ് ഉറങ്ങുകയാണ് തോണി നിർത്തേണ്ട. ഇങ്ങനെ പോയാൽ മതി...." നെജമുട് പറഞ്ഞു.

റാ ഉദിച്ചപ്പോൾ ഉണർന്നു.

നല്ല ആരോഗ്യമുള്ള കുഞ്ഞ്. ചുവപ്പ് നിറം. തോണി കരയ്ക്കണഞ്ഞപ്പോൾ നെഫീസ് കുഞ്ഞിനെയെടുത്തുകൊണ്ട് രണ്ടടി നടന്നു. മെനെപ്പ

ടായുടെ സന്താനത്തെ റാ ദർശനം നടത്തിച്ചു.

"അമ്മേ, രാത്രി ഏഴ് ഹാഥോർ ദേവതകൾ വന്ന് കുഞ്ഞിന് ചുറ്റു മിരുന്ന് പറഞ്ഞതെന്താണെന്ന് എനിക്കറിയാം......"

"ഇവൻ ഹോറസായിത്തീരും.....! എന്നെപ്പോലെ.... എന്നെപ്പോ ലെ...."

വീണ്ടും യാത്ര ഖസനെയിലെത്തി. ശിലയുടെ നാട്.

നെഖെൻ കൊതിയോടെ നോക്കി.

"കല്ലുളി പുറത്തെടുക്കണമെന്ന് തോന്നുന്നുണ്ടോ....?" മെന്ന ചോദിച്ചു.

"ഉം..... ഒരു ദിവസം ഇവിടെ വരും. അൻപുവീരന്റെയും നേതാവി ന്റെയും വലിയ ശില്പങ്ങൾ കൊത്തിയുണ്ടാക്കും....."

"അന്ന് കല്ലുളിക്ക് മുനകൂട്ടിക്കൊണ്ട്...., അവരുടെ കഥകൾ പാടി ക്കൊണ്ടും എഴുതിക്കൊണ്ടും ഞാനും നിങ്ങളോടൊപ്പമുണ്ടാകും...."

തോണി ഇനിയും മുന്നോട്ട് പോയാൽ നൈൽനദിയുടെ അഴിമുഖ ത്തുള്ള ഫിലെ ദ്വീപിലെത്തും. തോണിയാത്ര അവിടെയെത്തുന്നതോടെ അവസാനിക്കുന്നു.

ഇടതുവശത്തുള്ള ഒരു കൈവഴി ബടാ ചൂണ്ടിക്കാട്ടി.

"ഈ ഭാഗത്തേക്ക് നീങ്ങാം. കാറ്റ് പായിറക്ക്. ബദ്ധപ്പെടേണ്ട. സാവ ധാനം പോയാൽ മതി. പുലരുമ്പോഴേക്കും നാം ഫെറോവും മന്ത്രിയും, പ്രധാനപൂജാരിയുമില്ലാത്ത ഒരു ദേശത്തെത്തിച്ചേരും."

നേരം പുലർന്നു.

അത് നുബിയ ദേശമാണ്.

ഖ്നേമിന്റെ കണ്ണിലെ കെട്ടഴിച്ചു. മുറിവുണങ്ങിത്തുടങ്ങിയിരുന്നു. കാഴ്ചശക്തി മാത്രമില്ല.....

കൈവഴിയിലൂടെ മന്ദമായി നീങ്ങുന്ന തോണി.... ഒരു ഗ്രാമത്തിന്റെ വക്കിൽ ചെന്നുനിന്നു.

"നിങ്ങളെവിടുന്നാ വരുന്നത്? ഇതിലേക്കൂടി നേരെപോയാൽ അടുത്ത ഗ്രാമത്തിലെത്തും. വളഞ്ഞ വഴിയാണ്. തോടുകളുണ്ട്. ഈ ഭാഗത്ത് താമസിക്കാനാണോ ഉദ്ദേശിക്കുന്നത്?" ആ ഗ്രാമത്തിലെ പ്രായംചെന്ന ഒരാൾ ചോദിച്ചു.

"ഞങ്ങൾ ദൂരെനിന്ന് വരികയാണ്. ഞങ്ങളുടെ കൂടെയുള്ളവരെല്ലാം തീയിൽ വെന്തുമരിച്ചുപോയി. അദ്ധ്വാനിച്ച് ജീവിക്കാമെന്ന് കരുതി പുറപ്പെട്ടതാണ്. അത് ഏത് നാട്ടിലായാലെന്താ?"

"അയ്യോ....! പാവം....! പാവം.....! ആഹാരം വല്ലതും കഴിച്ചോ? കുഞ്ഞുങ്ങളും ഉണ്ടല്ലോ."

ആ ഗ്രാമീണന്റെ ആതിഥ്യം അവർ സ്വീകരിച്ചു.

"നടന്നുപോയാൽ ആ ഗ്രാമത്തിലേക്ക് എത്ര ദൂരമുണ്ടാകും.....?"

"ഒരു പകലിലെ യാത്ര വേണ്ടിവരും."

"ഒരുപകാരം ചെയ്തുതരണം. രണ്ട് കഴുതകൾ വേണം. പകരം ഈ തോണി തരാം."

അയാൾ അല്പസമയം ചിന്തിച്ചുനിന്നു. മറ്റുള്ളവരുമായി കൂടിയാലോചിച്ചു.

കുറ്റിയിൽ കെട്ടിയിരുന്ന രണ്ട് കഴുതകളെ അയാളഴിച്ചു കൊണ്ടുവന്നു.

പ്രസവിച്ചവൾക്കും കുട്ടിക്കും കഴുത. ഖ്നേംഹോടെപ് നടക്കാമെന്നു പറഞ്ഞു. കുന്തം ഊന്നുവടിയായി സ്വീകരിച്ചു. ബടായുടെ മക്കളും, രാമേരിപ്പടായും, അഹൂറയുടെ കുട്ടിയും മറ്റേ കഴുതപ്പുറത്തും യാത്രയാവാമെന്ന് നിശ്ചയിച്ചു. രാമേരിപ്പടാ സമ്മതിച്ചില്ല. നടക്കണമെന്ന വാശി.

"ഒരു കാര്യം ചെയ്യാം. നടന്ന് നടന്ന് ക്ഷീണിക്കുമ്പോൾ എന്റെ ചുമലിൽ കയറിയിരുന്നോ. കഴുതയ്ക്കുള്ള ബുദ്ധിയേ എനിക്കുള്ളു...." ബടാ പറഞ്ഞു.

അവർ യാത്രയായി. പുതിയൊരു മണ്ണിൽ പുതിയൊരു ജീവിതം നട്ടുപിടിപ്പിക്കുന്നതിന് മുമ്പ് ഒരു പകലത്തെ യാത്ര കൂടി.

പതിനെട്ട്

രണ്ടുമാസത്തിനുശേഷമുള്ള ഒരു ദിവസം.

മെലിഞ്ഞു തളർന്ന ഒരു മനുഷ്യൻ ബടായുടെയും മറ്റുള്ളവരുടെയും മുന്നിലേക്ക് നടന്നുചെന്നു. നീണ്ടു നരച്ച തലമുടിയും താടിമീശയും.... കീറിയ അരവസ്ത്രം... ഏതാനും തുണിക്കഷണങ്ങൾ കൈത്തണ്ടിൽ തൂങ്ങിനില്ക്കുന്നു.... കൈയിലെ പെപ്പൈറസ് തണ്ടിന്റെ അറ്റം ഊന്നി യൂന്നി ചതഞ്ഞുപോയിരിക്കുന്നു.

ബടാ നിലമുഴുകയായിരുന്നു. അയാളുടെ ഭാര്യയും, അഹൂറയും, തബബുവായും സഹായത്തിനായുണ്ട്. മെന്ന ഒരു പന്തലിന് കീഴിലിരുന്ന് കുട്ടികൾക്ക് ലിപിച്ചുരുൾ പറഞ്ഞുകൊടുക്കുകയാണ്. കുഴിയുണ്ടാക്കി തൂണ് നാട്ടി ഒരു പാർപ്പിടം കെട്ടിയുണ്ടാക്കുന്നതിൽ മുഴുകിയിരിക്കയാണ് ഖ്നേംഹോടെപും, ഭാര്യയും, നെജമുടും.

മറ്റൊരു പന്തലിനുകീഴിൽ ശില്പി നെഖെൻ ശിലാവിഗ്രഹങ്ങൾക്ക് രൂപം നല്കിക്കൊണ്ടിരിക്കയാണ്. പുലി, സിംഹം, നരി, നീരാന, കരടി, നൃത്തക്കാരി, കുറിയമനുഷ്യൻ തുടങ്ങിയവരുടെ ചെറിയ ചെറിയ രൂപ ങ്ങൾ ഒരരികിൽ നിരത്തിവെച്ചിരിക്കുന്നു.

അൻപുവിന്റെ വിധവ കൊട്ടകളുണ്ടാക്കുകയാണ്. നെഫറുറാ ആകാശക്കീഴിൽ തീപൂട്ടി റൊട്ടി ചുട്ടെടുക്കുകയാണ്.

പനയോലകൊണ്ട് മേൽപ്പുരകെട്ടി ഒരു മൺചുമർ മുറിക്കുള്ളിലിരുന്ന് കുളിർകാറ്റേല്ക്കാതെ നെഫീസ് കുഞ്ഞിന് മുലകൊടുക്കുകയാണ്.

അപരിചതനെക്കണ്ട് ഏവരും ജിജ്ഞാസുക്കളായി. എല്ലാവരെയും ഒന്നിച്ച് കണ്ടപ്പോൾ അപരിചിതന്റെ മുഖം വിടർന്നു. ആ മിഴികളിൽ ആന ന്ദാശ്രുക്കൾ പൊടിഞ്ഞു.

"ബടാ....! ഖ്നേമൂ.....! നെജമുട് ചേച്ചീ.....! ചേച്ചി തബബുവാ എന്നെ മനസ്സിലായില്ലേ.....!"

ആദ്യത്തെ ശബ്ദത്തിൽനിന്നുതന്നെ ആളെ തിരിച്ചറിഞ്ഞു. ആശാരി സെത്ന.

"സെത്നാ....! സെത്നാ.....!"

"ഓ......! ഓ........!"

"വരൂ ബന്ധു....! വരൂ......!"

എല്ലാ കണ്ഠങ്ങളിൽനിന്നും സ്വരമുയർന്നു. പണിനിർത്തി എല്ലാവരും അയാൾക്കുചുറ്റും കൂടിനിന്നു. ഒരു കല്ലിന്മേൽ അയാളിരുന്നു.

"ശ്രേഷ്ഠനായ നമ്മുടെ ആശാരിക്ക് ഇരിക്കാൻ കൊടുത്തതെന്താണെന്ന് നോക്കൂ....." ബടാ പറഞ്ഞു.

സെത്ന മുഖം കഴുകി കാലിൽ വെള്ളം തളിച്ചു.

"രാത്രി എവിടെ കഴിച്ചുകൂട്ടി.....?"

"ഒരു മരത്തിനു കീഴിൽ....."

"ഞങ്ങളിവിടെയുണ്ടെന്ന് എങ്ങനെ മനസ്സിലായി....?"

ഹർഷാശ്രുക്കൾ തുളുമ്പിനില്ക്കുന്ന മിഴികൾ തുടച്ചുകൊണ്ട് സെത്ന പറഞ്ഞു.

"നാടുപേക്ഷിച്ചിട്ട് ഒരു മാസമായി. ഭിക്ഷയാചിച്ചിട്ടില്ല. കഴിയുന്ന പണിയെടുത്ത് അന്നന്നത്തെ ആഹാരം സമ്പാദിച്ചുകൊണ്ട് സൈനെയിലെത്തി. നീരാനയിലുള്ളവനാണെന്ന് ആരോടും പറഞ്ഞില്ല. ഈജിപ്തിലെല്ലായിടത്തും ഇപ്പോൾ നമ്മുടെ നാട്ടിലെ സംഭവങ്ങളറിയാം. ഒരു ദിവസം രാത്രി ചില തോണിക്കാരുമായി സംസാരിച്ചപ്പോൾ, ഇടതുകരയിലുള്ള ഒരു ഗ്രാമത്തിൽ ഏതോ പരദേശികൾ ഒരു തോണി നല്കി പകരം രണ്ട് കഴുതകളെ വാങ്ങിയതായി അറിയാൻ കഴിഞ്ഞു. എന്റെ ഈ തലയ്ക്ക് മരക്കണക്കല്ലാതെ മറ്റെന്തെങ്കിലുമറിയോ? എങ്കിലും ആ പരദേശികൾ നീരാനയിലുള്ളവരായിരിക്കുമെന്ന് ഞാനൂഹിച്ചു. ആ ഊഹത്തോടെ പുറപ്പെട്ടു. വഴിതെറ്റി. എങ്കിലും വിട്ടില്ല. ഒടുവിൽ കണ്ടുമുട്ടി. എല്ലാ ദൈവങ്ങളോടും ഞാൻ നന്ദിപറയണം....."

"അല്പം ഖിവം കുടിക്കാതെ എന്തു നന്ദി....? പക്ഷേ, അതിന് ആറു മാസമെങ്കിലും കാത്തിരിക്കണം. വിത്ത് വിതച്ച്, യവം കളഞ്ഞ്, കതിരറുത്ത്, ധാന്യമണികളുതിർക്കേണ്ടേ......?" ബടാ പറഞ്ഞു.

"അപ്പോഴേക്കും ബടാ മാമൻ ഖിവത്തിന്റെ രുചിതന്നെ മറന്നുപോകും....." രാമേരിപ്പടാ ചിരിച്ചു.

"നീയുണ്ടല്ലോ മരുമകൻ... ഓർമ്മിപ്പിക്കണം....."

"നാട്ടിലെ വിശേഷങ്ങളൊന്നും പറഞ്ഞില്ലല്ലോ...." നെജമുട് പരിഭവം പ്രകടിപ്പിച്ചു.

....പ്രധാനപൂജാരിയുടെ ആജ്ഞപ്രകാരം ബകില പതിനായിരം പേരെ തടവുകാരായി പിടിച്ചു.... കണ്ണിൽകണ്ട തോണികളെല്ലാം പിടിച്ചു വാങ്ങി അതിൽ അവരെയെല്ലാം മെംഫീസിലേക്ക് കൊണ്ടുപോയി. ഇവരിൽ രണ്ടായിരം കുട്ടികളുമുണ്ട്. ഹെംടി ആദ്യദിവസംതന്നെ അടിയേറ്റ് മരണപ്പെട്ടിരുന്നല്ലോ....(നേതാവ് കണ്ട സ്വപ്നത്തെക്കുറിച്ച് ബടാ ഓർത്തുപോയി.....) പ്രമുഖന്മാരെല്ലാം രാജ്യത്തടവുകാരായി. അവരെയെല്ലാം കൊട്ടാരത്തിലെ ജയിലിലേക്കാണ് കൊണ്ടുപോയത്. ബടായെയും മെന്നയെയും പിടിക്കണമെന്നുവച്ച് വളരെ അന്വേഷണങ്ങൾ നടത്തി. നേതാവിന് ശവപ്പെട്ടി നിർമ്മിച്ചുകൊടുത്ത സെത്നായെയും അന്വേഷിച്ചത്രെ....! സെത്ന ഉൾഗ്രാമങ്ങളിൽ അലഞ്ഞുതിരിഞ്ഞു. ബകിലനാണ് അടുത്ത സാമന്തരാജാവെന്നറിഞ്ഞപ്പോൾ നാട് വിട്ടു. ഗേബു കുടുംബത്തിന്റെ ആഭരണങ്ങളെല്ലാം നശിച്ചുപൊയെന്ന് സ്ഥാപിച്ച് അവയെല്ലാം ബകില സ്വന്തമാക്കി. സെതെക്നഖ്തും, സെൻഉസർട്ടും, ഹെജിരെയും തിരികെ വന്നു. അവരുടെ അഴിഞ്ഞാട്ടം നടക്കുകയാണ്. അപെടിന്റെ ആർഭാടവും പറയാനാകില്ല. പക്ഷേ,..... എല്ലാവരും ബകിലന്റെ കീഴിലാണ്. ബകിലനെ ഭയന്നുകൊണ്ടാണ് ഇവരെല്ലാം കഴിഞ്ഞുകൂടുന്നത്. പ്രധാനപൂജാരി അവിടെനിന്ന് ധർമ്മദ്വിഗ്വിജയം നടത്താൻ മുതല പ്രവിശ്യയിലേക്കാണ് പോയത്. ഇത്തവണ സൈന്യത്തിൽ ആളെ ചേർത്തിട്ടില്ല. അത് ബകില സാവധാനത്തിൽ ചെയ്യുമത്രെ. നാട് ചുട്ടുകരിക്കുന്നതിനുമുമ്പ് കന്നുകാലികളെയെല്ലാം ഭാഗിച്ചെടുത്തിരുന്നു. കാൽഭാഗം പ്രഭുക്കൾക്കും മുക്കാൽഭാഗം രാജഗൃഹത്തിനും, സ്മരണത്തൂണ് ചുട്ടുകരിച്ചു. രാജഗൃഹത്തിനു ചുറ്റും വീണ്ടും മതിലുകെട്ടി. ഇത്തവണ രണ്ടാളുയരത്തിലുള്ളതാണ്. ഖ്നേംഹോടെപ് മെന്നയെയും ബടായെയും കാണാതെ ബകില ആക്രോശം നടത്തിയത്രെ.... രക്ഷപ്പെട്ടുപോകാൻ സഹായിച്ചിട്ടുണ്ടാകുമെന്ന സംശയത്തിൽ അവരുടെ തന്നെ ചരക്കുതോണിയിലെ ജോലിക്കാരെയും, സേവകരെയും, സൈനികരെയും നൂറ്നൂറ് ചാട്ടയടിക്ക് വിധേയമാക്കിയത്രെ... നെഫീസും മറ്റ് പ്രമുഖരുടെ പത്നിമാരും തീയിൽ വെന്തുമരിച്ചിട്ടുണ്ടാകുമെന്നാണ് അവരുടെ അഭിപ്രായം. കരിഞ്ഞുപോയ വീടുകൾക്ക് പുതിയ മേല്പുര പണിയുന്നുണ്ട്. അതായത്..... ദാസ്യജീവിതം വീണ്ടും ആരംഭിക്കുകയാണ്.

..... സെത്നായും ആ കുടുംബത്തിലെ ഒരംഗമായിത്തീർന്നു.

വർഷങ്ങൾ കടന്നുപോയിട്ടും ശവപ്പെട്ടി നിർമ്മിക്കേണ്ട ആവശ്യം അയാൾക്കുണ്ടായില്ല.

മെന്ന പെപൈറസ് താളുകൾ വരുത്തിവെച്ച് നീരാനപ്രവിശ്യയിലെ വിപ്ലവകഥ രചിച്ചു. പാട്ടുകളെഴുതി.....

ബടാ പിന്നീടൊരിക്കലും ഓടക്കുഴൽ കൈയിലെടുത്തില്ല. എങ്കിലും അയാൾ പുതിയ പാട്ടുകാരനായിത്തീർന്നു.

ബടായുടെ ഒരു മകൻ നെഖെൻ ശില്പിയുടെ ഉത്തമശിഷ്യനായിത്തീർന്നു.

മെനെപ്പടായുടെ രണ്ട് മക്കൾക്കും ഖ്നേംഹോടെപ് അസ്ത്രവിദ്യ അഭ്യസിപ്പിച്ചു.

പാഠം പറഞ്ഞുകൊടുക്കുന്നതിനിടയിൽ മെന്ന ഇടയ്ക്കിടെ പറഞ്ഞു കൊണ്ടിരുന്നു.

"ഇരുളിനുശേഷം ഒരു പ്രഭാതം പൊട്ടിവിരിയും.....! ഇത് സാധാരണ മാണെന്ന് തോന്നുമെങ്കിലും അസാധാരണമായ ഒരു കാര്യമാണെന്ന് ഓർത്തിരിക്കണം....."

www.ingramcontent.com/pod-product-compliance
Lightning Source LLC
LaVergne TN
LVHW090038181026
850499LV00038B/669
* 9 7 8 9 3 8 6 6 3 7 6 6 6 *